இந்திய சரித்திரக் களஞ்சியம்

1801-1810

ப.சிவனடி

பதிப்பு

அ.வெண்ணிலா

வெளியீடு

வெளியீடு : *25*
ISBN : 978-81-921785-1-6

இந்திய சரித்திரக் களஞ்சியம்
ப.சிவனடி

பதிப்பு : அ.வெண்ணிலா

முதல் பதிப்பு : *28, டிசம்பர்-2011* / இரண்டாம் பதிப்பு : *டிசம்பர்-2018* / பக்கங்கள் : *644*
ஒளியச்சு : எஸ்.தீபா, வசந்தி, ரேணுகா தேவி, கலைவாணி
அட்டை வடிவமைப்பு : டிராட்ஸ்கி மருது / நூல் வடிவமைப்பு : எஸ்.மாரீஸ்,
த.டேனியல் பிரபாகர் / அச்சாக்கம் : மணி ஆப்செட், சென்னை.
வெளியீடு : அகநி வெளியீடு,
எண் : *3, பாடசாலை வீதி, அம்மையப்பட்டு, வந்தவாசி - 604 408.*
பேசி : *98426 37637 / 94443 60421*
மின்னஞ்சல் : *akaniveliyeedu@gmail.com*

விலை : *ரூ 7500 /- (எட்டுத் தொகுப்புகளும் சேர்த்து)*

Indhiya Sarithira Kalangiyam
Pa.Sivanadi

Edited by : A.Vennila

First Edition : 28th December - 2011 / Second Edition : December - 2018 / Pages : 644
Laser typeset : S.Deepa, Vasanthi, Renugadevi, Kalaivani / Wrapper : Trostky Marudhu
Layout : S.Maries, D.Daniel Prabakar / Printed by : Mani Offset, Chennai.
Published by : Akani Veliyeedu, No : 3, Paadasalai Street,
Ammaiyappattu, Vandavasi - 604 408.
Cell : 98426 37637 / 94443 60421
e-mail : akaniveliyeedu@gmail.com

காலத்தின் பக்கமிருந்து...

வரலாறு என்பது வெறும் நிலப்பரப்பையோ அரசர்களின் பெருமையையோ கற்களாலான கோட்டைகள் பற்றியோ பேசுவது மட்டுமல்ல; இப்புவியில் வாழ்ந்து மடிந்த மனிதர்களின் இரத்தமும் சதையுமான வாழ்க்கையைப் பதிவு செய்வதே உண்மையான வரலாறாக இருக்க முடியும்.

தமிழர்களுக்கு வரலாற்றுப் பதிவுகள் மீது அக்கறை இல்லை, தமிழில் நல்ல வரலாற்று நூல்கள் வெளிவரவில்லை என்கிற நெடுங்காலப் பெருங்கவலையைத் தீர்க்கும் வகையில் 25 ஆண்டுகளுக்கு முன் (1987 இல் முதல் தொகுதி வெளியீடு) வெளிவந்த தமிழின் மிகச் சிறந்த வரலாற்றுத் தொகுப்பு ப.சிவனடி அவர்கள் எழுதிய 'இந்திய சரித்திரக் களஞ்சியம்'.

கி.பி.1700 தொடங்கி 1840 வரை 140 ஆண்டுகால உலக, இந்திய, தமிழக வரலாற்றைப் பல்வேறு சுவாரசியமான புள்ளி விவரங்களோடும், பலதரப்பட்ட நூல்களின் குறிப்புகளோடும் அரிதினும் முயன்று தொகுக்கப்பட்டுள்ளது இந்நூல். 10 ஆண்டுகளுக்கு ஒரு நூலென 140 ஆண்டுகால வரலாற்றை 15 தொகுதிகளாக (1711-1720 ஆண்டு இரண்டாம் பத்து, இரு தொகுதிகளாக வந்துள்ளது) எழுதியுள்ளார் வரலாற்றறிஞர் ப.சிவனடி.

நம் சிந்தனைக்கு எட்டாத இந்த 140 ஆண்டுகால வரலாற்றின் ஒரு செய்தியை, ஒரு நிகழ்வை எடுத்துக்கொண்டு, அதனைத் தமிழக - இந்திய - உலகளாவிய நிகழ்வுகளுடன் ஒப்பிட்டு, வாசகர்கள் எளிமையாய் புரிந்துகொள்ளும் வண்ணம் எழுதப்பட்டுள்ளது இந்நூலின் சிறப்பாகும்.

இந்நூலின் இரண்டொரு தொகுதிகளை மட்டும் கையில் வைத்துக் கொண்டு, "இதை மறுபதிப்பாக கொண்டுவர வேண்டும்..." என்று அ.வெண்ணிலா சொன்ன போது மலைப்பாகத்தான் இருந்தது.அவரது தளராத ஆர்வமும், ஈடுபாடான உழைப்பும் "முடியும்" என்கிற நம்பிக்கையைத் தர "செய்வோம்" என்று சம்மதித்தேன்.

இந்நூலுக்கான முன்வெளியீட்டுத் திட்டப் பணிகளை விரைந்து துவங்கி, தமிழகம் முழுவதுமுள்ள முந்நூறுக்கும் மேற்பட்ட புத்தக ஆர்வலர்கள், கல்லூரிகள், இதழ்கள் எனக் கடிதங்களை அனுப்பிவிட்டு, புத்தகங்களைத் தேடும் பணிகளில் தீவிரமாய் இறங்கினோம்.

வழக்கம்போலவே, தமிழ்ச் சமூகத்தின் ஆழ்ந்த மௌனம் லேசாய் கலங்கடித்தது. எவ்விதமான பதிலும் யாரிடமிருந்துமில்லை. கனத்த மௌனத்தை உடைத்தெறிந்தது, முதல் குரலாய் ஒலித்த அன்புத்தோழர் இயக்குநர் பாரதிகிருஷ்ணகுமாரின் அழைப்பு.

"வாழ்த்துகள்... முருகேஷ். நல்ல முயற்சியில இறங்கியிருக்கீங்க. நண்பர்கள் வட்டத்தில் நானும் அறிமுகம் செய்றேன்..."

பிறகு பலரிடமிருந்தும் பதில் வர ஆரம்பித்தது.

விமர்சகர், எழுத்தாளர் டாக்டர். கே.எஸ்.சுப்ரமணியன், 'கதைசொல்லி' பதிப்பாசிரியர், வழக்கறிஞர் கே.எஸ்.ராதாகிருஷ்ணன், கவிஞர் தங்கம்மூர்த்தி, திருச்சி கோ.செண்பகநாதன், பொள்ளாச்சி டாக்டர் மகாலிங்கம் காலேஜ் ஆப் இஞ்சினியரிங் அண்டு டெக்னாலஜி ஆகியோர் வாழ்த்துகளோடு முன்வெளியீட்டுத் திட்டத் தொகையையும் அனுப்பித் தந்து, ஆதரித்தனர்.

விழித்திறன் மாற்றுத்திறனாளியாய் இருந்தும், புத்தக வாசிப்பில் தீராக் காதலோடு இருக்கும் சிதம்பரம் அரசுப் பெண்கள் மேல்நிலைப்பள்ளியின் அறிவியல் பட்டதாரி ஆசிரியர் ந.இரவிச்சந்திரனின் வாழ்த்தும் பாராட்டும் செயல்பாட்டிற்கு ஊக்கம் தந்தன. நூல் அறிமுகத்திற்காகக் கோவை மாநகரக் கல்லூரிகளை என்னோடு சுற்றிவந்த தோழர் ஆ.பாலாஜியின் அன்பும், 'உயிர் எழுத்து' வாசகர்களிடத்து நூல் வருகையை அறிமுகம் செய்த அன்புத் தோழர் சுதீர்செந்திலின் தோழமையும் மறக்க முடியாதவை.

"அந்தப் புண்ணிய புருஷரோட வாரிசுகளாயிருந்து, இந்தப் புத்தகத்தைக் கொண்டு வாரீக. ரொம்ப மகிழ்ச்சிய்யா...!" என்ற பேராசிரியர் சாலமன் பாப்பையாவின் பாராட்டும் பங்களிப்பும் நெகிழ வைத்தன.

தோழமையோடு நல்ல பல ஆலோசனைகளை வழங்கிய 'கலைஞன்' பதிப்பகம் மா.நந்தன், புன்னகை ததும்பும் வார்த்தைகளால் நூல் வருகையைக் கொண்டாடி, அட்டையையும் வடிவமைத்துத் தந்த அன்பினிய அண்ணன் ஓவியக்கவிஞர் டிராட்ஸ்கி மருது ஆகியோரின் தோழமைக்கு என்றும் நன்றி. இத்தொகுப்புத் தயாரிப்புப் பணிகளில் ஒரு குடும்பமாய் இருந்து பிழை திருத்தித் தந்த எழுத்தாளர் கமலாலயன், ஒளியச்சு மற்றும் வடிவமைப்புப் பணிகளைத் தூங்கா விழிகளோடு செய்து தந்த எஸ்.மாரீஸ், த.டேனியல் பிரபாகரன் என்றும் நினைவில் நிற்பார்கள்.

எல்லாவற்றிற்கும் மேலாய் புத்தகம் தேடும் முயற்சிக்கு உறுதுணையாய் இருந்து அரிய பல ஆலோசனைகளை வழங்கியதோடு, இந்நூல் உருவாக்கத்தில் பேருதவி புரிந்த அன்பிற்கினிய அண்ணன் டாக்டர் மு.ராஜேந்திரன், இ.ஆ.ப., அவர்களின் வழிகாட்டு தலுக்கும் நன்றி.

சமகால வரலாற்று நூல்களில் மிக முக்கியமானதும், தனித்துவமானதுமான நூல் எனப் பல்வேறு ஆராய்ச்சியாளர்கள், எழுத்தாளர்களால் பாராட்டுப் பெற்ற இந்நூலை, இன்றைய தலைமுறை வாசகர்கள், ஆய்வு மாணவர்கள், கல்லூரிகள், நிறுவனங்கள் எனப் பலரும் பயன்பெற வேண்டும் என்கிற நல்நோக்கில், இந்தத் தொகுப்புப் பணியை, தன் படைப்புப் பணியினும் மேலாய் நினைத்துத் தொகுத்துத் தந்த அ.வெண்ணிலாவின் இப்பணியைத் தமிழ்கூறு நல்லுலகம் போற்றிக்கொண்டாடும் என உறுதியாய் நம்புகின்றேன்.

இந்தத் தொகுப்புப் பணியில் கற்றுக்கொண்டவை ஏராளம். கடந்த 25 ஆண்டுகளாக காதலோடு செய்த நண்பர்களுக்கான புத்தகத் தயாரிப்புப் பணிகளில் இதுவரை நூற்றுக்கும் மேற்பட்ட நூல்களைக் கொண்டுவந்திருந்த போதிலும், ‘அகநி’ வெளியீட்டைத் தொடங்கிய இந்தப் பத்தாவது ஆண்டில், 25 ஆவது நூலாக வரலாற்றறிஞர் ப.சிவனடியின் இந்தத் தொகுப்பைக் கொண்டு வருவது, மிகுந்த மனநிறைவையும் நெகிழ்வையும் தருவதாக உள்ளது.

பெரும் சுமையுடன் தடுமாறிக்கொண்டிருந்த எங்களுக்கு ஆதரவுக் கரம் நீட்டிய அன்புள்ளங்களை நினைவுகூர்வது இரண்டாம் பதிப்பு வரும் இவ்வேளையில் அவசியமாகிறது. அரிய இந்த முயற்சியைக் கொண்டாடியதோடு, தென் மாவட்டங்களின் கல்லூரிகளில் இத்தொகுதியை அறிமுகம் செய்தவர், தூத்துக்குடி காமராஜ் கல்லூரியின் முன்னாள் முதல்வர், பேராசிரியர் சா.செல்வராஜ், அன்னம்மாள் கல்லூரியின் தாளாளர் திரு.டி.கணேசன், தினத்தந்தியின் உரிமையாளர் திரு.சிவந்தி ஆதித்தன், பிராட்லைன் கம்ப்யூட்டர்ஸ் உரிமையாளர் டாக்டர் எம்.ஆறுமுகம், ஆனந்தா மெட்டல்ஸ் உரிமையாளர் திரு.குமரப்பன், இந்து சமய அறநிலையத் துறை உதவி இயக்குநர் தேவிகாபுரம் சிவகுமார் முதலானோருக்கு நெஞ்சம் கனிந்த நன்றிகள்.

ஆனந்த விகடன் சிறந்த நூல்களுக்கான ‘சிறந்த வெளியீடு’ பிரிவில் விருது வழங்கி கௌரவித்தது. மணிவாசகம் பதிப்பகத்தின் நிறுவனர் ச.மெய்யப்பன் அறக்கட்டளை வழங்கிய சிறந்த பதிப்பக விருதை இத்தொகுதி பெற்றுத் தந்தது. நம்பிக்கைத் தந்த எல்லோருக்குமான நன்றிகளுடன்.

- மு.முருகேஷ்,

வெளியீட்டாளர்.

பெருங்கடலின் கரையோரத்தில்...

காஞ்சிபுரம் இலக்கிய வட்டம் நாராயணன் தமிழில் வெளியாகும் முக்கிய புத்தகங்களை உடனே தேடிப் பிடித்து வாங்கிவிடுவார். அவர் நடத்தும் கூட்டங்களில் கலந்து கொள்பவர்களுக்கு உடனுக்குடன் சுடச்சுட அப்புதிய புத்தகங்களைப் பரிசாகத் தருவார். தொட்டுத் தடவிப் பார்த்து பெரும் மகிழ்ச்சியோடு பைக்குள் வைத்துக் கொண்டு பயணம் செய்வோம். எங்கள் திருமணம் முடிந்து இரண்டரை மாதங்களே முடிந்திருந்த நேரத்தில் நானும் முருகேஷும் இலக்கிய வட்டம் கூட்டத்திற்குச் சென்றிருந்தோம். அது 28.06.1998. 'அன்புடன் இலக்கிய வட்டம் நாராயணன்' எனக் கையெழுத்திட்டு இந்திய சரித்திரக் களஞ்சியம் தொகுதி-6 ஐ முருகேஷுக்கும், தொகுதி 8-ஐ எனக்கும் பரிசளித்தார். நூலின் தயாரிப்போ, வரலாறு பற்றிய ஆர்வமில்லாததோ, சரியான காரணத்தைக் கூறமுடியவில்லை... எந்தச் சுவாரசியமுமின்றி புத்தகத்தைப் பைக்குள் போட்டுக் கொண்டு, நாங்கள் இருவரும் பேருந்தில் வெறும் பேச்சோடு பயணம் செய்தோம். இரண்டு தொகுதிகளும் எங்கள் புத்தக அலமாரிகளில் அடைக்கலம் புகுந்தன. வேறெதாவது புத்தகத்தைத் தேடும்போது கண்ணில் படும். 'அய்யோ இந்தப் புத்தகத்தை இன்னும் படிக்கவில்லையே' என ஒரு விநாடி தோன்றும். பிறகு அவசரமாக அந்தப் புத்தக நினைவைக் கடந்து விடுவேன்.

சரியாகப் பதினொரு ஆண்டுகள் கழித்து அந்தப் புத்தகத்தை நான் தேடியலையும் நிலை உண்டானது. டாக்டர் மு.ராஜேந்திரன்,இ.ஆ.ப அவர்களுடன் இணைந்து தொகுத்த 'வந்தவாசிப் போர்-250' புத்தகத் தயாரிப்பிற்காக வந்தவாசியின் வரலாற்றைத் தேடியலைந்தேன். வந்தவாசி பற்றிய குறிப்புகள் இடம்பெற்றுள்ள நூல்களைத் தேடியலைகையில் நண்பர்கள் பரிந்துரைத்த நூல்களில் முதல் இடம் பிடித்தது ப.சிவனடி எழுதிய இந்திய சரித்திரக் களஞ்சியம். மனத்திற்குள் மிகப்பெரிய வேதனைப் பந்து சுழன்றது. என் வேரை எனக்கு அறிமுகப்படுத்தும் பொக்கிஷத்தைக் கைகளில் வைத்துக் கொண்டு, பாராமுகமாய் இருந்த என் அறியாமை எனக்கு உறைத்தது. தவிர்க்க இயலாமல் மனத்திற்குள் நான் இழந்த என் தந்தையின் நினைவு வந்தது. புத்தகப் பெரும் புதையலுக்குள் தேடி தொகுதி-6-ஐக் கண்டெடுத்தவுடன் மனம் முழுக்கப் பரவசம். வந்தவாசிக் கோட்டையைப் பற்றியும், வந்தவாசிப் போர் பற்றியும் அவ்வளவு தகவல்கள்.

காலம் கடந்து நான் கண்டெடுத்தாலும் இரண்டு உண்மைகளை உணர்ந்தேன். ஒன்று, இத்தொகுப்புகள் எழுதப்பட்டு 25 ஆண்டுகள் கழித்தும் அதனுடைய தேவை இன்றும் மாறாமல் இருந்தது. மற்றொன்று, அத்தொகுப்புகளுக்குச் சமமான புத்தகங்கள் பின்வந்த காலங்களில் வேறொன்றும் வெளிவராதது. புறக்கணிக்கவே முடியாத இடத்தில் சிவனடியின் தொகுப்புகள் எக்காலத்தும் நிற்கும் என்ற உண்மை, என்னை மொத்தத் தொகுப்புகளையும் தேட வைத்தது. இணையம், நூலகங்கள், ஆய்வு மையங்கள் என பல இடங்களில் சுற்றியலைந்தேன். எழுத்தாளர் எஸ்.ராமகிருஷ்ணன் தன் வலைப்பக்கத்தில் ப.சிவனடியின் ராட்சஸத்தனமான பங்களிப்புப் பற்றி எழுதியிருந்ததைப் படித்தேன். ப.சிவனடியின் மேல் தீராப் பிரமிப்பு உண்டானது.

புதுச்சேரி பிரெஞ்சு ஆய்வியல் நிறுவனத்திற்குச் சென்று அங்கிருந்த அவரின் 14 தொகுதிகளையும் பார்த்தேன். புரட்டிப் பார்த்தால் மயக்கம் வருவது போல் இருந்தது. ஒரு தனி நபர், இவ்வளவு பெரிய பணியை எப்படிச் செய்ய முடிந்தது என்ற திகைப்பில் இருந்து மீள முடியவில்லை. ஆனால் அந்த ஆய்வியல் நிறுவனத்தில் குறிப்புகள் எடுத்துக்கொள்ள வாய்ப்பிருந்ததே தவிர மொத்தப் புத்தகத்தையும் பிரதி எடுக்க அனுமதியில்லை. அவரின் 14 தொகுதிகளையும் எனக்கென்று வைத்துக்கொள்ளத் தொடர்ந்து தேடினேன். பிறகு அத்தனைத் தொகுதிகளையும் பெற இயக்குனர் சிம்புதேவன், நியூ புக் லேண்ட்ஸ் சீனுவாசன் ஆகியோர் ஊக்கம் தந்தனர். முன்னாள் நூலக் இயக்குனர் ஆவுடையப்பன், உலகத் தமிழாராய்ச்சி நிறுவன இயக்குனர் பெருமாள்சாமி, மாவட்ட மைய நூலகங்களில் இருந்து தொகுதிகளைப் பெற உதவிய நண்பர்கள் டி.ரமேஷ், சி.ஜெயக்குமார், என்.ஆர்.அரங்கநாதன், பி.முருகன் ஆகியோரின் உதவியுடன் மொத்தத் தொகுதிகளையும் ஒன்று திரட்டினேன்.

தமிழ் இலக்கிய உலகிற்குள் வரலாறும் இணைந்து செயல்படுகிறதா என்ற சந்தேகம் உள்ளது. அப்படி இருப்பின் தமிழ் இலக்கியவாதிகளும் வரலாற்றறிஞர்களும் ப.சிவனடியை உச்சி முகர்ந்து கொண்டாடலாம்.ஒரு பல்கலைக்கழகம் முயன்று இப்படிப்பட்ட பெரும் பணியைச் செய்திருக்க வேண்டும். தனிநபராய்ச் சிவனடி செய்திருக்கிறார்.

ப.சிவனடி தன்னுடைய சுய உழைப்பில், பொருளாதாரத்தில் இத்தொகுதிகளைக் கொண்டு வந்துள்ளார். கி.பி. 1700-முதல் கி.பி. 2000 வரையான 300 ஆண்டுத் தமிழக, இந்திய, உலக வரலாற்றை எழுதத் திட்டமிட்டு, தன் வாழ்நாளையே அதற்காகச் செலவிட்டுள்ளார். 1987-தொடங்கி ஆண்டுக்கொரு புத்தகம் என முயன்று 14

தொகுதிகளை வெளியிட்டுள்ளார். சிலருடைய பிறப்பும், மரணமும் வரலாற்றில் மிகப்பெரிய பாதிப்புகளை, இழப்புகளை உண்டாக்கும். ப.சிவனடியின் மரணம், தமிழகம் 160 ஆண்டுகால வரலாற்றைப் பதிவு செய்ய முடியாமல் செய்துவிட்டது.

ப.சிவனடி அவர்களின் தனிப்பட்ட வாழ்வைப் பற்றி எனக்கொன்றும் தெரியாது. அவர் சென்னையில் வசித்ததாகக் கேள்விப்பட்டு எழும்பூர், அசோக் நகர் பகுதிகளில் தேடித் திரிந்தேன். அவரைத் தினம் சந்தித்த, அவருடைய கடைக்கருகில் வசித்த முதியவர் ஒருவரிடம் சிவனடி பற்றிப் பேசும் வாய்ப்பு மட்டுமே கிடைத்தது. கலைஞன் பதிப்பகம் மாசிலாமணி அவர்கள் மூலம் ஓவியர் டிராட்ஸ்கி மருதுவும், எழுத்தாளர் மா.அரங்கநாதனும் சிவனடியை அறிந்திருந்தனர். நண்பர்கள் மூலமாக அவர் விருதுநகர்க்காரர் என்றறிந்து, விருதுநகரிலும் தேடினேன். செய்தியறிய முடியவில்லை, அவரைப் பற்றிய தகவல்கள் ஒன்றும் கிடைக்காமல் போகப் போக, அவரின் தொகுப்புகள் என்னை மிகமிக நெருங்கி வரத் தொடங்கின. அவரின் தொகுப்புகளை மீண்டும் கொண்டுவர வேண்டும் என்ற ஆர்வம் மேலெழத் தொடங்கியது.

கடந்த ஏப்ரல் 5-ஆம் தேதி துவங்கி இன்றுவரை என் நினைவில் வேறெதுவும் இல்லை. புத்தகங்களைத் தட்டச்சு செய்யச் செய்வது, பிழைதிருத்தம் பார்ப்பது, பொருத்தமான படங்களைத் தேடுவது என 5,000 பக்கங்களை மொத்தமாக அச்சுக்கு கொண்டுவருவதற்கான அத்தனை நெருக்கடிகளையும் நான் அனுபவித்துவிட்டேன். அத்தனை வேலைகளிலும், ப.சிவனடி மீதான மதிப்பும் பிரமிப்பும் கணந்தோறும் கூடிக்கொண்டேயிருந்தது.

ப.சிவனடி 14 தொகுதிகளிலும் வரலாற்றைச் சொல்லப் பயன்படுத்திய உத்தி, மொழிநடை, சொன்ன விதம் குறித்து தமிழின் மிக முக்கியமான வரலாற்றறிஞரான டாக்டர் ராஜைய்யன் தன் முன்னுரையில் விரிவாகக் கூறியுள்ளார் ஒரு வாசகியாக நான் ப.சிவனடியை வாசித்து அறிந்த விதம் தனிப்பட்ட விதத்தில் எனக்கு நெகிழ்ச்சியானது.

ஒரு சிறு வரலாற்று நிகழ்வைச் சொல்ல முனையும் போது, அவரின் மனத்தில் அந்நிகழ்வு மட்டும் முக்கியத்துவம் பெறுவதில்லை. அந்நிகழ்வு போன்று ஏற்கனவே வரலாற்றில் இடம் பெற்றுள்ள விதம், நிகழ்வு நடைபெற்ற இடம், அதன் வரலாற்றுப் பின்னணி, அதன் அரசியல் விளைவுகள்... என ஆழமான பார்வையுடன் வரலாற்றைப் பதிவு செய்கிறார். வரலாறு அறிஞர்களுக்கு மட்டுமல்ல; சாமான்ய மக்களுக்குமே என்ற புரிதல் அவரின் பார்வையில் உள்ளது. வரலாற்றைத் தனித்துப் புரிந்து கொள்ளாமல் அதன் அத்தனைப் பரிமாணங்களுடன் சேர்த்து புரிந்து கொள்வதே முழுமையான புரிதலாக இருக்க முடியும் என்பதையும் உணர்த்துகிறது இத்தொகுப்பு.

ஆசிரியரின் கருத்தாக எதையும் கூறாமல், பல இடங்களில் வரலாற்று நிகழ்வுகளை மட்டுமே பதிவு செய்துள்ளார். மிகச் சில இடங்களில் மட்டுமே நிகழ்வுகள் குறித்துத் தன் கருத்துகளைப் பதிவு செய்கிறார். அக்கருத்துகள் சிலவற்றில் எனக்கு உடன்பாடு கிடையாது. குறிப்பாகச் சமணம், பௌத்த சமயம் சார்ந்த கருத்துகளைக் கூறலாம். இத்தொகுப்புகளில் ஒன்றுடன் ஒன்று மிக நேர்த்தியாகப் பின்னப்பட்டுள்ள அரிய தகவல்களைத் தமிழ் வரலாற்று விரும்பிகளிடம் கொண்டு சேர்க்கவே இத்தொகுப்பை மறுபதிப்பு செய்ய விரும்பினேன்.

நான் ரசித்துப் படித்து பாதுகாக்க விரும்பிய இத்தொகுப்பைப் பாதுகாத்துக் கொள்ள வேண்டும் என்ற உணர்வுடன் நிறுத்திக் கொண்டிருக்கலாம். மீண்டும் இந்த தொகுதிகளை மறுபதிப்பு கொண்டு வர வேண்டும் என்ற பேராவல் என்னைப்

புதைமணலில் உள்ளிழுப்பதைப் போல் உள்ளிழுத்துக் கொண்டே இருந்தது. என் சொந்தப் படைப்புப் பணிகளை முழுமையாகத் தொலைத்துவிட்டு இம்மறுபதிப்புப் பணியில் ஈடுபடுத்திக் கொண்டேன். காரணம் தமிழ் வாசகர்களுக்கு நல்ல புத்தகத்தைக் கொண்டு சேர்க்க வேண்டும் என்ற அக்கறை. இதுவும் படைப்புப் பணியின் மிக முக்கிய அங்கமாக நினைக்கிறேன்.

மறுபதிப்புப் பணியில் நான் சந்தித்த பிரச்சனைகளையும் எதிர்கொண்ட இடர்களையும் இங்கு நிச்சயம் பதிவு செய்ய வேண்டியுள்ளது. ஆனால் அது மிக நீளும். ஒரு தனிநபரின் சத்தமில்லாத, எந்த அணியாலும் அங்கீகரிக்கப்படாத, மிகப்பெரிய பங்களிப்பைக் கொண்டாட வேண்டும் என்ற எளிய நோக்கத்தின் முன் அப்பிரச்சனைகளை எல்லாம் எளிதாகக் கடந்தேன். நான் நம்பிக்கை இழந்த நேரங்களில் நம்பிக்கைக் கொடுத்து ஊக்கப்படுத்திய டாக்டர் மு.ராஜேந்திரன்,இ.ஆ.ப, நான் சோர்வுறும் போதெல்லாம் என்னைத் தேற்றி, உற்சாகப்படுத்திய மு.முருகேஷ், இருவரின் அன்பு இல்லையேல் இப்பணி நிறைவேறியிருக்காது.

‘இந்தப் புத்தகத்தை எப்படியும் கொண்டு வந்துடும்மா’ என உற்சாகப்படுத்திய அண்ணன் டிராட்ஸ்கி மருது, நான்கு மாதமாக வீட்டை மறந்து எங்களோடு இப்பணியில் இருக்கும் தம்பி டேனியல் பிரபாகர், ‘ஆள பிச்சி எடுக்காத ஆத்தா’ என அன்பாய்க் கடிந்து கொண்டே வேலை பார்த்த மாரீஸ். ‘சிவனடி புத்தக வேலை எப்பம்மா முடியும், எங்க கூட எப்ப வெளிய வருவ’ என தினம் ஏக்கமாய்க் கேள்விகளால் நாட்களைக் கடத்திய என் அன்பு மகள்கள், ‘நீ ரொம்ப பெரிய வேலைய எடுத்திட்ட’ என கூறிக்கொண்டே, வீடு குறித்த சிந்தனையையே நான் முழுமையாய் மறந்திருக்க, என்னை அரவணைத்துக் கொண்ட அம்மாவும்... இப்பணியினைச் சுமந்திருக்கிறார்கள்.

எல்லோருக்குமான ஈர அன்புடன்,
அ.வெண்ணிலா.
02.12.2011

முனைவர். **கே.ராஜையன்,** எம்.ஏ., எம்.லிட்., பி.எச்டி.,
முன்னாள் பேராசிரியர் மற்றும் தலைவர்
வரலாற்றுப் படிப்பியல் துறை
மதுரை காமராஜர் பல்கலைக்கழகம்
மதுரை - 625 021

வரலாற்றை வாசிப்பதில் ப.சிவனடியின் அணுகுமுறை

1927-ஆம் ஆண்டு விருதுநகரில் பிறந்த ப.சிவனடி ஆரம்ப காலக் கட்டத்தில் இருந்தே மிக எளிமையானவர். அவர் பல இடங்களில் சொல்லியுள்ளது போல் ஆரம்ப காலத்தில் எந்த எழுத்துப் பணிகளிலும் அவர் ஈடுபடவில்லை.

இவருடைய "இந்திய சரித்திரக் களஞ்சியம்" 15 நூல்களாக வெளி வந்துள்ளது. இவர் எடுத்துக் கொண்ட காலம் கி.பி.1700 இல் ஆரம்பித்து கி.பி. 1840 இல் முடிவடைகிறது. ஆனால் இவர் கி.பி. 2000 வரை எழுத திட்டமிட்டிருந்தார். ஒவ்வொரு பத்து வருடங்களுக்கும் ஒரு தொகுப்பு என திட்டமிட்டு ஒவ்வொரு தொகுப்பிலும் 10 ஆண்டுகளின் சமூக, அரசியல், பொருளாதார, மருத்துவ மற்றும் விஞ்ஞான வளர்ச்சி பற்றி வரிசைக்கிரமமாக எடுத்துரைத்துள்ளார்.

இவருடைய படைப்புகள் தொகைநூல் (Anthology) என்று கூறப் பட்டாலும், இவர் உருவாக்கிய 15 நூல்களும் தொகைநூல்களுக்கான வடிவத்தில் அமையவில்லை. தொகைநூல்களில் பொருட்கள் வருடவாரியாகவும் வரிசைக்கிரமமாகவும் அமைக்கப்பட வேண்டும். ஆனால் திரு ப.சிவனடி அவர்களின் படைப்புகள் வருடவாரியாக மட்டும் அமைக்கப்பட்டுள்ளது. வரிசைக்கிரமமாக அமையப்பெறவில்லை. எனவே, தொகை நூல்களுக்கான முழு வடிவம் இவருடைய படைப்புகளில் பின்பற்றப்படவில்லை. இதுவே இவருடைய தொகுப்பு நூல்களுக்கான சுவாரசியமாகவும் உள்ளது.

திரு ப.சிவனடி அவர்கள் பின்பற்றிய வடிவம் புதியது என்றாலும் அவை குறிப்பிடத்தக்கது. பத்து வருடங்களுக்கு ஒரு தொகுப்பு என்பதே ஒரு புதிய முறை. ஒவ்வொரு தொகுப்பிலும் முதல் சில பக்கங்கள் அப்புத்தகம் பற்றிய குறிப்பிற்கு ஒதுக்கப்பட்டுள்ளது. இக்குறிப்பிலிருந்து அத்தொகுப்பில் இடம் பெற்றுள்ள வரலாற்று நிகழ்வுகள் குறித்து அறிந்துகொள்ளலாம்.

இவர் 5000ம் பக்கங்கள் கொண்ட 14 தொகுப்புகளை வெளியிட மிகுந்த சிரத்தை எடுத்துக்கொண்டுள்ளார். இவர் பின்பற்றிய தொகுப்புமுறை, பொருள் மற்றும் வடிவம் ஆகியன தமிழ் இலக்கியத்தில் ஒரு புதிய அணுகுமுறை. அச்சுத் தொழில்நுட்பம் வளர்ச்சியடையாத காலகட்டத்தில் இவர் தனது தன்னம்பிக்கை, விடாமுயற்சியின் மூலமும் இந்த சாதனையை செய்துள்ளார். இவரது நூல்களை தற்போது மறுபதிப்பு கொண்டு வருவதின் மூலம் பலரின் எதிர்பார்ப்புகள் நிறைவேறியுள்ளன.

திரு ப.சிவனடி அவர்களின் தொகுப்புகள் கி.பி. 1700 முதல் கி.பி.1840 வரையான காலகட்டத்தை உள்ளடக்கியது. இவர் எடுத்துக்கொண்ட இக்காலகட்டம் இந்திய வரலாற்றில் மிகவும் முக்கியமானது. இக்கால கட்டத்தில்தான் பல முக்கிய நிகழ்வுகள், புரட்சிகள், அரசியல், சமூக, பொருளாதார மாற்றங்கள் மற்றும் அறிவியல் கண்டுபிடிப்புகள் நடை பெற்றுள்ளன.

இவர், நிகழ்வுகளை வருடவாரியாக மட்டும் குறிப்பிடாமல் சில இடங்களில் நாட்கள் வாரியாகவும் குறிப்பிட்டுள்ளார். மேலும் ஒரே நிகழ்ச்சி வேறு இடங்களில் நடந்திருந்தால் அத்தகைய நிகழ்வுகளையும் குறிப்பிட்டு விளக்கியுள்ளார். இத்தகைய ஒப்பியல் வரலாற்றை எழுத இவர் மிகுந்த சிரத்தை எடுத்துக்கொண்டுள்ளது தெரிய வருகிறது.

வரலாற்றை எழுதுவது என்பது ஒரு புதிய பரிமாணத்தை அடைந்துள்ளது. வரலாறு என்பது வெறும் பெயர்கள், ஆண்டுகள், சம்பவங்களை குறிப்பிடுவது மட்டும் அல்ல. கடந்த காலங்களில் நடந்த நிகழ்ச்சிகளை அப்படியே பிரதிபலிக்கக் கூடியதாக இருக்கவேண்டும். வரலாற்று ஆசிரியர்கள் தங்களுடைய கருத்துக்களை பதிவுசெய்வதோடு தக்க குறிப்புகளுடன் வரலாற்றை எழுதி ஒரு முடிவுரையும் கொடுக்கவேண்டும். திரு ப.சிவனடி அவர்கள், தன்னுடைய படைப்புகளில் மேற்படி வடிவத்தை பின்பற்ற உரிய முயற்சி எடுத்துக் கொண்டுள்ளார். இவருடைய படைப்புகளின் ஆரம்பக் கட்டம் பழமையான வடிவத்தில் இருந்தாலும் அவருடைய படைப்புகளின் அட்டவணை மற்றும் குறிப்புகளில் புதிய அணுகுமுறை உள்ளது. இது ஒரு குறிப்பிடத்தக்க வளர்ச்சியாகும்.

இவர் தன்னுடைய படைப்புகளின் பலனை அனுபவிக்க அதிகநாட்கள் வாழவில்லை. ஆனால் அவரைப் பற்றி தெரிந்தவர்கள் மற்றும் அவருக்கு அதிகமாக அறிமுகமானவர்கள் அவருடைய இலக்கிய தேடுதல் பற்றியும் அவர் பல்வேறு நூல்களில் இருந்து எடுத்துவைத்துள்ள குறிப்புகள் பற்றியும் தெரிவித்துள்ளனர்.

இந்திய நாடு தனது பரந்த நிலப்பரப்பு, பல்வேறு வகையான கலாச்சாரம், வாழ்க்கையை அதன் போக்கிலேயே ஏற்றுக்கொள்ளும் மக்கள், இயற்கை வளங்கள், மதிப்பற்ற இரத்தின கற்கள், வாசனை திரவியங்கள் போன்றவைகள் காரணமாக, அயல்நாட்டு வணிகர்களின் கவனத்தை ஈர்த்தது. இந்தியாவில் அந்த காலக்கட்டத்தில் இருந்த குறுநில மன்னர்களிடையே இருந்த பகைமை மற்றும் ஒற்றுமையின்மை அயல்நாட்டினர்களின் படையெடுப்பிற்கு வழிகோலியது. இக்காரணங்களினால் பேராசைக் கொண்ட பல ஏதேச்சதிகார நாடுகள் இந்தியா மீது படையெடுத்து தங்கள் பேராசை, ஏதேச்சதிகாரம், கனவுகளை, இந்தியாவில் தேட ஆரம்பித்தனர். எனவே, இந்திய வரலாற்றைப் பற்றி எழுதும் எந்தவொரு எழுத்தாளரும் பிற நாடுகளைப் பற்றிய விவரங்கள் தெரிந்திருக்க வேண்டும். பல நாடுகள் பற்றிய அறிவை திரு ப.சிவனடி என்ற இப் புகழ்பெற்ற எழுத்தாளரும் பெற்றிருக்கிறார்.

திரு ப.சிவனடி அவர்களின் எடுத்துரைக்கும் முறையினை குறிப்பிட வேண்டும் என்றால் குறிப்பாக ஓராண்டை -அதாவது 1751-ஆம் ஆண்டை

விவரிக்கும் போது அவ்வாண்டின் முக்கிய நிகழ்வான இராபர்ட் கிளைவின் ஆற்காடு வெற்றியை மட்டும் குறிப்பிடாமல் இந்திய போர்க்களத்தில் முதன்முறையாக பயன்படுத்தப்பட்ட பீரங்கிகள் பற்றியும் இதே ஆண்டு நடந்த ஒரிசா மற்றும் மராத்திய போர்கள், இந்த ஆண்டில் ஆங்கிலேயர்கள் இந்தியாவில் மேற்கொண்ட நில அளவை கணக்கெடுப்பு, இங்கிலாந்தின் பெத்தலகேமில் ஆரம்பிக்கப்பட்ட மனநல மருத்துவமனை, விடுதலை வீரர் புலித்தேவர் ஸ்ரீவில்லிப்புத்தூர் கோட்டையைக் கைப்பற்றியது, "நிக்கல்" என்ற உலோகம் கண்டுபிடிக்கப்பட்டது மற்றும் சருகணி மாதாகோவில் கட்டப்பட்டது ஆகியவற்றை பற்றியும் குறிப்பிடுகின்றார். இவ்விவரங்கள் மிக விரிவாக குறிப்பிடப்பட்டுள்ளன.

இத் தொகுப்புகளில் புகழ்பெற்ற மெகாலே, இராபர்ட் கிளைவ், டார்வின், ரப்பர் டயரைக் கண்டுபிடித்த குட்இயர், ஜி.யூ.போப், கவிஞர் ஷெல்லி, ஹெர்குலிஸ், நெப்போலியன், இராணி மங்கம்மாள், இந்தியாவின் முதல் சுதந்திரப் போரின் வீரர்களான, மருதுபாண்டியன், சின்னமருது, திப்பு சுல்தான் மற்றும் பலரைப் பற்றி குறிப்பிட்டுள்ளார்.

இவர் ஒரு வருடத்தைப் பற்றி குறிப்பிடும் போது அவ்வருடத்தோடு தொடர்புடைய மனிதர்கள், நாடு மற்றும் நகரங்களோடு குறிப்பிட்டு விவரிக்கிறார். ஒரு சம்பவத்தை விவரிக்கும் போது அது தொடர்பான வேறு சம்பவத்தைக் குறிப்பிட்டு எவ்வாறு ஒவ்வொன்றும் மற்றவற்றுடன் சம்பந்தப்பட்டுள்ளது என்பதையும் விவரிக்கிறார். இது ஒரு வரலாற்று இணைப்பு ஆகும்.

திரு ப.சிவனடி அவர்களின் படைப்புகளை மறுபதிப்பு செய்ததற்காக அகநி பதிப்பகம் கவிஞர் மு. முருகேஷ் ஐ மனதாரப் பாராட்டுகிறேன்.

மேலும், விவரங்களை சரிபார்த்து தவறுகளை திருத்திக் கொடுத்த டாக்டர். மு.ராஜேந்திரன்,இ.ஆ.ப., அவரின் பணியை பாராட்டுகிறேன். 15 தொகுப்பு களையும் தேடிக்கண்டுபிடித்து தகுந்த இடங்களில் புகைப்படங்களையும் இணைத்து மறுபதிப்பு கொண்டுவரும் அ.வெண்ணிலா அவர்களின் பணியை பாராட்டுகிறேன்.

இந்த மறுபதிப்பின் மூலம் திரு ப.சிவனடி அவர்களின் இலக்கிய பங்கினை நாம் அறிந்து கொள்வதுடன் அவர் நமக்களித்துள்ள வரலாற்றுப் புதையலை முழுமனதோடு பாராட்டக் கடமைப் பட்டுள்ளோம்.

K. Rajayyan
31-10-2011

இந்திய சரித்திரக் களஞ்சியம்

பதினொன்றாந் தொகுதி

பத்தொன்பதாம் நூற்றாண்டு- பதினொன்றாம் பத்து

1801 - 1810

முதல் பதிப்பின் முன்னுரை

உருவகிக்கப்பட்டது போல் தோன்றுகின்ற 'பெரு வெடிப்பு' (*Big Bang*) என்னும் நெருப்புத் தழல் வெளிப்படுத்திய ஆற்றலாகிய சிறு சுழலலைகளிலிருந்து தோன்றிய நுண்ணிய துகள்கள் பல பில்லியன் ஆண்டுகளாய்ச் சேர்ந்து திரண்டுருவாகி இன்று நாம் விண்ணில் காணுகின்ற விண்மீன் திரள்களாயின (*galaxies*) என்று வானியலார் இவ்வாண்டு ஏப்ரலில் மேலும் உறுதிப்படுத்தினர். இந்தப் பெரு வெடிப்பு *10,000* மில்லியன் ஆண்டுகளுக்கு முன்னர் நிகழ்ந்தது என்று வானியலார் கணிக்கின்றனர். இயலுலகாகிய பெரும் பேரண்டம் (*Cosmos*) ஹைடிரஜன் அணுக்களாலான ஆற்றலினால் உந்தப்பட்ட பொருள்களின் பரவல் என்பதும், அண்ட முழுமையிலும் அப்பொருள்கள் விரவி நிற்கின்றன என்பதும், அனைத்துலகிற்கும் ஒன்றே மூலம் என்ற உண்மையை வெளிப்படுத்துகின்றன. அதைப் போலவே இப்புவியில் மேலோங்கி நிற்கும் மானுடர்க்கும் ஆதி மூலம் ஒன்றே என்பதும் அவ்வுயிர்கள் தம் தோற்றுவாயிலிருந்து எண்டிசையும் சுழலலை போல் பரவின என்பதும் உண்மைகளேயாகும்.

பெரு வெடிப்பு என்ற கற்பனைக்கெட்டாத வெடியல் உண்டாக்கிய அதிர்வு அலைகளின் கொந்தளிப்பைப் போன்றே உயிரினப் பரவல்கள், இடப் பெயர்ச்சிகள், குடியேற்றங்கள் முதலியன இப்புவியில் தோற்றுவித்த உரசல்கள், மோதல்கள், குமுறல்கள், சண்டைகள், போர்கள் போன்றனவும் அவற்றினடியாய் மானுடரும் அவர்கள் வாழ்ந்த இடங்களும் மாறிமாறி ஒன்றுக்கொன்று அடிப்படுதலும் இன்று மானுட வரலாறுகளாய் விளங்குகின்றன.

எனவே உயிரின இடப்பெயர்ச்சி உயிர் வாழ்க்கையுடன் ஒன்றிய இயக்கங்களுள் ஒன்றாதல் காண்கின்றோம். படிமுறை வளர்ச்சி என்னும் பல்வேறு நிலைகளில் ஒன்றென்னும் ஹோமோ எரக்டஸ் (*Homo erectus*) என்ற நிமிர் மனிதன் கிழக்காப்பிரிக்கத்திலிருந்து ஏறத்தாழப் பதினெட்டு இலட்சம் ஆண்டுகளுக்கு முன் மண்ணுலகின் எண்டிசைகளையும் நோக்கி இடம் பெயர்ந்தான் என்று தொல்மானுடவியலார் சான்று காட்டிக் கூறுகின்றனர். நிமிர் மனிதன் நெருப்பை ஆளக் கற்றிருந்தான் என்பதோடு மானுடக் குடும்ப அமைப்பு முறை அவனிலிருந்து

தொடங்குகின்றது என்ற சிறப்பும் அவனுக்குத் தரப்படுகின்றது. புத்திடம் தேடிப் புறப்பட்ட இப்பெயர்ச்சிகள் மானுடரின் பெருங்கதை என்ற வரலாறாகும். ''யாதும் ஊரே யாவரும் கேளிர்'' என்ற உலக ஒருமை பாடும் முதுமொழியின் மெய்ப்பொருளை இதில் கண்டுணரலாம்.

உயிரின இடப்பெயர்வுக் கதைகள் கற்பனையை மிஞ்சுவன.வட துருவத்தையடுத்த குளிர் பனிப் பாழ்ப் பரப்புகளில் இன்று வாழும் எஸ்கிமோக்கள் வெகு தொலைவிற்கப்பாலுள்ள நடு ஆசியத்திலிருந்து சென்றேறியவர்கள், ஆஸ்திரேலியத் தொல்குடியினர். ஏறத்தாழ 40,000 ஆண்டுகளுக்கு முன்னர் பண்டை இந்தியத்திலிருந்து நிலத்தையும் கடலையுங் கடந்து அக்கண்டத்தை அடைந்தனர். தென்னமெரிக்கத்தில் மனித ஏற்றத்தின் நிலையான சின்னங்களென விளங்கும் நாகரிகங்களைத் தோற்றுவித்த ''இந்திய மக்கள்'' சுமார் 15,000 ஆண்டுகளுக்கு முன் ஆசியப் பகுதியிலிருந்து பெயர்ந்து சென்றவர்கள். உலகம் பல்வேறு பருவ ஊழிகளைக் கடந்து சென்றபோது பல ஊழிகளில் ஏற்பட்ட மாறுதல்களால் உயிர்வாழ்ந்து நிற்பது என்ற உந்துதலின் இன்றியமையாமையால் நடந்த எண்ணத் தொலையா உயிரின இயக்கங்களின் சுவடுகள் உலகெங்கும் பதிந்துள்ளன.

பரிணாமம், வளர்சிதை மாற்றம் என்ற வேறுபாடுகள் பல ஊழிகளில் நிகழ்ந்தன. அவற்றுக்கு ஏற்ப உயிரின இடப் பெயர்ச்சிகளும் பல்வேறு காலச் சுழிகளில் நடந்தன. அவற்றின் தன்மைகளையும் பண்புகளையும் கருத்திற்கொண்டு, அவற்றைக் கால, இடச் சூழல்களுக்கு ஏற்ப விளங்கிக்கொள்வதற்கு வசதியாய் மனிதன் அவற்றுக்குப் புலம்பெயர்தல், வலசை போதல் (*migration*), குடியேற்றமாக்குதல் (*colonizing*), காப்பாட்சிக்குட்படுத்துதல், அடிமைப்படுத்துதல் என்று பல பெயர்களை வரலாறு நெடுகிலும் தந்து வருகின்றான். கிறித்தவ அப்தத்தின் பதினாறு முதல் பத்தொன்பதாம் நூற்றாண்டு வரை மனிதரை மனிதர் அடிமைப்படுத்துவதும் அயல் புலங்களைக் குடியேற்றமாக்குதலும் ஒரு சேர உலகில், குறிப்பாய் அமெரிக்கங்களிலும் ஆசியத்திலும் நடந்து வந்தன. இவற்றோடு அறிவியலும் மனித நேயமும் இதற்கு முன்னர் எக்காலத்தும் இல்லாதவாறு எண்டிசையும் விரிந்து பரவலாயின. இத்தகைய நம்பிக்கையற்ற சூழலில் உலகம் எதிர்மறையாயும் நேரிய வழியிலும் ஒருமையை நோக்கிச் செல்வதன் அறிகுறிகள் தோன்றின.

வழக்கம் போலவே உலகின் இந்தப் போக்கைப் படம் பிடித்துக் காட்டும் முயற்சியாய் இந்தப் பதினோராந் தொகுதியும் அமைகின்றது.

புத்துலகான அமெரிக்கமும் ஐரோப்பிய வல்லாள கண்டர்களால் பதினைந்தாம் நூற்றாண்டு தொடங்கி குடியேற்றங்களாக்கப்பட்டு வருகின்றது. வட அமெரிக்கத்தில் முற்றிலும் ஐரோப்பியர் குடியேறிய பகுதிகள் இங்கிலாந்தின் மேலாண்மையை எதிர்த்து போராடிப் பதினெட்டாம் நூற்றாண்டில் விடுதலை பெற்றன. பல்லாயிரமாண்டுகளாய்த் தென்னமெரிக்கத்தில் வாழ்ந்து பல நாகரிகங்களைத் தோற்றுவித்த மக்கள் ஸ்பெயினின் ஆதிக்கத்தில் முந்நூறு ஆண்டுகளுக்கு மேலாய் அடிமை நிலையில் வாழ்ந்திருக்க, சில நூற்றாண்டுகளுக்கு முன்னர் அங்கு சென்றேறிய ஐரோப்பியர்கள் வட அமெரிக்கத்தில் போலவே ''தாயக'' மேலாண்மையை இந்தப் பத்தில் எதிர்த்துப் போராடத் தொடங்குகின்றனர். இந்து தேசத்தில் பதினைந்தாம் நூற்றாண்டின் கடைசியில் தொடங்கிய ஐரோப்பியர் ''குடியேற்றம்'' மூன்று நூற்றாண்டுகளுக்குள் பிரிட்டீசாரின் முழு உடைமையாகும் நிலை இந்தப் பத்தில் உண்டாய்விட்டது.

பிரஞ்சுப் புரட்சி பெற்றெடுத்த பிள்ளையான நெப்போலியன் சாக்கடையில் கிடந்த பிரஞ்சு மணிமுடியை வாளால் எடுத்துத் தன் தலையில் சூடிக் கொண்டு பேரரசரானார். அவரால் பலவிதங்களில் இன்னலுக்குள்ளான பாப்பரசர் முடிசூட்டு விழாவிற்கு வந்திருந்தார். பண்ணைக் கோழிகள் பருந்தாவது போல் நெப்போலியனின் சகோதரர் ஐரோப்பியத்தின் பலநாடுகளுக்கு அரசராயினார். பிரஞ்சு வல்லாளரான நெப்போலியன் ஐரோப்பியத்தின் பெரிய வல்லரசுகளையெல்லாம் அடிபணியச் செய்து பிரஞ்சுப் பேரரசின் பரப்பை விரித்தார். பல மன்னர்களும் நாடுகளும் பிரஞ்சு வல்லாண்மையென்னும் நுகத்தடியில் பூட்டப்பட்டு விட்டன. நெப்போலியன் பிரிட்டனைப் பணிய வைப்பதற்காக அதன் மீது பொருளியல் முற்றுகையிட்டார். அடுத்து இரஷியத்தின்மீது பாயவிருக்கின்றார். அரசியல் வல்லாண்மை மேலோங்கிய இக்காலத்தில் மனித முயற்சிகள் பல்வேறு துறைகளில் தொடர்ந்து மேலெழுவதையும் காண்கின்றோம்.

இந்தப் பத்தில் மேலும் பல தனிமங்களை அறிவியலார் தனிப்படுத்தினார். குறுங்கோள் ஒன்று இந்தப் பத்தில் முதன்முறையாய்க் கண்டுபிடிக்கப்பட்டது. அதைத் தொடர்ந்து கண்டுபிடித்த பல குறுங்கோள்களின் ஆய்வு இருபதாம் நூற்றாண்டின் கடைசிப் பத்தான இவ்வாண்டு வரையிலும் நீடிக்கின்றது. குறுங்கோள் ஒன்றை ஆராய்வதால் பேரண்டத் தோற்றுவாய்க்குக் காரணம் என்ற நம்பப்படும் பெரு வெடிப்புக் கொள்கைக்கு விளக்கம் கிடைக்கக்கூடும் என்று கருதி, ஈராசு என்ற குறுங்கோளை நோக்கி ஒரு விண்வெளிக் கலத்தை மனிதன் இந்த ஆண்டு பிப்ரவரியில் ஏவியிருக்கின்றான். பெரு வெடிப்புக் கொள்கைக்கு அரண் செய்யும் வகையில் வானியலார் ஆழ்ந்து பல ஆய்வுகளில் இன்று ஈடுபட்டுள்ளார்.

பிரஞ்சு அறிவியலாரான லமார்க்கு படிமுறை வளர்ச்சி பற்றிய சிந்தனையைத் தூண்டும் கருத்தை ஒரு நூல் வாயிலாய் *1809* ஆம் ஆண்டு வெளியிட்டார். மனிதச் சிந்தனையின் போக்கை மாற்றிய படிமுறை வளர்ச்சிக் கொள்கையைப் பின்னர் வெளியிட்ட சார்லஸ் டார்வின் இந்த ஆண்டில் பிறந்தார் என்பது குறிப்பிடத் தக்கதாகும். ஆம்பியரின் மின்காந்த ஆய்வு, டால்டனின் அணு ஆராய்ச்சி, எண் கொள்கை பற்றிய நூல் முதலிய அறிவியல் துறை நிகழ்வுகள் இதே நூற்றாண்டின் பிற்பகுதியில் ஏற்படவிருக்கும் முன்னேற்றங்களுக்குக் கட்டியம் கூறுகின்றன.

காலின் மெக்கன்சி, கோல்புரூக்கு போன்ற ஐரோப்பிய ஆராய்ச்சியாளர்கள் சமணம் பற்றி ஆராய்ந்து பல புது உண்மைகளை இந்தப் பத்தில் வெளியிடுகின்றனர். இந்தியத்தின் தொன்மையான சமண சமயத்தை அறிந்து கொள்வதற்கு அவர்களைப் போன்ற ஐரோப்பியரின் ஆராய்ச்சிகள் வழிகாட்டிகளாய் அமைந்தன. கோல்புரூக்கு வேதங்கள் முழுமையையும் ஆராய்ந்த முதல் ஐரோப்பிய விற்பன்னராவார். அவர் சம்ஸ்கிருதத்திற்கு இலக்கணம் எழுதியதோடு இந்துக்களின் சமூக வாழ்க்கை, சம்பிரதாயங்கள், சட்டம் ஆகியன குறித்தும் ஆராய்ந்தார். ஜெர்மனியில் சம்ஸ்கிருத ஆராய்ச்சியாளர் ஒருவர் அந்நாட்டில் சம்ஸ்கிருத நூல்களை அச்சிடுவதற்காகத் தேவநாகரி அச்சகம் ஒன்றை இக்காலகட்டத்தில் நிறுவினார்.

இறைவன் திருவாய்மொழி என்று நம்பப்படும் திருக்குரான் பாரசிக மொழியிலிருந்து உருது மொழியில் ஏறுகின்றது. இந்திய மொழியொன்றில் திருக்குரான் முதன்முதலாய் இப்போது மொழி பெயர்க்கப்படுகின்றது. தக்காணத்தில் தோன்றியதால் தக்காணி எனப்படும் இம்மொழி பாரசிகனின் இடத்தை இந்தக் காலத்தில் பெறத் தொடங்கியது.

கிறித்தவம் விரிந்து பரவி வந்த இக்காலத்தில், கம்பெனியின் வசமிருந்த இந்தியப் பகுதிகளில் சமயத் தொண்டர்கள் பணிபுரியக் கம்பெனி இசைவு தராதிருந்தது. எனினும் டேனியர்திட்டான தரங்கம்பாடியில் சென்ற நூற்றாண்டின் தொடக்கத்திலிருந்து டேனிய மிசனின் தொண்டர்கள் தம் சமயத்தைப் பரப்புவதற்குத் தமிழைக் கருவியாய்க் கொண்டு பணி செய்து வந்தனர். தமிழகத்தைப் பொருத்தவரையில் இத்தொண்டர்களுக்குக் கம்பெனியின் சமயம் தொடர்பான கொள்கை எவ்வகையிலும் இடையூறா யிருக்கவில்லை. கம்பெனி ஊழியரான மெக்காலே போன்றவர்கள் வேணாட்டிலும் தமிழகத்திலும் கிறித்தவம் பரவுவதற்கு உறுதுணையாயிருந்தார்கள்.

வடகிழக்கே வங்கத்தின் சொராம்பூரிலமைந்த இன்னொரு டேனியத்திட்டில் பிரிட்டீசுத் திருமுழுக்குத் திருச்சபையைச் சேர்ந்த தொண்டர்கள் தம் சமயப் பணிக்கு வங்க மொழியை எடுத்தாளத் தொடங்கினர். பன்மொழித் திறன் படைத்த வில்லியம் கேரி திருமுழுக்குத் திருச்சபையின் தொண்டராய் வங்கத்திற்கு வந்து பல இன்னல்களுக்கும் இக்கட்டுகளுக்குமிடையே பிற தொண்டர்களுடன் சேர்ந்து ஆக்கமான வேலைகளில் ஈடுபட்டார். அவர் சொராம்பூரில் ஓர் அச்சகத்தை அமைத்து அங்கிருந்து திருவிவிலியத்தை வங்கத்திலும் சம்ஸ்கிருதத்திலும் மொழிபெயர்த்து வெளியிட்டார். வேறு பிற இந்திய, ஆசிய மொழிகளிலும் திருவிவிலியம் அங்கு மொழிபெயர்த்து வெளியிடப்பட்டது. அவர் தரங்கம்பாடித் தொண்டர்களைப் போலன்றிச் சமயசார்பற்ற பிற நூல்களையும் வங்க மொழியில் வெளியிடச் செய்தார். கேரி வில்லியம் கோட்டைக் கல்லூரியில் சம்ஸ்கிருத ஆசிரியராயும் பணியாற்றினார்.

மொழியியலில் இந்தப் பத்து மிகவும் குறிப்பிடத்தக்கது என்பதைச் சுட்டிக்காட்ட விரும்புகின்றோம். தெலுங்கு மொழி சிறப்பிழந்திருந்த நிலையை மாற்றி அதற்கு இலக்கியச் சிறப்பைப் பெற்றுத்தந்த பெருமையும் ஐரோப்பியரையே சேருகின்றது. சி.பி. பிரவுன் என்ற ஆங்கிலேயர் தெலுங்கு மொழியில் சிறந்த ஓர் அகராதியைத் தொகுத்ததுடன், ஏரணையில் எடுப்பாரின்றிக் கிடந்த பழைய தெலுங்கு நூல்களை இறக்கிக்கொண்டு வந்து அவற்றை அச்சு ஊர்தியில் ஏற்றி அவனியில் உலவச் செய்தார்.

ஐரோப்பியரின் இடப்பெயர்ச்சிப் பரவல்கள் உண்டாக்கிய எதிர்மறையான பழிச்செயல்களினூடே மனிதப் பொதுமையான அறிவுத் தேட்டங்களும் நடந்து வந்தன என்பதை மேற்சொன்னவை அறிவுறுத்தும்.

சீன மொழியை முதன்முதலில் கற்றவர் என்று ஓர் ஆங்கிலேயருக்குச் சிறப்புத் தரப்படுகின்றது. இச்செய்தி விவரிக்கப்படுகையில் சீன மொழி பற்றிய செய்திகள் கொடுக்கப்படுகின்றன. மேலும் தெலுங்கு, சம்ஸ்கிருதம், உருது போன்ற மொழிகள் பற்றிய செய்தித்துணுக்குகள் இந்த வரிசையில் ஆங்காங்கே காணப்படுகின்றன. தமிழிலுள்ள சமண பௌத்தப் படைப்புகளான ஐம்பெருங்காப்பியங்களில் நமக்குக் கிடைக்காது போன வளையாபதி, குண்டலகேசி ஆகியன பற்றிய செய்திகளும் இடம் பெறுகின்றன.

கேரளத்தில் புராட்டஸ்டண்டுச் சமயப் பரப்பியரும் வேணாட்டு, கொச்சி அரசுகளும் ஆற்றிய கல்விப் பணிகள் பற்றிய செய்திகளும் இக்கால கட்டத்தை அகன்று விரிந்து ஆழமாய் நோக்கத் துணை புரியும்.

போர்த்துக்கீச மொழி பத்தொன்பதாம் நூற்றாண்டு வரையிலும் ஆசியமெங்கிலும் வாணிப வட்டாரங்களில் ஒரு பொது மொழி போல் இருந்து வந்தது. வீரமா முனிவர் போன்றோர் எழுதிய சில நூல்களில் போர்த்துக்கீசம் ஒரு

பக்கத்திலும் தமிழ் அதன் எதிர்ப்பக்கத்திலும் காணப்படும். போர்த்துகீச - தமிழ் அகராதி ஒன்றும் தொகுக்கப்பட்டிருந்தது. போர்த்துக்கீச மொழி பல வகைகளிலும் வளப்படுத்தப்பட்டது. அம்மொழி பத்தொன்பதாம் நூற்றாண்டு வரையிலும் மேல்மட்டங்களில் பொது மொழியாகவே நிலவிற்று. எனினும் போர்த்துக்கீசரின் ஏற்றம் இறங்குமுகமாயிற்று. பிரேசிலைத் தவிர உலகெங்கிலும் அதற்குச் சிறுதிட்டுகளே எஞ்சி நின்றன. நெப்போலியப் போர்களின்போது ஐபிரியத் தீவக்குறைக்குள் பிரஞ்சுப்படை புகுந்து விட்டது. அதனால் போர்த்துக்கீச அரசு கடல்கடந்து பிரேசிலை அடைய நேர்ந்தது. பதினைந்தாம் நூற்றாண்டில் தொடங்கிய போர்த்துக்கீச அகல் விரிவு இப்போது இரங்கத்தக்க நிலையில் சுருங்கிவிட்டது.

பல்வண்ணப் பட்டையான மானுட வரலாற்றில் போர்த்துக்கீசர் தாழ்ச்சி மட்டும் கறுப்புப் பட்டையாயிருக்கவில்லை. இரசபுத்திரரின் வெகு மேலான மேவார் அரசகுடி மிகவும் தாழ்ந்த நிலையை அடைந்தது. அக்குடியில் பிறந்த இளவரசி கிருஷ்ணகுமாரி பேடியராய்விட்ட இரசபுத்திர அரசர் இருவராலும் ஒரு கொள்ளையனாலும் கசக்கி மண்ணில் எறியப்பட்டாள்.

முதல் மராட்டியப் போரில் இந்துரின் ஹோல்கர் அடாது பல பழிச்செயல்களைச் செய்கின்றார். அவர் முகலாயரும் அவர்களுக்கு முற்பட்ட கசனியின் முகமதும் நாணக்கூடிய விதத்தில் அஜ்மேர், புஷ்கரம் ஆகிய புனிதத்தலங்களிலும் வட இந்தியத்தில் சிறப்பு வாய்ந்த வைணவத்தலமான நாத்துவாடாவிலும் நடத்திய நற்கலையழிவுகள் மராட்டியர் வரலாற்றில் அழிக்க முடியாக் கறையாய் விட்டன.

மானுட வல்லமைக்குச் சின்னமென விளங்கும் இரும்புத் தொழிலில் இந்தியம் பத்தொன்பதாம் நூற்றாண்டுவரை பெற்றிருந்த சிறப்புத் துருவேறத் தொடங்குகின்றது. இரும்பு இந்தியத் தொழில் வளர்ச்சியில் பல்லாயிரம் ஆண்டுகளாய்க் கொண்டிருந்த தொடர்புகள் தற்கால நிலையுடன் ஒப்பிட்டுக் காட்டப்படுகின்றன. சேலத்து இரும்பு எகிப்தியப் பிரமிடில் பயன்படுத்தப்பட்டது. போரஸ் என்ற புருக்ஷேத்தமன் மா அலெக்சாந்தருக்குச் சேலத்து இரும்பைப் பரிசாய் அளித்தான். கொடுமணல் இரும்புத் தொழில், சங்க கால ஊதுலைகள், இரும்பினாலான பல்வேறு பொருள்கள், பல இடங்களில் இன்றும் காணப்படும் துருவேறா இரும்புத் தூண்கள் என்று இரும்பின் நீண்ட கதை எடுத்துரைக்கப்படுகின்றது.

உலகெங்கும் இருப்புப் பாதைகளில் வண்டிகள் ஓடக் காரணமாயிருந்த டிரிவித்திக்கும் அவர் உண்டாக்கிய இடம்பெயர்ந்தியங்கு பொறியும் கவனத்திற் கொள்ளப்படவேண்டும். இந்நூற்றாண்டில் பூமியின் குறுக்கும் நெடுக்கும் வலைப் பின்னல் போல் இருப்புப் பாதைகள் போடவும் அவற்றின் மீது வண்டிகளை ஓடவிட்டுப் போக்குவரவிலும் போர்க்கலையிலும் பெரும் புரட்சி உண்டாக்கவும் டிரிவித்திக்கு காரணராயிருந்தார்.

மானுட நாகரிகத்தின் தொட்டில் எனப்படும் மெசபடோமியத்தில் *3000-4000* ஆண்டுகளுக்கு முற்பட்ட நாகரிகங்கள் புதையுண்டு கிடந்ததை அகழ்ந்தெடுக்கும் பணிகள் அங்கு இந்நூற்றாண்டில் தொடங்குகின்றன.

இந்தியத்தில் அயலாண்மை பரவி வந்ததை எதிர்த்து நடந்த மாபெரும் மக்கள் இயக்கம் இந்தக் காலத்தில் முற்றிலும் ஒடுக்கப்பட்டது. இதை முதல் இந்திய விடுதலைப் போர் முழக்கம் என்று கொள்வாருமுளர். அரசகுடிப் பிறவா ஊமைத்துரை, மருது பாண்டியர்கள், சின்னமலை இன்னும் பலர் இந்த இயக்கத்தில் ஈடுபட்டுப்

பிரிட்டீசாரின் கொடுங்கரத்தால் பழிவாங்கப்பட்டதையும் இந்நிகழ்ச்சிகளால் இந்தப் பத்து, தளைபடு பத்து ஆவதையும் உணர முடியும். வேலூரில் மின்னல் வெட்டுப்போல் தோன்றி எட்டுமணி நேரத்தில் அவிந்துபோன சிறு குமுறல், ஆந்திரத்து இராயலசீமையின் பாளையக்காரர் கிளர்ச்சி என்று பலதரப்பட்ட நிகழ்ச்சிகளைக் கடுகு போன்ற இந்தப் பதினொன்றாம் தொகுதியினுள் நுழைக்கப் பார்த்திருக்கின்றோம். இதில் தன்னைப் பேரரசக் கோட்டை மாளிகையை எழுப்பியவர் என்று தாய்க்குப் பெருமையாய் எழுதிய தாமஸ் மன்றோவை முதன்முறையாய்ச் சந்திக்கின்றோம்.

வரலாற்றில் இடம் பெற்றிருக்கும் பலதுறை சார்ந்தோர் பிறந்ததும் இறந்ததும் ''நெருநல் உள்ளொருவன் இன்றில்லை என்னும் பெருமையுடைத்து இவ்வுலகு'' என்ற குறள் மொழியின் ஆழத்தை எடுத்தோதுகின்றன. விக்டர் ஹியூகோ, அலெக்சாந்தர் டூமா, ஹன்ஸ் கிறிஸ்தியன் ஆண்டர்சன், முத்துக்குட்டி சாமிகள், ஸ்டூவட்டு மில், எமர்சன், டிஸ்ரேலி மாசினி முதலியோர் இப் பத்தில் பிறந்தனர். இதே காலத்தில் இவ்வுலக வாழ்க்கையை நீத்தோர்;ஊமைத்துரை, பெரிய மருது, சின்ன மருது, சின்ன மலை, இராபட்டு ஓர்மி, இம்மானுவல் கண், நெல்சன், இளைய பிட்டு, தாமஸ் பெயின், ஹென்றி காவண்டிஷ்.

சம்ஸ்கிருத விற்பன்னரான கோல்புரூக்கை இங்கிலாந்தில் எவரும் தகுந்த முறையில் நினைக்கவில்லை என்று மாக்ஸ் முல்லர் ஓரிடத்தில் மனம் வருந்தி இருக்கின்றார். மனிதர்களின் மறதி, கவனக்குறை அல்லது அக்கறையின்மைக்கு இதையும் ஓர் எடுத்துக்காட்டாய்க் கூறலாம். கோல்புரூக்கைப் போல் மறக்கப்பட்டும் புறக்கணிக்கப்பட்டும் போகின்றவர்கள் நிகழ்காலத்திலும் வாழ்கின்றனர். கடந்த நாற்பத்தைந்தாண்டுக் காலமாய்த் தற்கால உருது இலக்கியத்தைத் தமிழில் கொண்டு வந்தும், தமிழ் இலக்கியத்தை உருதில் ஏற்றியும் வருகின்ற சிறப்பு மட்டும் முக்தாருக்கு இலது. அவர் காலஞ்சென்ற கே.ஏ.அப்பாஸ் அவர்களுடன் திரைப்படத்துறையிலும் அவரின் உதவியாளராய் இருந்து பணியாற்றியவர். அப்பாசின் பல சிறுகதைகளையும் நாவல்களையும் தமிழில் மொழிபெயர்த்தவர். உருது - தமிழ், தமிழ் - உருது அகராதிகளைத் தொகுத்திருப்பவர். திருக்குறளை உருது மொழியில் ஏற்றி வைத்திருப்பவர். அரபி, பாரசிகன், உருது மொழிகளில் விற்பன்னர், சிறந்த தமிழ் எழுத்தாளர். இவரையும் இக்காலம் இதுவரை கவனிக்கத் தவறிவிட்டது என்பது இந்நூலாசிரியரின் மனக்குறையாகும். எனவே முக்தாருக்கு இத்தொகுதியைப் படைப்பது பொருத்தம் என்று எண்ணுகின்றோம்.

எழும்பூர் ப.சிவனடி
மே, *1996.*

பொருளடக்கம்

1801

1. பாண்டிநாட்டுக் களங்களில் பாளையக்காரர் போர் 39

ஊமைத்துரை சிறை பாளையங் கோட்டையில் -39
பாளையங் கோட்டை வரலாறு -39
கன்னடியன் கால்வாய் -40
போசளர் - பாண்டியர் - சோழர் -41
''பிள்ளைக் கோட்டை'' -42
கம்பெனிக் காலத்தில் பாளையங் கோட்டை -42
கால்டுவெல் கருத்துகள் -43
ஊமைத்துரை பிறருடன் தப்புதல் -43
ஊமைத்துரையிடம் சாதி பேதமின்மை -43
நெல்லைச் சீமையில் புரட்சி -43
தூத்துக்குடிக் கோட்டை வீழ்ச்சி -43
மெக்காலே போர் ஆயத்தம் -44
சங்கரநயினார் கோயில் ஊரும் வரலாறும் -44
கயத்தாறு ஊரும் வரலாறும் -45
காளமேகமும் கயத்தாறும் -46
ஆண்டான் வசை கவி -47
கடையநல்லூர் ஊரும் வரலாறும் -48
பாஞ்சாலங்குறிச்சிக் கோட்டை புத்துயிர் -48
கம்பெனிப் படை பின்வாங்குதல் -49
சீவைகுண்டம் -49
புரட்சியாளருக்கு வெற்றி மேல் வெற்றி -50
பசுவந்தனை ஊர் -50
பாஞ்சாலங்குறிச்சியில் மீண்டும் கம்பெனிப் படை -51
குலவை ஓசை -51
இறுதித் தாக்குதல் -51
கோட்டையருகில் புரட்சியாளர் தூக்கு -51
கோயில்பட்டி ஊரும் வரலாறும் -51
கோட்டை வீழ்ச்சி -52
நாங்குநேரி ஊரும் வரலாறும் -52
ஊமைத்துரை தப்பினார் -53
ஊமைத்துரைச் சாமி -53
''மா மனிதர் ஊமைத்துரை'' -54
புரட்சி மறவர் சீமைக்கு மாறுதல் -55

புரட்சி பெரு வடிவு கொள்ளுதல் -55
சிறுவயல் ஊரும் வரலாறும் -55
இராசராசன் தொடர்பு -56
இராமநாதபுரத்தில் புரட்சி -56
மதுரையில் புரட்சியாளர் -56
தஞ்சைத் தரணியிலும் புரட்சி -57
கம்பெனியின் போர் ஆயத்தங்கள் -57
திருப்பூவணம் ஊரும் வரலாறும் -58
பரமக்குடி ஊர் -59
பாரி, பிரான் மலை வரலாறு -59
திருப்பாச்சேத்தி ஊர் -59
காரைக்குடி ஊர் வரலாறு -61
புரட்சியாளர் முடக்கப்படுதல் -62
அரசியல் சூழ்ச்சிகள் -62
சூழ்ச்சியின் வெற்றி-மும்முனைத் தாக்குதல் -63
காளையார் கோயில் வீழ்ச்சி -63
திண்டுக்கல்லில் புரட்சி -63
விருப்பாட்சி ஊர் வரலாறு -64
ஊமைத்துரை பிடிப்பட்டார் -65
புரட்சித் தலைவர்களின் முடிவுகள் -65
மருதிருவர் தூக்கிலிடப்படுதல் -65
ஊமைத்துரை தலை வெட்டப்படுதல் -66
தீவாந்தரத் தண்டனை -66
விடுதலைக்காக நடந்த முதல் மக்கள் போராட்டம் -67
பெரிய மருது கடைசி நாள்களில் -67
உயில் விவரம் -68
பெரிய மருது தூக்கிலிடப்படுதல் -68
சிவகங்கையின் பின் வரலாறு -69
தமிழ்நாடு கம்பெனிக்கு முழு உரிமையாதல் -69
வாலாசாக்களின் இரங்கத்தக்க நிலை -70
தென்னார்க்காடு, திருநெல்வேலி மாவட்டங்கள் -70
மாவட்ட ஆட்சித் தலைவர்கள் -70

2. ஐம்பெருங்காப்பியம் 72
மயிலைநாதர் நன்னூல் உரை -72
ஐம்பெருங் காப்பியங்கள் யாவை? -72
தொடர்நிலைச் செய்யுள் -72
பௌத்த, சமணக் காப்பியங்கள் -73
வளையாபதி காவியம் - ஆசிரியர்-காலம் -73
வளையாபதி கதை -74
குண்டலகேசி கதை -76
குண்டலகேசி ஆசிரியர் காலம் -76
குண்டலகேசி பெயர் பெற்றதேன்? -76
தேர, தேரீ காதா -76

குண்டலகேசி சமய வாதம் -78
குண்டலகேசி பௌத்தம் தேர்தல் -78
தமிழ்க் காப்பியங்கள் சமண, பௌத்த நூல்களே -80

3. பதினெட்டு, பத்தொன்பதாம் நூற்றாண்டுகளில்
   தமிழகத்தில் உருக்காலைகள்   80

   இரும்பும் மனிதனும்   -80
   இரும்பும் எழுத்தும்   -80
   ஹிட்டைட்டுகளின் - இரும்பு இரகசியம் -80
   கங்கைச் சமவெளியில் இரும்பு -81
   தமிழர் நாகரிகத்தில் இரும்பு -81
   இரும்புக் காலம் -81
   கொடுமணலும் இரும்பும் -82
   தமிழிலக்கியங்களில் ஊதுலைகள் -82
   சேலம் இரும்பு -83
   எஃகு என்னும் தமிழ்ச் சொல் -83
   தமிழர் இரும்பு வாணிபம் -84
   தமிழரின் பலவகை இரும்புக் கருவிகள் -85
   தமிழ்நாட்டு இரும்புக் காசுகள் -85
   துருவேறா இரும்புத் தூண்கள் -85
   டெல்லி இரும்புத் தூண் -85
   தார் இரும்புத் தூண் -86
   மௌண் ஆபு இரும்புத் தூண் -86
   கொல்லூர் இரும்புத் தூண் -87
   பூரி, கோணார்க்கக் கோயில் இரும்பு உத்தரங்கள் -87
   தற்கால இரும்புத் தொழில் நுட்பம் -87
   இரும்பு எங்கிருந்து வந்தது -87
   தமிழகத்தில் இரும்பு உலைகள் -88
   செங்கம், போளூர் -88
   மாக்னிட்டைட்டு -89
   ஈரோடு, நாமகிரிப்பேட்டை -89
   இலட்சத்திற்கு மேற்பட்ட கொல்லுலைகள் -89
   கேரளம், ஆந்திரம் -90
   பத்தொன்பதாம் நூற்றாண்டில் தமிழ்க் கொல்லர் -90
   இன்று தமிழகத்தில் -90
   கொல்லரின் பழைய நினைவுகள் -91
   இந்தியத்தில் எஃகு வேலைகள் -91
   இந்தியத்தில் மாறிவிட்ட நிலை -92
   பழங்காலத்தில் இரும்பு காய்ச்சிய முறைகள் -93
   "வரலாற்றுப் பட்டறிவு இல்லாமை" -94

4. இருப்புப் பாதைக்கு வழி வகுத்த இடம் பெயர்ந்தியங்கு பொறி   95
   இடம் பெயர்ந்தியங்கும் பொறி -95

ஜார்ஜ் ஸ்டீஃபன்சின் ''ராக்கட்டு'' -94
ரிச்சர்டு டிரிவித்திக்கு   -95
நீராவிப் பொறி   -95
இளமைக் காலம்   -96
மேதை   -96
எண்ணக் கரு   -98
முதல் முயற்சி தோல்வி   -99
ஜேம்ஸ் வாட்டின் வயிற்றெரிச்சல் -99
இரண்டாவது பொறி   -99
தண்டவாளத்தில் ஓடிய முதல் வண்டி   -100
என்னைப் பிடிக்க முடியுமா?   -101
தோல்வி மேல் தோல்வி   -101
வேளாண்மைப் பொறிகள் -102
பிற பணிகள்   -102
தென்னமெரிக்கச் செலவு -103
புரட்சி என்ற இன்னல்   -104
சைமன் பொலிவாவின் படையில் -104
எதிலும் வெற்றி காணாதவர்   -105
ஆயிரம் அடி இரும்புத் தூண்   -105
மறைவு   -105

வரலாற்றுப் புள்ளிகள்

1.தமிழகச் செய்திகள் -106
   (அ) சென்னையில் உச்ச நீதிமன்றம் -106
   (ஆ) பிரிட்டீசார் தரங்கம்பாடியைக் கைப்பற்றுதல் -107
   (இ) குடந்தையில் அகோபில மடம்-107
      அகோபிலம், அகோபில வரலாறுகள் -108
      சிங்கவேள் குன்றம்   -108
      நவ நரசிம்மர்   -108
      பிரகலாத வரத நரசிம்மர்   -108
      மேல அகோபிலம்   -109
      உக்கிர நரசிம்மர்   -109
      குரோத நரசிம்மர்   -109
      மாலோல நரசிம்மர் -109
      பவன நரசிம்மர்   -110
      தீர்த்தங்கள்   -110
      கோயிலின் தொன்மை-110
      அழகிய சிங்கரின் பொற் படிமம்   -110
      பத்மசாலியர்   -111
      ஆதிசேடனும் நல்ல மலையும் -112
      அகோபில மடத் தோற்றம்   -112
      கடிகாசலம் அம்மாள் -112
      ஆதி வண் சடகோப யதீந்திர மகா தேசிகர்   -112

2. வேலுத் தம்பி வேணாட்டின் தலைமை அமைச்சர் -113

3. இலண்டனில் இந்திய ஆவணங்கள் சேகரம் -113
   இந்தியத் துறை நூலகம், ஆவணக் களரி திறப்பு -113

4. ஜெர்மனியில் தேவநாகரி எழுத்து அச்சகம் -114
   சுமேரியர் சித்திர எழுத்து, ஆப்பு வடிவ எழுத்து -114
   எகிப்தியரின் புனித எழுத்துகள் -114
   செமித்திய நெடுங் கணக்கு -114
   முதிரா நிலைக் கிரேக்க மொழி -114
   எபிரேய மொழி நெடுங் கணக்கு -114
   சிந்துவெளி எழுத்து -115
   சம்ஸ்கிருத எழுத்து -115
   ஐரோப்பியரின் சம்ஸ்கிருத மொழி ஆர்வம் -116

5. வங்க மொழியில் வரலாற்று நூல்களும் பாட நூல்களும் -117

6. பிரிட்டீசுச் செய்திகள் -118
   (அ) புதிய தலைமை அமைச்சர் ஆடிங்டன் -118
   (ஆ) யூனியன் ஜாக்கு பிரிட்டனின் கொடியானது -120
   (இ) பிரிட்டனில் முதல் குடிக் கணக்கெடுப்பு -120
   குடிக் கணக்கெடுப்புத் தோற்றுவாய் - எகிப்து -123

7. பிரஞ்சுச் செய்திகள் -123
   பிரஞ்சு - ஆஸ்திரிய உடன்படிக்கை -123
   பிரஞ்சுப் படை எகிப்தில் பிரிட்டனிடம் தோல்வி -123
   நெப்போலியன் - பாப்பரசர் திருவுடம்படிக்கை -123
   பிரான்சில் இதழ்த் தணிக்கை இறுகுதல் -123

8. ஹெயிட்டியில் விடுதலைக் கிளர்ச்சிகள் -124

9. அறிவியல் செய்திகள் -125
   (அ) எண் கொள்கை பற்றிய ஜெர்மன் நூல் -125
   (ஆ) குறுங்கோள் சியரிஸ் கண்டுபிடிப்பு -125
   தற்காலக் குறுங்கோள் ஆய்வுகள் -126
   பெரு வெடிப்புக் கொள்கையும் குறுங்கோளும் -126
   (இ) வளிகளைத் திரவமாக்கலாம் -127
   டால்டனின் ஆவியழுத்த விதிகள் -128
   (ஈ) "பயாலஜி" என்னுஞ் சொல் -128
   (உ) வனாடியம் கண்டுபிடிப்பு -128
   (ஊ) விண்மீன்களுக்குப் பட்டியல் -129

10. எகிப்திய வரலாற்றுச் சின்னங்கள் பங்கு போடப்படுதல் -129

1802

1. மெசபடோமியத்தில் தொல்லியல் ஆய்வு தொடக்கம் 131
மெசபடோமியம் -131
தொல்லியல் ஆய்வுகள் -131
கார்ஸ்டீன் நியூபர் -132
பெர்சிப்போலிஸ் ஆய்வு -132
பாரசிகன் - பாபிலோனியன் - ஏலமைட்டு -132
குரோட்டிஃபெண்டு -132
பிசித்தன் கல்வெட்டு -132
ராலின்சன் - பழம் பாரசிக மொழியைப் படித்தார் -132
கிளாடியஸ் ஜேம்ஸ் ரிச்சு - பிரிட்டீசு மியூசியம் -132
பால் - எமில் போத்தா - அசிரியத் தொல்லாய்வு -132
ஹென்றி லேயார்டு -132
நினிவா -133
நிம்ரூடு -134

வரலாற்றுப் புள்ளிகள்

1. தமிழகச் செய்திகள் -134
(அ) தென்பாண்டி நாட்டில் படைக்கலன்கள் பறிப்பு -134
(ஆ) மதுரையில் மாவட்ட நீதிமன்றம் -135
2. வடபாரதச் செய்திகள் -135
(அ) நாத்துவாடாக் கோயில் கொள்ளை -135
ஜகாங்கீர் இடித்த கேசவராயர் கோயில் -135
நாத்துவாடாக் கோயில் அமைதல் -136
கோயிலில் ஹோல்கர் கொள்ளை -136
(ஆ) பெண் குழந்தைகள் கொலை-கம்பெனி கவலை -136
3. பிரிட்டனில் தொழிலாளர் நலச் சட்டம் -137
4. இலண்டன் பங்குச் சந்தை -138
5. பிரஞ்சுச் செய்திகள் -138
(அ) அமியன்சில் அமைதி உடன்படிக்கை -138
(ஆ) பல்துறைச் செய்திகள் -139
நெப்போலியன் சிசால்பைன் குடியரசுத் தலைவர் -139
பிரான்சில் லைசே உயர்நிலைப் பள்ளிகள் -139
லீஜியன் ஆஃப் ஹானர் - உயர்நிலைப் பட்டம் -139
நொப்போலியன் வாணாள் தண்டலாளரானார் -139
6. சமய முரணியர்க்குத் தண்டனைகள் -139
7. வெஸ்டு பாயிண் இராணுவக் கல்லூரி அமைப்பு -140
8. அறிவியல் செய்திகள் -140
(அ) ஆம்பியரின் மின் காந்த ஆய்வுகள் -141
(ஆ) டாண்டலம் கண்டுபிடிப்பு -142
9. பிறப்பு
(அ) விக்டர் ஹியூகோ -142
(ஆ) அலெக்சாந்தர் டூமா (மூத்தவர்) -142

1803

1. திருக்குரான் உருதில் மொழிபெயர்ப்பு — 144
   - அல்லாவும் திருக்குரானும் -144
   - குரான் அல்லாவிடமிருந்து வந்து இறங்குதல் -144
   - ஜிப்ரீல் உரைக்க நபிகள் ஓதிப் பெற்றது -144
   - குரான் வரலாறு -144
   - குரான் என்னும் பெயர் -145
   - குரானின் மொழி -145
   - குரானின் பல பெயர்கள் -146
   - உருது மொழியில் திருக்குரான் -147
   - உருது மொழியின் தோற்றுவாய் -147
   - ஃபரிஷ்டா -147
   - முதல் உருதுப் புலவர் வலி முகமது "வலி" தக்காணி -148
   - உருது மொழி ஏற்றம் - சூஃபி ஞானியரின் பங்கு -148
   - பாரசிகனிலிருந்து குரான் உருது மொழிபெயர்ப்பு -149

2. வேலுத்தம்பியின் எழுச்சி-ஆளுமையும் அருந்திறனும் — 149
   - நேர்மை, நாணயம் -150
   - நடுவு நிலைமை -150
   - கொடுமையான கண்டிப்பு -150
   - பலரின் வெறுப்பிற்கு ஆளாதல் -150
   - கொல்லத்தில் தமிழ் வணிகர் -151
   - கொல்லத்தை மேம்படுத்துதல் -151

3. வெல்லஸ்லியின் புதிய போர் முறைகளும் முதல் மராட்டியப் போரும் — 152
   - ஆறுகடக்கும் மிதவைகள் மராட்டியரை விரைந்து பிடிக்க -153
   - மராட்டியரிடையே பிளவு -154
   - பேஷ்வா வலுவிழத்தல் -154
   - அகமதுநகர் பிரிட்டிசாரிடம் வீழ்தல் -154
   - அகமது நகர்க்கோட்டை -154
   - சாந்து பீபி வீரம் -155
   - நேரு அகமது நகர்க் கோட்டையில் -155
   - அசாயிப் போரில் பிரிட்டீசார் வெற்றி -157
   - அதகாம் போரிலும் வெற்றி -159
   - மராட்டியருடன் வடக்கில் போர் -159
   - ஹோல்கரைக் காட்டிக் கொடுத்த பிரஞ்சுக்காரர் -159
   - அலிகடுக் கோட்டை போரின்றி வீழ்தல் -160
   - அலிகடு ஊரும் வரலாறும் -160
   - டெல்லியிலும் பிரிட்டீசார் வெற்றி -161
   - ஆக்ரா கோட்டை வீழ்ச்சி -161

வரலாற்றுப் புள்ளிகள்

1. தமிழகச் செய்திகள் -162
(அ) சென்னையில் அம்மை குத்தும் பணி -162
சாமிநாயக்கன் -162
கம்பெனி மருத்துவர்கள் -163
(ஆ) சென்னைக்குப் புது ஆளுநர் -163
(இ) இராமநாதபுரம் அரசச் சிறப்பை இழத்தல் -164
(ஈ) மதுரை, இராமநாதபுரம், திருநெல்வேலி மாவட்டங்கள் -164

2. வட பாரதச் செய்திகள் -164

குஜராத்தில் கம்பெனி மேலாண்மை விரிதல் -164

3. பிரஞ்சுச் செய்திகள் -164

(அ) பேங்கு ஆஃப் பிரான்சில் நோட்டுகள் வெளியிடச் சீர்திருத்தம் -165
(ஆ) பிரான்ஸ் மீது பிரிட்டன் போர் தொடுத்தல் -165

4. அமெரிக்கச் செய்திகள் -165

(அ) லூயிசியானக் கொள்வினை -165
நெப்போலியன் பெரும் பரப்பை அமெரிக்க ஒன்றியத்திற்கு விற்றல் -165
(ஆ)ஓகையோ அமெரிக்க ஒன்றியத்தில் இணைதல் -166

5. அறிவியல் செய்திகள் -166

(அ) டால்டனின் அணு ஆராய்ச்சித் தொடக்கம் -166
(ஆ) எரிகற்கள், ஆயிரக் கணக்கில் -167
(இ) செரியம் கண்டுபிடிப்பு -167

6. பிறப்பு

ரால்ஃபு வால்டோ எமர்சன் -168

7. இறப்பு

நிசாம் இரண்டாம் அலிகான் -168

1804

1. ஆந்திரப் பாளையக்காரர் விடுதலைப் போர் 170
ஆந்திரப் பாளையங்கள் -170
இராயல சீமையில் சர் தாமஸ் மன்றோ -171
ஆதோனி அந்தப நாயக்கு -173
ஆதோனிக் கோட்டை -174
பாளையக்காரர் விடுதலைக் கிளர்ச்சி -175
மன்றோ நடவடிக்கை -176
அந்தப நாயக்கு சாவு -176
பிரிட்டீசார் கிளர்ச்சியை ஒடுக்கினர் -176

2. முதல் மராட்டியப் போர் தொடர்தல் -176
   பேஷ்வாவின் இரங்கத் தக்க நிலை -176
   ஹோல்கரின் எழுச்சி -177
   ஹோல்கருடன் நாகபுரிப் போன்ஸ்லே சேர்தல் -177
   அஜ்மேர், புஷ்கரத்தில் ஹோல்கர் கொள்ளை -177
   ஹோல்கரின் பாய்ச்சல் -178
   வரலாற்றில் உச்சயினி -179
   ஹோல்கரிடம் மான்சன் தோல்வி -180
   மதுரா -180
   ஹோல்கரின் ஓட்டம் -180
   ஹோல்கருக்கு ஜாட்டுகள் ஆதரவு -181
   பரத்துப்பூர்க் கோட்டை -181

3. நெப்போலியன் மா மன்னராய் முடி சூடினார் -181
   நெப்போலியனும் கார்சிக்கப் பற்றும் -182
   பிரஞ்சுப் புரட்சியின் பின்புலமும்-நெப்போலியன் ஏற்றமும் -183
   நெப்போலியனிடம் ஆட்சியதிகாரம் சேர வழிவகுத்தவர்கள் -185
   நெப்போலியன் பாப்பரசுடன் திருவுடம்படிக்கை -186
   நெப்போலியனுக்குப் பாப்பரசர் முடிசூடுதல் -187

வரலாற்றுப் புள்ளிகள்

1. நண்ணாவூர் சங்கமேசுவரசாமி விறலிவிடு தூது -187

   தமிழில் தூது இலக்கியம் -187

2. இரசபுத்திர இளவரசியின் துன்பக் கதை -188
   மேவாரின் இன்னோர் அழகி -188
   அழகியைப் பெற ஆண்மையற்ற செயல்கள் -189

3. கொடுங்கோலர் பிடியில் ஐதராபாது மக்கள் -190

4. இளைய பிட்டு மீண்டும் தலைமையமைச்சர் -191

5. பிரான்சிற்கு எதிராக மூன்றாவது கூட்டணி -191

6. பிரஞ்சுச் செய்திகள் -192

   (அ) நெப்போலியன் சட்டம் நடைமுறைக்கு வருதல் -192
   (ஆ) பள்ளி ஆசிரியர் அரசு ஊழியராயினர் -192

7. அறிவியல் செய்திகள் -192

   (அ) இரிடியம், ஆஸ்மியம் கண்டுபிடிப்பு -192
   (ஆ) பல்லாடியம் கண்டுபிடிப்பு -192
   (இ) வானிலை ஆய்வில் பலூன் -193

8. பிறப்பு

   பெஞ்சமின் டிஸ்ரேலி -193

9. இறப்பு
   ஜோசஃபு பிரீஸ்டிலி   -193
   இம்மானுவல் கண் -193

1805

1. சமணம் பற்றிய முதல் ஆய்வு — 195
   ஆதிநாதர் - இடபர். பரதன் -195
   பார்சவர், மகாவீரர் -195
   சமணக் கோட்பாடுகள்   -195
   சமணமும் பௌத்தமும்   -195
   சமணம் பற்றி ஐரோப்பியர் ஆய்வு -197
   புக்கனன் ஆய்வு -197
   கோல்புரூக்கு ஆய்வு -198
   கற்ப சூத்திரம்   -198

2. சம்ஸ்கிருத ஆராய்ச்சியும் கோல்புரூக்கும் — 198
   கோல்புரூக்கு வரலாறு -199
   கோல்புரூக்கின் மொழிப் புலமை -199
   சம்ஸ்கிருத ஆய்வுகள்   -200
   சார்லஸ் வில்கின்சின் ஆய்வுகள் -201
   உடன்கட்டை ஏறுதல் பற்றி -201
   வேத ஆராய்ச்சி   -202
   எழுத்தில் இருக்கு வேதம் -203

வரலாற்றுப் புள்ளிகள்

1. தமிழகச் செய்திகள்   -203

   (அ) சின்னமலை தூக்கிலிடப்படுதல்   -203

   (ஆ) சென்னை மாநிலத்தில் உருளைக்கிழங்கு   -203

   (இ) சென்னை மாநிலத்தில் வங்கிகள்   -204

2. கேரளச் செய்திகள் -205

   (அ) வேணாடு பிரிட்டனின் முழுப் பாதுகாப்பை ஏற்றல்   -205

   (ஆ) கண்கோட்டு நம்பியாருக்குத் தூக்கு -205தி

3. வெல்லஸ்லி நாடு திரும்பினார்   -206

   மீண்டும் காரன்வாலிஸ்   -207

4. பிரிட்டீசுச் செய்திகள் -208

   (அ) கம்பெனி எழுத்தர் வேலையும் நாடாளுமன்ற உறுப்பினர் பதவியும் சமமா? -208

   (ஆ) பிரஞ்சுப் படை மீது பிரிட்டனின் வாணத் தாக்குதல் -208

5. பிரஞ்சுச் செய்திகள் -208

   (அ) இதழ்த் தணிக்கை இறுகுதல் -208

   (ஆ) நெப்போலியன் இத்தாலி அரசரானார் -208

(இ) பிரான்சிடம் ஆஸ்திரியம் பணிந்தது -208
(ஈ) புரட்சிக் காலண்டர் நீக்கம் -209

6. தற்கால எகிப்து தோற்றம் -209

முகமதலி ஆட்சிக்கு வருதல் -209

7. அறிவியல் செய்திகள் -209

(அ) ரோடியம் கண்டுபிடிப்பு -209
(ஆ) மார்ஃபீன் கண்டுபிடிப்பு -210

8. பிறப்பு

(அ) மாசினி -210
(ஆ) ஹன்ஸ் கிறிஸ்தியன் ஆண்டர்சன் -210

9.இறப்பு

(அ) ஹோரேசியோ நெல்சன் -210
(ஆ) காரன்வாலிஸ் பிரபு -210

1806

1. சீன மொழி கற்ற முதல் ஐரோப்பியர்? 212
மேலை நாட்டினர் சீனத்தை அறிந்திருந்தமை -212
சீனம் பற்றி வால்டயர் -212
சீன மொழி, எழுத்து வடிவங்கள் -212
சீன இலக்கியம் -215

வரலாற்றுப் புள்ளிகள்

1. சென்னையில் அரசு வங்கி -216
தனியார் வங்கிகள் -216

2. கேரளத்தில் கல்விப் பணிகள் -217

3. முகலாய அரசர் இரண்டாம் அக்பர் -218

4. பிரிட்டீசுச் செய்திகள் -218

(அ) புதிய தலைமை அமைச்சர் கிரன்வில் -218
(ஆ) ஹெயில்பரிக் கல்லூரி -220
இந்தியரும் பொது ஆட்சிப் பணியும் -222
(இ) டாட்மூர்ச் சிறைச்சாலை -223

5. பிரஞ்சுச் செய்திகள் -223

(அ) நெப்போலியனின் பொருளியல் முற்றுகை -223
(ஆ) புதிய ஆஸ்திரியப் பேரரசு -224
ஹாப்ஸ்பர்க்குகள் வரலாறு -224
கிளாமண்ஸ் மெட்டர்னிச்சு -225
(இ) நெப்போலியன் சகோதரர் அரசராயினர் -226

6. பொதுச் செய்திகள்
கார்பன் தாளுக்குக் காப்புரிமை -227
7. பிறப்பு
ஜான் ஸ்டூவட்டு மில் -227
8. இறப்பு
இளைய பிட்டு -227

1807

1. வேலூர்ப் புரட்சி 229
வேலூர் வரலாறு -229
இராய வேலூர் என்பதேன்? -229
விசயநகர அரசின் கடைசிப் புகலிடம் -229
வேலூர்க் கோட்டை -230
கோட்டை பல கைகள் மாறுதல் -231
பிரிட்டனைச் சேர்தல் -231
சலகண்டேசுவரர் கோயில் -231
திப்புவின் குடும்பத்தினர் வேலூரில் சிறை -231
தொப்பிக் குமுறல் - சாதிப் பாகுபாடு -231
எட்டு மணிநேரப் புரட்சி -232
பிரிட்டீசார் அடக்குதல் -232
கிளர்ச்சிக்காரர்களுக்குக் கடுந்தண்டனை -232

2. தெலுங்கு அகராதிகள் - தெலுங்கு மொழி வரலாறு 232
தெலுங்கின் தோற்றுவாய் -232
பிராகிருதம், சம்ஸ்கிருதத் தொடர்பு -232
தமிழ் - பிராகிருதத் தொடர்பு -232
சாதவாகனர் - பிராகிருதத் தொடர்பு -233
பிராகிருதத் தொன்மை -233
குமரிக் கண்டம் - தமிழ் - பிராகிருதம் -234
பரதர் கூறும் பிராகிருதம் -234
தெலுங்கு இலக்கியத் தோற்றம் -235
நன்னய இலக்கணம் -235
இந்திய மொழிகளில் அகராதிகள் -235
நிகண்டும் டிக்ஷனரியும் -235
தமிழ் - போர்த்துக்கீச அகராதி திப்பு எரித்தல் -236
தெலுங்கு அகராதிகள் -236
முதல் தெலுங்கு அகராதி -236
தெலுங்கு மொழிச் சொல்லகராதி -237
சி.பி.பிரவுன் -237
முதற் தெலுங்கு இலக்கண நூல் -237

பிரவுனின் தனி மனித முயற்சி -238
தெலுங்கு நூற் பதிப்பு -238
தாமோதரம் பிள்ளை, சாமிநாதய்யர் -238
வசு சரித்திரம், மனு சரித்திரம் -238
''பிரவுன் கல்லூரி'' -238
பிரவுன் அகராதிகள் -239
வேமனர், வேமனர் பாடல்கள் -239
தெலுங்கு அச்சகம் -240
ஆங்கிலேயர் தொகுத்த அகராதிகள் -241

வரலாற்றுப் புள்ளிகள்

1. தமிழகச் செய்திகள் -241
(அ) இராமநாதபுரத்தில் புதிய சேதுபதி -241
(ஆ) புதுக்கோட்டையின் புது அரசர் -242
(இ) ஆளுநர் பெண்டிங்கு திருப்பி அழைக்கப்பட்டார் -242

2. மிண்டோ பிரபு தலைமை ஆளுநர் -242

3. நாட்டரசுகள் வரலாறு -243

(அ)ஃபரீத்துக்கோட்டு -243
குரு கோவிந்தர் இட்ட சாபம் -244
அரசுரிமைக்காகக் குருதி கொட்டுதல் -245
(ஆ)மோர்வி -246
கத்தியவாடு தீவக்குறை -246
ஒதுங்கிவிட்ட இரசபுத்திரர் -246
பெண் சிசுக் கொலை -247
(இ) வங்கனர் -248

4. பிரிட்டீசுச் செய்திகள் -250

(அ) தலைமை அமைச்சர் போட்லண்டுப் பிரபு -250
(ஆ) அடிமை வாணிபம் ஒழிக்கப் பிரிட்டனில் சட்டம் -252

5. ஹெகலின் மெய்யியல் நூல் -252

6. செயல்படத்தக்க முதல் நீராவிப் படகு -252

7. பிறப்பு

(அ) ஜுசூப்பி கரிபால்டி -253
(ஆ) ஷான் லூயி ரொடால்ஃபு அகாசீ -253

1808

1. கங்கையின் தோற்றுவாய் 255
கங்கை தொன்மங்களில் -255
கங்கை பற்றித் தாலமி, பெரிப்புளூஸ் -257

கங்கசாகரம் -258

2. போர்த்துக்கீசத் தலைநகரம் பிரேசில் சென்றது 258

போர்த்துக்கல்லின் தோற்றுவாய் -258
பர்கண்டி ஹென்றி -259
போர்த்துக்கீச மன்னர் குடி -259
பிரிட்டனுடன் நட்புறவு -260
கடலோடி ஹென்றி -260
போர்ச்சுக்கல்லின் பொற்காலம் -260
முதலாம் மனுவேல் -260
ஸ்பெயினுக்கு அடிமையாதல் -261
பேரரசில் எஞ்சிய பிரேசில் -261
பிரேசிலில் தங்கம், வெள்ளி -262
பொம்மலும் செழிப்பும் -262
பிரஞ்சு ஆக்கிரமிப்பு -262
அரசவை கடல் கடத்தல் -262
பிரேசிலும் போர்த்துக்கீசரும் -262
கரும்புத் தோட்டங்கள் -263
தங்கமும் வெள்ளியும் கொட்டுதல் -263
ரியோடி ஜனீரோ -264

3. ஆசியத்தில் போர்த்துக்கீச மொழி 264

ஆசிய வாணிபப் பகுதிகளெங்கும் போர்த்துக்கீசம் -265
சமயம் பரப்பப் போர்த்துக்கீசம் -265
அரச வழக்குகளில் போர்த்துக்கீசம் -266

4. தென்னமெரிக்க அரசியல் விழிப்புணர்வின் பின்புலம் 266

தென்னமெரிக்கத்தில் விரிந்து பரந்த ஸ்பானிய நிலப்பரப்பு -266
ஸ்பெயினின் இறுக்கமான கட்டுப்பாடு -267
ஸ்பானியக் கிரியோல்கள் எதிர்ப்பு -268
கள்ளக் கடத்தலில் ஐரோப்பிய நாடுகள் -269
கள்ளக் கடத்தலால் நாடுகள் செழிப்பு -269
எண்ணங்களும் கடத்தி வரப்படுதல் -269

வரலாற்றுப் புள்ளிகள்

1. இந்தியத்தின் தற்கால நூலகம், அருங்காட்சியகம் -270
   வங்க ஆசியவியல் சங்கப் புதுக் கட்டடத்தில் -270

2. அவுரி பயிரிடக் கம்பெனி ஆதரவு -271

3. குடிசைக்குத் தீ வைத்த வெள்ளையருக்கு மரண தண்டனை -273

4. ஆடவர் கொண்டை போடுதல் பிரிட்டனில் மறைதல் -273

5. பின்லந்திற்குப் புதிய அரசியலமைப்புச் சட்டம் -273

6. அறிவியல் செய்திகள் -274

டேவி பல தனிமங்களைத் தனிப்படுத்துதல் -274
பேரியம் -274
கால்சியம் -274
மக்னீசயம் -274
ஸ்டிரான்ஷியம் -274

1809

1. வேலுத் தம்பி வீழ்ச்சி
   வேலுத் தம்பி சூழ்ச்சிக்காரர் என்று கம்பெனி கூற்று -276
   வேலுத் தம்பி காட்டுக்குள் ஓடுதல் -276
   காட்டுக்குள் தற்கொலை -276
   வேலுத் தம்பிக்கு இழிவு தலைமை ஆளுநர் கண்டனம் -277
   கம்பெனியை எதிர்த்தவர்களுக்கு நேர்ந்த கதி -277

2. வங்க மொழியில் திருவிவிலியம் 278
   இந்தியத்தில் ஐரோப்பியச் சமயத் தொண்டர்கள் -278
   திருமுழுக்குச் சமயப் பரப்புச் சபை -278
   வில்லியம் கேரி வாழ்க்கை -279
   பன்மொழித் திறன் -279
   சமயப் பரப்புத் தொண்டில் ஆர்வம் -279
   குக்கு பயணத்தின் தூண்டுதல் -280
   திருமுழுக்குச் சமயப் பரப்பு அமைப்பு -280
   வங்கத்தில் கிறித்தவ சமயப் பரப்பியர் -281
   வங்கத்தில் கேரி -281
   சாதிப் பாகுபாடு -281
   திருவிவிலிய மொழிபெயர்ப்புகள் -282
   வங்க, சம்ஸ்கிருத மொழிகளில் -282
   வில்லியம் வார்டு - அச்சாளர் -282
   தொண்டரா? ஒற்றரா? -283
   கம்பெனி அரசின் கட்டுப்பாடுகள் -283
   தொண்டர் வங்கத்தில் நுழைய மறுப்பு -283
   டேனிய ஆளுநர் அழைப்பு -284
   செராம்பூர் -284
   செராம்பூரில் திருமுழுக்குத் திருச்சபை -284
   பன்மொழிகளில் திருவிவிலியப் பதிப்புகள் -285

வரலாற்றுப் புள்ளிகள்

1. கேரளத்தில் மதக் கலவரங்கள் -286
   கேரளத்தில் கிறித்தவச் சிற்றரசர்கள் -286
   மத இணக்கம் -287

2. காசியில் வகுப்புக் கலவரங்கள் -287

    ஞான வாபித் திருக் கிணறு -288
    ஞான வாபிப் பள்ளிவாசல் -288
        நற்கலையழிவுகள் -288

3. பெங்களூர் தென்னகத்தின் பெரிய படைவீடு -289

4. பிரிட்டீசுச் செய்திகள் -289

    (அ) தலைமை அமைச்சர் ஸ்பென்சர் பெர்சிவல் -293
    (ஆ) நாடாளுமன்றச் சீர்த்திருத்தங்கள்   -293

5. பிரஞ்சுச் செய்திகள் -293

    (அ) நெப்போலியன் மத நீக்கம் -293
    (ஆ) நெப்போலியன் - ஜோசஃபீன் மணவிலக்கு -293

6. அறிவியல் செய்திகள் -294

    (அ) பரிணாம வளர்ச்சி, லமார்க்கின் புது நூல் -294
    (ஆ) நிக்கோட்டின் இனங் காணப்படுதல் -294

7. பிறப்பு

    (அ) முத்துக்குட்டி சாமிகள் -294
    (ஆ) எட்கர் ஆலன் போ -294
    (இ) சார்லஸ் டார்வின் -294
    (ஈ) லூவி பிரயில் -295
    (உ) ஆபிரகாம் லிங்கன் -295

8. இறப்பு

    தாமஸ் பெயின் -295

1810

1. தமிழகத்தில் கிறித்தவம் பரவுதல்   297
    உலகு தழுவக் கிறித்தவம் -297
    பௌத்தமும் கிறித்தவமும் -297
    இந்தியத்தில் கிறித்தவம் -297
    இந்திய சமூக நிலையைச் சமயத் தொண்டர் உணர்தல் -297
    சாதிப் பாகுபாடுகளும் மனக் குமுறல்களும் -298
    தமிழகத்தில் சமயப் பரப்பியர்   -298
    நாடார்களும் கிறித்தவமும் -298
    சான்றோர், வலங்கையர் -299
    மதம் மாறியோர் எண்ணிக்கை மிகுதல் -300
    மதமாற்ற வேகம் குறைதல் -300

2. மெக்சிக்கத்தில் புரட்சி தொடக்கம்   301

    பண்டை மெக்சிக்கம்   -301
    தொன்மையான நாகரிகங்கள்   -301

மாயன் நாகரிகம் -303
தோற்றுவாய் -303
வேளாளர் நகர மாந்தராதல் -303
நகரங்கள் -304
மயன் -304
சமய குருமார் ஆட்சி தாழ்ச்சி -304
தோல்தெக்கு நாகரிகம் -305
அசுடெக்கு நாகரிகம் -305
ஆல்மெக்கு நாகரிகம் -305
ஆல்மெக்குகள் எழுப்பிய பிரமிடுகள்
மாண் ஆல்பன் நாகரிகம் -307
மிக்ஸ்டெக்கு நாகரிகம் -307
அசுடெக்குகளை எதிர்த்தல் -307
திலாக்ஸ்கலன் மக்கள் -307
தியோத்திக்குவாக்கன் நாகரிகம் -307
எல்.கீசாவும் தியோத்திகுவாக்கனும் -307
குவட்சலக்கோட்டல் -308
வீரா கிரஸ் நாகரிகம் -308
புதுமையான அறிகுறிகளும் சகுனங்களும் -309
ஸ்பானியர்க்கு அசுடெக்குகள் பரிசுகள் அனுப்புதல் -309
இரண்டாம் மாண்டசுமா -309
அசுடெக்குகளின் கொடூர உயிர்ப் பலிகள் -309
மாண்டசுமாவை ஸ்பானியர் சிறை செய்தல் -309
மாண்டசுமா மக்களால் கொல்லப்படுதல் -310
கடைசி அசுடெக்கு மன்னர் -310
கோர்டசின் இரங்கத் தக்க முடிவு -310
ஸ்பானிய ஆட்சிக்கு மெக்சிக்கத்தில் எதிர்ப்பு -310

வரலாற்றுப் புள்ளிகள்

1. பிரிட்டீசார் மோரீசைப் பிடித்தல் -311
2. பெர்லினில் பல்கலைக்கழகம் -312
3. உலகின் முதல் ஆம்பட்ஸ்மன் -312
4. ஆப்கானிஸ்தானத்தில் புதிய அமீர் -312
5. பிரஞ்சுச் செய்திகள் -313
   (அ) புகையிலை விற்பனை அரசுடைமை -313
   (ஆ) நெப்போலியன் மறுமணம் -313
6. அறிவியல் செய்திகள் -313
   (அ) டால்டனின் அணுக்கொள்கை வெளியீடு -313
   (ஆ) சிசிலியம் கண்டுபிடிப்பு -313
7. இறப்பு
   ஹென்றி காவண்டிஷ் -313

1801

தளைபடு பத்து

(1801-1810)

இரங்கத்தக்க நிலைக்கு இறங்கிவிட்ட மராட்டியம், இரஞ்சித்து சிங்கின் வல்லாண்மையால் மட்டுமே நின்ற பாஞ்சாலம் போன்ற ஒரு கை விரலெண்ணங்களுக்குள் அடங்கும் வெகுசில நிலங்கள் நீங்கலாய், இந்திய நாடு கிட்டத்தட்டப் பிரிட்டிசு வல்லாண்மைத் தளையில் இந்தப் பத்தில் பிணைக்கப்பட்டு விட்டது. மேலையுலகில் பிரஞ்சு வல்லரசு ஏற்றம் ஐரோப்பிய நிலப்படத்தையே இந்தப் பத்தில் மாற்றி எழுதிவிட்டது. பண்ணைக் கோழிகள் பருந்தாக்கப்பட்ட கதைபோல் நெப்போலியனின் உடன் பிறந்தார் பல நாடுகளில் முடி மன்னாராயினர். மேற்கில் பிரிட்டனும் வடக்கில் இரஷியமும் தவிர ஐரோப்பியப் பெருநிலப்பரப்பே பிரஞ்சுத் தளைக்குள் பிணைக்கப்பட்டு விட்டது. இக்காலப் பரப்பில் புத்துலகான அமெரிக்கத்தின் தென்பகுதியில் ஸ்பெயினின் நுகத்தடியில் பூட்டப்பட்டுக் கிடந்த நாடுகளில் விடுதலைப் புலரொளியும் தெரிகின்றது.

ப.சிவனடி

1801

அரசியல்

பாளையக்காரர் இறுதிப்போர்

தமிழ்நாடு முழுமையும் கம்பெனிக்கு உரிமையாதல்

தென்னார்க்காடு, திருநெல்வேலி மாவட்ட ஆட்சித்தலைவர்

பரிட்டனின் புதிய தலைமை அமைச்சர் ஆடிங்டன்

தரங்கம்பாடி பிரிட்டீசார் வசமாதல்

வேலுத்தம்பி வேணாட்டுத் தலைமை அமைச்சர்

ஹெயிட்டி குடியரசு என்று அறிவிப்பு

அறிவியல்

எண் கொள்கை

சியரிஸ் குறுங்கோள் கண்டுபிடிப்பு

டால்டன் விதிகள்

''பயாலாஜி'' என்னுஞ் சொல்

வனாடியம் கண்டுபிடிப்பு

விண்மீன்களுக்குப் பட்டியலிடப்படுதல்

சமயம்

குடந்தையில் அகோபில மடம்

சட்டம், நீதியாட்சி

சென்னையில் உச்ச நீதிமன்றம்

கல்வி, கலை, இலக்கியம்

ஐம்பெருங் காப்பியம்

ஜெர்மனியில் தேவநாகரி அச்சகம்

தொழில், வாணிபம், வேளாண்மை

18,19 ஆம் நூற்றாண்டுகளில் தமிழகத்தில் இரும்புத் தொழில்

டிரிவித்திக்கின் இடம் பெயர்ந்தியங்கு பொறி

இராணுவம், போர்

பாளையக்காரர் இறுதிப்போர்

1801

வரலாறு

இரும்பின் வரலாறு

இலண்டனில் இந்திய ஆவணங்கள் சேகரம்

வங்க மொழியில் வரலாற்று நூல்கள்

பிரிட்டனில் முதல் குடிக்கணக்கு

எகிப்திய வரலாற்றுச் சின்னங்கள் பகிர்வு

அகோபில மடம்

மக்கள்

ஊமைத்துரை

மருதிருவர்

ஆண்டான் வசைகவி

பிறப்பு

சர் ஜார்ஜ் ஃபிடல் ஏரி *(1801-1892)*

(கிரீன்விச்சு நடுநிரல் கோடு ஏற்படக் காரணமானவர்)

இறப்பு

ஊமைத்துரை

பெரிய மருது

சின்ன மருது

இராபட்டு ஓர்மி *(1728-1801)*

1801

1. பாண்டி நாட்டுக் களங்களில் பாளையக்காரர் இறுதிப் போர்

ஒன்றையடுத்து ஒன்றென்று பிரிட்டீசார் பல களங்களில் வெற்றிகண்டு தமது யூனியன் ஜாக்குக் கொடியை உயர்த்திப்பிடிக்க முயன்று கொண்டிருந்த பத்தொன்பதாம் நூற்றாண்டினுள் புகுகின்றோம்.

ஆங்கிலேயர் கட்டபொம்மனைக் *(1760-1799)* கயத்தாற்றில் *1799* ஆம் ஆண்டு புளியமரத்தில் பலர் முன்னிலையில் தூக்கிலிட்ட பின்னர், அவரின் இளவல்களான குமாரசாமி நாயக்கர் என்ற ஊமைத்துரை, சுப்பு நாயக்கர் என்ற சிவத்தய்ய உள்பட பதினேழு பேரைக் கர்னல் அக்கினியூ *(Col.Agnew)* பாளையங்கோட்டைச் சிறையில் அடைக்கச் செய்தார்.

1801

பாளையங்கோட்டை

இவ்வூர் பொருநை ஆற்றின் கரையில், சுலோசன முதலியார் *1844* இல் கட்டிய பாலத்தின் கீழ்க்கரையில் அமைந்துள்ளது. இதைத் தமிழில் மங்கை நகரம் என்று கூறுவர். இவ்வூரைப் பற்றிய பழமையான செய்தி எதுவும் புலனாகவில்லை.

மதுரை நாயக்கர் குடியின் முதல்வரான விசுவநாத நாயக்கன் *(சு.1542-1564)* காலத்தில், அவரின் படைத் தலைவரும் அமைச்சருமாகிய அரியநாத முதலி *(1559-1600)* இங்கு ஒரு கோட்டை கட்டி, அதில் பாளையம் (பாசறை) அமைத்துப் படைவீரரை இருக்கச் செய்தார். அதனால் இந்த இடத்திற்குப் பாளையங்கோட்டை என்ற பெயர் ஏற்பட்டது என்று கூறுவாரும் உளர். எனினும் பாளையங்கோட்டை மதுரை நாயக்கருக்கும் முற்பட்டது என்று கொள்வதற்கு இடமுள்ளது. திருநெல்வேலி வரலாற்றை எழுதியுள்ள கால்டுவெல் *(Bishop R.Caldwell : (1814-1891)* பாளையங்கோட்டை பற்றிப் பல செய்திகளை கூறியுள்ளார். ஆங்கிலேயர் முதன்முதலில் நெல்லைச் சீமைக்கு வந்தபோது, பாளையங்கோட்டை வலிமை வாய்ந்த கோட்டையாயிருந்தது. அது அக அரண், புற அரண் என்று இரு அரண்களால் சூழப்பெற்றிருந்தது. மதுரைக்குத் தெற்கில் வெகு வலுவான கோட்டையாய் விளங்கியது. அரண்கள் கொத்திச் செதுக்கிய கற்களால் எழுப்பப்பட்டிருந்தன.

முதலில் பாசறை அமைத்திருந்த பாளையங்கோட்டை அடுத்தபடியாய்ப் பாளையன் என்ற ஓர் ஆளின் பொறுப்பில் படையினர் உறைந்த கோட்டையாய் இருந்தது என்றும்: அதனால் பாளையன் கோட்டை என்று பெயர் பெற்றது என்றும் கால்டுவெல் கூறுவார்: அந்தப் பாளையன் ஒரு கன்னடியர் என்று பழைய மரபுகளிலிருந்து

அறிவதாயும் அவர் குறிப்பிடுகின்றார்.கன்னட மொழியில் பாளையக்காரர் என்ற பட்டப்பெயர் பாளைய, அதாவது பாளையன் என்று வழங்குகின்றது. பாளையங் கோட்டைக்கு நீர் கொண்டு வரும் பாளவூர் அணையிலிருந்து வரும் கால்வாய் பாளையன் கால் என்று பெயர் பெற்றுள்ளது.

கன்னடியன் கால்வாய்

பாளையங்கோட்டையின் பழைய கோட்டையை அல்லது அக்கோட்டையின் பழைய பகுதி ஒன்றைப் பாளையன் என்ற அந்தக் கன்னடியர் கட்டினார் என்று கால்டுவெல் இந்நூற்றாண்டின் தொடக்கத்தில் சரியாய் எழுதியிருக்கின்றார். கோட்டையைக் கட்டியவரும் பாளையன் காலைத் தோண்டியவரும் கன்னடியர் என்று செவிவழிச் செய்திகள் கூறுவதை ஏற்பதாயின் அவை பற்றி ஐயுறுவதற்குக் காரணமிலது. அதுவே சரியென்று கொள்ளலாம்.

ஏனெனில் துவாரசமுத்திரத்திலிருந்து வந்த கன்னடியரான போசளர், பதின்மூன்றாம் நூற்றாண்டில் தமிழ்நாட்டின் சில பகுதிகளை ஆண்டு வந்தனர். ஆதலால் விசுவநாத நாயக்கன் காலத்திற்கு முன்னரே பாளையங்கோட்டை கட்டப்பட்டுவிட்டது என்பது கால்டுவெலின் கருத்தாகும். மேலும் அவர் கன்னடியர் பற்றிய இன்னொரு செவிவழிச் செய்தியையும் கூறுகின்றார்.

நெல்லை மாவட்டத்தில் பதின்மூன்றாம் நூற்றாண்டில் வெட்டப்பட்ட கன்னடியன் கால்வாய் கல்லிடைக்குறிச்சி, வெள்ளங்குழி, உப்பூர், கூத்தாநல்லூர், அரிகேசவ நல்லூர், வீரவநல்லூர் வழியாய்க் காருகுறிச்சி, சேரன்மாதேவி, பத்தமடை, செவல், பிராஞ்சேரி ஆகியவற்றின் வழியே பாளையங்கோட்டைக்கு வந்து, சமாதானபுரம் வழியாய்த் தாமிரபரணியில் மீண்டும் கலக்கின்றது. இக்கால்வாய் மணிமுத்தாறு தாமிரபரணியில் கலக்கும் சங்கரன் கோயிலிலிருந்து வெட்டப்பட்டது.

பதின்மூன்றாம் நூற்றாண்டில் முதலாம் மாறவர்மன் சுந்தரபாண்டியனுக்கும் *(1216-1235)* மூன்றாம் இராசராச சோழனுக்கும் *(1216-1256) 1236* இல் நடந்த போரில் போசளர் சோழனுக்கு உதவினர். போசளர் திருச்சிராப்பள்ளிக்கு அருகிலுள்ள கண்ணனூரைக் கோநகராய்க் கொண்டு ஆட்சிபுரிந்தனர். போசளர் முதலில் பாண்டியர்க்கு இன்னல் விளைவித்தனரெனினும் இரண்டாம் மாறவர்மன் சுந்தரபாண்டியன் காலத்தில் *(1238-1258)* நட்புறவும் மணவுறவும் கொண்டு ஆட்சி செய்தனர். இரண்டாம் மாறவர்மன் சுந்தரபாண்டியன் போசளமன்னராகிய வீர சோமேசுவரனை *(1233-1267)* மாமடி (மாமன்) என்று உறவு கொண்டாடினார். பாண்டியன் கன்னட மன்னர்களின் மேலாண்மையை ஏற்றுக் கொண்டு ஆட்சி செய்தார். அவர் தன் மாமன் வீர சோமேசுவரன் பெயரால் திருநெல்வேலிக்கருகில் ''போசள வீரசோமேசுவரச் சதுர்வேதி மங்கலம்'' என்ற ஊரை அந்தணர்க்கு அளித்ததுடன், அழகர் கோயிலில் ''வீர சோமேசுவரன் சந்தி'' என்ற வழிபாட்டையும் ஏற்டுத்தினார். வீர சோமேசுவரனின் தண்ட நாயகராகிய, போசய்ய தண்ட நாயகரின் பெயரில் ''போசீசுவரம்'' என்ற கோயிலைக் கட்டி, அவருக்கும் பாண்டிய மன்னர் சிறப்புச்செய்தார். இப்பாண்டிய மன்னர் வெளியிட்ட நாணயங்களில் மீன் சின்னங்களுடன் போசளரின் பன்றிச் சின்னத்தையும் சேர்த்துப் பொறித்து வெளியிட்டார்.

கால்டுவெல் பாளையங்கோட்டையில் பத்தொன்பதாம் நூற்றாண்டின் தொடக்கத்தில் கேட்டறிந்த செவிவழிச் செய்திகளின்படி பாளையங்கோட்டை

பாளையன் என்ற கன்னடியனின் பொறுப்பில் இருந்தது என்பதை ஏற்பதாயின், இக்கோட்டை பதின்மூன்றாம் நூற்றாண்டிற்கும் முற்பட்டது என்று கொள்ளலாம்.

கால்டுவெல் பாளையங்கோட்டை பற்றி மேலும் சில செய்திகளைத் தன் திருநெல்வேலி வரலாற்றில் கூறுகின்றார்.

கால்டுவெல்

பாளையங்கோட்டையின் கோட்டைச் சுவர்களில் பதிக்கப்பட்டுள்ள பல கற்கள் ஏதோ ஒரு கோயிலின் பகுதிகள் என்பது தெரிய வருகின்றது. அவற்றில் சிற்பங்களும், பொறிப்புகளும் காணப்பட்டன. கோயிற் கற்கள் கோட்டையின் புற மதில்களில் மட்டுமன்றி அக மதில்களிலும் காணப்பட்டன. இக்கோட்டை ஓர் இந்துவினால் கட்டப்பட்டது என்பதை இது காட்டுகின்றது என்பர். இதைக் கட்டிய பாளையன் என்ற கன்னடியர் இந்துவாயிருந்த போதிலும் இடிபாடடைந்து கைவிடப்பட்ட கோயில்களின் கற்களைக் கொண்டு கோட்டை கட்டுவதற்குத் தயங்கவில்லை. மேலும் அவர் பாளையங்கோட்டைக்குக் கிழக்கில் சுமார் எட்டுக் கிலோ மீட்டரில் இருந்த முத்துக் கிருஷ்ணபுரத்துக் கோயில்களின் மதில் கற்களை எடுத்து இக்கோட்டையைக் கட்டினார். இக்கோயில் சைவராயிருந்து மாலியம் தழுவிய மயிலேறும் பெருமாள் பிள்ளை என்றவரால், அதற்குச் சுமார் நூறாண்டுகளுக்கு முன்னர் கட்டப்பட்டது.

கோயில் கற்களைக் கொண்டு கோட்டை மதில்கள் கட்டப்பட்டன என்பதற்கு இன்னொரு விளக்கமும் கூறலாம். இவ்விளக்கம் பொருத்தமாயிருக்கின்றது என்ற கால்டுவெல் கூறுகின்றார்.

கான் சாகிபு கட்டிய கோட்டை மதில்கள்

ஆர்க்காட்டு நவாபின் ஊழியராயிருந்த கம்மந்தான் கான் சாகிபு (இ.ச.க தொகுதி -6,7) பாளையங்கோட்டையின் புற மதிலையும் அக மதிலையும் வலுப்படுத்திக் கோட்டையை முற்றுப் படுத்தினார்: அவர் இடிந்து கிடந்த கோயில்களின் கற்களை எடுத்ததுடன், சில கோயில்களை இடித்தும் அவற்றின் கற்களைக் கொண்டு சென்று கோட்டையை வலுப்படுத்தினார். தாமிரபரணி ஆற்றின் கரையிலுள்ள மூர்த்தியா புரத்திலிருந்த ஒரு கோயிலின் கற்களையும் கான்சாகிபு எடுத்தார். புறக் கோட்டையும் கீழ்க்கோட்டையும் பிள்ளைக் கோட்டை என்றும் அழைக்கப்பட்டதுண்டு. இது ஏனைய மதில்களை விடச் சிறியதாயிருந்ததால், இப்பகுதி மக்கள் சிறு பிள்ளை என்ற பொருளில் பிள்ளைக் கோட்டை என்று அழைத்திருக்கலாம்.

முகமது யூசுஃபு கானைப் பொதுவாய்க் கான் சாகிபு என்றுதான் அழைத்தனர். அவரைப் பிள்ளை என்றும் அழைப்பதுண்டு. அவர் முதலில் வேளாளராயிருந்து முஸ்லிமானவர் என்ற கருத்தில் அவரைச் சாதியின் பெயரால் பிள்ளை என்று வழங்கினார் என்றும் சொல்லப்படுவதுண்டு. அதனாலும் அது ''பிள்ளைக் கோட்டை'' ஆகியிருக்கலாம்.

கம்பெனிக் காலத்தில்

கிழக்கிந்தியக் கம்பெனிக் காலத்தில் பாளையங்கோட்டையில் வணிக முகவர் ஒருவர் இருந்தார். இங்கு கம்பெனிக்குக் கிட்டங்கிகள் இருந்தன: முகவரின் வீட்டருகே ஆற்றங்கரையில் பருத்தி அரைவை ஆலையொன்று இருந்தது. பிரிட்டிசு வரலாற்றாசிரியரான இராபட்டு ஓர்மி *(1728-1801: இ.ச.க தொகுதி-7) 1756* இல் பாயைங்கோட்டை பற்றிக் குறிப்பிட்டபோது, இக்கோட்டையின் மதில்கள் இடிந்து கிடந்தன என்றும் கோட்டையைத் தகர்க்கப் பீரங்கியில்லாத எதிரியை மட்டுமே அதனால் எதிர்த்து நிற்க முடியும் என்றும் எழுதினார்.

கான் சாகிபு ஆர்க்காட்டு நவாபினால் *1759* ஆம் ஆண்டில் நெல்லை, மதுரைச் சீமைகளின் ஆளுநராக்கப்பட்டதும் *(இ.ச.க.தொகுதி-6)*, பாளையங்கோட்டையை வலுப்படுத்தும் பணிகளை மேற்கொண்டார் என்பதில் ஐயமிலது. ஆங்கிலேயர் இங்கு *1765* முதல் ஒரு காவற்படையை வைத்திருந்தனர். இங்கு ஆங்கிலேயர்க்கென்று ஒரு கல்லறைத் தோட்டமும் *1775* முதல் இருந்தது. நெல்லைச் சீமையில் சீர்த்திருத்தக் கிறித்தவத்திற்கு ஆதரவாயிருந்த கோட்டை என்று பாளையங்கோட்டையைக் கூறலாம். இப்பகுதியில் கிறித்தவச் சுடரைத் தூண்டி எரியச் செய்த கிளாரிண்டா *(இ.ச.க. தொகுதி-8)* பாளையங்கோட்டையை இருப்பிடமாய்க் கொண்டிருந்தார். அவர் இங்கு கட்டிய சிறு கிறித்தவக் கோயிலும் இன்று உள்ளது. பாளையங்கோட்டையில் இன்றும் கிறித்தவர் செல்வாக்கு மிகுதி.

(பாளையங்கோட்டை சென்னையிலிருந்து தெற்கில் இருப்புப் பாதையில் சுமார் 705 கிலோ மீட்டர், திருநெல்வேலியிலிருந்து கிழக்கில் சுமார் 6 கிலோ மீட்டர். தூத்துக்குடியிலிருந்து இருப்புப் பாதையில் சுமார் 57 கிலோ மீட்டர்)

பாளையங்கோட்டைச் சிறையில் ஊமைத்துரை

பாளையங்கோட்டைச் சிறையிலிருந்த ஊமைத்துரை கூட்டத்தினருக்கும் பாஞ்சாலங்குறிச்சியில் மீண்டும் கிளர்ந்தெழ முயன்று கொண்டிருந்த புரட்சிக் காரர்களுக்குமிடையே மறைவான தொடர்பு இருந்து வந்தது. சிறைக்கு வேண்டிய விறகுகளைச் சேகரிக்கும் வேலையில் அமர்த்தப்பட்டிருந்த பொட்டி பக்கட என்ற ஆள் இருதரப்பினருக்குமிடையே ஓலை நறுக்குகளை எடுத்துச் சென்று தொடர்பு ஏற்படுத்தினார்.

சிறையிலிருந்தவர்களைத் தப்புவிப்பதற்குத் திட்டம் தீட்டப்பட்டது. புரட்சிக்காரரில் சுமார் இருநூறு பேர் செந்தூர் முருகனுக்குக் காவடி எடுத்துத் திருச்செந்தூர் செல்லும் பாவனையில் பாளையங்கோட்டைக்கு வந்தனர். அவர்கள் ''முருகனுக்கு அரோகரா'', ''கந்தனுக்கு அரோகரா'' என்று காவடி தூக்கி ஆடிய குரலைக் கோட்டைச் சிறைக்குள் இருந்தவர்கள் கேட்டனர்.

இவ்வாறு வந்த கூட்டத்தாரில் சிலர் இலை, பழம், காய்கறி விற்பவர்கள் போல் வேடமிட்டு 'வாழைப்பழம்! விறகு வாங்கலியோ! என்று கூவிக்கொண்டே கோட்டை வாயிலை அடைந்தனர். ஊமைத்துரை இதற்கு முன்னரே கோட்டை மேலாளரின் மனைவியுடைய அனுதாபத்தைப் பெற்று விட்டார். அவர் வாய்பேச முடியாதவர் என்பதால், அப்பெண்மணி அவர் மீது இரக்கம் கொண்டார். ஊமைத்துரை அப்பெண்ணின் செல்வாக்கை வைத்துச் சிறை மேலாளரை அணுகித் தன் பெற்றோர்க்குத் திவசம் நடத்த இசைவு பெற்றுவிட்டார்.

நீத்தார் நினைவான திவசத்திற்கு வேண்டிய பழம், இலை, தேங்காய், விறகு முதலியன வாங்குவதற்காக வாயிலில் வந்து கூவிக் கொண்டிருந்தவர்களிடம் பேரம் நடந்து விலை படிந்ததும், அவர்களைக் கோட்டைக்குள் நுழைய விட்டனர். அவர்கள் மீது யாருக்கும் ஐயம் எழவில்லை. அவர்களின் தலைச் சுமைக்குள் ஆயுதங்கள் மறைத்து வைக்கப்பட்டிருந்தன. ஆள்கள் கோட்டைக்கு வெளியே குதிரைகளுடன் காத்திருந்தனர். சிறைக்குள் கட்டுப்பாடின்றித் தன்னிச்சையாய் விடப்பட்டிருந்த சிறைஞர்களின் பெண்கள் தக்க வேளையில் அப்புறப்படுத்தப்பட்டனர்.

ஊமைத்துரை தப்புதல்

அந்தி மயங்கியதும் ஊமைத்துரை குறிப்புக் கொடுத்தார். உடனே சிறைஞர்கள் திடீரென்று எழுந்து ''வியாபாரத்திற்கு'' வந்தவர்களின் உதவியுடன் சிறைக் காவலாளிகளை மடக்கி இன்னலின்றி வெளியேறினர். அவர்கள் கோட்டைக்கு வெளியே ஆயத்தமாய் நின்று கொண்டிருந்த புரட்சியாளருடன் சேர்ந்து விட்டனர்.

அவர்கள் 1801 பிப்ரவரி 2 அன்று குதிரையேறி அங்கிருந்து சுமார் 25 கிலோ மீட்டர்த் தொலைவிலுள்ள வல்ல நாட்டு மலைகளை நோக்கிப் பறந்தனர். இந்த நேரத்தில் பாளையங்கோட்டையிலிருந்த மேஜர் மெக்காலேயின் தோட்ட வீட்டில் சுமார் இருபது சீமாட்டிகளும் சீமான்களும் விருந்து உண்டு கொண்டிருந்தனர்.

தப்பியோடியவர்களைப் பிடிக்கச் சென்றவர்கள் வெறுங்கையுடன் திரும்பினர். புரட்சித் தீ வல்ல நாட்டிலிருந்து நெல்லைச் சீமைக்குள் பரவலானது. புரட்சிக்காரர் சிவத்தய்யவைத் தம் தலைவர் என்று அறிவித்து மக்களைத் தம் படைகளில் சேர்த்தனர். அவர்கள் பாஞ்சாலங்குறிச்சியில் ஆங்கிலேயர் தகர்த்த கோட்டையை மீண்டும் எழுப்பினர்.

இப்போது புத்துணர்ச்சியுடன் எழுந்த இக்கிளர்ச்சியில் சாதி பேதம் சிறிது காலம் மறைந்தது. சாதிக் கொடுமைகளினால் மக்கள் பிளவு பட்டு அயலாரிடம் கண்ட தோல்விகளைப் பாளையக்காரர்கள் உணர்ந்தனர். சாதிக் கொடுமைகளுக்குக் கட்டபொம்மனைப் போன்ற பாளையக்காரர்கள் ஆதரவாயிருந்தனர். ஆனால் இப்போது திரட்டப்பட்ட படையில் பாஞ்சாலங்குறிச்சித் தலைவர்களால் முன்பு கொடுமைப்படுத்தப்பட்ட நாடார் முதலியோரும் மறவர், தொட்டிய நாயக்கர் போன்றோரும் சேர்ந்தனர். கரையோரமாய் வாழ்ந்த பரதவர்கள் புரட்சிக்காரர்களுக்குத் துப்பாக்கிகளும் வெடி மருந்துகளும் தந்தனர்.

நெல்லைச் சீமையில் புரட்சி

கட்டபொம்மனின் உடன் பிறந்தாரால் முடுக்கிவிடப்பட்ட புரட்சி நெல்லைச் சீமையின் பல பகுதிகளுக்குப் பரவியது. புரட்சிக்காரரின் கொள்ளைப் படைகள் கம்பெனியின் படைநிலைகளைத் தாக்கி, அங்கு சிறை வைக்கப் பட்டிருந்தவர்களை விடுதலை செய்தன. புரட்சிக்காரரின் கைகளுக்குள் சீவைகுண்டம், ஆழ்வார் திருநகரி வரையிலிருந்த பகுதிகள் 1801 பிப்ரவரி மாதத்திற்குள் வந்துவிட்டன. அவர்கள் குளத்தூர், கடல்குடி, நாகலாபுரம், கோலார்பட்டி, ஏழாயிரம் பண்ணை (இவ்வூர்கள் பற்றி இ.ச.க. தொகுதி-10 காண்க) முதலிய இடங்களை மீண்டும் தம் கோட்டைகளாக்கிக் கொண்டனர். புரட்சிக்காரர் மார்ச்சு மாதம் தூத்துக்குடியை அடைந்தபோது, அங்கிருந்த காவல்படை தானாகவே அடிபணிந்தது. (தூத்துக்குடி இ.ச.க. தொகுதி-2 காண்க)

எனினும் தூத்துக்குடிக் கோட்டையின் ஆங்கிலத் தலைவரான எட்வர்டு ஓம்ஸ்லி தன் உடைமைகளுடன் இன்னலின்றி வெளியேறுவதற்குப் புரட்சிக்காரர் இசைந்தனர். அவர்கள் பேகாட்டு என்ற மேல்நிலைப் படையலுவலரைச் சிறைவைத்தபோது, அவரின் மனைவி வேண்டியதற்கிணங்க, அவரைச் சிறையிலிருந்து விடுவித்து, அவரின் உடைமைகளையும் அவரிடம் ஒப்படைத்தனர்.

தூத்துக்குடி விழுந்ததும், புரட்சிக்காரர் இராமநாதபுரத்திற்குள் புகுந்து அடிக்கடி தாக்கினர். அவர்கள் திருநெல்வேலியையும் பாளையங்கோட்டையையும் பிடிப்பதற்கு வல்லநாட்டு மலையில் போர் ஆயத்தம் செய்யத் தொடங்கினர்.

மெக்காலே போர் ஆயத்தம்

திருநெல்வேலியிலிருந்த கம்பெனிப் படைத் தலைவர் காலின் மெக்காலே, இந்தக் கேட்டைச் சமாளிப்பதற்கு வேண்டிய வேலைகளை முன்னெச்சரிக்கையுடன் செய்யலானார். மக்கள் ஆயுதங்கள் வைத்திருந்தாலோ, புரட்சியாளருக்கு உதவினாலோ கடுந்தண்டனை கிடைக்குமென்று நாட்டாருக்கு எச்சரிக்கை அறிவிப்புகள் செய்தார். சிவகிரி, எட்டயபுரம் போன்ற பிரிட்டீசுச் சார்புடைய பாளையங்களின் தலைவர்கள் விழிப்பாயிருந்து புரட்சியாளர் பற்றிய தகவல்களை உடனுக்குடன் விரைந்து ஆங்கிலேயருக்கு அனுப்பினர்.

1801

காலின் மெக்காலே புரட்சியாளரை ஒடுக்குவதற்கு ஒரு படையை அனுப்புவதென்று 1801 பிப்ரவரியில் முடிவு செய்தார். அவர் படைகளைத் திரட்டிக் கொண்டு சங்கரன் கோயிலுக்கும் பின்னர் கயத்தாற்றுக்கும் சென்றார். பின்னர் அங்கிருந்து பாஞ்சாலங்குறிச்சியினருகே சுமார் ஒன்பது கிலோ மீட்டரிலிருக்கும் கடையநல்லூருக்கு விரைந்தார்.

சங்கரன் கோயில்

சங்கரன் கோயில்: இதன் சரியான பெயர் சங்கரநயினார் கோயிலாகும். சங்கர நாராயண வடிவத்தில் சிவனும் திருமாலும் இக்கோயிலில் வழிபடப்படுவது தனிச் சிறப்பாகும். சோழ நாட்டில் வைத்தீசுவரன் கோயிலுக்கு எவ்வளவு சிறப்பு உண்டோ அவ்வளவு சிறப்பும் சங்கரநயினார் கோயிலுக்கு உண்டு. இவ்வூரை ஆவுடையம்மன் கோயிலென்றும் தவசுக் கோயிலென்றும் மக்கள் குறிப்பிடுகின்றனர். இங்குள்ள இறைவியான கோமதியின் மறுபெயர் ஆவுடையம்மன். இக்கோயிலில் சிறப்பாய் நடைபெறும் விழா ஆடித் தபசு ஆகும்.

இங்குள்ள கோயில் 1022 ஆம் ஆண்டு கட்டப்பட்டதென்பர். தேவார காலத்திற்குப் பின் அமைந்த தமிழ்நாட்டுக் கோயில்களுக்குள் புகழ்பெற்ற சிலவற்றுள் சங்கர நயினார் கோயிலும் ஒன்றாகும். இதை உக்கிரபாண்டியன் என்ற அரசர் கட்டியதாய்க் கல்வெட்டுகளிலிருந்து அறியலாம். சங்கரலிங்கப் பெருமான் கோயிலில் கீழ்த் திருச்சுற்றின் வலப்புறத் தூணில் இம்மன்னரின் உருவம் செதுக்கப் பெற்றுள்ளது.

சிவபெருமான் பார்வதியின் விருப்பத்திற்கிணங்கத் தன்னுள் அடங்கிய நாராயணனை வெளிப்படையாய்த் தன் வாமபாகத்தில் - இடப்பக்கத்தில் - இத்தலத்தில் காட்டியருளினார் என்பது இக்கோயிலின் சிறப்பாகும். இக்கோயில் சங்கர லிங்கர் கோயில், கோமதி அம்பிகை கோயில், சங்கர நாராயணார் கோயில் என்று மூன்று பெரும் பகுதிகளையுடையது. இம் மூன்றனுள் சங்கரலிங்கர் கோயில், ஏனைய இரண்டு

கோயில்களின் பரப்பிற்குச் சமமானது. சங்கரலிங்கர் கோயிலுக்கும் கோமதியம்மை கோயிலுக்கும் நடுவில் சங்கர நாராயணர் கோயில் அமைந்துள்ளது. சங்கரலிங்கர் கோயில் கோபுரம் 125 அடி உயரமானது. நெற்கட்டுஞ் செவ்வல் பாளையக்காரரான பூலித்தேவர் (இ.ச.க. தொகுதி-6,7) கட்டிய உள்கோயில் இக்கோயிலில் உள்ளது. இது அழகிய வேலைப்பாடுகளுடன் கூடியது.

கோமதியம்மன் கோயிலில் வழிப்பட்டால் கொடிய நோய்வாய்ப்பட்டவர்களும் பேய்பிடித்தவர்களும் நலம் பெறுவர் என்று மக்கள் நம்பி இங்கு வந்து அம்மனை வேண்டுகின்றனர். இங்கு அம்மையின் திரு முன்பு திருவாவடுதுறை ஆதீனத் தலைவராயிருந்த வேலப்ப தேசிகர் மந்திரச் சக்கரம் ஒன்றைப் பதித்திருக்கின்றார். இச்சக்கரத்தில் பிணியாளர் அமர்ந்து, அம்மையை நோக்கி நோன்பிருந்து தீரா நோய்களைத் தீர்க்க வருகின்றனர். கோமதியம்மை கோயிலிலுள்ள புற்று மண்ணை மக்கள் உடம்பில் பூசும் பழக்கமும் உள்ளது. இப்புற்று மண்ணை வேட்டை மடம் என்ற இடத்திலிருந்து கொண்டு வந்த அம்மன் கோயிலில் வைக்கின்றனர்.

இக்கோயிலில் ஆண்டுதோறும் மூன்று பெரும்விழாக்கள் நடக்கின்றன. சித்திரைத் திருவிழா, தை மாதக் கடைசி வெள்ளிக்கிழமையிலும், தெப்பத் திருவிழாவும், ஆடிமாதம் நடைபெறும் ஆடித் தபசு விழாவும் அவையாகும். ஆடித் தபசின் இறுதி நாளன்று சிவநாதர் சங்கர நாராயணராய்க் காட்சி தரும் சிறப்பைக் காண்பதற்கு இங்கு கிட்டத்தட்ட இரண்டு இலட்சம் பேர் கூடுகின்றனர்.

தமிழ் மாதந் தொறும் கடைசி வெள்ளிக்கிழமையன்று கோமதியம்மனுக்குத் தங்கப் பாவாடை அணிவிக்கின்றனர். பிறநாள்களில் ஒரு குறிப்பிட்ட கட்டணஞ் செலுத்தியும் இக்காட்சியைக் காணலாம்.

இக்கோயிலிலுள்ள நாக சுனையில் நண்டு, ஆமை, தவளை, மீன் போன்ற நீர்வாழ்வன எதுவும் இலது.

சீவல மாற பாண்டியன் என்ற அரசர் இவ்வூருக்குத் தலபுராணம் செய்திருக்கின்றார். சங்கரலிங்கர் உலா, சங்கரநயினார் கோயில் அந்தாதி, கோமதியம்மை பிள்ளைத் தமிழ் போன்ற இலக்கியங்களும் இக்கோயிலைப் பற்றி எழுந்துள்ளன.

கயத்தாறு

கயத்தாறு: இவ்வூர் பதினெட்டாம் நூற்றாண்டு அரசியல் வரலாற்றுடனும் பதினைந்தாம் நூற்றாண்டின் இடைப்பகுதியில் வாழ்ந்தவர் என்று கருதப்படும் காளமேகத்துடனும் பத்தொன்பதாம் நூற்றாண்டின் நடுவில் நிலவியவர் என்று நம்பும் ஆண்டான் வசைகவியுடனும் தொடர்புடையது.

பாண்டியர் வழியினரான பஞ்ச பாண்டியர் விசுவநாத நாயக்கனிடம் (சு.1542-1564) பதினாறாம் நூற்றாண்டில் கயத்தாற்றில் ஆறுமாத காலம் நடந்த போரில் தோல்வியடைந்தனர். (இ.ச.க. தொகுதி-4) - தமிழர் வரலாற்றில் இந்தக் கயத்தாற்றுப் போருக்கு அடுத்தபடியாய் முக்கியத்துவம் வாய்ந்த நிகழ்ச்சி, இங்கு கட்டபொம்மன் 1799 இல் தூக்கிலிடப்பட்டதாகும்.

காளமேகம்

கயத்தாற்றுடன் இரண்டு தமிழ்ப் புலவர்களுக்குத் தொடர்பிருந்தது என்று

கதைகள் கூறுகின்றன. நாடோடியான காளமேகம் பதினைந்தாம் நூற்றாண்டின் இடைப்பகுதியில் நிலவியவர். அவரது இயற்பெயர் வரதன். கறுமுகில் மழை பொழிவது போல் ஆசுகவி பாடுந் திறனுடையவராய் இவர் இருந்தபடியால் காளமேகம் என்ற சிறப்புப் பெயரைப் பெற்றார். இவர் வசை பாடுவதிலும் வல்லவர். இவர் திருவானைக்கா உலா என்ற பிரபந்தத்தையும் பாடியுள்ளார். சிலேடைகள் பாடுவதிலும் சிறப்புற்றிருந்தார்.

அவர் ஒருமுறை பாண்டிய நாட்டின் தலைநகரான மதுரையைக் கடந்து நெல்லைச் சீமைக்குள் சென்ற வழியில் ஒரு சிற்றூரை அடைந்தார். அவர் காலையிலிருந்து பசியினால் நொந்தும் வெயிலில் காய்ந்து உலர்ந்தும் வாடித் தளர்ந்திருந்தார். பொழுது சாய்ந்ததும் அவ்வூரில் எழுந்த மேளதாளமும் ஆரவாரமும் அவர் உள்ளத்தில் மகிழ்ச்சியைத் தூண்டின. வயிறார உணவு கிடைக்கும் என்ற எண்ணமும் அவருக்குப் பிறந்தது. அன்று அவ்வூரின் ஆற்றங்கரையிலிருந்த பெருமாளுக்குத் திருவிழா.

வீதியெங்கும் கொடிகள் பறந்தன. வீடுதொறும் கோலங்கள் விளங்கின. காளமேகம் உள்ளம் குளிர்ந்து கோயிலின் உள்ளே சென்றார்.

பெருமாளைக் கருட வாகனத்தில் ஏற்றி, அவருக்கு மாலைகளும் நகைகளும் அணிவித்துக் கொண்டிருந்தனர். பசி பொறாமல் காளமேகத்தின் கண்கள் சுழன்றன: கால்கள் தளர்ந்தன: உடல் சோர்ந்தது. ஒதுக்கமான ஓரிடத்தில் படுத்து உறங்கிப் போனார்.

பெருமாளின் சீரடி தாங்கிச் சேவிப்பதற்கென்று பணியாளர்கள் தண்டாயத்தின் அண்டையில் வந்து நின்றனர். குருக்கள் கருடனின் திருவடியருகே விமானத்தில் அமர்ந்திருந்தார். பல்லக்குத் தண்டாயத்தைத் தூக்கித் தோளில் வைத்ததும், சீரடி தூக்குவோரில் ஒருவர் வரவில்லை என்று குருக்கள் குறை கூறினார். அப்போது தூண் மறைவில் உறங்கிக் கொண்டிருந்த காளமேகத்தைத் தட்டியெழுப்பித் தண்டாயத்தை அவர் தோளில் மாட்டினர். காளமேகம் விதியை நொந்து கொண்டு தண்டாயம் தாங்கினார்.

பெருமாள் திருவீதியில் கோலாகலமாய்ச் சென்றார். காளமேகத்தின் தோள் கடுத்தது. கால் வலித்தது, கை சலித்தது. பொறியில் அகப்பட்ட எலி போல் புலவர் தவித்தார். விமானம் ஊரைச் சுற்றி வந்து இறங்கியது. காளமேகத்தின் சீற்றம் தலைக்கு ஏறியது. பெருமாள் முன் நின்றுகொண்டு பாடலானார்:

பாளைமணம் கமழ்கின்ற கயத்தாற்றுப்
பெருமாளே பழிகார கேள்...
நாளையினி யார் சுமப்பார் எந்நாளும்
உன்கோயில் நாசந்தானே

- என்று வசைபாடிக் கயத்தாற்றை விட்டு நீங்கினார். (இதைக் காளமேகத்திற்குச் சுமார் நானூறு ஆண்டுகளுக்குப் பின் வாழ்ந்திருந்த ஆண்டான் வசைகவி பாடினாரென்றும் கூறுவர்)

இங்ஙனம் காளமேகத்தின் வசைப்பாட்டைப் பெற்ற கயத்தாறு தென் பாண்டி நாட்டில் உப்பாற்றின் கரையிலுள்ளது. உப்பாறு முன்னாளில் கயத்தாறு என்றும் பெயர் பெற்றிருந்தது. ஆதலால் அதன் கரையில் எழுந்த ஊர் கயத்தாறு ஆனது. அதற்குக் கோதண்டராம நதி என்றும் பெயருண்டு.

ஆண்டான் வசைகவி

கயத்தாற்றுடன் தொடர்புடைய ஆண்டான் கவிராயர் பற்றிய இச்செய்தியை டாக்டர் உ.வே.சாமிநாதய்யர் (1855 -1942) தம் வாழ்க்கை வரலாற்றில் கூறியுள்ளார். ஐயரவர்கள் நெல்லை மாவட்டத்தில் பெருங்குளத்தின் கிழக்கேயுள்ள ஆறுமுக மங்கலம் என்ற ஊருக்கு ஏடு தேடிச் சென்ற போது, அங்கு ஒட்டப்பிடாரத்தில் பிறந்த வைணவ அந்தணரான ஆண்டான் கவிராயர் பற்றிக் கேள்விப்பட்டதைக் குறிப்பிடுகின்றார்.

ஆண்டான் கவிராயர் என்ற பிராமண வித்துவான் ஆறுமுக மங்கலத்திற்கு வந்தார். ஆறுமுக மங்கலம் பெரிய ஊர். ஆயிரத்தெட்டுப் பிராமண வீடுகள் முன்பு அங்கு உண்டென்றும் அவருள் விநாயகர் ஒருவர் என்றும் சொல்வார்கள். அங்குள்ள விநாயகருக்கு ஆயிரத்தெண் விநாயகரென்பது திருநாமம்.

அவ்வளவு பெரிய ஊரில் என்ன காரணத்தாலோ பசிக்கு உணவு கிடைக்கவில்லை. அவர் (ஆண்டான்) வசைபாடுவதில் வல்லவர். பிற்காலத்துக் காளமேகம் என்று சிலர் அவரைச் சொல்வதுண்டு. பசி மிகுதியால் அவர் வருந்தியபோது, கோபத்தால் ''ஆறுமுக மங்கலத்திற்கு யார் போனாலும் சோறு கொண்டு போங்கள் சொன்னேன், சொன்னேன்'' என்று சொல்லி வசைகளும் பாடினர்.

''இந்த வரலாறு எனக்குக் கிடைத்த விருந்திற்கு நேர்மாறாயிருந்தது. ஆண்டான் கவிராயர் இந்த ஊரைப் பற்றி இழிவாய்ச் சொல்லியிருக்கின்றார். ஆனால் எங்கும் சாப்பிடாத புதிய உணவு வகைகள் எனக்கு இங்கே கிடைக்கின்றனவே என்று உடன் உண்ட ஒருவரிடம் கேட்டேன்''.

ஆம்; அந்த இழிவைப் போக்குவதற்காகவே, யார் வந்தாலும் இவ்வூரார் விசேஷமான விருந்து செய்வித்து அனுப்புவது வழக்கம் என்று அவர் விடை பகர்ந்தார்.

ஆண்டான் கவிராயர் பற்றிக் கீழே வருஞ்செய்தி செந்தமிழ்ச் செல்வி 1963 நவம்பர் இதழில் காணப்படுவது:

ஒருகால் கயத்தாற்றில் வந்து தங்கிய வெள்ளையரான மாவட்ட ஆட்சித் தலைவரிடம் ஆண்டான் கவிராயரைச் சிலர் அறிமுகம் செய்து வைத்தனர். கவிராயரின் கல்வித் திறத்தைக் கேள்வியுற்ற கலக்டர் அவருக்குச் சில நிலங்களைக் கொடையாய் எழுதிக் கொடுத்தார். சில ஆண்டுகளுக்குப் பிறகு அங்கு வந்த வேறோர் அரசு அலுவலர் கவிராயரைப் பற்றிக் கேள்விப்பட்டு, அவரை அழைத்து வரச்சொன்னார். அவரிடம் 'உமக்குக் கொடையாய்த் தந்த நிலத்தை அரசிடம் ஒப்பிக்கப் போகின்றோம். இனி அந்நிலங்களை அனுபவிக்கும் உரிமை உமக்கு இல்லை' என்று சொன்னார்.

அதைக் கேட்டுக் கவிராயர் சொன்னார் : ''அந்நிலங்கள் என் கவித்திறமைக்காகத் தரப்பட்டன. அவற்றை நீர் பறிப்பீராகில் உமக்குக் கேடு விளையும்'' என்று பணிவுடன் கூறினார். அவ்வாறு என்ன கேடு வந்துவிடும் என்று அலுவலர் சினந்து கேட்டார். ''நான் ஒன்று சொன்னால், சொன்னவாறே நடக்கும் என்பதை நினைவூட்டுகின்றேன்.'' ''அப்படியா? இதோ நாங்கள் தங்கியுள்ள இந்த இடத்திலுள்ள புளியமரத்தின் பெரிய கிளையில் சுண்ணாம்பால் ஒரு கோடு போடுவேன். அந்த இடத்தில் கிளை முறிந்து விழுமாறு கவி பாடுவீரா? அவ்வாறு பாடினால் இப்போதுள்ள மானியங்களை நீரே ஆண்டு அனுபவிக்கலாம்.''

அதைக் கேட்டுக் கவிராயர் பாடினார் :

''எப்படியும் செந்தூர்க் கிறைவனே இப்புளியங்
கொப்பொடிய வேண்டும் குருபரா''

என்று இரண்டடிகளே பாடினார். புளியமரத்தின் கிளை அலுவலர் குறிப்பிட்ட அதே இடத்தில் முறிந்து கீழே விழுந்தது என்பர். அதைக்கண்டு வியப்பும் திகைப்பும் அச்சமும் கொண்ட அவ்வெள்ளையர் ''நல்லாப் பாடு, நல்லாப் பாடு'' என்று கத்தினாராம்.

- செப்பு வள்ளி

கொங்கைக் கிசைந்த குணாளாதெய் வானையெனும்
மங்கைக் கிசைந்த கணவா''.

இந்தப் பாட்டில் ஆழ்ந்த பொருள் ஒன்றுமிலது. இந்நிகழ்ச்சியைக் கண்டு வியந்த ஆங்கில அலுவலர் கவிராயருக்குப் பல பரிசுகளை வழங்கிச் சென்றாராம்.

இதே ஆண்டான் கவிராயர் பட்டைக் குறிச்சி என்ற ஊரார் கேட்டும் தனக்கு வெற்றிலை தரவில்லை என்பதற்காகப் ''பட்டைக் குறிச்சி பல பேரிருக்குமிடம் - இட்ட கொடிக்கால் இலை கருக'' என்று அறம் பாடியதால், அவ்வூரில் கொடிக்கால் பட்டு விட்டதாம். இப்போது அவ்வூரில் மிளகாயும் தக்காளியும் பயிராகின்றனவாம்.

ஆண்டான் கவி கயத்தாற்றிலும் அறம் பாடினார் என்று, மேலே காளமேகம் பாடியதாய்ச் சொல்லப்பட்ட பாடலை இவர் மேலும் ஏற்றிக் கூறுவர். இவையனைத்தும் நம்புதற்கியலாப் புனைகதைகளெனினும் வரலாற்றுப் பின்புலமாய் அவை இங்கு சொல்லப்படுகின்றன.)

கடையநல்லூர்

கடைய நல்லூர் : இது தென்காசிக்கும் சங்கர நயினார் கோயிலுக்கும் இடையிலுள்ளது. கடகால நல்லூர் என்பது இவ்வூரின் பழம் பெயர் என்பர். இங்குள்ள சிவன் கோயில் இறைவர்க்குக் கடகால ஈசுவரர் என்ற பெயர். இவ்வூரின் அண்ணாமலைக் கோயிலும் அதைச் சேர்ந்த அரிச்சந்திரன் தெப்பக் குளமும் சிறப்பானவை. இவ்வூர் கீழக்கடைய நல்லூர், மேலக்கடைய நல்லூர், கிருஷ்ணாபுரம் என்று மூன்று பிரிவுகளை உடையது.

மேலக்கடைய நல்லூருக்கும் கீழக்கடைய நல்லூருக்குமிடையே நடுவில் சீவலவன் கால் என்ற கால்வாயும் மேலக்கடைய நல்லூருக்கும் கிருஷ்ணாபுரத்திற்கும் இடயே பாப்பான் காலும் உள்ளன. இவ்வூரில் முஸ்லிம்கள் கணிசமான எண்ணிக்கையில் உள்ளனர். இங்கு ஐந்து பள்ளி வாசல்கள் உள்ளன. இவ்வூர் மக்களின் முக்கியமான தொழில் நெசவு ஆகும்.

பாஞ்சாலங்குறிச்சிக் கோட்டை புத்துயிர் பெறுதல்

கம்பெனிப்படை கயத்தாற்றிலிருந்து பெயர்ந்து கடையநல்லூரில் தண்டு இறக்கிப் பெரிய விருந்தை ஆக்கிக் கொண்டிருந்த நேரத்தில் புரட்சியாளர் எல்லாத்திக்குகளிலுமிருந்து திடீரென்று வந்து தாக்கினர். அவர்கள் ஆழமான ஓர் ஓடைக்குள் ஒளிந்திருந்து, இவ்வாறு திடீர்த்தாக்குதலை நடத்தினர். பிரிட்டீசுப்

படையினர் புரட்சியாளரில் நாற்பது பேரைக் கொன்றனர். அதன்பிறகு சதுரமாய் வியூகம் வகுத்துக்கொண்டு, மூலைகளில் பீரங்கிகளை நிறுத்தி நடுவில் பண்டங்களைக் குவித்து, இதே நிலையில் இரவு முழுவதும் விழித்து இருந்தனர்.

இப்படை மறுநாளன்று கிளம்பிப் பாஞ்சாலங்குறிச்சியினருகில் தண்டு இறங்கியது. பிரிட்டீசார் இரண்டாண்டுகளுக்கு முன்னர் இடித்துத் தரைமட்டமாக்கியிருந்த கோட்டை, அங்கு ''ஆறே நாளில் மந்திரத்தால் நடந்தது போல் எழுந்து நிற்கக் கண்டு'' வியந்தனர். அக்கோட்டையின் ஒவ்வொரு பகுதியிலும் ஆயுதமேந்திய ஆயிரக்கணக்கான வீரர்கள் நின்றனர்.

கம்பெனிப் படை பின்வாங்கியது

ஒட்டப்பிடாரத்திலிருந்து கோட்டையைப் பிடிக்க முயன்ற கம்பெனிப் படையின் எண்ணத்தைப் புரட்சியாளர் குலைத்தனர்.பின்னர் கம்பெனிப் படையின் பக்கவாட்டில் திடீரென்று தோன்றினர். பாஞ்சாலங்குறிச்சியிலிருந்தும் வல்லநாட்டு மலையிலிருந்தும் வரக்கூடிய புரட்சியாளரால் தன் படை துண்டிக்கப்பட்டுவிடும் என்ற அஞ்சிய மெக்காலே, அவர்களைத் தாக்கப் போவது போல் பாவனை செய்து தந்திரமாய்ப் பின் வாங்கிவிட்டார்.

புரட்சியாளர் தம் தவற்றை உணர்ந்ததுமே பெருங்கூச்சலிட்டுக் கொண்டு கம்பெனிப் படை மீது பாய்ந்தனர். இச்சண்டையில் புரட்சியாளரில் 110 பேர் இறந்தனர். புரட்சியாளர் துரத்திக் கொண்டே வர, கம்பெனிப் படை இரவு முழுவதும் ஓட்டமும் நடையுமாய் விரைந்து பிப்ரவரி 10 அன்று பாளையங்கோட்டையை அடைந்தது.

இதனிடையே, மதுரையிலிருந்து வந்த உதவிப்படையின் தலைவரான கேப்டன் ஹசார்டு கடல் குடியைத் தாக்கினாரெனினும், அத்தாக்குதலைப் புரட்சியாளர் முறியடித்தனர்.

புரட்சியாளர் சீவைகுண்டத்திலிருந்த கம்பெனியின் படை நிலையை அழிக்கும் முழு முயற்சியுடன் மார்ச்சு 19 அன்று அங்கு படை கொண்டு சென்றனர். அவர்கள் மேஜர் ஷெப்பர்டன் தலைமையிலிருந்த கம்பெனிப் படையை வென்று சீவைகுண்டத்துப் படை நிலையைக் கைப்பற்றினர்.

1801

சீவைகுண்டம்

சீவைகுண்டம் : திருவைகுண்டம் என்றும் அழைக்கப்பெறும் இத்தலம் நூற்றெட்டு வைணவத் திருப்பதிகளுள் ஒன்று: இன்று சிதம்பரனார் மாவட்டத்திலுள்ள நவதிருப்பதிகளுள் அடங்கியது. இது சைவர்க்கும் சிறப்பான தலமாகும். இது கைலாசபுரம், வைகுண்டபதி என்ற இரண்டு ஊர்கள் சேர்ந்தது. இவ்வைணவத் திருப்பதி திருச்செந்தூருக்குச் செல்லும் இருப்புப் பாதையில், திருநெல்வேலியிலிருந்து சுமார் 29 கிலோமீட்டரில் பொருநையின் கரை மீதமைந்துள்ளது. தூத்துக்குடிச் சாலைக்கு வடக்கேயும் தெற்கேயும் கைலாசபுரமும் வைகுண்டபதியும் முறையே உள்ளன.

கைலாயமும் வைகுண்டமும் சேர்ந்திருக்கும் பெருமை இவ்வூருக்குண்டு. இங்கு பெருமாள் கோயில் கொண்டிருப்பதால், ஊர்ப்பெயர் சீவை குண்டமானது. இந்தப் பெருமாளுக்குக் கள்ளப்பிரான் என்ற பெயரும் உண்டு. கால தூசகன் என்ற திருடன் தான் கவரும் கொள்ளைப் பொருளில் பாதியை வைகுண்டநாதனுக்கு அளிப்பதை

வழக்கமாய்க் கொண்டிருந்தான். அவன் ஒரு நாள் அரண்மனையினுள் புகுந்து திருடியபோது காவலரிடம் பிடிபட்டான். அவன் அப்போது வைகுண்ட வாசனை வேண்டித் தொழுதான். அப்போது திருமால் திருடன் வேடம் பூண்டு, அரசனுக்கு மெய்ப்பொருளை எடுத்துரைத்துக் காலதூசகன் கள்வன் அல்லன்: அவன் தன்னை ஒரு யோகியாகவே எண்ணியவன் என்பதை எடுத்துக்காட்டித் திருமால் கள்ளனுக்கும் காவலனுக்கும் நட்புண்டாக்கினார். அரசனின் வேண்டுகோளுக்கிணங்கப் பெருமாளுக்குக் கள்ளப்பிரான் என்ற சிறப்புப் பெயர் ஏற்பட்டது என்பது சீவைகுண்டப் பெருமாளைப் பற்றிய கதையாகும்.

சைவர்களுக்கும் இவ்வூர் சிறப்பு வாய்ந்த இடமாகும். இங்கு கைலாசநாதர் கோயிலுண்டு. இக்கோயிலின் ஈசனைப் பற்றி இவ்வூரினரான குமர குருபரர் (சுமார் 1623 - 1659) கயிலைக் கலம்பகம் என்ற நூலை எழுதினார் என்று தெரிகின்றது. திருப்பனந்தாள் காசி மடத்திற்காக இங்கு குமரகுருபரர் பெயரால் அச்சகமும் சங்கமும் நூல்நிலையமும் தனித்தனியே ஆடவர், மகளிர் பள்ளிகளும் குமர குருபரர் கல்லூரியும் நடந்து வருகின்றன. காசி மடத்தின் பெரும்பாலான நூல்கள் இவ்வூரிலிருந்தே வெளிவருகின்றன. (திருப்பனந்தாள் மடம்: இ.ச.க.தொகுதி-2 காண்க) இவ்வூரினருகிலுள்ள சீவை குண்ட அணைக்கட்டினால், இப்பகுதி செழிப்பு அடைந்துள்ளது.

1801

புரட்சியாளர்க்கு வெற்றி மேல் வெற்றி

புரட்சியாளர் வெற்றி மேல் வெற்றிகளைக் குவித்துவந்த வேளையில், கம்பெனிப் படை திருநெல்வேலியில் வந்து குவிந்தது. மேஜர் காலின் மெக்காலே (*Major Colin Macaulay*) திருவிதாங்கூரில் பிரிட்டீசுப் பேராளராய் (*Resident*) இருந்துகொண்டு நெல்லைச் சீமையில் படைத் தலைமையையும் ஏற்றிருந்தார். அவர் கயத்தாற்றில் படைகளைத் திரட்டிக்கொண்டு பாஞ்சாலங்குறிச்சியை நோக்கி முன்னேறினார்.

அவர் பசுவந்தனை என்ற இடத்தை அடைந்ததும், புரட்சியாளரின் காலாள்படையும் அதற்குப் பக்க பலமாய் நின்ற வேல்கம்புப் படையும் பிரிட்டீசு முகாமைத் தாக்கின. புரட்சியாளரில் 96 பேர் இறந்ததும் அவர்களின் படை பின்வாங்கியது.

பசுவந்தனை

பசுவந்தனை : இது பாஞ்சாலங்குறிச்சியின் வடக்கில் சுமார் 5 கிலோ மீட்டரில் உள்ளது. கோயில்பட்டியிலிருந்து 22 கிலோ மீட்டர், கடம்பூர் இரயிலடியிலிருந்து 11 கிலோமீட்டர். இவ்வூரில் பெரிய சிவன் கோயில் உள்ளது. இப்போது கோயிலினுள் திருநிலை செய்துள்ள இலிங்கம் முன்னர் காட்டினுள் இருந்தது. அப்போது ஒரு பசு இந்த இலிங்கத்திற்குத் தன் பின்னங்கால்களால் மடியை அணைத்துப் பால் சொரிந்ததால், இவ்வூர் பசுவந்தனை ஆயிற்றென்பர். இங்குள்ள இறைவர் கைலாசநாதர். இறைவி ஆனந்தவல்லி. இக்கோயிலுக்கு வண்டானம் முத்துச்சாமி ஐயர் பாடிய யமக அந்தாதி ஒன்றுண்டு. (யமகம் = வந்த சொல்லே வருமாறு பாடுதல். இங்கு சித்திரைத் திருநாளையொட்டி மாட்டுச்சந்தை நடப்பதுண்டு. இவ்வூர் ஓரளவு பெரியது. இது பேருந்துத் தடத்திலுள்ளது

பாஞ்சாலங்குறிச்சியில் கம்பெனிப் படை

பிரிட்டீசுப் படை தாக்குவதற்கு ஆயத்தமாய் மார்ச்சு 31 அன்று பாஞ்சாலங்குறிச்சிக் கோட்டைமுன் வந்து நின்றது. அன்று பிற்பகல் மூன்று மணிக்குக் கனத்த பீரங்கிகள் கோட்டைச் சுவரை இடித்து அதில் பெரிய பிளவை உண்டாக்கின. ஐரோப்பியப் படை தனது நாட்டுப் படையின் துணையுடன், வலுத்த துப்பாக்கித் தாக்குதலுக்கு இடையில் முன்னேறியது. பிரிட்டிசாரின் கடுந்தாக்குதலையும் குன்றாத முன்னேற்றத்தையும் கண்டு புரட்சியாளர் தம் மன உறுதி தளர்ந்துவிடவில்லை.

குலவை ஓசை

கோட்டையில் ஏற்பட்ட பிளவின் வழியே உள்நுழைய முயன்ற கம்பெனிப் படையினர் அனைவரும் வேல்கம்புக்கும் துப்பாக்கிக் குண்டுக்கும் பலியாயினர். கோட்டைப் பிளவினுள் அடுத்தடுத்து நுழைய முயன்ற பாடு தோற்றது. கம்பெனிக்கு உதவியாய் வந்து போரிட்ட எட்டயபுரத்துப்படை கோட்டையின் கிழக்குப் பக்கத்தைத் தாக்கிற்று. அதற்கும் கம்பெனிப் படைக்குக் கிடைத்த கதியே நேர்ந்தது. இம்முற்றுகையின்போது, புரட்சியாளர் இயல்பு மீறிய முறையில் அஞ்சி நடுங்கவைக்கும் விதமாய்க் குலவை இட்டனர். அவர்கள் முழுவெற்றி பெற்றபின் தான் குலவை ஒலி அடங்கியது. *(குரவை என்ற சொல்லே கொச்சை வழக்கில் குலவை ஆனது: இது பிரிட்டீசுப் படைக்குப் பாஞ்சாலங்குறிச்சியில் ஏற்பட்ட ஐந்தாவது தோல்வி.)*

வேல்கம்பு வைத்திருந்த வீரர்களிடமிருந்து எதிரிகளால் தப்பவே முடியவில்லை. அவர்கள் மறைந்து நின்றுகொண்டு கம்பெனிப் படையைக் கொன்று குவித்தனர். மெக்காலே இத்தோல்விக்குப் பிறகு மிக நெருக்கமான முறையில் முற்றுகைத் திட்டத்தை அமைத்தார். இதன்பிறகு ஜார்ஜ் கோட்டை, பரங்கிமலை, ஆர்க்காடு, மலபார் இங்கிருந்தெல்லாம் உதவிப்படைகள் பிரிட்டீசாருக்கு வந்து சேர்ந்தன.

1801

இறுதித் தாக்குதல்

பிரிட்டீசுப் படையின் தலைமைத் தளபதிக்கு உதவியாளரான (Adjutant General) லெட்டினன் கர்னல் அக்கினியூ *(Lt Colonel Agnew)* இப்போது படைக்குத் தலைமை ஏற்றார். அக்கினியூ ஒரு பெரும் படையைக் கோயில்பட்டியில் திரட்டினார்.

கோயில்பட்டி

கோயில்பட்டி*:* இவ்வூர் மேட்டில் செண்பக வள்ளியம்மன் கோயில் உள்ளது. இறைவன் பூவனநாதர் கோயிலால் ஊர் உருவானதால் கோயில்பட்டி எனப் பெயர் பெற்றது. கோயில்பட்டியருகில் பாண்டிய நாட்டின் கலைக் கருவூலத்தைத் தன்னகத்தே கொண்ட கழுகுமலையும் அதனைச் சார்ந்த பகுதிகளும் உள்ளன. இவ்வூர் திருநெல்வேலியிலிருந்து வடக்கே வட மேற்கில் 52 கிலோ மீட்டரில் இருக்கின்றது. இது விடுதலைக்கு முன்னர் சாத்தூர் வட்டத்தில் ஒரு சமீனாயிருந்தது

அக்கினியூ கோயில்பட்டியிலிருந்து மே 23 அன்று பாஞ்சாலங்குறிச்சிக்குப் புறப்பட்டார். அவர் அங்கு அடுத்த நாளான 24 அன்று நடத்திய பீரங்கி தாக்குதலால் கோட்டைச் சுவரில் பிளவை உண்டாக்கினார்.

கோட்டை வீழ்ந்தது

வலிமை வாய்ந்த பீரங்கிகளும் ஆற்றல் மிக்க துப்பாக்கி வீரர்களும் பின்னால் காத்து நிற்கக் கம்பெனிப் படை ஒன்று, பலத்த குண்டு வீச்சை எதிர்த்துக் கோட்டைப் பிளவை நோக்கி முன்னேறியது. வலிமையுடைய இப்படையைக் கண்டு புரட்சியாளர் தயங்கி விடவில்லை. அவர்கள் வேல் கம்பினாலும் துப்பாக்கியாலும் எதிரிகளைத் தாக்கினர். கடுமையான இந்தச் சண்டையில் இருதரப்பையும் சேர்ந்தவர்கள் ஏராளமான எண்ணிக்கையில் இறந்தனர். புரட்சியாளர் மாவீரத்துடன் தொடர்ந்து எதிர்த்து நின்றனர்.

பிரிட்டிசுப் படை முழுமூச்சாய்த் தாக்கியதைத் தொடர்ந்து கோட்டையைப் பிடித்துக் கொண்டது. அதற்குச் சிலமணி நேரத்திற்குப் பிறகு புரட்சிப் படையினரில் சுமார் மூவாயிரம் பேர் கோட்டையின் கிழக்குப் பக்கத்திலிருந்து தப்பிக் கிழக்கிலும் வடக்கிலும் ஓடினார். அவர்களில் 1500 பேர் கம்பெனிப் படையினால் கொல்லப்பட்டனர். பிரிட்டீசுப் படை பின்வாங்கி ஓடியவர்களைப் பின்புறமும் பக்கவாட்டிலும் தாக்கி மேலும் பலரைக் கொன்றது.

கோட்டையருகில் தூக்கு: புரட்சியாளர் சிதறல்

அக்கினியூ சிறைப்பட்ட புரட்சியாளரை வீழ்ந்துபட்ட பாஞ்சாலங்குறிச்சிக் கோட்டையருகில் மே 24 அன்று தூக்கிலிட்டார். புரட்சியாளர் இதன்பிறகு, தம்கையில் இருந்த வல்லநாடு, தூத்துக்குடி, கடல்குடி முதலிய இடங்களைவிட்டு வெளியேறினர். அவர்களில் பலர் வடக்கே ஓடி நெல்லைச் சீமையில் பல பகுதிகளுக்குள் பரவினர்.

நாங்குநேரிக்கு ஓடிய புரட்சியாளர் தளவாய்ப் பிள்ளையின் தலைமையில் திரண்டனர். பாஞ்சாலங்குறிச்சிக் கோட்டை வீழ்ச்சிக்குப் பிறகு புரட்சியாளர் சிலருக்குக் குற்ற மன்னிப்பு அளிக்கப்பட்டது. கட்டபொம்மனின் தம்பியான சிவத்தய்யவிற்கு மன்னிப்புத் தரப்படவில்லை. அவரைச் சீவில்லிபுத்தூரின் அருகே சிறைப்பிடித்துப் பலத்த படைவீரர் காவலுடன் பாளையங்கோட்டைக்குக் கொண்டு சென்றனர். (சீவல்லிபுத்தூர் இக்கால கட்டத்து அரசியல், சமயவியல் வரலாற்றில் நெருக்கமான தொடர்புடையது. இவ்வூரைப் பற்றிய செய்திகள் இ.ச.க. தொகுதி-6 ல் சொல்லப்பட்டுள்ளன.) குலசேகரப் பட்டினத்தைச் சேர்ந்த மூப்பனும் பிரிட்டிசாரிடம் பிடிபட்டார். தளவாய்ப் பிள்ளைக்கு நாங்கு நேரி மறவர்கள் புகலிடம் தந்தனர்.

நான்கு நேரி

நான்கு நேரி: முன்பு இவ்வூரைச் சுற்றி நான்கு ஏரிகள் இருந்ததால் அதற்கு இப்பெயர் வந்ததென்பர். இவ்வூர்க் குளம் நான்கு வளைவுகளைக் (கூன்களைக்) கொண்டதால் நான் கூன் ஏரி என்ற பெயர் பெற்று அது நான்கு நேரி என்று திரிந்தது என்பாரும் உளர். நான்கு நச்சு மரங்களைக் கொண்ட ஊரென்றும் கூறுவர். மேலும் வானளவு உயர்ந்த மலை என்ற பொருளில் வானமாமலை என்றும் தோத்தரிக்கும் மலை என்பதைக் குறிக்கச் சம்ஸ்கிருதத்தில் தோத்தாத்திரி என்றும் இவ்வூர் பல பெயர்களைப் பெற்றுள்ளது.

இங்கு தென்கலை வைணவர்க்கு முக்கியமான வானமாமலை மடம் உள்ளது. இதன் கிளைகள் இந்தியமெங்கும் உள. இம்மடத்திற்குக் கட்டுப்பட்டவர்கள் பல மாநிலங்களில் வாழ்கின்றனர். முன்னாள் குடியரசுத் தலைவரான இராஜேந்திரப்

பிரசாதும் இம்மடத்தைச் சேர்ந்திருந்தார். இம்மடத்தின் தலைவர்களான சீயர்கள் பதினான்காம் நூற்றாண்டு முதல் ஸ்ரீவைணவத்திற்குத் திருத்தொண்டு செய்து வருகின்றனர். மணவாள மாமுனிகள் (1370-1443) என்ற வைணவப் பெரியாரின் நல்லாசியாலும் ஆதரவினாலும் வானமாமலை மடம் 15 ஆம் நூற்றாண்டில் தொடங்கப்பெற்றது. அவரின் சீடர் ஒருவரே இம்மடத்தின் முதல் தலைவராய் (சீயராய்) அமர்ந்தார். விசிட்டாத்துவிதக் கொள்கையைப் பரப்புவதே இம்மடத்தின் நோக்கமாகும். வைணவ உரையாசிரியரான மணவாள மாமுனிகளின் மாணாக்கரான பிரதிவாதி பயங்கரம் அண்ணன் என்றவர் வெங்கடேச சுப்பிரபாதத்தை இயற்றினார் என்பர்.

நான்கு நேரி திருநெல்வேலி - நாகர்கோயில் சாலையில் 28 ஆவது கிலோ மீட்டரில் உள்ளது. இங்குள்ள மாலியர் கோயில் நம்மாழ்வரால் (12 ஆம் நூற்றாண்டு) மங்கள சாசனம் செய்யப்பட்டது. அதனால் இதை வானமாமலைத் திருப்பதி என்பர். இக்கோயில் கருவறையின் மேற்புறத்தில் கட்டுமலை உள்ளது. பொன்வேய்ந்த மண்டபமும் அங்கு பொன்போர்த்த தூண்களும் ஏராளமான தங்க நகைகளும் தங்கத் தேரும் பொலிவுடன் கூடிய பல சிற்பங்களும் இக்கோயிலில் உள்ளன.

பெருமாளின் பெயர் தோத்தாத்திரி நாதன். இப்பெருமாளுக்கு நாள்தோறும் நான்கு படி எண்ணெயும் சிறப்பு நாள்களில் 112 படி எண்ணெயும் அபிசேகம் செய்யப்படுகின்றது. இந்த என்ணெய் 20 அடி ஆழம், 30 அடி நீளம், 20 அடி அகலமுள்ள கிணற்றில் விழுகின்றது. பிறகு இந்த எண்ணெய் தொழுநோய் நீக்க உதவுகின்றது. நான்கு நேரி சென்னையிலிருந்து தெற்கே தென் மேற்கில் சுமார் 575 கிலோ மீட்டர்; பாளையங்கோட்டையிலிருந்து தெற்கே தென்மேற்கில் சுமார் 27 கிலோ மீட்டர்).

1801

ஊமைத்துரை தப்பினார்

லூசிங்டனால் அனுப்பப்பெற்ற கம்பெனிப் படை நான்கு நேரி மறவர்களை 1801 அக்டோபரில் தோற்கடித்தது.அங்கு லூசிங்டன் தளவாய்ப் பிள்ளையைப் பிடித்து விட்டார். ஆனால் கட்டபொம்மனின் தம்பியான குமாரசாமி தப்பிவிட்டார். மக்கள் இவரைச் செல்லமாய்ச் சாமி என்று அன்புடன் அழைத்தனர். இவரைக் கம்பெனியாரால் பிடிக்க முடியவில்லை. இந்தப் புரட்சியின் பெருந்தலைவர் வாய்பேசாத ஊமைத் துரையேயாவார். ஆங்கிலேயர் இவரை ஊமை என்ற பொருளில் டம்பி (Dumby) என்றும், ஊமி என்றும் கூறினார். முஸ்லிம்கள் மூக்கா என்றனர். பொதுமக்கள் துரைச்சிங்கம் என்றனர். அவரைப் பின்பற்றியவர்கள் சாமி என்றனர். ''இவர் குறிப்பிடத்தக்க மாபெரும் மனிதர்'' என்று வரலாற்றாசிரியர் டாக்டர் கே.இராசய்யன் குறிப்பிடுகின்றார்.

ஊமைத்துரைச் ''சாமி''

குமாரசாமி பார்ப்பதற்கு நோயாளி போல் தோன்றுவார். அவர் மிகுந்த கெட்டிக்காரர். அவருக்குப் புரட்சியாளரிடம் மிகுந்த செல்வாக்கு இருந்தது. அவர் ஒரு சிறுகுறிப்புக் காட்டினாலும், அது தேவ வாக்காய் எடுத்துக்கொள்ளப்பட்டது. அவர் எதைச் சொன்னாலும் அதைச் செய்து முடிக்க அனைவரும் முன்வந்தனர். அவர் இல்லாத சபை எதுவும் இருந்திலது. எந்தப் போரானாலும் ஊமைத்துரை அதில் முன்னணியில் நிற்பார்.

அவர் செவிட்டூமையாதலால், சைகையால் குறிப்புகளைக் காட்டினார். அவர் வலக்கையில் சிறு வைக்கோல் துண்டுகளை வைத்திருப்பார். இடக்கையால் அத்துண்டுகளைத் தள்ளும்போது, வாயினால் வைக்கோல் துண்டுகள் மீது காற்றை வீசுவது போல் ஓசை கொடுப்பார். இதன் பொருள்: ''வைக்கோல் துண்டுகளைப் போல் ஆங்கிலேயரை ஊதித் தள்ளுங்கள்.''

பாளையக்காரர் படை கம்பெனிப் படையைவிடத் தரம் குறைந்தது என்பதை ஊமைத்துரை உணர்ந்து கொரில்லாப் போர் முறையைக் கையாண்டார். இப்புரட்சியில் இத்தகைய போர் முறைகளே மிகுதியும் கையாளப்பட்டன.

ஆங்கிலேயரை எதிர்க்க மக்கள் இயக்கம் வேண்டுமென்பதை முதன்முதலில் உணர்ந்த இந்தியர் என்ற சிறப்பை ஊமைத்துரைக்குத் தரலாம். சாதிப் பாகுபாடுகளினால் பிளவுண்டும் மனக்கசப்புக் கொண்டும் பிரிந்து நிற்பது பொதுநலனுக்கு ஊறு விளைவிக்கும் என்ற உண்மை பூலித் தேவனுக்கோ, கட்ட பொம்மனுக்கோ உண்டாகவில்லை. அந்த மனிதநேய உணர்வு ஊமைத்துரையிடம் சுரந்தது. அவர் பல்வேறு சாதிகளைச் சேர்ந்த மக்களின் ஒத்துழைப்பை நாடினார். ஆனால் அனைவரின் ஆதரவும் அவருக்கு கிடைக்கவில்லை.

''மாமனிதர் ஊமைத்துரை''

இருந்தபோதிலும் ஊமைத்துரை தனிப்பட்ட எவரையும் வஞ்சம் தீர்க்கவில்லை. தூத்துக்குடியிலிருந்த ஆங்கில அலுவலர் இன்னலின்றி வெளியேறுவதற்கு அவர் இசைந்தார். மெக்காலேயின் படை வீரர்கள் பாஞ்சாலங்குறிச்சியில் தோல்வியுற்ற வேளையில், அவர்களுக்குப் பெருந்தன்மையுடன் விடுதலை அளித்தார். ''நானறிந்த மிகச் சிறந்த மனிதருள் ஊமைத்துரை ஒருவர்'' என்று ஜெனரல் வெல்ஷ் *(General Welsh)* *1890* ஆம் ஆண்டு இலண்டனில் வெளியான ''இராணுவ நினைவுகள்'' *(Military Reminiscences)* என்ற ஆங்கில நூலில் குறிப்பிட்டிருந்தார்.

பாஞ்சாலங்குறிச்சி கம்பெனிப் படையிடம் வீழ்ந்ததும் ஊமைத்துரையின் தலைமையில் புரட்சியாளர் சிலர் வடக்கே தப்பியோடினர். பிரிட்டிசாரும் எட்டயபுரத்தாரும் அவரைத் துரத்திக் கொண்டு பின்சென்றனர். அப்போது புரட்சிக்காரர் பலர் காயம் அடைந்தனர். அருகிலிருந்த சிற்றூர்ப் பெண்களில் சிலர் ஒரு நாள் மாலையில் வீரர்கள் வீழ்ந்துபட்ட களத்திற்குச் சென்று அங்கு உயிர் விட்டுக் கொண்டிருந்தவர்களுக்கு உதவ விரைந்தனர். அங்கு வெட்டி வீழ்த்தப்பட்ட பிணக் குவியலின் நடுவே, அப்பெண்களில் ஒருத்தியின் மகன் குற்றுயிராய்க் கிடந்தான். பெண்கள் அவனைக் கண்டு அழுது அரற்றி அவனது தலையைத் தூக்கினர். உயிரும் உரமும் விரைந்து மறைந்து கொண்டிருந்த நிலையிலும் அவ்வீரன் மெல்லிய குரலில் சொன்னான்: ''அம்மா நான் சாகின்றேன். ஆனால் எனக்குப் பக்கத்தில் கிடக்கும் சாமியின் உயிரைக் காப்பாற்றுங்கள்''. அவ்வீரன் ஊமைத்துரைமீது தனக்கிருந்த மாறா பற்றை அந்தக் கடைசி நேரத்திலும் வெளிப்படுத்தினான்.

பெண்கள் விரைவில் ஊமைத்துரையின் உடலைக் கண்டுபிடித்தனர். அவர் தனது குருதிப் புனலில் கிடந்தார். இன்னும் உயிர் இருந்தது. பெண்கள் தாயன்புடன் அவரைத் தூக்கிக்கொண்டு வீடு திரும்பினர். அங்கு அவரது உடலில் இருந்த காயங்களைத் துடைத்து - ஆறு காயங்கள் இருந்தன - அவற்றுக்கு மருந்து வைத்துக் கட்டினர். அந்நேரம் எட்டயபுரத்துப் படை விரைந்து வந்ததைக் கண்ட பெண்கள் செய்வதறியாது திகைத்தனர்.

அவர்கள் ஊமைத்துரையின் உடலைத் துணியால் மூடி ஒப்பாரி வைத்து அழுதனர். இந்த இளைஞன் அம்மையினால் இறந்தான் என்று நெருங்கி வந்த படையினரைப் பார்த்து ஒலமிட்டனர். அம்மை என்று சொல்லக்கேட்டதும் படைவீரர் உடனே அவ்விடத்தை விட்டு அகன்றனர். ஊமைத்துரை இன்னும் விழுப்புண்கள் ஆறாத நிலையில் கமுதியில் கூடியிருந்த புரட்சியாளரிடம் மே 28 அன்று போய்ச் சேர்ந்தார். அவர் சிவகங்கைச் சீமைக்குள் நுழைந்ததும் மக்கள் அவரைக் கொட்டு முழக்குடன் ஆரத்தி எடுத்து வரவேற்றனர். (கமுதி இராமநாதபுரத்திலிருந்து சுமார் 49 கிலோ மீட்டரில் உள்ளது. இது கொண்டை ஆற்றின் தென் கரையிலமைந்தது. இந்த ஊரில் கொண்டையாற்றின் கரைமீது பிரஞ்சுக்காரர் ஒருவர் ஒரு கோட்டை கட்டியிருந்தார். பிரிட்டீசார் பாஞ்சாலங்குறிச்சிக் கோட்டையை வென்று அழித்த பின்னர் ஊமைத்துரை கமுதிக்கு வந்தார்)

புரட்சி மறவர் சீமைக்கு மாறியது

நெல்லைச் சீமையில் 1801 பிப்ரவரி தொடங்கி மே மாதம் வரை நடந்த 115 நாள் புரட்சி, மே மாதத்திலிருந்து மறவர் சீமையில் பரவத் தொடங்கியது. இப்புரட்சிக்கு வெள்ளை மருது என்ற பெரிய மருதும் அவரின் இளவலான சின்ன மருதும் தலைமை ஏற்றிருந்தனர். அவர்கள் நெல்லைச் சீமைப் புரட்சியாளருடன் அணி சேர்ந்தனர். அவர்களிருவரும் புரட்சித் தலைவர் ஒவ்வொருவருடனும் சேர்ந்து கொண்டு தம் நாட்டு மக்களையெல்லாம் ஒன்று கூட்டுவதற்காகப் பெரும்படையொன்றை ஆயத்தப்படுத்தினர்.

அவர்கள் ஊர்களை விட்டு வெளியேறிக் காடுகளுக்குள் சென்று விட்டனர். அவர்கள் அணி திரளும் மையமாய்ச் சிவகங்கைக் காட்டின் நடுவிலிருந்த காளையார் கோயில் (இ.ச.க. தொகுதி-8) இருந்தது. புரட்சியாளர் தம் இலட்சியத்திற்கு சமயச்சார்புள்ள முக்கியத்துவம் தந்தது அதற்குக் காரணமாகும். அவர்கள் காளையார் கோயில் காடுகளுக்குள் நுழையுமுன்னர், ஊர்களையும் கோட்டைகளையும் ஆங்கிலேயர் பயன்படுத்திவிடாதவாறு சூலை 30 அன்று அழித்துச் சென்றனர்.

1801

பெருவடிவு கொண்ட புரட்சி

மருதுகள் வாழ்ந்து வந்த சிறுவயல் என்ற அழகான ஊர் கூட ஆங்கிலேயரிடம் பிடிபட்டு விடாமல் அழிக்கப்பட்டது. பிற இடங்களில் தோல்வியும் இழப்பும் அடைந்த புரட்சியாளரும் சிவகங்கைப் படையுடன் சேர்ந்து கொண்டதால், புரட்சி பெரு வடிவெடுத்து விட்டது.

ஊமைத்துரை மே 28 அன்று கமுதியை அடைந்ததும் சின்ன மருது அவரைத் தன் தலைநகரான சிறுவயலுக்குக் கொண்டு சென்று, அவரை நன்கு பேணச் செய்தார். ஊமைத்துரை நலம்பெற வேண்டுமென்று மருதிருவரின் பெண்கள் இறையருளை நாடித் தானம் செய்தனர்.

சிறுவயல்

(சிறுவயல் : மருதுகள் அழகான இந்த ஊரில் வாழ்ந்திருந்தனர். சிவகங்கைச் சீமைக்குச் சிறுவயல் தலைநகராயிருந்தது. காரைக்குடியிலிருந்து சுமார் 18 கிலோ மீட்டரில் உள்ளது. இவ்வூர் மருதுபாண்டியர்க்கு முன்னரே பழஞ்சிறப்புடையது.

இங்கு முதலாம் இராசராசன் *(985-1014)* பெயரில் அமைந்துள்ள மும்முடி நாதசாமி கோயில் இதற்குச் சான்றென்பர். மாறவர்மன் சுந்தரபாண்டியன், வீரபாண்டியன், மதுரை நாயக்கர் காலங்களில் இக்கோயிலுக்கு நிலங்களும் வேறு கொடைகளும் அளிக்கப்பட்டுள்ளன. இங்கு *13-16* ஆம் நூற்றாண்டுக் கல்வெட்டுகள் உள்ளன. இங்கு பாண்டியன் வெட்டிய மான் கொண்டான் ஊருணி இன்றும் பயன்படுகின்றது. காளையார்கோயிலிலுள்ள பதினான்காம் நூற்றாண்டுக் கல்வெட்டொன்றில் எல்லை சொல்லும் போது ''சிறு வயலுக்குப் போகும் வழி'' என்று குறிக்கப்பட்டுள்ளது. இங்கு மருது பாண்டியர் அரண்மனை கட்டியபிறகுதான் இதற்கு அரண்மனைச் சிறுவயல் என்ற பெயர் ஏற்பட்டது. சிறுவயலின் வடகோடியில் மருது பாண்டியன் கோட்டை ஏழரை ஏக்கர்ப் பரப்பில் அமைந்திருந்தது. இங்கு மருது பாண்டியர்க்கும் சின்ன மருதின் மகன் சிவத்தம்பிக்கும் அரண்மனைகள் இருந்தன.)

இராமநாதபுரத்தில்

புரட்சியாளர் இராமநாதபுரத்தில் முத்துக் கருப்பத் தேவரை அரசராக்கினர். ஐரோப்பிய - போர்த்துக்கீசர் என்று கூறப்பட்ட கர்னல் மார்டின்ஸ் *(Colonel Martinz)* முன்னர் பாளையக்காரரிடம் பலகாலம் பணி செய்தவர். அவரின் கீழ் கம்பெனிக்காகச் சண்டை செய்த இராமநாதபுரப் படைப்பிரிவு *(Ramnad corps)* திருப்பத்தூர்க் கோட்டையில் காவல் இருந்தது.

மருதிருவர் அப்படையை விரட்டிவிட்டுத் திருப்பத்தூர்க் கோட்டையைப் பிடித்து விட்டனர். கம்பெனிப் படையினர் கையிலிருந்த நத்தத்தையும் கைப்பற்றினர். அடுத்து மேலூரையும் திரும வேலூரையும் பிடித்து அங்கிருந்த கோட்டைகளையும் படைக்கலன்களையும் வெடி மருந்துகளையும் கவர்ந்தனர்.

புரட்சியாளர் பெரிய மறவர் நாடான இராமநாதபுரத்தில் அடைந்த வெற்றி, அவர்களின் கிளர்ச்சிக்குப் புதுவேகம் அளித்தது. நாட்டில் பஞ்சம் தலைவிரித்தாடி யமையால் வேலையில்லாதவர்கள் புரட்சிப் படைகளில் சேர்ந்தனர். நீண்ட கடலோரப் பகுதியும் புரட்சியாளர் வசமாயிற்று. ஏற்கனவே சிவகங்கைச் சீமையிலிருந்த தொண்டித் துறைமுகம் இப்போது முக்கியத்துவம் பெற்றது. புரட்சியாளர் பெரிய தோணிகளைப் பயன்படுத்தித் தவசதானியம், படைக்கலன்கள், வெடிமருந்துகள் ஆகியவற்றைத் தொண்டி வழியே இறக்கிக் கொண்டனர். அவை இலங்கையிலிருந்து கொண்டு வரப்பட்டிருக்கலாம். அவர்கள் கம்பெனியின் சரக்குத் தோணிகளைக் கைப்பற்றியும் இருக்கலாம்.

மதுரையில் புரட்சியாளர்

புரட்சியாளர் மதுரையிலும் புகுந்தனர். ஊமைத்துரையின் விழுப்புண்கள் சூலை மாதம் ஆறின. அவர் ஒரு படையை அழைத்துக்கொண்டு மதுரைச் சீமையிலிருந்த பாலைய நாட்டைத் தாக்கிக் கைப்பற்றினர். பாலையநாடு என்பது பாலை மரங்கள் நிறைந்த பதினாறு ஊர்களைக் குறிக்கும். இவற்றுள் கானாடுகாத்தானும் பள்ளத்தூரும் அடங்கியிருந்தன. (பாலை என்பது ஒருவகை மரம். இது சாக்கோட்டை வட்டாரத்தில் மிகுதி. இம்மரத்துப் பழம் வேப்பம் பழம் போன்றது. இதில் பால் மிகுதியாயிருக்கும். இம்மரம் இறையுருவங்கள் செய்ய ஏற்றது. செட்டிநாட்டு மாளிகைகளின் முகப்பில் காணப்படும் கலைச்சிறப்பு நிறைந்த சிலைகள் பெரும்பாலும் பாலை மரத்தில் செய்யப்பட்டவை.)

கள்ளர்கள் அதே நேரத்தில் மதுரைச் சீமையின் மேற்குப் பகுதியைப் பிடித்தனர். ஊமைத்துரை இவ்வெற்றிகளினால் மன ஊக்கம் பெற்று மதுரைக் கோட்டையை நோக்கி விரைந்தார். அது நன்கு பாதுகாக்கப்பட்டிருந்ததால், அவர் வெறுங்கையுடன் திரும்ப நேர்ந்தது.

தஞ்சைத் தரணியிலும் புரட்சி

புரட்சி தஞ்சைத் தரணியிலும் 1801 சூலையில் பரவிற்று. சிவகங்கை, இராமநாதபுரத்துப் புரட்சியாளர் சின்ன மருதின் மகனான சிவத்தம்பியின் தலைமையில் கரையோரமாகவே வடக்கே சென்றனர். அப்பகுதிகளிலிருந்த உழவர்கள் புரட்சிக்கு ஆதரவு தரும் பொருட்டுத் தாமாகவே புரட்சி அணியில் சேர்ந்தனர். அவர்கள் பிரிட்டீசு - நவாபு ஆதரவான புதுக்கோட்டையைப் பிடித்தனர். அறந்தாங்கியிலும் அடியார் குடியிலும் படை நிலைகளை அமைத்தனர். அதன்பிறகு சூலையில் மாங்குடி வரை சென்று, நாகூரை முற்றுகையிட்டுத் தோற்றனர்.

தஞ்சைத் தரணியின் பேராளராயிருந்த கேப்டன் பிளாக்குபர்ன் ஒரு படையைத் திரட்டிச் சென்று சிவத்தம்பியை மாங்குடியினருகில் தோற்கடித்து அந்த ஊரைப் பிடித்தார். எனினும் புரட்சியாளர் பெரும்படையுடன் சென்று மீண்டும் மாங்குடியைக் கவர்ந்தனர். புரட்சியாளர் இங்ஙனம் தஞ்சைத் தரணியின் தென்பகுதியைப் பிடித்துக் கொண்டதால், அவர்களுக்கு அங்கிருந்து உணவு தானியங்கள் கிடைக்கலாயின. கம்பெனிப் படையினர் பிற இடங்களிலிருந்து திரண்டு வந்து விரட்டியது வரையிலும் புரட்சியாளர் தஞ்சைத் தரணியின் இப்பகுதியில் நிலவினர்.

1801

கம்பெனியின் போர் ஆயத்தங்கள்

தென்பாண்டிச் சீமையிலும் தஞ்சைத் தரணியிலும் பெரும்பரப்பில் புரட்சி பரவியமையால், கம்பெனிக்கு மதுரையின் மீது இருந்துவந்த பிடி ஆட்டங்கண்டது. புரட்சியாளர் பிரிட்டீசுப் படையைத் துன்புறுத்துவதற்காகக் கொரில்லாப் போர்த் தந்திரங்களைக் கையாண்டனர். அவர்கள் துரிதமாயும் இங்குமங்குமாயும் சிறுசிறு கூட்டங்களாய் நடமாடி நாடு முழுவதையும் நாசம் செய்து வந்தனர். கம்பெனிப் படை துரத்தி வந்தால், அவர்கள் எளிதில் ஓடி ஒளிந்து கொண்டனர்.

கம்பெனியின் நிலை மிகவும் இக்கட்டாகியது. அது பெரிய அளவில் போரில் ஈடுபட ஆயத்தமாயிருக்கவில்லை. கம்பெனி திரட்டி வைத்திருந்த நாட்டுப் படையினரை நம்பிப் போரில் இறங்க முடியாது. நாட்டுப் படையினர் புரட்சியாளரை விடத் தம்மை பற்றிக் குறைவாய் எண்ணிக் கொண்டதாலோ அவர்கள் மீது பரிவு கொண்டதாலோ, போரில் முழுமனத்துடன் ஈடுபடவில்லை. கம்பெனிப் படையில் ஐரோப்பியரின் எண்ணிக்கையை அதிகமாக்க வேண்டும். ஆர்க்காட்டு நவாபிடமிருந்தும் கம்பெனியால் உதவி பெற முடியாது. ஏனெனில் நவாபின் ஆள்களும் புரட்சியாளர்களுடன் சேர்ந்து விட்டனர். கம்பெனி ஆட்டுவித்தபடியெல்லாம் ஆடிவந்த வாலாசா முகமதலி 1795 இல் இறந்த பிறகு, ஆர்க்காட்டு நவாபு அவர்களுக்கு ஒத்து ஊதுபவராய் இருக்கவில்லை.

கம்பெனிக்குச் சாதகமான சில சூழ்நிலைகளும் இருந்தன. பிரிட்டீசார் மைசூரின் திப்பு சுல்தானையும் நெல்லைச் சீமையில் கட்டபொம்மனையும் 1799 இல் வெற்றிகொண்டுவிட்டமையால், நாட்டின் தென் பகுதியில் கிளர்ச்சி செய்த

புரட்சியாளரோடு போர் செய்வதற்குப் பல போர் முனைகளிலிருந்து திரும்பிய பிரிட்டீசுப் போர் வீரர்கள் வரலாயினர். மேலும், தஞ்சை தரணி, புதுக்கோட்டை, எட்டயபுரம் ஆகியவற்றின் தலைவர்கள் கம்பெனியின்பால் மாறாப் பற்றுக் கொண்டிருந்தனர். ஆதலால் அந்நாடுகளிலிருந்து தனக்கு வேண்டிய பண்டங்களையும் புரட்சிப் படையினர் பற்றிய இரகசியங்களையும் பிரிட்டீசாரால் பெற முடிந்தது. அத்துடன் சிவகங்கை முதல் அரசர் சசிவர்ணத் தேவர் வழிவந்த படமாத்தூர் ஒயாத் தேவரின் ஆதரவையும் அவர்கள் பெற்று விட்டனர். இதனால் சிவகங்கைச் சீமைப் புரட்சியாளரிடையே பிளவு ஏற்பட்டது. ஆங்கிலேயருக்கு இத்தகைய சாதகமான சூழ்நிலையில் இருந்ததோடு, உயர்தரமான படைபலமும் சேர்ந்து கொண்டதால், பாதகமான சூழல்கள் மங்கி மறைந்தன. இவையெல்லாம் கூடி அவர்களுக்கு இறுதியில் வெற்றியைத் தேடித் தந்தன.

கர்னல் அக்கினியூ தலைமையில் வலுவான ஒருபடை கிளம்பி 1801 மே மாதம் இராமநாதபுரத்தைத் தாக்கிற்று. அது வழியில் புரட்சியாளரின் உறுதியான படைநிலைகளைப் பணியவைத்துவிட்டுச் சூன் முதல் தேதியன்று திருப்பூவணத்தில் தண்டு இறங்கியது.

1801

திருப்பூவணம்

திருப்பூவணம்: பாண்டிய நாட்டில் பாடல் பெற்ற பதினான்கு சிவத்தலங்களுக்குள் ஒன்று. இது மூவர் பாடலும் பெற்ற ஊர். இங்குள்ள இறைவர்க்குத் திருப்பூவணநாதர், திருப்பூவணேசர், அடைவார் வினை தீர்ப்பார் என்ற பெயர்களும் இறைவிக்கு அன்னபூரணி, அழகிய நாயகி, மின்னனையாள் என்ற பெயர்களும் வழங்குகின்றன.

கோட்டை நெல்முடிக்கரை, பழையூர், புதூர் என்ற நான்கு சிற்றூர்கள் உள்ளடக்கியது திருப்பூவணம். புதூர் மேட்டுப் பிரமனூர்க் கால்வாய்க்கு மறுபுறம் உள்ளது. கோட்டை என்பது பாண்டியர் கோட்டைக்குள் ஒன்றாயிருந்த இடமாகும். கோட்டைப் பகுதியில் தான் திருப்பூவணநாதர் கோயிலுள்ளது.

நெல்முடிக்கரை என்னும் பகுதி திருப்பூவணம் இரயில் நிலயத்தைச் சூழ்ந்து அமைந்துள்ளது.. திருப்பூவண மக்கள் பாண்டி மன்னனுக்கு நெல்லால் கோட்டை கட்டிக் கதிர்களை எடுத்து முடிசூட்டி வந்ததால் நெல்முடிக்கரை என்று இப்பகுதி பெயர் பெற்றது. இத்தலத்து இறைவனின் அழகைக் கண்டு மயங்கிய பொன்னனையாள் என்ற தேவரடியார் திருப்பூவண நாதரின் உருவத்தை ஆரத் தழுவியதாயும் அதனால் இறைவனின் கன்னத்தில் முத்தத் தழும்பு பதிந்ததென்றும் கூறுவர். இது போன்ற செய்தி தஞ்சை மாவட்டத்துச் செந்தலையூரிலும் வழங்குகின்றது. அங்கு திருவிடை மருதூர் அருகில் ஒரு திருப்பூவணம் இருகின்றது. பாண்டிநாட்டுத் திருப்பூவணம் சிவகங்கையிலிருந்து மேற்கே சுமார் 24 கிலோ மீட்டர்.)

அக்கினியூ வெற்றி

அக்கினியூ சேதுச் சீமையில் புரட்சியின் வேகத்தை மட்டுப்படுத்தி, மதுரை மீது புரட்சியாளர் நடத்தவிருந்த தாக்குதல் அபாயத்தைப் போக்கினார். மேஜர் ஜேம்ஸ் கிரகாம் (*Major James Graham*) தலைமையில் ஒரு படை திருப்பூவணத்திலிருந்து மதுரைக்குச் சென்றது. புரட்சியாளர் அன்று பெரும்படையுடன் வந்து கிரகாமைத் தாக்கிய போதிலும், மேஜர் ஷெப்பர்டின் (*Major Shephard*)தலைமையிலிருந்த இன்னொரு படை கிரகாமின் உதவிக்குச் சென்று அவரைக் காப்பாற்றியது.

அக்கினியூ சூன் 8 அன்று திருப்பாச் சேத்தியை விட்டுப் புறப்பட்டு மானாமதுரை (இ.ச.க. தொகுதி-8) பார்த்திபனூர் வழியாய்ச் சென்று 11 ஆம் தேதியன்று பரமக்குடிக் கோட்டையைக் கைப்பற்றினார்.

திருப்பாச்சேத்தி

சேரை மாநகர் என்ற பெயரையும் உடைய இவ்வூர் திருப்பூவணத்திலிருந்து பத்து கிலோ மீட்டரில் உள்ளது. இவ்வூர்ச் சிவன் கோயில் திருப்பூவண நாதர் கோயிலைச் சேர்ந்தது. இக்கோயிலை நளமகராசர் கட்டினார் என்று ஊரார் நம்புகின்றனர். இவ்வூர்ச் சுந்தரவல்லியமன் கோயிலுக்கு மருதிருவர் மரகதப் பச்சைக் கல்லில் சிவலிங்கம் செய்து வழங்கினார். அது இன்றும் இக்கோயிலில் வழிபடப்பட்டு வருகின்றது. இவ்வூர்த் திருநோக்கி அழகனார் கோயிலும் பழமையானது. இவ்வூரில் வெட்டும் குத்தும் அதிகமாயிருந்ததனால் அரிவாள் செய்வதில் சிறந்து விளங்கியது. திருப்பாச்சேத்தி அரிவாள் இன்றும் பெயர் பெற்றது.

பரமக்குடி

பரமக்குடி : இவ்வூர் வைகையின் தென் கரையிலுள்ளது. பரம்பு என்றால் கரை என்று பொருள்படும். குடி என்பது ஊர்; கரை மீதமைந்த ஊர். இது இராமநாதபுரம் - மதுரைச் சாலையில் உள்ளது. மதுரையிலிருந்து தென்கிழக்கில் சுமார் 60 கிலோ மீட்டர்.

புரட்சியாளர் ஆங்கிலப் படை சென்ற இவ்வழியெல்லாம் பின் தொடர்ந்து சென்றனர். அவர்கள் திருப்பாச்சேத்தியில் ஒருபடைப் பிரிவைத் துண்டித்து முன்னேறினர். ஆனால் மோதலில் புரட்சியாளரில் எழுபது பேர் அங்கு இறந்ததும் பின் வாங்கினர். புரட்சியாளர் 10 ஆம் தேதியன்று மானாமதுரைக்கருகில் பெருத்த எண்ணிக்கையில் வந்து பலமனேரி ஆற்றின் எதிர்க்கரையில் நின்றனர். அவர்கள் ஹெப்பர்டின் தாக்குதலை முறியடித்து ஆற்றினுள் இரங்கிய பிரிட்டீசுப் படையினரில் பலரை வேல் கம்பினால் குத்திக்கொன்றனர். இதையடுத்து நடந்த சண்டையில் இருதரப்பிலும் பலர் செத்தனர். இருந்தாலும் அக்கினியூ தொடர்ந்து சென்று சூன் 14 அன்று இராமநாதபுரத்தை அடைந்தார்.

அக்கினியூ பின்னர் அங்கிருந்து விரைந்து சென்று சூலை 9 அன்று மதுரையை அடைந்தார். அவர் சூலை 26 அன்று புரட்சியாளர் வசமிருந்த திருப்பத்தூர் கோட்டையைத் தாக்கிப் பிடித்துவிட்டு மலபாரிலிருந்து வரவிருந்த கர்னல் ஜேம்ஸ் இன்னசின் *(col.James Innes)* படைக்காகக் காத்திருந்தார்.

கர்னல் இன்னஸ் திண்டுக்கல் புரட்சியாளரை அடக்கிவிட்டு மதுரையை நோக்கி முன்னேறினார். (திண்டுக்கல் : இ.ச.க. தொகுதி-6) அவர் நத்தத்திற்கு அருகில் புதுக்கோட்டைத் தொண்டைமான் படையைச் சந்தித்தார். (நத்தம் : இ.ச.க. தொகுதி-5,6) அவர் பிரான்மலையைத் தாக்கித் தோல்வியடைந்தார்.

பாரி - பிரான்மலை

இந்த மலையும் இதன் அடிவாரத்திலுள்ள ஊர்களும் திருப்பத்தூர் - சிங்கம் பிடாரிச் சாலையிலுள்ள சதுர்வேதி மங்கலம் என்று இன்று வழங்கும் மட்டியூர் என்ற ஊரின் வடக்கே பத்துக் கிலோ மீட்டரில் உள்ளன.

கடையெழு வள்ளல்களுள் ஒருவரான பாரி, பிரான்மலைச் சரிவிலுள்ள அருளகம் என்ற இடத்திலிருந்து ஆட்சி செய்ததாய்க் கூறுவர். பாரி ஆண்ட நாடு பரம்பு நாடு. இது பின்னாளில் பிரம்பூர் நாடு என்று மருவியது. இப்பகுதியில் இன்றும் எழுதப்பெறும் ஆவணங்களில் ''பிரம்பூர் நாட்டில்'' என்ற சொற்றொடர் பயன்படுத்தப்படுகின்றது. பரம்பு நாடு திருவாதவூர் வரை பரவியிருந்தது எனத் தெரிகின்றது. வளைந்த மலைப்பகுதி காரணமாய், இது பிரான்மலை என்று பெயர் பெற்றிருக்கலாம் என்பர்.

பாரி புலவர்க்கு வாரி வழங்கிய வள்ளலாய் விளங்கியமையால், ''முந்நூறு ஊரும் கொடுத்து மூவாப்புகழ் பெற்ற பாரி'' என்று அவர் சிறப்பிக்கப்பட்டார். திருஞான சம்பந்தர் (7 நூ.) ''வானிற் பொலிவெய்தும் மழை மேகம் கிழித்தோடிக் கூனர் பிறை சேருங் குளிர் சாரல், கொடுங்குன்றம்'' என்று பாடுகின்றார்.

பிரான்மலையையடுத்த தனிக்குன்றில் மூன்று நிலைகளில் மூன்று கோயில்கள் உள்ளன. இவற்றுள் அடிவாரத்திலுள்ள கோயில் முக்கியமானது: பாடல் பெற்றது: இறைவன் கொடுங்குன்ற நாதன்: இறைவி குயிலமிர்த நாயகி. அருணகிரி நாதர் (15.நூ) இங்குள்ள முருகனைப் பாடியுள்ளார்.

பாரி முல்லைக் கொடி படரத் தன் தேரை நிறுத்தியதாய்க் கூறப்படும் இடம் ஊரிலிருந்து சுமார் ஒரு கிலோ மீட்டரில் உள்ளது. அங்கு கல்லாலான நான்கு சக்கரமுள்ள தேரும் ஒரு சப்பரமும் கருங்குண்டும் அமைந்துள்ளன. இவற்றினருகே உயரமான பாறைகளில் தேனடைகளைக் காணலாம். ''ஈண்டு நின்றார்க்கும் தோன்றும்: சிறுவரை சென்று நின்றார்க்கும் தோன்றும்'' என்று கபிலர் (சங்க காலம்) இம்மலையைப் பற்றிப் பாடியுள்ளார். புறநானூறில் இம்மலை பற்றிப் பல இடங்களில் கூறப்பட்டுள்ளன.

நீண்டு வளர்ந்த யானைக் காதுகள் போன்று அணியணியாய்த் தேன்கூடுகள் இம்மலையில் தொங்குகின்றன. பலாப்பழம், மாம்பழம், சீதாப்பழம், காய்கறிகள் இங்கு கிடைக்கின்றன. அடிவாரத்தில் கம்பும் நெல்லும் பிற கூலங்களும் விளைகின்றன. இம்மலையிலுள்ள வேங்கைப்பட்டி வழியாய்ச் சிங்கம்புணரி ஐந்து கிலோ மீட்டரில் உள்ளது. மலையில் விளையும் பொருள்கள் சிங்கம்புணரிச் சந்தைக்கு விற்பனைக்குச் செல்கின்றன.

மலையுச்சியில் பாறைக்குள் ஒரு கோட்டை உள்ளது. இது உடை கல்லாலும் செங்கல்லாலும் கட்டப் பெற்றது. கோட்டைக்குள் இறங்க இரும்பு ஏணி அமைப்புள்ளது. இவை மருது பாண்டியர் காலத்தில் ஏற்பட்டிருக்கலாம். ஊமைத்துரை பிரான்மலையில் பீரங்கிகள் அமைத்துக் கம்பெனிப் படையைத் தாக்கினார்.)

இன்னஸ் பிரான்மலையில் தோல்வி கண்டதும் நத்தத்திற்குத் திரும்பிச் சென்று சூன் 4 அன்று மணப்பாச்சேரியை அடைந்தார். ஆனால் மருதிருவரின் தலைமையிலிருந்த புரட்சியாளர் இன்னசை நெருக்கவே, அவர் மீண்டும் நத்தத்திற்குப் பின் வாங்கினார். இன்னஸ் பின்னர் சூன் 25 அன்று சத்துரு சங்காரக் கோட்டைக்குச் சென்றார். அவர் மறுநாளன்று அடர்ந்த காட்டின் வழியே திருப்பத்தூரை நோக்கி முன்னேறியபோது, புரட்சியாளர் வாணங்களைக் கொண்டு அவரைத் தாக்கினர். அப்போது அக்கினியூ வந்து இன்னசைக் காப்பாற்றினார்.

புரட்சியாளர் இங்ஙனம் உரத்து நின்று துணிச்சலோடு போரிட்ட போதிலும் அக்கினியூ இன்னஸ் இருவரின் படைகளும் சேர்ந்து ஒக்கூரைப் பிடித்தன. அவர்கள்

இருவரும் சூலை 20 அன்று மருதிருவரின் சிறுவயலைப் பிடித்தனர். புரட்சியாளர்கள் அவர்களை எதிர்த்து நின்ற போதிலும், தாக்குப் பிடிக்க முடியாமல் காடுகளுக்குள் ஓடிப்போயினர்.

பிரிட்டீசார் சிறுவயலை விட்டு நீங்கிக் காளையார் கோயில் காடுகளில் புரட்சியாளர் கட்டியிருந்த கோட்டையைத் தாக்கப் புறப்பட்டுவிட்டனர். (காளையார் கோயிலில் இதற்கு 29 ஆண்டுகளுக்கு முன்னர் 1772 இல் பிரிட்டிசாருடன் சிவகங்கைப் படை நடத்திய சண்டையில், சிவகங்கை அரசர் முத்து வடுகநாதத் தேவர் களம்பட்டார் என்பது நினைவு கொள்ளத்தக்கது. (இ.ச.க.தொகுதி-8) முன்னோடிப் படையினர் காடுகளை வெட்டிப் பின்வரும் படையினருக்கு வழியுண்டாக்கினர். இந்த 1801 ஆம் ஆண்டில் நடந்த போரில் ஆங்காங்கே பல காடுகள் வெட்டப்பட்டன என்பதும், தமிழகத்தில் இக்காலத்தில் எங்கும் காடுகள் மண்டியிருந்தன என்பதும் குறிப்பிடத்தக்கனவாகும்.

காட்டினுள் இங்குமங்குமாய் மோதல்கள் நடந்தன. அவற்றில் புரட்சியாளருக்குப் பலத்த ஆள் சேதம் ஏற்பட்டது. காட்டில் எத்திக்கை நோக்கினாலும் அங்கு குருதி கொட்டிக்கிடந்தது. எனினும் எதிரிகள் காளையார் கோயிலை நோக்கி முன்னேறி விடாமல் புரட்சியாளர் தடுத்தனர். அக்கினியூ சிறுவயலிலிருந்து பின்வாங்கி ஓடவேண்டிய இழிநிலை உண்டானது. அதனால் அவர் சிறுவயல் பக்கமிருந்து காளையார் கோயிலைத் தாக்கும் முயற்சியைக் கைவிட நேர்ந்தது.

இதனிடையே பிரிட்டீசார் தஞ்சைத் தரணியிலும் பெரிய மறவர் நாடான சேதுச் சீமையிலும் வெற்றி பெற்றனர். தஞ்சை மராட்டிய மன்னர் இரண்டாம் சரபோசி (1798-1832) சின்ன மருதின் மகன் சிவத்தம்பியை எதிர்க்கத் தன் படையை அளித்தார். லெப்டினண் மக்ளீன் புரட்சியாளர் படையை உறையூரில் தோற்கடித்தார்.

பிளாக்குபர்ன் செப்டம்பர் மாதம் அறந்தாங்கியிலிருந்த புரட்சியாளரை அங்கிருந்து வெளியேற்றினார். அவர் அங்கிருந்து சுமார் 30 கிலோ மீட்டரிலிருந்த சிறுவயலுக்குச் சென்று, பின்னர் அங்கிருந்து திரும்பி இராமநாதபுரத்திற்குப் புறப்பட்டார். அவர் இராமநாதபுரத்திற்கு வடக்கேயுள்ள காரைக்குடியை அக்டோபரில் அடைந்தார்.

காரைக்குடி

காரைக்குடி இன்று செட்டிநாட்டின் பெரிய நகரம். இது 1700 ஆம் ஆண்டிற்கு முன்னர் காரைச்செடி முளைத்த காடாயிருந்த ஊரானமையால், இதைக் காரைக்குடி என்றனர். செஞ்சையிலிருந்த நகரத்தாரும் பின்னர் சேணியரும் குழி ஒரு பணம், இரண்டு பணம் (பணம் = 6 காசு) என்று நிலத்தை விலைக்கு வாங்கி 1700 ஆம் ஆண்டில் இங்கு குடியேறினர். அவர்கள் இங்கு முத்தாலம்மனையும் கொப்புடையம்மனையும் கொண்டு வந்து கோயில் கட்டினர்.

காரைக்குடி 1930 வரை சிற்றூராகவே இருந்தது. அப்போது திருப்பத்தூரும் தேவகோட்டையும் காரைக்குடியை விடப் பெரிய ஊர்களாயிருந்தன. அதனால் திருப்பத்தூரில் வட்டாட்சி அலுவலகமும் தேவகோட்டையில் கோட்டாட்சி அலுவலகமும் ஏற்பட்டன. அப்போது சிறுபொருள் வாங்குவதற்குக் கூடக் காரைக்குடி மக்கள் திருப்பத்தூர் செல்ல வேண்டி வந்தது. காரைக்குடிக்கு 1930 ஆம் ஆண்டில்

இருப்புப் பாதை வந்தது. அதன்பிறகு இவ்வூரின் வளர்ச்சி துரிதமானது. அன்றைய இராமநாதபுரச் சீமையில் இருப்புப் பாதை அமைந்த பிறகு வேகமாய் வளர்ந்த ஊர்களில் விருதுநகரும் காரைக்குடியும் குறிப்பிடத்தக்கனவாகும். அதனால் திருப்பத்தூரின் வணிகப் பெருமை குறையலானது. காரைக்குடி சிவகங்கையிலிருந்து கிழக்கில் சுமார் 33 கிலோ மீட்டரில் உள்ளது.)

புரட்சியாளர் முடக்கப்படுதல்

ஏறத்தாழ மூவாயிரம் பேரடங்கிய புரட்சிப்படை ஊமைத்துரையின் தலைமையில் லெட்டினன் மக்ளீனின் படையைச் சுற்றி வளைத்தது. எனினும் புரட்சிப் படை பின்வாங்கி விட்டது. பிளாக்குபர்ன் காரைக்குடியருகே வலுவாய் நிலைகொண்டு, அருகில் புரட்சியாளர் இருந்த இடங்களை நோக்கித் தன் படைகளை அனுப்பித் தாக்கச் செய்தார். அவர் பிரான்மலையருகிலுள்ள சிங்கம்புணரி காடுகளில் திரிந்த புரட்சியாளரை அங்கிருந்து வெளியேறச் செய்தார். அவர்கள் கரையோரப் பகுதிகளுடன் கொண்டிருந்த தொடர்புகளைத் துண்டித்தார். பிரிட்டிசார் ஆயுதமேந்திய ஆள்களுடன் ஒரு தோணியைத் தொண்டிக்கு அனுப்பினர். புரட்சியாளர் தானிய தவசங்களையும் படைக்கலன்களையும் கொண்டுவரப் பயன்படுத்திய தோணிகள் தொண்டியில் அழிக்கப்பட்டன.

இதனிடையே மார்டின்ஸ் இராமநாதபுரத்தினருகே புரட்சியாளரைத் தோற்கடித்தார். மெக்காலே எட்டயபுரத்துப் படைகளின் உதவியுடன் மேலப்பன் தலைமையிலிருந்த மற்றொரு புரட்சிப் படையை அபிராமத்தினருகில் தோற்கச் செய்தார். மில்லர், கமுதியருகில் வெற்றி கண்டார். இவ்வெற்றிகளினால் கம்பெனியின் வல்லாண்மை இராமநாதபுரத்தில் மீண்டும் ஏற்பட்டது: அதனுடன் புரட்சியாளரைக் காளையார் கோயில் காடுகளுக்குள் முடக்கி வைக்கவும் அவ்வெற்றி உதவியது.

அரசியல் சூழ்ச்சிகள்

பிளாக்குபர்ன் கிழக்கிலிருந்தும் அக்கினியூ மேற்கிலிருந்தும் செப்டம்பரில் காளையார் கோயிலை நோக்கிப் புறப்பட்டனர். அக்கினியூ மீண்டும் அங்கு தாக்குதலைத் தொடங்குமுன்னர், புரட்சியாளர் அணியில் பிளவு உண்டாக்கும் ஆக்கமான சில வேலைகளை ஆட்சித்தலைவரான லூசிங்டன் மேற்கொண்டார். சிவகங்கைச் சீமையின் ஆட்சியுரிமையைப் பெறத்தக்க நேரடி வாரிசு பெரிய மருது அல்லர் என்று பிரிட்டீசார் அவரை ஏற்க மறுத்து, அவருடன் சண்டை செய்து கொண்டிருக்கின்றனர். சிவகங்கை அரசர் சசிவர்ணத் தேவர் தனக்கு ஆண் வாரிசு இல்லை என்று ஒரு சிறுவரை மகண்மை கொண்டார். ஆனால் அச்சிறுவர் சிவகங்கை மீது வாரிசுரிமை கொண்டாட முடியாமல், உயிருக்கஞ்சி ஓடும் நிலைமை ஏற்பட்டது. அதனால் அவர் பலகாலம் மறைந்து வாழ்ந்தார். இப்போது அவரின் ஆதரவாளர்கள் வளர்ந்து ஆளாகிவிட்ட அந்த ஆளுக்குச் சிவகங்கையின் அரசுரிமை வேண்டும் என்று கேட்டனர்.

அவரைவிட நேரடியான இன்னொரு வாரிசு இருந்தார். ஆனால் அவர் பெரிய மருதின் மகளை மணந்திருந்ததால், ஆட்சித் தலைவரான லூசிங்டன் அவரை ஏற்காது முன்னவரான படமாத்தூர் உடையத்தேவருக்குச் சிவகங்கைச் சீமையின் ஆண்டை என்று

பட்டம் கட்டி விட்டார். இவரின் முழுப் பெயர் கௌரி வல்லப உடையத்தேவர். சிவகங்கையின் பழைய தலைநகரான சோழபுரத்தில் படமாத்தூர் உடையத்தேவருக்கு ஆரவாரமாயும் ஆடம்பரமாயும் சிவகங்கை அரசர் என்று அக்கினியூ முடிசூட்டிவிட்டார். அவர் இதற்குத் தமிழகத்தின் மேலாண்டையான ஆர்க்காட்டு நவாபிடம் ஒப்புதல் பெறவில்லை. ஆயினும் அக்கினியூ எதிர்பார்த்த பலனை இது கொடுத்தது.

சூழ்ச்சியின் வெற்றி: மும்முனைத் தாக்குதல்

பல ஊர்களைச் சேர்ந்த மக்கள் புதிய மன்னர் மீது பற்றுறுதி செலுத்தினர். அவர்கள் மருதிருவரிடமிருந்து விலகிக் கொண்டனர். ஆங்கிலேயர் இங்ஙனம் வெங்கம் பெரிய உடையத்தேவர், படமாத்தூர் உடையத்தேவர் என்ற ஓயாத்தேவர் என்று புரட்சியாளரை இரண்டு பிரிவுகளாய்ப் பிரித்து விட்டனர்.

அக்கினியூ ஓயாத்தேவர் வழிகாட்டக் காளையார் கோயில் மீது இரண்டாவது தாக்குதலைத் தொடங்கினார். அவர் செப்டம்பர் 18 அன்று பிரான்மலையைப் பிடித்தார். அவர் மேலூர் வழியாயும் நந்தியாகோட்டை வழியாயும் ஓக்கூரை அடைந்தார். அவர் வாணியங்குடி, கொல்லம்பம், காளையார்கோயிலுக்கு மேற்கிலுள்ள மூதூர் ஆகிய ஊர்களையும் பிடித்தார். அக்கினியூ புரட்சியாளருக்குப் போக்குக் காட்டுவதற்காகத் தன் படையைச் சிவகங்கை நோக்கி அனுப்பினார். ஷெப்பர்டை வேறொரு வழியாய் அனுப்பி முன்னணியில் சென்று கொண்டிருந்த ஸ்டிரேயின் படைக்குப் பக்க பலமாயிருக்குமாறு ஏவினார்.

பிரிட்டீசார் அக்டோபர் மாதம் முதல் நாளன்று புரட்சியாளரை மும்முனைகளில் தாக்கினார். அன்று அக்கனியூவும் இன்னசும் மேற்கிலிருந்தும் பிளாக்குபர்ன் கிழக்கிலிருந்தும் மெக்காலே தெற்கிலிருந்தும் காளையார் கோயிலைத் தாக்கினர். அவர்கள் இவ்வாறு ஒரே நேரத்தில் மூன்று முனைகளிலிருந்து தாக்கியதால் புரட்சியாளர் நிலை குலைந்தனர். அவர்களில் பலர் இச்சண்டையில் செத்தனர். எஞ்சியோர் தப்பியோடினர்.

காளையார்கோயில் வீழ்ச்சி

காளையார்கோயில் கடுந்தாக்குதலுக்குப் பிறகு வீழ்ந்தது. அங்குள்ள வரலாற்றுச் சிறப்பான கோயிலைச் சுற்றி வலுவான மதில்கள் நின்றன. அம்மதில்கள் 18 அடி உயரமிருந்தன. காளையார் கோயில் வீழ்ந்ததும் சிவகங்கைப் புரட்சியாளரின் எதிர்ப்பு ஒடுங்கியது. அங்கிருந்த ஊமைத்துரை, சிவத்தய்ய ஆகியோரின் தலைமையில், புரட்சியாளர் கூட்டம் ஒன்று திண்டுக்கல் சென்றது. மருதிருவர் தலைமையில் இன்னொரு கூட்டம் சிங்கம்புணரிக் காட்டுக்குள் புகுந்தது.

திண்டுக்கல்லில் புரட்சி

திண்டுக்கல் ஊர் பற்றிய செய்திகள் முன்னர் (இ.ச.க.தொகுதி-6) சொல்லப்பட்டுள்ளன. திண்டுக்கல் சென்ற புரட்சியாளரை வழிமறிப்பதற்கு ஒரு படையை அக்கினியூ அனுப்பினார். எனினும் புரட்சியாளர் குன்றுகளுக்குள் சென்று பதுங்கினர். பொது மக்களில் எண்ணற்றோர் தாமே மனமுவந்து புரட்சியாளர் பக்கம்

சேர்ந்தனர். நான்கு மாதங்களுக்குள் நாலாயிரம் பேருக்கும் அதிகமானவர்கள் ஊமைத்துரை, சிவத்தய்ய கூடாரங்களைச் சூழ்ந்து குழுமினர். புரட்சியாளரின் பலம் நாளுக்கு நாள் பெருகியது. அவர்கள் விருப்பாட்சி மலைகளைப் பிடித்துக்கொண்டு அதைச் சுற்றிலும் தடைகளை எழுப்பினர்.

விருப்பாட்சி

(இது விரூபாட்சி என்று வருதல் வேண்டும். இந்த ஒட்டுச் சொல்லுக்கு விகாரமான கண் என்று பொருள். இப்பெயர் சிவனைக் குறிப்பது. எனினும் இச்சமஸ்கிருதப் பெயர் தமிழில் விருப்பாட்சி என்றே வழங்குகின்றது. இவ்வூர் திண்டுக்கல் அண்ணா மாவட்டத்தில் பழனிக்குக் கிழக்கே சுமார் 20 கிலோ மீட்டரிலும் மதுரையிலிருந்து வடக்கே வடமேற்கில் சுமார் 75 கிலோமீட்டரிலும் உள்ளது. நாயக்கர் காலத்துத் திண்டுக்கல் மாவட்டத்தின் 24 பாளையங்களுள் விருப்பாட்சி தலைமையானதாயிருந்தது. ஆந்திரத்தின் குண்டக்கலுக்கு அப்பாலுள்ள ஓஸ்பட்டிலிருந்து சுமார் பன்னிரண்டு கிலோ மீட்டரில் விருப்பாட்சி என்ற இன்னோர் ஊரும் உள்ளது.

(விசயநகரக் கோநகரான ஹம்பியில் இருந்த தம் குலதெய்வமான விருபாட்சனை நினைத்து அங்கிருந்து தமிழகத்தில் குடியேறிய ஊருக்கும் தொட்டியக் கம்பளத்தார் விருப்பாட்சி என்ற பெயரையே சூட்டினர். இம்மக்கள் முன்னர் துங்கபத்திரை ஆற்றின் வடக்கே வாழ்ந்து வந்தனர் என்பர். அங்கு முஸ்லிம்கள் தொட்டியப் பெண்களைக் கொள்ள முயன்றதால், அவர்கள் அங்கிருந்து விசயநகர் சென்று, பின்னர் விசுவநாத நாயக்கனுடன் மதுரையை அடைந்தனர் என்று கூறுவர்.)

(தொட்டியர் தலைவன் தனக்கு ஆற்றிய தொண்டுக்காக, விசுவநாதன் அவர்களுக்கு விருப்பாட்சிப் பாளையத்தை அளித்தார். இப்பாளையத்தின் முதல் தலைவர் சின்னப்ப நாயக்கர். அந்த வரிசையில் இப்போது (1801) புரட்சி நடந்து கொண்டிருக்கும் இந்தக்காலத்தில் பத்தொன்பதாவது பாளையக்காரராய் வந்தவர் குப்பாளை கோபால் நாயக்கர் ஆவார். பாளையக்காரர்கள் பிரிட்டீசாரை எதிர்த்துப் போரிடுவதற்காகத் தமிழகமெங்கம் பல அமைப்புகளை மறைவடக்கமாய் அமைத்தனர். அவற்றுள் திண்டுக்கல்லில் அமைந்த கூட்டமைப்பிற்குக் குப்பாளை கோபால் நாயக்கர் தலைமை ஏற்றிருந்தார். காளையார் கோயிலில் 1772 ஆம் ஆண்டு நடந்த சண்டையில் சிவகங்கை ஆண்டை முத்து வடுகநாதத் தேவர் களம்பட்டதும், அவரின் மனைவி வேலுநாச்சிக்கும் மருதிருவருக்கும் விருப்பாட்சி புகலிடம் தந்த செய்தியை நாம் முன்னர் அறிவோம் (இ.ச.க.தொகுதி-8)

கோபால் நாயக்கரின் தலைமையில் அணிதிரண்ட பாளையத்தார் கோயமுத்தூரைக் கைப்பற்றத் திட்டமிட்டனர். புரட்சியாளர் திண்டுக்கல் பகுதிக்குள் புகுந்து ஊர்களைக் கொள்ளையடித்து எங்கும் திகிலைப் பரவச் செய்தனர். அவர்கள் திண்டுக்கல்லில் மேஜர் ஜோன்சின் தாக்குதலையும் முறியடித்தனர். கோபால் நாயக்கரின் இளைய மகன் பொன்னப்ப நாயக்கர் பிரிட்டீசாரிடம் பணிந்தாரெனினும் சிறிதுகாலம் சிறைவைக்கப்பட்டார். ஆனால் கிளர்ச்சி அத்துடன் நின்றுவிடவில்லை. விருப்பாட்சி கிளர்ச்சி இறுதியில் 1805 இல் தான் ஒடுக்கப்பட்டது.

ஊமைத்துரை பிடிபட்டார்

இன்னஸ் அக்டோபர் 12 அன்று பெரிய அளவில் தாக்குதலைத் தொடங்கினார். அவருக்கு திண்டுக்கல்லைப் பற்றி நன்கு தெரியுமாதலால், மலைப்பகுதிகளில் நடக்கும் கிளர்ச்சிகளை ஒடுக்கும் தகுதி பெற்றிருந்தார்.

ஊமைத்துரையின் புரட்சிப் படையினர் விருப்பாட்சியிலும் அதையடுத்துச் சேத்திரம்பட்டியிலும் பிரிட்டிசுப் படையினரை இடைமறித்து அவர்களைத் தடுத்து நிறுத்த முயன்றனர். ஆனால் அதில் ஊமைத்துரையின் படைகளுக்குப் பெரிய இழப்பு ஏற்பட்டது. இன்னஸ் அடர்ந்த காடுகள் வழியே மலைப்பகுதிகளுக்குள் நுழைந்தார். புரட்சியாளர் அப்போது பல திக்குகளில் சிதறி ஓடினர். ஒரு படை ஊமைத்துரையின் தலைமையில் திண்டுக்கல் சமவெளியை நோக்கிப் போனது.

இன்னஸ் மேஜர் பரோஸ் தலைமையில் ஒரு படைப்பிரிவை அனுப்பிப் புரட்சியாளரைத் துரத்திப் பிடிக்கச்செய்தார். அப்போது பெரிய சண்டை மூண்டது. புரட்சியாளர் சோறு, தண்ணீர் இன்றித் திண்டுக்கல்லிலிருந்து வத்தலக்குண்டு (இ.ச.க. தொகுதி-7) வரையிலும் விடாது மூன்று நாள் சென்றமையால் சோர்ந்து போயினர். அவர்கள் இந்நிலையில் இறுதியில் தோற்கடிக்கப்பட்டனர்.

ஊமைத்துரை இதற்கு முன்னர் ஒவ்வொரு முறையும் எதிரியிடமிருந்து தப்பி வந்தார். ஆனால் அவர் இம்முறை அறுபத்தைந்து பேருடன் பிடிபட்டார்.

புரட்சித் தலைவர்களின் முடிவு

காளையார் கோயில் அக்டோபர் முதல் நாளன்று வீழ்ந்தது. கம்பெனிப் படையினர் *1801* ஆம் ஆண்டு முடிவதற்குள், குறிப்பிடத்தக்க புரட்சித் தலைவர்கள் அனைவரையும், அவர்கள் ஒளிந்திருந்த இடங்களிலிருந்து பிடித்து விட்டனர். கம்பெனிப் படையினர் எங்கும் புரட்சியாளரைத் தேடித் திரிந்தனர். அவர்கள் சிங்கம்புணரிக்கு அருகில் காடுகளுக்குள்ளிருந்து பெரிய மருது, சின்ன மருது, சின்ன மருதின் மகன் சிவத்தய்ய ஆகியோரைப் பிடித்தனர். திண்டுக்கல்லின் முத்து வெள்ளை நாயக்கரை வத்தலக்குண்டில் சிறை செய்தனர். சின்ன மருதின் இளைய மகனான துரைச்சாமியை மதுரைக்கருகிலுள்ள ஓர் ஊரில் பிடித்தனர்.

மருதிருவர் தூக்கிலிடப்படுதல்

கறுத்துக் கட்டழகு மிக்கவரும் ஆளுமையிற் சிறந்தவரும் பழகுதற்கு இனியவரும் சிவகங்கைச் சீமை மக்களின் அன்பிற்குகந்தவரும் ஆட்சியியலில் திறமைமிக்கவருமான சின்ன மருதையும் அவரின் அண்ணனான வெள்ளை மருது என்ற பெரிய மருதையும் தகர்ந்துபோன திருப்பத்தூர்க் கோட்டையில் *1801* அக்டோபர் *24* அன்று தூக்கிலிட்டனர். ஜெனரல் வெல்ஷ் இந்தக் கட்சியைத் தனது *(Military Reminiscenses, 1830)* நூலில் நெஞ்சை உருக்கும்படி எழுதியுள்ளார்.

''அவர் (பெரிய மருது) தான் எனக்கு வேல் கம்பு வீசவும் வளரி ஏவவும் கற்றுக் கொடுத்தார். வளரி(வல்லயம்) என்ற இக்கருவி வேறு எங்குமே அறியாதது. அதைக் கையாளும் திறனுடையவரால் நூறு கெச தொலைவிற்கு அப்பாலிருந்து இலக்கை நோக்கித் துல்லியமாய் எரிய முடியும். எனினும் போரின் காரணமாய் நான்

இம்மனிதரைக் காட்டு விலங்கைப்போல் வேட்டையாடித் திரிய நேர்ந்தது. அவர் படுகாயமுற்றதைக் காணவும் நேர்ந்தது. சாதாரணப் படை வீரர்கள் அவரைச் சிறைப்பிடித்ததையும் அவர் முறிந்துபோன தொடையொடு சிறையில் தள்ளாடித் திரிந்ததையும் காணவேண்டி வந்தது. அதன்பிறகு அவரை அவருடைய வீரமிக்க தம்பியொடும் அவ்வீரருக்குச் சற்றும் சளைக்காத அவரின் மகனொடும் அவருக்கு ஆதரவாயிருந்தவர்கள் சூழ்ந்து நிற்கப் பொது நிலையான ஒரு தூக்கு மரத்தில் தொங்கவிட்ட காட்சியையும் நான் காண நேர்ந்தது'' என்று வெல்ஷ் மனம் நொந்து எழுதுகின்றார்.

சின்ன மருதின் இரண்டு மக்களான சிவத்தம்பி, சிவஞானம், பெரியமருதின் இளைய மகனான முத்துச்சாமி, இராமநாதபுரம் அரசர் என்று கூறிக்கொண்ட முத்துக் கருப்பத்தேவர், கடல்குடிப் பாளையத்தார் முதலானோரும் தூக்கிலிடப்பட்டனர்.

ஊமைத்துரையின் தலை வெட்டப்படுதல்

ஊமைத்துரையையும் சிவத்தய்யாவையும் அவர்களைப் பின்பற்றியோரையும் பாஞ்சாலங்குறிச்சிக்குக் கொண்டு சென்றனர். அங்கு நவம்பர் *16* அன்று அவர்களின் தலையை வெட்டிக் கொன்றனர். தகப்பன் என்றோ, பாட்டன் பெயரன் என்றோ பேதம் பாராமல் புரட்சியாளரைக் கொன்றனர். அவர்கள் சில வேளைகளில் ஒரே தூக்கு மேடையில் சாவைத் தழுவினர்.

இருப்பினும் சின்னமருதின் கட்டழகு மிக்க இளைய மகனான முத்துச்சாமி மீது அக்கினியூவிற்கும் சென்னை ஆளுநர் கிளைவு பிரபிற்கும் பரிவு உண்டாயிற்று. அவரை மட்டும் தூக்கிலிடாமல், வேறு பல முக்கியமான புரட்சியாளருடன் பினாங்கிலிருந்த வேல்ஸ் இளவரசர் தீவிற்கு நாடு கடத்தினர்.

தீவாந்தரத் தண்டனை

புரட்சியில் தொடர்பு கொண்டிருந்த எழுபத்து மூன்று தலைவர்களுக்குத் தீவாந்தரச் சிறைத் தண்டனை விதிக்கப்பட்டது. அவர்களைத் தூத்துக்குடிக்குக் கொண்டு சென்று, அங்கு ஜேம்ஸ் வெல்சின் பொறுப்பில் காவலில் வைத்தனர். அவர்களுள் சிவகங்கையின் வெங்கம் பெரிய உடையத்தேவர், விராட்டியூர் பொம்ம நாயக்கர் - பாஞ்சாலாங்குறிச்சித் தளவாய் குமாரசாமி நாயக்கர், பதினைந்து வயதான துரைச்சாமி முதலியோர் இருந்தனர். அவர்களனைவரும் *1802* பிப்ரவரி *11* அன்று ''அட்மிரல் லார்சன்'' என்ற கப்பலில் ஏறித் தூத்துக்குடியிலிருந்து புறப்பட்டனர். அவர்களுக்குக் காவலாய் லெட்டினன் லாக்குஹெடு சென்றார். எழுபத்தாறு நாள் நீடித்த அந்தக் கப்பற் பயணத்தில் குடிக்கத் தண்ணீர் கிடைப்பது கடினமாயிருந்தது.

புரட்சியாளர் இருவர் இருவராய் விலங்கிட்டுப் பிணைக்கப்பட்டிருந்தனர். அவர்கள் சொல்லொணாத் துன்பமுற்ற பின்னர், அவர்களின் இவ்விலங்குகள் நீக்கப்பட்டன. அவர்களைப் பிறருக்குச் சமைக்கச் சொன்னார்கள். அவர்களில் சிலருக்குக் காய்ச்சல் கண்டது. கப்பல் சென்று கொண்டிருந்தபோது, இருவர் நோயினால் செத்தனர். ஒருவர் கடலுக்குள் விழுந்து விட்டார். எஞ்சியிருந்த எழுபது பேர் *1802* ஏப்ரல் *26* அன்று பினாங்கை அடைந்தனர். ஆனால் அவர்கள் பட்ட கொடுந்துன்பத்தினால் ஐந்து மாதத்திற்குள் இருபத்தோரு பேர் செத்துப் போயினர்.

விடுதலை வேண்டி நடந்த முதல் மக்கள் இயக்கம்

பதினெட்டாம் நூற்றாண்டின் இறுதியிலும் பத்தொன்பதாம் நூற்றாண்டின் தொடக்க ஆண்டிலும் மிகக் குறுகிய சுமார் மூன்றாண்டுகளில் நடந்த பாளையக்காரர் புரட்சிகள், பிரிட்டனுக்கு எதிராய் இந்தியத்தில் நடந்த தென் தமிழ்நாடு தழுவிய மாபெரும் மக்கள் இயக்கம் எனலாம். இப்புரட்சிகளின்போது ஏராளமான மக்கள் சாதி வேறுபாடின்றி அவற்றில் கலந்து கொள்ளுமாறு புரட்சித் தலைவர்களால் கேட்கப்பட்டனர். அத்தலைவர்கள் விடுத்த அழைப்புகளில் பிராமண, சத்திரிய, வைசிய, சூத்திர வகுப்புகளைச் சேர்ந்த எல்லாச் சாதியினரும் பங்கேற்க வேண்டுமென்று கேட்கப்பட்டனர். நாடார், மறவர், கள்ளர், தொட்டிய நாயக்கர், பரதவர், கூத்தர் முதலான பல்வேறு சாதியினரும் இப்புரட்சிகளில் கலந்து கொண்டனர்.

இந்திய மண்ணில் ஐரோப்பியருக்கு எதிராய்ப் பெரிய அளவில் முதன்முதலாய் நடந்த மக்கள் இயக்கம் இதுவேயாகும். இதற்கு இணையான மக்கள் இயக்கம் இந்தியத்தில் வேறெங்கும் நடந்திலது.

இப்புரட்சிகளை முன்னின்று நடத்திய கட்டபொம்மனோ, மருதிருவரோ, அரசகுடிப் பிறந்தோரல்லர் என்பதை நினைவிற்கொள்ள வேண்டும். அவர்கள் மக்கள் தலைவர்களாயிருந்தவர்கள். இக்காரணம் பற்றியே இதை மாபெரும் மக்கள் இயக்கம் என்கின்றோம்.

பெரிய மருது

ஜெனரல் வெல்ஷ் பெரிய மருதின் சிறப்புகளைப் பற்றித் தனது நூலில் இன்னோரிடத்தில் குறிப்பிடுகின்றார் :

"இந்நூலில் அடிக்கடி சொல்லப்பெறும் சகோதரர் இருவரில் மூத்தவர், வெள்ளை அல்லது வெள்ளி மருது என்றழைக்கப்படுகின்றார். அவர் நாட்டு நிர்வாகம் எதிலும் ஈடுபடுவதில்லை. அவர் மிகச் சிறந்த வேட்டைக்காரர். அவர் தன் நேரம் முழுவதையும் வேட்டையாடுவதிலும் துப்பாக்கி சுடுவதிலும் கழித்தார். (பெரிய மருதின் வேட்டைத்திறன் குறித்தும் அவர் ஆற்றிய அறப்பணிகள் பற்றியும் அவர் புலவர்களைப் புரந்த செய்திகளும் இ.ச.க.9 ஆம் தொகுதியில் பேசப்பட்டன.)

"அவர் இயல்பு மீறிய ஆகிருதியும் வலிமையும் உடையவராயிருந்தமையால், காட்டில் திரியும் கொடிய விலங்குகளுடன் பொருதுவதைத் தலையாய இன்பமாய்க் கருதினார். அவர் கனத்த ஆர்க்காட்டு ரூபாயை விரல்களால் வளைத்து விடுவார் என்று சொல்லப்படுவதுண்டு. அரசாட்சி பற்றிய அக்கறைகளும் வஞ்சகம் சூதுகளும் அவருக்கு இடையூறாயிராமையால், அவர் ஒருவிதமான நாடோடி வாழ்க்கை வாழ்ந்தார். அவர் எப்போதாவது ஒருமுறை தஞ்சாவூர், திருச்சிராப்பள்ளி, மதுரை முதலிய இடங்களிலிருந்த ஐரோப்பியரைக் காணச் செல்வதுண்டு. அவர்கள் அவரை மிகவும் மதித்துப் போற்றினர். அவர்களில் எவரேனும் வேட்டையாட விரும்பினால், வெள்ளி மருதுக்குச் சேதி சொல்லியனுப்பினால் போதும் கட்டாயம் அவருக்கு வேட்டையாடும் இன்பம் கிடைக்க வழி செய்யப்படும். ஐரோப்பியர் விளையாட்டு எதிலும் பங்கெடுக்க விரும்பினாலும் வெள்ளி மருது அவரை அந்த இடத்திற்கு அழைத்துச் செல்வார். அவர் அந்த இடத்தில் வெற்றி பெறவும் இன்னலின்றி இருக்கவும் வேண்டிய ஏற்பாடுளை வெள்ளி மருது செய்து தருவார்.''

கம்பெனிப் படைத்தலைவரான அக்கினியூ மருதிருவரைத் தூக்கிலிடுவதற்காகத் திருப்பத்தூர்க் கோட்டையின் தென் மூலைக் கொத்தளத்தில் இரண்டு தென்னை மரங்களை நாட்டி, அவற்றின் குறுக்கே ஒரு மரத்தை அமைத்தார். அம்மரத்திலிருந்து கயிறுகளைத் தொங்கவிடச் செய்தார். அவர்கள் செப்பமற்ற இந்நெடு மரங்களை நட்டுத்தான் மருதிருவரைத் தூக்கிலிட்டனர். மருதிருவர் உயிரைக் குடிக்கச் செத்த தென்னை மரங்கள் பயன்பட்டன. கான்சாகிபை உயிருள்ள மாமரத்தில் கட்டித் தொங்கவிட்டு உயிர் பறித்தனர். கட்டபொம்மனை அவரது நாட்டினர் சுற்றிச் சூழ்ந்து நின்று பார்க்கப் புளியமரத்தில் தூக்கிலிட்டனர்.

பெரிய மருது தூக்கிடப்பட்டதற்கு முன்னர், அவர் வாக்குமூலம் ஒன்றைக் கொடுத்தார் என்று தெரிகின்றது. அவர் அதில் தன் மனைவி மக்களைப் பற்றிக் குறிப்பிடுகின்றார்.

என் வாரிசுகள் விவரம்

"என் மனைவியின் பெயர் ராக்காத்தாள்: அவள் தான் பட்டத்து ஸ்திரி: அவளுக்கு ஒரு மகள் உண்டு- அவள் பெயர் மருதாத்தாள்.

"இரண்டாம் மனைவி பெயர் கருப்பாயி ஆத்தாள். மேற்படியாளுக்குக் கறுத்தய்யா என்ற ஒரு மகனும் கண்ணாத்தாள் என்ற ஒரு பெண்ணும் உண்டு. இரண்டு பேருக்கும் சந்ததி இல்லை. அவள் முத்தூர் அரண்மனையில் இருக்கிறாள். (முத்தூர், இது சிவகங்கையிலிருந்து பதினைந்து கிலோ மீட்டரில் உள்ளது. இது சிற்றூர். இங்கு முத்துப் போன்ற நெல்மணிகள் விளைவதால் இப்பெயர் பெற்றதென்று இவ்வூரார் கூறுகின்றனர்.)

"மூன்றாம் மனைவியின் பெயர் பொன்னாத்தாள். அவளுக்கும் சந்ததி இல்லை.

"நாலாம் மனைவியின் பெயர் ஆனந்தி பாய். அவளுக்கு ஒரு பெண் குழந்தை உண்டு.

"ஐந்தாம் மனைவியின் பெயர் மீனாட்சி ஆத்தாள். அவள் அந்நிய சாதி. அவளுக்கு ஒரு பெண் குழந்தை உண்டு. அவள் இப்போது கவுண்டன் கோட்டை அரண்மனையிலிருக்கின்றாள்.

"எனக்குச் சிவகங்கைச் சமீனை உயில் சாசனம் செய்து கொடுத்த முதல் மனைவி வேலு நாச்சி இறந்து ஒரு வருஷம் ஆகின்றது. அவளுக்குச் சந்ததி இல்லை.

"என்னுடைய வாரிசுகளைக் கம்பெனியாவது, எனக்கு விரோதிகளாவது யாதோர் இமிசையும் செய்யாமல் இருக்கும்படி கேட்டுக்கொள்கின்றேன். முருகன் துணையாகவும் ஆகாச வாணி பூமாதேவி சாட்சியாகவும் நான் என் கழுத்தில் கயிறு போட்டுக் கொள்கிறேன்.

"மேலே சொன்னபடி நப்பதாய் நீங்கள் கத்தியைப் போட்டுச் சத்தியம் செய்து கொடுத்ததை நான் நேரில் பார்த்துக் கொண்டேன்''.

இப்படிக்கு

(ஒப்பம்) பெரிய மருது சேர்வை

சிவகங்கையின் பின் வரலாறு

ஆனால் கம்பெனிப் படைத்தலைவர் கத்தியைப் போட்டுத் தாண்டிச் சத்தியம் செய்து கொடுத்தபடி எதுவும் நடக்கவில்லை. கம்பெனி சிவகங்கைச் சீமையைக் கௌரி வல்லப உடையத்தேவருக்கே உரிமையாக்கிற்று. கௌரி வல்லபத்தேவர் *1829* இல் இறந்தார். அவருக்குப் பிறகு சிவகங்கை சீமை உரிமை குறித்துக் கிட்டத்தட்ட ஐம்பதாண்டுகள் வரையிலும் வழக்குகள் நடந்து வந்தன என்று தெரிகின்றது.

ஆனால் பெரிய மருதும் சின்ன மருதும் அவர்களின் குடும்பத்தாரும் கிளர்ச்சிக்காரர் என்று அறிவிக்கப்பட்டு விட்டமையால், அவர்கள் உரிமை கோரித் தொடுத்த வழக்கு எதுவாயினும், அதை இராமநாதபுர மாவட்ட நீதிபதி ஆய்விற்கு எடுத்துக் கொள்ளமாட்டார் என்று கர்னல் பி.ஏ. அக்கினியூ சிவகங்கைச் சமீந்தாரான முத்துவிசயரகுநாத உடையத் தேவருக்குச் சென்னையிலிருந்து *1804* டிசம்பர் *28* அன்று எழுதிய கடிதத்தில் தெரிவித்து விட்டார்.

இருப்பினும் வெள்ளை மருதின் வாரிசுகளுக்கு இனிமேல் நூறாண்டுகள் கழித்துச் சமீன் திருப்பித் தரப்படும் என்றும் மாண்புமிகும் கம்பெனி அது குறித்து அரசிற்குத் தெரிவித்து விட்டது என்றும் அக்கினியூ அக்கடிதத்தில் மேலும் குறிப்பிட்டிருந்தார். ஆயினும் பெரிய மருதின் மனைவி, தான் மிகுந்த துன்பநிலையில் இருப்பதாய்க் கம்பெனி அரசிடம் விண்ணப்பித்தார். அவரின் விண்ணப்பத்தை நன்மை தரும் விதத்தில் கவனிக்க வேண்டும் என்று வருவாய்த் துறைச் செயலாளர் அரசிற்கு எழுதிய கடிதத்தின் பெயரில் அப்பெண்மணிக்கு அவரது வாணாள் முழுமையும் மாதந்தொறும் *40* வராகன் உதவித் தொகை அளித்து வரவேண்டுமென்று அரசு *1807* சூன் *7* அன்று ஜார்ஜ் கோட்டையிலிருந்து ஆணை பிறப்பித்தது. ஆனால் வருவாய்த் துறைச் செயலாளரின் பரிவுரையில் அந்தக் கைம்பெண்ணின் பெயர் குறிப்பிடப்படாதிருந்ததை அரசுச் செயலாளர் எடுத்துக் காட்டினார். அதனால் மருது மனைவியர் அறுவரில் யாருக்காகப் பரிந்துரை செய்யப்பட்டது என்பது தெரியவில்லை.

அதன்பிறகு பெரிய மருது சேர்வைக்காரரின் பெண்மக்களான தங்கம், ஆதிலட்சுமி என்ற இருவரும் தம் தாயாருக்கு மாதந்தொறும் அளித்து வந்த நாற்பது வராகன் உதவித் தொகையைத் தமக்குத் தொடர்ந்து அளித்து வரவேண்டுமென்று கோரிய விண்ணப்பத்தை இராமநாதபுர ஆட்சித் தலைவரான ஆர்.பீட்டர் *1821* மே *11* அன்று அரசிற்கு அனுப்பினார். அதன்மீது என்ன நடவடிக்கை எடுக்கப்பட்டது என்பது தெரிந்திலது.

தமிழ்நாடு கம்பெனிக்கு முழு உரிமையானது

தமிழ்நாடு இக்காலத்தில் கர்நாடகம் என்று அழைக்கப்பட்டது. அதன் மேலாண்டையராயிருந்து வந்த வாலாசாக்கள் கர்நாடக நவாபுகள் என்று அழைக்கப்பட்டனர். இப்பகுதியின் ஆட்சிப் பொறுப்பு அவர்களின் கைகளில் இருந்து வந்தது. ஔரங்கசீபின் பெயர் பெற்ற படைத்தலைவரான சுல்ஃபிகர் கான் (இ.ச.க.தொகுதி-*1*) செஞ்சிக் கோட்டையை மராட்டியரிடமிருந்து கவர்ந்த பின்னர் சுமார் *1690* முதல் முகலாயரின் கர்நாடக ஆளுநராய் இருந்து வந்தார். அதனால் அவரே கர்நாடகத்தின் முதல் நவாபு என்று கொள்வாருமுளர். அவருக்கு பிறகு தாவூது கான் *1703* முதல் *1710* வரை கர்நாடக நவாபாயிருந்து வந்தார். இவரது குடியின் பெயர்

நெவாயத்து, அவரையடுத்து முதலாம் சாதத்துல்லா கான் 1710 ஆம் ஆண்டு நவாபானார். அவர் செஞ்சியிலிருந்த கர்நாடகத் தலைநகரை 1716 ஆம் ஆண்டு ஆர்க்காட்டிற்கு மாற்றினார். அதனால் வரலாற்று வசதி காரணமாய்க் கர்நாடக ஆண்டைகள் ஆர்க்காட்டு நவாபுகள் என்று அழைக்கப்படலாயினர். நெவாயத்துகள் என்ற இக்குடியினரின் ஆட்சி 1703 முதல் 1742 வரை நடந்தது.

வாலாசாக்கள்

நெவாயத்து குடியையடுத்து வாலாசா என்ற குடியினர் 1744 ஆம் ஆண்டு கர்நாடக ஆட்சியைக் கைப்பற்றினர். இக்குடியினர் எவ்விதமான மனிதநேயப் பண்புமின்றித் தமிழ்நாட்டின் அரசியல் வாழ்க்கையை ஐம்பத்தேழாண்டுக் காலம் - சீர்குலைத்தனர். வெறும் தந்நலத் தேட்டத்தையன்றி வேறுநோக்கம் எதுவுமேயில்லாத வாலாசாக்களில் முகமதலியுடன் ஒப்பிட்டுச் சொல்லக்கூடிய அளவிற்கு இழிவான மனிதர் வேறு எவரும் இக்காலத் தமிழ்நாட்டு அரசியலில் இருந்தாரிலர்.

வாலாசா முகமதலி நாற்பதாண்டுக்காலம் பிரிட்டீசாருடன் சேர்ந்து கொண்டு தமிழ்நாட்டைச் சூறையாடினார். தஞ்சைத் தரணியைக் சொல்லொணா இன்னல்களுக்குட்படுத்தினார். மதுரை நாயக்கராட்சிக் காலத்திலிருந்து சுமார் 1542 ஆம் ஆண்டு முதல் 1736 வரை ஏறத்தாழ 194 ஆண்டுகளாய்ச் சிறுமைப்பட்டு வந்த இழிநிலையைக் கர்நாடக நவாபுகள் என்ற நெவாயத்துகளும் வாலாசாக்களும் சுமார் நூறாண்டுகளில் அடிமை நிலையாக்கி விட்டனர்.

முகமதலி ஸ்டிரிங்கர் லாரன்சுடன்

மதுரை நாயக்கராட்சிக்குப் பிறகு பல்வேறு பாளையங்களாய்ச் சிறுசிறு வல்லாளர்கள் கையில் சின்னாபின்னப் பட்டுக் கிடந்த தென் தமிழ்நாட்டுப் பாளையங்களில் தீச்செயல்கள் மிகுவதற்கு முகமதலி நேரடியாயும் மறைமுகமாயும் காரணராயிருந்தார். அவர் தமிழ்நாட்டில் பிரிட்டீசாருடன் கைகோத்துக் கொண்டு இருதலை மணியம் நடக்கவும் காரணரானார்; கண்ட இடமெல்லாம் கைநீட்டிக் கண்ட மேனிக்குக் கடன் வாங்கியவரும் வளமான தஞ்சைத்தரணியை வட்டிக் கடைக்காரர்களிடம் அடகு வைத்தவரும் வாலாசா முகமதலியேயாவர்.

அவர் பிரிட்டிசாருக்குச் செல்லப் பிள்ளையாயிருந்தார். வாலாசா முகமதலியைப் பற்றித் தற்காலப் பிரிட்டீசு வரலாற்றாசிரியரான ஃபிலிப்பு தாமஸ் தனது நூலில் இவ்வாறு கூறுகின்றார்.

‘‘ . . . ஆங்கிலேயர் கர்நாடக அரசிருக்கையில் மனங்கவரும் விதத்தில்

நடந்துகொள்ளும் முகமதலியை அமர்த்தினர். முகமதலி தனது தலைநகரான ஆர்க்காட்டை விடுத்துச் சென்னையில் வந்து ஓர் இளவரசனைப் போல் வாழ்ந்தார். ஓர் அரசனைப்போல் ஆடம்பரமாய் நடந்து கொண்டார். அவருக்குப் பணம் வேண்டிய போதெல்லாம் கம்பெனி ஊழியர் ஒருவரிடம் 36 சத வட்டிக்குக் கடன்களை வாங்குவது வழக்கமாயிருந்தது.''

அவர்கள் முகமதலியின் சூழ்ச்சிகளையெல்லாம் தமக்கு நல்வாய்ப்பாக்கிக் கொண்டு தமிழகத்தையே சிறுகச் சிறுகத் தமதாக்கி விட்டனர். வாலாசா முகமதலி 1795 இல் இறந்ததும் புதிய நவாபு பிரிட்டிசாருடன் இணங்கி வணங்கி நடக்கவில்லை. எனவே அவர்கள் இறுதியில் கர்நாடகம் என்ற தமிழகத்தை 1801 சூலை 31 அன்று தமக்கே முற்றிலும் உரிமையாக்கிக் கொண்டனர்.

நவாபு உம்தத் - உல் - உமாரா 1801 சூலை 15 அன்று இறந்தார். கிழக்கிந்தியக் கம்பெனி தமிழ் நாட்டின் முழு ஆட்சிப் பொறுப்பைத் தன் கையில் வைத்துக்கொள்ள வெகுநாளாய் எண்ணி வந்தது. தென் தமிழ்நாட்டில் பாளையக்காரர் போரில் முனைந்து தன் வல்லாட்சியை நிறுவக் கம்பெனி முழுமூச்சுடன் போராடிக் கொண்டிருந்த இந்நேரத்தில், இறந்துபோன நவாபின் மகனான அலி உசேன் பிரிட்டிசார் கூறிய நிபந்தனைகளை ஏற்க மறுத்தார். ஆனால் நவாபின் உடன் பிறந்தார் மகனான அசிமுத்தௌல கம்பெனிக்கு இணக்கமாய் நடந்து கொண்டார். அதனால் கம்பெனி அவரைப் பெயருக்கு நவாபாக்கிக் கொண்டது.

1801

தென்னார்க்காட்டிலும் திருநெல்வேலியிலும் மாவட்ட ஆட்சித் தலைவர்கள்

தென்னார்க்காடு

ஆர்க்காட்டுக் கஸ்பாவின் சில பகுதிகள் ஆர்க்காட்டு நவாபு 1801 சூலையில் கிழக்கிந்தியக் கம்பெனியுடன் செய்து கொண்ட ஓர் ஒப்பந்தப்படி, அவை கம்பெனிக்கு அளிக்கப்பட்டன. அவ்வாறு கொடுக்கப்பட்ட பகுதிகளைக் குறிப்பதற்குத் ''தென் ஆர்க்காடு'' என்ற சொற்றொடர் அந்த ஒப்பந்தத்தில் முதன்முறையாய்ப் பயன்படுத்தப்பட்டது. இந்த மாவட்டத்தில் 1801 சூலை முதல் மாவட்ட ஆட்சித் தலைவர் ஆட்சி அமைந்தது.

அப்போது திருவண்ணாமலை (இ.ச.க.தொகுதி-4,6) இந்த மாவட்டத்திலிருந்து, பின்னர் 1911 இல் வடஆர்க்காடு என்ற மாவட்டத்திற்கு மாற்றப்பட்டது. அக்காலத்தில் சிதம்பரம், விருத்தாசலம், கள்ளக்குறிச்சி, திருக்கோவிலூர், திண்டிவனம், விழுப்புரம், கடலூர் என்று எட்டு வட்டங்கள் இருந்தன. இம்மாவட்டத்தின் ஆட்சியிடம் கடலூரில் இருந்தது. அங்கு மாவட்ட ஆட்சித் தலைவர் இருந்தார்.

இம்மாவட்டம் இப்போது சம்புவரையர், இராமசாமிப் படையாட்சியார். வள்ளலார் என்று மூன்று மாவட்டங்களாய்ப் பிரிந்துவிட்டது.

திருநெல்வேலி

திருநெல்வேலியில் மாவட்ட ஆட்சி முறை 1801 ஆம் ஆண்டு ஏற்பட்டது. இம்மாவட்டத்தில் 1801 ஆம் ஆண்டிற்கு முன்னர் பாளையக்காரர் வழியாய் வரி தண்டும் வேலை நடந்து வந்தது. பாளையக்காரரிடமிருந்து வரி வாங்கும் ஆட்சித் தலைவர் இராமநாதபுரத்தில் இருந்தார். இப்பதவியை இராமநாதபுரத்தில் வகித்து வந்த

லூசிங்டன் 1801 ஆம் ஆண்டு திருநெல்வேலியிலுள்ள கொக்கர் குளத்திற்கு வந்து ஆட்சித் தலைவர் அலுவலகத்தை அமைத்துத் திருநெல்வேலி மாவட்டத்தின் முதல் ஆட்சித் தலைவரானார்.

இம்மாவட்டம் இப்போது சிதம்பரனார், கட்டபொம்மன் என்று இரண்டாய்ப் பிரிக்கப்பட்டிருக்கின்றது.

2. ஐம்பெருங் காப்பியம்

நன்னூலைச் செய்த சமண முனிவரான பவணந்தியின் காலத்தவர் (12 நூ.) என்று கருதப்படும் மயிலை நாதர் தமிழ் இலக்கியங்களை முதலில் தொகைப்படுத்திச் சொன்னவர் என்பது தமிழறிஞர் கருத்தாகும். மயிலாப்பூரினரான இவரே நன்னூலின் முதல் உரையாசிரியருமாவார். அவர் 367 ஆம் சூத்திரத்தில் ஐம்பெருங் காப்பியம், எண்பெருந்தொகை, பத்துப்பாட்டு, பதினெண் கீழ்க்கணக்கு என்று கூறுகின்றார். அவர் ஐம்பெருங் காப்பியங்கள் யாவை என்று பெயர் குறிக்கவில்லை.

தொகைவிரி கூறும் திவாகரம் (9.நூ.) என்ற இரண்டு நிகண்டுகளிலும் வீரமா முனிவரின் சதுரகராதியிலும் (18.நூ.) ஐம்பெருங் காப்பியம் என்பதன் விளக்கம் காணப்படவில்லை. அதாவது வீரமா முனிவர் (1680 - 1747) 1732 ஆம் ஆண்டு சதுரகராதி தொகுத்து முடித்தது வரையில் இன்னவையே ஐம்பெருங்காப்பியம் என்ற வரையறை ஏற்படவில்லை. தமிழ் விடு தூது (17.நூ.) பஞ்ச காவியத்தைக் குறிக்கின்றதேயன்றி அவை இன்னவை என்று சொல்லவில்லை.

ஐம்பெருங் காப்பியம் யாவை?

பத்தொன்பதாம் நூற்றாண்டின் தொடக்கத்தில் வாழ்ந்த கந்தப்பய்யர் இயற்றிய திருத்தணிகைச் சந்நிதி முறையுள் அடங்கிய திருத்தணிகை உலாவில் வரும் இரண்டு கண்ணிகள் ஐந்து காப்பியங்களின் பெயர்களைக் கூறுகின்றன :

சிந்தா மணியாம் சிலப்பதிகா ரம்படைத்தான்
சந்தா மணிமே கலைபுனைந்தான் - நந்த
வளையாபதி தருவான் வாசவனுக் கீந்தான்
திளையாத குண்டல கேசிக்கும் (526 - 7)

வடமொழியில் பஞ்ச காவியம் என்றொரு வழக்குண்டு. அவை இரகு வம்சம், குமாரசம்பவம், மாகம் அல்லது சிசுபால வதம், கிராதார்ச்சுனியம், நைடதம் என ஐந்தாகும். இவற்றுள் நைடதத்தை நீக்கி இராமாயணத்தைக் கூட்டிச் சொல்லும் வழக்கும் உண்டு. இது போலவே தமிழிலும் ஐம்பெருங் காவியம் பஞ்ச காவியம் என்ற வழக்கு ஏற்பட்டது.

எனவே பத்தொன்பதாம் நூற்றாண்டு வரையிலும் ஐம்பெருங் காப்பியத்தினுள் அடங்கிய நூல்கள் யாவை என்பது தமிழிலக்கியத்தில் தெளிவாய் வரையறுத்துச் சொல்லப்படவில்லை. இந்நூற்றாண்டின் தொடக்கத்தில் கந்தப்பய்யரின் மேற்சொன்ன நூலில் அவற்றின் பெயர்கள் கூறப்பட்டுள்ளன என்பதை அறிகின்றோம்.

தொடர்நிலைச் செய்யுள்

தமிழில் சங்கத் தொகை நூல்களுக்குப் பிறகு, ஆயிரம் ஆண்டுகளுக்கிடையில் தமிழக வரலாற்றையும் வாழ்க்கையையும் கருப்பொருளாய்க் கொண்டு நிலவும்

தொடர்நிலைச் செய்யுள்கள் கிடக்கவில்லை. (தமிழில் காப்பியத்தைச் செய்யுள் எனவும், தொடர்நிலைச் செய்யுள் எனவும் கூறுவர்.)

ஆயினும் சங்க காலத்தில் சிவன், உமை, முருகன், சூரபதுமன், கண்ணன், பலராமன் வாழ்க்கை நிகழ்ச்சிகள்; பாரத இதிகாசங்களில் வரும் இராமன், இராவணன் கதைகள்; மூவேந்தர்களின் வாழ்க்கை நிகழ்ச்சிகள் முதலியன உவமைகள் வாயிலாயும் எடுத்துக்காட்டுகள் வழியாயும் ஆங்காங்கே பாடல்களில் சொல்லப்பட்டுள்ளன. எனவே அக்காலத்துத் தமிழகத்தின் வாழ்க்கையைச் சொல்லோவியமாய்க் காட்டும் பல இலக்கியங்கள் இந்த இடைக்காலத்தில் தோன்றின என்று உணர்ந்து கொள்வதற்கு இடமுளது என்றும் அவை பல நூல்களைப் போன்று காலப்போக்கில் அழிந்தன என்றும் அறிஞர் சிலர் கருதுவர். இந்த இடைக்காலத்தில் ஐம்பெருங் காப்பியங்களை ஐஞ்சிறு காப்பியங்கள் என்று தொகை செய்யப்பட்ட இந்நூல்கள் எழுந்தன என்பதும் அவர்களின் கருத்தாகும்.

பௌத்த, சமணக் காப்பியங்கள்

இக்காவியங்கள் அனைத்தும் பௌத்த, சமண சமயத்தனவாகும். பெருங் காப்பியங்களான இவை தோன்றிய காலத்தில் புத்தமும் சமணமும் தமிழிலக்கிய உலகில் தலையாய பங்காற்றி வந்தன.

சிலப்பதிகாரம், மணிமேகலை, சீவக சிந்தாமணி ஆகிய மூன்று காப்பியங்களும் டாக்டர் உ.வே. சாமிநாதய்யரின் முயற்சியால் வெளிவந்தன. ஆனால் வளையாபதி, குண்டலகேசி இரண்டும் சில குறிப்புகளுடன் ஆங்காங்கே பிற இலக்கியங்களிலும் உரைகளிலும் எடுத்துக்காட்டப்படுவதுடன் அமைந்து விட்டன. இவ்விரு காப்பியங்களையும் பற்றிய செய்திகள் இங்கு தரப்படுகின்றன.

வளையாபதி

இது ஒன்பதாம் நூற்றாண்டினது என்றும் பதினொன்றாம் நூற்றாண்டினது என்றும் இருவேறு கருத்துகள் உள்ளன. இக்காப்பியம் பிற நூல்களின் துணைகொண்டு அறிவதற்கு இயலாத ஒன்றாய் உள்ளது (குண்டலகேசியின் வரலாற்றைப் பிறநூல்களின் துணையால் ஓரளவு அறிய முடிகின்றது. வளையாபதி ஆசிரியர் யார் என்பது நமக்குப் புலனாகவில்லை. தொல்காப்பிய உரையாசிரியரான இளம்பூரணர் (13 நூ) தம் உரையில் வளையாபதிச் செய்யுளை எடுத்துக் காட்டுகின்றார். இதனால் இந்நூல் 13 ஆம் நூற்றாண்டிற்கு முந்தியதாகலாம் என்று கருதுகின்றனர்.

சிலப்பதிகார உரையாசிரியர் அடியார்க்கு நல்லாரும் (13 நூ) யாப்பெருங்கல விருத்தியுரை காரரும் (இவர் விருத்தியுடையார் எனப்படுகின்றார். இவர் பெயரை அறிந்து கொள்வதற்கில்லை. யாப்பெருங்காலக் காரிகையின் உரையாசிரியராகிய குணசேகரரே விருத்தியுரையின் ஆசிரியருமாவார் என்று கருதுவாருளர்.) உரையாசிரியர் நச்சினார்க்கினியரும் (14 நூ) வளையாபதி நூலின் செய்யுள்களைத் தம் உரைநூல்களில் மேற்கோள் காட்டியுள்ளனர். புறத்திரட்டு என்னும் தொகை நூலில் வளையா பதியிலிருந்து எடுத்த அறுபத்தாறு செய்யுள்கள் தொகுக்கப்பெற்றள்ளன.

இந்தப் பத்தொன்பதாம் நூற்றாண்டின் பிற்பகுதியில் திருவாவடுதுறை மடத்திலிருந்து வளையாபதியின் ஏட்டுப் பிரதி எப்படியோ மறைந்துவிட்டது "...

திருவாவடுதுறை மடத்துப் புத்தக சாலையில் வளையாபதி ஏட்டுச் சுவடியை நான் பார்த்திருக்கின்றேன். அந்தக் காலத்தில் அத்தகைய பழைய நூல்களில் எனக்குப் பித்துண்டாகவில்லை. அதனால் அந்நூலை எடுத்துப் படிக்கவோ, பாடம் கேட்கவோ சந்தர்ப்பம் நேரவில்லை. பழைய நூல்களை ஆராய வேண்டுமென்ற மனநிலை என்பால் உண்டான பிறகு தேடிப் பார்த்தபோது அந்தச் சுவடி மடத்துப் புத்தக சாலையில் கிடைக்கவில்லை. தமிழ்நாடு முழுவதும் தேடியும் பெற்றிலன். எவ்வளவோ நூல்கள் அழிந்தொழிந்து போயினவென்று தெரிந்து அவற்றிற்காக வருத்தமடைவது என் இயல்பு. கண்ணினால் பார்த்த சுவடி கைக்கெட்டாமற் போயிற்றே என்ற துயரமே அதிகமாக வருத்தியது. ''கண்ணிலான் பெற்றிழந்தான் என உழந்தான் கடுந்துயரம்'' என்ற கம்பர் குறிக்கும் துயரத்திற்குத்தான் அதை ஒப்பிட வேண்டும் என்ற டாக்டர் உ.வே.சாமிநாதய்யார் ''என் சரித்திரம்'' என்ற தன் வரலாற்று நூலில் கூறுகின்றார்.

தக்கயாகப் பரணியின் (181 ஆம் தாழிசை) பழைய உரையாசிரியர் வளையாபதி கவியழகுள்ள நூல் என்று கூறுகின்றார்:

''எங்ஙனம் அங்ஙனம் என்னும் சொற்கள் எங்ஙனே அங்ஙனே என்று வந்தன. இவர் (தக்கயாகப் பரணி நூலாசிரியராகிய ஒட்டக் கூத்தர் 12 நூ) வளையாபதியை நினைத்தார். கவியழகு வேண்டி எங்ஙனமென்று இவ்வாறே வளையாபதியிலுண்டு.''

வளையாபதியின் கடவுள் வாழ்த்துச் செய்யுளை இளம்பூரணர் (13 நூ) தொல்காப்பியச் (செய்யுளியல் 98 ஆம் சூத்திரம்) உரையுள் மேற்கோள் காட்டுகின்றார். அச்செய்யுள்:

உலக மூன்று மொருங்குட னேத்துமாண்
டிலக மாய திலற்றி வனடி
வழுவி நெஞ்சொடு வாலிது நாற்றிவுந்
தொழுவி றெல்வினை நீங்குக வென்றியான்

ஆனால் அவர் இது எந்நூல் செய்யுள் என்று கூறவில்லை. யாப்பெருங்கல விருத்தியுரை ஆசிரியரும் இச்செய்யுளை 37 ஆம் சூத்திர உரையில் மேற்கோள் காட்டியுள்ளார். இவரும் இச்செய்யுள் எந்நூலிலிருந்து எடுக்கப்பட்டது என்று கூறவில்லை. நச்சினார்க்கினியர் தொல்காப்பியம் செய்யுளியல் 148 ஆம் சூத்திர உரையில் இச்செய்யுளை மேற்கோள் காட்டி, இதனை வளையாபதிச் செய்யுள் என்கின்றார். இது வளையாபதிக் கடவுள் வாழ்த்துச் செய்தி என்ற தெரிகின்றது.

வளையாபதி கதை

நமக்கு இன்று கிடைத்துள்ள சிலப்பதிகாரம், மணிமேகலை, சீவகசிந்தாமணி என்ற மூன்று காவியங்களின் கதையையும் பெரும்பாலர் அறிவார். எனினும் வளையாபதி, குண்டலகேசி என்ற இரண்டு காப்பியங்களின் கதைகளும் நன்கு அறியப்படாமலிருக்கின்றன.

வைசிய புராணம் என்ற பிற்காலத்து நூல் வளையாபதி வணிகச் சாதியைச் சேர்ந்த பெண் என்று கூறிவிட்டு, 35 ஆம் சருக்கத்தில் கூறுகின்ற கதை இங்கு விவரிக்கப்படுகின்றது. வைசியர் என்ற வகுப்பினர் வக்குவ முனிவரின் மரபு என்று இப்புராணம் உரைக்கின்றது.

வக்குவ முனிவர் பிரமனின் தொடையிலிருந்து பிறந்தவர். அம்முனிவர் தவமியற்றப் போய் விட்டார். அவர் இவ்வாறு இல்லாமையால் உலகில் நவமணிகள்

இல்லாமற் போயின. தேவர்கள் இது குறித்து இந்திரனிடம் குறை கூறினர். இந்திரன் பிரமனிடம் சென்றார். பிரமன் திருமாலிடம் முறையிட்டார். அனைவரும் சிவபெருமானிடம் சென்றனர்.

சிவன் தவநிலையில் ஆழ்ந்திருந்த வக்குவ முனிவரின் தவத்தைக் கலைப்பதற்காக மன்மதனை ஏவினார். மன்மதன் பெண்ணுருக்கொண்டு முனிவரின் தவத்திற்கு இடையூறு செய்தார். இதனால் சினங்கொண்ட முனிவர், ''நீ சிவனது தீ விழியால் எரிந்து போகக் கடவாய்'' என்று சபித்தார். மன்மதன் நடந்தவற்றை முனிவரிடம் கூறவே, அவர் மனமிரங்கி, இரதியினால் இயலுருப் பெறுவாய் என்று கூறிவிடுகின்றார்.

முனிவர் அதன்பிறகு சிவனார் அழைக்கத் திருக்கயிலாயம் சென்றார். ''உலகில் மணி முதலான வைரம், வைடூரியம், கோமேதகம் முதலியன இல்லாமற் போயினமையால் உம்மை அழைத்தோம். மண்ணுலகம் சென்ற அவை மாந்தர்க்குக் கிடைக்கச் செய்வீராக,'' என்று சிவன் பணித்தார்.

''ஐயனே நான் தருப்பைப் புல்லால் மானுடரைப் படைப்பேன்'' என்று முனிவர் கூறவும், ''அது பிரமனின் படைப்புத் தொழிலுக்கு மாறாகும். ஆதலால் நீவிர் நும் மரபிற் குகந்த கன்னியை மணந்து, அவளால் நும் குலத்தைத் தழைக்கச் செய்வீராக'' என்றார் சிவனார்.

சிவன் இங்ஙனம் உரைத்து உமையை நோக்கவும் தேவி தன் கையிலிருந்த ஒரு பூவைப் பெண்ணாக்கித் தந்தார். வக்குவ முனிவர் அப்பூவையை மணந்து அவளுடன் ஆயிரம் தருப்பைப் புற்களை முடிந்து பிரமனை நோக்கி வேள்வி செய்தார். வேள்வித் தீயில் ஆயிரம் அவிகளைச் சொரிந்து, அக்கினியிடம் தனக்கு ஆயிரம் மக்களை வேண்டினார். அக்கினி அவ்வாறே வக்குவ முனிவருக்கு ஆயிரம் மக்களை அளித்தார்.

வக்குவ முனிவர் இதனால் வைசியகுல முதல்வராகின்றார். ஆயிர வைசிய மரபினர்க்குப் புல் வேடுழான், புல்விடு வேட்டுழான், புல்விகிழான், நாணல் கிழான் என்ற சிறப்புப் பெயர்களும் உள்ளன. இம்மரபினர் நர வாகனான குபேரனின் உதவியால் உலகெங்கும் பரவினர் என்று வைசிய புராணம் கூறும்.

இந்த மரபில் நவகோடி நாராயணன் என்ற வைர வணிகர் ஒருவர் இருந்தார். அவர் அளவற்ற செல்வமும் பாண்டிய மன்னரை வென்ற வீரமும் உடையவர். சிறந்த சிவபக்தர். அவர் இரண்டு மனைவியரை மணந்தார். ஒருத்தி வைசிய குலத்தவர்; மற்றொருத்தி வேற்று மரபினர். சமூகக் கட்டுப்பாடு காரணமாய் நவகோடி நாயகன் வேற்றுச் சாதிப் பெண்ணை விலக்குகின்றார். அவர் அதன்பிறகு தன் குலத்து மனைவியருடன் இன்பமாய் வாழ்ந்து வந்தார்.

கைவிடப்பட்ட மனைவி காளியை வழிபட்டார் ; தன் கணவர் தன்னை ஏற்குமாறு காளி அருள் செய்ய வேண்டுமென்று வேண்டினார். காளி அப்பெண்ணைத் தன் கோயிலருகே வாழச் செய்தாள். அப்பெண்ணுக்கு உரிய காலத்தில் மகன் பிறந்தான். அவன் கல்வி கற்று வந்தபோது, அவனைத் தந்தையறியாதவன் என்று மற்றொரு சிறுவன் பழித்தான். அவன் தாயிடம் சென்று தன் தந்தையைப் பற்றிய உண்மையை அறிந்து நவகோடியின் கடைக்குச் சென்றான். அங்கு சிறுவன் தன்னை இன்னார் என்று கூறியதும் காளியின் அருளால் நவகோடி நாராயணன் உண்மை அறிந்து, மகனை ஏற்றுக் கொண்டார்.

வைசிய புராணத்தில் இப்பகுதிக்குப் ''பஞ்ச காவியத் தலைவரில் வைர வணிகன் வளையாபதி பெற்ற சருக்கம்'' என்ற தலைப்புத் தரப்பட்டுள்ளது. இதில் வேற்றுக் குலத்துப் பெண்ணின் பெயர் வளையாபதி என்று கூறப்படவில்லை. ''இக்கதையில் ஒரு பொருளும் இல்லை'' என்று மு.அருணாசலம் கூறுவார். எனவே இப்புராணக் கதை வளையாபதி காப்பியத்தின் பொருளாய் இருக்க முடியாது என்பது அவரது துணிவு.

குண்டலகேசி கதை

நமக்குக் கிடைக்காது போன மற்றொரு காப்பியமான குண்டலகேசியின் சில செய்யுள்கள் யாப்பெருங்கல உரை, தொல்காப்பிய உரை, வீர சோழிய உரை (வீரசோழியம் என்ற இலக்கண நூல் புத்தமித்திரரால் 11 ஆம் நூற்றாண்டில் எழுதப்பட்டது) முதலிய உரை நூல்களிலும் பன்னூல் திரட்டாய் விளங்கும் புறத்திரட்டிலும் இடம் பெற்றுள்ளன. கமலை ஞானப் பிரகாசர் (16 நூ) இயற்றிய சிவஞான சித்தியிலும் ஐஞ்சிறு காப்பியங்களுள் ஒன்றான நீலகேசியின் சில பாடல்களிலும் இக்காப்பியம் பற்றிக் கூறப்பட்டுள்ளது.

குண்டலகேசி என்பவர் புத்தர் காலத்தில் (கி.மு.563 - 463) வாழ்ந்தவள். இது அவளுடைய கதையைக் கூறுவது என்று டாக்டர் க.கணபதிப் பிள்ளை கூறுவார்.

தேரி காதா

பௌத்த சமயஞ் சார்ந்த தேரி காதா, தம்மபத கட்ட கதா, அங்குத்தர நிகாய என்னும் பாளி நூல்களிலும் நீலகேசி என்னும் சமணத் தமிழ்நூலிலும் குண்டலகேசியின் கதை உரைக்கப்படுகின்றது.

ஒவ்வொரு பிக்குணியும் அருகத நிலையை அடையும்போது தான் உய்த்துணர்ந்த ஞான இன்ப நிலையைக் குறித்து ஒவ்வொரு காதை பாடியிருக்கின்றார். அக்காதைகளின் தொகுப்பிற்குத் தேரி காதா என்று பெயர். அதுபோலத் தேரரும் (பிக்குகளும்) தாம் எய்திய அருகத நிலையைப் பாடிய காதைகளைத் தொகுத்துத் ''தேர காதா'' என்று பெயர் சூட்டியுள்ளனர். பௌத்தர் இவ்விரு நூல்களையும் தேர தேரி காதா என்பர். (தேரர் ஆண்துறவியரையும் தேரி பெண்துறவியரையும் குறிக்கும்) இந்நூல் கி.மு.80 ஆம் ஆண்டில் நூல் வடிவில் எழுத்தில் வரையப்பெற்றது.

தேர தேரி காதா

தேர தேரி காதா என்னும் நூலுக்குத் தம்மபாலர் என்னுந் தேரர் பாளி மொழியில் உரை எழுதியுள்ளார்: இவ்வுரை நூலைப் 'பரமத்த தீபனி' என்று அழைப்பார். இவர் காஞ்சியிலிருந்த தமிழ்ப் பௌத்தத் துறவி என்பது காந்தவமிசம் என்னும் பாளி நூலிலிருந்து தெரிகின்றது. ஆனால் சாசனம் வமிசம் என்னும் நூல், இவர் பதரசித்தம் (இலந்தைத் துறை) என்னும் ஊரில் வாழ்ந்தவர் எனக் கூறும். இவ்வூர் சிங்கத் தீவிற்கு அருகிலுள்ள ஒரு தமிழரசில் இருந்ததென்பர். ஆனால் பரமத்த வினிச்சயம் என்ற நூல் தாமிரபரணியை அடுத்து அமைந்த தஞ்சா என்னும் ஊரில் இப்பெரியார் இருந்தார் எனச் சொல்லப்பட்டுள்ளது. இவர் ஒவ்வொரு காதைக்கும் உரை கூறும்போது, அவரவர் வரலாற்றைப் பாளி மொழியிலுள்ள அபதான என்னும் நூல் முதலியவற்றிலிருந்தும் தாம் செவி வழியாய்க் கேட்ட செய்திகளிலிருந்தும் தொகுத்து எழுதியுள்ளார். இவரது

உரையிற் கண்டவற்றைத் தமிழில் மொழிபெயர்த்து எழுதப்பட்டதே குண்டலகேசி என்னும் தேரியின் கதையாகும்.

குண்டல கேசா என்னும் பாளி மொழிப்பெயர் தமிழில் குண்டல கேசி என வந்தது. (பாளி என்பது சமஸ்கிருதத்திலிருந்து தோன்றிய பண்டை மொழியாகும். இதில் பௌத்த சமய நூல்கள் எழுதப் பெற்றுள்ளன..) பகவான் பது முத்தர் காலத்தில் சம்சவதி நகரில் ஒரு குலபதி வீட்டில் குண்டலகேசி பிறந்தாள். அவள் மெய்யறிவு பெற்றவளாயிருந்தாள். பது முத்தர் ஒரு நாள் புத்தர் பெருமானிடம் அருளுரை கேட்டுக் கொண்டிருக்கையில், குண்டலகேசி அதைத் தன் கூர்த்த மதியினால் விரைந்து விளங்கிக் கொண்டாள். அதனால் அவள் தேரியருள் முதல்வரிசையில் வைக்கப்பட்டாள். நல்வினைகளைப் புரிந்து, பல பிறவிகள் எடுத்து அவள் வாழும்போது பல நல்வினைகளைச் செய்து வந்தாள். நூறாயிரம் கற்பங்களாய்த் தெய்வ, மனிதப் பிறப்புகளில் பிறந்து உயிர் வாழும்போது, கச்ச புத்தர் காலத்தில், காசி நகரத்து அரசனாகிய கிகிச்சனின் பெண் மக்கள் எழுவரில் ஒருத்தியாய்ப் பிறந்தாள்.

இருபதினாயிரம் ஆண்டுகளாய்ப் பத்துச் சீலங்களையும் கைக்கொண்டு இளமையின் தொடக்கம் பிரமச்சரியம் காத்துச் சங்கத்தார் வசிப்பதற்கு பரிபேணம் கட்டுவித்து ஒரு புத்தரந்தர காலம் உயிர் வாழ்ந்தாள். பின்னர் கௌதம புத்தர் தோன்றியருளிய காலத்தில் நற்கதியால் இராசக்கிருகத்தில் செட்டி குலம் ஒன்றில் பிறந்தாள்.

குண்டலகேசி பற்றி இன்னொரு கதை

இராசக்கிருத நாட்டு அரசனுடைய அமைச்சருக்குப் பத்திரை என்ற பெயருள்ள கன்னிகை இருந்தாள். அவள் ஒரு நாள் தன் மாளிகையில் இருந்தபோது, அரச ஏவலர் கள்ளன் ஒருவனைக் கொலைக் களத்திற்கு அழைத்துச் சென்றதைக் கண்டாள். இக்கள்ளனின் இளமையையும் அழகையும் கண்ட பத்திரை அவன்மீது மையல் கொண்டாள். இதனையறிந்த அவளின் தந்தையாகிய அமைச்சர் கள்ளனை விடுவித்து அவனுக்குத் தன்மகள் பத்திரையை மணம் செய்து வைத்தார்.

அவ்விருவரும் கணவனும் மனைவியுமாய் வாழ்ந்து வருகையில் ஒரு நாள் ஊடலின்போது பத்திரை அவனை நோக்கி ''நீ கள்ளன் அல்லனோ?'' என்றனள். அதைக் கேட்டு அவன் சினங் கொண்டு, பின்னொரு நாள் பத்திரையை அழைத்துக் கொண்டு மலைமீது ஏறினான். மலையில் ஏறிய பின் அவளை மலையிலிருந்து உருட்டித் தள்ளப்போவதாய்க் கூறினான். பத்திரை நிலையை உணர்ந்து அவனுக்கு உடன்பட்டவள் போல் நடித்து ''நான் இறக்குமுன் உம்மை வலம் வர வேண்டும்'' என்று கூறி, அவனைச் சுற்றி வருவது போல் அவன்பின் சென்று ஊக்கித் தள்ளினாள். அவன் மலையிலிருந்து விழுந்து இறந்தான்.

பத்திரை பிறகு வாழ்க்கையை வெறுத்தவளாய் அலைந்து திரிந்தாள். சமண சமயத்து ஆரியங்கானைகள் வாழும் மடம் ஒன்றை அவள் அடைந்தாள். ஆரியங்கானையர் பத்திரையின் வரலாற்றை அறிந்து, அவளைத் தம் பள்ளியில் சேர்த்துத் தம் சமய நூல்களையெல்லாம் கற்பித்தனர். அவள் சமணப் பள்ளியில் சேர்ந்தபோது ஆரியங்கானையரின் வழக்கப்படி பத்திரையின் தலை மயிர் மழிக்கப்பட்டது. மழிக்கப்பட்ட மயிர் பிறகு இருண்டு சுருண்டு வளர்ந்த முடியினையு டையவளானதால் இவளுக்கு குண்டலகேசி என்ற பெயர் வந்தது.

சமய வாதம்

கல்வி கற்றுத் தேர்ந்த பத்திரை சமய வாதம் செய்யப் புறப்பட்டாள். இக்காலத்தில் பௌத்த, சமண, பிராமண சமயத்தவரும் ஆசீவகர் (ஆசீவகன் : இ.ச.க. தொகுதி-8) போன்றோரும் தத்தமது சமயம், கொள்கை முதலியன பற்றியும் மாற்றுச் சமயத்தவருடன் வாது செய்வது வழக்கமாயிருந்தது. கி.மு.160 முதல் 140 வரை பாஞ்சாலத்தை ஆண்ட இந்திய - கிரேக்க மன்னரான மினாந்தர் நாகசேனர் என்ற பௌத்தத் துறவியிடம் வாது செய்து பௌத்தம் தழுவினார் என்பது வரலாறு. அவ்விருவருக்குமிடையே நடந்த தருக்கவாதம் மிலிந்த பணா (மிலிந்தரின் வினாக்கள்; மிலிந்தர் என்பது மினாந்தரைக் குறிக்கும்.) என்ற நூலில் விவரிக்கப்பட்டுள்ளது.

சமணரொடு திருஞான சம்பந்தர் (7 நூ.) செய்த வாதத்தில் சமணரின் மந்திரம் எழுதப்பெற்ற ஏட்டைத் தீயிலிட்டபோது, அது எரிந்து சாம்பலானது. ஆனால் சம்பந்தரின் தேவாரப்பதிகம் எழுதிய ஏடு தீயில் வேகாமல் பச்சையாய் விளங்கியது. வைகை ஆற்றில் இட்ட சமண ஏடு வெள்ளத்தால் அடித்துச் செல்லப்பட்டது. தேவாரப் பதிகம் பொறித்த ஏடோ எதிர்நோக்கிக் கரைசேர்ந்தது. இவை அனல்வாதம், புனல்வாதம் எனப்படுகின்றன. சமயவாதத் தொடர்பான இக்கதையும் கவனத்தில் கொள்ளத்தக்கதாகும்.

ஆதிசங்கரரும் (788 - 838 கி.பி.) மாற்றுச் சமயத்தவரை வாதில் வென்று வந்த சங்கர விஜயமும் இது தொடர்பாய் உணரத்தக்கதாகும்.

குண்டலகேசி சமய வாதம்

பத்திரையான குண்டலகேசி சென்ற இடமெல்லாம் நாவல் மரக்கிளையை நட்டுச் சமயவாதம் செய்து வந்தாள். அவள் ஒரு நாள் ஓர் ஊருக்குச் சென்று வாதுக்கழைப்பதற்காக வழக்கம்போல் நாவற் கிளையை ஓரிடத்தில் நட்டுவிட்டு, ஊருக்குள் இரந்துண்ணச் சென்று விட்டாள். அப்போது கௌதம புத்தரின் மாணவரான சாரிபுத்தர் இரப்பதற்காக அவ்வூருக்கு வந்தார். (சமண, பௌத்தத் துறவியர் இங்ஙனம் ஊர் ஊராய்ச் சென்று இரந்து உண்பது வழக்கம்) அவர் அவ்வூரில் நாவற் கிளை நட்டிருந்ததைக் கண்டு, அதைப் பிடுங்கி எறிந்துவிட்டுத் தானும் ஊருக்குள் இரந்துவரப் புறப்பட்டு விட்டார்.

குண்டலகேசி பௌத்தம் சேர்தல்

குண்டலகேசியும் சாரி புத்தரும் இரந்துண்ட பின்னர், நாவற் கிளை நட்டிருந்த இடத்திற்குத் திரும்பினர். நாவற் கிளையை வீழ்த்தியவர் வாதம் செய்யவேண்டுவது கடமையாதலால், இருவரும் சமயவாதம் செய்யத் தொடங்கினர். சொற்போர் நெடுநேரம் நடந்தது. குண்டலகேசி விடுத்த வினாக்களுக்கு சாரிபுத்தர் விடை பகர்ந்தார். பிறகு சாரிபுத்தர் தொடுத்த வினாக்களுக்கு குண்டலகேசி விடையளித்தாள். அவளால் சில வினாக்களுக்கு விடை தர இயலாது போனதால் அவள் தன் தோல்வியை ஒப்புக் கொண்டாள். குண்டலகேசி பிறகு சாரி புத்தரை வணங்கித் தன்னைப் பௌத்த சமயத்தில் சேர்த்துக் கொள்ளும்படி வேண்டினாள்.

சாரி புத்தர் குண்டலகேசியைப் புத்தர் பிரானிடம் அழைத்துச் சென்று, அவர் முன்னிலையில் அவளைத் துறவியாக்கினார். குண்டலகேசி நெடுநாள் பௌத்தத்

தேரியாய் வாழ்ந்து கடைசியில் வீடு பேறடைந்தாள். குண்டலகேசியின் இவ்வரலாற்றைக் கூறுவதுதான் குண்டலகேசி என்ற பௌத்தக் காவியம். இக்காவியத்தை இயற்றியவர் நாத குத்தனார் என்ற பௌத்தர் என்று பின்னாளில் குண்டலகேசிக்கு மறுப்பாய் எழுந்த நீலகேசி என்னும் சமண நூலின் *344* ஆம் செய்யுள் உரைக்கின்றது.

குண்டலகேசி ஆசிரியர், காலம்

சோழ நாட்டிலிருந்த பௌத்த பிக்குவாகிய பேர் போன காசிய தேரர் ''விமதி வினோதனீ'' என்னும் பாளி மொழி நூலுக்குத் தாம் எழுதிய டீகா என்னும் உரையில் குண்டலகேசியின் ஆசிரியர் நாகசேனர் என்று கூறுகின்றார். அவரது கூற்றை மயிலை சீனி வேங்கடசாமி பாளி மொழிப் பாட்டாய்த் தருகின்றார் :

புப்பேகிர மைஸ்மின் தமிளொட்டே கோசபின்ன

லத்திகோ நாகசேனோ நாம தேரோ குண்டலகேசி

வத்தின் பாவாத மதன நய தச்சனத்தன் தமிலி

கப்ப ரூபனே கறராள்தோ

அவர் இதற்குத் தமிழிலும் பொருள் தருகின்றார்:

பழங்காலத்தில் இத் தமிழ்நாட்டில் மாறுபட்ட கொள்கையுடைய நாகசேனர் என்னும் ஒரு தேரர், எதிரிகளின் கொள்கைகளை அழிக்க எண்ணிக் குண்டலகேசி என்ற காப்பியத்தைத் தமிழில் இயற்றினார்.

''இச்செய்தியை எனக்குத் தெரிவித்தவர் இலங்கையிலுள்ள என்னுடைய நண்பர் அருள்திரு பண்டிதர் ஹிஸ்ஸெல்ல தருமரதன் தேரோ அவர்கள்'' என்பதாய் மயிலை சீனி வேங்கடசாமி குறிக்கின்றார்.

இதனால் குண்டலகேசியின் ஆசிரியர் நாத குத்தனார் என்று நீலகேசி உரை கூறுவது தவறு என்றும் நாகசேனர் என்பதே அவர் பெயர் என்றும் சீனி வேங்கடசாமி துணிகின்றார்.

நாகசேனர் வரலாறு முதலியன தெரியவில்லை. குண்டலகேசிச் செய்யுள்கள் மேற்குறித்தவாறு வீரசோழிய உரையிலும் யாப்பெருங்கல விருத்தியுரையிலும் மேற்கோளாய் வருவதால், இந்நூல்களின் காலமாகிய பத்தாம் நூற்றாண்டிற்கு முன் குண்டலகேசி எழுதப்பட்டிருத்தல் வேண்டும் என்பது சீனி வேங்கடசாமியின் கருத்தாகும்.

சமண சமயக் கொள்கைகளை மறுப்பதற்காகவே குண்டலகேசி என்ற பௌத்தக் காவியம் இயற்றப் பெற்றது. குண்டலகேசியினால் மறுத்துக் கூறப்பட்ட சமணசமயக் கொள்கைகளை நிலைநாட்டுவதற்காக நீலகேசி என்னுஞ் சமண நூல் பிற்காலத்தில் (ச.11 னூ.) உண்டாக்கப்பட்டது. நீலகேசியின் மொக்க வாதச் சருக்கத்தில் குண்டலகேசிச் செய்யுள்கள் மறுக்கப்பட்டுள்ளன.

இன்னொரு குண்டலகேசிக் கதை

குண்டலகேசி காளான் என்ற வணிகரின் மகள் என்று இன்னொரு கதையில்

சொல்லப்பட்டுள்ளது. அவள் கள்வனை விரும்பி மணந்து கொள்வதாயும் முன் சொன்ன கதையில் போன்று ஊடலும் அதன் பின்னர் குண்டலகேசி மலையில் கணவனை உருட்டித் தள்ளுவதாயும் இக்கதையில் வருகின்றன.

தமிழ்க் காப்பியங்கள் பௌத்த, சமண நூல்களே

தமிழில் எழுந்துள்ள ஐம்பெருங் காப்பியங்களனைத்தும் பௌத்த, சமண சமயத்தவரால் எழுதப் பெற்றன. மணிமேகலை சீத்தலைச் சாத்தனார் என்ற பௌத்தராலும் சிலப்பதிகாரம் சமணம் தழுவிய இளங்கோவடிகளாலும் குண்டலகேசி நாத குத்தனர் (அ) நாகசேனர் என்ற பௌத்தராலும் வளையாபதி பெயர் அறியவியலாத சமணர் ஒருவராலும் சீவக சிந்தாமணி திருத்தக்கத் தேவர் என்ற சமணராலும் இயற்றப்பட்டன. இக்காலத்தில் சமண பௌத்த சமயங்கள் தமிழகத்தில் மிகுந்த செல்வாக்குப் பெற்று விளங்கின.

3. பதினெட்டு, பத்தொன்பதாம் நூற்றாண்டுகளில் தமிழகத்தில் உருக்காலைகள்

உலகில் மனிதன் ஏறத்தாழக் கி.மு.3480 வாக்கில் செம்பு, வெள்ளி, தகரம், ஈயம், துத்தநாகம், நிலக்கரி ஆகிய உலோகங்களுடன் இரும்பையும் அறிந்திருந்த போதிலும், அவற்றின் பயன்களை அவன் உணரவில்லை.

கி.மு.2000 வாக்கில் வட சிரியத்திலும் ஆசிய மைனரிலும் பெரும் பேரரசை நிறுவிய அனட்டோலிய மக்களான ஹிட்டைட்டுகள் எகிப்தின் வலிமையை முறியடிக்க இரும்பினால் படைக்கலன்களைச் செய்யக் கற்றிருந்தனர். இருப்பினும் இரும்பையும் கரியையும் சேர்த்து ஒன்றாய்ச் சூடாக்கினால், அதை உருப்படுத்தி உடனே குளர்வித்தால் அது ஓர் ஆயுதமாகும் அல்லது வெண்கலத்தை விஞ்சக்கூடிய வலிவும் கூர்மையும் வாய்ந்த கருவியாகும் என்பதைச் சுமார் கி.மு.1400 வாக்கில் மனிதன் கண்டிருந்தான். எனினும் இந்தச் செய்முறை பெருஞ்செலவாகக் கூடியது. ஹிட்டைட்டுகள் எகிப்தியரை வென்றதற்கு அவர்களிடமிருந்த இரும்புப் படைக்கலன்களே பெரிதும் காரணமாயிருந்தன. (ஹிட்டைட்டுகள் : இ.ச.க.1 காண்க)

இரும்பும் எழுத்தும்

நெடுங்கணக்கு எழுத்து முறை (*Alphabet*) எப்போது தோன்றியது என்று துல்லியமாய்க் காட்டி நிறுவ இயலாது. அது ஏறத்தாழக் கி.மு.1000 வாக்கில் சிரியத்திலும் பாலத்தீனத்திலும் வழக்கிற்கு வந்துவிட்டது. அகரவரிசையான நெடுங்கணக்கு எழுத்துமுறை கண்டுபிடிக்கப்பட்டதன் முக்கியத்துவத்தைக் கிட்டத்தட்ட அதே காலத்தில் கண்டுபிடிக்கப்பட்ட இரும்பின் முக்கியத்துவத்துடன் ஒப்பிடலாம். இரும்புக் கருவிகளும் படைக்கலன்களும் தோன்றி ஏழைகளுக்கும் பணக்காரர்களுக்கும் இடையில் இருந்துவந்த ஏற்றத்தாழ்வுகளைப் பெரிதும் குறைத்தன. அத்துடன் போர்க்கலையும் சமூக அமைப்பும் ஜனநாயகத் தன்மை அடையவும் வழி வகுத்தன.

ஹிட்டைட்டுகளின் இரும்பு இரகசியம்

இரும்பைக் கொண்டு எங்ஙனம் படைக்கலன்களை ஆக்குவது என்பதை ஹிட்டைட்டுகள் எவரும் அறியாமல் மறைவடக்கமாய் வைத்திருந்தனர். ஆசிய

மைனரில் திரேசியரும் ஃபிரிஜியன்களும் தோன்றி, ஹிட்டைடுகளின் பேரரசு சிதறிப்போன பிறகுதான், இரும்பைப் பயன்படுத்தும் முறை எங்கும் பரவிற்று.

திரேசியர்(*Thracian*) என்ற மக்கள் பண்டை இந்திய ஐரோப்பிய இனத்தாராவர். அவர்கள் பால்கன் தீவக்குறையின் தென்கிழக்கு மூலையில் வாழ்ந்தனர். அவர்கள் பேசிய மொழிக்குத் திரேசியன் என்று பெயர். இந்திய ஐரோப்பிய மொழிக்குடும்பத்தைச் சேர்ந்த திரேசியன் வரலாற்று இடைக்காலத்தின் தொடக்கத்தில் வழக்கொழிந்து போயிற்று.

ஃபிரிஜியம் (*Phrygia*) என்பது நடு ஆசியமைனரின் மேற்கிலிருந்த பண்டை நாடு. அம்மக்கள் பேசிய ஃபிரிஜியன் என்ற மொழி வழக்கிழந்துவிட்டது.இம்மக்களும் இந்திய ஐரோப்பியரேயாவர்.

ஹிட்டைட்டுகளின் பேரரசு உடைந்ததும் அம்மக்கள் சிதறிப் பரவினர். அப்போது மெல்லிரும்பு (*wrought iron*)பற்றிய இரகசியத்தை ஹிட்டைட்டுக் கருமார்கள் தாம் சென்ற இடமெல்லாம் பரப்பினர்.

கங்கைச் சமவெளியில்

கங்கையின் கரையிலுள்ள தற்காலப் பாட்னா நகரைச் சுற்றியுள்ள பராபர் மலைகளில் சுமார் கி.மு.1000 ஆம் ஆண்டுவாக்கில் இரும்பு ஏராளமான அளவில் கண்டுபிடிக்கப்பட்டது. அதை ''ஊதித்து எடுத்துப்'' படைக்கலன்களும் கோடாரி, உழுகருவிகளும் செய்தனர். இதையடுத்து வெகு துரிதமான மாறுதல் ஏற்பட்டது. கங்கைச் சமவெளியில் அடர்ந்து வளர்ந்திருந்த கோங்கு மரக்காடுகளுக்குள் இதுவரை யாரும் நுழைய முடியாதிருந்தது. இப்போது இரும்புக்கருவிகளையும் ஆயுதங்களையும் வைத்து ஆரியர்கள் வெற்றிகண்டு மேலும் கிழக்கு நோக்கி விரைந்தனர். அவர்கள் ஆவினம் மேய்த்துத் திரிந்த நாடோடி வாழ்க்கையைக் கைவிட்டு, இரும்புக் கொழுகொண்டு உழுது பயிரிட்டனர். குல வீரர்கள் தோன்றி, வழிவழியாய்ப் பின்னர் நீடித்த முடியரசுகளும் அங்கு தோன்றின. இதற்கு இரும்புக் கருவிகள் துணைபுரிந்தன.

தமிழர் நாகரிகத்தில் இரும்பு

சுமேரியரும் மெசபடோமியத்தில் தோன்றிய வேறுபல நாகரிக மாந்தரும் சுமார் ஆறாயிரம் ஆண்டுகளுக்கு முன்னரே முதன்முதலில் இரும்பைப் பயன்படுத்தினர். ஏறத்தாழ ஐயாயிரம் ஆண்டுகளுக்கு முன்னர் நிலவிய சிந்துவெளி நாகரிக மாந்தர் இரும்பை அறிந்திருக்கவில்லை என்பது குறிப்பிடத்தக்கதாகும்.

இரும்புக்காலம் (*Iron Age*) என்பது சற்றேறக் குறைய மூவாயிரம் ஆண்டுகளுக்கு முன்னர், சுமார் கி.மு.1100 ஆம் ஆண்டு தொடங்குகின்றது. மனிதன் இரும்பை மிகுதியாய் இப்போது பயன்படுத்தியதால் இது இரும்புக் காலம் என்று பெயர் பெறுகின்றது. இரும்பு அகிலமெங்கும் பயன்படுத்தப்பட்ட உலோகம்; தென்னிந்தியத்தில் இரும்புக் கால மக்கள் பரவி வாழ்ந்திருந்தனர். ஆதிச்சநல்லூர் முதல் நாகபுரி வரை பல இடங்களில் புதைகுழிகளிலிருந்து ஒரே மாதிரியான இரும்புக் கருவிகள் கிடைத்தன. இரும்பிலும் உலோகங்களிலும் வேலை செய்தவர்கள் தொடர்ந்து தென்னகம் முழுமையிலும் இருந்தனர் என்பதற்கு இவை சான்றுகளாகும். சங்க காலத்திற்கு முற்பட்ட காலம் முதல் இரும்பை உருக்கும் தொழில் தமிழகத்தில் நடந்து வந்திருக்கின்றது.

கொடுமணலும் இரும்பும்

கொடுமணல் என்பது நொய்யல் ஆற்றின் கரையிலுள்ள சிற்றூர். அது இன்றைய பெரியார் மாவட்டத் தலைநகரான ஈரோட்டிலிருந்து சுமார் 40 கிலோ மீட்டர் தொலைவிலுள்ளது. அங்கு கி.மு. இரண்டாம் நூற்றாண்டுவாக்கிலேயே மிகப்பெரிய தொழில் நாகரிகம் நிலவியது என்பதை அங்கு நடந்த அகழ்வுப் பணிகள் தெளிவுபடுத்தியுள்ளன.

கொடுமணலிலும் அதைச் சுற்றிலும் அமைந்த பெருங்கற்கால இடங்களிலும் இருந்து இரும்பாலான நூற்புக் கதிர்கள், பருத்தித் துணித் துண்டுகள், கர்னீலியன் (*Cornelian*)என்ற மங்கிய செந்நிற மணிக்கல்லில் பளபளப்பான வேலைப்பாடுள்ள மணிகள், 24 காரட்டுத் தங்க நகைகள், வெள்ளி மோதிரங்கள், சங்கு வளையல் துண்டுகள், செம்பில் செய்து மணிக்கற்கள் பதித்த புலியின் உருவம், பலவகையான இரும்பு ஆயுதங்கள், எஃகு செய்யும் பட்டறைகள், உலோகம் செய்யப் பயன்படும் நேர்த்தியான மூசைகள், எண்ணற்ற ஓட்டாஞ் சல்லிகள், பொறிப்புகளுடன் கூடிய மட்பாண்டங்கள் முதலியன தோண்டியெடுக்கப்பட்டன.

கொடுமணல் கி.மு.நான்கு முதல் இரண்டாம் நூற்றாண்டு வரை செழித்திருந்தது என்று ஆராய்ச்சியாளர் கூறுவர்.

பவானியாற்றின் மணலில் தாமிரம் கலந்திருந்ததாயும் அதை உருக்கிக் கிடைத்த தாமிரத்தை மேலைச் சிதம்பரத்தில் பேரூரில் செப்புத் திருமேனி செய்வதற்குப் பயன்படுத்தியதாயும் சோழன் பூர்வபட்டயம் கூறும் :

''ஓர் செம்பில் ஒரு மூன்று நாகம் உழல் பேரறியப் பித்தளையாம் பார்'' என்று அனிதத்திகாரம் என்னும் சமண நூல் குறிப்பிடுகின்றது.

இரும்பையும் வெள்ளியையும் கலந்து உருக்கிய கலப்புலோகம் ஒன்று இருந்தது. ''இருப்பும் வெள்ளியும் இசைந்துருக்குரீஇ'' என்ற ஏழாம் நூற்றாண்டின் பெருங்கதைக் குறிப்பிலிருந்து இதை அறியலாம்.

ஊதுலைகள்

பண்டைத் தமிழகத்தில் கல்லாலும் மண்ணாலுமான சிறு உலைகளில் இரும்பு கலந்த மண்ணைக் கட்டைக் கரியுடன் சேர்த்து உருக்கி இரும்புக் கட்டிகளாய்ச் செய்தனர். தமிழ் இலக்கியங்களில் பல இடங்களில் இரும்பைக் காய்ச்சும் ஊதுலைகள் குறிப்பிடப்படுகின்றன.

மெல்தோல் மிமிஉலை கொல்லன் முறிகொடிறு அன்ன

என்று பெரும்பாணாற்றுப் படையும் (206)

ஒண்ணிறச் செந்தி உண்ணிறைத் தடங்கிட ஊதுலை போல

என்று பெருங்கதையும் (பாங்கர்க் குரைத்தது) பாடுகின்றன. இவ்வாறு ஊதுலைகளில் இரும்பைக் காய்ச்சி எடுத்த நிலை 18, 19 ஆம் நூற்றாண்டுகளிலும் தமிழகத்தில் இருந்தது. தமிழகத்தின் நாட்டுப்புறங்களில் இத்தொழில் நடந்ததைப் புக்கனன் என்ற ஆங்கிலேயர் நேரில் பார்த்துத் தன் குறிப்பேட்டில் பதிந்து வைத்திருக்கின்றார்:

''1800 நவம்பர் 5 : சிறு தொலைவு நடந்துசென்று சென்னிமலையை அடைந்தேன். இங்கு கொட்டம்பள்ளி என்ற சிற்றூரில் இரும்பு உருக்குவதைக் கண்டேன். சக்கிலியர் என்ற தாழ்ந்த சாதியினர் இவ்வேலையைச் செய்கின்றனர். தொழில்முறை மிகவும் வருந்தத்தக்கதாய் உள்ளது. உலை திறந்தவெளியில் இருக்கின்றது. அதனால் மழைக்காலத்தில் இரும்பை உருக்க முடியாது. ஆட்டுத்தோல் துருத்திக் கொண்டு காற்றை ஊதி நெருப்பெரியச் செய்கின்றனர். துருத்தியிலிருந்து சிறிதளவு காற்றே ஊதப்படுகின்றது.

''முதலில் உலையில் கரி போடுகின்றனர். அது எரியும் போது கை நிறைய இரும்புக் கனிமம் கலந்த மணலைப் போடுகின்றனர். இவ்வாறு வைகறையிலிருந்து பொழுது அடையும் வரை வேலை செய்கின்றனர். மணலில் கலந்த இரும்புக் கனிமம் உருகிப் பள்ளத்தில் பாய்ந்து இறுகிக் கட்டியாகின்றது.''

இது போன்ற இரும்பு காய்ச்சும் தொழில் தமிழ்நாட்டில் பல இடங்களில் நடந்துள்ளது. சேலம் மாவட்டத்தில் மட்டும் கிட்டத்தட்ட முப்பத்து நான்கு உருக்குப் பட்டறைகள் இருந்தன என்று தாமஸ் ஹாலண் தனது நூலில் குறிப்பிடுகின்றார். (Thomas Holland : Iron Ore and Industries of Salem District).

சேலம் இரும்பு

கி.மு.5000 ஆண்டுகளுக்கு முன்னரே சேலத்து எஃகினால் செய்த உளி, சுத்திகளைப் பயன்படுத்தி எகிப்தியர் பிரமீடு என்ற கல்லறைக் கோயில்களைக் கட்டினர் என்று எஃகு ஆய்வாளர்களான ஜே.எப்.கீத்து, சர்.ஜே.ஜே.வில்கின்ஸ் .என்போர் குறிக்கின்றனர்.

சுமார் ஓரங்குல அளவுள்ள சதுரமான இரும்புக்கட்டிகளைச் சிறு துண்டுகளாக்கிக் கரித் தூளைப் பக்கங்களில் நிரப்பிச் சிறு களிமண் கலங்களில் வைத்து அவற்றின் வாயைக் களிமண்ணால் அடைத்துக் கரி அடுப்புகளில் - ஊதுலைகளில் - வெண் சூடாகும் வரை காய்ச்சிச் சிலமணி நேரத்திற்குப் பிறகு, அக்கலங்களை எடுத்து ஆறவைத்து உறுதியும் கடினமுமான எஃகை ஆக்கினர். இது படைக்கலன்கள் முதலிய கருவிகள் செய்யப்பயன்பட்டது.

எஃகு என்னுஞ் சொல்

எஃகு என்னும் தமிழ்ச் சொல் வேல் முதலிய கருவிகள் என்ற பொருளில் தமிழ் இலக்கியங்களில் பல இடங்களில் ஆளப்பட்டுள்ளது. எஃகு என்ற இச்சொல் பொதுவாய் ஆயுதங்களைக் குறிக்கும். அதற்குக் கூர்மை, மதி நுட்பம், மனவொடுக்கம் என்ற பொருள்களும் உள்ளன.

''எஃகிடை இரும்பின் உள்ளமைத்து'' என்று பதிற்றுப் பத்தில் (74 : 13) தோல்வேலை செய்வதற்குரிய இரும்புக் கருவிகள் கூறப்படுகின்றன. ''ஒளி நிலைய எஃகு ஏந்தி'' (புறநானூறு 25) என்ற பாடல் வரியில் இலை வடிவான வேல் என்ற பொருளில் எஃகு என்னுஞ் சொல் வருகின்றது. ''எடுத்தெளி எஃகம் பாய்தலின் புக்கூர்ந்து'' என்ற முல்லைப்பாட்டு (48) வரியில் எஃகு வாளைக் குறிக்கின்றது.

எஃகைக் காய்ச்சித் தண்ணீரில் அவித்துக் கடினமாக்கும் முறையைத் தமிழர் அறிந்திருந்தனர். ''இரும்பறக் கழுவி எஃகின் இருளற வடிக்கப்பட்ட, அரும் பெறற் கரிகை'' என்று சீவக சிந்தாமணி (698) பாடுவதால், எஃகை மறுபடியும் காய்ச்சித் தூசு போக்கித் தூய்மையாக்கிய செய்தியை அறிகின்றோம்.

''இரும்புண்ட நீரினும் மீட்டற் கரிதென'' என்று புறநானூறும் (21), ''இரும்புண்ட நீர் மீள்கினும் என்றுழையிற் கரும்புண்ட சொல் மீள்கிலன் காணுதியால்'' என்று கம்பராமாயணமும் கூறுகின்ற தொடர்களும் இதற்குச் சான்றாய் உள்ளன.

உலகின் பிற இடங்களில் எஃகு இன்னதென்று அறியப்படாத காலத்தில் கொங்கு நாட்டில் எஃகிலான பொருள்களைச் செய்திருக்கின்றனர் என்பது ஆராய்ச்சியாளர் கருத்தாகும்.

தமிழர் இரும்பு வாணிகம்

தமிழர் சிற்றூர்களில் உலைக் கூடங்களில் செய்த இரும்புக் கட்டிகளைச் சந்தைகளிலும் வணிகரிடத்திலும் விற்றனர். தமிழகத்திற்கு வெளியேயிருந்த நாட்டினர் தமிழகத்து இரும்பையும் எஃகையும் விரும்பி வாங்கினர். இராயல் ஆசியவியல் சங்கத்தில் ஹீத்து என்றவர் 1837 இல் ஓர் ஆய்வுக் கட்டுரையைப் படித்தார்.

தென்னிந்தியத்தில் செய்த எஃகு எகிப்திற்கும் ஐரோப்பியத்திற்கும் சென்றது என்று அவர் அந்த ஆய்வில் எடுத்துக்காட்டியதைத் தமிழ்க் கலைக்களஞ்சியம் குறிப்பிடுகின்றது. மா அலெக்சாந்தர் (356-323 கி.மு.) கி.மு. 327 ஆம் ஆண்டு பாரதத்திற்குப் படை கொண்டு வந்தபோது போரஸ் என்ற புருசோத்தமன் சேலம் பகுதியிலிருந்து எடுத்த முப்பது இராத்தல் எஃகைக் கொடையாய்க் கொடுத்தான் என்றும் கூறுவர்.

தமிழகத்தில் செய்த இரும்புக் கட்டிகள் செங்கல் வடிவிலும் கூம்பு வடிவிலும் உருக்கப்பட்டு வெளிநாடுகளுக்கு ஏற்றுமதியாயின. இங்கிருந்து பெறப்பட்ட எஃகினால் ''டமாசீன்'' (Damascene) என்ற டமாஸ்கஸ் வாள்கள் ஐரோப்பியத்தில் செய்யப்பட்டன என்று சேலம் மாவட்டக் கருப்பொருள் களஞ்சியம் (Salem District Gazetteer III P.37) கூறுகின்றது. Damascus என்பது சிரியத்தின் தலைநகராகும். இந்நகரில் கி.மு.1000 ஆம் ஆண்டிற்கு முன்பிருந்தே மக்கள் தொடர்ந்து வாழ்ந்து வருவதால் இதை உலகின் தொன்முது நகர் என்பர். இங்கு செய்யப்பெற்ற வாள்கள் உலகப் புகழ் பெற்றவையாகும்.

உள்நாட்டில் நடந்த சந்தைகளுக்கும் இரும்பைக் கொண்டு சென்று விற்றனர்.

பசும்பொன் முத்துராமலிங்கம் திருப்பத்தூர் வட்டத்தைச் சேர்ந்த பிரான்மலை மங்கைநாதர் கோயிலிலுள்ள சுந்தரபாண்டியன் கல்வெட்டில் ''இரும்பு வண்டி ஒன்றுக்குக் காசு 2உம் இரும்புப் பொதி ஒன்றுக்குக் காசு 2உம் பாக்கத்துக் காசு 1 உம்'' என்று வருகின்ற தொடர்களில் கி.பி.13 ஆம் நூற்றாண்டிலேயே சந்தைகளில் கொண்டுவந்து விற்குமளவிற்கு உள்நாட்டில் இரும்பு வாணிகம் நடந்தது என்று அறிகின்றோம்.

இலக்கியங்களில் மட்டுமின்றி அகழ்வாய்வுகளிலிருந்து இரும்பு, எஃகு பற்றிய செய்திகளை அறிய முடிகின்றது. கி.மு.4000 ஆண்டுகளிலிருந்து பெருங்கற்காலத்தைச் சேர்ந்த ஈமச் சின்னங்கள் பல இடங்களில் அகழ்ந்தெடுக்கப்பட்டன. அங்கு முள் கொண்ட கம்பி முனைகள், ஈட்டிகள், வேல்கள், பட்டாக்கத்திகள், வாள்கள், குறுவாள்கள் ஆகிய கருவிகள் கிடைத்தன. பண்டைத் தமிழர் தம் தொழிலுக்குப் பயன்படுத்திய வேல் முதலிய கருவிகளைத் தெய்வமாய்க் கருதி வழிபட்டனர் என்பது மயிலை சீனி வேங்கடசாமியின் கருத்தாகும். முருக வழிபாட்டில் வேலை வணங்கும் மரபு இருந்து வருகின்றது.

பலவகை இரும்புக் கருவிகள்

தமிழர் கலப்பையில் கொழு கம்பியைச் செருகி உழுதனர் என்பதைப் ''பிடிவாயன்ன மடிவாய் நாஞ்சில் உழும்பு முகம் முழு கொழு மூழ்கி ஊன்றி'' என்று பெரும்பாணாற்றுப்படை (199 - 200) அடிகளால் அறியலாம். இரும்புக் கருவிகளைக் கொண்டு வண்டிக்கு வேண்டிய பொருள்களையும் செய்தனர்.

''கூனிக் குயத்தின் வாய் நெல்லரிந்து'' என்று பொருநராற்றுப் படையும் வளைந்த அரிவாள் கொண்டு நெல்லை அறுத்த காட்சியைக் காட்டுகின்றது. வீட்டில் வளர்க்கும் விலங்குகளின் மயிரைக் கத்தரிக்கக் கத்திரியைப் பயன்படுத்தினர். ''மயிர் குறைக் கருவி மான் சடையறை'' என்பது பொருநராற்றுப் படை.

ஏராளமான வேளாண்மைக் கருவிகள் இரும்பினால் செய்யப்பெற்றன. மண்வெட்டி, கொத்து, பட்டையான கோடரி, கடப்பாரை, அரிவாள், இரும்புக் கொத்தளம் ஆகியன அவற்றள் குறிப்பிடத் தக்கனவாகும். இரும்புக் கொத்தளங்களைக் கொண்டு கிணறு தோண்டினர்.

இரும்பைத் தகடாக்கிப் பல வேலைகள் செய்தனர். ''இரும்பு வடித்தன்ன மடியா மென்தோல்'' என்று பெரும்பாணாற்றுப் படை கூறுவதைக் கொண்டு, இரும்புத் தகடுகளைத் தோல்போல் மெல்லியதாய் அடித்துச் செய்தனர் என்பது புலனாகின்றது. வீட்டு விளக்குகள் இரும்பினால் செய்யப்பட்டன என்பதை நெடுநல்வாடை (43) கூறுகின்றது. ''இரும்பு செய்விளக்கின் ஈர்ந்திரிக் கொளீஇ'' என்பது அதை உணர்த்தும்.

மயிர் களைய எஃகினால் கூரிய கத்தியைச் செய்து கொண்டனர். ''எஃகு அமை இருப்பின் நீரளந்தூட்டிய நிறையமை வாளிலினை'' என்ற பெருங்கதைப் பாடல் அதற்குச் சான்றாகும்.

இரும்புக் காசுகள்

சற்று நீண்ட சதுர வடிவில் ஒரு பக்கம் யானை உருவும், மறுபக்கம் பனம்பூ வேலைப்பாடும் அமைந்த சேரர் காலத்து இரும்புக் காசுகள் கிடைத்துள்ளன. நமக்குக் கிடைத்த தமிழகக் காசுகளில் சேரர் காலத்துக் காசுகள் மட்டுமே இரும்பால் ஆனவையாகும்.

எழுநூறு ஆண்டுகளுக்கு முன்னர் பவானி ஆற்றின் குறுக்கே கட்டப்பட்ட காளிங்கராயன் அணையில், கற்களில் துளையிட்டு இரும்பு முனைகள் அதனுள் செலுத்தி ஈயத்தைக் காய்ச்சி ஊற்றி இணைத்துள்ளனர்.

துருவேறா இரும்புத் தூண்கள்

பாரதம் முழுமையிலும் இரும்புத் தொழில் சிறந்த வளர்ச்சியடைந்திருந்தது என்பதற்கு, இந் நாட்டின் பல இடங்களில் இன்றும் இரும்புத் தூண்களும் உத்தரங்களும் நிலையான சான்றுகளாய் நிற்கின்றன.

டெல்லித் தூண்

புது டெல்லியில் குதுப்புமினாரின் அருகே மேகரௌலி என்ற இடத்தில் நிற்கும் இரும்புத் தூண் மிகப் பழமையானது. இது குப்தர்களின் காலத்தில் (சு.275-550 கி.பி.)

நிறுவப்பட்டதாகும். குப்தர் காலத்துக் கலைஞரும் வினைஞரும் உலோக வேலையில் கைதேர்ந்தவர்களாயிருந்தனர்.

டெல்லியிலுள்ள இந்த இரும்புத் தூண் தகடாயும் மெல்லியதாயும் அடித்து நீட்டத் தக்க மெல்லிரும்பினால் (Wrought iron) செய்யப் பட்டது. அது இரண்டாம் சந்திர குப்தன் (சு.375-414 கி.பி.) காலத்தில் வடிக்கப்பட்டிருக் கலாம். அதன் மீது சுமார் கி.பி.413 இல் செய்த ஒரு பொறிப்புள்ளது. இந்த விஷ்ணு துவஜத்தை விஷ்ணு பாதகிரி நிறுவினார் என்று அது கூறுகின்றது. மேலும் இரண்டாம் சந்திர குப்தனின் வெற்றிகளையும் அருஞ்செயல் களையும் அந்தப் பொறிப்புத் தெரிவிக்கின்றது. இது குப்தர் காலத்துப் பொறியியல் திறனுக்கு நினைவுச் சின்னமாய் விளங்குகின்றது.

இந்த இரும்புத் தூணின் உயரம் 25 அடி. அதன் தனிச்சிறப்பு வாய்ந்த பண்புகளினால், அது ஒரு நூற்றாண்டிற்கு மேலாய் உலகின் கவனத்தை ஈர்த்து வருகின்றது. ஜாம்ஷெட்பூரிலுள்ள தேசிய உலோகவியல் ஆய்வுக் கூடம் (National Metallurgical Laboratory) 1963 ஆம் ஆண்டில் இத்தூணைப் பற்றிய பன்னாட்டுக் கருத்தரங்கு ஒன்றை நடத்தியது. அத்தூண் துருப்பிடிக்காததற்குச் சூழ்நிலை காரணமன்று என்பதையும் உலோகவியல் நுட்பமே காரணம் என்பதையும் அக்கருத்தரங்கு உறுதி செய்தது.

தார் தூண்

இந்தியத்தில் தரமான பல இரும்புத் தூண்கள் பல இடங்களில் உள்ளன. எனினும் அவை டெல்லித் தூணைப் போல் அவ்வளவாய் அறியப்படவில்லை. அவற்றுள் ஒன்று தார் (Dhar) என்ற இடத்திலுள்ளது. தார் அல்லது தாரா (Dhara) என்பது பண்டை மாளவத்தின் கோநகராயிருந்தது. அது இந்தூரின் மேற்கில் சுமார் 52 கிலோ மீட்டரில் (32 மைலில்) உள்ளது.

தாரிலுள்ள ஜாமா பள்ளி வாசலினருகே ஒரு பெரிய இரும்புத் தூண் மூன்று துண்டுகளாய் உடைந்து கிடக்கின்றது. அது டெல்லித் தூணைவிட இரண்டு மடங்கு எடை மிகுந்தது. இதுவும் துரு ஏறாத இரும்புப் பொருளாகும்.

மௌண் ஆபுத் தூண்

மௌண் ஆபுவிலும் (Mount Abu) சுமார் 12 அடி உயரமான ஓர் இரும்புத் தூண் உள்ளது. டெல்லி, இரசபுதனம் போன்ற இடங்களின் பாலைநிலத் தட்ப வெப்ப நிலை இத்தூண்களைத் துருவேறாமல் காக்கின்றது என்பர். ஏனெனில் இங்கு ஈரப்பதம் அதிகமாயிராததால், இங்கு துருவேறுவது குறைவு.

கொல்லூர் இரும்புத் தூண்

எனினும் ஈரப்பதமான தட்ப வெப்பநிலை உள்ள இடங்களிலும் இரும்பில் துரு ஏறுவதில்லை. கோடச் - சதரி (*Koda - Chadri*) மலைகள் கர்நாடகத்தில் உள்ளன. அவற்றின் உயரம் கடல் மட்டத்திலிருந்து 1450 மீட்டர். அங்கு ஓராண்டில் 500 முதல் 750 செண்டி மீட்டர் மழை பெய்கின்றது. ஆண்டில் ஆறுமுதல் எட்டு மாதம் மழை பொழிகின்றது. இம்மலைகளில் அடர்ந்த காடுகள் மண்டிக் கிடக்கின்றன. இப்பகுதியிலுள்ள கொல்லூரில் மூகாம்பிகைக்கு ஒரு கோயில் உள்ளது. அக்கோயிலினருகிலுள்ள குன்றின்மீது நிற்கும் ஒல்லியான தூணில் துரு ஏறவில்லை. அதன் உயரம் 976 மீட்டர் ;கனம் 10-13 செண்டிமீட்டர்.

பூரி, கோணர்க்கக் கோயில்களில் துரு ஏறாத உத்தரம்

பூரி, கோணர்க்கக் கோயில்களில் பயன்படுத்தப்பட்டுள்ள இரும்பு உத்தரங்கள் துருவேறா இரும்பிற்கு நல்ல எடுத்துக்காட்டாகும். உப்பங்காற்று வீசும் கடற்கரையோரமாய் இக்கோயில்கள் அமைந்துள்ளன.

பூரி ஜெகநாதர் கோயில் மிகப்பெரிய இரும்பு உத்தரங்களை வைத்துக் கட்டப்பட்டுள்ளது. கோணர்க்கக் கோயிலிலும் இரும்பு உத்தரங்கள் உள்ளன. அவற்றின் நீளம் 23 அடி, கனம் 9 முதல் 11 அங்குலம் வரை இருக்கின்றது. அவற்றுள் மிகப் பெரியது 35 அடி 9 அங்குலம். குறுக்கு வாட்டில் 7 அங்குலச் சதுரம். இவற்றிலும் துரு ஏறவில்லை.

பண்டை இந்திய இரும்புத் தொழில்நுட்பத்திற்கு இவையே கண்கூடான சான்றுகளாய் நிற்கின்றன.

1801

தற்காலத் தொழில் நுட்பம்

தற்கால இந்தியத்தில் 18,19 ஆம் நூற்றாண்டுகளில் இரும்புத் தொழில் எங்ஙனம் நடந்து வந்தது?

இரும்பு ''உருக்குவதற்கு'' அல்லது இரும்புக் கனிமத்திலிருந்து இரும்பைப் பிரித்தெடுப்பதற்கு முதன்முதலாய்ப் புது வகை (*modern*) ஊதுலைகள பதினெட்டாம் நூற்றாண்டில் உண்டாக்கப்பட்டன. இங்கிலாந்தில் ஆபிரகாம் டார்பை (*Abraham Darby*) 1709 ஆம் ஆண்டு கல்கரியை (*coke*) உண்டாக்கி, அதைக்கொண்டு இரும்புக் கனிமத்தை உருக்கும் முறையைக் கண்டுபிடித்தார். இது இரும்புத் தொழிலில் மிக முக்கியமான திருப்பமாகும். பத்தொன்பதாம் நூற்றாண்டின் தொடக்கத்தில்தான் இத்தகைய புதுவகை உருக்காலைகளிலிருந்து இந்தியத்திற்கு இரும்பு ஏற்றுமதியானது.

இரும்பு எங்கிருந்து வந்தது?

ஆனால் இந்தியர் பதினெட்டாம் நூற்றாண்டிற்கு முன்னர் தமக்கு வேண்டிய இரும்பையும் எஃகையும் எங்ஙனம் பெற்றனர் என்பதை அக, புறச் சான்றுகளைக் காட்டி, இக்கட்டுரையின் தொடக்கத்திலிருந்து விவரித்தோம். அவர்களுக்கு அவற்றின் தேவைகள் இன்றைக்குப்போல் அவ்வளவதிகமாய் இருந்திருக்கவியலாது. எனினும் தற்காலத்திற்கு முற்பட்ட காலத்து பார்க்கையில், அந்த அளவு கவனிக்கத்தக்க அளவில்

தான் மிகுந்திருக்கும் என்று எண்ண இடமுள்ளது. இதைச் சங்க காலத்திற்கு முற்பட்ட காலத்திலிருந்து இரும்பும் அதிலிருந்து செய்த பல்வேறு வகையான கருவிகளும் பற்றிய செய்திகள் நன்கு புலப்படுத்தும். இந்த இரும்பெல்லாம் எங்கிருந்து வந்தது?

திருவண்ணாமலை சம்புவரையார் மாவட்டத்தின் திருவண்ணாமலை, செங்கம் ஆகிய ஊர்களைச் சேர்ந்த சிற்றூர்களைச் சுற்றி நடந்து வரும்போது இந்த வினாவிற்குத் தெளிவான படம் போல் விடை கிடைக்கின்றது. இங்குள்ள ஊர் மக்கள் சிட்டமேடு, கரிமேடு என்று அழைக்கும் பல இடங்கள் உள்ளன. அவை வருவாய்த் துறை ஆவணங்களிலும் அவ்வாறே குறிப்பிடப்படுகின்றன. அம் "மேடுகள்" மெய்யாகவே இரும்புக் கசடுகளின் குவியலாகும்.

அதாவது இரும்புக் கனிமத்தை உருக்கி, இரும்பைத் தனித்துப் பிரித்து எடுத்தபின், எஞ்சும் உலோகக் கசடுகளின் குவியல் மேடு ஆகும். சிட்டம் என்ற தமிழ்ச் சொல்லுக்குக் கசடு என்று பொருள். கரிமேடு என்பது கரிக்குவியல். இச்சிற்றூர்களில் இரும்பு உருக்கப்பட்டது என்ற உண்மை மெய்யாகவே வியப்பூட்டவில்லை. சொல்லப் போனால் இரும்புக் காலம் (வெண்கலக் காலத்தையடுத்து இரும்புக்கருவிகளும் இரும்பாலான படைக்கலன்களும் தோன்றிய கட்டத்தை இரும்புக் காலம் என்கின்றோம். அது சுமார் கி.மு.1100 ஆம் ஆண்டு வாக்கில் தொடங்கிற்று.) தொடங்கியதிலிருந்து, ஏறத்தாழ மூவாயிரம் ஆண்டுகளுக்கு முன்பிருந்து உலகெங்கிலும் இரும்பு உருவாக்கப்பட்டு வருகின்றது. தமிழ்நாட்டின் இப்பகுதிகளில் எந்த அளவிற்கு இரும்பைக் காய்ச்சும் வேலைகள் நடந்தன என்பதுதான் நமக்கு வியப்பூட்டுகின்றது.

செங்கம்

செங்கம் (இ.ச.க தொகுதி-6), திருவண்ணாமலை (இ.ச.க தொகுதி-6) வட்டங்களில் இப்போது ஒவ்வோர் ஊராய்ச் சுற்றி வந்தால், பல்வேறு அளவுகளில் உலோகச் சிட்டக் கழிவு மேடுகள் சிதறிக் கிடப்பதைக் காணமுடியும். சிட்டமேடு இல்லாத ஓர் ஊரைக்கூட இப்பகுதியில் காணுதற்கியலாது. இம்மேடுகளைத் தற்காலத்து உருக்காலைகளைச் சுற்றிலும் மலைபோல் குவிந்துள்ள கசட்டு மலைகளுடன் ஒப்பிட முடியாது. எனினும் சில இடங்களிலுள்ள சிட்டமேடுகள் சில கிலோ மீட்டர்ப் பரப்பிற்கு விரிந்துள்ளன.

போளூர் வட்டத்தைச் சேர்ந்த கட்டிப்பூண் என்ற ஊரில் செயற்கையான ஒரு குன்றின் அருகில் உருக்கு உலையின் சிட்டங்களும் கசடுகளும் அடங்கிய கழிவுகள் மற்றொரு சிறுமலைபோல் உருவாகி நிற்கின்றன. இங்கு பல நூற்றாண்டுகளாகவே சிறுசிறு இரும்புப் பட்டறையும் ஊதுலைகளில் பெரிய தொகுதி ஒன்று இருந்தனவென்று தோன்றுகின்றது.

போளூர்

(போளூர் : போளி என்ற தெலுங்கு சொல் ஓர் ஆளின் பெயராகும். போளி என்றவரின் பெயர் தாங்கியது போளூர் ஆகும். இது திருவண்ணாமலை சம்புவரையார் மாவட்டத்தின் ஒரு வட்டமும் ஆகும். ஆந்திரத்தின் நெல்லூர் மாவட்டத்திலும் ஒரு போளூர் உண்டு. போளூர் ஆரணியிலிருந்து தென்மேற்கில் சுமார் 25 கிலோ மீட்டர்

சென்னையிலிருந்து மேற்கே தென் மேற்கில் சுமார் 142 கிலோ மீட்டர். இது செய்யாற்றின் வடகரைக்கு அருகிலும் சம்பத்து கிரி, வதூர்க் குன்று ஆகியவற்றுக்குக் கிழக்கிலும் அமைந்துள்ளது. இவற்றினிடையே கரை கட்டி மஞ்சளாற்று நீரைத் தேக்குகின்றனர். சம்பத்து கிரியின் உச்சியில் ஒரு கோயில் உள்ளது. இடிந்த கோட்டை ஒன்றும் இவ்வூரில் இருந்தது. மஞ்சளாறு சவ்வாது மலைகளில் தோன்றிப் போளூர் ஏரியைக் கடக்கின்றது.)

மாக்னிடைட்டு

புதர்க்காடுகள் மண்டிய சிறு குன்றுகள் அமைந்ததாய், இம்மாவட்டத்தின் நில அமைப்பு உள்ளது. கார் காலத்தில் இக்குன்றுகளிலிருந்து தண்ணீர் வழிந்தோடி மிகவும் நுண்ணிய கறுமணலைக் கொண்டுவந்து, அந்நீரோடைகளின் அடிப்பகுதியில் படியச் செய்கின்றது. இந்தக் கறுமணலில் இரும்புக் கனிமங்களில் ஒன்றான மாக்னிடைட்டு (*magnetite*) பெரிய அளவில் உள்ளது. இக்கனிமம் தென்னிந்தியத்தில் ஏராளமான அளவில் கிடைக்கின்றது. இக்கறுமணலைக் கொல்லுலைகளில் உருக்கி இரும்பை எடுக்கின்றனர்.

தமிழகத்தில் திருவண்ணாமலை சம்புவரையார் மாவட்டத்தில் மட்டுமே இரும்பை உருக்கும் பணி நடைபெறவில்லை. தென்னார்க்காடு, சேலம், ஈரோடு, கோயமுத்தூர், திருச்சிராப்பள்ளி, மதுரை, திருநெல்வேலி, இராமநாதபுரம், நீலகிரி முதலிய மாவட்டங்களிலும் சிட்ட மேடுகள் நிறைந்துள்ளன. அங்கெல்லாம் மிகவும் அண்மைக்காலம் வரையிலும் இரும்பு உருக்கப்பட்டதற்கு அவை சான்றுகளாய் நிற்கின்றன.

ஈரோடு, நாமகிரிப்பேட்டை

ஈரோட்டின் அருகிலுள்ள சில ஊர்களின் தெருக்களில் சிட்டங்கள் பாவப்பட்டுள்ளன. அங்குள்ள வீடுகள் இச்சிட்ட மேடுகளிலிருந்து எடுத்த களிமண்ணும் சிட்டமும் சேர்ந்த கலவையைக் கொண்டு கட்டப்பட்டுள்ளன.

சேலத்தின் அருகிலுள்ள நாமகிரிப்பேட்டையிலிருக்கும் சிட்டமேடு கிட்டத்தட்ட ஓர் ஏக்கர் வரை பரவியுள்ளது. அவ்வூரில் அதைப்போல் மூன்று மேடுகள் இருந்ததாய் ஊரார் கூறுகின்றனர். ஏனைய இரண்டும் உள்ளூர்க் கட்டடவேலைக்கென்று தோண்டியெடுக்கப்பட்டிருக்கலாம். ஏராளமான கொல்லர்கள் பெரிய அளவில் இரும்பை உருக்கிய மற்றோர் இடமாய் நாமகிரிப்பேட்டை விளங்குகின்றது.

இலட்சத்திற்குமதிகமான கொல்லுலைகள்

கம்பெனியின் ஐரோப்பிய அலுவலரில் பலர் பதினெட்டாம் நூற்றாண்டின் பிற்பகுதியிலும் பத்தொன்பதின் தொடக்கத்திலும் இந்தியத்தில் நடைபெற்றுக் கொண்டிருந்த இரும்பு உருக்கும் வேலைகள் பற்றி ஆய்வுகள் செய்திருக்கின்றனர். அவற்றிலிருந்து இந்தியத்தின் எல்லாப் பகுதிகளிலும் இரும்பை உருக்கும் வேலை பெரிய அளவில் நடந்தது என்பதை அறிகின்றோம்.

இங்ஙனம் எழுதி வைக்கப்பெற்ற செய்திகளை அடிப்படையாய்க் கொண்டு, இந்தியத்தில் பத்தொன்பதாம் நூற்றாண்டின் தொடக்கம் வரையிலும் கிட்டத்தட்டக் குறைந்தது ஓரிலட்சத்திற்கும் அதிகமான கொல்லுலைகள் இருந்தன என்று ஓர் இந்திய

வரலாற்றாசிரியர் அண்மையில் 1990 களில் கணித்திருந்தார். தமிழ்நாட்டின் சில மாவட்டங்களில் காணப்படும் சிட்டமேடுகளின் எண்ணிக்கையை வைத்து நோக்குகையில், மேற்சொன்ன மதிப்பீட்டின் அளவு மிகவும் குறைந்தது என்று தோன்றுவதாய் இருபதாம் நூற்றாண்டு ஆராய்ச்சியாளர் இருவர் கருதுகின்றனர்.

செங்கம் வட்டத்தில் மட்டும் சுமார் ஐம்பது சிட்டமேடுகள் உள்ளன. அவற்றின் அளவை நோக்குகையில், அவை அமைந்துள்ள ஒவ்வோர் இடத்திலும் ஏராளமான கொல்லுலைகள் வேலை செய்திருத்தல் வேண்டும் என்று தெளிவாய்த் தோன்றுகின்றது.

இந்தியத்தில் தமிழகம் மட்டுமே இரும்பு உருக்கும் வேலையில் மேன்மையான இடத்தைப் பெற்றிருக்கவில்லை. இங்கு நீரோடைகள் அடித்துக் கொண்டு வந்த கறுமணலைக் கொண்டுதான் பெரிதும் இரும்பு காய்ச்சப்பட்டது.

கேரளம், ஆந்திரம்

கேரளத்தின் மலபாரில் மலையிலிருந்து எடுத்த இரும்புக் கனிமங்கள் உருக்கப்பட்டன. அங்கிருந்த உலைகள் தமிழகத்தில் இருந்தவற்றைவிடப் பெரியவனவாயிருந்தன.

அதைப்போல் வட ஆந்திரத்திலிருந்து ஒரிசம், பிகார், மத்தியப் பிரதேசம் வரையிலும் இரும்பு கனிமம் மிகவும் பரந்திருந்ததால், உட்பகுதிகளிலும் இரும்பை உருக்கும் வேலைகள் பெரும் பரபரப்புடன் நடந்திருத்தல் வேண்டும்.

மலபாரில் 1920 ஆம் ஆண்டுகளில் நடந்த கிலாபத்து இயக்கத்தின் போது, இரும்பு காய்ச்சும் வேலைகள் அங்கு சிறிது காலம் புத்துயிர் பெற்றன.

மத்தியப் பிரதேசத்தின் பஸ்தர் பகுதியைச் சேர்ந்த கொல்லர்கள் இன்றும் சிறு அளவில் இரும்பு காய்ச்சுகின்றனர்.

பத்தொன்பதாம் நூற்றாண்டில் தமிழ்க் கொல்லர்கள்

தமிழ்நாட்டின் சிற்றூர்களில் உலோக வேலைகளில் ஈடுபட்டிருந்த கருமார்களின் எண்ணிக்கை பத்தொன்பதாம் நூற்றாண்டின் பிற்பகுதியில் கூட மக்கள் எண்ணிக்கையில் பத்துச் சதத்திற்கு மேல் இருந்தது. அவர்கள் இரும்பை மட்டும் காய்ச்சும் வேலையில் ஈடுபட்டாரிலர். அவர்கள் உலகின் மிகச் சிறந்த எஃகைச் செய்தனர். பல்வகையான வெண்கல, செப்புப் பொருள்களையும் ஆக்கினர். அவற்றை வார்த்தும் அச்சில் ஊற்றியும் தெய்வத் திருமேனிகளாய்ச் செய்தனர்: வீட்டில் புழங்கும் ஏனைய பொருள்களையும் ஆக்கித் தந்தனர்.

இன்று தமிழகத்தில்

இன்று (இருபதாம் நூற்றாண்டில் இந்தக் கடைசிப் பத்தில்) தமிழகத்தில் வெகுசில உழுகருவிகளை வார்த்தெடுக்கும் உலோக வேலை நடக்கின்றது. ஒரு காலத்தில் மிக நுட்பமான இரும்புவேலை நடந்த இடங்களிலுள்ள சிட்டமேடுகளின் அருகில், இன்றுங்கூட ஒரேயொரு கொல்லர் தன் சிறு ஊதுலையுடன் ஏதோ ஒரு பழைய இரும்பைக் காயவைத்து, அதைக் கத்தியாகவோ, கலப்பைக் கொழுவாகவோ சம்மட்டி கொண்டு செய்து வருவதைக் காணலாம்.

இன்று திருவண்ணாமலைப் பகுதியில் இரும்பு வேலை செய்யும் ஒரு கருமாரக் குடும்பம்கூட இலது. அவர்களில் பலர் வேலை தேடி நகரங்களுக்குக் குடி பெயர்ந்து சென்றுவிட்டனர். சிலர் வேளாண்மையில் ஈடுபடலாயினர். எஞ்சியிருக்கும் சிலர் உழவர்களுக்கு அப்போதைக்கப்போது, அவர்கள் வேண்டும் பொருளைச் செய்து தருகின்றனர். அவர்கள் தம் கொல்லு வேலைக்கென்று பழைய இரும்பை அல்லது அருகிலுள்ள நகரில் வாங்கி வந்த எஃகைப் பயன்படுத்துகின்றனர். அவர்களில் எவரும் தம் மக்கள் பெருமைக்குரிய கருமார வேலையில் தலை கொடுப்பதற்கு விரும்பவில்லை.

கொல்லரின் பழைய நினைவுகள்

அப்பகுதியிலுள்ள பெரும்பாலான கருமார்கள் தம் முன்னோர் பெரிய அளவில் இரும்பைக் காய்ச்சி வேலை செய்ததை நினைவு கூர்கின்றனர். எனினும் அவர்களில் எவரும் அதைக் கண்ணால் கண்டதில்லை என்று தோன்றுகின்றது. அவர்கள் தம் பாட்டன்மார் உருக்கிய பழைய நாட்டு இரும்பு பற்றியும் அவற்றைச் செய்யும் முறை குறித்தும் நினைவில் வைத்திருக்கின்றனர். நாட்டு இரும்பு தங்கத்தைப் போல் வெப்பத்தை நன்கு வாங்கி வைத்துக் கொண்டதென்றும் தற்காலத்து உருக்காலை இரும்பைப் போல் சூடேறியதும் பொடிந்து விழுவதில்லை என்றும் அவர்கள் உரைக்கின்றனர்.

அந்தக் காலத்தில் காய்ச்சி உருக்கிய இரும்பின் மேன்மை நாடெங்கிலுமுள்ள கருமார்களின் நெஞ்சில் ஆழமாய்ப் பதிந்துள்ளது. நடு இந்தியத்தில் கைமோர் மலைத் தொடர்ப் பகுதியில் வாழும் அகரிய வகுப்பைச் சேர்ந்த ஒரு கொல்லர், பழைய காலத்து இரும்பின் உயர் தரம் பற்றி இதே உணர்ச்சியைத் தான் வெளியிட்டார். அவர் இரும்பாலைகளிலிருந்து இன்று வருகின்ற இரும்பைக் கொண்டு வேலை செய்ய நேர்ந்தது பற்றி மனம் நோகின்றார்.

தமிழ்நாட்டு ஆசாரிமார் மேற்சொன்ன வடக்கத்தி அகரியர்களுக்கு வெகு காலத்திற்கு முன்னரே இரும்பு காய்ச்சுவதைக் கைவிட்டிருக்கலாம் என்று தோன்றுகின்றது. பண்டைநாளில் நிலவிய கொல்லுலையை மீண்டும் நிறுவி விடக்கூடிய உறுதி படைத்த கருமார் எவரும் இன்று தமிழகத்தில் இல்லை என்றே தோன்றுகின்றது என்று தற்கால ஆராய்ச்சியாளர் இருவரும் நம்புகின்றனர்.

இன்று இந்தியத்திலுள்ள கருமார்கள் இரும்பு காய்ச்சுத் திறனை அப்படியே காத்து வைத்துள்ளனரோ அல்லரோ அவர்கள் அனைவரும் முற்காலத்தில் காய்ச்சி எடுத்த இரும்பு தான் இன்று கிடைக்கின்ற இரும்பைவிட உயர்தரமானது என்று ஒருமிக்கக் கூறுகின்றனர். இது கடந்த காலம் பற்றிய வெறும் கற்பனை உரையன்று.

தமிழ்நாட்டுக் கருமார் பலரின் வீடுகளில் நாட்டு இரும்பில் செய்த பொருள்களைக் குடும்பத்தின் அருந்தனம் போல் காத்து வருகின்றனர். பழைய இரும்புகள் காலத்தின் சோதனையை வென்று இன்றும் டெல்லியிலும் இரசதனத்திலும் கர்நாடகத்திலும் ஒரிசத்திலும், நிற்கின்ற தூண்களாயும் உத்தரங்களாயும் நிலைத்துள்ளன. இந்தியத்தின் கொல்லுலைகளில் காய்ச்சப்பெற்ற இரும்பு பலகாலமாகவே அறிவியலாரையும் தொழில் நுட்ப வல்லுநரையும் திகைத்து மயங்க வைக்கின்றது.

இந்தியத்தில் எஃகு வேலை

இந்தியத்தில் இரும்பை உருக்கியது போலவே எஃகு செய்யும் வேலையும் பரந்து நடந்திருக்கக் கூடும். பல சிட்டமேடுகளில் களிமண்ணாலான சிறு கலங்களின்

ஃபாரடே

எச்சங்களைக் காண முடிகின்றது. அவை மென்னிரும்பை எஃகாக மாற்றுவதற்குப் பயன்பட்ட மட்கலங்களாகும். இங்ஙனம் பெரிய மண் மூசைகளில் இரும்பை உருக்கி ஊற்றிய எஃகை மேல்நாட்டினர் ''உட்ஸ்'' (*wootz*) என்றழைக்கின்றனர். இச்சொல் ''உக்கு'' என்ற கன்னட அல்லது தெலுங்குச் சொல்லை வேராய்க் கொண்டதாயிருக்கலாம். இதற்கென்று தனிக் கதையே உண்டு.

மின்னோட்டத்தின் தன்மைகளை முதன் முதலில் ஆராய்ந்த மைக்கேல் ஃபாரடே (*Michael Faraday 1791 - 1867*) என்றவரின் கூட்டாளியான ஸ்டோடாட்டு (*Stodtart*) தன் ஆய்வுகளுக்கு உட்சையே எப்போதும் பயன்படுத்தவேண்டுமென்று வலியுறுத்தி வந்தார் என்று கூறப் படுகின்றது. கதைகளில் இடம் பெற்றுள்ள டமாஸ்கஸ் வாளில் அடங்கிய அடிப்படைப் பொருள் உட்ஸ் என்பர். அவ்வாளின் உறுதியும் வளையுந் தன்மையும் இன்றுங் கூட உலோகவியலாரைத் திகைக்கச் செய்கின்றன. எனவே வன்மையும் வளையுந் தன்மையுமுடைய உட்ஸ் இந்தியக் கருமாரின் உயர்தனிச் சாதனை ஆகும்.

இந்தியத்தில் இரும்பைக் காய்ச்சுவதிலும் எஃகு செய்வதிலும் கையாளப் பட்ட முறைகள் மீது இருபதாம் நூற்றாண்டின் இக்காலத்தில் ஏற்பட்டுள்ள ஆர்வத்திற்குக் காரணம் உள்ளது. சிறப்பான வேலைகளுக்குப் பயன்படும் உயர்தரமான எஃகு வகைகளைச் செய்வதிலுள்ள இடர்ப்பாடுகள் அந்த ஆர்வத்தைத் தூண்டுகின்றன. இந்தியக் கருமாரின் பழைய தொழில்நுட்பத் திறனும் செய்முறைகளும் எஃகு செய்பவர்களுக்குப் பயன்படக் கூடிய ஒன்றைக் கற்றுத் தரக்கூடும்.

இந்தியத்தின் மாறிவிட்ட நிலை

ஒரு காலத்தில் சிறந்த எஃகைச் செய்த இந்நாடு, சிறப்பான தனி வகை எஃகுகளைப் பிற நாடுகளிலிருந்து இறக்குமதி செய்ய நேர்ந்தது துரதிருஷ்டமாகும் என்று தற்கால ஆராய்ச்சியாளரான ஜே.கே.பாஜாஜும், டி.எம்.முகுந்தனும் மனம் வருந்துகின்றனர். இக்கட்டுரை அவர்களின் ஆராய்ச்சியுரையிலிருந்து பல செய்திகளை இங்கு எடுத்தாண்டுள்ளது.

மேலும் பதினெட்டாம் நூற்றாண்டில் ஏற்பட்ட தொழிற்புரட்சி முடுக்கிவிட்ட பல்வேறு வகைப் பொறியியல் துறைகளில் மிகப் பெரிய ஏற்றம் இந்தப் பத்தொன்பதாம் நூற்றாண்டில் எற்பட்டது. அதில் இரும்பின் பங்கு மாபெரியது என்பதை இக் களஞ்சிய வரிசை இனிச் சொல்லிக்கொண்டே செல்லும். இந்தியம் இந்தக் காலக்கட்டத்தில்

அனைத்துத் தொழில் துறைகளிலும் மங்கிப் போனதைத் துலக்கமாய்க் காட்டும் நோக்குடன் இரும்புத் தொழில் பற்றிச் சற்றே விரிந்துரைத்திருக்கின்றோம். கால, இட, சூழல் உணர்வொடு வரலாற்றைக் கவனிப்பதற்கு இக்கட்டுரை உதவலாம்.

சிறிது காலத்திற்கு முன்னர் இரும்பைக் காய்ச்சுவதையும் உயர்தரமான எஃகைச் செய்வதையும் அறிந்திருந்த கருமார்களுக்கு இருபதாம் நூற்றாண்டில் தொழில்கள் வளரும் இந்தியத்தில் எந்த இடமும் இல்லாமற் போனது என்பதையும் உணர முடியும். சொல்லப்போனால் சிற்றூர்களிலுள்ள கருமார்கள் இரும்பை உறுதிப்படுத்துவதிலும் எஃகைக் காய்ச்சி அடிப்பதிலும் இயல்பு மீறிய அருந்திறனை இன்று கூடக் காட்டுகின்றனர். ஆனால் அவர்கள் தம் நுட்பத்திறனை வெளிப்படுத்தி பலரறியச் செய்வதற்கு எந்த வாய்ப்பும் இலது என்பது மேற்சொன்ன ஆய்வாளர்களின் கருத்தாகும்.

பழங்காலத்தில் இரும்பு காய்ச்சிய முறைகள்

பழங்காலத்தில் இரும்பு காய்ச்சப் பயன்படுத்திய உலைகள் மண்ணால் செய்யப்பட்டன. உமி, (கரையான்) புற்றுமண் இவற்றைக் கொண்டு அந்த உலையை உறுதிப் படுத்தினர். தமிழ்நாட்டு உலைகள் *90* முதல் *120* சென்டி மீட்டர் உயரமிருந்தன. நீள் உருளை வடிவாயும் உச்சியில் ஒடுக்கமாயும், அதாவது இன்று சிற்றூர்களில் காணும் சுண்ணாம்புக் காளவாய் போன்ற வடிவில் உலைகள் இருந்தன.

இந்த உலை பொதுவாய் ஒரு சிறு குழியின் மேல் கட்டப்படும். குழியின் ஆழம் சுமார் *30* சென்டிமீட்டர் இருக்கும். இந்தப் பள்ளமே அடுப்பாய் அமைகின்றது. இந்த அடுப்பிற்கு மேலே தரைமட்டத்தில் உலையின் சுவரில் ஒரு துளை இடப்பட்டிருக்கும். கருமார் இதை உலை மூக்கு என்பர். தற்கால உலோகவியலார் இதை *tuyere* என்று அழைக்கின்றனர். கையால் அல்லது காலால் இயக்கும், தோலாலான ஓரிணைத் துருத்திகள் உலைமூக்குடன் இணைத்திருக்கும். உலை இதன்வழியே சுவாசிக்கின்றது. இரும்பைக் காய்ச்சும் வேலை நடக்கின்ற வரையிலும் துருத்தி தொடர்ந்து காற்றை ஊதும்.

வேலை தொடங்கு முன்னர் முதலில் உலையின் மேற்பகுதியில் அடுப்புக்கரி நிரப்பப்படும்: அது இதற்கென்று கரிக்கப்பட்ட கருங்காலி மரத்தின் கரியாயிருப்பது நல்லது. கருங்காலியை இந்தியில் *khadir* என்பர். அதன் தாவரவியல் பெயர் *Acacia catechu.* அதையடுத்து உலையின் அடிப்பாகத்தில் தீ மூட்டியதும், துருத்தியிலிருந்து காற்று உலைக்குள் செல்லும். இரும்பு உருக்கி முடியும் வரை - அதற்குப் பல மணி நேரம் ஆகும் - துருத்தி தொடர்ந்து உலைக்குள் காற்றை ஊதிக் கொண்டேயிருக்கும்.

ஓரிரு மணிநேரம் கழித்துச் சிட்டம் அல்லது உலோகக் கசட்டை உலையின் ஓரத்தைத் தட்டி விழச் செய்வர். இந்த வேலையின் இறுதியில் உலையின் முன்பகுதியை உடைத்துச் செஞ்சூடான இரும்புக் கட்டியை வெளியே எடுப்பர். அந்தக் கட்டியை உடனே சம்மட்டியால் அடித்து, அதில் எஞ்சியிருக்கக் கூடிய சிட்டத்தை வெளியேற்றிக் கிட்டத்தட்டச் சுத்த இரும்பை வெளியில் எடுப்பர். பிறகு அதிலிருந்து கலப்பைக் கொழு, சுத்தி, கதிரரிவாள் முதலியன செய்வர்.

மலபார் உலைகள் அளவில் பெரியன. அவற்றுள் சில சுமார் 2 முதல் 3 மீட்டர் உயரமிருக்கும். இங்கு இரும்பைக் காய்ச்சி முடிக்க மூன்று முதல் ஏழு நாளாகலாம். மலபார் உலையிலிருந்து ஒவ்வொரு தடவையும் 100 கிலோ கிராம் வரையிலும் இரும்பைக் காய்ச்சி எடுக்கலாம்.

சேலத்தில் எஃகு செய்யவும் மென்னிரும்பை எடுக்கவும் களிமண்ணாலும் கரித்த உமியாலும் செய்த சிறு மூசைகளைப் பயன்படுத்துகின்றனர். ஆவாரஞ் செடித் தட்டைகள் (*cassia auriculata*) எருக்கம் இலைகள் ஆகியன மூசைக்குள் இடப்படும். இம்மண் மூசைகளைக் களிமண்ணால் மூடி ஆழங் குறைந்த அடுப்புக்கரி உலைக்குள் வைப்பர். மூசைக்குள்ளிருப்பது முற்றிலும் உருகும் வரை உலை வேலை செய்யும். உருகிய பிறகு மூசைகளை மெதுவாய் ஆறவிடுவர் மூசைகள் ஆறி இறுகியதும் அவற்றை உடைத்து, அவை ஒவ்வொன்றிலிருந்தும் உட்ஸ் என்ற எஃகை வெளியில் எடுப்பர்.

அவர்கள் இன்றும் பத்தொன்பதாம் நூற்றாண்டிலேயே இருக்கின்றனர் என்பது எண்ணிப்பார்க்கத் தக்கது. இத்தகைய நிலையிலிருந்த மக்களைச் சுமார் இருநூறு ஆண்டுகளாய் மேலை நாட்டினர் அரசியலின் துணையொடு தொழில்களைக் கொண்டு சுரண்டினர். இப்போது தொழில் நுட்ப வளர்ச்சி என்ற மேலாண்மை கொண்டு அவர்கள் இன்னும் உலகு தழுவிய முறையில் சுரண்டுவதை வரலாற்றின் துணை கொண்டு தெளிவாய்க் காணமுடிகின்றது.

ஆனால் இன்று இந்தியத்தில் முந்நூறாண்டுக்கால் ''வரலாற்றுப் பட்டறிவு'' (*historical experience*) நினைவிற் கொள்ளப்படவில்லை. அல்லது நாடப்படவில்லை என்றே தோன்றுகின்றது. அமெரிக்க மசாச்சூசட்ஸ் தொழில் நுட்பப் பல்கலைக் கழகத்துப் பேராசிரியர் நோம் சோம்ஸ்கி (*Noam Chomsky,67*) அந்த ''வரலாற்றுப் பட்டறிவை'' இங்ஙனம் நினைவுபடுத்துகின்றார் :

இந்தியம் பதினெட்டாம் நூற்றாண்டில் தொழில் வளர்ச்சி, தொழில் நுட்பம், இன்னும் பல துறைகளில் கிட்டத் தட்ட ஐரோப்பியத்தைப் போலவே வளர்ச்சி அடைந்திருந்தது. அத்தகைய முன்னேற்றத்தை ஏற்படுத்திய கூறுகளை எவரும் விளங்கிக் கொள்வதில்லை. இந்தியம் மெய்யாகவே முன்னேற்றம் அடைந்திருந்ததால் பிரிட்டன் நெஞ்சறிந்து இந்தியத் தொழில்களை அழித்தது. ஆடம் ஸ்மிது (1723 - 1790) போன்ற பொருளியலார் பிரிட்டன் இந்தியத்தில் நடந்து கொண்ட விதத்தை வன்மையாய்க் கண்டித்தனர். பிரிட்டீசாரின் இந்தப் போக்கினால் இந்தியத்தின் தொழில்கள் நசுக்கப்பட்டன. அது வேளாண்மையை நம்பி நிற்கும் மிக ஏழ்மையான நாடானது. சுமார் முந்நூறு ஆண்டுகளாய் நடந்து வந்த தாராளமயக் கொள்கைக்கு இது மிகவும் அருமையான எடுத்துக்காட்டு ஆகும்.

4. இருப்புப் பாதைக்கு வழிவகுத்த இடம் பெயர்ந்தியங்கு பொறி

உலகெங்கிலும் இருப்புப் பாதைகளை அமைத்துத் தொடர்வண்டிகளை இழுத்துக் கொண்டு ஓடுவதற்கு இயலுமாறு செய்த இடம் பெயர்ந்தியங்கு பொறியைக் (*locomotive*) கண்டுபிடித்தவர் யார் என்று வினவினால், அது ஜார்ஜ் ஸ்டீஃபன்சன் (*George Stephenson 1781-1848*) என்று விடை கிடைக்கும். அவரின் புகழ் பெற்ற ''ராக்கெட்டு'' (*Rocket*) என்ற இடம் பெயர்ந்தியங்கு பொறியும் அவர் தொடக்க காலத்தில் செய்த பிற பொருள்களும் இருப்புப் பாதை வளர்ச்சியில் வெகு மேன்மை வாய்ந்தவை என்பது மெய்யேயாகும். ஸ்டீஃபன்சன் 1825 ஆம் ஆண்டு ''ராக்கெட்டு'' என்ற எஞ்சினை ஓடவிட்டு வெற்றி கண்டார். அது 1829 ஆம் ஆண்டு நடந்த சோதனை ஓட்டங்களில் மணிக்குச் சுமார் 46 கிலோ மீட்டர் (29 மைல்) வேகத்தில் ஓடியது.

அவர் 1814 இல் நீராவியால் ஓடும் இடம் பெயர்ந்தியங்கு பொறியைக் கண்டுபிடித்தவர். முதல் இருப்புப் பாதையை அமைத்து வடகிழக்கு இங்கிலாந்தில் டீஸ்

(Tees) ஆற்றின் கரை மீதுள்ள ஸ்டாக்டனுக்கும் *(Stockton)* டார்லிங்டனுக்கும் *(Darlington)* இடையே 1825 ஆம் ஆண்டில் பயணியரை ஏற்றிச் சென்றவர் அவரே என்பதும் மெய்ச் செய்தியேயாகும் எனினும் இரயில் எஞ்சின் என்ற இடம் பெயர்ந்தியங்கு பொறியை ஸ்டீஃபன்சன் கண்டுபிடிக்கவில்லை. அவர் பிறர் செய்திருந்த கண்டுபிடிப்புகளைச் செப்பம் செய்து திருத்தியமைத்தார்.

டிரிவித்திக்கு

டிரிவித்திக்கு

முதன் முதலில் இடம் பெயர்ந்தியங்கு பொறியைக் கண்டுபிடித்தவர் என்று சிறப்பு இங்கிலாந்தின் தென் மேற்கிலுள்ள காரன்வால் பகுதியைச் சேர்ந்த டிரிவித்திக்கு *(Richard Trevithick 1771-1833)* என்றவருக்கு அளிக்கப்பட வேண்டும். அவர் அப்பகுதியிலுள்ள இல்லோகன் என்னும் சிற்றூரில் 1771 ஆம் ஆண்டு பிறந்தார். இவ்வூர் காம்போர்னி *(Comborne)* ரெட்ரூத்து *(Redruth)* என்ற சுரங்கங்களுக்கு வெகு அருகில் உள்ளது. டிரிவித்திக்கின் தந்தை சுரங்கப் பொறியாளர். அவர் டோல்கோத்து *(Dolcoath)* உள்பட மேலையுலகின் புகழ் பெற்ற தகரச் சுரங்கங்கள் சிலவற்றுக்கும் பொறுப்பாளராயிருந்தார். டோல்கோத்துச் சுரங்கம் உலகிலேயே மிகக் கூடுதலான அளவில் தகரத்தை அளித்தது.

நீராவிப் பொறிகள்

நீராவிப் பொறிகள் *(Steam Engines)* பதினேழாம் நூற்றாண்டின் கடைசி வாக்கில் தோன்றிவிட்டன. தாமஸ் சேவரி *(Thomas Savery)* என்றவர் நீர் இறைப்பதற்கு நீராவிப் பொறியை 1698 ஆம் ஆண்டு பயன்படுத்தி வெற்றியடைந்தார். தாமஸ் நியூகமன், *(Thomas Newcomen 1663- 1729)* சேவரி உருவாக்கிய பொறியைத் திருத்தம் செய்து அத்துடன் கொதிகலன்களையும் உருளையையும் தனித்தனியாய் 1705 ஆம் ஆண்டு அமைத்தார். நியூகமன் நீர் இறைப்பதற்காக மீண்டும் 1711 ஆம் ஆண்டில் மேலும் திருத்தமான ஒரு பொறியைச் செய்தார். இந்த எஞ்சின் இதன் பிறகு அறுபதாண்டுக் காலம் பயனில் இருந்தது.

ஒப்பு நோக்குகையில் ஆக்கமான ஒரு நீராவிப் பொறி இக்காலந்தில் 1712 இல் உருவாக்கப்பட்டது. அது நீர் மண்டிய சுரங்கத்திலிருந்து ஒரு நிமிடத்தில் 100 காலன் நீரை இறைத்து வெளியேற்றியது.

ஒரு நிலக்கரிச் சுரங்கத்திலிருந்து நீரை இறைத்து வெளியேற்றுவதற்காகச் சுவீடனின் டேனிமோரா *(Dannemora)* என்ற இடத்தில் 1727 ஆம் ஆண்டில் ஒரு நீராவி எஞ்சினை அமைத்தனர்.

பின்னர் ஜானதன் சி.ஹான்புளோயர் (*Janathan Hornblower 1753-1815*) 1781 ஆம் ஆண்டில் இரு உருளைகள் இணைந்த நீராவிப் பொறி ஒன்றுக்குக் காப்புரிமை (*patent*) பெற்றார். ஜேம்ஸ் வாட்டு (*james watt 1739-1819*) அதற்கடுத்த 1782 இல் இருவினையாற்றும் சுழல் நீராவிப் பொறியை ஆக்கினார். இங்ஙனம் 1698 தொடங்கி 103 ஆண்டுகளாய் நீராவிப் பொறிகள் இங்கிலாந்தில் இருந்து வருகின்றன (நீராவிப் பொறிகள் : இ.ச.க.தொகுதி-7)

அவை பல சுரங்கங்களில் பயன்பட்டன. சுரங்கங்களில் நீர்ப்பெருக்கு ஏற்படும்போது, வேலைகள் தடையின்றி நடக்கும் பொருட்டு இறைவைப் பொறிகள் (*pumping engines*) உண்டாக்கப்பட்டுவந்தன. அவை டிரிவித்திக்கின் காலத்திற்கு முன்னரே பெயர் பெற்று விளங்கி வந்தன. அவருக்கு ஆறு வயதாயிருந்த போது புகழ் வாய்ந்த ஜேம்ஸ் வாட்டு 1777 இல் காரன்வாலிற்கு வந்திருந்தார். அவர் அப்போது ஓடிக்கொண்டிருந்த முதிராநிலைப் பொறிகளில் சில திருத்தங்கள் செய்ய வேண்டுவது பற்றி அங்கிருந்த சுரங்க முதலாளிகளிடம் தன் கருத்தை எடுத்துக் கூறலாமென்று அங்கு சென்றிருந்தார். ஆனால் காரான்வால் தன் கண்டுபிடிப்புகளின் மதிப்பை அவர்கள் உணருமாறு செய்தற்கியலாமற் போயிற்று.

டிரிவித்திக்கின் இளமைக் காலம்

டிரிவித்திக்கு கம்போர்னி என்ற இடத்திலிருந்த பள்ளிக்குச் சென்றார். அவர் படிப்பில் கெட்டிக்காரராயிருக்கவில்லை. கற்பதில் மந்தமாயிருந்தார். அவர் எப்போதும் தன் எண்ணங்களில் ஆழ்ந்து கனவுலகில் திரிந்தார். ஆதலால் ஆசிரியர் கற்பித்தது அவரது சிந்தைக்குள் செல்லவில்லை. அவர் புதுமையானவையும் கற்பனையை மிஞ்சுபவையுமான வரைபடங்களைத் தீட்டினார். அவை யாருக்கும் புரியவில்லை. அவருக்குப் பத்தொன்பது வயதானதும், அப்பகுதியில் நன்கு அறியப்பட்ட புல் (*Bull*) என்ற சுரங்கப் பொறியாளரிடம் சுரங்கப் பொறியியல் கற்பதற்காக 1790 இல் அனுப்பி வைக்கப்பட்டார். புல் என்பவர் டிரிவித்திக்கின் வீட்டருகில் இருந்த ஸ்டிரே பார்க்கு (*Stray Park*) என்ற சுரங்கத்திற்குப் பொறுப்பாயிருந்தார்.

டிரிவித்திக்கு மனக் கணக்குப் போடுவதில் கெட்டிக்காரர். அவர் ஒரு முறை தன் கணித ஆசிரியருக்கு அறைகூவல் விடுத்து, அவரை வென்றார். அவரிடமிருந்த கணக்குப் போடுந் திறன் அவருக்குப் பிற்காலத்தில் நல்ல பக்கத் துணையாயிருந்தது. ஏனெனில் ஒரு பொறியாளருக்கு வேரான அடிப்படை கணிதமாகும்.

அவர் இருபத்தேழு வயதினராயிருந்தபோது ஏற்கெனவே நிறுவப்பட்ட இரு எஞ்சின்களை ஒப்புநோக்கி அவற்றுள் சிறந்த ஒன்றைத் தெரிவு செய்யுமாறு, அவரிடம் கேட்கப்பட்டது. அதற்குச் சில ஆண்டுகளுக்குள்ளாகவே இருபதிற்குக் குறையாத தகரச் சுரங்களெல்லாம் அவருடைய கருத்துகளைக் கேட்கலாயின. இங்ஙனம் அவரது பொறியியல் திறன் வெகு விரைவில் கண்டு கொள்ளப்பட்டது.

டிரிவித்திக்கின் மேதை

இருப்பினும் 1796 ஆம் ஆண்டிற்குப் பிறகு தான் அவரது மேதை, அவர் வாழ்ந்த கோட்டத்திற்கு வெளியே ஏற்று ஒப்பப்பட்டது. நீராவி எஞ்சினை உருவாக்கியதில் பெரும் பங்காற்றிய மாத்தியூ பூல்டனும் (*Mathew Boultan 1728-1809*) ஜேம்ஸ் வாட்டும்

1801

பிற பொறியியலார் மீது வழக்குத் தொடுத்தனர். அவர்கள் தம் கண்டுபிடிப்புகளின் காப்புரிமைகளை மீறிவிட்டனர் என்று பூல்டனும் வாட்டும் இலண்டன் நீதி மன்றத்தில் பெரிய வழக்காடினர். டிரிவித்திக்கைக் காரன்வாலிலிருந்து இலண்டனுக்குக் கொண்டு வந்து, அவரை இந்த வழக்கில் சான்று கூறும் பொறியாளராய் வைத்துக் கொள்ளலாம் என்ற எண்ணம் யாரோ ஒருவருக்குத் தோன்றியது.

அந்தக் காலத்துக் காரன்வால் இலண்டன் மாநகரிலிருந்து வெகுதொலைவில் இருந்தது. காரன்வால் இளைஞரொருவர் இலண்டனுக்குள் காலடி எடுத்து வைப்பதென்றால், அது ஏதோ ஒரு புது உலகில் புகுவதுபோல்தான் இருந்தது. டிரிவித்திக்கு இலண்டனைக் கண்டதும், அவருக்குக் கற்பனை கரை புரண்டோடியது. அவர் பொறியியல் உலகில் நாட்டுப்புறத்து ஆள் என்பதை விட நாடறிந்த புள்ளி என்பதை நிலைநாட்டும் வழிவகைகள் பற்றி எண்ணத் தலைப்பட்டார்.

மேலும் அவர் இவ்வழக்கில் ஈடுபட நேர்ந்தமையால் அக்காலத்துப் பொறியாளர்களுடன், எஞ்சின்களே உலகம் என்று நம்பி வாழ்ந்தவர்களுடன் தொடர்பு கொள்ளும் வாய்ப்புக் கிடைத்தது.

ஆதலால் டிரிவித்திக்கு எல்லா வகையான பொறிகளையும் அவற்றின் வடிவமைப்புகளையும் அவை வேலை செய்யும் விதத்தையும் பற்றி அறிய நேர்ந்தது. உயரழுத்த நீராவியைப் பயன் கொள்ள முடியுமாயின் எஞ்சின்களின் திறனை வெகுவாய்த் திருத்தலாம் என்ற எண்ணம் அவருக்குத் திடீரென்று தோன்றிற்று.

காரன்வாலின் தென்மேற்கிலுள்ள பென்சான்ஸ் (*Penzance*) அருகே டிங்கு டாங்கு (*Ding Dong*) என்ற புதுமையான பெயர் கொண்ட சுரங்கத்தில் டிரிவித்திக்கு பணி செய்து கொண்டே தன் எண்ணத்திற்கு வடிவம் தர முயன்றார். அப்போது தகரத்தின் விலை விழுந்து கொண்டே வந்தது. அதனால் காரன்வால் சுரங்கங்கள் தொடர்ந்து வேலை செய்வது கடினமாகியது. டிரிவித்திக்கின் தந்தை நிர்வகித்து வந்த புகழ்பெற்ற டோல்கோத்துச் சுரங்கத்தில் வேலையே நின்று விட்டது.

காரன்வால் சுரங்கங்கள் நீடித்துச் செழித்திருக்குமாயின் டிரிவித்திக்கும் அங்கு தொடர்ந்து பணி செய்திருப்பார். தகரச் சுரங்கப் பொறியாளர் வேலை நிலையில்லாதது

என்பதை டிரிவித்திக்கு இப்போது உணர்ந்ததும், தன் கண்டுபிடிப்பு ஆற்றலையெல்லாம் உயரழுத்த நீராவிப்பொறியை உருவாக்கும் கொள்கையின் பக்கம் திருப்பினார். அவர் இப்பணியினால் அக்காலத்து நீராவிப் பொறிகளைச் செப்பம் செய்யும் வழி வகைகளைக் காணமுடியும் என்று நம்பினார்.

வாட்டின் குறைந்த அழுத்த நீராவிப் பொறிகளில் மிகப் பெரியனவும் கையாளக் கடினமானவையுமான கொதிகலன்கள் இருந்தன. அக்கலன்களில் பேரளவில் இருந்த நீரைக் கொதிக்க வைப்பதற்கு வேண்டிய வெப்பம் ஆக்கமான முறையில் பயனாகவில்லை.

டிரிவித்திக்கு 1795 ஆம் ஆண்டிலேயே, தன் கருத்துகளில் சிலவற்றின் அடிப்படையில் வீல் டிரசரி (*Wheel Treasury*) என்ற சுரங்கத்தில் எஞ்சினை வடிவமைத்து நிறுவினார். கொதிகலனின் அளவைக் குறைப்பதற்கு அவர் மேற்கொண்ட முதல் முயற்சி இதுவேயாகும். இந்த எஞ்சினின் விசையில் சிறிதளவைக் கொண்டு, அதை இடம்பெயர்ந்து இயங்கச் செய்ய முடியுமா என்று அவர் ஏற்கெனவே எண்ணத் தொடங்கிவிட்டார்.

1801

எண்ணக் கரு

ஓர் எஞ்சின் பல்வேறு இடங்களில் வேண்டப்படுமாயின், அதை அங்குமிங்கும் கொண்டு செல்வது கடினம். அதை ஒவ்வொரு முறையும் இடம் மாற்றும்போது பணமும் உழைப்பும் செலவாகும். எனவே சக்கரங்கள் பூட்டிய ஒரு பொறியின் மீது எஞ்சினை வைத்து அந்தப் பொறியை இயங்கச் செய்தால், பெரிய அளவில் பணமும் உழைப்பும் மிச்சமாகும். பிற்காலத்தில் ஆள்களையும் பண்டங்களையும் ஏற்றி இடம் விட்டு இடம் பெயர்ந்து இயங்கும் பொறியைச் செய்யவேண்டுமென்ற எண்ணம் டிரிவித்திக்கிற்கு இருக்கவில்லை என்பது இதிலிருந்து விளங்குகின்றது. அவர் தானே இயங்க வல்ல ஓர் எஞ்சினை-பொறியைச் செய்ய வேண்டும் என்று தான் முதலில் திட்டமிட்டார்.

டிரிவித்திக்கு 1797 ஆம் ஆண்டு கம்போர்னியில் வாழ்ந்தபோது, தானியங்கு பொறியின் சிறு அளவு மாதிரியைச் செய்தார். அது அவரது வீட்டு மேசையில் ஓடியது. புகழ் பெற்ற வரலாற்றாசிரியரும் தொல்பொருள் ஆய்வாளரும் டிரிவித்திக்கின் நெருங்கிய நண்பருமான ஜில்பட்டு டேவிஸ் (*Gilbert Davis*) என்றவரும் பிற நண்பர்களும் ஆர்வலர்களும் அச்சிறு பொறி இயங்கியதைக் கண்டனர்.

டிரிவித்திக்கு அப்பொறியைப் ''பஃபர்'' என்றார். ஏனெனில் அதிலிருந்து உயரழுத்த நீராவி பஃபு பஃபு ஓசையுடன் வெளிவந்தது. குறைந்த அழுத்த நீராவிப் பொறியே ஓசையின்றி ஓடியது.

இந்த மாதிரிப் பொறி வெற்றியாய் அமைந்ததால் கம்போர்னியின் சர்ச்சுத் தெருவில் டிரிவித்திக்கு ஒரு பட்டறையை (*shed*) வாடகைக்கு எடுத்துக் கொண்டு அதே அடிப்படையில் முழு அளவு மாதிரியைச் செய்யத் தொடங்கினார். இப்பணி முடிய நான்காண்டுகளாயின. அந்த எஞ்சின் ''கம்போர்னிச் சாலைத் தானியங்கு பொறி'' (*Camborne Road Locomotive*) என்றழைக்கப்பட்டது.

அவ்வாண்டு கிறிஸ்துமஸ் விழாவிற்கு முந்திய நாளன்று பட்டறைக்கு வெளியிலிருந்த நெடுஞ்சாலையில் இந்த எஞ்சின் நன்றாய் ஓடியது. டிரிவித்திக்கு அதைப் பீக்கன் ஹெடு (*Beacon Head*) என்ற இடம் வரையிலும் ஓட்டிச் சென்றார். அப்போது பேய்மழை ஊற்றியது. ஆயினும் அது பொறியாளரின் ஆர்வத்தை அவித்து விடவில்லை.

அந்தப் பொறி சாலைச் சவுக்கு (*toll - gate*) வழியே சென்றது. அன்றும் பொறியைக் கண்ட சவுக்கைக் காவற்காரர் ''ஐயா, சாத்தானே, நீர் கட்டணம் எதுவும் தரவேண்டாம். வேகமாய் ஓட்டிக் கொண்டு போம்'' என்று அலறினார் என்றும் கூறுவார்.

முதல் முயற்சியில் தோல்வி

ஜேம்ஸ் வாட்டு, டிரிவித்திக்கின் புரட்சித்தன்மை வாய்ந்த இந்த உயரழுத்த நீராவிப் பொறி பற்றிக் கேள்விப்பட்டதும், அது தனது குறைந்த அழுத்தப் பொறியை விட மிகுந்த வெற்றியாய் அமைந்து விட்டதைக் கண்டார். அதனால் பொறாமை கொண்டு இந்தப் பொறி பொது மக்களுக்கு ஆபத்தாய் முடியுமென்றும் இதைக் கண்டுபிடித்ததற்காக டிரிவித்திக்கைத் தூக்கில் போடவேண்டும் என்றும் வயிறு எரிந்து கூறினார்.

இதற்குச் சில நாளைக்குப் பிறகு இந்தப் பொறி சாலையிலிருந்த ஒரு குழிக்குள் இறங்கிக் குடை சாய்ந்து விட்டது. ஆதலால் அதைப் பட்டறைக்குத் தள்ளி வந்து, அங்கு அதன் சூடு ஆறும்படி விட்டனர். ஆனால் நெருப்பை மட்டுப்படுத்த வேண்டும் என்பதை டிரிவித்திக்கும் அவருடைய நண்பர்களும் எண்ணாததால், பொறியின் கொதிகலனிலிருந்த நீரெல்லாம் ஆவியானது. எஞ்சின் பழுக்கக் காய்ச்சிய இரும்பு போல் செஞ்சூடேறி விட்டது. அதனால் பட்டறையிலிருந்த பொருள்களுடன் எஞ்சினும் எரிந்து போனது.

இருப்பினும் இந்தத் தானியங்கு பொறியின் கொள்கைக்கு, டிரிவித்திக்கும், அதைக் கட்டுவதற்குப் பண உதவி செய்த அவரின் உறவினரான கேப்டன் ஆன்று விவியனும் *1802* ஆம் ஆண்டில் காப்புரிமை பெற்றனர். அந்தக் காலத்துச் சாலைகள் குண்டு குழிகளாயும் கரடு முரடாயும் இருந்தன. எனவே இந்தப் பொறி ஓடுவதற்கு அச்சாலைகள் உகந்தவை அன்று. எனவே இந்தக் குறைபாடுதான் டிரிவித்திக்கின் பொறியில் இருந்த ஒரே பழுது என்று கொள்ளலாம்.

இரண்டாவது பொறி

இதற்கு நூறாண்டுகளுக்குப் பிறகு போடப்பட்ட உராய்வு இல்லாத சாலைகளில் இந்தப் பொறி மிக நன்றாய் ஓடியிருக்கலாம்.

சாலை குண்டுங் குழியுமாயிருந்ததால் ஏற்பட்ட குலுக்கலால் பொறியின் வழித் திருப்புகை (*steering Wheel*) ஓட்டுநரின் கையிலிருந்து விலகி வளைந்தது. இருபதாம் நூற்றாண்டுக் கார்களிலும் இப்படித்தானே ஏற்படுகின்றது.

டிரிவித்திக்கு தனது முதல் பொறி அழிந்ததால் மனம் தளர்ந்து விடவில்லை. அவர் உடனே இன்னொரு பொறியைக் கட்டத் தொடங்கிவிட்டார். அது *1803* இல் ஆயத்தமாய்விட்டது. அதை இலண்டனுக்குக் கொண்டு சென்றனர். அது அங்கு ஆக்ஸ்ஃபோர்டு தெருவில் இதுவரை யாரும் கேள்விப்பட்டிராத விதத்தில் மணிக்குப் பன்னிரண்டு மைல் (சுமார் *19* கிலோ மீட்டர்) வேகத்தில் ஓடிப் பெரிய பரபரப்பை உண்டாக்கியது. தானியங்கு பொறியான இந்த எஞ்சின் தம் தெருவில் வரப்போகின்றது என்பதை அறிந்ததும், அங்கிருந்த கடைக்காரர்கள் கடைகளைச் சாத்தி விட்டனர். மக்கள் மாடிகளுக்கு ஓடி அங்கு ஏறி நின்று இந்த எஞ்சின் வீதி வழியே சென்றதைக் கண்டனர்.

அது லார்டு கிரிக்கட்டு மைதானத்தின் வழியே லெதர்லேனிலிருந்து (*Leather Lane*) பேடிங்டனுக்குச் (*Paddington*) சென்ற நேரத்தில் வாடகை வண்டிக்காரர்களும் குதிரை இழுக்கும் பேருந்து ஓட்டிகளும் அதன்மேல் அழுகிய முட்டைகளையும் காய்கறிகளையும்

வீசினர். இந்த எஞ்சின் ஓரிடத்தில் தெருவோரத்துக் கம்பி அளியில் மோதிப் பதினாறடி நீளத்திற்கு அதைச் சாய்த்து விட்டது. திசை திருப்பும் சக்கரம் இப்போதும் சரியாய் அமையாதிருந்ததால் இவ்வாறு நேர்ந்தது. எனவே தண்டவாளத்தில் ஓடக்கூடியதிலிருந்து வேறான ஒரு பொறியை டிரிவித்திக்கு செய்ய எண்ணியது தவறு என்பது இப்போது தெளிவானது.

எனினும் இதைக் கட்டிய டிரிவித்திக்கின் மேதை பல வழிகளில் வெளிப்பட்டது. அவர் 1803 ஆம் ஆண்டிலேயே தூர்வாரி எந்திரம் ஒன்றுக்குப் புது முறையில் வடிவமைத்துச் செய்தார். அதைக் கொண்டு பிளாக்குவெல் (*Blockwall*) என்ற இடத்தில் தேம்ஸ் ஆற்றில் புகும் பகுதியில் அமைந்த கிழக்கிந்தியத் துறைக்குள் செல்லும் வழியை அடைத்துக் கொண்டிருந்த கனத்த பாறைகளை அப்புறப்படுத்தினர். இந்த இடத்தின் அருகில் தான் பின்னர் தேம்ஸ் ஆற்றினடியில் புகழ் வாய்ந்த பிளாக்குவெல் சுரங்கத்தைத் தோண்டினர்.

எனினும் அவரது இடம் பெயர்ந்து இயங்கு பொறிதான் அவரை நாடறியச் செய்தது. டிரிவித்திக்கினால் மெர்த்தைர் டைடுஃபில் (*Merthyr Tydfil*) என்ற இடத்திலுள்ள தன் தொழிற்சாலையில் நிலக்கரியை இழுத்துச் செல்லவும் நீராவியால் இயங்கும் சம்மட்டியை இயக்கவும் நீரிறைக்கவும் அதன்பிறகு இரும்பைப் பணி மனையில் ஓரிடத்திலிருந்து இன்னோரிடத்திற்கு இழுத்துப் போகவும் வல்ல ஒரு பொறியை யாராலும் உருவாக்க முடியாது என்று சாமுவல் ஹம்ஃபிரி (*Samuel Humfry*) 100 பவுன் பந்தயங் கட்டினார்.

1801

தண்டவாளத்தில் ஓடிய முதல் வண்டி

டிரிவித்திற்கு சாலையில் ஓடிய தன் எஞ்சின்களின் தோல்விகளை ஒப்பு நோக்கிப் பெற்ற பாடத்தை வைத்து, இந்தப் பந்தயத்தில் வெற்றி பெற்றார். அவர் இம்முறை வெட்டுத் தடம் அமைந்த தண்டவாளத்தில் வேலை செய்யக்கூடிய பற்சக்கரங்கள் இணைந்த ஓர் எஞ்சினைக் கட்டினார். அது ஒவ்வொன்றும் இரண்டரை டன் எடையுள்ள இரும்பை ஏற்றிய நான்கு பார வண்டிகளையும் (*wagons*) எழுபது ஆள்களையும் இழுத்துச் சென்றது. அந்தப் பொறி இழுத்துச் சென்ற மொத்த எடை 25 டன் (1 டன் = 10 குவிண்டால்; 1 குவிண்டால் = 100 கிலோ கிராம்) என்று கணித்தனர். அந்தப் பொறி இத்தனை கனத்த பாரத்தை ஏற்றி இழுத்துக் கொண்டு மணிக்கு நான்கு மைல் சென்றது. அது நாற்பது டன் பாரம் வரை இழுக்க வல்லது என்று டிரிவித்திக்கு கூறினார்.

இது தண்டவாளத்தின் மேல் ஓடிய முதல் தானியங்கு பொறி (*locomotion*) என்பதைக் கவனத்திற் கொள்ளவேண்டும். இது ஜார்ஜ் ஸ்டீஃபன்சன் முதன் முதலில் வெற்றியுடன் தண்டவாளத்தில் ஓடச் செய்த எஞ்சினுக்குப் பத்தாண்டுகளுக்கு முந்தியதாகும். விக்டோரியா காலத்தில் (1837-1900) பல நூல்களையும் தொடக்கக் காலத்துப் பொறியாளரைப் பற்றி சுவையான ஒரு புத்தகத்தையும் எழுதிய சாமுவல் ஸ்மைல்ஸ் (*Samuel Smiles*) இதைப் பற்றிக் குறிப்பிடுகையில், ''நீராவிக் குதிரையை இரும்புத் தண்டவாளத்தின் மேல் ஓடவிட்ட முதல் மனிதர் டிரிவித்திக்கு'' என்று மிகச் சரியாய்ப் பாராட்டினார்.

டிரிவித்திக்கு இடம் பெயர்ந்தியங்கும் தன் பொறிகளுக்குப் (*locomotives*) ''பயணம் போகும் எஞ்சின்கள்'' என்று பெயரிட்டார்.

அவர் சுரங்க வழிகளை அமைப்பதிலும் பிற பொறியியல் பணிகளிலும் ஈடுபட்ட போதிலும் இடம் பெயர்ந்தியங்கும் பொறியைக் கட்டுவதிலேயே அவரது நாட்டமெல்லாம் இருந்தது. அவர் இத்துறையில் மேற்கொண்ட தொடக்க காலத்து முயற்சிகளனைத்தும் முழு வெற்றிகளைடையாது போயினும், பயனுள்ள ஏதோ ஒரு பொறியைக் கண்டுபிடிக்கும் கட்டத்தை நெருங்கிக் கொண்டிருக்கின்றோம் என்று உறுதியாய் எண்ணினார்.

''என்னைப் பிடிக்க முடியுமா?''

அவர் 1807,1808 ஆம் ஆண்டுகளில் ''முடிந்தால் என்னைப் பிடித்துப் பார்க்கலாம்'' (Catch - me who can) என்ற பெயரில் ஓர் எஞ்சினைச் செய்து, அதை இலண்டனுக்குக் கொண்டு சென்றார். அது தண்டவாளங்களின் மேலும் ஓடும் வகையில் கட்டப்பட்டிருந்தது. சுமார் இருநூறடி விட்டமுள்ள வட்டத் தண்டவாளத்தை யூஸ்டன் சாலையில் (Euston Road) அமைத்தார். (யூஸ்டனில்தான் பிற்காலத்தில் இலண்டன் மாநகர இருப்புப் பாதை முனையம் கட்டப்பட்டது.)

இந்தப் பேரதிசயத்தைக் காண்பதற்கு ஆயிரக் கணக்கானோர் கூடினர். தண்டவாள வண்டியில் ஏறுவதற்குத் தலைக்கு ஒரு சில்லிங்கு கட்டணமும் செலுத்தினர். ஆனால் தண்டவாளம் ஒரு நாள் முறிந்து வண்டி குடை சாய்ந்தது. டிரிவித்திக்கின் திட்டம் முழுவதும் நொறுங்கிக் கீழே விழுந்தது. மக்கள் இந்த விபத்திற்குப் பிறகு இன்னல் விளைவிக்கும் இந்த எஞ்சினையும் இதைக் கட்டிய டிரிவித்திக்கையும் நம்புவதற்கு ஆயத்தமாயில்லை.

தோல்வி மேல் தோல்வி, சிறை

வெற்றியின் விளிம்பைத் தொட்டு விட்டோம் என்று எண்ணியிருந்த டிரிவித்திக்கு இப்போது பெருஞ்செல்வத்தை இழந்தார். ஆதலால் அவர் இம்முயற்சியைக் கைவிட்டு, இதனினும் வேறான ஒரு பணியில் இறங்கினார். அதுவும் பிற்காலத்தில் வெற்றியாயமைந்து, அன்று அவருக்குப் பலன் தராத ஒன்றாகவே முடிந்தது.

அவர் கடலில் வழிகாட்டும் மிதவை, தொட்டில்கள் ஆகியவற்றையும் கப்பல்களையும் இரும்புத் தகடுகளால் கட்டுவதற்கு முயன்றார். அவற்றை மரத்தால் ஆக்குவதைவிட இரும்பினால் செய்தால் அவை நெடுங்காலம் உழைக்கும் என்று கருதினார். இரும்பினால் செய்த எதுவுமே மிதக்காது; இது மடத்தனமான வேலை என்றெல்லாம் கூறப்பட்டதை அவர் காதில் போட்டுக்கொள்ளவேயில்லை. அவர் கடற்படை அமைச்சின் உயரலுவலரிடம் தன் திட்டத்தைக் கூறிப்பார்த்தார். அவர்கள் அதற்கு இணங்கி வரவில்லை. அதனால் அவர் தன் கைமுதலைப் போட்டு, இதுபற்றிய ஆய்வுகளில் ஈடுபட்டார். அதனால் அவர் தன் பணத்தையெல்லாம் இழந்தார். கடனாளியாகிச் சிறைப்படவும் நேர்ந்தது. அவரின் பொறியியல் கருவிகள் உள்பட, உடைமைகள் அனைத்தும் பறிக்கப்பட்டன.

இவையெல்லாம் இலண்டனில் நடந்தன. அவர் மனைவி தொலைவிலுள்ள காரன்வாலில் இருந்தார். (காரன்வால் இங்கிலாந்தின் தென்மேற்குக் கோடியில் அமைந்த கோட்டமாகும். அது வடகிழக்கிலமைந்த இலண்டனிலிருந்து சுமார் 480 கிலோ மீட்டரில் உள்ளது) அவர் தன் மனைவிக்குத் தொடர்ந்து கடிதங்கள் எழுதி, எப்படியாவது தன்னுடன்

வந்து இலண்டனில் சேர்ந்து கொள்ளுமாறு கெஞ்சினார். மனைவி இலண்டனுக்கு வந்து விட்டால் எப்படியாவது வாழ்க்கையில் புதிய தொடக்கத்தை உண்டாக்கிவிடலாம் என்று டிரிவித்திக்கு நம்பினார். ஆனால் முந்நூறு மைல் பயணத்தை அந்தக் காலத்தில் மேற்கொள்வது என்பது உடலுரம் மிகுந்தவரையும் அஞ்சச் செய்து விடும்.

கணவருக்கு இசைவு கேடாய் ஏதோ நடந்து விட்டது என்பதை அவரின் மனைவி உணர்ந்து, நெடும்பயணத்து இன்னல்களைப் பாராது இலண்டனுக்குச் செல்ல உறுதி கொண்டார். அவருக்கு நான்கு மக்கள்; அவர்களுள் ஒன்று ஒன்பது மாதக் கைக்குழந்தை. ஆனால் அந்தக் காலத்துக் கோச்சு வண்டியில் (இ.ச.க.தொகுதி-4) பயணம் செய்தறியாத ஒரு பெண்மணி அதிலேறி நெடுந்தொலைவு செல்வது அச்சமூட்டும் அனுபவமேயெனினும் கணவனிடம் இலண்டன் செல்வதென்று புறப்பட்டுவிட்டார்.

மனைவி இலண்டன் வந்திறங்கியபோது, டிரிவித்திக்கின் உடல்நிலை மிகவும் கெட்டிருந்தது. அவருக்கு டைஃபாயிடு காய்ச்சல். அவர் பலமிழந்தும் பிதற்றியும் கொண்டிருந்தார். அவரது சட்டைப் பையில் மனைவி கடைசியாய் எழுதிய இரண்டு கடிதங்கள் திறக்கப்படாமல் இருந்தன. மனைவி வரமாட்டேன் என்று எழுதியிருப்பாரோ என்றஞ்சி, அவர் அவற்றைத் திறந்து பார்க்கவேயில்லை.

அவர் தனது இடம் பெயர்ந்தியங்கு பொறிக்கென்று பெற்றிருந்த காப்புரிமையை இறுதியில் விற்றுக் கடன்களையெல்லாம் அடைத்து விட்டுக் கடல் வழியாய்க் காரன்வால் திரும்பினார்.

டிரிவித்திக்கிற்குச் சில ஆண்டுகளுக்குள் நேர்ந்தவற்றைப் போன்ற இன்னல்கள் வேறு எவருக்கும் ஏற்பட்டிருக்குமாயின் அவர்கள் தம்மால் இனி எதையும் சாதிக்க முடியாது என்று மனமுடைந்து முற்றிலும் நம்பிக்கை இழந்திருப்பர். டிரிவித்திக்கு ஆயிரக்கணக்கான பவுன்களை இழந்தார். இப்போது அவரது கையில் சல்லிக்காசு கூட இல்லை. புதிய எந்திரங்களை உருவாக்க வேண்டுமாயின் பொருளீட்டினால்தான் முடியும் என்ற நிலை இருந்தது. எனவே டிரிவித்திக்கு பல்லைக் கடித்துக் கொண்டு எப்படியோ பணந்திரட்டிப் பல வகையான பணிகளில் முனைந்தார்.

வேளாண்மைப் பொறிகள்

அக்காலத்தில் வேளாண்மை எந்திரங்கள் கிட்டத்தட்ட அறியப்படாமல் இருந்தன. இன்று அனைத்துப் பணிகளுக்கும் எந்திரக் கலப்பையைப் பயன்படுத்தும் பண்ணைகள் அன்று வெறுங் கனவாகவே இருந்தன. டிரிவித்திக்கைப் போன்ற முன்னோடிகளின் மனத்தில் மட்டுமே அத்தகைய முன்னோக்கு எண்ணம் தோன்றக் கூடும். அவர் நீராவியால் இயங்கும் கதிரடிக்கும் பொறியைச் செய்தார். இதுவே முதன்முதலில் செய்யப்பட்ட கதிரடிக்கும் பொறியாகும். இது நெடுங்காலத்திற்குப் பிறகு இலண்டன் அறிவியல் அருங்காட்சியகத்தில் (*Science Museum*) காட்சிக்கு வைக்கப்பட்டது.

பிற பணிகள்

மிகப்பெரிய பிளிமத்துத் துறைமுகத்தின் நுழைவாயிலிலுள்ள அலைகரைப் பணியை டிரிவித்திக்கு மேற்கொண்டார். எனினும் அவரது மனத்தின் ஒரு மூலையில் உயரழுத்த நீராவிப் பொறிபற்றிய எண்ணம் அப்போதும் இருந்து கொண்டே வந்தது. அவர் சுரங்கங்களில் வேலை செய்யக் கூடிய போல் பஃபர் எஞ்சின் (*Pole-puffer engine*) என்ற பொறியை *1816* இல் செய்தார்.

அவர் இப்போது தொலைவிலிருந்த இடங்களுக்கெல்லாம் சென்றார். அவர் இதுவரையிலும் இங்கிலாந்தின் பல பகுதிகளில் எல்லா வகையான பொறியியல் வேலைகளிலும் அக்கறை காட்டி வந்தார். அவர் இலண்டனுக்கும் சென்றார். காரன்வாலிலும் பணி செய்தார். ஆனால் நாட்டை விட்டு விட்டு வெளியில் செல்லும் எண்ணம் அவருக்குத் தோன்றவில்லை.

அயல்நாட்டுச் செலவு

அவர் எப்போதும் எதிர்பார்த்திராத அத்தகைய வாய்ப்பு இப்போது அவருக்குக் கிடைத்தது. ஆயிரக்கணக்கான மைல்களுக்கு அப்பால் சென்று புது உலகில் புதிய வாழ்க்கையை அமைக்குமாறு டிரிவித்திக்கு அழைக்கப்பட்டார். பெரிதும் ஸ்பானிய நிறுவனங்கள் நடத்திவந்த தங்க, வெள்ளிச் சுரங்கங்கள் தென்னமெரிக்கத்தில் இருந்தன. அவை அனைத்தும் முதிரா நிலையில் செப்பமற்ற முறையில் நடத்தப்பட்டு வந்தன. எனவே பிரிட்டனின் காரன்வாலிலும் அந்நாட்டின் பிற இடங்களிலும் இருந்த சுரங்கங்களில் நீரை இறைப்பதற்கென்று அமைத்திருந்த பெயர் பெற்ற எஞ்சின்கள் சிலவற்றை அறிந்து வருமாறு பெரு நாட்டிலிருந்து *(Peru)* ஒரு பொறியாளரை இங்கிலாந்திற்கு அனுப்பி வைத்தனர்.

பெருவின் பெரும்பாலான சுரங்கங்கள் மலைகளின் மேல் உயரத்தில் இருந்தன. மலைமேலுள்ள சுரங்கங்களில் தரைமட்டத்திலமைந்த சுரங்கங்களை விடக் காற்றின் இறுக்கம் குறைந்திருக்கும். இவ்வாறு காற்று அழுத்தம் குறைந்த சூழலில் இங்கிலாந்துப் பொறிகளை இயக்க முடியுமா என்பது குறித்து ஜேம்ஸ் வாட்டும் அவரின் கூட்டாளியான பூல்டனும் ஐயுற்றனர். அதனால் பெருவிலிருந்து வந்திருந்த டான் ஃபிரான்சிஸ்கோ த உவில் *(Don Francisco d' Uville)* என்ற ஸ்பானியத் தூதுவர் ஏமாற்றமடைந்தார். ஆதலால் அவர் தென்னமெரிக்கத்திற்கு வெறுங்கையுடன் திரும்பிப் போக நேருமோ என்று அஞ்சினார்.

அப்போது அவர் ஒரு கடையில் ''முடிந்தால் என்னைப் பிடி'' என்ற டிரிவித்திக்கின் எஞ்சின் மாதிரி காட்சிக்கு வைக்கப்பட்டிருந்ததைக் கண்டார். அதன் விலை 20 பவுன் என்று குறித்திருந்தது.

ஃபிரான்சிஸ்கோ அதை விலைக்கு வாங்கித் தன்னுடன் பெரு நாட்டிற்குக் கொண்டு சென்றார். அது அங்கு நன்கு வேலை செய்ததைக் கண்டனர். ஆனால் அது எதற்கும் பயன்படாத வெறும் மாதிரி எஞ்சின் தான்.

பெருவிய மலையிலுள்ள காற்றுச் சூழலில் மாதிரி எஞ்சின் ஒன்று வேலை செய்யுமாயின், அதன் முழு அளவு எஞ்சினும் வேலை செய்துதானேயாக வேண்டும என்று அந்நாட்டில் கருதினர். இந்த எஞ்சின் மாதிரியைச் செய்த மேதை தமக்கு வேண்டும் என்று முடிவு செய்தனர். அவர் யார்? அந்த மாதிரி எஞ்சினில் ஓரிடத்தில் டிரிவித்திக்கின் பெயர் பொறித்திருந்தது.

அதன்பிறகு கற்பனையை மிஞ்சும் வேகத்தில், புதினங்களில் வருவது போல் எல்லாம் அமைந்தன. டிரிவித்திக்கின் மைத்துனரான கேப்டன் விவியன் எந்திர சாதனங்களை எடுத்துக் கொண்டு பெரு சென்றார். அவரே அவற்றைப் பெரு நாட்டில் அமைப்பது என்று ஏற்பாடு. ஆனால் அவர் அங்கு போய்ச் சேர்ந்தபிறகு தான் சங்கடங்கள் ஏற்பட்டன.

இங்கிலாந்தில் ஓடிய எஞ்சின்களெல்லாம் நிலக்கரியை எரித்து இயங்கும்படி வடிவமைக்கப்பட்டிருந்தன. பெருவில் நிலக்கரி இலது. இதுதான் அங்கு தோன்றிய முதல் இன்னலாகும். அதனால் மரக்கட்டையை எரித்து எஞ்சினை ஓடச் செய்தனர், ஆனால் எஞ்சின் எண்ணியபடி வேலை செய்யவில்லை. இதனால் டிரிவித்திக்கின் எஞ்சினில் குறைபாடுகள் உள்ளன என்று இங்கிலாந்திற்குக் கடிதங்கள் பறந்தன.

டிரிவித்திக்கு அப்போது பெரு நாட்டுச் சுரங்கங்களில் வேலை செய்வதற்கென்று ஆர்டர் பெற்றிருந்த ஏனைய பொறிகளைச் செய்யும் வேலையில் ஈடுபட்டிருந்தார். அவருக்கு அங்கிருந்து ஆர்டர்கள் வந்து குவிந்தன. எனவே அவர் முதலில் செய்து அங்கு அனுப்பிய பொறிகள் திருப்தியாக வேலை செய்யாவிடில், இப்போது வந்திருக்கும் ஆர்டர்களின் கதி என்னாவது? இந்நிலையில் டிரிவித்திக்கே தென்னமெரிக்கம் சென்று இக்கட்டுகளை நீக்கினால் தான் மேற்கொண்டு வரும் ஆர்டர்களுக்கு எஞ்சின்களை செய்தனுப்ப முடியும் என்று தோன்றியது,

ஆதலால் அவர் தன் கூட்டாளியான சிம்ஸ் என்றவரிடம் காரன்வாலில் நடந்து வந்த பணிகளை ஒப்படைத்து விட்டுப் பென்சேன்ஸ் துறைமுகத்திலிருந்து *1816* அக்டோபரில் பெருவிற்குக் கப்பலேறினார். அவர் அட்லாண்டிக்குக் கரையிலிருந்த போனஸ் அயர்ஸ் என்ற அர்ச்சண்டினத் துறைமுகத்தில் இறங்கிப் பசிபிக்குக் கரைக்கருகிலுள்ள பெரு நாட்டின் தலைநகரான லைமாவிற்கு நிலவழியே சென்றார். அங்கு அவரை மிகுந்த ஆர்வத்துடன் வரவேற்றனர்.

அவர் விறகுகளை எரித்து இயங்கும்படி தன் எஞ்சின்களின் எரிபொருள் கலத்தில் தக்க மாறுதல்களைச் செய்து மிகவும் இக்கட்டான சிக்கல்களுக்குத் தீர்வு கண்டுவிட்டார். ஸ்பானியப் பொறியாளருக்கு அது மந்திர வித்தை போல் தோன்றியது. பெரு இதுவரை கண்டிராத பொறியியல் மேதை என்று அவர்கள் டிரிவித்திக்கைக் கொண்டாடினர்.

புரட்சி என்ற இன்னல்

ஸ்பானிய அமெரிக்கக் குடியேற்றங்களில் பல புரட்சிகள் நடந்தன என்பதை வரலாறுகளில் காண்கின்றோம். டிரிவித்திக்கு பெருவில் இருந்த காலையில் அத்தகைய குமுறல்களுள் ஒன்றான புரட்சி தோன்றியது. அது ஸ்பெயினுக்கு எதிராய் நடந்த விடுதலைப் போர் எனலாம். இந்நாடுகள் ஸ்பெயினின் கீழிருந்து மிக மெதுவாய் முன்னேறி வந்தன.

எஞ்சினையும் இடம் பெயர்ந்து இயங்கும் பொறிகளையும் செய்து கொண்டிருந்த அமைதியான ஒரு பொறியாளர் இந்தப் புரட்சிச் சூழலில் சிக்கிக் கொண்டார். புரட்சியாளர் கட்சி நாட்டிலுள்ள அனைத்தையும் எடுத்துக் கொள்ளும் என்று அஞ்சிய முடியரசு ஆதரவாளர்கள் டிரிவித்திக்கின் எஞ்சின்களையெல்லாம் சுரங்கத்தின் ஆழத்திற்குள் தள்ளிவிட்டனர். இதனால் டிரிவித்திக்கின் நிலை மிக மோசமாய் விட்டது.

டிரிவித்திக்கு பெருவிற்கு வரப் பெரிதும் காரணமாயிருந்த டான் ஃபிரான்சிஸ்கோ இறந்து விட்டார். பெருநாட்டில் செல்வ வளமிக்கவர்களில் ஒருவராய் வளர்ந்து விட்ட டிரிவித்திக்கு ஒரேயடியில் மிகவும் எளிய வறியரானார்.

இருப்பினும் டிரிவித்திக்கு துணிச்சல் மிக்கவர். அவர் பெரும் புகழ் பெற்ற விடுதலைப் படையின் தலைவரான ஜெனரல் சைமன் பொலிவாவின் படைகளில் சேர்ந்து விட்டார். (*Simon Bolivar 1783-1830*). இவர் தென்னமெரிக்க விடுதலை வீரர்.

ஸ்பெயினிலும் பிரான்சிலுமுள்ள பாஸ்குப் பகுதியைத் தாயகமாய்க் கொண்டவர். அவர் ஸ்பானியரை வெனிசுலம், கொலம்பியம், ஈகுவாடர், பெரு முதலிய நாடுகளிலிருந்து விரட்டியடித்து அவற்றுக்கு விடுதலை வாங்கித் தந்தவர்.)

புதுவன நாடும் டிரிவித்திக்கின் சுறுசுறுப்பான மூளை சும்மாயிருக்கவில்லை. அவர் வெடிக்க கூடிய குண்டைச் சுடும் கார்பைன் என்ற சிறு கைத் துப்பாக்கியைச் செய்தார். (*carbine:* குதிரைப் படையினர் பயன்படுத்தும் கைத் துப்பாக்கி) அவர் பேரில் முடமாகிப் போன ஸ்பானிய வீரர் ஒருவருக்குப் பொய்க்கால் செய்து பூட்டினார் என்றும் கூறுவர்.

எதிலும் வெற்றி காணாதவர்

அரும்பெரும் பொறியாளரான டிரிவித்திக்கு தன் அரிய சாதனைகளால் செல்வம் தேட முயன்றார். அவர் இறுதியில் எதிலும் வெற்றி காணாமல் 1827 ஆம் ஆண்டு ஃபால்மத்துத் துறைமுகத்தில் வந்து இங்கிலாந்தில் இறங்கினார். அவர் முடிவேயில்லாமல் தொடர்ச்சியாய்ப் பல இன்னல்களைக் கண்டவர். அடுத்தடுத்து வந்த இடுக்கண்களையெல்லாம் துணிச்சலுடன் எதிர்த்து நின்றவர்.

அவர் அனைத்தையும் இழந்த பின்னும் சும்மாயிருந்து விடவில்லை. பணந்திரட்டிப் புது முயற்சியில் இறங்க முனைந்தார். அவருக்கு உதவுவோர் எவருமில்லாது போயினர். உடல் நலம் கெட்டபோதும் தன் முயற்சியைக் கைவிடவில்லை.

ஆயிர அடி உயர இரும்புத் தூண்

பிரிட்டீசு ''அரசியலமைப்புச் சட்டமும் அரசியல் சீர்திருத்தமும்'' நிறைவேறியதைக் கொண்டாடும் வகையில் மெருகேற்றப்பட்ட ஆயிரம் அடி உயரமான இரும்புத் தூண் ஒன்றை நிறுவும் எண்ணத்தை டிரிவித்திக்கு கடைசியாய் வெளியிட்டார். இந்தத் தூணில் உள்புறம் கூடாயிருக்கும். வார்ப்பு இரும்பினால் செய்யப்படும்.

இதனுள் நீர்விசையால் இயங்கும் தூக்கி (*lift*) ஒன்று இருக்கும். அதன் உதவியால் தூணின் உச்சிக்குச் செல்லலாம்.

டிரிவித்திக்கு 1832 ஆம் ஆண்டு இலண்டனுக்குச் சென்றிருந்தபோது இந்த எண்ணம் தோன்றியது. அவர் இது பற்றிய தன் திட்டத்தை 1833 இல் நான்காம் வில்லியம் மன்னருக்கு (1765-1837; ஆ.கா. 1830 -1837) அனுப்பினார். அது கிடைத்தது என்று மன்னரின் செயலர் உடனே அஞ்சல் எழுதினார். ஆனால் அத்திட்டம் கிடப்பில் போடப்பட்டு விட்டது. ''பாரிசில் அஃபல் கோபுரம் உள்ளது. ஆனால் இலண்டன் டிரிவித்திக்கின் தூணுக்காக இன்னும் காத்திருக்கின்றது'' என்று ஓர் எழுத்தாளர் பின்னாளில் எழுதினார்.

மறைவு

டிரிவித்திக்கு இந்தக் காலத்தில் டாட்ஃபோர்டிலிருந்த (*Dartford*) ஓர் இரும்புத் தொழிற்சாலையில் பணி செய்து கொண்டிருந்தார். அவர் இறுதி நாள்களில் தன் மேதையை அறியாதவர்களின் நடுவே, வீட்டை விட்டு வெகுதொலைவில் உழைத்துக் காலந்தள்ள நேர்ந்தது. அவர் செத்ததற்குச் சில நாள்களுக்கு முன்னர் வரை வேலை செய்தார். அவர் அறுபத்திரண்டாவது அகவையில் 1833 ஆம் ஆண்டில் இறந்த பிறகு தான், அவர் நோய்வாய்ப்பட்டிருந்தார் என்பதை அவருடைய குடும்பத்தினர் அறிந்தனர்.

அவரை டாட்ஃபோர்டு கல்லறைத் தோட்டத்தில் அடக்கம் செய்தனர். பின்னர் அவருக்கு வெஸ்டுமினிஸ்டரில் நினைவுப் பலகணி ஒன்று அமைக்கப்பட்டது. அதனருகில் அவரைப் போன்ற பெரிய பொறியாளர்களான இசம்பாட்டு கிங்டம் புரூனல் (*Isambart Kingdom Brunal 1806-1859;* இவர் பாலங்கள், இருப்புப் பாதைகள், சுரங்க வழிகள் முதலியவற்றை அமைத்தவர்) ஜார்ஜ் ஸ்டீஃபன்சன் (இவர் நீராவி எஞ்சினை *1814* இல் இயக்கி வெற்றி கண்டார்) ஆகிய இருவருக்கும் நினைவுப் பலகணிகள் அங்குள்ளன.

பிரிட்டனிலும் உலகெங்கிலும் இருப்புப் பாதைகளை அமைத்துப் புகைவண்டிகளை ஓடவிட்ட ஜார்ஜ் ஸ்டீஃபன்சனிடம் பொறியியல் நுட்பத்திறனும் வாணிப நுணுக்கமும் ஒருங்கே சேர்ந்திருந்தது போல் டிரிவித்திக்கிடம் அமைந்திருக்கவில்லை. எனினும் உலகில் முதன்முதலாய் இடம் பெயர்ந்து இயங்கும் பொறியைச் செய்தவர் டிரிவித்திக்கு என்பதை இரயில் எஞ்சின்கள் இன்று கூவாமல் கூவிக்கொண்டு ஓடுகின்றன.

1801

1801

வரலாற்றுப் புள்ளிகள்

1.தமிழகச் செய்திகள்

(அ) சென்னையில் உச்ச நீதிமன்றம்

பிரிட்டீசு நாடாளுமன்றம் நிறைவேற்றிய ஒரு சட்டத்திற்கிணங்கச் சென்னையில் *1801* ஆம் ஆண்டு ஓர் உச்ச நீதிமன்றம் (*Supreme Court*) அமைக்கப்பட்டது. இது சென்னை மாநிலத்தில் பிரிட்டிசாருக்கு அடங்கிய பகுதிகளிலும் சார்புடைய பகுதிகளிலும் வாழ்கின்ற மக்களின் மேல் சட்ட ஆட்சி முறையை ஏற்படுத்தியது.

இது பிரிட்டீசு அரசின் நீதிமன்றமாய், ஆளுநர் ஆட்சி மன்றத்திற்குப் புறம்பாய்த் தனியாண்மையுடன் செயல்பட்டது.

இச்சட்டப்படி மாவட்டங்கள்தொறும் மாவட்ட நீதிமன்றங்களும் அமைக்கப்பட்டன. ஆகையால் இம்மாநிலத்தில் இருவகையான நீதிமன்றங்கள் தோன்றின எனலாம்.

ஒன்று பிரிட்டீசு அரசு நிறுவிய உச்ச நீதிமன்றம் பிறிதொன்று கம்பெனியார் நிரலே நிறுவிய நீதிமன்றத் தொடர்.

சதர் அதாலத்து (*Chief Court of Civil Judicature for hearing appeals from provincial courts of appeal* = மாநில நீதிமன்றங்களில் மேல்முறையீடுகளை ஆராய்வதற்கான தலைமைப் பொதுவியல் நீதிமன்றம்) என்ற நீதிமன்றமும்

ஃபௌஜ்தரி அதாலத்து (*Chief Criminal Court for hearing appeals from the circuit courts* = சுற்று நீதிமன்றங்களிடமிருந்து வரும் மேல் முறையீடுகளை ஆராயும் தலைமை நீதிமன்றம்) என்ற நீதிமன்றமும் தோன்றின.

மாநில நீதிமன்றங்களிடமிருந்து மேல் முறையீட்டிற்குச் சதர் அதாலத்திற்குப் பொதுவியல் (*Civil*) வழக்குகள் செல்லும்.

ஃபௌஜ்தரி அதாலத்திற்குக் குற்றவியல் மேல் முறையீட்டு வழக்குகள் செல்லும்.

இவ்விரு நீதிமன்றங்களுக்கும் ஆளுநரும் அவரின் ஆட்சி மன்றக்குழுவினரும் நீதிபதியாய் அமர்ந்து வழக்குகளை ஆராய்வர்.

(ஆ) தரங்கம்பாடியைப் பிரிட்டீசார் கைப்பற்றுதல்

அலைபாடி என்னும் பொருளுடைய தரங்கம் பாடி 1603 வரையிலும் சடங்கன் பட்டி என்றே அழைக்கப்பட்டது என்பர். டேனியர் என்ற டென்மார்க்கு நாட்டினர் 1620 ஆம் ஆண்டு முதல் தரங்கம்பாடியில் வந்து வாழ்ந்தனர்.

அவர்கள் சுமார் எட்டுக் கிலோ மீட்டருக்கு ஐந்து கிலோ மீட்டர்ப் பரப்புள்ள நிலத்தைத் தஞ்சை நாயக்க மன்னரான இரகுநாத நாயக்கனிடமிருந்து *(1612-1634)* அப்போதைக்குக் குத்தகைக்கு வாங்கினர். இந்தக் குத்தகைப் பட்டயம் தென் ஆலந்து மாநிலத்தின் மேற்கு நெதர்லாந்திலிருக்கும் லெயிடன் *(Leiden)* நகரத்து அருங்காட்சியகத்தில் உள்ளது. தமிழில் எழுதப்பெற்ற இதற்கு லெயிடன் பட்டயம் என்று பெயர்.

தரங்கம்பாடி ஊர் இன்று போல் அன்றும் சிறியதாயிருந்தது. அங்கு நல்ல துறைமுகம் இல்லாதிருந்தது. எனினும் அங்கு கரைக்கப்பால் கப்பல்கள் வந்து நின்றன. அவ்வூரில் 15000 பேர் வாழ்ந்தனர் என்று கணிக்கின்றனர். அதைப் போன்ற பொறையாறு என்று பிழைபட அழைக்கப்பெறும் பிறையாறு என்ற ஊரும் மேலும் நாலைந்து சிற்றூர்களும் தரங்கம்பாடியில் அடங்கியிருந்தன.

தரங்கம்பாடியில் இரண்டு கிறித்தவக் கோயில்கள் உள்ளன. அங்குள்ள சீயோன் கோயில் என்பது 1701 ஆம் ஆண்டு டேனியரால் கட்டப் பெற்றது. மற்றொன்று அதற்கு முன்னர் கட்டப்பெற்ற ரோமன் கத்தோலிக்கக் கோயிலாகும். தரங்கம்பாடியில் முதன்முதலில் மீனவர்களான பரதவர் கத்தோலிக்க சமயம் தழுவினர்.

அங்கு வாழ்ந்த பெரும்பாலான மக்கள் கிறித்தவர்களாயிருந்தனர். அங்கு முஸ்லிம்களும் பதினெட்டாம் நூற்றாண்டுத் தொடக்கத்தில் கணிசமான எண்ணிக்கையில் இருந்தனர்.

தரங்கம்பாடி பூம்புகாரின் தெற்கே சில கல் தொலைவிலுள்ளது. பிரிட்டிசார் தரங்கம்பாடியை 1801 ஆம் ஆண்டு கைப்பற்றி 1815 ஆம் ஆண்டு வரை அதைத் தம் கைகளில் வைத்திருந்தனர். அவர்கள் அதை டேனியரிடமிருந்து 1845 ஆம் ஆண்டு பன்னிரண்டாயிரம் ரூபாய்க்கு விலைக்கு வாங்கி விட்டனர். தரங்கம்பாடியில் 1860 வரையில் மாவட்ட ஆட்சித் தலைவரின் தலைமையகம் இருந்தது.

தரங்கம்பாடி இந்தியத்தில் கிறித்தவத் தொட்டிலாயும் சமயப்பரப்பியரால் தமிழ் பாடியாகவும் இருந்த சிறப்பை நாமறிவோம்.

மாபெரும் பிரஞ்சு அரசியல் தந்திரியும் 1797 முதல் 1807 வரையிலும் பின்னர் 1814 முதல் 1815 வரையிலும் பிரஞ்சு அயலுறவு அமைச்சருமாயிருந்த டேலிராண் பெரிகார் *(Tallegrand Perigord 1784 – 1838)* என்றவரை மணந்து கொண்ட காதரைன் கல்லைன் என்ற பெண்மணி தரங்கம்பாடியில் பிறந்தவர்.

(இ) குடந்தையில் அகோபில மடம்

சைவ, வைணவ மடங்கள் சிறந்திருக்கும் தஞ்சைத் தரணியில் திருவாவடுதுறை,

திருப்பனந்தாள் மடங்கள் பதினெட்டாம் நூற்றாண்டிற்கு முன்னரே இருந்து வருகின்றன. மராட்டிய மன்னரான பிரதாப சிங்களின் ஆட்சிக் காலத்தில் (1739-1763) குடந்தையில் 1739 ஆம் ஆண்டு சங்கர மடத்தின் கிளை டபீர் அக்கிரகாரத்தில் நிறுவப்பட்டது. (இ.ச.க. தொகுதி-4)

இந்த 1801 ஆம் ஆண்டு குடந்தையில் வடகலைப் பிரிவைச் சேர்ந்த அகோபில மடத்தின் கிளை ஒன்று அமைந்தது. (வடகலைப் பிரிவின் மற்றொரு மடமான பரகாலசாமி மடம் மைசூர் மாநிலத்திலுள்ளது) அகோபில மடத்தின் இந்தக் கிளை இதற்கு முன்னர் திருவாரூரில் இருந்தது. அது இவ்வாண்டு குடந்தைக்கருகிலுள்ள நரசிம்மபுரத்திற்கு மாறியது.

அகோபிலம்

ஆந்திர மாநிலத்தின் நல்ல மலைக்காடுகளுக்கு நடுவே கர்னூல் மாவட்டத்தின் நந்தியால் இரயில் நிலையத்திலிருந்து சுமார் 48 கிலோ மீட்டரிலுள்ள அகோபிலம், நூற்றெட்டு வைணவத் திருப்பதிகளுள் ஒன்றாகும். இதைச் சிங்கவேள் குன்றமென்று செந்தமிழில் செப்புவர். சென்னை மும்பை இருப்புப் பாதையிலுள்ள கடப்பை இரயில் நிலையத்தில் இறங்கி, அங்கிருந்து சுமார் இரண்டரைக் கிலோமீட்டரில் இருக்கும் பேருந்துநிலையம் சென்று அங்கிருந்து பேருந்தில் ஏறிச் சுமார் 82 கிலோ மீட்டரிலுள்ள அர்லகட்ட என்ற ஊரை அடையலாம். அங்கு வேறு பேருந்தில் ஏறி ஒரு மணி நேரத்தில் அகோபிலத்தை அடையலாம். தோணி என்ற மற்றோர் இரயில் நிலையத்தில் இறங்கிப் பங்கன பள்ளி, கோயில குந்தள வழியாயும் அகோபிலம் சேரலாம்.

சிங்கவேள் குன்றம்

அகோபில மூலவருக்குப் பிரகலாத வரதன், இலட்சுமி நரசிம்மன் என்ற பெயர்கள் உண்டு. பெருமாள் அமர்ந்த கோலத்தில் கிழக்குப் பார்த்து இருக்கின்றார். தாயாருக்கு அமிர்தவல்லி, செஞ்சுலட்சுமி என்ற பெயர்கள் உண்டு.

அகோபில நரசிம்மர் மலை மீதுள்ள அகோபிலத்தில் ஒரு குகையில் சுயம்புவாய்த் தோன்றினார் என்பர். திருமாலின் நான்காவது அவதாரமான வெஞ்சினங் கொண்ட நரசிம்மர் இக்குகையில் அமர்ந்திருந்ததைக் கொண்டு விண்ணிலிருந்து வியந்த அமரர்கள் ''அகோபலம், அகோபலம்'' என்றனர் என்று இத்திருத்தலத்தின் பெயருக்கு விளக்கம் தரப்படுகின்றது. அகோபலம் என்றால் 'என்ன பலம்' என்று பொருளாம். அகோபிலம் என்றால் அது குகையைக் குறிக்கும் என்பாரும் உளர். பிலம் என்ற சொல்லுக்குக் குகை என்பது பொருள்.

நவ நரசிம்மர்

திருமாலவதாரமாகிய நரசிம்மரை வழிபடும் திருப்பதிகள் பலவுள. எனினும் நரசிம்மரின் ஒன்பது வடிவங்களான நவ நரசிம்மர்கள் அகோபிலத்தில்தான் ஒருங்கே சேர்ந்துள்ளனர். சுவாலை, அகோபிலம், மகாலோலம், குரோதம், கரந்த, பார்க்கவ, யோகானந்த, க்ஷத்திரவத, பாவன என்பன நவ நரசிம்மங்களாகும்.

பிரகலாத வரத சிம்மர்

பிரகலாதனுக்கு அருளும் பிரகலாத நரசிம்மர் கோயில் மலையடிவாரத்தில் உள்ளது.

இக்கோயில் மூன்று திருச்சுற்றுகளின் நடுவிலுள்ளது. பிரகாரங்களான இத்திருச்சுற்றுகள் விசய நகரப் பாணியில் கட்டப்பட்டுள்ளன. இங்கிருந்து சுமார் ஒன்றரைக் கிலோ மீட்டரில் நன்னீர் கிடைக்கும் ஆழ்வார் கோனேரு உள்ளது. அடிவாரக் கோயிலிலிருந்து சுமார் ஒன்றரைக் கிலோமீட்டரில் சந்திரவதன நரசிம்மருக்குக் கோயில் எடுத்துள்ளனர். இந்த இறைவரைச் சுற்றி முள் புதர்கள் சூழ்ந்துள்ளன. பெருமாள் அரசமரத்தடியில் அமர்ந்த கோலத்தில் அருளுகின்றனர்.

மேல அகோபிலம்

அடிவாரத்திலிருந்து மேல அகோபிலத்தை அடைவதற்கு மலைப்பாதையில் சுமார் ஒன்பது கிலோமீட்டர் செல்ல வேண்டும். இப்பாதை பாறைக் குன்றுகள், காடுகள் வழியே போடப்பட்டுள்ளது. வழியில் பல சிற்றருவிகள் உள. இங்கு இயற்கையழகு கொஞ்சுகின்றது. நவ நரசிம்மர் கோயில்கள் இங்கு அமைந்திருக்கின்றன.

இங்கு கரந்த நரசிம்மர் உள்ளார். நரசிம்மமூர்த்தி இரணியனைக் கொன்றபின் தம் மாணாக்கனான பிரகலாதனுக்குப் பல யோகாசனங்களைக் கற்றுத் தந்து யோகானந்த நரசிம்மர் என்று பெயர் பெற்ற நரசிம்மருக்குக் கோயிலுண்டு. இத்தலத்தில் கோபில முனிவரும் பரத்துவாச முனிவரும் தம் பாவங்களைப் போக்குவதற்காகத் தவமியற்றினர் என்பது நம்பிக்கை.

மேல அகோபிலச் சமவெளி கடல்மட்டத்திற்கு மேல் இரண்டாயிரத்து என்னூறு அடி உயரத்தில் உள்ளது. இம்மலையின் இரு முகடுகளுக்கும் தோத்தாத்திரி, கருடாத்திரி என்று பெயர். கருடாத்திரி முகட்டிலிருந்து பாவ நாசினி ஓடி வந்து இரண்டாய்ப் பிரிந்து குமுதவதியிலும் பெண்ணாற்றிலும் கலக்கின்றது. இந்த ஆறு அந்தர வாகினி என்று அழைக்கப்படுகின்றது. அது ஓடி வருகையில் சிறு தொலைவு மண்ணுக்குள் பாய்ந்து வெளிப்படுகின்றது என்று நம்புவதால் அதற்கு இப்பெயரிட்டனர்.

உக்கிர நரசிம்மர்

நரசிம்மர் இம்மலையின் தென் சரிவில் உக்கிர நரசிம்மராய் வழிபடப்படுகின்றார். இது வெகு மேன்மை வாய்ந்த கோயிலாகும். இதன் மண்டபங்களும் கோபுரங்களும் சிறப்புடையன. இதனருகே குகை நரசிம்மர் வாழ்ந்திருக்கின்றார். அதன் நுழைவாயிலில் பெரிய தூண் நிற்கின்றது. இரணியன் பிரகலாதனை நோக்கி ''இத்தூணிலும் உளனோ?'' என்று வினவிவிட்டு, மகன் ''உளன்'' என்றதும் உதைத்த தூண் இது என்று அடியவர் நம்புகின்றனர். இரணியன் தூணை உதைத்ததும் திருமால் அதிலிருந்து நரசிம்மராய் வெளிப்பட்டு அவனைக் கொன்றார்.

குரோத நரசிம்மர்

உக்கிரம நரசிம்மர் கோயிலிருந்து சுமார் 200 கிலோமீட்டர் தொலைவில் குரோத நரசிம்மர் கோயில் கொண்டுள்ளார். இக்கோயிலில் இருந்து கொண்டு நாராயண சடாட்சரி செபமும் வராக காண்ட பாராயணமும் செய்தால், அவற்றைச் செய்யும் அடியார் அளப்பரிய ஆன்ம நலம் பெறுவார் என்பது நம்பிக்கை.

மாலோல நரசிம்மர்

குரோத நரசிம்மர் கோயிலுக்கு சுமார் மூன்று கிலோமீட்டரில் மாலோல நரசிம்மர் கோயிலுள்ளது. இறைவர் இங்கு அமைதி வடிவாய் இலக்குமியுடன் வீற்றிருக்கின்றார்.

சுவாலை நரசிம்மர்

மாலோல நரசிம்மர் கோயிலுக்கு மேலே சுவாலை நரசிம்மர் வீற்றிருக்கின்றார். இங்கு பெருமாளின் அச்சமூட்டும் கொடிய உருவைக் காணலாம். திருமால் நரசிம்ம வடிவு கொண்டு இரணியனைக் கிழித்தெறியும் அளவிற்குக் கடுஞ்சீற்றம் கொண்ட இடம் இதுவென்பர்.

பவன நரசிம்மர்

சுவாலை நரசிம்மர் கோயிலருகே பவன நரசிம்மருக்குக் கோயிலெடுத்துள்ளனர். பெருமாள் இங்கு சாத்த வடிவில் வழிபடப்படுகின்றார் என்பர்.

அகோபிலம் தோன்றிய வரலாறு

மேல அகோபிலத்திலுள்ள பெருமாள் தானாய்த் தோன்றிய சுயம்பு என்று நம்பப்படுவதாய் மேலே கூறினோம். இம்மலைகளில் வாழும் செஞ்சு மக்களிடையே திருமாலைப் பற்றிப் பல கதைகள் வழங்குகின்றன. இம்மக்கள் சிவத் தலமான சிறிசைலத்துடன் தொடர்புடையோராவர்.

திருமால் நரசிம்ம அவதாரம் எடுத்தபோது இலக்குமி செஞ்சு குடியில் பிறந்தார் என்றும் அவர் திருமாலை மணந்து அவருடன் நெடுங்காலம் வாழ்ந்தார் என்றும் செஞ்சு மக்களின் கதைகள் கூறுகின்றன. திருமால் செஞ்சுலக்குமியைப் பிரிந்து வைகுந்தம் செல்ல மறுத்து விட்டார். நரசிம்மரும் செஞ்சு மங்கை செஞ்சேதையாய் வந்த இலக்குமியும் ஒருவர் மீதொருவர் கொண்ட காதலின் சிறப்பை இப்பகுதியில் வழங்கும் நாட்டர் கதைகள் பாடிக் களிக்கின்றன.

தீர்த்தங்கள்

இங்குள்ள தீர்த்தங்களுள் இரத்த குண்டம் என்பது சிறப்புடையது. நரசிம்மர் இரணியனைக் கொன்றதும் இக்குளத்தில் வந்து தம் கைகளைக் கழுவினாராம். அதனால்தான் இக்குளத்தின் நீர் இன்னும் சிவப்பாயிருக்கின்றது என்பர்.

மலை மீதுள்ள மற்றொரு குளத்திற்கு லஞ்சா கோனேரு என்று பெயர். இது பார்க்கவர் கோயிலுக்குச் செல்லும் வழியிலுள்ளது. நரசிம்மர் கோயிலிலிருந்து மூன்று கிலோ மீட்டரில் இருக்கின்றது. ஒரு பரத்தை நரசிம்மரைக் கண்டதுமே தன் தவறுகளுக்காய்க் கழிவிரக்கம் கொண்டு பாவங்களைக் கழுவுவதற்காக மலைமீது ஒரு குளம் வெட்டினாள். இந்தக் குளம் மிகவும் புனிதமானதாய்ப் போற்றப்படுகின்றது. லஞ்சா என்ற தெலுங்குச் சொல்லுக்குப் பரத்தை என்று பொருள்.

கோயிலின் தொன்மை

கல்யாணியின் மேலைச் சாளுக்கியர் குடியைச் சேர்ந்த விக்கிரமாதித்த மன்னர் (1076-1106) இக்கோயிலின் மூலவரை வழிபட்டார் என்று ஒரு கல்வெட்டுக் கூறும்.

ஒரு கல்லு என்ற வாரங்கல்லைக் கோநகராய் வைத்து ஆண்ட சூத்திரரான காகதியர் சைவ சமயத்தவர். இக்குடியினர் சுமார் கி.பி.1000 ஆம் ஆண்டு முதல் 1326 வரை ஆண்டு, பின்னர் சாதிப் பூசலினால் ஒழிக்கப்பட்டனர். இக்குடியின் கடைசி மன்னரும் வலிமை

மிக்கவருமான இரண்டாம் பிரதாபருத்திரன் (1296-1326) மாலோல நரசிம்மர் கோயிலிலுள்ள உற்சவ மூர்த்தியைப் பொன்னால் செய்தளித்தார். இந்தப் படிமத்தைப் பற்றிச் சுவையான பல செய்திகள் உள்ளன. அவர் சிறிசைலத்திலிருந்து திரும்பி வந்த வழியில் அகோபிலத்திலிருந்து சுமார் 26 கிலோமீட்டரிலுள்ள நீத்திரவரம் என்ற ஊரில் தங்கினார். இன்றும் கொண்டாடப் பெறும் அழகிய சிங்கர் என்ற பொற் படிமம் அந்த ஊரில்தான் செய்யப்பட்டது. பிரதாபருத்திரனின் இந்த அருஞ்செயல் நினைவாய்ப் பிரதாபருத்திரியம் என்ற புகழ் வாய்ந்த தெலுங்குப் பாடல் பாடப் பெற்றது.

சைவரான பிரதாப ருத்திரன் சிவனின் படிமத்தைத்தான் வடிக்க விரும்பினார். ஆனால் பொன்னை உருக்கி அச்சில் வார்த்தபின் அது நரசிம்ம வடிவமாய் வெளிவந்தது என்பர். இதனால் காகதிய மன்னர் மனம் வருந்தவும், ஈசன் அவரது கனவில் தோன்றிச் ''சிவனையும் திருமாலையும் தனிப்படுத்துவது வீண் செயல். ஆதலால் அகோபிலத்திலுள்ள திருமாலை வழிபடுவாயாக, இறைவனை எவ்வடிவில் தொழுதாலும் அது ஒன்றேயாகும்'' என்று சொன்னார் என்றொரு கதையுண்டு.

இன்னொரு கதை; அகோபில மடத்தை நிறுவி ஆசிவண் சடகோபரிடம் பிரதாபருத்திரன் பொன் கொடுத்துதவினார். அந்தச் செம்பொன்னை உருக்கியபோது, அதிலிருந்து நரசிம்ம வடிவம் வந்தது. அந்தப் படிமத்தின் அழகு கருதி அதை அழகிய சிங்கர் என்று அழைக்கின்றனர். அகோபில மடத்துச் சீயர்கள் அப்படிமத்தை இன்றும் வழிபட்டு வருகின்றனர்.

கிருஷ்ண தேவராயர் (1509-1529) கலிங்க வெற்றியிலிருந்து திரும்பியபோது அகோபிலத்திற்கு வந்திருக்கின்றார். அவர் திருமாலுக்கு வைரமாலை, அரையணி தங்கத்தட்டு ஆகியவற்றொடு ஆயிரம் பொன்னையும் வழங்கினார்.

பத்மசாலி

இப்பகுதியில் வாழும் பத்மசாலி என்ற வகுப்பினர், அகோபிலத்து இறைவி தம் இனத்தில் பிறந்தவர் என்று கொண்டாடுகின்றனர். ஆதலால் திருமாலுக்குத் திருக்கலியாணம் நடத்தும் உரிமை தமக்கேயுரியது என்று கூறுகின்றனர். அவர்கள் உற்சவ மூர்த்தியையும் தாயாரையும் திருமண மண்டபத்திற்குக் கொண்டு வருகின்றனர். இறைவியின் திருமணப் பேச்சு திருமாலுக்கும் பத்மசாலி வகுப்பினருக்குமிடையே நடக்கின்றது. பத்மசாலியர் ஒரு குழுவாய்ச் சேர்ந்து கொள்கின்றனர்.

அவர்கள் திருவுளச் சீட்டுப் போட்டு இறைவன் - இறைவி திருமணத்தை தமக்குள் யார் நடத்துவதென்று முடிவு செய்கின்றனர். சீட்டு யார் பெயருக்கு விழுகின்றதோ, அவர் அதைத் தன் வாழ்க்கையின் பெரும் பேறாய்க் கருதுகின்றார்.

ஆதிசேடனனும் நல்ல மலையும்

ஆதிசேடனே நல்ல மலையாய் வடிவு கொண்டுள்ளார் என்பது நம்பிக்கை. அவரது வாலின் நுனி சிறிசைலம்; நடுப்பாகம் அகோபிலம்; தலையே திருப்பதி.

ஆழ்வார்கள் இதைச் சிங்கவேள் குன்றம் என்று சிறப்பித்து இதற்கு மங்கள சாசனம் செய்துள்ளனர். அன்னமாசாரியார் (1424-1503) இத்தலத்தின் மேல் மிகுந்த ஈடுபாடு கொண்டவர்.

இங்குள்ள ஒன்பது கோயில்களும் ஐந்து குரோசம் (அல்லது பதினாறு கிலோமீட்டர்) சுற்று வட்டாரத்தில் அமைந்திருப்பதால் இதைப் பஞ்ச குரோச தீர்த்தம் என்பர்.

அகோபில மடத் தோற்றம்

அகோபில மடம் *1398* ஆம் ஆண்டு நிறுவப்பட்டது. இராமானுசர் *(1028-1137)* *1137* ஆம் ஆண்டு வைகுந்த பதவியை அடைந்ததிலிருந்து வேதாந்த தேசிகர் *(1269-1369)* தோன்றியது வரையிலும் இராமானுசரின் சீடர்கள் அவரின் கோட்பாடுகளையும் அருள் பணிகளையும் தொடர்ந்து நடத்தி வந்தனர். வேதாந்த தேசிகர் ஆறு அகவையினராய் இருந்தபோதே அளப்பரிய நினைவாற்றல் மிக்கவராயிருந்தார். அவர் தம் வாணாளில் வைணவ உலகில் மேலோங்கியிருந்தார். அவர் நூற்றிருபதிற்கு மேற்பட்ட நூல்களை எழுதியிருக்கிறார். (வேதாந்த தேசிகர் : இ.ச.க. தொகுதி-*4)*

கடிகாசலம் அம்மாள் (இது பெண்பாற் பெயரன்று; அன்பு கருதி இட்ட பெயர்) என்றவர் வேதாந்த தேசிகர் உலகிற்கு விட்டுச் சென்ற மாணவ மாணிக்கங்களுள் ஒருவர். அவர் காஞ்சியில் தொடர்ந்து சமயப்பணி புரிந்து வந்தார். அவர் அங்கு நடத்தி வந்த பள்ளிக்கு அகோபில மடத்தைப் பின்னாளில் நிறுவிய சீனிவாசர் வந்து சேர்ந்தார்.

1801

சீனிவாசர் *(1379-1458)* மேல் கோட்டையில் *1379* செப்டம்பரில் பிறந்தார். அவரின் குடும்பம் இராமனுசருடனும் அவரின் *74* மாணாக்கருடனும் வழிவழியாய்த் தொடர்பு கொண்டிருந்தது. சீனிவாசர் இருபதாவது அகவையில் கடிகாசலம் அம்மாளிடம் சென்று கற்றார். அவர் இளவயதினராயிருந்தாலும் எதிராளி எழுப்பிய முரண்பட்ட வினாக்களுக்குத் தக்க விடையளித்தார்.

சீனிவாசரின் கனவில் இலட்சுமி நரசிம்மர் தோன்றி ஆந்திரத்தின் கடப்பைக்கு அருகிலிருக்கும் நல்ல மலைத் தொடரிலுள்ள சிற்றூரான அகோபிலத்திற்கு வருமாறு அழைத்தார். அப்போது அகோபிலத்தில் சிறிமுகுந்த ராயர் சிற்றரசராயிருந்தார். சீனிவாசர் ஒரு துறவி போன்று காவியணியுமாறு கனவில் சொல்லப்பட்டார். அவர் அங்கு ஆற்றவேண்டிய கடமைகளையும் திருமால் கனவில் கூறியருளினார். திருமால் கனவில் தோன்றித் தன்னை ஏனிப்படி அழைக்கின்றார் என்பதை அறியாத இருபது அகவை இளைஞரான சீனிவாசர், தன் குருவிடம் இதைக் கூறவும் பெருமாளின் கட்டளைக்கு அவர் உடனே பணியுமாறு ஆசாரியார் பணித்தார்.

சீனிவாசர் அதன்பிறகு அகோபிலம் சென்றார். அவர் அனைத்தையும் துறந்து எளிமையான வாழ்க்கை நடத்துவதற்காகவும் ஆன்மாக்களைத் தேடி மீட்கும் நாடோடித் தொண்டில் அடங்கியுள்ள இன்னல்களை ஏற்கவும் அழைக்கப்பட்டிருந்தார். அகோபிலத்துப் பெருமாள் சீனிவாசரைப் பல சோதனைகளுக்குள் ஈடுபடுத்திய பின்னர், அவருக்குக் காசாயம் தந்து ''என் படிமத்தை (இலட்சுமி நரசிம்மர்) புரிவாயாக'' என்று அருளினார். அந்நாளிலிருந்து சீனிவாசர், ஆதிவன் சடகோப யதீந்திர மகா தேசிகர் ஆனார். அவரே அகோபில மடத்தின் முதற் தலைவர்.

இளந் துறவியான அவர் நாடெங்கும் சுற்றித் திரிந்து, ஆழ்வார் திருநகரியை அடைந்தார். அங்கு பொறாமை கொண்டவர்கள் எடுத்தெறிந்திருந்த நம்மாழ்வார் படிமத்தை மீட்டு அமைவுறச் செய்தார். பின்னர் அவர் பல நரசிம்மர்களைத் தோற்றுவித்து, ஓரிச மன்னரொருவர் தன் பகைவரிடமிருந்து தன் நாட்டை மீண்டும் அடையுமாறு செய்தார் என்பது ஒரு கதை.

அவர் தாம் பிறந்த மேல்கோட்டை, திருமலை, காஞ்சி, திருவரங்கம் போன்ற பல திருப்பதிகளுக்குச் சென்றார். திருவரங்கத்தில் மடத்தின் பணிகளைத் தொடங்கினார். அவர் 1398 முதல் அறுபதாண்டுகள் நற்பணிகள் செய்ய நாடெங்கும் சுற்றி வந்தார். அவர் தம் 79 ஆவது வயதில் 1458 ஆம் ஆண்டு வைகுந்த பதவியடைந்தார்.

அவர் ஆற்றி வந்த திருப்பணிகள் தொடர்ந்து நடந்தன. அவரையடுத்து சிறப்பு வாய்ந்த பலர் அகோபில மடத்துத் தலைவராயிருந்து வருகின்றனர். இவர்கள் தம் சீடர்களால் அழகிய சிங்கர் என்றழைக்கப்படுகின்றனர்.

2. வேலுத் தம்பி வேணாட்டின் தலைமை அமைச்சர்

வேலுத்தம்பி 1799 ஆம் ஆண்டு (இ.ச.க.தொகுதி-10) கிளர்ச்சித் தலைவராய்த் தலையெடுத்து, அதில் வெற்றிகண்டார். அதன்பின்னர் மன்னரின் வேண்டுகோளுக்கிணங்க வாணிப அமைச்சரானார். இந்த ஆண்டில் அவர் தலைமை அமைச்சர் என்ற நிலைக்கு உயர்ந்தார். அந்தப் பதவியின் பெயர் வலிய சர்வாதி காரியக்கார்.

3. இலண்டனில் இந்திய ஆவணங்கள்

இந்தியத் துறை நூலகம் திறப்பு

கிழக்கிந்தியக் கம்பெனி தன்னிடம் திரண்டு சேர்ந்திருந்த கையெழுத்துப் படிகளையும் பிற ஆவணங்களையும் அழிந்து விடாமல் காத்து வைக்கும் எண்ணத்துடன் 1801 ஆம் ஆண்டு "இந்திய அமைச்சு நூலகம்" (India Office Library) என்ற பெயரில் இலண்டனில் லெடன்ஹால் தெருவில் ஒரு நூலகத்தை அமைத்தது. அங்கு பல்வேறு பொருள்கள், மாதிரிகள் ஆகியவற்றுக்கென்று ஒரு காட்சி சாலையும் கையெழுத்துப்

படிகள், புத்தகங்கள், வரைபடங்கள் முதலியவற்றுக்காக ஒரு நூலகமும் சேர்ந்து அமைந்திருந்தன. இத்தகைய ஓர் அமைப்பு உள்ளது என்பது தெரியவந்ததும், அங்கு ஏராளமான இயற்கை வரலாற்றுப் பொருள்கள் வந்து குவிந்தன. கம்பெனி இயற்கை வரலாற்று வரை படங்களின் தொகுதியைச் சிறுகச் சிறுகப் பெருக்கலாயிற்று.

இன்று அது வேறு இடத்தில் தனியாய் அமைந்துள்ள ஒரு கட்டடத்தில் இருக்கின்றது. அங்கு அறிவியல், தொழில் நுட்பவியல், தற்காலச் சட்டவியல் ஆகிய துறைகள் தவிர்த்து, ஏனைய பல துறைகளைச் சார்ந்த நூல்களில் மூன்று இலட்சத்திற்குமதிகமான தொகுப்புகள் உள்ளன.

இந்திய அமைச்சு அலுவலகம் நிறுவப்பட்டுள்ள அதே கட்டடத்தில் அமைந்திருக்கும் ''இந்திய அமைச்சு ஆவணங்கள்'' (*India Office Archives*) என்ற ஆவணக் களரியில் கிழக்கிந்தியக் கம்பெனியின் ஆவணங்களும் இளைய பிட்டு 1784 ஆம் ஆண்டு கிழக்கிந்தியக் கம்பெனியைக் கட்டுப்படுத்தி நடத்திச் செல்வதற்காக அமைத்த கட்டுப்பாட்டு வாரியத்தின் (*Board of Control*) ஆவணங்களும் காத்து வைக்கப்பட்டுள்ளன. இவற்றொடு இந்தியம் பற்றிய துறைக்குப் பொறுப்பாயிருந்த இந்திய அமைச்சு 1858 முதல் இந்தியம் 1947 ஆம் ஆண்டு விடுதலை பெற்றது வரையில் சேர்த்து வைத்துள்ள ஆவணங்களும் அங்கு உள்ளன.

இவையிரண்டும் சேர்ந்த இந்தியத்துறை நூலகம், ஆவணக்களரி ஆகியன ஒயிட்டு ஹால் அமைந்திருக்கும் பிளாக்கு ஃபிரியர் சாலையிலுள்ள (*Black Friar Road*) புதிய கட்டடத்திற்கு 1968 ஆம் ஆண்டு மாற்றப்பட்டன. அவை இப்போது இலண்டனிலுள்ள ஒயிட்டு ஹௌஸ் என்ற கட்டடத்தில் நடந்து வருகின்றன.

அங்கு மேற்சொன்ன ஆவணங்களொடு இந்தியத்துடன் தொடர்பு கொண்டிருந்த குடும்பத்தினர் தம்மிடமிருந்த ஆவணங்களையும் நினைவுப் பொருள்களையும் ஐஓஎல்ஆர்(*IOLR*) என்று சுருக்கமாய் அழைக்கப்படும் இந்திய அமைச்சு நூலகம், ஆவணக்களரி (*India Office Library and Records*) என்ற நிறுவனத்திற்கு அளித்தனவும் வேறுபிற ஆவணங்களும் அடங்கியுள்ளன.

இந்தியத்திலிருந்து குடி பெயர்ந்த மக்களின் வழித்தோன்றல்களில் பலர் தமது வேர் மூலத்தைப் பற்றி மேலும் அறிந்து கொள்வதற்காக இந்நூலகத்தை இன்று பெரிதும் பயன்படுத்துகின்றனர்.

4. ஜெர்மனியில் தேவநாகரி எழுத்து அச்சகம்

இன்றைய ஈராக்கின் மெசபடோமியத்தில் நிலவிய முந்து நாகரிகஞ் சார்ந்த சுமேரிய மொழி சுமார் கி.மு. 5000 ஆம் ஆண்டு வாக்கில் வழக்கில் இருந்தது. எனினும் அதற்குச் சுமார் ஆயிரம் ஆண்டுகளுக்குப் பிறகுதான், சுமேரியத்தில் சித்திர எழுத்து முறை தோன்றி, ஏறத்தாழ 2000 குறிகள் பயன்படுத்தப்பட்டன. இக்குறிகள் களிமண் தகட்டில் எழுதப்பெற்றன. அதன் பிறகு சுமார் கி.மு. 3500 வாக்கில் சுமேரியர் ஆப்பு வடிவ எழுத்துகளை (*cuneiform*) வழக்கில் வைத்திருந்தனர். இவையும் களிமண் தகடுகளில் பதிந்து வைக்கப்பெற்ற சான்றுகளாய் உள. சுமேரியக் குறியீடுகள் சுமார் கி.மு. 2900 வாக்கில் சுமார் 550 ஆகக் குறைக்கப்பட்டன. இம்மொழிக்கு அகரவரிசை நெடுங்கணக்கு இருந்திலது. சுமேரிய மொழி கி.மு 1500 ஆம் ஆண்டில் பேச்சு வழக்கொழிந்தது.

எகிப்தியரின் புனித எழுத்துகள், (*hieroglyphs*)கி.மு.3200 வாக்கில் உருவாகி வளரத்

தொடங்குகின்றன. எகிப்தியர் கி.மு 2000 ஆண்டில் 24 குறிகளைக் கொண்ட நெடுங்கணக்கு முறையை உருப்படுத்தி விட்டனர். ஒவ்வொரு குறியும் ஓர் எழுத்தை அல்லது ஒலியைக் குறித்து நின்றது.

செமித்திய நெடுங்கணக்குக் கி.மு. 1860 வாக்கில் உருப்பெற்றது.

ஏறத்தாழக் கி.மு. 1700 இல் சீன எழுத்து முறை நன்கு உருவாய் விட்டது. அம்மொழியில் இலக்கியங்கள் தோன்றலாயின. கி.மு. 1100 வாக்கில் சுமார் 2000 சித்திரக் குறிகள் சீன மொழியில் உண்டாகி விட்டன.

சுமேரிய மொழி பேச்சு வழக்கிழந்த காலத்தில், சுமார் கி.மு. 1500 வாக்கில் இருக்கு வேதப் பனுவல்கள் பாடப்பட்டன. அதையடுத்துக் கி.மு. 1000 வரையில் உபநிடதங்கள் எழலாயின. இவை எழுத்து வடிவம் பெற்றிருக்கவில்லை.

முதிரா நிலைக் கிரேக்க மொழிக்குச் சுமார் கி.மு. 1400 வாக்கில் நெடுங்கணக்கு உருவாகின்றது.

எபிரேய மொழிக்குச் சுமார் கி.மு. 1000 வாக்கில் அதற்கு முற்பட்ட அம்மொழியின் நெடுங்கணக்கிலிருந்து வேறான புது நெடுங்கணக்கு உருவானது.

இந்தியத்தில் சிந்துவெளி எழுத்து, கரோஷ்டி, தமிழ், பிராமி, பவனாணி என்று பல வகையான எழுத்து முறைகள் இருந்தன. இவற்றுள் வெகு தொன்மையானது சிந்துவெளி எழுத்தென்பது அறிஞர் கருத்தாகும். ஏனைய இந்திய எழுத்து முறைகள் சுமார் கி.மு. 8-4 ஆம் நூற்றாண்டுகளில் உருவாயின என்பர். பிற இந்திய மொழிகளின் இயல்புகளுக்கு ஏற்ப மாற்றியமைக்கப்பட்டுள்ளன என்று கருதுவாருமுளர். அங்ஙனம் படிமுறை வளர்ச்சி பெற்ற வடிவங்களில் தேவநாகரி எழுத்தும் அடங்கும். சம்ஸ்கிருதம் இந்த வரி வடிவத்திலேயே எழுதப்படலானது.

சம்ஸ்கிருதம்

நன்கு கற்றறிந்தவரைச் சம்ஸ்கிருதத்தில் பஹூ சுருத என்பர். இது நன்கு கேட்டவன் என்று கொள்ளப்படும். எனவே கேட்டல் அறிவைக் கொடுக்கின்றது என்பதும் கேட்டல், அறிதல் எல்லாம் ஒன்றையே குறித்து நிற்பன என்பதும் கல்வியறிவென்பது கேள்வியறிவினால் ஏற்படும் என்பதும் இதனால் பெறப்படுகின்றன.

வேதங்களுக்கு வேறொரு பெயர் சுருதி; இதுவும் கேட்டல் என்னும் கருத்தையே காட்டுகின்றது. இக்கருத்தை வற்புறுத்தியும் எழுத்துகளைப் பற்றி எதுவும் தெளிவாய்க் கூறப்படாமையைச் சுட்டியும் வேதகாலத்தில் எழுதும் முறை பயிலவில்லை என்பதை மொழியியலார் உய்த்துணர்ந்து கூறுகின்றார்.

கி.பி. எட்டாம் நூற்றாண்டில் எழுந்ததாய் அறிஞரால் கருதப்படும் வசிஷ்ட தர்ம சூத்திரம் என்ற சம்ஸ்கிருத நூலில்தான் அம்மொழியின் எழுத்துகள் பற்றிய தெளிவான குறிப்புகள் முதன்முதலில் காணப்படுகின்றன. கி.மு. நான்காம் நூற்றாண்டினது என்று கொள்ளப்படும் பாணினியின் அஷ்டாத்தியாயியில் லிபிகார என்று வருஞ்சொல் எழுத்தையே குறிக்கும் வகையில் அமைந்திருப்பதை நோக்க வேண்டும். அக்ஷர, காண்ட, படல, கிரந்த என்னுஞ் சொற்கள் பிற்கால வேதங்களில் வருவதனால், அக்காலத்திலேயே எழுத்து முறை வழக்கில் இருந்ததென்று ஒரு சாரார் கூறுவர். இதை முற்றிலும் மறுத்துக் கூறுவாரும் உளர்.

இதிகாசங்கள், புராணங்கள், காவியங்கள் முதலியன கூறுவதிலிருந்து இந்தியத்தில் எழுத்துகள் வளர்ந்த வரலாற்றைக் கால வரையறையுடன் உறுதியாய்க் கூறுவதற்கு இயலாது என்று கருதுவோரும் உளர்.

ஐரோப்பியரின் சம்ஸ்கிருத மொழியார்வம்

''மானுடப் பேச்சு வழக்கென்னும் பெருங்கடலில் மிதந்து கொண்டிருந்த தீவுகளைப் போன்ற மொழிகள் ஒன்றுடனொன்று கொண்டிருந்த ஒட்டுதலை அறியாதிருந்தன ...சம்ஸ்கிருதம் ...ஒரு மின்னொளிச் சிதறலைப் போன்று தோன்றி, மிதந்து கொண்டிருந்த மூலகங்களைச் சேர்த்து முறையான வடிவங் கொள்ளுமாறு செய்தது'' என்று மாக்ஸ் முல்லர் (*Friedrich Max Muller 1823 – 1900*) கூறினார். சம்ஸ்கிருத மொழியின், இலக்கியத்தின் அகல் விரிவும் பன்முகத் தன்மையும் உயிர்த் துடிப்பும் மேற்கத்தி விற்பன்னர்களைப் பெருவியப்பில் ஆழ்த்தின. (இ. ச. க. தொகுதி-7)

சம்ஸ்கிருத மொழி ஆய்வில் இங்கிலாந்து, ஐரோப்பிய விற்பன்னருக்கு வழிகாட்டியாய் அமைந்து, பதினாறாம் நூற்றாண்டின் பிற்பகுதியில் அம்மொழி மீது ஆர்வத்தை உண்டாக்கித் தொடக்கம் செய்தது. பிரஞ்சுக்காரரும் இம்மொழியில் ஆர்வங்கொண்டு அரிய ஆய்வுகளைச் செய்தனர்.

ஐரோப்பிய மொழிகளில் சம்ஸ்கிருத இலக்கியங்கள் தேர்ந்த விற்பன்னர்களால் மொழி பெயர்க்கப்பட்டன. இச்செய்திகள் இக்களஞ்சிய வரிசையில் ஆங்காங்கே விரித்துச் சொல்லப்பட்டு வருகின்றன.

ஜெர்மனியிலும் சம்ஸ்கிருத மொழி மீதும் அதன் இலக்கியங்கள் குறித்தும் தனி ஆர்வம் இருந்தமையால் அந்நாடு சம்ஸ்கிருதத்தின் இரண்டாவது தாயகமானது எனலாம். பத்தொன்பதாம் நூற்றாண்டின் தொடக்கத்தில் ஷிலிகள் (*Schlegal*) சகோதரர்கள் இந்தியவியல் துறையில் பெயர் பெற்று விளங்கிய ஜெர்மானியராவர்.

வில்லியம் ஷிலீகல் தேவநாகரி எழுத்தில் சம்ஸ்கிருதத்தை அச்சிடும் ஓர் அச்சகத்தைச் சுமார் 1800 ஆம் ஆண்டுகளின் தொடக்கத்தில் ஜெர்மனியில் தொடங்கினர். அவர் பான் பல்கலைக்கழகத்தின் இந்தியவியல் துறைப் பேராசிரியராய்ப் பணியாற்றியவர். இப்பல்கலைக்கழகம் தான் ஐரோப்பியத்தில் முதன்முதலாய்ச் சம்ஸ்கிருதத்திற்கென்று தனிப் பீடத்தை நிறுவிற்று என்பது குறிப்பிடத்தக்கது.

5. வங்க மொழியில் வரலாற்று நூல்களும் பாட நூல்களும்

வங்க மொழி உரைநடை இலக்கிய வரலாறு 1800 ஆம் ஆண்டு கல்கத்தாவில் வில்லியம் கோட்டைக் கல்லூரி நிறுவப்பட்ட நாளிலிருந்து தொடங்குகின்றது. (வில்லியம் கோட்டைக் கல்லூரி: இ. ச. க. தொகுதி-10) அங்கு செராம்பூர்ச் சமயப் பரப்பியரான வில்லியம் கேரியைத் தலைவராய்க் கொண்ட வங்க மொழிப் பிரிவு ஒன்று இருந்தது. *William Carey 1761 – 1834*. இவர் பற்றிய செய்திகளை 1809 ஆம் ஆண்டுக் கட்டுரையில் காணலாம்.)

வங்க மொழியில் பாட நூல்கள் இல்லாதிருந்ததைக் கண்ட கேரி, தன் துறையில் பணி செய்த வங்க ஆசிரியர்கள் புதிய பாடநூல்களை எழுதுமாறு ஊக்குவித்தார். அதனால் பத்தொன்பதாம் நூற்றாண்டின் தொடக்கத்தில் வங்க மொழி ஆசிரியர்களால் ஏராளமான பாடநூல்கள் எழுதப் பெற்றன. வங்க மொழியில் தகுந்த பாடநூல்களை எழுத

வேண்டுமென்ற முயற்சியின் அடிப்படையில் வங்க மொழியில் முதன்முதலாய் வரலாற்று நூல்களும் எழுதப்படலாயின.

வில்லியம் கேரி

முதல் வரலாற்று நூல்கள்

இராமராம பாசு எழுதிய இராஜா பரபாதித்திய சரித *(1801)*, இராஜிபுலோசன முக்கோபாத்தியாயர் எழுதிய மகாராஜா கிருஷ்ணச் சந்திர இராயசிங்கு சரித்திரம் *(1805)* என்ற இரண்டும் வங்க மொழியில் எழுந்த முதல் வரலாற்று நூல்களாகும்.

கீழ் வங்கத்தில் யசோகர என்ற இடத்தை ஆண்ட பரபாதித்தியனைப் பற்றியது முதல் நூலாகும். நடியா மாவட்டத்தைப் பதினெட்டாம் நூற்றாண்டில் ஆண்ட கிருஷ்ணச் சந்திர என்ற குறுநிலத் தலைவரின் வரலாறு இரண்டாவது நூலாகும்.

மிருத்தியுஞ்சய வித்தியாலங்காரர் எழுதிய ''இராஜ பாயி'' *(1808)* என்பது முறையாய் எழுதப் பெற்ற இந்திய வரலாற்று நூலாகும். அது பண்டைக் காலத்திலிருந்து பிரிட்டீசு ஆட்சி நிறுவப்பட்டது வரையிலுள்ள காலத்து வரலாற்றைக் கூறுகின்றது. இந்நூல்கள் முன்னோடியாய் எழுந்தவையாம். அவை நன்கு ஆராய்ந்து எழுதப் பெறவில்லை. போதிய சான்றுகளைக் கொண்டும் இயற்றப்படவில்லை.

சாந்தி சரண் முன்ஷி ''துதி நாமா'' என்ற நூலைத் தழுவித் ''தோத இதிகாஸ்'' *(1805)* என்ற நூலை எழுதினார். இதுவும் கேரி எழுதிய சமுதாய ''இதிகாச மாலை'' *(1812)* என்ற நூலும் வரலாற்றுத் தொடர்புக் கூறுகள் அற்றவையாகும்.

வில்லியம் கேரியின் மகன் ஃபிலிக்ஸ் கேரி *(Felix Carey 1785 - 1822)* ''பிரிட்டன் தேசிய விவரன் சஞ்சய்'' *(1815)* என்ற தலைப்பில் பிரிட்டானிய வரலாற்று நூலை எழுதினார். இது ஒரு பிரிட்டிசாரால் வங்க மொழியில் எழுதப் பெற்ற முதல் வரலாற்று நூலாகும். இரண்டாவதாய் இந்திய வரலாற்று நூல் ஒன்றை (பாரத் வர்ஷர் இதிகாஸ், *1831*) என்ற நூலை ஜான் கிளர்க்கு மார்ஷ்மன் என்ற ஆங்கிலேயர் எழுதியிருந்தார். இவ்விருவரும் செராம்பூரிலிருந்த திருமுழுக்குச் சமயப் பரப்புச் சங்கத்தைச் *(Baptist Missionary Society)* சேர்ந்தவராவர்.

அடுத்த கட்டத்தில் 'தத்துவ போதினி' என்ற இதழ் வரலாற்று ஆராய்ச்சியை ஊக்குவித்தது. இந்த இதழ் *1843* முதல் வெளிவந்தது. மித்திரர் என்றவர் ''விவிதார்த்த சங்கிரக'' என்ற இதழை *1851* முதல் வெளியிடலானார். இதுவும் வரலாற்று ஆராய்ச்சியைத் தூண்டும் நோக்கம் கொண்டது.

பிற இந்திய மொழிகளில் வரலாற்று இலக்கியம் இனிமேல்தான் எழுதப்பட விருக்கின்றது.

தரங்கம்பாடியிலிருந்து டேனிய மிசனின் சமயத் தொண்டர்கள் தம் அறிவாற்றலைத் தமிழில் சமயப் பணி புரியவும், தமிழ் இலக்கியத்திற்குப் புதிய வரவாய் அகராதிகளைத் தொகுக்கவும் செய்தனர்.

செராம்பூரிலிருந்த திருமுழுக்குச் சமயப் பரப்புத் தொண்டர்கள் வங்க மொழியில் தம் சமய இலக்கியங்களைச் சமைத்ததொடு, அம்மொழியில் பாட நூல்களையும் வரலாற்று நூல்களையும் படைத்தளித்தனர். தமிழ்நாட்டுச் சமயப் பரப்பியரில் சிலர் இவர்களைப் பின்பற்றவிருக்கின்றனர்.

1801

6. பிரிட்டீசுச் செய்திகள்

(அ) புதிய தலைமை அமைச்சர் ஆடிங்டன்

இளைய பிட்டு (1759-1806; 1804-1806) கத்தோலிக்க சமயத்தவர் மீதிருந்த சமூகத் தடைகளை நீக்குவதற்கு வகை செய்யும் சட்டத்தைக் கொண்டு வந்தபோது, மூன்றாம் ஜார்ஜ் மன்னர் (1738-1820; ஆ. கா. 1760-1820) ஏற்க மறுத்ததால், தலைமை அமைச்சர் பதவியிலிருந்து இவ்வாண்டு விலகினார். அதனால் ஹென்றி ஆடிங்டன் (Henry Addington 1757–1844) இளைய பிட்டின் விருப்பப்படி 1801 மார்ச்சு 17 அன்று இடைக்காலத் தலைமை அமைச்சர் பொறுப்பை ஏற்றார்.

சாதம் ஏள் என்ற மூத்தபிட்டின் (1708-1778, இவர் 1756-1757; 1757-1761; 1766- 1768 ஆகிய காலங்களில் அமைச்சராயிருந்தவர். ஏழாண்டுப் போரில் பிரிட்டனுக்கு வெற்றி தேடித் தந்தவர். இளைய பிட்டின் தந்தை) கடைசி நாள்களில் அவருக்குப் பண்டுவம் பார்த்த ஆடிங்டன் இலண்டனில் பிறந்தார். கீல் வாதத்திற்குத் திராட்சைத் தேறல் மிக நல்ல மருந்து என்று கொண்டிருந்த நம்பிக்கைக்காக அந்தணி ஆடிங்டன் பெயர் பெற்றிருந்தார். இளைய பிட்டும் தன் தந்தையைப் போல் கீல் வாதத்தினால் (*gout*) வருந்தியமையால், அந்தணி ஆடிங்டன் அதே பண்டுவத்தை மகனுக்கும் செய்தார். எனினும் அது முற்றிலும் குணம் அளிக்கவில்லை.

ஹென்றி ஆடிங்டன் இளைய பிட்டு கேட்டுக் கொண்டதற்கிணங்கவே அரசியலில் இறங்கினார். அவர் வெஸ்டுமினிஸ்டரிலும் ஆக்ஸ்ஃபோர்டின் பிராசினோசிலும் கல்வி பயின்று இலண்டனில் சட்டத் தொழில் செய்து வந்தார்.

ஆடிங்டன் சிறந்த பேச்சாளர் அல்லர். எனினும் குழுக்களில் இடம் பெற்றுக் கடினமாய் உழைக்கும் உறுப்பினராயிருந்தார். மாமன்ற உறுப்பினரானதும் அங்கு புதிய நண்பர்களைத் தேடிப் பிடித்துச் சேர்த்துக் கொண்டார். அவர் நாடாளுமன்ற விதிமுறைகளை நன்கு அறிந்திருந்தார். அவர் கூறிய ஆழ்ந்த கருத்துகள் அறிவிற்குப் பொருந்துவனவாயும் இருந்தன. அவர் சுருக்கியுரைக்கும் திறனுடையவராயிருந்தமையால், மாமன்றத்தின் தலைவராய்ப் பணியாற்றும் தகுதி அவருக்கிருந்தது.

அவர் 1789 ஆம் ஆண்டு மாமன்றத் தலைவரானார். அவரைப் பிட்டுதான் அப்பதவிக்குத் தேர்ந்தெடுத்தார். அவர் மேலும் உயர்ந்த பதவிகளை வகிப்பதற்கு இது வழி வகுத்தது.

புதிய மாமன்றத் தலைவரான ஆடிங்டன் அனைவராலும் விரும்பப்பட்டார். அவரிடமிருந்த ஒரே குறை முற்றிலும் நகைச்சுவையின்றிச் சாரமற்ற வெற்றுரைகளைப் பேசியதாகும். அவர் பன்னிரண்டாண்டுகள் மாமன்றத் தலைவராயிருந்தார். அவர்

அப்போது தலைமை அமைச்சரை அடிக்கடி சந்தித்துப் பேசும் வாய்ப்புக் கிடைத்தது. அதனால் இருவரும் நெருங்கிய நண்பர்களாயினர்.

மன்னர் கத்தோலிக்கர் மீதிருந்த சமூகத் தடைகளை நீக்குவதை ஏற்காவிடில், அவர் வேறொரு தலைமை அமைச்சரைத் தேடிக்கொள்ள வேண்டியதுதான் என்று இளைய பிட்டு 1801 இல் உறுதி கொண்டார். பிட்டு இந்த எண்ணத்தைக் கைவிட வேண்டுமென்று மன்னர் ஆடிங்டன் வழியே அவரைக் கேட்டுக் கொண்டார். ஆனால் பிட்டு அதற்கு இணங்காது போகவே, ஆடிங்டனைப் புது அரசு அமைக்கும்போது அரசர் அழைத்தார். ஆடிங்டனோ அப்பதவிக்குத் தகுந்த வேறொருவரைத் தேர்ந்தெடுக்குமாறு அரசரிடம் மன்றாடினர்.

பிட்டு ஆடிங்டன் அரசிற்கு உறுதியான ஆதரவு தருவதாய் வாக்களித்த பிறகு ஆடிங்டன் தலைமை அமைச்சர் பொறுப்பை ஒப்புக் கொண்டார். ஆடிங்டனின் முதற் பணி பிரான்சுடன் சந்து செய்து கொள்வதாய் இருந்தது. அவர் அதில் மிகுந்த கெட்டிக்காரத்தனமாய் நடந்து கொண்டார். மால்டாவைப் பிரான்சிற்குத் தந்து விடுவது என்ற அவரது கருத்து மட்டும் கடுமையாய்க் குறை கூறப்பட்டது. அதனால் பிரிட்டன் மால்டாவை விட்டு வெளியேறவில்லை. நெப்போலியன் பிரிட்டன் மீது குறை கூறுவதற்கு அது காரணமானது.

ஆடிங்டன் பல குறைகளுடன் காலந்தள்ள நேர்ந்தது. உயர் குடியினர் நிறைந்த நாடாளுமன்றத்தில் நடுத்தர வகுப்பைச் சேர்ந்த தலைமை அமைச்சர் சரிக்கட்டிச் செல்வது மிகக் கடினமாயிருந்தது. பிட்டின் ஆதரவாளர்களே அவரைக் கடுமையாய்த் தாக்கினர். பிட்டு இதில் ஆடிங்டனுக்கு உதவியாயிருக்கவில்லை.

பிட்டு மீண்டும் அரசினுள் வந்து அமைச்சர் பொறுப்பை ஏற்க வேண்டும் என்று ஆடிங்டன் முயன்றும் பலனில்லாமற் போனது. ஏனெனில் பிட்டு மீண்டும் தலைமை அமைச்சராவதற்குத் தான் விரும்பினார். ஆடிங்டன் பிட்டின் நண்பரான மெல்வில் பிரபை அவரிடம் அனுப்பி அவரது எண்ணத்தை அறிந்து வரச் சொன்னார். ''முதன்மை அமைச்சர் என்று அழைக்கப்படும் ஆளிடம் தான் அதிகாரம் இருக்க வேண்டும்'' என்று பிட்டு தெளிவாய்ச் சொல்லியனுப்பி விட்டார்.

போரின்றி அமைதி நிலவிய காலத்தில் அனைத்துமே பொறுத்துக் கொள்ளக்கூடிய விதத்தில் தான் நடந்து வந்தன. ஆடிங்டன் கொண்டு வந்த வரவுசெலவுத் திட்டத்தில் *(Budget)* ''கொடும் பாதகமான'' வருமான வரியைத் ''துணிச்சலோடு'' பாதியாய்க் குறைத்தார். (பிட்டு தலைமை அமைச்சராயிருந்த போது 1799 ஆம் ஆண்டில் முதன்முறையாய்ப் பிரிட்டனில் வருமானவரியைக் கொண்டு வந்தார். இ.ச.க.தொகுதி-10) ஆடிங்டனின் நடவடிக்கை பொதுமக்களுக்கு மனநிறைவைக் கொடுத்தது.

ஆனால் நெப்போலியன் சுவிட்சர்லாந்து மீது படையெடுத்ததும் அமைதி குலைந்தது. ஆடிங்டனால் நாட்டிற்கு வேண்டிய மனஊக்கத்தையும் வலுவான தலைமையையும் அளிக்க முடியாது என்பது வெகுவிரைவில் தெளிவானது.

நாடாளுமன்றத்தில் பிட்டும் ஃபாக்சும் சேர்ந்து கொண்டு அரசைத் தாக்கியதால், ஆடிங்டனால் தாக்குப்பிடிக்க முடியவில்லை. அது 1804 மே 10 அன்று விழுந்தது. பிட்டு அரசின் தலைமைப் பொறுப்பை ஏற்றுத் தான் விரும்பிய வண்ணம் அதை நடத்திச் சென்றார்.

ஆடிங்டன் மேலுயர்ந்த வைக்கவுண் (*Viscount*) பிரபுப் பட்டத்தைப் பெற்றார். அவர் அதன்பிறகு முப்பதாண்டுகள் அரசியலில் இருந்தார். அவருக்குப் பிட்டின் மீதிருந்த மனக்குறை நெடுநாள் நீடிக்கவில்லை.

பிட்டு 1806 சனவரியில் இறந்ததும், ஆடிங்டன் சிறிது காலம் கூட்டு அமைச்சரவையில் சேர்ந்தார். ஸ்பென்சர் பெர்சிவலின் கீழ் மாமன்றத் தலைவரானார். அவர் பின்னர் லிவர்ப்பூல் பிரபுவின் அமைச்சில் பத்தாண்டுக் காலம் உள்துறை அமைச்சராயிருந்தார். அப்போது நான்காம் ஜார்ஜ் மன்னர் (1762-1830; அரச காவலர் 1811-1820; அரசராயிருந்த காலம் 1820-1830) அரியணை ஏறிவிட்டார். ஆடிங்டன் கிட்டத்தட்ட முப்பதாண்டுக் காலம் ஆறு அரசுகளில் பணிபுரிந்தார்.

ஆடிங்டன் இருமுறை மணம் புரிந்தவர். முதல் மனைவி உர்சுலா ஹம்மாண்டிற்கு ஆறுமக்கள்; அவரை 1791 ஆம் ஆண்டு மணந்தார். இரண்டாம் மனைவி மேரி ஆன் டௌன்செண் அவரைத் தன் அறுபதாம் வயதுகளில் 1823 இல் மணந்தார். அவர் கணவருக்குப் பெருஞ்செல்வத்தைக் கொண்டு வந்தார். ஆடிங்டன் தனது 85 ஆவது வயதில் இறந்தார்.

1801

(ஆ) யூனியன் ஜாக்கு : ஒன்றுபட்ட பிரிட்டனின் கொடியாதல்

யூனியன் ஜாக்கு அல்லது யூனியன் கொடி என்பது ஒன்றுபட்ட பிரிட்டீசு முடியரசின் நாட்டுக் கொடியாகும். (*Union Jack* என்பதில் ஜாக்கு என்பது கொடியைக் குறிக்கும்) இதில் இங்கிலாந்தின் புனித ஜார்ஜ் சிலுவை, ஸ்காத்லாந்தின் புனித ஆன்று சிலுவை அயர்லாந்தின் புனித பேட்ரிக்கு சிலுவை ஆகியன மூன்றும் கலந்து சேர்ந்திருக்கின்றன. முந்நாடுகளும் ஒன்றிணைந்ததன் சின்னமாய் முச்சிலுவைகள் இக்கொடியில் அடங்கியிருக்கின்றன.

புனித ஜார்ஜ் சிலுவை; வெள்ளைப் பின்புலத்தில் செஞ்சிலுவையாயிருக்கும்.

புனித ஆன்று சிலுவை; சமமான பக்கங்களுடைய மூலைவிட்டமானது; இது நீலப் பின்புலத்தில் வெள்ளை நிறமாயிருக்கும்.

புனித பேட்ரிக்கு சிலுவை; வெள்ளைப் பின்புலத்தில் நீலநிறமாய் நான்கு மூலைகளையும் தொடும் குறுக்கம்.

(இ) பிரிட்டனில் முதல் குடிக் கணக்கெடுப்பு

உலகில் எல்லா நாகரிகங்களிலும் மக்களையும் உடைமைகளையும் எண்ணிக் கணக்கெடுக்கும் முறை ஏதேனுமொரு வடிவில் பன்னெடுங்காலமாய் இருந்து வருகின்றது. வரி விதிப்பிற்காகவே இந்தக் கணக்கெடுப்பு முறை கைக்கொள்ளப்பட்டது. எனினும் வகை தொகையான கணிப்புகள் சுமார் முந்நூறு ஆண்டுகளுக்கு முன்னர் எடுக்கப்படலாயின.

பதினேழாம் நூற்றாண்டின் தொடக்கத்தில் பிரிட்டனின் மக்கள் தொகை என்னவென்பது கிரிகிரி யங்கு (*Gregory Young 1648 – 1712*) எடுத்த கணக்கை அடிப்படையாய்க் கொண்டதாகும். அவர் உயர்குடிப் பட்டப் படிநிலைகளையும் அக்குடியினரின் சின்னங்களையும் பதிவு செய்து காத்து வரும் அமைப்பிலும் (*College of arms*) பின்னர் அரசின் நிதியியல் அலுவலகங்களிலும் பணி செய்தவர். அவர் அங்கு பணியாற்றிய காலத்தில் முக்கியமான சிறு ஆய்வுரைகளில் இரண்டை எழுதினார்.

அவற்றுள் ஒன்று 1698 இல் தொகுக்கப்பெற்றது. இரண்டாவது ஆய்வுரை 1695 இல் முற்றுப் பெற்று விட்டதெனினும், 1802 ஆம் ஆண்டு Natural and political observations and conclusions upon the state and condition of England (இங்கிலாந்தின் சூழுறவு நிலை, படிநிலை ஆகியன பற்றி இயற்கையடிப்படையிலும் அரசியல் நோக்கத்திலும் செய்த ஆய்வுகளும் முடிவுகளும்) என்ற தலைப்பில் வெளிவந்தது.

இங்கிலாந்திலும் வேல்சிலும் (ஸ்காத்லாந்து அப்போது தனியரசாயிருந்தது; அப்போது அது தெற்கத்தி அண்டை நாடுகளுடன் இணைக்கப்படவில்லை) மக்கள் தொகை எவ்வளவு என்பதை மதிப்பிடுவது, குறிப்பிட்ட இந்த ஆய்வுரையின் நோக்கமாகும். அவர் தன் ஆய்விற்கு அடிப்படையாய் வீட்டு அடுப்பு வரி அலுவலகத்திற்கு (Hearth Office) 1690 ஆம் ஆண்டு கன்னித்தாய் நாளன்று (மார்ச்சு 25) அளிக்கப்பட்ட புள்ளி விவர அறிக்கைகளை வைத்துக் கொண்டார்.

ஒவ்வொருவரும் அடுப்பு வரி செலுத்த வேண்டும். வரி தண்டும் அரசு அலுவலர் இதற்காக ஒவ்வொருவரும் குடும்பத்தையும் கணக்கில் எடுத்துக் கொண்டிருப்பார் என்று கருதலாம். அந்தக் கணக்கின்படி 1690 மார்ச்சு 25 அன்று இங்கிலாந்திலும் வேல்சிலும் 13,19,215 தலைக்கட்டுகள் (வீடுகள்) இருந்தன என்று தோன்றுகின்றது. அந்த ஆண்டிற்கும் 1695 ஆம் ஆண்டிற்கும் இடைப்பட்ட காலத்தில் வீடுகள் கட்டப்பட்டதையும் அடுக்களை வரிக்குள்படுத்தப் பட்டாலும், குடியிராமல் இருந்ததையும் தள்ளிவிட்டுப் பார்த்தாலும், 1695 ஆம் ஆண்டு இங்கிலாந்திலும், வேல்சிலும் 13,00,000 தலைக் கட்டுகள் (வீடுகள்) இருந்தன என்று யங்கு மதிப்பிட்டார்.

இலண்டன்	1,05,000
இதர பெருநகரங்களும் அங்காடி நகரங்களும்	1,95,000
ஊர்களும் சிற்றூர்களும்	10,00,000
ஆக மொத்தம் வீடுகள்	13,00,000

நாட்டின் பல்வேறு பாகங்களிலிருந்த பல்வேறுபட்ட வீடுகளில் வாழ்ந்த மக்களின் எண்ணிக்கையைக் கணக்கில் எடுப்பதற்காக யங்கு அதன் பிறகு திருமணம், பிறப்பு, இறப்பு ஆகியன மீது 1695 ஆம் ஆண்டு முதன்முதலில் அறிவித்திருந்த வரிகளை ஆராய்ந்தார்.

விவர அட்டவணைகளில் இடம்பெற்றிருக்க முடியாத மாலுமியர், ஊர் சுற்றிகளான விற்பனையாளர், சுமை தூக்கிகள், ஜிப்சிகள், திருடர்கள், இரவலர்கள் ஆகியோரின்

எண்ணிக்கையையும் சேர்த்து இங்கிலாந்திலும் வேல்சிலும் 55,00,000 மக்கள் வாழ்ந்தனர் என்று கணித்தார்.

இக்கால வரலாற்றாசிரியர் யங்கின் கணக்கை நுணுகி ஆராய்ந்தனர் என்பது வியப்பூட்டவில்லை. அந்தக் கணக்குத்தான் குடிக் கணக்கெடுப்பதற்காக நடந்த முதன்முயற்சியாகும். உலகில் முதன் முதலில் தொழிற் புரட்சி தோன்றிய நாடு எவ்வாறு இருந்தது என்பதைப் பற்றி நாம் நிரம்ப அறிந்து கொள்வதற்கு இந்தக் கணக்கெடுப்பு உதவுகின்றது. யங்கின் ஆய்வு கற்றறிந்த ஒருவரால் வரையப்பட்டது என்பது பொதுவாய் ஒப்புக் கொள்ளப்படுகின்றது. அது துல்லியமாயும் ஏற்கத்தக்கதாயும் உள்ளது. எனினும் அவர் கணித்திருந்த எண்ணத்துடன் சுமார் 5 சதத்தைச் சேர்த்து இங்கிலாந்திலும் வேல்சிலுமாய் 52,00,000 பேர் வாழ்ந்திருக்கலாம் என்று அண்மைக் காலத்து ஆராய்ச்சியாளர் முடிவு செய்தனர்.

ஸ்காத்லந்து

ஸ்காத்லந்தின் மக்கள் தொகையைப் பொருத்தவரையில் அலெக்சாந்தர் வெப்ஸ்டர் (*Alexander Webster*) செய்திருந்த கணக்கை நாம் எடுத்துக் கொள்ளலாம். ஸ்காத்தியக் குருமார்கள் கைம்பெண்களுக்கு உதவித்தொகை அளிக்கும் திட்டப்பணியை 1755 இல் மேற்கொண்டனர். குருமார் ஒவ்வொருவரும் தம் வட்டாரங்களில் (*parishes*) வாழும் மக்களின் எண்ணிக்கை பற்றிய புள்ளி விவரத்தைக் குறித்தனுப்புமாறு வெப்ஸ்டர் அவர்களை 1755 இல் கேட்டுக் கொண்டார்.

அவர்களில் வெகு சிலர் அனுப்பி வைத்த புள்ளி விவரம் ஐயத்திற்கிடமானதாய் இருக்கலாம். எனினும் வெப்ஸ்டரின் கணக்குப்படி 1755 இல் 12,65,000 பேர் ஸ்காத்லந்தில் வாழ்ந்தனர் என்பது ஏற்கத்தக்க கணக்காகும்.

பதினெட்டாம் நூற்றாண்டின் பிற்பகுதியில் பிரிட்டனின் மக்கள் தொகை பற்றி மிகுந்த கருத்து வேறுபாடு இருந்தது. வில்லியம் காபட்டை (*William Cobbett 1763 – 1835*); ஆங்கில இதழாசிரியர்; சமூக சீர்திருத்தக்காரர் ; அவர் 1802 இல் *Political Register* என்ற இதழையும் 1803 இல் *Rural Rides* என்ற இதழையும் நிறுவியவர்) ஆதரித்தவர்கள், மக்கள் தொகை அப்படியே தேக்கமுற்று நிற்கின்றது என்று வாதித்தனர்.

ஆங்கிலிக்கன் சபைக் குருவான தாமஸ் மால்தஸ் (1766 - 1834; இ. ச. க. தொகுதி-10 காண்க) என்றவரை ஆதரித்தவர்களே மக்கள் தொகை பெருகுகின்றது என்றும் அந்தப் பெருக்கத்தினால் தவிர்க்க முடியாத வகையில் பொருளியல் இன்னல்கள் ஏற்படுமென்றும் வாதிட்டனர்.

இவ்வாறு மக்கள் தொகைபற்றிப் பொதுக் கருத்துகள் வெளிவந்து கொண்டிருந்த நேரத்தில், அரசு தகுந்த முறையில் மக்கள் தொகையைக் கணிக்க வேண்டும் என்ற திட்டங்களும் கூறப்பட்டன. எனினும் மக்கள் மனத்தில் இத்தகைய திட்டங்கள் பற்றி ஆழ்ந்த ஐயப்பாடுகள் இருந்தன.

யங்கு மக்கள் தொகையைக் கணித்தபோது வரி விவர அறிக்கைகளைப் (*tax returns*) பயன்படுத்தினார். அவர் தொகுத்திருந்த ஆய்வுரை இன்றளவும் வெளியிடப்பெறவில்லை. எனினும் அரசின் கட்டுப்பாட்டில் எடுக்கப்பட்ட அடுக்களைக் கணக்கெடுப்பு, பிறப்பு-இறப்பு-திருமணம் பற்றிய அரசின் புள்ளி விவரங்கள் ஆகியவற்றுக்கும் அரசு விதிக்கும் வரிகளுக்கும் ஏதோ மறைமுகமான ஒரு தொடர்பு உள்ளது என்ற எண்ணம் மக்கள்

மனத்தில் இருந்தது. அதனால்தான் குடிக் கணக்கை எடுப்பதற்கு வேண்டிய ஏற்பாடுகளைச் செய்வது குறித்து 1800 ஆம் ஆண்டு வரையிலும் எந்த உடன்பாடும் காண முடியவில்லை.

ஜான் ரிக்குமன்

ஜான் ரிக்குமன் என்றவரிடம் குடிக்கணக்கெடுக்கும் பொறுப்பு 1801 ஆம் ஆண்டு விடப்பட்டது. அப்பணி அந்த ஆண்டிலேயே தொடங்கியது. பிரிட்டனில் அப்போது 5 சதம் குறைவாய்க் கணிக்கப்பட்டுவிட்டது என்று தற்கால ஆராய்ச்சியாளர் கணித்து, 1801 ஆம் ஆண்டில் இங்கிலாந்து-வேல்சில் சுமார் 93,00,000 மக்கள் வாழ்ந்தனர் என்று மறுமதிப்பீடு செய்துள்ளனர்.

அரசுச் சார்பான அந்தக் குடிக் கணக்கு குறைவாய் மட்டும் கணிக்கப்படவில்லை; அது அளிக்க முன்வந்த தகவலும் மிகச் சிறு அளவில் தான் இருந்தது. அந்தக் கணக்கில் இன்றைக்கு எடுக்கப்படும் குடிக் கணக்கு முறைகளைப் போன்று சிக்கலான பல வடிவங்கள் அன்று இல்லை. இன்று தரப்படும் குடிக்கணக்கில் ஆண், பெண் இருபாலரின் எண்ணிக்கையை அறிந்து கொள்ள முடியும்; மக்கள் எங்கெங்கு பிரிந்து வாழ்கின்றனர் என்பதை அறியலாம்; வயதையும் தொழிலையும் பற்றிய விவரங்கள்தாம் பல்வேறு பிரிவுகளில் அடங்கியுள்ளன.

ஆனால் பிரிட்டனில் எடுத்த 1801 ஆம் ஆண்டின் குடிக் கணக்கில் இவ்விவரங்களையெல்லாம் அறிந்து கொள்ள முடியாது. அக்குடிக் கணக்கு விவரங்கள் 1801 சூன் 29 அன்று வெளியிடப்பெற்றன.

தோற்றுவாய் எது?

உலகில் குடிக்கணக்கு முதலில் எங்கு, எப்போது எடுக்கப்பட்டது? கிட்டத்தட்ட அனைத்தின் தோற்றுவாய்க்கும் நாம் பின்னோக்கிச் செல்கையில் எகிப்திற்குப் போவது போலவே இதற்கும் அங்குதான் செல்ல வேண்டும். நூலகங்கள், புனை கதைகள், பாக்கள், வழிபாட்டு முறைகள், சமய நாடகங்கள், மருத்துவம், கணித நூல்கள் ஆகியன சுமார் கி.மு.2500 வாக்கில், அதாவது ஏறத்தாழ நாலாயிரத்து ஐநூறு ஆண்டுகளுக்கு முன்னர் எகிப்தில் நிலவின என்பதற்கு எழுதி வைக்கப்பட்ட சான்றுகள் உள. இவற்றொடு குடிக் கணக்கும் எகிப்தில் அக்காலத்தில் எடுக்கப்பட்டது என்பதும் கவனத்திற் கொள்ளத்தக்கது.

இந்தியத்தில் முதல் குடிக்கணக்கு 1871 ஆம் ஆண்டு எடுக்கப்பட்டது.

7. பிரஞ்சுச் செய்திகள்

வடகிழக்குப் பிரான்சிலுள்ள லைனிவில் *(Luneville)* என்ற இடத்தில் பிரான்சும் ஆஸ்திரியமும் 1801 பிப்ரவரி 9 அன்று அமைதி உடன்டிக்கையில் கையெழுத்திட்டுச் சந்து செய்து கொண்டன.

பிரஞ்சுப் படை எகிப்தில் 1801 ஜூன் - செப்டம்பர் காலத்தில் பிரிட்டனிடம் தோற்றது.

நெப்போலியன் பாப்பரசர் ஏழாம் பயசுடன் திருவுடம்படிக்கை *(Religious Concordant)* செய்து கொண்டார். அவர் பிரான்சின் நிலையை வலுப்படுத்துவதற்காக மதத்தைக் கருவியாய்ப் பயன்படுத்துவதிலுள்ள ஆதாயத்தை உணர்ந்தார்.

பிரான்சில் இவ்வாண்டு இதழ்த் தணிக்கை மேலும் இறுக்கப்பட்டது.

8. ஹெயிட்டியில் விடுதலைக் கிளர்ச்சிகள்

தமிழில் ஹாயித்தி என்றழைக்கப்படும் ஹெயிட்டி (*Haiti*) 1492 ஆம் ஆண்டு கிறித்தபர் கொலம்பஸ் (1451 × 1506) கண்டுபிடித்த எஸ்பனாலோ (*Espanola*) என்ற கரீபியத் தீவின் மேற்கில் உள்ளது. கொலம்பஸ் இதற்கு இட்ட எஸ்பனாலோ என்ற பெயர் இஸ்பானியோலா என்று திரிந்து விட்டது. கொலம்பஸ் மறு ஆண்டு 1493 இல் இங்கு திரும்பியபோது, அவர் முதலில் விட்டுச் சென்ற நாற்பது ஸ்பானியரும் செத்திருந்தனர். அவர்கள் அத்தீவின் இந்தியரால்தான் கொல்லப்பட்டனர் என்று எண்ணிக்கொண்டு அம்மக்களை அறவே ஒழிக்கும் வகையில் ஸ்பானியர் படுகொலை செய்தனர். புது உலகத்து மக்களைக் கண்மூடித்தனமாய்க் கண்ட மேனிக்குக் கொன்று குவிப்பது என்ற ஸ்பானியரின் கொடுமையான கொள்கையில் இதுவே முதல் நிகழ்ச்சியாகும்.

ஸ்பானியர் புது உலகில் நிறுவிய முதற் குடியேற்றம் இதுவாகும். அவர்கள் அடுத்த நாற்பதாண்டுகளுக்குள் அங்கு வாழ்ந்திருந்த அரவாக்கன் இந்தியர் (*Arawak Indain*) அனைவரையும் கொன்றொழித்துவிட்டு, அவர்களின் இடத்தில் வேலை செய்வதற்கு ஆப்பிரிக்க அடிமைகளைக் கொண்டு வந்தனர்.

ஸ்பானியர் மெல்ல மெல்ல இஸ்பானியோலாவின் கிழக்குப் பகுதியிலும் குடியேறலாயினர். அவர்கள் அதைச் சார்ந்த டோமிங்கோ (*Santo Domingo*) என்றழைத்தனர். பிரிட்டிசாரும் பிரஞ்சுக்காரரும் பதினேழாம் நூற்றாண்டின் தொடக்கத்தில் இத்தீவின் மேற்கில் தம் குடியேற்றங்களை அமைக்க முயன்றனர். அதில் பிரஞ்சுக்காரர் வெற்றி கண்டனர்.

ஸ்பானியர் 1697 இல் ஏற்பட்ட ரைஸ்விக்கு உடன்படிக்கைப்படி (*Treaty of Ryswick*) இன்று கிட்டத்தட்ட ஹெயிட்டி அமைந்துள்ள நிலப்பரப்பில் பிரஞ்சு இறையாண்மையை ஏற்று ஒப்பினர்.

பிரஞ்சுக் குடியேறிகள் அங்கு தம் கரும்புத் தோட்டங்களில் வேலை செய்வதற்காகப் பேரெண்ணிக்கையில் ஆப்பிரிக்க அடிமைகளைக் கொண்டு வந்து இறக்கினர்.

ஹெயிட்டியின் நீகிரோவர் பிரஞ்சுப் புரட்சியினால் தூண்டுதல் பெற்று, அங்கிருந்த பிரஞ்சுக் குடியேறிகளுக்கு எதிராய் 1791 இல் ஐந்து இலட்சம் பேர் கிளர்ந்தனர். அதே நேரத்தில் கலப்பினத்தவர் தெற்கில் கிளர்ச்சி செய்தனர். பிரஞ்சுக் குடியரசு இக்கிளர்ச்சி பற்றிய செய்தியை முதலில் வரவேற்றது, ஏனெனில் அங்கிருந்த பிரஞ்சுக் குடியேறிகளில் பலர் முடியரசு ஆதரவாளராயிருந்தனர். ஆனால் இப்போது வெள்ளைக் குடியேறிகள் பேரெண்ணிக்கையில் படுகொலை செய்யப்பட்டதால், அக்கிளர்ச்சியை ஒடுக்குவதற்காக ஒரு படையை 1792 இல் அனுப்ப வேண்டிய கட்டாயம் பிரஞ்சு அரசிற்கு ஏற்பட்டது.

தன் முயற்சியால் கற்றுத் தேர்ந்தவரும் விடுதலை பெற்ற அடிமையுமான தூசைன் ல' ஊவர்ச்சர் (1743 × 1803) நீகிரோவருக்குத் தலைமை ஏற்றிருந்தார். அவர் இத்தீவின் மீது 1793 இல் படையெடுத்து வந்த பிரிட்டிசாருடன் போரிடுவதற்காகப் பிரஞ்சுக்காரருடன் சேர்ந்தார். அவர் பிரஞ்சுக்காரருக்காக இப்பகுதியை ஆள்வதற்கு 1798 இல் ஒப்புதல் பெற்றார். அவர் கிழக்கிலிருந்த ஸ்பானியக் குடியேற்றமான சாந்த டோமினிங்கோவையும் கவர்வதற்கு முயன்றார். அவர் 1801 இல் தன்னாட்சியை உண்டாக்கி அடிமை முறையை ஒழித்தார்.

நெப்போலியன் அந்தக் குடியேற்றத்தைக் கைப்பற்றி மீண்டும் அடிமை முறையை நிறுவுவதற்காக அங்கு இன்னொரு படையை அனுப்பினார். ல' ஊவர்ச்சரைத் துரோகத் தனமாய்ச் சிறைப்பிடித்தனர். அவரைப் பிரான்சில் சிறை வைத்தனர். அவர் சிறையில் இறந்து போனார்.

ஆனால் ஹெயிட்டியில் தொடர்ந்து கிளர்ச்சி நடந்தது. பிரஞ்சுக்காரர் 1803 இல் மீண்டும் அங்கிருந்து விரட்டப்பட்டனர். புதிய நீகிரோவத் தலைவரான ஷான் - ஜேக்கூ தெசாலினஸ் (*Jean- Jaceques Dessalines 1758 -1806*) ஹெயிட்டி விடுதலை பெற்ற நாடு என்று அறிவித்தார். அத்துடன் தன்னை முதலாம் பேரரசர் ஜேக்கூ என்றும் அழைத்துக் கொண்டார். அவர் 1806 இல் கொலை செய்யப்பட்டது வரையிலும் கொடுங்கோலராய்ப் பதவியில் இருந்தார்.

ஹெயிட்டி 1822 முதல் 1844 வரை சாந்த டோமிங்கோவையும் சேர்த்து ஆண்டு வந்தது. அங்கு 1843 -1915 ஆகிய ஆண்டுகளுக்கிடைப்பட்ட காலத்தில் 22 சர்வாதிகாரிகள் ஆட்சி செய்தனர். அமெரிக்கம் 1915 இல் ஹெயிட்டியில் இறங்கி அங்கு நிலையான ஆட்சியை நிறுவிய பின்னர் 1934 இல் வெளியேறியது.

ஹெயிட்டியில் 90 சதத்திற்கு மேற்பட்டோர் ஆப்பிரிக்கத்திலிருந்து வந்தவர்களின் வழியினர் வாழ்கின்றனர். ஏனையோர் பெரிதும் கலப்பினத்தவர், அங்கு ஆட்சி மொழி பிரஞ்சேயாயினும் 90 சதத்தினர் கிரியோல் என்ற கலப்பு மொழியைப் பேசுகின்றனர்.

இச்சிறு நாட்டின் பரப்பளவு சுமார் 27,750 கிலோ மீட்டர், மக்கள் தொகை சுமார் 60 இலட்சம்; பெரும்பாலர் கத்தோலிக்க சமயத்தவர். தலைநகரம் பிரின்ஸ் துறைமுகம் (*Port-au-Prince*)

9. அறிவியல் செய்திகள்

(அ) எண் கொள்கை பற்றிய ஜெர்மன் நூல்

காரல் ஃபிரடரிக்கு காவ்ஸ் (*Karl Frederich Gauss 1777 – 1855*) என்ற ஜெர்மன் கணிதவியலார் தற்கால எண்கொள்கை (*Number Theory*) பற்றி எழுதிய *Disquisitiones arithmeticae* என்ற ஜெர்மன் மொழிநூல் 1801 ஆம் ஆண்டு வெளிவந்தது. அவர் கணிதத்தை வானியல், மின் விசை, காந்தவியல், புவி வடிவியல் என்னும் புவிப்பரப்பளவைக் கணிப்பியல் (*geodesy*) ஆகிய துறைகளில் பயன்படுத்தினார்.

(ஆ) குறுங்கோள் சியரிஸ் கண்டுபிடிப்பு : தற்கால ஆய்வுகள்

பெரிதும் செவ்வாய், வியாழன் ஆகிய கோள்களின் பாதையில் எண்ணற்றனவாய்ச் சூரியனைச் சுற்றிவரும் சிறு கோள்களுக்கு ஆங்கிலத்தில் *asteroids* -ஆஸ்டிராய்டுகள் என்று பெயர். அதைத் தமிழில் குறுங்கோள் என்கின்றோம். அத்தகைய குறுங்கோள்களின் குறுக்களவு 670 கிலோ மீட்டரிலிருந்து ஒரு கிலோ மீட்டருக்கும் குறைந்த அளவு வரையிலும் இருக்கும்.

பல குறுங்கோள்கள் நீண்ட வடிவினவாயுமிருக்கும். அவை விண்வெளியில் உருண்டு புரண்டு செல்கின்றன. இரண்டு மூன்று குறுங்கோள்கள் சேர்ந்து ஒன்றையொன்று சுற்றிச் சுழல்வதும் உண்டு. அவை அடிக்கடி ஒன்றோடொன்று மோதிக்

கொள்கின்றன. எப்போதேனும் ஒரு முறை அவற்றிலிருந்து பிய்ந்த ஒரு துண்டு எரிகல்லாய்ப் பூமியில் வந்து விழுவதுண்டு.

நமது சூரியக் குடும்பத்தில் ஏறத்தாழ 45,000 குறுங்கோள்கள் உள்ளன என்று குத்து மதிப்பாய்க் கணக்கிட்டுள்ளனர். எனினும் இந்த எண்ணிக்கையை உறுதியாய்க் கொள்ள முடியாது. வெகு தொலைவிலுள்ள உலகங்களிலிருந்து சிதறி வந்த இத்துண்டுகளைப் பொருள்காட்சிகளிலும் அருங்காட்சியக அடுக்குகளிலும் காணலாம்.

குறுங்கோள் மண்டலங்கள் மிகப் பெரிய திருகல்கள் போல் இருந்து, சிறு சிறு துண்டுகளாய் அரைபட்டுத் தூசாகிப் போகின்றன. பெரிய குறுங்கோள் துண்டுகளும் வால் மீன்களும் மோதிக் கோள்களில் பெரும் பள்ளங்களை உண்டாக்கியிருக்கின்றன. குறுங்கோள் மண்டலம் ஒரு காலத்தில் ஒரு கோள் உருவாவது தடைப்படுவதற்குக் கார்ணமாயிருக்கலாம்.

ஏனெனில் அதனருகிலுள்ள மாபெரும் வியாழக் கோளின் ஈர்ப்பு அலைகள் அதற்குக் காரணமாகும். அல்லது உடைந்து போன ஒரு கோளின் எஞ்சிய பகுதிகள் வெடித்ததும் காரணமாகலாம். இவ்வாறு நடந்திருக்கவியலாது என்று தோன்றுகின்றது. ஏனெனில் ஒரு கோள் எவ்வாறு வெடித்துச் சிதறும் என்பதைப் பூமியில் அறிந்த அறிவியலார் எவரும் இலர்.

சனிக் கோளைச் சுற்றியுள்ள வளையங்கள் ஓரளவில் குறுங்கோள் மண்டலத்தை ஒத்திருக்கின்றன. அக்கோளைச் சுற்றிப் பல டிரில்லியன் எண்ணிக்கையுள்ள சின்னஞ் சிறு துணை நிலாக்கள் (*moonlets*) சுற்றி வருகின்றன. (*trillion* என்பது பிரிட்டனிலும் ஜெர்மனியிலும் மில்லியன் மில்லியன் மில்லியனைக் குறிக்கும், 10^{18}) அவை சனிக்கோளுக்கு அருகிலுள்ள ஒரு நிலாவில் சென்று சேர்வதைச் சனிக்கோள் தடுத்து நிறுத்திய சிதைவுகளாயிருக்கலாம்; அல்லது சனியினருகே வழிதவறிச் சென்று, அதன் ஈர்ப்பு அலைகளால் உடைந்து சிதறிய ஒரு நிலாவின் எஞ்சிய பகுதிகளாயும் இருக்கலாம்.

1801

இத்தகைய குறுங்கோள்களில் ஒன்றை, 1801 ஜனவரி முதல் தேதியன்று சிசிலியிலுள்ள பாலர்மோ (*Palermo*) என்ற இடத்தில் கிசிப்பி பியாசி (*Giuseppe Piazzi*) என்ற இத்தாலியர் கண்டுபிடித்தார். இதுவே மனிதன் முதன்முதலில் கண்டுபிடித்த குறுங்கோளாகும். இதன் குறுக்களவு சுமார் 1055 கிலோ மீட்டர் என்பது பின்னர் அறியப்பட்டது.

இக் குறுங்கோளுக்குச் சியரிஸ் (*Ceres*) என்ற ரோமானிய வேளாண் பெண் தெய்வத்தின் பெயரைப் பியாசி இட்டார். (கிரேக்க வேளாண் பெண் தெய்வத்திற்கு டிமிட்டர் - *Demeter* - என்று பெயர்.)

தற்கால ஆய்வுகள்

பத்தொன்பதாம் நூற்றாண்டின் தொடக்கத்தில் சியரிஸ் என்ற குறுங்கோள் கண்டுபிடிக்கப்பட்டதிலிருந்து கடந்த சுமார் 195 ஆண்டுகளாகக் குறுங்கோள் பற்றிய ஆய்வு தொடர்ந்து நீடித்து வருகின்றது. குறுங்கோள் பேரண்டத்தின் தோற்றுவாயை அறிந்து கொள்வதற்கு உதவலாம் என்பதை அறிவியலார் உணர்ந்ததால், இப்போது (1996 பிப்ரவரி) நியர் என்ற (*NEAR– Near Earth Asteroid Endeavour* -பூமியருகிலுள்ள குறுங்கோள் ஆய்விற்கான பெருமுயற்சி.) ஆளில்லா விண்வெளிக்கலத்தை அமெரிக்க விண்வெளித் துறை (*NASA*) ஏவியுள்ளது. உருளைக் கிழங்கு வடிவிலான ஈராஸ் (*Eros*) என்ற குறுங்கோளை நோக்கி நியர் புறப்பட்டு விட்டது. அது தன் இலக்கை அடைவதற்கு

மூன்றாண்டுகளாகும்.

மனிதன் விண்வெளியிலுள்ள கோள்களை ஆராயும் நோக்குடன் ஆளேறிய அல்லது ஆளில்லா விண்வெளிக் கலங்களைக் கடந்த சுமார் முப்பதாண்டுகளாய் ஏவி வருகின்றான். ஆனால் ஒரு குறுங்கோளை இலக்காய் வைத்து இப்போதுதான் முதன் முறையாய் ஒரு விண்கலம் ஏவப்பட்டுள்ளது.

இன்றைக்கு 195 ஆண்டுகளுக்கு முன்னர் 1801 இல் கண்டுபிடிக்கப்பட்ட குறுங்கோளுக்கு ரோமானியத் தொன்மத்தில் வரும் வேளாண் தேவியான சியரிசின் பெயரை இட்டனர். இப்போது ஏவப்பட்டுள்ள நியர் என்ற ஆளில்லா விண்வெளிகலம் கிரேக்கக் காதற்தேவியான அஃப்ரோடைட்டின் மகனும் மன்மதக் குழவியுமான ஈராசின் பெயரைத் தாங்கியுள்ள குறுங்கோளை நோக்கி ஏவப்பட்டுள்ளது. (நமது தொன்மங்களில் வரும் மன்மதன் கட்டிளங்குமரன்; கிரேக்க ஈராசும் ரோமானியக் கியூப்பிடும் காம வில்லும் கணையும் ஏந்திய குழவியர் என்பது கவனத்திற் கொள்ளத்தக்கது.)

பகலவனைச் சுற்றிவரும் ஒளி பிறங்கும் இராக்கத வியாழனிலிருந்து வெகு தொலைவிலுள்ள புளூட்டோ (*Pluto*) என்ற சின்னஞ்சிறுகோள் வரையிலுள்ள நமது சூரியக் குடும்பத்துக் கோள்களுடன் ஒப்பிடுகையில், ஈராசு என்ற குறுங்கோள் சிறுமையானதாய்த் தோன்றுதல் கூடும். ஏனெனில் அதன் நீளம் 40 கிலோ மீட்டர்; அகலம் 15 கிலோ மீட்டர். நமது மண்ணுலகிலிருந்து பிய்த்துக் கொண்டு சென்ற சில டன்கள் எடையுள்ள பாறையும் மணலும் போன்று ஈராசு தோன்றும். எனினும் அறிவியலார் அதன்மீது அக்கறை காட்டுவதற்குக் காரணம் உள்ளது.

ஏனெனில் நியர் விண்கலம் ஈராசிற்கு அண்மையில் 16 கிலோ மீட்டர் தொலைவில் 1999 பிப்ரவரி மாதம் செல்லும்போது, அது விண்வெளியிலிருந்து சிதறிய சிதைவுகளை அங்கு காணும்; அப்பொருள்கள் 46 மில்லியன் ஆண்டுகளுக்கு முற்பட்டவையாகலாம் என்பதுதான் அறிவியலார் அக்கறை காட்டுவதற்குக் காரணமாகும். அதனால் ஈராசுக் குறுங்கோள் அப்போது சிறுமையான கோள் என்ற எண்ணம் மறைந்து விடும் என்று தோன்றுகின்றது. விண்வெளியிலும் காலவெளியிலும் நிலவுகின்ற (*Space – Time Universe*) பேரண்டம் எப்படி உண்டானது என்பதைக் காட்டித் தருவதற்காக, ஈராசுக் குறுங்கோள் சில மில்லியன் ஆண்டுகள் நமக்காகக் காத்திருந்ததா என்பதை நாம் அப்போது உணர நேரிடும். அறிவியலார் இதுவரை அறிந்தவற்றை வைத்து உய்த்துணர்ந்து கூறியதைப் போல், அது இராது போகலாம்.

பெருவெடிப்பு என்ற கேளா வெடிப்புப் பற்றிய கொள்கை (*Big Bang Theory*) பேரண்டத்தின் தோற்றத்தைக் கூறுகின்றது. அடிமுதலான ஒரு கொப்பரையில் (*Primordial cauldron*) எரிந்துகொண்டும் ஆவியாயுமிருந்த பொருள்கள் அப்போது வெடித்துச்சிதறி அண்டவெளி எங்கும் பரவின என்பது அக்கொள்கை.

பேரண்டத்தோற்றுவாயின் மர்மத்தை இச்சின்னஞ்சிறு குறுங்கோள் விடுவிக்குமாயின், அறிவியலார் இதுவரையிலும் அறிந்தன அனைத்தையும் மிஞ்சுகின்ற வகையில் அது பெருங்கிளர்ச்சியூட்டுவதாய் அமையும் என்பது திண்ணம்.

(இ) வளிகளைத் திரவமாக்கலாம்

ஜான் டால்டன் (*John Dalton 1766-1844*) அணுக்கொள்கையின் தற்கால வடிவத்தை வகுத்தளித்த ஆங்கில வேதியியலார்; இயற்பியலார். அவர்தான் நிறக் குருட்டை (*Colour Blindess*) முதன் முதலில் துல்லியமாய் விவரித்தார். வளிகள் (*gases*) அனைத்தையும்

டால்டன்

அழுத்தியும் குளிர்வித்தும் திரவமாக்கி விடலாம் என்ற டால்டன் விதிகள் (*Dalton's laws*) இந்த 1801 ஆம் ஆண்டில்தான் வகுத்துரைக்கப்பட்டன.

டால்டன் ஆவியழுத்த விதிகள் :

1. ஒரு நீர்மத்தின் நிறையாவி அழுத்தம் பருமனைப் பொருத்ததன்று அதாவது அது பாயில் விதிக்கு (*Boyle's law*) உள்பட்டதன்று.

2. ஒரு நீர்மத்தின் நிறையாவி அழுத்தம் வெப்பநிலை உயர்வுக்கு நேர் விகிதத்தில் இருக்கும்.

3. வேதி வினையாற்றாத வளிக் கலப்பினால் ஒரு நீர்மத்தின் நிறையாவி அழுத்தம் மாறுபடுவதில்லை.

4. பல நீர்மங்களால் ஏற்படும் நிறையாவி அழுத்தம், அவற்றின் தனித்தனி அழுத்தங்களின் கூடுதலாகும்.

5. வெவ்வேறு நீர்மங்களின் நிறையாவி அழுத்தம் வெவ்வேறு அளவுகளில் இருக்கும்.

(ஈ) ''பயாலஜி'' என்னுஞ் சொல்

உயிரியலைச் சுட்டும் பயாலஜி (*biology*) என்னும் ஆங்கிலச் சொல் *bios* + *logos* என்ற இரண்டு கிரேக்கச் சொற்களைச் சேர்த்து உண்டாக்கப்பட்ட ஒட்டுச் சொல்லாகும். *bios* என்பது உயிர் அல்லது உயிரிகளைச் சுட்டுவது; *logos* என்பது சொற்களால் வெளிப்படுத்தப்படும் அறிவிற்குகந்த கொள்கை எனப்படும். உயிர்களைப் பற்றிய அறிவியல் துறையைக் குறிக்கும் இச்சொல் பதின்மூன்றாம் நூற்றாண்டின் தொடக்கத்தில் ஆக்கப்பட்டது என்பர்.

எனினும் இச் சொல்லை ஷா பாப்டிஸ்டு பியர் அண்டாயின் மோனே லாமார்க்கு (*Jean Baptiste Antoine de Monet Lamarck 1744 – 1829*; பிரஞ்சு இயற்கையியலார். அவர் தனது உயிர்ப் பொருள் பரிணாமக் கொள்கையை 1809 இல் *Philosophie zoologique* என்ற நூலின் வாயிலாய் வெளிப்படுத்தினார்.) 1801 ஆம் ஆண்டில் உண்டாக்கினார். ஜி.ஆர்.டிரிவிரானஸ் (*G. R.Treviranus*) என்றவரும் 1802 இல் பயாலஜி என்ற சொல்லை ஆக்கித் தந்தார் என்பது வரலாறு.

(உ) வனாடியம் கண்டுபிடிப்பு

ஸ்பானிய-மெக்சிக்கரான தெல்-ரியோ (*Del-Rio*) என்றவர் 1801 ஆம் ஆண்டு ஒரு புதிய உலோகத்தைக் கண்டுபிடித்து விட்டதாய்க் கருதி, அதற்கு எரித்திரோனியம் (*erythronium*) என்று பெயரிட்டுவிட்டார். ஆனால் அவர் 1797 ஆம் ஆண்டு கண்டுபிடித்த

குரோமியத்தைத்தான் (இ.ச.க. தொகுதி-10) மீண்டும் கண்டுபிடித்திருக்கின்றார் என்று பிற அறிவியலார் கூறிவிட்டனர். அதனால் தெல்ரியோ மனமுடைந்து அது குறித்து மேலும் ஆராய்வதை நிறுத்தி விட்டார்.

சுவிடிய வேதியியலாரான நில்ஸ் செஃபஸ்டிரோம் (*Nils Sefstrom*) *1831* ஆம் ஆண்டு எரித்திரோனியத்தை மீண்டும் கண்டுபிடித்தார். அப்போது அது குரோமியம் என்று எவரும் அவரிடம் வாதாடவில்லை. அதனால் அவர் அந்தத் தனிமத்திற்கு நார்வே நாட்டின் காதற் தேவியான வனாடிஸ் (*Vanadis*) என்றவளின் பெயரைச் சூட்டிவிட்டார்.

வனாடியம் நச்சுத்தன்மையுள்ள வெள்ளிய நிறமுள்ள தனிமம், இது பெரிதும் கார்னோடடைட்டு (*Carnodite*), வனாடினைட்டு (*vanadite*) ஆகியவற்றிலிருந்து கிடைக்கின்றது. இதைக் கலப்பு எஃகுகள், விரைவேகக் கருவிகள், ஆகியன செய்வதற்கும் வினையூக்கியாயும் பயன்படுத்துகின்றனர்.

இதன் வேதிக் குறி V. அணு எண் *23*. அணு எடை *50.94*. இணைதிறன் *2.5*; ஒப்படர்த்தி *6.1*; உருகு நிலை *1890* செ. கொதிநிலை *3380* செ.

வனாடியத்தைக் கண்டுபிடித்த பெருமை தெல்ரியோவிற்குத்தான் கிடைத்திருக்க வேண்டும். ஆனால் அவர் இத் தனிமத்தைக் கண்டுபிடித்ததற்கு முப்பதாண்டுகளுக்குப் பிறகு மீண்டும் அதைக் கண்டுபிடித்த நில்ஸ் செஃப்ஸ்டிரோம் பெற்றுவிட்டார். ஆக்சிஜனைக் கண்டுபிடித்த பெருமை சுவிடியரான ஷீலுக்குக் கிடைக்காமல் பிரீஸ்டிலி பெற்றார் என்பது இங்கு நினைவு கூறத்தக்கதாகும்.

(ஊ) விண்மீன்களுக்குப் பட்டியலிட்டவர்

ஜே.ஜே. லேலண்டு (*J.J. Laland*) என்றவர் *47,390* நட்சத்திரங்களுக்கு *1801* ஆம் ஆண்டு ஒரு பட்டியலிட்டார்.

10. எகிப்திய வரலாற்றுச் சின்னங்கள் பங்கு போடப்படுதல்

நெப்போலியன் போனப்பாட்டு *1798* ஆம் ஆண்டு எகிப்தின் மீது படையெடுத்துச் சென்றபோது தன்னுடன் தொல்லியலார் பலரையும் கூட்டிச் சென்றிருந்தார். அவர்கள் *1798* முதல் *1801* வரை நான்காண்டுக் காலம் பண்டை எகிப்தின் நினைவுச் சின்னங்களை ஆராய்வதிலும் இடங்களை அகழ்வதிலும் ஈடுபட்டனர். இந்த ஆய்வு மிகுந்த கவனத்துடன் நுட்பமாய்ச் செய்யப்பட்டது. இப்பணிகளின் போதுதான் ரொசட்டக் கல்வெட்டுக் கண்டுபிடிக்கப்பட்டது. (இ. ச. க. தொகுதி-*10*)

பிரிட்டிசாரிடம் பிரான்ஸ் தோற்றதும் *1801* ஆகஸ்டு *31* அன்று அலெக்சாந்தரியத்தில் ஓர் உடன்படிக்கை கையெழுத்தானது. அதன் பதினைந்தாவது பிரிவுப்படி பிரஞ்சுக்காரர் எகிப்தில் தேடிக் கண்டுபிடித்த வரலாற்றுச் சின்னங்களையும் பிற தொல்பொருள்களையும் வரலாற்றுத் தொடர்புடைய இன்னும் பல பொருள்களையும் இயற்கை வரலாற்று மாதிரிகளையும் வரைபடங்களையும் பிரிட்டன் பெற்றுக் கொண்டது.

எனினும் இதன்பிறகு செய்து கொண்ட ஓர் ஏற்பாட்டின்படி பிரிட்டிசார் பண்டை நினைவுச் சின்னங்களை மட்டும் வைத்துக் கொண்டு மேற்கண்ட ஏனைய பொருள்கள் அனைத்தையும் அவற்றைக் கண்டுபிடித்த அறிவியலாருக்கு உரியன என்று பிரஞ்சுக்காரர் எடுத்துக் கொள்வதற்கு வகை செய்யப்பட்டது.

1802

அரசியல்

தென்பாண்டிச் சீமையில் படைக்கலன்கள் பறிப்பு
அமியன்ஸ் உடன்படிக்கை
கிசால்பைன் குடியரசிற்கு நெப்போலியன் தலைவரானார்

அறிவியல்

ஆம்பியரின் மின்காந்தவியல் ஆய்வுகள்
டாண்டலம் கண்டுபிடிப்பு

சமயம்

சமய முரணியர்க்குத் தண்டனை

சட்டம், நீதியாட்சி

மதுரையில் மாவட்ட நீதிமன்றம்
பிரிட்டனில் முதல் தொழிலாளர் நலச்சட்டம்

கல்வி, கலை, இலக்கியம்

பிரான்சில் லைசேய் உயர்நிலைப் பள்ளிகள்

பொருளியல், நிதியியல்

இலண்டன் பங்குச் சந்தை

இராணுவம், போர்

அமெரிக்கம் - வெஸ்டு பாயிண் இராணுவக் கழகம்

வரலாறு

மெசபடோமியத்தில் தொல்லியல் ஆய்வு தொடக்கம்

மக்கள்

பெண் குழந்தைகள் கொலை; அரசு நடவடிக்கை

பொது

நாத்துவாடக் கோயில் கொள்ளை
லீஜியன் ஆஃப் ஹானர் - பிரான்சில் புதிய மேட்டுக்குடி

பிறப்பு

விக்டர் ஹியூகோ (1802-1855)
அலெக்சாந்தர் டூமா (தந்தை) (1802-1870)

1802

1802

1. மெசபடோமியத்தில் தொல்லியல் ஆய்வு தொடக்கம்

மெசபடோமியம்

கிரேக்க மொழியை வேராய்க் கொண்ட மெசபடோமியம் (*Mesopotamia*)என்ற இலத்தீனச் சொல்லுக்கு ஆறுகளுக்கு இடைப்பட்ட நிலம் என்று பொருள். (தமிழில் அரங்கம், துருத்தி என்ற பெயர்களையும் வடமொழியில் ஆபு (*Ab*) என்ற பெயரையும் ஒப்பு நோக்குக. இப்பெயர்களும் ஆறுகளுக்கு இடைப்பட்ட நிலங்களையே குறிக்கும்.) வடக்கிலுள்ள அர்மீனிய மலைகளிலிருந்து பாரசிக வளைகுடா வரையிலும் இந்நிலப்பரப்பு நீளும், இது தைகிரியூஸ், யூஃபிரிட்டிஸ் என்ற ஈராறுகளின் கீழோட்டப் பகுதியில் அமைந்துள்ளது. இங்கு சுமேரியம், அசிரியம், பாபிலோனியம் போன்ற பல நாகரிகங்கள் ஒன்றையடுத்து ஒன்று செழித்திருந்தன. விவிலியத்தில் வரும் ஏதென் தோட்டம் இங்கு தானிருந்தது என்பது நம்பிக்கை. இன்று மெசபடோமியத்தின் பெரும்பகுதி தற்கால ஈராக்கில் உள்ளது.

தொல்லியல் ஆய்வு

மெசபடோமியத்தில் பண்டை நாகரிகங்கள் செழித்த இடங்களை அறிந்து கொள்வதும் பண்டைப் பொறிப்புகளான ஆவணங்களைப் படித்தறிவதும் ஆகிய தலையாய இரண்டு முயற்சிகளுக்கும், அப்பகுதியில் மேற்கொண்ட தொல்லியல் ஆய்வுப் பணியின் தோற்றுவாய்க்குமிடையே தொடர்புகள் உள்ளன.

கார்ஸ்டீன் நியூபர் (*Carstein Niebuhr*) என்ற வரலாற்றாசிரியர் 1765 ஆம் ஆண்டில் பெர்சிப்போலிஸ் (*Persepolis*) சென்று திரும்பியதும் மெசபடோமியத்தின் பண்டை ஆவணங்களைப் படித்தறியும் பணி பத்தொன்பதாம் நூற்றாண்டில்தான் முதலில் தொடங்கிற்று. (பெர்சிப்போலிஸ் : உலகின் மாபெரும் தொல்லியல் இடங்களில் ஒன்றாகும். இது இன்றைய ஈரானின் தலைநகரான தெகரானிலிருந்து தெற்கில் சற்று கிழக்கே தள்ளிச் சுமார் 670 கிலோ மீட்டரில் உள்ளது.

(பாரசிகப் பேரரசரான முதலாம் டேரியஸ் (550-486 கி.மு.) நிறுவிய பேரரசத் தலைநகரம் பெர்சிப்போலிஸ். அலெக்சாந்தர் (356-323) கி.மு 330 இல் பெர்சிப்போலிசைச் சூறையாடினார். இது செலுக்கிடு குடியின் (312-64 கி.மு) தலை நகராயுமிருந்தது.

நியூபர் 1765 ஆம் ஆண்டு இப்பகுதிக்கு வந்திருந்த காலையில் அக்கிமினியன் காலத்துப் (சு. 550-331 கி.மு.) பண்டைப் பாரசிகப் பொறிப்புகளைப் படியெடுத்துக் கொண்டார். அவை ஏராளமாயிருந்தன. பெர்சிப்போலிஸ், நக்சி ருஸ்தும் ஆகிய இடங்களிலும் பாரசிகன், பாபிலோனியன், ஏலமைட்டு என்ற மும்மொழிகளில் எழுதப்பட்டிருக்கலாம் என்று கருதுகின்ற நேர் நேரான பிசித்தன் கல்வெட்டுகளையும் படியெடுத்தார். இவற்றைப் படித்தறியும் திறவுகோலாய்ப் பாரசிக மொழி இருந்தது.

ஜராதுஷ்டிரரின் (628-551 கி.மு.இ.ச.க. தொகுதி-6) செந்தவஸ்த என்ற மறை நூலில் (இ.ச.க. தொகுதி-5,6) பாரசிக மொழியின் பண்டை வடிவம் காத்து வைக்கப்பட்டுள்ளது.

பழம் பாரசிகச் சொற்களைச் செந்தவஸ்தவுடனும் பாபிலோனியனிலுள்ள அதற்கிணையான சொற்களுடனும் ஏலமிய மொழியுடனும் ஒப்புநோக்கி மொழிபெயர்த்து விடலாம்.

நியூபர் பெர்சிப்போலிசில் படியெடுத்துக் கொண்டு சென்ற பொறிப்புகளை வைத்து ஜியோர்க்கு ஃபிரிடிரிக்கு குரோட்டி ஃபெண்டு *(Grorg Friedrich Grotefend)* என்றவர் பழம் பாரசிகனை ஓரளவு படித்தறியும் பணியை முதன் முதலில் தொடங்கினார். அவர் தன் ஆய்வின் முடிவுகளை *1802* ஆம் ஆண்டு கோட்டிஞ்சன் கழகத்தில் படித்தளித்தார். *(Gottingen* : மேற்கு ஜெர்மனியின் நடுப்பகுதியிலுள்ள நகரம் : இந்நகரம் ஹன்சியாட்டிக்கு லீகில் சேர்ந்திருந்தது. (ஹன்சியாட்டிக்கு லீகு : இ.ச.க. தொகுதி-7) இங்கு இங்கிலாந்தின் இரண்டாம் ஜார்ஜ் மன்னர் *1734* இல் தொடங்கி வைத்த ஒரு பல்கலைக் கழகம் உள்ளது.) எனினும் அவரது இந்த ஆராய்ச்சியுரை அச்சேறி நூலாய் வெளிவரவில்லை.

பிரஞ்சு விற்பன்னரான ஆங்குவடில் துப்பரோன் (இ.ச.க.தொகுதி-6) பாரசிக மொழி கற்க *1754* வாக்கில் இந்தியம் வந்திருந்தார் என்பது இது தொடர்பாய்க் கவனிக்கத்தக்கது. எனினும் துப்பரோனின் இம்முயற்சி தொல்லியலுடன் தொடர்புடையதன்று.

குரோட்டிஃபெண்டினின் ஆய்வு முடிவுகள் நூல் வடிவு பெறாததால் பழம் பாரசிக மொழியைப் படித்தறிந்தவர் என்ற சிறப்பு அவருக்குத் தரப்படாமல், சர் ஹென்றி கிறிஸ்விக்கு ராலின்சன் *(Sir, Henry Greswick Rawlinson 1810-1895)* என்ற ஆங்கிலத் தொல்லியலாருக்கு அளிப்பது வழக்கமானது.

மேற்கு ஈரானில் பிசித்தன் என்ற இடத்தில் மனிதர் எட்டமுடியாத ஒரு குன்றின் உச்சியில் மிக நீண்டவையாயிருந்த பொறிப்புகளை ராலின்சன் தேடிக் கண்டுபிடித்து அவற்றுக்குப் படியெடுத்தார். அவர் இக்கடினமான பணியை *1835-1845* ஆகிய ஆண்டுகளுக்கு இடைப்பட்ட காலத்தில் செய்து முடித்தார். ராலின்சனுக்குக் குர்திய இனத்தைச் சேர்ந்த ஒரு சிறுவன் இந்த வேலையில் உதவினான். அவன் ஏறவே முடியாத குன்றுகளின் மேல் ஏறிக் கையாலும் காலாலும் பாறைகளைப் பற்றியும் ஊன்றியும் அங்கிருந்த அரிய பொறிப்புகளுக்கெல்லாம் படியெடுத்து உதவினான்.

ராலின்சன் பழம் பாரசிக மொழியைப் படித்தறிந்த பிறகு அசை முறையிலமைந்த பழம் பாபிலோனியனைப் படிக்கும் வெகு கடினமான பணியில் ஈடுபட்டார்.

அவர் ஆப்பு வடிவ எழுத்துகளை (*cuneiform*) மொழிபெயர்த்து விட்டதாய்க் கூறிக் கொண்டது சரிதான் என்பது 1857 இல் மெய்ப்பிக்கப்பட்டது. அப்போது ராலின்சன் அதற்குக் கையாண்ட முறையைக் கொண்டு, அவர் படித்தறிந்த அதே பொறிப்புகளை மொழி பெயர்க்கும் பணி மூவரால் தனித்தனியே மேற்கொள்ளப்பட்டது. அவ்வறிஞர் மூவரும் தம் ஆராய்ச்சி முடிவுகளைப் பிரிட்டனின் இராயல் சங்கத்திடம் அளித்தனர். அம் மூவரின் மொழிபெயர்ப்பும் மிகவும் ஒத்திருந்தன.

மேற்காசியத்தின் தொல்லியல் ஆய்வுப் பணிகள் பத்தொன்பதாம் நூற்றாண்டின் தொடக்கத்தில்தான் மேற்கொள்ளப்பட்டன.

கிளாடியஸ் ஜேம்ஸ் ரிச்சு (*Claudias James Rich 1787-1820*) பாக்தாதில் பிரிட்டீசுப் பேராளராய் 1808 இல் பதவியேற்றார். அவர் ஈராக்கிலுள்ள பண்டை இடங்கள் பலவற்றுக்குச் சென்றார். அவர் பாபிலோனை 1811 இல் சர்வே செய்தார். அவர் அதற்குமேல் நடத்திய தேட்ட ஆய்வுகள் பற்றிய நூல் 1818 ஆம் ஆண்டு வெளியிடப்பட்டது. ரிச்சு அவ்விடங்களில் கண்டுபிடித்துச் சேகரித்த தொல் பொருள்கள் 1825 ஆம் ஆண்டு பிரிட்டீசு மியூசியத்திற்கு அளிக்கப்பட்டன.

இதற்கு ஒரு தலைமுறைக்குப் பிறகுதான் மெசபடோமியத்தில் முழுமூச்சாய் அகழ்வுப் பணிகள் தொடங்கின.

நினிவா

பால்எமில் போத்தா 1842 ஆம் ஆண்டு பண்டை அசிரியத்தின் தலைநகரான நினிவாவில் அகழ்வு செய்தார். (*Nineveh* : இந்நகரம் தைகிரியூஸ் ஆற்றின் கரைமீதுள்ளது. இன்று வட ஈராக்கின் மோசூல் நகரின் எதிர்ப் புறத்தில் இருக்கின்றது. நினிவா நகரம் கி.மு.எட்டு, ஏழாம் நூற்றாண்டுகளில் மிகவும் மேன்மையான நிலையில் இருந்தது. இந் நகரை மிடியரும் பாபிலோனியரும் கி.மு.612 இல் தாக்கி அழித்தனர்.) போத்தா அடுத்து 1843 இல் கோர்சாபாது என்ற இடத்தின் மீது தன் கவனத்தைச் செலுத்தினார். அங்கு தற்செயலாய்ச் சிற்பங்கள் கண்டுபிடிக்கப்பட்டன.

போத்தா அசிரியத்தின் இரண்டாம் சார்கோன் மன்னரின் (இறப்பு 705 கி.மு ஆ.கா. 722-705 கி.மு) அரண்மனையையும் அங்கிருந்த புடைப்புச் சிற்பங்களையும் வெளிக் கொணர்ந்தார். (*Sargon II* : இந்த அசிரிய மன்னர் தன்னால் வெற்றி கொள்ளப்பட்ட மக்களை, அவர்களின் நாட்டை விட்டு வெகு தொலைவிலுள்ள பகுதிகளுக்கு அனுப்பும் கொள்கையைக் கடைப்பிடித்து வந்தார். அசிரியம் வடக்கு மெசபடோமியத்தில் நிலவிய முடியரசு, அசிரியப் பேரரசு எகிப்திலிருந்து பாரசிக வளைகுடா வரையில் விரிந்திருந்தது. அது கி.மு.721-633 காலத்தில் உச்ச நிலையில் இருந்தது. இப்பேரரசின் கோநகரங்கள் அசூர், நினிவா)

அசிரிய அரண்மனை நினிவாவில் கண்டுபிடிக்கப்பட்டதும் பிரஞ்சு அரசு, போத்தாவின் அகழ்வாராய்ச்சிக் குழுவுடன் சேர்ந்து உதவி புரிவதற்காக எம். இ. ஃபிளாண்டரின் என்ற வரைபட வல்லுநரை அவரிடம் அனுப்பியது. நினிவாவிலிருந்த புடைப்புச் சிற்ப ஓவியங்களில் பலவற்றை வரைந்து 1846 ஆம் ஆண்டு லூவர் மியூசியத்திற்கு அனுப்பி வைத்தனர்.

நிம்ரூடு

இதனிடையே சர் ஆஸ்டன் ஹென்றி லேயார்டு (*Sir Austen Henry Layard 1817-1894*) வழிகாட்ட, ஆங்கிலத் தொல்லியலார் குழு நிம்ரூடு என்ற இடத்தில் தன் பணியைத் தொடங்கிற்று. இங்கு 1845 தொடங்கி 1847 வரை அகழ்வு வேலை நீடித்தது. இங்கு கண்டெடுக்கப்பட்ட பெரும்பாலான முக்கியப் பொருள்கள் அனைத்தும் பிரிட்டீசு மியூசியத்திற்கு அனுப்பி வைக்கப்பட்டன. அதற்கு இந்த அகழ்வுப் பணி பிரிட்டீசு மியூசியத்தின் ஆதரவுடன் நடந்தது காரணமாகும். (பிரிட்டீசு மியூசியம் 1759 இல் திறக்கப்பட்டது இ.ச.க.தொகுதி-6 லூவர் மியூசியம் பாரிசிலுள்ளது. இது 1793 இல் பொது மக்களுக்குத் திறந்துவிடப்பட்டது. இ.ச.க.தொகுதி-10)

பிரிட்டீசு ஆராய்ச்சியாளர் 1855 வரை ஈராக்கில் அகழ்வு செய்து வந்தனர். அவ்வாண்டு கிரிமியப் போர் மூண்டதும் அப்பணிகள் நிறுத்தப்பட்டன.

மெசபடோமியப் பகுதியில் கிடைக்கும் தொல் பொருள்களை அள்ளிக் கொண்டு போய் விடவேண்டுமென்ற துடிப்பில், கண்ட மேனிக்குக் கண் மூடித்தனமாய் அங்கு தொல்லாய்வு முதற்கண் நடந்தது. தொல்பொருள் கவர்தல் ஒன்றையே நோக்கமாய்க் கொண்டு 1808 முதல் 1835 வரை அங்கு ஆய்வுகள் மேற்கொள்ளப்பட்டன. அங்கு கண்ட சிற்பங்களையும் ஆப்ப வடிவ எழுத்துப் பொறிப்புகளையும் தம் நாட்டிற்குக் கொண்டு போக வேண்டுமென்று தான் ஆராய்ச்சியாளர் விரும்பினர். பிரஞ்சுக்காரர் 1855 ஆம் ஆண்டு லூவர் மியூசியத்திற்கென்று அனுப்பிய தொல்பொருள்கள் அனைத்தும் ஷாத்து-அல் - அரபு என்ற ஆற்றில் மூழ்கிப் போயின என்பது மிகுந்த வருத்தந் தரும் செய்தியாகும்.

1802

வரலாற்றுப் புள்ளிகள்

1. தமிழகச் செய்திகள்

(அ) தென்பாண்டி நாட்டில் படைக்கலன்கள் பறிப்பு

கிழக்கிந்தியக் கம்பெனி 1801 ஆம் ஆண்டு பாளையக்காரர்களை ஒடுக்குவதற்காகப் பல களங்களில் நடத்திய சண்டைகளில் வெற்றி கண்டபின்னர், திருநெல்வேலி, சிவகங்கை, இராமநாதபுரம், திண்டுக்கல் ஆகிய பகுதிகளிலிருந்து ஏராளமான படைக்கலன்கள் கைப்பற்றப்பட்டன. அது பற்றிய குறிப்பு ''சென்னை ராணுவ வரலாறு'' என்ற ஆங்கில நூலில் கூறப்பட்டுள்ளது. இச்செய்தி ந.சஞ்சீவி எழுதிய ''மருதிருவர்'' என்ற நூலிலிருந்து எடுத்துத் தரப்பட்டுள்ளது. பறிக்கப்பட்ட படைக்கலன்களின் பட்டியல் தேதி 1802 மார்ச்சு 7 ஆகும். பல்வேறு ஆயுதங்களின் பட்டியல் வருமாறு

சிறு துப்பாக்கிகள் 45
சுழல் துப்பாக்கிகள் 1,233
கிஞ்சால் துப்பாக்கிகள் 82
மருந்து கெட்டித்துச் சுடும் துப்பாக்கிகள் 6,164
மேச்சுலாக்குத் துப்பாக்கிகள் 9,955

கைத் துப்பாக்கிகள் 527
நீண்ட குழல் துப்பாக்கிகள் 1,181
ஈட்டி, வேல் கம்புகள் 35,878
ஈட்டி, வேல் முனைகள் 2,412

பி.கு. ஏறத்தாழ 12,000 வாள்கள்; குத்துவாள்கள் 1,000; துப்பாக்கி முனை ஈட்டிகள் 1,000; வில் 1,000;வளரிக் கருவிகள் 10,000.

இந்தப் பட்டியலில் கர்னல் அக்கினியூ கையெழுத்திட்டிருந்தார்.

(ஆ) மதுரையில் மாவட்ட நீதிமன்றம்

மதுரை நகரில் 1802 ஆம் ஆண்டில் மாவட்ட நீதிமன்றம் அமைந்தது.

2. வட பாரதச் செய்திகள்

(ஆ) நாத்துவாடக் கோயில் கொள்ளை

அறிவு பிறழ்ந்த கொடிய வல்லாளர்கள் மதவேறுபாடு இல்லாமல் வழிபாட்டு இடங்களில் நற்கலையழிவும் நாசவேலைகளும் செய்து வந்திருக்கின்றனர். அதற்குச் சிறந்த எடுத்துக்காட்டாய் இங்கு சொல்லப்படும் செய்தியைக் கொள்ளலாம்.

1802

முகலாயப் பேரரசரான அக்பர் ''தவமிருந்து பெற்ற'' பிள்ளை ஜகாங்கீர் ஆவார். இவர் தன் தந்தையின் அன்பிற்குரிய நண்பரான அபுல் ஃபசலைக் கொல்லுமாறு செய்தவர் . இவரது ஆட்சிக் காலத்தில் (1605-1627) கேசவ ராயர் கோயில் இடிக்கப்பட்டது. இக்கோயிலைப் புந்தேல மன்னர் இராஜ வீரசிங்கு 33 இலட்ச ரூபாய்ச் செலவில் மதுராவில் கட்டியிருந்தார். ஜகாங்கீர் இந்தக் கோயிலை இடித்துத் தரை மட்டமாக்கி அந்த இடத்தில் ஒரு பள்ளி வாசலைக் கட்டினார். இச் செயல் இந்து சமயத்தவர் மனத்தில் வெறுப்பை உண்டாக்கியது.

பிருந்தாவனத்திலிருந்த புரோகிதர்களும் அடியார்களும் இடிக்கப்பட்ட கோயிலின் கண்ணன் சிலையை எடுத்துக் கொண்டு சென்று உதயப்பூர் நாட்டிலுள்ள கங்கரோலி *(Kankaroli)* என்ற இடத்துக்கோயிலில் வைத்தனர்.

அதற்குச் சிறிது காலத்திற்குப் பிறகு வல்லபாச் சாரியார் (1479-1531) கோவர்த்தனத்தில் அமைத்த கோயிலின் குருக்கள் அடியவருடன் நற்கலை அழிப்பவர்களுக்கு அஞ்சி இறைத் திருமேனிகளை எடுத்துக் கொண்டு இரவில் வெளியேறினர்.

அவர்கள் பல இடுக்கண்களைக் கடந்து ஜோத்பூரை அடைந்தனர். அப்போது அரசர் யஷ்வந்த சிங்கு (1638-1680) முகலாயப் பேரரசப் பணியாய் எங்கோ சென்றிருந்தார். அதனால் கோவர்த்தனக் கோயிலின் தலைமைக் குருக்களான தாமோதரலால் கோபிநாத் என்ற ஒருவர் உதயபுரியிலிருந்த அரசர் இராஜசிங்கிடம் (1652 -1680) சென்றார். அரசரே எல்லையில் வந்து நின்று புகலிடம் தேடிவந்தவர்களை வரவேற்றார். அவர் சிகார் *(Sihar)* என்ற இடத்தில் குருக்கள் கொண்டுவந்த இறைத்திரு மேனியை 1672 மார்ச்சு 10 அன்று திரு நிலைப்படுத்துவதென்று முடிவு செய்தார். காலப் போக்கில் சிகார் என்ற அச்சிற்றூர் அந்த ஊரில் குடிகொண்ட இறைவனின் பெயரால் நாதத்துவாரம் (நாத்துவாட) ஆனது. அது இன்று இந்தியத்தின் தலைசிறந்த வைணவத் தலமாய் விளங்குகின்றது.

முகலாயரின் கொடுமை பொறாமல் முகலாயருக்குப் பக்கத்துணையாய் நின்ற இரசபுத்திரர்களின் பாதுகாப்பை நாடி வந்து உறையும் இந்த மாலனுக்கு, சுமார் 130 ஆண்டுகளுக்குப் பிறகு பத்தொன்பதாம் நூற்றாண்டுத் தொடக்கத்தில் இன்னோர் இன்னல் வந்தது.

மராட்டியத் தலைவர்களான குவாலியர் சிந்தியா தௌலத்துராவும் *(1794-1827)* இந்தூரின் ஹோல்கராகிய முதலாம் ஜஸ்வந்தராவும் *(1798-1811)* மோதிக் கொண்ட போது ஹோல்கர் படுதோல்வி அடைந்தார். அவர் அதன்பிறகு மாளவத்திலிருந்து பின்வாங்கி மேவாருக்குள் நுழைந்தார். அவர் சென்ற வழியெல்லாம் கொலையும் கொள்ளையும் புரிந்தார். அப்போது உதயபுரி என்ற மேவாரிலிருந்த சிந்தியாவின் படைத்தலைவர்களான சதாசிவ பாஸ்கரும் பலராவும் ஹோல்கரினால் மேவாருக்கும் பிண்டருக்கும் ஏற்படப்போகும் இன்னலை உணர்ந்தனர். அதனால் அவர்கள் ஹோல்கரின் படையை இடையில் தடுத்து நிறுத்தி விட்டனர்.

ஹோல்கர் அதன்பிறகு வடஇந்தியத்தின் புகழ்பெற்ற வைணவத்தலமான நாத்துவாடவின் பக்கம் திரும்பினார். இந்த வைணவத் திருப்பதிக்கு நகதா, ஏசிங்கி என்ற இடங்களிலுள்ள கோயில்கள் வழியாய்ச் சென்றால் அதன் தொலைவு 48 கிலோ மீட்டர். ஹோல்கர் அக்கோயில்களைக் கொள்ளையடிக்கும் நோக்கத்துடன் அத்திக்கு நோக்கி வேகமாய்ப் பாய்ந்தார். நாத்துவட கோயில் வட பாரதத்திலேயே செல்வம் மிகுந்தது. ஹோல்கர் அக்கோயிலின் செல்வங்களைக் கவர அவாவினர்.

நாத்து வாட கோயிலின் கோசுவாமியான அந்தணர் மராட்டியர் தலைவரான யஷ்வந்தராவின் தீய எண்ணத்தை உணர்ந்து, இறைத் திருமேனியை எடுத்துக் கொண்டு ஓடிவிட்டார். உள்ளூர் மக்கள் ஹோல்கரிடமும் பிண்டாரியர் தலைவரான அமீர்கானிடமும் வழிபாட்டுத் தலத்தைத் தீண்ட வேண்டாமென்று மன்றாடினர். ஹோல்கரின் செவியில் இந்த முறையீடு ஏறவில்லை.

அவர் கோயிலில் கதவுகளின் பூட்டுகளை உடைத்து, மனங்கொண்ட மட்டும் இறையுடைமைகளைக் கொள்ளையடித்தார். அவர் அதன்பிறகு நாத்து வாட நகரையும் அதன் சுற்றுப் புறப் பகுதிகளையும் கொள்ளையடித்தார்.

இக்கொடுஞ்செயல் இந்துத்தானம் முழுவதையும் அதிர்ச்சியடையச் செய்தது. இந்து சமயக் காவலர்கள் என்றும் அனைத்துச் சமயங்களையும் மதிப்பவர் என்றும் போற்றப்படும் சிவாஜியின் வழி நடப்பதாய்க் கூறிக்கொள்ளும் மராட்டியர் தலைவர் ஒருவர் செய்த இத் தீச்செயலை மேவார் நாட்டினரும் இராசபுத்திரரும் மன்னிக்கவேயில்லை.

நடு நிலையான மராட்டிய வரலாற்றாசிரியர்கள் கூட யஷ்வந்தராவின் வரம்பு மீறிய இச்செயலைத் தம் நூல்களில் சுட்டவேயில்லை என்பது குறிப்பிடத் தக்கது. இக்காலத்து அரசியல் வழமைப்படி கொள்ளையடிப்பது என்பது ஏற்கப்பட்ட போர் முறையாய் இருந்து வந்தது என்பதை வரலாறு காட்டுகின்றது. மராட்டியர் படைத் தலைவர் ஒருவர் இதற்கு முன்னர் சிருங்கேரி மடத்தைக் கொள்ளையடித்தார் என்பது குறிப்பிடத்தக்கது.

(ஆ) பெண் குழந்தைகள் கொலை : கம்பெனியின் கவலை

இந்தியத்தில் மனிதரை உயிர்ப்பலி கொடுத்தல், குழந்தைகளைக் கொல்லுதல் ஆகிய கொலைச் செயல்கள் நடந்து வந்தது குறித்துக் கிழக்கியந்தியக் கம்பெனி அரசு 1802 வாக்கில் முதன் முறையாய் அக்கறையும் கவனமும் செலுத்தத் தொடங்கியது.

கங்கையின் முகத்துவாரத்தருகிலுள்ள சௌகார் (*Saugor*) என்ற தீவில் நடைபெறும் குழந்தைகள் கொலை பற்றிய தன்மை, அவற்றுக்கான காரணங்கள், அது நடைபெறும் காலம் ஆகியன பற்றி ஆராயுமாறு தலைமை ஆளுநர் திருமுழுக்குச் சமயப் பரப்பியான வில்லியம் கேரியை 1802 வாக்கில் கேட்டுக் கொண்டார். இது உடன்கட்டை ஏறுதல் போன்ற கொடியவழக்கம் என்று கேரி பல காலமாய்க் கருதி வந்தார். அவர் 1794 வாக்கில் மால்டாவினருகே ஒரு பச்சைக் குழந்தையின் உடலைக் கறையான் தின்று கொண்டிருந்தைக் கண்டார்.

சௌகாரில் தாய்மார்கள் செய்து கொண்ட நேர்த்திக் கடனுக்காகத் தம் குழந்தைகளை முதலைகளிடம் எறிந்தனர். ஒருவருக்கு இரண்டு குழந்தைகள் இருந்தால் ஒன்றைக் கங்கைக்குக் கொடுத்தனர். அங்கு ஆண்டு தோறும் நூறு குழந்தைகள் பலியிடப்பட்டன என்பது கேரியின் ஆய்வில் தெரிய வந்தது.

கேரி ''சமயத்தின் பெயரால் நடக்கும் கொலைகள் பற்றி'' ஓர் அறிக்கையைத் தலைமை ஆளுநரான வெல்லஸ்லியிடம் அளித்தார்.

நாகரிக முதிர்ச்சியடையாதோர் என்று கூறப்படும் பழங்குடியினரிடையில் மட்டுமன்றி, இரச புத்திரச் சாதியர் சிலரிடமும் பெண் குழந்கைளைக் கொன்று விடும் வழக்கம் உள்ளது என்பது கண்டறியப்பட்டது.

இவ்வழக்கம் 1795 ஆம் ஆண்டின் வங்க ஒழுங்கு முறைச்சட்டம் XXI இன்படி கொலைச் செயலுக்கு ஒப்பானது என்று அறிவிக்கப்பட்டது. எனினும் இச்சட்டம் செல்லுபடியாகக் கூடிய பரப்பு விரிவாகாமலே இருந்து வந்தது.

தலைமை ஆளுநர் வெல்லஸ்லி பிரபு கேரியின் அறிக்கையைப் பின்பற்றி 1802 ஆம் ஆண்டில் ஒழுங்கு முறைச்சட்டம் ஒன்றைக் கொண்டு வந்தார். அதில் குழந்தைக்கொலை தடை செய்யப்பட்டிருந்தது; உடன்கட்டை ஏறும் வழக்கத்திற்கு எதிரான நடவடிக்கை எதுவும் அந்தச் சட்டத்தில் கூறப்படவில்லை.

எனினும் இப்பழக்கம் தொடர்ந்து நீடித்து வந்தது. மக்களுடைய வீடுகளுக்குள் புகுந்தாலன்றி, இச்செயலை ஒடுக்குவது கடினமாகும்.

இப்பணியில் ஈடுபட்டிருந்த அலுவலர் பலரின் ஆற்றலெல்லாம் இதனால் குன்றிப் போனது. பெண் குழந்தைகளைக் கொல்லும் வழக்கம் இரச புத்திரரிடம் பெரிதும் காணப்பட்டது.

அரசு 1870 வாக்கில் பிறப்புப் பதிவுச் சட்டம் ஒன்றைக் கொண்டு வந்து குழந்தைகளைக் கொல்லும் வழக்கத்தை ஒழிக்க முயன்றது. இச்சட்டப்படி மக்கள் பிறப்பைக் கட்டாயம் பதிய வேண்டும். பிறந்த குழந்தை உயிரோடு இருக்கின்றதா என்பது அடிக்கடி உறுதிப் படுத்தப்படும். இதனால் இக் கொடிய வழக்கம் சிறுகச் சிறுகக் குறைந்தது.

மதுரை மாவட்டம் உசிலம்பட்டிப் பகுதியில் பெண் குழந்தைகளைக் கொல்லும் வழக்கம் இன்றளவும் நிலவி வருகின்றது.

3. பிரிட்டனில் தொழிலாளர் நலச் சட்டம்

''பணி பயில்வோர் உடல்நலம், நல்லொழுக்கம் பற்றிய சட்டம்'' (*Health and Morals of Apprentices Act.*) பிரிட்டிசு நாடாளுமன்றத்தில் மூத்த பீல் என்றவரால் கொண்டு

வரப்பட்டு இவ்வாண்டு நிறைவேறியது. இப்போது ஹென்றி ஆடிங்டன் தலைமை அமைச்சராயிருக்கின்றார்.

பிரிட்டனில் ஏழையர் குழந்தைகள் பட்ட இன்னல்கள் மீது சர் இராபட்டுபீலின் தந்தை போன்றவர்கள் ஆழ்ந்த அக்கறை காட்டினர். *(Sir Robert Peel 17889 -1850; இவர் கன்சர்வேடிவ் கட்சியைச் சேர்ந்தவர்; 1834-1835, 1841-1846 ஆகிய கால கட்டங்களில் பிரிட்டனின் தலைமை அமைச்சராயிருந்தவர். அவர் 1828-1830 ஆம் ஆண்டில் உள்துறை அமைச்சராயுமிருந்தவர். இலண்டன் மாநகரக காவல் படையை உண்டாக்கியவரும் இவரேயாவார்.)*

வேல்சின் தொழிலதிபரும் சமூக சீர்திருத்தக்காரருமான இராபட்டு ஓவன் (1771-1858) ஏழைக் குழந்தைகள் தொழிற்சாலைகளில் துன்புறுத்தப்படுவதைப் போக்க வேண்டுமென்று கூறிவந்தார். அவர் இது தொடர்பாய்ச் சர் இராபட்டு பீல் (மூத்தவர்; சர் இராபட்டு பீலின் தந்தை) நடத்தி வந்த இயக்கத்தை ஆதரித்தார். ஓவன் ஸ்காத்துலாந்திலுள்ள லனார்க்கு என்ற இடத்தில் மாதிரித் தொழில் சமூகம் ஒன்றை உருவாக்கியவர். அவர் கூட்டுறவுச் சங்கங்களின் முன்னோடி.

இவ்விருவரின் முயற்சியால் மேற்சொன்ன சட்டம் 1802 இல் நாடாளுமன்றத்தில் நிறைவேறியது. பிரிட்டீசு நாடாளுமன்றத்தில் நிறைவேறிய முதற் தொழிற்சாலைச் சட்டம் இதுவேயாகும்.

நெசவாலைத் தொழிலாளர்க்கு உதவியாயிருக்கும் தொழிற்சாலைச் சிறுவர்கள் ஒரு நாளில் பதினோருமணி நேரத்திற்கு மேல் வேலை செய்வதை இச்சட்டம் தடை செய்தது. அக்குழந்தைகளுக்கு நல்ல உறைவிடமும் தொடக்கக் கல்வியும் அச்சட்டப்படி அளிக்க வேண்டும். இச்சட்டத்தை நடைமுறைப் படுத்திக் கண்காணித்து வருவதற்காக அமர்த்தப்பட்ட வறியர் மேற்பார்வையாளர்களும் அந்தந்தப் பகுதியிலுள்ள குற்ற நடுவர்களும் ஒழுங்காய்ச் செயல்படாமையால் இச்சட்டம் சரிவர வேலை செய்யவில்லை.

4. இலண்டன் பங்குச்சந்தை

பங்குச் சந்தை என்பது பங்கு முதல் தொகுதிகள் *(Stocks)* பங்குகள், இதர பாதுகாப்புப் பத்திரங்கள் *(securities)* முதலியவற்றை விற்கவும் வாங்கவும் செய்யுமிடம் ஆகும். அது பத்திரங்களின் உரிமையாளர்கள் வேண்டும்போது தம் விருப்பம் போல் விற்கக் கூடிய சந்தையாகும்.

இலண்டன் பங்குச்சந்தையைத் தற்காலத்துப் பங்குச் சந்தைகளின் தொடக்க காலத்து முன் மாதிரி என்று கொள்கின்றனர். அங்கு 1802 ஆம் ஆண்டில் ஐநூறு உறுப்பினர் இருந்தனர். அங்கு காலப் போக்கில் கொடுக்கல், வாங்கல் நடவடிக்கைகளில் நடந்த பத்திரங்களின் பட்டியல் விரிந்து கொண்டே சென்றது. அவற்றில் பெரும்பாலானவை பன்னாட்டுப் பங்குகளாகவே இருந்தன.

5. பிரஞ்சுச் செய்திகள்

(அ) அமியன்சில் அமைதி உடன்படிக்கை

பிரிட்டன் 1793 ஆம் ஆண்டில் பிரான்சிற்கு எதிராய் ஸ்பெயின், ஆலந்து, ஆஸ்திரியம், பிரஷியம், சார்தினியம், இரஷியம், இங்கிலாந்து முதலிய நாடுகளைக் கொண்ட முதல் கூட்டணியை உண்டாக்கியது. (இ.ச.க.தொகுதி-10) பின்னர் 1798 இல்

பிரிட்டன், ஆஸ்திரியம், இரஷியம், துருக்கி முதலான நாடுகளின் இரண்டாவது கூட்டணியையும் (இ.ச.க.தொகுதி-10) பிரிட்டன் உண்டாக்கிய போதிலும் அவற்றால் பிரான்சைப் போரில் பெரிய அளவில் வெற்றி காணமுடியவில்லை. ஆதலால் ஐரோப்பியக் கண்டத்தில் நடந்த போர்கள் மீது பிரிட்டிசார் காட்டி வந்த ஆர்வம் மங்கலாயிற்று.

பிரிட்டீசுத் தலைமை அமைச்சர் இளைய பிட்டு தன் அரசியல் தந்திரத்தினால் இக்கூட்டணிகளை உண்டாக்கினார். எனினும் பதின்மூன்றாண்டுக் காலம் நடந்த இப்போர்களில், அவரால் தன்னை அருந்திறல் வாய்ந்த போர் அமைச்சர் என்று நிலை நிறுத்துவதற்கு முடியாமற் போயிற்று. பிரஞ்சுப் படையினரின் ஆர்வத்திற்கு முன்னால் அல்லது நெப்போலியனின் போர்த்தந்திர மேதைக்கு முன்னால் நெல்லிக்காய் மூட்டை போன்ற இக்கூட்டணிகளினால் நிற்க முடியவில்லை. எந்தக் களத்தில் அறுதியான வெற்றி காணமுடியும் என்பதைக் கணிப்பதிலும் எந்தக் களத்திற்கு எந்தப் படைத் தலைவரை அனுப்புவது என்ற மதிநுட்பத்திலும் இளைய பிட்டு தன் தந்தைக்கிருந்த திறனைப் பெற்றிருக்கவில்லை.

எனவே அமைதியை நாடிப் பிரான்சிடம் சந்து செய்து கொள்ள வேண்டிய நிலைமை அவருக்கு ஏற்பட்டது. பிரான்சுடன் அமைதிப் பேச்சு நடந்தது. இறுதியில் வட பிரான்சிலுள்ள அமியன்ஸ் (Amiens) என்ற ஊரில் 1802 ஆம் ஆண்டு அமைதி உடன்படிக்கை கையெழுத்தானது.

(அமியன்ஸ் நகரம் சோம் (Somme) ஆற்றின் கரை மீதுள்ளது. பாரிசின் வடக்கே 115 கிலோ மீட்டர் தொலைவிலுள்ளது. இங்கு கோத்திக்குப் பாணியில் கட்டப் பெற்ற பிரான்சின் மிகப்பெரிய கோயில் இருக்கிறது.

அமியன்ஸ் நகரில் 1802 இல் கையெழுத்தான இந்த உடன்படிக்கை ஓராண்டு கூட நீடித்து வரவில்லை.

(ஆ) பல்துறைச் செய்திகள்

ஆல்ப்ஸ் மலையின் தென்பகுதியான சிசால்பைன் குடியரசிற்கு (Cisalpine Republic) நெப்போலியன் ஆட்சித் தலைவரானார்.

பிரான்சில் லைசேய் (lycee) என்ற உயர் நிலைப் பள்ளிகள் 1802 மே முதல் நாளன்று அமைக்கப்பெற்றன. இத்துடன் நாட்டின் கல்வித்துறைச் சீர்திருத்தப் பணி தொடங்குகின்றது.

நெப்போலியன் லீஜியன் ஆஃப் ஹானர் (Legion of Honour) என்ற சிறப்பு மேல்நிலையை 1802 மே 19 அன்று உண்டாக்கினார். இதனால் அவர் பிரான்சில் புதிய மேட்டுக் குடியைத் தோற்றுவித்தார்.

நெப்போலியன் 1802 ஆகஸ்டு 16 அன்று நடந்த பொது வாக்கெடுப்பின் மூலம் வாணாள் முழுவதும் தானே பேராட்சியாளராய் நீடிப்பதை உறுதி செய்து கொண்டார். அவர் ஆகஸ்டு 14 அன்று தன் நிலையை மேலும் வலுப்படுத்துவதற்காக அரசியல் சட்டத்தில் வகை செய்தார்.

6. சமய முரணியர்க்குத் தண்டனைகள்

ரோமன் கத்தோலிக்கச் சமய பீடம் சமயக் கோட்பாடுகளிலிருந்து முரண்படுவோர் என்று கருதப்பட்டவர்களைத் தண்டிப்பதை நோக்கமாய்க் கொண்ட சமய முறைமன்றங்களைத் தன் செல்வாக்கிற்குக் கீழேயிருந்த ஐரோப்பிய நாடுகளில் 1232 முதல்

1820 வரை நடத்தி வந்தது. இம் முறை மன்றங்கள் மக்களிடையே மிகக் கொடிய போக்கைத் தோற்றுவித்தன. அக்கொடிய போக்கு ஸ்பெயினில் 15 ஆம் நூற்றாண்டு முதல் 17 ஆம் நூற்றாண்டு வரை தலைதூக்கி ஆடியது.

ஸ்பெயினில் இம்முறை மன்றத்திற்காக ஒற்றர்களாயும் உளவாளிகளாயும் பணி செய்த அரசு ஊழியர்களின் எண்ணிக்கை இருபதாயிரத்திற்கு மேல் இருக்கும் என்று கணிக்கின்றனர். இத்தகைய ஒற்றர்களுக்குப் பாப்பரசரின் அணுக்கத் தொண்டர்கள் *(familiars)* என்று பெயர்.

சமய முரணியர் என்று சொல்லப்பட்டவர்களுக்குச் சிறைத் தண்டனை விதிக்கப்பட்டது. அது பெரிதும் ஆயுள் தண்டனையாயிருந்தது. முரணியர் என்ற தண்டிக்கப்பட்டவர்கள் கசையால் அடிக்கப்பட்டனர்; அவர்களுக்கு மரணதண்டனையும் விதிக்கப்பட்டது. அவர்களை பொதுமக்கள் முன்னிலையில் கம்பத்தில் கட்டி உயிரோடெரிக்க வேண்டும் என்று தீர்ப்பளிக்கப்பட்டது. ஏனெனில் கிறித்தவத் திருச்சபை ''தன்னை எக்காலத்தும் குருதியால் தீட்டுப்படுத்திக் கொள்ளாது'' என்று சொல்லப்பட்டது.

ஸ்பானியச் சமய முரணியர் முறை மன்றங்களால் 1481 முதல் 1802 வரையிலும் 3,41,021 பேர் தண்டிக்கப்பட்டனர். அவர்களில் சுமார் 32,000 பேர் மக்கள் முன்னிலையில் கட்டிவைத்து எரிக்கப்பட்டனர்.

7. வெஸ்டு பாயிண் இராணுவக் கல்லூரி அமைப்பு

அமெரிக்க ஒன்றியத்தின் முதற் போர்ப்படைக் கல்லூரி 1802 ஆம் ஆண்டு மார்ச்சு 16 அன்று நியூயார்க்கு மாநிலத்திலுள்ள வெஸ்டு பாயிண் *(West Point)* என்ற இடத்தில் நிறுவப்பட்டது. இந்த இடம் நியூயார்க்கு நகரின் தென்கிழக்கே ஹட்சன் ஆற்றின் கரைமீதுள்ளது.

8. அறிவியல் செய்திகள்

(அ) ஆம்பியரின் மின்காந்த ஆய்வுகள்

பிரஞ்சு இயற்பியலாரான ஆந்திரே மாரி ஆம்பியர் *(Andre Marie Ampere 22.1.1775 - 10.5 1836)* பணக்கார வணிகர் ஒருவரின் மகளாய்ப் பிறந்தார். அவர் தனி ஆசிரியரை வைத்து வீட்டிலேயே கல்வி கற்றார். அவர் பெரிதும் தானே கற்றுக் கொண்டார். அவரது மேதை மிகவும் இளவயதிலேயே வெளிப்பட்டது. அவர் கணிதத்தில் மிகவும் கெட்டிக்காரராயிருந்தார்.

அவர் 1799 இல் மணம் புரிந்து கொண்டதும் லயன்ஸ் நகரில் கணித ஆசிரியராய் எளிமையான வாழ்க்கையைத் தொடங்கினார். அவர் 1802 ஆம் ஆண்டு போர்கு- என் - பிரஸ்ஸி *(Bourg – en – Bresse)* என்ற ஊரில் சிறிது காலம் பணி செய்தார். பின்னர் பாரிஸ் நகரின் மையக் கல்லூரியில் *(Ecole Centrale)* இயற்பியல், வேதியியல் பேராசிரியரானார்.

அவர் 1802 ஆம் ஆண்டு ''பந்தய விளையாட்டுகள் பற்றிய கணிதக் கொள்கை குறித்த ஆய்வுகள்'' *(Considerations on the Mathematical Theory of Games)* என்ற நூலை எழுதினார். இது பந்தய ஆட்டங்கள் பற்றிய புள்ளி விவர ஆய்வு ஏடாகும். அவர் போர்கு நகரில் இருந்தபோது வெளியிட்ட இந்நூலின் காரணமாக அவருக்கு லயன்ஸ் நகரின் லைசியம் *(Lyceum)* என்ற பள்ளியில் கணித ஆசிரியர் வேலை கிடைத்தது. அவர் பின்னர் பாரிசின் தொழில் நுட்பக் கல்லூரியில் *(Ecole Polytechnique :* இ.ச.க.தொகுதி-10) பகுப்பாய்வுத் துறைப் பேராசிரியரானார்.

நெப்போலியன் ஆம்பியரின் திறமையை அறிந்து அவரைப் பல்கலைக் கழக அமைப்பு முறையின் பொது மேலாளராக்கினார். ஆம்பியர் சாகும்வரை இப்பதவியில் இருந்தார்.

ஆம்பியர் மின்காந்தவியலுக்கு அடிப்படை ஒன்றை நிறுவி அறிவியல் துறைக்கு மிகச் சிறந்த பணி செய்தார். ஹன்ஸ் கிறிஸ்தியன் எஸ்டடு (Hans Christian Oersted : 1771-1851) என்ற டேனிய இயற்பியலார் ஒரு கம்பியின் வழியே செல்லும் மின்சாரம் திசையறி கருவியின் காந்த ஊசியையும் ஆடச் செய்யும் என்ற மின் காந்தத்தை 1820 ஆம் ஆண்டில் கண்டுபிடித்தார். ஃபிரான்சிஸ் அரகோ (Francis Arago) என்பவர் 1820 செப்டம்பர் 11 அன்று அறிவியல் கழகத்தில் காந்தம் பற்றி நிகழ்த்திய செயல் முறை விளக்கத்தை ஆம்பியர் கண்டார்.

ஆம்பியர் உடனே தன் ஆய்வுகளைத் தொடங்கிவிட்டார். அவர் அதற்கு ஏழு நாளைக்குப் பின் தன் ஆய்வுகளின் முடிவுகளை வெளியிட்டார். ஆம்பியர் மின் காந்தம் பற்றிய தன் கொள்கையை எஸ்டடை விட மிகவும் விரிந்த முறையில் எடுத்துக் கூறினார்.

ஆம்பியர்

அவர் அடுத்த நான்கு மாதங்களுக்குள் மின்காந்தத்திற்கும் காந்தத்திற்குமிடையே நிகழும் இடைவினை குறித்த கணிதக் கோட்பாடு ஒன்றை உண்டாக்கி, அதற்கு மின்னியக்கவியல் (Electrodynamics: மின்வினைகளுக்கும் காந்த விசைகளுக்குமிடையே உள்ள தொடர்பையும் அவற்றின் எந்திரக் காரணிகளையும் ஆராயும் துறை) என்று பெயர் சூட்டினார். இத்துறை இப்போது electro magnetism என்று பொதுவாய் அழைக்கப் படுகின்றது.

அவர் நிலையான மின்காந்த சக்திகளுக்கு electrostatics (நிலை மின்னியல் : மின்சாரம் அசைவற்று இருக்கும் போது அதன் புலம், அழுத்தம் ஆகியன பற்றியும் ஆராயும் துறை) என்று பெயர் கொடுத்தார். மின்காந்தவியலிலிருந்து பிரித்து அறிவதற்காக இங்ஙனம் நிலை மின்னியல் என்று ஆம்பியர் தந்தார்.

கம்பிகளில் பாயும் மின்சாரம் காந்தங்களை அசையச் செய்கின்றது என்பதை ஆம்பியர் கண்டறிந்ததும், காந்தத்தைக் காந்தம் பாதிக்கும் என்பது தெரிய வந்ததும், மின்னோட்டம் பிற மின்னோட்டங்களைப் பாதிக்கும் என்பதை நிலைநாட்டும் சான்றுகளை ஆம்பியர் தேடினார்.

அவர் மின்காந்தத்தை அடுத்தடுத்து அமைந்த இரு கம்பிகளின் வழியே செலுத்தி, இந்த இடைவினையின் (induction) மிக எளிமையான எடுத்துக்காட்டைக் கண்டுபிடித்தார்.

மின்சாரம் ஒரே திசையில் பாயுமாயின் மின்கம்பிகள் ஒன்றையொன்று ஈர்க்கின்றன (*influence*) என்பதை ஆம்பியர் கண்டுபிடித்தார். ஆனால் அது எதிர்த் திசைகளில் பாயுமாயின் மறுதலிக்கும் (*repulse*). அவர் இதிலிருந்து மிகவும் சிக்கலான கணித வடிவங்கள் பற்றி ஆராய்ந்தார்.

இவர் பெயரால் மின்னோட்ட அலகு ஆம்பியர் என்று அழைக்கப்படுகிறது. ஓர் ஓம் தடைக்கு எதிராய் ஓர் ஓல்ட் மின்னியக்கு விசை அளிக்கும் மின்னோட்டத்தை ஆம்பியர் குறிக்கும். ஆம்பியர் மணி என்பது மின்னேற்றத்தின் செயல் முறை அலகைக் குறிக்கும்.

(ஆ) டாண்டலம் கண்டுபிடிப்பு

டாண்டலம் (*tantalum*) என்பது கடினமான பழுப்பு-வெள்ளை உலோகத் தனிமமாகும். இது டாண்டலைட்டு (*tantalite*) கொலம்பைட்டு (*columbite*) ஆகியவற்றில் நியோபியத்துடன் (*niobium*) கிடைக்கின்றது. டாண்டலம் என்பது மாறு நிலைத் தனிமம்; எளிதில் வேலை செய்வதற்கு ஏற்றது; அரிமானத்தைத் தடுப்பது; நீராழித் தகடுகளிலும் அறுவை மருத்துவத்திலும் பல் மருத்துவத்திலும் பயன்படுவது. இதன் வேதிக்குறி வுய் அணு எண் 23; அணு எடை 180.95; இணைவாற்றல் அலகு 2,3,4 அல்லது 5; ஒப்படர்த்தி 16.65; உருகு நிலை 2996° செ; கொதி நிலை 5425° செ.

இத்தனிமத்தை எடிபர்க்கு (*Ediburg*) என்றவர் கண்டுபிடித்தார். கிரேக்கத் தொன்மத்தில் வரும் டாண்டலஸ் (*Tantalus*) என்ற மன்னரின் பெயரை இதற்குச் சூட்டியுள்ளனர். அம்மன்னர் பிலோப்ஸ் (*Pelops*) என்பவரின் தந்தை. பிலோப்ஸ் சிறு குழந்தையாயிருந்த போது டாண்டலஸ் அவனைப் பிள்ளைக் கறி சமைத்துத் தெய்வங்களுக்குப் படைத்தார். இது சிறுத் தொண்டர் கதையை நமக்கு நினைவூட்டுகின்றது.

டாண்டலஸ் என்ற இம்மன்னர் செய்த தவறுகளுக்காகத் தண்ணீரில் நிற்கும்படி கடவுளர் அவரைத் தண்டிக்கின்றனர். அவர் அப்போது தவித்து நீரருந்தக் குனியும்போது, தண்ணீர் வற்றிவிடும்.

டாண்டலம் என்ற தனிமம் திரவத்தை உறிஞ்சும் திறனற்றிருப்பதை வைத்து அதற்கு டாண்டலசைக் குறிக்கும் வகையில் இப்பெயரை இட்டனர்.

9. பிறப்பு

(அ) விக்டர் ஹியூகோ

பிரஞ்சு எழுத்தாளரான விக்டர் (மாரி) ஹியூகோ (*Victor [Marrie] Hugo 1802-1885*) போரைத் தொழிலாய்க் கொண்ட படை வீரர் ஒருவரின் மகனாய் 1802 பிப்ரவரி 26 அன்று பெசன்கோன் (*Bezancon*) என்ற இடத்தில் பிறந்தார். (இவர் 1885 மே 22 அன்று இறந்தார்.)

(ஆ) அலெக்சாந்தர் டூமா பிறப்பு

பிரஞ்சு நாவல், நாடக ஆசிரியரான அலெக்சாந்தர் டூமா (*Alexandre Dumas*) 1802 ஆம் ஆண்டு பிறந்தார். இவரது முழுப் பெயர் டேவி தெ லா பைலட்டரி (*Davy de la Pailletasie*) ஆகும். இவரை *Dumas pere*-தந்தை டூமா என்றும் அழைப்பார். இவரின் மகனான புகழ் பெற்ற எழுத்தாளரை *Dumas fille*- இளைய டூமா-என்பர். தந்தை டூமா 1870 ஆம் ஆண்டு இறந்தார்.

1803

அரசியல்

வேலுத் தம்பியின் எழுச்சி
பிரிட்டிசாரிடம் மராட்டியர் தோல்வி
சென்னைக்குப் புது ஆளுநர்
இராமநாதபுரம் அரசச் சிறப்பை இழத்தல்
மதுரை, இராமநாதபுரம், நெல்லை மாவட்டங்கள்
குஜராத்தில் கம்பெனியின் மேலாண்மை விரிவு
''லூயிசியானக் கொள்வினை''
ஒகையோ அமெரிக்க ஒன்றியத்துடன் இணைதல்

அறிவியல்

செரியம் கண்டுபிடிப்பு
டால்டனின் அணு ஆராய்ச்சி தொடக்கம்
எரி கற்கள்

மருத்துவம்

சென்னையில் அம்மை குத்தும் பணி
கிழக்கிந்தியக் கம்பெனி மருத்துவர்கள்

சமயம்

திருக்குரான்

கல்வி, கலை, இலக்கியம்

திருக்குரான் உருது மொழி பெயர்ப்பு
உருது மொழியின் தோற்றமும் வளர்ச்சியும்

பொருளியியல், நிதியியல்

பேங்கு ஆஃப் பிரான்சில் சீர்திருத்தம்

இராணுவம், போர்

வெல்லஸ்லியின் புதிய போர் முறை
பிரிட்டன் பிரான்சின் மீது போர்தொடுத்தது

மக்கள்

சாமி நாயக்கன்
உடன்கட்டை ஏறுவதை ஒழிக்க முயற்சி

பிறப்பு

மூன்றாம் நெப்போலியன்*(1803-1873)*
ரால்ஃபு வால்டோ எமர்சன் *(1803-1882)*

இறப்பு

இரண்டாவது நிசாம் அலிகான்

1803

1.திருக்குரான் உருதில் மொழிபெயர்ப்பு

உலகங்களைப் பேணிக் காத்து வரும் அல்லா தனது மேதக்க திருநூலில்-திருக்குரானில் சொல்கின்றான்.

ஒளியுடன் அல்லா உமக்கெலாம்

எளிதில் ஞானம் தரும் நூலையும் தந்துளான்.

திரு நபிகளும் சொல்வார் :

திருக்குரானை ஓதியுணர்ந்து கற்பவரே-நம்மில்

மேலான நிலையடைவார்.

அல்லாவே அருளியதாய்க் கொள்ளப்படும் திருக்குரானுக்குப் பல சிறப்புகள் உரைக்கப்படுகின்றன.

1. அது அல்லாவின் மெய்ச் சொல்லால் ஆனது; ஆக்கப்படாதது; மனித குலம் முழுமைக்குமாய் வெளிப்படுத்தப்பட்டது.

2.அது முழுமையானது; அதில் - திருக்குரானில் இறைவனே இங்ஙனம்: ''யாம் இந்நூலில் எதையும் சேர்க்காமல் விட்டோமில்லை'' என்றும்''அனைத்தையும் விளக்கும் திருநூலையாம் அனுப்பினம் நுமக்காக'' என்றும் மொழிகின்றான்.

3.அது கொள்ளத் தக்கதாயும் கடைப்பிடித்து ஒழுகத்தக்கதாயும் அமைந்த நன்னூலாம் திருநூல்.

1803

குரான் வரலாறு

குரான் இறைத் தூதுவரான முகமதிடம் (570-632) மக்கத்திலும் (610-622 கி.பி.) மதீனத்திலும் (622-632 கி.பி.) இறைவன் வாய் வழியாய் அருளிய (Vouchsafed) திருவாய் மொழியின் எழுத்துப் பதிவாகும். கி.பி. 610 ஆகஸ்டு திங்கள் கிழமை இரவு (ரமலான் பிறை 27) இறைவனின் ஜிப்ரீல் என்ற வானவர் இதனைக் கொண்டு வந்தார். அது 23 ஆண்டுகளில் 486 முறை வேண்டிய அளவுகளில் சிறுகச் சிறுக விண்ணிலிருந்து இறங்கியது.

இதனை முகமது நபிகளின் திருமுன்னர் ஜிப்ரீல் உரைத்ததும் நபிகளும் ஓதுவார்கள். நபிகள் அதன்பின் தம் தோழர்களிடம் ஓதுவார்கள். அபு பக்கர், இபினு மஸ்வூத்து ஆகியோர் அதனை உடனே மனப்பாடம் செய்து கொள்வர். மதீனம் சென்றபின் உதவியாளர்களும் திண்ணைத் தோழர்களுமான 101 பேரும் அதை மனப்பாடம் செய்து கொண்டதும், உடனே பதினான்கு எழுத்தர்கள் கன்றின் தோல், மரப்பட்டை, பலகை ஆகியவற்றின் மேல் எழுதுவர். அவர்கள் எழுதி முடிந்ததும் எழுதப் பெற்ற எழுத்துக்கள் மீது முகமது நபிகள் விரல்களால் தடவிப் பார்ப்பார். தவறிருக்குமிடத்தில் விரல்கள் நகர்வது தடைப்படும். பிழை அப்போதே திருத்தப்படும். அங்ஙனம் கன்றின் தோல்மீது எழுதப் பெற்ற ஒரு துண்டு இப்போது ஆக்ஸ்ஃபோர்டுப் பல்கலைக்கழகத்தின் பாடுலியன் நூலகத்தில் உள்ளது என்பர்.

குரான் என்னும் பெயர்

குரான் என்னுஞ் சொல் திருமறையில் எழுபது இடங்களில் வருகின்றது. 'கர அ' என்ற அரபிச் சொல்லிலிருந்து அப்பெயர் பிறந்தது என்பது பெரும்பாலரின் கருத்தாகும். குரான் என்ற சொல்லுக்கு ஓதப்படுவது, படிக்கப்படுவது, மனப்பாடம் செய்வது என்றெல்லாம் பொருள் கொள்ளலாம்.

''அனைத்தையும் படைத்த நின் இறைவனின் பெயரால் ஓதுவாயாக. அவன் மனிதனை உறைந்த குருதித் துளி ஒன்றிலிருந்து உண்டாக்கினன். ஓதுவாயாக, அருள் பொழியும் இறைவனுக்காக! அவனே எழுதுகோலால் எழுதக்கற்றுத் தந்தவன்; மனிதன் அறியாததைக் கற்பித்தவன்'' என்பதுதான் அல்லா தன் தூதுவராகிய முகமதிற்கு முதன் முதலில் அருளிய திருவாய் மொழியாகும். அல்லா தன் அருண் மொழிகளுக்கு அருளிய பெயர் குரான்.

நபிகள் கி.பி. 632 ஆம் ஆண்டு காலமான பிறகு பத்தொன்பது ஆண்டுகள் கழித்து இவ்வருள் மொழிகள் அனைத்தும் எழுதி வைக்கப்பெற்ற உரை விளக்கங்களிலிருந்தும் செவி வழி மரபுகளிலிருந்தும் பாப்பிரசுத் தாள் போன்ற எழுது பொருள்களிலிருந்தும் சுமார் கி.பி. 651 ஆம் ஆண்டு வாக்கில் எழுதித் தொகுத்து முறைப்படுத்தப்பட்டன. குரானில் 114 அதிகாரங்கள் (சுராக்கள்) பனுவல்களாய்ப் பிரிக்கப்பட்டு இன்றும் மெல்லிய குரலில் ஒப்பித்து ஓதப்படுகின்றன.

குரானின் மொழி

முதற் காலிஃபாவான அபு பக்கரையடுத்து (கி.பி 632-634) அப்பொறுப்பில் அமர்ந்த உமர் பின் அல் - சத்தாவிற்குப் பிறகு (634-644), உதுமான் பின் அஃபான் (644-656) மூன்றாவது காலிஃபாவாய் வந்து அமர்ந்ததும் குரானை ஓதுவது குறித்துக் காலிஃபா ஆட்சிப் பரப்பின் பல்வேறு பகுதிகளில் கருத்து வேறுபாடுகள் தோன்றின. குரான் எழுதி வைக்கப் பெற்ற தொன்மையான நூலாய் இருந்தமையால், அதில் உயிர் எழுத்துகள் குறிக்கப்படவில்லை; அதனால் அதை ஓதும் பல்வேறு கூட்டத்தார் ஒவ்வொருவரும் தத்தமக்குரிய முறையில் ஒலித்தனர்.

காலிஃபா உதுமான் சையதை அழைத்து நபித்தோழர் இதரர் மூவருடனும் கலந்து பேசிக் குரானை ஓதுவதற்கு நபிகள் தோன்றிய குரைஷி குலத்தவரின் கிளைமொழியைக் கைக்கொள்வது என்று முடிவானது. குரான் இங்ஙனம் உயராண்மை பெற்ற பதிப்பாய்ச் செய்யப் பெற்றது. அது காலிஃபா ஆட்சிப் பகுதியின் பல்வேறு இடங்களுக்கும் அனுப்பப் பட்டது. அதன் பின் வழக்கிலிருந்த குரானின் ஏனைய பதிப்புகளனைத்தும் அழிக்கப்பட வேண்டும் என்று உதுமான் கட்டளையிட்டார்.

குரான் இங்ஙனம் தொகுக்கப் பெற்றதால் பெரிதும் வேண்டப்பட்ட ஒரே சீரான மூல பாடம் அமைந்தது. அத்துடன் அதை ஓதுவதும் ஒரே சீரானது. இருப்பினும் எழுத்துமுறை போதியதாய் இல்லாத சிக்கல் நீடித்தது. அது உமாயது காலிஃபாவான அப்தல் மாலிக்கின் (685 -705) காலத்தில் சீர் செய்யப்பட்டது. அதன் பிறகும் சில சிக்கல்கள் தொடர்ந்து நீடித்தன. அவை ஒன்பதாம் நூற்றாண்டின் இறுதியில் தான் தீர்க்கப்பட்டன.

முற்காலத்து எழுந்த திருத்தூதர்கள் பற்றிக் குரானில் எண்ணற்ற குறிப்புகள் வருகின்றன. அவர்களில் பலரின் பெயர்கள் திருவிவிலியத்தின் பழைய ஏற்பாட்டிலும் காணப்படுகின்றன. குரானில் அவர்களைப் பற்றிய குறிப்புகள் வருவதால், முகமது தம்

1803

மறைநூல்களிலிருந்து இச்செய்திகளைக் கடன் பெற்றதாய் யூத, கிறித்தவ சமயத்தவர் அடிக்கடி கூறுவதன்டு. குரானின் ஆசான் முகமதுவேயன்றி, இறைவன் அல்லன் என்பதை இக்குறிப்புகள் மெய்ப்பிக்கின்றன என்றும் அவர்கள் கூறுவர். கீழையியல் விற்பன்னர்களும் இக்குற்றச் சாட்டைக் கூறுவதுண்டு.

எனினும் குரானிலேயே முகமது நபிகளுக்கு இது குறித்துத் தெளிவு படுத்தப்பட்டுள்ளது. ''உமக்கு முன்னர் தோன்றிய திருத்தூதுவர்களுக்கு மொழியாத எதுவும் உமக்கு உரைக்கப்படவில்லை''; ''நீவிர் முற்காலத்துத் திருத்தூதர்களை முன் மாதிரியாய்க் கொண்டு ஒழுகவும்''.

குரானின் பல பெயர்கள்

குரானுக்குப் பல பெயர்கள் உண்டு; எனினும் அது அல்-குரான் என்றே அழைக்கப்பட்டு வருகின்றது. இறைவன் குரானில் பெரிதும் முகமதை விளித்துத் தானே மொழிக்கின்றனன். அவன் ''யான்'' என்னும் ஒருமைப் பெயர்ச்சொல்லைச் சில இடங்களிலும் ''யாம்'' என்ற பன்மைப் பெயரைச் சில இடங்களிலும் ஆளுகின்றான்.

அவன் தன்னை அடிக்கடி அல்லா அல்லது ரெகுமான் அல்லது வேறு பெயர்களாலும் அழைத்துக் கொள்கிறான். அல்லாவிற்குத் தொண்ணூற்றொன்பது பெயர்கள் உள என்பது மரபு. அப்படிப்பட்ட இடங்களில் அவன் தன்னை முன்னிலைப் பெயரால் வழங்கிக் கொண்டு, நம்புவோரும் நம்பாதோருமான மனிதர்களிடம் நேருக்குநேர் பேசுகின்றனன். எனவே குரான் பனுவல்கள் அவை வெளிப்பட்ட தன்மைக்கும் சூழலுக்கும் ஏற்ப அமைந்துள்ளன.

திருத்தூதர் நபிகளுக்கு உரைக்கப்பட்ட பனுவல்களுள் சில, தனிப்பட்ட தன்மையுடையன் பெரும்பாலனவை அனைவர்க்கும் அக்கறையூட்ட வல்லன; அவை அறநெறிக் கோட்பாடுகள் அல்லது அடிப்படை உயர் தகவுகளாகவே அமைந்துள்ளன; மனிதரின் ஒழுகலாறு பற்றிய விதிமுறைகளைக் கூறுகின்றன.

குரான் அரபி மொழியில் ஆக்கப்பட்டது. அல்லா மொழிகின்றான்; ''யாம் (அரபுகளாகிய) நீவீர் இவ்வுண்மையைப் புரிந்து கொள்ளக் கூடுமென்று, இதை அரபிக் குரான் ஆக்கினம்'' என்கின்றான். இத்திருச்செய்திகள் அரபுகளுக்கு அணுக்கத்தில் கூறப்பட்டதால், அவர்களின் மொழி அல்லாவின் மொழி அரபி என்று முஸ்லீம் இறையியலார் கூறுவது அதன் பொருளானது. இறைவன் தனக்கு விருப்பமான எந்தக் கருவியையும் பயன்படுத்துவான்.

குரானில் பல்வேறு நுதல் பொருள்கள் கூறப்பட்டுள்ளன. அவற்றை மூன்று வகையாய்ப் பிரிக்கின்றனர். 1.தௌஹீது - இறையொருமை 2. திவாஸ் ஸசூல் அம்பிய-முன்னைய திருத்தூதர்களின் வரலாறுகள் 3. தின்யாத்து மனித ஒழுகலாறுகளை நெறிப்படுத்தும் சட்டங்கள், விதிமுறைகள்.

குரான் தொடக்கத்திலிருந்து இறுதிவரை இறைவனால் சொல்லப்பட்ட நூல் என்று போற்றுகின்றனர். முகமது அல்லாவின் திருச்செய்தியைக் கொண்டுவந்த தூதர் மட்டுமேயாவர். குரானொடு, முகமது தம் வாய்மொழியால் நண்பர்களுக்கும் சமயஞ்சார்ந்தோருக்கும் விடுத்த அறிக்கைகள் அவர் இறந்த பின்னர் தொகுக்கப்பெற்று ஹடித்து (அறிக்கைகள்) என்னும் பெயரிலுள்ள தொகை நூலும் உள்ளது. அவ்வறிக்கைகள் பெரிய நூல்களில் பதிந்து வைக்கப்பட்டுள்ளன. ஆனால் அவை எப்போதும் வரலாற்று அடிப்படையில் நம்பத்தக்கனவாயிருப்பதில்லை.

குரான் ஷரீஃபு, குர்ஆனுல் மஜீத்து, ஃபுர்கான் (பிரிப்பது), காலாமுல்லாஹ், (அல்லாவின் திருமொழி), அல் கிதாப்பு (திருநூல்), என்றெல்லாம் அழைக்கப்படும் திருக்குரானுக்கு 55 பெயர்கள் உள்ளன.

உருது மொழியில் திருக்குரான்

திருக்குரான் பதினெட்டாம் நூற்றாண்டிலேயே ஐரோப்பிய மொழிகளில் மொழிபெயர்க்கப்பட்டுவிட்டது. ஆங்கில மொழியில் 1734 ஆம் ஆண்டு மொழி பெயர்க்கப்பட்டது. (இ.ச.க.தொகுதி-4) அது ஓர் இந்திய மொழியில் முதன் முதலாய் 1803 ஆம் ஆண்டு மொழிபெயர்க்கப்பட்டது. அந்தச் சிறப்பு உருது மொழிக்குக் கிடைத்தது. (தமிழில் திருக்குரான் 1926 ஆம் ஆண்டு மொழிபெயர்க்கப்பட்டது.

உருது மொழியின் தோற்றுவாய்

தக்காணம் என்ற தென்னகத்தில் பிறந்து தக்காணி என்று பெயர் பெற்றுப் பாரதம் எங்கும் வழங்கும் உருது மொழியின் வரலாறு அண்மைக் காலத்தில் பதினைந்தாம் நூற்றாண்டில் தொடங்குகின்றது. தக்காணத்தில் உருப்பெற்று வலுப்பெற்ற காரணத்தால் தக்காணி என்றழைக்கப்படும் உருது மொழி வெகு சிறப்பு வாய்ந்ததாகும்.

தக்காணத்தை ஆண்ட பாமினி சுல்தான் குடியின் ஆட்சிக் காலத்தில்(1347-1527) உருது மொழியில் அரசு ஆவணங்கள் எழுதி வைக்கப்பெற்றன என்பர். சூஃபிச் சித்தரான குவாஜா பண்டா நவாஸ் தேசு துரஸ் என்றவரின் தாக்கத்தினால் பதினைந்தாம் நூற்றாண்டின் முதல் கால் பகுதிக்குப் பிறகுதான் முன்னை உருது *(Proto-Urdu)* என்று சொல்லப்படும் மக்கள் ''மரபு மொழி'' *(idiom)* இலக்கிய வடிவம் பெற்றது. அவர் தன் சீடர்களுடன் மிக எளிமையான மரபுச் சொற்களில் உரையாடியிருத்தல் வேண்டும். கல்வியறிவற்றோரும் புரிந்து கொள்ளும்படியாய் மிகுந்த சிக்கல் இல்லாத மரபு மொழியில் அவர்கள் பேசி வந்திருக்க வேண்டும் என்று ஆராய்ச்சியாளர் கருதுகின்றனர்.

பாமினி சுல்தான்களின் ஆவணங்களில் இந்த முன்னை உருது மொழியின் வடிவம் செம்மையான ஒரு மொழியாய் இடம் பெற்றிருக்க முடியாது. அதன் செம்மையான வடிவம் பாமினி சுல்தான்களின் காலத்திற்குப் பிறகுதான் தோன்றியிருத்தல் கூடும் என்பர்.

குதுபு ஷாகியரின் (கோல்கொண்டச் சுல்தான்கள் (1512 -1672) காலத்திலும் ஆசஃபு ஷாகியரின் காலத்திலும் (ஐதராபாது நிசாம்கள் 1724 - 1948) உருது மொழி பின்னர் மேலும் செம்மையடைந்தது.

முகலாய அரசர் ஷாஜகான் (1628-1657) உருது மொழியில் கடிதங்கள் எழுதினார் என்றும் சில அறிஞர்கள் கூறுகின்றனர். அவர் பிரிஜ் பாஷா என்ற மொழியில் கடிதத் தொடர்பு கொண்டிருக்கலாம் என்று சிலர் கருதுகின்றனர்.

பாமினி சுல்தான்களின் ஆவணங்கள் பாரசிகனில் எழுதப்பட்டதை விடுத்து, உருது மொழிக்கு மாற்றிக் கொள்ளப்பட்டது என்பது கருத்து வேறுபாடான செய்தியாய் உள்ளது. ஏனெனில் வரலாற்றாசிரியான ஃபரிஷ்டா என்ற பாரசிகர் அது பற்றி எதுவும் கூறவில்லை.

ஃபரிஷ்டா

ஃபரிக்ஷ்டா (சு.1570-சு.1611) தக்காணத்தின் அகமது நகரிலிருந்து ஆட்சி புரிந்த நிசாம்

ஷாகி குடிச் சுல்தான்களின் ஆதரவில் அவர்களின் வரலாற்றை மிகச் சிறுவயதிலேயே எழுதத் தொடங்கிவிட்டார்.

பாமினி அரசின் ஆவணங்களை எழுதும் பணியைக் கொங்குப் பிராமணரும் அவர்களின் வாரிசுகளும் செய்து வந்தனர் என்றும் அவை உருது மொழியில் எழுதி வைக்கப்படவில்லை என்றும் ஃபரிஷ்டா கூறியுள்ளார். பாமினியின் ஆவணங்கள், அரசாணைகள் அனைத்தும் பாரசிகனில் உள்ளன என்று தற்கால வரலாற்றாசிரியரான டாக்டர் சையது முஸ்தாஃபா கமால் 1992 ஆம் ஆண்டில் வெளியான உருது நூல் ஒன்றில் குறிப்பிடுகின்றார்.

ஐதராபாது நகரை நிறுவிய சுல்தான் முகமது குயிலிகுதுபு ஷாகி (1562-1611; ஆ.கா.1580 -1611; ஐதராபாது நாடு தோற்றம் இ.ச.க.தொகுதி-3) 50,000 ஈரடிப் பாக்கள் அடங்கிய ''திவான்'' என்ற உருது மொழிப் பாக்களைத் தொகுத்தளித்த முதல் அரசர் என்பர்.

வலி முகமது

முதல் உருதுப் புலவர்

வலி முகமது ''வலி'' தக்காணி (1668-1742) உருது மொழியில் பாப்புனைந்த முதற் புலவர். அவரை உருது இலக்கியத்தின் தந்தை என்று போற்றுவர். அவர் பாரசிகனில் எழுதுவதை விடுத்து உருது மொழியில் பாடினார். அவரது அடியொற்றி ஹாத்திம் (பி.1669), மீர்தர்தி (இ.1788), மகர் (1700-1781), சௌதா (1730-1780), குசர் (1722 - 1810), இன்ஷா (இ.1817), நாசிக்கு (இ.1838) முதலானோர் உருது மொழியில் இலக்கியம் சமைத்தனர். மீர் என்பாரும் சௌதா என்பாரும் உருது இலக்கியத்திற்கு ஆற்றிய பங்கு மிகப் பெரிதாகும்.

உருது மொழி ஏற்றம்

டெல்லியில் முகலாயர் அவையிலும் ஐதராபாதில் முதல் ஆறு நிசாம்கள் காலம் வரையிலும் பாரசிகன் ஆட்சி மொழியாயிருந்து வந்த நிலை பதினெட்டாம் நூற்றாண்டில் மாறலாயிற்று. உருது மொழி பையப் பையப் பாரசிகனின் இடத்தைப் பெற்று உயர்ந்தது.

பாரசிகன் இன்று ஈரான் என்று வழங்கும் பாரசிக நாட்டு மக்கள் பேசுகின்ற மொழியாகும். அதாவது பெரும்பாலான ஐரோப்பிய மொழிகள், சம்ஸ்கிருதம், இந்தியத்தில் சம்ஸ்கிருதத்தைத் தாயாய்க் கொண்ட மொழிகள் முதலியன பாரசிகனுடன் இந்திய ஐரோப்பிய மொழிக் குடும்பத்தைச் சேர்ந்தனவாகும்.

பாரசிகன் முகலாயரின் ஆட்சி மொழியாயிருந்த போதிலும், அது மக்களின் பேச்சு வழக்கு மொழியாய் விடவில்லை. நாம் முதலில் கூறியவாறு சூஃபிச் சித்தர்கள் மக்கள் பேசி வந்த மொழிகளிலேயே தம் கருத்துக்களைக் கூறிவந்தனர்.

வடபாரதத்தில் மக்கள் உருது மொழி பேசினர். இதுவும் இந்திய ஐரோப்பிய மொழிக் குடும்பத்தைச் சேர்ந்ததேயாகும். இது இந்தி மொழியுடன் நெருக்கமான உறவின் முறையுடையது. எனினும் அரபி, பாரசிகச் சொற்களை உருது பெரிதும் கடன் வாங்கியுள்ளது. உருது மொழிக்கு இந்துஸ்தானி என்ற பெயரும் உண்டு.

பாரசிகனிலிருந்து மொழி பெயர்ப்பு

குரான் பாரசிக மொழியிலிருந்து 1803 ஆம் ஆண்டு உருது மொழியில் முதன்முதலில் மொழி பெயர்க்கப்பட்டது. அப்போது டெல்லியில் முகலாயர் குடியின் இரண்டாம் ஷா ஆலம் (1759-1806) ஆட்சி நடந்து வந்தது. உருது மொழிக்குச் சமயத்தைப் பொருத்தமட்டிலும் அல்லாது, உரைநடை இலக்கியத்திலும் ஒப்புதல் கிடைத்தது என்பதால், அது குறிப்பிடத்தக்க மேன்மையாகும். திருக்குரான் உருது மொழியில் ஏறியதன் பயனாய்ப் பத்தொன்பதாம் நூற்றாண்டின் தொடக்கத்தில் அம்மொழி வலிவும் செம்மையும் பெற்றது; ஏற்புடைய சிறப்பையும் எய்திற்று.

இவ்வளர்ச்சியுடன் சூஃபிக் கோட்பாடுகளை மக்கள் ஏற்றுக் கொள்ளத் தொடங்கியதும், இஸ்லாமிய வைதிகப்பிடி தளர்ந்தமையும் சேர்ந்துவிட்டமையால், முகலாயர் அவையில் சட்டப்படி ஏற்கப்பட்ட மொழியாயிருந்து வந்த பாரசிகனின் இடத்தை அறிவாளிகள் மாற்றக்கூடிய நிலை தோன்றிற்று.

இலக்கிய மொழி என்று பாரசிகன் பெற்றிருந்த இடத்தை உருது மொழி 1850 ஆம் ஆண்டுகளில் பெற்று விட்டதென்று மொழிநூலார் கொள்கின்றனர். இக்கால கட்டத்தில் டெல்லியில் நடந்த முஷைரா என்ற கவியரங்கம் ஒன்றைப்பற்றி ஒரு நூல் எழுதப்பெற்றது. '' டெல்லீ - கி. ஆக்கிரி ஷமா'' (டெல்லியின் கடைசிக் கவியரங்கம்) என்ற அந்நூல் இறவாப் புகழ் பெற்றதென்று கொண்டாடுகின்றனர்.

அதை ஃபர்கதுல்லா பெயிகு என்பவர் எழுதினார். அதில் கீழ்க்காணும் செய்தி காணப்படுகின்றது.

அக்கவியரங்கில் ஒரேயொரு புலவர் மட்டும் பாரசிக மொழியில் கசல் வகையில் ஒரு பாடலைப் பாடினார். அந்தக் கசல் பாடலுக்குப் பாராட்டுக் கிடைத்தது. எனினும் மக்களில் பலரால் அப்பாடலின் நயத்தை உணர்ந்து இன்புறுதற்கு இயலாமற் போயிற்று. ஏனெனில் அது அவர்கள் அறியா மொழியில் பாடப்பெற்றது.

பதினெட்டாம் நூற்றாண்டிலும் பத்தொன்பதாம் நூற்றாண்டின் முற்பகுதியிலும் தமிழ் உள்படப் பிற இந்திய மொழிகளில் தேக்க நிலை இருந்த காலையில், இளம் உருது மொழி இதற்கு விதிவிலக்காய் இலக்கிய வளத்தைப் பெருக்கும் பாதையில் நடைபோட்டு வந்தது என்பது குறிப்பிடத்தக்கதாகும்.

2. வேலுத் தம்பியின் எழுச்சி ஆளுமையும் அருந்திறனும்

வேலுத் தம்பியின் அரசியல் எழுச்சி 1799 இல் மக்கள் கிளர்ச்சி ஒன்றில் தொடங்கி ஒரே ஆண்டில் அவரை வாணிப அமைச்சராய் உயர்த்தியது. அவர் 1801 இல் வலிய சர்வாதிக்காரியன் என்ற தலைமை அமைச்சராகி, 1803 இல் தளவாய் என்ற உச்சப் பதவியை எட்டி, வேணாட்டில் இதற்கு முன்னர் எவரும் நிகழ்த்தியிராத அருஞ்செயல்களைப் புரிந்தார். (இ.ச.க.தொகுதி-10)

நெடிய உயரம், தடித்த உருவம்; காண்போரை மருள வைக்கும் தோற்றம். இவரிடம் மிகச்சிறந்த திறன்களும் செயல் நுட்பமும் இருந்தன. வலிய உணர்ச்சிகளைக் கொண்டவர்; சட்டென்று எதையும் உணர்ந்து கொள்ளும் கூருணர்வு உண்டு. இயல்பு மீறிய துணிச்சலும் வீரமும் உடையவர். அவர் அரசாட்சி, வருவாய், பொதுத்துறை, நீதித்துறை, படைத்துறை இவையனைத்தின் பொறுப்புகளையும் ஏற்றுக்கொண்டார்.

நேர்மை, நாணயம்

அவர் சீர்கெட்டுப் போயிருந்த வேணாட்டு ஆட்சியைச் செம்மை செய்தார். அரசு ஊழியர் ஊழல் செய்தால், அவர்களைக் கடுமையாய்த் தண்டித்தார். இவரின் கடுமையான நடவடிக்கைகளால் நாட்டில் குற்றங்களும் தீய செயல்களும் குறைந்தன.

அவர் களப்படை உயரலுவலர் போன்று ஊர் ஊராய்ச் சென்றார். அவர் எத்தனை கண்டிப்பாயும், கடுமையாயும் இருந்தாரோ, அந்த அளவிற்கு நடுநிலையாளராயும் விளங்கினார். இராமய்யன் தளவாய் (இ.ச.க.தொகுதி-6) திவான் கேசவதாஸ் (இ.ச.க.தொகுதி-10) ஆகியோரைப் போன்று வேலுத் தம்பியும் தன் குடும்பத்தினரின் செல்வாக்கிற்கு ஆள்படாமல் ஒதுங்கியிருந்தார்.

நடுவு நிலைமை

தளவாய் வேலுத் தம்பியின் வீட்டின் அருகே நாடார் ஒருவர் வாழ்ந்து வந்தார். அவருக்கு ஒரு தென்னந் தோப்பு உடைமையாயிருந்தது. அவர் அதை வேலுத்தம்பியின் உறவினர் ஒருவரிடம் அடைமானம் வைத்திருந்தார். அந்த உறவினர் நாடாரின் தென்னந் தோப்பைப் பல காலம் அனுபவித்து வந்தார். வேலுத்தம்பி அரசியலில் உயர் பதவியை அடைந்ததும், அடைமானத்திற்குத் தென்னந்தோப்பை வாங்கியிருந்த அவருடைய உறவினர், தோப்பைத் தன் பெயருக்கு உரிமை மாற்றிப் பதிந்து கொண்டார். இதைத் தோட்ட உரிமையாளர் அறியாமல், தளவாய் வேலுத் தம்பியின் செல்வாக்கை அவருடைய தாயார் வழியாய்ப் பயன்படுத்திக் கவர்ந்து கொண்டார்.

தளவாய் நாட்டின் தென்பகுதியில் சுற்றி வந்தபோது, தோப்புக்கார நாடார் அவரிடம் முறையிட்டார். தளவாய் வழக்கம்போல் புறவர்த்திக் கணக்கர் என்ற வருவாய்த் துறை அலுவலரை அழைத்து, இது குறித்து ஆராய்ந்தார். தளவாயின் தாயார் கேட்டுக் கொண்டபடி தோப்பு உறவினர் பெயருக்கு மாற்றிப் பதியப்பட்டது என்பதை வேலுத் தம்பி அறிந்தார். அவர் தன் தாயாரைப் பார்த்து வெறுப்புடன் முறுவலித்தார். தாய் தன் பெயருக்கு இழுக்கு வரும்படி, இவ்வாறு நடந்து கொள்வார் என்று எதிர்பார்க்கவில்லை என்று வேலுத்தம்பி சொன்னார். அவர் இதைச் சொல்லிவிட்டு ஆசாரியை அழைத்துக் கூரிய உளியைக் கொண்டுவரச் செய்தார். அவர் தன் தாயின் முன்னிலையிலேயே கணக்குப் பிள்ளையின் விரல்களை உளியால் செதுக்கினார். அவரை வேலையிலிருந்தும் நீக்கினார். புறவர்த்திக் கணக்குகளில் நாடாரின் பெயருக்குத் தென்னந்தோப்பை மாற்றச் செய்தார்.

வேலுத்தம்பியின் இத்தகைய கொடிய நடவடிக்கைகளால், அரசு ஊழியர், அரண்மனை அலுவலர் படையினர் ஆகியோரிடமிருந்து அவருக்கு வன்மையான எதிர்ப்புக் கிளம்பியது. அவர்கள் வேலுத்தம்பிக்கு எதிராய் வஞ்சகச் செயல்களில் ஈடுபட்டனர். அதிருஷ்டவசமாய் மேஜர் மெக்காலே (பாளையக்காரர் இறுதிப் போரில் பல களங்களில் போரிட்டவர்; 1801 ஆம் ஆண்டுக் கட்டுரை காண்க. தென்பகுதியில்

கிறித்தவம் பரவுவதற்குப் பெரிதும் துணை நின்றவர்.) பாளையங்கோட்டையிலிருந்து 1800 ஆம் ஆண்டு பிரிட்டீசுப் பேராளராய் (Resident) வந்திருந்தார். வேலுத்தம்பி முக்கியமான விஷயங்களிலெல்லாம் மெக்காலேயின் நல்லுரைகளைக் கேட்டு அதன்படி நடந்து வந்தார்.

கொல்லத்தில் தமிழ் வணிகர்

சென்னையிலிருந்து தென்மேற்கில் சுமார் 608 கிலோ மீட்டரில் இருக்கும் கொல்லம் பகுதியும் அதன் வரலாறு குறித்தும் முன்னர் (இ.ச.க.தொகுதி-5) உரைக்கப்பட்டுள்ளது. இரண்டாவது சேரப் பேரரசை நிறுவிய குலசேகரர் குடியின் கோநகராய் விளங்கிய கொல்லத்தை வேலுத் தம்பி சிறக்கச் செய்தார். அவர் அங்கு புதிய கடைத் தெருக்களைக் கட்டினார். திருநெல்வேலியிலும் மதுரையிலுமிருந்து வணிகர்களை அழைத்து வந்து கொல்லத்தில் குடியேறச் செய்தார். அங்கு பெரிய கச்சேரிக் கட்டடம் (அரசு அலுவலகம்) கட்டப்பட்டது. ஒரு கோயிலையும் அரண்மனையையும் இன்னும் பிற கட்டடங்களையும் கொல்லத்தில் வேலுத்தம்பி எழுப்பினார். கொல்லமும் அயல் வாணிபம் செழித்த ஆலப்புழை போன்று குறிப்பிடத்தக்க ஊரானது. (ஆலப்புழை : இ.ச.க.தொகுதி-7) வேலுத்தம்பி தளவாயின் காலத்தில் கம்பெனிக்கும் வேணாட்டிற்குமிடையே நல்லுறவு நீடித்தது.

பிரிட்டீசார் அளித்த உதவிக்காக வேணாடு செலுத்த வேண்டிய தொகையில் நிலுவை நின்று விட்டது. செலவைக் குறைத்துக் கம்பெனிக்குப் பணம் செலுத்துவதற்காகப் படையில் ஆள்களைக் குறைக்க வேண்டிய கட்டம் வேலுத்தம்பிக்கு வந்தது. இதைப் பிரிட்டீசுப் பேராளரும் ஒப்புக்கொண்டார். நாயர் படைக்கு அளித்து வரும் படித் தொகையை நிறுத்தலாம் என்ற எண்ணம் தளவாய்க்கு முதலில் ஏற்பட்டது. ஏனெனில் அது அரசிற்கு வீண் செலவாயிருந்தது. இது படையினரிடையே பொதுவான மனக் கசப்பை உண்டாக்கியது. அதற்குத் தளவாயின் எதிரிகள் தூபம் போட்டனர். அவர்களில் சிலர் உதயகிரி, மாவேலிக்கரை ஆகிய இடங்களிலிருந்த கோட்டைகளிலும் நாடெங்கிலும் இருந்த பல சிறைகளிலும் அடைக்கப்பட்டிருந்தனர்.

1803

செலவைக் குறைக்கும் எண்ணத்துடன் இச்சிறைக் கூடங்கள் திறந்து விடப்பட்டன. படை நிலைகள் ஒவ்வொன்றாய்க் கைவிடப்பட்டன. அங்கிருந்த படையினரெல்லாம் ஒன்று கூடித் திருவனந்தபுரத்தை நோக்கிப் புறப்பட்டனர். கலகக்காரர்கள் இங்ஙனம் பெருந்திரளாய்க் கூடித் திருவனந்தபுரத்தை அடைந்ததும், அவர்களை எதிர்க்க அங்கு யாரும் இல்லாதிருக்கக் கண்டனர். ஆனால் தளவாயின் எதிரிகள் அங்கிருந்தனர்.

தளவாய் அப்போது ஆலப்புழையில் இருந்தார். இளையவரான மன்னர் பலராமவர்மன் (1798 - 1810; இ.ச.க.தொகுதி-10) என்ன செய்வதென்று அறியாது திகைத்துப் போயினார். இச்செய்தி இதற்குள் ஆலப்புழையை எட்டியது. அங்கிருந்த நாயர்பட்டாளமும் கிளர்ச்சியில் இறங்கியதைத் தளவாயான திவான் வேலுத்தம்பி கண்டார். ஆதலால் அவர் கொச்சிக்கு ஓடினார். அவர் அங்கிருந்த பிரிட்டீசுப் பேராளருடன் இது பற்றிக் கலந்து பேசினார். திருநெல்வேலியிருந்து படை கொண்டுவந்து கிளர்ச்சியை அடக்கலாம் என்று பேராளர் கருத்துக் கூறினார்.

படை திருநெல்வேலியிருந்து திருவனந்தபுரத்தை நோக்கிச் சென்றது. கொல்லத்திலிருந்தும் ஒரு படை அங்கு போனது. திவானான தளவாய் இவ்வேற் பாடுகளைச் செய்துவிட்டுப் பேராளரிடம் ஆலப்புழைக்கு வந்தார். இக்கிளர்ச்சியில்

ஈடுபட்டவர்களுக்குத் தூக்குத் தண்டனை அளிப்பதற்கு வேண்டிய ஏற்பாடு செய்தனர். கிளர்ச்சிக்காரரில் பலர் பிடிக்கப்பட்டனர்; அவர்கள் தூக்கில் ஏற்றப்பட்டனர்; தலை வெட்டிக் கொல்லப்பட்டனர்; பீரங்கி வாயில் வைத்துச் சுடப்பட்டனர்.

ஒருவரைக் கட்டிப் போட்டு மல்லாக்கக் கிடத்தி அவரின் கால்களிரண்டும் இரண்டு யானைகளின் கால்களில் ஒவ்வொன்றாய்ப் பிணைக்கப்பட்டன; பின்னர் யானைகளை இருவேறு திக்குகளில் ஓடுமாறு செய்தனர். அதனால் அம்மனிதரின் உடல் இரு கூறுகளாய்ப் பிளந்தது. அந்தக் கலகக்காரரை மேற்சொன்னவாறு கட்டிப்போட்டு இத்தண்டனையை நிறைவேற்று முன்னர், தளவாய் வேலுத்தம்பி அவரிடம் கேட்டாராம்.

''கிருஷ்ண பிள்ளை, இப்போது எப்படியிருக்கின்றது''?

கிளர்ச்சிக்காரக் கிருஷ்ணபிள்ளை தலையைத் தூக்கிச் சொன்னர்:

''அந்தப் போக்கிரிப் பயல் வேலுத் தம்பி வீட்டில் பட்டு மெத்தையில் படுத்திருப்பது போல், நல்ல வசதியாயிருக்கின்றது.

தன் மேலாண்மைக்கு அறைகூவல் விடுப்பதுபோல், தனக்கு எதிர்ப்பு கிளம்பிவிட்டது என்பதை வேலுத்தம்பி என்ற வேலுப் பிள்ளை உணர்ந்ததும், முன்னிலும் மிகுந்த வேகத்தொடு படை வீரரையும் பிறரையும் ஒடுக்கலானார். அவர் முன்னைக் காட்டிலும் கொடூரமான முறையில் நடக்கலானார்.

வெல்லஸ்லி

3. வெல்லஸ்லியின் புதிய போர்முறைகளும் முதல் மராட்டியப் போரும்

தலைமை ஆளுநரான ரிச்சர்டு வெல்லஸ்லியின் தம்பி ஆர்தர் வெல்லஸ்லி தெற்கில் தொண்டய்ய வகாகு (*Dhondia Wagh*) என்ற மராட்டிக் கொள்ளைக்காரரை ஒடுக்குவதற்காகப் போராடிக் கொண்டிருந்த வேளையில், பிரிட்டீசு இந்தியத்தில் மிகச்சிறந்த போக்குவரவு வசதிகளை உருவாக்கினார். (தொண்டய்ய வகாகு பழமையான பவார் என்ற மராட்டிக் குடும்பத்தைச் சேர்ந்தவர்.) அக்குடும்பம் அதில் ஷாகியர் மீது விசுவாசம் கொண்டது. தொண்டைய மைசூருக்கும் மராட்டியப் பகுதிக்கும் இடைப்பட்ட இடங்களில் கொடிய கொள்ளைகளை நடத்தி வந்தார். இவரைப் பற்றி இ.ச.க.தொகுதி-10 இல் சொல்லப் பட்டுள்ளது.)

ஆர்தர் வெல்லஸ்லியால் வீழ்த்தப்பட்ட திப்புவிடமிருந்த ஏராளமான பொதி மாடுகளும் கம்பெனியிடம் சேர்ந்துவிட்டன. இதுவரை நத்தை வேகத்தில் நடந்து வந்த

போக்குவரவின் போக்கைத் துள்ளிச் செல்லும் பொதிமாடுகள் மாற்றிவிட்டன. இது ஒரு மாற்றம்.

ஆறுகளைக் கடக்க உதவிய தெப்பங்கள் என்ற மிதவைகள் இரண்டாவது மாற்றத்தைக் கொண்டு வந்தன. இம்மிதவைகளைப் பாலம் போல் அமைத்து எந்த ஆற்றையும் கடந்துவிட முடிந்தது.

படைகளை முன்னேறித் தாக்கச் செய்வதற்கு வகுக்கும் திட்டங்களைப் பற்றி மிகத் தெளிவாய்ச் சிந்திக்கும் திறனும் ஆர்தருக்கு இருந்தது. மேற்சொன்ன இரண்டுடன் இத்திறனும் சேர்ந்து கொண்டதால், அவர் புதிய போர்முறையை உண்டாக்கி விட்டார்.

இந்தியத்தில் அக்டோபர் முதல் மார்ச்சு வரையிலான குளிர்காலத்தில் போர் செய்வது என்ற வழக்கம் வழி வழியாய் இருந்து வந்தது. இக் காலத்தில் பருவ நிலை நன்றாயிருக்கும்; மாரிக் காலம் முடிந்திருக்கும்; ஆறுகளில் நீரோட்டம் மட்டுப்பட்டிருக்கும்.

ஆனால் இத்தகைய சூழ்நிலைகளில் விரைந்து இயங்கவல்ல குதிரை வீரர்களான மராட்டியரை மிஞ்ச முடியாது என்ற உண்மையை வெல்லஸ்லி நன்குணர்ந்து கொண்டார். ஏனெனில் விரைந்து ஆறுகளைத் தாண்டி அவர்களை எட்டுவதற்குள் மராட்டியர் காற்றெனக் கடுகி மறைந்துவிடுவர்.

எனவே ஆர்தர் வெல்லஸ்லி வானம் கனத்துப் பொழியும் கார்காலத்தில் (சூலை முதல் செப்டம்பர் வரையிலான காலத்தில்) சிற்றோடைகளில் வெள்ளம் பெருக்கெடுத்தோடுகையில், மிதவைகளைப் பயன்படுத்தி, அவற்றைத் தாண்டிப் படையொடு முன்னேறினார்.

இத்தகைய நிலைமைகளில் மராட்டியரால் கூட ஆறுகளைக் கடக்க முடியாது. வெல்லஸ்லியிடம் ஆறுகளைக் கடக்க உதவும் மிதவைகள் இருந்தமையால், இக்கட்டுகள் நிறைந்த வேளைகளிலும் அவரால் எளிதில் அவற்றைத் தாண்டி முன்னேற முடிந்தது.

இவ்வழி வகைகளைக் கொண்டு மராட்டியரை மடக்கிப் போருக்கு வருமாறு கட்டாயப்படுத்த முடியும். இங்ஙனம் மராட்டியரைத் திடீரென்று எதிர்பாராமல் தாக்குவதால், அவர்களின் பெரிய எண்ணிக்கை பலத்தை வலுவிழக்கச் செய்யலாம். மேலும் நான்காம் மைசூர்ப் போருக்காகத் திரட்டிய பெரும் படையை வெல்லஸ்லி கலைக்கவில்லை.

மராட்டியர் மனம்போல் தம் குதிரைகளில் விரையட்டும்; அவர்கள் எங்குசென்றாலும் வெல்லஸ்லியினால் இறுதியில் அவர்களைப் பிடித்து விட முடியும்.

ஜெனரல் ஆர்தர் வெல்லஸ்லி தொண்டய்யவைத் துரத்திச் சென்று ஐதராபாது நாட்டில் *1800* ஆம் ஆண்டு அவரைக் கொன்றதும், அப்பகுதிக்குள்ளேயே அவர் இருந்து விட்டார். அவர் மைசூருக்குத் திரும்ப வேண்டாமென்று அவருக்கு மறைவடக்கமான ஆணைகள் வந்து சேர்ந்தன. அதற்கு ஒரு காரணம் இருந்தது. பேஷ்வா இரண்டாம் பாஜிராவ் *(1796-1818)* தன் அரண்மனையிலேயே தௌலத்து ராவ் சிந்தியாவின் (ஆ.கா. *1794-1827*) காவலர்களால் கண்காணிக்கப்பட்டு வந்தார்.

பாஜிராவ் சிந்தியாவின் மேலாண்மையைத் தன்னால் பொறுக்க முடியவில்லை என்றும் சிந்தியா தன்னைப் பதவியிலிருந்து தள்ளி விடுவார் என்று அஞ்சுவதாயும் பிரிட்டீசுப் பேராளரான வில்லியம் பாமரிடம் *(William Palmer)* கூறியிருந்தார். பாமர்

இந்நிலைமையைத் தலைமை ஆளுநர் வெல்லஸ்லிக்குத் தெரிவித்தார். தலைமை ஆளுநர் இது தனக்குக் கிடைத்த நல்ல வாய்ப்பு என்று கொண்டு, பேஷ்வா தன் பாதுகாப்பிற்காகப் பிரிட்டீசு உதவிப் படையை வைத்துக் கொள்ளும்படி வைக்கவிடாமலும் பேஷ்வா பூனாவிற்கு ஓடிவிடாமலும் செய்வதற்காகத் தன் தம்பி ஆர்தர் வெல்லஸ்லி தார்வாடில் இருக்குமாறு தலைமை ஆளுநர் கட்டளைகள் அனுப்பினார். ஆனால் அவர் எதிர்பார்த்தபடி இரண்டும் நடவாததால் ஆர்தர் வெல்லஸ்லி மைசூருக்குத் திரும்பினார். திப்பு சுல்தானை வீழ்த்திய பிறகு பிரிட்டீசு வல்லாண்மையின் இலக்கு மராட்டிய நாடாகிவிட்டது.

மராட்டியரிடையே பிளவு

இந்தூரின் யஷ்வந்த ராவ் ஹோல்கரும் குவாலியரின் தௌலத்து ராவ் சிந்தியாவும் பகை கொண்டு ஒருவரொடொருவர் மோதிக் கொண்டிருந்தனர். யஷ்வந்த ராவும் அவருடன் பிறந்த விட்டோஜி ஹோல்கரும் மராட்டிய நாடு முழுமையையும் போர்க்களமாக்கினர். பேஷ்வா பாஜிராவினாலும் தௌலத்து ராவ் சிந்தியாவினாலும் பலகாலம் துன்புற்றவர்கள் எல்லாரும் ஹோல்கருடன் சேர்ந்து கொண்டதால் கான் தேசத்திற்கும் கிருஷ்ணை ஆற்றிற்கும் இடையிலிருந்த பகுதிகளில் அரசாட்சியற்ற பெருங்குழப்பம் நிலவியது. எங்கும் கொள்ளையும் கொள்ளியுமாய் நாடு பற்றியெரிந்தது.

பேஷ்வா பாஜிராவிற்கு எதிராய் ஹோல்கர் நடத்தி வந்த சண்டைகள் 1799 இல் தொடங்கி 1802 ஆம் ஆண்டு ஏற்பட்ட பாசீன் உடன்படிக்கையுடன் முடிந்தது. யஷ்வந்த ராவும் விட்டோஜியும் சேர்ந்து இந் நான்காண்டுகளில் வடக்கிலும் தெற்கிலுமாய்ப் பேஷ்வாவின் அதிகாரங்களையெல்லாம் நொறுக்கித் தள்ளினர்.

பேஷ்வா தனக்குப் பாதுகாப்பு வேண்டுமென்று 1802 ஆம் ஆண்டு பம்பாய் ஆளுநரை வேண்டினார். பேஷ்வா பூனாவிற்குத் திரும்பாமல் மராட்டியரின் புறக்காவல் நிலையான பாசீனில் பிரிட்டிசாரின் பாதுகாப்பில் தங்கிவிட்டார். அவரைப் பாசீன் உடன்படிக்கைப்படி, புனாவில் பேஷ்வா பதவியில் நிலை நிறுத்துமாறு கர்னல் ஆர்தர் வெல்லெஸ்லி அனுப்பி வைக்கப்பட்டார். தலைமை ஆளுநரும், படைத்தலைவருமான வெல்லஸ்லி சகோதரர்கள் மராட்டிய வல்லாண்மையை வென்றடக்கும் தலையாய குறிக்கோளை நிறைவேற்றுவதற்காக அரசு எந்திரத்தை முடுக்கிவிடும் பணியில் 1803 ஆம் ஆண்டின் தொடக்க மாதங்களில் ஈடுபட்டிருந்தனர்.

ஹோல்கர், போஸ்லே, சிந்தியா ஆகிய மராட்டியர் தலைவர் மூவரும் ஒன்று சேர்ந்து விடாதபடி படைத்தலைவர் வெல்லஸ்லி தன் சூழ்ச்சித் திறத்தால் அவர்களைப் பிரித்துவிட்டார். மன்னர் சிந்தியாவின் படை வலிமையை நொறுக்கும் எண்ணத்துடன் வலிமை வாய்ந்த அவரது பெர்காம்பூர், அகமது நகர் என்ற கோட்டைகளையும் வீழ்த்துவதற்கு வெல்லஸ்லி திட்டமிட்டார்.

அகமது நகர்க் கோட்டையில் வெடி மருந்துகள், படைக்கலன்கள், உணவுப் பொருள்கள் முதலியன ஏராளமாய்த் திரட்டி வைக்கப்பட்டிருந்தன. வெல்லஸ்லி முதலில் அதைத் தாக்கினார்.

அகமது நகர்

(அகமது நகரை நிசாம் ஷாகி குடியின் முதல் அரசரான அகமது நிசாம் ஷா

பதினாறாம் நூற்றாண்டின் தொடக்கத்தில் நிறுவினார். அது 1599 வரையிலும் அவர்களின் தலைநகராயிருந்தது. நிசாம் ஷாகியருக்கும் விசயநகர அரசர்களுக்கும் அகமது நகரில் நடந்த போரில் முஸ்லீம் அரசர் தோற்றார். மீண்டும் 1563 ஆம் ஆண்டு விஜய நகரத்தார் அகமது நகரைக் கைப்பற்றிப் பல கொடுமைகள் புரிந்தனர். பின்னர் 1565 இல் நடந்த தலைக் கோட்டைப் போரையடுத்து அகமது நகர் தக்காண முஸ்லீம் அரசுகளுடன் இணைந்தது.)

சாந்து பீபி

(பிஜப்பூர்ச் சுல்தான் அலி அதில் ஷா (1558-1580) 1580 ஆம் ஆண்டு கொல்லப்பட்டதும், அந்நாட்டின் பிரபுக்கள் அரசருடைய உடன்பிறந்தார். மகன் இபுராகிம் அதில் ஷாவை அரசிருக்கையில் அமர்த்தினர். அவர் சிறுவராயிருந்ததால் இறந்துபோன அரசரின் கைம்பெண்ணான சாந்து பீபி அவருக்கு அரசகாவலராக்கப்பட்டார். சாந்து பீபி அண்டையிலிருந்த அகமது நகர் அரச குடியைச் சேர்ந்த இளவரசியானதால் ஆட்சிப் பொறுப்பைச் செவ்வையாய்ச் செய்தார். அவர் கொலை செய்யப்பட்ட தன் கணவருக்கு நம்பிக்கைக்குரிய அமைச்சர் போன்று இருந்து ஆலோசனை கூறிவந்தார். மேலும் அவர் கணவருடன் பல களங்களுக்கும் சென்றவர். குதிரையேற்றம், துப்பாக்கி சுடுதல், வாள் வீச்சு இவற்றில் வல்லவராயுமிருந்தார். ஆட்சிப் பணியிலும் தேர்ந்தவர். அவர் தன் தாய் வீடான அகமது நகருக்கு அடிக்கடி சென்று வருவார்.)

முகலாய இளவரசர் முராது 1595 ஆம் ஆண்டு அகமது நகரை நோக்கிப் பெரும்படை கொண்டு வருகின்றார் என்ற செய்தி சாந்து பீபிக்கு எட்டியது. அவருக்கு அப்போது வயது 48. உடல் நிலையும் நன்றாகயில்லை. எனினும் அவர் தாய்வீட்டைக் காப்பதற்காக அகமது நகருக்கு விரைந்தார்.

பறிக்காமலே பழுத்த பழம் போல் அகமது நகர் தம் கையில் விழுந்து விடுமென்று முகலாயர் எதிர்பார்த்தனர். ஆனால் சாந்து பீபியும் அவரின் தலைமையில் போரிட்ட வீரர்களும் அத்தனை எளிதாய்க் கோட்டையை விட்டுக் கொடுத்துவிட மாட்டார்கள் என்பதை முகலாயர் வெகு விரைவில் உணர்ந்தனர். முகலாயர் கோட்டையைத் தகர்த்து உள்ளே புகுந்து விட வேண்டுமென்று நான்கு மாத காலம் செய்த முயற்சிகளனைத்தும் பீபி முறியடித்தார். ஒரு நாள் கோட்டையில் ஒரு பக்கம் தகர்ந்து பிளவுண்டானது. அப்போது சாந்து பீபி வெறுங்காலுடன் உருவிய வாளொடு அந்த இடத்திற்குச் சென்று, பிளவை அடைக்குமாறு தன் படை வீரர்களை முடுக்கினார். அவர்கள் பொழுது புலர்வதற்குள் பிளவை அடைத்துவிட்டனர்.

முகலாயர்கள் இறுதியில் அகமது நகருடன் சந்து செய்து கொண்டு வந்த வழியே திரும்பினர். முகலாய இளவரசர் சாந்து பீபியின் பெருவீரத்தைக் கண்டு மெச்சி அவருக்குச் 'சாந்து சுல்தான்' என்ற ஆண்பால் பட்டப் பெயரை அளித்தார்.

அகமதுநகர்ப் பிரபுக்களில் சிலர் சாந்து பீபி முகலாயருடன் செய்து கொண்ட அமைதி உடன்படிக்கையை ஏற்கவில்லை. அவர்கள் முகலாயருடன் வலிந்து போர் தொடுத்தனர். முகலாயர் 1599 ஆம் ஆண்டு முன்னிலும் பெரிய படையுடன் அகமது நகரை நோக்கிப் புறப்பட்டனர். இத்தனை பெரிய படையை எதிர்ப்பது வீண் செயல் என்பதைச் சாந்து பீபி உணர்ந்தார். அதனால் அவர் அமைதி வேண்டி முகலாயருடன் சந்து செய்து கொள்ள விரும்பினார். ஆனால் இதை எதிர்த்து நின்ற பிரபுக்கள் வன்மையாய் மறுத்தனர். அவர்கள் தமக்கு இடையூறாயிருந்த சாந்து பீபியைக் கொலை செய்தனர். ஆனால் அவர்களின் எண்ணம் ஈடேறவில்லை. முகலாயர் அகமதுநகரை விரைவில் வீழ்த்தி அந்நாட்டைத் தம் ஆட்சிப் பரப்பினுள் சேர்த்துக் கொண்டனர்.

1803

முகலாயர் ஜகாங்கீர் காலத்தில் அகமது நகரை இழந்து பிறகு மீட்டனர். அது 1637 வரை கான் தேசத்தின் தெற்கே முகலாயரின் ஒரே அரணாயிருந்தது. முகலாயர் 1637 இல் நிசாம் ஷாகி முடியரசைத் தம் பேரரசுடன் இணைத்து விட்டனர்.

தக்காணத்தில் முகலாய அரசப் பேராளராயிருந்த கான் கிலிச்சிக் கான் 1724 ஆம் ஆண்டு விடுதலை அறிவிப்புச் செய்ததும், அகமது நகர் அவரின் ஆட்சியில் வந்தது. பின்னர் அவரின் கோட்டைத் தலைவர் பெருந்தொகையைக் கையூட்டாய்ப் பெற்றுக் கொண்டு 1759 ஆம் ஆண்டில் கோட்டையைக் காட்டிக் கொடுத்துவிட்டார்.

அது மராட்டிய பேஷ்வா ஆட்சியில் முதல் மராட்டியப் போர் வரையிலும் (1803-1805) மராட்டியர் கையில் இருந்தது. அதை ஜெனரல் வெல்லஸ்லி 1803 ஆகஸ்டு 12 அன்று கைப்பற்றி விட்டார்.

அகமது நகர்க் கோட்டை வரலாற்றுச் சிறப்புடையது. இக்கோட்டையில் வண்ண ஓவியங்கள் உள்ளன. இந்திய விடுதலைப் போரின் போது ஜவஹர்லால் நேரு அகமது நகர்க் கோட்டையில் மூன்றாண்டுகள் சிறை வைக்கப்பட்டிருந்தார். மௌலானா அபுல் கலாம் ஆசாது உள்படப் பலர் இக் கோட்டைக்குள் சிறையிருந்தனர். நேரு இக்கோட்டையில்தான் ''இந்தியத்தைக் கண்டுணர்தல்'' என்ற நூலை எழுதி. இங்கு தம்முடன் சிறையிலிருந்தவர்களுக்குப் படைத்தார்.

அகமது நகர் இன்று மராட்டிய மாநிலத்திலுள்ளது. மும்பையிலிருந்து சுமார் 420 கிலோ மீட்டர். இது மேற்குத் தொடர்ச்சி மலையின் கிழக்கே தக்காணப் பீடபூமியின் விளிம்பில் உள்ளது.

பெர்காம்பூர் : பிரம்மபுரமு என்ற பெயர் பெர்காம்பூர் எனத் திரிந்தது. இது ஆந்திரத்திலுள்ளது. இவ்வூரைப் பற்றி இ.ச.க.தொகுதி-3 காண்க.

அகமது நகர்க் கோட்டை நாம் மேலே கூறியவாறு 1803 ஆகஸ்டு 12 அன்று வெல்லஸ்லியிடம் விழுந்தது. அங்கிருந்த சிந்தியாவின் கொடியை இறக்கிவிட்டுப் பேஷ்வாவின் கொடியைப் பறக்கவிட்டனர்.

அசாயிப் போர்

வெல்லஸ்லி கோதாவரியைத் தாண்டி ஔரங்கபாதை மராட்டியரிடமிருந்து காப்பதற்கு விரைந்தார். (ஔரங்கபாது எல்லூரா குகைகளுக்கு அருகில் உள்ளது. ஔரங்கசீபின் வாழ்க்கையுடன் தொடர்புடையது. ஐதராபாதின் மேற்கே சுமார் 480 கிலோ மீட்டரில் உள்ளது.)

போஸ்லே செப்டம்பர் 6 அன்று ஜால்னாப்பூருக்கு அருகில் சிந்தியாவுடன் வந்து சேர்ந்து கொண்டார். அவர்கள் பெரும்படையாய்த் திரண்டு வடகிழக்கில் வந்து நின்றனர். வெல்லஸ்லி தனக்குச் சிறு தொலைவில் கர்னல் ஸ்டீவன்சன் தலைமையிலிருந்த படையுடன் சேர்ந்து இணைந்து மராட்டியரை எதிர்கொள்ள புறப்பட்டார். வெல்லஸ்லி செப்டம்பர் 23 அன்று மராட்டியர் படையைக் கண்டார். அவை இரண்டு ஆறுகளுக்கு நடுவில் கோண வடிவில் பாசறை அமைத்திருந்தன.

கோபால் ராவ் பாவு, வித்தில், பிந்து பக்சி என்ற போஸ்லேக்களின் தலைவர்கள் மராட்டியர் படைக்குத் தலைமை ஏற்றிருந்தனர். இரு தரப்பினரும் அசாயி (Assaye) என்ற இடத்தில் மோதினர். இவ்வாண்டு தொடங்கியுள்ள முதல் மராட்டியப் போரில் இது

மிகவும் குறிப்பிடத்தக்க போராகும். இந்திய நிலப்படத்தின் தோற்றத்தையே இந்தப் போரினால் ஆர்தர் வெல்லஸ்லி மாற்றினார் என்று தற்கால ஆங்கில வரலாற்றாசிரியர் ஒருவர் பூரிக்கின்றார். மராட்டியருக்குப் பாடம் புகட்டப்பட்ட போர் என்றும் கூறுகின்றார். *(Philip Mason : The Men Who Ruled India)*

வெல்லஸ்லியின் படையில் ஐரோப்பியரும் இந்தியருமாய் ஏழாயிரம் பேர் மட்டுமே இருந்தனர். ஒன்றுபட்டு நின்ற மராட்டியர் படையில் ஐம்பதாயிரம் பேர் நிறைந்திருந்தனர். ஐரோப்பியரால் நன்கு பயிற்றுவிக்கப்பட்ட பதினாறு பட்டாளங்கள் மராட்டியரிடம் இருந்தன. மிகச்சிறந்த பீரங்கிக்காரர்களினால் இயக்கப்பட்ட மேலும் பதினாறு பட்டாளங்கள் வந்து களத்தில் நின்றன ஏராளமான குதிரைப்படையினரும் படைசாராப் பரிவாரங்களில் ஆயிரக் கணக்கானோரும் இருந்தனர்.

வெல்லெஸ்லியால் இனிப் பின்வாங்க இயலாது. எதிரியைத் தாக்குவதைத் தவிர அவருக்கு வேறு வழியில்லாமற் போனது. ஆனால் எதிரி பக்கவாட்டில் வந்து தாக்கித் தன்னைச் செயலறச் செய்து விடாமல், எதிரியை எப்படித் தாக்குவது என்பதுதான் அவருக்குப் பெரிய சிக்கலாயிருந்தது. நெருக்கடியான இந்தக் கட்டத்தில், ஆற்றின் எதிர்க்கரையில் மராட்டியர் தண்டு இறங்கியிருந்த இடத்தினருகில் ஓடிய இரண்டு சிற்றோடைகளை ஒட்டி இரண்டு சிற்றூர்கள் இருந்ததை வெல்லஸ்லி கண்டார். இரண்டிற்கும் நடுவே ஆற்றைக் கடக்கும் வழி ஏதேனும் இருக்கலாம் என்று வெல்லஸ்லி கருதினார்.

அந்த வழியைப் பயன்படுத்திக் கோண வடிவில் இருமருங்கும் படையிறங்கியிருந்த மராட்டியரின் நடுவே ஆப்புப்போல் பாய்ந்து, அவர்கள் தன்னைப் பக்கவாட்டில் தாக்க முடியாமலும், தன் முழுப் பலத்தை ஈடுபடுத்தாமலும் செய்துவிடலாம் என்று வெல்லஸ்லி திட்டமிட்டார். அவர் அதில் வெற்றியும் பெற்றார். எனினும் அவர் திட்டமிட்டபடி இந்த அசாயிப் போர் அமையவில்லை.

மராட்டியர் வெகுதிறமையாய்த் தம் முனையை மாற்றினர். மாற்றி வெல்லஸ்லியை எதிர்ப்பட்டனர். நீரால் சூழப்பட்டு நீண்டிருந்த நிலப்பரப்பு நெடுகிலும் மராட்டியர் பீரங்கிகளை வரிசையாய் நிறுத்தியிருந்தனர். ஆதலால் வெகு சிறிய படையுடன் களத்திலிருந்த வெல்லஸ்லி அச்சமூட்டும் வகையில் நின்றிருந்த பீரங்கி அணியின் தாக்குதலை வென்று மீளவேண்டுமாயின், எதிரியைத் தாக்கியே தீரவேண்டிய கட்டாயம் அவருக்கு ஏற்பட்டது.

பீரங்கி வாயிலிருந்து குண்டுகள் மழைபோல் பொழிந்து கொண்டிருக்க, அக்குண்டுகளின் வழியே வெல்லஸ்லியின் படையினர் முன்னேறிச் சென்று பீரங்கி அணியைக் கிழித்தனர்; பீரங்கிகளை இயக்கிக் கொண்டிருந்தவர்களைத் துப்பாக்கி ஈட்டியினால் குத்திக் கொன்றனர். இந்த அடி மராட்டியரால் தாங்க முடியாததாயிற்று. ஆதலால் அவர்கள் தம் பீரங்கிகளைக் களத்தில் இழந்துவிட்டுக் காயம்பட்டவர்களையும் கைவிட்டுப் புறமுதுகு காட்டி ஓடினர். அன்று களத்தில் வீழ்ந்துபட்ட மராட்டிய வீரர்களின் எண்ணிக்கை, வெல்லஸ்லியிடமிருந்த படையினரின் எண்ணிக்கைக்குச் சமம் என்று கணிக்கின்றனர். அதாவது மராட்டியரில் சுமார் ஏழாயிரம் பேர் களம்பட்டனர்.

வெல்லஸ்லி ஏறியிருந்த குதிரைகள் ஒன்றன்பின் ஒன்றாய்ச் சுட்டு வீழ்த்தப்பட்டன. கம்பெனிப் படையில் 1560 அலுவலர்களும் படைவீரர்களும் கொல்லப்பட்டனர். இது அவரது மொத்தப் படையினர் எண்ணிக்கையில் கால்வாசி கூட இல்லை.

அசாயி வெற்றி

வெல்லஸ்லி கடும்போரிட்டு அடைந்த முதல் வெற்றி அசாயி களத்திலேயாகும். சிந்தியாவிற்கும் வெல்லஸ்லிக்குமிடையே 1803 நவம்பர் 6 அன்று அமைதி உடன்படிக்கை ஏற்பட்டது. அது வெல்லஸ்லியின் படைவீட்டில் கையெழுத்தானது.

அதகாம் போர்

அதன் பிறகு கர்னல் ஸ்டீவன்சன் போஸ்லேயின் கவில்கடு (Gavilgad) கோட்டையை நோக்கி முன்னேறினார். அவருடன் வெல்லஸ்லியும் சென்று சேர்ந்தார். இருவரும் சேர்ந்து செல்கையில், போஸ்லேயின் படை பாலப்பூரின் (Balapore) வடக்கே சில மைல் தொலைவிலுள்ள அதகாம் (Adgaum) என்ற இடத்தில் தண்டு இறங்கியிருக்கக் கண்டனர். மராட்டியர் படை இங்கு நடந்த சண்டையில் தன்னிடமிருந்த 38 பீரங்கிகளையும் வெடிமருந்துகளையும் போட்டுவிட்டு ஓடியது. இந்த அதகாம் போருடன் மராட்டியரின் வலிமை சீர் குலைந்தது.

மராட்டியருடன் வடக்கில் போர்

பிரிட்டிசார் தெற்கில் அசாயி, அதகாம் களங்களில் மராட்டியரை வெற்றிகண்ட வேளையில் வடக்கே ஜெனரல் ஜெராடு லேக்கு (General Gerard Lake) தலைமையில் வியப்பூட்டும் போர்த்திறன் மிக்க குதிரைப் படைச் சண்டை நடந்து கொண்டிருந்தது.

அங்கு பிரஞ்சுக் கூலிப்படைத் தலைவரும் தெ போயினிக்குப் பிறகு (இ.ச.க.தொகுதி-10) சிந்தியாவின் படைக்குத் தலைமை ஏற்றிருப்பவருமான பியரே பெரோன் (Pierre Perron 1755- 1834) பற்றி இங்கு குறிப்பிடுதல் வேண்டும்.

பிரஞ்சுக்காரரில் பலர் இந்திய நாட்டு மன்னர்களின் படைகளில் மேலான நிலைகளில் இருந்து வந்தனர். அவர்களுள் தெ போயினி போன்ற சிலர் நம்பிக்கையும் பற்றுறுதியும் மிக்க நயநாகரிகராயிருந்தனர். சிலர் உண்ட வீட்டிற்கு இரண்டகம் செய்திருக்கின்றனர். கான் சாகிபிடம் பணிபுரிந்த மார்ச்சந்து என்று பிரஞ்சுக்காரர்; கான்சாகிபு தொழுது கொண்டிருந்தபோது 1764 ஆம் ஆண்டு அவரைக் கட்டிப் போட்டுப் பிரிட்டிசாரிடம் ஒப்படைத்தார். பெரிய மருதும் பிரஞ்சுக்காரரில் ஒருவரால் காட்டிக் கொடுக்கப்பட்டார்.

பெரோன் இந்த ஆண்டில் (1803) சிந்தியாவிற்குப் பெருந்துரோகம் செய்து, பிரிட்டிசார் வெற்றிபெறக் காரணமானார். சிந்தியா தன்னைப் படை ஊழியத்திலிருந்து விலக்கப் போகின்றார் என்பதைப் பெரோன் அறிந்து கொண்டு, பிரிட்டிசாரின் உதவியை நாடினார். பிரிட்டன் பெரோனின் தனி நலன்களுக்குப் பாதுகாப்புத் தந்து, தகுந்த அளவில் ஊதியமும் அளித்தால் சிந்தியாவின் இராணுவ வளங்களையும் பிற இரகசியங்களையும், அவர் தந்து விடுவார் என்று கருதிப் பிரிட்டிசார் அவரை அரவணைத்தனர்.

இந்நிலையில் ஜெனரல் லேக்கு ஆகஸ்டு 7 அன்று புடை பெயர்ந்து 28 ஆம் தேதியன்று சிந்தியாவின் ஆட்சிப் பரப்பு எல்லையை அடைந்தார். போரில்லாமல் அமைதியான முறையில் பேசித் தீர்த்துக் கொள்ளலாம் என்று பெரோன் கூறினார். ஜெனரல் லேக்கு அதன்பிறகு ஒரு தூதுவரைப் பெரோனிடம் அனுப்பினார். அவர் அலிகடுக்கு அருகில் தன் படையுடன் வந்து நின்றார்.

அலிகடு

அலிகடு நகரம் இன்று உத்தரப் பிரதேச மாநிலத்திலுள்ளது. டெல்லியின் தென் கிழக்கில் 115 கிலோ மீட்டரில் இருக்கின்றது. இது பண்டைக் காலத்தில் கோயில் என்று பெயர் பெற்றிருந்தது. குத்புதீன் (ஆ. கா. 1206-1210) இதை 1194 ஆம் ஆண்டு பிடித்தார். இதற்குப் பதினாறாம் நூற்றாண்டில் முகமதுகடு என்று பெயர் வைக்கப்பட்டது. இதற்குப் பின்னர் 1717 இல் சாபீதுகடு (*Sabitgarh*) என்று பெயரிட்டனர். ஜாட்டுகள் இதை 1757 இல் பிடித்து இராம்கடு என்று பெயர் வைத்தனர். அதன்பிறகு நஜஃபு கான் (இ.ச.கதொகுதி-9) வைத்த அலிகடு என்ற பெயரே இன்றும் நிலைத்திருக்கின்றது. அலிகடு என்றால் அலியின் கோட்டை என்று பொருள்படும்.

பதினெட்டாம் நூற்றாண்டுப் பள்ளி வாசலினருகிலுள்ள இராம்கடுக் கோட்டையின் இடிபாடுகளுக்குள் இந்து. பௌத்தக் கோயில்கள் கண்டு பிடிக்கப்பட்டன.

இங்கு முஸ்லீம்கள் பெரும்பான்மையராய் வாழ்கின்றனர். இஸ்லாமியச் சீர்திருத்தக்காரரும் கல்வியாளருமான சர் சையிது அகமது கான் 1875 இல் இங்கு ஆங்கில-கீழைக் கல்லூரி (*Anglo Oriental College*) என்ற கல்விக் கூடத்தை அமைத்தார். அலிகடு அன்றிலிருந்து முஸ்லீம் பண்பாட்டு மையமாய் விளங்கி வருகின்றது. இக்கல்லூரி 1920 ஆம் ஆண்டில் முஸ்லீம் பல்கலைக் கழகமானது. இதன் கட்டடங்கள் ஆக்ஸ்ஃபோர்டு, கேம்பிரிட்ஜ் பல்கலைக் கழகங்களின் மாதிரியில் கட்டப்பட்டன. இப்பல்கலைக் கழகம் பெரும்புகழ் வாய்ந்தது.

(அலிகடில் பூட்டுகள், செப்புப் பொருள்கள், பால் பொருள்கள் முதலியன ஆக்கப்படுகின்றன. அலிகடு பூட்டுகள் உலகப்புகழ் பெற்றவை.)

போரின்றி அலிகடு வீழ்ச்சி

அலிகடில் பெரோனிடம் 15,000 பேர் கொண்ட பெரும்படை இருந்தது. ஆயினும் பெரோன் ஒரு வேட்டைக் கூட வெடிக்காமல் வாளாவிருந்து விட்டார். அலிகடுக் கோட்டையில் பேரளவில் படைக்கலன்களும் வெடி மருந்துகளும் குவித்து வைக்கப்பட்டிருந்தன; எழுபது இலட்சம் தங்க நாணயங்கள் அடங்கிய பெரிய கருவூலமும் இருந்தது; அலிகடுக் கோட்டை இவற்றுடன் அப்படியே லேக்கின் கைக்கு வந்து விட்டது. அவர் அக்டோபர் 5 அன்று அலிகடைப் பிடித்து விட்டார்.

துரோகிக்கு நேர்ந்த கதி

பெரோன் அதன்பிறகு லேக்கின் ஒப்புதலுடன் தன் குடும்பத்தாரொடும் உடைமைகளொடும் பிரிட்டீசு ஆட்சிப் பகுதி வழியே இலட்சுமண புரியை அடைந்தார். லேக்கு அவருக்குக் காவலாய்த் தன் தனிப்படையை அனுப்பினார். பெரோன் நவம்பர் 8 அன்று சந்திர நகரையடைந்து, அங்கிருந்து தன் தாழ்ந்த சாதிப் பெண்ணிற்குப் பிறந்த மகன், மகள் ஆகிய இருவருடனும் ஐரோப்பியத்திற்குக் கப்பலேறினார்.

பெரோன் செய்தது துரோகம் என்று நெப்போலியன் அவரைப் பார்க்க மறுத்து விட்டார். பெரோன் தன் பணத்தில் 2,80,000 ரூபாயைக் கிழக்கிந்தியக் கம்பெனியில் முதலாய் போட்டார். அவருக்குப் பிரிட்டன் பாதுகாப்புத் தந்திருந்தமையால், மராட்டியர், சீக்கியர், இராசபுத்திரர், இந்திய மக்கள் ஆகிய அனைவரும் பழி வாங்க முடியாதவாறு

தப்பித்துவிட்டார். அவர் இரக்கத்திற்குரிய சிந்தியாவிடமிருந்து வைரங்களையும் பிற செல்வங்களையும் களவாடிச் சென்று தன் நாட்டவரிடம் காட்டிப் பீற்றிக் கொள்ளுவதற்காகப் பிரான்சிற்குத் திரும்பினார். இந்தத் துரோகியின் செயலால் ஆங்கிலேயர் இந்துத்தானத்தில் தம் மேலாண்மையை நிலை நாட்டி விட்டனர் என்று தற்கால வரலாற்றாசிரியர் ஒருவர் குமுறுகின்றார். பெரோன் *1834* ஆம் ஆண்டு இறந்தார்.

டெல்லியிலும் வெற்றி

ஜெனரல் லேக்கு செப்டம்பர் 5 அன்று அலிகடைப் பிடித்ததும், உடனே டெல்லியை நோக்கிப் புறப்பட்டார். சிந்தியாவின் படைத்தலைவரான பூர்க்குவின் (*Bourquin*) *9* ஆம் தேதியன்று லேக்கைச் சாதரா என்ற இடத்தில் எதிர்த்தார். பூர்க்குவின் பெரோனையடுத்துப் படைக்குத் தலைமை ஏற்றார். அவர் பிறப்பில் தாழ்ந்தவர்; கல்கத்தாவில் சமையற்காரராயிருந்தவர். போருக்குத் தகுதியற்றவர் என்பர். லேக்கு அவரைத் தோற்கடித்தார்.

டெல்லியிலிருந்த முகலாயப் பேரரசர் இரண்டாவது ஷா ஆலம் (*ஆ.கா.1788-1806*) பிரிட்டிசாரை ஏற்றுக் கொள்ளப் பேரார்வம் கொண்டு லேக்கிற்கு முடங்கல் எழுதியிருந்தார். பிரிட்டிசார் செப்டம்பர் 14 அன்று டெல்லிக்குள் நுழைந்து கோட்டையில் தம் கொடியை ஏற்றினர்.

இந்தியம் முழுமையும் இன்னும் பேரரசர் என்று ஏற்று மதிக்கப்பட்ட குருடரான இரண்டாம் ஷா ஆலத்தின் உடைமைகளைப் பிரிட்டிசார் எடுத்துக் கொண்டனர். ஷாஜகான் கட்டிய மிகச்சிறந்த அரண்மனையில் இருந்த ஷா ஆலத்திடம் பிரிட்டீசுத் தலைமைத் தளபதி அழைத்துச் செல்லப்பட்டார். அங்கு முதுமை, இறையாண்மை இழந்த நிலைமை, கொடிய வறுமை ஆகியவற்றினால் அழுத்தப்பட்டுக் கிழிந்து போன மேற்கட்டியின் கீழே இரங்கத்தக்க நிலையில் முகலாய அரசர் இருந்ததை லேக்கு கண்டார்.

ஜெனரல் லேக்கு பின்னர் கர்னல் ஆஷ்டர்லோனியை (*Colonel Ochterlony*) டெல்லியில் படைத்தலைவராய் அமர்த்திவிட்டு, இன்னும் சிந்தியாவின் பிடியிலிருந்து ஆக்ரா கோட்டையை நோக்கிச் செப்டம்பர் *24* அன்று புறப்பட்டார். ஆக்ரா கோட்டை அக்டோபர் *17* அன்று அவரிடம் விழுந்தது.

பிரிட்டீசுக் காலாள் படை டெல்லியில் நடந்த சண்டையிலும் துணிந்து மராட்டியரின் பீரங்கியை நோக்கி முன்னேறிச் சுமார் எழுபது பீரங்கிகளைக் கைப்பற்றியது. லேக்கு இங்கு வெல்லஸ்லியை விட உறுதியான வெற்றியைப் பெற்றார். பிரஞ்சுக்காரரால் பயிற்றுவிக்கப்பட்ட பட்டாளங்கள் தப்பிக்க முடியாதவாறு நவம்பர் *12* அன்று முறியடிக்கப்பட்டன.

பிரிட்டிசாரின் வல்லாண்மை *1803* ஆம் ஆண்டு கண்ட ஏறுமுகம் தொடர்பான பல செய்திகளை *1804* ஆம் ஆண்டிலும் காணலாம். இது தொடர்பாய் இலங்கைத் தீவும் *1802* ஆம் ஆண்டு முதல் பிரிட்டீசு மணிமுடியின் நேராட்சியில் கிரவுன் காலனி ஆனது என்பதும் இங்கு குறிக்கத்தக்கதாகும்.

1803

வரலாற்றுப் புள்ளிகள்

1. தமிழகச் செய்திகள்

(அ) சென்னையில் அம்மை குத்தும் பணி :

கம்பெனி மருத்துவ ஊழியர்கள்

அம்மை, அம்மைத் தடுப்பு, இந்தியத்தில் அம்மை பற்றிய அறிவு, அம்மைத் தடுப்பில் எட்வர்டு ஜென்னர் (1749 -1823), அம்மைப் பால் வைக்கும் தடுப்பு முறை பல நாடுகளில் கைக்கொள்ளப்படுதல் முதலிய இந்நோய்த் தொடர்பான செய்திகள் இதற்கு முந்திய தொகுதிகளில் பல இடங்களில் சொல்லப்பட்டு வந்திருக்கின்றன. (குறிப்பாய் : இ.ச.க.தொகுதி-3,6)

அம்மை நோய்த் தடுப்பிற்காக அம்மை குத்தும் முறையை ஜென்னர் 1793 ஆம் ஆண்டு தெளிவு படுத்திய பின்னரும் பத்தொன்பதாம் நூற்றாண்டு வரையிலும் (அதற்கு மேலும்) ஐரோப்பிய நாடுகளிலும் பிரிட்டனிலும் இந்தியத்திலும் மக்களிடத்தில் இருந்து வந்த அறியாமை காரணமாய், அதற்குப் பலத்த எதிர்ப்புகள் இருந்து வந்தன.

சென்னை நகர மக்கள் இக்கால கட்டத்தில் அம்மைப்பால் வைத்துக் கொள்வதற்கு அஞ்சி, அதைக் கடுமையாய் எதிர்த்தனர். இப்போது சென்னை சிந்தாதிரிப் பேட்டையைச் சேர்ந்த சாமிநாயக்கன் என்ற கம்பெனி ஊழியர் 1803 பிப்ரவரி 23 அன்று அம்மை குத்துவதை மேற்பார்வை செய்யும் அலுவலராய் ஆளுநர் கிளைவு பிரபினால் அமர்த்தப்பட்டார்.

சாமி நாயக்கன்

சாமி நாயக்கன் (சு.1762 -சு. 1841) 1760 ஆம் ஆண்டுகளில்-அது 1762 ஆம் ஆண்டாயிருக்கலாம் - பிறந்தவர். அவர் சென்னையில் கோமளீசுவரன் பேட்டையில் (இ.ச.கதொகுதி-10) நெடுங்காலமாய் வாழ்ந்திருந்த ஒரு குடும்பத்தைச் சேர்ந்தவர். (அவரின் வழியினர் இன்றும் கோமளீசுவரன் பேட்டையில் வாழ்ந்து வருகின்றனர். அவர்களில் ஒருவரான நீதிபதி டபிள்யூ எஸ்.கிருஷ்ணசாமி நாயுடு என்றவர் சென்னை உயர்நீதி மன்றத்தில் நீதிபதியாயிருந்தவர். அவர் சென்னை நகர வரலாற்றையும் எழுதியுள்ளார்.)

சாமி நாயக்கன் தன் குடும்பத்தினர் பலரைப் போன்று கிழக்கிந்தியக் கம்பெனிப் படையில் சேர்ந்திருந்தார். அவர் "மருந்து கட்டுபவர்" (dresser) என்ற பணியைப் படையில் செய்து வந்தார். சாமி நாயக்கனுக்கு அம்மை குத்தும் மேற்பார்வையாளர் பதவி கிடைத்ததும், அவருக்கு ஆண்டிற்கு 25 வராகன் (1 வராகன் = சுமார் 3 ½ ரூபாய்) சம்பளம் கிடைத்தது.

அவர் அம்மை நோய்த் தடுப்பிற்காக அம்மை குத்தும் பணியில் ஈடுபட்டிருந்த காலத்தில் பெரிய எதிர்ப்புகளையெல்லாம் தாங்கியிருக்கின்றார். அவர் ஒரு முறை கறுப்பர் நகரத்தில் (தற்காலத்து ஜார்ஜ் டவுன்) நுழைந்த போது அர்மீனியர் கூட்டம் ஒன்று அவரைத்

தாக்கியது. அக்காலத்தில் செல்வாக்கு மிக்க பணக்கார வணிகர்களாயிருந்த அர்மீனியர், அவர் அம்மை குத்தத்தான் வந்திருக்கின்றார் என்று ஐயுற்று அவரைத் தாக்கிவிட்டனர்.

கம்பெனி மருத்துவர்கள்

இந்தியத்தில் கிழக்கிந்தியக் கம்பெனியின் மருத்துவ ஊழியத்தரங்கள் பத்தொன்பதாம் நூற்றாண்டு முழுமையிலும் திருத்தம் கண்டுவந்தன. இங்கிலாந்திலிருந்து குமரப் பருவத்தில் இந்தியம் வந்த பையன்கள், ஒரு ரெஜிமெண்டுக்குப் பண்டுவம் பார்க்கும் நிலை இந்நூற்றாண்டின் தொடக்கத்தில் இருந்தது. மருத்துவர்கள் ''இருபது வயதிற்குக் குறையாதவர்களாயிருக்க வேண்டும்'' என்று *1822* ஆம் ஆண்டுதான் விதி செய்யப்பட்டது. இந்த வயது வரம்பு *1826* இல் இருபத்திரண்டாய் உயர்த்தப்பட்டது.

கம்பெனியில் மருத்துவ ஊழியத்தில் சேரும் விதிகளும் கடுமையாக்கப்பட்டன. மருத்துவப் பணி செய்ய வருபவருக்கு இராயல் மருத்துவக் கல்லூரியின் சான்றிதழ் வேண்டும்; அத்துடன் இலண்டன் பொது மருத்துவமனை ஒன்றில் பணியாற்றிப் பட்டறிவும் திறமையும் பெற்றதைக் காட்டும் சான்றிதழ் அம் மருத்துவ மனையிலிருந்து பெறப்பட வேண்டும். வட இந்தியத்தில் *1857* ஆம் ஆண்டு கிளர்ந்த படைவீரர் கிளர்ச்சிக்கு முன்பு வரையிலும், மருத்துவ ஊழியத்தில் சேர்வதற்குப் போட்டித் தேர்வு எதுவும் இருந்திலது. கம்பெனியின் இயக்குநர் (*Director*) ஒருவர் பரிந்துரைத்தால் போதும். அதனால் இந்த ஊழியத்தில் ஆங்கிலேயருக்கு மட்டுமே இடம் இருந்தது. இந்தியர் அதில் சேர்க்கப்படவில்லை. மருத்துவர்கள் கலப்படமற்ற ஐரோப்பியராயிருத்தல் வேண்டும் என்று கம்பெனி வலியுறுத்தி வந்தது. பெரிய இடங்களில் நல்ல தொடர்பு இருந்த ஆங்கில - இந்தியர்க்கு மட்டும் இதில் விதிவிலக்கு அளிக்கப்பட்டது.

மருத்துவ ஊழியம் குறித்து இத்தகைய கட்டுப்பாடுகள் இருந்துவந்த போதிலும், பல்துறை அறிவும் திறமையுமிக்க மருத்துவர்களடங்கிய ஒரு கூட்டம் வளர்ந்து வந்தது. அவர்கள் பொது அல்லது படைத்துறைகளில் அலுவலராயிருந்தனர். எந்நேரமும் போருக்கு அழைக்கப்படக் கூடியவர்களின் பட்டியலில் அவர்கள் இடம் பெற்றிருந்தனர். அவர்கள் லெப்டினண்களாயும் ''துணை சர்ஜன்களாயும்'' (துணை மருத்துவர்) இருந்தனர். சர்ஜன் என்பவர் ஒரு கேப்டனின் பதவி நிலையில் இருந்தார்.

அவர்களுக்கு *1840* ஆம் ஆண்டுகளில் கிடைத்த ஊதியம் துணை சாஜனுக்கு *200-300* பவுன்; எனினும் அவர்கள் தனிப்பட்ட முறையில் மருத்துவம் செய்து பெற்று வந்ததுதான், அவர்களுக்கு மெய்யான நல்ல வருவாயாகும்.

(ஆ) சென்னைக்குப் புது ஆளுநர்

கிளைவு பிரபு வரலாற்றுப் புகழ் பெற்ற இராபட்டு கிளைவின் (*1725-1724*) மகனாவார். அவர் *1738* ஆகஸ்டு *21* அன்று சென்னைக்கு வந்து ஆளுநர் பொறுப்பை ஏற்றார். (இ.ச.க.தொகுதி-*10*) அவரது பதவிக்காலம் *1803* ஆகஸ்டு *20* அன்று முடிவுறவே, வில்லியம் பெண்டிங்கு புதிய ஆளுநரானார்.

(இ) இராமநாதபுரம் அரசச் சிறப்பை இழந்தது

சேது காவலர் என்ற சிறப்புப் பெயர் பெற்றுப் பாரதமெங்கும் மதிக்கப்பெற்று வந்த சேதுபதி குடியின் சேதுச் சீமையான இராமநாதபுரம் அரசு என்ற சிறப்பை *1803* ஆம் ஆண்டு இழந்து, வெறும் சமீன் என்ற நிலைக்கு வந்துவிட்டது. அது கிழக்கிந்தியக் கம்பெனிக்கு ஆண்டுதொறும் *3,24,404* ரூபாய் *3* அணா பத்துத் தம்பிடியை பேஷ்கஷ்

என்ற கப்பமாய்க் கட்டி வரவேண்டும் என்று இவ்வாண்டில் அறிவிக்கப்பட்டது. அது தமிழ் நாட்டில் பலவாய் இருந்த சமீன்களில் ஒன்றானது.

இந்தியத்தில் ஆங்கிலப் பேரரசிற்குக் கடைகாலிட்டவர்களுள் முதன்மையானவரான இராபட்டு கிளைவின் மகனான கிளைவு பிரபு இக்காலத்தில் சென்னை ஆளுநராயிருந்தார். அவரது காலத்தில் தான் கட்டபொம்மன், ஊமைத்துரை, மருதிருவர் போன்ற தென்னாட்டுத் தலைவர்கள் ஆங்கிலேயரால் சண்டைகளில் தோற்கடிக்கப்பட்டுத் தூக்கிலிட்டும் தலை வெட்டியும் கொல்லப்பட்டனர்.

கிளைவு பிரபு 1803 ஆம் ஆண்டு (பதவிக் காலம் முடிந்து தாயகம் திரும்பு முன்னர்) மங்களேசுவரி நாச்சியாரை இராமநாதபுரத்தின் நிலக்கிழார் (சமிந்தாரிணி) ஆக்கினார். மங்களேசுவரி நாச்சியார் பிராமணர்களுக்குத் தொண்ணூறு ஊர்களைத் தானமாய்க் கொடுத்தார். இன்றும் மதுரையில் நிலவும் திருஞான சம்பந்தர் மடத்திற்குப் பெரும் பொருள் கொடுத்தார்.

இராமநாதபுரம் 1795 ஆம் ஆண்டு கிழக்கிந்தியக் கம்பெனியின் ஆட்சிக்குள் வந்து (இ.ச.க.தொகுதி-10) 1803 வரை நீடித்தது.

1803

(ஈ) மதுரை, இராமநாதபுரம், திருநெல்வேலி மாவட்டங்கள்

இன்று இரண்டாகவும் மூன்றாகவும் பிரிக்கப்பட்டுள்ள தென்பாண்டிச் சீமைப் பகுதிகளின் வரலாற்றில் புதிய அரசியல் தொடக்கம் இங்கு சொல்லப்படுகின்றது.

தென்பாண்டிச் சீமையில் ஆங்கிலேயரின் ஆட்சியதிகாரம் முதன்முதலில் 1781 இல் அறிமுகமானது. (இ.ச.க.தொகுதி-9) ஆர்க்காட்டு நவாபு வாலாசா முகமதலி ஓர் ஒப்பந்தப்படி இப்பகுதியில் வரி தண்டும் உரிமையை அவ்வாண்டில் கம்பெனிக்கு அளித்தார். இந்த உரிமையை மேற்பார்வை செய்வதற்காகக் கம்பெனி ஓர் அலுவலரை *(Superintendent of Assignee of Remnad)* 1781 இல் அமர்த்தியது. ஆதலால் இராமநாதபுரமும் சிவகங்கையும் திருநெல்வேலி மாவட்டத்தின் பகுதி என்று கருதப்பட்டதே இல்லையெனினும், அரசாட்சி வசதி கருதி அவை எப்போதுமே திருநெல்வேலியுடன் சேர்த்துக் கொள்ளப்பட்டன. இந்நிலை 1781 முதல் 1803 வரை நீடித்தது.

கர்நாடகம் என்ற தமிழகத்தின் பிற மாவட்டங்களைப் போலவே திருநெல்வேலியில் ஆர்க்காட்டு நவாபின் ஆட்சி, 1744 ஆம் ஆண்டு அன்வரூதின் கான் ஐதராபாது நிசாமினால் நவாபாக்கப்பட்டதிலிருந்து தொடங்கியது. (இ.ச.க.தொகுதி-5) அன்வருதீன் கானால் அமர்த்தப்பட்ட அலுவலர்களின் கீழ் பல்வேறு மாவட்டங்கள் இருந்தன.

அன்வர் கான் என்றவர் திருநெல்வேலியின் ஃபௌசுதாராயும் அமலாயும் அமர்த்தப்பட்டார். அவர் பதவி ஏற்றதுடன் திருநெல்வேலி மாவட்டத்து வருவாய்த் துறைக் கணக்குகள் தொடங்குகின்றன.

தென்பாண்டிச் சீமை 1803 முதல் மேற்சொன்ன மூன்று தனி மாவட்டங்களாயின.

2. வட இந்தியச் செய்திகள்

குஜராதில் கம்பெனி மேலாண்மை விரிதல்

கிழக்கிந்தியக் கம்பெனி இக்கால கட்டத்தில் சூரத்தை மையமாய்க் கொண்டு குஜராதின் வடபகுதியில் விளைந்த பருத்தியைப் பேரளவில் கொள்முதல் செய்து, அதைச் சீனத்திற்கு ஏற்றியனுப்பி மிகுந்த ஆதாயமடைந்து கொண்டிருக்கின்றது.(இ.ச.க.தொகுதி-9)

கம்பெனி பருத்தி வாணிபத்தில் தனி முதல் உரிமையுடன் ஈடுபட்டு நன்கு காலூன்ற வேண்டுமென்பதற்காகச் சூரத்தை 1799 ஆம் ஆண்டு (திப்பு சுல்தான் வீழ்த்தப்பட்ட ஆண்டு; கட்ட பொம்மன் தூக்கிலிடப்பட்ட ஆண்டு) தன் வசமாக்கிக் கொண்டு (இ.ச.க.தொகுதி-10), பின்னர் பரோடா கெயிக்குவாடு குடும்பத்தில் ஏற்பட்ட அரசுரிமைச் சண்டையில் கெயிக்குவாடையும் பேராசை கொண்ட அவருடைய அமைச்சரான ராவ் பாவையும் ஆதரித்து, அவர்களுக்கு எதிராய்க் கிளர்ச்சி செய்த மல்ஹர் ராவைத் தோற்கடித்துக் குஜராதில் மேலும் கூடுதலான நிலப் பரப்பைக் கவர்ந்து கொண்டது.

கம்பெனியின் பருத்தி வாணிபத்திற்குப் பெருத்த இடையூறாய் இருந்து வந்த கடற்கொள்ளையரை ஒடுக்க வேண்டுமாயின், அவர்கள் மேற்குக் கரையோரமாய் ஆங்காங்கே அமைத்திருந்த வலுவான கோட்டைகளை கைப்பற்றித் தீரவேண்டும். கம்பெனி இங்ஙனம் வாணிபத்தையும் வருவாயையும் நோக்கமாய்க் கொண்டு குஜராதின் வட பகுதியில் தன் மேலாண்மையை விரித்துக் கொண்டே சென்றது.

''இவ்வாறு வடக்கு நோக்கி விரிவடையும் திட்டம் 1803 ஆம் ஆண்டு இறுதி வாக்கில் முற்றுப் பெற்றது. வரவிற்கும் செலவிற்கும் பற்றாத பண நெருக்கடியில் தத்தளித்துக் கொண்டிருந்த பம்பாய் மாநில அரசு, இறுதியில் குஜராதில் பெரிய நிலப்பரப்பைப் பெற்றுவிட்டது. அது தனது பொதுவான செலவுகளுக்குப் போதிய வருவாயையும் பெறலாயிற்று.

''வாணிபம் தொடர்ந்து செழித்தது; கம்பெனி புதிதாய் இணைத்துக் கொண்ட நிலப்பரப்பில், பருத்தி விளையும் செழிப்பான நிலங்களும் குஜராதின் தலையாய துறை முகங்களும் அதன் கட்டுக்குள் வந்து அடங்கின. வடக்கே நல்ல விளைச்சல் இருக்கின்ற ஓராண்டில் விளையக்கூடிய 86,500 பொதிப் பருத்தியில், சூரத்து, அத்தாவிசியிலிருந்து 10,000 பொதி 1805 ஆம் ஆண்டு வந்தது என்று மேஜர் வாக்கர் கணித்தார். இந்தப் பருத்தியைக் கம்பெனியும் பரோடா கெயிக்குவாடும் பகிர்ந்து கொண்டனர். பரூச்சு பர்கானாவிலிருந்து கிடைத்த 15,000 பொதி முற்றிலும் கம்பெனிக்கே உரியது. (பரூச்சு : இ.ச.க.தொகுதி-9) ஏனைய பருத்தியில் 8,000 பொதி பேஷ்வாவிற்கு உரிமையான ஜம்புசார், அமோது என்ற மாவட்டங்களிலிருந்தும் 13,500 பொதி பரோடாவைச் சுற்றியிருந்த கெயிக்குவாடின் பகுதியிலிருந்தும் 40,000 பொதி கத்தியவாடியிலிருந்தும் கிடைத்தன. கம்பெனிக்கு உரிமையான தந்துக, ரன்பூர், கோசு என்ற மாவட்டங்களிலிருந்து வந்த பருத்திப் பொதிகளும் கத்தியவாடுப் பருத்தியில் சிறிதளவு அடங்கும்.''

இவ்வாறு பமேலா நைட்டிங்கேல் தனது ஆங்கில நூலில் கூறுகின்றார்.

3. பிரஞ்சுச் செய்திகள்

(அ) நோட்டுகள் வெளியிடுவதில் பேங்கு ஆஃப் பிரான்ஸ் தனியுரிமை பெறும் வகையில், அது 1803 ஏப்ரல் 14 அன்று சீர்திருத்தி அமைக்கப்பட்டது.

(ஆ) பிரிட்டன் மே 16 -18 அன்று பிரான்சின் மீது போர் தொடுத்தது. பிரான்சிலிருந்த பிரிட்டிசார் அனைவரும் சிறையிலடைக்கப்பட்டனர்.

4. அமெரிக்கச் செய்திகள்

(அ) ''லூயிசியானக் கொள்வனவு''

நெப்போலியப் போர்களினால் (1799-1815) பிரான்சிற்குப் பெரிய பணமுடை ஏற்பட்டது. அதனால் நெப்போலியன் தன்னைப் பிரஞ்சுப் பேரரசர் என்று அறிவித்து

முடிசூட்டிக் கொண்டதற்கு ஓராண்டிற்கு முன்னர், 1803 ஆம் ஆண்டில் பிரான்சிற்கு அமெரிக்கத்தில் உரிமையாயிருந்த பெரிய நிலப்பரப்பு ஒன்றை அமெரிக்க ஒன்றிய அரசிற்கு விற்றுவிட்டார்.

அந்நிலப் பரப்பிற்கு லூயிசியானம் (Louisiana) என்று பெயர். தெற்கில் மெக்சிக்க வளைகுடாவிலிருந்து, வடக்கே கனடா வரையிலும், கிழக்கே மிசிசிப்பி ஆற்றிலிருந்து மேற்கில் ராக்கி மலைகள் வரையிலும் விரிந்து பரந்திருந்த இப்பெரிய நிலப்பரப்பை நெப்போலியன் ஒன்றரைக் கோடி டாலருக்கு விற்றார். இது பெரிதும் தாழ்ந்த நிலம்; வெகு செழிப்பான மண்.

பதினான்காம் லூயியின் (சூரிய அரசர் என்று அழைக்கப்பட்ட இவரது காலம் 1638 - 1715; ஆ.கா. 1643-1715) பெயரால் இந்நிலப்பரப்பிற்கு லூயிசியானம் என்று பிரஞ்சுக்காரர் பெயரிட்டனர். இது முதலில் மிசிசிப்பி ஆற்று அடி நிலப்பகுதி முழுவதையும் உள்ளடக்கியிருந்தது. பிரஞ்சுக்காரர் இங்கு முதலில் இங்கிலாந்திடமும் பின்னர் ஸ்பெயினிடமும் இழந்தனர். அதன்பிறகு அதன் மேற்குப் பகுதியை ஸ்பானியரிடமிருந்து 1800 இல் அடைந்தனர்.

நெப்போலியன் இந்த நிலத்தைத்தான் 1803 ஆம் ஆண்டில் விற்றார். இதன் தென்பகுதி 1812 ஆம் ஆண்டில் லூயிசியானம் என்ற தனி மாநிலம் ஆனது. அமெரிக்க ஒன்றியத்தினுள் அடங்கிய இம்மாநிலத்தில் இன்றும், பிரஞ்சு ஸ்பானியச் செல்வாக்குகளைக் காணலாம்.

அமெரிக்க ஒன்றியம் இந்நிலத்தை 1803 இல் வாங்காது போயிருக்குமாயின், அது இன்று உலகில் இத்தனை பெரிய வல்லரசாயிருக்குமா என்பது ஐயத்திற்குரியது. (லூயிசியானக் கொள்வனவு : இ.ச.க.தொகுதி-10)

(ஆ) ஒகையோ அமெரிக்க ஒன்றியத்துடன் இணைந்தது

ஒகையோ அமெரிக்கப் பெரு நிலத்தின் நடுப் பகுதியில் எயர் ஏரியின் கரை மீதுள்ளது. இம்மாநிலம் 1803 மார்ச்சு முதல் நாளன்று அமெரிக்க ஒன்றியக் குடியரசின் பதினேழாவது மாநிலமாய் இணைந்தது.

இதன் மேற்குப் பகுதி புல்வெளி; கிழக்கில் அல்லிகெனிச் சமவெளி; ஒகையோ ஆறு வடக்கிலும் கிழக்கு எல்லையின் பெரும் பகுதியிலும் பாய்கின்றது. இதன் தலைநகரம் கொலம்பஸ், பரப்பளவு 1,06,126 சதுர கிலோ மீட்டர் 40,975 மைல்.

5. அறிவியல் செய்திகள்

(அ) டால்டனின் அணு ஆராய்ச்சி தொடக்கம்

ஜான் டால்டன் (John Dalton 1766-1844) ஆங்கில வேதியியலார்; இயற்பியலார். அவர் 1803 இல் அணு ஆராய்ச்சியைத் தொடங்கினார். அதன் பயனாய் வேதியியலை முறைப்படி ஒழுங்கு செய்ய முடிந்தது. தனியான தனிமமான அணு அளவிலும் எடையிலும் ஒன்று போலிருந்தாலும், பல்வேறு தனிமங்களில் அணுவின் பண்புகள் மாறுபடுகின்றன என்பதை டால்டன் கண்டார். அவர் தன் அணு ஆராய்ச்சி முடிவுகளை (Dalton's atomic theory) 1808 ஆம் ஆண்டு வெளியிட்டார்.

டால்டனின் அணுக்கொள்கை விதிகள் வருமாறு :

1. அனைத்துப் பொருள்களும் அணு எனப்படும் சிறு துகள்களால் ஆனவை.

2. அணுக்களை ஆக்கவோ, அழிக்கவோ முடியாது. அவற்றைப் பகுக்கவும் முடியாது. (அணு இன்று பகுக்கப்பட்டுள்ளது.)

3. ஒரு தனிமத்தின் அணுக்கள் யாவும் ஒரே மாதிரி வடிவம், எடை, பருமன் ஆகியவற்றைக் கொண்டவையாகும்.

4. வேதி வினைகள் நிகழும்போது, சிறிய முழு எண்ணிக்கையுள்ள அணுக்களே அவ்வினைகளில் ஈடுபடுகின்றன.

அக்கால நிலையில் பல்வேறு வேதியியல் உண்மைகளை டால்டனின் கொள்கை விளக்கியது.

(ஆ) எரி கற்கள் ஆயிரக்கணக்கில்

எரிகல் அல்லது விண் வீழ்கல் என்பதை ஆங்கிலத்தில் *meteor* என்கின்றனர். வால்மீன்கள் (*comets*) போன்று சூரியனைச் சுற்றி வருகின்றவை என்று நம்பப்படும் சிறு விண்வெளிப் பொருள்களின் (*meteroids*) எச்சங்களான கல் போன்ற பொருள்கள் விண்ணிலிருந்து பூமியில் விழுகின்றன. அவற்றை எரி கற்கள் என்கின்றோம். அவை கல்லாய் (*aerolite*) அல்லது உலோகமாய் (*siderite*) இருக்கலாம். இத்தகைய எரிகற்கள் சின்னஞ்சிறு துகள்களாய், கடுகினும் சிறியனவாய் இருக்கும்.

அவை பூமியின் காற்று மண்டலத்தை எட்டுகையில் சூடேறிச் சுமார் 100 கிலோ மீட்டர் உயரத்தில் கண நேரம் மிகுந்த ஒளியுடன் எரிகின்றன. பழைய வால்மீன்கள் சூரியனுக்கு அருகில் அடுத்தடுத்துச் செல்வதால் உடைந்து ஆவியாகிச் சிதறிப் போகின்றன. இவ்வாறு சிதறும் துகள்கள் வால்மீனின் சுற்றுப் பாதை பூமியின் சுற்றுப்பாதையை வெட்டும்போது எரிகற்களின் திரள் நமக்காகக் காத்திருக்கின்றது. இந்தத் திரளின் ஒரு பகுதி எப்போதும் பூமியின் சுற்றுப் பாதையில் ஒரே நிலையில் இருக்கும். அதனால் தான் ஆண்டு தோறும் அதே நாளில் நாம் எரிகற்கள் பூமியில் கொட்டுவதைக் காண முடிகின்றது.

இத்தகைய எரிகற்கள் இந்த **1803** ஆம் ஆண்டு பிரான்சின் ல'அயில் (*l'Aigle*) என்ற இடத்தில் ஆயிரக் கணக்கில் வந்து விழுந்தன. அவை வானத்திலிருந்து விழுகின்றன என்பது மக்களுக்கு அப்போது தான் உறுதியாய்த் தெரிந்தது.

எரிகற்கள் வால்மீன்களுடன் தொடர்புடையன என்ற கருத்தை அலெக்சாந்தர் ஃபான் ஹம்போல் (*Alexander Von Humboldt 1769-1859*) எழுதி **1845** முதல் **1862** வரை வெளிவந்த *Kosmos* என்ற நூலில் கூறியிருந்தார். அவர் அறிவியல் துறைகள் அனைத்தையும் மக்களிடையே பரப்பும் எண்ணத்துடன் இந்நூலை எழுதினார். இளம் டார்வின் (*Charles Darwin 1809-1882*) ஹாம்போலின் தொடக்க கால நூல்களைப் படித்தபின் ஏற்பட்ட ஆர்வ வேகத்தினால் உந்தப்பட்டுப் பின்னர் நிலவியல் தேட்டப் பணிகளுடன் இயற்கை வரலாற்று ஆய்வியலையும் இணைத்து நீண்ட ஆய்வுப் பயணம் மேற்கொண்டார். அந்த ஆய்வின் பயனாகவே ''உயிர்களின் தோற்றுவாய்'' (*The Origin of Species*) என்ற நூலை அவர் எழுதினார்

(இ) செரியம் கண்டுபிடிப்பு

ஜோன்ஸ் ஜே. பெர்சிலியஸ் (*Jons J.Berzelius 1799-1848*) என்ற சுவீடிய அறிவியலார் பெருவடிவு கொண்ட புரட்சி செரியம் (*Cerium*) என்ற தனிமத்தை **1803** ஆம் ஆண்டில் கண்டுபிடித்தார்.

செரியம் என்பது கம்பியும் தகடுமாய் அடிக்கக்கூடிய தனிமம். இது லாந்தனைடு (Lanthanide series) உலோகங்களிலுள்ளது; கனங்குறைந்த தீக்கற்களில் பயன்படுத்தப்படுகின்றது. உலோகக் கலவையின் செரிவைக் குறைக்கவும் இதைப் பயன்படுத்துவர். இது கண்ணாடித் தொழிலிலும் பயன்பட்டு வருகின்றது. இதன் வேதிக் குறி Ce. அணு எண் 58. அணு எடை 140.12. இணைதிறன் 3 அல்லது 4. ஒப்படர்த்தி 6.77. உருகு நிலை 795° செண்டிகிரேடு. கொதி நிலை 3468° செண்டி கிரேடு.

6. பிறப்பு

ரால்ஃபு வால்டோ எமர்சன்

ரால்ஃபு வால்டோ எமர்சன் (Ralph Waldo Emerson 1803-1882) என்ற அமெரிக்கப் பெரும்புலவர் 1803 ஆம் ஆண்டு மே 25 அன்று பிறந்தார். இவர் கட்டுரையாசிரியர்; மெய் விளக்கக் கோட்பாட்டாளருமாவார் (transcendentalist)

7. இறப்பு

இரண்டாவது நிசாம் அலிகான்

ஐதராபாது அரசை நிறுவிய முதலாவது ஆசிஃபு ஜாவின் (இ.ச.க.தொகுதி-3) நான்காவது மகனான இரண்டாம் நிசாம் அலிகான் 1762 ஆம் ஆண்டு பிரிட்டிசாரின் ஆதரவில் அரியணை ஏறினார். (இ.ச.க.தொகுதி-7) அவர் 1796 ஆம் ஆண்டு மாரடைப்பினால் (இ.ச.க.தொகுதி-10) படுத்த படுக்கையாய்க் கிடந்து 1803 ஆம் ஆண்டு இறந்தார்.

1804

அரசியல்

ஆந்திரத்தில் விடுதலைப் போர்

ஹோல்கருடன் பிரிட்டிசார் போர் தொடர்தல்

நெப்போலியன் முடி சூடுதல்

ஐதராபாதில் கொடுங்கோலர்

இளைய பிட்டு மீண்டும் பதவி ஏற்றல்

பிரான்சிற்கு எதிராய் மூன்றாவது கூட்டணி

அறிவியல்

இரிடியம், ஆஸ்மியம், பல்லாடியம் கண்டுபிடிப்பு

வானிலை ஆய்வில் பலூன்

சட்டம், நீதியாட்சி

நெப்போலியன் சட்டம்

கல்வி, கலை, இலக்கியம்

நண்ணாவூர் சங்கமேசுவர சாமி விறலிவிடு தூது

இராணுவம், போர்

முதல் மராட்டியப் போர் தொடர்தல்

மக்கள்

இரசபுத்திர இளவரசியின் துன்ப வரலாறு

சர்.தாமஸ் மன்றோ

பிறப்பு

பெஞ்சமின் டிஸ்ரலி *(1804-1881)*

இறப்பு

இம்மானுவல் கண் *(1724-1804)*

ஜோசஃப்பு பிரிஸ்டிலி *(1773-1804.)*

1804

1. ஆந்திரப் பாளையக்காரர் விடுதலைப் போர்

தமிழகத்தில் ஆர்க்காட்டு வாலாசா நவாபு முகமதலியின் கொடுங்கோன்மையையும் அவரை ஆட்டுவித்து இருதலை மணியம் நடத்திவந்த கிழக்கிந்தியக் கம்பெனியையும் எதிர்த்துப் பதினெட்டாம் நூற்றாண்டில் பூலித்தேவர், கம்மந்தான் கான்சாகிபு, கட்டபொம்மன் என்ற பாளையக்காரர்கள் போரிட்டனர். பிரிட்டிசார் அவர்களைத் தோற்கடித்துத் தூக்கிலிட்டனர். பூலித்தேவர் மட்டும் எங்கோ மறைந்துவிட்டார்.

பின்னர் பத்தொன்பதாம் நூற்றாண்டின் தொடக்கத்தில் ஊமைத்துரை நெல்லைச் சீமையில் புரட்சியைத் தொடங்கி வைத்தார். அவரும் அவரின் ஆதரவாளர்களும் சிவகங்கைச் சீமையில் மருதிருவரிடம் புகலடையவும் உரிமைப் போர்க்களம் மறவர் நாட்டிற்கு மாறியது. அங்கு மருதிருவரும் ஊமைத்துரையும் ஏனைய புரட்சிக்காரர்களும் 1801 ஆம் ஆண்டு ஆங்கிலேயரால் பழிவாங்கப்பட்டதும் கிட்டத் தட்டத் தமிழகம் முழுமையும் கம்பெனியின் மேலாண்மைக்குள் அடங்கியது.

ஆந்திரப் பாளையக்காரர்

பிரிட்டிசார் தம் ஆட்சியாண்மையை ஒருங்கு கூட்டி நிலைநாட்டுவதற்கு இடையூறாய் ஆந்திரத்தின் சிறு தலைவர்களான பாளையக்காரர் இருந்தனர். அப் பாளையக்காரர்கள் இந்து, முஸ்லிம் அரசர்களின் ஆட்சியில் பரந்த அதிகாரங்களைப் பெற்றிருந்தனர். மக்களிடமிருந்து வரி தண்டுவதிலும் படைகளைத் திரட்டி அவற்றை நடத்துவதிலும் முழுமையான அதிகாரம் அவர்களுக்கு இருந்தது. வரி தண்டுபவர்களாயும் படைத் தளபதிகளாயும் பொது நலன்கள், வேளாண்மை ஆகியவற்றைக் காத்து நிற்பவர்களாயும் விளங்கினர். அவர்கள் தம் நலன்களுக்கு உகந்த விதத்தில், தமக்கு மேலாளராயிருந்த அரசர்களுக்கு அடங்காமல், அவர்களை எதிர்த்து நின்றதும் உண்டு.

பிரிட்டீசார் 1800 அக்டோபர் 20 அன்று ஐதராபாது நிசாமுடன் ஓர் உடன்படிக்கை செய்து கொண்டனர். நிசாமிடம் ஏற்கெனவே இருந்து வந்த நூறு பட்டாளங்களுடன் மேலும் இரு பட்டாளங்களையும் இரண்டு குதிரைப் படை ரெஜிமெண்டுகளையும் தகுந்த எண்ணிக்கையில் பீரங்கிகளையும் பீரங்கிப் படையினரையும் சேர்த்து எட்டுப் பட்டாளங்களாய்ப் பிரிட்டீசுப் படையின் எண்ணிக்கையை அவர் மேலும் பெருக்கிக் கொள்ள இந்த உடன்படிக்கை வகை செய்தது. பிரிட்டிசார் இங்ஙனம் நிசாமிற்குக் கூடுதலாய் அளிக்கும் தரைப்படை, குதிரைப்படை, அவற்றுக்கு வேண்டிய படைக்கலன்கள் ஆகியவற்றுக்கு ஆகும் செலவிற்கென்று நிசாம் 1792, 1799 ஆம் ஆண்டுகளில் கையெழுத்தான சீரங்கப்பட்டணத்து உடன்படிக்கைகளின் படி (இ.ச.க.தொகுதி-10) மைசூரிடமிருந்து பெற்ற மாவட்டங்களை, அதாவது துங்கபத்திரை, கிருஷ்ணை ஆறுகளின் தெற்கிலுள்ள ஆதோனியையும் (இ.ச.க.தொகுதி-10) பிற வட்டங்கள் அனைத்தையும் பிரிட்டிசாருக்குத் தந்துவிடவேண்டும். இப்பகுதி ''விட்டுக் கொடுத்த மாவட்டங்கள்'' (*ceded districts*) என்று பெயர் பெற்றன. அவற்றுள் பெல்லாரி. அனந்தப்பூர், கடப்பை என்ற மாவட்டங்கள் அடங்கும். அது இராயல சீமைப் பகுதி என்று பெயர் பெறும்.

பிரிட்டிசார் இப்பகுதியை நிசாமிடமிருந்து பெற்றுத் தம் ஆட்சிப் பகுதிக்குள் இணைத்த வேளையில், இராயல சீமையில் ஆறு பாளையக்காரர்கள் இருந்தனர். அவர்களுடன் படைக்கலன் ஏந்திய *33* ஆயிரத்திற்குமதிகமான படைவீரர் இருந்தனர். அவர்களில் பெரும்பாலான பாளையத் தலைவர்கள் பிரிட்டிசாரிடம் பணிந்தனர். ஆனால் சிலர் மட்டும் பெரு வீரத்தோடு கம்பெனியை எதிர்த்தனர். அவர்களுள் மிகச் சிறந்த பாளையக்காரராய் ஆதோனியைச் சேர்ந்த அந்தப நாயக்கு விளங்கினார்.

பிரிட்டிசார் நான்காவது மைசூர்ப் போருக்குப் பிறகு *(1799)* பாளையக்காரர் மீது பெரிய இராணுவ நடவடிக்கையைத் தென்னகத்தில் எடுத்தனர். பாளையக்காரர்களின் கைவசமிருந்த நிலப்பரப்புகள் இனி எதிர்காலத்தில் கம்பெனியால் நிர்வகிக்கப்படப் போவதை விளக்கி, சென்னை ஆளுநராயிருந்த கிளைவு பிரபு *1799* டிசம்பர் *3* அன்று இராணுவப்பணி இனிமேல் நடைபெற வொட்டாமல் அவற்றுக்கு ஏற்படும் இன்னல்களை எதிர்த்து நிற்கவும் கம்பெனி பொறுப்பேற்றுக் கொண்டது.

எனவே பாளையக்காரர்கள் மக்களைக் காப்பதற்காகப் படைக்கலன்களை வைத்திருப்பது அவசியமற்றதாகியது. அவர்கள் கம்பெனியிடம் ஒப்படைக்கும் படைக்கலன்களுக்குக் கம்பெனி அலுவலர்கள் இழப்பீடு தருவர் என்றும் சென்னை ஆளுநர் உறுதி கூறியிருந்தார். மேலும் பாளையக்காரர்கள் ஆற்றி வந்த படைப்பணிகள், ஊர்க்காவல் வேலைகள் அனைத்தும் அறவே இல்லாமற் செய்யப்பட்டன. அவர்களுக்கு எந்த உரிமையும் இல்லாமற் போனது. இதைப் பாரதியார் பின்னாளில் ''வாள்வலியும் தோள்வலியும் போச்சே'' என்று ஒரே வரியில் சுருக்கிப் பாடினார்.

கிழக்கிந்தியக் கம்பெனியின் ஆளுகைக்குட்பட்ட பகுதிகளில் வேறு இராணுவ அமைப்புகள் இருக்குமாயின், அவற்றை ஒழித்து விடவேண்டுமென்று கம்பெனியின் இயக்குநர் மன்றம் *(Court of Directors)* விரும்பியது. பாளையக்காரர்களின் வருவாய்க்குச் சமமான ஈவுகளில் வரி விதிக்கப்பட வேண்டுமென்றும் கம்பெனியின் மேலிடம் விரும்பியது. பொதுச் செலவுகளை ஈடுகட்டுவதற்குப் போதிய அளவில் வருவாய் இருக்க வேண்டுமென்று ஆளுநரின் அறிக்கை கேட்டுக் கொண்டது.

சர் தாமஸ் மன்றோ

இந்தியத்தில் பிரிட்டிசாரின் பொற்காலம் *(1798-1858)* என்று சிறப்பித்துப் புளகிக்கும் காலகட்டத்து வீரர்களுள் சர் தாமஸ் மன்றோ *(1767 × 1827)* ஒருவராவார். இரண்டாவது மைசூப் போர்ப் போர் *(1780 × 1784)* முடிந்ததும் சில மாவட்டங்கள் மைசூர் நாட்டிடமிருந்து எடுத்துக் கொள்ளப்பட்டன. அவற்றுள் இன்று சேலம் மாவட்டம் என வழங்கும் பாராமகால் *(இ.ச.க.தொகுதி-6,9)* ஒன்றாகும். இம்மாவட்டத்திற்குக் கேப்டன் அலெக்சாந்தர் ரீடு *(Captain Alexander Read)* ஆட்சித் தலைவராக்கப்பட்டார். அவரின் உதவியாளர்களுள் ஒருவராய் மன்றோ அமர்த்தப்பட்டார். மன்றோவுக்கு அப்போது வயது முப்பது. அவர் பாராமகாலில் ஏழாண்டுகள் இருந்தார். அவர் அங்கு நிலங்களை முழுமையாய் அளந்து வரி நிர்ணயம் செய்தார். திப்பு வாங்கியதை விடக் குறைந்த வரியையே அவர் நிர்ணயித்தார்.

மன்றோ பாரா மகாலுக்குப் பிறகு மூன்றாம் மைசூர்ப் போரின் இறுதியில் அமைதி உடன்படிக்கையை வகுத்த ஆணையாளர்களுக்கு *(Commissioners)* *1799* இல் இணைச் செயலாளரானார். அதையடுத்து மேற்குக் கரையில் புதிதாய் அமைத்த கன்னட *(Kanara)* மாவட்டத்தில் நிலவுடைமை உரிமைத் தீர்வு அலுவலராயும் மாவட்ட ஆட்சித்

மன்றோ

தலைவராயும் பொறுப்பேற்றார். ஆனால் அங்கு படைவீரர் துணை கொண்டுதான் பணி செய்ய வேண்டிய நிலை இருந்தது. கன்னட மாவட்டம் மிகப் பெரியது. அவரால் அறுநூறு மைல் தொலைவு சாலை வழியே சென்று மாவட்டத்தைச் சுற்றிப் பணி செய்வதற்கு இயலவில்லை. அம் மாவட்டத்தில் வண்டிகள் செல்லத்தக்க சாலை எதுவும் இருந்திலது. ஆதலால் அவர் கன்னட மாவட்டத்திலிருந்து வெளியேறுவதற்குப் பெரும்பாடுபட்டார்.

மன்றோ தனக்குப் பிறகு எவரும் எளிதாய் நிர்வகிக்கும் விதத்தில் கன்னட மாவட்டத்தைச் சீர்படுத்தினார். ''நாம் நம் இறையாண்மையை விடுத்து நீங்குகையில், நாட்டு மக்கள் நம்முடன் கொண்டுள்ள உறவு மிகவும் சீர்திருந்த வேண்டும்; அவர்கள் குறைந்தபட்சம் ஒழுங்கு முறைப்பட்ட ஆட்சியைத் தமக்குள் அமைத்துக் கொள்ளத் தக்கவர்களாய் இருக்குமாறு செய்துவிட்டு நாம் வெளியேற வேண்டும்'' என்று மன்றோ ஒரு முறை பின்னர் எழுதினார். அவர் கன்னட மாவட்டத்தை விட்டு வெளியேறு முன்னர், அங்கு தானே பயிற்றுவித்த உதவியாளர் இருவர் கையில் நிர்வாகத்தைக் கொடுத்துவிட்டுப் புறப்பட்டார். இம்மாவட்டம் 1860 ஆம் ஆண்டில் தென் கன்னடம், வட கன்னடம் என்று இரண்டு மாவட்டங்களாய்ப் பிரிக்கப்பட்டது. (இ.ச.க.தொகுதி-7)

மன்றோ இதன்பிறகு தான் நிசாம் பிரிட்டிசாருக்கு ''விட்டுக்கொடுத்த மாவட்டங்களுக்கு'' 1801 ஆம் ஆண்டு ஆட்சித் தலைவராய் வந்து சேர்ந்தார்.

இவர் இராயல சீமைக்கு வந்ததும் பிரிட்டீசு அலுவலர் இங்குள்ள பாளையங்களுக்குள் அடிக்கடி சென்று நிலங்களை அளந்தனர். பாளையக்காரர்களிடம் ஏற்கெனவே மதிப்பிட்டதை விடக் கூடுதலான செல்வங்கள் உள்ளன என்று கூறி, அவர்கள் செலுத்த வேண்டிய கிஸ்தித் தொகையை உயர்த்தினர். பாளையக்காரர்கள் இந் நடவடிக்கைகளினால் மிகவும் நெருக்கப்பட்டனர். அவர்கள் தம் சலுகைகளையும் அதிகாரங்களையும் இழந்தனர்.

சர் மன்றோ இம்மாவட்டங்களில் ஆயுதமேந்தியவர்கள் மொய்த்திருக்கக் கண்டார். படையிலிருந்து நீக்கப்பட்ட நிசாமின் ஆள்களும் பாளையக்காரர்களின் ஆதரவாளர்களும் மாவட்டமெங்கும் படைக்கலன்களுடன் திரிந்தனர்.

விட்டுத் தரப்பட்ட மாவட்டத்தைச் சேர்ந்த பாளையக்காரர்கள் ஆண்டுதோறும் நிலவரி வாங்கும் உரிமையும் ஆயுதமேந்திய படை வீரர்களையும் கணக்குப் பிள்ளைகளையும் கர்ணங்களையும் வைத்துக் கொள்ளும் உரிமையும் தமக்கு உண்டு

என்று வலியுறுத்தி வந்தனர். அவர்கள் அவற்றைக் கைவிட வேண்டும் என்று மன்றோ அவர்களைக் கட்டாயப் படுத்தினார்.

கம்பெனியைச் சேர்ந்த சர்க்கார் பகுதிகளில் நிலவுடைமை உரிமை முறையை (Settlement) எங்ஙனம் மன்றோ தீர்வு செய்தாரோ, அதே முறைப்படி பாளையக்காரர்களிடமும் நிர்ணயம் செய்தார்.

பாளையக்காரர்களை அடக்கிச் சரியான முறையில் கீழ்ப்படிய வைக்கவேண்டும் மென்பதற்காகத் தமிழகப் பாளையக்காரர்களிடமிருந்து எங்ஙனம் படைக்கலன்களைப் பறித்தனரோ அதைப் போன்ற நடவடிக்கையை ஆந்திரத்திலும் மன்றோ எடுத்தார். அதையும் மீறி ஆயுதங்களையும் படைக்கலன்களையும் வைத்திருந்த பாளையக்காரர்களைப் புரட்சியாளர் என்று பிரிட்டிசார் கருதினர். ஆந்திரத்தின் பெரும்பாலான பாளையக்காரர்கள் மன்றோவின் ஆணைகளுக்குக் கட்டுப்பட்டனரெனினும் சிலர் அவற்றை எதிர்த்து நின்றனர்.

ஆதோனியின் அந்தப நாயக்கு, தாலப்புளாவின் முகபத்து கான், சேட்டு வெயிலின் வேங்கடராகவ, வேமுலவின் கங்கமா, குட்டியத்தின் ரங்கநாத நாயக்கு, தாடிகொண்டவின் பெருமாள் நாயக்கு முதலியோர் பிரிட்டிசாரின் ஆணைகளை எதிர்த்து நின்றனர்.

ஆதோனி வரலாறு

அவர் தன்காலத்துப் பாளையக்காரரைப் போன்று இருக்கவில்லை என்கின்றனர். அந்தப நாயக்கு நல்லாட்சி செய்தார்; அறிவிற் சிறந்தவராய் நடந்து கொண்டு, தன் கொள்கைகளை வகுத்து வந்தார். அவருக்கு மக்களிடத்தும் பிற பாளையக்காரரிடமிருந்தும் மிகுந்த மதிப்பும் மரியாதையும் இருந்தன. அவருக்குக் கம்பெனி அலுவலரை விட மிகுந்த அதிகாரங்கள் இருந்தன. ஆனால் கம்பெனி அவரிடமிருந்து பாளையத்தைப் பறித்துக் கொண்டதால், அவரின் முன்னோர் விசய நகரப் பேரரசின் காலத்திலிருந்து அந்தப் பாளையத்தின்மீது செலுத்தி வந்த உரிமைகளை அவர் இழந்துவிட்டார். காலப்போக்குகளினால் எத்தனையோ மாறுதல்கள் ஏற்பட்ட போதிலும் ஏறுகால் - இறங்குகால் உண்டான காலத்திலும் அவரின் முன்னோர் தம் தனித்தன்மையை நிலை நாட்டி வந்தனர்.

பிஜப்பூர்ச் சுல்தான்கள், முகலாயர், மராட்டியர், மைசூர்ச் சுல்தான்கள், ஐதராபாது நிசாம்கள் ஆகிய தென்னாட்டு ஆண்டையர் அனைவரும் தமக்குரிய கப்பத் தொகைகளைச் சிற்சில மாறுதல்களுடன் ஆதோனிப் பாளையக்காரர்களிடமிருந்து பெற்றுக்கொண்டு, அவர்கள் தம் இச்சைப்படி செயல்படுமாறு விட்டுவிட்டனர்.

காக்க என்னும் பொருள் தரும் ஆது, எல்லை என்று பொருள்படும் அனி என்னும் இரு தெலுங்குச் சொற்களின் ஒட்டு ''ஆதோனி'' ஆயிற்று. இதற்குக் ''காக்கும் எல்லை'' என்று பொருள் கொள்கின்றனர். இதை வடமொழியில் யாதவபுரி என்றனர்.

ஆதோனி ஆந்திரத்துப் பெல்லாரி மாவட்டத்து வட்டம் ஒன்றின் தலைமையிடமாகும். இங்கு பெரிதும் கன்னட மொழி வழங்குகின்றது. ஆதோனி வட்டத்தின் வடக்கில் துங்கபத்திரை ஆறும் தெற்கில் ஆரூர் வட்டமும் கிழக்கில் கர்னூல் மாவட்டத்தின் புத்தி கொண்ட என்ற வட்டமும் மேற்கில் துங்கபத்திரை, ஹகரி ஆறுகளும் எல்லைகளாய் அமைந்துள்ளன. ஆதோனியில் புகைவண்டி நிலையம் உண்டு. இது கடல்

மட்டத்திற்கு மேல் 4131 மீட்டர் - 1362 அடி உயரத்திலுள்ளது. ஆதோனி பெல்லாரியிலிருந்து வடகிழக்கில் 66 கிலோமீட்டர். சென்னையிலிருந்து வடமேற்கில் சுமார் 418 கிலோ மீட்டர்.

ஆதோனிக் கோட்டை

ஆதோனியில் இக்காலத்தில் ஒரு கோட்டை இருந்தது. அது ஊரின் வடமேற்கிலுள்ள ஐந்து கருங்கல் குன்றுகளின் மேல் நின்றது. அவற்றுள் இரண்டு குன்றுகளின் உயரம் 2432 மீட்டர் - 800 அடி இக்குன்றின் பாதி உயரத்தில் நன்னீர்க் குளம் ஒன்றுண்டு. தக்காணத்தில் முன்னர் நடந்த போர்களில் ஆதோனிக் கோட்டை மேலான இடம் பெற்றிருந்தது. அக்கோட்டையில் ஒன்றுக்குள் ஒன்றாய் ஏழு மதில்கள் இருந்தமையால், அது எவரும் புகமுடியாத கோட்டை என்று கருதப்பட்டது.

அக்கோட்டை பிதரை ஆண்ட பீமசேனனின் ஆட்சிக் காலத்தில் சுந்தரசேனனால் பன்னெடுங்காலத்திற்கு முன் கட்டப் பெற்றது என்று செவிவழிச் செய்திகள் கூறுகின்றன. கிருஷ்ண தேவராயர் (1509 × 1529) பதினாறாம் நூற்றாண்டின் தொடக்கத்தில் இக்கோட்டையைக் கைப்பற்றினார். அவரையடுத்து அரவீட்டு மரபைச் சேர்ந்த இராமராயனுக்கு (1542 × 1570) அவருடைய மனைவியின் வழியாய்ச் சீதனமாய் ஆதோனிக் கோட்டை கிடைத்தது. அவர் தன் தம்பி கனம் இராசாவை ஆதோனிக் கோட்டையின் ஆளுநராக்கினார்.

விசயநகரப் பேரரசு வீழ்ச்சியடைந்த (1565) பின்னர், பிஜப்பூர்ச் சுல்தான்களான அதில் ஷாகியரின் கைக்கு ஆதோனிக் கோட்டை சென்றுவிட்டது. அவர்கள் கீழ்க்கோட்டையையும் புறமதில்களையும் கட்டினர். ஔரங்கசீபின் (1618-1707) தானைத் தலைவர்கள் கடும்போர் புரிந்து இக்கோட்டையை 1690 இல் கைப்பற்றி அதைப் பிஜப்பூர்ச் சுபாவுடன் சேர்த்துவிட்டனர்.

டெல்லியின் மைய மேலாண்மை வலுவற்றுப் போன பிறகு பிஜப்பூர் நிசாமின் ஆட்சிப் பகுதியுடன் இணைக்கப்பட்டது. அதன்பிறகு ஆதோனியும் அதன் கோட்டையும் நிசாம் குடியில் இளைய கால்வழியினரின் குடும்ப உடைமையானது.

முசஃபர் அலி 1748 ஆம் ஆண்டு ஆதோனிக் கோட்டையை வலுவாய்ப் பிடித்துக் கொண்டிருந்தார். அவர் 1752 இல் செத்ததும், பிரஞ்சுப் படைத் தலைவரான தெ பூசியின் (1718-1785 இ.ச.க.தொகுதி-9) வழியாய் அவருடைய மகனுக்கு ஆதோனிக் கோட்டை சென்றது. பின்னர் தக்காணச் சுபாத் தலைவரின் தம்பியான பசாவுலத்து ஜங்கு என்பவரிடம் 1757 ஆம் ஆண்டு அது சேர்ந்தது. அவர் ஆதோனியைத் தன்னாட்சியுடைய நாடாய் நடத்தினார்.

ஐதரலி கான் (1727-1782) இக்கோட்டையை இருமுறை தாக்கியும் வெற்றி காணவில்லை. எனினும் அவர் இக்கோட்டையின் மதில்களருகில் மராட்டியரை 1778 ஆம் ஆண்டில் தோற்கடித்தார். அவர் அதற்கடுத்த ஆண்டில் கோட்டையைச் சுற்றியிருந்த நாட்டைச் சூறையாடினார். அப்போதும் ஆதோனிக் கோட்டை விழவில்லை. பசாவுலத்து ஜங்கு 1782 இல் இறந்தார். அவருக்குப் பிறகு ஐதரலிகானும் அதே ஆண்டில் இறந்தார். அவருடைய மகனான திப்பு சுல்தான் (1753 -1799) 1786 இல் ஆதோனிக் கோட்டையை ஒரு மாதம் முற்றுகையிட்ட பின் பிடித்துவிட்டார். அவர் அதன் பிறகு கோட்டையின் கொத்தளங்களை இடித்துத் தகர்த்தார்.

அப்பகுதியில் அமைதி ஏற்பட்டதும் ஆதோனி மீண்டும் நிசாமிற்குத் தரப்பட்டது. பின்னர் 1799 இல் பிரிட்டிசாருக்கு அது கிடைத்தது.

ஆதோனியில் பருத்தித் துணிகளும் கொள்ளேகாலம் பட்டிலிருந்து பட்டுத் துணிகளும் நெய்யப்படுகின்றன. இங்கு கம்பள நெசவும் முக்கியமான தொழிலாகும். ஆதோனி 1870 ஆம் ஆண்டு சென்னையுடனும் பெல்லாரியுடனும் இருப்புப் பாதையால் இணைக்கப்பட்டது. இத்தனை வரலாற்றுச் செய்திகளை உள்ளடக்கிய ஆதோனி, பத்தொன்பதாம் நூற்றாண்டின் தொடக்கத்தில் விடுதலைப் புரட்சிக்கும் களமாய் அமைந்தது.

வரலாற்றுத் தொடர்புடைய இடங்களையும் ஊர்களையும் நினைவு கொள்கையில், பெருமை உண்டாகின்றதோ அல்லவோ, உறுதியாய் அறிவுத் தெளிவு ஏற்படுகின்றது. இன்று ஆந்திரத்தில் வெகு சிலரே அறிந்துள்ள ஓர் இடத்திற்கு ஏறத்தாழ மூன்று நூற்றாண்டு வரலாறு உள்ளது என்பது எண்ணித் தெரிந்து கொள்ள வேண்டியதன்றோ!

விடுதலைக் கிளர்ச்சி

ஆதோனிப் பாளையத்தைப் பிரிட்டிசார் தம் ஆட்சிப் பரப்புடன் இணைத்ததுமே, அந்தப நாயக்கு அவர்களை எதிர்ப்பதற்கு எண்ணங்கொண்டார். அவர் அதற்கு மராட்டியரின் உதவியை நாடினார். மராட்டியர் பேஷ்வா பிரிட்டிசாரின் பாதுகாப்பில் வாழ்ந்து வருகின்றார் என்பதையும் மராட்டியரிடையே பிளவு ஏற்பட்டு, அவர்கள் ஒருவரோடொருவர் அழிபோர் செய்கின்றனர் என்பதையும் அந்தப நாயக்கு உணர்ந்ததாய்த் தெரியவில்லை. அவர் ஆதோனி, குத்தி (இ.ச.க.தொகுதி-8) இரண்டையும் பசாவுலத்து ஜங்கின் மகனான குதரத்துல்லா கானின் முழுக் கட்டுப்பாட்டில் விடவேண்டுமென்றும் விரும்பினார். அந்தப நாயக்கிற்கு வேண்டிய உதவிகளனைத்தையும் தருவதாய்க் குதரத்துல்லா கான் வாக்களித்தார் என்று கூறுவர்.

அந்தப நாயக்கு தன்னையொத்த விடுதலையுணர்வுள்ள பாளையக்காரர்களுக்கும் ஊர்த் தலைவர்களுக்கும் கடிதம் எழுதி, அவர்களின் ஆதரவைத் தேடினார். ஆங்கிலேயரின் தலையீட்டை எதிர்த்தோர் அனைவரின் ஆதரவையும் ஒன்று கூட்டி, எதிரியை மிகுந்த வன்மையுடன் எதிர்க்க அவர் திட்டமிட்டார். அவர் இதற்கென்று புரட்சிக்காரர்களையெல்லாம் திரட்டி மறைவான ஒரு கூட்டத்தை நடத்துவதற்கு ஏற்பாடு செய்தார். அக்கூட்டத்தை 1804 ஜனவரியில் நடத்துவதென்று முடிவெடுத்தனர்.

புந்திக்கொன்ன பாளையக்காரர் லால் முன்னி, துதிகொண்ட பாளையத் தலைவரான பெருமாள் நாயக்கு ஆகியோருடன் ஊர்த் தலைவர்கள் இந்த இரகசியக் கூட்டத்தில் கலந்து கொண்டனர். அவர்கள் ஒன்று சேர்ந்து திரட்டிய படை சிறியதாயிருந்ததால் தமக்கு வெற்றி வாய்ப்புக் கிடைப்பதற்காக, அப்போது குத்தியில் சிறை வைக்கப்பட்டிருந்த கூரப்ப நாயக்கை விடுவிப்பதற்கு வேண்டியதைச் செய்ய முயன்றனர். அவர்களின் இம்முயற்சி பலிக்கவில்லை. பாளையக்காரர் குறுநில மன்னர் பலரின் ஆதரவைப் பெறுவதற்கென்று முயன்ற பாடுகள் அனைத்தும் தோற்றன.

அந்தப நாயக்கு அதன்பிறகு நாட்டின் முதன்மையான மனிதர்களுக்கெல்லாம் கடிதம் எழுதினார். அவர்கள் ஆயுதம் ஏந்த வேண்டும்; கருவூலங்களையும் தலையாய ஊர்களையும் கைப்பற்ற வேண்டும்; என்றெல்லாம் அவர்களுக்குக் கடிதங்கள் வாயிலாய் வேண்டுகோள் விடுத்தார்.

மன்றோ நடவடிக்கை

இங்ஙனம் பிரிட்டிசாருக்குப் பெரிய எதிர்ப்பு மூளுகின்றது என்பதைச் சர் மன்றோ 1804 மே அன்று அறிந்ததும் செயலில் இறங்கிவிட்டார். அவர் அனந்தப்பூரின் துணைக் கலெக்டரான ககாம் (*Gahagam*) என்றவரை அழைத்து இம்முயற்சியில் ஈடுபட்ட முதன்மையான புள்ளிகளைச் சிறைப்படுத்தி வருமாறு அனுப்பினார்.

கூங்குன்னோர் ரமண என்றவரைச் சிறைசெய்து விட்டதாய்க் ககாம் 1804 மே 17 அன்று மன்றோவிற்குத் தெரிவித்தார். அந்தப நாயக்கின் இனாம் நிலங்கள் அனைத்தையும் கைப்பற்றவும், அவரது பாத்திரங்களையும் பறிமுதல் செய்யவும் மன்றோ 1804 ஜூன் 5 அன்று துணைக் கலெக்டருக்கு ஆணை பிறப்பித்தார்.

ககாம் தலைமையில் சென்ற பிரிட்டீசுப் படை அந்தப நாயக்கின் வீட்டினுள் புகுந்து அவரின் உடைமைகளைக் கைப்பற்றியது. ஆனால் அந்தப நாயக்கு தப்பிச் சென்று தலைமறைவாகிப் பிரிட்டீசாரை எதிர்த்து வந்தார்.

ஆனால் அவர் 1807 அக்டோபரில் திடீரென்று இறந்துபோனார். அதனால் ஆந்திரப் பாளையக்காரர் போராட்டம் நின்று போனது. அவரது மறைவினால் விடுதலைக் கிளர்ச்சி நின்றுவிட்ட போதிலும், அப்பகுதி மக்கள் அந்தப நாயக்கின் நினைவை இன்றும் போற்றி வருகின்றனர்.

1804

2. முதல் மராட்டியப் போர் தொடர்தல்

மராட்டியப் பேஷ்வாவின் பேரரசு இப்போது வெறும் பெயரளவில் உள்ளது என்பதைப் பிரிட்டிசார் நன்கறிந்து கொண்டனர். அவரால் பூனாவிலிருந்து ஐந்து மைலிலுள்ள நாட்டுப்புறப் பகுதியைக் கூடக் கட்டுப்படுத்த முடியாத நிலை ஏற்பட்டு விட்டது. மராட்டியப் பேஷ்வாவின் மனக் கலக்கம் யஷ்வந்தராவ் ஹோல்கருக்குப் புதிய பேராண்மை நிலையை அளித்தது. அவரது பேராண்மை அவருக்கு உரிமையான நிலப்பரப்பை வைத்து உண்டானதன்று; அவரைப் பின்பற்றியவர்களின் எண்ணிக்கையில் அது இருந்தது. அவரது படையில் பிற படைகளிலிருந்து வெளியேற்றப்பட்டவர்கள் இருந்தனர்; நேர்மையான உழைப்பினாலும் தம் தொழிற் தகுதியினாலும் செல்வம் திரட்டுவதை விடக் கொள்ளையடித்துக் கோடீசுவரராகி விடலாம் என்று எண்ணிய நியாய விரோதிகள் அனைவரும் ஹோல்கரின் தலைமையில் திரண்டிருந்தனர். ஹோல்கரிடமும் நிலையாய் அமைந்த அரசும் இருந்திலது. குதிரைச் சேணமே அவரது பேரரசு என்று தற்கால வரலாற்றாசிரியர் ஒருவர் கூறுகின்றார். அவர் துணிச்சல் மிக்கவர்; சட்டத்திற்குப் புறம்பானவர்; பழிவாங்குவதற்கு அஞ்சாதவர். அவரிடம் ஆறாயிரம் குதிரை வீரர்கள் இருந்தனர்; ஏராளமான பீரங்கிகள் ஆயத்தமாயிருந்தன.

ஹோல்கர் கம்பெனியின் அல்லது அதன் நேசர்களின் நியாயமான நலன்களில் தலையிடாத வரையில் பிரிட்டிசார் அவரின் வழிக்கு வரமாட்டார்கள் என்பதை ஆர்தர் வெல்லஸ்லி, அவருக்கு 1804 ஜனவரி 52 அன்று தெளிவுபடுத்தி எழுதினார். ஹோல்கர் அதைக் கேட்டுவிட்டுச் சும்மாயிருந்து விடவில்லை. எனினும் அவர் செய்து வந்த அழி செயல்களையெல்லாம் பிரிட்டிசார் கண்டும் காணாதிருந்து வந்தனர்.

பிரிட்டிசாரின் நட்பை வெகுவாய் மதிக்கின்றேன்; என் பரம்பரை உரிமைகளை நிலைநாட்டும் பொருட்டுத்தான் எனக்கு அடங்கிய சிற்றரசர்களிடம் சௌத்து என்ற தண்ட வரியை வாங்குகின்றேன் என்றெல்லாம் ஹோல்கர் பிரிட்டிசாருக்கு விளக்கம் தந்தார்.

ஹோல்கர் இதனிடையே நாகபுரிப் போஸ்லேயிடம் சிறப்புத் தூதுவர்களை அனுப்பினார். (நாகபுரிப் போஸ்லே வரலாறு : இ.ச.க.தொகுதி-5) பிரிட்டீசாரின் ஆக்கிரமிப்பை எதிர்த்து நிற்கவும், அதன் வழியாய்த் தம் நாடுகளையும் சமயத்தையும் காப்பாற்றவும் தன்னுடன் நாகபுரி அணிசேர வேண்டுமென்றும் ஹோல்கர் போஸ்லேயைக் கேட்டுக் கொண்டார். அதைப்போல் ஜோத்பூர் அரசரிடமும் வேறு பலரிடமும் தூதுவர்களை அனுப்பினார்.

அனைத்தையும் வாரிக் கவர்ந்து வந்த பிரிட்டீசு மேலாண்மையை எதிர்க்க முன்வருமாறு மச்சேடி (*Machedi*) அரசரையும் அவர் அழைத்தார். அந்த அரசர் ஹோல்கரின் கடிதத்தை ஜெனரல் லேக்கிடம் தந்து விட்டார். பிரிட்டிசாருக்கு இப்போது தான் ஹோல்கரின் இரட்டை வேடம் தெரிந்தது.

அதனால் ஜெனரல் லேக்கு முந்திய ஆண்டில் சிந்தியாவுடன் போரிடுவதற்காக அமர்த்திய படையைக் கலைக்க முடியாது போயிற்று. அவர் தலைமை ஆளுநருக்கு எழுதி, ஹோல்கர் மீது என்ன நடவடிக்கை எடுக்கலாம் என்று கேட்டார். லேக்கு யஷ்வந்தராவை எச்சரிக்குமாறு வெல்லஸ்லி பிரபு எழுதினார். பிரிட்டீசு அரசு ஹோல்கருடன் நல்லுறவு வைத்துக் கொள்வதில் மிகுந்த அக்கறை காட்டுகின்றது; ஆனால் ஹோல்கர் தன் நேசர்களுடன் வலுச் சண்டைக்குச் செல்வதைப் பிரிட்டிசாரால் பொறுத்துக் கொள்ள முடியாது என்று 1804 ஜனவரி 29 அன்று லேக்கு எழுதினார்.

அதற்கு ஹோல்கர் விடுத்த சில கோரிக்கைகள் வரம்பு மீறியவை என்று, தன் பாசறைக்கு வந்த அவரின் தூதுவர்களிடம் லேக்கு பிரபு தெளிவு படுத்தினார். ஹோல்கரின் போக்கு பிரிட்டிசாருக்கு அறைகூவல் விடுப்பதுபோல் இருந்தது. லேக்கு இதன்பிறகு தலைமை ஆளுநருக்கு எழுதினார். ''திறந்த போர்க்களத்தில் பிரிட்டீசுப் பீரங்கிப் படையை அவர்களால் எதிர்த்து நிற்க முடியாது. எனினும் அவர்களுடன் போர் மூளுமாயின் பலநூறு கோச நிலப்பரப்பில் நாடுகள் தாக்கப்படும்; கொள்ளையடிக்கப்படும்; கொள்ளிவைக்கப்படும்; அவரது (ஹோல்கரின்) படை கடலலைபோல் மித மிஞ்சி வந்து தாக்குமாயின் போர் நீடிக்கும். இலட்சக் கணக்கான மக்களுக்குக் கொடிய துன்பங்கள் விளையும்.''

1804

அஜ்மேர், புஷ்கரத்தில் கொள்ளை

யஷ்வந்தராவ் ஹோல்கர் புனிதயாத்திரை செல்லும் பாவனையில் அஜ்மேருக்கு அருகிலுள்ள புஷ்கரத்திற்குச் சென்று அவ்விரு இடங்களையும் கொள்ளையடித்தார்.

புஷ்கரம்: வட இந்தியத்திலுள்ள புனிதத் தலம். இது அராவலி மலைப்பள்ளத்தாக்கில் அஜ்மேரின் வடக்கே 11 கிலோ மீட்டரில் உள்ளது. இங்கு பௌர்ணமி தொறும் விழா நடக்கின்றது. வைகாசிச் சுக்கில ஏகாதசியும் கார்த்திகைப் பௌர்ணமியும் தலையான நாள்களாகும். இத்தலம் பற்றிய வரலாறு பதும புராணத்தில் கூறப்பட்டுள்ளது. இராமாயணத்திலும் மகாபாரதத்திலும் இத்தலம் பற்றிய குறிப்புகள் உள.

இங்கு ஓரிடத்தில் பிரமனுக்கு கோயிலுள்ளது. புஷ்கரம் பல நூற்றாண்டுகளாய் மறக்கப்பட்டுக் கிடந்தது. விக்கிரமசாக நரகர ராவ் பரிகார் என்றவர் கி.பி.1114 இல் இங்கு ஒரு குளம் வெட்டினார். அதன் பிறகு குளம் மண்மேடிட்டுப் போனது. அண்மையில் இங்கு கோயிலைப் புதுப்பித்துக் குளத்தையும் தோண்டினர். இக்குளம் 32 அடி அகலம், 8

அடி ஆழம், ஒருமைல் நீளமுடையது; இக்குளத்திற்கு ஒரு குன்றின் மீதுள்ள நீர்த்தேக்கத்திலிருந்து கிளை வாய்க்கால்கள் வழியே நீர் கொண்டு வருகின்றனர். இக்குளம் முட்டை வடிவானது; ஐம்பத்திரண்டு படித்துறைகளையுடையது.

இங்கு பிரமன் கோயிலே பெரிது. ஔரங்கசீபு இக்கோயிலை இடித்தார். மராட்டியர் தலைவரான சிந்தியாவின் அமைச்சர் ஒருவர் இக்கோயிலை மீண்டும் கட்டினார். இராணா பிரதாப சிங்கின் உடன் பிறந்த சாகர் கோயிலைச் செப்பனிட்டார். வராகர் கோயிலை ஜெயப்பூரின் ஜெயசிங்கு புதுப்பித்தார். மார்வார் மன்னர் அஜீத்து சிங்கின் புரோகிதர் சாவித்திரி கோயிலை நிறுவினார். மராட்டியர் தலைவரான யஷ்வந்த சிங்கு ஹோல்கர் இந்தக் கோயிலை 1804 இல் கொள்ளையடித்தார்.

புஷ்கரத்தில் திருமால் நீர் வடிவில் அருள் செய்கின்றார் என்பது அவரது நம்பிக்கை. பாண்டவர் தலைமறைவாய் வாழ்ந்த காலத்தில் ஒரு பகுதியை இங்குள்ள சித்திராசிரமத்தில் கழித்தனர் என்று பாரதம் கூறும். அப்போது அவர்கள் இங்கு சூரியனிடமிருந்து அட்சயபாத்திரம் பெற்றனர்.

புஷ்கரம், புட்கரம் என்றால் வானம், வானவருலகு, நீர், தாமரைப்பூ தீர்த்தம், ஒரு குளிகை, பங்கு, பருந்து, போர், வாளுறை, வாள் வெறி என்றெல்லாம் பல பொருள்கள் உள.

அஜ்மேர் : இரசபுதனத்து நகரம். இது அராவலி மலைத் தொடரிலுள் தாராகடு என்ற குன்றின் மீதுள்ளது. இந்நகரைச் சௌகான் குடியைத் தோற்றுவித்த விஜயபாலன் என்ற அரசர் கி. பி. 1100 ஆம் ஆண்டு நிறுவினார். பிருதிவிராஜ சௌகான் 1192 ஆம் ஆண்டு தோற்கடிக்கப்பட்டதும், அஜ்மர் முஸ்லிம்களின் கைக்குப் போய்விட்டது. அது தொடர்ந்து முஸ்லிம் ஆட்சியில் இருந்தது. அக்பர் அதை ஒரு மாநிலம் (சுபா) ஆக்கினார். இங்கு 1153 ஆம் ஆண்டு கட்டப்பெற்ற சமணக் கோயில் ஒன்றுள்ளது. அதன் ஒரு பகுதி 1200 ஆம் ஆண்டில் பள்ளிவாசலாக்கப்பட்டது.

இங்கு மைனுதீன் சிஸ்தி என்ற சூஃபிச் சித்தர் அடக்கமான தர்க்கா உள்ளது. சிஸ்திக்கு இந்து, முஸ்லிம் சீடர் பலர் இருந்தனர். இதனருகிலுள்ள புஷ்கரத்தில் தம்மை ''உசேனிப் பிராமணர்'' என்று அழைத்துக் கொள்ளும் கூட்டத்தார் உள்ளனர். அவர்கள் சிஸ்தியைப் பின்பற்றுகின்றனர். தயானந்த சரசுவதி (1824-1883) அஜ்மேரில்தான் ஆரிய சமாஜத்தைத் தோற்றுவித்தார். இங்கு தமிழ்நாட்டு வைணவர் ஒருவர் இருபதாம் நூற்றாண்டின் தொடக்கத்தில் கட்டுவித்த வைகுந்தப் பெருமாள் கோயில் உள்ளது.

ஹோல்கரின் சீற்றமான பாய்ச்சல்

யஷ்வந்த ராவ் கடுஞ்சீற்றத்தொடு ஜெய்ப்பூர் மீது பாய்ந்ததைக் கண்டு வட இந்தியம் முழுமையுமே அஞ்சிக் கிலி கொண்டது. தலைமை ஆளுநரால் அவரின் செயல்களைப் பொறுக்க முடியவில்லை. அதனால் ஹோல்கர் மீது உடனே போர் தொடுக்குமாறு தலைமைப் படைத்தலைவரான லேக்கிற்கும் ஜெனரல் வெல்லஸ்லிக்கும் 1804 ஏப்ரல் 16 அன்று ஆணை பிறப்பித்தார்.

தௌலத்து ராம் சிந்தியா இந்நிலையில் என்ன செய்வதென்று அறியாது மனம் குழம்பிப் பிரிட்டீசுப் பேராளரின் பாதுகாப்பில் இருந்தவாறு நடப்பதையெல்லாம் வேடிக்கை பார்த்தார். பூனாவிலிருந்த பேஷ்வா பாஜிராவும் ஹோல்கரின் மேலாண்மை வலுப்பதை எதிர்த்த போதிலும், அவரால் பிரிட்டீசாருக்கு எந்த உதவியும் செய்ய முடியவில்லை.

லேக்கு பிரபு ஹோல்கரை எதிர்க்கப் புறப்பட்டார். கர்னல் மான்சன் (*Col.Monson*) ஒரு நாள் பின்னதாய் அவருக்குப் பின்னணியாய்ச் சென்றார். ஹோல்கரை ஜெயப்பூரிலிருந்து பின்வாங்கச் செய்து தெற்கே தள்ளினார். ஹோல்கர் பறக்கும் வேகத்தில் பின்வாங்கிச் சென்றார். அதனால் ஹோல்கரைத் துரத்திச் சென்று வெற்றி காணவும் இயலவில்லை. ஹோல்கர் மாளவத்தை அடைந்தபோது அவரிடமிருந்த பணமெல்லாம் கரைந்துவிட்டது. அதனால் சிந்தியாவின் கையிலிருந்த செழிப்பு மிக்க மாண்டசார் நகரை ஹோல்கர் கொள்ளையடித்தார்.

அவர் சம்பல் வெளியைக் கடக்க ஆயத்தமாயிருந்த நேரத்தில், அவரைத் தாக்கி அழிப்பதற்கு இதுதான் தகுந்த வேளையென்று கர்னல் மான்சன் அவர் மீது பாய்ந்தார். ஆனால் ஹோல்கர் தன் பெரும் படையுடன் சம்பலைப் பத்திரமாய்க் கடந்து விட்டதை மான்சன் அறிந்தார்.

சிந்தியாவின் படைகளொடு சேர்ந்து ஹோல்கரை மாளவத்தில் தடுத்து நிறுத்துவதற்காகக் கர்னல் முரே குஜராதிற்குச் சென்று கொண்டிருந்தார். அவர் இச்செய்தியைக் கர்னல் மான்சனுக்கு அவசரமாய் அனுப்பினார். ஹோல்கர் குஜராதைத் தாக்கப் போகின்றார் என்று முரே அதில் குறிப்பிட்டிருந்தார். மான்சன் இந்த இக்கட்டான நிலையில் தன்னை எதிரியின் திடீர்த் தாக்குதலிலிருந்து காத்துக் கொள்வதற்காகச் சம்பலில் இருந்த மூகந்தர என்ற இடத்திற்குச் சூன் 9 அன்று பின்வாங்கினார். ஆனால் தான் செய்தியனுப்பியதற்கு ஐந்து நாளைக்குப் பிறகுதான், ஹோல்கர் குஜராதைத் தாக்கப் போவதில்லை என்பதை முரெ அறிந்தார். ஆகவே அவர் வந்த வழியே உடனே திரும்பிச் சூலை *8* அன்று, அதாவது மான்சன் பின்வாங்கத் தொடங்கிய அன்று ஹோல்கருக்கு முன்னர் உச்சயினிக்குச் சென்றார்.

உச்சயினி

(இக்கால கட்டத்து வரலாற்றில் இடம் பெறுகின்ற உச்சயினி பற்றி இங்கு கூறுவது மிகவும் பொருத்தமாகும் என்பதால் சற்று நேரம் போர்ச் செய்திகளை விடுத்து இப்பண்டை நகரத்தின் கதையைக் கூறுவோம் : ஏற்கெனவே ஐந்தாம் தொகுதியில் சிறுகக் கூறப்பட்ட உச்சயினிச் செய்திகளொடு மேலும் சிலவற்றைச் சுவை கருதி உரைக்கின்றோம்.

உச்சயினியின் வரலாறு சுமார் இரண்டாயிரத்து ஐநூறு ஆண்டுகளுக்கு முன்புவரை நெடிது நீண்டு செல்வதாகும். அது தொன்மங்களிலும் இலக்கியங்களிலும் சமய, அறிவியல் தொடர்புகளிலும் இன்றும் மின்னிக் கொண்டிருக்கின்றது. புத்தர் காலத்திற்கு முற்பட்டது. அசோகன் காலத்துக் கல்வெட்டுகளிலும் பெரிப்புளூஸ் நூலிலும் (கி. பி *.60*) தாலமியின் (*87-150* கி.பி) நூலிலும் இடம் பெற்றது.

(சிருங்கம், குகஸ்தலி, அமராவதி என்றும் இதற்குப் பெயர்கள் உண்டு. சிவன் உச்சயினி அமைந்த அவந்தி நாட்டிலிருந்து திரிபுரனை வென்றார் என்பதால், ''வெற்றிசூடும்'' என்று பொருள்படுகின்ற ''உச்சயினி'' (விஜய) என்றும் பெயர் பெற்றது. காளிதாசன் (கி.பி.5 நூ) வாழ்ந்த ஊர். காமசூத்திரத்தை யாத்த வாத்சியானர் (கி. பி. *3-4* நூ) உச்சயினிப் பெண்டிரின் முதிர்ந்த புணர்ச்சி முறைகள் பற்றிப் பாடியிருக்கின்றார். உச்சயினி பற்றிய விரிந்த செய்திகள் முதற்தொகுதியின் இரண்டாம் பதிப்பில் காணக் கிடைக்கும்.)

மான்சன் தோல்வி

முரேயும் மான்சனும் அருகருகில் தான் இருந்தனர்; அவர்கள் இருவரும் ஒன்று சேர்ந்து, இல்லை எதிர்கொண்டு நிலைமையைச் சமாளித்திருக்கலாம். இருவருக்கும் இடையே இருந்து வந்த தகவல் தொடர்பில் நேர்ந்து விட்ட பிழைகளினால் வெல்லஸ்லி பிரபு வகுத்திருந்த திட்டத்திற்குக் குந்தகம் ஏற்பட்டு விட்டது.

மான்சன் பின் வாங்கிச் செல்வதை ஹோல்கர் அறிந்ததும், சுமார் 80,000 பேரடங்கிய தன் படையுடன் பிரிட்டீசுப் படையை எதிர்பாராத விதமாய்ச் ஜூலை 7 அன்று திடீரென்று தாக்கினார்.

இத்தகைய பெரும்படை வந்து தாக்கியதும் மான்சன் உடனே முகுந்தரக் கணவாயை நோக்கிப் பின்வாங்கினார். அவருக்கு உதவியாய் வந்த கோட்டா நாட்டரசின் படையினர் முற்றிலும் கொல்லப்பட்டனர். லெப்டினண் லூக்காஸ் யானைமீது இருந்தவாறே கொல்லப்பட்டார். மான்சன் தன் படையினரனைவருடனும் பத்திரமாய்த் தப்புவதற்கு உதவினார். ஹோல்கர் அம்மலைப் பகுதியில் வாழும் பில்லர்களுடன் சேர்ந்து கடுஞ்சீற்றத்துடன் பிரிட்டீசுப் படையைத் தாக்கினார். அச்சிறு படை உயிருக்கு அஞ்சி ஓடியபோது, அதன் உடைமைகளனைத்தும் கொள்ளையடிக்கப் பட்டன.

பணஸ் ஆற்றின் கரைமீது ஆகஸ்டு 24 அன்று நடந்த தாக்குதலில் மான்சனின் படையினரில் ஏராளமானவர்கள் கொல்லப்பட்டனர். இச் சண்டையின்போது மான்சன் ஹோல்கரின் பல பீரங்கிகளைப் பிடித்தார். எனினும் யஷ்வந்த ராவ் துணிந்து முன்னேறித் தன் எதிரிகளில் பலரைக் கொன்றார். மான்சன் களத்திலிருந்து தப்பியோடி ஆக்ராவை அடைந்தார். ஹோல்கர் ஃபத்தேப்பூரில் தண்டு இறங்கினார்.

மான்சனின் தோல்வி யஷ்வந்த ராவிற்குப் புது ஊக்கத்தைக் கொடுத்தது. அவர் இப்போது தன் முழுப்படையுடன் வடக்கு நோக்கிச் சென்று மதுராவைப் பிடித்தார்.

மதுரா

(மதுரா : வைணவர் இதைத் திருவடமதுரை என்பர். இதனுள் பிருந்தாவனமும் கோவர்த்தனமும் அடங்கியுள்ளன. பிருந்தாவனம் இங்கிருந்து சுமார் 11 கிலோ மீட்டரில் உள்ளது. இது 108 வைணவத் திருப்பதிகளுள் ஒன்று. ஆழ்வார்களால் பாடப்பெற்ற கோயில்களும் மூர்த்திகளும் இப்போது இங்கு இல்லை. பிற்காலத்தில் கட்டப்பெற்ற துவாரக நாத்துஜி, மதுரா நாத்துஜி என்ற இரு கோயில்கள் உள்ளன. பெரியாழ்வார், ஆண்டாள், தொண்டரடிப் பொடியாழ்வார், திருமங்கையாழ்வார், நம்மாழ்வார் ஆகியோர் வட மதுரைக்கு மங்கள சாசனம் செய்துள்ளனர். மதுராவிலிருந்து சுமார் இரண்டு கிலோ மீட்டரில் கண்ணன் பிறந்த சிறைச்சாலை இருந்தது என்பர். இப்போது அந்த இடத்தில் ஜன்ம பூமி என்ற புதிய கோயில் கட்டப்பட்டுள்ளது. இங்கிருந்து சுமார் 12 கிலோ மீட்டரில் கோவர்த்தனகிரி உள்ளது.)

ஹோல்கரின் ஓட்டம்

ஹோல்கர் பின்னர் அக்டோபர் 8 அன்று டில்லி மீது பாய்ந்து தாக்கினார். அவர் டெல்லியைப் பிடிக்க ஒருவாரம் முயன்று தோற்றார். லேக்கு பிரபுவின் தாக்குதலிலிருந்து தப்புவதற்காகப் பத்து என்ற இடத்தில் ஹோல்கர் யமுனை ஆற்றைக் கடந்து, தன்

குதிரைப் படையுடன் ஓடிப் போனார். ஹோல்கர் சென்ற இடமெல்லாம் லேக்கு அவரைத் துரத்திச் சென்றார். ஹோல்கர் இரண்டு மாத காலம் இடையறாது ஓடிக் கொண்டிருந்தார். அதனால் விரட்டியோரும் விரட்டப்பட்டோரும் அலுத்துச் சேர்ந்துவிட்டனர். அவர்கள் சில வேளைகளில் நூறு கிலோமீட்டர் தொலைவு கூடச் சென்றதுண்டு. தன்னால் இனிமேல் நெடுங்காலம் தாக்குப் பிடிக்க முடியாது என்பதை ஹோல்கர் உணரலானார்.

ஹோல்கருக்கு ஜாட்டுகள் ஆதரவு

பரத்துப்பூரின் ஜாட்டு அரசரான இரணஜீத்து சிங்கு (1785-1805) பிரிட்டிசாருடன் செய்து கொண்ட நட்பு உடன்படிக்கையை இப்போது தூக்கியெறிந்தார். அவர் வெளிப்படையாய் ஹோல்கரை ஆதரித்தார். (பரத்துப்பூர், ஜாட்டுகள் : இ.ச.க.தொகுதி-6) அதனால் யஷ்வந்தராவ் ஹோல்கர் சிறிது காலம் அழிவு வேலையில் ஈடுபடுவதற்கு வாய்ப்புக் கிடைத்தது. ஹோல்கரை முற்றிலும் நசுக்குவது குறித்துச் சிந்தியாவிற்கும் தெளிவான மனநிலை இப்போது இல்லை.

ஜாட்டுகள் விடுதலைக்காக உயிருக்குத் துணிந்து போரிடக்கூடியவர்கள். அவர்கள் அதே விடுதலை ஆர்வத்துடன் மராட்டியரிடமும் போராடியுள்ளனர். எனினும் ஹோல்கர் இந்துத்தானத்தைக் காக்க வந்த மீட்பர் என்று ஜாட்டுகள் இப்போது அவரைக் கொண்டாடினர். ஜாட்டுகளை ஹோல்கரிடமிருந்து பிரித்துத் தனிப்படுத்துவதற்குத் தலைமைத் தளபதியான லேக்கு பலவிதமாய் முயன்றும் பலிக்கவில்லை.

பரத்துப்பூர்க் கோட்டை

லேக்கு பிரபு 1804 டிசம்பர் 13 அன்று திக (Dig) என்ற கோட்டையை முற்றுகையிட்டுப் பிடித்துவிட்டார். அதனால் ஹோல்கரும் ஜாட்டு அரசரும் பரத்துப் பூர்க் கோட்டைக்குள் சென்று, அங்கிருந்து போரைத் தொடர முயன்றனர். (இக்கோட்டை பற்றிப் பின்னர் படிப்போம்) பரத்துப்பூர் மன்னர் கோட்டைக்குள்ளிருந்து போராடுவார். ஹோல்கர் அதன் புறத்தில் இருந்து கொண்டு கோட்டையை முற்றுகையிடுபவர்களை அலைக் கழிப்பார். லேக்கு பிரபு கோட்டையருகே டிசம்பர் 19 ஆம் தேதிக்கு முன்னரே வந்துவிட்டார். இங்கு சீற்றமும் வீரமும் நிறைந்த பெரும் போர் நிகழ்ந்தது.

பரத்துப்பூர்க் கோட்டை 1805 ஜனவரி 7 அன்று முற்றுகையிடப்பட்டது. அதை எவ்வகையிலேனும் பிடித்து விடுவதென்று பிரிட்டிசார் படாதபாடுபட்டனர். அதற்கு மூன்று மாதங்களுக்குப் பிறகு ஏப்ரல் 10 அன்று முற்றுகை கைவிடப்பட்டது. பிரிட்டிசார் இக்கோட்டையைத் தனித்தனியாய் நான்கு முறை தாக்க முயன்று ஒவ்வொரு தடவையும் தோற்றனர்.

யஷ்வந்தராவிற்கு எதிராகப் போர் இன்னும் தொடர்கின்றது.

3. நெப்போலியன் மாமன்னராய் முடிசூடினார்

"என் நாடு செத்துக் கொண்டிருந்த போது நான் பிறந்தேன்" என்று நெப்போலியன் போனப்பாட்டு 1789 ஜூனில் எழுதினார். "என் நாடு", அதாவது கார்சிக்கம் "செத்துக் கொண்டிருந்தது"; ஏனெனில் பிரஞ்சுப்படை 1768 - 1769 காலத்தில் அத்தீவைக் கைப்பற்றித் தன்னாட்சிக்குக் கீழ்கொண்டுவந்தது. அங்கு பிரஞ்சுக்காரரை எதிர்த்து நெடுங்காலம் நீடித்த கொரில்லாச் சண்டையில் போனப்பாட்டின் தந்தை சேர்ந்திருந்தார்.

பிரான்சின் எதிர்காலப் பேரரசர் என்றுமே கார்ச்சிக்க நாட்டவராகவே இருந்தார். பிரான்ஸ் அவருக்குத் தந்தையர் நாடாக இருக்கவில்லை; அவரின் வேணவாவை நிறைவேற்றிக் கொள்ளும் கருவியாகவேதான் பிரான்ஸ் இருந்தது. அவர் பிரஞ்சு நாட்டை விருப்பு, வெறுப்பின்றி ஆழ்ந்து அறிந்து கொண்டாராகையால், அம்மாபெரும் நாட்டை மிக நன்றாய்ப் புரிந்து வைத்திருந்தார்.

கார்சிக்க உயர் குடியில் பிறந்ததால், பிரான்சில் இராணுவப் பயிற்சி பெறும் சலுகை பெற்றிருந்த நெப்போலியன், பிரஞ்சு நாட்டின் பேரரசராய் உயர்ந்ததன் அரசியல் பின்புலங்கள் யாவை?

பிரஞ்சுப் புரட்சிக்கு ''பண்டையாட்சி முறை'' நிலவிய காலத்தில் வெகு மேலான சலுகைகள் பெற்ற உயர்குடிப் பிரபுக்கள், மேல் மட்டச் சமய குருமார்கள், நடுத்தர வகுப்பினர் என்ற முப்பிரிவினர் இருந்தனர். தனிச் சலுகை பெற்ற இம் முக்கூட்டத்தார் பெரிய வரிச்சுமைகளிலிருந்து தப்பினர்; நாட்டின் மிக உயர்ந்த அரசியல் பதவிகளைப் பெறும் உரிமை பெற்றிருந்தனர்; அந்தச் சமூக அமைப்பு பழைய ஆட்சி முறையின் சட்ட, ஆட்சி நிர்வாகச் சிக்கல்களுடன் நெருக்கமாய்ப் பின்னிக் கிடந்தது. ஆகையால் சலுகையில்லாத மக்கள் பழைய ஆட்சி முறையை முற்றிலும் துடைத்தெடுத்துவிட்டு, அரசு, சமூகம் இரண்டையும் புதிதாய்ச் சமைக்கும் குறிக்கோளுடன் எடுத்துக் கொண்ட ஒன்றுபட்ட முயற்சிதான் பிரஞ்சுப் புரட்சியாகும் என்று கருதத் தோன்றுகின்றது.

எனினும் பிரான்சில் 1789 தொடங்கி நடைபெற்ற புரட்சிக் கொந்தளிப்பு நெடுகிலும் சலுகையற்ற மக்களிடையே சிறிதளவு கூட ஒற்றுமை இருந்திலது. பழைமையில் இருந்து வருகின்ற அமைப்பு முறையிலிருந்து மேலும் முழுப் பலன்களையும் பெறுவதற்காக, அத்தோடு இசைந்து செல்வது குறித்துத்தான் சமூகத்தின் சிறு சிறு கூட்டம் ஒவ்வொன்றும் எண்ணியது. இந்நிலையில் 1789 ஆம் ஆண்டின் முக்கியத்துவம் யாதெனின், அச்சிறு கூட்டம் ஒவ்வொன்றும் தான் எதிர்பார்த்த, அவாவிய வேளை வந்துவிட்டது என்று பிரஞ்சுப் புரட்சியை பற்றிக் கற்பனை செய்து கொண்டதேயாகும். அதன் விளைவாய்

ஒன்றுக்கொன்று முரண்பட்ட அபிலாசைகளிடையே போராட்டம் ஏற்பட்டுப் பழைய ஆட்சிமுறை உடைந்து போனது.

பிரஞ்சு மன்னர் 1789 ஆம் ஆண்டு மே மாதத்தில் மக்களுக்கு உறுதியான முறையில் வழிகாட்டியிருப்பாரேயாகில், அதன் பிறகு நிகழ்ந்தனவற்றின் போக்கே வேறுவிதமாய் அமைந்திருக்கலாம். பிரஞ்சு மாமன்றப் பேரவை 1791 செப்டம்பரில் கூடி மிகவும் சுருக்கமான வாக்குரிமையினால் தேர்ந்தெடுக்கப்பட்ட பேராளர் மன்றத்தொடு சேர்ந்து, பிரான்சிற்கு அரசியல் சட்ட வரம்பிற்குள் முடியரசு வேண்டுமென்று வகுத்தது.

கிறித்தவத் திருச்சபை அமைப்புகளைச் சீரமைத்ததால், பிரான்சின் அனைத்து வகுப்பினரிடையிலும் பெரும்பிளவு ஏற்பட்டது. அதனால் நாடு கடந்து சென்றவர்கள், மேற்கு ஜெர்மனியிலுள்ள கோபலன்ஸ் (Coblenz) நகரில் படைகளைத் திரட்டுவதற்குத் தம் ஆதரவை அளித்தனர். கிறித்தவ சமய அமைப்புகளிடமிருந்து பறித்த நிலங்களுக்கு இழப்பீடாய் 1789 இல் அரசியலமைப்பு மன்றம் கொடுத்த பணப்பொறுப்புச் சீட்டுகள் (Assignats) காகிதப் பணம் போல் நாட்டில் புழங்கலாயின. அதனால் நாட்டில் பண வீக்கம் ஏற்பட்டது. அது நகர்ப்புற ஏழை மக்களுக்கு அரசியல் ஏமாற்றத்தை ஏற்படுத்தியதுடன், உணவு கிடைக்காமல் அவர்கள் மிகவும் வாடித் தவித்தனர். தீவிரப் போக்கினரான அரசியல்காரர்கள் இந்நிலைமையைத் தமக்கு நல்ல வாய்ப்பென்று பயன்படுத்திக்கொண்டனர்.

ஆஸ்திரியம், பிரஷியம் ஆகிய நாடுகளுடன் 1792 ஏப்ரலில் பிரான்ஸ் சண்டையில் ஈடுபட நேர்ந்ததும், சிக்கல்கள் அனைத்தும் ஒருமுகமாய்க் குவிந்து நாட்டில் நெருக்கடியை உண்டாக்கின. நிலை பெற்றுவிட்ட சமூக ஒழுங்கு முறைகளைத் தகர்த்தெறிய முயன்று கொண்டிருக்கும் பிரான்சுடன் சண்டையிடுவதைப் புனிதப் போர் என்று ஐரோப்பிய வல்லரசுகள் கூறின. ஆனால் பிரான்சிற்கோ உயிர் பிழைத்து நிற்பதற்கு இன்றியமையாத ஒரு வழிவகையாய்ப் போர் இருந்தது. அதுவே இறுதியில் அங்கு மக்களாட்சிக் குடியரசு மலர்வதற்கு வழிவகுத்துவிட்டது.

பிரான்சிற்கு நாடு தழுவிய பேரழிவு நேரப் போகின்றது என்று தோன்றிய மூன்று கட்டங்களைப் பிரான்ஸ் எதிர்ப்பட்டது. அவை ஒவ்வொன்றும் பிரஞ்சு உள்நாட்டு வாழ்க்கையில் குறிப்பிடத்தக்க விளைவுகளை உண்டாக்கின. பிரஞ்சுப் படை பின்வாங்கவும் அடிபணியவும் நேரிட்டது என்ற செய்திகள் 1792 கோடையில் வந்தபோது, பாரிசில் திடீர் அரசியல் வேறுபாடு தோன்றி முடியாட்சிக்கு முற்றுப் புள்ளி வைத்தது; பொது வாக்கெடுப்பின் வழியாய்த் தேர்ந்தெடுத்த மாமன்றப் பேரவை (National Convention) அமைக்கப்பட்டது. அதையடுத்து 1793 ஜனவரியில் பதினாறாம் லூயி தலைவெட்டிக் கொல்லப்பட்டார்.

பின்னர் 1793 இளவேனிலின் போதும் கோடை காலத்திலும் புதிய நாசங்கள் உண்டாயின. உள்நாட்டில் எதிர்ப் புரட்சி கிளம்பப் போகின்றது என்ற அச்சம் தோன்றித் தலையாய இரண்டு அரசியல் கூட்டங்கள் ஒன்றொடொன்று மோதிக் கொண்டன. (பிரஞ்சு அரசியல் கட்சிகள் : இ.ச.க.தொகுதி-10) ஜிரோண்டின் கட்சியினர் புரட்சிப் போரை வலுவாய் ஆதரித்தனர்; அரசியலில் கூட்டாட்சி அமைப்பு முறையையும் தன்னிச்சையான வாணிபக் கொள்கையையும் அப்படியே காத்து வரவேண்டுமென்று அவர்கள் அவாவினர்.

ஆனால் மையக் கட்டுப்பாட்டைக் கொண்டு வருவதையும் பொருளியல் கட்டுப்பாடுகளை விதிப்பதையும் கொண்ட அவசர காலப் போர்க் கொள்கை வேண்டும் என்று ஜேகோபின் கட்சியினர் விரும்பினர். அவர்கள் இவற்றுக்குப் பாரிஸ் நகர மக்களின்

இந்திய சரித்திரக் களஞ்சியம் | 183

நெப்போலியன்

ஆதரவைத் திரட்டிவிட்டனர். பொதுப் பாதுகாப்புக் குழு, புரட்சித் தலைமைப் பீடம் ஆகியவற்றின் வாயிலாய்ப் பயங்கரச் செயல்களை ஜேகோபின்கள் கட்டவிழ்த்துவிட்டனர்.

அதற்கடுத்த 1794 ஆம் ஆண்டுக் கோடையில் போர் முனையில் இருந்து வந்த நிலை பிரான்சிற்குச் சாதகமாய்த் திருந்தியது. டாண்டன், ஹீபர் ஆகியோரின் தலைமையிலிருந்த இரண்டு போட்டிக் கட்சியினரை ரோபஸ்பியர் அழித்தார். அடுத்து ரோபஸ்பியரும் அவரின் ஆதரவாளர்களும் தலைவெட்டிக் கொல்லப்பட்டனர். (இ.ச.க.தொகுதி-10) அதன்பிறகு வலச்சாரியினரின் கை ஓங்கிற்று. கட்டுப்பாடுகள் தளர்த்தப்பட்டன. இப்போது தீவிரப் போக்கினரான ஜேகோபின்கள் புதிய வல்லாளர்களுக்குப் பலியாயினர்.

அரசைக் கைப்பற்றுவதற்காக அரசியலில் வெகுதீவிரமான இட, வலச்சாரியினர் நடத்திய கிளர்ச்சிகளையெல்லாம், நாட்டின் ஆட்சிப் பொறுப்பை ஏற்றிருந்த ஐவர் குழு (*Directory*) நான்காண்டுக் காலம் சமாளித்தது. ஐவர் குழு இவற்றுக்கெல்லாம் போர்ப்படையையே நம்பி நின்றது. ஆனால் பிரிட்டன், இரஷியம், ஆஸ்திரியம் ஆகியன அடங்கிய இரண்டாவது கூட்டணிப் படைகளினால் பிரான்சிற்குப் பல தோல்விகள் ஏற்பட்டன.

அதனால் ஜேகோபியன் கட்சியினர் புத்துயிர் பெற்றுவிடக் கூடிய நிலை ஏற்பட்டது. ஆனால் பிரான்சின் எதிரிகளுடைய முன்னேற்றம் பிரஞ்சுப் படையினால் தடுத்து நிறுத்தப்பட்டது. அத்துடன் ஜேகோபியன்கள் மீண்டும் தலை தூக்குவர் என்ற நம்பிக்கையும் தகர்ந்தது. ஆனால் இத்தகைய அதிர்ச்சிகளைத் தாங்கி நிலைத்திருக்கக் கூடிய வல்லமை ஐவர் குழுவிற்கு இருக்குமா என்பது குறித்துச் சிறிதளவு நம்பிக்கையே இருந்தது.

நடுத்தர வகுப்பினர் மிக அண்மையில் நிலவிய அரசுக் கட்டுப்பாடுகளையும், கட்டவிழ்த்து விடப்பட்ட பயங்கரங்களையும் மறந்துவிடவில்லை. இந்தக் கட்டத்தில் சமயக் குருமார்களாயிருந்து, திருச்சபையினரால் தள்ளப்பட்டுப் புரட்சிக்கு ஆதரவாளர்களான மூவர், பெரிய அரசியல் மாற்றத்திற்கு வழிவகுத்தனர். எம்மானுவல் ஜோசஃபு சியேயெஸ் (*Emmanual Joseph Sieyes 1748- 1836*; பிரஞ்சு அரசியல் தந்திரி; அரசியல் சிந்தனையாளர்; கிறித்தவத் திருச்சபையைச் சேர்ந்தவர்). ஷால் மரைஸ் டெலிராண் பெரிகோ (*Charles Maurice Talleyrand - Perigord 1754-1838*; பிரஞ்சு அரசியல் தந்திரி.) ஃபௌஷ் (*Fouche* இவரும் மதகுருவாயிருந்தவர். ஏனைய இருவரையும் போன்று செல்வ வளமிக்கவர்) ஆகியோரின் தலைமையிலிருந்த சிறு கூட்டத்தார், திருத்தியமைக்கப்பட்ட ஓர் அரசியல் சட்டப்படி அமையும் அரசிற்குப் பெயரளவில் தலைமை ஏற்கத் தக்க ஓர் இராணுவப் புள்ளியைத் தேடிக் கொண்டிருந்தனர். அவர்கள் இவ்வாறு தான் நெப்போலியன் போனப்பாட்டின் கையில் பிரஞ்சு நாட்டின் ஆட்சிப் பொறுப்பைத் தூக்கிக் கொடுத்தனர். நெப்போலியன் அடுத்த பதினான்காண்டுக் காலம் உச்ச உயராண்மையைக் கொண்ட மேல்நிலையில் நீடிக்க வழிவகுத்துத் தந்தனர்.

நெப்போலியன் முற்றிலும் புதிய ஆட்சி முறையை உண்டாக்கி விடவில்லை. அவர் புரட்சிக் கோட்பாட்டின் சில கூறுகளை வலுவாக்கி, இதர அம்சங்களைக் கைவிட்டார். அரசியல் சட்ட அடிப்படையில் ஆட்சியதிகாரங்களைத் தனிப்படுத்துவது, உள்ளாட்சி அதிகாரங்களைப் பரவலாக்குவது, தேர்தல் முறைகளிலுள்ள சிக்கல்களைப் போக்குவது ஆகியன அனைத்தையும் தள்ளிவிட்டு, எளிமையாக்கப்பட்ட தன் முனைப்புள்ள ஆட்சியை நெப்போலியன் உண்டாக்கினார். அந்த அமைப்பில் ஆட்சியதிகாரம் நெப்போலியனின் கையில் இருந்தது. நாட்டின் அரசு எந்திரம் முழுமையையும், அவர் நேரடியாய்த் தன் கைக்குள் கொண்டுவந்துவிட்டார்.

அதே நேரத்தில் வலிமை வாய்ந்த தன் முனைப்புள்ள ஆட்சியினால், புரட்சியாளர் தாமே உண்டாக்கிக் கொண்ட இரண்டு சிக்கல்களுக்கும் தீர்வு காணமுடிந்தது. அவை நாணயச் செலாவணியும் திருச்சபையும் பற்றிய சிக்கல்களாகும். புதிதாய் அமைந்த பேங்கு ஆஃப் பிரான்சின் வழியாய்த் தேசிய நிதியமைப்புகளை நெப்போலியன் மீண்டும் நிறுவினார். கத்தோலிக்க மதபீடத்துடன் திருவுடம்படிக்கை (*Concordat*) செய்து கொண்டு, பிரான்சிற்கும் ரோமிற்குமிடையே மீண்டும் உறவுகள் ஏற்பட வழிவகுத்தார்.

பிரஞ்சு நாட்டின் பழைய ஆட்சியில் ஒரே சீரான சட்ட விதிகள் இருந்தில. புரட்சிக்குப் பின்னர் மாமன்றங்கள் கூடி ஐந்து முறை சட்டங்களைத் தொகுத்து எழுதிய போதிலும், அவற்றில் ஒன்றுகூட செயல்படுத்தப்படவில்லை. இந்த நிலைமையைச் சீர் செய்ய வேண்டுவது முதற் கடமையாகும் என்று நெப்போலியன் எண்ணினார். ''நெப்போலியன் சட்ட விதிகள்'' 1804 ஆம் ஆண்டு நடைமுறைக்கு வந்தன. அந்தச் சட்டமே இன்றும் பிரான்சில் வழக்கிலுள்ளது. அது சுருக்கமானது; தெளிவான சட்டக் கொள்கைகள் அடங்கியது.

அது கோட்பாடு அடிப்படையிலன்றிப் பொது அறிவையும் பட்டறிவையும் கொண்டு தொகுக்கப்பெற்றது. அதில் அரசியல், அல்லது சமய முற்சாய்வுகள் இல் சமயப் பொறையும் சமத்துவமும் ஏற்று ஒப்பப்பட்டன. அது சமயச் சார்பற்ற பொதுத் திருமணங்களுக்கு வகை செய்தது. மணவிலக்கிற்கு இசைவு தந்தது. குடும்ப வாழ்க்கையின் சிறப்பையும் அதில் தந்தைக்கு இருக்கும் உயர் மேன்மையையும் தனியார் சொத்துரிமையின் புனிதத் தன்மையையும் உயர்த்திக் காட்டியது. அது பெண்ணடிமைத் தனத்தைப் புனிதமற்றதாக்கிற்று.

பிரஞ்சுப் புரட்சியினரால் ரோமன் கத்தோலிக்க திருச்சபைக்கும் பிரான்சிற்குமிடையில் ஏற்பட்ட மனப் புண்களைக் கன்காடட்டு என்ற திருவுடம்படிக்கை ஆற்ற உதவியது. நெப்போலியன் கோட்பாடு என்ற தளையிலிருந்து தன்னை விடுவித்துக் கொண்டு பாப்பரசருடன் இவ்வுடன்படிக்கையைச் செய்து கொண்டார்.

நெப்போலியன் சமயச் சார்பற்றவர். ''மக்கள் என்னைப் பாப்பரசரைச் சேர்ந்தவன் என்று கூறுவர்; நான் அவ்வாறு இல்லை. எகிப்தில் இருக்கும்போது நான் முகமதியன்; மக்களின் நன்மைக்காக நான் இங்கு ரோமன் கத்தோலிக்கனாயிருப்பேன்'' என்று நெப்போலியன் கூறுவதுண்டு.

அவருக்கு மதம் என்பது பயனுள்ள ஒரு கருவி. ''மக்களுக்கு ஒரு மதம் வேண்டும்; அந்த மதம் அரசின் கைகளில் இருக்க வேண்டும்'' என்று அவர் கூறுவார்.

நெப்போலியன் 1802 ஆம் ஆண்டிலேயே கன்சல் (*Consul*) எனப்படும் பேராட்சியாளர் ஆகிய உயர்பதவியை அடைந்தார். அவர் அனைத்து அதிகாரங்களையும் உடைய இப்பதவியில் வாணாள் முழுவதும் நீடிக்கும் உயராண்மையைப் பெற்றார். அவர் தனக்குப்பின் இப்பதவிக்கு வரவேண்டியவரையும் அதில் அமர்த்திச் செல்லும் தன்னுரிமையையும் பெற்றிருந்தார்.

நெப்போலியன் பிரஞ்சு நாடு விரிந்து பரந்திருந்த காலகட்டத்தில் அந்நாட்டின் பேரரசானார். தென்மேற்கு ஸ்பெனியிலுள்ள செவைலிலிருந்து, போலந்தின் தலைநகரான வார்சா வரையிலும் இத்தாலியின் நேப்பிள்சிலிருந்து பால்டிக்குக் கடல் வரையிலும் பிரஞ்சுப் பேரரசு அகன்று பருத்திருந்தது. அவர் ஐரோப்பியத்தின் பெரிய வல்லரசுகளையெல்லாம் தோற்கடித்திருந்தார்.

''அரசர் என்ற பட்டம் தேய்ந்து செல்லத் தகாததாய்விட்டது. அந்தப் பட்டத்துடன் காலத்திற்கு ஒவ்வாத கருத்துகள் ஒட்டிக் கொண்டிருக்கின்றன. நான் அந்தப் பட்டத்தைச் சூட்டிக் கொண்டால் செத்துப் போனவர்களின் சிறப்புகளுக்கு வாரிசு என்பதைத் தவிர எனக்கு வேறு எந்தப் பெருமையும் இராது.பேரரசர் (Emperor) என்ற பட்டம் அரசர் என்ற பட்டத்தை விட மிகப் பெரியது. அதன் சிறப்பை முற்றிலும் விளக்கிவிட முடியாது. எனவே அது கற்பனையைத் தூண்டி விடுவதாய் இருக்கின்றது'' என்று நெப்போலியன் அதற்கு விளக்கம் கொடுத்தார்.

நெப்போலியன் போனப்பாட்டு தனக்கு முடி சூட்டுவதற்காக ரோமாபுரியிலிருந்து பாப்பரசரை அழைத்திருந்தார். ஏழாம் பயஸ் என்ற பாப்பரசர் (1740-1823; இவர் நெப்போலியனுடன் 1801 இல் திருவுடம்படிக்கை செய்து கொண்ட செய்தி முன்னர் கூறப்பட்டுள்ளது.) நெப்போலியனின் அழைப்பை ஏற்று அவருக்கு முடி சூட்டுவதற்காகப் பாரிசிலுள்ள நாட்டர்டாம் கதீட்ரலுக்கு வந்திருந்தார்.

நெப்போலியன் போனப்பாட்டு 1804 டிசம்பர் 2 அன்று பேரரசர் என்ற பட்டத்துடன் முடிசூட்டிக் கொண்டார். அவருக்குப் பாப்பரசர் ஏழாம் பயஸ் முடி சூட்டினார்.

முதல் புனித ரோமன் பேரரசான சார்லிமேனின் (742-814 கிபி) மணிமுடியை, ஆயிரம் ஆண்டுப் பழைமையான மகுடத்தை, முதற் பேரரசராய் எழுந்த சாமானியரான நெப்போலியன் போனப்பாட்டு பாப்பரசர் முன்னிலையில் சூட்டிக் கொண்டார்.

''பிரஞ்சுப் புரட்சியின் போது சாக்கடையில் எறியப்பட்ட மணி முடியை நெப்போலியன் தன் வாளால் எடுத்துத் தானே தன் தலையில் சூட்டிக் கொண்டார்'' என்பர்.

1804

வரலாற்றுப் புள்ளிகள்

1. நண்ணாவூர் சங்கமேசுவரசாமி விறலிவிடு தூது

தமிழில் எழுதப் பெற்ற தூது இலக்கியங்கள் குறித்து இதற்கு முன்னர் இக்களஞ்சிய வரிசையில் பல இடங்களில் பேசப்பட்டுள்ளது. தமிழக வரலாற்றின் குழப்பமான பதினேழு, பதினெட்டாம் நூற்றாண்டுகளில் விறலிவிடு தூது என்னும் இலக்கிய வகை செல்வாக்குப் பெறத் தொடங்கி. இந்நூற்றாண்டில் மங்கிப் போனது. முதல் விறலிவிடு தூது 1600 ஆம் ஆண்டு பாடப்பட்டதிலிருந்து பல நூல்கள் அவ்வப்போது வந்து கொணடிருந்தன. செப்பமற்ற கற்களைப் போல் கோணல் மாணலாய் அடுக்கும் கவிதை என்னும் புது இலக்கிய வகையொன்று தோன்றியுள்ள இருபதாம் நூற்றாண்டின் பிற்பகுதியில் தூது இலக்கிய வகை வழக்கொழிந்து போய்விட்டது.

வரத பாரதி என்பவர் 1804 ஆம் ஆண்டில் நண்ணாவூர் சங்கமேசுவரசாமி, தேவநாயகி அம்மன் பெயரில் விறலிவிடு தூது என்ற நூலை எழுதினார். இந்நூல் 1969 ஆம் ஆண்டில் வித்துவான் வீ.சொக்கலிங்கம் என்றவரால் தஞ்சாவூர் சரசுவதி மகால் நூல்நிலையத்திலிருந்து பதிப்பிக்கப் பெற்றது.

2. இரசபுத்திர இளவரசியின் துன்பக் கதை

மேவார் என்றும் உதயப்பூர் என்றும் அழைக்கப்பெறும் இரசபுத்திர நாட்டரசை ஆண்டுவரும் குகில்ல ராணாக்களின் தொன்மையான அரச குடி வெகு மேலான நிலையிலிருந்து, இந்தப் பத்தொன்பதாம் நூற்றாண்டில் தாழ்ந்த நிலையை அடைய நேர்ந்தது. இக்குடியினர் பற்றியும் அவர்களின் அவல நிலை குறித்தும் முன்னர் சொல்லப்பட்டது (இ.ச.க.தொகுதி-6)

உதயபுரியின் அரசிருக்கையில் ராணா பீம்சிங்கு 1778 ஆண்டு அமர்ந்தார். இவர் 1828 வரை ஐம்பதாண்டுக் காலம் ஆட்சி செய்தார். இவரது ஆட்சிக் காலத்தில்தான் இந்தப் பழம்பெரும் நாட்டரசு கம்பெனியின் ஆளுகை வரம்பினுள் 1817 இல் அடங்கிற்று. இதற்கு முன்னர் இக்குடி மன்னர் எவரும் காணாத ஏற்றங்களையும் இறக்கங்களையும் இவரது ஆட்சி கண்டது.

பீம்சிங்கின் காலத்தில் ஜெனரல் லேக்கு பிரபு மராட்டியரை ஒடுக்கினார். அதனால் உதயபுரி சற்று நிம்மதியா மூச்சு விட முடிந்தது. ஆனால் இந்த அமைதி சிறிது காலந்தான் நிலைத்தது. ஏனெனில் நாட்டு அரசர்களின் நடப்புகளில் கம்பெனி தலையிடாது என்று தலைமை ஆளுநரான காரன்வாலிஸ் பிரபு(ஆ.கா.1786-1793) ஏற்கெனவே அறிவித்திருந்ததால், வலுக்குன்றிய உதயபுரி அரசு பிற இரசபுத்திர அரசர்களுக்கும் மராட்டியரான சிந்தியா, ஹோல்கர் ஆகிய தலைவர்களுக்கும் அமீர்கான் என்ற பட்டாணியருக்கும் பிண்டாரியர்க்கும் மாறி மாறி இரையாக நேர்ந்தது.

அதனால் வடபாரதத்து இந்து மன்னர் குடிகளில் எல்லாம் தலையாய மேவார் ராணா தலை தாழ்ந்து நிற்க வேண்டிய கெட்ட வேளை வந்துவிட்டது. கோட்டா என்ற நாட்டரசின் அரச காவலரான ஜாலிம்சிங்கு என்றவரிடம் மாதம் 1000 ரூபாய் உதவித்தொகை பெற்று வாழும் தாழ்ந்த நிலைக்கு மேவாரின் பீம்சிங்கு இழிந்து போனார். அது மட்டுமின்றி இரசபுத்திரர் வராற்றிலேயே மிகவும் இழிவான ஒரு நிகழ்ச்சியும் நடந்தது.

1804

இன்னோர் அழகி

மேவார் ராணா பீம்சிங்கிற்கு மிகவும் அழகு வாய்ந்த கிருஷ்ணகுமாரி என்ற மகள் இருந்தார். (அலாவுதீன் கில்ஜியை மோகவெறி கொள்ளச் செய்த கட்டழகியான சித்தூர் அரசி பத்மினியும் மேவார் குடியினரேயாவார்.) இரசபுத்திர மகளிர் அழகிற்கும் வீரத்திற்கும் பெயர் பெற்றவர்கள் என்ற சிறப்பைக் கிருஷ்ண குமாரி முற்றிலும் பெற்றிருந்தார்.

கிருஷ்ணகுமாரியை மணப்பதுதான் வாழ்க்கையின் பெரும்பேறு என்று இரசபுத்திர இளவரசர் ஒவ்வொருவரும் ஏங்குகின்ற நிலையை அப்பெண்மணி உண்டாக்கியிருந்தார். ஜோத்துப்பூர் மகாராசா பீம்சிங்கிற்கு (1792-1803) அந்தப் பேறு கிடைக்கும் வகையில், அவருக்கு மேவார் இளவரசியை மணம் முடிப்பதென்று உறுதி செய்திருந்தனர். ஆனால் ஜோத்துப்பூர் அரசர் 1803 ஆம் ஆண்டு இறந்து போனார்.

அவருக்குப்பிறகு அந்நாட்டரசின் அரசிருக்கை ஏறிய மான்சிங்கு (1803-1843) மேவார் இளவரசியை மணக்க அவாக் கொண்டார். ஆனால் ஜோத்துப்பூர் அரசிடம் அமைச்சராயிருந்த சேவாய்சிங்கு ஜெயப்பூருக்கும் ஜோத்துப்பூருக்குமிடையே பகையை உண்டாக்கும் எண்ணத்துடன் சூழ்ச்சி செய்துவந்தார். ஜெய்ப்பூர் அரசரான இரண்டாம் ஜகத்து சிங்கின் (1803-1818) மனத்தில் கிருஷ்ணகுமாரி மீது ஆசையை உண்டாக்கினார். அதனால் ஜெயப்பூரார் கிருஷ்ணகுமாரியை எப்படியும் மணந்து விடுவதென்று

உறுதிகொண்டார். அவர் பெண் கேட்டு மேவாருக்குத் தூதனுப்பினார். தூதுவர் ஏளனத்திற்குள்ளாகித் திரும்பினார்.

இதையடுத்து மேவார் இளவரசியை மணக்க விரும்பிய ஜோத்துப்பூர், ஜெயப்பூர் அரசர்களிடையே போர் மூண்டுவிட்டது. இந்தப் போருக்குக் கொள்ளையரான அமீர்கானை முதலில் ஒருவரும் பின்னர் மற்றவரும் உதவிக்கு அழைத்தனர். அதனால் இரசபுதனமே அழிந்து நலிந்தது. அமீர்கான் இரசபுதன அரசர்களை நெருக்கிக் கசக்கி அவர்களின் செல்வங்களையெல்லாம் கரந்தவர். அவரும் அவரின் படையினரும் இரசபுதனத்தில் ஆற்றொணாக் கொடுமைகளைச் செய்தனர்.

துரோகச் செயல்களுக்குப் பிறகு உயிர்க் கொலையும் கொள்ளையும் தலைவிரித்தாடின. இக்கொடுமைகள் நாடெங்கும் நடந்து கொண்டிருக்க, மன்னரிருவரும் தனக்குத்தான் மேவார் அழகி என்று ஒற்றைக்காலில் நின்றனர். அதனால் நாடெங்கும் குருதிப் புனல் ஓடிவரலாயிற்று. கிருஷ்ண குமாரிக்கு இப்போது வயது பதினாறு. அவரின் தாய் அனிலவார என்ற முதுகுடியின் சவுரா என்ற மரபைச் சேர்ந்தவர். அது இந்து வமிசத்தின் மேன்மையான குடி. குடிப் பெருமையும் குணச் சிறப்பும் இவையனைத்திற்கு மேலாய்ப் பெரும் பேரழகும் வாய்ந்த கிருஷ்ண குமாரி, இரசபுத்திர அரசர்களின் உள்பகைக்குக் காரணமாகிக் கசக்கி எறியப்பட்ட மலரானார்.

கொடுமைக்காரப் பட்டாணியரான அமீர்கான் உதயபுரியை அடைந்தார். மன்னர் மான் சிங்கை அழைத்தார்.கிருஷ்ணகுமாரி இரசபுத்திர அரசருள் ஒருவரை மணக்க வேண்டும், அல்லது இளவரசி சாக வேண்டும், அந்தச் சாவிற்குப் பிறகு தான் இரச புதனத்தில் அமைதி ஏற்படும் என்று தன் இரக்கமற்ற முடிவை மான்சிங்கிடம் கூறினார்.

கிருஷ்ண குமாரி தனக்குக் கிடைக்காவிடில் அவள் செத்தாலும் சரிதான் என்று ஜோத்துப்பூராரும் ஜெயப்பூராரும் இருந்தனர். இது இரசபுத்திரப் பண்பிற்கே முற்றிலும் மாறானது. இரக்கமற்றவர்களும் பண்பு கெட்டவர்களும் கூடி, அந்த இரசபுத்திர மென்மலரைக் கசக்கி எறிவதென்று முடிவு செய்தனர்.

சரிதான், மேவார் இளவரசியைக் கொல்வது யார்? இந்த இழி செயலைச் செய்வதற்கு எந்த ஆண்மகனும் முன் வரவில்லை. அதைச் செய்வது தம் வீரத்திற்கு இழுக்கு என்று அவர்கள் எண்ணினர்.

ஆதலால் அந்தப்புரத்துப் பெண்டிரின் தலையில் அந்தப் பொறுப்பு விழுந்தது. இளவரசியை வாளால் கொல்ல எவரும் முன்வராததால், உவளகத்துப் பெண்கள் இளவரசிக்கு நஞ்சைக் கலந்து கொடுத்தனுப்பினர். இளவரசியிடம் அவருடைய தந்தையின் பெயரால் தாதி நஞ்சுக் கிண்ணத்தைக் கொடுத்தாள் இதைக் கண்ட இளவரசியின் தாய் அழுதார்; அரற்றினார்; புலம்பினார்,

உவமை கூறவியலாத வனப்பும் உவகை கொள்ளச் செய்யும் அறிவும் ஒருங்கே வாய்க்கப் பெற்ற கிருஷ்ணகுமாரி கண்ணீர் உகுத்து நின்ற தாயிடம் சொல்வார்.

''உயிர் வாழ்க்கையின் துன்பத்தைக் குறைக்கப் போகும் இச்செயலைக் கண்டு வீணாய் உன்னை வருத்துகின்றாய் தாயே! நான் சாவதற்கு அஞ்சவில்லை. நான் உன் மகளல்லவா? நான் ஏன் சாவதற்கு அஞ்ச வேண்டும்? நாம் பிறவியெடுத்த நாளிலிருந்து தியாகம் செய்வதற்கென்றே விதிக்கப் பெற்றவர்கள். இவ்வுலகை விட்டு நீங்கிவிட வேண்டுமென்பதற்காகத் தான் நாம் இதனுள் வந்து பிறக்கின்றோம். நான் இத்தனை காலம், உயிர் வாழ்ந்ததற்காக என் தந்தைக்கு நன்றி செலுத்துவேன்''.

1804

தந்தை சமைத்த கல்போல் நிற்கக் கிருஷ்ணகுமாரி ஒரு சொட்டுக் கண்ணீர்கூட விடாமல் இரசபுத்திர நங்கைக்குரிய பெருந்தன்மையுடன் நஞ்சை வாங்கி அருந்திவிட்டுத் தாய்க்கு மேலும் மகள் ஆறுதல் கூறினார். அவருண்ட நஞ்சு அவரது உடலில் கலந்து தீங்கின்றிக் கரைந்தது.

ஆதலால் இளவரசிக்கு மீண்டும் கசப்பான ஒரு குவளை நஞ்சைக் கொடுத்தனர். அவர் அதையும் துணிச்சலுடன் வாங்கியருந்தினார். அதுவும் அரசகுமாரியை மாய்க்கவில்லை. மூன்றாவது. முறை கொடுத்த நஞ்சும் இளவரசியின் துணிச்சலுக்கு முன் பணிந்ததைப் போன்று செயலற்றுப்போனது.

வெறி கொண்ட, விலங்கனைய பட்டாணிய அமீர் கானும் ஜெயப்பூர் அரசரும் இளவரசி ஏன் சாகவில்லை என்று கொக்கரித்தனர்.

இம்முறை மிகுந்த ஆற்றல் வாய்ந்த கொடிய நஞ்சை இளவரசிக்குக் கொடுத்தனர். இளவரசி புன்னகை பூக்க, அதையும் வாங்கிச் சுவைநீர் போன்று அருந்தினார். இப்போது விலங்குத் தனத்தின் விருப்பம் நிறைவேறியது. இளவரசி உறங்கினார். மீளாத்துயிலில் ஆழ்ந்துவிட்டார்.

இளவரசி இறந்த செய்தி உவளகத்திலிருந்து வந்ததும் அமீர்கான் தாங்க முடியாத உணர்ச்சிப் பெருக்குடன் ஜெயப்பூர் மன்னரைப் பார்த்துக் குமுறினார்.

''இதுதான் நீங்கள் மார்தட்டி வீராப்புப் பேசும் இரசபுத்திர ஆண்மையா?''

1804

3. கொடுங்கோலர் பிடியில் ஐதராபாது மக்கள்

ஐதராபாதின் ஆறாவது நிசாமான அக்பர் அலிகான் (1802× 1829) ஆட்சியில் மக்கள் பெரிதும் அல்லலுற்றனர். நிசாம் பிரிட்டிசாரிடம் கடன்காரராகித் தத்தளித்துக் கொண்டிருந்தார்.

தக்காணத்தின் இந்நாட்டரசில் ஆட்சி சீர்கெட்டுப் போயிருந்தது. குடியானவர்கள் பட்ட துன்பம் சொல்லுந் தரமன்று. ஒருவரால் தன் நிலவுடைமை உரிமையை நிலைநாட்ட முடியாத நிலை இருந்தது. குறுகிய காலத்தில் பெருஞ் செல்வராதல் வேண்டும் என்று பேராசை கொண்டவர்கள், வரிதண்டும் உரிமையைக் கூடுதலான தொகைக்குக் குத்தகை எடுத்தனர்.

அரசு அலுவலர்கள் திறமையற்றவர்களாயிருந்தனர். தாலுக்கதாரர் என்ற உயரலுவலர்கள் ஐதராபாது நகரில் சோம்பிக் கிடந்து உல்லாச வாழ்க்கை நடத்தினர். அவர்கள் தம் ஆட்சிப் பொறுப்பைத் துணை அலுவலர்களிடம் ஒப்படைத்து விட்டுக் கேளிக்கைகளில் மூழ்கியிருந்தனர். துணை அலுவலர்கள் படைவீரர்களுடனும் எடுபிடியாள்களுடனும் சென்று குடியானவர்கள் மீது பாய்ந்து பயங்கரத்தை உண்டாக்கினர்.

அடுத்தடுத்து வருவதை வாடிக்கையாயும் வழக்கமாயும் கொண்டிருந்த பஞ்ச காலங்களிலும், அவர்களின் தீச்செயல்கள் நடந்தன. அதனால் உழவர்கள் நிலங்களை விட்டு வெளியேறிக் கொள்ளையராயினர். நாட்டுப் புறங்களில் கொள்ளையரும் திருடரும் மலிந்தனர். நாட்டிற்குள் ஊர்விட்டு ஊர் பயணம் செய்வது இடர் நிறைந்ததாயிற்று. இங்ஙனம் நாட்டில் குற்றங்கள் மலிந்திருந்த போதிலும் ஐதராபாதின் தலைமை நீதிபதி முன்னர் 1804 முதல் 1814 வரையிலும் ஒருவழக்குக் கூட கொண்டு வரப்படவில்லை. தன்னைச் சுற்றிலும் கொலையும் கொள்ளையும் கற்பழிப்பும் மலிந்திருக்கத் தலைமை நீதிபதி கையைக் கட்டிக் கொண்டு வாளாவிருக்க நேர்ந்தது.

4.இளைய பிட்டு மீண்டும் தலைமை அமைச்சரானார்

ஆடிங்டன் பிரபு தலைமை அமைச்சர் பதவியிலிருந்து 1804 ஆம் ஆண்டு விலகியதும், இளைய பிட்டு மீண்டும் தலைமை அமைச்சர் பதவியை மே 10 அன்று மேற்கொண்டார்.

5.பிரான்சிற்கு எதிராய் மூன்றாவது கூட்டணி

பிரஞ்சு நாட்டின் அமியன்ஸ் நகரில் 1802 ஆம் ஆண்டு கையெழுத்தான அமைதி உடன்படிக்கையினால் ஐரோப்பியத்தில் மெய்யான அமைதி தோன்றிவிடவில்லை. நெப்போலியன் தன் படைகளையெல்லாம் ஒருங்கு கூட்டவும் பிரிட்டனுக்கு எதிராய் நடத்திவரும் போரில் ஐரோப்பிய வல்லரசுகளின் உதவியைத் திரட்டவும் விரும்பினார். ஐரோப்பியத்தின் பெரும்பகுதிமீது பிரான்ஸ் வலுவான மேலாண்மை செலுத்தி வருவதைப் பிரிட்டனால் பொறுத்துக் கொள்ள முடியவில்லை.

பிரான்ஸ் ஐரோப்பியத்தில் தன் ஆதிக்கப் பரப்பை விரித்துக்கொண்டே சென்றது. அது வட இத்தாலியை வென்றது; சுவிட்சர்லாந்தில் தலையிட்டது; பிரஞ்சுக் கரையோரம் நெடுகிலும் ஆயிரக்கணக்கானோர் மிகப்பெரிய கப்பல் தொகுதியைக் கட்டுவதில் ஈடுபட்டிருந்தனர். பின்னர் இக்கப்பல்களைக் கொண்டு இங்கிலாந்தின் மேல் படையெடுக்கும் பணியில் பிரான்ஸ் முனைந்திருந்தது.

இந்நிலையில் பிரிட்டன் 1803 மே 17 அன்று பிரான்சின் மீது போர் தொடுத்தது. கத்தோலிக்கருக்குப் பொது உரிமைகள் வழங்குவது பற்றிய சட்டம் தொடர்பாய் இளைய பிட்டு 1801 இல் பதவி விலகியிருந்தார். அவர் 1804 ஆம் ஆண்டு மேயில் மீண்டும் தலைமை அமைச்சர் பொறுப்பை ஏற்றுவிட்டார். அவர் இப்போது பிரான்சிற்கு எதிராய் ஓர் அணியை உருவாக்க மூன்றாவது முறையாய் முனைந்தார். (முதற் கூட்டணி 1793; இ.ச.க.தொகுதி-10 இரண்டாவது கூட்டணி 1798; இ.ச.க.தொகுதி-10) இந்த அணியில் பிரிட்டனுடன் இரஷியமும் ஆஸ்திரியமும் சேர்ந்திருந்தன. ஆனால் ஆஸ்திரியப்படை பிரஞ்சுக்காரரிடம் படு தோல்வியடைந்தது. நெப்போலியன் 1805 ஆம் ஆண்டு ஆஸ்திரியத் தலைநகரான வியன்னாவினுள் வெற்றி நடைபோட்டு நுழைந்தார்.

1804

ஆஸ்திரிய, இரஷியப் படைகள் ஒன்று சேர்ந்து வந்தபோது, அவை இரண்டும் ஆஸ்டர்லிட்ஸ் (*Austerlitz* : இந்நகரம் நடுச் செக்கோசுலோவேகியத்தில் உள்ளது) என்ற இடத்தில் 1805 ஆம் ஆண்டு தோற்கடிக்கப்பட்டன. நெப்போலியன் இவ்வெற்றிற்குப் பிறகு ஐரோப்பியத்தின் நிலப்படத்தையே மாற்றி வரையச் செய்தார்.

ஒரு காலத்தில் புனித ரோமன் பேரரசு (இ.ச.க.தொகுதி-6) நிலவிய பெரும்பரப்பில் நெப்போலியன் புது நாடுகளை உண்டாக்கினார். ''பண்ணைக் கோழிகளைப் பருந்தாக்குவது போல்'' தன் உறவினர்கள் ஆட்சி புரிவதற்காகப் புதிய முடியரசுகளை உண்டாக்கினார்.

நெப்போலியனிடம் தென் இங்கிலாந்தின் மீது படையெடுப்பதற்கு வேண்டிய படை இப்போது ஆயத்தமாயிருந்தது.ஆனால் பிரிட்டீசுக் கடற்படை தன் நாட்டைக் காப்பதற்காகப் பிரஞ்சு எண்ணத்தைக் குலைக்கக் காத்திருந்தது.

6.பிரஞ்சுச் செய்திகள்

(அ) நெப்போலியன் சட்டம் நடைமுறைக்கு வந்தது

நெப்போலியனின் திட்டப்படி வகுக்கப்பெற்ற பொதுவியல் சட்டம் 1804 மார்ச்சு 25 முதல் நடைமுறைக்கு வந்தது.

(ஆ) பள்ளி ஆசிரியர் அரசு ஊழியரானார்

பள்ளி ஆசிரியர்களை அரசே வேலைக்கு அமர்த்தும் புதிய முறை 1804 டிசம்பர் 21 அன்று பிரான்சில் தொடங்கியது.

7.அறிவியல் செய்திகள்

(அ) இரிடியம், ஆஸ்மியம் கண்டுபிடிப்பு

ஸ்மித்சன் டென்னண் (*Smithson Tennent 1761-1815*) 1804 இல் இரிடியம், ஆஸ்மியம் என்னும் இரு தனிமங்களைக் கண்டுபிடித்தார்.

இரிடியம் (*iridium*) என்பது வினை குறைவான (*inert*) கடினமான, அரிய தனிமம், வெண் மஞ்சள் நிறமானது. பிளாட்டினத் தனிமங்களிலிருந்து கிடைப்பது. பிளாட்டினத்துடன் சேர்ந்து கலப்புலோகமாய்ப் பயன்படுவது.இதிலிருந்து மூசைகள் செய்யப்படுகின்றன; பேனா முள்களில் வைக்கப்படுகின்றது.இதன் வேதிக்குறி *Ir.* அணு எண்.77, அணு எடை 192.2; இணை திறன் 3 (அ) 4; ஒப்படர்த்தி 22.42; உருகு நிலை 2410^0 செண்டி கிரேடு; கொதிநிலை 4130^0 செண்டி கிரேடு; இது சில வகையான அமிலங்களில் கரையும் போது பல நிறங்கள் தோன்றுவதால் இப்பெயர் பெற்றது. இதைத் தமிழில் உறுதியம் என்பர்.

ஆஸ்மியம் (*osmium*) நாமறிந்தவற்றுள் மிகக் கடினமான தனிமம். எளிதில் இதை உடைக்க முடியாது: வெண்ணீல நிறமானது; இதுவும் பிளாட்டினத்தில் இருந்துதான் கிடைக்கின்றது. (பிளாட்டினம் 1736 இல் கண்டு பிடிக்கப்பட்டது. இ.ச.க.4:167-170) ஆஸ்மியத்தை இரிடியத்துடன் கலந்து ஆஸ்மிரிடயம் (*osmiridium*) என்ற வெகு கடினமான கலப்பு உலோகத்தை ஆக்குகின்றனர்.

ஆஸ்மியம் எளிதில் உயிர்வளி ஏற்றம் அடையக்கூடியது. ஆஸ்மியத்தைக் கொண்டு பேனாமுளைகள், திருகு குடுமி (*pivot*) ஆகியவற்றைச் செய்கின்றனர். இதன் வேதிக் குறி *Os.* அணு எண்.76; அணு எடை 190.2; இணை திறன் 1.8; ஒப்படர்த்தி 22.57; உருகுநிலை (சு) 3045^0 செண்டி கிரேடு; கொதிநிலை (சு) 5027^0 செண்டி கிரேடு; ஊடுருவிச் செல்லக்கூடிய இதன் மணம் காரணமாய், மணம் என்னும் பொருளைத் தரும் *osme* என்ற கிரேக்கச் சொல்லிலிருந்து இதன் பெயரை ஆக்கியுள்ளனர். தமிழில் இதை மணமியம் எனலாம்.

(ஆ) பல்லாடியம் கண்டுபிடிப்பு

பல்லாடியம் (*palladium*) என்பதும் பிளாட்டினத் தனிமக் குடும்பத்தைச் சேர்ந்தது. வெள்ளிய நிறமுடையது. அடித்து நீட்டவும், தகடாக்கவும் வல்லது. இது பெரிதும் நிக்கல் கிடைக்கின்ற தனிமங்களிலிருந்து பெறப்படுகின்றது. (நிக்கல் கண்டுபிடிப்பு 1781; இ.ச.க.தொகுதி-6) நீர்வளி செலுத்தும் வினைகளில் வினையூக்கியாய்ப் பயன்படுகின்றது. தங்கத்துடன் கலந்து நகை செய்யப்படுகின்றது. இது 1803 ஆம் ஆண்டு

பிடிக்கப்பட்ட பல்லாஸ் (*Pallas*) என்ற குறுங்கோளின் பெயரைப் பெற்றுள்ளது.

இந்த அரிய உலோகத்தை டபிள்யூ. எச்.ஒல்லஸ்டன் (*W.H.Wollaston 1766-1828* ஆங்கில வேதியியலார்) *1804* இல் கண்டுபிடித்தார்.

பல்லாடியத்தின் வேதிக்குறி *Pd;* அணு எண்.*46:* அணு எடை *106.4;* இணை திறன் *2,3* அல்லது *4;* ஒப்படர்த்தி *12.02;* உருகுநிலை *1552*^{0} செண்டி கிரேடு; கொதிநிலை *3140*^{0} செண்டி கிரேடு.

(இ) வானிலை ஆய்வில் பலூன்

வானில் பறக்கவேண்டுமென்பதில் தாளாத பேராவல் கொண்டிருந்த மனிதன் பதினெட்டாம் நூற்றாண்டில் விண்ணில் எழும்பிப் பறப்பதற்குக் கண்ட கருவி பலூன் ஆகும். (இ.ச.க. தொகுதி-*9*) இதில் பிரஞ்சுக்காரர் முன்னோடிகளாயிருந்தனர். அவர்கள் போரிலும் பலூனை முதன் முதலாய்ப் பயன்படுத்தினார். (இ.ச.க.தொகுதி-*10*)

பிரஞ்சு அறிவியலாரான ஜோசஃபு லூயி கே.லூசாக்கு (*Joseph Louis Gay - Lussac 1778-1850*) *1804* ஆம் ஆண்டில் வானிலை ஆய்விற்குப் பலூனைப் பயன்படுத்தினார் என்பது குறிப்பிடத்தக்க செய்தியாகும்.

8.பிறப்பு

பெஞ்சமின் டிஸ்ரேலி

பிரிட்டீசு டோரிக் கட்சிக்காரரும் நாவலாசிரியருமான பெஞ்சமின் டிஸ்ரேலி (*Benjamin Disraeli 1804-1881*) *1804* ஆம் ஆண்டு பிறந்தார். இறக்குமதிக்குத் தீர்வை விதித்து உள்நாட்டுத் தொழில்களைக் காத்தல், மக்களாட்சி, பேரரசாட்சி ஆகியன பற்றிய டோரிக் கட்சியின் கொள்கைகளுக்கு ஒத்திசைவான நோக்கங்களைக் கொடுத்தவர் டிஸ்ரேலியாவார். அவர் பிரிட்டனின் தலைமை அமைச்சர் பதவியில் இருமுறை (*1868; 1874-1880*) இருந்தவர். அவர் அக்காலத்தில் சூயசுக் கால்வாய் நிறுவனத்தின் பங்குகளைப் பிரிட்டனுக்காக விலைக்கு வாங்கினார். அவரின் நாவல்களுள் *Coningsby (1844)*, *Sybil (1845)* என்பன குறிப்பிடத்தக்கவனவாகும்.

9.இறப்பு

(அ) ஜோசஃபு பிரீஸ்டிலி

ஆங்கில வேதியியலாரும் அரசியல் சிந்தனையாளரும் *1794* முதல் அமெரிக்கத்தில் கிறித்தவ சமயக் குருவாயும் விளங்கிய ஜோசாஃபு பிரீஸ்டிலி (*Joseph Priestly 1733-1804*) ஆக்சிஜனைக் கண்டுபிடித்தவருள் ஒருவராவார். (இ.ச.க.தொகுதி-*8*) அவர் *1804* ஆம் ஆண்டு பிப்ரவரி *6* அன்று காலமானார்.

(ஆ) இம்மானுவல் கண்

கருத்தியற் கோட்பாட்டளாரான (*idealist*) இம்மானுவல் கண் (*Immanuel Kant 1724-1804*) ஜெர்மன் நாட்டைச் சேர்ந்த மெய்யியலார். இவர் பதினெட்டாம் நூற்றாண்டின் தலையாய சிந்தனையாளருள் ஒருவர். அவர் மனித அறிவின் எல்லைகள் யாவை என்பதை *1781* ஆம் ஆண்டில் எழுதிய ‘‘தனி அறிவாராய்ச்சித் திறம் (*Critique of Pure Reason*) என்ற நூலில் வரையறை செய்ய முயன்றார்.

1805

அரசியல்
சின்னமலை தூக்கிலிடப்பட்டார்
வேணாடு - கம்பெனி புது உடன்படிக்கை
கண்கோட்டு நம்பியாருக்குத் தூக்கு
வெல்லஸ்லி நாடு திரும்பினார்
இடைக்காலத் தலைமை ஆளுநர் மார்லோ
மீண்டும் காரன்வாலிஸ்
நெப்போலியன் இத்தாலி அரசர்

அறிவியல்
ரோடியம், மார்ஃபீன் கண்டுபிடிப்பு

சமயம்
சமணம் சமணம் பற்றிய முதல் ஆய்வு

கலை, கல்வி, இலக்கியம்
சமஸ்கிருத ஆராய்ச்சியும் கோல்புரூக்கும்

தொழில், வாணிபம், வேளாண்மை
சென்னை மாநிலத்தில் உருளைக் கிழங்கு அறிமுகம்

பொருளியல், நிதியியல்
சென்னை மாநிலத்தில் வங்கிகள்

இராணுவம், போர்
பிரிட்டன் பிரெஞ்சுப் படை மீது வாணம் ஏவுதல்
நெப்போலியன் வெற்றிகள்
இயற்கைச் சீற்றம், பஞ்சம்
ஆந்திரத்தில் பஞ்சம் (1805 - 1807)

வரலாறு
தற்கால எகிப்து தோற்றம்

மக்கள்
கோல்புரூக்கு

பொது
எழுத்தர் வேலையும் நாடாளுமன்ற உறுப்பினர் பதவியும் சமமா?

பிறப்பு
மாசினி (1805-1872)
ஹன்ஸ் கிறிஸ்தியன் ஆண்டர்சன் (1805-1875)

இறப்பு
சின்னமலை
ஹோரேசியோ நெல்சன் (1758-1805)
காரன்வாலிஸ் (1738-1805)

1805

1.சமணம் பற்றிய முதல் ஆய்வு

சமண சமயத்தைத் தோற்றுவித்தவர் மகாவீரர் (590-468 கி.மு.) என்பது மரபாயிருந்துவரினும், அவருக்கு முன்னர் 23 தீர்த்தங்கரர் வாழ்ந்திருந்தனர் என்றும்; அவர்கள் குறிப்பிட்ட சில கால இடைவெளிகளில் தோன்றி, உலகம் கடைத் தேறுவதற்காக மெய்யான சமயத்தைப் போதித்து வந்தனர் என்றும் சமண சமயத்தவர் நம்புகின்றனர்.

ஆதி நாதர்

சமணரின் முதல் தீர்த்தங்கரர் பெயர் இடபர். இவரை ஆதிநாதர் என்பர். இவர் அரசுரிமை துறந்து ஆட்சிப் பொறுப்பைத் தம் மகன் பரதனிடம் விடுத்துத் துறவு பூண்டு முதல் தீர்த்தங்கரர் ஆகின்றார். ஆதி நாதரான இடபரே உலகின் முதல் மன்னருமாவார். அவரின் மகனான பரதன் உலகின் முதற் பேரரசராவார் என்பது சமண மரபு.

மகாவீரருக்கு நிகண்டநாத புத்தர் என்ற பெயரும் உண்டு. இவரின் தாயார் பெயர் திரிகலை; தந்தை சித்தார்த்தர். அவர் இந்த நடப்பு யுகத்தின் கடைசித் தீர்த்தங்கரர். அதாவது இருபத்தி நான்காவது தீர்த்தங்கரர் என்று சமண இலக்கியங்கள் கூறுகின்றன. மகாவீரர் புத்தரைவிட வயதில் சற்று மூத்தவர்.

சமணக் கோட்பாடுகள்

மகாவீரர் தமக்கு இருநூற்றைம்பது ஆண்டுகளுக்கு முன்னர் வாழ்ந்திருந்த இருபத்தி மூன்றாவது தீர்த்தங்கரரான பார்சவ நாதர் நிறுவியிருந்த சங்கத்தில் சேர்ந்தார் அவர் அச்சங்கத்துடன் கருத்து வேறுபாடு கொண்டு, அதனின்று விலகித் தமது நாற்பதாவது வயதில் புதிய சமயத்தைத் தோற்றுவித்தார். பார்சவரின் கோட்பாடுகளில் நான்கு விதிகள் இருந்தன. அவை: 1. உயிர்க் கொலை கூடாது, 2. பயன்படு பொருள்களை, அவை கொடுக்கப்பட்டாலன்றி எடுத்துக் கொள்ளலாகாது, 3. பொய்யுரைக்கலாகாது, 4. நான்காவது விதிக்கு அபரிகிரக என்று பெயர். உயிர் உள்பட, உலகியல் உடைமை எதையும் வைத்துக் கொள்ளலாகாது.

மகாவீரர் பார்சவரின் இந்நான்கு கோட்பாடு விதிகளில் முதல் மூன்றையும் எடுத்துக்கொண்டு, அபரிகிரக என்ற விதியை இரண்டாய்ப் பிரித்து, ஐந்து விதிகளாக்கிக் கொண்டார். அதாவது: மணம் செய்து கொள்ளலாகாது; அல்லது பிரமசரியம் காக்க வேண்டு மென்பது மகாவீரரின் நான்காவது விதி, கட்டிய துணியைத் தவிர வேறு எந்த உடைமையையும் வைத்துக் கொள்ளலாகாது என்பது ஐந்தாம் விதி.

பார்சவர், மகாவீரர் இருவரின் கோட்பாடுகளுக்குமிடையே காணப்படும் வேறுபாடு யாதெனின், பார்சவரும் அவரைப்பின் பற்றியொரும் அசலேகர்; அதாவது ஆடையணியாதோர். மகாவீரரைப் பின்பற்றியோர் வெள்ளுடை புனைந்து உலக உடைமைகளையெல்லாம் நீக்கினர். மகாவீரருடைய சமயம் காலத்தையொட்டி அமைந்த புதுமையான கோட்பாடாகும்.

நிகண்ட நாதபுத்தர் - மகாவீரர் நான்கு கட்டுப்பாடுகளை விதித்தார். குளிர்ந்த நீரில் உயிர்கள் அடங்கியிருப்பதால், அதைப் பயன்படுத்தலாகாது. (அதனால் சமணத் துறவியர் நீராடுவதில்லை. ஆதலால் தமிழர் அவர்களை ''நீராடா மேனியர்'' என்று அழைத்தனர்.)

கொலை, புணர்ச்சியில் ஈடுபடுதல் போன்ற பாவச் செயல்களில் ஈடுபடலாகாது. மகாவீரர் இப்பாவச் செயல்களைச் செய்யாதவராய் வாழ்ந்து தன்னைத் தூய்மைப் படுத்திக்கொண்டார்.

சமணமும் பௌத்தமும்

சமணமும் பௌத்தமும் ஒரே காலத்தில் தோன்றி நிலவின. காலப்போக்கில் இச்சமயங்கள் இரண்டும் அவை தோன்றிய நாட்டில் செல்வாக்கிழந்தன. பௌத்தம் இலங்கை, சீனம், நடு ஆசியம், தென்கிழக்காசியம் இங்கெல்லாம் பரவியது. சமணம் இந்தியத்தில் மட்டுமே குறிப்பிட்ட சில பகுதிகளில் மட்டும் நிலவிற்று. சங்க காலத்திலிருந்து (சுமார் கி.மு. மூன்றாம் நூற்றாண்டு) சுமார் கி.பி. பத்தாம் நூற்றாண்டு வரை ஆயிரத்து முந்நூறு ஆண்டுகளுக்கு மேல் செல்வாக்குப் பெற்றிருந்த சமணம் தமிழகத்தில் கிட்டத்தட்ட இல்லாமல் மறைந்தது. சித்தாமூர் போன்ற சிற்சில பகுதிகளில் மட்டும் சமணர் சிறு பான்மையாய்த் தமிழகத்தில் வாழ்ந்து வருகின்றனரெனினும் வட நாட்டிலிருந்து பெரிதும் இரசபுதனம், குஜராது ஆகிய இடங்களிலிருந்து வந்த சமணர், வட இந்தியத்தின் பல நகரங்களில் போலவே, சென்னை போன்ற நகரங்களிலும் குடியேறி மீண்டும் இப்போது சமணத்தை வளர்த்து வருகின்றனர். தென் கன்னட நாட்டில் 1763 வரையிலும் குறுநில மன்னர்களின் ஆதரவில் சமணம் சிறந்திருந்தது. (இ.ச.க.தொகுதி-7) இன்றும் கன்னட நாட்டில் சமணத்திற்குச் செல்வாக்கு இருந்து வருகின்றது.

1805

சமணம் பற்றிய ஆய்வு

இந்தியவியல் மீது ஆர்வங்கொண்டு, இந்நாட்டின் தொன்மையான இலக்கியம், கலை, சமயம், வரலாறு ஆகிய துறைகளை ஆராயப் புகுந்த ஐரோப்பியர், சமணமும் பௌத்தமும் ஒன்றென்று கருதிய நிலை பத்தொன்பதாம் நூற்றாண்டு வரை இருந்தது. இத்துறையில் மேஜர் காலின் மெக்கன்சி (1753 × 1821) செய்த முதல் ஆய்வின் முடிவுகள் இவ்வாண்டு (1805) வங்க ஆசியவியல் சங்கத்தின் வெளியீடான ''ரிசர்ச்சஸ்'' என்ற இதழில் வெளிவந்தன. இதுவே தற்காலத்தில் சமணம் பற்றிச் செய்த முதல் ஆய்வாய் இருத்தல் கூடும். சமணமும் பௌத்தமும் ஒன்றென்று எண்ணிவந்த ஐரோப்பிய விற்பன்னர்களுக்கு இது புதிய வழி காட்டியாய் அமைந்தது.

மெக்கன்சி இந்த ஆய்வில் முதன் முறையாய் இருபத்தி நான்கு தீர்த்தங்கரரின் பெயர்கள், சமண சமய நம்பிக்கைகள், அதன் தலையாய கோட்பாடுகள் முதலியவற்றைத் தொகுத்துக் கூறியிருந்தார். (காலின் மெக்கன்சி: இ.ச.க.தொகுதி-9) மெக்கன்சி இந்த ஆய்வுக் கட்டுரையில் கூறியிருந்த பெரும்பாலான செய்திகளைக் கன்னட நாட்டிலுள்ள சிரவண பௌகுள (சிரவண வெள்ளைக் குளம்) என்ற இடத்திலிருந்த சமண ஆசாரியரான சாரு கீர்த்தியிடமிருந்து பெற்றார். (இ.ச.க.தொகுதி-9)

புக்கனன் ஆய்வு

மெக்கன்சியின் ஆய்வுக் கட்டுரை வெளிவந்த பிறகு, வேறு இருவர் சமணம் பற்றி

ஆய்ந்து பல புதிய செய்திகளை வெளியிட்டனர். டாக்டர் எஃப்.புக்கனன் என்றவர் சமண சமய ஆசாரியரான பண்டித ஆசாரிய சுவாமி என்றவரிடமிருந்து பெற்ற செய்திகளை வைத்துச் ''சமணர் பற்றிய விவரங்கள்'' என்ற தலைப்பில் மேற்சொன்ன ''ரிசர்ச்சஸ்'' இதழில் ஓர் ஆய்வுக் கட்டுரை எழுதியிருந்தார். *(Vol.IX pp. 257-322)*

புக்கனன் அரத்துகள் *(arhat)* எனப்படும் ஞான முதல்வர்களின் குணநலன்களை எடுத்துக்காட்டியிருந்தார். அவர்கள் சொர்க்கத்தையும் நரகத்தையும் பற்றிக் கொண்டிருந்த கோட்பாடுகளை எடுத்துரைத்திருந்தார். எனினும் வரலாற்றிற்குப் புறம்பான ஒரு செய்தியையும் புக்கனன் தன் ஆய்வில் குறிப்பிட்டார். சமணர் ஒரு காலத்தில் அரேபியத்தில் எண்ணற்றோராயிருந்தனர். ''எனினும் சுமார் இரண்டாயிரத்து ஐநூறு ஆண்டுகளுக்கு முன்னர் பார்சவ பட்டரசு என்ற பெயருடைய மன்னரின் ஆணைப்படி மெக்காவில் கொடிய அட்டூழியங்கள் நடந்தமையால், எராளமான மக்கள் இந்நாட்டிற்கு வரவேண்டிய கட்டாயம் ஏற்பட்டது'' என்ற பிழையான செய்தியைப் புக்கனன் தெரிவிக்கின்றார்.

கோல்புரூக்கு ஆய்வு

ஆனால் ஹென்றி தாமஸ் கோல்புரூக்கின் (கோல்புரூக்கு பற்றி அடுத்த இரண்டாம் கட்டுரை காண்க) ஆராய்ச்சிக் கட்டுரை நடு நிலையில் நின்று ஆய்ந்து அரிய செய்திகளை வெளியிடுகின்றது. அவர் பௌத்தமும் சமணமும் வேத சமயத்தின்பின் தோன்றியவை என்பதை மிகச் சரியாய் எடுத்துக் காட்டினார். சமணம் பற்றிப் பண்டைக் கிரேக்க நூல்களில் கூறப்பட்டுள்ளதை எடுத்துரைத்தார். மெக்கன்சி இருபத்தி நான்கு தீர்த்தங்கரரின் பெயர்களை மட்டும் குறித்திருந்தார்.

கோல்புரூக்கோ முதன்மையான சமண நூலாகிய கற்ப சூத்திரத்தை நுணுகி ஆராய்ந்து, ஒவ்வொரு தீர்த்தங்கரரின் குணப் பண்புகளையும் விவரித்தார். மேலும், கடைசித் தீர்த்தங்கரரான மகாவீரரின் வாழ்க்கை வரலாற்றையும் அவர் தந்தார். இதுவே மகாவீரர் பற்றிய முதல் வரலாற்றுக் குறிப்பாகலாம்.

கற்ப சூத்திரம்

மாபெரும் சமண ஆசாரியரின் வாழ்க்கைகளையும் அவற்றைச் சுற்றிப் பின்னப்பட்ட கதைகளையும் சுவேதாம்பரச் சமணரின் (வெள்ளாடைச் சமணர்) ''கற்பசூத்திரம்'' என்ற சமய வினைமுறை பற்றிய நூல் விவரிக்கின்றது. சுவேதாம்பரர் திகம்பரச் சமணர் என்ற பிரிவிலிருந்து ஒரு காலத்தில் தனிப்பட்டிருந்தனர். திகம்பரர் ஆடை அணிவதில்லை.

கற்பசூத்திரம் பத்திரபாகு எழுதியது என்று வழிவழியாய் நம்பப்பட்டு வருகின்றது. இவர் சந்திரகுப்த மௌரியரை அழைத்துக் கொண்டு தென்னாடு போந்த சமண ஆசாரியர். இந்நூல் சுமார் கி.மு.300 வாக்கில் தொகுக்கப்பெற்றது. சமணத் துறவியர் நடந்து கொள்ளவேண்டிய விதிமுறைகளையும் சமண ஆசாரியர் அடுத்தடுத்துப் பட்டம் ஏற்பது பற்றிய விதிகளும் இந்நூலில் விளக்கப்பட்டுள்ளன.

2. சம்ஸ்கிருத ஆராய்ச்சியும் கோல்புரூக்கும்

சம்ஸ்கிருத ஆராய்ச்சி விற்பன்னருள் ஹென்றி தாமஸ் கோல்புரூக்கு *(Henry Thomas Colebroke 1765-1837)* தனிச்சிறப்பான இடம் பெற்றிருக்கின்றார். ''இங்கிலாந்து அளித்த

சம்ஸ்கிருத விற்பன்னரிலெல்லாம் கோல்புரூக்கு மாபெரும் அறிஞர்'' என்று ஜெர்மனியில் பிறந்து இங்கிலந்தைத் தாயகமாய்க் கொண்டவரும் உலகப்புகழ் பெற்ற சம்ஸ்கிருத அறிஞருமான ஃபிரடரிக்கு மாக்ஸ் முல்லர் *(1823-1900)* கோல்புரூக்கைப் பாராட்டுகின்றார்.

''அவர் பிறந்த நாட்டில் அவரின் சிலைகளை நாம் கண்டிருக்க வேண்டும்; கோல்புரூக்கிற்கு விழாக்கள் எடுக்கப்படுவதையும் அவர் பெயரால் கல்வி உதவித் தொகை வழங்குவதையும் பற்றி நாம் கேள்விப்பட்டிருக்க வேண்டும். (ஆனால்) நாம் இங்கிலாந்தில் பலரறிந்த சர் வில்லியம் ஜோன்சின் *(1746-1794; இ.ச.க.தொகுதி-9)* பெயரையே கேட்க நேரிடுகின்றது. எனினும் அளவிடற்கரிய வெகு முக்கியமான சாதனைகளைச் செய்த கோல்புரூக்கைப் பற்றி ஒரு சொல் கூடப் பேசப்படுவதில்லை'' என்றும் மாக்ஸ் முல்லர் மனம் வருந்தினார். துரதிருஷ்ட வசமாய் இந்தியத்திலும் சம்ஸ்கிருத விற்பன்னர்கள் கோல்புரூக்கை நன்கறியாதிருக்கின்றனர் என்ற மனக்குறையும் உள்ளது.

வரலாறு

ஜார்ஜ் கோல்புரூக்கு பிரிட்டீசு நாடாளுமன்ற மக்களவை உறுப்பினர். ஹென்றி தாமஸ் கோல்புரூக்கு அவரின் மகனாய் *1765* ஜூன் *15* அன்று இலண்டனில் பிறந்தார். ஜார்ஜ் கோல்புரூக்கு *1767* ஆம் ஆண்டு கிழக்கிந்தியக் கம்பெனி இயக்குநரில் ஒருவராய்த் தேர்ந்தெடுக்கப்பட்டார். அவர் *1767* ஆம் ஆண்டு அந்நிறுவனத்தின் தலைவருமானார். அவருக்கு ஏற்கெனவே பரந்த அளவில் குடும்பச் சொத்துகள் இருந்தன. அவற்றுடன் அவரும் ஏராளமாய்ப் பொருளீட்டினார். எனினும் அவர் கண்மூடித்தனமான சூது பேரத்தில் கிட்டத்தட்ட அவையனைத்தையும் சீரழித்தார். எனினும் அவர் நூலார்வம் மிகுந்தவர். அவரது அகத்தூண்டுதலாலும் வழிகாட்டுதலாலும் அவருடைய மகன் ஹென்றி பண்டைக் கிரேக்க, ரோமானிய மொழிகளில் புலமை பெற்றார்.

மொழிப் புலமை

ஹென்றி இம்மொழிகளொடு பிரஞ்சு, ஜெர்மன் ஆகிய மொழிகளையும் கற்றுத் தேர்ந்தார். அவருக்குக் கணிதத்திலும் ஆர்வமிருந்தது அவர் பல்கலைக் கழகப் பட்டம் வாங்கிய ஒருவர் பெற்றிருக்கக் கூடிய அறிவைத் தன் பதினேழாவது வயதில் அடைந்துவிட்டார்.

ஹென்றிக்குப் பிள்ளைப் பருவத்திலிருந்தே சமய ஈடுபாடு இருந்ததால், அவர் சமயத் தொண்டை நாடினார். ஆனால் அவருடைய தந்தைக்குக் கிழக்கிந்தியக் கம்பெனியில் செல்வாக்கு இருந்ததால், ஹென்றியின் வாழ்க்கை வேறு திக்கை நோக்கிச் சென்றுவிட்டது. அவருக்குக் கிழக்கிந்தியக் கம்பெனியில் *1783* ஆம் ஆண்டு எழுத்தர் வேலை கிடைத்தது. அவர் அவ்வாண்டு இந்தியத்தை அடைந்ததும், அங்கு தனக்கு எந்த வேலையும் இல்லாதிருக்கக் கண்டார். அவருடைய தந்தை அப்போது தலைமை ஆளுநராயிருந்த வாரன் ஹேஸ்டிங்சின் *(1732-1818; ப.கா. 1774-1785)* நண்பராயிருந்தமையால், தன் மகனுக்கு நல்ல பணி கிடைக்குமென்று நம்பியிருந்தார். ஜார்ஜ் கோல்புரூக்கு தனக்குச் செய்த உதவிகளுக்கு நன்றி செலுத்தும் வகையில் நடந்து கொள்வதாய் ஹேஸ்டிங்சும் அவருக்கு வாக்களித்திருந்தார்.

ஆனால் ஹேஸ்டிங்சு இப்போது பல தொல்லைகளில் சிக்கிக் கொண்டிருந்தார். அவர் இந்தியத்தில் நடத்தி வந்த ஆட்சி நிருவாகம் குறித்து இங்கிலாந்தில் பொது மக்களிடையே அவருக்கு எதிரான கருத்து இருந்தது. ஆதலால் அவர் இங்கிலாந்தில் நடப்பன குறித்தே தன் கருத்து முழுவதையும் செலுத்தியிருந்தார். எனவே கோல்புரூக்கு எந்த வேலையும் இல்லாமல் பத்து மாதம் கல்கத்தாவில் சும்மா இருக்க நேர்ந்தது.

கோல்புரூக்கு இத்தகைய நிலையில் மேலும் வாட்டம் கொள்ளும்படியாய்க் கல்கத்தாவில் ஐரோப்பியர் நடத்தி வந்த வாழ்க்கை இருந்தது. அங்கு சூதாட்டமும் மதுப் பழக்கமும் பொதுவான பொழுதுபோக்குகளாய் இருந்தன. கோல்புரூக்கு மனவலிமை மிக்கவராயிருந்ததால், கண்டதே காட்சி கொண்டதே கோலம் என்று வாழ்ந்து வந்தவர்களை வெறுத்தார்.

அவருக்கு மூன்றாண்டுகளுக்குப் பிறகு வங்கத்தின் திர்ஹட்டு என்ற இடத்தில் துணைக் கலெக்டர் வேலை கிடைத்தது. அவர் குற்றநடுவர் - நீதிபதி பணியையும் செய்தார். அப்போது அவருக்கு இந்துச் சட்டத்தின் ஐயப்பாட்டு நிலை கலக்கம் தந்தது. அவர் இது குறித்துப் பிராமணர்களிடம் பேசினார்; அவர்களின் கருத்துகள் தெளிவில்லாமல் அல்லது முரண் பட்டனவாய் இருக்கக் கண்டார். அது விதிமுறை வழுவாத அவரது மனத்திற்கு வெறுப்பூட்டிற்று. அப்போது தான் அவர் பண்டை நூல்களைப் படிக்க வேண்டும் என்பதற்காகச் சம்ஸ்கிருதம் கற்கத் தொடங்கினார். அவர் அம்மொழியில் தேர்ந்த முதல் விற்பன்னர் என்ற நிலையை அடைந்தார். ஏனெனில் சர் வில்லியம் ஜோன்சை விட அவர் வெகு ஆழமாய் அம்மொழியைக் கற்றுத் தேர்ந்தார். அவர் துணைக் கலெக்டர் பணியில் நீதிபதி-குற்றநடுவராயிருந்தமையால் ஒரு மாதத்தில் 300 முதல் 500 வழக்குகளை ஆராய வேண்டியிருந்தது.

அவர் பல அலுவல்களுக்கிடையில் மலைக்கவைக்கும் விதத்தில் சம்ஸ்கிருத நூல்களின் பட்டியல் ஒன்றை வைத்துக் கொண்டு அவற்றைப் படிக்கலானார். அவை பெரிதும் இந்துச் சட்டங்கள் பற்றியனவாகும். அவர் பண்டை இந்து வானியல், வேளாண்மை சமணரின் சமய நம்பிக்கைகள், பண்டை இந்துக்களின் சமயக் கோட்பாடுகள் ஆகியவற்றைக் கற்றறிந்தார்.

''வங்கத்தில் இன்றைய நிலையிலுள்ள வேளாண்மை, வாணிபம் பற்றிய கருத்துகள்'' என்ற முதல் ஆராய்ச்சிக் கட்டுரைக்கு வேண்டிய செய்திகளைத் திரட்டுவதற்குக் கோல்புரூக்கு செய்து வந்த வேலை மிகவும் உதவியாயிருந்தது. இக்கட்டுரை வங்கத்தில் நிலவிய வேளாண்மைச் சூழல் பற்றிய அருந்திறன் வாய்ந்த ஆய்வுரையாய் அமைந்தது. அத்தொடு தங்கு தடையற்ற வாணிபம் வேண்டும்; கம்பெனியின் ஏகபோக வாணிப உரிமைகளை ஒழிக்க வேண்டும் என்ற கருத்துகளை வலியுறுத்தும் ஆற்றல் வாய்ந்த வேண்டுகோளையும் அந்த ஆய்வு விளக்கியது.

அவர் அறிவுத் தேட்டப் பணிகளில் ஈடுபட்டதற்குக் காரணமாய் அமைந்த இன்னொரு கூறும் உள்ளது. அது அவருடைய தந்தையின் தூண்டுதலாகும். இந்துக்களின் சமயம், இலக்கியம் பற்றிய செய்திகளைத் திரட்டித் தனக்கு அனுப்பி வைக்குமாறு அவருடைய தந்தை அடிக்கடி நெருக்கி வந்தார். கோல்புரூக்கின் பணிகளைப் பின்னோக்கிப் பார்க்கும்போது, அவரின் தந்தைக்கு இந்திய இலக்கியங்கள் மீதிருந்த மதிப்பு மகனுக்கு மெய்யாகவே ''வெறுப்பூட்டியது'' என்பதை அறியமுடிகின்றது. எனவே தந்தைக்கு மகன் ஆற்றவேண்டிய கடமை என்பதற்காகத்தான் கோல்புரூக்கு தன் தந்தையின் விருப்பத்தை நிறைவேற்றினார்.

சார்லஸ் வில்கின்ஸ்

ஃபிரான்சிஸ் கால்டுவின் *1776* ஆம் ஆண்டு ஆங்கிலத்தில் செய்திருந்த ''ஆயினி - எ - அக்பரி'' என்ற மொழிபெயர்ப்பு நூலைக் (இ.ச.க. தொகுதி-*8*) கோல்புரூக்கு மிகக் கடுமையாய் விமரிசித்தார். இந்தியத்தின் இயற்கைச் சூழலும் அவருக்குப் பிடிக்கவில்லை, எனினும் சம்ஸ்கிருதப் ''பித்தரான'' சார்லஸ் வில்கின்ஸ் (*1749-1836*; இ.ச.க.தொகுதி-*9*) மட்டும் விதிவிலக்காய்க் கோல்புரூக்கிற்குத் தோன்றினார்.

வில்கின்ஸ் ஆங்கிலத்தில் மொழி பெயர்த்த பகவத்கீதை பற்றிக் குறிப்பிடுகையில் ''இந்துக்களின் மெய்யான எண்ணங்கள் பற்றிய செய்திகளைத் தரும் நம்பகமான நூல் என்று கொள்ளத் தக்கது இதைத் தவிர வேறு இலது'' என்று கோல்புரூக்கு பாராட்டினார்.

அந்தக் காலத்தில் சம்ஸ்கிருத அறிவைப் பெறுவது என்பது எளிதன்று; சம்ஸ்கிருதத்தில் இருந்த நிகண்டு போன்றவற்றைத் தவிர வேறு அகராதிகளோ இலக்கண நூல்களோ அம்மொழியில் இருந்தில. கோல்புரூக்கு சம்ஸ்கிருதம் கற்கும் முயற்சியைக் கைவிட்டு விடலாமா என்று இருமுறை நினைத்தார். ஆனால் அவரது விடா முயற்சி அவருக்கு துணை நின்றது. அதனால் அவர் அரிதின் முயன்று சம்ஸ்கிருதம் கற்று விட்டார். அவர் அறிவியல் நோக்குடையவர் என்ற முறையில் அம்மொழியைக் கற்கத் தொடங்கினார். அவர் இந்துக்களின் காலக் கணிப்பு முறைகள் பற்றி ஆய்ந்து கண்டனவே முதல் முடிவுகளாகும். அவர் இது குறித்துத் தன் தந்தைக்கு *1786* இல் எழுதினார்.

அவர் வெகு விரைவிலேயெ இந்துக்களின் பழக்க வழக்கங்கள், சமயச் சடங்கு முறைகள் முதலியவற்றில் ஈடுபாடு கொண்ட, அவற்றின் தோற்றம் பற்றி ஆராய்வதற்காகச் சாஸ்திரங்களை ஆழமாய்க் கற்கலானார். அதன் பலனாய் ''உண்மையான இந்துக் கைம்பெண்ணின் கடமைகள் பற்றிய ஆய்வு'' என்ற முதல் ஆய்வுக் கட்டுரையை எழுதினார். அது ''ரிசர்ச்சஸ்'' இதழின் நான்காவது தொகுதியில் வெளி வந்தது.

உடன்கட்டை ஏறுதல் பற்றி

அவர் கீழை இலக்கியங்கள் குறித்து எழுதிய கட்டுரைகள் அனைத்திலும், இந்த முதல் ஆய்வுக் கட்டுரைதான் பெரிய கருத்து வேறுபாட்டை உண்டாக்கியது. அவர் இக்கட்டுரையிலும் பின்னர் *1826* ஆம் ஆண்டு மார்ச்சு *4* அன்று இராயல் ஆசியவியல் சங்கத்தில் படித்த ''மீமாம்சை பற்றிய ஆராய்ச்சி'' என்ற கட்டுரையிலும் வேதங்களில் சதி என்ற உடன்கட்டை ஏறும் வழக்கம் விதிக்கப்பட்டுள்ளது என்று கூறினார்.

வில்லியம் காவண்டிஷ் பெண்டிங்கு பிரபு (*Lord William Cavendish Bentinck 1774-1839*; தலைமை ஆளுநர் *1828-1835*) உடன்கட்டை ஏறுதலைத் தடை செய்தபோது, இக்கொடிய வழக்கத்தை ஆதரித்தவர்கள் தமக்கு ஆதரவாய்க் கோல்புரூக்கின் ஆராய்ச்சிக் கருத்தை எடுத்துக் காட்டினர். எனினும் **1856** ஆம் ஆண்டுதான் இக்கொடிய வழக்கத்திற்கு மறைநூல்களில் ஒப்புதல் இலது என்று ஹோரேஸ் ஹேமன் வில்சன் (*1786-1860*) என்ற புகழ்வாய்ந்த சம்ஸ்கிருத விற்பன்னர் நிறுவினார். ''இந்துக் கைம்பெண்டிரைக் கணவனுடன் சிதையில் எரிப்பதற்கு வேத ஒப்பதல் உள்ளதாய்க் கூறப்படுவது பற்றிய ஆராய்ச்சி'' என்ற தலைப்பில்அவர் **1856** இல் ஓர் ஆய்வுக் கட்டுரை எழுதினார்.

''இருக்கு வேதம் கைம்பெண்களை எரிக்க வேண்டுமென்று விதிசெய்துள்ளதாய்க் கூறப்படுவது சரியன்று; அதற்கு மாறாய், அவர்கள் இவ்வுலகில் வாழவேண்டுமென்று அம்மறைநூல் கூறுகின்றது'' என்று வில்சன் தெளிவாய் ஆதாரங்களுடன் அக்கட்டுரையில் நிறுவினார்.

பெண்டிங்கு பிரபு

இருப்பினும் சம்ஸ்கிருத மொழி, இலக்கியம் ஆகியன பற்றிய ஆராய்ச்சியிலும் இந்தியவியலிலும் அமைந்த முன்னோடிகளுள் ஒருவராய்க் கோல்புரூக்கு திகழ்ந்தார். இந்திய மக்களின் பழக்கவழக்கங்கள், பண்டை நூல்களில் கூறப்பட்டுள்ள சடங்குகள், சம்பிரதாயங்கள் முதலியவற்றின் தோற்றுவாயை அறிந்து கொள்வதற்காக அவர் செய்துள்ள ஆராய்ச்சிகளின் காரணமாய், அவரை இந்திய வரலாற்று ஆய்வு முன்னோடி என்று நாம் இன்று கொண்டாடுகிறோம். பண்டை இந்தியத்தில் சாதிப் பாகுபாடுகள், சமூகப் பழக்க வழக்கங்கள், நிலப்பிரபுத்துவ முறைகள் முதலியன எவ்வாறு இருந்தன என்பதை ஒருவர் அறிய வேண்டுமாயின், அவர் கோல்புரூக்கின் ஆராய்ச்சிக் கட்டுரைகளை இன்றும் ஒப்புநோக்கியாக வேண்டும். இதிலிருந்து அவரின் தனிச் சிறப்பை உணரலாம்.

கோல்புரூக்கிற்குச் சம்ஸ்கிருத இலக்கண ஆசிரியர்கள் பற்றிய அறிவு வெகு ஆழமாய் இருந்தமையால், அவரால் ''சம்ஸ்கிருத மொழி இலக்கணம்'' என்ற நூலை எழுத முடிந்தது. இதன் ஒரு தொகுதி மட்டும் *1805* இல் வெளிவந்தது. இதில் பாணினி (கி.மு.5.நூ) வகுத்த வெகு சிக்கலானவையும் நுட்பமானவையுமான இலக்கண விதிகள் முறைப்படி வரிசைப்படுத்தப் பட்டிருந்தன. பாணினியின் இலக்கணத்திற்கு அவர் உரையும் சொல்லியிருந்தார்.

கோல்புரூக்கு இயற்றிய சம்ஸ்கிருத இலக்கண நூல் சிக்கலானது; விளக்கங்களும் எடுத்துக்காட்டுகளும் இல்லாதது. அதனால் தான் வில்கின்சின் எளிமையான இலக்கண நூலைப்போல் இது விளம்பரமில்லாததாய் இருக்கின்றது.

வேத ஆராய்ச்சி

வில்லியம் ஜோன்சும், சார்லஸ் வில்கின்சும் வேத நூல்கள் உள்ளன என்பதை அறிந்திருந்தனர். ஜோன்ஸ் அதர்வண வேதத்தில் சில பகுதிகளை மொழிபெயர்த்திருந்தார். எனினும் தலைமையான இருக்கு வேதம் பற்றி ஐரோப்பியர் அறியாதிருந்தனர். கர்னல் போலியர் என்றவர் ஜெயப்பூர் அரசருக்கு மருத்துவ உதவி செய்ததற்காக, அவர் அரசரிடமிருந்து வேதங்கள் அனைத்தையும் பெற்றார். எனினும் அவை மேற்கத்தி விற்பன்னரால் படிக்கப்படவில்லை.

கோல்புரூக்கு வேதங்கள் முழுமையையும் இருக்கு வேதத்திற்குச் சாயனர் (கி.பி.14நூ) எழுதிய உரையையும் பெற்றதுடன், அவற்றை ஆராயவும் செய்தார்.

எழுத்தில் இருக்கு வேதம்

சிந்துவெளி நாகரிகம் அழிந்த பிறகு ஓராயிரம் ஆண்டுகள் கழித்துக் கிட்டத்தட்டக் கி.மு. நான்காம் நூற்றாண்டு வரையில் வரி வடிவம் எழுத்து இல்லாது போய்விட்டது என்பது அறிஞர் கருத்தாகும். இருப்பினும் இதற்கு ஒரிரு நூற்றாண்டுகளுக்கு முன்னரே ஒரளவு எழுத்து இருந்திருக்கலாம் என்று கருத இடமுளது.

புனிதமானதும் செப்பம் செய்யப்படாததுமுமான சம்ஸ்கிருதம் பொதுவாய்ப் பிராகிருதம் என்று அழைக்கப்படும் ''இயற்கையான'' நாட்டு மொழி ஆகியன பேச்சு மொழிகளாய் அருகருகே இருந்து வந்தன. ஆரியர் நாட்டு மக்களுடன் ஒன்றிக் கலந்தனர் என்பதை இது காட்டுகின்றது.

இருப்பினும் சமஸ்கிருதம் முற்றிலும் முதிர்ச்சியடைந்த பின்னரும் சமய நூல்களை ஏட்டில் எழுதி வைப்பதற்குக் குருமார் விதித்த தடை மேலும் பல நூற்றாண்டுக் காலம் நீடித்தது. இருக்கு வேதத்தின மிகப் பழமையான ஏட்டுச் சுவடி கி.பி.15 ஆம் நூற்றாண்டைச் சேர்ந்ததாகும். அதாவது, அந்நூல் இயற்றப் பட்டதாய்க் கணிக்கப்படும் சுமார் மூவாயிரம் ஆண்டுக்குப் பிறகுதான், அது ஏட்டில் ஏறியது.

கோல்புரூக்கு இலண்டனில் இராயல் ஆசியச் சங்கத்தை நிறுவினார். அச்சங்கம் இன்றளவும் நடந்து வருகின்றது.

1805

வரலாற்றுப் புள்ளிகள்

1. தமிழகச் செய்திகள்

(அ) சின்னமலை தூக்கிலிடப்பட்டார்

தென்னாட்டில் பிரிட்டிசாரை எதிர்த்து நின்ற புரட்சியாளரில் பலர் பத்தொன்பதாம் நூற்றாண்டின் முதற்பத்தில் வரிசையாய் கொலைத் தண்டனைக்கு ஆளாகி வருகின்றனர். அந்த வரிசையில் தீரன் சின்னமலை என்று சிறப்பிக்கப்படும் கொங்குநாட்டு வீரர் 1805 ஆம் ஆண்டு பிரிட்டிசாரால் தூக்கிலிடப்பட்டார்.

சின்னமலை பழைய கோட்டைப் பட்டக்காரர் என்ற பழமையான குடியில் பிறந்தவர். அவர் ஈரோட்டின் தெற்கில் சுமார் 24 கிலோ மீட்டரிலிருந்து, தெற்கில் சுமார் இரண்டு கிலோ மீட்டரில் அமைந்த ஓடா நிலை என்ற ஊரிலிருந்து கோணக் கோட்டத்தை ஆண்டு வந்தார். அவர் கொங்கு நாடு மைசூர் நாட்டிற்கு வரி செலுத்துவதை எதிர்த்து, மைசூர் செல்லும் வரிப் பணத்தைக் கவர்ந்து கொண்டு அந்நாட்டை எதிர்த்துப் போரிட்டார்.

பின்னர் பிரிட்டிசாரின் மேலாண்மை ஓங்கியதைக் கண்டு ஏராளமான கொங்கு இளைஞர்களைத் திரட்டிக் கொண்டு, தானே கொங்குப் படைக்குத் தலைமை தாங்கிக் கம்பெனி ஆட்சியை எதிர்த்தார்.

மைசூர் நாடு 1799 ஆம் ஆண்டில் இறுதியாய்த் தோற்றதும், கோணக் கோட்டம் பிரிட்டிசாருக்கு உரிமையுடையதாயிற்று. ஆனால் சின்னமலை அப்பகுதி ஆங்கிலேயரைச் சேரவொட்டாமல் ஐந்தாண்டுகள் அதைத் தானே ஆண்டு வந்தார். அவர் தன்னை எதிர்க்க வந்த பிரிட்டீசுப் படைகளைப் பன்முறை விரட்டியடித்தார்.

ஆனால் பிரிட்டிசார் சின்னமலையின் ஆள்களில் ஒருவரைக் கொண்டே சூழ்ச்சியினால் அவரைச் சிறைப்பிடித்துவிட்டனர். அதன் பிறகு அவரை 1805ஆம் ஆண்டு சங்ககிரிக் கோட்டையில் தூக்கிலிட்டனர்.

''இவரே, கொங்கு நாட்டில், ஏன் தமிழகத்திலேயே தனித் தமிழாட்சி புரிந்த கடைசித் தமிழர் தலைவராவார்'' என்று புலவர் குழந்தை (1906-1973) கூறுகின்றார்.

(ஆ)சென்னை மாநிலத்தில் உருளைக் கிழங்கு அறிமுகம்

உருளைக் கிழங்கு பற்றிய செய்திகள் இதற்கு முன்னர் இக்களஞ்சிய வரிசையில் பல இடங்களில் சொல்லப்பட்டன.(இ.ச.க.தொகுதி-9) சென்னை மாநிலத்தின் சில பகுதிகளில் உருளைக் கிழங்கைப் பயிர் செய்வதற்கு ஏற்ற தட்ப வெப்பநிலை உள்ளது என்று கம்பெனியின் தாவரவியலாரான ஹைனி கம்பெனி அரசிடம் சிறிது காலத்திற்கு முன்னர் ஓர் அறிக்கையை அளித்தார்.

கம்பெனி அவரைப் பெங்களூருக்கு அனுப்பி, அங்குள்ளவர்களை உருளைக் கிழங்கு பயிரிடுமாறு தூண்டச் செய்தது. அவர் அதன்பிறகு வங்கத்தைவிடப் பெங்களூரில் உருளைக் கிழங்கு நன்கு விளைகின்றது என்றும் கிழங்கு அளவிலும் பெரிதாயிருக்கின்றது என்றும் 1805 ஆம் ஆண்டு பெங்களூரிலிருந்து தெரிவித்தார்.

பெங்களூரில் விற்பனைக்கு வந்த உருளைக் கிழங்கு ரகத்தை மக்கள் மிகவும் விரும்பி வாங்கினர்.

(இ) சென்னை மாநிலத்தில் வங்கிகள்

சென்னை மாநிலத்தில் 1805 ஆம் ஆண்டில் மூன்று தனியார் வங்கிகள் இருந்தன. அவற்றுள் கர்நாடக வங்கி 1788 இல் நிறுவப்பட்டது; மதராஸ் வங்கி 1795 ஆம் ஆண்டிலும் ஏசியாட்டிக்கு வங்கி 1805 ஆம் ஆண்டிலும் அமைக்கப்பெற்றன.

இவ்வங்கிகள் பயனுள்ள பணி செய்தன; அவை அரசிற்கும் பொதுமக்களுக்கும் பெரிய அளவில் உதவியாயிருந்தன. எனினும்மாநிலத்தின் நிதி நெருக்கடிகளைச் சமாளிக்கும் வகையில் போதிய எண்ணிக்கையில் வங்கிகள் இல்லாதிருந்தன.

இவ்வங்கிகளுக்கிடையே ஒன்றுக்கொன்று போட்டியும் பகைமையும் இருந்தமையால், சென்னையில் நடைபெற்ற தொழில், வாணிப நடவடிக்கைகளினால் விளைந்த பலன்களை முழு அளவில் பெற முடியாதிருந்தது.

(ஈ) ஆந்திரத்தில் பஞ்சம்

ஆந்திர நாட்டில் 1805 முதல் 1807 ஆம் ஆண்டு வரையிலும் கொடிய பஞ்சம் நிலவியது.

2.கேரளச் செய்திகள்

(அ)வேணாடு பிரிட்டனின் முழுப் பாதுகாப்பை ஏற்றது

மலபார் என்ற வடகேரளப் பகுதி 1791 ஆம் ஆண்டில் கம்பெனியின் கைக்குப் போய்விட்டது. (இ.ச.க. தொகுதி-10) வேணாடு என்ற திருவிதாங்கூரையும் கொச்சியையும் தன் பிடியில் கொண்டு வருவதற்கு அது முயன்று கொசியின் மேலாண்மையை அதே ஆண்டில் பெற்று விட்டது.(இ.ச.க.தொகுதி-10)

கிழக்கிந்தியக் கம்பெனி திருவிதாங்கூருடன் 1795 இல் செய்து கொண்ட உடன்படிக்கைப்படி (இ.ச.க தொகுதி-10) அந்த அரசிற்கு அயலாரிடமிருந்து பாதுகாப்பு அளிக்கும் பொறுப்பைப் பிரிட்டன் ஏற்றது. ஆனால் நாட்டின் உள்நடப்புகளில் கம்பெனியால் தலையிட முடியாது.

வேணாட்டில் 1788 இல் பிரிட்டீசுப் பேராளர் (resident) ஒருவர் அமர்த்தப்பட்டார். அதன்பிறகு கர்னல் மெக்காலே 1800 ஆம் ஆண்டில் இங்கு பிரிட்டீசு பேராளர் ஆனதும், கொச்சி திருவிதாங்கூர் என்ற இவ்விரு நாட்டு அரசர்களின் உள் விவகாரங்களில் மெக்காலே ஆலோசர் என்ற முறையில் முனைந்து தலையிட்டார்.

திருவிதாங்கூரில் ஆட்சி நிர்வாகம் பெருங் குழப்பத்தில் இருந்தது. அங்கு பலராமவர்மன் 1798 இல் பத்து வயதில் அரசரானார். (இ.ச.க.தொகுதி-10) அந்நாடு சூழ்ச்சிக்காரர் கைகளில் சிக்குண்டு அல்லலுற்றதை ஏற்கெனவே அப்போது கண்டோம். அதன்பிறகு வேலுத்தம்பி ஆட்சிப் படிகளில் சிறுகச் சிறுக மேலேறியதற்குக் கானல் மெக்காலே பெரிதும் காரணராயிருந்தார்.

வேலுத்தம்பி மைய அரசை வலுப்படுத்துவதற்கு வேண்டிய பல சீர்திருத்தங்களையும் புதிய ஏற்பாடுகளையும் கொண்டு வந்தார். அதன் விளைவாய்ப் படைவீரர் கிளர்ந்தனர். வேலுத்தம்பி கர்னல் மெக்காலேயின் அறிவுரைப்படியும் கம்பெனியின் உதவியுடனும் அக்கிளர்ச்சியை இரக்கமின்றி அடக்கினார்.

திருவிதாங்கூர் அந்த உதவிக்கு விலையாய்க் கம்பெனியுடன் 1805 ஆம் ஆண்டு புதிய உடன்படிக்கை ஒன்றைச் செய்துகொண்டது. பிரிட்டன் வேணாட்டிற்குத் தந்த பாதுகாப்பிற்காகத் திருவிதாங்கூர் அரசர் கம்பெனிக்கு ஆண்டு தோறும் 8,00,000 ரூபாய் கப்பம் செலுத்துவதற்கு இசைந்தார். கம்பெனி ஆள்கள் வழிகாட்டுவதற்கிணங்க ஆட்சி செலுத்தவும் உள்நாட்டு நடப்புகள் தொடர்பான எதிலும் கம்பெனி ஆள்களைக் கலந்து செயல்படவும் அரசர் இவ்வுடன்படிக்கையில் ஒப்புக் கொண்டார். திருவிதாங்கூர் இவ்விதமாய்க் கிழக்கிந்தியக் கம்பெனியின் முழுக் கட்டுப்பாட்டில் வந்துவிட்டது. அது தன்னாட்சியுரிமையை முற்றிலும் இழந்தது. இத்துடன் தென் பாரதம் முழுவதும் கிழக்கிந்தியக் கம்பெனியின் நுகத்தடியில் பூட்டப்பட்டுவிட்டது.

இவ்வுடன்படிக்கையினால் வேலுத்தம்பிக்கும் மெக்காலேக்கும் இருந்து வந்த நட்பு முறிந்தது; வேலுத்தம்பி கொச்சி நாட்டரசின் பரம்பரைத் தலைமை அமைச்சரான பளியத்து அச்சனுடன் சேர்ந்து பிரிட்டிசாருக்கு எதிராய்ச் சூழ்ச்சிகள் செய்யவும் இந்த உடன்படிக்கை வழிகோலியது.

(ஆ) கண்கோட்டு நம்பியாருக்குத் தூக்கு

தென்னகத்தில் தமிழ், தெலுங்கு, மலையாள நாடுகளில் பிரிட்டீசு வல்லாண்மைக்கு

1805

பச்சி ராசா

எதிராய் எழுந்த கிளர்ச்சிகள் அனைத்தும் இரக்கமின்றி ஒடுக்கப்பட்டதை இந்தப் பத்தின் தொடக்கத்திலிருந்து பார்த்து வருகின்றோம். பிரிட்டிசாரின் மேலாண்மைக்கு அறைகூவல் விடுத்த சிறுநாடு வாழியான கேரளவர்மன் அடக்கப்பட்டதும் முன்னர் (இ.ச.க.தொகுதி-10) சொல்லப்பட்டது.

இந்த 1805 ஆம் ஆண்டில் கண்கோட்டு நம்பியார் என்ற பணக்கார நாடுவாழி கோட்டயத்தின் பச்சி ராசாவுடன் சேர்ந்து பிரிட்டிசாரை எதிர்த்தார். ஆங்கிலேயர் பலவகைகளில் பிளவுண்டு கிடந்த இந்நாட்டில் எதிர்ப்பாரின்றித் தம் பேரரசை நிறுவி விடவில்லை என்பதற்கும் அவர்கள் தம்மை எதிர்த்தவர்களை இரக்கமின்றித் தண்டித்து அவர்களின் சடலத்தின் மீதுதான் ஊன்றி எழுந்தனர் என்பதற்கும் கண்கோட்டு நம்பியார் பற்றிய செய்தியும் நல்ல சான்றாகும்.

நம்பியாரும் பச்சி ராசாவும் பிரிட்டிசாரை எதிர்த்துப் பலகாலம் கிளர்ச்சி செய்தனர். நம்பியார் இறுதியில் கம்பெனிப் படையிடம் தோற்றார். பிரிட்டிசார் தம்மிடம் பிடிபட்ட நம்பியாரைக் குன்றின் மீதிருந்த அவரது மாளிகையினருகில் தூக்கிலிட்டனர். அதன்பிறகு நம்பியாரின் உடைமைகள் 1805 இல் பறிக்கப்பட்டன. அவருக்குப் பெரிய நிலப்பரப்பு உரிமையாயிருந்தது.

கண்கோட்டு என்ற ஊர் கோட்டய மாவட்டத்தில் உள்ளது. கண் + அகம் என்பது கண்ணகம் ஆகிப் பின் கண்கோட்டு என்று திரிந்தது என்பர். கண்ணகம் என்றால் அழகிய அகம் என்று பொருள். இது கள்ளிக்கோட்டையிலிருந்து வடமேற்கில் சுமார் 26 கிலோ மீட்டர்; தலைச்சேரியிலிருந்து வடமேற்கில் 8 கிலோ மீட்டர். இது பெரிதும் மலைப்பாங்கான பகுதியாகும். முன்னர் இங்கு கம்பெனிப்படை ஒன்று நிறுத்தி வைக்கப்பட்டிருந்தது. கண்கோட்டிலிருந்து வடமேற்கில் கிட்டத்தட்ட அரைக்கிலோ மீட்டரில் தொடிக்கலம் என்ற இடத்தில் புகழ் பெற்ற குகைக் கோயில்கள் உள்ள.

3. ''பேரரசப் பெருந்தச்சர்'' வெல்லஸ்லி நாடு திரும்பினார்

அகண்ட இந்தியப் பெருநிலத்தில் ஒரு பேரரசை உண்டாக்க வேண்டும் என்ற நோக்கம் கொண்ட ஐரோப்பியர் இருவர். ஒருவர் பிரஞ்சுக்காரர்: மார்க்குவிஸ் ஜோசஃப்பு ஃபிரான்சுவா தூய்ப்பிளே (*Joseph Francois Dupleix 1697-1763*) இவர் 1742 முதல் 1754 வரை இந்தியத்தில் பிரஞ்சுத் தலைமை ஆளுநராயிருந்தவர். அவரது பேரரசக் கனவு பலிக்காமல் போனதுடன் ''இளமை, செல்வம், வாழ்க்கை அனைத்தையும் தியாகம் செய்து நாட்டைச் செழிக்கச் செய்தும்'', அவரின் பணிகள் ''கட்டுக் கதைகள் போலாயின'', அவர் ''மனித இனத்தில் கொடியவனாய் நடத்தப்பட்டார்'', உறுத்தி வருத்தும் கொடிய வறுமையில் வாடி 1763 ஆம் ஆண்டு தாயகத்தில் இறந்தார்.

மற்றொருவர் ரிச்சர்டு கோலி வெல்லஸ்லி (1760 -1842); இவர் ஆங்கிலேயர். இவர் பின்னாளில் வெலிங்டன் பிரபுவான தன் இளவல் ஆர்தர் வெல்லஸ்லியுடன் (1769-1852) 1798 ஆம் ஆண்டு இந்தியத்தின் ஐந்தாவது தலைமை ஆளுநராய் வந்தார். அவரது பேரரசக் கனவு-குறிக்கோள் ஆறாண்டுக்காலத்திற்குள் கிட்டத்தட்ட நிறைவேறிவிட்டது.

அவர் 1798 ஆம் ஆண்டு இந்திய மண்ணில் அடியெடுத்து வைத்தபோது, வெகுசில திட்டுகளே கம்பெனியிடம் இருந்தன. வெல்லஸ்லி தன் பதவிக் காலத்திற்குள், ஏற்கெனவே கம்பெனியின் உடைமையாயிருந்த வங்கப் பெருநிலத்தொடு (வங்கம், பிகார், ஒரிசம் சேர்ந்த பெரும்பரப்பு) இந்தியத்தின் நான்கு திக்குகளிலும் பிரிட்டீசு வல்லாண்மை அகன்று விரிந்தது.

தெற்கில் மைசூர்நாடும் வடகேரளமும் தமிழ்நாடும் கம்பெனியின் ஆளுகைக்குள் ஆடி அடங்கிவிட்டன. தென் தொங்கலில் எஞ்சியிருந்த திருவிதாங்கூரும் கம்பெனிக்கு அடங்கிய கைப்பாவையாய்விட்டது. தக்காணத்தில் ஐதராபாதிலும் பூனாவிலும் பிரிட்டீசு வல்லாண்மை காலுன்றி நின்று கொண்டு செல்வ வளமிக்க நிசாமையும் பெருமை மிக்க பேஷ்வாவையும் ஆட்டுவித்தது. மராட்டியர் தலைவர்கள் பிரிட்டீசுப் படையிடம் தோல்வியடைந்தனர். கம்பெனி டெல்லியையும் கைப்பற்றி முகலாய அரசரைத் தன் பிடிக்குள் கொண்டு வரப்போகின்றது.

இந்தியத்தின் நாட்டரசுகளில் பிரிட்டீசுப் பேராளர்கள் (residents) இருந்து கொண்டு நாட்டு மன்னர்களை மறைமுகமாய்த் தம் சூத்திரக் கயிற்றில் பிணைத்திருந்தனர். இந்துத்தானத்தின் எஞ்சியபகுதிகளையும் அள்ளிக்கொள்ளும் சூழ்நிலையை வெல்லஸ்லி கனிய வைத்துவிட்டார். விரைவில் இரசபுதனமும் சிந்தும் பாஞ்சாலமும் பேரரசு வலைக்குள் வந்து சிக்கிக் கொள்ளப்போகின்றன.

எனினும் வெல்லஸ்லி இங்கு கண்ட வெற்றிகளே அவருக்கு இடையூறுமானது. அவர் நாடெங்கும் நடத்திய போர்களில் வெற்றி கண்டார்; எனினும் அவற்றால் கம்பெனிக்கு ஏராளமான பொருள் செலவு ஏற்பட்டுவிட்டது என்று கருதப்பட்டது. இனிவரும் ஒன்றரை நூற்றாண்டுக் காலத்திற்கு அள்ளக் குறையாத அட்சய பாத்திரம் போன்ற பரந்த இந்து தேசத்தை வெல்லஸ்லி பறித்துக் கொடுத்திருக்கின்றார் என்பதைத் தொலைநோக்கு இல்லாத பிரிட்டிசார் உணரவில்லை என்பதைத் தான் இது காட்டுகின்றது. அருகிலுள்ள மரங்களின் வேர்கள் உறிஞ்சுகின்ற நீரை எளிதாய்த் தான் உறிஞ்சி வளர்கின்ற மணம் மிக்க சந்தன மரத்தைப் போன்று, உலக நாடுகள் பலவற்றில் குவிந்திருந்த செல்வத்தை வெகு எளிதாய் அள்ளிக்கொண்டு பிரிட்டன் மேன்மையடையப் போகின்றது என்பதை அந்நாட்டுத் தீர்க்கதரிசிகளால் காணமுடியவில்லை.

அதனால்தான் பிரிட்டீசு அரசு இவ்வெற்றிகளை வெறுந் தொல்லைகள் என்று நினைத்தது. ஏனெனில் பிரிட்டன் ஐரோப்பியத்தில் வாழ்வதா, சாவதா என்ற கடும்போரில் பிரான்சுடன் ஈடுபட்டிருந்தது. ஆதலால் எங்கு அமைதிகெட்டாலும், அது விரும்பத் தகாததாயும் நாட்டின் கவனத்தைத் திக்குத் திருப்புவதாயும் பிரிட்டனில் எண்ணினார்.

மீண்டும் காரன்வாலிஸ்

ஆதலால் வெல்லஸ்லி பிரபு தாயகத்திற்கு அழைக்கப்பட்டார். அவரது பதவிக் காலம் 1805 ஜூலையுடன் முடிவடைந்தது. காரன்வாலிஸ் பிரபு (இ.ச.க.தொகுதி-9) இரண்டாவது முறையாய் இந்தியத்திற்குத் தலைமை ஆளுநராய் 1805 இல் வந்தார். அவர் வெல்லஸ்லி செய்திருந்த பணியைக் குலைத்துவிட்டார். ஆங்கிலேயர் நடு

இந்தியத்திலிருந்து வெளியேறினர். எனினும் இந்தியம் வந்திறங்கிய இரண்டே மாதங்களில் காரன்வாலிஸ் இறந்து போனார்.

இந்த இடைக்காலத்தில் சர் ஜான். மார்லோ 1805 அக்டோபரிலிருந்து 1807 ஜூலை வரையிலும் இடைக்காலத் தலைமை ஆளுநராயிருந்தார்.

4. பிரிட்டீசுச் செய்திகள்

(அ) கம்பெனி எழுத்தர் வேலையும் நாடாளுமன்ற உறுப்பினர் பதவியும் சமம்?

கிழக்கிந்தியக் கம்பெனியின் *writer* என்ற எழுத்தர் வேலையை ஒருவர் பெறுவது மிகுந்த மதிப்பிற்குரியது என்று பிரிட்டனில் கருதினர். அந்த வேலை நாடாளுமன்ற உறுப்பினர் பதவிக்குச் சமம் என்று 1805 ஆம் ஆண்டு வரை அவர்கள் கருதி வந்தனர். இராபட்டு கிளைவு, வாரன் ஹேஸ்டிங்சு, சர் ஜான் ஷோர் போன்ற பேரரசத் தச்சர்களெல்லாம் கம்பெனியின் எழுத்தர்கள் என்பதாலும் அவர்கள் இந்தியத்தில் பெரும் நிலப்பரப்பைப் பிரிட்டனுக்குப் பெற்றுத் தந்தனர் என்பதாலும் அந்த எண்ணம் பிரிட்டனில் ஏற்பட்டிருக்கலாம்.

வைக்கவுண் கேசில்ரா (*Viscount Castlereah 1769-1822*) பிரிட்டீசு அரசியல் தந்திரி; 1812-1822 காலத்தில் அயலுறவு அமைச்சர்; நெப்போலியனுக்கு எதிராய்ப் ''பேரணி'' நடத்திச் சென்றவர். நாடாளுமன்ற உறுப்பினர் இடத்தைப் பெறுவதற்கு மாற்றாய்க் கிழக்கிந்தியக் கம்பெனி எழுத்தர் வேலையைக் கிளான்சரி பிரபு என்றவருக்கு 1805 ஆம் ஆண்டு தந்தார். இச்செய்தி 1809 ஏப்ரல் 25 அன்று நாடாளுமன்றத்தில் தெரிவிக்கப்பட்டது.

1805

(ஆ) பிரஞ்சுப் படை மீது பிரிட்டனின் வாணத் தாக்குதல்

ஐதரலி கான் (1722-1782), அவர் மகன் திப்பு சுல்தான் (1753-1799) ஆகியோர் இருவரும் பிரிட்டனுக்கு எதிராய் நடத்திய போர்களில் வாணத்தைப் பயன்படுத்தினர் என்பதை அறிவோம். (இ.ச.க.தொகுதி-10) அவற்றின் தாக்குந்திறனைக் கண்டுவியந்த பிரிட்டிசார் ஐரோப்பியத்தில் பிரஞ்சுக்காரருடன் நடத்திய நெப்போலியன் போர்களில் வாணங்களை ஏவித் தாக்கினர்.சர் வில்லியம் காங்கிரீவ் (*Sir William Congreve*) நடத்திய ஆராய்ச்சியடிப்படையில் பிரிட்சோர் வாணங்களைச் செய்தனர்.

5. பிரஞ்சுச் செய்திகள்

(அ) இதழ்த் தணிக்கை இறுகுதல்

பிரான்சில் 1805 ஜனவரி முதல் தேதியிலிருந்து பத்திரிகைத் தணிக்கை மேலும் இறுக்கப்பட்டது.

(ஆ) நெப்போலியன் இத்தாலி அரசரானார்

நெப்போலியன் 1805 மே 26 முதல் இத்தாலியின் அரசரானார்.

(இ) பிரான்சிடம் ஆஸ்திரியம் பணிந்தது

ஆஸ்திரியம் 1805 அக்டோபர் 20 அன்று மேற்கு ஜெர்மனியிலுள்ள உலம் என்ற

நகரில் பிரஞ்சுப் படையிடம் அடிபணிந்து அக்டோபர் 21 அன்று டிரஃபால்கர் சண்டை தொடங்கியது.

நெப்போலியன் நவம்பர் 11 அன்று வியன்னாவினுள் நுழைந்தார்.

டிசம்பர் 2 அன்று ஆஸ்டர்லிட்ஸ் என்ற இடத்தில் இரஷிய ஆஸ்திரியப் படை இரண்டையும் பிரஞ்சுப் படைத் தோற்கடித்தது. ஆஸ்திரியம் அமைதி பேச முன்வந்தது. பிரஸ்பர்கில் (*Pressbourg*) ஏற்பட்ட அமைதி உடன்படிக்கைப்படி நெப்போலியன் இத்தாலி முழுமையிலும் மேலாண்மை செலுத்துதற்கு ஆஸ்திரியம் இசைந்தது.

(ஈ) புரட்சிக் காலண்டர் நீக்கம்

பிரஞ்சு நாட்டில் 1793 முதல் புதிய புரட்சி ஆண்டு நடைமுறையில் இருந்து வந்தது. (இ.ச.க.தொகுதி-10) நெப்போலியன் அந்த ஆண்டு முறையை 1805 ஆம் ஆண்டு நீக்கிவிட்டுப் பழைய கிரிகோரியன் ஆண்டுக் கணக்கை மீண்டும் கொண்டுவந்தார்.

6. தற்கால எகிப்து தோற்றம்

ஆட்டோமான் பேரரசப் படையில் தளபதியாய்ப் பணி செய்த அல்பேனிய நாட்டவரான முகமது அலி, (*Mehemet Ali 1769-1849*) 1805 ஆம் ஆண்டு எகிப்தில் அரசப் பேராளர் (*Viceroy*) ஆக்கப்பட்டார். இவர் துருக்கப் பேரரசிலிருந்த கிரேக்கத்தின் கவல்லா (*Kavalla*) என்ற இடத்தில் வளர்ந்தார். அவர் எகிப்தில் வழிவழியாய் ஆட்சி புரியும் அரசாராய் 1841 ஆம் ஆண்டு உயர்ந்தார். அவர் தோற்றுவித்த அரச குடி எகிப்தை 1952 வரை ஆட்சி செய்தது.

எகிப்திற்கு எழுதிவைக்கப்பெற்ற ஐயாயிரமாண்டுப் பழமையான வரலாறு உள்ளது. எனினும் முகமது அலி இந்த ஆண்டு ஆட்டோமான் அரசப் பேராளராய்க் கெய்ரோவில் அமர்த்தப்பட்டதுடன், தற்கால எகிப்திய வரலாறு தொடங்குகின்றது.

முகமது அலி வன்செயல், கையூட்டு, சூழ்ச்சி இவற்றைப் பயன்படுத்தித் துருக்க மாநிலமான எகிப்தை வசப்படுத்தினார். இவர் எகிப்தியப் பொருளியல் வலுப்பெறவும் நிலையான அரசு அமையவும் காரணமாயிருந்தார்.

1805

7. அறிவியல் செய்திகள்

(அ) ரேடியம் கண்டுபிடிப்பு

ஆங்கில இயற்பியலாரான டபிள்யூ.எச். ஒல்லஸ்டன் (*W.H.Wollaston*) வண்டல் படிவுகளில் கிடைக்கும் பிளாட்டின உலோகங்களிலிருந்து ரோடியம் (*rhodium*) என்ற வெள்ளி நிறத் தனிமத்தை 1805 இல் எடுத்தார். இது பிளாட்டினத் தனிமக் கூட்டத்தைச் சேர்ந்தது; கடினமானது; அரிப்பிற்குள்ளாகாதது. இது பிளாட்டினத்தையும் பல்லாடியத்தையும் கடினமாக்கும் கலப்பு உலோகமாய்ப் பயன்பட்டு வருகின்றது.

இதன் வேதிக்குறி *Rh.* அணு எண்.45; அணு எடை.102.90; இணைதிறன் 1-6; ஒப்படர்த்தி 12.4; உருகுநிலை 1966°செண்டிகிரேடு; கொதிநிலை (சு) 3727°செண்டிகிரேடு.

கிரேக்க மொழியில் *rhodan* என்றால் ரோஸ் என்று பொருள். இத்தனிமத்தின் சேர்மானங்கள் இளஞ்சிவப்பு நிறமாயிருத்தலால், இது இப்பெயர் பெற்றது.

(ஆ) மார்ஃபீன் கண்டுபிடிப்பு

அபினியில் முதன்மையாய் இருக்கின்ற காரமம் (*alkali*) மார்ஃபீன் (*morphine*) எனப்படும் எஃப் டபிள்யூஏ.செர்டுனர் (*F.W.A.Serturner 1783-1841*) மார்ஃபீனை **1805** ஆம் ஆண்டு கண்டுபிடித்தார். இது மயக்க மருந்தாயும் வலி மரக்கச் செய்யும் ஆற்றியாயும் பயன்பட்டு வருகின்றது இதைத் தொடர்ந்து பயன்படுத்தினால் அதற்கு அடிமையாய் விடுவர். இதன் வாய்பாடு (*formula*) $C_{17}H_{19}No_3$ (*இ.ச.க.தொகுதி-8*)

8. பிறப்பு

(அ) மாசினி

இத்தாலிய நாட்டுப் பற்றாளரான ஜூசப்பே மாசினி (*Giuseppe Mazzini 1805-1872*) *1805* ஆம் ஆண்டு பிறந்தார்.

இவர் நாடு கடத்தப்பட்டதும் மார்செயில்சில் இளைஞர் சங்கம் என்ற அமைப்பை *1831* இல் தோற்றுவித்தார். அச்சங்கம் இத்தாலியைக் குடியரசாக்குவதை இலட்சியமாய்க் கொண்டது. அவர் *1849* ஆம் ஆண்டு முத்தலைவர்களுள் ஒருவராய் நாட்டைச் சிறிது காலம் ஆண்டார்.

1805

(ஆ) ஹன்ஸ் கிறிஸ்தியன் ஆண்டர்சன்

குழந்தைகளுக்காகத் தேவதைக் கதைகளை எழுதி உலகப் புகழ் பெற்ற ஹன்ஸ் கிறிஸ்தியன் ஆண்டர்சன் (*Hans Christian Andersen 1805-1875*) என்ற டேனிய எழுத்தாளர் *1805* ஆம் ஆண்டு பிறந்தார்.

9. இறப்பு

(அ) ஹோரேசியோ நெல்சன்

ஹோரேசியோ நெல்சன் (*Horatio Nelson 1758-1805*) பிரஞ்சுப் புரட்சிக் காலத்திலும் நெப்போலியன் காலத்திலும் பிரான்சுடன் நடந்த போர்களில் பிரிட்டீசுக் கப்பற்படையின் தலைவராயிருந்தார். அவர் *1797* இல் அட்மிரல் என்ற உயர் பதவியை அடைந்தார். பின்னர் *1798* இல் பிரஞ்சுக் கப்பற்படையை நைல் ஆற்றுப்போரில் தோற்கடித்தார். (*இ.ச.க.தொகுதி-10*)

நெல்சன் இவ்வாண்டு பிரஞ்சு-ஸ்பானியக் கூட்டுப்படைகளைத் தென் ஸ்பெயினின் ஜிப்ரால்டர் தீவக்குறைக்கு அப்பால் டிரஃபால்கர் முனையில் தோற்கடித்தார். அவர் அந்தச் சண்டையில் வெற்றி பெற்றாலும் **1805** அக்டோபர் **21** அன்று போரில் கொல்லப்பட்டார்.

(ஆ) காரன்வாலிஸ் பிரபு

சார்லஸ் காரன்வாலிஸ் என்ற முதலாம் மார்க்குவிஸ் காரன் வாலிஸ் (*Charles Cornwallis, 1st Marquis of Cornwallis 1738-1805*) இந்தியத்தில் *1786-1793, 1805* ஆகிய காலங்களில் தலைமை ஆளுநராயிருந்தார்.

அவர் இரண்டாவது முறையாய்த் தலைமை ஆளுநர் பொறுப்பை ஏற்க இவ்வாண்டு இந்தியம் வந்தார். ஆனால் இரண்டே மாதங்களில் இறந்து போனார். (*இ.ச.க.தொகுதி-9,10*)

1806

அரசியல்

முகலாய அரசர் இரண்டாம் அக்பர்
பிரிட்டீசுத் தலைமை அமைச்சர் கிரன்வில்
நெப்போலியனின் பொருளியல் முற்றுகை
புதிய ஆஸ்திரியப் பேரரசர்
நெப்போலியன் தம்பியர் அரசராயினர்

கல்வி, கலை, இலக்கியம்

சீன மொழி கற்ற முதல் ஐரோப்பியர் ?
கேரளத்தில் கல்விப் பணிகள்
பிரிட்டனில் ஹெயில்பரிக் கல்லூரி236

பொருளியல், நிதியியல்

நெப்போலியன் பொருளியல் முற்றுகை
சென்னையில் அரசு வங்கி

வரலாறு

சீனமொழி
ஹாப்ஸ்பர்குகள்

மக்கள்

கிளமண்ஸ் மெட்டர்னிச்சு (1733-1859)

பொது

டாட்மூர்ச் சிறைச்சாலை
கார்பன் தாளுக்குக் காப்புரிமை

பிறப்பு

ஜான் ஸ்டுவட்டு மில் (1806-1873)

இறப்பு

இளைய பிட்டு (1759-1806)

1806

1.சீனமொழி கற்ற முதல் ஐரோப்பியர் ?

கிரேக்க, ரோமானிய நாகரிகத் தொன்மரபுகளுக்கோ, கிறித்தவப் பண்பாட்டுக்கோ சற்றும் கடன்படாத, வெகுமேலான நாகரிகம் ஒன்று சீனத்தில் நிலவுகின்றது என்பதை ஐரோப்பிய மெய்யியலார் கண்டிருந்தனர். ஜெர்மானிய மெய்யியலாரான காட்ஃபிரீடு வில்லம் லெயிபினிட்ஸ் (*Baron Gottfried willhelm Leibnitz 1646-1716;* இ.ச.க.7 : *IV*) சீனத்தைப் பற்றி அறிந்து, அதன் சிறப்பியல்புகளை வியந்து மெச்சினார். சீனத்துடன் தொடர்பு ஏற்படுத்தி, அதற்கும் ஐரோப்பியத்திற்குமிடையே பண்பாட்டுப் பரிமாற்றம் செய்து கொள்ளும் நோக்குடன் பெர்லினில் ஒரு சங்கத்தை அமைக்க அவர் முயன்றார்.

லெயிபினிட்ஸ்

பிரஞ்சு மெய்யியலாரான வால்டயரும் (*1694-1778*) சீனத்தை வியந்து போற்றினார். சீனம் பகுத்தறிவின் அடிப்படையில் அமைத்துக் கொண்டிருந்த அரசியல் அமைப்பையும் அதன் அற நெறிகளையும் எடுத்துக்காட்டிப் பாராட்டினார். அறிவியலும் கலையும் ஒழுக்கப் பண்பை அழிக்கும் என்று ரூசோ கருதினார். ஆனால் சீனத்தில் அவ்வாறு நிகழவில்லை என்பதை எடுத்தோதும் முயற்சியாய், ரூசோவின் கருத்துத் தவறானது என்பதை மெய்ப்பிப் பதற்காகவே, வால்டயர் சீனத்தைப் பற்றி ஒரு நூல் எழுதினார். பகுத்தறிவுச் சிந்தனைகளில் சீனமே ஆசியத்தில் தலையாயது என்று அந்நாட்டை வால்டயர் நோக்கினார்.

சீன மொழி, எழுத்து

பண்டைச் சீனர் குறிசொல்வதற்காக எலும்புகளையும் வெண்கலப் பொருள்களையும் பயன்படுத்தினர். அவற்றின்மீது பொறிக்கப்படும் குறியீடுகளை வைத்துக் குறி சொல்லப்பட்டு வந்தது. குறி கூறும் இவ்வெலும்புகள் 1827 ஆம் ஆண்டு கண்டு பிடிக்கப்பட்டன. அப்போது சீனரின் எழுத்து மொழி பற்றி இரண்டு கருத்துகள் கூறப்பட்டன.

பன்னெடுங்காலத்திற்கு முன்னர் கயிறுகளில் போடப்படும் முடிச்சில் எழுத்தைக்

காட்டும் முறை இருந்து வந்தது. அதிலிருந்து தான் சீன மொழி தோன்றியது என்பது ஒரு கருத்தாகும். ஆனால் இந்த எழுத்து முறை யாது என்பது நமக்குத் தெரிந்திலது.

"எட்டு வரைகோடுகள்" என்பனதாம் சீனமொழியின் ஆதித் தொடக்கம் என்பது இரண்டாவது கருத்தாகும். இதைத் தொன்ம நாயகரான ஃபூஷி கண்டுபிடித்தார் என்று கூறப்படுகின்றது. மிகவும் சிக்கலான சீன மொழியை உண்டாக்குவதற்குக் கிடைகோடுகளான வரைகோடுகள் மிக எளிமையான முறையாய் அமைந்துள்ளன எனலாம்.

ஆமை ஓட்டு-எலும்புக் குறிகள் (இதைச் சீன மொழியில் சியாகு வென் என்பர்) கண்டுபிடிக்கப்பட்டமையால், சீன எழுத்தைப் பற்றிய விளக்கம் நமக்கு நன்கு கிடைத்துள்ளது. மேற்சொன்ன எலும்புக் குறிகளில் காணப்படும் இரண்டாயிரத்திற்கு மதிகமான குறியீடுகள் படித்துப் பொருள் கொள்ளப்பட்டுள்ளன. அக்குறிகளில் பலவற்றை இக்காலத்தில் வழக்கிலுள்ள சீன எழுத்து முறையுடன் ஒப்பு நோக்கி இனம் காட்டியுள்ளார்.

தற்காலச் சீன மொழி எழுத்துகளுக்கு ஆமை ஓட்டு எலும்புக் குறிகள்தாம் முன்னோடிகள் என்பதில் ஐயமின்று தற்காலச் சீன எழுத்துமுறை இப்பண்டை எழுத்துகளிலிருந்து பிறந்தது என்று தடங் காண முடியும்.

ஆமை ஓட்டு எலும்புக் குறியீடுகளில் ஏராளமானவற்றை ஆராய்கையில், அவற்றை வழக்கில் வைத்திருந்த மக்கள் மிக முன்னேறியவர்களாயும் நுட்பத்திறன் மிக்கவர்களாயும் இருந்தனர் என்பதைக் காணமுடிகின்றது. இன்று வழக்கிலுள்ள எழுத்துக் குறியீடுகளின் எண்ணிக்கை ஐயாயிரத்திற்கு மேல் போகாது.

இப்பண்டை எழுத்துமுறை கி.மு.1700 ஆம் ஆண்டிற்கும் கி.மு.1100 ஆம் ஆண்டிற்கும் இடைப்பட்ட காலத்தில் செழித்தோங்கியிருந்தது. அக்காலகட்டத்தில் அது நன்கு முன்னேறிய நிலையை அடைந்திருந்தமையால், சீனத்தில் கி.மு.2000 வாக்கில்-அதற்கு முன்னர் இல்லையெனினும்-எழுத்து முறை முதன்முதலாய்த் தோன்றியது என்பது அறிஞர் கருத்தாகும். சீனம் 4000 ஆண்டுகளுக்கு முன்னரே வரலாற்றுக் காலத்தினுள் நுழைந்து விட்டது என்று கணித்தால், அது தவறாய் இருக்க முடியாது என்று அறிஞர் கருதுகின்றனர்.

சீனம் உலகில் பன்னெடுங்காலமாய் உயிர் வாழும் வெகு தொன்மையான மொழி. அதன் அமைப்பு ஒலியிலக்கணம் இல்லாதது என்பதால், அது தனித் தன்மையுடையதாய் விளங்குகின்றது என்று மொழி நூலார் கூறுவர். இன்றும் சீனமொழி உலகில் ஏராளமானவர்களால் பேசப்படுகின்றது.

சீனமொழி முதலில் சித்திரக் குறியீடுகளாயும் எண்ணக் குறியீடுகளாயும் தொடங்கி, நாலாயிரம் ஆண்டுகளுக்குப் பிறகு பண்டைநாளில் உருவான குறியீடுகள் இன்றும் வழக்கிற்குக் கொண்டுவரப்பட்டும் எளிமையாக்கப்பட்டும் அல்லது இவ்விரு முறைகளாலும் வழக்கிலுள்ளன.

சீனமொழியில் முதலில் தோன்றிய குறிகள் "சித்திர எழுத்துக்களாய்" இருந்தன அதாவது சூரியன், சந்திரன், விண்மீன்கள், விலங்குகள், செடியினங்கள் போன்றவை பெரிய வரைபடங்களாய் எழுதப் பெற்றன. அவற்றின் எண்ணிக்கை அறுநூற்றெட்டு என்று சீன விற்பன்னர் கணித்துள்ளனர். அப்பழைய குறியீடுகளில் சில அதாவது மனிதன்,

மரம் ஆகியவற்றைக் குறிப்பவை உணர்த்துகின்ற பொருளை இன்றும் சற்று ஒத்திருக்கின்றன.

இக்குறியீடுகளை வரைகின்ற ஓவியரின் திறமையைப் பொருத்து, அவற்றை அடையாளம் காண்பது முதலில் மாற்றமடைந்தது. அதன் பிறகு கோடுகளை அளவொடு பயன்படுத்த வேண்டுமென்பதற்காக அவை நிலையான உருப்பெற்றன. இக்குறிகளைத் தீட்டுவதற்குத் தூரிகைகள் வந்த காலம் வரையிலும் அவை குறித்த பொருள்களை உணர்த்தும் குறியீடுகள் பெரிதும் ஒத்திருந்தன. தூரிகைகள் மயிர்களால் ஆனமையால், மைகள் அவற்றிலிருந்து சிதறுவதற்கு வழி இருந்தது. அதனால் சுழிவுகளும் வளைந்த கோடுகளும் கைவிடப்பட்டன.

இதற்கு முன்னர் எழுத்தாணி கொண்டு மரம் அல்லது மூங்கிலில் எழுதி வந்தனர். இப்போது தூரிகையால் பட்டுத்துணி முதலியவற்றின் மீது தீட்டினர்.

எனவே இரண்டாயிரமாண்டுகளுக்கு முற்பட்ட இந்தக் காலகட்டத்தில் (மூங்கில்மீது எழுதியபோது கூட) குறிகள் சதுர வடிவில் எழுதப்பெற்று வந்தன. ஆதலால் ஆதிகாலத்தில் சூரியனைக் குறிக்க ஒரு வட்டம் போட்டு, அதன் நடுவில் புள்ளி வைத்த முறைமாறி ஒரு சதுரத்தினுள் புள்ளி வைக்கத் தொடங்கினர்.

"ஒன்று", "இரண்டு" என்பவற்றைக் குறிக்கச் சிறு படுக்கைக் கோட்டையும் சிறு படுக்கைக் கோட்டின் மேலே சற்று பெரிய படுக்கைக் கோட்டையும் சீன வரலாறு நெடுகிலும் எழுதி வருகின்றனர். ஏனெனில் இவ்விரு குறிகளையும் பொருத்தவரையிலும், எழுதும் பாணியும் அதை எளிமைப்படுத்துவதும் அவசியமில்லை. குறியீடுகளை எழுதும் பாணி மாறியது; அவற்றை எழுதும் முறை எளிமையாக்கப்பட்டது.

சீனம் ஒலியினடிப்படையில் அமையாத மொழியாதலின், அம்மொழியிலுள்ள ஒவ்வொரு குறியீட்டையும் மனப்பாடம் செய்துகொண்டு, அவற்றின் உச்சரிப்பையும் அவை குறிக்கும் பல்வேறு பொருள்களையும் நினைவில் வைத்துக் கொள்ளவேண்டும்.

1806

அதனால்தான் சீனமொழி உலகில் மிகவும் கடினமான மொழி என்பது ஏற்கப்பட்ட உண்மையாக உள்ளது.

ஒலியின் அடிப்படையில் அமையாத மொழிக்கு இருக்கக் கூடிய குறைபாடுகள் பற்றிப் பலபடக் கூறமுடியும். சீன மொழியின் வரிவடிவம் (ஒலி வடிவமன்று) வெகு தொலையிலுள்ள இடங்களிலெல்லாம் அம்மொழி பரவுவதற்குப் பெருந்துணை புரிந்துள்ளது. அங்கெல்லாம் சீன மொழி வரிவடிவம் சீனத்தில் ஒலிக்கப்படுவதற்கு முற்றிலும் மாறான முறையில் உச்சரிக்கப்பட்டு வருகின்றது.

அதாவது, அயல்நாட்டினர் சீன வரிவடிவான குறியீடுகளை ஆளத் தொடங்கிய பிறகு, சீன மக்கள் அவற்றை உச்சரிப்பது போல் ஒலிக்காமல் தம் பாணியில்தான் உச்சரிக்கின்றனர்.

எனவே இன்று ஒரு ஜப்பானியர், கொரியர், சீனர் மூவரும் வாய்மொழியாய் ஒருவரொடொருவர் பேசிக்கொள்ள முடியாது. ஆனால் ஒரு தாளையும் எழுதுகோலையும் எடுத்துக் கொண்டு சீனக் குறியீடுகளில் எழுதிக் காட்டினால், அவர்களால் அதைப் புரிந்து கொள்ள முடியும். ஏனெனில் சீனக்குறியீடுகள் அவர்கள் அனைவர்க்கும் (கிட்டத்தட்ட) ஒரே பொருளைச் சுட்டி நிற்கும்.

சீனத்திற்கு வடக்கிலும் கிழக்கிலும் வாழும் மக்கள் எழுதுவதற்கு ஒரே குறியீடுகளைப் பயன்படுத்தினாலும், அவர்களின் ஒலிப்பு முறை வேறுபடுவதா யிருப்பதால், மேற்சொன்ன சாதகம் அவர்களுக்கு இதில் வாய்த்திருக்கின்றது.

சீனரின் எழுத்து மொழியிலிருந்து ஒலி வடிவ முறையைப் பிரிக்காது விட்டிருப்பின், பண்டைக்காலத்தில் செய்தித் தொடர்புகளும் போக்குவரவும் மிகக் கடினமாயிருந்த காரணத்தினால், சீனத்தில் பல வடிவங்களைக் கொண்ட மொழிகள் தோன்றியிருக்கக் கூடும்.

மக்களனைவரும் ஒரே வடிவத்தையுடைய மொழியைக் கொண்டிருப்பதால், சீன மக்களை நெடுந்தொலைவுகள் பிரித்து நின்ற போதிலும், அவர்களனைவருக்கும் பொதுப் பாரம்பரியமும் பொதுவான தனித்தன்மையும் அமைந்திருக்கின்றன.பெரிய நிலப்பரப்பும் கூடிய மக்கள் தொகையும் உள்ள சீன நாட்டில், சிறியனவாகிய பிற நாடுகளில் இருப்பதைப் போன்ற மொழிச் சிக்கல்களும் இதனால் இல்லாமற் போயின.

''சீனர் என்பது ஒரு இனத்தைச் சுட்டுவதைவிட, ஒரு பண்பாட்டையே குறிக்கின்றது என்பதை எடுத்துக்காட்டுகையில், சீனத்தை ஒரே நாடு என்று உயரச் செய்ததில் மொழி எத்தகைய முதன்மையான பங்கை ஆற்றியுள்ளது என்பதை வெகு துலக்கமாய்க் கண்டு கொள்ள முடிகின்றது'' என்று லி என்ற சீன வரலாற்றாசிரியர் கூறுகின்றார்.

இலக்கியம்

இத்தகைய தொன்மையான சீன மொழியில் மெய்யியல், அரசியல், அறிவியல், போரியல், இலக்கியம் முதலிய துறைகளில் நூல்கள் மலிந்து கிடக்கின்றன.

நாடு சுற்றியான ஆங்கில அறிஞர் தாமஸ் மானிங்கு (*Thomas Manning*) கிரேக்கம், இலத்தீனம், கணிதம் ஆகிய துறைகளின் நுட்பங்களைக் கற்றுத் தேர்ந்தபின் தனது ஆற்றல் வாய்ந்த அறிவுக் கூர்மைக்கு ஓர் அறைகூவலாய்ச் சீன மொழியைக் கற்கத் தொடங்கினார். அவர் அம்மொழியைக் கசடறக் கற்றபின், 1806 ஆம் ஆண்டு சீனத்திற்குக் கப்பலேறினார்.

அவர் இந்தியத்தை அடைந்து, சீனரைப் போல் வேடம் புனைந்து கொண்டு இங்கிருந்து திபேத்திற்குச் சென்றார். திபேத்து இன்று போல் அன்றும் அயலவருக்கு அடைத்து வைக்கப்பட்டிருந்தது. அதனால் அவர் சீன வேடம் போட நேர்ந்தது. அவர் இந்நெடும் பயணத்தில் பல இன்னல்களையும் இடுக்கண்களையும் ஏற்று 1811 டிசம்பரில் திபேத்தின் தலைநகரான லாசாவை அடைந்தார்.

மானிங்கு கோமாளித்தனமானவர். மனிதரனைவரும் தனக்கு எதிரி என்று கற்பனை செய்து கொண்டவர். இவர் ஐரோப்பியத்திலேயே சீன மொழியை முதன்முதலில் கற்றுக்கொண்டவர் என்று இவரது இரங்கற் செய்தியை எழுதிய ஒருவர் கூறினார்.

1806

1806

வரலாற்றுப் புள்ளிகள்

1. சென்னையில் அரசு வங்கி

பெண்டிங்குப் பிரபு சென்னை ஆளுநராயிருந்த காலத்தில் சென்னை மாநில அரசு *1806* ஆம் ஆண்டு அரசு வங்கி ஒன்றைச் சென்னையில் தொடங்கிற்று. இக்காலகட்டத்தில் சென்னையில் கர்நாடக வங்கி, மதராஸ் வங்கி, ஏசியாட்டிக்கு வங்கி என்று ஏற்கெனவே மூன்று தனியார் வங்கிகள் நடந்து வந்தன.

அரசு வங்கியை இவ்வாண்டு அமைத்ததில் பெண்டிங்குப் பிரபு வெகுவாய் முனைந்து செயல்பட்டார். அவர் இவ்வங்கியின் பல்வேறு பணிகளுக்கு ஆள்களை அமர்த்தினார். வங்கி *1806* ஜனவரியில் திறக்கப்பட்டது. அதன் ஒரே இயக்குநராய்ப் பெண்டிங்கு இருந்தார். ஆனால் துரதிருஷ்ட வசமாய்ப் பெண்டிங்குப் பிரபு வேலூர்க் கோட்டைக் கலகம் தொடர்பாய்ப் பணியிலிருந்து திருப்பியழைக்கப் பட்டார். அவர் *1807* ஆம் ஆண்டு சென்னையை விட்டுச் செல்ல நேர்ந்தது.

ஆளுநரின் ஆட்சி மன்றக் குழுவிலிருந்த படைத் தலைமைத் தளபதியும் தாயகத்திற்கு அழைக்கப்பட்டார். அதன் இரண்டாவது உறுப்பினரான பீட்ரி (*Petrie*) என்றவர் சிறிதுகாலம் ஆளுநராயிருந்தார். அரசு இந்த வங்கியை அமைப்பது குறித்து முன்னர் ஆட்சி மன்றக் குழுவில் பேச்சு நடந்தபோது, பீட்ரி இந்தத் திட்டத்தை ஆதரிக்கவில்லை. ஆதலால் அவர் வங்கி இயக்குநர் பதவியை வகிக்க முடியாது என்று மறுத்துவிட்டார். எனவே ஒரே இயக்குநராய் ஆளுநர் இருந்த இடத்தில் நான்கு அலுவலர்கள் இயக்குநர்களாக்கப்பட்டனர்.

அரசின் தலைமைச் செயலர், தலைமைக் கணக்குத் தணிக்கை அலுவலர், நாணயச் சாலைத் தலைவர், கருவூலத் துணைத்தலைவர் ஆகிய நால்வரும் வங்கியின் இயக்குநராக்கப்பட்டனர்.

ஆனால் கம்பெனி அரசு ஒரு வங்கியை அமைத்ததையும் ஆளுநர் அதன் ஒரே இயக்குநராயிருந்ததையும் வங்கியை நிறுவ மேல்மட்டத்தில் இசைவு பெறாததையும் இந்தியத்தின் மேலாண்மை அரசைக் கலந்து கொள்ளாததையும் தாள் நாணயத்தை வங்கி அறிமுகப்படுத்தியதையும் இலண்டனிலிருந்த கம்பெனி இயக்குநர் மன்றம் கடுமையாய்க் கண்டித்துச் சென்னை அரசிற்கு *1807* ஆம் ஆண்டு கடிதம் எழுதியிருந்தது.

2. கேரளத்தில் கல்விப் பணிகள்

புராட்டஸ்டண்டுக் கிறித்தவர்களின் கல்விப் பணி பதினெட்டாம் நூற்றாண்டின் தொடக்கத்தில் 1706 ஆம் ஆண்டு தமிழ் நாட்டில் நடைபெறத் தொடங்கிற்று. அப்போது சீகன்பால்கு (1683-1716) என்ற ஜெர்மன் சமயப் பரப்பி தரங்கம்பாடியில் அமைந்த டேனிய மிசனின் ஆதரவில் கல்விப் பணியைத் தொடங்கினார். அதற்குப் பிறகு தான் மற்றொரு கிறித்தவத் தொட்டிலான சொராம்பூரில் திருமுழுக்குச் சமயப் பரப்புச் சங்கத்தைச் சேர்ந்த வில்லியம் கேரி (1761-1834) வங்கத்தில் மிக விரிந்த அளவில் கல்விப் பணியம் சமயப் பணியும் செய்தார்.

ஆங்கிலேயரான கேரி 1794 ஆம் ஆண்டு பிள்ளைகள் இலவசமாய்த் தங்கிப் படிக்கும் வசதியுள்ள இரண்டு பள்ளிகளை வங்கத்தில் நிறுவினார். அவரும் தாமஸ் என்ற இன்னொரு தொண்டரும் சேர்ந்து வங்கப் பிள்ளைகளுக்குச் சமஸ்கிருதம், பாரசிகன், விவிலியப் பாடம், அறிவியல், கணிதம் ஆகியவற்றைக் கற்றுக்கொடுத்தனர்.

மற்றொரு ஜெர்மானியரான டபிள்யூ.டி. ரிஸ்லடாபு, சீகன் பால்கிற்குச் சரியாய் நூறு ஆண்டுகள் கழித்து 1806 ஆம் ஆண்டு திருவனந்தபுரத்தை அடைந்து கல்விப் பணியைத் தொடங்கி வைத்தார். அவர் அங்கு கல்விக் கூடத்தை அமைக்கத் திருவிதாங்கூர் அரசி இலட்சுமி பாயிடமிருந்து நிலம் நன்கொடையாய்ப் பெற்றார். அங்கு ஒரு தொடக்கப் பள்ளியை அமைத்துச் சாதி பேதமின்றி ஏழைப் பிள்ளைகளுக்குக் கல்வி கற்பித்தார்.

அவரைத் தொடர்ந்து சமயப் பரப்பியர் பலர் கேரளத்தை அடைந்தனர். திருவிதாங்கூரில் பிரிட்டீசுப் பேராளராயிருந்த கர்னல் மெக்காலே அவர்களை ஆதரித்து ஊக்குவித்தார்.

சமயப் பரப்பியரின் கல்விப் பணி கண்டு நாட்டரசுகளான திருவிதாங்கூரும் கொச்சியும் தூண்டுதல் பெற்றன. அவையிரண்டும் கல்வித் துறையில் தாமே நேராய் இறங்குவதென்று முடிவு எடுத்தன. அங்கு தொடக்கத்தில் பெரும் போக்கான கல்வித் திட்டங்கள் வகுக்கப்பெற்றன.

ஐந்து முதல் பத்து வயதிற்குட்பட்ட குழந்தைகள் அனைவரும் கட்டாயம் பள்ளி செல்ல வேண்டுமென்று திருவிதாங்கூர் அரசு 1817 இல் ஆணை பிறப்பித்தது. அதற்கென அரசின் செலவில் எல்லா ஊர்களிலும் பள்ளிகள் அமைக்கப் பெற்றன. கொச்சியில் 1818 ஆம் ஆண்டு 33 பள்ளிகள் திறக்கப்பட்டன. அதே வேளையில் கொச்சிப் பட்டினத்தின் ஒரு பகுதியான மட்டஞ்சேரியில் அரசு ஆதரவுடன் முதல் ஆங்கிலப் பள்ளி நிறுவப்பட்டது. அரசு கல்வித்துறையில் மேற்கொண்ட முயற்சி அவ்வளவு அதிகமான வெற்றியைப் பெறவில்லை.

இருப்பினும் கேரளத்தில் உயர்கல்வி மேம்படுவதற்குச் சில ஆங்கிலப் பள்ளிகள் வெகு மேன்மையான பங்காற்றின. அரசர் சுவாதித் திருநாள் (1829-1847) 1834 ஆம் ஆண்டு நிறுவிய தொடக்கப் பள்ளி வளர்ந்து இறுதியாய்ப் பல்கலைக்கழகக் கல்லூரியாய் மலர்ந்தது.

கொச்சி மன்னர் பன்னிரண்டாவது இராமவர்மன் (1844-851) 1845 இல் எரணாகுளத்தில் நிறுவய சிறு பள்ளி மகராசா கல்லூரியாய் உயர்ந்து நிற்கின்றது.

பத்தொன்பதாம் நூற்றாண்டில் பெண் கல்வியை வளர்ப்பதற்கென்று பல பள்ளிகள்

தொடங்கப் பெற்றன. புதிதாய்க் கிறித்தவம் தழுவியவர்களின் பிள்ளைகளுக்கென்று சமயப் பரப்பியர் அவற்றை அமைத்தனர். திருவிதாங்கூர் அரசு அப்பள்ளிகளில் ஒன்றை 1866 ஆம் ஆண்டு தன் பொறுப்பில் எடுத்துக் கொண்டது. அதுவே இந்தியத்தின் முதன்மையான மகளிர் கல்விக் கூடங்களில் ஒன்றென விளங்கும் திருவனந்தபுரம் மகளிர் கல்லூரியாய் உருக்கொண்டது.

இந்தியத்தில் மங்கிப் போயிருந்த கல்விச் சுடரின் திரியை ஐரோப்பியர் இங்ஙனம் தூண்டிவிட்டனர். அனைவரும் பேதமின்றிக் கல்வி கற்கும் ஆர்வம் இந்திய வரலாற்றில் முதன் முறையாய் இங்ஙனமே தொடங்கிற்று. அது பத்தொன்பதாம் நூற்றாண்டில் ஐரோப்பியரின் ஏற்றத்தோடு முடுக்கம் பெறுகின்றது.

3. முகலாய அரசர் இரண்டாம் அக்பர்

இரக்கத்திற்குரிய முகலாய அரசரான இரண்டாம் ஆலம்கீர் (ஆ. கா.1754-1759) 1759 ஆம் ஆண்டு படுகொலை செய்யப்பட்டதையடுத்து (இ.ச.க.தொகுதி-6) அவரின் மகனான ஷா ஆலம் (ஆ.கா.1759 -1806) அரசிருக்கை ஏறினார். ஷா ஆலம் வெறும் பெயரளவிற்கு முகலாயமன்னராய் நிலவி வந்தார். அவர் 1765 ஆகஸ்டு 12 அன்று பிரிட்டிசாருக்கு வங்கப் பெருநிலத்தைக் கொடையாய்க் கொடுத்துவிட்டு டெல்லிக்குச் செல்லாமலே அவர்களின் ஆதரவில் வாழ்ந்து வந்தார். (இ.ச.க.தொகுதி-7)

அவர் 1806 ஆம் ஆண்டு இறந்ததும் அவரின் மகன் முயினுதீன் அக்பர் இரண்டாம் அக்பர் (ஆ.கா.1806-1837) என்ற பெயரில் முகலாய அரசரானார். அவர் மிகச் சிறந்த புலவர் என்று பெயர் பெற்றிருந்தார். ஆனால் ஆட்சிக் கலையை அறிந்தவரல்லர். அவர் 1837 ஆம் ஆண்டு கண்மூடியது வரையிலும் பிரிட்டிசாரின் பாதுகாப்பிலேயே வாழ்ந்திருந்தார்.

அவருக்குப் பிறகு ஆட்சிக்கு வந்த இரண்டாம் சிராசுதீன் பகதூர் ஷா (ஆ.கா.1837-1858) முகலாயர் குடியின் கடைசி மன்னரானார். இவரோடு முகலாயர் குடியின் 333 ஆண்டுக்கால ஆட்சி முடிவடையப் போகின்றது.

4. பிரிட்டிசுச் செய்திகள்

(அ) புதிய தலைமை அமைச்சர் கிரன்வில்

முதல் சாதம் பிரபு வில்லியம் பிட்டின் மகனும் அதே பெயரில் இளைய பிட்டு என்று அழைக்கப்படுபவருமான அரசியல் வல்லாளர் பிரிட்டனின் வரலாற்றில் மிகவும் குறிப்பிடத்தக்கவர். அவர் 1783-1801; 1804-1806 ஆகிய காலங்களில் பிரிட்டனின் தலைமை அமைச்சராயிருந்தார். அவர் அருந்திறன் வாய்ந்த ஆட்சியாளர் என்று பெயர் பெற்றவர். அவரது காலத்தில் பொருளியல், நிதியியல் துறைகளில் பல சீர்திருத்தங்கள் ஏற்பட்டன. நெப்போலியன் போனப்பாட்டின் ஏற்றத்தை முறிப்பதற்காக ஐரோப்பிய வல்லரசுகளை ஒன்று சேர்த்துப் பல அணிகளை உண்டாக்கியவர். அவர் 1806 பிப்ரவரி 11 அன்று இறந்தார்.

அவரையடுத்து வில்லியம் வைண்டம் கிரன்வில் (*William Wyndham Grenville 1759-1834*) 1806 பிப்ரவரி 11 அன்று தலைமை அமைச்சர் பொறுப்பை ஏற்றார். அவருடைய தந்தை ஜார்ஜ் கிரான்வில் (*Oeorge Grenville 1712-1770*) 1763 முதல் 1765 வரை பிரிட்டனின் தலைமை அமைச்சராயிருந்தவர். (இ.ச.க.தொகுதி-7) இளையபிட்டு வில்லியம் கிரன்விலுக்கு அத்தை மகன்.

1806

கிரன்விலின் தோற்றம் கவர்ச்சியானதன்று; அவருடைய நடையடை பாவனைகள் அதிர்ச்சியூட்டும் ஒரு மேட்டுக்குடியின் மூன்றாவது மகனான அவருக்கு ஓராண்டில் 1500 பவுன் மட்டுமே கிடைத்தமையால், அவர் பணக்காரருமல்லர். (இங்கிலாந்தில் உயர்குடியினரின் மூத்த மகனுக்கு மட்டுமே குடும்பச் சொத்தில் உரிமையுண்டு.)

எனினும் அவரிடம் ஆக்கமான பல கூறுகள் அமைந்திருந்தன; அவற்றின் முன்னே மேற்சொன்ன குறைபாடுகள் கவனிக்கப்படாமற் போயின.

அவருக்கு அரசியலில் நல்ல செழுமையான இடம் கிடைத்தது. அவர் குடும்பத் தொகுதியான பக்கிங்காமிலிருந்து 1782 ஆம் ஆண்டு நாடாளுமன்றத்திற்குத் தேர்ந்தெடுக்கப்பட்டார். அவர் அரசியலில் தங்கு தடையற்ற எழுச்சி கண்டு மேலே ஏறினார். இக்காலத்தில் பிரிட்டீசு அரசியலில் குடும்ப உறவுகள் ஒருவரின் ஏற்றத்திற்குப் பெரிதும் துணைபுரிந்தன.

கிரன்விலின் மாமன் மகனான இளைய பிட்டு அப்போது நிதியமைச்சராயிருந்தார். கிரன்வில் ஒரே ஆண்டில் தன் உடன்பிறந்த அண்ணனான டெம்பிள்டன் பிரபின் துணைச் செயலாளரானார். டெம்பிள்டன் அயர்லாந்தில் பிரிட்டனின் அரசப் பேராளராய் (Viceroy) இருந்தார். இளையபிட்டு 1783 இல் தலைமை அமைச்சரானதும், அவர் கிரன்விலை ஊதியத்துறை அமைச்சராக்கினார்.

இப்பதவிக்கு இடை ஆதாயமாய்ப் பெருந்தொகை கிடைக்குமாதலால், இளைய ஜான் கிரன்விலிற்குப் பணத்திற்குத் திண்டாட்டமில்லாமற் போயிற்று. அவர் 29 ஆவது வயதில் நாடாளுமன்றத்தின் பேரவைத் தலைவராய்த் தேர்ந்தெடுக்கப்பட்டார். அதற்கு மூன்றாண்டுகளுக்குப் பிறகு கிரன்வில் பிரபுப் பட்டம் பெற்று, 1791 இல் அயலுறவுத் துறை அமைச்சரானார்.

அத்துடன் ஹைடு பூங்காவின் மேற்பார்வையாளராக்கப்பட்டார். (Hyde Park: மேற்கு இலண்டனின் நடுப்பகுதியிலுள்ள பெரிய பூங்கா, இங்கு திறந்தவெளிப் பொதுக்கூட்டங்களும் பெரிய நிகழ்ச்சிகளும் நடப்பதுண்டு.) வேலை குறைந்த இப்பணிக்கு ஆண்டுச் சம்பளம் 4,000 பவுன்; மேலும் நிதியமைச்சுத் தணிக்கையாளர் பதவிக்காக ஆண்டு ஊதியமாய் 4,000 பவுன் கிடைத்தது. இப்போது அவருக்கு மணம் செய்வதற்குரிய மேல் நிலையும் வசதிகளும் வந்துவிட்டன. அவர்தன் அத்தை மகளான (வில்லியம் பிட்டின் தங்கை) ஆன் பிட்டை மணந்தார்.

கிரன்வில் கிட்டத்தட்டப் பத்தாண்டுக் காலம் அயலுறவுத்துறை அமைச்சராயிருந்தார். அவர் நாடாளுமன்றத்தில் ஜார்ஜ் கானிங்கு, (George Canning 1770-1827; இவர் டோரிக் கட்சிக்காரர்: 1822- 1827 காலத்தில் அயலுறவு அமைச்சர்; 1827 இல் தலைமை அமைச்சருமானார்.) சார்லஸ் ஜேம்ஸ் ஃபாக்ஸ் (Charles james Fox: 1749-1806; விக்குக் கட்சிக்காரர்; சிறந்த பேச்சாளி, இவர் அமெரிக்கக் குடியேற்றங்கள் மீது நார்த்து பிரபு வரி விதித்ததையும் பிரஞ்சுப் புரட்சிக்கு எதிராய் இளையபிட்டு தலையிட்டதையும் எதிர்த்தவர். பாராளுமன்றச் சீர்திருத்தம் வேண்டுமென்றும் அடிமை வாணிபத்தை ஒழிக்க வேண்டுமென்றும் கோரி வந்தவர். இவர் பற்றி (இ.ச.க.தொகுதி-9 காண்க) ஆகியோருடன் சேர்ந்து கொண்டு, ஆடிங்டனைத் தலைமை அமைச்சர் பதவியிலிருந்து இறக்கப் பாடுபட்டு, அவ்வாறே செய்தார். ஆடிங்டன் தலைமை அமைச்சர் பதவியிலிருந்து இறங்கியதும், பிட்டு அமைத்த அமைச்சில் ஃபாக்சை அரசில் சேர்ப்பதற்கு விரும்பவில்லை. இதன்பிறகு பிட்டிற்கும் கிரன்விலிற்குமிடையே நட்புறவு இல்லாமற்போனது.

பிட்டு இவ்வாண்டு இறந்ததும் அனைத்துத் திறமையுமுடையோர் அமைச்சு (*Ministry of All the Talents*) என்ற அமைச்சைக் (1806-1807) கிரன்வில் அமைத்தார். கிரன்வில் தயக்கத்துடன் தலைமை அமைச்சர் பதவியை ஏற்றார். ஒருவரொடொருவர் ஒத்துப் போகாததாய் அமைச்சு இருந்தது. இந்த அமைச்சில் ஃபாக்சும் இடம் பெற்றிருந்தார். அது பதினோரு திங்கள் நிலைத்தது. அதன்பிறகு கத்தோலிக்கர் மீதிருந்த சமூக இக்கட்டுகளை நீக்குவது பற்றிய பொருள் நாடாளுமன்றத்தில் கொண்டுவரப்பட்டது. மன்னர் இத்தடைகளை நீக்கலாகாது என்று எப்போதும் போல விடாப்படியாய் நின்று எதிர்த்தார்.

அதனால் கிரன்வில் பதவி விலகினார். அவர் இதன் பிறகு டாட்மூரிலிருந்த தன்வீடு, தோட்டம், நூலகம் என்று ஒதுங்கிவிட்டார். அவரின் மனைவிக்குப் பிட்டின் உடைமைகளில் பங்கு கிடைத்தது. அதனால் அவர் பெரிய செல்வரானார்.

கிரன்வில்

பேரன் (*baron*) என்ற பெரும் பிரபுவான கிரன்வில் ஆக்ஸ்போர்டில் கற்றுத் தேர்ந்து மிகச்சிறந்த கிரேக்க, இலத்தீன் மொழிகளில் விற்பன்னராக விளங்கினார். அவர் பதவியிலிருந்து ஓய்வு பெற்றதும், ஹோமரின் காவியத்திற்கு விளக்கவுரை எழுதினார். கிரேக்கம், இத்தாலியன், ஆங்கிலம் ஆகிய மொழிகளில் இருந்து இலத்தீனத்தில் மொழி பெயர்த்த *Nugae Metricae* என்ற நூலையும் எழுதினார். அவர் தம் மாமனாரான மூத்த பிட்டின் கடிதங்களைத் தொகை செய்து வெளியிட்டார்.

அவர் கத்தோலிக்கருக்கு இருந்துவந்த சமூகத் தடைகளை நீக்குவதிலும் சுதந்திர வாணிபத்திலும் ஆழ்ந்த பற்றுக் கொண்டிருந்தார். கிரன்வில் மாரடைப்பினால் 1834 ஆம் ஆண்டு இறந்தார். அவர் இறந்த போது அவருக்கு வயது 74. அவருக்குப் பிள்ளை இல்லை.

(ஆ) பிரிட்டனில் ஹெயில்பரிக் கல்லூரி

தலைமை ஆளுநராயிருந்த வெல்லஸ்லி பிரபு கம்பெனியில் பணிபுரிய வரும் ஊழியர்களைப் பயிற்றுவிப்பதற்காக 1800 ஆம் ஆண்டு (இ.ச.க.தொகுதி-10) கல்கத்தாவில் மிகுந்த முன்னோக்குடன் நிறுவிய வில்லியம் கோட்டைக் கல்லூரிக்குக் கம்பெனி இயக்குநர் மன்றம் ஆதரவு தரவில்லை. அவர்கள் தலைமை ஆளுநர் அத்தகைய கல்லூரி கட்டாயம் வேண்டும் என்பதற்கு ஆதரவாய் எடுத்துக் கூறிய கருத்துரைகளைக் கேட்டுக் கொண்டு வந்தபோது, அவர்களுள் சிலர் அவற்றை ஏற்றுக் கொண்டனர்; இலண்டனில் அத்தகைய ஒரு கல்லூரியை அமைப்பதற்குப் பொறுப்பேற்றனர்.

அதற்கிணங்கக் ''கிழக்கிந்தியக் கல்லூரி'' (*The East India College; Hertfordshire*) ஹெட்ஃபோர்சையரிலிலுள்ள ஹெட்ஃபோர்டு கேசிலில் 1806 ஆம் ஆண்டு திறக்கப்பட்டது. அதற்கு மூன்றாண்டுகளுக்குப் பிறகு 1809 இல் ஹெயில்பரிக் கேசிலுக்கு (*Haileybury Castle*) மாற்றப்பட்டு ஹெயில்பரிக் கல்லூரி என்று வழங்கப்படலாயிற்று.

இக்கல்லூரி வில்லியம் கோட்டைக் கல்லூரியிடமிருந்து பெரிய அளவில் கல்வி முறையைக் கடன் வாங்கிக் கொண்டது. இங்கு ''கீழையியல் பாடங்கள்'' (*Orientals*), ''ஐரோப்பியப் பாடங்கள்'' (*Europeans*) என்று பாடங்களை இரு பிரிவுகளாய்ப் பிரித்துக் கற்பித்தனர். கீழையியல் பாடங்கள் பெரிதும் மொழிகளாகவே இருந்தன. அவை நான்கு பருவங்களில் (*terms*) இரண்டாண்டுகள் கற்பிக்கப்பட்டன. முதற் பருவத்தில் சம்ஸ்கிருதமும் இரண்டாம் பருவத்தில் பாரசிகனும் கற்பிக்கப்பட்டன; மூன்றாவது ஒரு

மொழி மூன்றாம் பருவத்தில் கற்பிக்கப்பட்டது. அது இந்துஸ்தானியாக இருப்பது வழக்கம்.

ஐரோப்பியப் பாடங்களில் பண்டைக் கிரேக்க, ரோமானிய மொழிகளும் கணிதமும் சொல்லித் தரப்பட்டதொடு, பொதுவானதும் இந்தியம் சார்ந்ததுமான சட்டமும் கற்பிக்கப்பட்டன; இப்பிரிவில் அரசியல், பொருளியல், பொது வரலாறு ஆகியன முதன்மையான பாடங்களாய்க் கற்றுத்தரப்பட்டன. அரசியல் பொருளியல் பாடம் இந்தக் காலத்தில் வேறு எந்தப் பல்கலைக் கழகத்திலும் கற்பிக்கப்படவில்லை என்பது குறிப்பிடத்தக்கது. தாமஸ் இராபட்டு மால்தஸ் (*Thomas Robert Malthus 1766-1834;* இ.ச.க.தொகுதி-10) ஹெயில்பரிக் கல்லூரியில் இத்துறைகளின் தலைவராய் முப்பதாண்டுகள் இருந்து பணியாற்றினார்.

பிரிட்டனின் பொதுப் பள்ளிகள் என்ற உயர் மட்டப் பள்ளிகளுக்கும் ஆக்ஸ்ஃபோர்டு, கேம்பிரிட்ஜ் பல்கலைக் கழகங்களுக்கும் இடைப்பட்ட ஒரு கல்வி நிலையமாய் ஹெயில்பரிக் கல்லூரி இருந்தது. இங்கு மாணவர்கள் தூங்கும் வசதியுடன் கூடிய சிறு அறைகளில் தங்கிப் படித்து வந்தனர். காலை ஏழு மணிக்குப் படுக்கை தட்டிப்போடும் ஒரு முதியவர் வந்து கணப்படுப்பை மூட்டிவிட்டு மறைந்து விட்டதும் மாணவர்கள் துயிலெழுந்து காலைக் கடன்களை முடித்துவிட்டு, முறையாய் ஆடையணிந்து எட்டு மணிக்குக் கோயிலில் வந்து வழிபாட்டிற்காகக் கூடுவர். அங்கிருந்து திரும்பியதும் காலையுணவு, பிறகு கல்லூரியில் பாடம், காலையில் தொடர்ந்து விரிவுரைகள் நடக்கும். அந்தி மயங்கும் வரை படித்த பாடங்களுக்குக் குறிப்புகள் எடுப்பர்.

இங்கு ஆக்ஸ்ஃபோர்டில் போன்று தனிமுறைப் போதனை கிடையாது. பகலுணவு என்பது சிற்றுண்டியாக இருக்கும். மாணவர்கள் கிரிக்கட்டு ஆடுவர்; வேட்டைக்குச் செல்வதுண்டு. மாலையில் சிலர் ஏதேனும் விளையாட்டுகளில் கலந்து கொள்வர். சிலர் பக்கத்து நகருக்குச் செல்வர்: இன்னுஞ் சிலர் சாலைகளில் ஓடி உடற்பயிற்சி செய்வதுண்டு. ஆறு மணிக்கு விருந்துக் கூடத்தில் இராச் சாப்பாடு, எட்டு மணிக்குக் கோயில்; அதன் பிறகும் மாணவர்கள் தத்தம் அறைக்குச் சென்று இரவில் வெகு நேரம் படிப்பர்.

அந்தக் காலத்துக் கல்லூரிகளைப் போலவேதான் ஹெயில்பரி பெரிதும் இருந்தது. இங்கு கட்டுப்பாடு இறுக்கமாயிராது; ஈட்டனிலும் ஆக்ஸ்ஃபோர்டிலும் அப்படித் தானே இருந்தது. ஆனால் இங்கு கற்பித்த சில ஆசிரியர்கள் மிகச் சிறந்தவர்களாயிருந்தனர். அவர்களுக்குப் பிற கல்விக் கூடங்களில் பணிபுரிந்த ஆசிரியர்களை விட வேறு விதமான சங்கடங்கள் இருந்தன. அதாவது இக்கல்லூரியில் சேரும் வயது பதினைந்து முதல் இருபத்திரண்டாயிருந்தது. பல்கலைக் கழகத்தில் பயின்று பட்டம் பெற்றிருக்கக் கூடிய இளைஞர்களின் அருகே, இன்னும் பள்ளியிலிருக்க வேண்டிய பையன்களும் அமர்ந்திருக்க, ஆசிரியர்கள் பாடம் நடத்த வேண்டியிருந்தது.

பின்னர் குறைந்த வயது மட்டம் 1833 இல் பதினேழாய் உயர்த்தப்பட்டது. அப்போதும் கூட, மூத்த மாணவர்களுக்கும் இளையோருக்குமிடையே வயது வேறுபாடு இருந்து வந்தது.

ஒவ்வொரு பருவத்திலும் ஒவ்வொரு பாடத்திலும் தேர்வு நடந்தது; ஒவ்வொரு மாணவருக்கும் தகுதித்தரம் நிர்ணயிக்கப்பட்டது. கம்பெனி இயக்குநர்கள் ஆண்டில் இருமுறை கல்லூரிக்கு வந்தனர். அப்போது சொற்பொழிவுகளும் பரிசளிப்புகளும்

நடந்தன. அது ஒரு குடும்ப நிகழ்ச்சி போலவே இருக்கும். ஏனெனில் இக்கல்லூரி மாணவர்கள் ஏதேனும் ஓர் இயக்குநரால் பரிந்துரைக்கப்பட்டுச் சேர்ந்தவர்களாயிருந்தனர். அவர்களில் பலரின் தந்தை, சிற்றப்பன், பெரியப்பன், மாமன் அல்லது பாட்டன்மார் கம்பெனி இயக்குநர்களாயிருந்தனர். இயக்குநர்கள் தம் மக்களை, பேரன்மாரைப் பார்க்கக் கூடியதால், அது குடும்ப விழாவாகவே இருந்தது.

இக்கல்லூரியில் சேர்ந்த ஏதேனுமொரு மாணவர் பொது ஆட்சிப் பணிக்குப் பொருந்தாதவாறு ''மக்காய் அல்லது சோம்பேறியாய்'' இருந்தால், அவரைக் குதிரைப் படைக்குத் தள்ளிவிட்டனர். ஹெயில்பரி மாணவரில் சுமார் ஐந்திலொரு பங்கினர் இடையில் நின்றுவிட்டனர்; ஐந்தில் நான்கு பங்கினர் கம்பெனியின் பொது ஆட்சிப் பணியில் *(Company's Civil Service)* கற்றுத் தேர்ந்து சேர்ந்தனர்.

நல்ல மாணவர்களைக் கண்டுபிடித்து இக்கல்லூரியில் சேர்க்கும் பொறுப்பைக் கம்பெனி இயக்குநர்களின் தனிப்பட்ட மனச்சான்றுக்கு விட்டுவிட வேண்டும் என்று வாதிடப்பட்டது. ஏனெனில் திறமையும் கடின உழைப்பும் நற்பண்புகளும் இனிய நடத்தையும் ஆசிரியர்களுக்குப் பெருமை சேர்க்கும் திறனும் உடையவர்களைத் தேர்ந்தெடுக்க வேண்டுவதன் முக்கியத்துவத்தை இயக்குநர்களனைவரும் நன்கறிவர் என்பது எல்லாராலும் உணரப்பட்டது. ஆனால் அவர்களனைவரும் மாணவர் தேர்வு குறித்து அத்தனை கருத்துச் செலுத்தவில்லை.

ஆதலால் மாணவர்களை இக்கல்லூரிக்குப் பரிந்துரைக்க இயக்குநர்களுக்கு இருந்துவந்த ஏற்பாட்டைக் கைவிடாமல், போட்டித் தேர்வு முறையைக் கொண்டுவரலாம் என்ற கருத்தை மெக்காலே *(1800 - 1859)* கூறினார். இயக்குநர்களால் பரிந்துரைக்கப்பட்ட மாணவர்களுக்குப் போட்டித் தேர்வை நடத்தும் ஏற்பாடு 1833 இல் சட்டமானது. எனினும் இது ஓராண்டுக் காலமே நிலைத்தது.

நேர்முகத் தேர்வு வைத்து மாணவரின் நயமான நடத்தையையும் சமூகப் பின்புலங்களையும் அறிய வேண்டுமென்பதை அனைவரும் ஒப்புக் கொண்டனர். எனவே எல்லாரும் கலந்து கொள்ளும் பொதுப் போட்டித் தேர்வு வேண்டுமென்பது குறித்து அரசு 1853 இல் முடிவு செய்தது.

1806

இந்தியரும் பொது ஆட்சிப் பணியும்

இராசாராம மோகனரின் *(1772 -1833)* வளர்ப்பு மகனான இராசாராம ராயை இக்கல்லூரிக்கு அனுப்ப முயன்றனர். அவர் அங்கு சேர்ந்து பயில்வதற்குரிய தகுதியைப் பெற்றிருந்த போதிலும், கம்பெனி இயக்குநர்கள் அவரது விண்ணப்பத்தைத் தள்ளிவிட்டனர். பின்னர் 1833 ஆம் ஆண்டு நிறைவேற்றப்பட்ட வாணிப உரிமைப் பட்டயச் சட்டத்தில், குறிப்பிட்ட எண்ணிக்கையில் இந்தியரும் பொது ஆட்சிப் பணிக்கான போட்டித் தேர்வுகளை எழுதலாம் என்ற கொள்கை இடம்பெற்றிருந்த போதிலும், அது செயல்படுத்தப்படவில்லை.

இறுதியாய் 1853 ஆம் ஆண்டு நிறைவேறிய வாணிப உரிமைப் பட்டயச்சட்டத்தில், கிழக்கிந்தியக் கம்பெனி பொது ஆட்சிப் பணிக்கு ஆள்களைத் தேர்ந்தெடுப்பதில் கையாண்டு வந்த தனிநலக் கொள்கை ஒழிக்கப்பட்டது. பின்னர் 1857 ஆம் ஆண்டில் பிரிட்டீசு அரசியாரின் குடிமக்கள் யாவரும் பொது ஆட்சிப்பணி ஊழியத்தில் சேர்ந்து கொள்வதற்கு வழிவகை செய்யப்பட்டது.

பொது ஆட்சிப் பணிக்கான முதல் போட்டித் தேர்வு 1855 இல் நடந்தது. ஆனால் பொது ஆட்சிப் பணிக்குழுமம் (*Civil Services Commission*) 1858 இல் தான் இத்தேர்வுகளை நடத்தும் பொறுப்பை ஏற்றது.

(இ) டாட்மூர்ச் சிறைச்சாலை

டாட்மூர் (*Dartmoor*)என்பது தென்மேற்கு இங்கிலாந்தில் டேவோனின் (*Devon*) தென்மேற்கிலுள்ள புல்லும் முள்ளும் நிறைந்த தரிசுநிலம். இங்கு ஒரு சிறைச் சாலையை அமைக்க 1806 மார்ச்சு 20 அன்று அடிக்கல் நாட்டினர். இது பிரஞ்சுச் சிறைஞரை அடைக்கும் எண்ணத்துடன் முதலில் கட்டப்பெற்றது. எனினும் 1850 முதல் இங்கு தண்டிக்கப்பட்ட குற்றவாளிகள் அடைக்கப்படுகின்றனர். இங்கு நீண்ட காலத்தண்டனை பெற்ற குற்றவாளிகளை அடைத்து வைக்கின்றனர்.

5. பிரஞ்சுச் செய்திகள்

(அ) நெப்போலியனின் பொருளியல் முற்றுகை

பிரிட்டனால் நெப்போலியனைத் தரைப்போரில் தோற்கடிக்க முடியவில்லை. நெப்போலியனால் கடற்போரில் பிரிட்டனைப் பணியவைப்பதற்கியலவில்லை. ஆதலால் அவரால் தீவுக்கோட்டையான பிரிட்டன் மீது படையெடுத்து அங்கு இறங்க முடியாமலிருந்தது. தொடர்ந்து இடையறாது பெருகி வந்த அயல் வாணிபத்தின் பலனாய்ப் பிரிட்டனிடம் பெருஞ் செல்வம் திரண்டு வந்தது.

1806

பிரிட்டன் அயல் வாணிபப் பெருக்கம் காரணமாய்த் தன் பண்டங்களை உலகெங்கும் கொண்டு சென்றது; அங்கிருந்து போர்களில் செலவிடக்கூடிய தங்கத்தைத் தன் நாட்டிற்குக் கொண்டு வந்தது. எனவே பொருளியல் போர் ஒன்றினால் பிரிட்டனைத் தோற்கடித்துவிடலாம் என்று நெப்போலியன் எண்ணினார். பிரிட்டீசுப் பண்டங்கள் கலங்களில் வந்து இறங்கி விற்க முடியாதவாறு ஐரோப்பியத் துறைமுகங்களை அடைத்து விடவும், பிரிட்டன் தனக்கு வேண்டிய பிரஞ்சுத் தானியம்; பால்டிக்குப் பகுதியின் மரங்கள் ஆகியவற்றைப் பெற்று விடாதவாறு செய்யவும் அவர் திட்டமிட்டார். அத்திட்டத்திற்குக் ''கண்ட ஒழுங்கு முறைமை'' (*Continental System*)என்று பெயர். அதைக்கொண்டு பிரிட்டனை இன்னலுக்குள்ளாக்கி, அமைதி பேசவருமாறு இழுத்து வரச்செய்து விடலாம் என்று அவர் எதிர்பார்த்தார். அவர் இது தொடர்பாய் 1806 நவம்பர் 21 அன்று பெர்லினிலிருந்து பிறப்பித்த ஆணை :

''நாம் பிறப்பிக்கும் ஆணை வருமாறு : முதல் விதி - பிரிட்டீசுத் தீவுகள் முற்றுகையிடப்பட்டுள்ளன என்பதை அறிவிக்கின்றோம். இரண்டாம் விதி பிரிட்டீசுத் தீவுகளுடன் நடைபெறும் வாணிபம் முழுமையும் அதனுடன் இருந்து வரும் போக்குவரவுத் தொடர்புகள் அனைத்தும் இதனால் தடை செய்யப்படுகின்றன. ...ஐந்தாம் விதி ஆங்கிலப் பண்டங்களை வைத்து வாணிபம் செய்வதைத் தடை செய்கின்றோம்; இங்கிலாந்திற்கு உரிமையான பண்டங்கள் அனைத்தும் அல்லது அதன் குடியேற்றங்களிலிருந்து வருகின்ற சரக்குகள் முழுமையும் சட்டப்படி பறிமுதல் செய்யத் தக்கனவாம் ....ஏழாம் விதி -இங்கிலாந்திலிருந்து நேரடியாய் வருகின்ற அல்லது ஆங்கிலக் குடியேற்றங்களிலிருந்து வருகின்ற அல்லது இவ்விடங்களுக்குச் சென்று வரும் எந்தக் கப்பலாயினும், அதை இந்த ஆணை பிறப்பிக்கப்பட்ட நாளிலிருந்து எந்தத் துறை முகத்தினுள்ளும் நுழைய விடலாகாது.''

நெப்போலியன் தன்நேச நாடுகளையும் தன்னால் வெல்லப்பட்ட நாடுகளையும் இவ்வாணைக்குக் கீழ்ப்படியுமாறு கட்டாயப்படுத்தினார். இதற்குப் பாப்பரசர் ஏழாம் டயஸ் மறுத்து விட்டார்.

பிரிட்டன் *1807* ஆம் ஆண்டில் இதற்கு எதிரடியாய் ஓர் ஆணையைப் பிறப்பித்துப் பிரான்ஸ் அல்லது அதன் நட்பு நாடுகளின் துறைமுகங்களுக்குள் நுழைய முயலும் கப்பல்கள் அனைத்தும் கைப்பற்றப்படும் என்று அச்சுறுத்தியது. நெப்போலியனும் *1807* ஆம் ஆண்டு மிலானிலிருந்து (*Milan* வட இத்தாலிய நகரம்) ''மிலான் ஆணைகள்'' என்ற கட்டளைகளைப் பிறப்பித்துப் பிரிட்டீசுத் துறைமுகங்களினுள் நுழைந்து திரும்பும் கப்பல்களும் கவரப்படும் என்று ஆணையிட்டார்.

நெப்போலியன் தன் நோக்கத்தில் கிட்டத்தட்ட வெற்றி பெற்று விட்டார் எனலாம். ஏனெனில் பிரிட்டீசு வாணிபம் இன்னலுக்குள்ளானது. அயல் நாடுகளிலிருந்து வந்த கோதுமை இறக்குமதி குறைந்து விட்டதனால், ரொட்டிவிலை வெகுவாய்க் கூடியது. வேலையின்மை பெரிய அளவில் பெருகியது.

எனினும் பிரிட்டனால் மட்டுமே ஆக்கப்படக்கூடிய பொருள்கள் கிடைக்காமல் பிரான்சும் அதன் நேசநாடுகளும் காலந்தள்ள இயலாது. ஐரோப்பியக் கரையோரம் நெடுகிலும் கடத்தல்கள் மலிந்தன. நெப்போலியன் இறுதியில் தன் தடைகளைத் தளர்த்த நேர்ந்தது. பிரஞ்சுப் பண்ணையார்கள் தம் கூலங்களைப் பிரிட்டனுக்கு ஏற்றுமதி செய்வதற்கு நெப்போலியன் இசைவு தர வேண்டிய நிலையும் ஏற்பட்டது.

1806

(ஆ) புதிய ஆஸ்திரியப் பேரரசு - ஹாப்ஸ்பர்குகள்

நெப்போலியன் போனப்பாட்டு *1806* ஆம் ஆண்டு புனித ரோமன் பேரரசரான இரண்டாம் ஃபிரான்சிசை ஆஸ்டர்லிட்சுப் போரில் தோற்கடித்ததும், அந்தப் பேரரசு ஒழிக்கப்பட்டது. நெப்போலியன் ஹாப்ஸ்பர்குக் குடியினரின் நிலப்பரப்பு அனைத்தையும் ஆஸ்திரியப் பேரரசு என்று ஆக்கினார். அதற்கு இரண்டாம் ஃபிரான்சிசை முதலாம் ஃபிரான்சிஸ் என்ற பெயரில் புதிய ஆஸ்திரியப் பேரரசின் முதல் அரசராக்கினார்.

ஹாப்ஸ்பர்குகள் வரலாறு

ஹாப்ஸ்பர்குகள் வரலாறு சுவையானது.

ஹாப்ஸ்பர்கு என்றால் பருந்துக் கோட்டை (*Hawk's Castle*) என்று பொருள். சுவிட்சர்லந்தின் ஆர்கௌ (*Argaw*) என்ற மாநிலத்தில் பாஸ்லேக்கும் சூரிச்சிற்கும் (*Zurich*) இடையில் ஒரு குன்றின் மீது கோட்டை மாளிகை (*Castle*) ஒன்று உள்ளது. அது சதுர வடிவமானது. அது தான் ஹாப்ஸ்பர்குக் குடியினர் தோன்றிய இடமாகும். அக் கோட்டையின் முற்றத்தில் பருந்துகள் நிறைந்திருந்தன. ஹாப்ஸ்பர்குகளின் முன்னோர் பருந்துகளிடம் அன்பாய் நடந்து கொண்டனர். அதன் காரணமாய் அது பருந்துக் கோட்டை மாளிகையானது. அதுவே பின்னாளில் அக்குடியின் பெயருமாயிற்று. அக்குடியினரின் தோற்றுவாய் கி.பி.*950* ஆம் ஆண்டு என்று வரலாறு கூறும். அக்குடியின் கோமகன் ஒருவர் *1108* செப்டம்பர் *29* ஆம் தேதியிட்ட ஆவணம் ஒன்றில் ''ஹாப்ஸ்பர்குக்கோமகன்'' என்று முதன் முதலில் அழைக்கப்பட்டார் என்று அறிகின்றோம்.

ஹாப்ஸ்பர்குகளின் நான்கு நூற்றாண்டுகளுக்கும் மிகையான காலத்து வரலாறு என்பது நடு ஐரோப்பியத்தின் வரலாறேயாகும். ஆஸ்திரியத் தலைமைக் கோமகன் ஒருவர்

ஓசைப்படாமல் தன்னைப் புனித ரோமன் பேரரசர் என்று *1438* ஆம் ஆண்டில் உயர்த்திக் கொண்டார். அவரும் அவரது வழிவந்தோரும் அடுத்த *368* ஆண்டுக்காலம் பெயரளவிலேனும் ஜெர்மன் பேரரசர்கள் ஆக இருந்து வந்தனர்.

எனினும் ஹாப்ஸ்பர்குகளின் ஆட்சிப் பகுதிகள் மிகப் பரந்த நில உடைமைகளாய் இருந்தனவேயன்றி, அவை ஒரு பேரரசாயிருக்கவில்லை. அவர்கள் நிலப் பிரபுக்கள் - ஆண்டைகள் - அரசர்களல்லர். இங்ஙனம் தற்கால வரலாற்றாசிரியர் ஒருவர் கூறினார். மண் பரப்பை விரித்துத் திரட்டுவதில் அவர்களுக்கு இருந்துவந்த பேரவாவே அவர்களின் வீழ்ச்சிக்கும் காரணமானது. ஹாப்ஸ்பர்குகள் ஆட்சிப் பரப்புகுளை, எண்ணங்களை, நடைமுறைகளை, கூட்டணிகளை, அரசியல் தந்திரங்களைத் தம் குல நலன்களுக்கு ஏற்ப மாற்றிக் கொண்டனர். அக்குடியினரின் ஒரே இலட்சியம் என்றென்றும் மேலுயர் நிலையில் நிலைத்து நிற்பதேயாகும்.

பிரான்ஸ், ஸ்பெயின் அல்லது பிரிட்டனைப் போல் தேசிய அரசாய் ஆஸ்திரியம் உருவாவது என்பது ஹாப்ஸ்பர்குகளின் ஆற்றலுக்கு அப்பாற்பட்டது.அவர்களின் அபிலாசைகளுக்குப் பொருந்தி வராதது. அவர்கள் ஸ்பெயினையும் ஆலந்தையும் இழந்துவிட்ட பிறகும், அவர்களின் ஆளுகையில் ஃபிளமியர், வெல்லூன்கள் , இத்தாலியர், செக்குகள், சுலோவேகியர், செர்புகள், குரோட்டுகள், சுலோவேனியர், ருமேனியர், ருதேனியர், போலந்தியர், அங்கேரியர், ஏன் ஜெர்மானியரும் இருந்தனர்.

பதினெட்டாம் நூற்றாண்டில் ஹாப்ஸ்பர்குகளின் நாடுகளில் விரிவகல்வான சீர்திருத்தங்கள் கொண்டுவரப்பட்டன. அவற்றை ஆஸ்திரியப் பேரரசி மரியாள் தெரசாள் *(1717-1780)* தொடங்கி வைத்தார். அவரின் மகன் இரண்டாம் ஜோசப்பு அவற்றை விரைந்து முடுக்கிவிட்டார். பெல்ஜியத்திலும் அங்கேரியிலும் புரட்சிகள் வெடித்ததால் தாம் கொண்டு வந்த சீர்திருத்தங்கள் தோற்றுவிட்டன என்பதை ஜோசப்பு கடைசிக் காலத்தில் உணர்ந்தார். ஆஸ்திரியத்தை இப்புரட்சிப் போக்கிலிருந்து மீண்டும் பழைய போக்கிற்குத் திருப்பக் கூடிய விதத்தில் பல நிகழ்ச்சிகள் நடந்துவிட்டன.

பிரஞ்சு அரசி மாரி அந்தாய்னத்து *(1721-1764 - இ.ச.க.தொகுதி-10)* மரியாள் தெரசாளின் மகன் - ஜோசப்பிற்கும் அவரையடுத்து அரசு கட்டிலில் ஏறிய லியோப்போல்டிற்கும் தங்கை. ஆஸ்திரியம் 1792 இல் பிரஞ்சு மக்களுடனும் அவர்களின் புரட்சி அரசுடனும் போரில் இறங்கியது. எனினும் அதனால் பிரஞ்சு அரசரையோ அவரின் மனைவியையோ காப்பாற்ற முடியவில்லை. அவ்விருவரும் அதற்கடுத்த ஆண்டில் தலை வெட்டிக் கொல்லப்பட்டனர். பிரன்சில் நெப்போலியன் காலம், புரட்சிக் காலம் தொடங்கிவிட்டது.

கிளமண்ஸ் மெட்டர்னிச்சு

இந்நிலையில் ஜேகோபின் புரட்சியிலிருந்து (*Jacobin* : பிரஞ்சுப் புரட்சியாளரில் வெகு தீவிரமானவர்கள்) ஐரோப்பிய நாகரிகத்தைக் காக்க வேண்டிய பெருங் கடமை பேரரசர் ஃபிரான்சிசின், அரசியல் தந்திரி கிளமண்ஸ் மெட்டர்னிச்சின், ஆஸ்திரியத்தின் தலையில் விழுந்தது. ஆனால் நெப்போலியன் அவர்களை மீண்டும் மீண்டும் தோற்கடித்தார். பிரஞ்சுப்படை வியன்னாவை இருமுறை கவர்ந்தது.

இத்தகைய நெருக்கடி மிகுந்த காலத்தில் மெட்டர்னிச்சு (*Klemans Metternich 1773-1859*) ஆஸ்திரிய, ஐரோப்பிய அரசியலரங்கில் அரசியல் தந்திரியாய் அடியெடுத்து

வைக்கின்றார். அவர் டிரஸ்டனில் 1801 முதல் 1803 வரை தூதுவராயிருந்தார். அடுத்துப் பிரஷிய அரசவையில் 1803 முதல் 1806 வரை தூதுவராய்ச் சென்றார். நெப்போலியன் பேரரசு இந்நேரத்தில் வெற்றித் திடலில் விரைந்து உலவுகின்றது. ஜெர்மனியின் தொன்மையான கோலங்கள் அழிக்கப்படுகின்றன. புனித ரோமன் பேரரசும் தன்னாட்சி புரியும் நகர அரசுகளும் திருச் சபையின் இளவரசர்களும் தூர்த்துத் தள்ளப்பட்டனர். முந்நூறுக்கு மேற்பட்டனவாகிய அரசுகள் இருந்த இடத்தில் அரசர்களும் இளவரசர்களுமாய்ச் சுமார் முப்பது அரசுகளில் மட்டுமே நிலைத்திருந்தனர். பிரஷியத்தின் நிலப்பரப்புப் பறிக்கப்பட்டு, அது தலை குனிந்து நின்றது. நெப்போலியனின் தம்பி ஜெரோம் வெஸ்டுஃபாலியத்தின் (மேற்கு ஜெர்மனியின்) அரசராக்கப்பட்டார். ஆஸ்திரியம் மும்முறை தோற்கடிக்கப்பட்டது. அது உருக்குலைந்து போன பின்னும் பெரிய வல்லரசாகவே தலை தூக்கி நின்றது. ஆட்சியதிகாரத்தில் சம நிலையைக் கொண்டுவரக் கூடிய கெட்டிக்காரத்தனமான அரசியல் தந்திர மதியூகம் அதனிடம் இருந்தது. முறிந்து போகக் கூடிய நிலையிலிருந்த அந்தச் சமநிலையைச் சீர் செய்யக்கூடிய மந்திரக் கோலாய் மெட்டர்னிச்சின் அரசியல் தந்திரம் இருந்தது.

(இ) நெப்போலியன் சகோதரர் அரசராயினார்

நெப்போலியனின் தந்தை பெயர் கார்லோ போனப்பாட்டு, தாயார் லெயிட்சியா. அவருடைய பெற்றோர் இருவரும் கார்சிக்கத்தின் மேட்டுக் குடியினர். அவருடைய தந்தை கார்லோ கார்சிக்கத்தில் பிரஞ்சு ஆட்சியை எதிர்த்துப் போரிட்டவர். எனினும் பின்னர் அவர் பிரஞ்சுக்காரரை ஆதரித்துவிட்டார். அதனால் 1770 ஆம் ஆண்டில் அவரது குடும்பம் பிரஞ்சு மேட்டுக்குடியில் சேர்த்துக் கொள்ளப்பட்டது. அவருடைய நான்கு மக்களும் பிரான்சில் உயர்குடியினர் படிக்கும் பள்ளிகளில் சேர்ந்து படிக்கும் வசதி கிடைத்தது. அப்போது ஒன்பது வயதினராயிருந்த நெப்போலியன் மேட்டுக் குடியினருக்காக என்று புதிதாய்த் திறக்கப்பட்ட இராணுவப் பள்ளிகளில் ஒன்றில் சேர்ந்துகொள்ள முடிந்தது.

கார்லோ

லெயிட்சியாவிற்குப் பிறந்த பிள்ளைகளில் எட்டுப் பேர் உயிருடனிருந்தனர். இவர்கள் எண்மரும் ஐரோப்பியத்தில் பாதிப் பரப்பளவை ஆளுகின்ற அரச குடியினராயினர்.

ஜோசஃபு போனப்பாட்டு தென் மேற்கு இத்தாலியிலுள்ள நேப்பிள்சிற்கு 1806 ஆம் ஆண்டு மன்னராக்கப்பட்டார். அவர் பின்னர் ஸ்பெயினின் மன்னருமானார். நெப்போலியன் போனப்பாட்டு பிரஞ்சுப் பேரரசரும் இத்தாலியின் அரசருமானார். அடுத்து லூசியன், எலைஸ்

என்ற பெண்மக்கள்; லூயி போனப்பாட்டு ஆலந்தின் மன்னரானார். இன்னொரு மகள் பாலைன்; கரோலின் என்ற மகள் முராட்டை மணந்து பின்னர் நேப்பிள்சின் அரசியானார். ஜெரோம் போனப்பாட்டு வெஸ்டுஃபாலியத்தின் மன்னரானார்.

நெப்போலியன் தன் தாய்க்குப் பெருந்தொகை வருவாயும் பரந்த உடைமைகளும் கிடைக்கச் செய்தார். அவரின் தாயார் பிராங்குகளைச் சேர்த்துக் குவித்தார். ''நான் பெற்றெடுத்த அரசர்களுக்கெல்லாம், ஒரு நாள் சோறு போட வேண்டி வரலாம்'' என்று தான் பொருள் சேர்த்ததற்கு லெயிட்சியா விளக்கம் கொடுத்தார்.

நெப்போலியப் பேரரசு வீழ்ந்ததும் அவர் மெய்யாகவே, தன் கையிலிருந்த பத்து மில்லியன் பிராங்குகளைத் தம் மக்களுக்கெல்லாம் அளித்தார். அவர் முதுமையில் கண் பார்வை இழந்து 1836 வரை வாழ்ந்தார். நெப்போலியன் இறந்து பதினைந்தாண்டுகள் ஆன பின்னர், கணவன் கார்லோ இறந்து ஐம்பத்தோர் ஆண்டுகள் ஆன பின்னர் லெயிட்சியா காலமானார்.

நெப்போலியன் 1806 ஆம் ஆண்டில் பெர்லினுள் நுழைந்தார். அவர் தன் கட்டுப் பாட்டினுள் அடங்கிய ரைன் நேயக் குழுவை (*Confederation of Rhine*) உருவாக்கினார்.

அவர் 1806 இல் வார்சாவைக் கைப்பற்றினார்.

நெப்போலியன் இவ்வாண்டில் உப்புக்கு வரிவிதித்தார்.

1806

6. பொதுச் செய்திகள்

கார்பன் தாளுக்குக் காப்புரிமை

ஒரு தாளில் எழுதும்போது அதனடியிலுள்ள தாள்களில் எழுத்துகள் பதிந்து பல படிகளை எடுப்பதற்கு உதவும் கார்பன் தாள் எனப்படும் கரித் தாளை ரால்ஃபு வெட்ஜ்வுடு (*Ralph Wedgwood*) என்றவர் கண்டுபிடித்தார். அவர் 1806 அக்டோபர் 7 அன்று அதற்கு வேண்டிய காப்புரிமையைப் பெற்றார்.

7. பிறப்பு

ஜான் ஸ்டூவட்டு மில்

ஆங்கில மெய்யியலாரும் பொருளியலாருமான ஜான் ஸ்டூவட்டு மில் (*John Stuart Mill 1806 -1873*) இவ்வாண்டு பிறந்தார். இவர் தனிமனித சுதந்திரத்தைக் காக்க வேண்டும் என்ற கருத்தை வலியுறுத்தி 1859 ஆம் ஆண்டில் *On Liberty* என்ற ஆங்கில நூலை எழுதினார். அவர் 1848 இல் எழுதிய ''அரசியல் பொருளியல் கொள்கை'' (*Principle of Political Economy*) என்ற நூல் நிலைத்த புகழுடையது.

8. இறப்பு

இளைய பிட்டு

இளைய பிட்டு என்ற வில்லியம் பிட்டு (1759-1806) ஆங்கில அரசியல் வரலாற்றில் தனியிடம் பெற்றிருப்பவர். அவர் 1806 ஆம் ஆண்டு இறந்தார்.

1807

அரசியல்

வேலூர்ப் புரட்சி

இராமநாதபுரத்தில் புதிய சேதுபதி

புதுக்கோட்டையில் புதிய அரசர்

ஆளுநர் பெண்டிங்கு திருப்பியழைக்கப்படுதல்

தலைமை ஆளுநர் மிண்டோ

பிரிட்டீசுத் தலைமை அமைச்சர் போட்லண்டுப் பிரபு

அறிவியல்

ஆக்கமான முதல் நீராவிப் படகு

மெய்யியல்

ஹெகலின் மெய்யியல் நூல்

கல்வி, கலை, இலக்கியம்

தெலுங்கு அகராதிகள்

தெலுங்கு இலக்கியம்

வேமனர்

1807

வரலாறு

நாட்டரசு ஃபரீத்துக்கோட்டு

நாட்டரசு மோர்வி

நாட்டரசு வங்கனர்

பொது

அடிமை வாணிபம் ஒழிக்கப் பிரிட்டன் சட்டம்

பிறப்பு

கரிபால்டி *(1807-1882)*

அகாசீ *(1807-1873)*

இறப்பு

அந்தப நாயக்கு

1807

1.வேலூர்ப் புரட்சி

பத்தொன்பதாம் நூற்றாண்டின் முதற் பத்து காட்டுகின்ற தென் பாரதக் காட்சிகள் பதினெட்டில் உருளத் தொடங்கிய ஐரோப்பிய மேலாண்மைச் சகடத்தின் சுழல் வேகத்து உச்சத்தைக் கண்முன் கொண்டுவந்து நிறுத்துகின்றன. அதன் ஓட்டத்தில் நசுக்குண்ட இன்னோர் எழுச்சியின் கதை இங்கு சொல்லப்படுகின்றது. அதுவே வேலூர்ப் புரட்சி எனப்படும் துன்பியல் கதையாகும்.

வேலூர் வரலாறு

இருபதாம் நூற்றாண்டின் மானுட நேயப் பேரறிவாளரான அம்பேத்காரின் பெயரால் இன்று வழங்கும் மாவட்டத்தின் தலைநகரான வேலூரின் வரலாறு நாமறியப் பதின்மூன்றாம் நூற்றாண்டு வரை செல்கின்றது.

விசய நகரப் பேரரசு தலைக்கோட்டையில் நடந்த போரில் 1565 ஜனவரி 22 அன்று முஸ்லிம் அரசுகளிடம் தோல்வியடைந்தது. அதன் பின்னர் வெற்றித் திருநகர் என்ற பேரரசக் கோநகரான விசயநகர் ஒழிக்கப்பட்டது. அதன் பிறகு பேரரசின் தலைநகரம் பெரியமலை என்ற பெனுகொண்டவிற்கு மாறியது. (இ.ச.க.தொகுதி-6)

பேரரசின் இறுதியான அரவீடு என்னும் நான்காவது அரசமரபின் ஏழாவது மன்னரான மூன்றாம் வேங்கடவனுக்குப் பின் (ஆ.கா.1630 -1642) மூன்றாம் சீரங்கன் (ஆ. கா. 1642-சு. 1670) அரசுரிமை ஏற்றார். இவரே விசய நகர அரசமரபின் கடைசி மன்னர். பேரரசின் கோநகரம் தமிழகத்தை நோக்கிச் சந்திரகிரி, வேலூர் ஆகிய இடங்களுக்கு மாறலாயிற்று. இறுதியில் அது வேலூரில் நிலை கொண்டு வேலூர் அரசாகவே நடைபெற்றது. அக்காரணம் பற்றியே நாம் வேலூரை இராய வேலூர் என்கின்றோம்.

1807

விசய நகரப் பேரரசு மறைவு

மூன்றாம் சீரங்கன் துணிவுடையவராயும் சூழ்ச்சித் திறமுள்ளவராயும் விளங்கினார்; எனினும் மாறிவந்த சூழ்நிலைக்கேற்ப அவரால் செயல்பட முடியவில்லை. அதனால்

அவரது ஆட்சிக் காலத்திலேயே, சுமார் 335 ஆண்டுகளுக்குப் பிறகு, விசயநகரப் பேரரசு மறைந்தது.

உதயகிரிப் போர், வேலூர்ப் போர் இரண்டிலும் வெற்றி கண்ட சீரங்கனால், 1647 இல் ஏற்பட்ட வேலூர் முற்றுகையைத் தகர்க்க முடியாமற்போயிற்று. அவர் பிஜப்பூர்ப் படையிடம் அப்போது தோற்றுப்போனார். அவரிடமிருந்து பொன்னும் செல்வமும் யானைகளும் போர்த்தண்டமாய்ப் பறிக்கப்பட்டன. சீரங்கன் பிஜப்பூரின் பிடியிலிருந்து தப்பியோடும் நிலை ஏற்பட்டது.

வேலூர்க் கோட்டையும் மூர்த்தசா அலியும்

பிஜப்பூர்ப் படைகள் மிகப் பழமையான இக்கோட்டையை 1647 இல் பிடித்தாலும், சிவாஜி (1627 -1680) அதை அவர்களிடமிருந்து 1677 இல் கவர்ந்தார். ஆர்க்காட்டு நவாபான தாவூது கான் (ஆ. கா. 1703 -1710) வேலூர்க் கோட்டையை நாலரை மாதம் முற்றுகையிட்டு 1708 இல் மராட்டியரை அங்கிருந்து விரட்டினார். அதை இன்னோர் ஆர்க்காட்டு நவாபான தோஸ்து அலிகான் (ஆ.கா. 1732 -1740) தன் மருமகன் மூர்த்தசா அலிக்குக் கொடுத்தார். மூர்த்தசா அலி 1741 இல் ஆர்க்காட்டு நவாபான சஃப்தர் அலிகானை வேலூரில் கொன்றார். மூர்த்தசா அலி ஆர்க்காட்டு நவாபையும் அவருக்கு ஆதரவாயிருந்த பிரிட்டிசாரையும் வேலூரில் இருந்தபடி எதிர்த்து வந்தார். வெல்ல முடியாத வேலூர்க் கோட்டை மூர்த்தசா அலியிடம் இருபதாண்டுக் காலத்திற்கு மேலாய் இருந்து வந்தது. (மூர்த்தசா அலி : இ.ச.க.தொகுதி-6)

பிரிட்டிசார் இதை 1765 வாக்கில் பிடித்து அங்கு ஒரு காவல் படையை நிறுத்தி வைத்தனர். ஐதரலிகான் 1768 இல் வேலூரைப் பிடிப்பதற்கு வந்தார். பின்னர் 1780 இல் வேலூர்க் கோட்டையை முற்றுகையிட்டார். சென்னையிலிருந்து வேலூருக்குப் படை சென்றது வரையிலும் இக்கோட்டை இரண்டரையாண்டுக் காலம் மைசூராரின் முற்றுகையைத் தாங்கி நின்றது.

காரன்வாலிஸ் பிரபு 1791 இல் பெங்களூரை நோக்கிப் படைகொண்டு சென்றதற்கு வேலூர் தளமாயிருந்தது. சீரங்கப் பட்டணம் 1799 ஆம் ஆண்டு வீழ்ந்ததும் திப்பு சுல்தானின் மக்களும் உறவினரும் வேலூர்க் கோட்டையில் சிறை வைக்கப்பட்டனர்.

வேலூர்க் கோட்டை

வேலூர்க் கோட்டை அக்கால இந்தியத்தில் இருந்த பெரும்பாலான கோட்டைகளிலிருந்து பெரிதும் மாறுபட்டது. அது ஐரோப்பியத்திலுள்ள கோட்டைகளைப் பலவிதத்திலும் ஒத்திருக்கின்றது. ஐரோப்பிய நாட்டுக் கட்டடக் கலைஞர் ஒருவரை அமர்த்தி இக்கோட்டை கட்டப்பட்டிருக்கலாம் என்று தற்கால எழுத்தாளர் ஒருவர் கூறுகின்றார்.

வேலூர்க் கோட்டை பொம்பி ரெட்டி அல்லது பொம்ம நாயுடு என்றவரால் 1295 ஆம் ஆண்டு கட்டப்பட்டது என்பர். அதை விசயநகர அரசர்கள் பதினான்காம் நூற்றாண்டின் இறுதியில் எழுப்பினர் என்றும் அது விரைவிலேயே அக்குடியைச் சேர்ந்த வேலூர், சந்திரகிரி அரசர்களின் கோட்டையானது என்றும் கூறப்படுகின்றது.

கோட்டை அமைப்பு

வேலூர்க் கோட்டை கிட்டத்தட்டச் செவ்வக வடிவில் தரைமட்டத்தில்

கட்டப்பட்டுள்ளது. அது இரட்டை மதில்களினால் சூழப்பெற்றது ஆங்காங்கே காவல் கோபுரங்கள் அமைந்துள்ளன. கோட்டை முழுமையையும் சுற்றி அகன்று ஆழமான அகழி உள்ளது.

வேலூரையடுத்து மலைகள் உயர்ந்திருப்பதால் அங்கிருந்து பீரங்கி கொண்டு கோட்டையைச் சுட்டுத்தாக்க முடியும். எனவே, மலைக்குக் கீழேயுள்ள கோட்டைக் காவல் தலைவர் அக்குன்றுகள் எதிரியிடம் அகப்படாது, தன்கட்டில் வைத்துக் கொள்வது இன்றியமையாதது. ஆதலால் வேலூர்க் கோட்டையைக் கவர்ந்திருந்த மராட்டியரும் முஸ்லிம்களும் (பிஜப்பூர், ஆர்காட்டுக்காரர்கள்) இக்குன்றுகளை அரணாக்கி வைத்திருந்தனர். அவை கோட்டைக்கு உயிர்நாடியான அரண்களாயின.

மைசூர்ப் படை பதினெட்டாம் நூற்றாண்டில் வேலூர்க் கோட்டையைத் தாக்கியபோது, அருகிலுள்ள மலைமீதிருந்த அரண்மீதும் அடிவாரத்தில் ஒன்றுமாக ஒரே நேரத்தில் இரண்டு தாக்குதல்களை நடத்தியது. அப்படை இவ்விரு தாக்குதல்களிலும் வெற்றி பெறவில்லை. அதன்பிறகு அப்படை இரண்டரையாண்டுக் காலம் முற்றுகை நடத்தியும் தோற்றது என்பதை மேலே கண்டோம்.

வேலூர்க் கோட்டையின் மதில் சுவர்கள் மிகக் கனமானவை. எதிரியைத் தாக்குவதற்கு வசதியாய்க் கோட்டையின் தலைவாயில் பதினெட்டாம் நூற்றாண்டில் பெரிதும் மாற்றியமைக்கப்பட்டது.

சலகண்டேசுவரர் கோயில்

இக்கோட்டைக்குள்ளிருக்கும் சலகண்டேசுவரர் கோயிலில் நூறாண்டுகளுக்கு மேலாய் வழிபாடு நடைபெறாமலிருந்தது. முஸ்லிம் ஆளுநர் ஒருவர் ஒரு தேவரடியாரைக் கோயிலுக்குள் கொன்றதால், அதன்பிறகு அங்கு எவ்வாறு வழிபாடு நடத்துவது அல்லது அறங்காவலரை அமர்த்துவது என்பன குறித்துப் பல்வேறு கூட்டத்தாரிடையே கருத்து வேறுபாடு எழுந்தது. அதனால் அங்கு வழிபாடு நின்றது. சில ஆண்டுகளுக்கு முன்னர் மீண்டும் இக்கோயிலில் வழிபாடுகள் நடக்கத் தொடங்கிவிட்டன. இங்குள்ள மண்டபம் அரிய சிற்ப வேலைப்பாடுகளைக் கொண்டது.

கோட்டை சிறைக் கோட்டமாதல்

பிரிட்டிசார் நான்காம் மைசூர்ப் போருக்குப் பிறகு (1799) திப்பு சுல்தானின் மக்களையும் உறவினர்களையும் வேலூர்க் கோட்டையில் சிறை வைத்தனர். அது இக்காலத்தில் குறிப்பிடத்தக்க முதன்மையைப் பெற்றது. திப்பு சுல்தானின் குடும்பத்தினரில் அவரின் பன்னிரு ஆண்மக்கள், இருபத்தி நான்கு பேரன்மார், எட்டுப் பெண்கள், எண்ணிலடங்காப் பங்காளிகள் முதலானோர் அங்கு அடைக்கப் பட்டிருந்தனர். மேலும் திப்பு சுல்தானின் மனைவிமார், காமக்கிழத்தியர், அலுவலர்கள், ஏவலர்கள், ஒட்டுண்ணிகள் என்று சுமார் மூவாயிரம் பேர் வேலூர்க் கோட்டையில் சிறையிருந்தனர்.

இக்கோட்டையின் காவலுக்குத் தலைமைத் தளபதியாய்ச் சர் ஜான் கிரடாக்கு (Sir John Craddock) இருந்தார். இந்தியப் படைவீரரும் இக்கோட்டையில் பணிபுரிந்தனர். கோட்டைக்காவல் தலைவர் நாட்டுப்படையினர் அணிவதற்குப் புதுமாதிரியான ஒரு தொப்பியை வழங்குமாறு ஆணை பிறப்பித்தார். அது நெற்றியில் தீட்டப் பெறும் திருநீறு அல்லது நாமத்தை மறைப்பதாய் இருந்தது. மேலும் படைவீரர் நன்கு மழுங்கச்

இந்திய சரித்திரக் களஞ்சியம் | 231

சிறைத்திருக்க வேண்டும் என்றும் கட்டளையிடப்பட்டது. நாட்டுப் படைவீரர்கள் கச்சிதமாயும் கம்பீரமாயும் தோன்ற வேண்டும் என்பது படையதிகாரியின் எண்ணமாகும்.

புதிதாய் அளிக்கப்பட்ட தொப்பி படையிலிருந்த பறையர்களுக்குத் தந்த தொப்பி போல் இருந்தது என்றும் பறையடிப்பவர்கள் வெறுக்கத் தக்க சாதியினர் என்றும் வேலூர்க் கோட்டையிலிருந்த நாட்டுப் படைவீரர்கள் எதிர்ப்புத் தெரிவித்தனர். அவர்கள் காதுகளில் அணிந்திருந்த கடுக்கண்களைக் கழற்றுமாறும் கட்டளை பிறந்தது.

போரில் தோற்று மடிந்த திப்பு சுல்தானின் மக்களும் நெருங்கிய உறவின் முறையினரும் மனநிறைவின்றி வேலூர்க் கோட்டைக்குள் சலுகையற்றுக் கிடந்தனர். அவர்கள் தம் இன்னலுக்கும் இழுக்கிற்கும் காரணமான பிரிட்டிசாரைப் பழிவாங்கும் எண்ணத்துடன் உள்ளுக்குள் குமுறிக் கொண்டிருந்தனர். இந்நேரத்தில் படைத் தலைவரின் புதிய கட்டளைகளும் கோட்டைக்குள்ளிருந்த இறுக்கமான சூழ்நிலையும் சேர்ந்து சூடுபிடிக்கத் தொடங்கியது.

எட்டு மணி நேரப் புரட்சி

இந்தக் குமுறல் 1807 ஆம் ஆண்டு சூலை 9 அன்று நள்ளிரவில் வெடித்துச் சிதறியது. பொழுது புலர்வதற்குள் ஐரோப்பியப் படையலுவலர் பதின்மூன்று பேரும் பிற இளநிலை அலுவலர்களும் ஏனைய ஐரோப்பியப் படைவீரர்களுமாய் எண்பத்திரண்டு பேர் கொல்லப்பட்டனர். பொழுது விடிந்தது வரையில் வேலூர்க் கோட்டைக்குள் துப்பாக்கி வெடியோசை கேட்டுக் கொண்டேயிருந்தது.

லெப்டினன் கர்னல்களில் சிலர் எப்படியோ கோட்டைக்கு வெளியே தப்பிச் சென்றனர். சூலை 9 அன்று பின்னிரவில் தொடங்கிய கிளர்ச்சி சூலை 10 அன்று முற்பகல் வரையிலும் சரியாய் எட்டு மணி நேரம் நீடித்தது.

இதற்குள் கேப்டன் யங்கு, லெப்டினண் உடவுஸ், கர்னல் கென்னடி ஆகிய உயர் படைத் தளபதிகள் வெள்ளையர் படையைத் திரட்டிக் கொண்டு வேலூரை நோக்கி விரைந்தனர். அவர்கள் கோட்டைக்குள்ளிருந்த புரட்சியாளரை வென்று கோட்டையைக் கைப்பற்றினர்.

இதில் கலந்து கொண்ட இந்தியப் படைவீரர்கள் இரக்கமின்றிப் பழிவாங்கப்பட்டனர். அவர்களில் எண்ணூறு பேருக்குமதிகமானவர்கள் கொல்லப் பட்டனர் என்று ஒரு கணக்குக் கூறுகின்றது. கோட்டையிலும் வேலூரின் சுற்றுப் புறங்களிலும் இரண்டு மாத காலம் வேட்டையாடிப் புரட்சியாளரைச் சிறைச் செய்தனர். திப்பு சுல்தானின் உறவினர் அனைவரும் கல்கத்தாவிற்குக் கொண்டு செல்லப்பட்டனர்.

இது முறையாய்த் திட்டமிட்டு நடத்தாத கிளர்ச்சியாயிருந்தமையால், இங்ஙனம் பெருந்தோல்வியில் முடிந்தது. இன்னும் சரியாய் ஐம்பதாண்டுகளுக்குப் பிறகு நடக்கவிருக்கும் படைவீரர் புரட்சியும் ஒத்திசைந்த முறையில் திட்டமிட்டு முறையாய் நடத்தப்பட்டிருப்பின், அதுவும் தோல்வியடைந்திருக்க முடியாது என்று எண்ணத் தோன்றுகின்றது.

2,தெலுங்கு அகராதிகள் தெலுங்கு மொழி வரலாறு

தெலுங்கு மொழியின் தோற்றுவாய் குறித்துப் பல கருத்து வேறுபாடுகள் உள்ளன.

வடபாரதத்தில் வழங்கிய தொன்மையான மொழி என்று கொள்ளப்படும் பிராகிருதத்திலிருந்து தெலுங்கு பிறந்தது பல்லாயிரமாண்டுப் பழமையுடையதென்று சிறப்பித்துக் கூறப்படும் சம்ஸ்கிருதத்திலிருந்து தெலுங்கு தோன்றியது. திராவிட மொழிக் குடும்பம் என்ற வகைப் பெயரை 1816 முதல் பெற்றிருக்கும் தென் மொழிக் கூட்டத்திலிருந்து தெலுங்கு தோன்றியது - என்றெல்லாம் மொழி நூலார் தத்தம் சார்பு நிலைகளுக்கு ஆள்பட்டுக் கூறிவருகின்றனர். எனினும் டாக்டர் கால்டுவெல் (1814-1891) போன்ற பன்மொழி விற்பன்னர்கள், தெலுங்கு மொழியின் அடிப்படைச் சொல்வளம், வினைமூலங்கள், சொற்களின் ஓட்டுந்தன்மை மற்றும் பல பண்புகளை ஒப்பு நோக்கித் தெலுங்கு திராவிட மொழிக் குடும்பத்தைச் சேர்ந்தது என்று ஐயந்திரிபற உணர்த்தி விட்டனர்.

சாதவாகனர், பிராகிருதத் தொடர்பு

சாதவாகனராகிய ஆந்திரக் குலத்தார் சுமார் கி.மு.221 தொட்டுச் சுமார் கி.பி.266 வரை வலிய அரசர்களாயிருந்தனர். அவர்கள் மௌரிய, கலிங்கப் பேரரசுகளுக்குப் பின்னர் இந்தியத்தின் பெரும் பரப்பை ஆண்டனர்; எனினும் அவர்கள் தம்மைப் பேரரசர் என்று அழைத்துக் கொண்டாரிலர். அவர்கள் பிராகிருத இலக்கியங்களை வளர்த்தனர்; சாதவாகனர் ஆட்சிக் காலத்தில் பிராகிருதம் ஆட்சிமொழியாயிருந்தது என்பாருளர். எனினும் பிராகிருதம் சாதவாகனரினும் தொன்மை வாய்ந்த மொழியாகும்.

1807

பிராகிருதத் தொன்மை

பிராகிருதம் என்றால் இயற்கை அல்லது பொது மொழி என்று பொருள்கொள்வர். அதைத் தொன்மையான ஐந்து ஆரிய மொழிகளுள் ஒன்று என்று சம்ஸ்கிருத விற்பன்னர் வகைப்படுத்துவர். ஏனைய நான்கு: வேத-சந்தஷ் பாஷை, பண்டைச் செம்மைச் சம்ஸ்கிருதம், பாளி, அபப்பிரம்சம். நேற்றைய மொழியியலாரும் இன்றைய பன்மொழி விற்பன்னரும் வேத மொழியையும் சம்ஸ்கிருதத்தையும் இந்திய, ஆரிய மொழிக் கூட்டம் என்று வகைப்படுத்தினர்; அவற்றின் தோற்றுவாய் சுமார் கி.மு.1500 ஆம் ஆண்டிற்கு முற்பட்டதென்று கணிக்கின்றனர்.

ஏனைய மூன்றும் இடைப்பட்ட இந்திய ஆரிய மொழிகள் என்று விற்பன்னர்கள் அவற்றை வகைப்படுத்தி அவற்றின் தோற்றுவாய் சுமார் கி.மு.500 என்று கணித்து அவை சுமார் ஆயிரத்தைனூறு ஆண்டுகளுக்கு மேல் வாழ்ந்து சுமார் கி.பி.1050 வரை நிலவின என்பர். இந்திய ஆரிய மொழிகளான இந்தி, வங்கம், மராட்டி முதலியன பிற்காலத்து அபப்பிரம்சத்திலிருந்து சுமார் கி.பி.1050 வாக்கில் கிளைக்கத் தொடங்கின என்பது அவர்களின் கணிப்பாகும். இக்காலக் கணிப்புகளை இதுவரை எவரும் மறுத்திலர்.

இருப்பினும் பிராகிருதத்தின் தொன்மை பற்றிச் சிறு ஐயப்பாடுள்ளது. இலக்கியச் செழுமையுடையதும் ஒருகாலத்தில் பாரதமெங்கும் பேசப்பட்டு வந்ததுமான, ஒரு மொழிக் கூட்டத்தின் இனப் பொதுப் பெயராய்ப் பிராகிருதம் விளங்குகின்றது. பிராகிருதம் சம்ஸ்கிருதத்திலிருந்து கிளைத்தது என்றும் அது சம்ஸ்கிருத்தின் கலப்பு மொழி என்றும் பண்டைச் செம்மொழியான சம்ஸ்கிருத விற்பன்னர்கள் கூறுவர்.

பிராகிருத விற்பன்னர்களோ இதற்கு மாறான கருத்தை எடுத்துரைக்கின்றனர். பிராகிருதம் சம்ஸ்கிருதத்திலிருந்து தோன்றியது அன்று; அது பண்டை இந்தியத்தின் மக்கள் மொழி என்பர்.

குமரிக் கண்டம் - தமிழ் - பிராகிருதம்

செந்தமிழ்ச் சொற்பிறப்பியல் பேரரகர முதலி (1985) பிராகிருதம் பற்றிக் கூறியுள்ள கருத்துகள் மேற்சொன்ன நிலையை உறுதி செய்வனவாய் உள்ளன.

''குமரிக் கண்டத் தமிழ் வடக்கே சென்று திராவிடமாய்த் திரிந்தது. வடகோடித் திராவிடம் நாளடைவில் பிராகிருதமாய் மாறிற்று. வேதகாலத்தில் விந்திய மலைக்கு வடக்கில் பைசாசம், சூரசேனம், மாகதம் என்று மூன்று பிராகிருதங்களும் அதற்குத் தெற்கில் தமிழ், ஆந்திரம் (தெலுங்கு), கன்னடம், மராட்டிரம், கூர்ச்சரம் என்று ஐந்து திராவிடங்களும் (பஞ்ச திராவிடம்) வழங்கி வந்தன. பிற்காலத்தில் ஐந்து திராவிடங்களுள் மராட்டிரம் ஒரு பிராகிருதமாய்க் கொள்ளப்பட்டது. மாகதத்தின் பிற்காலத் திரிபு பாலி பிராகிருதம் என்னும் சொல் தமிழில் பாகதம் எனத் திரியும்.

''இப்பெயர் பிரகிருதி என்னுஞ் சொல்லிலிருந்து வந்தது. பிரகிருதி என்றால் இயற்கை, அதிலிருந்து வந்தது, மூலம், காரணம் என்று பொருள். ஒரு மொழிப் பெயராய்ப் பிராகிருதம் என்ற சொல் வழங்கும்போது, மேற்சொன்ன இரு பொருள்களையும் அது சுட்டிக்காட்டும். உலகில் பேச்சு வழக்கில் ஏற்படும் கொச்சை மொழி பிரகிருதம். இலக்கணமாயும் இலக்கியத்திலும் கையாளப்படும் செம்மையான மொழியிலிருந்து வழுவி மக்கள் பேச்சு வழக்கில் வழங்கி வருவதுமான மொழி என இதைச் சொல்லலாம். பேச்சு வழக்கில் இருப்பதே தூயதாய் எழுத்து வழக்கில் கையாளப்படுவதால், பிராகிருதத்திலிருந்து எழுந்ததே சம்ஸ்கிருதம் என்று சொல்லலாம்.'' இங்ஙனம் பேரகரமுதலி கருத்துரைக்கின்றது.

பரதர் கூறும் பிராகிருதம்

பரதர் தன் நாட்டிய சாஸ்திரத்தில் பல பிராகிருதங்களைப் பற்றிப் பேசுகின்றார். அதில் தட்சிணத்தியாய அல்லது தென்மொழி என்று ஒன்றுள்ளது. இந்த எண்ணிக்கை அடுத்தடுத்து வந்த காலங்களில் 12, 16, 18, 27 என்று பல்கி அவற்றுடன் திராவிடி என்ற ஒன்றும் சேர்ந்துகொண்டது. தட்சிணாத்தியத்திற்கும் திராவிடிக்கும் உள்ள சிறப்பும் வேறுபாடும் தெரிந்தில. எனினும் இம்மொழிகளுள் மாகதி, அர்த்தமாகதி, சூரசேனி, மராட்டிரி, பைசாசி அல்லது பூத பாஷை ஆகிய ஐந்தனுக்கு மட்டும் தென்னிந்திய மொழிகளுடன் நெருங்கிய தொடர்பு உண்டென்றும் அம்மொழிகள் நன்கு வளம் பெற்று அவற்றில் மாபெரும் இலக்கியப் படைப்புகள் வரலாற்றில் பல காலங்களில் படைக்கப்பட்டுள்ளன என்றும் அறிஞர் கருதுவர்.

பிராகிருதம் சமயச் சார்பற்ற மொழியாயிருப்பது அதன் தனிச் சிறப்பாகும். கிறித்தவ அப்தத்திற்கு முற்பட்ட அசோகர் பொறிப்புகள் தோன்றிய காலத்திலிருந்து, பல்லவர் காலத்துப் பாறைப் பொறிப்புகள், கி.பி.ஏழு, எட்டாம் நூற்றாண்டுகளின் செப்புப் பட்டயங்கள் ஆகியன வரையிலும் அரசுச் செய்திகளை மக்களுக்கு அறிவிக்கும் மக்கள் மொழியாய்ப் பிராகிருதம் வழங்கி வந்தது.

தமிழும் பிராகிருதமும்

பிராகிருதத்திற்கும் தமிழுக்கும் நெருங்கிய தொடர்பு உள்ளது. தமிழகத்தில் பௌத்த, சமண சமயங்கள் பரவிய பொழுது இவ்விரு மொழிகளுக்குமிடையே தொடர்பு ஏற்பட்டது. தமிழில் பிராகிருதச் சொற்கள் பல கலந்துள்ளன. வடமொழியில் இல்லாத

எகர, ஒகரமும், ழகரமும் பிராகிருதத்தில் இருப்பதால், இம்மொழி திராவிட மொழியின் உறவால் ஏற்பட்ட கலப்புமொழி என்பது புலனாகின்றது. தெலுங்கு மொழி பிராகிருத மொழியின் வழியாய் வந்ததாகவே தெலுங்கு மொழி விற்பன்னர்கள் கருதுவதும் இங்கு நினைவு கொள்ளத்தக்கதாகும்.

தெலுங்கு இலக்கியத் தோற்றம்

தெலுங்கு மொழியில் பதினொன்றாம் நூற்றாண்டிற்கு முன் இயற்றப் பெற்ற ஒரு நூலாவது ஆந்திர அரசர்களின் ஒரு கல்வெட்டாவது இதுகாறும் கிடைக்கவில்லை. எனவே பதினொன்றாம் நூற்றாண்டு வரை தெலுங்கு சீர்திருத்தம் எய்தி இயங்கவில்லை என்பது திண்ணமாய்ப் புலப்படுகின்றது.

கீழைச் சாளுக்கிய அரசரான இராசராச நரேந்திரன் (1022-1063) வேண்டுகோளின்படி நன்னய பட்டர் பாரதத்தைச் சம்ஸ்கிருதத்திலிருந்து ஆரணியபருவம் வரை தெலுங்கில் மொழி பெயர்த்தார். அதன்பிறகு தான் தெலுங்கு மொழி இலக்கிய வழக்குடையதாயிற்று. ''நன்னயர் பாரதத்தில் வடமொழிச் சொல் இருபங்கும் தெலுங்கு சொற்கள் ஒரு பங்கும் காணப்படுவதால் அக்காலத்திலேயே தெலுங்கு மொழி வடமொழியின்றித் தனித்தியங்கும் ஆற்றலில்லாத ஒன்றாய் நடைபெற்றமை இனிதின் விளங்கும்'' என்று புலவர் குழந்தை கூறுவார்.

பிராகிருத மொழி மறைந்துவிட்டதாய் அறிஞர் நம்பும் சுமார் கி.பி.1100 ஆம் ஆண்டு வரையிலும் தெலுங்கு மொழியில் பிராகிருதத்தின் செல்வாக்கு நீடித்து வந்தது. சம்ஸ்கிருதச் செல்வாக்கு கி.பி.1100 முதல் இன்றளவும் நீடித்து வருகின்றது. பெயர்ச்சொல், வினைச்சொல், பெயரெச்சம் போன்ற வடிவங்களில் சம்ஸ்கிருதச் சொற்கள் தெலுங்கில் வழங்கப்படலாயின. இருஉயிரெழுத்துக்கள், மூச்சை இழுத்துச் சொல்லும் சொற்கள் போன்றன தெலுங்கு மொழியில் புகுந்தன.

ஆதலால் மேம்பட்டுவிட்ட சம்ஸ்கிருத இலக்கியங்களைத் தெலுங்கில் மொழி பெயர்ப்பது எளிதானது. மொழிபெயர்ப்பாளர்களால் சமஸ்கிருதச் சொற்களையும் கூட்டுச் சொற்களையும் அப்படியே தெலுங்கில் ஆளமுடிந்தது. ஆனால் எளிதாய் இருந்துவந்த தெலுங்குச் சொற்றொடர் அமைப்புச் சற்று கடினமாய்விட்டது. கூட்டுச் சொற்றொடரும் செயப்பாட்டு வினையமைப்பும் தெலுங்கில் கையாளப்பட்டன. வடமொழி இலக்கிய வடிவங்களும் அப்படியே தெலுங்கில் ஆளப்பட்டமையால், அம்மொழியின் தொன்மங்கள், காப்பியங்கள் போன்றவை தெலுங்கில் எளிதாய் மொழிபெயர்க்கப் படலாயின. சம்ஸ்கிருதத்தின் செல்வாக்கு ஐரோப்பியமொழி ஆளுகை ஏற்பட்ட பின்னரும் நீடித்ததெனினும், பத்தொன்பதாம் நூற்றாண்டில் தெலுங்கு மொழியில் புதிய போக்குகள் தோன்றின.

இந்திய மொழிகளில் அகராதிகள்

ஐரோப்பியர் வருகைக்குப் பின்னர் இந்திய மொழிகளின் படிமுறை வளர்ச்சியில் புதிய தெளிவுகளும் புது வழிகளும் ஏற்படலாயின. இந்த மாறுகட்டத்தில் அகராதிகளும் இலக்கண நூல்களும் இந்திய மொழிகளில் எழுதப்படலாயின.

நிகண்டும் டிக்ஷனரியும்

தமிழில் முதல் நிகண்டு திவாகரம் என்பது அறிஞர் கருத்து கி.பி.ஒன்பதாம்

நூற்றாண்டில் தோன்றிய இந்நூலுக்கு பதினாறாம் நூற்றாண்டு வரைநிகண்டு என்ற பெயர் அமையவில்லை. அது உரிச்சொல் என்றே வழங்கிவந்தது. நிகண்டு என்பது அகராதி என்னும் பொருளைத் தரும் டிக்ஷ்னரி (*Dictionary*) என்றெண்ணுவது பிழையென்று தமிழறிஞர் மு.அருணாசலம் கூறுவார்.

ஐரோப்பியர் அகர வரிசைப்படி தொகுக்கும் டிக்ஷனரிக்கும் நம் நாட்டு மொழிகளின் நிகண்டுகளுக்கும் வேறுபாடு உண்டு. ஏனெனில் தெய்வப் பெயர், மக்கள் பெயர், விலங்கின் பெயர், மரப்பெயர், இடப்பெயர் பல்பொருள் பெயர், செயற்கை வடிவப் பெயர், பண்பு பற்றிய பெயர், செயல் பற்றிய பெயர், ஒலி பற்றிய பெயர், ஒரு சொல் பலபொருள் பெயர், பல்பொருள் கூட்டத்தொரு பெயர் என்று பன்னிரண்டு தொகுதிகளில் மனப்பாடம் செய்யும் வகையில் எளிய பாவினத்தில் நிகண்டுகள் செய்தனர். இன்று நாம் காணுகின்ற அகராதி போல், அவை அகர வரிசையில் அமைந்திருக்கவில்லை.

நம் நாட்டிற்கு வந்து தம் சமயம் பரப்பிய கிறித்தவப் பாதிரிமாரும் பிரிட்டீசு அரசில் பணி செய்ய வந்த ஆட்சியலுவலரும் இங்கு வழங்கிவந்த மொழிகளைக் கற்றுத் தேர்ந்தனர். அவர்கள் இம்மொழிகளைக் கற்பதற்கு எளிதாயிருக்கும் வகையில் துணைபுரியும் அகராதிகள், இலக்கணநூல்கள் முதலியவற்றைத் தொகுக்கலாயினர்.

தமிழ் - போர்த்துக்கீச அகராதி

தமிழ் - போர்த்துக்கீச அகராதி 1679 ஆண்டு தொகுத்து வெளியிடப்பட்டது. இதை ஆண்டெம் தெ புரவங்க (*Antem de Provenca*) தொகுத்தார் என்பர். திப்பு சுல்தான் கட்டளைப்படி இந்நூலை எரித்து விட்டனராதலால், இது பற்றிய செய்திகள் கிடைத்தில. அல் மெயிடா (*Al Meida 1607- 1683*) என்ற பாதிரியார் கிட்டத்தட்ட 253 இதே காலகட்டத்தில் கொங்கணி மொழி அகராதியைத் தொகுத்தார். சீகன்பால்கு (1653-1716) தமிழ் அகராதியைத் தொகுக்கும் பணியைப் பதினெட்டாம் நூற்றாண்டின் தொடக்கத்தில் தரங்கம்பாடியில் தொடங்கினார். இதன்பிறகு வரவிருந்த தமிழ் அகராதிகள் அனைத்திற்கும் குறிப்பாய்த் தரங்கம்பாடி அகராதி என்றழைக்கப்படும் அகராதிக்கும் அவரது முயற்சியே அடிப்படையானது.

வீரமா முனிவர் (1680-1747) இத்துறையில் இன்னொரு முன்னோடியானார். அவர் 1732 ஆம் ஆண்டு தமிழில் சதுரகராதியைத் தொகுத்தார். (இந்த அகராதியின் பொருளகராதி 1819 இல் அச்சேறி வெளியானது. முழு அகராதியும் 1824 ஆம் ஆண்டுதான் அச்சானது) தமிழில் இத்தகைய முயற்சிகள் பதினேழாம் நூற்றாண்டு முதல் நடந்து வருகின்றன.

தெலுங்கு அகராதிகள்

தெலுங்கு மொழியில் அகராதி தொகுக்கும் கலை புதிதன்று. தெலுங்கிலும் அகராதிகள் இருந்தன. நுதுருபாடி வேங்கடகவி என்றவர் தமிழ் நாட்டில் நாயக்கராட்சியின் இறுதிக் காலத்தில் (பதினெட்டாம் நூற்றாண்டின் முதற்பாதியில்) தெலுங்குச் சொல்லகராதி ஒன்றைப் பாவாய்த் தொகுத்தார். இது நாம் மேற்கூறிய நிகண்டு வகையினது.

மேலும் ஆந்திர நாம சங்கிரமு, சாம்ப நிகண்டு என்ற இரண்டும் இன்றியமையா நூல்களாய் விளங்கின. எனினும் தற்காலச் சொற்களுக்கு மேன்மையளித்து அகராதி தொகுப்பது என்பது தெலுங்கில் புது முயற்சியேயாகும். இப்பணியில் ஆங்கிலக் கற்றறிவாளர் புரிந்த தொண்டு குறிப்பிடத்தக்கதாய் விளங்குகின்றது.

1807

முதல் தெலுங்கு அகராதி

வில்லியம் பிரவுன் (*William Brown*) என்ற ஆங்கிலேயர் தெலுங்கு மொழியில் முதல் அகராதியைத் தொகுத்து வெளியிட்டார். அதன் பெயர் *Vocabulary of Gentu and English* இது தெலுங்கு ஆங்கில அகராதி; 1807 ஆம் ஆண்டு வெளிவந்தது. (ஆங்கிலேயர் தெலுங்கு மொழியையும் மக்களையும் ஜெண்டு என்ற சொல்லால் சுட்டினர். ஜெண்டு என்றால் இந்து என்று பொருள்).

இவ்வகராதியில் பத்தொன்பதாம் நூற்றாண்டின் முற்பகுதியில் வழக்கிலிருந்த நாலாயிரம் தெலுங்குச் சொற்கள் இடம் பெற்றன. வில்லியம் பிரவுன் இதற்குப் பத்தாண்டுகளுக்குப் பிறகு, 1817 இல் தெலுங்கு இலக்கண நூல் ஒன்றையும் எழுதினார்.

தெலுங்கு மொழிச் சொல்லகராதி

சென்னை அரசில் பணி செய்து வந்த ஏ.டி.காம்பல் என்ற ஆங்கிலேயர் 1821 ஆம் ஆண்டு தெலுங்கு மொழிச் சொல்லகராதியை (*Dictionary of Telugu Language*) வெளியிட்டார். அவர் இந்நூலைத் தலைசிறந்த கீழையியல் விற்பன்னரும் தமிழ், சம்ஸ்கிருதம் இரண்டிலும் புலமை வாய்ந்தவருமான ஃபிரான்சிஸ் ஒயிட்டு எல்லீசு (1778-1819) என்ற அறிஞருக்குப் படைத்தார். இவ்வகராதியில் இலக்கியங்களில்காணும் சொற்களும் அவற்றின் பயன்பாடுகளும் திரட்டப்பெற்றிருந்தன. இவர் இதற்கு முன்னர் 1816 இல் தெலுங்கு மொழி இலக்கண நூல் ஒன்றையும் எழுதினார்.

சி.பி.பிரவுன்

எனினும் சார்லஸ் ஃபிலிப்பு பிரவுன் (*Charles Philip Brown 1798-1884*) என்ற ஆங்கிலேயர் தெலுங்கு மொழிக்குப் புத்துணர்ச்சியும் புதுவேகமும் தந்து, அம்மொழியை ஆயிரமாண்டுப் பழமை வாய்ந்த இலக்கிய நெறியில் நடைபோடவைத்தார். அவர் 1798 ஆம் ஆண்டு கல்கத்தாவில் பிறந்தார். அவர் தன் பன்னிரண்டாவது வயதில் ஜான் மில்டனின் (*John Milton 1608-1674*) ''துறக்க நீக்கம்'' (*Paradise Lost*) என்ற நூலையும் ஹோமரின் காவியங்களையும் நன்கு படித்தறிந்து கொள்ளும் அறிவுத்திறன் பெற்றிருந்தார்.

பிற்காலத்தில் எபிரேயம் கிரேக்கம், இலத்தீனம், சிரியாக்கு, அரபி, பாரசிகன் இவற்றொடு வங்க, தெலுங்கு மொழிகளையும் கற்றார். அவர் காலத்திற்குச் சற்று முற்பட்ட சர் வில்லியம் ஜோன்ஸ் (1746-1794) என்ற புகழ் வாய்ந்த கீழையியல் விற்பன்னரைப் போன்று பிரவுனும் பன்மொழிப் புலவராய் விளங்கினார். (வில்லியம் ஜோன்ஸ் : இ.ச.க.தொகுதி-9)

பிரவுன் தெலுங்குமொழி கற்கத் தொடங்கியபோது, தொடக்கக் கல்வி கற்பவர்களுக்கு வேண்டிய பாடப்புத்தகங்களே அம்மொழியில் இருந்தில.

முதல் தெலுங்கு இலக்கண நூல்

தெலுங்கு கற்பதற்குக் கடினமான மொழி என்று அக்காலத்தில் கருதப்பட்டது. ஆங்கிலம் அறிந்த தெலுங்கு மொழி ஆசிரியர்களும் இலக்கணத்தைப் பற்றி ஆளுக்கொரு கருத்தைக் கூறிக்கொண்டிருந்தனர். (முதல் தெலுங்கு மொழி இலக்கண நூல் சம்ஸ்கிருத மொழியில் எழுதப்பட்டது என்பது குறிப்பிடத்தக்கது. இந்நூலின் பெயர் ஆந்திர சப்த சிந்தாமணி, இது நன்னய பட்டரால் 11 ஆம் நூற்றாண்டில் எழுதப் பெற்றது என்பர்.

எனினும் இது அவருக்குப் பிற்பட்ட காலத்தது என்று கொள்ளப்படுகின்றது. சம்ஸ்கிருதப் பனுவல்களாலானது. ஏலகூசி பாலசரசுவதி (சு.1660) இதற்குப் ''பால சரசுவதியமு'' என்ற பெயரில் தெலுங்கு மொழியில் உரை எழுதினார். இதே இலக்கண நூலுக்குச் சுமார் 1660 வாக்கில் வாழ்ந்த அகோபலபதி என்றவர் தெலுங்கிலும் சம்ஸ்கிருதத்திலும் உரை எழுதியுள்ளார். இவரின் இயற்பெயர் காலி நரசய்ய என்றும் இவர் ஆந்திர சப்த சிந்தாமணி என்ற தெலுங்கு மொழி இலக்கண நூலைச் சம்ஸ்கிருதத்தில் எழுதினாரென்றும் அந்நூல் நன்னய்யவால் எழுதப் பெறவில்லையென்றும் சிலர் நம்புகின்றனர். எனினும் முதல் தெலுங்கு நூலான பாரதத்தை எழுதிய நன்னய்ய இதை எழுதியதாகவே வழிவழியாய் நம்பப்பட்டு வருகின்றது.

பிரவுனின் தனி மனித முயற்சி

மரபு வழிப் பண்டிதர்களும் பிரவுனுக்கு நல்ல துணையாய் அமையவில்லை. பிரவுன் இத் தடைகளுக்கு இடையில் உறுதியுடனும் விடாமுயற்சியுடனும் தெலுங்கு கற்றார். அவர் தெலுங்கு மொழிக்கும் இலக்கணத்திற்கும் ஆற்றிய தொண்டுகள் சிறப்பானவையாதலால், தெலுங்கு இலக்கியச் சிற்பிகள் அவர்பால் நன்றி கலந்த பெருமதிப்புக் கொள்ளலாயினர்.

காலின் மெக்கன்சி (1753-1821: இ.ச.க.தொகுதி-9) தமிழ் நாட்டில் செய்ததைப் போன்று, பிரவுன் தெலுங்கு நாட்டில் பல இடங்களிலிருந்து சுவடிகளையும் ஏடுகளையும் சேகரித்தார். அவர் அவற்றை அச்சிடு முன்னர், அவை பற்றி நீண்ட ஆய்வு செய்தார்; அதன் பிறகு விளக்கவுரையுடன் அவற்றை அச்சிட்டார். அப்போது பழைய தெலுங்கு இலக்கியங்கள் அழிந்து போகும் நிலையில் இருந்தன.

1807

தெலுங்கு நூற்பதிப்பு

அவர் தெலுங்குப் பண்டிதரின் உதவியுடன் முதல் நூலையும் அதன் உரையையும் சேர்த்துப் பதிப்பித்தார். தமிழில் சி.வை.தாமோதரம் பிள்ளையும் (1832-1901) உ.வே.சாமிநாதய்யரும் (1855-1942) செய்த வரலாறு மறக்கொணாத் தொண்டைச் சர்.சி.பி.பிரவுன் தெலுங்கு மொழிக்கு ஆற்றினார். மேன்மையான வசு சரித்திரம், மனு சரித்திரம் என்ற தெலுங்கு இலக்கிய நூல்களைப் பிரவுன் பதிப்பித்தது குறிப்பிடத்தக்கதாகும்.

வசு சரித்திரம், மனு சரித்திரம்

வசு சரித்திரம் பதினாறாம் நூற்றாண்டில் வாழ்ந்த இராமராஜ பூஷணுடு என்றும் பட்டு மூர்த்தி, மூர்த்தி என்றும் அழைக்கப்பட்ட பெரும் புலவரால் பாடப்பட்டதாகும். கிருஷ்ணதேவராயரின் (1509 -1529) அவைப்புலவரும் பதினாறாம் நூற்றாண்டினருமான அல்லசானி பெத்தண்ண என்ற பெரும்புலவர் இயற்றியது மனு சரித்திரம்.

வசு சரித்திரம் ஆறு பாகங்களைக் கொண்டது. தெலுங்கு இலக்கியத்தில் ஐம்பெருங் காப்பியங்களாய்ப் போற்றப்பெறும் மனுசரித்திரம், ஆமுக்த மால்யத, சிருங்கார நைடதம், பாண்டுரங்க மகாத்துமியம் இவற்றுடன் வசு சரித்திரமும் அடங்கும்.

வசு சரித்திரம் தெலுங்கில் பாடப்பெற்ற மிகச் சிறந்த நூலாகும் அதை அம்பலத்தாடும் ஐயன் என்ற புலவர் தமிழில் செய்யுள்களாய்ப் பாடியிருக்கின்றார். இந்தத்

தெலுங்குக் காவியத்தை இன்னொரு மொழியில் மொழி பெயர்ப்பது அரிய செயலாகும். இந்நூல் பாட்டழகும் இசையும் யாப்பும் ஒத்திசைந்த படைப்பாகும். அம்பலத்தாடும் ஐயனின் மொழி பெயர்ப்பில் பாடல்களின் அழகையும் உயர்ந்த நடையில் பாக்கள் அமைந்திருக்கும் சிறப்பையும் நோக்குகையில்; அவர் தமிழிலும் சம்ஸ்கிருதத்திலும் போலவே, தெலுங்கிலும் பெரும் புலவர் என்பது தெரிகின்றது.

வரூதனி அப்சரசு என்ற தெய்வ மகளுக்குக் கரவற்ற அந்தணனான பிரவான் மீது மையல் உண்டாகின்றது. அந்தணன் அணங்கின் காதலை ஏற்கவில்லை. இதையறிந்த வரூதனியின் கணவன் பிரவான் உருக்கொண்டு வந்து வரூதனியைக் கூடினன். அதனால் வரூதனி, சுவரோருசியை ஈன்றாள். அந்தச் சுவரோருசிக்குச் சுவரோருசிமனுப் பிறந்தான் என்பது மனவந்தரம். காதல் வயப்பட்ட மனநிலைக்கும் அமைதியான மனநிலைக்கும் இடையே நடைபெறும் போராட்டத்தையும் அதில் பின்னது வெற்றி பெறுவதையும் புலவர் மனு சரித்திரத்தில் விவரிக்கின்றார்)

''பிரவுன் கல்லூரி''

இவ்விரு காவியங்களும் ஏட்டுச் சுவடியில் எங்கோ ஏரணையில் கிடந்து அழிந்து போய்விடாது பிரவுன் அவற்றை அச்சேற்றித் தெலுங்கு இலக்கிய உலவில் திக்கு விசயம் செய்ய வைத்தார்.

1807

பிரவுன் இருபது பண்டிதர்களுக்குச் சம்பளம் கொடுத்து, அவர்களைத் தன்னுடன் வைத்துக்கொண்டிருந்தார். பாடபேதமின்றிப் படிகள் எடுப்பது, ஆய்வு செய்வது, சொல்லடைவு தொகுப்பது முதலியனவே இப்பண்டிதர்களின் பணியாகும். அவரது இல்லம் ''பிரவுன் கல்லூரி'' என்று அழைக்கப்பட்டது வியப்பன்று.

பிரவுன் அகராதிகள்

பிரவுன் சிறந்த தெலுங்கு அகராதிகளைத் தொகுத்தார். அவர் 1852 இல் ஆங்கில தெலுங்கு, தெலுங்கு ஆங்கில அகராதிகளைத் தொகுத்து வெளியிட்டார். பின்னர் இரண்டாண்டுகள் கழித்து 1854 இல் பன்மொழி அகராதியை வெளிப்படுத்தினார். பிரவுனை என்றென்றும் நினைவில் நிறுத்திக் கொள்வதற்கு, இவை மிகச்சிறந்த நூல்களாய் விளங்குகின்றன.

அவர் பதினேழாம் நூற்றாண்டினரான, வேமனரின் செய்யுள்களையும் பிற தெலுங்குப் பாடல், கவிதைகளையும் ஆங்கிலத்தில் மொழிபெயர்த்து வெளியிட்டதுடன், 1840 இல் தெலுங்கு மொழி இலக்கண நூல் ஒன்றையும் வெளிக்கொணர்ந்தார்.

வேமனர்

வேமனர் பதினேழாம் நூற்றாண்டில் வாழ்ந்தவர். சதகம் என்று பேசும்போது, முதலில் வேமனரின் பெயரே நினைவிற்கு வரும். வேமனரின் பெயரை அறியாத தெலுங்குக் குடும்பமே இராது எனலாம். அவரின் செய்யுள்கள் எங்காவது ஒவ்வொரு நாளும் ஒலித்துக் கொண்டேயிருக்கும். சிறுவரும் சிறுமியரும் அதை மனப்பாடம் செய்கின்றனர். வேமனரின் செய்யுள்கள் 1892 ஆம் ஆண்டு தமிழில் வெளியிடப் பெற்றன.

வேமனர் சதகம் எதுவும் எழுதவில்லை எனலாம். அவர் ஆயிரக்கணக்கான பாக்களைப் பாடினார். அவற்றுள் சில பிற்காலத்துச் சேர்ந்த இடைச் செருகல்களாய்த்

தோன்றுகின்றன. எனினும் ஏறத்தாழ அவரின் செய்யுள்கள் அனைத்திலும் விஸ்வதாபிராம வினுரவேம என்றவரி உள்ளது. ஆகையால் வேமனரும் பிற சதகப் புலவர்களுடன் சேர்த்துப் பேசப்படுகின்றார். தெலுங்குச் சதகங்களின் ஒவ்வொரு செய்யுளும் ஒரே சொற்கோவையில் முடியும். இச்சொற் கோவையை ''மகுடம்'' என்பர். மகுடமே சதகத்தின் தலைப்பாய் அமைகின்றது. விஸ்வதாபிராம வினுரவேம என்ற மகுடவரியைக் கொண்டு, இது சதக இலக்கணத்திற்குப் பொருந்துவதால், வேமனரும் சதகப் புலவருள் ஒருவராய் வைத்து எண்ணப்படுகின்றார்.

வேமனர் தனிச்சிறப்பு வாய்ந்த சீர்திருத்தக்காரர், மானுட நேயமுடையவர். அவரைச் சமயக் கவி என்றும் கூறலாம். அவர் எப்படி அழைக்கப்பட்டாலும், மக்கள் கவியே யாவார். அவர் எதற்கும் அஞ்சாமல் எங்கு தவறு கண்டாலும் அதைக் கடுமையாய்க் கண்டிக்கத் தவறாதவர். அவரின் பாடல்கள் எளிமையாய், யாவரும் புரிந்து கொள்ளும்படி அமைந்துள்ளன.

அவர் தம் கருத்துகளை அன்றாட வாழ்க்கையிலிருந்து உவமைகளாய் எடுத்துக் கூறி விளக்குகின்றார். அவர் ஆடவெலதி என்ற சந்தத்தில் எழுதிய செய்யுள்கள் மிகவும் சிறந்தனவாகும். அவை இன்றும் மேலானவையாய்க் கருதப்படுகின்றன. இன்றைய தெலுங்குக் கவிஞர்கள், வேமனரைப் போல் எழுதுவதொடு, தம் பாடல்களில் வேமனரின் வழியையும் பின்பற்றுகின்றர். வேமனரின் சில கருத்துகள் :

''அறியாமை என்ற ஆரணியத்தை
அறிவென்னும் வாள் கொண்டு வீழ்த்த வேண்டாமோ?''
''உள்ளத்து அறியாமையை எண்ணற்க;
ஒளி எங்குளதோ அதைக் காண்போம்''
''பிறர் குற்றம் காண்ப தெளிது;
பிறர் குற்றம் காண்பான் தன்குற்றம் காண்பதில்லை''
''கல்லை உருவாக்கி வணங்கியவன் மூடன்;
உள்ளில் உறையும் இறையை அவனறியான்''

தெலுங்கு அச்சகம்

தெலுங்கில் எழுத்துக் கோத்து அச்சிடுவது அக்காலத்தில் மிகவும் கடினமாயிருந்தது. பிரவுன் சில உத்திகளைக் கொண்டு அதை எளிதாக்கினார்.

''நான் இப்பணிகளை மேற்கொண்டபோது தெலுங்கு இலக்கியம் மறையந் தறுவாயிலிருந்தது. அது பள்ளத்தினுள் வீழ்ந்திருந்த சிற்றொளிபோல் இருந்தது.'' பிரவுன் தெலுங்கு மொழியின் இரங்கத்தக்க இந்நிலையை மிகைப்படுத்திக் கூறவில்லை. ஒருவர் எத்தகைய பெரும் விற்பன்னராயிருந்தாலும், அவருக்கு அறை கூவல் விடுக்கும் நிலையில் தெலுங்கு மொழியும் இலக்கியமும் பத்தொன்பதாம் நூற்றாண்டின் தொடக்கத்தில் இருந்தன. ஏனெனில் அன்று தெலுங்கு இலக்கியத்திற்கு ஆதரவு தருவார் எவரும் இருந்திலர். இந்நிலையில் அம்மொழிக்குப் புத்துணர்ச்சியூட்டுவது என்பது மிகக் கடினமான செயலாகும். அதைச் செய்வதற்கு அயல்நாட்டுக்காரர் ஒருவர் முன் வந்தால், அது அவரது தன்னலற்ற தொண்டைத் துலக்கமாய்க் காட்டுவதாய் உள்ளது.

ஏ.எச்.ஆர்டன் என்ற ஐரோப்பியச் சமயப் பரப்பி, 1873 ஆம் ஆண்டில் ''தெலுங்கு மொழியின் புதிய இலக்கணம்'' என்ற நூலை வெளியிட்டபோது, அவர் சி.பி.பிரவுனைப் பற்றிக் கூறியதை இங்கு நினைவு கூர்தல் வேண்டும்: ''தெலுங்கு மாணவருலகம்

சி.பி.பிரவுனுக்கு மிகவும் கடமைப்பட்டுள்ளது. தெலுங்கு மொழி இன்று அடைந்துள்ள உயரிய நிலைக்குப் பிரவுனின் அயராத் தொண்டே காரணமாகும். ஆங்கிலேயரும் தெலுங்கை அறிந்து கொள்வதற்குப் பிரவுனின் பணி வெகுவாய் உதவிற்று.''

இன்றைய ஆந்திர நாட்டை உருவாக்கியவர்களுள் கே.நாகேசுவர ராவ் பந்துலுவும் ஒருவராவர். அவர் தெலுங்கு இலக்கிய வளர்ச்சிக்குத் தன் நூல்கள், இதழ்கள் ஆகியன வழியே சிறந்த பணி செய்தவர். அவர் சி.பி.பிரவுன் தெலுங்கு இலக்கியத்திற்குச் செய்த தொண்டு பற்றிக் கூறுகையில்,

''தெலுங்கு மொழிக்குத் தன்னலமற்றுத் தொண்டு செய்த சி.பி.பிரவுன் ஆந்திர மக்கள் அனைவரின் உள்ளங்களிலும் இருக்க வேண்டியவர்''.

ஆங்கிலேயர் தொகுத்த தெலுங்கு அகராதி

ஆங்கிலேயர் தெலுங்கில் தொகுத்த அகராதிகள் பற்றிப் பேசும்போது, *1935* ஆம் ஆண்டு வெளிவந்த தெலுங்கு அகராதியையம் நினைவிற் கொள்ளவேண்டும். அது இந்திய ஆட்சிப் பணியில் (*ICS*) இருந்த ஏ.காலட்டி என்றவரால் தொகுக்கப் பெற்றது. அது தற்காலத் தெலுங்கு அல்லது ஆங்கிலம் கற்க விரும்புவோர்க்குப் பயனுள்ள கையேடாகவும் உதவுகின்றது.

தெலுங்குச் சொற்களுக்கு ரோமன் எழுத்தில் வரிவடிவம் தந்தும் அவற்றின் பொருளை ஆங்கிலத்தில் கொடுத்தும் இந்த அகராதி தொகுக்கப் பெற்றுள்ளது. எங்கெல்லாம் இயலுமோ அங்கெல்லாம் தெலுங்குச் சொற்றொடர்களுக்கு ஆங்கிலத்தில் பொருளும் தரப்பட்டுள்ளது. இந்த அகராதியைத் தொகுத்தவர், தெலுங்குப் பேச்சு வழக்கின் நுட்பமான வேறுபாட்டை எந்த அளவிற்கு உணர்ந்திருந்தார் என்பதையே இது காட்டுகின்றது.

ஆங்கிலேயர் எழுதிய தெலுங்கு நடை தெலுங்கு பேசுவோரைப் பெரிதும் கவரவில்லை. எனினும் அவர்கள் தொகுத்த அகராதிகளும் வகுத்த இலக்கண நூல்களும் தெலுங்கு படிப்போரை ஈர்த்தன. பிற்காலத்தில் எழுந்த சூரியராய அகராதியும் வேறு சிறந்த அகராதிகளும் சி.பி.பிரவுனின் அகராதிகளிலிருந்து கடன் பெற்றன என்பது குறிப்பிடத்தக்கது.

1807

வரலாற்றுப் புள்ளிகள்

1. தமிழகச் செய்திகள்

(ஆ) இராமநாதபுரத்தில் புதிய சேதுபதி

சேதுநாடு, பெரிய மறவர் சீமை என்றெல்லாம் பெயர் பெற்ற இராமநாதபுரம் சீமை *1795* முதல் *1803* வரை கம்பெனியின் கட்டுப்பாட்டில் இருந்துவந்த பின்னர், *1803* இல் சமீன் ஆக்கப்பட்டது. அப்போது மங்களேசுவரி நாச்சியார் சமீந்தாரிணி ஆக்கப்பட்டார்.

அவர் 1803 முதல் 1807 வரை சேதுச் சீமையின் ஆண்டையாயிருந்தார். அவரையடுத்து அண்ணாசாமி என்பவர் 1807 இல் சேதுபதியானார். அவர் 1820 வரை ஆண்டையாயிருந்தார்.

(ஆ) புதுக் கோட்டைக்குப் புதிய அரசர்

பத்து வயதுச் சிறுவரான விசய ரகுநாதராயத் தொண்டைமான் 1807 இல் பட்டத்திற்கு வந்தார். அவரின் பங்காளியான விசய ரகுநாதத் தொண்டைமான் அவருக்கு அரச காவலராயிருந்து ஆட்சியை நடத்தினார். இம் மன்னரின் காலத்தில் புதுக்கோட்டை நான்கு வட்டாரங்களாய்ப் பிரிக்கப்பட்டது. நீதிமன்றங்கள் நிறுவப்பட்டன. வரிதண்டுவதற்கு அலுவலர் அமர்த்தப்பட்டனர். புதிய மன்னர் 1825 வரை ஆட்சி செய்தார்.

(இ) ஆளுநர் பெண்டிங்கு திருப்பியழைக்கப்பட்டார்

வில்லியம் பெண்டிங்கு (*William Bentinck*) சென்னை மாநிலத்தில் ஆளுநராயிருந்த காலத்தில், பல்வேறு துறைகளில் வெகு துணிச்சலான பல புது முயற்சிகள் மேற் கொள்ளப்பட்டன. ஆனால் 1807 ஆம் ஆண்டு வேலூரில் நடந்த கிளர்ச்சியின் காரணமாய் அவரது பதவிக் காலம் முடியுமுன்னரே, தாயகத்திற்கு அழைக்கப்பட்டு விட்டார். வேலூர்ப் புரட்சி மூண்டதற்குத் தான் பொறுப்பல்லர் என்பதைப் பெண்டிங்கு மெய்ப்பித்தப் போதிலும் அவரைக் கம்பெனித் தலைமை திரும்ப அழைத்துக் கொண்டது. சென்னை மாநிலத்தில் அரசு வங்கி (*Government Bank*) அமைந்ததற்குப் பெண்டிங்கு பொறுப்பாயிருந்தார்.

2. மிண்டோ பிரபு தலைமை ஆளுநரானார்

ஜில்பட்டு எலியட்டு என்ற மிண்டோ பிரபு (*Gilbert Elliot, Ist Earl of Minto*) 1807 சூலையில் இந்தியத்தின் தலைமை ஆளுநரானார். இவருக்கு முன்னர் 1805 அக்டோபரிலிருந்து 1807 ஜூலை வரையிலும் சர் ஜார்ஜ் மார்லோ இடைக்காலத் தலைமை ஆளுநராயிருந்தார்.

மிண்டோ பிரபின் ஆட்சிக் காலத்தில் (1807-1813) இந்திய அரசியலில் குறிப்பிடத் தக்க மாறுதல் ஏற்பட்டது. கம்பெனியின் ஆட்சிப் பொறுப்பிலிருந்த பகுதிகளை இராணுவ மனப்பான்மையும் அதிகார மமதையும் கொண்ட அரசு எந்திரம் ஆள்வதை மிண்டோ கண்டார். மிண்டோ மேலுயர் பதவியிலுள்ளவர் என்ற இறுமாப்பு இல்லாதவர். ஆடம்பரமும் பகட்டும் காட்டாதவர். அவரால் தவிர்க்க முடியாத வகையில் அவரைச் சுற்றி நடந்து வந்த பகட்டு, படாடோபம் இவற்றையெல்லாம் அவர் வெறும் வேடிக்கை என்றே கூறினார்.

மிண்டோவின் ஆட்சிக் காலத்தில் பிரிட்டிசார் தம் ஆளுகையிலிருந்த பகுதிகளின்

மேற்கு எல்லைகளில் அமைந்த பாரசிகம், ஆப்கானித்தானம், நடு ஆசியக் கானேட்டுகள் ஆகியவற்றின் மீது அச்சங்கொள்ளத் தொடங்கினர்.

ஆனால் இந்தியத்தில் பிரிட்டீசு ஆட்சிப் பகுதியின் வாயிலிலேயே பேராற்றல் வாய்ந்த ஒரு தனியரசு, பாஞ்சாலத்தில் நிலவிய சீக்கியப் பேரரசு இருந்தது. அதன் அரசரான இரஞ்சித்து சிங்கு *(1780-1839; இ.ச.க.தொகுதி-10)* வெல்ல முடியாத மிகப்பெரிய படை வல்லமை மிக்க சக்தியாய் விளங்கிக் கொண்டிருந்தார். பிரிட்டிசார் அரசியல் சூழ்ச்சித் திறத்தால் இரஞ்சித்து சிங்குடன் உடன்படிக்கை செய்து கொண்டனர். இரஞ்சித்து சிங்கு அந்த உடன்படிக்கை ஏற்பட்ட முப்பதாண்டுகளுக்குப் பிறகு இறந்தார். அது வரையிலும் அந்த உடன்படிக்கையை இருதரப்பினரும் மாறாது கடைப்பிடித்து வந்தனர்.

மிண்டோ தன் காலத்தில் போர் நடவடிக்கைகளை வெகுவாய்க் குறைத்துக் கொண்டார். அவர் சிறு சிறு சண்டைகளில் மட்டும் ஈடுபட்டார்.

3. நாட்டரசுகள் வரலாறு

(அ) ஃபரீத்துக்கோட்டு வரலாறு

இன்று பஞ்சாபின் தென்மேற்கில் அமைந்துள்ள ஃபரீத்துக் கோட்டு, *1948* ஆம் ஆண்டிற்கு முன்னர், பாஞ்சாலத்தின் குருதிக்கறை படிந்த இடங்களில் ஒன்றாயிருந்தது. இது கழிவிரக்கத்தின் காரணமாய் ஃபரீத்துக்கோட்டு என்ற பெயரைப் பெற்றது. இல்லையேல் இது மோகல் ஹர் என்ற பெயரால் அழைக்கப்படும்படி நேர்ந்திருக்கும்.

பதின்மூன்றாம் நூற்றாண்டில் மோகல்சாய் என்ற இரசபுத்திர மறவர் தலைவர் ஒருவர் இருந்தார். அவர் தென்மேற்குப் பாஞ்சாலத்தில் தனக்கென்று ஒரு பகுதியை பிடித்துக் கொண்டு, அங்கு ஒரு கோட்டை கட்டலானார். அவரின் ஏவலர்கள் ஷேக்கு ஃபரீது - உல் - தீன் *(13நூ)* என்ற பெயர் பெற்ற முஸ்லிம் சித்தரைக் கட்டுமான வேலையில் ஈடுபடுமாறு கட்டாயப்படுத்தி வருத்தினர்.

மோகல்சாய் உடனே இச்செய்தியை அறிந்து, சித்தரின் காலில் வந்து விழுந்து, தன் தவறுக்கு வருந்திக் கழிவிரக்கம் கொண்டு அப்போது கட்டப்பட்டு வந்த கோட்டையைச் சித்தரின் பெயரால் ஃபரீத்துக்கோட்டு என்றழைக்க முன்வந்தார். மோகல் சாயின் பெயரன் பின்னர் இஸ்லாந் தழுவினார்; ஆதலால் மோகல் ஹர், ஃபரீத்துக் கோட்டு ஆனது.

அது டெல்லியிலிருந்து வடமேற்கில் சுமார் *125* கிலோ மீட்டர் (சுமார் *200* மைல்) தொலைவிலும் பாட்டியாலவிலிருந்து வடமேற்கில் சுமார் *63* கிலோ மீட்டரிலும் (*100* மைல்) லூதியானாவிலிருந்து தென்மேற்கில் சுமார் *35* கிலோ மீட்டரிலும் (*60* மைல்) அமிர்த சரசிலிருந்து நேரே தெற்கில் *38* கிலோ மீட்டரிலும் அமைந்துள்ளது. பாஞ்சாலத்தின் மூன்று பெரிய நாட்டரசுகளில் ஃபரீத்துக்கோட்டு ஒன்றாகும். ஏனையன : - கப்பூர்த்தல், பாட்டியால. (கப்பூர்த்தல் வரலாறு : இ.ச.க தொகுதி-*5*; பாட்டியால வரலாறு : இ.ச.க தொகுதி-*6*.)

இக் கோட்டை முகலாயர் காலத்தில் கைமாறியபோது, இப்பகுதியை நிர்வகிப்பதற்கென்று, அக்பர் *(1542-1605)* இங்கு சௌதுரி கப்பூரா என்றவரை அமர்த்தினார். பாட்டியால அரச குடியையும் மேற்குப் பாஞ்சாலத்தின் இதர பல சீக்கிய நாடுகளையும் நிறுவிய குடும்பத்தில் கப்பூரா பிறந்தார்.

1807

குரு கோவிந்தர் இட்ட சாபம்

அவர் அக்பரிடம் நன்றி மிகுந்தவராய் நடந்து கொண்டார். அவர் முகலாயரிடம் இங்ஙனம் மாறாப் பற்று வைத்திருந்தமையால், கடைசி சீக்கியர் குருவான குரு கோவிந்தர் *(1675-1708)* இம்மன்னரிடம் புகலிடம் கேட்டபோது, மறுத்துவிட்டார். அதனால் சீற்றமுற்ற குருகோவிந்தர் ஃபரீத்துக்கோட்டு அரச குடியைச் சபித்துவிட்டார். சௌதுரியின் மக்கள் பின்னர் குருவை வேண்டிப் பணிந்து சாபத்தைத் திரும்பப் பெறச் செய்தனர். எனினும் அந்தச் சாபம் பலித்துவிட்டது என்று நம்பப்படுகின்றது.

ஃபரீத்துக்கோட்டு அரசகுடி ஏழு தலைமுறைகளுக்குப் பிறகு இல்லாது ஒழியட்டும் என்று குரு கோவிந்தர் சபித்தார். சௌதுரியிலிருந்து ஏழாவது அரசர் *1948* ஆம் ஆண்டு இந்தியக் கூட்டரசில் தன் நாட்டரசை இணைத்துவிட்டதால், அக்குடி அவருடன் அரச பதவியை இழந்தது. இக்குடியினரிடையே வழிவழியாய் அரசுரிமைப் போராட்டங்கள் நடந்து கொண்டேயிருக்கும் என்றும் குரு கோவிந்தர் வருவதுரைத்தார்.

இக்குடியினரின் வரலாற்றைப் பார்க்கும்போது, பதினெட்டாம் நூற்றாண்டிலிருந்து பத்தொன்பதாம் நூற்றாண்டு வரையிலும் குருதிப் பழி நடந்து கொண்டேயிருந்தது என்பது தெரியும். இச்சிற்றரசர் குடியில் நடந்ததைப் போன்ற படுகொலைகளை வேறு எந்த நாட்டரசின் அரசுரிமைப் போட்டி வரலாற்றிலும் காணமுடியாது.

இரஞ்சித்து சிங்குடன் *(1780-1839)* பதினெட்டாம் நூற்றாண்டில் நடந்த போர்களில் இக்குடும்ப வழியினர் மறைந்துவிடவே, மற்றொரு கிளையினர் ஃபரீத்துக்கோட்டில் அரசியல் அரங்கேறினர். ஹமீர் சிங்கு என்ற அரசரின் மக்களும், தம் தந்தை கண் மூடுதற்கு முன்னரே அரசுரிமை குறித்துச் சச்சரவிடலாயினர். அவர்களுள் ஒருவர் அரசிருக்கையில் அமர்ந்ததும், அவரின் மகன் கலகம் செய்யலானார். தந்தை முஸ்லிம் காமக் கிழத்தியின்

மகனை மன்னராக்க விரும்புவதாய் மகன் கிளர்ச்சி செய்தார். இக்கிளர்ச்சி வெற்றி பெற்றதால் சிற்றரசர் நாட்டை விட்டு ஓடினார். இந்தக் கட்டத்தில் புதிதாய் அரசிருக்கையிலமர்ந்த அரசரின் சிற்றப்பன் சண்டைக்கு வந்துவிட்டார். அவர் தன் அண்ணன் மகனைப் போர்க்களத்தில் கொன்று கோட்டையைப் பிடித்தார். ஆனால் அவர் ஒரு மாதம் மட்டுமே அரசராயிருந்தார். அப்போது அவரும் கொல்லப்பட்டார்.

இத்தகைய சூழ்நிலையில் அயலார் 1807 இல் தலையிட்டனர். அதன் பிறகுதான் ஃபரீத்துக் கோட்டில் அமைதி நிலவியது. அக்காரணம் பற்றி இந்நாட்டரசின் வரலாறு 1807 ஆம் ஆண்டுக் கணக்கில் சேர்க்கப்படுகின்றது.

இந்நாட்டரசு தன்னைத் தற்காத்துக் கொள்ள இயலாத நிலையிலிருந்தது. அதனால் இரஞ்சித்து சிங்கு மிகவும் எளிதாய் இந்நாட்டைப் பிடித்துவிட்டார். ஆனால் ஃபரீத்துக்கோட்டு சட்லஜ் ஆற்றின் கரை மீது தம் ஆட்சிப் பகுதிக்கு அருகில் உள்ளது என்று காரணங் காட்டிப் பிரிட்டீசார் அதை இரஞ்சித்து சிங்கிடமிருந்து கைப்பற்றினர். பிரிட்டிசார் ஃபரீத்துக்கோட்டின் எஞ்சி நின்ற அரச குடியினரில் ஒருவரைத் தேர்ந்தெடுத்து அவருக்கு முடிசூட்டினர். அரச குடும்பம் உடனே கேடுகெட்ட தன் பழைய வழிகளில் இறங்கிவிட்டது.

குலாபு சிங்கு 1826 ஆம் ஆண்டு கொலை செய்யப்பட்டார். உடனே அவருடைய மூன்றாவது உடன்பிறப்பு கிளர்ச்சியில் இறங்கிவிட்டார். வெட்டுப் பழியும் குத்துப் பழியும் போதும் போதும் என்றாய் விட்டன. இக்காலத்தில் நாட்டு மக்களின் எண்ணிக்கை குறைந்தது. விளைநிலங்களெல்லாம் தரிசாகிப் பாலைநிலம் போலாயின. அங்கு சிந்திய குருதியின் நெடி பொறுக்க முடியாததாயிற்று. பிரிட்டிசார் அங்கு ஒரு படையை அனுப்பிக் கிளர்ச்சியை அடக்கினர். குலாபு சிங்கின் தம்பியை உரிமை கொண்ட அரசர் என்று நிலைபெறச் செய்த பின்னர் எல்லாம் அடங்கின.

இப்போர்களும் குருதிப் பெருக்கும் நிற்கின்ற வரையில், மக்கள் நாட்டைவிட்டு வெளியேறி விடாமல் கெட்டிக்காரத்தனமாய்க் கோட்டைக்குள்ளேயே வைக்கப் பட்டிருந்தனர். அவர்கள் 1857 ஆம் ஆண்டிற்குப் பிறகு கோட்டையை விட்டு வெளியேறியதும், அவர்களுக்கென்று கோட்டையின் புறத்தே ஒரு நகர் உண்டாக்கப்பட்டது. முன்னர் நாட்டைவிட்டு வெளியேறிச் சென்ற மக்கள் மீண்டும் திரும்பி வந்தனர். அதனால் நாட்டில் சிறுகச் சிறுகச் செழிப்பு உண்டானது.

அரசர் படைவீரர் புரட்சியின் போதும், ஆப்கானியப் போர்களிலும் பிரிட்டிசாரிடம் மாறாப்பற்றுக்கொண்டு, அவர்களுக்குத் துணை நின்றார். அதற்குக் கைம்மாறாய் அவர்களுக்குப் புதிதாய் நிலப்பரப்புக் கிடைத்தது. நாட்டில் சாலைகள் போடப்பட்டன; இருப்புப் பாதையும் புகை வண்டியும் வந்தன. இந் நாட்டரசினுள் மிக முக்கியமான இருப்புப் பாதைச் சந்திப்பு அமைந்தது. அங்கு சிர்ஹிந்து நீர்ப்பாய்ச்சல் கால்வாயும் வந்துவிட்டதால் செல்வம் கொழிக்கலாயிற்று.

அரசர் விக்கிரம சிங்கு 1870 ஆம் ஆண்டுகளிலும் 1880 ஆம் ஆண்டுகளிலும் அரசுப் பணிகளில் ஓய்வு பெற்ற பிரிட்டீசு அலுவலர்களை அமர்த்தி நாட்டு நிர்வாகத்தைச் சீர்படுத்தினார்.

ஃபரீத்துக்கோட்டில் 1875 இல் ஒரு வங்கி நிறுவப்பட்டது. புதிய கடைத்தெருக்கள் 1885 இல் கட்டப்பட்டன. இந்நாட்டரசில் இங்ஙனம் செழிப்பு மிகவே பள்ளிகளும் மருத்துவ மனைகளும் பிற பொது பணிகளும் தோன்றலாயின.

மன்னர் விக்கிரம சிங்கு பழைய கோட்டையை விட்டு வெளியே ''இராஜ மகால்'' என்ற அழகிய அரண்மனையைக் கட்டினார். கல்விப் பணியிலும் ஆர்வம் காட்டினார். புதிதாய் அமைந்த பஞ்சாய பல்கலைக் கழகத்திற்கு வாரி வாரி வழங்கினார். சீக்கிய சமய படிப்பாளிகளுக்கும் உதவினார். அவர்கள் சீக்கியரின் புனித நூலான குரு கிரந்த சாகிபிற்குத் தெளிவுரைகள் எழுதுமாறு ஊக்குவித்தார்.

அவர் தனது நாட்டரசிலும் அதன் புறத்தேயுள்ள காசுமீரத் தலைநகரான ஸ்ரீநகரிலும், சீக்கியக் குருத்துவாரங்களைக் கட்டுவித்தார். இத்திருப் பணிகளினாலெல்லாம் குருகோவிந்தரின் சாபத்தைத் தடுத்து நிறுத்த முடியவில்லை என்று தோன்றுகின்றது.

ஏழாவது அரசரான விக்கிரம சிங்கு தனது நாட்டரசை 1948 ஆம் ஆண்டு இந்தியத்திடம் தந்து விட்டார். அவர் அரசுத் தொழிலைவிடுத்து வேளாண்மைத் தொழிலில் ஈடுபடலானார்.

(ஆ) மோர்வி வரலாறு

மேற்கு இந்தியத்தை விட்டுப் பிளவுண்டு பிதுங்கித் துருத்திக் கச்சு வளைகுடாவை மூடப் போவது போல் தோன்றும் கத்தியவாடு தீவக்குறையின் பரப்பளவு என்னவோ 56,980 சதுர கிலோ மீட்டர் தான். ஆனால் இச்சிறு நிலப்பரப்பினுள் இருநூற்றி இருபத்திரண்டிற்குக் குறையாத தனித் தனி அரசுகள் 1948 ஆம் ஆண்டிற்கு முன்னர் இருந்தன. இங்குதான் துவாரகை, போர் பந்தர், கத்தியவாடு, இந்தியச் சிங்கங்கள் திரியும் கிர் காடு போன்ற குறிப்பிடத்தக்க இடங்கள் உள்ளன.

அங்கு நிலவிய மோர்வி என்ற சிறு நாட்டரசின் வரலாற்றை அறிவோமாயின், இப்பகுதியில் நடந்த உள்சண்டைகள், பிறந்த பெண் குழந்தைகளை முட்டு வீட்டிலேயே கொன்று வந்த சமூகநிலை போன்ற இன்னல்களை விளங்கிக் கொள்ள முடியும்.

கத்தியவாடு தீவக்குறை எப்போதும் செல்வச் செழிப்புள்ளதாயும் எளிதில் புண்படத்தக்கதாயும் இருந்து வந்திருக்கின்றது. இப்பகுதியின் செல்வம் மண்ணிலிருந்தும் கடலிலிருந்தும் வந்தது. இங்கு வெது வெதுப்பான நீர்ப்பாய்ச்சல் உள்ளதால், உள்பகுதியில் வேளாண்மை செழிப்பாய் நடக்கின்றது. வெகு நீண்ட கடற்கரையில் ஆங்காங்கே அமைந்துள்ள துறைமுகங்கள் நெடுங்காலமாகவே அரேபியத்துடனும் கிழக்காப்பிரிக்கத்துடனும் வாணிபத் தொடர்பு கொண்டிருந்தன. இந்தச் சிறு பகுதி வெகு தொலைவில் ஒதுங்கிக்கிடப்பது போல் வெளிப்பார்வைக்குத் தோன்றினாலும், வட இந்திய வரலாற்றையும் தொன்மத்தையும் உருவாக்கியதில் பெரும்பங்காற்றியுள்ளது.

கண்ணன் ஆண்டதும் மாண்டதும் இங்குதான் என்றும் நம்பப்படுகின்றது. காந்தி மகான் பிறந்ததும் இங்குதான். அசோகர் கல்வெட்டு இங்கு ஒரு பாறையில் காணப்படுகின்றது.

எனினும் இந்தியத்தின் வரலாற்று இடைக்காலமான முஸ்லிம் படையெடுப்புக் காலந்தொட்டு, இத்தீவக்குறை முக்குத் திரும்ப முடியாத முட்டுச் சந்து போலாய்விட்டது.

பாஞ்சாலத்தின் மீது அரபுகள் எட்டாம் நூற்றாண்டில் படையெடுத்து வந்ததும், அங்கிருந்து ஓடிவந்த இரசபுத்திரர் இக்குறுகிய நிலப்பரப்பைச் சூழ்ந்து வளைத்துக் கொண்டனர். ஆமதாபாதிலிருந்த முஸ்லிம் ஆட்சியாளரும் அக்காலத்து மராட்டியப் படையினரும் கடைசியாய்ப் பிரிட்டிசாரும் கத்தியவாடு தீவக்குறை இந்தியத்துடன் ஒட்டிக் கொண்டிருக்கும் ஒடுக்கமான பகுதியின் குறுக்கே வந்து நின்று கொண்டனர்; அவர்கள்

வரிசையாய் இம்மக்களிடமிருந்து பணத்தை அள்ளிக் கொண்டதும், அவர்களைச் சும்மாயிருக்க விட்டுவிட்டனர்.

பெண் சிசுக் கொலை

கச்சிலும் கத்தியவாடிலும் இருந்த தலையாய இரசபுத்திரக் குடும்பங்கள் பச்சைக் குழந்தைகளைக் கொல்லும் வழக்கத்தைக் கொண்டிருந்தன. இந்தியத்தில் இத்தீய வழக்கத்தைக் கொண்டிருந்த வெகுசில இரசபுத்திரக் குடும்பங்களுள் அவர்களும் அடங்குவர். அவர்களுள் சிலர் பத்தொன்பதாம் நூற்றாண்டு வரையிலும் அவ்வழக்கத்தை வைத்திருந்தனர். இக்குடும்பங்களினால் தம் பெண்மக்களுக்குத் தகுந்த மாப்பிள்ளை தேடுவது கடினமாயிருந்தது. முஸ்லிம் ஆட்சியதிகாரம் அவர்களை நடு இந்தியத்திலிருந்த இரசபுத்திரக் குடும்பங்களுடன் தொடர்பு கொள்ள முடியாதவாறு துண்டித்துவிட்டது. அதனால் ஒன்றுக்குள் ஒன்பது சம்பந்தம் செய்து கொள்வது அல்லது அரசக் குருதி மாற்றுக் குறைவது போன்ற அச்சமூட்டும் நிலையிலிருந்து தப்புவதற்காகக் குழந்தையைக் கொல்வதைத் தவிர அவர்களுக்கு வேறு வழியில்லாமற் போய்விட்டது என்று பரோடா அரசர் தனது ''இந்திய அரண்மனைகள்'' என்ற ஆங்கில நூலில் இக்கொடிய வழக்கத்திற்கு நியாயம் கற்பிக்கின்றார்.

சிசுக்கொலையும் பங்காளிச் சண்டையும் கைகோத்துக்கொண்டு தலை விரித்தாடின. அண்டையிலிருந்த கச்சு ஆளுங் குடியினரிடையே ஏற்பட்ட அரசுரிமைப் போட்டியின் விளைவாய் மோர்வி என்ற தனியரசு தோன்றியது. (கச்சு நாட்டரசு வரலாறு : இ.ச.க தொகுதி-3) கச்சு மன்னர் பதினேழாம் நூற்றாண்டில் தனக்கு விருப்பமான ரங்கஜி என்ற மகனுக்கு மோர்வி என்ற சிற்றரசைக் கொடுத்தார். இது எண்ணிப்பாராது செய்த கவனமற்ற செயலாகும். ஏனெனில் கிட்டத்தட்டத் தீவு போன்றிருந்த கச்சினுள் மோர்வி வழியாய் எதிரிகள் எளிதில் புகுந்து விட முடியும். தன் முன்னோர்களே மோர்வியிலிருந்து கொண்டுதான் கச்சு அரசிருக்கையைக் கவர்ந்தனர் என்பதைக் கச்சு மன்னர் ராவ் மறந்துவிட்டார்.

எனினும் அரசருக்குத் தன் செல்லமகன் மீது மிகுந்த நல்லெண்ணம் இருந்தது. ரங்கஜியின் தம்பியான பிரகஜி அத்தகையவரல்லர். அவர் தன் அண்ணன் ரங்கஜியைக் கொன்றுவிட்டு மோர்வியைக் கவர்ந்து கொண்டார். இப்போது வரலாறு மீண்டும் திரும்பியது. அவர் மோர்வியைத் தன்கையில் வைத்துக் கொண்டு கச்சை முற்றுகையிட்டார். அவர் இறுதியில் தந்தையையும் அரச பதவியிலிருந்து நீக்கினார். இது இத்துடன் நிற்கவில்லை.

ரங்கஜியின் மகன் படைதிரட்டிக் கொண்டு வந்து தன் சிற்றப்பனைப் போரில் தோற்கடித்துச் சிறை செய்தார். பிறகு பங்காளிகள் இருவரும் ஓர் உடன்பாட்டிற்கு வந்தனர். அதன்படி பிரகஜிக்குச் சரியான பாடம் புகட்டப் பெற்றது. வெற்றி பெற்ற அண்ணன் மகன் போர்த் தந்திர முக்கியத்துவம் வாய்ந்த சிற்றரசான மோர்வியைப் பெற்றுக் கொண்டார். பிரகஜிக்குக் கச்சு அரசிருக்கை கிடைத்தது.

இத்தகைய சண்டை, சச்சரவுகளின் காரணமாய்த் தான், நாம் முதலில் குறித்தவாறு, கத்தியவாடு தீவக்குறை எண்ணற்ற சிறு சிறு அரசுகளாய்ச் சிதறிக் கிடந்தது. பிரிட்டிசார் முகலாயரையும் மராட்டியரையும் போன்று தான் இந்த முடுக்குப் பகுதிமீது அதிகாரம் செலுத்த அவாக் கொண்டனர். அதனால் தான் அவர்கள் இப்பகுதியில் நிலவிய இருநூற்றியிருபத்திரண்டிற்குக் குறையாத நாட்டரசுகளையெல்லாம் இந்த 1807 ஆம்

ஆண்டு செய்து கொண்ட ஓர் உடன்படிக்கையால் தம் அவாவை நிறைவேற்றிக் கொண்டனர்.

இந்நாட்டரசுகளில் மோர்வி மிகச் சிறியது. அதன் பரப்பளவு கால் சதுர மைல்கூட இராது. அதில் சுமார் 200 பேர் வாழ்ந்தனர். இந்நாட்டரசுகளில் பலவற்றில் வாழ்ந்த மக்களில் பெரும்பாலர் அண்டை மாநிலங்களில் குற்றம் புரிந்துவிட்டு அங்கு ஓடிச் சென்ற குற்றவாளிகளாய் இருந்தனர். கத்தியவாடு கள்ளக் கடத்தலிலும் கள்ளச்சாராயம் காய்ச்சுவதிலும் இழிபெயர் பெற்ற கொள்ளையர்கள் நிறைந்த பகுதியாய் இருந்து வந்தது.

இந்நாட்டரசின் கடைசி ஆண்டையாய் விளங்கிய வாகஜி என்றவர் பிரிட்டிசாரின் அரவணைப்பில் வளர்ந்தவர். அவரின் தந்தை சிசுக்கொலை வழக்கத்தை ஒழித்ததில் வெற்றி கண்டவர். அவர்தான் நாட்டில் ஏராளமான கிணறுகளை வெட்டிப் ''பஞ்சத்தை முற்றிலும் விரட்டியடித்தார்'' என்று வரலாறு கூறுகின்றது.

அவர் மகனான வாகஜி 1879 இல் பட்டத்திற்கு வந்தார். இவர் காலத்தில் நாடு செழித்து மக்களுக்கு மிகுந்த வசதி ஏற்பட்டது. இருப்புப் பாதைகள் வந்தன. மோர்வியை உள்நாட்டு நாட்டரசான வதவாவுடன் இணைக்கும் எழுநூறு மைல் நீள டிராம் பாதை போடப்பட்டது.

வாகஜி பல அரண்னைகளைக் கட்டினார். அவர் விடுதலை பெற்ற இந்தியத்துடன் மோர்வி இணைய வேண்டுவதன் இன்றியமையாமையை நன்கு உணர்ந்திருந்தார். எனினும் அதை அவரால் தாங்கிக் கொள்ள முடியவில்லை. மோர்வி இந்தியத்துடன் இணைந்ததற்குச் சில நாள்களுக்கு முன், அவர் அரச பதவியைத் தன்மகன் லக்ஜியிடம் கொடுத்துவிட்டார். அதனால் அவர் மகன் மோர்வியின் அரசராய்ச் சில நாள்கள் மட்டுமே இருந்தார்.

1807

வாகஜி மிகவும் முதியவராகி நூறு அகவையை நெருங்கு முன்னர் 1957 இல் இறந்தார்.

மோர்வி ஆமதாபாதிலிருந்து தென்மேற்கில் சுமார் 63 கிலோ மீட்டர்; வதோதரவிலிருந்து மேற்கில் 94 கிலோ மீட்டர்; கச்சிலிருந்து கிழக்கில் சுமார் 47 கிலோ மீட்டரில் உள்ளது.

(இ) வங்கனர் வரலாறு

பாஞ்சாலத்தில் ஏற்பட்ட இன்னல்களிலிருந்து தப்புவதற்காகக் கத்தியவாடு தீவக் குறையில் வந்து நிறைந்த இரசபுத்திரர் அமைத்த இன்னோர் அரசு வங்கனர் ஆகும். அவர்கள் ஜலா இரசபுத்திரர் என்றழைக்கப்படுகின்றனர். அவர்கள் பன்னிரண்டாம் நூற்றாண்டினரான ஒரு தலைவருடன் வந்து, விரல் விட்டு எண்ணக் கூடிய சிற்றூர்களில் குடியேறினர் என்று அவர்களின் வரலாறு கூறுகின்றது. இந்திய சரித்திரக் களஞ்சிய வரிசையில் இரசபுத்திரர் கத்தியவாடு தீவக்குறையில் நிறுவிய கச்சு, போர்பந்தர், மோர்வி போன்ற நாட்டரசுகளின் வரிசையில் வங்கனர் இங்கு இடம் பெறுகின்றது.

கத்தியவாடில் குடி அமர்ந்த இரசபுத்திரர், இரசபுதனத்தில் வாழ்ந்த சிறப்பு மிக்க தம் பங்காளியரை விடச் சிறிய பரப்பில் சிறு அளவில் வாழ்ந்திருந்தனரெனினும், இரசபுதன மண்ணில் வாழ்ந்தவர்களுடன் ஒப்பிடக் கூடிய பெருந்தகைமை, பழிக்குப் பழிவாங்கும் குணம், குலக்கட்டுப்பாடு ஆகியவற்றுடன் விளங்கினர். அவர்கள் இரசபுத்திரப் பண்புகளையும் மரபுகளையும் காப்பதில் சிலவேளைகளில் வழிதவறி விடுவதும் உண்டு.

சான்றாக, ஜலா இராசபுத்திரத் தலைவர் தன் வீரர்களுடன் தலை நகருக்குத் திரும்பி வந்தபோது, குலப் பெண்டிரனைவரும் தீப்பாய்ந்து உயிரைப் போக்கிக் கொண்டனர் என்பதைக் கண்டார். ஏனெனில் ஜலா படைகளின் கொடிதாங்கி வீரர் கொல்லப்பட்டதைத் தொலைவிலிருந்து பார்த்த இரசபுத்திர மகளிர் தம் படையே தோற்றுவிட்டது என்று தவறாய் எண்ணிவிட்டனர். ஆதலால் வெற்றி கொண்ட படையினரால், இரசபுத்திரப் பெண்டிர் மாசுறலாகாது என்றெண்ணித் தீப்பாய்ந்து மாய்ந்தனர். இரசபுத்திரப் பெண்டிர் தீப்பாயும் இவ்வழக்கத்திற்கு ஜௌகார் என்று பெயர்.

ஜலா குலத்தினர் இப்பேரிழப்பிலிருந்து எப்படியோ தப்பிப் பிழைத்தனர். ஆனால் குஜராதில் முஸ்லிம்கள் வந்து ஆட்சியமைத்து விட்டதால், ஜலா குலத்தலைவர்கள் தம் கோநகரை விடுத்து மலைகளுக்குள் ஓடிவிட்டனர். அவர்கள் இரவில் குஜராதுச் சுல்தானின் முகாமினுள் புகுந்து, இங்கு தம் பெண்டிருடன் உறங்கிக் கொண்டிருந்த சுல்தானின் குரல்வளையில் வாளை வைத்துத் தம் தலைநகரையும் பிற பகுதிகளையும் தமக்குத் திருப்பித் தரவேண்டுமென்று மிரட்டி அவற்றைப் பெற்றனர் என்பர்.

பதினேழாம் நூற்றாண்டின் இறுதிவாக்கில் அங்கே அமைதி ஏற்பட்டது. ஜலா இளவரசர் ஒருவர் ஜோத்பூர் குடும்பத்தின் இளவரசியை மணந்தார். அதே நேரத்தில், எதிர்காலத்தில் முகலாய அரசராகவிருந்த ஜகாங்கீரும் *(1569-1627)* ஜோத்பூர் மன்னரின் மற்றொரு மகளை மணந்தார். ஜலா குடியினர் முஸ்லிம்களைச் சகலைகளாய் வைத்துக் கொள்வதைப் பொருள்படுத்தவில்லை. எனினும் திருமணங்கள் எந்த வரிசை முறைப்படி நடக்க வேண்டும் என்பது குறித்துச் சச்சரவு ஏற்பட்டது. அந்தச் சச்சரவே வங்கனர் அரசு அமையக் காரணமானது என்பது வேடிக்கை.

மண மாப்பிள்ளைகள் இருவரும் குதிரையேற்றப் போட்டியில் கலந்து கொள்ள வேண்டும். அதில் எவர் வெற்றி பெறுகின்றாரோ, அவரது திருமணத்தை முதலில் நடத்துவது என்று முடிவானதும் சச்சரவு முடிந்தது.

இப்போட்டியில் ஜலா குடி இளவரசர் முஸ்லிம் இளவரசரை வென்றார். இதற்குச் சில ஆண்டுகளுக்குப் பிறகு ''உலகக் காவலன்'' என்னும் பொருளைத் தரும் ஜகாங்கீர் என்ற பெயருடன் முகலாய அரசரான அந்த இளவரசர் ஜலா இரசபுத்திரர் மீது பாய்ந்தார். அப்போது அவர் தன்னைக் குதிரையேற்றத்தில் வென்ற இரசபுத்திர இளவரசரின் மக்களை ஹல்வது என்ற கோநகரிலிருந்து நாடு கடத்தினார். இங்ஙனம் நாடு கடத்தப்பட்ட மக்களுள் ஒருவரான சர்தாஞ்சி தெற்கே சுமார் 25 கிலோ மீட்டர் சென்று வங்கனர் என்ற சிற்றரசை நிறுவினார்.

அவர் முகலாயரிடம் இழந்த தன் நாட்டின் பகுதிகளை மீட்க முயன்றார். அவர் ஜகாங்கீருடன் சேர்ந்து கொண்ட தன் ஒன்றுவிட்ட சகோதரனைப் பகைத்துக் கொண்டார். அவர் பழைய கோநகரை மீட்கும் வரையில் முறையான திருமணம் செய்து கொள்வதில்லை என்று விரதம் எடுத்தார். ஆனால் அந்த எண்ணம் நிறைவேறவில்லை.

வங்கனர் அரசு வலுவாய் நிலைபெற்றதும் அதற்கு அண்டை நாட்டினரிடமிருந்து எதிர்ப்பு வலுத்தது. அதனால் இந்நாட்டிற்குப் பல இன்னல்கள் உண்டாயின.

வங்கனர் அரசர்கள் பதினெட்டாம் நூற்றாண்டின் கடைசி வாக்கில், தம் கோநகரைச் சுற்றிக் கோட்டை கட்டினர். கொள்ளையரையும் பகை கொண்ட அண்டை நாட்டினரையும் எதிர்த்துத் தாக்கினர். குறுநில மன்னர்களுடனும் தலைவர்களுடனும் சந்து செய்து கொண்டனர்.

1807

கத்தியவாடு அரசுகளுள் சிறியனவான பலவற்றுள் வங்கனர் ஒன்றாகும்; அது தனது மதிநுட்பத்தால் தப்பிப் பிழைத்து வந்தது. கிழக்கிந்தியக் கம்பெனியும் அதன் பாதுகாப்பிற்கு உறுதியளித்தது. வங்கனர் 1807 முதல் பிரிட்டீசுப் பாதுகாப்பின் கீழ் வந்தது.

மகாத்மா காந்தி போர்பந்தரில் பிறந்தாரெனினும், பிள்ளைப் பருவத்தில் வங்கனரில் தான் வளர்ந்தார். ஏனெனில் அரசியல் சூழ்ச்சிக்காரர்களால் அவருடைய தந்தையார் போர்பந்தரில் அமைச்சர் பதவியை (திவான்) இழந்தபிறகு, வங்கனர் நாட்டின் அமைச்சரானார்.

வங்கனர் வதோதரவிலிருந்து மேற்கில் சுமார் 100 கிலோ மீட்டர்; ஆமதாபாதிலிருந்து தெற்கே தென்மேற்கில் சுமார் 63 கிலோ மீட்டர்; பம்பாயிலிருந்து வடக்கே வடமேற்கில் சுமார் 175 கிலோ மீட்டர் தொலைவில் அமைந்துள்ளது.

மிகச் சிறிய இந்நாட்டரசில் இரஞ்சித விலாசம், பூரணச் சந்திர பவனம் என்று இரண்டு அரண்மனைகள் உள்ளன. கத்தியவாடின் இந்தச் சின்னஞ்சிறு நாட்டரசிலுள்ள அரண்மனைகளையும் மாளிகைகளையும் ஒப்பிட்டுக் கூறத்தக்க கட்டடங்கள் தெற்கில் மிகப்பெரிய மைசூர் நாட்டிலன்றி வேறெங்கும் இல்லை என்பது குறிப்பிடத்தக்கது.

1807

4. பிரிட்டீசுச் செய்திகள்

(அ) தலைமை அமைச்சர் போட்லண்டுப் பிரபு

மூன்றாவது போட்லண்டுக் கோமகனான வில்லியம் ஹென்றி காவண்டிஷ் - பெண்டிங்கு கால் நூற்றாண்டுக் கால இடைவெளியில் 1783 இல் சிறிது காலமும் 1807 ஆம் ஆண்டு தொட்டு மூன்றாண்டுக் காலமும் பிரிட்டனின் தலைமை அமைச்சராயிருந்தார் (இ.ச.க.தொகுதி-9) அவர் முதலில் விக்கு கட்சி அமைச்சிலும் இரண்டாம்முறை டோரி கட்சி அமைச்சிலும் தலைமை அமைச்சரானார்.

அவர் பெருஞ்செல்வத்தில் 1738 ஏப்ரல் 14 அன்று டிச்சுஃபீல்டு பிரபின் மகனாய்ப் பிறந்தார். அவருக்குத் தந்தை வழியிலிருந்தும் தாய் வழியிலிருந்தும் பரந்த சொத்துகள் கிடைத்தன. அவர் விக்கு கட்சியின் பேரார்வலராயிருந்தார். மூன்றாம் ஜார்ஜ் மன்னர் இத்தகைய உயர்குடி இளைஞர்களை அறவே வெறுத்தார்.

அவர் விக்கு கட்சி மீது மாறாத பற்றுக் கொண்டிருந்தமையால் ஒருமுறை வறிய நிலையில் வாழ நேர்ந்தது. அவர் இக்கட்சியின் அரசியல் ஆதாயத்தைப் பெருக்குவதற்காகத் தன் பணத்தில் பெரும் பகுதியைச் செலவிட்டார். ஒருமுறை வெகுமுக்கியமான கார்லிஸ்லி தொகுதியில் தேர்தல் நடந்தபோது, மக்கள் சரியான வழியில் வாக்களிப்பதற்கு உதவும்வகையில் தன் கோச்சு வண்டியில் 30,000 பவுனை எடுத்துச் சென்றார். அந்தப் பணம் சொடக்கு போடும் நேரத்திற்குள் மாயமாய் மறைந்தது.

போட்லண்டுக் கோமகன் இதன்பிறகு ஒப்பு நோக்குகையில் சற்று வறிய நிலையில், தனது பர்லிங்டன் இல்லத்துக் கோட்டைச் சுவர்களுக்குள் ஒதுங்கி வாழ்ந்தார் என்பர். எனினும், வெகு சிறப்பான எதிர்காலம் அவருக்காகக் காத்திருந்தது. அவர் டேவோன்சயரின் நான்காவது கோமகனின் மகளான டோரதி காவண்டிஷ் சீமாட்டியை 1766 இல் மணந்தார். அவருக்கு நான்கு ஆண் மக்களும் ஒரு மகளும் பிறந்தனர். அந்தச் சீமாட்டி இறந்தபோது, தன் கணவருக்கு ஓராண்டில் 12,000 பவுன் வருவாய் தரக்கூடிய உடைமைகளை விட்டுச் சென்றார்.

அவர், தன் நேரத்தையும் பணத்தையும் அரசியலுக்காகச் செலவிடும் வாய்ப்பு இப்போது அவருக்குக் கிடைத்தது. அவர் அரசர் வெறுக்கக் கூடியவர்கள் அடங்கிய ஓர் அமைச்சுடன் 1783 ஆம் ஆண்டில் தலைமை அமைச்சரானார். ஆனால் வாய்ப்பு வரும்போது முதல் வேலையாய் அவ்வமைச்சர்களை நீக்கப் போவதாய் அரசர் பலரறியக் கூறி வந்தார்.

மூன்றாம் ஜார்ஜ் மன்னர் (1738-1820; ஆ .கா.1760-1820) பட்டத்திற்கு வரக்கூடிய வேல்ஸ் இளவரசராயிருந்த காலத்தில் பெற்று வந்ததைப் போல் இரண்டு மடங்கு கூடுதலான தொகையை இப்போது பட்டத்து (வேல்ஸ்) இளவரசாயிருக்கும் அவருடைய மகன் பெறவேண்டுமென்று போட்லண்டுக் கோமகன் திட்டமிட்டார். இதில் மன்னருக்கு விருப்பமில்லை. அவர் வேல்ஸ் இளவரசரான தன் மகனை ஒரு மடையன் என்று கருதி வந்தார். அரசரும் அவரின் தலைமையமைச்சரும் வேல்ஸ் இளவரசருக்குக் கூடுதலான பணம் அளிப்பது குறித்துக் கடுஞ்சீற்றத்துடன் ஒருவர்க்கொருவர் பேசிக் கொண்டனர். இறுதியில் தலைமை அமைச்சர் திட்டமிட்டிருந்த தொகையில் பாதியும் காரன்வாலிஸ் டச்சியின் (டச்சி என்பது ஒரு டியூக்கின் சொத்துப் பரப்பு) வருவாயும் வேல்ஸ் இளவரசருக்குத் தரப்பட்டன. மேலும் இளவரசரின் கடன்களைத் தீர்க்கும் பொறுப்பை நாடாளுமன்றம் ஏற்பதென்றும் முடிவானது. இவற்றையெல்லாம் மன்னர் ஒப்புமாறு போட்லண்டுப் பிரபு செய்துவிட்டார். இதற்குச் சில திங்களுக்குப் பிறகு 1783 முடியுமுன்னரே அமைச்சின் ஆயுளை முடிக்கும் தகராறு ஒன்று வந்து விட்டது.

இந்திய மானிய நிதிகளை அமைச்சர் சார்லஸ் ஃபாக்சிடமும் (1749-1806) அவருடைய கூட்டாளிகளிடமும் இருக்க வகை செய்யும் இந்தியச் சட்ட முன்வரைவு ஒன்று நாடாளுமன்றத்தில் தோல்வியடைந்தது. அதனால் போட்லண்டு 1783 இல் பதவி விலகினார்; இளைய பிட்டு மீண்டும் தலைமை அமைச்சரானார். (இ.ச.க. தொகுதி-9)

போட்லண்டுப் பிரபு பதினோர் ஆண்டுகள் எந்தப் பதவியும் இன்றி இருந்தார். அவர் இந்தக் காலத்தில் நூல்களையும் கலைப் பொருள்களையும் சேகரித்து வந்தார்.

அவர் 1794 ஆம் ஆண்டு மாறுபட்ட அரசியல் சூழ்நிலையில் உள்துறை அமைச்சரானார். பிரஞ்சுப் புரட்சியைக் கண்டு பிரிட்டனின் உயர்குடியினர், அவர்கள் விக்குகளாயினும் டோரிகளாயினும் அனைவரும் அஞ்சிக் கிலி கொண்டிருந்தனர். இதற்கு இருபத்தைந்து ஆண்டுகளுக்கு முன்னர் ஜான் வில்கசையும் (*John Wrilkes 1727 -1797*) தன்னுரிமையையும் ஆதரித்து இலண்டனில் வெளிச்சம் ஏற்றிவைத்த ஒரே பெரிய மாளிகை போட்லண்டுக் கோமகனுடையதாய்த் தானிருக்க வேண்டும். (வில்கிய இயக்கம் : இ.ச.க.தொகுதி-7) போட்லண்டு அன்று தன்னுரிமை இயக்கத்திற்கு அத்தனை ஆதரவு கொடுத்தார்.

இன்றோ தொல்லைகள் மூண்டிருந்த இக்காலத்தில், சட்டத்தையும் ஒழுங்கையும் நிலைநாட்ட வேண்டிய பொறுப்பு அவருக்கு இருந்தது. அவர் ஏழாண்டுக் காலம் அமைச்சராயிருந்தார். அவர் இந்த 1807 ஆம் ஆண்டு தலைமை அமைச்சர் பதவியை ஏற்கத் தானாகவே முன்வந்தார்.

வில்லியம் வைண்டம் கிரன்விலின் அமைச்சு பதவி விலகியதால், போட்லண்டுக் கோமகன் 1807 மார்ச்சு 31 அன்று தலைமை அமைச்சரானார். ஸ்பென்சர் பெர்சிவல் புது அமைச்சில் நிதியமைச்சரானார். தலைமை அமைச்சர் பொறுப்பேற்றுப் பணி செய்வதற்கு

வேண்டிய உளவலியும் உடல்வலியும் தனக்கு இருக்குமா என்பது குறித்துப் போட்லண்டுக் கோமகனுக்கு ஐயப்பாடு இருந்தது.

ஆனால் அவர் ஒரு கோமகன்; கொள்கையுடையவர். பொதுமக்கள் அவரை நன்கு அறியாதிருந்த போதிலும், அரசியல்காரர்களிடையே அவருக்கு நல்ல மதிப்பு இருந்தது. அவர் அரசின் ஆவணங்களையும் பிற ஏடுகளையும் படிப்பதில் ஆர்வம் காட்டவில்லை. அவர் வேலை செய்து கொண்டிருக்கும்போது இடையிடையே உறங்கி விடுவார். அவரின் கூட்டாளிகள் அவரை அழைக்காமலே அமைச்சரவைக் கூட்டத்தைக் கூட்டுவதற்குத் துணிந்தனர். போட்லண்டுப் பிரபின் உடல் நிலை சீர்கெட்டுக் கொண்டே வந்தது. அவர் 1809 ஆம் ஆண்டு ஆகஸ்ட்டில் மாரடைப்பினால் படுத்த படுக்கையானார். அடுத்தமாதம் வெல்பக்கு என்ற இடத்தில் இறந்தார்.

அவரிடம் வெளியில் தெரியக்கூடிய திறமை எதுவும் இருந்ததில்லை. அவருக்கு வாக்குவன்மை நிச்சயமாய் வாய்த்ததில்லை. எனினும் அவர் மிகவும் நேர்மையான டியூக்கு-கோமகன் என்று பெயர் பெற்றிருந்தார்.

(ஆ) அடிமை வாணிபம் ஒழிக்கப் பிரிட்டனில் சட்டம்

அடிமை வாணிபத்தை ஒழிக்க வேண்டுமென்று பிரிட்டீசு நாடாளுமன்றத்தில் 1807 மார்ச்சு 25 அன்று ஒரு சட்டம் நிறைவேற்றி அக்கொடிய செயலை ஒழித்தனர். அதன்பிறகு தான் இந்தியத்தில் நிலவி வந்த அடிமை முறை பற்றிப் பிரிட்டீசு அரசினர் அக்கறை செலுத்தலாயினர்.

அடிமை வாணிபம், அடிமைமுறை ஆகியன பற்றி இந்திய சரித்திரக் களஞ்சிய வரிசையின் பல தொகுதிகளில் ஆங்காங்கே ஏராளமான செய்திகள் சொல்லப்பட்டு வருகின்றன. பிரிட்டீசுக் கப்பல்களில் அடிமைகளை ஏற்றிச் செல்வது இந்த ஆண்டு முதல் நிறுத்தப்பட்டது. ஜமைக்கத்திலும் அடிமை முறை ஒழிந்தது.

5. ஹெகலின் மெய்யியல் நூல் வெளியீடு

ஜெர்மன் மெய்யியலாரான ஜியோர்ஜ் வில்லம் ஹெகல் (*Georg Wilhelm Hegel 1770-1831*) பருப்பொருளைவிட மனமே மிக முக்கியமானது என்று நம்பினார். தொடர்ந்து உண்டான முரண்பாடுகளிலிருந்து எழுந்த வரலாற்றுச் செயற்கூறுகளால் மெய்யியல் கருத்துகள் உருப் பெறுகின்றன என்பது போன்ற ஹெகலின் மெய்ப்பொருள் கருத்துகள் தற்காலச் சிந்தனையில் ஆழ்ந்த செல்வாக்குச் செலுத்துகின்றன. அவரின் நூல்களுள் இக்கருத்துகள் காணப்படுகின்றன. ‘‘மனத்தின் அடிப்படை நிகழ்ச்சியுணர்வுக் கோட்பாடு’’ (*The Phenomenology of Mind*) என்ற நூல் 1807 ஆம் ஆண்டு வெளிவந்தது. அவர் மேலும் ‘‘அளவை நூல் ‘‘ (*Logic 1812-1816*) ‘‘நேர்மையின் தத்துவம்’’ (*Philisophy of Right 1821*) ஆகிய நூல்களை எழுதியுள்ளார்.

6. செயல்படத்தக்க முதல் நீராவிப்படகு

இராபட்டு ஃபுல்டன் ஆதாயத்துடன் செயல்படத்தக்க ஒரு நீராவிப்படகை 1807 ஆம் ஆண்டு உருவாக்கினார். அதற்குக் கிளர்மாண் (*Clermont*) என்று பெயர் சூட்டினார். அவர் அந்த நீராவிப் படகை நியூயார்க்கிலிருந்து ஆல்பனி வரையிலும் சுமார் 240 கிலோ மீட்டர் (150 மைல்) தொலைவிற்கு 1807 ஆகஸ்டு 17 அன்று செலுத்திக் காட்டினார். இவர் 1814 ஆம் ஆண்டில் முதல் நீராவிப் போர்க் கப்பலையும் கட்டி முடித்தார்.

இராபட்டு ஃபுல்டன் (*Robert Fulton 1765-1815*) பென்சில் வேனியத்தின் லங்காஸ்டர் கோட்டத்தில் பிறந்தவர். இவர் 1790 ஆம் ஆண்டுகளில் பொறியாளரானார். அவர் தொடக்கத்தில் கால்வாய் தோண்டுவதில் ஈடுபட்டிருந்தார். பின்னர் நீர்மூழ்கி கட்டுவதில் முனைந்தார். அவர் 1800 ஆம் ஆண்டு வெள்ளோட்டம் விட்டுப் பார்த்த ''நாட்டிலஸ்'' (*Nautilus*) என்ற நீர்மூழ்கி நீருள் அமிழவும் எழவும் செய்ததெனினும் அவருக்கு அது முழு வெற்றியாய் அமையாது போனது. அவரது பெரிய சாதனை, ''கிளர்மாண்'' என்ற நீராவிப் படகைக் கட்டியதுதானாகும்.

7. பிறப்பு

(அ) ஜூசுப்பி கரிபால்டி

இத்தாலிய நாட்டுப் பற்றாளரும் இத்தாலியை ஒன்றுபடுத்துவதற்காக ரிசார்ஜிமெண்டோ (*Risorgimento*) என்ற அரசியல் இயக்கத்தைத் தோற்றுவித்தவருமான ஜூசுப்பி கரிபால்டி (*1807-1882*) 1807 ஆம் ஆண்டு பிறந்தார்.

(ஆ) ஷான் லூயி ரொடால்ஃபு அகாசீ

சுவிட்சர்லாந்திய விலங்கியலாரும் மண்ணியலாருமான ஷான்லூயி ரொடால்ஃபு அகாசீ (*Jean Louis Rodolphe Agassiz 1807-1873*) 1807 ஆம் ஆண்டு பிறந்தார்.

1808

அரசியல்

போர்த்துக்கீசக் கோநகரம் பிரேசில் சென்றது
தென்னமெரிக்கத்தில் அரசியல் விழிப்பு
பின்லந்திற்குப் புதிய அரசியல் சட்டம்

அறிவியல்

டேவி பல தனிமங்களைத் தனிப்படுத்துதல்

சட்டம், நீதியாட்சி

குடிசைக்குத் தீ வைத்த வெள்ளையருக்கு மரண தண்டனை

கல்வி. கலை, இலக்கியம்

ஆசியத்தில் போர்த்துக்கீசம்
இந்தியத்தின் முதல் தற்கால நூலகம்

தொழில், வாணிபம், வேளாண்மை

அவுரி பயிரிடக் கம்பெனி ஆதரவு

வரலாறு

போர்ச்சுக்கல்

பொது

கங்கையின் தோற்றுவாய்
பிரிட்டனில் ஆடவர் கொண்டை போடும் பழக்கம் மறைதல்

1808

1.கங்கையின் தோற்றுவாய்

ஆற்றின் பெயரைப் பெற்றது இந்துதேசம்; ஆற்றை ஆசானாய்க் கொண்டு ஞானம் எய்திய மாமனிதர் மலர்ந்தது இந்தியம். ஆறுகளுக்குப் புனிதம் ஏற்றி அவற்றைத் தீர்த்தங்களாக்கி அக அழுக்கையும் புற அழுக்கையும் போக்கும் தெய்வமகளாய் உருவகித்துப் பாடிய வித்தகரைப் பெற்றது பாரதம். ஆறுகளிலெல்லாம் மேலானது என்று கை தூக்கித் தொழுகின்ற கங்கையை, வேதங்களனைத்தினும் மூத்த கங்கையை வேதங்களுக்கெல்லாம் முந்திய இருக்கு வேதம் பாடுகின்றது.

கங்கை என்ற தெய்வம் புண்ணிய நதியுருவானது. அவள் வெண்ணிற முடையாள்; வலக் கையில் கரு நெய்தல் மலரும், இடக்கையில் நிறைந்து தளும்பும் குடமும் கொண்டவள்; முதலையை வாகனமாய்ப் பெற்றவள்; இமயவேந்தனின் மகள் என்று அவளைச் சித்திரித்துப் புளகிக்கும் நாடு. கங்கையின் நெடிய ஓட்டத்தைப்போல் அவளொடு ஒட்டிப் பின்னப்பட்ட தொன்மக் கதைகளும் நீண்டவை. அவள் விண்ணவர் உலகில் மந்தாகினி, மண்ணுலகில் கங்கை; பாதாளத்தில் போகவதி எனவும் பெயர் பெற்றவள். உலகிலுள்ள மூன்றரைக் கோடித் தீர்த்தங்கள் அளிக்கும் பலன்களையெல்லாம் கங்கை ஒருத்தியே அருளுவாள்.

கி.மு. நான்காம் நூற்றாண்டில் நிலவிய கௌடில்யரின் காலத்தில் கங்கை தெய்வமாய் வணங்கப்பட்டது என்பதை அவரது அர்த்த சாஸ்திரம் கூறுகின்றது. வறட்சியான காலங்களில் வழிபட வேண்டிய தெய்வங்கள் என்று அர்த்த சாஸ்திரம் குறிப்பிடுவன; இந்திரன் (சச்சிநாதன்), கங்கை, மலைகள் (பருவதங்கள்), கடல்கள்.

துஷ்யந்தனின் மகனான பரதன் கங்கையின் கரைகளில் ஐம்பத்தைந்து வேள்விகளைச் செய்தான் என்று சதபாத பிரமாணம் கூறும். கங்கை இமயத்தில் தோன்றும் தாய் என்று மார்க்கண்ட புராணம் புகலும் கங்கையின் கதை முடிவிலாதது.

உத்தர காண்டம்

உத்தரப் பிரதேசத்தின் வடகோடியில், உலகின் மிக உயர்ந்த இடத்தில் முகில்கள் சுழன்று வந்து இமயத்தைத் தொட்டு, அதன் மேல் புதிது புதிதாய் உறைபனிப் படலங்களைப் படியச் செய்கின்றன. இங்ஙனம் உறைபனி சேர்ந்து, அங்கு அடர்ந்த பனியடுக்குகள் உருவாகின்றன. இந்த இடத்திற்கு உத்தர காண்டம் என்று பெயர். முனியோரும் மாமுனியோரும் மறை ஞானியரும் உறையும் இடம் என்று அதற்குப் பொருள். இதுவே தியானமும் தவமும் நிகழ்த்தும் தவ பூமியுமாகும்.

உத்தர காண்டம் இந்தியத்தின் பண்டை நாகரிகத் தொட்டில்களுள் ஒன்றாகும். மகாபாரதக் காவியத் திரைச் சீலையின் ஊடும் பாவும் இங்கும் தான் நெய்யப்பட்டது. இங்கு தான் வேத கால முனிவர்கள் வேத நெறிகளை வகுத்தனர். இங்குள சமவெளிகளில் வேத தர்மம் பாய்ந்து நாட்டைச் செழிக்கச் செய்தது.

இங்கு மலைத் தொடர்கள் பனித் திரையாய்ச் சுமார் 40 கிலோ மீட்டர்த்

தொலைவிற்கு நீள்கின்றன. நந்தகோடு, திரிசூலம், பத்திரி, கேதாரம் எல்லாம் இம்மலைத் தொடர்களில் உள்ளன.

குமாவ் குமராசலம் என்ற இது திருமாலின் கூர்மாவதாரத்தை ஒட்டிய இடம். இங்கு கிரேக்கத் தொன்மங்களில் போன்று, கடவுளர் மனிதரிடையே வாழ்ந்தனராம். இம்மலைகளில் வாழும் மக்கள் பாண்டவரின் வீரத்தை நாடோடிப் பாடல்களால் இன்றும் பாடி மகிழ்கின்றனர்.

பாண்டவர் எரிந்துபோன அரக்கு மாளிகையிலிருந்து சுரங்கப்பாதை வழியே தப்பியது இங்கு தான். இங்குள்ள தற்காலத்து உத்தரகாசிதான் விராட நகரம். விராடன் மகள் உத்தரை அபி மன்னனை மணந்த கதையை நாமறிவோம்.

இங்குதான் வெகு புனிதமான இரண்டு ஆறுகள் தோன்றுகின்றன. அவை பாறைகள், ஆழமான மலையிடுக்குகள் ஆகியன வழியே பாய்ந்தோடிச் சமவெளிகளைத் தாண்டி அலகாபாதில் பேராற்றல் வாய்ந்த கங்கையாய்க் கூடிக் கடலையடைந்து அமைதி பெறுகின்றன.

கங்கை தனது நீண்ட 23,525 கிலோ மீட்டர்த் தொலைவுப் பயணத்தில் 9,75,900 சதுர கிலோ மீட்டர்ப் பரப்பில் - இது கிட்டத்தட்ட நாட்டின் நிலப்பரப்பில் கால்வாசியாகும் - நீர்வளம் பாய்ச்சுகின்றது. அது கங்கை பாயும் பெருவெளியில் வாழும் சுமார் முப்பது கோடி மக்களுக்குச் செல்வத்தையும் செழிப்பையும் அள்ளித் தருகின்றது. அது வளஞ்செறிந்த நிலப்பரப்பாகும். உலகிலேயே மக்கள் அடர்த்தி மிகுந்த இடமுமாகும்.

கங்கை தோன்றுகின்ற கங்கோத்திரி கடல் மட்டத்திலிருந்து 3130 மீட்டரில் உள்ளது. அங்கு நெடிதுயர்ந்து தேவதருக்களும் ஊசியிலை மரங்களும் செறிந்து வளர்ந்துள்ளன. தீலிபனின் மகனான பகீரதன் தன் முன்னோரின் வரலாற்றை வசிட்ட முனிவரால் உணர்ந்து, அவர்கள் நற்கதியடையப் பிரமனை நோக்கிப் பத்தாயிரம் ஆண்டுகள் இங்குதான் தவமியற்றினான் என்பது தொன்மக் கதை. சிவனார் பகீரதனுக்காக ஆகாய கங்கையைத் தன் முடியில் தாங்கினார். விளையாட்டுக் காரியான கங்கை வானிலிருந்து பேராற்றலுடன் இறங்கி வரச் சடையனான சிவன் அவளைத் தன் சடைமுடியில் சிறிதுகாலம் சிறை வைத்திருந்தாராம். அவர் கங்கையைச் சடையில் தரித்ததால் கங்காதரன் என்ற பெயரும் பெற்றார்.

அமர சிங்க தப்ப என்ற கூர்க்கர் படைத் தலைவர் இங்கு பதினெட்டாம் நூற்றாண்டில் கங்கைக்கென்று ஒரு கோயிலைக் கட்டினார். இங்கு தண்ணீர் பனிபோல் குளிர்ந்திருப்பினும் மக்கள் பூசை செய்யுமுன்னர் அதில் நீராடுகின்றனர்.

வரலாறும் சமய நம்பிக்கைகளும்

அமர கண்டக மலையில் பிறக்கும் சோன் ஆறு கூடுமிடத்திலும் கங்கைக் கரையிலும் புகழ் பெற்ற பாடலிபுத்திரம் அமைந்திருந்தது. பெரிப்புளூஸ் நூலும் (கி.பி.60) தாலமியும் (கி.பி.87-150) கங்கையைக் குறிப்பிடக் காணலாம். தாலமி இதன் ஐந்து கழி முகங்களையும் (*estuaries*) இங்ஙனம் பெயரிட்டழைக்கின்றார்; மேற்குக் கோடியிலுள்ள ஆற்றுமுகம் காம்பிசோன் (*Kambyson*), இரண்டாவதன் பெயர் மெகா (*Mega*), மூன்றாவது கம்பேரிக்கோன் (*Kamberikon*), நான்காவது சுடோஸ்டோமன் (*Pseudostomon*), ஐந்தாவது ஆண்டிபோல் (*Antebole*). ஆனால் இன்று இவற்றை அடையாளம் காண்பது கடினம். ஆனால் கங்கையின் கழிமுகங்கள் வங்கக் கடலினருகே இருந்தனவென்றும் அவற்றைக்

1808

கங்க சிரோடா (*Ganga - Srotar*) என்னும் இரகு வங்கரை வென்றதைப் பற்றிக் கூறுகையில் காளிதாசர் குறிப்பிடுகின்றார்.

எரியூட்டப்பட்டவர்களின் சாம்பலை எடுத்துக் குறிப்பிட்ட ஒரு நாளில் கங்கையில் தூவுவது காசுமீர மக்களிடையே வழக்கமாயிருந்தது.தனவங்க ராசனின் மக்கள் கலச மன்னர் எரியூட்டப்பட்ட நான்கு நாளைக்குப் பிறகு அவரின் சாம்பலை எடுத்துக் கொண்டு கங்கைக்குச் சென்றனர் என்று கல்ஹணர் (12 நூ) இராச தரங்கிணியில் விவரிக்கின்றார். இன்றுங்கூட இந்துக்களிடையே மரணப்படுக்கையிலிருப்பவருக்குக் கங்கை நீரை வார்ப்பது புனிதமாய்க் கருதப்படுகின்றது.

கங்க சாகரம்

கங்கபுரம் என்ற பெயரில் கங்கைக் கரையில் ஓர் அங்காடி நகரம் இருந்ததென்று பெரிப்புளூஸ் நூல் கூறும். இப்பட்டினத்தின் வழியாய் மாலபத்திரம், இலாமிச்சை, முத்து, கங்கை மென்றுகில் என்ற பொருள்கள் வந்தன என்றும் பெரிப்புளூஸ் குறிக்கின்றது. இப்பகுதியைச் சுற்றித் தங்கச் சுரங்கங்கள் இருந்தனவென்றும் அந்நூல் சொல்லும். அங்கு கல்தி (*Kalti*) என்ற பொற்காசுகளும் கிடைத்தன.பெரிப்புளூஸ் கூறும் இந்தப் பட்டினம் குப்தர் காலத்திற்கு (சு.275-550 கி.பி.) முற்பட்ட நமது இலக்கியங்களில் சொல்லப்படும் கங்க சாகரம் அல்லது கங்க சாகர சங்கமம் என்று அறிஞர் அடையாளங் காண்கின்றனர்.

குப்தர் காலத்திற்கு முற்பட்டது என்று கருதப்படும் விஷ்ணு சங்கிதை என்ற நூலில், ஈமச் சடங்குகளில் கங்கை நீர் புனிதமானது என்று சொல்லப்பட்டுள்ளது.

ஒருவன் கங்கையில் அல்லது அதனருகில் அல்லது கங்க சாகரக் காற்றுப்படும் இடத்தில் இறப்பானேயாகில், அவனுக்கு வீடுபேறு கிடைக்கும் என்று வெகு பழமையான தொன்மங்களுள் ஒன்றான கூர்மபுராணம் கூறுகின்றது. இது தீர்த்தம் என்ற புகழைக் கி.பி.11 ஆம் நூற்றாண்டு வரை பெற்றிருந்தது. அல்பிரூணி (973-1038) கங்க சாகரம் என்ற பட்டினத்தைக் ''கங்கை கடலுள் புகுமிடம்'' என்று குறிப்பிடுகின்றார். இதன் தீர்த்தப் புகழ் 14, 15 ஆம் நூற்றாண்டுகள் வரை நீடித்தது.

வெபு (*Webb*) என்ற ஆங்கிலேயர் கங்கை தோன்றும் இடத்தை 1808 ஆம் ஆண்டு கண்டுபிடித்தார்.

2. போர்த்துக்கீசத் தலைநகரம் பிரேசில் சென்றது

ஐரோப்பிய வல்லரசுகளில் முதன்முதலாய்க் கடல் தாண்டிப் பல இடங்களில் பேரரசை நிறுவி ஐந்து நூற்றாண்டுக் காலம் நிலைத்து நின்ற பெருமையுடைய போர்ச்சுக்கல், இந்த ஆண்டில் தன் கோநகரையே கடல் கடந்து வெகு தொலைவில் மாற்றும்படி நேர்ந்தது. புத்திடங்களைத் தேடிக் காணும் ''கண்டு பிடிப்புக் காலம்'' என்ற துணிச்சல் மிக்க யுகத்தைத் தோற்றுவித்த முன்னோடி என்ற பெருமையும் இச்சிறு நாட்டைச் சேரும்.

தோற்றுவாய்

ஐரோப்பியத்தின் ஏனைய பகுதிகளுடன் போர்ச்சுக்கல் நேரடியான தொடர்பு கொள்ள முடியாதவாறு ஸ்பெயினால் துண்டிக்கப்பட்டுள்ளது.போர்த்துக்கீசர் பன்னெடுங்காலமாகவே கடல் கடந்த நிலங்களையே அண்ணாந்து நோக்கி வாழ்ந்தனர்.

ஸ்பெயினும் போர்ச்சுக்கல்லும், அமைந்திருக்கும் ஐபீரியத் தீவக் குறையின் தொன் மக்களைக் கார்த்தஜீனியர் கி.மு.ஆறாம் நூற்றாண்டில் அடக்கினர். (இ.ச.கதொகுதி-2 காண்க) கார்த்தஜீனியரை ரோமானியர் கி.மு.206 ஆம் ஆண்டில் வென்று, இத்தீவக் குறையை மூன்று மாநிலங்களாய் பிரித்தனர். மேற்குக் கோடியிலிருந்த லூசிட்டானியத்தைக் கிட்டத்தட்டத் தற்காலத்துப் போர்ச்சுக்கல் எனலாம்.

ரோமானியப் பேரரசு கி.பி.ஐந்தாம் நூற்றாண்டில் சிதறியதும், ஐபீரியத் தீவக் குறையை விசிக்கோத்துகள் என்ற ஜெர்மனிய மக்களும் வடக்கத்திக் காட்டு மிராண்டியரும் வென்றனர். இதற்கு மூன்று நூற்றாண்டுகளுக்குப் பிறகு விசிக்கோத்துகளின் ஆட்சி முடிந்தது அப்போது வட ஆப்பிரிக்கத்திலிருந்த இஸ்லாமியப் பேரரசின் மூர் ஆட்சியாளர்களின் கைக்கு நாடு போனது.

பர்கண்டி ஹென்றி

கேஸ்டிலைச் சேர்ந்த ஆறாம் அல்ஃபோன்சோவும் (*Alfonso VI* இ.*1109*; ச.ஆ.கா.*1072-1109*) பிற ஸ்பானியச் சிற்றரசர்களும் கிறித்தவ உலகிலிருந்து வந்த தொண்டர்களின் உதவியுடன் மூர்களைப் பன்னிரண்டாம் நூற்றாண்டில் பின்வாங்கச் செய்தனர். அவ்வாறு உதவிக்கு வந்தவர்களுள் ஒருவரான பர்கண்டி ஹென்றி (*Henry of Burgandy* *1057-1112*; ஆ.கா.*1094-1112*; இவர் போர்ச்சுக்கல் முதல் அரச குடியான பர்கண்டி அரசகுடியை நிறுவியவர்.) என்றவர் அல்ஃபோன்சோவிடம் ஊழியம் செய்தார். அதற்குக் கைமாறாய் ஹென்றிக்கு அரசரின் காமக் கிழத்தி மகளான தெரசாளை மணம் செய்து கொடுத்தனர். அத்துடன் போர்ச்சுக்கல் என்ற கோட்டமும் அவருக்குக் தரப்பட்டது. அது போர்ச்சுக்கல்லின் வடக்கிலிருந்த பகுதி; இன்றைய நாட்டில் மூன்றிலொரு பங்கு இருக்கும். எனினும் மன்னருக்கும் ஹென்றிக்கும் பல ஆண்டுகள் சச்சரவு நீடித்தது.

இறுதியில் ஹென்றியின் மகன் அல்ஃபோன்சோ ஹென்றிக் குவஸ் (*Alfonso1 ? 1094-1185*; ஆ.கா.*1128-1140*) கேஸ்டிலியின் பிடியிலிருந்து நீங்கினார். அவரைப் போர்ச்சுக்கல்லின் தன்னாட்சி பெற்ற அரசர் என்று கேஸ்டிலி மன்னர் 1143 இல் ஏற்று ஒப்பினார். அல்ஃபோன்சோ வெல்ல முடியாத வீரர். அவர் தம்மை ''அஞ்சி நடுங்க வைப்பவர்'' என்று மூர்கள் அவரைக் கண்டு கிலி கொண்டனர். அவர் தன் ஆட்சிப் பரப்பைத் தெற்கில் ஸ்பெயினின் நடுவில் ஓடும் தைகஸ் (*Tagas*) ஆறுவரை விரித்தார். லிஸ்பனைத் தன் கோநகராக்கினார்.

போர்ச்சுக்கல்லின் தொடக்க கால அரசர்கள், தம் அண்டை நாட்டுக் கிறித்தவர்களிடமிருந்து தம் வட எல்லையைக் காப்பாற்றுவதையே பெரும் பணியாய்க் கொண்டிருந்தனர். அதே நேரத்தில் தென் எல்லையை மூர்களின் ஆட்சிப் பகுதிவரை முண்டித் தள்ளிக்கொண்டே சென்றனர். இரண்டாம் சாஞ்சோ (*Sancho II ? 1210-1248*; ஆ.கா.*1273-1245*) அந்த எல்லையை அல்கார்வி (*Algarve*) வரை விரித்தார். அவரின் உடன் பிறப்பான மூன்றாம் அல்ஃபோன்சோ (*1248-1279*) அந்த வெற்றியை நிறைவு செய்தார். அத்துடன் போர்ச்சுக் கல்லின் எல்லைகள் இன்றுபோல் நிலைபெற்றுவிட்டன.

போர்ச்சுக்கல்லின் வரலாற்று இடைக்கால அரசர்களுள் தினிஸ் (*Diniz 1261-1325*; ஆ.கா.*1279-1325*) மிகவும் சிறப்பானவர்; ஒரு புலவருமாவார். அவர் கலைகளையும் இலக்கியத்தையும் புரந்தார். அதனால் அவர் ''பாணரின் கேளிர்'' என்ற சிறப்புப் பெயரைப் பெற்றார். அவர் வேளாண்மையிலும் ஆழ்ந்த ஈடுபாடு கொண்டதால் ''அரச வேளாளர்'' என்றும் அழைக்கப்பட்டார். இங்கிலாந்துடன் வாணிப உடன்படிக்கை செய்து

கொண்டார். அவர் ஒரு கடற்படையை அமைத்துப் போர்ச்சுக்கல்லின் எதிர்கால மேன்மைக்குக் கடைகாலிட்டார். அவர் இதற்கென்று இத்தாலியின் ஜெனோவாவிலிருந்து எம்மானுவல் தி பெசஞா (*Emanuele di Pezagna*) என்ற கப்பற்படைத் தலைவரை வரவழைத்தார்.

பிரிட்டனுடன் நட்புறவு

எனினும் தினிசிற்குப் பின் ஆட்சியில் நீண்ட காலம் இருந்தவர்கள் இந்த முடுக்கத்தை நீடிக்கச் செய்யவில்லை. அவர்கள் அடுத்த அறுபதாண்டுக் காலம் சண்டை சச்சரவுகளில் ஈடுபட்டனர். அவர்கள் பெரிதும் கேஸ்டிலியுடனும் தென் ஸ்பெயினில் மீண்டும் காலூன்ற முயன்ற மூர்களுடனும் போரிட்டனர். இங்கிலாந்துடன் உறவு நீடித்தது. இரு நாடுகளுக்குமிடையில் 1386 மே-யில் விண்சர் உடன்படிக்கை ஏற்பட்டது. அதன் பலனாய்ப் போர்ச்சுக்கல்லும் இங்கிலாந்தும் முறைப்படி நட்பு நாடுகளாயின. ஒன்று மற்றொன்றின் நலன்களையும் நிலப்பகுதிகளையும், அவை ''எங்கிருந்தாலும்'' காப்பாற்றுவது என்று அவ்வுடன்படிக்கையில் கூறப்பட்டிருந்தது. இவ்வுடன்படிக்கையை மேலும் நெருக்கமாக்கும் விதத்தில், போர்ச்சுக்கல் அரசர் ஆவிஸ் அரசகுடியின் முதலாம் ஜானுக்கும் (*John 1 1356-1433;* ஆ.கா.1385-1433) இங்கிலாந்தில் மிகு வல்லமை வாய்ந்த பெருங்குடிப் பிரபான காண்டு ஜானின் (*John of Gaunt*) மகள் லங்காஸ்டர் ஃபிலிப்பாவிற்கும் 1387 இல் திருமணம் நடந்தது.

கடலோடி ஹென்றி

அவர்களுக்குப் பிறந்தவர்தான் ''கடலோடி ஹென்றி'' (*Henry the Navigator 1394 - 1460*) என்ற தனிச்சிறப்பு வாய்ந்த அரசராவார். அவர் தான் போர்த்துக்கீச வரலாற்றில் மேன்மையான காலத்தைத் தோற்றுவித்தார். அவர் போர்ச்சுக்கல்லின் முதல் தேட்டப் பயணங்களைத் தொடங்கி வைத்து, அவற்றுக்கு ஆதரவும் தந்தார். (இ.ச.க தொகுதி-5) ஹென்றி தொடங்கிவைத்த கடலோட்டத் தேட்டப் பயணங்கள் அவர் இறந்த பின்னரும் நில்லாமற் தொடர்ந்தன.

பார்த்தலோமிய டயஸ் (*Barthalomeu Diaz*) ஆப்பிரிக்கத்தின் தென் கோடியை 1488 இல் சுற்றி வந்தார். வாஸ்கோடகாமா (1469-1524) அவ்வழியில் 1498 இல் இந்தியத்தை அடைந்தார். போர்த்துக்கீசர் அதற்கு வெகுசில ஆண்டுகளுக்குள் கடல் கடந்து உலகு தழுவிய பேரரசை அமைத்துவிட்டனர். பாப்பரசர் 1494 இல் ஏற்பட்ட டார்டி சில்லாஸ் உடன்படிக்கைப்படி அப்பேரரசை ஏற்று ஒப்பினார். பாப்பரசர் அவ்வுடன்படிக்கைப்படி உலகை இரு கூறுகளாக்கிப் போர்த்துக்கீசருக்கும் ஸ்பானியருக்கும் பகிர்ந்தளித்தார்.

போர்ச்சுக்கல்லின் பொற்காலம்

முதலாம் மனுவேலின் (*ManuelI1469-1521;* ஆ.கா.1495-1521) ஆட்சிக்காலத்தில் போர்ச்சுக்கல்லின் பொற்காலம் உண்டானது. அவர் ''அதிர்ஷ்டக்காரர்'' என்று அழைக்கப்பட்டார்.

முதலாம் மனுவேலின் ஆட்சிக் காலத்தில் போர்த்துக்கீசக் கடலோடிகள் கடற்பயணங்களில் அருஞ்செயல்களை நிகழ்த்தினர்; வாஸ்கோடகாமா இந்தியத்திற்குக் கடல்வழியைத் திறந்தார்; கபரால் பிரேசிலில் இறங்கினார்; கோர்டி ரியல் (*Corte-Red*)

லாபரடாரை அடைந்தார். மனுவேல் எக்காலத்தும் தன் அரசிற்குத் தானே ஆண்டையாயிருந்தார். ஆனால் அவரின் மகன் மூன்றாம் ஜான் (*John III* 1502-1557; ஆ.கா. 1521-1557) சமயத் தலைவர்களின் செல்வாக்கிற்கு ஆள்பட்டுவிட்டார். அதனால் அவர் சமய முரணியரைத் தேடிக் கண்டுபிடித்துத் தண்டிப்பதற்காகச் சமய முரணியர் தண்டமன்றத்தை போர்ச்சுக்கல்லுக்குள் 1536 ஆம் ஆண்டில் நுழைய விட்டுவிட்டார். அதற்கு நான்காண்டுகளுக்குப் பிறகு ஏசு சபையினர் அந்நாட்டினுள் அடியெடுத்து வைத்தனர்.

ஜான் இறந்ததும் அவரின் மூன்று வயதுப் பேரன் செபாஸ்தியனுக்குப் (*Sebastian* 1554-1578; ஆ.கா.1557-1578) பட்டங்கட்டினர். ஏசு சபையினர் அரச காவலராயிருந்து நாட்டை ஆண்டனர். செபாஸ்தியன் வயதிற்கு வந்த பின்னரும் ஆட்சிக் கடிவாளம் ஏசு சபையினர் கையில் இருந்தது. அவர் வயதான பின்னர் மொராக்கோவில் மூர்களுக்கு எதிராய்ப் போர் தொடுத்துத் தோல்வியடைந்தார். அப்போரில் உயிரையும் இழந்தார். அவருக்குப் பின் வயதான அவருடைய சிற்றப்பனான இளவரசர் ஹென்றி மட்டுமே பட்டத்திற்குரியவரானார்.

அவர் (*Henry* : 1512 -1580; ஆ.கா.1578-1580) ரோமன் கத்தோலிக்கத் திருச்சபையின் கார்டினல்: போர்ச்சுக்கல்லின் சமய முரணியர் தண்டமன்றின் உயர் தலைவராயுமிருந்தார். அவர் போர்ச்சுக்கல்லின் அரசராகிப் பதினெட்டு மாதங்களுக்குள் இறந்துவிட்டார்.

ஸ்பெயினுக்கு அடிமை

வெற்றாகிப் போன அரசிருக்கை மீது பலர் உரிமை கொண்டாடினர். ஓராண்டுக் காலச் சச்சரவிற்குப் பிறகு மூன்றாம் ஜானின் உடன் பிறந்தார் மகனான ஸ்பெயின் அரசர் இரண்டாம் ஃபிலிப்பு படை பலத்தையம் ஏசு சபையினரின் ஆதரவையும் கொண்டு போர்ச்சுக்கல்லின் அரசரானார். போர்ச்சுக்கல் அடுத்த அறுபதாண்டுக்காலம் ஸ்பெயினுக்கு அடிமைப்பட்டுக் கிடந்தது.

போர்த்துக்கீசர் ஸ்பானியரின் வலுவின்மையைத் தமக்கு நல்வாய்ப்பாக்கிக் கொண்டு 1640 ஆம் ஆண்டு குருதி சிந்தாமல் தன்னுரிமை பெற்றுவிட்டனர். தாயகக் கோமகனான பர்கன்சா (*Duke of Barganza*) நான்காம் ஜான் (*John IV*; 1604-1656; ஆ.கா.1640-1656) என்ற பெயரில் போர்ச்சுக்கல்லின் அரசரானானர். எனினும் போர்ச்சுக்கல் விடாது போராடித் தான் தன்னுரிமை பெற்றது. இருநாடுகளுக்கும் விட்டுவிட்டு 28 ஆண்டுக்காலம் சண்டைகள் நடந்தன. இறுதியில் ஸ்பெயின் 1662 ஆம் ஆண்டு போர்ச்சுக்கல்லின் தன்னாட்சியுரிமையை ஏற்றது.

எஞ்சியது பிரேசில்

போர்த்துக்கீசப் பேரரசின் பெருமைகள் மங்கிவிட்ட போதிலும், அதன் கையிலிருந்த ஒரு பகுதி மட்டும் மிகுந்த முக்கியத்துவம் வாய்ந்ததாயிருந்தது. அது பிரேசில் ஆகும். பிரேசில் தென்னமெரிக்கக் கண்டத்தின் நிலப்பரப்பில் கிட்டத்தட்டப் பாதி இருக்கும். இன்று அதன் மக்கள் தொகையும் அந்தக் கண்டத்து மக்களில் பாதியாக உள்ளது (அதன் பரப்பளவு 85, 11, 957 சதுர கிலோ மீட்டர்; இன்று மக்கள் தொகை சுமார் பத்துக்கோடி). போர்த்துக்கீசர் 1500 ஆம் ஆண்டு முதல் அங்கு குடியேறலாயினர்.

பிரேசில் தங்கம்

அங்கு தங்க, வைர வயல்கள் 1693 ஆம் ஆண்டில் கண்டுபிடிக்கப்பட்டன. அவற்றிலிருந்து பர்கான்ச அரசிற்கு ஏராளமான செல்வம் வந்து குவிந்தது. அதனால் அவர் கோட்டஸ் என்ற போர்த்துக்கீச நாடாளுமன்றத்தைக் கலைத்து விட்டார். (*Cortes* என்பது ஸ்பானிய, போர்த்துக்கீச நாடாளுமன்றங்களைக் குறிக்கும்.) அம்மன்றம் கடைசியாய் 1697 இல் கூடியது. அதன்பிறகு கிட்டத்தட்ட ஒரு நூற்றாண்டிற்கு மேல் அம்மன்றம் கூடவில்லை.

பொம்பல்

பிரேசிலிலிருந்து தொடர்ந்து தங்கம் வந்து கொண்டிருந்ததால், பர்கான்ச குடி அரசர்கள் பதினெட்டாம் நூற்றாண்டின் நடுப்பகுதி வரையிலும் தனி முழு ஆண்மையுடைய முடி மன்னர்களைப் போல் நடந்து கொண்டனர். போர்ச்சுக்கல் அட்லாண்டிக்கிற்கு அப்பாலிருந்து வரக்கூடிய தங்கத்தை மட்டுமே நம்பியிருப்பது இன்னல் தரும் என்பதை நெடுநோக்குள்ள அரசியல் தந்திரியான மார்க்குவிஸ் தெ.பொம்பல் (*Marquis de Pombal 1699-1782*) உணர்ந்தார். அரசர் ஜோசப்பு (1714-1777; ஆ.கா. 1750-1777) 1777 இல் இறந்தது வரையிலும் 7 ஆண்டுகள் போர்ச்சுக்கல்லின் ஆட்சிப் பொறுப்பு பொம்பலின் கையில் இருந்தது. பொம்பல் 1755 ஆம் ஆண்டு ஏற்பட்ட நிலநடுக்கத்தினால் அழிந்து போன லிஸ்பன் நகரைப் புதுப்பித்துக் கட்டினார். (லிஸ்பன் நிலநடுக்கம் : இ.ச.க தொகுதி-6) பொம்பலின் இத்தகைய திடீர் எழுச்சியினால் அவருக்குப் பகைவர் பலர் முளைத்தனர்.

இன்று லிஸ்பனில் நம் கண்களுக்குத் தெரிவனவெல்லாம் பொம்பலினால் உண்டானவையாகும். அவர் நிதித்துறை, கல்வித் துறை, போர்ப்படைகள் ஆகியவற்றைச் சீர்திருத்தினார்; ஆட்சி திறம்பட இயங்குமாறு செய்தார்; தொழில்களுக்குப் புத்தூக்கம் கொடுத்தார். ஜோசபையடுத்து அரசு கட்டிலேறிய மனஉறுதியற்ற முதலாம் மரியாள் (1734-1816: ஆ.கா. 1777-1816) பொம்பலைப் பதவியிலிருந்து நீக்கியதும், அவர் ஆற்றிய அரும்பணிகளெல்லாம் பாழ்பட்டன.

அரசவை கடல் கடத்தல்

நெப்போலியன் போர்கள் (1789-1815) தொடங்கியதும் போர்ச்சுக்கல் பிரிட்டனின் பக்கம் சேர்ந்துவிட்டது. பிரான்சும் ஸ்பெயினும் இந்நிலையில் போர்ச்சுக்கல்லைத் தம்முள் பங்கு போட்டுக் கொள்வதென்று முடிவு கட்டிவிட்டன. பிரஞ்சுப் படைத் தலைவரான ஜுனோ 1807 நவம்பரில் லிஸ்பனில் வந்து அமர்ந்துவிட்டார். அதனால் போர்த்துக்கீச அரசவை கடல் கடந்து தென்னமெரிக்கத்திலுள்ள பிரேசிலுக்கு ஓடிப்போனது. அதனால் பர்கான்ச அரச குடியினர் போர்ச்சுக்கீச அரியணையை இழந்து விட்டனர் என்று பிரஞ்சுக்காரர் அறிவித்துவிட்டனர்.

பிரேசில்

போர்த்துக்கீசக் கடற்படைத் தலைவரான அட்மிரல் பெதரோ ஆல்வாரஸ் கபரால் (*Pedro Alvares Cabral; 1460-1526*) 1500 ஆம் ஆண்டு பிரேசிலில் இறங்கிய போது, கற்காலத்தை விட்டு இன்னும் வெளியேறாதிருந்த நாகரிக முதிர்ச்சியற்ற செவ்விந்தியர்

அங்கு வாழ்ந்திருக்கக் கண்டார். அங்கு பெட்டிகள் செய்வதற்குப் பயன்படும் வெப்ப மண்டல மரமான பிரேசில் (brazil wood) மரங்கள் காணப்பட்டதால், அந்நாடு அம்மரத்தின் பெயரால் பிரேசில் என்று அழைக்கப்பட்டது. போர்த்துக்கீசர் 1494 ஆம் ஆண்டு ஏற்பட்ட டார்டிசில்லாஸ் உடன்படிக்கைப்படி, பிரேசில் தனக்குரியதென்று உரிமை கொண்டாடினர்.

கரும்புத் தோட்டங்கள்

பிரேசிலின் கிழக்குக் கரையோரப் பகுதியில் போர்த்துக்கீசர் கரும்பு பயிரிடத் தொடங்கினர். கரும்புத் தோட்டங்களில் வேலை செய்வதற்காக மேற்கு ஆப்பிரிக்கத்திலிருந்து ஆயிரக்கணக்கான ஆப்பிரிக்கர் கொண்டுவரப்பட்டனர். ஆப்பிரிக்கருக்கும் இந்தியருக்கும் பிற கூட்டத்தாருக்குமிடையே கலப்பு ஏற்பட்டது. அதனால் பிரேசில் மக்கள் தனித்தன்மை வாய்ந்த கலப்பினத்தவராய் இன்று உலகில் உள்ளனர். அது பெரும்பாலான பிரேசிலியருக்குப் பெருமை தருகின்றது.

தங்கமும் வைரமும்

மைனாஸ் ஜெராயிஸ் (Minas Gerais) என்ற மையப் பகுதியில் நாம் மேலே கூறியவாறு 1690 ஆம் ஆண்டில் தங்கம் கண்டுபிடிக்கப்பட்டது. அதனால் அந்நாடு இன்று உலகில் செல்வ வளம் மிக்கதாய் விளங்குகின்றது. தங்கம் அங்கு கண்டுபிடிக்கப்பட்டதன் விளைவாய் ஏராளமானவர்கள் தங்கத்தைத் தேடி வந்து குழுமினர். கரும்புத் தோட்டக்காரர் பலர் தம் அடிமைகளொடு அங்கு சென்று அந்தக் கூட்டத்தை மேலும் பெருக்கினர். அதற்குச் சில ஆண்டுகளுக்குப் பிறகு அதே மைனாஸ் ஜெராயிசில் வைரம் கண்டுபிடிக்கப்பட்டது. பிரேசில் அதன் பிறகு ஓராண்டுக் காலம் செல்வத்தில் மிதந்தது. அது உலகிற்குத் தங்கமும் வைரமும் அளிக்கும் பெரிய நாடானது.

இந்திய சரித்திரக் களஞ்சியம் | 263

சால்வடோர்

கிழக்குப் பிரேசில் பாகிய (*Bahia*) என்ற மாநிலத்தின் தலைநகராயிருக்கும் துறைமுகப் பட்டினமான சால்வடோர், 1549 ஆம் ஆண்டில் போர்த்துக்கீசக் குடியேற்றத்தின் தலைநகராகி, 1763 ஆம் ஆண்டுவரை நீடித்தது. இது அக்காலத்தில் ஆப்பிரிக்க அடிமை வாணிபத்தில் பெரிய மையமாயிருந்தது. அட்மிரல் பெதரோ ஆல்வாரஸ் கபரால் 1500 ஆம் ஆண்டில் இங்குதான் கரையிறங்கினார். சடல்வடோரின் ஆல்டா (*Alta*) அல்லது மேலநகரின் பெரும்பகுதி ஒரு வளைகுடாவைப் பார்க்க அமைந்திருக்கும் செங்குத்தான மேட்டுநிலத்தில் நிற்கின்றது. இங்கு 17, 18 ஆம் நூற்றாண்டுகளைச் சேர்ந்த நூற்றுக்குமதிகமான சர்ச்சுகளும் பொதுக் கட்டடங்களும் உள்ளன. அப்பகுதி தேசிய நினைவுச் சின்னமென்று பாதுகாக்கப்பட்டுள்ளது. இதன் பழம்பெயர் பாகியா: பாகியா எனில் செங்குத்தான மேடு என்று பொருள். இங்கிருந்த தலைநகரம் 1763 ஆம் ஆண்டில் ரியோடி ஜனீராவிற்கு மாறியது.

ரியோடி ஜனீரா

ரியோடி ஜனீரா மலைகளின் அருகிலுள்ளது. அவற்றுள் குறிப்பிடத்தக்கது சுகர் லோவ் மௌண்டன் ஆகும். இந்நகரம் சுருக்கமாய் ரியோ (*Rio*) என்று அழைக்கப்படுகின்றது. இது பெருவியப்புத் தருகின்ற இடத்தில் கட்டப்பட்டுள்ளது. போர்த்துக்கீசர் 1502 ஆம் ஆண்டு முதன் முதலில் இதைக் கண்டுபிடித்ததும் இதற்கு ''ஜனவரி ஆறு'' என்று பெயரிட்டுவிட்டனர். ஏனெனில் மிகப் பெரிய குவன்பர வளைகுடாவை (*Guanabara Bay*) ஒரு பேராற்றின் கழிமுகம் என்று தவறாய்க் கருதிவிட்டனர். இந்த வளைகுடாவில்தான் ரியோ நகரம் நிற்கின்றது.

பிரஞ்சுக்காரர் 1555 ஆம் ஆண்டு இந்நகரை நிறுவினர். அதைப் போர்த்துக்கீசர் 1567 ஆம் ஆண்டில் கவர்ந்து கொண்டனர். (இது பிரேசிலின் மிகப் பெரிய துறைமுகமாகும். இது 1763 முதல் 1960 வரை பிரேசிலின் தலைநகராயிருந்தது. பின்னர் 1960 ஆம் ஆண்டில் திட்டமிட்டுக் கட்டிய பிரேசிலியா என்ற நகருக்குத் தலைநகரம் மாறியது.)

பிரஞ்சுப் படைகள் 1807 நவம்பரில் லிஸ்பனைக் கவர்ந்ததும் போர்த்துக்கீச மன்னர் தன் குடும்பத்தினருடனும் அவையினருடனும் ரியோடி ஜனீராவை அடைந்தார். அதனால் 1808 முதல் இந்தப் பட்டினம் போர்த்துக்கீசப் பேரரசின் கோநகரானது.

3. ஆசியத்தில் போர்த்துக்கீசம்

இலண்டனில் இந்தியத்துறை அலுவலகத்தில் (*India Office*) பணியாற்றிய இளம் எழுத்தர்கள் ஒவ்வொரு நிதியாண்டின் தொடக்கத்திலும் அதற்கு முந்தைய ஆண்டின் ''நடப்புகளை'' (*Quick Stocks*) ஆங்கிலத்தில் எழுதி வைத்தனர். அவற்றில் போர்த்துக்கீச அகராதிகள் எத்தனை என்ற கணக்குக் கூறப்பட்டிருந்தது. இந்திய மாநிலங்களின் (*presidencies*) பயனுக்கென்று 1709 மே முதல் நாளன்று இருநூறு அகராதிகள் இருந்தன. ஆங்கிலேயர், டச்சுக்காரர், டேனியர், பிரஞ்சுக்காரர் முதலானோர் இந்தியத்தை அடைந்ததற்குப் பலகாலத்திற்கு முன்னரே ஒருவகையான கிரியோல் என்ற கலப்புமொழி உண்டாக்கப்பட்டு விட்டது (*Creole* என்பது போர்த்துக்கீசமும் வட்டாரமொழி ஒன்றும் கலந்த கலப்புமொழி). ஐரோப்பியரும் ஆசியரும் அந்தக் கலப்பு மொழியில் பேச்சு நடத்தி

வந்தனர். அது இருதரப்பினர் கலந்து பேசுவதற்கு ஏற்கப்பட்ட மொழியாயும் செங்கடலிலிருந்து சீனத்துக் காண்டன் வரையிலும் வணிகர் மொழியாயும் வழங்கி வந்தது. இது கூடிப்பேசுவதற்கு ஏற்கப்பட்டமொழி என்ற வகையில் பாரசிகனுக்கு இருந்த மதிப்பைப் பெற்றிருக்கவில்லை எனினும் சீனக் கடற்பகுதிகளில் இம்மொழி பாரசிகனைவிட நன்கு அறியப்பட்டிருந்ததால், இது எங்கும் பரவலாய் வழங்கி வந்தது.

''பெரும்பாலான ஐரோப்பியர் பொதுவாய் உரையாடுவதற்கும் பல்வேறு இந்திய மக்களுடன் பேசும் தகுதியைப் பெறுவதற்கும் முதற்கண் கற்கின்ற மொழி இது'' என்று அலக்சாந்தர் ஹாமில்டன் என்ற ஸ்காத்தியர் போர்த்துக்கீசம் பற்றிக் குறிப்பிட்டார். கீழைக் கடல் பகுதிகளில் அமைந்திருந்த ஐரோப்பிய வாணிபப் பண்டசாலை ஒவ்வொன்றிலும் போர்த்துக்கீச இந்திய கிறித்தவ மொழி பெயர்ப்பாளர் ஒருவரும் போர்ததுக்கீச ''எழுத்தர்'' ஒருவரும் இருந்தனர்.

படேவியத்தில் (இந்தோனேசியம்) டச்சு மொழியைக் காட்டிலும் மிகுதி ஆனவர்களால் போர்த்துக்கீச மொழி பேசப்பட்டது. சென்னையிலும் பம்பாயிலும் ஆங்கிலத்தை விட அதிக அளவில் போர்த்துக்கீசம் வழங்கிற்று. படேவியத்தை டச்சுக்காரர் பிடித்த பின்னர் அங்கு போர்த்துக்கீச மொழி பேசுவோர் மிகலாயினர். தென்னிந்தியத்திலிருந்தும் இலங்கையிலிருந்தும் இந்திய, யூரேசியக் குடியேறிகள் படேவியத்திற்குச் சென்று சேர்ந்தமையால் போர்த்துக்கீசம் பேசுவோர் அங்கு மிகுந்தனர். டச்சுக்காரர் அவர்களை மதம் மாற்றியதால் நிலைமை அங்கு சிக்கலானது. டச்சுத் தலைமை ஆளுநரும் ஆட்சி மன்றக் குழுவினரும் (Council) டச்சு மொழிக்குப் போர்த்துக்கீசத்தால் இன்னல் உண்டாகின்றது என்று 1640 ஆம் ஆண்டுகளில் எண்ணலாயினர். அதற்குக் காரணம் இருந்தது. போர்த்துக்கீசர் இந்தியத்திலும் இலங்கையிலும் தம் ஆளுகைக்குள்ளிருந்த பகுதி மக்கள் மீது போர்த்துக்கீச மொழியை வலுக்கட்டாயமாய்த் திணித்தனர். (இ.ச.க தொகுதி-5)

டச்சுக்காரர் அதற்கு எழுபதாண்டுகளுக்குப் பிறகு 1708 இல் போர்த்துக்கீசத்தை ஆதரித்தனர். ஏனெனில் ''போர்த்துக்கீசச்'' சர்ச்சுகளில் மலாய் மொழியிலும் போர்த்துக்கீசனிலும் மாறி மாறி வழிபாடு நடத்த வேண்டும் என்ற கோரிக்கை படேவியத்தில் வலுத்தது. இந்தியத்திலிருந்த ஐரோப்பியப் பண்ட சாலைகள் பலவற்றில் போர்த்துக்கீசப் பள்ளிகள் நடந்து வந்தன.

இந்தியத்தில் சமயம் பரப்பப் போர்த்துக்கீசம்

''பிரான்சிஸ்கன் சபைத் துறவியர் (குரங்கினூர் என்ற) கிராங்கனூரிலும் ஏசு சபையினர் வைப்பீன் கோட்டை, கொல்லம் ஆகிய இடங்களிலும் அமைத்த போர்த்துக்கீசக் கல்லூரிகள் சமயத்தைப் பரப்பும் நோக்கம் கொண்டவையாகும். அவை சிரியன் கிறித்தவரிடையே ரோமன் கத்தோலிக்கச் செல்வாக்கை உண்டாக்கும் குறிக்கோள் உடையனவுமாகும். எனினும் அவை நூற்றுக்கணக்கான மலையாளிகளுக்கு இலத்தீனத்தையும் போர்த்துக்கீசத்தையும் கற்பித்தன. கேரளம் பிற்காலத்தில் இந்தியம் முழுமையிலும் எழுத்தறிவு மிக்க மாநிலம் என்ற சிறப்பைப் பெறுவதற்கு வழிவகுக்கும் வகையில் அக்கல்லூரிகள் மாபெரும் கல்வி இயக்கத்தைத் தோற்றுவித்தன.

''கிறித்தவர் மட்டுமின்றி, தலைமையான இந்துக் குடும்பத்தினரும் மேற்கத்திக்கல்வியின் இந்தச் செல்வாக்கிற்கு ஆள்பட்டனர். கொச்சியின் பிற்கால அரசர்கள் போர்த்துக்கீச மொழியில் தங்கு தடையின்றிப் பேசினர். பெரும்பாலும்

அம்மொழியிலேயே கடிதப் போக்கு வரவும் வைத்துக் கொண்டனர். கேரளத்தில் பிரிட்டிசாரின் மேலாண்மை ஏற்பட்டது வரையிலும் கூடப் போர்த்துக்கீச மொழியே கேரள அரசர்களின் அரசியல் மொழியாயிருந்து வந்தது. எடுத்துக்காட்டாய்,போர்த்துக்கீசர் கேரளத்தை விட்டு நீங்கி ஐம்பதாண்டுகளுக்குமதிகமான காலத்தின் பின்னும் கோழிக்கோட்டுச் சாமூதிரி ஆங்கிலப் பண்டசாலைத் தலைவருக்குப் போர்த்துக்கீச மொழியிலேயே கடிதங்கள் எழுதினார்.'' இங்ஙனம் கே.எம்.பணிக்கர் *(1894 -1963)* கூறுகின்றார்.

இந்தியர்க்குக் கல்வியளிக்கப் போர்த்துக்கீசனைப் பாடமொழியாய்க் கொள்ள வேண்டும் என்று கருத்தைச் சென்னை ஜார்ஜ் கோட்டையில் சிறப்புக் குருவாயிருந்த *(Chaplain)* ஜார்ஜ் லூவிஸ் *(George Louis)* ஆதரித்தார்.

போர்த்துக்கீசன் பதினெட்டாம் நூற்றாண்டின் இறுதி வாக்கில் தலையோங்கிய ஐரோப்பிய மொழியாய்க் கீழையுலகில் விளங்கிற்று. போர்த்துக்கீசன் வணிகரின் பேச்சு மொழியாயிருந்த இடத்தில், ஆங்கிலத்தைத் திணிக்கும் முயற்சி பதினெட்டாம் நூற்றாண்டின் நடுவில்தான் தொடங்கிற்று.

ஆங்கிலப் பண்ட சாலைகளில் பணிபுரிந்த இந்திய ஊழியர்கள் *1620* கள், *1630* களில், ''தத்தித் தத்தி'' ஆங்கிலம் பேசினர். பிற பண்டசாலைகளில், போர்த்துக்கீசன் தவிர, வேறு ஐரோப்பிய மொழிகளும் பேசப்பட்டன.எனினும் ஆசியர் இதற்கு ஒரு நூற்றாண்டிற்குப் பிறகு தான் வேறு ஐரோப்பிய மொழிகளில் கடிதங்கள் எழுதலாயினர். அதுவரையிலும் போர்த்துக்கீசத்தையே அவர்கள் ஆண்டு வந்தனர்.

போர்த்துக்கீசம் இந்திய ஐரோப்பிய மொழிக் குடும்பத்தின் ரோமானியக் கூட்டத்தைச் சேர்ந்தது. அது கொச்சை இலத்தீனத்தின் கலீசிய வட்டார மொழியிலிருந்து தோன்றியதாகும். இன்று உலகில் பதினோரு கோடிப் பேர் போர்த்துக்கீசன் பேசுகின்றனர்.

4. தென்னமெரிக்க அரசியல் விழிப்பின் பின்புலம்

ஸ்பானிய மன்னருக்கு உரிமையான அமெரிக்க மாநிலங்கள் மலைக்க வைக்கும் அளவிற்கு விரிந்து பரந்திருந்தன. வடக்கில் மெக்சிக்கோ அல்லது புதிய ஸ்பெயின் *(New Spain)* என்ற பெரும் பரப்புக் கிடந்தது. இதில் இன்றைய மெக்சிக்கோ, பனாமாவின் வடக்கிலுள்ள நடு அமெரிக்கம், ஸ்பானிய மேற்கிந்தியத் தீவுகள், தென்மேற்கு அமெரிக்க ஒன்றியம், பிலிப்பைன்கள் ஆகியன அடங்கியிருந்தன. அதன் கீழே தென்னமெரிக்கத் துணைக்கண்டத்தின் வடக்கில் மேலும் இரு மாநிலங்கள் இருந்தன; ஒன்று வெனிசுலம் *(Venezuela)*, அதன் தலைமையான நகரம் கராக்காஸ் *(Caracas* : இது *1567* ஆம் ஆண்டு நிறுவப்பட்டது*)*; மற்றொன்று நியூ கிரனடா *(New Granada)*; இதன் தலைநகரம் காட்சினா துறைமுகப்பட்டினம்; அங்கு ஆண்டுதோறும் ஆறு வாரம் நடக்கும் பெரிய சந்தை உலக வாணிபத்தின் மாபெரும் மையமாய் விளங்கிற்று.

அங்கிருந்து மூன்று வாரம் படகிலும் கோவேறு கழுதையிலும் சென்றால் ஆண்டீசு மலையின் உள்ளடங்கிய பகுதியில் மலைமீது மிகுந்த உயரத்திலுள்ள அதன் தலைநகரமான சாந்த ஃபே தெ போகாட்ட *(Santa Fede Bogota;* இன்றைய கொலம்பியத்தின் தலைநகரம்; கிழக்கு ஆண்டீசின் சமவெளிப் பகுதியில் அமைந்தது. இந்நகரை ஸ்பானியர் *1538* ஆம் ஆண்டு நிறுவினர்.*)* அமைந்த கொலம்பியம் அதன் தெற்கில் லைமாவை *(Lima:*

இது பசிபிக்கின் கரையருகே ரிமாக்கு ஆற்றின் கரைமீதுள்ளது. இங்கு தென்னமெரிக்கத்திலேயே தொன்மையான பல்கலைக் கழகம் உள்ளது. இது 1551 ஆம் ஆண்டு தொடங்கப்பட்டது) தலைநகராய்க் கொண்ட பெரு உள்ளது. லைமா மெச்சிக்கோ நகரைப் போன்று சிறப்பு வாய்ந்தது. இவ்விரு நகரங்களிலும் அரசப் பேராளரான வைசிராய் இருந்தார்; பல்கலைக் கழகங்களும் அமைந்திருந்தன.

பதினெட்டாம் நூற்றாண்டின் இறுதியில் லைமாவிலும் மெச்சிக்கோ நகரிலும் நியூயார்க்கை விடக் கூடுதலான மக்கள் வாழ்ந்திருந்தனர். அங்கிருந்து தென்கிழக்கில் பல நூறு மைல்களுக்கப்பால், கடல் மட்டத்திலிருந்து 43,000 அடி உயரத்தில் நாம் இன்று அறிந்துள்ள பொலிவியம் உள்ளது. பெருநாட்டின் கற்பனையை மிஞ்சும் செல்வத்தை அள்ளித் தந்த போட்டோசி (*Potosi* : இன்று தென் பொலிவிய நகரம். இது உலகிலேயே மிக உயரமான இடத்திலமைந்த நகரம். இங்கு 1545 ஆம் ஆண்டு வெள்ளி கண்டு பிடிக்கப்பட்டது; தகரச் சுரங்கமும் உண்டு; பல்கலைக் கழகம் 1571 ஆம் ஆண்டு அமைந்தது.) அங்கு தான் உள்ளது.

தென்மேற்கில் ஆண்டீசு மலைக்கும் பசிபிக்குப் பெருங்கடலுக்கும் இடையே சிலி நாடு இந்நாட்டின் வட பகுதி பாலைவெளியான பாழ்த்தடம்; கொம்பு முனை (*Cape Horn*) நோக்கித் தெற்கில் நீளும் நிலப்பரப்பு மழைவளம் மிகுந்தது. அதன் நடுப்பகுதியில் தலைநகரான சாந்தியாகோ (*Santiago*: ஆண்டீஸ் மலையின் அடிவாரத்திலுள்ள நகரம்; சிலியின் தலைநகரம்; இங்கு இப்போது இரண்டு பல்கலைக் கழகங்கள் உள்ளன) இருக்கின்றது. அதனருகில் ''சொர்க்கப் பள்ளத்தாக்குகள்'' எனப்படும் பால்பரைசோ (*Valparaiso* : நடுச்சிலியில் அகன்ற வளைகுடாவை உடைய துறைமுகப் பட்டினம்; சிலியின் தலைமையான துறைமுகம்: இங்கும் இரண்டு பல்கலைக் கழகங்கள் இப்போது உள்ளன.) இருக்கின்றது. கொம்பு முனையைச் சுற்றி (*Cape Horn* : தென்னமெரிக்கத்தின் தென் தொங்கலில் அமைந்த ஒரு தீவில் பாறையான நிலமுனை. இது சிலிக்கு உரிமையானது; இங்கு இழிபெயர் பெற்ற சுழல் காற்று வீசும்; கடல் கொந்தளித்து எழும். பனாமா கால்வாய் கட்டப்பட்டது வரையிலும் அட்லாண்டிக்கிற்கும் பசிபிற்குமிடையே இந்த வழியில் தான் கப்பல் போக்குவரவு நடந்தது.) அங்கிருந்து கிழக்கே சென்றால், அதற்கும் தென்னமெரிக்கத்தின் கிழக்குக் கரையிலமைந்த போர்த்துக்கீசு குடியேற்றங்களுக்கும் நடுவே பிளேட்டு ஆற்றைச் (*River Plate*) சுற்றியமைந்த போனஸ், அயர்ஸ், மாண்டிவிடியோ, வடக்கே சுமார் 1600 கிலோ மீட்டருக்கு அப்பாலுள்ள அசன்சியன் ஆகிய பட்டினங்கள் சிதறிப் பரந்திருக்கின்றன. அவை முறையே அர்ச்சண்டினம், உருகுவே, பராகுவே ஆகிய நாடுகளின் தலைநகரங்களாகும். அவற்றுக்கு மேலே போர்ச்சுக்கல்லுக்கு உரிமையான பிரேசில் உள்ளது.

ஸ்பெயின் கைக்குள்ளடங்கிய இத்தகைய பேரரசு மனம் போன போக்கில் ஆளப்பட்டு வந்தது. இவ்வளவு பெரிய நிலப்பரப்பு ஸ்பானிய மணிமுடிக்குத் தனியுரிமையுடையதாயிருந்தது. அது மாட்ரிடிலிருந்த ''இந்தியப் பகுதிகள் மன்றம்'' (*Council of the Indies*) என்ற துறையினரால் ஆட்சி செய்யப்பட்டு வந்தது. ஆந்த ஆட்சியைக் கொடுங்கோன்மையானது என்று கூறுதற்கியலாது. இப்பெரு நிலத்தில் குடியேறிய ஐரோப்பியர் நாட்டு மக்களான இந்தியர்களைச் சுரண்டிவிடாமல் காத்து நிற்பது அதன் கடமை என்று ஸ்பானிய மணிமுடி எப்போதும் கருதி வந்தது.

ஸ்பானிய அமெரிக்கம் ஸ்பெயினின் அரசுரிமைக்கு அடங்கியதாயும், அடிப்படையில் அங்கு கிறித்தவத்தைப் பரப்பும் சமய நோக்குடையதாயும் இருந்தது.

ஸ்பானிய மன்னருக்காகவும், மெய்யான கிறித்தவ சமயத்திற்காகவும் கொலம்பஸ் *(1446-1506)* மிகப் பெரிய நிலப்பரப்பை உரிமையாக்கியதும், ஸ்பானிய நாகரிகம் பல நூற்றாண்டுகளாய்ச் சமய உணர்வுடன் அங்கு வேலை செய்து வந்தது. அங்கு எங்கு நோக்கினும் வெகு மேன்மையான சர்ச்சுகள் எழுந்தன. சமய முரணியரைத் தண்டிக்க முறைமன்றம் அமைந்தது. வெற்றி கொள்ளப்பட்ட இந்திய மக்களின் இறை வழிபாடுகளை ஸ்பானிய நாகரிகம் செரித்தது அல்லது உடன் நிலவ வழி செய்தது.

திருச்சபையும் மணி முடியும் சேர்ந்து மிகப் பெரிய கலப்பும் குழப்பமுமாயுமிருந்த சமூக வகுப்புகளையும் ஒத்திசைக்கும் பணியைச் செய்தன. அங்கு தனித் தன்மைகள் வாய்ந்த ''தீவக்குறை'' ஸ்பானியர் என்ற இரண்டு வெள்ளைப் பிரிவினர் இருந்தனர். முதல் வகுப்பினர் பெரிதும் வாணிபத்தை ஒழுங்குபடுத்துவது உள்பட போர்ப்படைகள், திருச்சபை, அரசு போன்ற துறைகளில் பதவி வகித்தனர். இன்னொரு கூட்டத்தார் அமெரிக்கத்தில் பிறந்த ஸ்பானியர் அல்லது கிரியோல்கள் *(Creoles)* என்போராவர். அவர்கள் முன்னவரை விட மிகுந்த எண்ணிக்கையினராயிருந்தனர்.

இவ்விரு பிரிவினையும் விட மிகுதியான எண்ணிக்கையினராய் இந்தியர், நீகிரோவர், கலப்பு இனத்தவர் ஆகியோர் வாழ்ந்தனர். இம்மக்களில் வெள்ளை - இந்தியக் கலப்பினர், இந்திய - நீகிரோ கலப்பினர் முதலானோர் அடங்குவர். இவர்கள் பெரும்பாலும் கைவினைஞராயும் சிறுதர வணிகராயும் வாழ்க்கை நடத்தினர். நீகிரோவர் அல்லது நீகிரோ இந்தியக் கலப்பினர் தோட்டத் தொழிலாளராயும் சுரங்கத் தொழிலாளராயும் வீட்டு வேலைக்காரர்களாயும் இருந்தனர்.

கிரியோல்கள் மேட்டுக்குடியினராய், நிலப்பிரபுக்களாய், சுரங்க முதலாளிகளாய் பண்ணையார்களாய் உயர்நிலை எய்தியிருந்தனர். தென்னமெரிக்க விடுதலை இயக்கத்தின் முன்னோடியாய் மேலோங்கிய சைமன் பொலிவா *(Simon Bolivar 1783-1830)* இந்த வகுப்பைச் சேர்ந்தவர்.

ஐரோப்பிய ஸ்பானியருக்கும் கிரியோல்களுக்கும் ஏற்பட்ட மோதலிலிருந்துதான், தென்னமெரிக்க விடுதலை இயக்கம் பிறந்தது. பொலிவா போன்ற விடுதலை வீரர் பிறந்ததற்குச் சுமார் நூறாண்டுகளுக்கு முன்னரே ஸ்பெயின் தனது வாணிப நடைமுறைகளை மிகவும் கடுமையாய் மக்கள் மீது திணிப்பதற்குப் பலகாலமாய் முயன்று வந்தது. அமெரிக்கத்திலிருந்து கிடைத்த பருத்தி, கோக்கோ, குனைன், அவுரி, மக்காச்சோளம், தோல், தங்கம், வெள்ளி (இவையனைத்திலும் அள்ள அள்ளக் குறையாது கிடைத்து வந்த வெள்ளி தான் ஸ்பெயினின் வீழ்ச்சிக்கு இறுதியில் காரணமானது.) ஆகிய பொருள்களுக்கு மாற்றாய், ஐரோப்பியத்தில் ஆக்கப்பட்ட கம்பளி, பட்டுத்துணிகள், இரும்புப் பொருள்கள் போன்றவற்றை ஸ்பெயின் அங்கு ஏற்றியனுப்பி வந்தது.

இப்பொருள்கள் யாவும் ஸ்பெயினுக்கு மட்டுமே தனியுரிமையான கரீபிய அல்லது மெக்சிக்க வளைகுடாத் துறைமுகங்களான வீரா கிரஸ் *(Veracruz :* மெக்சிக்கோவின் கிழக்கிலுள்ளது), போட்டோ பெல்லோ *(Potobello :* கரீபியன் கடலில் பனாமாவிலுள்ள சிறு துறைமுகம்; இது பின்னாளில் பனாமா கால்வாய் திறந்ததும் சீர்கெட்டுப் போனது,) ஆகிய துறைமுகங்களின் வழியேதான் ஏற்றவும் இறக்கவும் பட்டன.

இங்கு வந்து சென்ற கப்பல்கள் கடலில் கடற்படைக் கப்பல்களின் துணையொடுதான் நடமாட வேண்டி வந்தது. நிலத்திலோ, மிகப்பெருஞ் செலவில் எண்ணத் தொலையாத் தொலைவிற்குப் பொதி குதிரை, கோவேறு கழுதை, மாட்டு வண்டிகள் ஆகியவற்றில் கூட்டங் கூட்டமாய்ப் பண்டங்களை ஏற்றிச் சென்றனர்.

கள்ளக் கடத்தல்

கட்டுத் தளையற்ற அங்காடிகளில் வாங்கவும் விற்கவும் விருப்பம் கொண்ட ஐரோப்பிய ஸ்பானியர் தம் நலன்களுக்காகவென்று சுமத்திய வாணிபக் கட்டுப்பாடுகள் அனைத்தும் கேலிக்குரியனவாயும் எரிச்சலூட்டுவனவாயும் அமைந்தன. ஸ்பெயின் இங்ஙனம் நடந்து கொண்டு தன் கழுத்தைத் தானே அறுத்துக் கொண்டது. ஆதலால் பதினேழாம் நூற்றாண்டின் பிற் பகுதியிலும் பதினெட்டாம் நூற்றாண்டிலும் பிரஞ்சு, டச்சு, போர்த்துக்கீசு, பிரிட்டீசு வணிகர்களுடன் பெரிய அளவில் 'கடத்தல் வாணிபம்' தடைகளை மீறி நடந்து வந்தது. அந்நாடுகள் கடத்தி வந்தவற்றுள் தென்னமெரிக்கப் பகுதிகளில் அடிமைகள் மிகவும் வேண்டப்பட்டனர். அவற்றின் அடிமைப் பசியை அவற்றால் தணிக்க முடியவில்லை. பிரிட்டன் கள்ளத்தனமாய் நீகிரோ அடிமைகளைக் கொண்டு வந்து இறக்கிக் கொண்டே இருந்தது. பின்னர் 1713 ஆம் ஆண்டு பிரிட்டனுக்கும் ஸ்பெயினுக்கும் யுட்டரக்கு (*Utracht*) உடன்படிக்கை ஏற்பட்டது. அதனால் பிரிட்டன் ''சட்டப்படி'' அடிமைகளைத் தென்னமெரிக்கத்தில் கொண்டுபோய்க் குவித்தது.

கடத்தலால் நாடு செழிப்பு

ஸ்பெயின் கள்ளக் கடத்தலை ஒடுக்குவதற்குக் கடைப்பிடித்த கொள்கையினால் கிரியோல்களுக்கும் ஐரோப்பியக் குடியேறிகளுக்குமிடையே பிளவு ஏற்பட்டது. கள்ளக் கடத்தல் தடுப்பிற்காகப் பிரிட்டனுக்கும் ஸ்பெயினுக்கும் பல சண்டைகள் நடந்தன. அப்போது குடியேறிகள் எவர் பக்கம் சார்வது என்பதறியாது திகைக்க நேர்ந்தது. கள்ளக் கடத்தல்காரர்களால் தென்னமெரிக்கம் மிகவும் செழித்தது. குடியேறிகள் பெரிதும் விரும்பிய பொருள்களை மலிவான விலையில் ஐரோப்பியத்திலிருந்து வாங்கிக் கொள்ள முடிந்தது.

எண்ணங்களும் கடத்தல்

இப்பண்டங்களொடு உயிர் நாடியான ஒன்றையும் கடத்தல்காரர்கள் தென்னமெரிக்கத்தினுள் கொண்டு வந்து சேர்த்தனர். மாட்ரிடிலிருந்து இந்திய ஆட்சிப் பகுதிகள் மன்றத்தின் இசைவின்றித் தென்னமெரிக்கத்தினுள் எந்தப் புத்தகத்தையும் கொண்டு செல்ல முடியாது. ஆனால் ''பகுத்தறிவுக் காலத்தின்'' (*The Age of Reason*) நூல்களை இம்மக்கள் சுவைத்து மகிழ்வதை அரசின் அலுவலர்களாலும் சமய முரணியர் தண்டமன்ற அலுவலர்களாலும் தடுக்க முடியாமற்போயிற்று.

இருப்பினும் முற்றிலும் கள்ளக் கடத்தல் கூட்டத்தினரால்தான் ஸ்பானிய அமெரிக்கத்தினுள் அறிவெழுச்சி நுழைந்தது என்று கருதுவது தவறாகும். ஏனெனில் ஸ்பெயின்தான் அதற்குப் பெரிதும் தன்னையறியாமல் காரணமானது. பதினெட்டாம் நூற்றாண்டின் நடுவில்; ஹாப்ஸ்பர்க்குகள் கடைப்பிடித்து வந்த கடுமையான போக்கு மறைந்து, ஒப்பு நோக்குகையில் சற்று முற்போக்கான பூர்பான் அரசர்களின் ஆட்சி முறை வந்தது. பூர்பான்கள் அமெரிக்க நிலப்பரப்பை மாநிலங்களாய்ப் பிரித்தனர். ஒவ்வொரு மாநிலமும் பிரஞ்சு மாதிரியில் ஒரு கண்காணியின் (*intendants*) பொறுப்பில் விடப்பட்டது. ஏகபோக உரிமை பெற்ற துறைமுகங்கள் வழியேதான் பண்டங்கள் வருவதும் போவதும் இருத்தல் வேண்டும் என்ற ஏற்பாடு ஒழிக்கப்பட்டது.

ஸ்பானிய வணிகக் கப்பல்கள் கொம்பு முனை வழியே சிலிக்கும் பெருவிற்கும் செல்வதற்கு அனுமதிக்கப்பட்டன. வெனிசுலத்தின் பொருளியலை வலுப்படுத்தவும் அந்நாட்டின் தலைமைக் குடிமக்களின் செல்வ வளங்களைப் பெருக்கவும், அரசிடம் உரிமைப் பட்டயம் பெற்ற ஒரு வணிக நிறுவனம் அமைக்கப் பெற்றது. ஸ்பானியப் பேரரசினுள் தங்கு தடையின்றி எங்கும் வாணிபம் நடைபெறுவதற்கு 1818 ஆம் ஆண்டு இசைவு தரப்பட்டது. இங்ஙனம் தென்னமெரிக்கம் அரசியல் விழிப்புணர்ச்சி ஏற்படுவதற்குப் பல கூறுகள் காரணமாயிருந்தன.

இந்நிலையில் பிரான்ஸ் 1808 ஆம் ஆண்டு ஸ்பெயினைக் கவர்ந்து ஸ்பானிய அரசகுடியை வெற்றி கொண்டுவிட்டது. இந்த வெற்றி தென்னமெரிக்கத்தில் உண்டாக்கிய அரசியல் அதிர்வுகளும் ஸ்பானிய நுகத்தடியை அறுத்தெறியத் துணைபுரிந்தன.

1808

வரலாற்றுப் புள்ளிகள்

1. இந்தியத்தின் தற்கால நூலகம், அருங்காட்சியகம்

இந்தியத்தில் முதன்முதலில் அமைந்த தற்கால நூலகமும் அருங்காட்சியகமும் இந்தியவியல் ஆய்வில் முன்னோடியான வங்க ஆசியவியல் சங்கத்தில், கல்கத்தாவில் 1808 ஆம் ஆண்டு திறக்கப்பட்டது.

அச்சங்கம் தன் நூலகத்தையும் அருங்காட்சியகத்தையும் அமைக்கத் தகுந்த இடம் ஒன்றை அளிக்குமாறு அரசிற்கு விடுத்த வேண்டுகோள் 1804 ஜூலை முதல் நாளன்று மறுக்கப்பட்டது.

ஜே.எச்.ஹாரிங்டன் ஆசியச் சங்கத்தில் பழம்பெரும் உறுப்பினர். அவர் இச்சங்கத்தின் பல பொறுப்புகளில் இருந்தவர். அவர் வில்லியம் ஜோன்சின் காலத்தில்

சங்கச் செயலாளராய்ப் பணி செய்தார். அவர் பின்னர் 1797 முதல் 1819 இல் தாயகம் திரும்பியது வரையில் அப்பொறுப்பில் இருந்தார்.

ஹாரிங்டன் சங்கத்தின் துணைத்தலைவர் என்ற முறையில் அரசிற்கு எழுதிச் சங்க நூலகத்தையும் அருங்காட்சியகத்தையும் அமைக்கக் குதிரையேற்றப் பள்ளி இருந்த இடத்தை அளிக்குமாறு கேட்டார். அரசு அந்த இடத்தைத் தருவதற்கு 1805 மேயில் இசைந்தது.

சங்கம் கட்டடத்தை எழுப்புவதற்கு வேண்டிய திட்ட வரைவுகளை உடனே ஆயத்தப்படுத்தலாயிற்று. கட்டடத் திட்ட வரைவுகளைக் கேப்டன் பிரஸ்டன் எழுதித் தந்தார். அப்போது கல்கத்தாவில் கட்டுமான வேலையில் ஈடுபட்டிருந்த ஷான் ஜேக்கு பிஷோன் என்ற பிரஞ்சுக்காரர் சங்கக் கட்டடத்தைக் கட்டுவதற்காகத் தேர்ந்தெடுக்கப்பட்டார். அவர் தன் மதிப்பீட்டுத் திட்டங்களை 1805 செப்டம்பரில் சங்கத்திடம் அளித்தார். சங்கம் அவற்றை 1807 டிசம்பர் மாதத் தொடக்கத்தில் ஏற்றது.

கட்டுமான வேலை 1808 ஜனவரியில் கிட்டத்தட்ட முடிந்துவிட்டது. மொத்தம் 4108 ரூபாய்க்குள் வேலையை முடிப்பதாய் பிஷோன் ஒப்பந்தம் செய்திருந்தார். ஆனால் அதற்கு 28,366 ரூபாய் செலவாய்விட்டது. பிஷோன் இத்தொகையைத் தன் கையிலிருந்து செலவழித்திருந்தார். சங்கம் அவருக்கு 30,000 ரூபாய் கொடுத்துவிட்டது. ''இத்தொகையைத் பெற்றுக் கொள்ள எனக்கு உரிமையில்லை. எனினும் நன்றியுடன் பெற்றுக் கொள்கின்றேன்'' என்று பிஷோன் கூறினார்.

ஆசியச் சங்கம் 1808 தொடக்கம் வாக்கில் தொல்லியல் சேகரங்களையும் அறிவியல் மாதிரிகளையும் பெரிய அளவில் திரட்டிவிட்டது. இவையனைத்தும் இதுவரையில் சங்கச் செயலாளர்களிடம் இருந்து வந்தன. செயலாளர்கள் மாறும்போது இச்சேகரங்கள் புதுச் செயலாளரிடம் சென்றன. ஆதலால் கட்டடம் கட்டி முடிந்ததும், அவை இப்போது புதிய இடத்திற்கு மாற்றப்பட்டன. அங்கு ஒரு நூலகரும் பிற ஏவலரும் அமர்த்தப்பட்டனர்.

1808

இதுவே இந்தியத்தின் முதல் தற்கால நூலகமும் அருங்காட்சியகமும் ஆகும் என்பது ஒப்புக் கொள்ளப்பட்ட செய்தியாகும். அவையிரண்டும் புதிய இடத்தில் அமைந்ததும் அவற்றை மேம்படுத்தும் பணிகள் தொடங்கின. சீரங்கப்பட்டணம் 1709 இல் வீழ்ந்த பிறகு, அரசு திப்பு சுல்தானின் நூலகத்தை வில்லியம் கோட்டைக் கல்லூரிக்குக் கொடையளித்திருந்தது. (வில்லியம் கோட்டைக் கல்லூரி இ.ச.க. தொகுதி-10) அந்நூல் சேகரம் அரியது; விலை மதிப்புடையது. அழகுற ஒளிச் சிறப்புடன் கையால் வனப்பு எழுத்துகளில் எழுதப்பெற்ற குரான் படிகள், குலிஸ்தான் என்ற நூலின் ஆசிரியர் தன் கைப்பட எழுதிய ஒரு பழைய ஏடு, ஷாஜகானின் கையெழுத்தொடு கூடிய ''பாதுஷா நாமா'' முதலிய அரும்பெருஞ் சேகரங்கள் அதிலடங்கியிருந்தன. வங்க ஆசியவியல் சங்கம் அச்சேகரத்தைத் தனக்குத் தருமாறு வில்லியம் கோட்டைக் கல்லூரியின் ஆட்சிக் குழுவிடம் வேண்டியது. இவையன்றி, மதிப்பரிய வேறு பல சேகரங்களும் பிறவழிகளிலிருந்து சங்க நூலகத்திற்குக் கிடைத்தன.

2. அவுரி பயிரிடக் கம்பெனியின் ஆதரவு

அவுரி என்பது ஆங்கிலத்தில் இண்டிகோ (*indigo*) எனப்படும். இதை இண்டிகோட்டின் என்றும் கூறுவர். பயற்றினத் தாவரக் குடும்பத்தைச் சேர்ந்த அவுரியின் தாவரவியல் பெயர் *indigopera*. கிரேக்க மொழியில் *indikos* என்றால் இந்தியத்தது என்று

பொருள். இந்தச் சொல் இலத்தீனம் வழியாய் ஸ்பானிய மொழியில் *indico* என்று வழங்கி, ஆங்கிலத்தில் *indigo* ஆனது.

அவுரிச் செடி உள்நாட்டுப் பயனுக்கெனவும் ஏற்றுமதிக்காகவும் பன்னெடுங் காலமாய் இந்தியத்தில் பயிராகி வந்தது. சாயம் எடுப்பதற்குப் பயன்படும் அவுரி பதினேழாம் நூற்றாண்டிற்குப் பிறகுதான் வாணிப மதிப்புள்ள வெகு முக்கியமான பொருளானது.

ஐரோப்பிய நாட்டினர், குறிப்பாய் டச்சுக்காரர் அவுரி மீது மிகுந்த அக்கறை காட்டினர். அவர்கள் அவுரியை வாங்கிப் பெரிய அளவில் இங்கிருந்து ஏற்றுமதி செய்தனர்.

அமெரிக்கத்தில் ஐரோப்பியர் குடியேற்றங்கள் அமைந்த பின்னர் அங்கு அவுரி பயிரிடப்பட்டதால், இந்தியத்தின் அவுரி ஏற்றுமதி மிகவும் குறைந்துவிட்டது. எனினும் பதினெட்டாம் நூற்றாண்டுவாக்கில் ஏற்றுமதி பெரிதும் திருந்தியது. அயல்நாடுகளில் அவுரி மிகவும் வேண்டப்பட்டது அதற்குக் காரணமாகும்.

அதன்பிறகு அவுரி விளைச்சல் பெருகிக் கொண்டே சென்றது. சென்னை மாநிலத்தில் மட்டும் கம்பெனி ஆட்சியின் கடைசி ஆண்டுகளில் (1850-ஆம் ஆண்டுகளில்) சுமார் 7000 பெட்டி அவுரி ஏற்றுமதியானது. சென்னை மாநிலத்தின் வறண்ட நிலப்பரப்புகள் அவுரி விளைச்சலுக்கு ஏற்றனவாயிருந்தன. அதனால் கடப்பை, கர்னூல், நெல்லூர், வடார்க்காடு, தென்னார்க்காடு, பெல்லாரி, சேலம் ஆகிய பகுதிகளில் அவுரி விரிவாய் விளைவிக்கப்பட்டது.

1808

''ஆர்க்காட்டு மாவட்டத்தின் தரிசான தென்பகுதியில் மட்டும், அரசின் மிகச் சிறிய உதவித் தொகையைக் கொண்டு ஐரோப்பியம் முழுமைக்கும் வேண்டிய அவுரியைப் பெற முடியும்'' என்று ஓர் ஐரோப்பியர், கோடிக்கரையில் அவுரித் தொழிற்சாலைகளை அமைப்பதற்கு அரசின் உதவியை நாடினார் என்று தெரிகின்றது. அவரது பெயர் கர்னல் கல்லன்.

எனினும் கல்லனின் வேண்டுகோளைச் சென்னை மாநில வருவாய்த்துறை பொருள்படுத்தவில்லை. ஆனால் கம்பெனி அரசு அதைக் கருத்தில் கொண்டு அவுரிக்கு விதித்த ஏற்றுமதித் தீர்வையை நீக்கி, அவுரி விளைச்சலுக்கு ஊக்கம் தந்தது. அவுரி விளைச்சல் தேவைக்கும் அதிகமாய் விடலாம் என்று ஜார்ஜ் கோட்டையிலிருந்த உள்நாட்டு அரசும் அதன் அலுவலரும் அஞ்சினர். ஆதலால் அவுரி விளைச்சல் பெருகிடலாகாது என்று அதற்கு அவ்வளவாய் ஆதரவு தரவில்லை. அவுரிக்கு அளிக்கப்பட்ட ஏற்றுமதித் தீர்வைச் சலுகைகளை 1808 வாக்கில் நீக்கிவிட்டனர்.

ஆனால் அவுரித் தொழில் பெரிதும் விரிந்து செழிப்படைந்து விட்ட காரணத்தினால் இச்சலுகை நீக்கப்படுகின்றது என்று அரசு கூறிக் கொண்டது.

அரசு அவுரிக்கு இங்ஙனம் ஆதரவு தராதிருந்த போதிலும், அவுரி ஐரோப்பியத்தில் தொடர்ந்து வேண்டப்பட்ட காரணத்தினால் அவுரி விளைச்சல் பெருகியது. அவுரியிலிருந்து கருநீலச் சாயம் எடுக்கின்ற முறைகளும் அதற்கெனப் புதுவகை எந்திரங்களும் தொழிற்சாலைகளும் தோன்றியதாலும் ஐரோப்பியத்தில் பெரிய அளவில் அவுரி வேண்டப்பட்டது.

இவற்றொடு கூட, மாவட்டங்கள் அனைத்திலும் அவுரி பயிரிடுவதற்கு ஐரோப்பிய முகவர் நிறுவனங்கள் உழவர்களுக்குப் பெருந்தொகைகளை முன்பணமாய்க் கொடுத்தன. மிகவும் ஏழையான உழவர்கள் போதிய சொத்துச் சாமீன் தர முடியாததால், இந்த முன்பண

வசதியைப் பெறமுடியாத போதிலும், வேறுபலர் இதனால் பெரும் பயனடைந்தனர். அவர்கள் நாட்டுப் புறத்து வட்டிக் கடைக்காரர்களிடமிருந்து தப்புவதற்கு இந்த முன்பண வசதி உதவியது.

தொல்லியல் துறையில் பத்தொன்பதாம் நூற்றாண்டின் பிற்பகுதியில் வியக்கத்தக்க கண்டு பிடிப்புகளைச் செய்த ஹென்றிக்கு ஷிலிமன் (*Heinrich Sehliemann 1822-1890*) அவுரி வாணிபத்தில் கோடிகோடியாய்ப் பொருளீட்டியவர் என்பது குறிப்பிடத்தக்கது.

3. குடிசைக்குத் தீவைத்த வெள்ளையருக்கு மரண தண்டனை

சர் ஹென்றி ரசல் (1751-1836) இந்தியத்தின் உச்ச நீதிமன்றத் (*Supreme Court*) தலைமை நீதிபதியாயிருந்தார். அவர் இக்காலத்தில் நீதியை நிலைநாட்டும் ஒரு தீர்ப்பை *1808 ஜனவரி 8* அன்று அளித்தார்.

கிழக்கிந்தியக் கம்பெனியைச் சேர்ந்த ஒரு படைவீரர் இந்தியர் ஒருவரின் குடிசைக்குத் தீ வைத்து விட்டார். இந்தக் குற்றம் நீதிமன்றத்தில் மெய்ப்பிக்கப்பட்டது. சர் ஹென்றி அவருக்கு மரண தண்டனை விதித்துத் தீர்ப்பில் இங்ஙனம் கூறினார் :

''இந்நாட்டு மக்கள் தம் குணப் பண்புகள், உடைமை, உயிர் ஆகியவற்றைக் காத்துப் பேணும் உரிமையைப் பெற்றுள்ளனர். அவர்கள் நம்மிடமிருந்து இவற்றைத் துய்க்கின்ற வரையில், அவற்றுக்கு மாற்றாய் நமக்குத் தம் அன்பையும் விசுவாசத்தையும் அளிப்பர்.''

4. பிரிட்டனில் ஆடவர் கொண்டை போடும் பழக்கம் மறைதல்

தமிழகத்தில் இருபதாம் நூற்றாண்டின் இடைக்காலம் வரையிலும் ஆடவர்கள் நீளமாய் முடிவளர்த்துக் கொண்டை போட்டுக்கொள்ளும் வழக்கம் பரவலாய் இருந்தது. இன்னும் சிலரிடம் இவ்வழக்கம் நீடித்து வருகின்றது.

ஆடவர் பிரிட்டனிலும் நீண்ட முடிவளர்த்துக் கொண்டை போட்டு வந்தனர். அவ்வழக்கம் இந்த *1808* ஆம் ஆண்டுடன் மறைந்தது.

1808

5. பின்லந்திற்குப் புதிய அரசியலமைப்புச் சட்டம்

இரஷியத்தின் உரல் மலைப் பகுதியிலிருந்து (*Ural Mountains* : ஆர்டிக்குக் கடலிலிருந்து அரல் கடல்வரை இரண்டாயிரம் கிலோ மீட்டருக்குமேல் நீள்கின்ற மலைத்தொடர். இது ஐரோப்பியத்திற்கும் ஆசியத்திற்கும் எல்லையாய் அமைந்துள்ளது) வட ஐரோப்பியத்தின் பால்டிக்குக் கடல் பகுதி வரையிலுள்ள நிலப்பரப்பைத் தாயகமாய்க் கொண்டிருந்த மக்கள் சுமார் கி.பி. முதல் நூற்றாண்டில் பின்லந்தில் வந்து குடியேறினர். அவர்கள் அங்குமிங்குமாய்ச் சிதறி வாழ்ந்திருந்த லாப்பு மக்களை (*Lapps*) அங்கிருந்து கிளப்பினர். அவர்களே இன்று பின்னியர் (*Finns*) என்று அழைக்கப்படுகின்றனர்.

பின்னியரைக் கிறித்தவம் தழுவச் செய்யவேண்டுமென்ற பாவனையில் பின்லந்தைக் கவரும் உள்நோக்கத்துடன் சுவிடிய மன்னரான ஒன்பதாம் எரிக்கு (*Eric IX* இ. *1160*; ஆ.கா.*1150-1160*; இவர் தலைவெட்டிக் கொல்லப்பட்டார்.) *1157* ஆம் ஆண்டு சிலுவைப் போர் தொடுத்தார். பின்லந்து *1540* ஆம் ஆண்டு முறைப்படி சுவீடனின் ஒரு பகுதியானது. ஒன்றிய அரசில் சுவிடியருக்குச் சம உரிமைகள் இருந்தன.

மா பீட்டர் *1710-1715* காலத்தில் பின்லந்தைப் பிடித்துவிட்டார். அது இரஷியப்

பேரரசின் ஆட்சிப் பகுதியாக்கப்பட்டது. இரஷியத்திற்கும் சுவிடனுக்கும் 1808 ஆம் ஆண்டு நடந்த சண்டைக்குப் பிறகு இரஷியத்துடன் புதிதாய் இணைக்கப்பட்ட பின்லந்திற்கு இரஷிய மன்னர் முதலாம் அலெக்சாந்தர் (*Alexandar 1 1777-1825*; ஆ.கா.1801-1825) தன்னாட்சி நடத்தும் அரசியல் சட்டத்தைக் கொடுத்துப் பின்னியர்க்கென்று செனட்டு ஒன்றையும் உண்டாக்கினார்.

8. அறிவியல் செய்திகள்

டேவி பல தனிமங்களைத் தனிப்படுத்தினார்

ஆங்கில வேதியியலாரான சர் ஹம்ஃபிரி டேவி (*Sir Humphrey Davy 1778-1829*) 1808 ஆம் ஆண்டில் பேரியம் (*barium*) கால்சியம் (*calcium*), மக்னீசியம் (*magnesium*), ஸ்டிரான்ஷியம் (*strontium*) என்ற தனிமங்களைத் தனிப்படுத்தினார்.

பேரியம் : காரமண் தொகுதியைச் சேர்ந்த மென்மையான வெள்ளி நிறத் தனிமம், இது தாங்கிகளைச் (*bearings*) செய்யும் கலப்பு லோகங்கள் சேர்மானங்கள் ஆகியவற்றில் நிறமியாய்ப் பயன்படுகின்றது. இதில் காற்றுப் பட்டால் நிறம் மங்கும் தன்மையது. வேதிக்குறி Ba, அணு எண்.56, அணு எடை 137.34, இணைதிறன் 2, ஒப்படர்த்தி 3.5, உருகுநிலை 725^{0} செல்சியஸ், கொதிநிலை 1140^{0} செல்சியஸ்.

கால்சியம் : இதுவும் காரமண் தொகுதியைச் சேர்ந்தது. தகடாய் அடித்து நீட்டத்தக்க வெள்ளிய நிறத் தனிமம். பூமியின் மேற்புறணியில் எராளமாய்க் (3.6 சதம்) கிடைக்கும் ஐந்தாவது தனிமம். இது கால்சியம் கார்பனேட்டுகளாய்க் கிடைக்கின்றது. எலும்பு, பல் ஆகியவற்றின் இன்றியமையா ஆக்கக் கூறாய்க் கால்சியம் உள்ளது. எஃகிலிருந்து ஆக்சிஜனை வெளியேற்றுவதற்கு இதைப் பயன்படுத்துகின்றனர். சாக்கட்டி, சுண்ணாம்புக் கட்டி இவற்றிலுள்ளது. இதைத் தமிழில் சுதையம் என்பர்.

இதன் வேதிக்குறி Ca, அணு எண். 20, அணு எடை 40.08, இணைதிறன் 2, ஒப்படர்த்தி 1.55, உருகுநிலை 842.8^{0}செ, கொதிநிலை 1487^{0} செ.

மக்னீசியம் : சுவிடிய வேதியியலாரான காரல் வில்லம் ஷீல் (1742-1786) 1774 ஆம் ஆண்டு இதைக் கண்டுபிடித்தார். (இ.ச.க.8 காண்க) அதை டேவி 1808 இல் தனிப்படுத்தினார். மக்னீசியம் பற்றி 1774 ஆம் ஆண்டுக் கட்டுரையில் ஏற்கெனவே மேற்சொன்ன பக்கங்களில் சொல்லப்பட்டுள்ளது.

ஸ்டிரான்ஷியம் : இதுவும் காரமண் வகையைச் சேர்ந்த வெண்மையான வெள்ளி நிறத் தனிமமாகும். இது பெரிதும் செலஸ்டைட்டு (*celestite*), ஸ்டிரான்சியனைட்டு (*strontianite*) ஆகியவற்றிலிருந்து கிடைக்கின்றது. இதன் கூட்டுப் பொருள்கள் செந்நிற ஒளியுடன் எரியும். இது மத்தாப்புச் செய்யவும் சீனியைத் தூய்மைப்படுத்தவும் பயன்படுகின்றது.

ஸ்டிரான்ஷியம் : 90 என்ற கதிர்வீச்சு ஐசடோப்பு அணு விசை நிலையங்களில் எரிபொருளாய்ப் பயன்படுகின்றது. இது உயிருக்குத் தீங்கு தரும் கதிர் வீச்சுள்ள பொருள் ஸ்டிரான்ஷியத்தின் வேதிக்குறி *Sr*. அணு எண்.38, அணு எடை 87.62, இணைதிறன் 2, ஒப்படர்த்தி 2.54, உருகுநிலை 769^{0} செ, கொதி நிலை 1384^{0} செ.

இது வட ஸ்காத்லந்தின் ஹைலேண்ஸ் பகுதியிலுள்ள ஓரிடத்தில் கண்டுபிடிக்கப்பட்டதால் அதன் பெயரால் அழைக்கப்படுகின்றது.

1809

அரசியல்

வேலுத் தம்பி வீழ்ச்சி
பிரிட்டனின் தலைமை அமைச்சர் ஸ்பென்சர் பெர்சிவல்
பிரிட்டனில் நாடாளுமன்றச் சீர்திருத்தத் தீர்மானம்

அறிவியல்

பரிணாம வளர்ச்சி பற்றிய பிரஞ்சு நூல்
நிக்கோட்டின் இனங் காணப்பட்டது

சமயம்

வங்க, சமஸ்கிருத மொழிகளில் திருவிவிலியம்
கேரளத்தில் மதக் கலவரம்
காசியில் மதக் கலவரம்
நெப்போலியன் மத நீக்கம்

இராணுவம், போர்

பெங்களூர் பெரிய படைவீடானது

மக்கள்

நெப்போலியன் ஜோசஃபினை மணவிலக்குச் செய்தார்

பிறப்பு

முத்துக்குட்டி சாமிகள் (1809-1851)
எட்கர் ஆலன் போ (1809-1849)
சார்லஸ் டார்வின் (1809-1882)
லூவி பிரயில் (1809-1852)
ஆபிரகாம் லிங்கன் (1809-1863)

இறப்பு

தாமஸ் பெயின் (1737-1809)

1809

1. வேலுத்தம்பி வீழ்ச்சி

வேலுத்தம்பி என்ற வேலுப்பிள்ளை திருவிதாங்கூர் அரசியலில் புரட்சிக்காரராய் முகிழ்த்தெழுந்து, (இ.ச.க.தொகுதி-10) இறுதியில் புரட்சிக்காரராகவே மறைந்து போனார். அவர் வேணாட்டின் தலைமை அமைச்சரான திவானாயிருந்து நடுவு நிலையொடு ஆட்சி நிர்வாகத்தை வெகு நேர்மையாய் நடத்திச் சென்றார். அவர் கடமை தவறாதவராயும் நீதிநெறி பிறழாதவராயும் விளங்கினார்.

வேணாட்டில் பிரிட்டிசாரின் பேராளராய் வந்திருந்த மேஜர் மெக்காலேயும் வேலுத்தம்பியும் தொடக்கத்தில் நல்ல நண்பர்களாயிருந்தனர். எனினும் இந்நட்பு பின்னாளில் பகையாய் மாறியது. பல்வேறு சூழ்நிலைகளும் சேர்ந்து வேலுத்தம்பியைப் பிரிட்டீசு ஆட்சியின் எதிர்ப்பாளராக்கின.

திருவிதாங்கூர்த் திவான் வேலுத்தம்பி சூழ்ச்சிகள் செய்து வருவதாய்ச் சென்னை ஜார்ஜ் கோட்டையிலிருந்த கம்பெனி ஆளுநர் குற்றஞ்சாட்டி விட்டார். திப்பு சுல்தானின் படையெடுப்புகளிலிருந்து திருவிதாங்கூரைக் காப்பதற்கென்று வந்திருந்த பிரிட்டீசுப் படையினருக்குத் திருவிதாங்கூர் பல வழிகளில் அடிமைப்பட நேர்ந்தது என்று வேலுப்பிள்ளை கருதலானார்.

வேலுத்தம்பி பிரிட்டிசாரின் இந்த அறிவிப்பை அறிந்ததும் விரைந்து திருவனந்தபுரம் திரும்பினார். அவர் நாட்டுப் பற்றுக் கொண்ட அமைச்சர் ஆதலால் தன்னால் தன் அரசருக்கும் மக்களுக்கும் விரும்பத்தகாத ஒரு நிலை உண்டாகலாகாது என்று அவாவினார்.

அவர் இந்த எண்ணத்துடன் அரசரிடம் சென்றார். தன்மீது சுமத்தப்பட்ட பழிகள் அனைத்தையும் மன்னரிடம் வேலுத்தம்பி ஏற்றுக்கொண்டார். பிரிட்டீசு அரசு பேசவரும்போது, மன்னர் பழிகள் அனைத்தையும் தன்மீது போட்டுவிட வேண்டுமென்றும் வேலுத்தம்பி இறைஞ்சினார். அதை மன்னர் ஏற்றுக் கொண்ட பிறகு அரண்மனையிலிருந்து வேலுத்தம்பி வெளியேறினார். அவர் அங்கிருந்து எங்கோ காட்டினுள் சென்று மறைந்துவிட்டார்.

திருவிதாங்கூர் அரசர் அதன்பிறகு பிரிட்டீசு அரசின் ஒப்புதலுடன் உம்மனத் தம்பி என்றவரை 1809 மார்ச்சு 18 அன்று வேணாட்டின் திவானாக்கினார்.

வேலுத்தம்பி குன்னத்தூர் மாவட்டத்தின் வள்ளிக் கோட்டைப் பக்கமுள்ள காடுகளில் திரிந்தார். அரசின் படை அவரைத் தேடித் திரிந்தது. ஆதலால் வேலுத்தம்பி அங்கிருந்து அதே மாவட்டத்திலுள்ள முன்னடி என்ற இடத்திற்குச் சென்று, கோயில் குருவான ஒரு போத்திக்கு உரிமையான வீட்டினுள் புகுந்தார்.

வேலுத்தம்பியின் வேலையாள் தன் முதலாளியின் பொன், வெள்ளி ஏனங்களுடன் திரிந்ததை அரச அலுவலர் பார்த்துவிட்டனர். அவர்கள் வேலையாளைப் பிடித்து ஏனங்களைக் கைப்பறினர். அவரை அச்சுறுத்தி, வேலுத்தம்பியின் இருப்பிடத்தை அறிந்து கொண்டனர். வேலுத்தம்பி இதையறிந்ததும் தன் இளவலான பத்மநாபன் தம்பியுடன் பகவதியம்மன் கோயிலுக்கு ஓடினார்.

அவர் தன் உயிரை மாய்த்துக்கொள்ள எண்ணித் தன்னைக் கொல்லுமாறு தம்பியைக் கேட்டார். அவர் அதற்கு மறுக்கவே வேலுத்தம்பி தன் நெஞ்சில் தானே கத்தியால் குத்திக் கொண்டார். ஆனால் அவர் இதனால் சாகவில்லை. ஆதலால் அவர் தன் கழுத்தை வெட்டுமாறு தம்பியிடம் கூறவே, அவர் அங்ஙனமே ஒரே வெட்டில் வேலுத்தம்பியின் தலையைத் துண்டித்தார்.

அந்நேரம் அரசுப் படையினர் கோயிலினுள் நுழைந்து, அங்கு வேலுத்தம்பி தலைவேறு முண்டம் வேறாய்க் கிடந்ததையும், அவரின் தம்பி கையில் வாளொடு நின்றதையும் கண்டனர்.

வேலுத் தம்பியின் உடலைத் திருவனந்தபுரம் கொண்டு சென்றனர். அவரின் தம்பி சிறைப்படுத்தப்பட்டார். திருவனந்தபுரத்தில் வேலுத்தம்பியின் உடலை மரச் சட்டத்தில் அறைந்து மக்களின் பார்வைக்கு வைத்தனர். வேலுத்தம்பி போன்ற வீரரின் உடலை இவ்வாறு செய்தது பெரிய இழுக்கு என்று தலைமை ஆளுநரான மிண்டோ பிரபு கண்டித்தார்.

வேலுத் தம்பியின் இளவலான பத்மநாபன் தம்பியை 1809 ஏப்ரல் 10 அன்று கொல்லத்தில் தூக்கிலிட்டுக் கொன்றனர்.

புதிய தலைமை அமைச்சரான திவான் உம்மனத் தம்பி, முந்திய தலைமை அமைச்சரின் உறவினர்களைக் கண்டு மிகவும் அஞ்சினார். வேலுத் தம்பியின் வீட்டை இடித்துத் தரைமட்டமாக்கி, அந்த இடத்தில் கொட்டை முத்துப் பரப்பினர். (இது கழுதை ஏரோட்டல் என்ற பண்டை வழக்கத்தை ஒத்தது).

வேலுத்தம்பியின் உறவினர் பலர் மாலைத் தீவிற்கு நாடு கடத்தப்பட்டனர். அவர்கள் கடலில் சிறு தொலைவு சென்றதும் அங்கு கொடுங் காற்று வீசியதால், அவர்களை ஏற்றிச் சென்ற கலம் தூத்துக்குடிக்கு திரும்ப நேர்ந்தது. அவர்களில் சிலர் தற்கொலை செய்து கொண்டனர். சிலர் சிறைகளில் செத்தனர். எஞ்சியவர்களுக்குக்

கசையடி தந்து, அவர்களை நாடு கடத்தினர். இக்கொடுமைகள் அனைத்தையும் வேலுத்தம்பிக்குப் பிறகு திவானான உம்மனத் தம்பி செய்தார்.

கம்பெனியின் மேலாண்மையை எதிர்த்தவர்களெல்லாம் இரக்கமின்றிக் கொல்லப்படுவதும், இழிவு செய்யப்படுவதும் வரலாற்று உண்மைகளாகும். கான்சாகிபு கிழக்கிந்தியக் கம்பெனியின் ஊழியத்தில் இருந்தவர். அவரின் வீரத்தை மெச்சிக் கம்பெனிப் படையின் தலைமைத் தளபதியான ஸ்டிரிங்கர் லாரன்சு கூட பாராட்டித் தங்கப் பதக்கம் அளித்ததுண்டு. ஆனால் அவர் கம்பெனியின் எதிரியானார்; ஆங்கிலேயரை எதிர்த்து நின்று போராடினார். கம்பெனி நயவஞ்சகர்களின் துணை கொண்டு கான்சாகிபைப் பிடித்து 1764 ஆம் ஆண்டில் தூக்கிலிட்டது. (இ.ச.க.தொகுதி-6,7)

சுமார் ஐம்பதாண்டுகளுக்கு முன்னர் கான்சாகிபும் வேலுத்தம்பி போன்றே கம்பெனியின் நேசராயிருந்தார். பெரிய மருதும் ஆங்கிலேயரின் அன்பிற்குரியவராய் விளங்கினார். ஆனால் அவர்கள் கம்பெனியின் நலன்களுக்கு எதிராயினர் என்பது தெரிந்ததும், அவர்கள் இரக்கமின்றிப் பழிவாங்கப்பட்டனர். பெரும் பேரரசைக் கட்டியெழுப்பும் போது ஈகை, இரக்கத்திற்கு இடந்தரலாகாது என்ற உலகியல் இயல்பை இந்நிகழ்ச்சிகள் காட்டுகின்றன.

1809

2. வங்க மொழியில் திருவிவிலியம் வில்லியம் கேரியின் அரும்பணிகள்

ஐரோப்பியச் சமயத் தொண்டர்

கிறித்தவ சமயத் தொண்டர்கள் தொடக்கத்தில் ஐரோப்பிய அரசுகளின் ஆதரவுடன் தான் இந்தியத்திற்குச் சமயப்பணி புரிய வந்தனர். போர்த்துக்கீசர் பாப்பரசரின் ஆணையைத் தலைமேல் ஏற்றுச் சமயப் பரப்பியருடன் 1498 ஆம் ஆண்டு இந்தியத்தில் வந்து இறங்கினர். இவர்கள் கத்தோலிக்க சமயத்தவர்.

புரட்டஸ்டண்டுகள் என்ற சீர்திருத்தக் கிறித்தவரும் டேனிய அரசின் ஆதரவுடன்தான், கத்தோலிக்கத் தொண்டர்களுக்கு இரண்டு நூற்றாண்டுகளுக்குப் பிறகு 1706 ஆம் ஆண்டில் தரங்கம்பாடியை வந்தடைந்தனர்.

அவர்களில் பலர் உயர் குடியில் பிறந்து கல்வி கேள்விகளில் வல்லவர் களாயிருந்தனர். இருப்பினும் எளிய வாழ்க்கை வாழ்ந்தனர்; தம் அடக்கமான பணியினால் நாட்டு மக்களில் சிலரையேனும் தம் ''மந்தைகளில்'' சேர்த்துக்கொண்டு ''மீட்பராயினர்''. அவர்கள் இதற்கென்று பாடுபட்டபோது டீ பிரித்தோ என்ற அருளானந்தர் கொல்லப்பட்டார். பெஸ்கி என்ற வீரமா முனிவர் தூக்குமேடை வரை சென்று உயிர் பிழைத்தார். ஆபே துபாய் ஏழை எளியவர் நடுவே வாழ்ந்து அவர்களுக்குப் பல வகைகளில் தொண்டு செய்தார். இத்தொண்டர்கள் பரங்கியர் என்றே ஒதுக்கி வைக்கப்பட்டனர். தீண்டத்தகாதோரை விட இழிந்தவர்களாய் நடத்தப்பட்டனர்.

அவர்களுக்கெல்லாம் போர்த்துக்கீசரின் ஆதரவு பல வகைகளில் இருந்தது. எனினும் சீர்திருத்தக் கிறித்தவர் என்ற புராட்டஸ்டண்டுத் தொண்டர்களுக்குப் பதினெட்டாம் நூற்றாண்டிலும், பத்தொன்பதாம் நூற்றாண்டின் தொடக்கத்திலும் அரசின் ஆதரவு இருந்ததில்லை என்பதொடு.ஆட்சியாளர் அவர்களைத் தம் பணிக்கு ஊறு விளைவிப்பவர்கள் என்று கருதினர். பிரிட்டீசு ஆட்சிப் பகுதியில் அவர்களால் சமயப்பணி புரியமுடியாத நிலை இருந்தது.

இருந்த போதிலும் இறைவனின் திருச் செய்திகளைப் பரப்பும் நோக்கத்துடன் சீர்திருத்தக் கிறித்தவர்கள் பல இன்னல்களை ஏற்று இக்காலத்தில் இந்து தேசத்திற்கு வந்தனர். அவர்களுள் ஒருவர் தன்னை ''இரங்கத்தக்கவன், ஏழை, யாருமற்ற புழு'' என்று மிகுந்த தன்னடக்கத்துடன் அழைத்துக்கொண்டு உழைத்தார். அவர் பெயர் வில்லியம் கேரி (*William Carey1761-1834*) அவர் வங்கத்திற்கு *1793* ஆம் ஆண்டில் வந்து சேர்ந்தார். அந்தச் சமயத் தொண்டரின் வாழ்க்கையும் பணியும் எண்ணியெண்ணி வியக்கத்தக்கனவாயும் ஆன்மநேய உணர்விற்கு நிலையான சான்றாயும் உள்ளன.

வில்லியம் கேரி

வில்லியம் கேரி *1761* ஆகஸ்டு *17* அன்று ஓர் எளிய நெசவாளியின் குடும்பத்தில் பாலர்ஸ்பியூரி (*Paulerspury*) என்ற சிற்றூரில் பிறந்தார். அவர் பத்து வயதுச் சிறுவராயிருந்தபோது, தன் ஊரிலிருந்து சுமார் பத்துக் கிலோமீட்டரிலிருந்த பிடிங்டன் (*Piddington*) என்ற ஊரைச் சேர்ந்த புதை காலணி செய்யும் ஒருவரிடம் பயிற்சிக்கென்று சேர்ந்தார். அவர் அத்தொழிலைக் கற்றுக் காலணி செய்பவர் என்ற பெயரைப் பெற்றார்.

கேரிக்கு இத் தொழிலில் பயிற்சி அளித்து வந்த முதலாளி, அவர் படிப்பதற்கென்று பல புத்தகங்களைக் கொடுத்தார். அவற்றுள் கிரேக்க மொழியில் எழுதப்பெற்ற திருவிவிலியப் புது ஏற்பாட்டின் உரை ஒன்று இருந்தது. முதலாளி நிக்கல்சிற்குக் கிரேக்க மொழி தெரியாது. ஆனால் கேரி புதுமையான கிரேக்க எழுத்தைக் கண்டு அஞ்சிவிடவில்லை.

மொழித் திறன்

அவ்வூரில் பல்கலைக் கழகப் படிப்பை இடையில் நிறுத்திய ஒருவர் இருந்தார். அவர் ஒரு நெசவாளி. கேரி அவரிடம் கிரேக்க மொழியைக் கற்றார். அந்நெசவாளி கேரிக்குக் கிரேக்க மொழி இலக்கண நுணுக்கங்களைக் கற்பித்தார். அவர் வெகு விரைவிலேயெ கிரேக்க மொழியை நன்கு கற்றுக் கொண்டார். அவருக்கு மொழிகளை எளிதாய்க் கற்றுக்கொள்ளும் திறன் இயல்பாகவே இருந்தது.

மணவாழ்க்கை

கேரி இருபது வயது நிரம்பு முன்னரே *1781* ஜூன் *10* அன்று டோரதி பிளாக்கட்டு என்ற பெண்ணை மணந்தார். அவர் கேரியை விடச் சுமார் ஆறாண்டுகள் மூத்தவர். இத்திருமணம் பொருத்தமாய் அமையவில்லை என்பர்.

திருமுழுக்குத் திருச்சபை

வில்லியம் கேரி பிரிட்டனின் தலையாய கிறித்தவச் சபையான ஆங்கிலிக்கன் திருச்சபையின் நடைமுறைச் சம்பிரதாயங்களைக் கைவிட்டார். அவருக்கு அவற்றில் நம்பிக்கையில்லை. இத்தகையோருக்கு ஆங்கிலத்தில் *Dissenter* (மறுப்பாளி) என்று பெயர். அவருக்குப் பாப்டிஸ்டுகள் என்ற சமயப் பிரிவின் கோட்பாடுகள் மீது நம்பிக்கை உண்டானது. கிறித்தவ சமயத்தின்மீது மாறாத பற்றுக் கொண்டவர்களுக்குத் திருமுழுக்குச் செய்வித்துச் சமய நெறியில் அவர்களை ஈடுபடுத்தும் பொருட்டுத் திருமுழுக்குச் சபை என்ற பிரிவு இங்கிலாந்தில் இருந்தது. கேரி *1783* அக்டோபர் *5* அன்று நார்த்தாம்டனிலுள்ள நினி (*Nene*) ஆற்றில் திருமுழுக்குப் பெற்று அச்சபையில் சேர்ந்துவிட்டார்.

குக்கு பயண அகத்தூண்டுதல்

கேரி இக்காலத்தில் ''கேப்டன் குக்கின் கடற்பயணங்கள்'' (*Captain Cook's Voyages*) என்ற நூலைப் படிக்க நேர்ந்தது. (*James Cook: 1729-1779*) அவர் அதைப் படித்தபோது கடல்கடந்து அயல்நாடுகளுக்குச் சென்று சமயப்பணியில் ஈடுபட வேண்டும் என்ற எண்ணம் தனக்குத் தோன்றியதாய்ப் பின்னொரு காலத்தில் கூறினார்.

கேரி காலணித் தொழிலில் ஈடுபட்டிருந்த போதிலும், அதைத் தொடர்ந்து நடத்துவதில் அவர் வெற்றி காணவில்லை. அவர் சரியான ஊட்டம் மிக்க உணவின்றியும் இருமலாலும் காய்ச்சலாலும் தொடர்ந்து துன்புற்று வந்தார். எனினும் ஏழு பேரடங்கிய குடும்பத்தை அவரால் காப்பாற்ற முடிந்தது. அத்துடன் சமய போதகராயும் செயல்பட்டார். அவர் இக்காலத்தில் திருவிவிலியத்தை ஆழ்ந்து படித்தார். அவருக்கு மௌல்டன் என்ற இடத்திலுள்ள கோயிலில் பாதிரியாராய்ப் பணி செய்யும் வாய்ப்புக் கிடைத்தது.

கேரி காலணி செய்யும் தொழிலை விடுத்து 1785 மார்ச்சு 25 அன்று மௌல்டனுக்குக் குடும்பத்துடன் சென்றார். அந்தக் கோயிலுடன் ஒரு பள்ளிக்கூடமும் இருந்தது. கேரி அங்கு ஆசிரியப் பணியும் மேற்கொண்டார். அவர் அப்போது பிரஞ்சு, டச்சு மொழிகளைக் கற்றுக்கொண்டார்.பன்மொழிகளைக் கற்குந் திறன் அவருக்கு இந்தக் காலத்திலேயே அமைந்திருந்தது.

திருமுழுக்குச் சமயப் பரப்புச் சபை

கேரி சார்ந்திருந்த சமயப் பிரிவின் திருமுழுக்குச் சமயப்பரப்புச் சபை (*Baptist Mission*) புதிதாய்த் தொடங்கப்பட்டது. இச்சபையினர் அயல்நாடுகளில் சமயப்பணி செய்ய வேண்டுமென்று 1792 வாக்கில் அவாவினார். அதற்கு உறுப்பினரிடையே ஆதரவு கிடைத்தது. இப்பணியை எதிர்த்தவர்களும் இருந்தனர். அவர்கள் இது குறித்து ஐந்து விதமான ஐயப்பாடுகளைத் தெரிவித்தனர். வில்லியம் கேரி அவற்றை மறுக்கும் வகையில் ''ஆய்வு'' (*Enquiry*) ஒன்றை எழுதினார். வெகு தொலைவில் கண்காணா நாடுகளில் நாகரிகமில்லாத காட்டுத் தனமான வாழ்க்கை நடத்துகின்ற மக்களை நேர்வழிப்படுத்தும் தொண்டைச் செய்பவர்களுக்குக் கட்டாயம் இன்னல்களும் இடுக்கண்களும் வரும். ஆனால் அது மிகவும் மேலான பணி என்பதைக் கேரி அந்த அறிக்கையில் தெளிவுபடுத்தியிருந்தார்.

கேரி அயலுலகம் சென்று சமயத் தொண்டாற்ற வேண்டும் என்பதில் மிகவும் உறுதியாய் இருந்தார். ஆனால் புதிதாய்த் தொடங்கப்பெற்ற திருமுழுக்குச் சமயப் பரப்புச் சபையிடம் நிதிவளம் குறைவு. இந்நிலையில் பெருஞ்செலவாகக் கூடிய நெடிய பயணத்திற்கு வேண்டிய பணத்தை அரும்பாடுபட்டுத் திரட்டினர்.

வில்லியம் வில்பர்ஃபோர்ஸ் (*1759-1833*) போன்ற கிறித்தவ சமய ஆர்வலர்கள் இந்தியத்தில் சமயப் பரப்பியர் எவ்விதத் தடங்கலும் தடையும் இன்றித் தம் சமயத்தைப் பரப்புவதற்குப் பிரிட்டீசு அரசு வழிவகை செய்ய வேண்டுமென்று போராடி வந்தனர். ஏனெனில் கிழக்கிந்தியக் கம்பெனி அங்கு தன் ஆட்சிப் பரப்பினுள் சமயப் பரப்பியர் செயல்படுவது தம் ஆட்சி முறைக்கு ஊறு விளைவிக்கும் என்று நம்பியது. அதனால் கம்பெனி வசமிருந்த இந்தியப் பகுதிகளில் கிறித்தவர்கள் செயல்படுவதற்குத் தடையிருந்தது.

அதனால்தான் கிழக்கிந்தியக் கம்பெனியின் வாணிப உரிமப் பட்டயம் 1793 ஆம் ஆண்டு இந்தியச் சட்டப்படி புதுப்பிக்கப்பட்ட போது, அதில் கூறப்பட்டிருந்த, நாட்டு

மக்களின் ''சமயச் சீர்திருத்தம்'' பற்றிய வரிகள் நீக்கப்பட்டுவிட்டன. அதனால் கிறித்தவத் தொண்டர்கள் இந்தியத்தில் பணி செய்வதற்கு இருந்து வந்த தடை நீடித்தது.

வங்கத்தில் சமயப் பரப்பியர்

இத்தகைய சூழ்நிலையில் திருமுழுக்குச் சமயப் பரப்பியர் ஜான் தாமஸ், வில்லியம் கேரி, அவருடைய குடும்பத்தினர் ஆகியோரை இந்தியத்திற்கு அனுப்பினர். அவர்கள் 1793 ஜூன் 13 அன்று ''கிரோன் பிரின்செசா மரியா'' (*Kron Princessa Maria*) என்ற டேனியக் கப்பலில் புறப்பட்டனர். அவர்கள் அரைக் கட்டணத்தில் பயணம் செய்வதற்குக் கப்பல் தலைவர் இசைந்தார்.

வங்கத்திற்குக் கிறித்தவச் சமயப் பரப்பியர் இதற்கு முன்னரே வந்திருக்கின்றனர். ஏசு சபையினர் பதினாறு, பதினேழாம் நூற்றாண்டுகளில் வங்கத்திற்கு வந்தனர். பிரஞ்சுக் காரமல் சபையினர் கல்கத்தாவின் எதிரே ஊக்ளி ஆற்றின் மறுகரையிலிருந்த செராம்பூரில் 1761 ஆம் ஆண்டு ஒரு நிலையத்தை நிறுவினார்.

ஆனால் புரட்டஸ்டண்டுகளான சீர்திருத்தக் கிறித்தவர்கள் முதன் முதலில் தரங்கம்பாடியில் 1706 ஆம் ஆண்டு தம் சமயப் பணியைத் தொடங்கினர் என்பதை நாம் அறிவோம். ஆனால் அவர்கள் அதற்குச் சுமார் தொண்ணூறு ஆண்டுகளுக்குப் பிறகுதான் வங்கத்திற்கு வருகின்றனர். சுவீடனைச் சேர்ந்த ஜான் கியர்மாண்டர் (*John Kiermander*) கல்கத்தாவிலும் அதனருகிலும் 1758 முதல் 1786 வரை சமயத் தொண்டாற்றினார். மெரோவியச் சமயப்பரப்புச் சபையும் வங்கத்தில் செயல்பட்டது. எனினும் இவற்றில் எதுவும் வங்கத்தில் தன் சுவடுகளைப் பதித்துச் செல்லவில்லை.

வங்கத்தில் கேரி

கேரியும் அவருடன் வந்த தொண்டர்களும் வங்கத்தில் வந்து இறங்கியதும் பட்ட இன்னல்கள் அவரது மன உறுதியைக் குலைத்து விடவில்லை. அவர் பல பணிகளைச் செய்தார். அவர் பல வேலைகளைச் செய்த பின்னர் வட வங்கத்திலுள்ள கிதர்ப்பூரில் ஒரு தொழிற்சாலையில் மேற்பார்வையாளரானார்.

அவருக்கு 1794 இல் மலேரியாக் காய்ச்சல் கண்டது. அவர் மருந்து உள்கொண்டு மெதுவாய்க் குணமடைந்தார். அவருடைய குடும்பத்தாரும் நோய்வாய்ப்பட்டனர். அவரின் மக்களில் டோரதியும் ஃபிலிக்சும் எட்டுமாத காலம் வயிற்றுப் போக்கினால் வருந்தினர். கேரியின் ஐந்து வயதான மூன்றாவது மகன் நோயில் இறந்தார். இந்தச் சிறுவர் வங்க மொழியை நன்கு பேசக் கற்றுக் கொண்டிருந்தார். கேரிக்கு இந்தக் கட்டத்தில் ஏற்பட்ட சோதனை மனத்தை வருத்துவதாய் உள்ளது.

சாதிப் பாகுபாடு

கேரி பணி செய்த தொழிற்சாலையில் தச்சரும் பிற வேலையாள்களும் இருந்தனர். எனினும் அவர்கள் சாதியிலிருந்து தள்ளி வைக்கப்பட்டு விடுவதைக் குறித்து அஞ்சி இறந்து போன அந்த மகனுக்குச் சவப்பெட்டி செய்து தரவும், குழி தோண்டவும் முன் வரவில்லை. கடைசியில் நான்கு முஸ்லிம்கள் புதை குழியைத்தோண்ட முன் வந்தனர். அதற்காக ஊரார் அவர்களை ஒதுக்கிவிட்டனர். இஸ்லாத்தில் சாதிப் பாகுபாடு இல்லையெனினும் முஸ்லிம்கள் இந்துப் பழக்கவழக்கங்களைக் கடைப்பிடித்தனர். அவர்கள் தம்மையும் ஒரு தனிச் சாதியினராய்க் கருதிக் கொண்டனர்.

வங்கத்தில் இந்துக்கள் பிணத்தை அடக்கம் செய்வது தீட்டு என்று கருதினர். அதனால் அவர்கள் இறந்தோரைத் தீயில் எரித்தனர்; அல்லது பறவைகளும் மீன்களும் தின்னட்டுமென்று பிணங்களை ஆற்றில் எறிந்தனர். முஸ்லீம்கள் இறந்தவர்களைப் புதைத்த போதிலும் தம் குடும்பத்தினரை மட்டுமே அடக்கம் செய்தனர். ஐரோப்பியர் சாதி அமைப்பின் மனிதநேயமற்ற தன்மையை இப்படித்தான் இந்தியத்தில் எதிர்ப்பட்டனர்.

திருவிவிலிய மொழிபெயர்ப்பு

கேரி இந்தக் காலத்தில் திருவிவிலியப் புதிய ஏற்பாட்டின் கடைசியிலுள்ள ''வெளிப்படுத்திய திருச்செய்திகள்'' என்ற ஆகமத்தைத் தவிர ஏனையவற்றை முற்றிலும் வங்க மொழியில் மொழிபெயர்த்து விட்டார். பழைய ஏற்பாட்டில் எண்ணாகமம் வரையிலும் மொழி பெயர்த்திருந்தார். அவற்றை அச்சிடும் வேலையை உடனே செய்தாக வேண்டும் என்று கேரி கருதினார். கையெழுத்துப் படிகளை இங்கிலாந்திற்கு அனுப்பி அவற்றை அச்சிட்டுப் பெறுவதற்குப் பல காலம் ஆகும். வங்க எழுத்துக்களை வார்ப்பதற்கு அவற்றை வரைந்து அங்கு அனுப்ப வேண்டும். அதைவிட இந்தியத்திலிருந்து பணம் அனுப்பி ஓர் அச்சுப் பொறியைக் கொண்டு வரலாம். அல்லது எவரேனும் இங்கிலாந்திலிருந்து ஓர் அச்சுப் பொறியை இங்கு அனுப்பி வைக்கலாம். இந்த இறைப்பணிக்குத் தன் உழைப்பைத் தர அச்சாளர் எவர் முன் வருவார்?

வில்லியம் வார்டு

கேரிக்கு 1793 ஆம் ஆண்டு இங்கிலாந்தில் சந்தித்த அச்சாளர் வில்லியம் வார்டின் (William Ward) நினைவு அப்போது வந்தது. கேரி அவருடன் கடிதத் தொடர்பு கொண்டார். கடிதங்கள் இங்கிலாந்திலிருந்து தாமதமாய் வந்து சேர்ந்தன. அவர் 1798 ஜனவரி வாக்கில்

கல்கத்தாவில் அச்செழுத்து வார்ப்புச் சாலை ஒன்றை அமைத்து விட்டார். அதற்கு ஓராண்டு கழித்து 400 ரூபாய் விலையில் ஓர் அச்சகத்தை வாங்கி, அதை வீட்டில் நிறுவி விட்டார்.

திருமுழுக்குச் சமயப் பரப்பு அமைப்பைச் சேர்ந்த தொண்டர் குழு ஒன்று 1799 ஆம் ஆண்டு இங்கிலாந்திலிருந்து வந்தது. அதில் அச்சாளரும் ''ஹல் அட்வர்டைசர்'' (*Hull Advertiser*) இதழின் ஆசிரியருமான வில்லியம் வார்டு என்றவரும் இருந்தார். இந்தியத்தில் சமயப் பரப்புப் பணிக்கென்று வருவோர், இந்நாட்டில் தங்குவதற்கு அரசின் இசைவாணை பெற்றிருக்க வேண்டும் என்பதைக் கேரி அவர்களுக்குத் தெளிவாய் எழுதியிருந்தார். ஆனால் அவர்கள் அத்தகைய இசைவாணையின்றிக் ''கிரிட்டீரியன்'' (*Criterion*) என்ற அமெரிக்கக் கப்பலில் வங்கம் வந்து சேர்ந்தனர். அவர்கள் பிரிட்டனை விட்டுப் புறப்பட்டதற்கு முன்னர் செராம்பூரிலிருந்த சிறுடேனியக் குடியேற்றத்து ஆளுநரான கர்னல் பை (*Colonel Bie*) என்றவருக்கு அறிமுகக் கடிதங்கள் கொண்டு வந்திருந்தனர்.

தொண்டரா ? ஒற்றரா ?

அவர்கள் 1799 அக்டோபர் 13 அன்று வந்து சேர்ந்ததும், அங்கிருந்து வடவங்கத்தில் வாழ்ந்து வந்த கேரி இருந்த கிதர்ப்பூரை அடையக் கருதினர். ஆனால் அமெரிக்கக் கப்பல் தலைவர் தன் கப்பலில் புதிதாய் வந்து சேர்ந்த இந்த ஆள்களைக் கல்கத்தாவில் காவல் துறையினரிடம் ஒப்படைக்க வேண்டும் அல்லது அவர்களை ஐரோப்பியத்திற்குத் திருப்பிக் கொண்டு போய்விட வேண்டும். இரண்டிலொன்று செய்யாவிடில், அமெரிக்கக் கப்பல் தலைவர் வங்கத்தில் வாணிபம் செய்வதற்கு இசைவு தரப்படமாட்டாது என்று பிரிட்டீசு அலுவலர் கூறிவிட்டனர்.

இந்தக் குழப்பத்திற்குக் கல்கத்தாவிலிருந்து வெளிவந்த இதழ் ஒன்றின் செய்தியில் நேர்ந்த அச்சுப்பிழை காரணமாகும். திருமுழுக்குச் சபையினர் (*baptists*) செராம்பூருக்கு வரப் போகின்றனர் என்பதற்கு மாறாய்ப் ''பாப்பரசர் சமயத்தார்'' (*Popists*-கத்தோலிக்கர்) வருகின்றனர் என்று ''கல்கத்தா செட்டு'' (*Calutta Gazette*) என்ற இதழ் தவறாய்ச் செய்தி வெளியிட்டுவிட்டது. இந்தச் செய்தி அரசு வட்டாரங்களில் பெரிய குழப்பத்தை உண்டாக்கிவிட்டது. பிரஞ்சு ஒற்றர்கள் சொரம்பூரைத் தம் வேலைகளுக்குத் துணையாக்கிக் கொண்டு இந்தியத் துணைக் கண்டத்தினுள் ஊடுருவப் பார்க்கின்றனரா ? என்று அவர்கள் காரணமின்றி ஐயுறலாயினர்.

இந்தியக் கடல்களில் திரிந்த பிரஞ்சுக் கப்பல்கள் கம்பெனியின் கப்பல்களுக்கு எப்போதுமே ஆபத்தாய் இருந்து வந்தன. மேலும் பிரிட்டன் ஆலந்துடன் போரில் ஈடுபட்டிருந்தது. ஆலந்தின் கப்பல் தொகுதிகள் கிழக்கிந்தியத் தீவுகளில் இருந்து வந்தன. அது நான்காண்டுகளுக்கு முன்னர் இலங்கையைப் பிரிட்டனிடம் இழந்து விட்டதற்காகப் பிரிட்டனைப் பழிவாங்கக் காத்திருக்கின்றது என்றும் எண்ணப்பட்டது.

தொண்டர்கள் வங்கத்தில் நுழைய மறுப்பு

எனினும் செராம்பூருக்குப் புதிதாய் வந்தவர்களைப் பற்றித் தீர ஆராய்ந்த பிறகு அவர்கள் ஒற்றர் அல்லர் ஆங்கிலச் சமயத் தொண்டர் என்ற உண்மைகள் தெளிவாயின. எப்படியோ தீங்கு நேர்ந்துவிட்டது. சமயப் பரப்பியர் வங்கத்தில் வந்து இறங்கியுள்ளனர் என்ற செய்தி தலைமை ஆளுநர் வெல்லஸ்லியின் கவனத்திற்குப் போய்விட்டது. ஆதலால் சமயத் தொண்டர்கள் கிதர்ப்பூர் செல்லலாகாது என்று அரசு கூறிவிட்டது.

டேனிய ஆளுநர் அழைப்பு

சமயத் தொண்டர்கள் செராம்பூரிலுள்ள டேனியக் குடியேற்றத்தில் நிலையாய்க் குடியேறலாம் என்று, அதன் ஆளுநரான கர்னல் பை இந்நேரத்தில் முன் வந்திராவிடில் மிகவும் இக்கட்டான நிலை ஏற்பட்டு விடும். திருமுழுக்குச் சமய அமைப்பினர் செராம்பூரில் சமயப் பரப்பு அமைப்பு (*mission*) ஒன்றை நிறுவ வேண்டும் என்றும் அந்தக் கிறித்தவ ஆளுநர் அவர்களை அழைத்தார்.

ஆனால் திருமுழுக்குச் சமயப் பிரிவினர் இது குறித்து அத்தனை எளிதாய் முடிவெடுத்துவிட இயலாது. ஏனெனில் கேரி தன் கையிலிருந்த பணத்தையெல்லாம் செலவழித்துச் சபைக்கு என்று கிதர்ப்பூரில் சொத்துக்கள் வாங்கியிருந்தார். கர்னல் பை இப்போதும் அவர்களின் உதவிக்கு வந்து அவர்களுக்கு ஏற்பட்ட சிக்கலைத் தீர்த்து வைத்தார். செராம்பூருக்குக் குடிபெயர்வது குறித்துக் கிதர்ப்பூர் சென்று கேரியுடன் கலந்து பேசுவதற்காக வார்டுக்கு ஒரு பாஸ்போட்டையும் கர்னல் பை அளித்தார்.

வார்டு கேரியைக் கண்டு பேசினார். சமயத் தொண்டு அமைப்பைச் செராம்பூரில் நிறுவுவதில் பல சாதகங்கள் இருந்தன. செராம்பூர் டேனியர்க்கு உரிமையான பகுதியில் இருப்பதால் தொண்டர்கள் எந்தவிதமான கட்டுப்பாடுகளும் இல்லாமல் சமய போதனைகள் செய்யவும் அச்சுப் பணிகளில் ஈடுபடவும் இயலும். கிதர்ப்பூரை விட மக்கள் எண்ணிக்கை மிகுந்த இடமாயும் செராம்பூர் இருந்தது. அதனால் ஏராளமான மக்கள் முன்னிலையில் சமயச் சொற்பொழிவுகளை நிகழ்த்தலாம்.

செராம்பூரில் குடியேறுவதில் பாதகமான அம்சங்களும் இருந்தன. கிதர்ப்பூரில் இதுவரை செய்துவந்த சமயப்பணி அங்கு பலன் தரத் தொடங்கி விட்டது. செராம்பூர் சென்றால் அந்தப் பணி அங்கு தடைபட்டுவிடும். கிதர்ப்பூரை விடச் செராம்பூரில் வாழ்க்கைச் செலவும் தரமும் மிகுந்திருந்தன. எனினும் செராம்பூர் செல்ல வேண்டுமென்பது இறைவனின் திருவள்ளமாயிருக்குமாயின் பொருள் இழப்புகளையும் விருப்பு வெறுப்புகளையும் பார்க்க வேண்டியதில்லை என்று கேரி முடிவெடுத்து விட்டார். திருமுழுக்குச் சமயப்பரப்பு அமைப்பு இவ்வாறாய் 1799 இல் செராம்பூரை அடைந்தது.

செராம்பூர்

வங்கத்தில் ஏற்கெனவே அமைந்திருந்த பல ஐரோப்பிய வணிக மையங்களுடன், டேனியக் கிழக்கிந்தியக் கம்பெனிப் பண்டசாலை ஒன்றும் பதினெட்டாம் நூற்றாண்டின் இடையில் சேர்ந்து கொண்டது. அது டச்சுக் கிழக்கிந்தியக் கம்பெனிப் பண்டசாலை அமைந்திருந்த சின்சுராவிற்கும் பிரஞ்சுச் சந்திர நகருக்கும் (சந்திர நாகூர்) தெற்கே ஊக்ளி ஆற்றின் கரை மீதமைந்த செராம்பூர் (*Serambore*) ஆகும். அது கல்கத்தாவிலிருந்து சுமார் 21 கிலோ மீட்டரில் உள்ளது. அதனால் செராம்பூருக்கு முக்கியத்துவம் ஏற்பட்டது.

மூர்சிதாபாதைத் தலைநகராய்க் கொண்டிருந்த வங்க நவாபு அலிவர்தி கான் (ஆ.கா.1740-1756) செராம்பூர்ப் பகுதியை 1755 இல் டேனியக் கிழக்கிந்தியக் கம்பெனிக்கு விட்டுத் தந்தார். அந்த இடம் 1759 இல் பெரிதாக்கப்பட்டது. அதற்கு டேனிய மன்னர் ஐந்தாம் ஃபிரடரிக்கின் (1723-1766; ஆ.கா.1746 -1766) பெயரால் ஃபிரடரிக்ஸ் நகர் என்று பெயரிட்டனர். எனினும் அதன் பன்னாட்டுப் பெயர் செராம்பூர் என்றே நிலைத்துவிட்டது.

வங்கத்துடன் ஆதாயமிகுந்த வாணிகம் புரியலாம் என்ற நம்பிக்கையுடன் டேனியர் செராம்பூரில் பண்டசாலையை அமைத்தனர். இம்மாநிலத்தில் பட்டு, பருத்தித் துணிகள்

ஏராளமாய்க் கிடைத்தன. மேலும் பாட்னாவிலிருந்து வந்த அபினியையும் வெடியுப்பையும் நல்ல ஆதாயத்துடன் விற்கும் வாய்ப்பும் இருந்தது. அதனால் டேனியர் 1770 ஆம் ஆண்டில் பாட்னாவிலும் ஒரு பண்டசாலையை அமைத்தனர். எனினும் அவர்கள் எதிர்பார்த்த அளவில் ஆதாயம் கிடைப்பதற்குச் சிறிது காலம் ஆனது. சிராசுத்தெளலவிற்கும் ஆ.கா.1756-1757) பிரிட்டீசுக் கிழக்கிந்தியக் கம்பெனிக்கும் 1756-1757 காலத்தில் சண்டைகள் நடந்ததால் வங்கத்தில் அரசியல் குழப்பங்கள் உண்டாகி வாணிபம் தடைப்பட்டது.

இந்தக் காலத்தில் டேனியப் பண்டசாலை செராம்பூரில் அமைந்ததால் அதன் தொடக்கம் அத்தனை வெற்றியாய் அமையவில்லை. செராம்பூரில் முதல் பத்தாண்டுக் காலத்தில் நடந்த வாணிபத்தைப் பொருத்தவரையில் டேனியர் தோல்வியே கண்டனர்.

டேனிய அரசு இக்குடியேற்றத்தை 1777 ஆம் ஆண்டு எடுத்துக் கொண்டது. அதன்பிற்கு அங்கு வாழ்ந்த இந்தியர்க்கும் டேனியர்க்கும் சம உரிமைகள் வழங்கப்பட்டன. எனினும் அவை வெறும் ஏட்டளவில்தான் இருந்தன; நடைமுறைக்கு வரவேயில்லை.

செராம்பூர் முற்றிலும் பிரிட்டீசுப் பகுதியால் சூழப்பட்டிருந்தது. அங்கு ஊக்ளி ஆற்றின் கரை நீண்டிருந்தது. அதனால் அது வங்கத்தின் தாக்கா (*Dacca*) பட்டினத்தை நினைவூட்டியது.

எனினும் செராம்பூருக்குக் கிடைத்துள்ள மெய்யான சிறப்பிற்கும் பெருமைக்கும் வில்லியம் கேரியும் அவருடன் பணியாற்றிய டாக்டர்.ஜோசுவா மார்டின், வில்லியம் வார்டு ஆகியோரும் அங்கு நிறுவிய அச்சகமும், அவர்கள் அங்கிருந்து உலகின் பல்வேறு மொழிகளில் வெளியிட்ட திருவிவிலிய மொழி பெயர்ப்புகளும் காரணமாகும்.

செராம்பூரில் சமயத் தொடர்பான பணிகளே பெரிதும் நடந்தனவெனினும் மொழி பெயர்ப்பு, அச்சுக்கலை, நூல் வெளியீடு என்ற மூன்று துறைகளுடனும் அதற்குத் தொடர்பு இருப்பதால், அது இந்திய அச்சுக்கலை வரலாற்றிலும் கிறித்தவ சமய வரலாற்றிலும் சிறப்பான இடம் பெற்றுள்ளது.

திருவிவிலியப் பதிப்புகள்

வில்லியம் கேரி வங்க மொழியில் மொழி பெயர்த்திருந்த திருவிவிலியத்தின் புதிய ஏற்பாடு 1800 மார்ச்சு 17 அன்று முதன்முதலில் அச்சேறியது. அது அச்சாகிக் கட்டடம் கட்டி 1801 மார்ச்சு 5 அன்று முழு நூலாய் வெளிவந்தது. எனினும் இதற்கு முன்னரே விவிலியத் திருச் செய்திகள் தனித்தனியாய் வங்க மொழியில் அச்சிடப்பட்டன. திருவிவிலியத்தின் முதல் வங்கமொழி மொழிபெயர்ப்பு நூலின் ஒரு படியை இங்கிலாந்திற்கு அனுப்பி, அதை மூன்றாம் ஜார்ஜ் அரசரிடம் கொடுத்தனர். இதற்கு ஒரு மாதத்திற்குப் பிறகுதான், வில்லியம் கோட்டைக் கல்லூரியில் சம்ஸ்கிருத ஆசிரியராய்ப் பணியாற்ற வரும்படி தலைமை ஆளுநரான வெல்லஸ்லி பிரபு கேரியை அழைத்தார்.

வங்க மொழியில் முதன்முதலில் அமைந்த திருவிவிலியம் ஆங்கிலப் பாணியில் எழுதப்பட்டுவிட்டது என்று கேரி கருதினார். எனவே அதைத் திருத்திப் பதிப்பிக்கும் பணியை அவர் 1803 ஆம் ஆண்டில் தொடங்கினார். இந்தப் பணி 1809 சூன் 26 அன்று முற்றுப்பெற்றது. கேரிக்கு இதைவிடப் பரந்த இலட்சியம் ஒன்றும் இருந்தது. திருவிவிலியத்தை இந்திய மொழிகள் அனைத்திலும் மொழியெர்த்து வெளியிட

வேண்டும் என்று கேரி அவாவினார். அவரது இலட்சியப்படி சம்ஸ்கிருதம், வங்கம், மராட்டி. கன்னடம், பர்மியம், பாரசிகன் ஆகிய மொழிகளிலும் திருவிவிலியத்தை ஆக்கிச் செராம்பூரில் அச்சிட்டனர். செராம்பூரியல் சீன மொழியிலும் திருவிவிலியம் மொழிபெயர்க்கப்பட்டது.

அவர் அயராது ஈடுபட்டு வந்த சமயத் தொண்டுகளுக்கு இடையில், திருவிவிலிய மொழிபெயர்ப்புப் பணியும் தொடர்ந்து நடந்து வந்தது. அவர் திருவிவிலியத்தின் சம்ஸ்கிருத, வங்க மொழிபெயர்ப்புகளை 1832 ஆம் ஆண்டில் மீண்டும் கடைசியாகத் திருத்தம் செய்தார். அவர் செய்திருந்த பழைய ஏற்பாட்டின் மொழி பெயர்ப்பின் ஐந்தாம் பதிப்பும் புதிய ஏற்பாட்டின் திருப் பணிகளும் ஒரே ஆண்டிற்குள் 1832 ஜூனில் முற்றுப் பெற்றன.

இங்கிலாந்தில் ஏழ்மையான நாட்டுப்புறத்து ஊரில் ஏழைக் குடும்பத்தில் பிறந்து, காலணித் தொழிலில் பயிற்சி பெற்று அத்தொழிலில் ஈடுபட்டவாறே சமயப் போதகராயும் ஆசிரியராயும் வாழ்க்கை நடத்தி வந்த வில்லியம் கேரி 73 ஆண்டுகள் வாழ்ந்தார். ஏசுவின் திருச் செய்திகளை உலகெங்கும் எடுத்துச் சொல்லும் ஆர்வத்தில் அவர் இந்தியத்தை அடைந்து அங்கு முப்பத்தைந்தாண்டுகள் பணி செய்தார். இறைத் திருச்செய்திகளைக் கீழை மொழிகள் பலவற்றில் யாத்து இறவாப் புகழ் பெற்றார். வில்லியம் கேரி செராம்பூரில் 1834 ஜூன் 9 அன்று ஏசுவில் ஒடுங்கினார்.

1809

வரலாற்றுப் புள்ளிகள்

1. கேரளத்தில் மதக் கலவரங்கள்

உலக வாழ்க்கையின் மாறாத சாபக்கேடு பொறையின்மை என்ற சகிப்புத்தன்மையற்ற செயலாகும். இக்கொடிய பண்பு பண்டு தொட்டு உலகெங்கிலும் நிலவிய நாகரிகங்கள் அனைத்திலும் காணப்பட்டது. மனித இனம் இன்றும் இப் பிணியினால் வருந்தி வருகின்றது. இதில் சமயப் பொறையின்மையே தலையாய கேடாய் அன்றும் இன்றும் உள்ளது.

கிறித்தவர்கள் கிறித்தவ அப்தத்தின் முதல் நூற்றாண்டிலிருந்து கேரளத்தில் வாழ்ந்து வருகின்றனர். ஏசுநாதரின் சீடருள் ஒருவரான தாமஸ் என்ற தோமையர் கி.பி. 52 ஆம் ஆண்டில் சங்க காலத்தின் போது சேரநாட்டிற்கு வந்தார் என்பர். கிறித்தவர்கள் பண்டைச் சேரமான கேரளத்தில் எவ்விதமான சமயக் காழ்ப்புணர்ச்சிக்கும் ஆளானதில்லை. அவர்களுக்கு அரசரும் மக்களும் ஆதரவு தந்து, காத்துப் புரந்து வந்தனர் என்பதற்குச் சான்றுகள் உள.

கொச்சிப் பகுதியிலுள்ள வில்லர் வட்டம் என்ற குறுநிலத்தை ஆண்டுவந்த சிற்றரசர் கிறித்தவ சமயத்தவர் என்று அறிகின்றோம். கேரளத்தின் சிரியன் கிறித்தவர்கள் தாம் நம்பூதிரி, நாயர் முதலான வகுப்புகளிலிருந்து கிறித்தவம் தழுவினோம் என்றும், தம்மை உயர்ந்த சாதியினர் என்றும் கூறிக் கொள்கின்றனர். இதற்குச் சான்று எதுவும் இலது.

எனினும் சத்திரியர் என்ற உயர் வகுப்பினர் கிறித்தவராய் இருந்தனர் என்பதற்கு மேற்சொன்ன வல்லவர் வட்டத்து நாடுவாழி சான்றாகின்றார். அக்குடியின் கடைசி அரசரின் கல்லறை உதயம் பேரூர்க் கிறித்தவக் கோயிலில் காத்து வைக்கப்பட்டுள்ளது.

வாஸ்கோட காமா *1498* ஆம் ஆண்டு கோழிக் கோட்டினருகே வந்து கரையிறங்கியபோது, அவரை நாட்டுக் கிறித்தவர் வரவேற்றனர்; அப்போது அவர்கள் தமக்கென்று ஓர் அரசர் இருந்தார் என்று வாஸ்கோட காமாவிடம் கூறியதாய்ச் சொல்லப்படுகின்றது. மேற்சொன்ன அரசர் சிரியன் கிறித்தவராயிருந்தார் என்ற செவிவழிச் செய்தியுடன் பொருந்துகின்றது என்று தற்கால எழுத்தாளர் ஒருவர் கூறுகின்றார்.

கிறித்தவர்கள் பதினைந்தாம் நூற்றாண்டில் புகழ் வாய்ந்த போர் மறவராய் விளங்கினர். போர்த்துக் கீசர் அவர்களில் பலரைக் கொச்சிக் கோட்டை காவலுக்கெனப் பணியில் அமர்த்தினர் என்பது தெரிகின்றது போர்த்துக்கீசர் நாயர் வகுப்பினரையும் கிறித்தவம் தழுவச் செய்தனர்.

இங்ஙனம் முதல் நூற்றாண்டிலிருந்து சேரநாட்டில் வாழ்ந்து வரும் கிறித்தவர்கள, புறச் சமயினரான பௌத்தர், சமணர் போன்று துன்புறுத்தப்பட்டதில்லை என்பது குறிப்பிடத்தக்கது.

பிற்காலத்தில், அதாவது பதினெட்டாம் நூற்றாண்டின் பிற்பகுதியில் திப்பு சுல்தான் கிறித்தவக் கோயில்கள் சிலவற்றை அழித்தார். கிறித்தவர் சிலரைக் கட்டாயமாய் மதம் மாற்றினர். எனினும் அவர் கேரளத்தின் புறத்தேயிருந்தது வந்தவர்.

மலையாளிகள் இத்தகைய சமயப் பொறையற்ற செயல்களில் ஈடுபட்டதில்லை. எனினும் அவர்கள் *1809* ஆம் ஆண்டு காழ்ப்புணர்ச்சி கொண்டு கிறித்தவர்களைத் தாக்கிய ஒரே நிகழ்ச்சி மட்டும் வரலாற்றில் இடம் பெறுகின்றது.

நாயர்கள் அப்போது கிழக்கிந்தியக் கம்பெனிக்கு எதிராய்க் கிளர்ச்சி செய்து கொண்டிருந்தனர். அப்போது அவர்கள் சிரியன் கிறித்தவர் பலரையும் பாதிரிமார் சிலரையும் தாக்கினார்.

2. காசியில் வகுப்புக் கலவரம்

காசியின் மிகப் புனிதமான கிணற்றுக்கு ஞான வாபி என்று பெயர். இக் கிணற்றைச் சிவமூர்த்தியே தோண்டினார் என்பது நம்பிக்கை. அவர் காசி விசுவேசுவரரைக் குளிர்விப்பதற்காக, உலகின் தொடக்கத்திலேயே ஞான வாபியைத் தோண்டினார் என்பர். அவர் அக்கிணற்றைத் தோண்டியபோது உலகில் நீரே இல்லாதிருந்தது. அதுவே உலகில் தோன்றிய முதல் நீர் என்றெல்லாம் தொன்மங்கள் மிகுந்து உரைக்கும்.

சிவநாதர் தம் கையிலிருந்த திரிசூலத்தால் தரையில் குத்தியதும், மண்ணிலிருந்து நீர் பெருக்கெடுத்து வந்தது. அந்நீர் ஞானத்தின் மாசற்ற முதிர்ந்த அறிவின் நீர்ம வடிவம் என்றும் கூறுவர். கங்கை இம்மண்ணுலகை அடைந்ததற்கு முன்னரே, இந்த ஞானக் கிணற்றில் நீர் இருந்தது.

இக்கிணற்றின் சுற்றளவு சுமார் பத்தடி இருக்கும். இன்று *(1996)* இக்கிணற்றைச் சுற்றிலும் வரிசையாய்த் தூண்கள் நிறுவப்பட்ட மண்டபம் உள்ளது. காசியில் இறக்க முத்தி என்ற நம்பிக்கை இருப்பதால், மகிழ்ச்சியுடன் உயிர் துறக்க வருகின்றவர்களில் எவரேனும் இக்கிணற்றினுள் விழுந்து உயிரை மாய்ப்பதுண்டு. தவிர்ப்பதற்காக ஞான

வாபியைச் சுற்றிலும் கம்பி போட்டுள்ளனர். அளிகள் மீது துணிகளைப் போர்த்து மூடியுள்ளனர். சிவனடியார்கள் கிணற்றுக்குள் காசுகளை வீசியெறிவதைத் தடுக்கவே இந்த ஏற்பாடு. இன்று இக்கிணற்றை யாரும் காணமுடியாதெனினும் காசி விசுவநாதர் கோயிலுக்குள் நுழையுமுன்னர், அடியார்களுக்குத் தீர்த்தமாய் அதிலிருந்து எடுத்த நீர் தரப்படுகின்றது.

கிணற்றுக்குச் சற்று தள்ளி மாபெரும் விசுவநாதர் கோயில் பதினாறாம் நூற்றாண்டில் நின்றது. ஔரங்கசீபு இடித்த அக்கோயிலின் இடிபாடுகள் இருந்த இடத்தில் பெரிய பள்ளிவாசல் ஒன்றைக் கட்டுவித்தார். பழைய இந்தக் கட்டுமானப் பொருள்களைக் கொண்டு, அந்தப் பள்ளிவாசல் மாற்றிக் கட்டப்பட்டது. இந்தப் பள்ளிவாசலின் பின்பக்கமாயிருந்து பார்த்தால், பழைய கோயில் சுவர்களை அலங்கரித்த கல்வேலைப் பாடுகளைக் காணலாம்.

இதில் ஒரு புதுமை என்னவெனில், புனிதமான இந்துக்கோயில் இருந்த இடத்தில் கட்டப்பெற்ற இப்பள்ளிவாசல் ஞான வாபி மசூதி என்று அழைக்கப்படுவதேயாகும். பள்ளி வாசலும் அதையடுத்து விசுவநாதர் கோயிலும் இப்போது இருந்து வருகின்றன. இந்தூர் அரசி அகலியா பாய் (1735-1795) விசுவநாதர் கோயிலுக்குத் திருப்பணி செய்த செய்தி இக்களஞ்சியத்தின் எட்டாம் தொகுதியில் சொல்லப்பட்டது. அதன் தொடர்பாய் அங்கு காசி பற்றிய பல செய்திகளும் இடம் பெற்றன.

கோயிலும் பள்ளிவாசலும் இருக்கின்ற பகுதியில் அப்போதைக்கப் பொது வகுப்புக் கலவரங்கள் மூண்டு வந்தன. மிகவும் மோசமானதும் கொடியதுமான கலவரம் 1809 ஆம் ஆண்டு நடந்தது. காசி நகரின் வரலாற்றில் இதைப் போன்ற கலவரம் இதற்கு முன்னும் பின்னும் நடந்ததில்லை.

விசுவநாதர் கோயிலுக்கும் பள்ளி வாசலுக்கும் இடையில் இரண்டிலும் பொதுவான குறுகிய இடம் உள்ளது. இந்துக்கள் அங்கு சிறு கோயில் ஒன்றைக் கட்ட முயன்றதால் காசியில் கலவரம் மூண்டுவிட்டது.

இக்கலவரத்தின் விளைவாய் இருதரப்பினையுஞ் சேர்ந்த வழிபாட்டு இடங்கள் பாழ்படுத்தப்பட்டன. இக்கலவரத்தில் இந்துக்களின் கை ஓங்கியது என்று தோன்றுகின்றது. ஏனெனில் அவர்கள் சச்சரவிற்குள்பட்ட இடத்தில் ஞானக் கிணற்றுக்கென்று ஒரு மேடை கட்டிவிட்டனர் என்பதை ஜேம்ஸ் பிரின்செப்பு 1831 ஆம் ஆண்டு வரைந்த ஓர் ஓவியத்தில் காணமுடிகின்றது. இன்று இப்பள்ளிவாசலைச் சுற்றி இந்துக்களின் நடமாட்டம் மிகுந்துள்ளது. அங்கு ஏராளமான சிறு கோயில்கள் அமைந்துள்ளன.

இந்துக்களின் ஹோலிப் பண்டிகையும் முஸ்லிம்களின் முகரமும் இவ்வாண்டு ஒரே நாளில் வந்ததால் 1809 ஆம் ஆண்டு காசியில் வகுப்புக் கலவரங்கள் வெடித்தன.

முஸ்லிம்கள் கங்கை ஆற்றின் கரைகளில் அமைந்துள்ள படித்துறைகளில் பசுக்களை வெட்டி, ஆற்றில் அவற்றின் இரத்தத்தைக் கலந்தனர்.

இந்துக்கள் பள்ளி வாசல்களை இடித்துத் தள்ளினர். நகரிலுள்ள பள்ளி வாசல்கள் அனைத்தையும் தகர்த்தெறிவோம் என்றும் அச்சுறுத்தினர். லாட்டு பைரவர் கோயில் அழிக்கப்பட்டதால், இந்துக்கள் மிகவும் கலங்கிக் குழம்பிவிட்டனர். லாட்டு பைரவரின் உருவத்தை உடைத்து அதன் துண்டுகளை எடுத்துச் சென்று விட்டனர். அதன் முண்டத்தை மட்டும் விட்டு வைத்தனர். அதை இப்போது உலோகத் தகடு கொண்டு மூடியுள்ளனர். சிறப்பான் விழாக்காலங்களில் லாட்டு பைரவர் மீது துணி உறையும் போடப்படுவதுண்டு.

இக்கலவரம் மூண்டு முடிந்து இன்றைக்கு 187 ஆண்டுகளான பின்னும், இப்பகுதியில் வகுப்புக் கலவரம் மூளக் கூடிய ஆபத்து இன்றும் உள்ளது. அதனால் இங்கு ஞான வாபி அமைந்திருக்கும் விசுவநாதர் கோயில் பகுதியில் ஆயுதம் தாங்கிய காவலர் எப்போதும் நிறுத்தி வைக்கப்பட்டுள்ளனர்.

வகுப்புக் கலவரம் இந்து தேசத்திற்குப் புதியது அன்று. டெல்லியில் கில்ஜி சுல்தான்களின் ஆட்சிக் காலத்தில் நடந்த வகுப்புக் கலவரத்தில் சுல்தான் குத்புதீன் கில்ஜி 1320 ஆம் ஆண்டு கொல்லப்பட்டார். வட இந்தியத்தில் இக்கலவரங்கள் ஆங்காங்கே சிறு அளவில் நடந்து வந்தன. எனினும் அவை பத்தொன்பதாம் நூற்றாண்டிலிருந்து பல இடங்களில் தலைதூக்கத் தொடங்குகின்றன.

3. பெங்களூர் தென்னகத்தின் பெரிய படைவீடு

பதினெட்டாம் நூற்றாண்டு வாக்கில் வரலாற்று ஏடுகளினுள் மறைந்துவிட்ட இளகங்க நாட்டு அரச குடியின் சிறப்பு மிக்க மன்னரான கெம்பக் கவுடர் 1537 ஆம் ஆண்டு வீரஞ்செறிந்ததென்று கருதிய ஒரு மண்ணில் உண்டாக்கிய ஊரும் கோட்டையும் பின்னாளில் பெருஞ்சிறப்பு வாய்ந்த பெங்களூர் நகரானது. அந்நகரின் சுமார் இருநூற்றாண்டுக் கால வரலாற்றை இக்களஞ்சிய வரிசையின் மூன்றாம் தொகுதியில் விவரித்திருந்தோம்.

களம் பல கண்ட பெங்களூர் திப்பு சுல்தானின் வீழ்ச்சிக்குப் பிறகு பிரிட்டிசாரின் மிகப்பெரிய படை வீடாய் மாறியது. அதற்குப் பல காரணங்கள் உள்ளன. அதன் பிறகு பெங்களூர் இந்தியத்தின் தலைசிறந்த நகர்களுள் ஒன்றாய் வடிவெடுத்து நுட்பத் தொழில்கள் பலவற்றுக்கு மையமாய விளங்குகின்றது.

அதன் உடல் நலந்தரும் தட்ப வெப்ப நிலைதான், அது பெரிய படை வீடாய் உருப்பெற்றதற்குக் காரணமானது. அதனால்தான் சீரங்கப்பட்டணத்தில் நிறுத்தி வைக்கப்பட்டிருந்த பிரிட்டீசுப் படைகள் 1809 ஆம் ஆண்டில் பழைய பெங்களூரின் வடகிழக்கே சுமார் ஆறு கிலோமீட்டர் தொலைவிலுள்ள அலசூருக்கு மாறிவந்தன. பிரிட்டிசார் அலசூரில் அகன்று விரிந்த படைவீடுகளைத் கட்டி, அங்கு தம் படையினரைக் தங்கச் செய்தனர்.

4. பிரிட்டீசுச் செய்திகள்

(அ) புதிய தலைமை அமைச்சர் ஸ்பென்சர் பெர்சிவல்

பிரிட்டனின் தலைமை அமைச்சர் போட்லண்டுப் பிரபு பதவியை விட்டு விலகியதால், அவரது அமைச்சில் நிதியமைச்சராயிருந்த ஸ்பென்சர் பெர்சிவல் 1809 அக்டோபர் 4 அன்று தலைமை அமைச்சர் பதவியை ஏற்றார்.

தலைமை அமைச்சரான பெர்சிவல் பிரிட்டீசு நாடாளுமன்ற மக்களவையின் முகப்புக் கூடத்தில் 1812 ஆம் ஆண்டு மே மாதத்தில் ஒருநாள் சுட்டுக் கொல்லப்பட்டார். அதனால் மறக்கப்படாத தலைமை அமைச்சர்களின் நீண்ட பட்டியலில் அவரது பெயர் இடம் பெறவில்லை என்று ஒரு வரலாற்றாசிரியர் கூறுகின்றார்.

பெர்சிவல் பிரிட்டீசுத் தலைமை அமைச்சருள் மிகவும் சிறியவர். அவருடன் இதில் சற்று போட்டியிடுபவர் ஜான் ரசல் பிரபு எனலாம். பெருஞ் சாதனையாய் மிகுந்த எண்ணிக்கையில் மக்கள் பலரைப் பெற்றவர் என்றும் பெர்சிவல்லைக் கூறமுடியாது.

பெர்சிவல்

ஏனெனில் கிராஃப்டன் பிரபு அவரை இதில் தோற்கடித்துவிட்டார். (கிராஃப்டன் பிரபு : இ.ச.க.தொகுதி-7) அவர் அழகிய மனைவியை அடைந்தவர் என்றும் கூறுவதற்கில்லை. மேலும் பெர்சிவல் வேறு எந்த அரசியல் சாதனையை நிகழ்த்தியதாயும் அவரது வரலாற்றில் காணப்படவில்லை. ஆனால் ''நானறிந்தவருள் இவர்தான் மிகுந்த நேர்மையாளராய் இருக்கக்கூடும்'' என்று மூன்றாம் ஜார்ஜ் மன்னரால் மதிப்பிடப் பட்டவர்.

அவர் எக்மாண்டு ஏளின் இரண்டாவது மகனாய், அவரின் இரண்டாம் மனைவிக்கு 1762 ஆம் ஆண்டில் நவம்பர் 1 அன்று பிறந்தார். இந்தக் காரணத்தினால் பெர்சிவலுக்குத் தந்தையின் ஏள்பட்டமோ, தாயின் பேரனி உரிமையோ கிடைக்காமற் போயிற்று. (*barony* : மிகப்பரந்த நில உடைமை) அவர் ஹாரோ பள்ளியிலும் கேம்பிரிட்ஜின் டிரினிட்டி கல்லூரியிலும் படித்து முடித்தபின், 1783 இல் ஆண்டிற்கு 200 பவுன் வருவாய் மட்டுமே அவருக்கு எஞ்சியது. எனினும் அவர் சட்டத் தொழிலில் இறங்கிப் பெரும் பொருளீட்டினார்.

அவர் ஜேன் ஸ்பென்சர் - வில்சன் என்ற பெண்ணைக் காதலித்தார். பெர்சிவலுக்குப் பெண் கொடுக்க எந்த மேட்டுக்குடித் தாய் விரும்புவாள்? அதனால் அவர்களின் காதலுக்கு எதிர்ப்புக் கிளம்பிற்று அவர் அதையெல்லாம் மீறித் தான் காதலித்த பெண்ணை மணந்தார்.

அவர் கடினமாய் உழைத்த வழக்குரைஞர்; சிறந்த எதிர்காலத்தையுடைய பாரிஸ்டராய் விலங்கினார். (*Barrister* அல்லது *Barrister-at-law* என்பது இங்கிலாந்தில் உயர் நீதி மன்றங்களில் வழக்காடும் தகுதி பெற்ற வழக்குரைஞரைக் குறிக்கும்) ஆனால் அவர் 1790 ஆம் ஆண்டு மணம் புரிந்த நேரத்தில் மிகவும் ஏழ்மை நிலையிலிருந்தார் என்பதில் ஐயமில்லை. அவர் அதனால் ஒரு கம்பளக் கடைக்கு மேலே, மாடியில் சிறு வீட்டில் மனைவியுடன் குடியிருந்தார்.

அவர்கள் மணமான முதல் ஆறு ஆண்டுகளில் வரிசையாய் ஐந்து பிள்ளைகளைப் பெற்று விட்டனர். பெர்சிவில் 1796 ஆம் ஆண்டில் அரசு வழக்குரைஞரானார். அவர் அதன்பின் அரசியலின் பக்கம் தன் எண்ணத்தைச் செலுத்தலானார். அவர் மிகவும் கண்டிப்பான பழமையாளர்; ஆர்வமிக்க கிறித்தவர், சட்டத்தின் மீதும் ஒழுங்கு முறையிலும் ஆழ்ந்த நம்பிக்கையுடையவர். தீவிரமாய்த் தோன்றும் எதுவாயினும் அதை எதிர்ப்பவர். அவரின் இத்தகைய பற்றுக் கோள்களுக்கு அக்காலத்தில் ஆதரவு இருந்தது.

பெர்சிவலுக்கு இப்போது சட்டத் தொழில் நன்றாய் நடந்தது. அவருடைய பெற்றோரின் உடன் பிறந்தார் மகனான நார்த்தாம்டன் பிரபினால் அவருக்குக் குறைந்த

வேலையொடு ஆண்டிற்கு *120* பவுன் சம்பளம் கிடைக்கக் கூடிய ஒரு வேலை வாங்கித் தரப்பட்டது. அது பெருந்தொகையல்ல. எனினும், அந்த வேலை அவரது அரசியல் ஏற்றத்திற்கு முதற்படியாய் அமைந்தது.

பெர்சிவல் மீது இளைய பிட்டின் பார்வை பட்டதுதான், இவையனைத்திலும் மிக முக்கியமாகும். அவர் பெர்சிவலுக்கு ஸ்காத்லந்துத் தலைமைச் செயலாளர் பதவியை அளிக்க முன் வந்தார். இந்த வேலையினால் பெர்சிவலின் வருவாய் உயருமென்று பிட்டு கூறிய போதிலும். அதை அவர் ஏற்க மறுத்து விட்டார்.

அரசியல் தனக்கு வழி திறக்கின்றது என்பதைப் பெர்சிவல் ஏற்கெனவே கண்டு கொண்டார். அவர் தன் குடும்பத்திற்குச் சிறிதளவு உடைமைகள் இருந்த நார்தாம்டன் தொகுதியிலிருந்து *1796* ஆம் ஆண்டில் நாடாளு மன்றத்திற்குத் தேர்ந்தெடுக்கப்பட்டார்.

பெர்சிவல் ஆடிங்டன் அமைச்சில் *(1801-1804)* சொலிசிட்டர் ஜெனரலாயும் பணி செய்தார். *(Solicitor General* என்பது முடியரசின் சட்ட அலுவலர் பதவியாகும். இந்தப் பதவி அட்டர்னி- ஜெனரல் என்ற முதுநிலைச் சட்ட அலுவலர் பதவிக்கு அடுத்த நிலையிலுள்ள பதவியாகும். அட்டர்னி -ஜெனரல் அரசிலும் நாடாளுமன்றத்தின் மக்களவையிலும் உறுப்பினராயிருப்பார்.)

கத்தோலிக்கர் மீது அறிவிக்கப் பெற்றிருந்த குடியுரிமைத் தடைகள் பற்றிய கருத்தில், பெர்சிவல் இளைய பிட்டின் எண்ணத்திற்கு உடன்படவில்லை. அத்தடைகளை நீக்குவதைப் பெர்சிவல் கடுமையாய் எதிர்த்தார். அவர் புராட்டஸ்டண்டுக் கிறித்தவரின் இங்கிலாந்துத் திருச்சபையைச் சார்ந்து நின்றதே அதற்குக் காரணமாகும்.

இளைய பிட்டு *1804* ஆம் ஆண்டில் மீண்டும் தலைமை அமைச்சர் பதவியை ஏற்றார். அப்போது அட்டர்னி-ஜெனரல் பதவியேற்க வருமாறு பெர்சிவல் அழைக்கப்பட்டார். ஆனால் கத்தோலிக்கர் மீதுள்ள தடையை நீக்குவது பற்றி நடவடிக்கை எடுக்கலாகாது, ஃபாக்ஸ் அரசில் இடம் பெறலாகாது என்ற நிபந்தனைகளை ஏற்றுக் கொண்டால் அப்பதவியை ஏற்பதாய்ப் பெர்சிவல் கூறிவிட்டார். பிட்டு இறந்ததும் பெர்சிவல் எதிர்க்கட்சியின் தலைமையை ஏற்றார்.

அவருக்குச் சட்டத் தொழில் இக்காலத்தில் மிகவும் செழிப்பாய் நடந்தது. அவர் அத்தொழிலில் உச்ச கட்டத்தில் இருந்த போது, அவருக்கு *500* கினி வருவாய் கிடைத்தது. *(Guinea* பிரிட்டீசுத் தங்க நாணயம், அதன் மதிப்பு *21* சில்லங்கு இந்நாணயம் *1813* ஆம் ஆண்டு புழக்கத்திலிருந்து நீக்கப்பட்டது. *21* சில்லங்கு = *1* பவுன் *5* பென்னி) அவருக்கு வேறு வழிகளிலிருந்தும் வருவாய் கிடைத்தது. அதனால்தான் வருவாய் தரும் சட்டத் தொழிலுக்கு இடையூறாய் அமையக் கூடிய அமைச்சர் பதவியை ஏற்பதற்குப் பெர்சிவல் மிகவும் தயங்கினார்.

கத்தோலிக்கர் குடியுரிமைத் தடையை நீக்க வேண்டும் என்ற கருத்து அரசியல் அரங்கிலிருந்து மறையவேயில்லை. அதில் அக்கறை காட்டும் அமைச்சு ஒவ்வொன்றும் ஆபத்தை எதிர்நோக்க வேண்டியதாயிற்று. அதனால்தான் அது அனைத்துத் திறனுமுடையோர் அமைச்சைக் கவிழ்த்தது.

பெர்சிவல் இதையடுத்துப் போட்லண்டுக் கோமகன் அமைச்சில் நிதியமைச்சரானார். அதற்கு இரண்டாண்டுகளுக்குப் பிறகு அவரே *1809* இல் தலைமை அமைச்சரானார்.

அவர் இப்போது வேல்ஸ் இளவரசரின் மனைவி பக்கம் சேர்ந்து கொண்டதால்,

இந்திய சரித்திரக் களஞ்சியம் | 291

அந்தப் பட்டத்து இளவரசரின் வெறுப்பிற்கு ஆளானார். அதனால்தான் மூன்றாம் ஜார்ஜ் மன்னருக்கு *1811* இல் பித்துப் பிடித்ததும் வேல்ஸ் இளவரசர் அரச காவலராய் ஆட்சிக்கு வந்ததும், பெர்சிவலைத் தலைமை அமைச்சர் பதவியிலிருந்து நீக்கி விடுவார் என்று விக்குக் கட்சியினர் எதிர்பார்த்தனர். எனினும் அவ்வாறு நடக்கவில்லை. அரச காவலராய் விட்ட பட்டத்து இளவரசர் பெர்சிவலைத் தலைமை அமைச்சராய் வைத்துக் கொள்வதென்று முடிவு செய்து விட்டார்.

ஆனால் லடைட்டுக் கலவரங்களின் போது, பெர்சிவல் அவற்றைப் பெரும்படை கொண்டு அடக்கியதால், அவரின் அமைச்சு பெருந்தொல்லைக்குள்ளானது. *(Luddite riots;* நெசவுத் தொழிலில் எந்திரங்கள் புகுத்தப்பட்டதை எதிர்த்து *1811* முதல் *1816* வரை திட்டமிட்டு நடத்தப்பட்ட கலவரங்களை இது குறிக்கும். அப்போது எந்திரங்கள் உடைத்து நொறுக்கப்பட்டன.

பெர்சிவல் லடைட்டுகள், மனக்குறையுடையோர் ஆகியோர் மீது இங்ஙனம் கடும் நடவடிக்கைகளை எடுத்ததால், அவர் மிகவும் குறை கூறப்பட்டார்.

பெர்சிவலின் இல்லற வாழ்க்கை பேரின்பமாயிருந்தது என்பதற்கு அவர் பெற்ற பதின்மூன்று பிள்ளைகள் சான்றாயிருக்கின்றனர். அவர் ஆழ்ந்த சமயப் பற்றுடையவராயிருந்தமையால், திருவிவிலியத்தின் பழைய ஏற்பாட்டில் சொல்லப் பட்டுள்ள தீர்க்க தரிசனங்களை, அரசியலில் தனக்கு வழிகாட்டிகளாய்க் கொண்டார்.

நட்பிற்கினியவரும் நேர்மையானவருமான பெர்சிவல் சுட்டுக் கொல்லப்பட்டதை அரசியல் நோக்கில் பார்க்கையில் அந்நிகழ்ச்சி எதனுடனும் பொருந்துவதாயில்லை. கடன் தீர்க்க வகையற்று ஓட்டாண்டியாய்ப் போன ஜான் பெல்லிங்கம் இரஷியத்தில் வாணிபம் செய்து வந்தபோது சிறையிலடைக்கப்பட்டார். அப்போது இரஷியத்தின் கோநகரான பீட்டர்ஸ்பர்க்கில் இருந்த இரஷியத் தூதுவர் அந்நாட்டின் நீதியாட்சியில் தலையிட்டுப் பெல்லிங்கமைக் காப்பாற்றுவதற்கு மறுத்து விட்டார். அதனால் பெல்லிங்கம் பிரிட்டீசு அரசின் மீது காழ்ப்புக் கொண்டவராய் நாடு திரும்பினார். இந்தப் பழியுணர்ச்சி அவரை வறியராக்கியது. அவர் பிரிட்டீசுத் தலைமை அமைச்சரை வஞ்சம் தீர்ப்பதென்று பொறுமினார்.

நாடாளுமன்ற மக்களவைக் குழு ஒன்று 1812 மே 11 திங்கள் கிழமையன்று கூடியது. அது பிரஞ்சு வாணிபத்திற்கு ஊறு விளைவிக்கும் வாணிப நடவடிக்கைகளை ஆராய்ந்து கொண்டிருந்தது. அந்தக் கூட்டத்தில் தலைமை அமைச்சர் ஏன் கலந்து கொள்ளவில்லை என்று குழு உறுப்பினரான புரூகூம் பிரபு கேட்டார். உடனே பெர்சிவலுக்கு ஆளனுப்பினர். அவர் கூட்டம் நடந்து கொண்டிருந்த இடத்திற்கு வந்தபோது, பெல்லிங்கம் தன் பைக்குள் மறைத்து வைத்திருந்த பிஸ்டலை எடுத்துப் பெர்சிவலைச் சுட்டுக் கொன்றுவிட்டார்.

பெல்லிங்கம் அதற்கு ஒரு வாரங்கழித்துத் தூக்கிலிடப்பட்டார். அவருக்கு மனநிலை சரியில்லை என்ற முறையீட்டை நீதிமன்றம் ஏற்கவில்லை.

பெர்சிவல்

பெர்சிவல் பெருஞ்செல்வர் அல்லரெனினும் கொடை கொடுக்கும் கையர். அவர் தன்னால் முடிந்த அளவு ஏழையர்க்கு உதவினார். இளையபிட்டு இறந்ததும் அவரின் கடன்களை அடைப்பதற்காக அவருடைய நண்பர் வில்லியம் வில்பர்ஃபோர்ஸ் நிதி திரட்டிய போது, பெர்சிவல் தன் வசதிக்கு மீறிய அளவில் 1000 பவுனை அளிக்க முன்வந்தார்.

பெர்சிவல் பெரிய குடும்பத்தையும் சிறிதளவு உடைமைகளையும் விட்டுச் சென்றமையால், மக்களவை அவரின் மனைவிக்கும் குழந்தைகளுக்கும் 50,000 பவுனை அளிப்பதென்றும், அதற்கு மேலும் ஆண்டுதொறும் 2000 பவுனைக் கொடுப்பதென்றும் முடிவு செய்தது.

(ஆ) நாடாளுமன்றச சீர்திருத்தத் தீர்மானம்

பிரிட்டனின் நாடாளுமன்றத்தைச் சீர்திருத்தும் நோக்குடன் கொண்டு வரப்பட்ட ஒரு தீர்மானம் 1809 ஆம் ஆண்டு மக்களவையில் தோற்கடிக்கப்பட்டது.

5. பிரஞ்சுச் செய்திகள்

(அ) நெப்போலியன் மத நீக்கம்

பாப்பரசர் ஏழாம் பயசிற்கும் (*Pius VII 1740-1823 :* பாப்பாட்சிக்காலம் *1800-1823*) நெப்போலியன் போனப்பாட்டிற்கும் உறவு சீர் கேடடைந்து விட்டது. நெப்போலியன் 1809 மே 17 அன்று ரோம் நகரைப் பிரஞ்சுப் பேரரசுடன் இணைத்துக் கொண்டது. அதற்குக் காரணமாகும். ஆதலால் பாப்பரசர் நெப்போலியனை சூன் 11 அன்று கத்தோலிக்க சமயத்திலிருந்து நீக்கி வைத்தார்.

நெப்போலியன் பாப்பரசரை வட இத்தாலியில் நிலநடுக்கடலின் கரைமீதுள்ள சவோனா (*Savona*) என்ற இடத்தில் சிறை வைத்தார்.

(ஆ) நெப்போலியன் ஜோசஃபீனை மணவிலக்குச் செய்தார்

மாரி ஜோசஃபீன் தாஸ்சர் தெ லா பேஜரி என்ற இயற் பெயரையுடையவரும் பின்னர் ஜோசஃபீன் தெ பூகர்னயிஸ் என்ற பெயரைப் பெற்றவருமான பேரரசி ஜோசஃபீன (1763-1814: நெப்போலியனின் மனைவி; பிரஞ்சுப் பேரரசியாயிருந்த காலம்

1796-1809) நெப்போலியனுடன் பதின்மூன்றாண்டுக் கால இல்லறம் நடத்திய பின் தன் கணவரால் பிள்ளை இல்லை என்று *1809* டிசம்பர் *16* அன்று மணவிலக்குச் செய்யப்பட்டார்.

நெப்போலியன் *1810* ஆம் ஆண்டு ஏப்ரல் முதல் நாளன்று தனக்கு வாரிசு வேண்டுமென்பதற்காக ஆஸ்திரியத்தைச் சேர்ந்த மாரி லூசி *(Marie Louisie)* என்ற ஹாப்ஸ்பர்கு குடி இளவரசியை மணந்தார்.

6. அறிவியல் செய்திகள்

(அ) பரிணாம வளர்ச்சி பற்றிய முக்கியமான பிரஞ்சு நூல்

பிரஞ்சு இயற்கையியலாரான எல்.பி.தெ லமார்க்கு *(L.B.Antoine de Lamarque 1744-1829)* *1809* ஆம் ஆண்டில் பரிணாம வளர்ச்சி பற்றிய ''விலங்கியல் கொள்கை'' *(Philosophie Zoologique)* என்ற நூலை எழுதினார். ஓர் உயிரியின் வாணாளில் திரிபடைகின்ற பண்புக் கூறுகள் மரபு வழி தொடர்ந்து செல்லக் கூடியன என்ற கொள்கையை அவர் இந்நூலில் கூறியிருந்தார்.

(ஆ) நிக்கோட்டின் இனங் காணப்பட்டது

வாக்குலின் *(Vauquelin)* என்றவர் *1809* ஆம் ஆண்டு நிக்கோட்டினை இனங்கண்டார்.

நிக்கோட்டினின் வேதிக்குறி $C_{10} H_{14} N_2$ இது நிறமற்ற எண்ணெய் போன்ற நீர்மம். எளிதில் கரையும் இதன் மணம் அருவருக்கத் தக்கது.

7. பிறப்பு

(அ) முத்துக்குட்டி சாமிகள்

சாதிபேதச் சாக்கடையென விளங்கிய திருவிதாங்கூரில் அடங்கியிருந்த நாஞ்சில் நாட்டில் அக்கொடுமைகளை எதிர்த்துப் போரிட்ட முத்துக்குட்டி சாமிகள் *(1809-1851)* *1809* ஆம் ஆண்டு சுசீந்திதிதிற்கு அருகில் பிறந்தார். அவர் சாதியின் பெயரால் அடிமைகளினும் கேவலமாய் நடத்தப்பட்ட மக்களுக்காக, இசைவித்தகர் என்று கொண்டாடப் பெறும் சுவாதித் திருநாள் என்ற திருவிதாங்கூர் மன்னரை (ஆ.கா.*1829 -1847)* எதிர்த்துப் பல இன்னல்களை ஏற்றவர்.

(ஆ) எட்கர் ஆலன் போ

சிறுகதை எழுத்தாளர்; புலவர்; இலக்கியத் திறனாய்வாளர் என்ற சிறப்புகளைப் பெற்ற எட்கர் ஆலன் போ *(Edgar Allan Poe 1809-1849)* *1809* ஆம் ஆண்டு பிறந்தார். அமெரிக்கரான இவர் *1841* ஆம் ஆண்டில் எழுதிய *The Murders in the Rue Morgue* என்பது தான் முதல் தற்காலத் துப்பறியும் கதை என்று கொள்ளப்படுகின்றது. இவரது பெரும்பாலான எழுத்துகள் எல்லாம் சாவு, சீரழிவு, மனக்கோளாறு பற்றியனவாகவே உள்ளன.

(இ) சார்லஸ் டார்வின்

உயிர்களின் படிமுறை வளர்ச்சி பற்றிய பரிணாமக் கொள்கையை எடுத்துக்

கூறமுயன்ற பிரஞ்சு இயற்கையியலார் லமார்க்கின் நூல் வெளிவந்த 1809 அம் ஆண்டில், அக்கொள்கையைத் தன் ஆராய்ச்சி வழியே பின்னாளில் நிலைநாட்டிய சார்லஸ் இராபட்டு டார்வின் (*Charles [Robert] Darwin 1809-1882*) பிறந்தார். ஆங்கிலேயரான இவர், இயற்கைத் தேர்வுகளின் வழியே உயிரினங்கள் பரிணாம வளர்ச்சியடைகின்றன என்ற கொள்கையை *On the Origin of Species* என்ற தன் நூலில் 1871 ஆம் ஆண்டு வெளிப்படுத்தினார். (பக்கம் 179)

(ஈ) லூவி பிரயில்

லூவி பிரயில் (*Louis Braille 1809-1852*) பிரஞ்சுக் கண்டுபிடிப்பாளர்; இசைஞர்; குருடர்க்கு கற்பிக்கும் ஆசிரியர்; இவரே மூன்றுவயதிலிருந்து கண்பார்வை அற்றவரானார். கண்ணில்லாதோர் படிக்கக்கூடிய பிரயில் என்ற புடைப்பு எழுத்து முறையை இவர் கண்டுபிடித்ததால் அந்த எழுத்து அவர் பெயரால் வழங்கி வருகின்றது. அவர் 1809 ஆம் ஆண்டில் பிறந்தார்.

(உ) ஆபிரகாம் லிங்கன்

அமெரிக்கத்தின் பதினாறாவது ஆட்சித் தலைவரான ஆபிரகாம் லிங்கன் (*Abraham Lincoin 1809 -1865*) 1809 ஆம் ஆண்டு பிறந்தார். இவருக்குப் பல சிறப்புகள் உள்ளன. அமெரிக்கத்தில் ஏற்பட்ட உள்நாட்டுப் போரிலிருந்து (1861 - 1865) அமெரிக்க ஒன்றியம் சிதறாமல் காத்தார். அடிமைகளுக்கு 1863 ஆம் ஆண்டு விடுதலை பெற்றுத் தந்தார்.

8. இறப்பு

தாமஸ் பெயின்

தாமஸ் பெயின் (*Thomas Paine 1737- 1809*) 1737 ஆம் ஆண்டு இங்கிலாந்தில் பிறந்து அமெரிக்கக் குடிமகனானவர். இவர் அரசியல் கருத்துகளைச் சிறு வெளியீடுகளாய் அச்சிட்டுச் சிந்தனையைத் தூண்டிவிட்டவர். இவர் பிரஞ்சுப் புரட்சியை ஆதரித்தார். இவரின் வெளியீடுகளில் ''மனிதனின் உரிமைகள்'' (*The Rights of Man* 1791-1792). ''பகுத்தறிவுக் காலம்'' (*The Age of Reason 1794- 1796*) ஆகியன குறிப்பிடத் தக்கனவாகும். இக்களஞ்சிய வரிசையில் இவரைப் பற்றிய செய்திகள் பல இடங்களில் சொல்லப் பட்டுள்ளன. தாமஸ்பெயின் 1809 ஆம் ஆண்டு இறந்தார்.

1810

அரசியல்

மெக்சிக்கத்தில் புரட்சி தொடக்கம்

பிரிட்டீசார் மோரீசைப் பிடித்தனர்

ஆப்கானித்தானத்தில் முகமது ஷா அமீரானார்

அறிவியல்

டால்டனின் அணுக்கொள்கை

சிலிசியம் கண்டுபிடிப்பு

சமயம்

தமிழகத்தில் கிறித்தவ சமயம் பரவுதல்

சட்டம், நீதியாட்சி

உலகின் முதல் ஆம்பட்ஸ்மன்

கல்வி, கலை, இலக்கியம்

பெர்லினில் பல்கலைக் கழகம்

தொழில், வாணிபம், வேளாண்மை

பிரான்சில் புகையிலை விற்பனை அரசுடைமை

வரலாறு

மெக்சிக்கமும் அதன் நாகரிகங்களும்

மக்கள்

நெப்போலியன் மறுமணம்

இறப்பு

ஹென்றி காவண்டிஷ் *(1731 -1810)*

1810

1. தமிழகத்தில் கிறித்தவம் பரவுதல்

கிறித்தவம் மேலான மானுடக் கேண்மையை நெறியாய்க் கொண்ட தனிப்பெருஞ் சமயமாகும். இறைவன் தம்மையே உலகை உய்விக்கத் தேர்ந்தெடுத்தான் என்று மெய்யாகவே வலுவாய் நம்பி வரும் செமித்தியச் சமயங்களின் பொறையற்ற கோட்பாடுகளுக்கு மாறாய், மனுக்குலம் முழுமையையும் வேறுபாடின்றி ஆரத்தழுவும் உயர் சமயம் ஒன்று தோன்றுவதற்கு உயிர் கொடுத்து ஒளிபரவச் செய்தவர் செமித்திய மக்களிடையே பிறந்த ஏசுபிரான் ஆவார்.

உலகில் கிறித்தவம் பரவுதல்

ஏசுப் பெருந்தகை தம் மாணவர் அனைவரையும் நோக்கி, ''நீவிர் சென்று அனைத்துக் குலத்தினரையும் சீடராக்கித் திருத்தந்தை, திருக்குமாரன், திரு ஆவியின் பெயரால் அவர்களுக்குத் திருமுழுக்குச் செய்து வைப்பீராக. யாம் உமக்குக் கட்டளையிட்டன யாவையும் அவர்கள் கைக்கொண்டு ஒழுகுமாறு அவர்களுக்குக் கற்பிப்பீராக:'' மானுடக் கேண்மைக் கோட்பாட்டைப் புவியெங்கும் கொண்டு சென்று விதைக்குமாறு கூறியவற்றைத் திருவிவிலியம் (மாற்கு 28 : 19,20) இங்ஙனம் எடுத்துக் காட்டுகின்றது.

பௌத்தமும் கிறித்தவமும்

நிலநூல் வசதி கருதி ஆசியம் என்று பெயரிடப் பெற்றிருக்கும் தொன்மை மிகும் பெருநிலப் பரப்பின் உள் பிரிவாகிய தென்னாசியமான பாரதம் என்ற இந்து தேசம் இரண்டாயிரத்து ஐநூறு ஆண்டுகளுக்கு முன்னர் பௌத்தம் என்ற அறச்சகடத்தை, தர்மச் சக்கரத்தை அதன் மையத்திலிருந்து விரியும் ஆரக்கால் போன்று எண்டிசையும் உருளச் செய்தது. பௌத்தமே மக்களை மதம் மாற்றுவதைக் குறிக்கோளாய்க் கொண்டு நாடு, இனம், மொழி என்ற எல்லைகளைத் தாண்டி விரிநீர் வியனுலகில் முதன் முதலில் பரவிய சமயமாகும்.

சமயம் பரப்புவதற்காக ஆழிகளையும் ஆறுகளையும் அகண்ட நிலப்பரப்புகளையும் தாண்டிச் சென்ற பெருமையைக் கிறித்தவத்திற்கும் அளிக்கலாம். ஏசுநாதரின் சீடரும் கிறித்தவ சமயத் தொண்டருமான ''தயங்கும் தாமஸ்'' என்ற தோமையர் அசோகருக்குச் சுமார் இருநூற்றைம்பது ஆண்டுகளுக்குப் பின்னர் இந்தியம் வந்தார் என்றொரு மரபு உண்டு. எனவே உலகில் கிறித்தவத்தை ஏற்ற முதல் நாடு இந்து தேசமோ என்பது சிந்தித்துப் பார்ப்பதற்குரியதாகும்.

இந்தியத்தில் கிறித்தவம், சமூக நிலை

எனினும் பதினைந்தாம் நூற்றாண்டின் இறுதியில் சேரநாட்டை வந்தடைந்த போர்த்துக்கீசருடன் இந்தியத்தில் கிறித்தவ சமயத்தின் வரலாறு தொடங்குகின்றது.

இது இந்து தேசத்தில் மிகவும் குழப்பமான கட்டம். வெகு தொன்மையான, வரலாற்றுக்கு முற்பட்ட சமய மரபுகளும் பண்பாடுகளும் விரிந்தகன்ற இந்தியப் பெரு நிலத்தைக் கட்டுக் குலையாமல் இழுத்துச் சேர்த்துப் பிடித்துக் கொண்டிருந்த காலம். காலத்தாலும் பல்வேறு வரலாற்றுக் கூறுகளாலும் பாரதத்தின் சமூகக் கட்டுக் கோப்புகள் கலகலத்து வந்த நேரம். தட்டி அணைத்துச் செல்ல உற்ற மேய்ப்பனில்லாத மந்தை போன்று மக்களெல்லாம் பாமரராய் விலங்குகளாய், உலகனைத்தும் பான்மை சொல வாழ்ந்திருந்த சூழல், இம்மாபெரும் நாடு சரித்திரம் உருவான காலத்திற்கு முன்பிருந்தே புதிய பண்பாடுகளையும், நாகரிகங்களையும் சமயங்களையும் ஏற்றுச் செரித்து ஏற்றங் கண்டுவந்த சிறப்பு இறங்கி வந்த நிலை. இனி நமக்கும் மீட்சி உண்டென்னும் நம்பிக்கை கொள்ள முடியாத கையறு நிலை. விரைவில் விடியப் போகின்றது என்பதை உணர்த்தும் புலரொளி கண்டும் கலையாத உறக்கம்.

சாதிப் பாகுபாடுகள்

சாதிப்பாகுபாடும் கொடுமைகளும் உச்சம் ஏறியிருந்தன. மதுரை நாயக்கராட்சிக் காலத்தின் தொடக்கத்திலிருந்து *(க.1548 -1736)* வருணா சிரம தர்மம் கடுமையாய்க் கடைப்பிடிக்கப்பட்டு வந்தது. சாதிக் கட்டுப்பாடுகளை மீறினால் கடுமையான தண்டனை அளிக்கப்பட்டது. வலங்கை, இடங்கைப் பிரிவினரிடையே மோதல்; சௌராட்டிரர் மீது பூணூல் வழக்கு; அரசியல் காரணங்களுக்காகக் குறிப்பிட்ட சில வகுப்பினரைத் தீண்டாதவர் என்று ஒதுக்கி வைத்தல்; நிலப் பிரபுத்துவ மேலாண்மைச் செருக்குகளுக்குச் சமயத் தலைவர்கள் துணை போதல் போன்ற பாகுபாடுகள் மலிந்திருந்தன.

பல துறைகளில் கற்றுத் தேர்ந்த அறிவாளியரான கிறித்தவ சமயத் தொண்டர்கள், இந்நாட்டின் சமுதாய அமைப்பு முறையைத் தெள்ளிதின் உணர்ந்து கொண்டனர். சாதியமைப்பு சமூகக் கட்டுக்கோப்பு முழுமையிலும் பின்னிப் படர்ந்திருந்ததையும் பிறவியிலிருந்து தொடர்கின்ற அந்தத் தளையை அல்லது ஒட்டுறவைச் சாவிற்குப் பிறகும் ஒருவரால் அறுக்க இயலாது என்பதையும் தம் கூர்த்த மதியினால் கண்டு கொண்டனர். ஆதலால் அதற்கு இணக்கமான விதத்தில் அவர்களின் அணுகுமுறை அமைந்தது.

அடிநிலையில் கிடந்தாலும் மேலேற வேண்டுமென்ற துடிப்புடைய வகுப்பினரில் சிலருக்குச் சாதிப்பாகுப்பாட்டின் இரக்கமற்ற கடும் பிடியையும் பிற சமூகத் தடைகளையும் தகர்த்து மானுடர்க்கு இன்றியமையா அடிப்படைப் பெருமைகளையும் தமக்கு மறுக்கப்பட்டுவிட்ட வழிபாட்டுச் சுதந்திரத்தையும் கல்வியையும் ஏனைய சமூக வாய்ப்புகளையும் பெறுவதற்கு மதமாற்றம் ஒன்றே வழி என்ற எண்ணம் பிறந்தது. கிறித்தவ சமயப் பரப்பியர் இத்தகையோரையெல்லாம் தம் சமயத்தினுள் சேர்த்து அணைத்துக் கொண்டனர்.

தமிழகத்தில் சமயப் பரப்பியர்

தமிழகத்தில் தென்பாண்டிச் சீமையான நெல்லை மாவட்டத்து மக்களும் தென் திருவிதாங்கூரில் வேணாட்டின் ஆட்சிப் பகுதியிலிருந்த நாஞ்சில் நாட்டு மக்களும் இங்ஙனம் கிறித்தவம் தழுவியவர்களில் முன்னோடியராயிருக்கின்றனர். பதினாறாம் நூற்றாண்டின் முற்பகுதியில் கிறித்தவம் தழுவிய பரதவருக்குப் பிறகு, குறிப்பிடத்தக்க அளவில் கிறித்தவம் தழுவியோர் நாடார்களேயாவர்.

இன்றைய இந்தியக் கல்விமுறைக்குப் பத்தொன்பதாம் நூற்றாண்டின் இடையில் கடைகாலிட்ட தாமஸ் பேபிங்டன் மெக்காலேயின் (1800 -1859) சிற்றப்பனான மேஜர் மெக்காலே இக்கால கட்டத்தில் பாளையங்கோட்டையில் படைத் தலைவராயும் திருவிதாங்கூர் அரசில் பிரிட்டீசுப் பேராளராயும் இருந்தார். கிழக்கிந்தியக் கம்பெனி சமயச் சார்பற்றதாயிருந்த போதிலும், மெக்காலே போன்ற கம்பெனி அலுவலர்கள் கிறித்தவ சமயப்பரப்பியர் பால் அன்பு கொண்டு கனிவான ஆதரவு தந்து வந்தனர்.

தோபியாஸ் ரிங்கல்டாபே என்ற புரட்டஸ்டண்டுக் கிறித்தவச் சமயப் பரப்பி 1806 ஏப்ரலில் தென் திருவிதாங்கூருக்கு வந்தார். அவரது சமயப்பணி காரணமாய்த் தென்திருவிதாங்கூரின் நாஞ்சில் நாட்டில் கிறித்தவம் நன்கு வேரூன்றியது.

பிச்சைக் குடியிருப்பு, புத்தளம். கோயில் விளை, ஆத்திக்காடு, ஈத்தாமொழி, தாமரைக்குளம் முதலிய ஊர்களைச் சேர்ந்த சிலர் இப்போது கிறித்தவராயினர். அவ்வாறு மதம் மாறியவர்களனைவரும் நாடார்களாயிருந்தனர்.

''சமயக் குருக்களின்றி, எழுத்தில் எழுதப் பெற்ற சட்ட திட்டங்களின்றி, புனிதமான பழங்கதைகளின்றி. வரலாற்றொடு ஒட்டிய நினைவுகளின்றி, அயல் நாட்டினரின் மதம் என்ற வெறுப்பின்றிப் பிற சாதியினரை விட மிகுந்த விருப்பத்துடன் அவர்கள் கிறித்துவ போதனைகளை ஏற்று, அதன் கட்டுப்பாட்டிலும் அதை வளர்ப்பதிலும் நல்லார்வம் உடையவர்களாய் விளங்கினர்'' என்று ஜான் ஆடம்ஸ் 1870 ஆம் ஆண்டில் எழுதிய ''இருபத்திரண்டாண்டுக் காலச் சமய போதனை அனுபவம்'' என்ற நூலில் நாடார் பற்றிக் குறிப்பிடுகின்றார்.

1810

சான்றோர், வலங்கையர்

இந்தியத்திலேயே நாடர்கள்தாம் அதிக எண்ணிக்கையில் புராட்டஸ்டாண்டுக் கிறித்தவத்தைத் தழுவினர் என்று கருதப்படுகின்றது.

நாடார்கள் தம்மைச் சான்றோர் என்றும் வலங்கையர் என்றும் அழைத்துக் கொண்டனர். வலங்கையர் என்னும் பிரிவில் ஏராளமான சாதிகள் இடம் பெற்ற போதிலும் நாடார் குல மக்கள் அதைத் தம் சாதியைச் சுட்டும் பெயராய்க் கொண்டு, வலங்கை வாழ்த்து என்பன போன்ற இலக்கியங்களைப் படைத்திருக்கின்றனர்.

கி.பி.18, 19 ஆம் நூற்றாண்டுகளில் நாடார் மக்களில் பெரும்பாலர் பொருளியல் நிலையில் பின்தங்கியிருந்தனர். குறிப்பாய், குமரி மாவட்டத்தில் வாழ்ந்த நாடார்களில் பெரும்பாலர் உயர் சாதியினரின் அடக்கு முறைக்கு ஆள்பட்டுத் துன்புற்றனர். தீண்டாமை, வரிக்கொடுமை போன்றவற்றால் பெரிதும் இன்னலுற்ற இவர்களில் பலர், தம் உரிமைகளைக் காத்துக்கொள்ளக் கிறித்தவம் தழுவினர். அவர்கள் ஐரோப்பியக் கிறித்தவத் தொண்டர்களின் துணையொடு உயர் வகுப்பினரை எதிர்த்துப் போராடினர். அரசும் மேல் சாதியினரும் செய்த கொடுமைகளிலிருந்து நாடார்கள் இளைப்பாறிக் கொள்வதற்கு இந்த மதமாற்றம் உதவிற்று என்ற இரா.பொன்னு என்று தற்கால எழுத்தாளர் குறிப்பிடுகின்றார்.

நாடார்கள் தம் சமுதாய நிலையையும் குலத்துப் பெண்களின் மானத்தையும் காக்கத் தொடர்ந்து நடத்திய பிற்காலப் போராட்டம். வரலாற்றாசிரியரால் ''தோள்சீலைக் கலகம்'' என்று சுட்டப்படுகின்றது. தென் திருவிதாங்கூரின் பிற்கால வரலாற்றை நோக்குகையில் நாடார்குல மக்கள் எவ்வாறெல்லாம் அடிமைப்படுத்தப்பட்டு ஆளும் வகுப்பினரின் கொடுஞ்செயல்களுக்கு ஆளாயினர் என்பது தெரிகின்றது.

மதம் மாறியோரின் எண்ணிக்கை பெருகுதல்

கிறித்தவம் தழுவியவர்களின் எண்ணிக்கை 1810 ஆம் ஆண்டில் 394 ஆகவிருந்தது. மேலே கூறிய நாஞ்சில் நாட்டு ஊர்களில் கிறித்தவக் கோயில்களும், பள்ளிக்கூடங்களும் கட்டப்பெற்றன. கிறித்தவம் தழுவியவர்களின் எண்ணிக்கை 1813 இல் அங்கு 600 ஆக உயர்ந்தது. (குமரி மாவட்டத்தினருகிலுள்ள நெல்லைச் சீமையில் நாடார்கள் கிறித்தவம் தழுவிய செய்தி, இ.ச.க.10 ஆம் தொகுதியில் 1706 ஆம் ஆண்டுக் கட்டுரையொன்றில் காண்க.)

இம்மத மாற்றத்தினால் தாழ்ந்த சாதி என்று தள்ளப்பட்ட இம்மக்களுக்கு மறுக்கப்பட்ட கல்வி கற்கும் வாய்ப்புக் கிடைத்தது. இலண்டன் திருச்சபை என்ற கிறித்தவ அமைப்பு இம்மக்களுக்கு உறுதுணையாயிருந்தது. கிறித்தவம் தழுவிய நாடார்களின் பழக்க வழக்கங்கள், நடையுடை பாவனைகள் முதலியன மாறின.

ஆடவர்கள் நீளமாய் முடிவளர்த்துக் கொண்டை போடுவதை நிறுத்தினர். பொட்டிடுவதும் பூச்சூடுவதும் இந்துக்களின் பழக்கம் என்று பெண்கள் அவற்றை விட்டொழித்தனர். காதுகளை நீளமாய் வளர்த்துக் தண்டட்டி (பாம்படம்) போடும் வழக்கத்தையும் பெண்கள் கைவிட்டனர்.

மதமாற்ற வேகம் குறைதல்

நாஞ்சில் நாட்டிலும் நெல்லைச் சீமையிலும் பத்தொன்பதாம் நூற்றாண்டின் இக்காலகட்டத்தில் காணப்பட்ட சமய மாற்றப் போக்குத் தமிழ்நாட்டின் பிற்பகுதிகளில் காணப்படவில்லை. பாண்டிய நாட்டின் நடுப்பகுதியிலும் வடக்கிலும் வாழ்ந்து வந்த இவ்வகுப்பினர் இந்து சமய வரம்பினுள் இருந்து கொண்டே அமைதியாய் வாழலாம் என்று எண்ணலாயினர்; அல்லது அதை எதிர்த்துப் போரிடலாம் என்றும் துணிந்தனர். இந்த எதிர்ப்பைப் பத்தொன்பதாம் நூற்றாண்டின் பிற்பகுதியில் பல ஊர்களில் நடந்த கோயில் நுழைவுப் போராட்டங்களிலிருந்து தெளியலாம்.

நாஞ்சில் நாட்டிலும் முத்துக்குட்டி சாமிகள் (1809-1851) செய்த தொண்டின் பலனாய் நாடார்கள் கிறித்தவம் தழுவும் போக்குக் குறைந்தது என்று சமயப் பரப்பியர் அவர்மீது குறைகூறி எழுதி வைத்துள்ளனர். வைகுந்தர் என்ற முத்துக்குட்டி சாமிகள் இந்து சமய அமைப்பினுள் நின்றவாறே அதன் சாதிக் கொடுமைகளை வேரறுக்க வேண்டுமென்று போராடினார்.

பத்தொன்பதாம் நூற்றாண்டில் இந்தியம் முழுமையிலும், குறிப்பாய்ப் பாஞ்சாலத்தில் தாழ்ந்த சாதியினர் பேரெண்ணிக்கையில் கிறித்தவம் தழுவினர். சாதிக் கொடுமையிலிருந்து தப்புவதற்காக மதம் மாறினாலும், அந்தச் சாதிபேதம் அவர்களை விட்டு நீங்கியதா என்பது பொருள் பொதிந்த வினாவாகவே உள்ளது.

புத்தரைத் திருமாலின் பதினோராவது அவதாராமாக்க முனைந்ததைப் போன்று, சமணம் இந்து சமயப் பிரிவு என்று கருதப்பட்டு வந்ததைப் போன்று, கிறித்தவமும் இந்து சமயத்தின் நீட்டிப்பே என்று கொள்ளக் கூடிய நிலை தோன்றுமாயின், அந்தக் கொள்கையை எடுத்துரைப்பவர்கள் தம் கருத்திற்கு ஆதரவாய்க் கிறித்தவரிடையே இன்றும் இருந்துவரும் சாதிப் பாகுபாட்டை உரத்த குரலில் எடுத்துக்காட்டக்கூடும்.

2. மெக்சிக்கத்தில் புரட்சி தொடக்கம்

பண்டை மெக்சிக்கம்

அமெரிக்கப் பெருநிலத்தின் நடுப்பகுதியை மெசோ அமெரிக்கம் (*Mesoamerica*) என்கின்றனர். நடு என்ற பொருளைத் தரும் மைசோ (*miso*) என்ற கிரேக்கச் சொல்லை வேராய்க் கொண்ட மெசோ என்பதும் நடு என்றே பொருள்படும். தென்னமெரிக்கம் ஸ்பானியரால் வெல்லப்பட்ட காலத்திற்கு முன்னர், அதன் வடக்கிலுள்ள, ரியோ கிராண்டி *Rio Grande* : தென்மேற்குக் கொலராடோவில் தோன்றித் தென்கிழக்காய் மெக்சிக்க வளைகுடாவை நோக்கி ஓடும் வடஅமெரிக்க ஆறு. இது இன்று அமெரிக்க ஒன்றியத்திற்கும் மெக்சிக்க நாட்டிற்கும் எல்லையாய் உள்ளது.) தெற்கிலுள்ள கோஸ்டா ரிக்கா (*Costa Rica*; நடு அமெரிக்கத்திலுள்ள இன்றைய குடியரசு. இது ஸ்பெயினிடமிருந்து **1821** இல் விடுதலை பெற்றது) ஆகியவற்றை எல்லைகளாய்க் கொள்வோமாயின், அவற்றுக்கு இடைப்பட்ட பகுதியில், பதினைந்திற்குக் குறையாத தனித்தனி மொழிக் கூட்டத்தார் வாழ்ந்தனர். இன்னும் அடையாளங்கள் காணப்படாதிருக்கின்ற பல்வேறு கூட்டத்தாரும் இருந்தனர். இம்மொழிக் கூட்டத்தாருள்ளும் வெவ்வேறுபட்ட ஆயிரக்கணக்கான மொழிகளைப் பேசியோரும் காணப்பட்டனர். மெக்சிக்கத்தில் (*Mexico*) இன்றுங்கூட தனித்தனியான தொண்ணூறு மொழிகள் வழங்குகின்றன.

தொன்மையான நாகரிகங்கள்

நடு அமெரிக்கத்தில் வாழ்ந்த மக்கள் கி.மு. முதல் மில்லீனியம் வாக்கில், தம் சைபீரிய முன்னோரின் காட்டுத்தனமான நாடோடி வாழ்க்கையிலிருந்து வெகு தொலைவு முன்னேறி விட்டனர். அவர்கள் வேளாண்மை சார்ந்த சிற்றூர்களில் பல நூற்றாண்டுகளாய் வாழ்ந்திருந்தனர். அவர்களின் சிற்றூர்கள் மெக்சிக்கத்திலிருந்து கோஸ்டா ரிக்கா வரையில் விரிந்து செழித்துக் கிடந்தன. சிற்றூர் மக்கள் மெல்ல மெல்லத் தம் வாழ்க்கைத் திறங்களைத் திருத்தி வரலாயினர்.

அவர்கள் இப்போது நல்ல மண்பாண்டங்களை வனைந்தனர். சிறந்த பருத்தித் துணிகளை நெய்தனர். இவையனைத்தையும் விட மேலான ஒரு வளர்ச்சியைக் கண்டனர்; அவர்களின் விளைபயிர்கள், குறிப்பாய் மக்காச் சோள விளைச்சல் சிறப்பெய்தியது. நன்கு திரண்டு முற்றியிருந்த கதிர்மணிகள் விளைந்தன. அதனால் அவர்கள் மக்காச் சோளக்காடுகளில் பத்து வாரத்திற்குச் சற்று அதிகமான காலம் உழைத்தாலே, அவர்களால் தம் குடும்பத்திற்கு ஓராண்டிற்கு வேண்டிய அளவில் அறுவடை செய்துவிட முடிந்தது.

அவர்களுக்கு இப்போது ஓய்வு கிடைத்தமையால் பிறவேலைகளில் ஈடுபட்டனர். கைக்கருவிகள் செய்தனர்; மீன் பிடித்தனர், அவர்கள் உணவு தேடுவதற்காக இடையறாமல் பாடுபட்ட காலம் குறைந்து, வாழ்க்கைக்கு வேண்டிய பிற பணிகளைச் செய்த நேரம் போக எஞ்சிய காலத்தில் சமயம், போர்த் தொழில், கலை அல்லது நாகரிகங்களை எழுப்பும் பணியில் ஈடுபட்டனர். இவ்வாறாய் நடு அமெரிக்கத்தில் நாகரிகம் முகிழ்த்தது.

தற்கால மானுடவியலார் அவர்களைப் பண்பாட்டுக் கூட்டங்களாய்ப் பகுத்து வகைப்படுத்தி விடக்கூடும். அவற்றுள் வெகு சில கூட்டங்களை ''நாகரிகங்கள்'' என்று பெருமைப்படுத்தி அடையாளங் கண்டுவிடமுடியும்.

ஸ்பானியர் பதினாறம் நூற்றாண்டின் தொடக்கத்தில் இங்கு வந்ததற்கு முன்னம் ஆயிரத்தை நூறு ஆண்டுகளுக்கு மேலாய், மிகவும் சிறந்த முறையில் அமைத்திருந்த

இந்தியப் பேரரசுகளின் தாயகமாய் மெக்சிக்கம் இருந்தது. மாயன், தோல்தெக்கு, ஆர்மெக்கு, அசுடெக்கு, மாண் ஆல்பன், தியோத்திகுவாக்கன் என்ற பெயர் சொல்லக் கூடிய தலையாய நாகரிகங்கள் அவற்றுள் அடங்கும். அவற்றுள்ளும் மாயர், அசுடெக்குகள் ஆகிய இருவரின் நாகரிகங்கள் வல்லமை வாய்ந்தனவாயிருந்தன.

மாயன் நாகரிகம்

இம்மக்களின் சிறந்த கட்டுமானக் கலையைக் கருதுகையில் இவர்களை மயன் என்றும் மாயத் தன்மை வாய்ந்த அருஞ்செயல் புரிந்தவர் என்பதை எண்ணும்போது மாயன் என்றும் அழைக்கத் தோன்றுகின்றது. பாரத இந்தியராகிய நமது நோக்கில் அமெரிக்க இந்தியராகிய மாயர்கள் அவ்வாறு தோன்றுவது வியப்பன்று. ஆயினும் இம்மக்கள் பேசும் மொழிப் பெயரை வைத்து இவர்கள் மாயன் என்று அழைக்கப் படுகின்றனர் என்பதுதான் மெய்யாகும்.

மெக்சிக்கத்தின் பள்ளத்தாக்கில் இல்லாத, அதன் வேறு பகுதியில் இருக்கின்ற நாகரிகங்கள் என்று குறிப்பிட்டுக் கூறத்தக்கவற்றுள் முதன்மையான ஐந்து நாகரிகங்கள் உண்டு. அவற்றுள் மேன்மையானது மாயன் நாகரிகம். இந்நாகரிகத்தை எந்தத் தரத்தின்படி அல்லது அளவுகோலின்படி நோக்கினும், அது உலகின் மெய்யான தனி முதல் *(Original)* நாகரிகங்களுல் ஒன்றெனக் கொள்ள முடியும். அத்துடன் மாயன் நாகரிகம் புதுவன படைக்கும் திறனுடையதாயும் விளங்கிற்று.

தோற்றுவாய்

1810

மாயன் நாகரிகத்தின் தோற்றுவாய் சுமார் கி.மு.1000 ஆம் ஆண்டில் அமைந்தது என்பர். அது அக்கால முதல் கி.பி.1697 வரை 2697 ஆண்டுகள் நிலவிற்று. அதற்குப் பிறகு எழுந்தனவும் புதுப் பெருமை பாராட்டாதனவும் அசுடெக்கு நாகரிகத்தை ஒட்டியே நிலவினவுமான நாகரிகங்களைவிட, மாயன் நாகரிகம் அளவிலும் சிறப்பிலும் பெரியதாகும்.

மாயர் நாடு தற்காலத்து யுக்கட்டான் *(Yucatan : மெக்சிக்க நாட்டின் தென்கிழக்கிலுள்ள மாநிலம். இது யுக்கட்டான் தீவக்குறையிலுள்ளது)* குவாத மால *(Gutamala : இன்று நடு அமெரிக்க குடியரசு என்று பெயர் பெற்றுள்ளது. ஸ்பானியர் மாயர் மக்களை 1523 ஆம் ஆண்டு இங்குதான் வென்றனர்.)* ஹோண்டுராசு *(Honduras: இதுவும் இன்று நடு அமெரிக்கப் பகுதியில் உள்ளது. இது மாயரின் தொன்மையான நாகரிக மையம்; ஸ்பானியர் இப்பகுதியை 1524 இல் வென்றனர்.)* ஆகியவற்றையெல்லாம் தாண்டி விரிந்திருந்தது.

வேளாளர் நகர மாந்தராயினர்

மாயர் சுமார் இரண்டாயிரமாண்டுகளாய் மிக அடக்கமாய் வேளாண்மையில் ஈடுபட்டிருந்த பின்னர், திடீரென்று சுமார் கி.பி. 200 ஆம் ஆண்டு வாக்கில் மேலெழுந்து மெய்யாகவே நூற்றுக் கணக்கான நகரங்களை எழுப்பினர். சரியாய்ச் சொல்வதாயின், அவை மெய்யான நகரங்களாய் இருந்தன என்பதொடு கல்வியையும் சமயத்தையும் புரக்கும் மையங்களாய் விளங்கின.

நகரங்கள்

சிச்சன் இட்சா (*Chichen Itza:* இது இன்று அமெச்சிக்க நாட்டின் யுக்காட்டான் மாநிலத்தில் சிற்றூராய் உள்ளது. இங்கு மாயர் நாகரிக இடிபாடுகள் உள்ளன.) யுக்சமால் (*Uxamal:* இதுவும், யுக்கட்டானில் இருக்கின்றது. இது மாயரின் பிற்காலத் தலை நகராயிருந்தது. இன்று மூன்று இடிபாடுகளாய்க் கிடக்கின்றது.) போனம்பேக்கு (*bonampalke*), டிக்கல் (*Tikal*), பாலங்கு (*Palanque*), பியடு நிக்ராஸ் (*Pied Negras*), யஸ்சிலான் (*Yaschilan*), உவாக்குசக்தன் (*Usxactun*), கோபன் (*Copan*), கபா (*Kahah*), லபனா (*Labna*), சாயில் (*Sayil*) போன்ற மாயரின் நகரங்கள் மெய்யாகவே மயனின் அருஞ்சாதனைகளை நமக்கு நினைவூட்டுகின்றன.

மயன்

மயன் இந்தியத் தொன்மங்களில் அசுரத் தச்சன் என்று கூறப்படுகின்றான். இவனைத் தேவ தச்சனான விசுவகர்மனின் மகன் என்றும் கூறுவதுண்டு. இராமாயணம், பாரதம் ஆகிய சம்ஸ்கிருத நூல்கள் மயனைப் பற்றியும் அவன் நிறுவிய கலைச் சின்னங்கள், நகரங்கள், கோட்டைகள் ஆகியன குறித்தும் விரிவாய்ப் பேசுகின்றன. பல்லாண்டு உழைப்பாலும் கற்பனைத் திறத்தாலும் நூல்கள் கூறும் அளவுகளிலும் கைத்திறமையினாலும் கட்டிமுடிக்க இயலாத அரிய மண்டபம் ஒன்றை இராசசூயம் வேண்டுவதற்காக மயன் பதினான்கு நாளில் கட்டி முடித்தான் என்ற செய்திகள் தொன்மங்களில் கூறப்படுகின்றன.

1810

(எனினும் ''மயன்மரபு'' இராமயண, பாரத காலத்திற்கு முற்பட்டது என்பது அறிஞர் கருத்தாகும். இவன் வழிவந்த சிற்பியர் இவனை ஆதி சிற்பி என்று போற்றுகின்றனர். இவன் வகுத்தளித்த நுட்பக் கொள்கை ''மயன்மதம்'' என்ற சிற்ப நூலாகும். இந்தக் கட்டடக்கலைச் சிற்பநூலைச் சிற்பியர் பண்டு தொட்டு இன்றுவரை தமிழ் நாட்டில் கையாண்டு வருகின்றனர்.)

சில ஆண்டுகளுக்கு முன்னர் அடர்ந்த காடுமண்டி மூடிப்போன மேற்கூறிய மாயர் நகரங்கள் வெளிப்படுத்தப்பட்டன. அவற்றுள் உள்ளத்தை ஈர்க்கும் கவர்ச்சிமிகுந்த டோ (*Tho*) என்ற நகரமும் ஒன்றாகும். இந்நகரம் மெக்சிக்கத்தின் தென்கிழக்கிலுள்ள யுக்கட்டான் தலைநகரான மெரிடாவில் உள்ளது. இந்நகரைச் சுற்றியமைந்த மாயர் பேரூர்களின் இடிபாடுகளை இன்றும் காணலாம். (இவை தேடியெடுக்கப்பட்ட செய்திகளும் மாயர் நாகரிகத்தின் மெய்யான சிறப்புகளும் பின்னர் இக்களஞ்சியத்தில் அந்தந்தக் காலப் பகுப்புகளில் இடம் பெறும்.)

சமயகுருமார் ஆட்சி தாழ்ச்சி

மாயரின் சமயகுருமார் ஆட்சி ஏறத்தாழ எழுநூறு ஆண்டுகள் நீடித்தது. அது ஒருகாலத்தில் கருதப்பட்டதைப் போன்று தேக்கமுறவேயில்லை. மாயர் தனிச்சிறப்பு வாய்ந்த நாடு தேடிகளாயும் புத்திடந் தேடிகளாயும் விளங்கினர். அவர்களின் வெகுசிறப்பு வாய்ந்த (*Clamean Period*) காலம் சுமார் கி.பி 900 ஆம் ஆண்டு வாக்கில் முடிந்தது. அதன்பிறகு மாயர் நாகரிகம் தாழ்வுறத் தொடங்கிற்று.

நாம் அறியவியலாத ஏதோ ஒரு காரணத்திற்காக மூன்று மில்லியன் மாயர்களும் தம் நேர்த்தி வாய்ந்த நகரங்களை அப்படியே கைவிட்டுப் போயினர். ஸ்பானியர்

இறுதியாய் நடு அமெரிக்கத்தின் மேல் வரிசையாய் படையெடுத்து வந்து, அகடெக்குகள், குவாதமாலர், ஹோண்டுரர் முதலானோரை வென்று நிலைபெற்றனர்.

கோர்டசின் (*Hermando or Herman Cortes 1485 - 1547*) முன்னாள் துணைப்படைத் தலைவரான ஃப்ரான்சிஸ்கோ பிராசிற்கோ தெ மாண்டயோ (*Francisco de Montey*) 380 பேரையும் 57 குதிரைகளையும் வைத்து யுக்கட்டானைத் தாக்கினார். ஸ்பானியர் பல பின்னடைவுகளுக்குப் பின் 1540 இல் முழு வெற்றி பெற்றனர்.

தோல்தெக்கு நாகரிகம்

மெக்சிக்கப் பள்ளத்தாக்கில் இருந்த துலா (*Tula*) என்ற இடத்தைக் கோநகராய்க் கொண்டு நடு அமெரிக்கத்தில் சுமார் கி.பி.950 முதல் 1160 வரை தோல்தெக்கு (*Toltec*) நாகரிகம் நிலவியது. அசுடெக்குகள் இம்மக்கள் வாழ்ந்த பள்ளத்தாக்கை 1160 ஆம் ஆண்டில் வென்று அடக்கினர்.

அசுடெக்கு நாகரிகம்

ஸ்பானிய வெற்றிக்கு முற்பட்ட மெக்சிக்க வரலாறு முழுமையிலும், அதை ஒன்று படுத்தக்கூடிய ஆற்றல் வாய்ந்த மூன்று வல்லரசுகள் இருந்தன. அவை தியோத்திகுவாக்கன் (*Tectihuacan*), தோல்தெக்குகள், அசுடெக்குகள் (*Aztec*) ஆகியோரின் வல்லமை வாய்ந்த பண்பாடுகளாகும். இவற்றுள் தியோத்திகுவாக்கனும், அசுடெக்குகளும் மெக்சிகப் பள்ளத்தாக்கிலேயே அமைந்திருந்தனர். தோல்தெக்குப் பண்பாடு அவற்றின் வடக்கே சுமார் 96 கிலோ மீட்டரில் அமைந்திருந்தது.

நாடு பிடிப்பவர்களான அசுடெக்குகள் போரிட்டுக் கொண்டே வந்து யுக்கட்டான் பள்ளத்தாக்கினுள் நுழைந்து அங்கு குடியேறினர். அவர்கள் அப்போது நடு அமெரிக்கத்தின் மையப் பகுதியில் நிலைபெற்று, இனிமேல் தான் நிறுவவிருந்த பேரரச விரிவிற்கு அடித்தளம் அமைத்தனர். அசுடெக்குகளின் ஆட்சி சுமார் கிபி.1200 இல் தொடங்கி 1524 வரை நீடித்தது.

ஆல்மெக்கு நாகரிகம்

மெச்சிக்கத்தின் பள்ளத்தாக்கு சாராத நாகரிகங்களுள் ஆல்மெக்கு நாகரிகம் (*Olmec*) மிகவும் மூத்தது. அது சுமார் கி.மு.800 முதல் 400 வரை நீடித்தது. ஆல்மெக்குகள் மாயருக்கு முன்னர் வீராகிரஸ் (*Vera Cruz*), தபஸ்கோ (*Tabasco*) ஆகிய இடங்களைச் சுற்றியமைந்த மெச்சிக்க வளைகுடாக் கரையோரச் சமவெளியில் வாழ்ந்திருந்தனர்.

நடு அமெரிக்கத்தில் முகிழ்த்த மாயன் நாகரிகம் உள்பட, பிற பிற்கால மேம்பாடுகள் அனைத்திற்கும் ஆல்மெக்குகளின் மூல முதலான நாகரிகமே கருவாய் இருந்தது என்று உறுதியாய்க் கூறுவதற்கு இடமுள்ளது என்பர் அறிஞர். அவர்கள் மெச்சிக்கத்தில் ஏறத்தாழ ஆயிரத்து இருநூறு ஆண்டுக்காலம் செழித்திருந்தனர்.

ஆல்மெக்குகள் எழுப்பிய பிரமிடுகள்

ஆல்மெக்குகள் பிரமிடுகளை எழுப்பினர். அவர்கள் கல்வேலைகளில் கைதேர்ந்தவர்கள்.சிறு கல்வேலையாயினும் வெகு நுட்பமான செதுக்கு வேலையாயினும்

ஒன்பதடி உயரமுள்ள மிகப் பெரிய ''பிள்ளை முகத் தலைகள்'' ஆயினும் அவற்றை வடிப்பதில் ஆல்மெக்குகள் சிறந்திருந்தனர். இத்தகைய வேலைப்பாடுகள் அனைத்தும் என்ன காரணத்தினாலோ ஆழமாய் மண்ணைத் தோண்டிப் புதைக்கப்பட்டு விட்டன.

மாண் ஆல்பன் நாகரிகம்

மெக்சிக்க நகரத்தின் (*Mecico City*) தென்மேற்கில், தென் மெக்சிக்கத்திலுள்ள மாண் ஆல்பன் (*Monte Alban*) என்ற இடத்தில் நிலவியது மாண் ஆல்பன் நாகரிகமாகும். இது ஆல்மெக்குகளின் நாகரிகத்திலிருந்து கிளைத்திருக்கலாம். மாண் ஆல்பன் நாகரிக மாந்தர் மிக அற்புதமான நகை வேலைக்காரர்கள்; சிறந்த சுவரோவியங்கள்; சுவையார்வத்தைக் தூண்டுவனவும் தனி மூலத்தன்மையுடையனவுமான உருவங்களை வடிப்பதில் வல்லவர்கள்; இவர்களின் நாகரிகம் சுமார் கி.மு.300 முதல் கி.பி 900 வரை 1200 ஆண்டுகள் நிலவியது.

மாண் ஆல்பன் மக்கள் தம்மையடுத்துச் சப்போடெக்கு (*Zapotec:* இம்மக்கள் தென் மெக்சிக்கத்திலுள்ள யூக்சாக்காவில் வாழ்ந்த மக்களாவர். அவர்களின் நாகரிகம் சப்போட்டெக்கு எனப்படுகின்றது.) நாகரிகம் எழுவதற்கு வழிகோலினர் என்று தோன்றுகின்றது. சம்போடெக்கு நாகரிகமானது மாண் ஆல்பன் நாகரிக வீழ்ச்சிக்குப் பிறகு, அதன் மரபுகளைத் தொடர்ந்து பின்பற்றியது. அவர்கள் மிக அழகிய மிதல (*Mitla*) என்ற நகரை நிறுவினர்.

மாண் ஆல்பன் - சப்போட்டெக்கு நாகரிகப் பகுதியில் இறுதியாய் மிக்ஸ்டெக்கு நாகரிகம் (*Mixtec Civilization*) பின்னர் பிறந்தது. மிக்ஸ்டெக்கு என்றால் ''முகில் மக்கள்'' என்று பொருள். இந்நாகரிகம் பழஞ்சிறப்பிற்குப் பிற்பட்ட காலத்தில் சுமார் கி.பி. 900 ஆம் ஆண்டு வாக்கில் தோன்றிற்று. அம்மக்கள் மிகவும் கெட்டிக்காரர்கள்; முண்டி முன்னேறியவர்கள்.

கோர்டஸ் 1529 ஆம் ஆண்டு சிறுபடையுடன் கப்பலில் வந்து இறங்கியபோது, திலாக்ஸ்கலன் (*Tilaxcalan*) என்ற மக்கள் மட்டுமே அசுடெக்குகளை எதிர்க்கவில்லை. சப்போட்டெக்குகளும் மிக்ஸ்டெக்குகளும் அசுடெக்குகளை எதிர்த்து நின்றனர். அசுடெக்குகள் மெக்சிக்க நகரின் தெற்கிலுள்ள பகுதி முழுமையிலும் மேலோங்கி விடாமல், சம்போட்டெக்குகளும் மிக்ஸ்டெக்குகளும் அவர்களை வலுவாய் எதிர்த்தனர். மெக்சிக்கோவைக் கோர்டஸ் வெல்வதற்குத் திலாக்ஸ்கலன்கள் துணை போயினர். திலாக்ஸ்கலன் இன்று மெக்சிக்கத்தில் சிறிய மாநிலமாய் உள்ளது. முன்னர் இது இந்தியர்களுக்கென்று ஒதுக்கப்பட்ட பகுதியாயிருந்து.

தியோத்திகுவாக்கன் நாகரிகம்

மெக்சிக்கப் பள்ளத்தாக்கில் தியோத்திகுவாக்கன் (*Teotihuacan*) என்ற பெரிய நாகரிகம் நிலவிற்று. அது அப்பள்ளத்தாக்கின் நடுவில் தற்கால மெக்சிக்க நகரின் வட கிழக்கே சுமார் 40 கிலோ மீட்டரில் நிலவிற்று. தியோத்திகுவாக்கன் என்றால் ''இறைவன் உறையுமிடம்'' என்று பொருள். தியோத்திகுவாக்கனுக்கு இன்று சென்று வருவது என்பது, எகிப்தின் எல் - கீசாவிற்குச் சென்று வரக் கூடியதற்கு ஒப்பான அரிய அனுபவமாகும்.

எல் - கீசாவும் தியோத்திகுவாக்கனும்

(*El-Giza :* இது வடகிழக்கு எகிப்தில் நைல் ஆற்றின் கரைமீது கெய்ரோ நகரின்

எதிரே உள்ளது. எல்-கீசாவின் அருகில் மாபெரும் கூஃபு என்ற பெரிய பிரமிடும் ஸ்பிங்ஸ் என்ற மனித முகச் சிங்க உருவும் உள்ளன. இங்குள்ள பெரிய பிரமிடு எபித்தின் நாலாவது அரச மரபைச் சேர்ந்த (2613 - 2494 கி.மு.) கூஃபு அல்லது கியோப்ஸ் என்ற அரசர் கட்டியதாகும்.

தியோத்திக்குவாக்கனில் பரந்த சமவெளியில் மலைகளின் நடுவே மிகப் பெரிய இயற்கை வட்டரங்கினுள் (*ampitheatre*) கி.மு.200 - கி.பி.150 ஆண்டுகளுக்கு இடைப்பட்ட ஏதோ ஒரு காலத்தில் குருமார் கூட்டம் நன்கு திட்டமிட்டு, மெத்தக் கவனத்துடன் பெரிய நகரம் ஒன்றை அமைத்தனர். அது சமய மையமன்று; மக்கள் வாழும் மெய்யான நகராயிருந்தது.

அந்நகரம் பல கோயில் தொகுதிகளும் பிரமிடுகளும் சூழ அமைக்கப் பெற்றது. அவற்றுள் மிக முக்கியமான கட்டுமானம் ஞாயிறு, திங்கள் பிரமிடுகளாகும். வரிசையாய் சிறுசிறு பிரமிடுகள் அமைந்த மேன்மையான நீத்தார் சாலை (*Avenue of the Dead*) அப்பிரமிடுகளை இணைத்தது.

ஞாயிற்றுப் பிரமிடு என்ற சூரியப் பிரமிடு புது உலகின் பிற பிரமிடுகளைப் போலவே படிக்கட்டுகள் அமைந்ததாகும். அதன் உயரம் 215 அடி. அதன் உச்சியில் 130 சதுர அடிப்பரப்பில் கோயில் அமைந்துள்ளது. அது ஒரு மில்லியன் சதுர கெச அளவுள்ள பொருள்களைக் கொண்டு கட்டப் பெற்றது. வியக்கத்தக்க இந்நகரில் குடியிருப்புப் பகுதிகளும் வணிகர், கைவினைஞர் ஆகியோர்க்கு என்று தனித்தனியாய் அமைத்த இடங்களும் உள. அவற்றுள் கியூடாடெல்லா (*Ciudadella*) அல்லது நகர அரண் என்று தவறாய் அழைக்கப்படும் இடம் மிகப் பெரிய பரந்த திறந்தவெளி (*Plaza*) ஆகும். இது சமயச் சடங்கு நடக்கும் முற்றவெளி. இது முப்பத்தெட்டு ஏக்கர்ப் பரப்பில் அமைந்தது. இருபுறமும் 400 கெச நீளமுள்ளது. நாள்புறமும் பெரிய மதில்களால் சூழப்பெற்றது.

குவட்சலகோட்டல்

இங்கு குவட்சலகோட்டல் (*Quetzalcotel*) என்ற தெய்வத்திற்கு நேர்த்தியான கோயில் ஒன்று உள்ளது. இது அசுடெக்குகளும் தோல்தெக்குகளும் வழிபட்ட இறகு முளைத்த பாம்புத் தெய்வமாகும். இக்கோயில் இப்போது துரதிருஷ்டவசமாய், இயற்கை மாற்றத்தினால் பாழ்பட்டுக் கிடக்கின்றது. எனினும் காண்போரை இன்றும் நடுங்க வைக்கும் நச்சுப் பற்களும் காதுகளும் உடைய இறகுள்ள பாம்புகளும் வரிசையாய் அமைந்த கடற்சிப்பிக் கோலங்களும் இக் கோயிலுக்கு அணி செய்கின்றன. இறகுள்ள பாம்பு உருவும் ஜாகுவர் என்ற தென்னமெரிக்கச் சிறுத்தையும் சேர்ந்து இணைந்ததாய் ஆக்கியுள்ள உருவமும் இங்குள்ளது. கடற் சிப்பிகள் கோலம் இங்கு காணப்படுவதை வைத்துத் தியோத்திகுவாக்கன்களின் தோற்றுவாய்த் தடத்தை உய்த்துணரலாம். இந்நாகரிகம் பண்டைச் சிறப்புடைய வீரா கிரஸ் நாகரிகத்திலிருந்து பிறந்திருக்கலாம் என்று அறிஞர் கருதுவர்.

வீரா கிரஸ் நாகரிகம்

வீரா கிரஸ் இன்று கிழக்கு மெக்சிக்கத்தில் ஒரு மாநிலமாய் உள்ளது. இது மெக்சிக்க வளைகுடாவில் அமைந்துள்ளது. இங்கு நிலவிய நாகரிகத்தைத் தனித்த இயல்புள்ளவர்களும் நேர்த்தி மிக்கவர்களுமான தோத்தோனாக்குகள் (*Totonacs*) என்ற

மக்கள் தோற்றுவித்திருக்கலாம். அவர்கள் சுமார் கி.பி.300-900 ஆண்டுகளுக்கு இடைப்பட்ட காலத்தில் மெக்சிக்க வளைகுடாக் கரைமீது செழித்திருக்கின்றனர்.

புதுமையான அறிகுறிகளும் சகுனங்களும்

மெக்சிக்கத்தில் 1519 ஆம் ஆண்டிற்கு முன், புதுமையான பல அறிகுறிகளும் சகுனங்களும் தென்பட்டன. அவை வரவிருக்கும் பேரழிவைக் குறிக்கின்றன என்று குருமார் கணித்தனர். அசுடெக்குப் பஞ்சாங்கத்தில் 1519 ஆம் ஆண்டு குறிப்பிடத்தக்க ஒரு காலமாயிருந்தது. அசுடெக்கு அரசர்களில் மிகவும் மேலானவர் என்று நம்பப்படும் குவட்சலகோட்டல் மர்மமான முறையில் மறைந்து விட்டதாய்த் தொன்மங்கள் கூறுகின்றன. அவர் தன் நாட்டிற்கு இன்னல் வரும் போது திரும்பி வருவார் என்று சொல்லப்பட்டுள்ளது.

அம்மாமன்னர் சே - அகட்டல் (*Ch-Agatl*) என்று கணிக்கபட்டுள்ள சில ஆண்டுகளில் மீண்டும் தோன்றுவார் என்பது அசுடெக்குகளின் நம்பிக்கை. அத்தகைய ஆண்டுகளில் 1519 ஆம் ஆண்டு ஒன்றாகும்.

ஸ்பானியர்க்குப் பரிசுகள்

ஸ்பானியர் மெக்சிக்கத்தினுள் நுழைந்து விட்டனர் என்பது அசுடெக்குகளின் மன்னரான இரண்டாம் மாண்டசுமாவை (*Montezuma Ii 1489 - 1520; ஆ.கா.1502 - 1520*) அடைந்தது. அவருக்கு என்ன நடவடிக்கை எடுப்பது என்பது தெரியாமல் மனம் குழம்பினார். தொன்முது அரசரான குவட்சல கோட்டலும் அவரின் ஆள்களும்தான் வந்துவிட்டனர் என்று மாண்டசுமா தவறாய் எண்ணிக்கொண்டு ஸ்பானியர்களுக்குப் பல பரிசுகளை அனுப்பினார். புதுமையான மக்களாகிய ஸ்பானியரைப் பற்றிக் குருமார்களுக்கு எதுவும் தெரியவில்லை. எனவே புதிதாய் வந்த மக்கள் யாவர் என்பதை அறிந்து கொள்வதற்காக ஆயிரக்கணக்கான ஆள்களைக் குருமார்கள் தம் கடவுளான குவட்சலகோட்டலுக்குப் பலியிட்டனர்.

உயிர்ப் பலிகள்

உயிர்ப்பலி கொடுப்பதற்கு ஏராளமான ஆள்கள் வேண்டியிருந்ததால், பலியாள்களை அசுடெக்குகளுக்கு அளிக்கவேண்டிய பிற நாடுகள் அவற்றுக்கு எதிராய்த் திரும்பின. அதனால் அசுடெக்குகளை வெல்வது ஸ்பானியர்க்கு எளிதானது.

மாண்டசுமா ஸ்பானியர் நுழைந்ததும் தக்க நடவடிக்கை எடுத்திருப்பாராகில், சிறு எண்ணிக்கையினரான ஸ்பானியரை மெக்சிக்கத்தை விட்டு எளிதாய் விரட்டியடித்திருக்க முடியும். ஆனால் அவர் தொடர்ந்து காத்திருந்தார். அசுடெக்குகள் சகுனங்களைக் கண்டு மிகவும் கவலையடைந்திருந்தநொடு ஸ்பானியரின் புதுமையான உடைகளையும் துப்பாக்கிகளையும் பார்த்துக் கிலி கொண்டனர்.

கோர்ட்ஸ் 1519 ஆகஸ்டில் மெக்சிக்கத்தினுள் படையுடன் நுழையத் தொடங்கினார். மாண்டசுமா அவர்களைத் தொன்மையான தன் கோநகராகிய தெனோச்சுத்துதலான் (*Tenochtitlan:* இதற்குக் ''கற்றாழையருகில்'' என்று பொருள். இது இன்று மெக்சிக்கோ நகரம் எழுந்துள்ள இடத்தில் இருந்தது. கோர்டஸ் இதை 1521 இடித்துத் தரைமட்டமாக்கினார்) நகரில் வரவேற்றார். ஸ்பானியர் அப்போது சூதாய்

மாண்டசுமாவைச் சிறை செய்து விட்டனர். அவரை விடுவிப்பதற்கு ஸ்பானியர் பெருந்தொகையை ஈடுகாணமாய்க் கேட்டனர். கோர்டஸ் இந்த இடைக்காலத்தில் ஸ்பெயினுக்குக் கப்பலேற்றுவதற்காக மிகப்பெரிய செல்வக் குவியலைத் திரட்டிவிட்டார்.

அவர் அவற்றை ஏற்றியனுப்பிய கப்பல் 1519 டிசம்பரில் செவைல் துறைமுகத்தை அடைந்தது. அதில் வந்திறங்கிய பெருஞ்செல்வம் ஐரோப்பியம் முழுமையையும் ஆர்வங் கொள்ளுமாறு செய்தது. அச்செல்வத்தில் தங்கம், வெள்ளி, மணிக்கற்கள் முதலியன இரு பெரிய அறைகளை நிரப்பி விட்டன அவற்றின் மதிப்பு ஓரிலட்சம் கல்டன். (*Gulden*: இது கில்டர் என்றும் அழைக்கப்பட்டது. இது ஐரோப்பியத்தில் சில பகுதிகளிலும் தென்னமெரிக்கத்திலும் புழங்கி வந்த நாணயத்தின் பெயராகும்.)

மாண்டசுமா கொலை

அசுடெக்குகள் ஸ்பானியரின் அடங்காத பேராசையினால் 1520 வாக்கில் கொடுத்துக் கொடுத்து அலுத்ததுடன், கிளர்ச்சி செய்யவும் தொடங்கினர். மாண்டசுமா ஸ்பானியரை மெச்சிக்கத்தினுள் நுழையவிட்டது குற்றமென்று, மக்கள் அவர்மீது கல்லெறிந்து 1520 சூனில் கொன்றனர். குயித்தலகுவக்கு என்றவரைப் புதிய தலைவராய் அசுடெக்குகள் தேர்ந்தெடுத்தனர். அதன்பிறகு மூண்ட கலவரத்தில் புதிய தலைவரும் கொல்லபபட்டதால், உடனே குவாகத்திமோக்கு (*Cuauhtemoc*: இ.1525: ஆ.கா.1520-1525) என்பவரை அரசராய்த் தேர்ந்தெடுத்தனர். இவரே அசுடெக்குகளின் கடைசி அரசர்.

இதன் பிறகு நடந்த சண்டையில் மெச்சிகத்தின் பிறநாடுகள் அசுடெக்குகளுக்கு எந்த உதவியும் செய்யாததால், ஸ்பானியர் அவர்களை விரைந்து வென்றனர். அவர்களின் கடைசிக் கோட்டையான தெனோச்சுத்தீதலான் வீழ்ந்தது. மெச்சிக்கம் முழுமையும் 1525 ஆம் ஆண்டிற்குள் ஸ்பானியரால் வெல்லப்பட்டு விட்டது.

1810

கோர்டசின் இரங்கத்தக்க கதி

ஸ்பானிய வெற்றி வீரரான ஃபிரான்சிஸ்கோ ஃபெர்னாண்டோ தெ கார்டோபா (*Francisco Fernando de cardoba* இ.1518) 1517 ஆம் ஆண்டு மெச்சிக்கத்தைக் கண்டுபிடித்தார். அவரையடுத்து அங்கு வந்த ஹெர்னான் கோர்டஸ் 350 இந்தியருக்கு ஒருவர் என்ற சிறு எண்ணிக்கையில் வந்து மெச்சிக்கத்தை வெற்றி கொண்ட செய்தி மேலே கூறப்பட்டது. ஆனால் கோர்டஸ் ஐந்தாம் சார்லஸ் மன்னரின் (1500 - 1558; ஆ.கா.1516 - 1558) ஆதரவை இழந்துவிட்டதால் புறக்கணிக்கப்பட்டு 1547 ஆம் ஆண்டு ஸ்பெயினில் இறந்தார்.

ஸ்பானிய ஆட்சி

மெச்சிக்கத்தின் முதல் ஆளுநராயிருந்த (1522-1524) கோர்டசையடுத்து ஒன்பதாண்டுக் காலம் பல ஆளுநர்கள் ஆட்சிப் பொறுப்பில் இருந்தனர். அதன் பிறகு அங்கு அரசப் பேராளர் (*Veceroy*) ஆட்சி 1535 தொடர்ந்து 1821 வரை நடந்தது. அத்தகைய அரசப் பேராளருள் ஒருவரான ஃபிரான்சிஸ்கோ யேவியர் வினிகஸ் (*Francisco Iavier Venegas* : 1810-1813) காலத்தில் ஹிடால்கோ ஓய் கேஸ்டில்லா (*Hidelgo y Castilla*) என்ற கத்தோலிக்கப் பாதிரியார் ஸ்பானிய ஆட்சியை எதிர்த்து மெச்சிக்கத்தில் கிளர்ச்சி செய்தார். இது இனி இந்நாடு அடையவிருக்கும் விடுதலையை வரவேற்று ஊதிய முதற்சங்கு எனலாம்.

ஸ்பானியர் தமக்குப் பெருஞ்செல்வத்தை அளித்து வந்த மெச்சிக்கக் குடியேற்றத்தின்மீது கடுமையான கட்டுப்பாடுகளை விதித்தனர். மக்கள் இதை எதிர்த்துக்

குமுறினர். இந்த ஆண்டு புரட்சிக்குரல் கொடுத்த ஹிடால்கோ பாதிரியாரைத் தொடர்ந்து முற்போக்கான எண்ணங் கொண்டவர்கள் ஸ்பெயினுக்கு எதிராய்க் கொரில்லாப் போர் நடத்தினர். இந்தக் கிளர்ச்சி மெக்சிக்கம் *1823* ஆம் ஆண்டு குடியரசாய் மலர்ந்தது வரையிலும் தொடர்ந்து நீடித்தது.

1810

வரலாற்றுப் புள்ளிகள்

1.ஆங்கிலேயர் மோரீசைப் பிடித்தனர்

மோரீசுத் தீவு *(Mauritius)* இந்துமாக்கடலில் மடங்காஸ்கர் தீவின் கிழக்கே சுமார் *800* கிலோ மீட்டரில் உள்ளது. மோரீசிற்கு அரபுகள், மலாய்கள், போர்த்துக்கீசர் முதலானோர் சென்றிருக்கக்கூடும். எனினும் டச்சுக்காரர் தாம் அங்கு முதன் முதலில் *1589* இல் குடியேறினர். அவர்கள் அத்தீவிற்கு தம் நாட்டு அரசப் பேராளரான இளவரசர் மாரைசின் பெயரை இட்டனர். *(Prince Maurice, son of Orange William: 1567-625;* ஆ.கா. *1584-1625)* அங்கு சிறிய டச்சுக் குடியேற்றம் ஒன்று *1638* இல் அமைக்கப்பட்டது. அக்குடியேற்றம் ஆதாயமாய் இல்லை என்று *1710* இல் கைவிடப்பட்டது. பிரஞ்சுக்காரர் அத்தீவில் *1715* ஆம் ஆண்டு குடியேறத் தொடங்கினர். அது இந்துமாக்கடலில் பிரஞ்சுக் கப்பற் படையின் தளமாய் இருந்து வந்தது.

1810

பிரிட்டிசார் இந்தியத்தில் பிரஞ்சுக்காரரின் செல்வாக்கை முற்றிலும் இக்காலத்தில் துடைத்தெறிந்து விட்டனர். எனினும் தனிப்பட்ட பிரஞ்சுக்காரர் மட்டும் இந்தியத்தின் பல்வேறு நாட்டரசுகளின் படைகளில் பணியாற்றி வருகின்றனர். பிரஞ்சுக்காரரின் செல்வாக்கு இந்தக் காலகட்டத்தில் இந்துமாக்கடல் பகுதியில் இருந்து வந்தது. பிரஞ்சுக்காரருடன் விருப்பமின்றி உறவு கொண்டிருந்த டச்சுக்காரரும் அங்கு நிலவினர். இந்துமாக்கடலில் ''தனிக்கப்பல் தலைவர்கள்'' *(Privateer)* என்ற பிரஞ்சுக் கொள்ளைக் கப்பல் தலைவர்களும் திரிந்தனர். இந்தக் கூலிக் கப்பல் படையினருக்கு அங்கு பல தளங்கள் இருந்தன. அவற்றுள் மோரீசுத் தீவு முக்கியமானதாகும். அவர்கள் அங்கிருந்து கொண்டு கிழக்கிந்தியக் கம்பெனியின் கப்பல்களைத் தாக்கி வந்தனர். ஆதலால் அவர்கள் இந்துமாக்கடலில் செயல்பட்டு வந்த தளங்களை ஒழித்து விடுவதென்று தலைமை ஆளுநர் மிண்டோ பிரபு *1800* இல் முடிவு செய்தார்.

அவர் அங்கு *1810* ஜூலையில் ஒரு படையை அனுப்பினார். அப்படை போர்பான் தீவைப் பிரஞ்சுக்காரரிடமிருந்து பிடித்துக் கொண்டது (இத்தீவு இன்று ரீயுனியன் என்று அழைக்கப்படுகின்றது. இன்று பிரான்சின் கடல் கடந்த ஆட்சிப் பகுதியாய் உள்ளது. இது இந்துமாக் கடலிலுள்ள மஸ்கரனெ தீவுக் கூட்டத்தில் சேர்ந்தாகும்.)

அடுத்து ஆறாயிரம் ஐரோப்பியரும் நாலாயிரம் இந்தியரும் அடங்கிய ஒருபடை மோரீசைப் பிடிப்பதற்காக *1810* நவம்பரில் புறப்பட்டது. அப்படை டிசம்பர் மாதம் மோரீசுத்தீவைப் பிடித்து விட்டது. பிரிட்டனுக்கு இந்து மாக்கடலில் பெருந் தொல்லையாயிருந்து வந்த நெப்போலியனுக்குத் தரப்பட்ட அடி என்று பிரிட்டிசார் பெருமைப்பட்டுக் கொண்டனர்.

1810

2. பெர்லின் பல்கலைக் கழகம்

வட ஜெர்மனியிலுள்ள பெர்லின் நகரில் 1810 ஆம் ஆண்டு ஒரு பல்கலைக் கழகம் அமைக்கப்பட்டது.

ஸ்பிரீ (*Spree*) என்ற ஆறு பாய்கின்ற சதுப்பு நிலமாயிருந்த இடத்தில் கிழக்கு ஐரோப்பியத்தவரான ஸ்லாவியரும், அவர்களுக்குப் பின்னர் பண்டை ஜெர்மானிய மக்களான டியூட்டானியரும் ஆயிரம் ஆண்டுகளுக்கு முன்னர் பெர்லினை நிறுவினர். ஜேர்மனியின் ஹோயன் சோலன் உயர்குடியைச் சேர்ந்த இளவாசர்கள் பதினைந்தாம் நூற்றாண்டின் தொடக்கத்திலிருந்து பதினெட்டாம் நூற்றாண்டின் தொடக்கம் வரை (1417 - 1701) பெர்லினைத் தலைநகரமாய் வைத்துப் பிராண்டன்பர்கு (*Brandenburg*) மாநிலத்தை ஆண்டு வந்தனர். பொலின் அதன்பிறகு 1871 முதல் ஒன்றுபட்ட ஜெர்மனியின் தலைநகரானது.

3.உலகின் முதல் ஆம்பட்ஸ்மன்

அரசின் மீதும் அதன் அலுவலர்கள் மீதும் பொதுமக்கள் கூறக்கூடிய குற்றங்களை ஆராயும் உயரலுவலருக்கு ஆம்பட்ஸ்மன் (*Ombudsman*) என்று பெயர். ஆம்பட்ஸ்மன் என்பது சுவிடியச் சொல். அதற்கு ஆய்வாளர் என்று பொருள்.

வடமேற்கு ஐரோப்பியத்திலுள்ள சுவிடன் நாட்டில் லார்ஸ் மேனர்ஹீம் (*Lars Manner heim*) என்பவர் 1810 மார்ச்சு முதல் நாளன்று ஆம்பட்ஸ்மனாய் அமர்த்தப்பட்டார். உலகில் முதன் முதலில் இப்பதவியை வகித்தவர் அவரேயாவார். (சுவீடன் ஸ்காண்டிநோவியத் தீவக்குறையின் மேற்கில் அமைந்தது.)

4.ஆப்கானித்தானத்தில் முகமது ஷா அமீரானார்

ஆப்கானித்தானம் இந்தியத்தின் வடமேற்கே பாகிஸ்தானத்தின் மேற்கே, ஈரானுக்கும் கிழக்கே நடு ஆசியத்தில் அமைந்திருக்கும் நாடாகும்.

ஆப்கானித்தானம், ஆப்கானிய இந்தியத் தொடர்புகள் ஆகியன பற்றிய செய்திகள் இந்திய சரித்திரக் களஞ்சியத்தின் ஆறாந்தொகுதியில், 1753 ஆம் ஆண்டுக் கட்டுரையில் சொல்லப்பட்டன. மேலும் பல தொகுதிகளில் ஆப்கானித்தானத்தையும் ஆப்கானியரையும் பற்றிய செய்திகள் ஆங்காங்கே காணப்படும்.

பிரிட்டீசார் இந்தியத்தின் நுழைவாயிலாய்ப் பல்லாயிரமாண்டுகளாய் இருந்துவரும் கைபர்க் கணவாயைத் தம் பிடிக்குள் கொண்டு வருவதற்காக ஆப்கானியருடன் மும்முறை நடத்திய போர்களை இனிமேல் காணப்போக்கின்றோம்.(கைபர்க் கணவாய்: இ.ச.க.தொகுதி-6: 1753 ஆம் ஆண்டு கட்டுரை)

ஆப்கானித்தானம் பார்த்திய, சாசனிய, பாரசிகப் பேரரசுகளுக்கு உரிமையாயிருந்த பின்னர் 1747 ஆம் ஆண்டு விடுதலை பெற்றது. அப்போது அகமது ஷா அப்தாலி (1724-1773; ஆ.கா.1747-1773) ஆட்சிப் பொறுப்பை ஏற்று ஆப்கானித்தானத்தின் முதல் அமீர் ஆனார். இந்தக் குடியின் ஆறாவது அமீராய் முகமது ஷா 1810 ஆம் ஆண்டு பொறுப்பேற்று 1818 வரை ஆட்சி நடத்தினார்.

5. பிரஞ்சுச் செய்திகள்

(அ) புகையிலை விற்பனை அரசின் தனியுரிமையானது

தென்னமெரிக்க நாகரிகங்களைக் காட்டுத்தனமாய் அழித்தமைக்காக, அப்பகுதிகளில் தோன்றிய புகையிலை மானுடரை அடிமை கொண்டு ஆற்றொணாப் பல நோய்களுக்கு ஆளாக்குகின்றதோ என்று ஐயுற்று அஞ்சத்தக்க இந்த இலையின் கதை பதினாறாம் நூற்றாண்டு முதல் பெருங்கதையாய் நீண்டு வருகின்றது.

புகையிலையின் கதை இந்திய சரித்திரக் களஞ்சிய எட்டாந் தொகுதியின் 1779 ஆம் ஆண்டுக் கட்டுரையில் தீட்டப் பெற்றிருந்தது.

பிரான்சில் 1810 ஆம் ஆண்டு புகையிலை விற்பனை அரசின் தனியுரிமை ஆனது.

(ஆ) நெப்போலியன் மறுமணம்

நெப்போலியன் போனப்பாட்டு குழந்தை இல்லை என்ற காரணத்திற்காகத் தன் மனைவி ஜோசஃபீனை 1809 ஆம் ஆண்டு மணவிலக்குச் செய்தார். அவர் 1810 ஏப்ரல் முதல் நாளன்று ஹாப்ஜ்பர்கு ஆஸ்திரியப் பேரரசர் முதலாம் ஃபிரான்சிசின் (1768 -1835; ஆ.கா.1804-1838) மகளான இளவரசி மாரி லூவிசை மணந்தார்.

1810

6. அறிவியல் செய்திகள்

(அ) டால்டனின் அணுக் கொள்கை

ஜான் டால்டன் (1766 - 1814) பற்றிய செய்திகள் 1801 ஆம் ஆண்டுப் பகுதியில் சொல்லப்பட்டது. டால்டன் தற்கால அணுக் கொள்கையை வகுத்துக் கூறிய சிறப்பும் உடையவர். அவர் அணுக் கொள்கையை விளக்கி ''வேதியியல் மெய்மை குறித்த புதிய கோட்பாடு'' (New System of Chemical Philosophy) என்ற நூலை 1810 ஆம் ஆண்டில் எழுதினார்.

(ஆ) சிலிசியம் கண்டுபிடிப்பு

பேரன் ஜோன்ஸ் ஜேக்கபு பெர்சிலியஸ் (Baron Jones Jakop Berzelius 1779 - 1848) 1810 ஆம் ஆண்டில் சிலிசியம் (Silizium) என்ற தனிமத்தைக் கண்டுபிடித்தார்.

இவர் சுவீடன் நாட்டைச் சேர்ந்த வேதியியலார். இவர் தற்காலத்தில் வழக்கிலுள்ள வேதிக் குறிகளையும் வாய்பாடுகளையும் (Formula) கண்டுபிடித்தவர். இவர் பல தனிமங்களைக் கண்டு கூறினார். பல பொருள்களின் அணு, மூலக்கூறுகள் ஆகியவற்றின் எடைகளையும் நிர்ணயித்தார்.

7. இறப்பு

ஹென்றி காவண்டிஷ் (Henry Cavendish 1731-1810) ஆங்கில அறிவியலார். அறிவியலை நிலை நிறுத்துவதற்குத் துணைநின்ற தொடக்க கால ஆராய்ச்சியாளருள் ஒருவர். அறிவியல் ஆய்வுகள் தனிம வளிகள் (elementary gases) சிலவற்றைப் பற்றிய ஆய்விற்கு மிகச் சரியான அடிப்படையாய் அமைந்தன. இந்தியச் சரித்திரக் களஞ்சியம் 8 ஆம் தொகுதி வேதியியல் வரலாற்றுத் தொடக்கம் பற்றிய கட்டுரையில் இவரைப் பற்றிக் காணலாம்.)

காவண்டிஷ் 1810 ஆம் ஆண்டு இறந்தார்.

இந்திய சரித்திரக் களஞ்சியம்

1811-1820

பன்னிரண்டாம் தொகுதி

இந்திய சரித்திரக் களஞ்சியம்

பன்னிரண்டாம் தொகுதி
பத்தொன்பதாம் நூற்றாண்டு
பன்னிரண்டாம் பத்து
தளைவிடு பத்து

1811 - 1820

முதல் பதிப்பின் முன்னுரை

வரலாறென்பது மனித முன்னேற்றத்தின் பதிவேடு. மனித மனம் மேம்படுவதற்காக நடத்தும் போராட்டம் பற்றிய ஆவணம். மானுட ஆன்மம் அறிந்த அல்லது அறியாதிருக்கின்ற ஓர் இலட்சியத்தை நோக்கிச் செல்வது பற்றிய நிலைச்சான்று.

- ஜவகர்லால் நேரு 1889 - 1964

உலக வரலாற்றுக் கோலம் இந்தப் பத்தாண்டில் எவ்வாறெல்லாம் திரிந்தது என்பதை ஒப்பு நோக்கும் போது ஜவகர்லால் நேரு வரலாறு பற்றிச் செய்த விளக்கம் பெரிதும் பொருந்துகின்றது.

இந்திய சரித்திரக் களஞ்சியத்தின் இத்தொகுதியில் கிட்டத்தட்ட மானுட எத்தனங்களின் பல துறைகள் தொட்டுத் துலக்கப்படுகின்றன. ஐபீரியத் தீவுக் குறையின் தென்மேற்கிலுள்ள இரண்டு நாடுகள் பதினைந்தாம் நூற்றாண்டில் கடலில் கலமூர்ந்து காற்றின் துணை கொண்டு உலகின் புத்திடங்களைத் தேடிச் சென்று பல மாநிலங்களைப் பற்றத் தொடங்கின. அவை தம் வல்லமை மீது தருக்குற்று, அவற்றிடையே மோதலும் சச்சரவுகளும் நேராதிருக்க ஸ்பானியரான பாப்பரசர் ஆறாம் அலெக்சாந்தர் 1494 ஆம் ஆண்டு ஓர் உடன்படிக்கை செய்து உலகை இரு கூறுகளாக்கிப் பங்கு வைத்து அவற்றிடம் தந்துவிட்டார். எளிய தோற்றுவாயையுடைய விசிக்கோத்துகளான இம்மக்கள்; ஒரே தலைமுறைக்குள் பிற ஐரோப்பிய நாடுகள் பொறாமை கொள்ளுமளவிற்கு அகன்று விரிந்த பேரரசைப் புதுஉலகில் எழுப்பவிட்டன. இந்த மேலாண்மை பிரிவு சுமார் மூன்றே கால் நூற்றாண்டிற்குள் தென்னமெரிக்கத்தில் ஏற்படுத்திய அதிர்வு எங்ஙனம் உலகு தழுவிய குமுறல்களையும் கொந்தளிப்பையும் தோற்றுவித்தது என்பதை ஐரோப்பியரையும் அவர் வழி வந்தோரையும் அமெரிந்தியரையும் பற்றிய இரண்டு கட்டுரைகள் படம் பிடித்துக் காட்டுகின்றன.

உலகின் பல பகுதிகளில் பதினெட்டாம் நூற்றாண்டிற்குப்பின் முடுக்கிவிடப்பட்ட அறிவியல், பண்பாட்டு மறுமலர்ச்சிகளின் அடியாய்த் தோன்றிய அறிவியல் முன்னேற்றப் பெருந் தாவல்களும் தொழிற் புரட்சிகளும் அவற்றின் விளைவாய்க் கிளர்ந்த மக்கள் தொகைப் பெருக்கமும் சமூக ஏற்றத் தாழ்வுகளின் விரிவும் ஐரோப்பியரை அலையலையென அயலுலகிற்கு உந்தித் தள்ளின. மானுட வரலாறு முடிவில்லாப் போராட்டம் என்பதற்கு இதைவிடத் துலக்கமான எடுத்துக்காட்டு வேறென்ன வேண்டும்?

எண்ணங்கள், நம்பிக்கைகள், பண்பாடுகள், வாழ்க்கை முறைகள் ஒன்றுடனொன்று

எதிர்ப்படுகையில், மனிதனின் அடிப்படையான விலங்குப் பண்புகளும் மதி மனிதனாகையால் அவன் கற்றுணர்ந்த நயப் பண்புகளும் வெளிப்பட்டு விலங்குப் பண்பே சிறிது காலம் மேலோங்கி நிற்கின்றது. ஆன்று ஜேக்சன் - செங்கழுகு, தெகும்சி - ஹாரிசன், ஸ்பானிய-கிரியோல்கள், ஐரோப்பியர் - அமெரிந்தியர் என்று முரண்பட்டு நின்ற இரு வேறு மானிடப் பண்புகளை இம்மாந்தரின் வடிவில் காண்கின்றோம். முரண்பாடு பற்றி ஹெகலின் மெய்யியல் கோட்பாடு இக்கருத்திற்கு அரணாய் அமைகின்றது.

நெப்போலியன் போனப்பாட்டின் ஐரோப்பிய ஒருமை என்ற கனவு ஏன் தோற்றது? புரட்சியின் மகனாய் எழுந்து வல்லாளராகிப் பேரரசராய் உயர்ந்து ஐரோப்பியத்தை இருபத்திரண்டு ஆண்டுக் காலம் போரென்னும் உழைச் சேற்றில் அழுத்தி வைத்தது ஏன்? அவரைக் கீழையுலகக் கனவைக் காணச் செய்யுமாறு தூண்டியது எது? அவரது ஆணவம் பரந்த இரஷியத்தின் பனி வெளியில் சிதைந்ததே! அவரது கனவு வாட்டர்லூ களத்தில் போட்டுடைக்கப்பட்டதே! வியன்னாப் பேரவை, அதைச் சிதையச் செய்ததே! இப்பேரவை முடிந்ததும் வல்லரசுகளின் மணியம் தொடர்ந்ததெனினும், புதிய, போரொழிந்த ஐரோப்பியம் வீறெழுச்சிக்கு ஆயத்தமாகின்றது.

பிரிட்டன் இப்பத்தாண்டில் பல இன்னல்களை எதிர்ப்பட்டது. அது வாய்ப்பூட்டுச் சட்டங்களையும் அடக்குமுறைகளையும் ஏந்திக் கொண்டு மனித உரிமைக் குரலை ஒடுக்கி விடலாமென்று தவறான வழியில் சென்றது. தொழிற்புரட்சி தோன்றி மானுட வாழ்க்கையின் தரத்தை உயர்த்துவதற்கு வழிகாட்டியதாய்க் கொள்ளப்படும் இந்நாட்டில் மக்கள் எந்திரங்களை உடைத்துத் தகர்க்கக் காண்கின்றோம். லடைட்டுக் கலவரங்களுக்கு நூற்பு, நெசவு எந்திரங்களே காரணமாகும். அரசியலிலும் வாழ்க்கையிலும் சீர்திருத்தம் வேண்டுமென்று கோரிய மக்களைப் படுகொலை செய்த நிகழ்ச்சியும் பிரிட்டனில் இக்காலத்தில்தான் நடந்தது.

இந்தப் பத்தாண்டுக் காலப்பரப்பில் அறிவியலில் பெருந் தாவல் எதுவும் காணப்படவில்லை. எனினும் ஐரோப்பிய நாடுகளெங்கிலும் அறிவியல் ஆய்வு வேகம் மிகுந்து துடிப்பொடு ஆங்காங்கே நடந்து வருகின்றது. போக்குவரவில் -அதாவது நீராவிக் கப்பல், இரயில் போக்குவரவு ஆகியவற்றுக்கான முன்னோடிப் பணிகள் முனைப்பாய் நடந்து வருகின்றன.

இந்திய ஆன்மம் நீடு துயில் நீங்கித் தீய கனவுகளின் அச்சம் இன்னும் மறையாத நிலையில் மெல்லக் கண் விழிக்கின்றது. 'வெள்ளை மனிதனின் சுமை' என்று பிற்காலத்தில் கூறிக் கொள்ளப்பட்ட இந்திய ஆன்மத்தை எழுப்ப உட்கார வைக்கும் பணியை அதே வெள்ளை மனிதன் அறிந்தோ, அறியாமலோ, அரசியல் உள்நோக்கம் கொண்டோ, ஆன்ம நேய உணர்வினால் தானோ கல்வி என்ற பூபாளத்தைக் கம்பெனி அரசு இசைக்குமாறு செய்தான். அதற்குப் பிரிட்டீசு நாடாளுமன்றம் ஆணை பிறப்பிக்கக் காண்கின்றோம்.

மனித வாழ்க்கையின் பதற்றங்களிலிருந்தும் ஆரவாரங்களிலிருந்தும் ஒதுங்கி வாழ இடந்தேடிய பௌத்தத் துறவியர் கலையின்பத்தைக் கைவிட்டாரிலர். அவர்கள் ஏறத்தாழ இரண்டாயிரம் ஆண்டுகளுக்கு முன்னர் நடு இந்தியத்தின் கவின் மலைகளைக் கண்டு அவற்றைக் கவினுறு கலைக்கூடங்களாக்கினர். அங்கு குன்றுகளைக் குடைந்து குடைவரைகளாக்கி வாழ்ந்தனர். அவர்கள் சைத்தியங்களையும் விகாரைகளையும் கொத்திக் குடைந்து கொண்டதொடு நின்றிலர். எங்கெங்கோ இருந்து ஓவியர்களைக் கொண்டு வந்து மெருகு குலையா ஓவியங்களைக் குடைவரைளுக்குள் தீட்டச் செய்தனர். பாரசிகர், கிரேக்கர் வழியாய் அசோகரிலிருந்து தொடங்கிய குடைவரைக் கலையைப் பௌத்தம் சீனத்திற்கும்

பௌத்த உலகெங்கும் கொண்டு சென்றது. அஜந்தா ஓவியங்களின் செல்வாக்கைப் பல்லாயிர மைல்களுக்கப்பாலுள்ள சீனத்தின் ஆயிரம் புத்தர் குகைகளில் காண முடிகின்றது. இந்திய, கிரேக்கக் கலைகளின் நயக் கலப்புக் கடல் தாண்டியும் செழித்தது. அது தொலைக் கிழக்கிலுள்ள சுமத்திரா போன்ற இடங்களுக்கும் சென்று இன்றளவும் நிலவுகின்றன. போராபுதூர் கண்டுபடிக்கப்பட்ட செய்திகள் இங்கு சொல்லப்படுகின்றன.

உலகைப் பையப் பைய இணைத்தவர்கள் வரலாற்றுக் காலத்திற்கு முன்னும் பின்னும் தோன்றிய வாள் வீரர்களன்று. உலக முழுவதையும் சுற்றி வர முயன்ற வணிகரேயாவர். (பதினைந்தாம் நூற்றாண்டில் கடல் வழியே தொடங்கிய விரிவு வாணிப நோக்குடையதேயாகும்) வல்லாளகண்டர்களான அலெக்சாந்தர் போன்றவர்கள் கி.மு. நான்காம் நூற்றாண்டில்தான் வாளொடு நாடு தாண்டிப் புறம் போகக் காண்கின்றோம். ஆனால் மெசபடோமியர், சிந்து வெளியினர், எகிப்தியர், சீனர் போன்ற மக்கள் அதற்குப் பல காலத்திற்கு முன்னரே உடலுக்கும் உள்ளத்திற்கும் உணவாகும் பண்டங்களையும் மெய்க் கருத்துகளையும் எடுத்துக் கொண்டு கடல் தாண்டியும் ஆறு கடந்தும் மலையேறியும் அயலுலகம் சென்றனர். அத்தகைய வாணிபம் நடந்து வந்த விவிலியக் காலத்துப் பண்டை மையமான பிட்ரா நகரை ஐரோப்பிய நாடோடி ஒருவர் கண்டு கூறினார்.

இக்காலத்தில் பேரரசரே விற்பன்னராயும் பெரும் புலவராயும் விளங்கிய சீனம் மஞ்சுகள் என்ற மஞ்சூரியரால் ஆளப்பட்டு வந்தது. சீனம் பற்றிய செய்தி ஆங்காங்கே காணப்பட்டாலும் விரிவாய் எதுவும் இடம் பெறவில்லை. கிழக்கிந்தியக் கம்பெனி அங்கு பருத்தியையும் அபினையும் இந்தியத்திலிருந்து கொண்டுபோய்க் கொட்டி அங்கிருந்த தேயிலையை அள்ளிச் சென்று கொண்டிருக்கின்றது. ஐரோப்பிய வல்லரசுகள் சீனத்தின் மூங்கில் திரையைக் கிழிப்பதற்கு அயராது முயன்று வருகின்றன. அவற்றால் சீனப் பேரரசை இது வரையில் அசைக்க முடியவில்லை.

பிண்டாரியர் என்ற அழி கொள்ளையரை இக்கால கட்டத்தில் ஒழித்தது மிகப் பெரிய செயலாகும். இந்து தேசத்தில் பெரும்பாலான மக்களின் வாழ்க்கை பல நூற்றாண்டுகளாய் இன்னல் நிறைந்ததாகவே இன்றைக்குப் போல இருந்து வருகின்றது. கொலைக்கும் கொள்ளைக்கும் சுரண்டலுக்கும் ஆள்பட்ட மக்கள் அதே கருவிகளைக் கையில் எடுத்துக் கொண்டு சமூக விரோதிகளானதை இந்நாட்டு வரலாறு நெடுகிலும் காணமுடியும். நாட்டு மன்னர்களின் தந்நலத் தேட்ட ஆதரவுடன் மக்களைக் கொள்ளையடித்தும் பெண்களைக் கற்பழித்தும் வாழ்ந்திருந்த பிண்டாரியர், தகியர் போன்றோரைப் பத்தொன்பதாம் நூற்றாண்டின் இக்காலத்தில் காண்கின்றோம். அவர்களில் பெரும் படையெனத் திரண்டு அழி கொள்ளை நடத்திய பிண்டாரியர் இப்போது ஒழிக்கப்பட்டனர்.

இத்தொகுதியில் அமைந்துள்ள உலகு தழுவிய பல்துறைச் செய்திகள் அனைத்தையும் ஒப்புநோக்கி விரிக்கின் அதுவே ஒரு தனித் தொகுதியாய்விடும். இங்கு விரிக்கப்பட்டுள்ள பல்வேறு நிகழ்ச்சிக் கோலங்களை மனத்துள் எண்ணிப் பார்த்துப் புது விளக்கங்களை பெறவும் புது அகத் தூண்டுதல்களை உண்டாக்கவும் புதுப் புதுச் சிந்தனைகளைக் கிளர்த்தவும் கவிஞராகவோ, எழுத்தாளராகவோ, கலைஞராகவோ இருப்பின் புதிய கலை வடிவங்களைப் படைக்கவும் இந்த அறிவுத் திரட்டு துணை நிற்கக்கூடும்.

எண்ணிறந்த பல செய்திகளைத் தொகுத்துத் தரும் இக் களஞ்சிய வரிசை படிப்பாளிக்கு ஆக்கமான முறையில் பயன்பட வேண்டுமென்ற நோக்குடன், இதில் விரிந்து விளக்கும் பொருளடக்கம், உலகு தழுவிய நிகழ்வுகளை ஆண்டு வரிசைப் படியும்

பல்வேறு துறைகளின் கீழும் தலைப்பட்டுத் தொகுத்துத் தரும் பட்டியல், ஒவ்வோர் ஆண்டுப் பகுதியும் தொடங்கு முன்னர் இந்த ஆண்டில் வருகின்ற செய்திகளின் பட்டியல், பத்தாண்டுகள் முழுமைக்கும் ஆண்டு வரிசைப்படி தரப்பட்டுள்ள கால நிரல், அகர வரிசைப்படி அமைந்த சொல்லடைவு முதலியன சேர்க்கப்பட்டுள்ளன. ஒவ்வொரு கட்டுரையின் கீழும் கருவி நூல்கள் தரப்பட்டுள்ளன.

இந்நூல் வரிசையில் தரப்பட்டுள்ள அமைப்பு முறை புதிது எனினும் மேற்சொன்ன பட்டியல்களையும் நிரல்களையும் சொல்லடைவையும் வழிகாட்டியாய்க் கொண்டால் எந்தத் தகவலையும் இன்னலின்றித் தேடிக் கண்டு கொள்ளலாம்.

மானுட ஆன்மம் அறிந்த அல்லது அறியாதிருக்கின்ற ஓர் லட்சியத்தை நோக்கிச் செல்வது பற்றிய நிலைச் சான்றான வரலாற்றில் ஓர் இதிகாசத்திற்குரிய அனைத்தும் இதில் அடங்கியுள்ளன. அது இதிகாசமாயிருப்பதனால், இலக்கியமும் ஆகிவிடுகின்றது. இதிகாசங்களான மகாபாரதத்தில், இராமாயணத்தில், ஒடிசியில், இலியத்தில், சிலப்பதிகாரத்தில், மணிமேகலையில், பெரிய புராணத்தில் இல்லாதது ஏதேனும் உண்டோ?

இந்திய சரித்திரக் களஞ்சியம் என்ற நெடிய முயற்சியை ஆசிரியர் ஏற்றுப் பத்தாண்டுகளாய்விட்டன. ஏ.வி.சுப்பரமணியன், கே.வேங்கடசுப்பரமணியன், ஆர்.பார்த்தசாரதி, அவ்வை நடராசன் போன்ற கற்றறிவாளர் தெரிவித்த ஆக்கமான விமரிசனங்கள் இத் தொகுதிகளில் பல திருத்தங்களை செய்வதற்கு வழி வகுத்தன.

மேலும் இக் களஞ்சிய வரிசை குறிப்படத் தக்கவர்களைச் சென்றடைந்ததுடன், அவர்களின் கவனத்தை வெகுவாய் ஈர்த்திருப்பதும் மகிழ்ச்சிக்குரிய செய்தியாகும். விடுதலை ஆசிரியரும் முதன்மையான சமூக சீர்திருத்தக்காரருமான கி.வீரமணி நூலார்வலர், நூல்களை நுணுகிப் படித்து, அவற்றின் உள் கருத்தைத் தம்முள் உணர்ந்து பிறர்க்கும் அதை எடுத்துக் கூறுகின்ற சிறந்த படிப்பாளியுமாவார். அவர் இக்களஞ்சிய வரிசை பயன் தரத்தக்க தொகுப்பென்று பலரிடத்தும் பல பொதுக் கூட்டங்களில் மக்களிடத்தும் எடுத்துக் கூறியதுடன் அமையாது, களஞ்சிய ஆசிரியரை அழைத்துப் பெரியார் பிறந்த நாளன்று பாராட்டிச் சிறப்பும் செய்தார்.

டெல்லி ஜவகர்லால் நேரு பல்கலைக் கழகத்தின் அரசியல் துறைப் பேராசிரியரான டாக்டர் எம்.எஸ்.வேங்கடரமணி இக் களஞ்சிய வரிசை 'ஒரு சேவை'என்று கருத்துரைத்தார். கல்வித் துறையில் கடந்த சுமார் அரை நூற்றாண்டுக் காலமாய்ப் பயன் தரும் பல பணிகளைச் செய்தவரும் உயர் கல்வித் துறையில் பெரும் பங்காற்றியவரும் சிறந்த நிர்வாகியும் எழுத்தாளருமான டாக்டர்.கே.வேங்கடசுப்பரமணியன் அவர்களுக்கும் களஞ்சிய ஆசிரியரின் இம் முயற்சி சேவையாகவே தோன்றியுள்ளது. அவரின் வேண்டுகோளுக்கிணங்கக் காஞ்சி முனிவரான பரமாச்சாரிய மகாசுவாமிகளின் பெயரால் அமைந்திருக்கும் செண்டினேரியன் அறக்கட்டளை, ஆசிரியருக்குச் 'சேவாரத்தின'என்ற விருதை வழங்கியது. இவையனைத்தும் இந் நூல் பயனுள்ளது என்பதை வலியுறுத்துவது போலிருப்பதுடன், ஆசிரியர் தளர்வின்றி ஊக்கத்துடன் பணி செய்யத் துணை நிற்கின்றன.

எழும்பூர் | ப.சிவனடி
சூன், *1997*

பொருளடக்கம்

1811

1. அமெரிந்தியரைப் பூண்டோடு பெயர்க்கும் கொள்கை — 340
   - அமெரிக்கம், அமெரிக்கர் -340
   - ஐரோப்பியம் பெயர் விளக்கம் -340
   - ஐரோப்பிய மக்கள் -340
   - இந்தியர் என்போர் யார்? -341
   - அமெரிக்கோ வெஸ்பூச்சியும் அமெரிக்கம் என்ற பெயரும் -341
   - எண்ணற்ற இந்தியக் குலத்தார் -342
   - சேக்கு குலம் -344
   - செனிக்கா குலம் -344
   - மோகாக்கு குலம் -344
   - ஷானீ குலம் -345
   - கிரீக்கு குலம் -347
   - செமினோல்கள் -349
   - அழிந்துபோன குலங்கள் -349
   - கொலம்பஸ் பூண்டோடு அழிந்த தைனோ குலம் -347
   - இந்தியர் தனிப்படுத்தப்படுதல் -342
   - கொலம்பஸ் என்ற ஆள் -342
   - கொலம்பஸ் என்ற கடவுள் -343
   - ஐரோப்பயரின் இன அகந்தை இன்றும் -344
   - பகைப்போரில் இந்தியர் தோல்வி -345
   - இந்தியர் எழுச்சியுரை -346
   - குலங்களிடையே பிளவு -346
   - கிரிக்கு - வெள்ளையர் கலப்பு -347
   - வெள்ளையர் மேலாண்மை விரிவு -348
   - குலக் கூட்டம் -348
   - செங்கழுகு, அவரின் ஐயப்பாடு, நல்லுரை, படைத்தலைமை -349,353
   - மபில, மொபைல் நகரம் -349
   - போர் முகில் திரளுதல் -350
   - வெள்ளையரின் வீண் கிலி -350
   - அமெரிக்கரின் திடீர்த் தாக்குதல் -351
   - அமெரிக்கர் சிதறுதல் -351
   - மிம்ஸ் அரண் -351
   - போர் ஆயத்தம் -352
   - கிரீக்கரின் நிலை -352
   - போர்ச்சாயம் பூசிய இந்தியர் -354
   - இந்தியர் தாக்குதல் -354
   - கொலையும் கொள்ளியும் -354
   - ஆன்று ஜேக்சன் -355

அமெரிக்கர் படையின் அட்டுழியங்கள் -355
குருதி ஓட ஓடக் கொலை -357
கிரீக்கர் திரண்டனர் -357
புனித எகுஞ்சேட்டு -358
வெள்ளைப் படைத் தாக்குதல் -358
செங்கமுகு தப்பியோடுதல் -358
மீண்டும் செங்கமுகின் எழுச்சி -359
தடியரணுக்குத் தீ -359
ஜெக்சனிடம் செங்கமுகு -360
இந்தியரின் தலைவிதி முடிந்தது -360
இந்தியரை அப்புறப்படுத்தும் சட்டம் -360

வரலாற்றுப் புள்ளிகள்

1. இந்தியத்தில் அடிமைகள் இறக்கத் தடை -362
   அடிமை வாணிபம் கேரளத்தில் குற்றம் -363

2. மதுரைத் தாசில்தார் பள்ளிவாசல் நபிவழி வந்தவர் கட்டியது? -363
   பிரிட்டீசுச் செய்திகள் -363
   (அ) பிரிட்டன் ஜாவாவைக் கவர்ந்தது -363
       இந்தோனேசிய வரலாறு -364
       தொல் வரலாறு -365
       போராபுதூர் -365
       சீர் விசயப் பேரரசு -365
       இஸ்லாம் வேரூன்றுதல் -365
       ஐரோப்பியர் வருகை -365
   (ஆ) பிரிட்டீசு அரசின் பணக் கொள்கை -366
   (இ) இந்தியப் பருத்தியும் பிரிட்டனின் செல்வச் செழிப்பும் -366
   (ஈ) மூன்றாம் ஜார்ஜ் மன்னர் பித்தரானார் -367
       வேல்ஸ் இளவரசர் அரச காவலராதல் -367
   (உ) லடைட்டுக் கலவரங்கள் -368
   (ஊ) 'ஏழைக் குழந்தைகளுக்குக் கல்வி ஏன்?' -369

4. பிரெஞ்சுச் செய்திகள் -369
   (அ) பிரெஞ்சுப்படை ஐபீரியத்தை விட்டு விரட்டப்படுதல் -369
   (ஆ) பிரான்சில் குழந்தைகள் கொலை -370

5. எகிப்தில் மாமிலுக்குத் தலைவர்கள் கொலை -370

6. ஆப்பிரிக்கக் கண்டத்தைக் குறுக்கே நடந்து கடந்தவர் -370

7. உணவு பரிமாறுவதில் புதிய வரிசை முறை -371

8. விளையாட்டு : பெண்கள் கிரிக்கட்டு முதல் ஆட்டப் போட்டி -371

9. அறிவியல் செய்திகள் -371
   (அ) அயோடின் தனிப்படுத்தப்பட்டது -371

(ஆ) வளிமூலக்கூறு பற்றிய புனைவுகோள் -371

10. இலக்கியச் செய்திகள் -371

(அ) மலையாள விவிலியம் -371
(ஆ) முகையதீன் புராணம் -372
(இ) இலத்தீன் - சம்ஸ்கிருத - தமிழ் அகராதி -372
(ஈ) ஒரிய - ஆங்கில அகராதி -372
(உ) பஞ்சாபில் விவிலியம் -372

11. குருப்பு இரும்பு தொழிற்சாலை -372

12. பிறப்பு -373

(அ) கோபாலகிருஷ்ண பாரதியார் (1811 - 1881) -373
(ஆ) இராபட்டு வில்லம் புன்சன் (1811 - 1899) -373
(இ) வில்லியம் மேக்பீஸ் தேக்கரே (1811 - 1863) -373
(ஈ) சயாமிய இரட்டையர் (1811 - 1874) -374
(உ) கவிகுஞ்சர பாரதி (1811 - 1896) -374

1812

1. கிழக்கிந்தியக் கம்பெனி வரவு, செலவு ரூபாய்க்கு மாற அறிவிப்பு 376

இந்தியத்தில் பணப்பொருளியல் -376
முகலாயர் பெயரில் கம்பெனி நாணயம் -377
ஆர்க்காட்டு நவாபின் நாணயச்சாலை -377
பிரிட்டிசாரின் சென்னை, கடலூர் நாணயச் சாலைகள் -377
பிரெஞ்சு, டச்சு நாணயச்சலைகள் -377
இந்தியத்தில் ஐரோப்பிய நாணயங்கள் -377
தென்னக நாணயமுறை -378
சென்னை மாநில நாணய வகை -378
சென்னை வராகன்கள் -380
தென்னகத்தில் முகலாயர் ரூபாய் -380
கம்பெனி ரூபாய் வரிசை -381
சென்னை ரூபாய் வகை -381
நாணயச் சீர்திருத்தம் கம்பெனி ஏற்பு -381
வரவு, செலவு ரூபாய்க்கு மாற அறிவிப்பு -382

2. நெப்போலியனின் இரஷ்யப் படையெடுப்பும் தோல்வியும் 382

நெப்போலியனின் பெரும்படை -383
பிரெஞ்சுப் படைக்கு நல்ல தொடக்கம் -383
போலந்தில் பிரெஞ்சுப் படை -384
கட்டுத்திட்டமற்ற கும்பல் -384
டைஃபஸ் நோய் -385
போருக்கும் நோய்க்கும் பலி -386
அரைப் பட்டினி, கால் பட்டினி -387
பிரெஞ்சுப்படைக்குப் போக்கு முட்டுதல் -387

21

நெப்போலியனின் தவறான கணிப்பு -388
மாஸ்கோவை நோக்கி பிரஞ்சுப் படை -389
களம்பல கண்ட இரஷ்யத்தளபதி குடுசோவ் -389
போரோடினோச் சண்டை -390
பிரஞ்சுக்காரருக்குப் பொருளற்ற வெற்று வெற்றி -390
பிரஞ்சுப் படையிடம் மாஸ்கோ வீழ்ச்சி -391
மாஸ்கோ பற்றியெரிந்தது -391
நெப்போலியனின் வெற்றிக் களிப்பு -391
இரஷியத் தாக்குதல் -392
பிரஞ்சுப்படை பின்வாங்குதல் -393
துன்பம் துரத்துதல் -393
நெப்போலியனுக்குத் தோல்வி ஏன்? -393

வரலாற்றுப் புள்ளிகள்

1. தமிழகச் செய்திகள் -394
சென்னையில் கல்லூரி இலக்கியச் சங்கம் -394
2. உடன்கட்டை ஏறுவதை ஒழிக்க வெல்லஸ்லி முயற்சி -396
3. பிரிட்டீசுச் செய்திகள் 397
(அ) தலைமையமைச்சர் லிவர்ப்பூல் -397
(ஆ) பிரிட்டனில் கோதுமை விலையேற்றம் -400
4. பிரான்சில் துப்பறியும் துறை சுரேட்டு -400
5. லுயிசியானம் அமெரிக்க ஒன்றியத்துடன் இணைதல் -400
6. பண்டை உலக வாணிப நகரம் பீட்ரா கண்டுபடிப்பு -400
7. மூர்கிராஃப்டின் முதல் இமயப் பயணம் -402
8. அபு சிம்பல் கண்டுபிடிப்பு -403
9. துருக்கர் மக்க, மதீனங்களைக் கவர்தல் -404
10. அடிமை, அடிமை வாணிபம் -404
(அ) டெல்லியில் அடிமை வணிகர் மிகுதல் -404
(ஆ) சுவீடன் அடிமை வாணிபத்தைக் கைவிடுதல் -404
11. இலக்கியச் செய்திகள் -405
(அ) திருக்காரணப் புராணம் -405
(ஆ) தமிழறியும் மடந்தை கதை -405
(இ) தெலுங்கில் விவிலியம் -405
(ஈ) எல்லீசின் திருக்குறள் மொழிபெயர்ப்பு -405
12. அறிவியல் செய்திகள் 405
(அ) வினையூக்கியின் செயல்முறை -405
(ஆ) விலங்குப் புதைப் படிவு பற்றிய ஆய்வு நூல் -405
(இ) பொது நிகழ்தகவு பற்றிய பிரஞ்சு நூல் -405

(ஈ) வலி மரக்க வைத்து அறுவை -406
(உ) அறுவடை எந்திரம் -406
(ஊ) ஐரோப்பிய நீராவிக் கப்பல் போக்குவரவு -406

13. பிறப்பு (109)
    சார்லஸ் டிக்கன்ஸ் (1812 - 1870) -406
14. இறப்பு (110)
    பூரணய்ய (? - 1812) -406

1813

1. அகத்தியப் பாட்டியல் 19 ஆம் நூற்றாண்டு நூலா?   409
    அகத்தியர் தென்னாடு போந்தமை -409
    நச்சினார்க்கினியர் கூற்று -409
    திருவிளையாடல் புராணக் கதை -410
    கம்ப இராமாயணத்தில் -410
    சிவஞான முனிவர் -410
    வீரசோழியம் -410
    அகத்தியர் மனைவி, மக்கள் -410
    அகத்தியர் புரிந்த செயல்கள் -410
    சின்னமனூர்ச் செப்பேட்டில் அகத்தியர் -411
    அகத்தியர் பாண்டியனிடம் தமிழ் கற்றார் -411
    இறையனார் அகப்பொருளுரையில் -411
    அகத்தியரின் மாணாக்கர் -412
    புறப்பொருள் வெண்பா மாலை -412
    நம்பியகப்பொருள் விளக்கம் -412
    தண்டியலங்காரம் -412
    சுப்பிரமணிய பாரதியார் -412
    அகத்தியர் சித்தர் -412
    அகத்தியர் சைவரா? -413
    அகத்தியரும் அகத்தியமும் -413
    தேவாரத்திரட்டு, நாலாயிரத் திவ்வியப்பிரபந்தத்திரட்டு -414
    கீழ் நாடுகளில் அகத்தியர் -414
    கீழை நாடுகளில் சிவ வழிபாடும் தமிழர் தொடர்பும் -414
    சிவன் கோயில், அகத்தியர் கோயில் -415
    அகத்தியரும் காம்போசமும் -415
    இந்தோ சீனம், மலேயத்தில் சைவம் பரப்பினார் -416
    அகத்தியர் கதையும் சம்ஸ்கிருதப் பண்பாடும் -416
    மணிப்பிரவாளம் என்ற நற்கலையழிவு -416
    இருபதாம் நூற்றாண்டிலும் மணிப்பிரவாளம் -416
    அகத்தியர் தமிழறிந்தவரா? -417
    இரா.இராகவய்யங்கார் -417
    அகத்தியச் சூத்திரங்கள் -418
    பேரகத்தியத் திரட்டு 19 ஆம் நூற்றாண்டில் -419

2. கிழக்கிந்தியக் கம்பெனியின் உரிமம் புதுப்பித்தல்
   சமயப் பணிகளுக்கு இசைவு -420
   கிறித்துவம் பரப்புவதற்கு வழி திறத்தல் -420
   கம்பெனியின் முழுத்தனியுரிமை ஒழிதல் -420
   கல்விக்குப் பணம் ஒதுக்கப்படுதல் -421
   கல்வி வளர்ச்சிக்கு ஊக்குதல் -421

வரலாற்றுப் புள்ளிகள்

1. ஹேஸ்டிங்சு பிரபு தலைமை ஆளுநர் -422
   ஆசியவியல் சங்கத் தலைமை -422

2. இந்தியம் பற்றிய நூல் வெளியீடு -424
   பதினெட்டாம் நூற்றாண்டு வாணிபம் -424

3. இரஞ்சித்து சிங்கு கோகினூர் வைரம் பெற்றார் -425

4. காளிதாசனின் மேகதூதம் ஆங்கிலத்தில் -426

5. பிரிட்டனின் கினி நாணயம் அச்சிடுதல் நிறுத்தம் -426

6. உலகின் முதல் விசைத்தறி -426

7. தாவரவியலில் புதிய முன்னேற்றம் -426

8. 'அங்கிள் சாம்' என்ற பெயர் -426

9. பிறப்பு -426
   (அ) ஐசக்கு பிட்மன் (1813 - 1897) -426
   (ஆ) (வில்லம்) ரிச்சர்டு வேகன் (1813 - 1883) -427
   (இ) சுவாதித் திருநாள் (1813 - 1841) -427

10. இறப்பு (133 - 135)   -427
   (அ) கணித மேதை லெகுரான் (1736 - 1813) -427
   (ஆ) தெகும்சி (1768 - 1813) -429

1814

1. போராபுதூர் கண்டுபிடிப்பு -433
   இந்துப் பண்பாட்டுச் செழுமை -433
   குபேரன் தொடர்புடைய கோயில் -433
   போராபுதூரும் சைலேந்திரர் அரச குடியும் -434
   பிரம்பனில் சைவக் கோயில்கள் -434
   போராபுதூர் பெரும்புதிர் -434
   போராபுதூர்க் கோயில் அமைப்பும் உள்பொருளும் -436

2. ஐரோப்பியத்தில் இருபத்திரண்டாண்டு காலப்போர் முடிவு -437
   நெப்போலியனுக்குத் தோல்வி மேல் தோல்வி -438
   பாரிசில் கூட்டணிப் படை நுழைதல் -438
   நெப்போலியன் எல்பா தீவிற்கு -438

பிரஞ்சு அரியணையில் 18 ஆம் லூயி -438

வரலாற்றுப் புள்ளிகள்

1. தாமஸ் மன்றோ சென்னை ஆளுநர் -439
2. நாட்டரசுகளை உறிஞ்சப் பிரிட்டீசு வட்டிக் கும்பல்கள் -440

    சந்துலால் -440
3. சங்கர மடங்களுக்குள் வழக்கு -442
4. ஆங்கிலத் திருச்சபையின் முதல் பேராயர் -443
5. ஏசு சபை மீதிருந்த தடை நீக்கம் -444
6. அமெரிக்கச் செய்திகள் -445

    (அ) மசாச்சூசட்சில் பருத்தி நெசவு -445
    (ஆ) அமெரிக்க நாட்டுப்பாடல் பறப்பு -445
    (இ) வெள்ளை மாளிகை என்ற பெயர் ஏன்? -445
    (ஈ) அமெரிக்கக் காங்கிரசு நூலகத்தில் தீ -446
7. ஆலந்தும் அடிமை வாணிபத்தைக் கைவிடுதல் -446
8. பிரான்சில் கருக் கலைக்கத் தடை -446
9. இலக்கியச் செய்திகள் -446

    (அ) கேரியின் தெலுங்கு இலக்கணம் -446
    (ஆ) ஒரிய மொழியில் விவிலியம் -446
10. அறிவியல் செய்திகள் -447

    (அ) நீராவி இரயில் எஞ்சின் இயக்கம் வெற்றி -447
    (ஆ) நீராவியால் இயங்கும் அச்சுப்பொறி -447
11. பிறப்பு

    ஆர் கால்டுவல் (1814 - 1891) -447

1815

1. நெப்போலியன் தோல்வி   449

    நெப்போலியன் பிறந்த காசிக்கத் தீவு -450
    நெப்போலியனின் படிப்பறிவும் இலக்கிய ஆர்வமும் -450
    நெப்போலியனும் திப்பு சுல்தானும் -450
    எல்பாவிலிருந்து நெப்போலியன் வெளிப்படுதல் -450
    பெரும்படை திரட்டிப் போருக்கு ஆயத்தமாதல் -450
    அறுபதாவது போர்க்களம் வாட்டர்லூவில் தோல்வி -451
    இலக்கியத்தில் ஈடுபடும் எண்ணம் -452
    ஹெலினா தீவிற்கு நாடு கடத்தப்படுதல் -452

2. ஐரோப்பிய நாடுகள் உருவாக வழிவகுத்த வியன்னாப் பேரவை   452

வியன்னா -453
ஆட்டோமான் பேரரசு -453
சூழ்ச்சிகளின் மையம் வியன்னாப் பேரவை -453
கிளமண்ஸ் மெட்டர்னிச்சு -454
சார்லஸ் மாரைஸ் டேலிராண் - பெரிகார் -454
சார் முதலாம் அலெக்சாந்தர் -454
வியன்னாப் பேரவையின் குறைபாடுகள் -454
ஐரோப்பியக் கூட்டமைப்பு -455
'புனித நேய உறவு' -455
கேசில்ராவும் மாபெரும் கூட்டணியும் -455
வியன்னாப் பேரவையால் பிரிட்டன் பெற்ற ஆதாயங்கள் -455
கேசில்ரா மீது ஷெல்லி, பைரன் தாக்குதல் -456
பிரிட்டனில் மோசமான உள்நாட்டு நிலை -457
நாலு கூட்டணி -458

3. புதிய ஐரோப்பியம் உருவாகின்றது -458
   (அ) நெதர்லாந்து -458
      தொல் வரலாறு -458
      சார்லிமேன் பேரரசில் -460
      பர்கண்டி ஆளுகையில் -460
      எண்பதாண்டுப் போர் -461
      பொற் காலம் -461
      டச்சுக் கிழக்கிந்தியக் கம்பெனி -462
      தாழ்ச்சி -462
      நெப்போலியனும் நெதர்லாந்தும் -462
      லூயி போனப்பாட்டு அரசராதல் -462
      பிரஞ்சுப் பேரரசின் உறுப்பாதல் -462
   (ஆ) போலந்து முடியரசானது -463
   (இ) சுவீடனுக்கு நார்வே கிடைத்தல் -463
      வைக்கிங்கு -463
      ஷான் பாப்டிஸ்டு பெர்னாடட்டு -463
      கீல் உடன்படிக்கை -463
   (ஈ) சுவிட்சர்லந்து மீண்டும் நடுநிலை நாடாதல் -464
      சுவிட்சர்லந்து வரலாறு -464
      சமயச் சடங்குகள் -464
      நூறாண்டுப்போரும் வெஸ்டாஃப்பலிய உடன்படிக்கையும் -464
      இந்திய - சுவிட்சர்லந்தியத் தொடர்பு -466
   (உ) இத்தாலியில் மீண்டும் பழைய ஆளுங்குடியினர் -466
   (ஊ) ஜெர்மன் நேசக் கூட்டமைப்பு -467

4. மலையாளம் என்ற மொழி -467

   தமிழ் திரிந்த திராவிட மொழி -467
   'கேரள பாஷா', 'சோழ பாஷா' -468

மலை நாட்டுத் தமிழ் பாண்டித் தமிழ் -468
மலையாண்டி, மலையாளம்-468
கால்டுவல் நிலைநிறுத்திய மலையாளம் என்ற பெயர் -468

வரலாற்றுப் புள்ளிகள்

1. சமயச் செய்திகள் -468
(அ) பிரம்ம சமாசத் தோற்றம் -468
(ஆ) பம்பாயில் மராட்டி மிசன் -468

2. பம்பாயில் கல்விச் சங்கம் -469

3. இந்தியத் தொழில் சீரழிவும் கம்பெனி வாணிப உரிமைப் பட்டயமும் -469

4. பிரிட்டீசுச் செய்திகள் -469
(அ) பிரிட்டனின் கடலாதிக்க மேலாண்மை -469
ஆசியப்பகுதிகளில் கையகப்படுத்தப்படுதல் -469
அல்பு குவர்க்கின் வழியில் பிரிட்டிசார் -470
தாமஸ் ஸ்டாம்ஃபோர்டு ரேபள்ஸ் -470
(ஆ) பிரிட்டன் நன்னம்பிக்கைமுனையைப் பெற்றது -472
(இ) பிரிட்டனில் தானிய இறக்குமதிச் சட்டம் -472
(ஈ) பிரிட்டனில் வருமான வரி நீக்கம் -472

5. இலக்கியச் செய்திகள் -472
(அ) பஞ்சதந்திர, கீதோபதேசக் கதைகள் மராட்டியில் -472
(ஆ) தமிழில் வான்மீகி இராமாயணம் -473
(இ) மேலையுலகில் புனை கதை இலக்கியங்கள் -473

6. இந்தியத்தில் கரும்பு விளைச்சல் மிகுதல் -473

7. அமெரிக்கச் செய்திகள் -473
(அ) இந்துமாக்கடலில் அமெரிக்க வாணிபம் -473
(ஆ) அமெரிக்க மக்கள் தொகை 83.5 இலட்சம் -475

8. தொலைக்கிழக்கில் கடற்கொள்ளையும் அடிமை வாணிபமும் -475

9. உருவில் சிறுத்து வீரத்தில் பெருத்த கூர்க்கர் -478
கூர்க்கர் யார்? -479
நேபாள வரலாறு -481
கூர்க்கர் வரலாறு -481
கூர்க்கர் என்ற பெயர் -481
கட்டழகுக் கூர்க்கப் பெண்டிர் -481
களமிறங்கும் வீராங்கனையர் -482
கூர்க்கரின் வாழ்க்கை இலட்சியம் -482
ஆங்கிலேயர் நடத்திய ஒரே போர் -482

10. சுலு மக்களின் எழுச்சி -483

11. ராத்ஸ்சைல்டின் கெட்டிக்காரத்தனம் -483

12. ஓல்பர் வால்மீன் -484

13. தம்போரோ எரிமலை வெடித்தல் -484

14. பிறப்பு -484

    (அ) திரிசிரபுரம் மீனாட்சி சுந்தரம் பிள்ளை (1815 - 1876) -484

    (ஆ) இளவரசர் பிஸ்மார்க்கு (1815 - 1898) -484

15. இறப்பு -484

    மெஸ்மர் (1734 - 1815) -484

1816

1. ஹெகலின் மெய்யியல் கோட்பாடு   489
   ஹெகலின் 'அளவை' நூல் -489
   ஹெகலின் வரலாறு -490
   வரலாறு பற்றி ஹெகலின் மெய்யியல் கருத்துகள் -490

2. திராவிட மொழிக் குடும்பம் என்ற பெயர்   491
   திராவிட மொழிகள் -492
   திராவிடப் பல்கலைக்கழகம் -493

வரலாற்றுப் புள்ளிகள்

1. கல்வி, கலை, இலக்கியம் -494

    (அ) கேரளத்தில் ஆங்கிலக் கல்வி அறிமுகம் -494

    (ஆ) பம்பாயில் அச்சகம் -494

    (இ) கருத்த முத்துப்பிள்ளை -494

    (ஈ) தெலுங்கு இலக்கண நூல் -494

    (உ) இராம மோகனரின் முதல் ஆங்கில நூல் -494

2. எட்டயபுர வரலாறு -494

3. பிரஞ்சுக்காரர் புதுச்சேரியைப் பெறுதல் -496

4. இந்தியருக்கு உரிமையான முதல் செய்தியிதழ் -497

5. பாரில்லியில் பிரிட்டிசாரை எதிர்த்து வகாபியர் கிளர்ச்சி -497

6. காலின் மெக்கன்சி அளவாய்வுத்துறைத் தலைவர் -498

7. பிரேசில் பேரரசு என்று அறிவிப்பு -498

8. பிரிட்டீசுச் செய்திகள் -498

    இரண்டு கல்விக் குப்பை -498

9. போக்குவரவு -498

    ஆங்கிலக் கால்வாயைக் கடந்த முதல் நீராவிக் கப்பல் -498

10. அமெரிக்கச் செய்திகள் -498

    (அ) இண்டியானம் ஒன்றியத்துடன் இணைதல் -498
    (ஆ) அமெரிக்கத்தில் முதல் சேமிப்பு வங்கி -498

11. நெஞ்சுத்துடிப்பறி கருவி கண்டுபிடிப்பு -499

    தட்டிப் பார்த்தல் -499
    நெஞ்சுத்துடிப்பைக் கேட்டல் -500
    மருத்துவப் புள்ளி விவரங்கள் -501
    இந்தியத்தில் நோய் நாடியறியும் முறைகள் -501

12. சைக்கிள் கண்டுபிடிப்பு -501

13. பிறப்பு -501

    ராய்டர் (1816 - 1889) -501

14. இறப்பு -501

    (அ) ஷெரிடன் (1751 - 1816) -501
    தமிழில் ஷெரிடன் நாடகம் -502
    வறுமையில் சாவு -502

    (ஆ) பிரான்சிஸ்கோ தெ மிராண்டா (1750 - 1816) -503
    வாழ்க்கை வரலாறு -504

1817

1. பிண்டாரியர் ஒழிந்தனர்   510

    மிண்டோவின் முடிவு -510
    பிண்டாரியர் தலைவர் கரிம்கான், சித்து -510
    பிண்டாரியர் மராட்டியர்க்குப் பகையாதல் -511
    நடு இந்தியத்தில் பிண்டாரியர் அழிவு -511
    பிண்டாரியர் பெயர் கேட்டதும், மக்கள் ஓட்டம் -511
    சென்னையில் பிண்டாரியர் -511
    குண்டூரில் பிண்டாரியர் -512,514
    தெற்கில் பிண்டாரியர் -512
    நிசாம் நாட்டினுள் பிண்டாரியர் -513
    பதினோரு நாளில் நடந்த கொடுமைகள் -515
    கொள்ளை போன பொருள்களின் மதிப்பு -515
    பிண்டாரியர் ஒழிப்பு- பிரிட்டிசார் திட்டம் -516
    தலைமை ஆளுநர் நடவடிக்கை -516
    புறப்பட்டது மாபெரும் படை -517
    பிரிட்டிசார் படைபலம் -518
    பிண்டாரி, மராட்டியர் படைபலம் -518
    களம் நோக்கிப் பிண்டாரியர் -518
    முதலில் பணிந்த பிண்டாரி -519
    பிண்டாரியர் சிதறிப் பணிதல் -519

சித்து வேட்டை -519
பிண்டாரியர் ஒழிந்தனர் -520
பிண்டாரியர்க்கு மறுவாழ்வு -520
மூன்றாம் மராட்டியப் போர் -521
பேஷ்வாவின் எழுச்சி -521
நாகபுரிப் பான்ஸ்லே -521
இந்தூர் ஹோல்கர் -521
மராட்டியர் தோல்வி -522

வரலாற்றுப் புள்ளிகள்

1. இந்துக் கோயில்களில் பிரிட்டிசார் ஆட்சிப் பொறுப்பு -523

2. ஜெனரல் பேட்டர் சாலை -523

3. கல்கத்தாவில் இந்துக் கல்லூரி -524

4. பிரிட்டனிடம் முதலில் பணிந்த இரசபுதன நாடு கோட்டா -525

   கோட்டா வரலாறு -525

5. மேவாரும் கம்பெனிக்கு அடங்கியது -527

6. பிரிட்டீசுச் செய்திகள் -527

   (அ) ரிக்காடேர்வின் பொருளியல் நூல் -527
   (ஆ) பிரிட்டனில் வாய்ப்பூட்டுச் சட்டங்கள் -528
   (இ) பிரிட்டனில் சவரன் வெளியீடு -528
   (ஈ) பிரிட்டனில் பட்டினி அணிவகுப்பு -528
   (உ) அயர்லாந்தில் காவலர்படை -528

7. செர்பியம் விடுதலை -529

8. கருத்தடைக் கருவிகளுக்கு மால்தஸ் எதிர்ப்பு -528

9. இரஷியத்தில் இரகசியச் சங்கங்கள் -528

10. இந்தியத்தில் வாந்தி பேதி -530

11. அறிவியல் செய்திகள் -530

    (அ) காட்மியம் கண்டுபிடிப்பு -530
    (ஆ) லித்தியம் கண்டுபிடிப்பு -530
    (இ) செலினியம் கண்டுபிடிப்பு -530
    (ஈ) சூப்பர் பாஸ்பேட்டு ஆக்கப்பட்டது -530

12. இலக்கியம் -531

    (அ) தெலுங்கு, கன்னட மொழி இலக்கணங்கள் -531
    (ஆ) வங்க மொழியில் கதோபநிடதம் -531
    (இ) குஜராத்தியில் விவிலியம் -531

13. பிறப்பு

(அ) தேவேந்திரநாத தாகூர் (1817 - 1895) -531
(ஆ) சர். சையது அகமது கான் (1817 - 1898) -532

14. இறப்பு

ஜேன் ஆஸ்டன் (1775 - 1817) -533

1818

1. ரூபாயில் அரசின் கொடுக்கல் வாங்கல் -534

வரலாற்றுப் புள்ளிகள்

1. கண்டிப் போர் - இலங்கை முற்றிலும் பிரிட்டிசார் வசமாதல் -535

2. இந்தியத்தின் முதல் ஆயுள் காப்பீட்டு நிறுவனம் -536

3. வங்கத்தில் உடன்கட்டை ஏறுவோர் மிகுதல் -537

4. இலக்கியம் -537

(அ) முதல் நாட்டு மொழி இதழ் -537
(ஆ) வில்லியம் கோட்டையில் கீழை இலக்கியச் சேகரம் -538
(இ) கல்கத்தா நூலகச் சங்கம் -538
(ஈ) திருமுழுக்குச் சபையின் அச்சகம், கல்லூரி -538
(உ) வங்க மொழி அகராதி -538
(ஊ) கற்புடையாள் காவியம் -538
(எ) இராம மோகனரின் நூல்கள் -539
(ஏ) மராட்டியில் ஏசுநாதர் கதை -539
(ஐ) முதல் வங்கமொழிச் செய்தி இதழ் -539
(ஒ) ஷேக்ஸ்பியரைக் கத்தரித்தவர் -539
(ஓ) ஃபிராங்கன்ஸ்டீன் வெளியீடு -544

5. இரசபுதனுத்துச் செய்திகள் -545

(அ) ஜெயப்பூர் பிரிட்டனின் பாதுகாப்பில் வருதல் -545
(ஆ) ஜோதிப்பூரும் அடங்குதல் -546
ஜோதிப்பூர் வரலாறு -547
முகலாயர் திருமண உறவு -548
ஜோதிபாய் - அக்பர் மனைவி -549
(இ) துங்கர்ப்பூரும் அடங்குதல் -549

6. எக்ஸ் - லா - ஷேப்பல் பேரவை -551

7. பீத்தோவன் முழுச் செவிடரானார் -552

8. முகுந்த தேவருக்குச் சிறை -552

9. அமெரிக்கச் செய்திகள் -552
(அ) ஃபுளோரிடம் அமெரிக்கத்திற்குக் கிடைத்தல் -552
(ஆ) இல்லினாய்சு ஒன்றியத்துடன் இணைதல் -555

இந்திய சரித்திரக் களஞ்சியம் | 331

(இ) அமெரிக்க ஒன்றியத்தின் புதிய கொடி -555

10. தகரத்திலடைத்த உணவுப்பண்டங்கள் விற்பனை -555

11. குரல்வளைச் சுரப்ப வீக்கத்திற்கு அயோடின் -555

12. அறிவியல் செய்திகள் -556

(அ) அணு எடை வெளியீடு -556
(ஆ) விண்மீன் பட்டியல் -556
(இ) பச்சையம் என்ற பெயர் -556

13. பிறப்பு

(அ) செம்மல்வீஸ் (1818 - 1865) -556
(ஆ) பெண்ணிய இயக்கத்து லூசி ஸ்டோன் (1818 - 1893) -556
(இ) ஜேம்ஸ் பிரஸ்காட்டு ஜோல் (1818 - 1889) -557

14. இறப்பு
வாரன் ஹேஸ்டிங்சு (1732 - 1818) -557

1819

1. திராவிடவியல் துறை முன்னோடி எல்லீசு 559
திராவிட மொழிக் குடும்பம் என்ற பெயர் -559
திருக்குறள் ஈடுபாடு -559
வள்ளுவர் வராகன் -561
புழக்கத்திற்கு வராதது ஏன்? -561
வள்ளுவர் உருவம் -561
வள்ளுவர் சமணர் -561
எல்லீசு முடிவு -562
உழைப்பெலாம் வீண் -563

2. அஜந்தா வரலாற்று ஒளி பெறுதல் 563
அஜந்தா குகைகள் உருவான காலம் -565
பௌத்தத் துறவியர் குடைந்தவை -565
இந்தியத்தில் ஆயிரம் புனிதக் குடைவரைகள் -565
குடையப்பட்ட விதம் -565
ஹுனாயனம், மகாயனம், தாந்திரிகம் -565
அஜந்தா ஓவியங்கள் -566
கெட்டிச்சாய வண்ண ஓவிய முறை -566
ஓவியங்களிலுள்ள உருவங்கள் -567
ஓவியர்கள் யார்? -568
ஓவியங்களில் கிரேக்க, ரோமானியப் பாணிகளின் சாயல் -568
பிக்குகள் 8ஆம் நூற்றாண்டில் வெளியேற்றம் -568
சுவரோவியங்கள் நசித்தது ஏன்? -569
உவான் சவாங்கு -569
வட சீனத்தில் ஆயிரம் புத்தூர் குகைகள் -570

துன்-குவாங்கு பாலைச் சோலை -571
பட்டுச் சாலை -572
ஆயிரம் புத்தர் குகைகள் -572
திபேத்தியச் செல்வாக்கு -573
குகைகளின் வரலாறு -573
காலத்தைப் படம் பிடித்துக் காட்டுதல் -573
பௌத்த சமய உருவங்களும் ஓவியங்களும் -574
குகைகளின் அமைப்பு -574
கண்டமேனிக்கு அமைதல் -575
முற்றிலும் பௌத்தத் தொடர்பு -575
பாலை வெளி தந்த பாதுகாப்பு -575
நூலகமும் பன்மொழி நூல்களும் -576
பௌத்த - கிரேக்கக் கலை -576
அசோகர் தோற்றுவித்த குடை வரை வரலாறு -576
சீனத்தில் பௌத்தம் -577
சீனப் பயணியர் -577

3. சோஃபனேரின் மெய்யியல் கோட்பாடுகள்   577

சோர்வு வாதம் -577
சோர்வு வாதப் புலவர்களும் கலைஞர்களும் -577
சோர்வு வாதம் பிறந்த சூழல் -577
வால்டயர் விதைத்த புயல்- சோஃபனேர் அறுக்க வந்தார் -579
சோஃபனேர் வாழ்க்கை வரலாறு -579
தாயும் மகனும் ஒவ்வாமை -580
மனக்கசப்பும் மானுட வெறுப்பும் -580
மாபெரும் நூல் உருவானது -581
பழந்தாளாய் எடைக்குப் போதல் -581
பொறுத்தார்க்குப் பொன்றுந் துணையும் புகழ் -582
நன்மையே விளைதல் -582
நன்மையே விளைதல் -582

4. பிரிட்டனின் அடக்குமுறை - பீட்டர்லூப் படுகொலை   583

அடக்கு முறைக்கு ஆறு சட்டங்கள் -583
தீவிரவாதம் -583
ஹென்றி ஹண் -584
தொழிற்சங்க எழுச்சி -584
செயிண் பீட்டர் வெளியில் மாபெரும் கூட்டம் -584
அட்டூழியம் அவிழ்த்து விடப்படுதல்-584
படுகொலைகள் -584
ஷெல்லியின் கண்டனப்பாட்டு -586

வரலாற்றுப் புள்ளிகள்

1. இந்தியவியல் முன்னோடியர் -586

- (அ) ஹோரேஸ் ஹேமன் வில்சன் -586
  - டாக்டர் ஜான் லெயிடன் -586
  - மேக சந்தேச மொழி பெயர்ப்பு -587
  - சம்ஸ்கிருத - ஆங்கில அகராதி -587
- (ஆ) ஜேம்ஸ் பிரின்செப்பு இந்தியம் வருதல் -588
  - வாரணாசியில் பிரின் செப்பு -588
  - வரலாற்று ஆய்வு -589

2. இலக்கியம்
   - (அ) வங்க மொழியில் கலைக்களஞ்சியம் -590
   - (ஆ) மராட்டி இலக்கணம் -590
   - (இ) சம்ஸ்கிருத அகராதி -590
   - (ஈ) சதியை எதிர்த்து இன்னொரு நூல் -590
   - (உ) தெலுங்கில் சிறுகதைகள் -590
   - (ஊ) நாகர்கோவில் அச்சகம் -590

3. சீக்கியப் படை காசுமீரத்தைக் கவர்தல் -591

4. பிரிட்டீசுச் செய்திகள் -591
   - (அ) பண்டசாலையாய்த் தொடங்கிப் பேரரசாய் விரிந்து -591
   - (ஆ) ஆங்கிலேயர் சிங்கப்பூரைப் பெறுதல் -592
     - சர்தாமஸ் ரேஃபிள்ஸ் -592
     - 1820 களில் சிங்கப்பூர் -593
   - (இ) இலண்டனுக்குக் கிளியோபாத்திரா தூண் -594

5. அமெரிக்கச் செய்திகள் -594
   - (அ) தனியொருமைக் கோட்பாட்டுக் குழாம் -594
   - (ஆ) அயல்நாடுகளிலிருந்து அரிய விதைகள் பெற -595
   - (இ) அமெரிக்கம் புளோரிடத்தை விலைக்கு வாங்குதல் -595
   - (ஈ) அலபாம அமெரிக்க ஒன்றியத்துடன் இணைதல் -595
   - (உ) அட்லாண்டிக்கைக் கடந்த முதல் நீராவிக் கப்பல் -595

6. உலகின் முதல் சாக்கலேட்டுத் திண்பண்டம் -596

7. பம்பாயில் வாந்தி பேதி -596

8. தொற்றுநோயால் ஹவாயியர் எண்ணிக்கை குறைதல் -596

9. அறிவியல் செய்திகள் -596
   - (அ) அணு எடைகள் வரையறை -596
   - (ஆ) நைட்டிரஜன் கண்டுபிடிப்பு -596

10. பிறப்பு
    - வால்டு விட்மன் (1819 - 1892) -597

11. இறப்பு
    - (அ) பிரான்சிஸ் ஒயிட்டு எல்லீசு (1778 - 1819) -597

(ஆ)ஜேம்ஸ்வாட்டு (1736 - 1819) -597
(இ)ஹவாயி அரசர் -597

1820

1. பொய்யில் தோன்றிப் பொய்யாய் மறையும் ஸ்பானியப் பேரரசு 599
ஸ்பெயின் வரலாறு -599
கொலம்பசின் தவறு நிலை நிறுத்தப்படுதல்-599
அடிமைப்பட்ட ஸ்பெயின் -599
அரபு, பெர்பர் படையெடுப்புகள் -600
ஸ்பானிய உமாயுதுகள் -600
டோலிடோ -600
கலப்பு நாகரிகம் முகிழ்த்தல் -600
கிரேக்க ரோமானிய அறிவுச் செல்வம் கிடைத்தல் -601
கார்டோபக் காலிஃப ஏற்றம் -602
முஸ்லிம் குறுநில மன்னர்கள் -603
முஸ்லிம் சிற்றரசர்கள் புரட்சி -603
பைசாந்தியத்தை மிஞ்சுமா கார்டேபாம்? -604
அண்டலேசியம் சிதறுதல் -604
வலிமை குன்றுதல் -604
ஆப்பிரிக்கத்திலிருந்து உதவி -605
கேஸ்டிலி எழுச்சி -605
உமாய துகாலிஃபம் சிதைதல் -606
கேஸ்டிலியின் வீறுகொண்ட எழுச்சி -607
கிரானடா வெற்றி -607
எல் சிடு -607
அரபுகளை வெற்றிகொண்ட பின் ஸ்பெயின் -608
ஸ்பெயினில் மீண்டும் கிறித்தவ ஆட்சி -609
அமெரிந்தியங்களில் விடுதலைக் கிளர்ச்சி வரலாறு -610
நீகிரோவர் புரட்சி 1609 -610
அமெரிக்க அரசர் -611
மெக்சிக்கப் பேரரசர் லேம்பட்டு, 1643 -610
மெக்சிக்க நகரில் கிளர்ச்சி, 1692 -610
வெனிசுலத்தில் கிளர்ச்சி 1749 -612
பேறு பெற்ற ஜோஸ் கிளச்சி, 1780 -612
அறிவாளியர் புரட்சி, 1781 -614
ஹிடால்கோ பாதிரியார் கிளர்ச்சி, 1810 -614
அமெரிந்தியர் நடுநிலை -614
முதலாம் கார்லோஸ் -புதிய சட்டங்கள் -615
இந்தியர்க்குப் பரிந்த கசஸ் அச்சன் -615
நடைமுறைப்படுத்த முடியாச் சட்டம் -616
இந்தியரைச் சுரண்டுதலும், இந்தியர்க்குக் கொடுமைகளும் -616
ஃபரான்சிஸ்கன், ஏசு சபைகள் இந்தியர்க்கு ஆதரவு -617

மக்களாட்சிக்கு ஏசு சபை ஆதரவு -617
ஸ்பெயினில் வாரிசுரிமைச் சச்சரவு -618
ஸ்பெயினுக்குப் பிரிட்டனின் அச்சுறுத்தல் -619
பிரிட்டனிடம் தென்னமெரிக்கப் புரட்சியாளர் ஆதரவு கோருதல் -620
தென்னமெரிக்கத்தில் புரட்சிக் குமுறல் -622
இந்தியங்களில் பிரிட்டன் தலையிட வேண்டுகோள் -623
புரட்சித் தலைவர் மிராண்டோ -623
பிரிட்டனிடம் உதவி பெற மிராண்டா முயற்சி -624
தென்னமெரிக்க ஆட்சிப் பரிவுகள் -625
விடுதலை அறிவிப்புகள் -626
பராகுவ -627
உருகுவே -627
சிலி -627
காட்டஜினம் -627
மெக்சிக்கம் -627
ஸ்பெயினில் புதிய அரசர் -627
ஸ்பானியப் படை இந்தியங்களில் இறங்குதல் -628
பொலிவாவின் புரட்சி இலட்சியம் -628

வரலாற்றுப் புள்ளிகள்

1. இராமநாதபுரத்தின் புதிய ஆண்டை -630

2. கல்வி -630

    (அ) 19 ஆம் நூற்றாண்டில் கேரளத்தின் கல்வி நிலை -630

    (ஆ) கல்கத்தாவில் பிஷப்பு கல்லூரி -630

    (இ) ஜேம்ஸ் மில்லின் இந்திய வரலாற்று நூல் -631

3. இலக்கியம் -631

    (அ) சரசுவதி மகால் நூல் நிலையம் அமைப்பு -631

    (ஆ) சென்னையில் பாடநூல் சங்கம் -631

    (இ) நேபாளி இலக்கண நூல் -631

    (ஈ) பம்பாயிலும் பாடநூல் சங்கம் -631

    (உ) திருநெல்வேலியில் சமயக்கட்டுரை வெளியீட்டுச்சங்கம் -631

    (ஊ) சி.பி. பிரவுனின் தெலுங்குக் கடிதங்கள் -632

    (எ) சூரத்தில் முதல் அச்சகம் -632

    (ஏ) கன்னடத்தில் விவிலியம் -632

4. பிரிட்டீசுச் செய்திகள் -632

    (அ) நான்காம் ஜார்ஜ் அரியணை ஏறினார் -632

    (ஆ) பிரிட்டனில் கலப்படக்காரர் -632

    (இ) பிரிட்டனில் அமைச்சர்களைக் கொல்லச் சதி -633

    (ஈ) தென்னாப்பிரிக்கத்தில் பிரிட்டிசார் குடியேற்றம் -633

5. அறிவியல் -633

(அ) பிரிட்டனில் வானியல் சங்கம் -633
(ஆ) எர்ஸ்டடு, ஆம்பியர் மின்சார ஆய்வுகள் -633
(இ) முதல் அமினோ அமிலம் தனிப்படுத்தப்படுதல் -633

6. மருத்துவம், நோய் -634

(அ) குனைன் சல்ஃபேட்டுக் கண்டுபிடிப்பு -634
(ஆ) சீனத்திலும் பிலிப்பைனிலும் வாந்தி பேதி -634

7. சமய முரணியர் தண்டனை மன்றம் ஒழிப்பு -634

8. போர்ச்சுக்கல்லில் புரட்சி -635

9. அமெரிக்கச் செய்திகள் -635

(அ) மெயின் ஒன்றியத்துடன் இணைதல் -635
(ஆ) அமெரிக்கத்தில் ஏக்கர் நிலம் 1.25 டாலர் -635
(இ) ரிப்புவேன் விங்கிள் கதை -635
(ஈ) அமெரிக்கத்தை நோக்கி மாபெரும் குடியேற்ற அலை -636
(உ) அமெரிக்க மக்கள் தொகை 96 இலட்சம் -636

10. மைலோஸ் வீனஸ் கண்டுபிடிப்பு -636

11. பிறப்பு

(அ) ஃபிரடரிக்கு எங்கல்ஸ் (1820 - 1895) -636
(ஆ) ஃபுளாரன்ஸ் நைட்டிங்கேல் (1820 - 1910) -637
(இ) ஈசுவரச்சந்திர வித்தியாசாகர் (1820 - 1891) -637

12. இறப்பு

மூன்றாம் ஜார்ஜ் (1738 - 1820) -637
கால நிரல் -637
சொல்லடைவு -637

தளைவிடு பத்து

(1811 - 1820)

கொலம்பஸ் கால் வைத்த நாள் முதலாய் ஏறத்தாழ முந்நூற்றிப் பதினெட்டு ஆண்டுகள் ஸ்பானிய அரசின் தளராப் பேய்ப் பற்றில் தவித்திருந்த தென்னமெரிக்க நாடுகள் முந்தைய பத்தில் தளை விடுபடத் தொடங்கி, அது இந்தப் பத்தில் முடுக்கம் பெற்றதன் குறிப்பாய் இதைத் தளைவிடு பத்தென்றோம்.

எனினும் தென்னமெரிக்க, வடஅமெரிக்க "இந்தியர்", ஐரோப்பியர்க்கும் அவர் வழிவந்தோர்க்கும் அடிமையாயும் தொழும்பராயும் ஐந்து நூற்றாண்டுகளாய் இருந்து வரும் நிலை இன்னும் இருக்கின்றது என்பது மின்னல்வெட்டுப் போல் சொல்லப்படுகின்றது.

ப.சிவனடி

1811

அரசியல்
 அமெரிந்தியரைப் பூண்டோடு பெயர்க்கும் கொள்கை
 பிரிட்டன் ஜாவாவைக் கவர்தல்
 மூன்றாம் ஜார்ஜ் மன்னர் பித்தரானார்
 வேல்ஸ் இளவரசர் அரச காவலராதல், லடைட்டுக் கலவரங்கள்
 பிரஞ்சுப்படை ஐபீரியத்தை விட்டு விரட்டப்படுதல்
 எகிப்தில் மாமிலூக்குத் தலைவர்கள் படுகொலை

அறிவியல்
 அயோடின் தனிப்படுத்தப்பட்டது
 வளிமூலக்கூறு பற்றிய புனைவுகோள்

இலக்கியம்
 மலையாளத்தில் விவிலியம், முகையதீன் புராணம்
 இலத்தீன் - சம்ஸ்கிருத - தமிழ் அகராதி
 ஒரிய - ஆங்கில அகராதி, பஞ்சாபியில் விவிலியம்

கல்வி
 "ஏழைக் குழந்தைகளுக்குக் கல்வி வேண்டாம்"

தொழில், வாணிபம், வேளாண்மை
 இந்தியப் பருத்தியும் பிரிட்டனின் செல்வச் செழிப்பும்
 குருப்பு இரும்புத் தொழிற்சாலை

பொருளியல், நிதியியல்
 பிரிட்டீசு அரசின் பணக் கொள்கை

இராணுவம், போர்
 பிரிட்டன் ஜாவாவைக் கவர்தல்

மக்கள்
 இந்தியத்தில் அடிமைகள் இறக்கத் தடை
 அடிமை வாணிபம் கேரளத்தில் குற்றம்
 பிரான்சில் குழந்தைகள் கொலை
 ஆப்பிரிக்கக் கண்டத்தைக் குறுக்கே கடந்தவர்கள்

பொது
 மதுரைத் தாசில்தார் பள்ளிவாசல், உணவு பரிமாறுவதில் புதிய முறை

வரலாறு
 இந்தோனேசிய வரலாறு, விளையாட்டு
 பெண்கள் கிரிக்கட்டு முதல் ஆட்டப் போட்டி

பிறப்பு
 கோபால கிருஷ்ண பாரதியார் (1811-1881)
 இராபட்டு வில்லம் புன்சன் (1811-1899)
 வில்லியம் மேக்பீஸ் தாக்கரே (1811-1863)
 சயாமிய இரட்டையர் (1811-1874)
 கவி குஞ்சர பாரதி (1811-1896)

இந்திய சரித்திரக் களஞ்சியம் | 339

1811

1. அமெரிந்தியரைப் பூண்டோடு பெயர்க்கும் கொள்கை

அமெரிக்கம், அமெரிக்கர்

உலக வரலாற்றிலேயே ''அமெரிக்கங்கள்'' (Americas) என்ற பெயர் ஒரு நிலப்படத்தில் முதன் முதலாய் 1507 ஆம் ஆண்டு தோன்றியது. ''அமெரிக்கம்'' என்ற ஒன்று அப்போது இருந்திலது. ''அமெரிந்தியர்'' (அமெரிக்க இந்தியர் - Amerindian) என்போர் அக்காலத்தே இருந்திலர். அமெரிக்கம் ஆசியத்தின் ஒரு பகுதியாய் இருக்கக் கூடும் என்ற கருத்து மெகல்லனுடன் (Ferdinand Magellan 1480-1521) சென்ற கடலோடியர் உயிரோடு 1522 ஆம் ஆண்டு திரும்பிவந்தது வரை தூக்கியெறியப் படவில்லை. ''இந்தியன்'' என்ற சொல் கொலம்பசின் அறியாமையையும் தவறையும் நினைவுபடுத்திக் கொண்டே இருக்கின்றது. அமெரிக்கம் என்ற பெயர் ''புதிய உலகம்'' (New World) என்றழைக்கப் பெறும் பெரிய நிலப்பரப்பினுள் வடக்கே அமைந்திருக்கும் ஒரு நாட்டை மட்டும் சுட்டுவதாய்விட்டது. ஆனால் அமெரிக்கங்களில் வாழும் ஏனைய மக்களை என்ன பெயரிட்டழைப்பது என்ற சிக்கலில் நாம் இன்னும் தவித்துக் கொண்டிருக்கின்றோம்.

1811

ஐரோப்பிய மக்கள்

ஐரோப்பியம் என்ற பெயர் சுமார் கி.மு.எட்டாம் நூற்றாண்டில் அப்போலோவைத் துதித்து ஹோமர் பாடியதாய்ச் சொல்லப்படும் ஒரு பாடலில் வருகின்றது என்றும் ஐரோப்பியம் என்ற பெயர் முதன் முறையாய் இந்தப் பாடலில் தான் இடம் பெற்றது என்றும் கூறப்பட்டபோதிலும், ஐரோப்பியர் 1492 ஆம் ஆண்டில் தம்மை ''ஐரோப்பியன்'' என்று அரிதாகவே அழைத்துக் கொண்டனர். அவர்கள் நாட்டினங்கள், இனக் கூட்டங்கள் என்றோ, கிறித்தவர் என்றோ தமக்குப் பெயர் வரித்துக் கொண்டனர். தொல் அமெரிக்கரும் - அதாவது இப்பெருங் கண்டத்தில் பல்லாயிரம் ஆண்டுகளாய் வாழ்ந்து வரும் ஐரோப்பியரல்லாத மக்களும் - அப்போதே தம்மை மெச்சிக்க, மாய, சலாகி என்று இன்றைக்கும் நிலவும் இன்னும் பிற பெயர்களால் அழைத்து வரலாயினர்.

ஆசியக் கண்டத்து மக்களை ஆசியர் என்பதைப் போன்று, இப்பழங்குடியினரும் அவர்களின் வழிவந்தோரும் அமெரிக்கர் என்ற பொதுப் பெயரால் அழைக்கப்பட்டிருத்தல் வேண்டும். அமெரிக்கமும் அம்மண்ணிற்குரிய பெயரன்று; ஆசியமும் அவ்வாறே யாம்! ஆனால் இம்மக்கள் இன்றும் இந்தியராகவே உள்ளனர். தென்னாப்பிரிக்க டச்சுக்காரர் ஆப்பிரிக்கானர் (Afrikaner) ஆன மாதிரியில், இங்கு வந்த பிரிட்டிசுக் குடியேறியர் மட்டும் அமெரிக்கர் ஆயினர்.

அமெரிக்க முதல் நிலப் படம்

இந்தியர் என்போர் யார்?

இந்தியர் என்ற பெயர்க் குழப்பத்திற்குத் தற்கால வரலாற்றாசிரியரான டி.பி. சிங்கால் *(D.P.Singhal)* தம் பங்கிற்கு இம்மக்களுக்கு ''ஆசியமரிக்கர்'' *(Asio-amercan)* என்ற புதுப் பெரை அளிக்கின்றார். இம்மக்கள் ஐரோப்பியருக்கு நெடுங்காலத்திற்கு முன்னரே ஆசியத்திலிருந்து சென்று. அங்கு குடியமர்ந்தவர்கள் என்ற காரணத்தைக் காட்டி. அவர் இப்புதுப் பெயர் பொருத்தமுடையது எனக் கருதுகின்றார்.

இதில் வேடிக்கை என்னவெனில். ஃபுளாரன்சு நகரைச் சேர்ந்த இத்தாலியக் கடலோடியான அமெரிக்கோ வெஸ்பூச்சி. *(Amerigo Vespucci*; இயற்பெயர் *Amerigo Verspucius* ***1454 -1512)*** பெயரால் இப்பெரும் பரப்பு அமெரிக்கம் என்ற பெயரைப் பதினாறாம் நூற்றாண்டில் பெற்றது. இவர் கொலம்பஸ் ***(1451-1506)*** காலத்தவர். அமெரிக்கப் பெரும் பரப்பிற்கு ***1499-1500. 1501-1502*** ஆகிய காலங்களில் இருமுறை வந்திருக்கின்றார். அவர் ***1504*** ஆம் ஆண்டு இப்பெருநிலத்தைப் ''புது உலகம்'' *(Terra nova)* என்று அறிவித்தார். அதற்கு மூன்றாண்டுகளுக்குப் பிறகு ***1507*** ஆம் ஆண்டு வால்சீமுல்லர் *(Waldseemullar)* தனது *Cosmograph* என்ற நிலப்பட நூலில் அதை ''அமெரிக்கப் புத்துலகம்'' என்று சுட்டினார். இப்படித்தான் அமெரிக்கம். அமெரிக்கர் என்ற பெயர்கள் பிறந்தன.

பெயரில் என்ன இருக்கின்றது என்று வினவத் தோன்றலாம். அமெரிக்க இந்தியரில் பலர் இன்று தம்மை இந்தியர் என்று அழைத்துக் கொள்கின்றனர். ஆனால் இன்னும் பலர் அந்தப் பெயரை வெறுக்கின்றனர். இனவெறி அல்லது இன ஒதுக்கலுக்கு மறுக்கமுடியாத சான்றுபோல் ''இந்தியர்'' என்ற பெயரை அவர்களுக்குச் சூட்டி.

அவர்களைத் தனிப்படுத்தி ஒதுக்கிவிட்டனர். இந்தியன் என்ற பெயர் பெரிதும் பல்வேறுபட்ட பண்பாடுகளின் மெய்யான வகைமையையும் உண்மையான பெயர்களையும் மறைக்கின்றது என்பதுதான் அப்பெயரை அவர்கள் மறுப்பதற்கு முக்கியமான காரணமாகும். (ஸ்பானிய மொழியில் இம் மக்களைக் குறிக்கும் *indo* என்ற சொல் அந்த இனத்தை இழிவுபடுத்துவதாய் உள்ளது).

எத்தனை, எத்தனை இந்தியர்?

வட அமெரிக்கத்தில் மட்டும் ஐநூறுக்கு மேற்பட்ட மொழிகளைப் பேசிய கூட்டத்தாரும் குலத்தாரும் வாழ்ந்தனர். அவர்களில் சிலரைப் பற்றி இக்கட்டுரையில் குறிப்பிட்டு வருகின்றோம். அவர்கள் பேசும் மொழிகள் சீனத்திலிருந்து முற்றிலும் வேறுபட்ட ஆங்கிலத்தைப் போன்று முற்றிலும் வெவ்வேறானவையாயிருந்தன. அவர்களால் ஒருவர் மொழியை மற்றவர் விளங்கிக் கொள்வது கூடக் கடினமாயிருந்தது. அவர்களிடையே ஒரு கடவுள் வழிபாடு உள்பட, நாமறிந்துள்ள எல்லாவிதமான சமயக் கோட்பாடுகளும் இப்பெரு நிலத்தில் எங்கோ ஓரிடத்தில் படிமுறையாய் உருவாயிருந்தன. இம்மக்கள் இரண்டாயிரத்திற்குமதிகமான தாவர உணவு வகைகளை விளைவிக்கத் தக்க வேளாண்மைப் பொறியியலை உருவாக்கியிருந்தனர். (இ.ச.க.தொகுதி-9 கட்டுரை) ஏற்கெனவே இங்ஙனம் தனிப்படடு நின்ற இம்மக்களை மேலும் தனிப்படுத்துதல் வந்தேறியோர்க்கு மிகவும் எளிதானது.

1811

இந்தியர் தனிப்படுத்தப்படுதல்

இம் மக்கள் தம் நாட்டிற்குரியவரல்லர் என்பதை உறுதிப் படுத்துவது போன்று, அவர்களை அயல் பெயரால் இந்தியன் என்று அழைத்து, அவர்களின் உரிமைகள் மறுக்கப்பட்டுள்ள நிலையைத் தற்கால எழுத்தாளர் ஒருவர் இங்ஙனம் எடுத்துக்காட்டுகின்றார்.

செவ்விந்தியர் (*Red Indians*) என்றும் அழைக்கப்படும் இம்மக்கள் அமெரிக்கங்களின் தெற்கிலும் வடக்கிலும் பெயர் இருந்தும் பெயரில்லாப் பூச்சிகளாய் வெள்ளை நிறத்தவரால் தம் மண்ணில் நடத்தப்பட்டு வரும் கொடுமை கொலம்பஸ் 1492 ஆம் ஆண்டு அங்கு கால் வைத்ததுமே தொடங்கிவிட்டது.

இந்தியக் குலத்தவர் கடந்த சுமார் ஐந்து நூற்றாண்டுகளில் வெள்ளை நிறத்தவரை எதிர்ப்பட்ட பின்னர் அடைந்த இன்னல்களின் கதையைப் பத்தொன்பதாம் நூற்றாண்டின் இந்தக் காலப் பகுப்பில் விவரிக்கப் போகின்றோம். ஐரோப்பியர் இம்மக்களைக் காட்டுமிராண்டிகள் என்று நிலைநாட்டுவதற்காகச் சட்டத்தையும் வன்செயலையும் பயன்படுத்தினர். ஆனால் அம்மக்களின் குரலைக் கேட்ட பின்னர், அவர்கள் நாகரிக முதிர்ச்சியடையாக் காட்டு மக்கள் என்று நடுநிலையாளர் எவராலும் கூறமுடியாது. ஐரோப்பியரைப் பற்றி இந்தியக் குலத்தாரின் மனநிலை பத்தொன்பதின் தொடக்கத்தில் எவ்வாறு இருந்தது என்பதை அம்மக்களின் தலைவர்கள் உரைத்ததை வைத்து உணரமுடியும் கிரீக்கு (*Creek*) என்ற குலத்தின் சித்தோ ஹர்ஜோ (*Chitto Harjo*) சொன்னார்:

கொலம்பஸ் என்ற ஆள்

''முன்னொரு காலத்தில் 1492 இல் கொலம்பஸ் என்ற பெயரினரான ஒரு மனிதர் மாக்கடல்களுக்கு அப்பாலிருந்து வந்து இந்நாட்டை வெள்ளை நிறத்தவர்களுக்காகக்

கண்டுபிடித்தார். அவர் முதலில் வந்த நேரத்தில் இங்கு யாரைக் கண்டார்? அப்போது இக்கண்டத்து மண்ணில் வெள்ளை மனிதர் ஒருவர் நிற்கக் கண்டாரா?... நான்தான் இங்கு முதலில் நின்று கொண்டிருந்தேன், கொலம்பஸ் முதலில் என்னைத்தான் கண்டுபிடித்தார்.''

கொலம்பஸ் இம்மக்களை எப்படிக் கருதினார்? அவரது முதற்பயணத்தில் (1492-1493) இம்மக்கள் அவரை எவ்வாறு நோக்கினார் என்பதைக் கொலம்பஸ் ஸ்பானிய அரசின் கருவூலத் தலைவருக்கு எழுதிய ஒரு கடிதத்தில் குறிப்பிடுகின்றார்:

''கொலம்பஸ் என்ற கடவுள்''

''நான் முதலில் அடைந்த தீவிலிருந்து சில இந்தியர்களை, அவர்கள் நம் மொழியைக் கற்கக் கூடுமென்றும் இந்நாட்டைப் பற்றித் தமக்குத் தெரிந்ததை எங்களிடம் கூறக் கூடுமென்றும் எண்ணி, வலுக்கட்டாயமாய்ப் பிடித்தேன். என் திட்டம் அருமையான பலனைக் கொடுத்தது; அது எங்களுக்கு மிகுந்த உதவியாய் முடிந்தது. ஏனெனில் நாங்கள் குறுகிய காலத்திற்குள் சைகைகளாலும் குறிப்புகளாலும் அவர்களுடன் உரையாட முடிந்தது. அவர்கள் எங்களுடன் தொடர்ந்து பயணம் செய்து வந்தனர். அவர்கள் எங்களுடன் பல நாளாய் இருந்து வருகின்ற போதிலும், நான் வானத்திலிருந்து இறங்கி வந்தவன் என்ற எண்ணம் அவர்களுக்கு இன்னும் இருந்தது. நாங்கள் புதிதாய் எந்த இடத்திற்குச் சென்றாலும், அவர்கள் உடனே இப்படிக் கத்துவார்கள் - வாருங்கள், வாருங்கள்! வானத்திலிருந்து இறங்கிவந்த இனத்தாரைப் பாருங்கள்!'

கொலம்பசைப் போன்ற ஐரோப்பியர் புத்துலகிற்குப் பொன் தேடி வந்தனர்; அவர்களுக்கு அதைத் தவிர வேறு நோக்கம் எதுவும் இருந்திலது. மனித நேயம் என்பது அவர்களுக்குச் சிறிதளவும் இருந்திலது. அதனால்தான் கொலம்பஸ் இம்மக்களிடம் இரக்கமின்றி நடந்து கொண்டார் என்பதைக் கூறும் பல நிகழ்ச்சிகள் உள.

1811

சேக்கு குலம்

இப்போது ஆக்லஹோமாவிலும் அயோவாவிலும் வாழ்ந்து வருபவர்களும் பத்தொன்பதாம் நூற்றாண்டின் தொடக்கத்தில் வட விஸ்கான்சினிலும், அயோவாவிலும் வாழ்ந்தவர்களுமான சேக்கு *(Sac)* என்ற இந்தியக் குலத்தைச் சேர்ந்த கறும் பருந்து *(Black Hawk)* என்ற இந்தியர் தலைவர் குமுறியதை இங்கு எடுத்துரைப்பது பொருந்தும்:

''நீவிர் கேட்பீர், கறும் பருந்து யார் என்று, நான் சேக்கு இனத்தவன். என் முன்னோன் ஒரு சேக்கு; எல்லா இனத்தாரும் என்னைச் சேக்கு என்று அழைக்கின்றனர். மா தெய்வதம் (Great Spirit) எமக்கு அளித்த நிலங்கள் கறும் பருந்திற்குப் போதும் என்ற மனநிறைவை அளிக்கின்றன. எங்களுக்கு அதுபோதும். அவ்வாறிருக்க, அவன் ஏன் இந்நிலங்களிலிருந்து வெளியேறவேண்டும்? நாங்கள் எங்கள் நாட்டை எக்காலத்திலும் விலைபேசி விற்றதில்லை. நாங்கள் எங்கள் அமெரிக்கத் தந்தையிடமிருந்து உதவியாய் ஆண்டுதொறும் எந்தப் பணமும் பெறவில்லை. நாங்கள் எங்கள் ஊரிலேயே நிலைத்து நிற்பது என்று உறுதி பூண்டுள்ளோம்!''

இம்மக்களுக்கு மண்ணின் மீதிருந்த மாறாப் பற்றைக் கறும் பருந்து எத்தனை அழகாய் மொழிந்திருக்கின்றார்!

செனிக்கா குலம்

செனிக்கா *(Seneca)* என்று இன்னொரு குலம். இம்மக்கள் பத்தொன்பதாம் நூற்றாண்டின் தொடக்கத்தில் ஒண்டாரியோ ஏரியின் தெற்கில் வாழ்ந்தனர். இவர்கள் இரோக்குவாய் *(Iroquois)* என்ற இனத்தைச் சேர்ந்தவர்கள். இக்குலத்தவரான சோசிஹவ மிகுந்த அடக்கத்துடன் சொன்னார்:

''மா தெய்வதம் இம் மண்ணை உண்டாக்கிய போது, இதை விலைப் பொருளாக்கும் நோக்கம் அதற்கு இருந்ததில்லை.''

மோகாக்கு குளம்

மோகாக்கு *(Mohawk)* என்பதும் ஓர் இந்தியக் குலமாகும். இதுவும் இரோக்குவாய் கூட்டத்தைச் சேர்ந்தது. இம்மக்கள் பத்தொன்பதாம் நூற்றாண்டின் இக்காலத்தில் இன்றைய நியூயார்க்கு மாநிலத்தின் மோகாக்கு ஆறு நெடுகிலும் வாழ்ந்திருந்தனர் அக்குலத்தவரான எலிய்கர் வில்லியம்ஸ் கூறினார்:

''என தோற்றம் அழகு வாய்ந்ததாயில்லையா? நன்றாய்ப் பாருங்கள். இது ஒரு காட்டு மனிதனின் முகமா? இந்தியக் குருதி இதில் எவ்வளவு ஓடுகின்றது? இம்முகத்தில் மேலோங்கித் தெரியப்போவது இந்தியத் தோற்றமா? அல்லது வெள்ளையர் உருவா என்பதைக் காலம் வரும்போது காணலாம்!''

வெள்ளைக் கலப்பு ஏற்பட்ட போதிலும் பலர் தம் இந்திய மரபையும் பண்பையும் விட்டுத்தரவில்லை. இந்திய மக்களின் உரிமைக்காக அவர்கள் பல காலம் போரிட்டுள்ளனர்.

என்று ஒழியுமிந்த இன அகந்தை

மோகாக்கு மக்கள் கனடாவிலும் உள்ளனர். அவர்களுக்கு வழிவழியாய் உரிமையாயிருந்து வரும் நிலப்பரப்பில் கனடிய வெள்ளையர் ஒரு கோல்ஃபு வெளியையும்

பெரிய குடியிருப்புத் தொகுதிகளையும் அமைக்கத் திட்டமிட்டனர். அதனால் தாம் உணவிற்காக வேட்டையாடும் இடங்கள் இல்லாமறப்போய்விடும்; சுற்றுச் சூழல் மாசடையும் என்று மோகாக்குகள் இத்திட்டங்களை எதிர்த்தனர். கனடிய அரசு அம்மக்களை வன்மை கொண்டு அடக்க முயன்றது. ஆனால் மோகாக்குகள் குவிபக்குக் காவல்படையினரையும், கனடிய இராணுவத்தினரையும் எதிர்த்து மிக அண்மையில் போராடி வெற்றி கண்டனர். அரசு மோகாக்குகளின் கோரிக்கைக்கு இணங்கி அத்திட்டங்களைக் கைவிட்டது. எனினும் இம்மக்கள் அங்கு இன்னும் இரண்டாந்தரக் குடிமக்களாயிருந்து வருகின்றனர்.

இம்மக்கள் 1985 வரையிலும் சட்டப்படி ஒதுக்கி வைக்கப்பட்டிருந்தனர். ஓர் இந்தியப் பெண் ஒரு வெள்ளையரை மணந்ததும், அவள் இந்தியள் என்ற தகுதியை இழந்து விடுவாள்; அதாவது அவளின் பெற்றோரிடமிருந்த அவளுக்குக் கிடைக்க வேண்டிய உரிமைகளை இழந்துவிடுவாள். அவள் இந்தியப் பகுதியில் வாழவும் முடியாது. ஒரு வெள்ளைக்காரி ஓர் இந்தியனை மணந்தால் அவள் இந்தியளாய்விடுவாள். இவ்வாறு 1985 வரையிலும் கலப்பு மணங்கள் சட்டப்படி தடுக்கப்பட்டு வந்தன. இது மனுநீதியை நினைவூட்டுகின்றது. கனடாவில் இந்தியர்க்கு 1960 ஆம் ஆண்டுகளின் கடைசி வரையிலும் வாக்குரிமை தரப்படவில்லை. வெள்ளையரின் இன ஒதுக்கல் கொள்கை இன்னும் ஏதோ ஒரு வடிவில் அங்கு நீடிக்கின்றது.

இப்பழங்குடிமக்கள் 19-ஆம் நூற்றாண்டில் கடந்து சென்ற கண்ணீர்த் தடத்தை இனி இவ்வரிசையில் காணப் போகின்றோம். தென்னமெரிக்கத்தில் ஐரோப்பிய வல்லாளர் அழித்த அசுடெக்கு, இங்கர், மாயர் நாகரிகங்களை நாமறிவோம். வட அமெரிக்கத்தின் பல பகுதிகளிலும் வழிவழியாய் வாழ்ந்து வந்த மண்ணிலிருந்து செரோக்கி (*Cherokee*), இரோக்குவாய் போன்ற குலத்தவரில் பலரைப் பூண்டோடு ஒழித்துவிடுவது என்ற அமெரிக்க ஒன்றிய அரசு கடைப்பிடிக்கப் போகும் கொடிய கொள்கையின் தொடக்கமாய் இக்கட்டுரையைக் கொள்ளலாம்.

பகைப் போரில் இந்தியர் தோல்வி

ஜெனரல் வில்லியம் ஹென்றி ஹாரிசன் (*General Wiliam Henry Harrison 1773-1841*; இவர் பின்னாளில் 1841 ஆம் ஆண்டு அமெரிக்க ஒன்றியத்தின் ஆட்சித் தலைவரானவர்.) தலைமையிலிருந்த அமெரிக்க ஒன்றியப் படை ஷானீ (*Shawnee*) இந்தியரை ஒபாஷ் ஆற்றின் (*Wabash* மேற்கு ஒகையோவிலிருந்து இண்டியானவிற்கும் இல்லினாய்சிற்கு இடையிலுள்ள எல்லை நெடுகிலும் ஓடி ஒகையோ ஆற்றுடன் கலப்பது) கரையிலுள்ள திப்பிக்கனோ (*Tippecanoe*) என்ற இடத்தில் 1811 ஆம் ஆண்டு நடந்த சண்டையில் முழுத் தோல்வியடையச் செய்தது. இது இந்தியர்க்கு ஏற்பட்ட முக்கியமான முதல் தோல்வியாகும். ஷானீ மக்களின் தலைவரான தெக்கும்சி அல்லது தெகும்தா (*Tecumshee or Tecumtha 1768-1813*) களத்தில் இல்லாத நிலையில் அவர்களுக்கு இத்தோல்வி ஏற்பட்டது.

ஷானீ குலம்

ஷானீ என்றால் தெற்கத்தி மக்கள் என்று பொருள் இம்மக்கள் அல்கோங்கியன் (*Algonquian*) என்ற வட அமெரிக்க இந்திய மக்கள் பேசும் மொழிக் குடும்பத்தைச் சேர்ந்தவர்களாவர். அல்கோங்கியன் குடும்பத்தில் பல குலங்கள் சேர்ந்துள்ளன. அவர்களுள் ஷானீ மக்கள் ஷான் என்ற மொழியைப் பேசுகின்றனர். இன்று ஆக்லஹோமா என்று

வழங்கும் அமெரிக்க ஒன்றிய மாநிலத்தின் கிழக்குப் பகுதிக்கு நடுவில் ஷானீ மக்கள் வாழ்ந்திருந்தனர்.

ஷானீயர் தோல்வி

ஒபாஷ் ஆற்றங்கரைத் தோல்விக்குப் பிறகு இம்மக்களின் ''செம்மன்றம்'' (*Scarlet Conucil*) என்ற குலக் கூட்டம் 1813 ஆம் ஆண்டு இளவேனிற் காலத்தில் கனன்று வெடித்து எரிந்த நெருப்பைச் சுற்றிக் கூடியிருந்தது. அப்போது பிரிட்டனுக்கும் அமெரிக்க ஒன்றியத்திற்கும் சண்டை நடந்து கொண்டிருந்தது.

ஷானீ மக்கள் பிரிட்டனுடன் ஒத்துழைக்க வேண்டும்; தாம் மட்டுமே அமெரிக்கர் என்ற மமதையில் இருந்து வரும் முரட்டுத் தனமானவர்களை வெளியே தள்ளவேண்டும் என்றெல்லாம் அவர்களின் தலைவரான தெக்கும்சி அந்தக் குலக்கூட்டத்தில் வலியுறுத்தினார். அவருடன் பிறந்தவரான தீர்க்கதரிசி தென்ஸ்கவதவ (*Tenskwatawa*) ஆவார். தெகும்சி மயாமி (*Miami*), ஆட்டாவா (*Ottawa*), கிக்கப்பூ (*Kickapoo*), வின்னிபகோ (*Winnibago*) ஆகிய குலத்தார் ஒவ்வொருவரிடமும் சென்று வெள்ளையரை எதிர்த்துக் கிளர்ச்சி செய்யுமாறு தூண்டினார்.

இந்தியர் எழுச்சியுரைகள்

''உங்கள் கைக்கோடரிகளை உயர்த்திப் பிடியுங்கள்; கத்திகளைத் தூக்கிக் காட்டுங்கள்; துப்பாக்கியில் குறி பாருங்கள்; அஞ்சற்க! உங்கள் உயிருக்கு மந்திர ஆற்றல் உள்ளது. எதிரியைத் தாக்குவதற்கு எழுந்து நில்லுங்கள்; அவன் வலுவற்றவன், கோழை,ஓ! செஞ்சோதரரே! அவன் மீது விழுந்து தாக்குங்கள்! அவனைக் காயப்படுத்துங்கள்! வெட்டுங்கள்; கிழித்தெறியுங்கள்; தோலை உரியுங்கள்; மண்டைத் தோலைப் பிய்த்தெடுங்கள். அவனை நரிக்கும் கழுகிற்கும் விருந்தாக்குங்கள் ஓ! ஷானீ குல வீரர்களே! போட்டோ வட்டோமா குலத்து ஆண்மக்களே!

''மா தெய்வதம் பிரஞ்சு, ஆங்கிலரைத் தன் நெஞ்சிலிருந்தும் டச்சுக்காரரைக் காலிலிருந்தும் அமெரிக்கரைக் கைகளிலிருந்தும் படைக்கு முன்னரே, நமது ஷானீ மக்களைப் படைத்துவிட்டது அது மனிதரில் தாழ்ந்தோரனைவரையும் வெள்ளை நிறத்தவராய்ப் படைத்து, அவர்களை நாறிப்போன ஏரிக்கப்பால் இருக்க வைத்தது'' என்றெல்லாம் தென்ஸ்கவதவ உரத்த குரலில் முழங்கினார். ''இழிந்த இனத்தாரை யெல்லாம் நாற்றம் பிடித்த ஏரிக்கப்பால் விரட்ட வேண்டிய வேளை இப்போது வந்துவிட்டது. அமெரிக்கரை ஒழித்து அழிப்பதற்குப் பிரிட்டிசாரின் உதவியைப் பயன்படுத்த வேண்டும்; அதன்பிறகு பிரிட்டிசாரையும் அதே வழியில் தீர்த்துக் கட்டிவிடலாம்.''

குலங்களிடையே பிளவு

அவர்கள் இங்ஙனம் ஆற்றிய வீரவுரைகளை அமெரிக்கத்தின் தொல்குடியினர் அனைவரும் மெய்ம்மறந்து கேட்டனர் அவர்களின் குரல்கள் கருங்காலி மரக் காடுகளெங்கும் எதிரொலித்தன. வெள்ளையரைப் பழிவாங்க வேண்டும் என்று கேட்டுக் கொண்ட இவ்வுரைகள், குலங்களிடையே அமைதிப் போக்கினர் தீவிரமானோர் என்ற பிளவை உண்டாக்கிவிட்டன. தெற்கத்தியரான கிரீக்கு (*Creek*) மக்களிடையே உணர்ச்சிப் பெருக்கு உண்டானது.

கிரீக்கு குலம்

கிரீக்கு என்போர் ஆற்றல் மிக்க குலத்தினர். மஸ்கோஜியன் *(Muskogean)* என்ற இந்தியக் குலங்களின் கூட்டணியில் சேர்ந்திருந்தனர். அவர்கள் ஆறுகளும் ஏரிகளும் நிறைந்த பகுதிகளில் வாழ்ந்தனர். அவர்கள் வரலாற்றுக் காலத்தில் அலபாம *(Alabama)*, ஜார்ஜியம் *(Georgia)* என்ற மாநிலங்களின் பெரும் பரப்பில் நிறைந்திருந்தனர். (அலபாம: மெக்சிக்க வளைகுடா மீதுள்ள தென்கிழக்கு மாநிலம் ஜார்ஜியம். இது, அட்லாண்டிக்கின் கரையிலுள்ளது: அலபாமவை அடுத்த தென் கிழக்கு மாநிலம்) கிரீக்குகளுக்கு மஸ்கோஜி என்ற பெயரும் உண்டு. இம்மக்கள் பேசிய மொழியின் பெயர் மஸ்கோஜியன்.

கிரீக்குகளுக்குத் தெற்கில் ஃபுளோரிடத்தின் மேற்கில் ஸ்பானியர் அங்குமிங்குமாய்ச் சேர்ந்து வாழ்ந்தனர், *(Florida* அட்லாண்டிக்கிற்கும் மெக்சிக்க வளைகுடாவிற்கும் இடையிலுள்ள தீவக்குறை.) அங்கு ஸ்பானியரின் தலைநகரம் பென்சக்கோலா. *(Pensacola:* வடமேற்கு ஃபுளோரிடத்தின் வடமேற்கில் பென்சக்கோல விரிகுடாவிலுள்ள துறைமுகம்) ஸ்பானியர் பட்டினமான அங்கு சட்டத்திற்குப் புறம்பான பல வகைக் குற்றவாளிகளும் கடலில் கொள்ளைக்குச் சென்று திரும்பும் கடற்கொள்ளையரும் ஸ்பானிய அரசின் சிறுதர ஊழியரும் பிரிட்டீசு, டச்சுப் படையினரும் நிறைந்திருந்தனர். பேண்டன் லெஸ்லி அன் கம்பெனி *(Panton Leslie and Company)* என்ற பிரிட்டீசு இந்திய வாணிப நிறுவனம் பென்சக்கோலவில் இருந்தது.

கொலம்பஸ் பூண்டோடு அழித்த தைனோ குலம்

கொலம்பஸ் மேற்கிந்தியத் தீவுகளின் தைனோ குலத்தினரை *(Taino :* மறைந்தொழிந்த அரவாக்கன் இந்தியக் குலத்தைச் சேர்ந்த மக்கள்) பூண்டற்றுப் போகும் விதத்தில் அழித்தொழிக்கத் தொடங்கிய 321 ஆண்டுகளிலிருந்து, அமெரிந்திய மக்கள் தற்சார்பை இழந்து, வெள்ளை மக்கள் விற்றுவந்த மசில் துப்பாக்கி (வாய்ப்பக்கம் மருந்து கெட்டித்துச் சுடும் *Muzzle-Loading gun*), கூரிய கத்திகள், சாக்குகளாய்ப் பயன்பட்ட ஆஸ்னபர்குத் துணிகள் *(Osnaburg)*, நார்த்துணிகள், சீட்டித் துணிகள் *(Calico)*, முரட்டுக் கம்பளிகள், பல வண்ணக்கண்ணாடி மணிகள், விஸ்கி ஆகியவற்றையே நம்பி வாழ்ந்தனர்.

கிரீக்கு - வெள்ளையர் கலப்பு

கிரீக்கு மக்களைப் போல் ஐரோப்பிய வணிகர்களை முற்றிலும் நம்பி வாழ்ந்த இந்தியக்குலம் வேறு எதுவும் இக்காலத்தில் இருந்திலது. அவர்கள் வெள்ளையரின் வாழ்க்கை முறையை மனமுவந்து ஏற்றுக் கொண்டதால், ''நாகரிகக் குலத்தார்'' என்று கருதப்பட்டனர். அவர்கள் தோல், மென்மயிர்த் தோல் ஆகியவற்றிற்கு மாற்றாய், வேறு பொருள்களைப் பெறுவதற்காக ஜார்ஜியத்திலிருந்தும், அலபாமவிலிருந்தும் பென்சக்கோலவிற்குத் தொடர்ந்து சென்றனர். கிரீக்குப் பெண்களில் பலர் வெள்ளை வணிகரை மணந்தனர்.

அதனால் தெற்கத்தி ஆற்றங்கரை நெடுகிலும் அமைந்திருந்த போராளி ஊர்களிலும் அமைதி நாடும் ஊர்களிலும் மக்கில்வரே, ஃபர்க்குஹாசன், மக்கிண்டோஷ் போன்ற ஐரோப்பியப் பெயருடையோர் பர் இருந்தனர். கிரீக்குகள் தமக்கு விருப்பமான வெள்ளையர் உடுப்புகள், வேட்டைக் கருவிகள், வெடி மருந்து ஆகியவற்றை வைத்திருந்தனர். வெள்ளையர் போல் பழத்தோட்டங்களை உண்டாக்கினர்; கால்நடைகளை வளர்த்தனர். இந்த மண் தமக்கே உரியது என்பதில் கிரீக்குகளில் பலருக்கு

ஐயமே இருந்திலது. ''இந் நிலங்கள் எம் உயிரும் மூச்சுமாகும்; நாம் அவற்றை விட்டுப் பிரிவது என்பது நமது குருதியை இழப்பது போலாகும்''. என்று அவர்களின் குலத்தலைவருள் ஒருவரான யகோல மிக்கோ *(Yogola Micco)* கூறினார்.

வெள்ளையர் மேலாண்மை விரிவு

தெக்கும்தவின் ஷானீ குலத்தவரைப் போன்று கிரீக்குகள் வேகமானவரல்ல ரெனினும் வெள்ளையர் மேலாண்மை விரிவடைந்து கொண்டே சென்றதால் ஏற்பட்ட இறுக்கத்தை அவர்கள் ஏற்கெனவே உணரத் தொடங்கிவிட்டனர்.

அமெரிக்கர் காடு திருத்தித் தம் எல்லைகளை விரித்து நீட்டிக் கொண்டே செல்கையில், காட்டு விலங்குகளை உணவிற்காக மட்டுமன்றி, வீணாயும் வேட்டையாடிக் கொன்று குவித்தனர். ஒரு காலத்தில் கிரீக்குகள் நன்கு அறிந்திருந்த கரையோரப் பகுதிகளிலிருந்து வெள்ளையர் அவர்களை நெட்டித் தள்ளிவிட்டனர். கிரீக்குகளுள் சிலர் விதிவிட்ட வழியாகட்டுமென்று சும்மாயிருந்து விட்டனர்; வேறு சிலர் அப்படி இருப்பதற்கு விரும்பவில்லை.

தெகும்தவின் ''நடமிடும் ஏரிகளின் சமயம்'' *(Religion of Dancing Lakes)* என்ற கோட்பாட்டை ஏற்றுக்கொண்ட கிரீக்குகள் துணிச்சல்மிக்க இளைஞராயிருந்தனர். அவர்கள் செந்நிறமான குச்சிகளைக் கையில் வைத்துக் கொண்டு சுழன்று சுழன்றாடினர். வலிமைமிக்க எதிரியை வீழ்த்தும் போரில் உடல் வலிமையற்றுப்போகும் அழுத்தப்பட்ட மக்கள் அனைவரையும் போல, எந்தப் பொருள் மீதும் இயல்பு மீறிய சக்தியிருப்பதாய் இம்மக்களும் கற்பனை செய்து கொண்டனர். வெள்ளையர் எத்திக்கிலிருந்து வருகின்றனர் என்பதைத் தம் கையிலுள்ள செங்குச்சிகள் *(Red Sticks)* காட்டிவிடும் என்று தெகும்தவைப் பின்பற்றியோர் கூறினர். செங்குச்சி தாங்கிய எந்த இந்தியனையும் காயப்படுத்த முடியாதென்று அக்குச்சிகளுக்குச் சிறப்புகளைச் சொல்லி வைத்தனர்.

குலக் கூட்டம்

அமெரிக்கத் தென்னகத்தின் ஈரப்பதம் நிறைந்த இரவு வேளையில் தீ மூட்டிக் கொண்டு, அதைச் சுற்றிக் குலத் தலைவரனைவரும், அமர்ந்தவாறு கூடிப்பேசினர். கிரீக்கு மக்களின் போராளியர் வாழும் துக்கப்பட்சீ *(Tuckabatchee)* என்ற ஊரின் முக்கியமான சதுக்கத்தில் செங்குச்சி நடனக்காரர் கூடினர். அவர்கள் ஆடுவதைக் காண ஐயாயிரவர் திரண்டனர். நடனக்காரர் குறுங்கால் சட்டை அணிந்திருந்தனர்; தலையில் கழுகு இறகுகளைச் செருகியிருந்தனர். அவர்கள் இவையன்றி வேறெதையும் அணிந்திருக்க வில்லை. அவர்கள் சுழன்று சுழன்றாடினர். கிலுக்குகளிலிருந்து சம்மட்டி அடிபோல எழும்பிய தாளத்தொடு நாணற் குழல்களிலிருந்து புறப்பட்ட இசையும் கலந்து, அவர்களைச் சுழன்று துள்ளியாடச் செய்தது. அவர்கள் உடம்பிலிருந்து வியர்வை ஊற்றியது. இங்ஙனம் ஆடியவாறே சோஃபோக்க *(Chofoka)* என்ற ஊர் மண்படத்தினுள் புகுந்தனர். அவர்கள் இனி நிகழப் போகும் அற்புதங்களைப் பற்றி மணிக் குரலெடுத்துப் பேசினர்.

செங் கழுகு

அதன் பிறகு விண்ணில் வால்மீன் தெரிந்தது; எரிகற்கள் பூமியில் கொட்டின; சிறு நிலநடுக்கமும் ஏற்பட்டது. ''நான் நிலத்தில் கால் வைத்ததும் மண்ணே நடுங்கும்'' என்று

தெகும்த கூறியதில் யாருக்கேனும் ஐயப்பாடு இருக்கமுடியுமோ? முனைப்புமிக்க முரடர்களான கிரீக்குகளுக்கு அதில் ஐயமேயில்லை. எனினும் செங்கழுகு (*Red Eagle*) என்று பெயர் பெற்றலுமே சட்டி (*Luhme Chati*) அதை நம்பவில்லை. தென் அலபாமவில் அவருக்குத் தெரிந்த வெள்ளையர் இருந்தனர். அவர்கள் இவரிடம் மிகுந்த நட்புப் பாராட்டினர். ''ஏன் இவ்வரு மக்களும் ஒன்று சேர்ந்து வாழலாகாது'' என்று செங்கழுகு எண்ணிப் பார்த்தார்.

அழிந்து போன குலங்கள்

செங்கழுகு வெள்ளை வணிகர் ஒருவருக்கும் தைத்து (*Tait*) என்ற கிரீக்குப் பெண்ணிற்கும் பிறந்தவர். அவரது இயற்பெயர் பில் வெதர்ஃபோர்டு (*Bill Weatherford*) அவர் பண்டை இந்திய நகரான மபிலவிற்கு (*Mabila*) வடக்கே சில மைல் தொலைவில் தோம்பிகபீ ஆறும் (*Tombigbee*) அலபாம ஆறும் (*Alabama*) கூடுகின்ற பகுதியின் பைன் மரக்காடுகளையும் சதுப்பு நிலப்பரப்புகளையும் நன்கு அறிவார். மபில இந்தியர்கள் சண்டையினாலும் போரினாலும் முற்றிலும் அழிந்து வரலாற்று ஏடுகளின் ஓரஞ்சாரதில் ஒளிந்து கொண்டுள்ளனர். நாட்செஸ் (*Natchez* மஸ்கோங்கிய இந்தியக்குலம்; மிசிசிப்பி ஆற்றின் கீழ்ப் பகுதியில் ஒரு காலத்தில் வாழ்ந்திருந்து அழிந்து போன மக்கள்), தைமுக்குவஸ் (*Timucuas*), காலுசோஸ் (*Calusos*), அப்பலாச்சியர் (*Apalache*) ஆகிய இந்தியக் குலத்தாரும் மபில இந்தியரைப் போலவே வேரொடு அழிந்து போயினர்.

மபில நகரும் மொபைல் நகரும்

மபில நகரம் இப்போது கிரீக்குகளுக்கு உரிமையாய்விட்டது. இந்நகரம் பிரஞ்சுக்காரரிடம் பதினெட்டாம் நூற்றாண்டில் இருந்தபோது, அவர்கள் இதை மொபைல் (*Mobile*) என்றழைத்தனர். இன்றும் அது மொபைல் என்றே வழங்குகின்றது. மொபைலுக்கும் பென்சக்கோலவிற்கும் சென்ற பாதை கிரீக்குகளின் காலடி பட்டு நன்கு தேய்ந்து போயிருந்தது. கிரீக்கு மக்கள் பென்சக்கோல நகரிலிருந்த பேண்டன் லெஸ்லி கடைக்குப் பொருள்கள் வாங்கச் சென்றனர். பென்சக்கோலவில் பிரிட்டீசுப் படையினரும் இருந்தனர். அவர்கள் ஸ்பானியரின் இசைவொடு கிரீக்குகளுக்குப் போர்ப் பயிற்சி அளித்து வந்தனர்.

செமினோல்கள் போர்ப் பயிற்சி பெற்ற கிரீக்குகள்

இங்கு பயிற்சி பெற்ற கிரீக்குகள் ஜார்ஜியத்திலும் அலபாமவிலும் தாம் வாழ்ந்திருந்த பழைய இடங்களை விடுத்துப் பதினெட்டாம் நூற்றாண்டில் வெளியேறிச் சென்றுவிட்டனர். அவர்கள் அப்போது செமினோல் (*Seminole*) என்ற நாடோடியாயினர். கிரீக்குகளின் முக்கியமான கூட்டம் செமினோல்களுடன் இருந்த தொடர்பை அறுத்தது. கிரீக்குகள் தம் செமினோல் சோதரரை ''மூர்க்கர்'' என்றழைத்தனர்.

செங்கழுகின் ஐயப்பாடுகள்

செங்கழுகு தன் குலத்தாரில் பெரும்பாலரைப் போல வெள்ளை நாகரிகத்தின் திறன்களைக் கண்டு வியந்தார். ''நடமிடும் ஏரிகள்'' என்ற கோட்பாடு மிகவும் வேகமானது என்று அவர் நினைத்தார். செமினோலர் கிரீக்கர் குலத்தை விட்டு ஓடியது பயனற்ற செயல் என்று அவர் கருதினார். செங்குச்சி வைத்திருப்போரெல்லாம் வெல்லப்பட முடியாதவர்கள் என்ற நம்பிக்கை அறிவிற்குப் பொருந்தாத ஒன்றென்று அவர் நினைத்தார்.

போர் முகில் திரளுதல்

அலபாமக் கிரீக்கப் போர் மறவரில் 90 சதத்தினர் பெரும் பொதிகளைக் குதிரைகளில் ஏற்றிக்கொண்டு 1813 ஜூலையில் பென்சக் கோலவை விட்டுத் தம் ஊரை நோக்கிப் புறப்பட்டனர். அவர்களுக்குத் தல்லசி (*Tallasee*) என்ற கூட்டத்தின் தலைவரும் கலப்பினத்தவருமான பீட்டர் மக்குவீன் தலைமை ஏற்றுச் சென்றார். அவர்கள் வியர்வை ஊற்றுகின்ற வெப்பத்தில் மிக மெதுவாய்ச் சென்றனர். அவர்கள் செம்மண் கலந்ததால் செந்நிறமாக ஓடும் ஓடைகளில் நீரருந்திவிட்டு, அவற்றின் கரையோரமாய் வளர்ந்திருந்த பைன் மரங்களினடியில் உறங்கி இளைப்பாறிச் சென்றனர். அலபாம எல்லைத் தொங்கலில் குடியேறியிருந்த வெள்ளையர்களுக்கு, இங்ஙனம் தம் ஊர் நோக்கிப் பயணம் போன இந்தியர்களைக் கண்டு அச்சம் ஏற்பட்டது.

வெள்ளையரின் வீண் கிலி

பென்சக்கோலவிற்கு அப்பால் கடலில் பிரிட்டீசுக் கப்பல்கள் நங்கூரம் பாய்ச்சி நின்றன. பிரிட்டீசாரும் ஸ்பானியரும் இந்தியர்களுக்கு வெடிமருந்துகளை விற்று, அவர்களை அமெரிக்கருக்கு எதிராய்த் தூண்டி வந்தனர் என்பது அனைவரும் அறிந்த செய்தியாகும் செங்குச்சித் தீரர்களால் கிளப்பிவிடப்பெற்று, வெள்ளையரைப் படுகொலை செய்வதற்காகச் செவ்விந்தியர் வருகின்றனர் என்று காடுகளில் இங்குமங்குமாய்ச் சிதறிக் கிடந்த மர வீடுகளுக்கிடையே செய்தி பறந்தது.

அலபாமக் கர்னல் ஜேம்ஸ் காலர் (*Colonel James Caller*) ஒரு கும்பலைக் குடிப்படையாய்த் திரட்டிக் கொண்டு இந்தியரை எதிர்க்கப்புறப்பட்டுவிட்டார். காலர் என்றால் கிரீக்கருக்கு மிகுந்த அச்சம் இருந்தது. அவர்கள் காலரை வெறிபிடித்த கிறுக்கர் என்றனர். சோக்கடாவு (*Choctaw* : வட அமெரிக்க இந்தியரில் மிகப்பெரிய மஸ்கோஜியன் குலத்தார். அவர்கள் இன்று ஆக்லஹோமா மாநிலமாயிருக்கும் நிலப்பரப்பின் பெரும் பகுதியில் முன்னர் வாழ்ந்திருந்தனர். இம்மக்கள் பேசும் மொழியும் சோக்கடாவு எனப்படும்) என்ற இந்தியக் குலத்தினர் காலரைப் பிசாசு என்றே அழைத்தனர்.

அவர் 1813 சூலை 26 அன்று ஆற்றைக் கடந்து அலபாமவின் கிழக்கே சென்றார். குதிரைகள் குடைவு படகுகளின் அருகே நீந்தி வந்தன. காலர் நண்பகலில் புக்கன் பெயிலி என்ற கலப்பினக் கிரீக்கரின் மாட்டுத் தொழுவத்தை அடைந்தார். பெயிலியின் ஆள்களிடம் காலர் வைத்திருந்ததைப் போன்ற பிஸ்டலும் வேட்டைத் துப்பாக்கிகளும் இருந்தன. அவர்களும் அமெரிக்கருடன் சேர்ந்து கிரீக்கருக்கு எதிராய்ச் சண்டையில் ஈடுபட விரும்பினர். அவர்களிடம் முரட்டுக் குதிரைகள் இருந்தன.

பென்சக்கோல சென்றிருந்து திரும்பிய பீட்டர் மக்குவீனின் கிரீக்கரிடம் அமெரிக்கர் வைத்திருந்ததைப் போன்ற ரைபிள்களும் வேட்டைத் துப்பாக்கிகளும் இருந்தன. அவர்கள் மேலும் கிரீக்கப் பெண்டிர் விரும்பும் வண்ணத் துணிகள், தூண்டில் முள்கள், கூரான வேட்டைக் கத்திகள், கிரீக்க மண்பாண்டங்களுக்கு மாற்றாய்ப் பெற்ற பிரிட்டீசுச் சமையல் ஏனங்கள் ஆகிய பல பொருள்களை ஏற்றிக் கொண்டு தம் ஊருக்குத் திரும்பிக் கொண்டிருந்தனர்.

காலைப் பொழுது மிகு வெப்பமாயிருந்தது. மக்குவீனின் இக்கூட்டம் நண்பகல் நேரத்தில் ''சுட்ட மக்காச் சோள ஆற்றுக்கால்'' (*Burnt Corn Creek*) என்ற இடத்தை அடைந்தது. அவர்கள் தாம் வேட்டையாடிய பறவைகளை அங்கு சமைத்து உண்டனர்.

அமெரிக்கரின் திடீர்த் தாக்குதல்

அமெரிக்கர் அப்போது எவ்வித முன்னறிவிப்புமின்றிப் பெருங் கூச்சலிட்டவாறு இந்தியர் மேல் பாயவே, அவர்கள் ஆற்றுக்குள் குதித்துத் தப்பினர். அமெரிக்கர் உடனே கிரீக்கரின் குதிரைகளை அவிழ்த்து விட்டு விரட்டினர். அம்மக்கள் பென்சக்கோலவில் வாங்கி வந்திருந்த பொருள்களை அமெரிக்கர் கொள்ளையடித்தனர். அலபாம ஆற்றில் குதித்துத் தப்பியோடிய கிரீக்கரைத் துரத்திக் கொண்டு ஓரிரு அமெரிக்கர் மட்டுமே விரட்டிச் சென்றனர். காலர் பின்னர் தன் படையினரை ஒருங்கு கூட்டுவதற்காக அருகிலிருந்த குன்றை நோக்கிப் பின்வாங்கினர். ஆனால் அவரது கூட்டத்திலிருந்த பேராசைக்காரர்கள் கொள்ளையடித்த பொருள்களைக் குதிரைகளில் ஏற்றுவதில் முனைந்தனர்.

அமெரிக்கர் சிதறினர்

எஞ்சிய இந்தியர் அருகிலிருந்த சதுப்பு நிலத்திற்குள் ஓடிவிட்டனர். காலரும் பெயிலியும் தம் ஆள்களை ஒன்று கூட்ட முயன்ற வேளையில், சதுப்பு நிலத்திற்குள் ஓடிய இந்தியர்கள் அங்கிருந்து துப்பாக்கிகளுடன் வெளியே வந்தனர். அவர்கள் அங்கு நாணல்கள் உயர்ந்து வளர்ந்திருந்த இடத்தில் மறைவாய் நின்று கொண்டு திறந்த காட்டில் எளிதான இலக்காய் நின்று கொண்டிருந்த வெள்ளையரை நோக்கிச் சுட்டனர். இதைக் காலரின் குதிரைப்படையால் தாங்கிக் கொள்ள முடியவில்லை. அவர்களில் மூன்றிலிரு பங்கினர் சுற்றியிருந்த காடுகளுக்குள் ஓடிபோயினர். காலர் அந்தக் காட்டில் வழிதவறிப் போனார். அவர் பதினைந்து நாளைக்குப் பிறகு பட்டினியால் சாகின்ற நிலையில் காட்டில் கண்டுபிடிக்கப்பட்டார். அவர் சித்தம் கலங்கிய நிலையில் வாய்க்கு வந்தபடி பிதற்றிக் கொண்டிருந்தார்.

தென் அலபாமவில் இருந்த செல்வச் செழிப்பான கலப்பின மக்கள் இச்செய்தியை அறிந்து அஞ்சி நடுங்கிவிட்டனர். வெள்ளைக் குடியேற்றங்களில் வாழ்ந்தோர் அவர்களை விட மிகுதியாய்க் கிலி கொண்டனர். இந்தச் சண்டையில் ஏற்பட்ட தோல்விக்காக வெள்ளையரைப் பழிவாங்க வேண்டுமென்று கிரீக்கர் குமுறினர். உடனே ஹோயித்திலிவௌல (*Hoithlewaula*), சவனோகி (*Sawanogee*), மூகலெளச (*Mooklausa*), ஒக்காக்கு (*Wococau*), ஃபூஸ்சட்சிக்கீ (*Fooschatchgee*), யூஃபௌல (*Eufaula*) ஆகிய கிரீக்குகளின் பல ஊர்களில் கிரீக்கர் நெருப்பை மூட்டி அதைச் சுற்றி அமர்ந்த வண்ணம் குலக் கூட்டங்களில் இது பற்றிப் பேசினர். அங்கு மந்திரங்கள் ஓதப்பட்டன. வீர உரைகள் ஆற்றப்பட்டன.

வெள்ளையரும் கலப்பினத்தவரும் இரவில் உறக்கமின்றிக் கட்டிலில் புரண்டு கொண்டே இவையனைத்தையும் கேட்டு வந்தனர். அவர்கள் பாதுகாப்பான ஓர் இடத்திற்குச் சென்றுவிட வேண்டும் என்பதை உணர்ந்து கொண்டனர்.

மிம்ஸ் அரண்

அலபாமவில் சைப்பிரஸ் மரங்கள் அடர்ந்த தென்சா ஏரியின் கிழக்கே, ஒரு மைலில் சாமுவல் மிம்ஸ் (*Samuel Mims*) என்றவர் வாழ்ந்து வந்தார். அவர் அங்கு மரச் சட்டங்களையும் பலகைகளையும் வைத்து ஏறுமாறாய் ஒரு வீட்டையும் மிகப்பெரிய பண்டச் சேமிப்புக் கிடங்கு ஒன்றையும் எழுப்பியிருந்தார். அருகிலுள்ள ஊற்றுகளிலிருந்து ஏராளமான அளவில் குடிநீர் கிடைத்தது. அங்கு குடியேறியவர்கள் மணற்பாங்கான அலபாம மண்ணில் சுற்றிலும் சுழியரண்களை எழுப்பினர். அந்த அரணில் தரையிலிருந்து

அரையடி உயரத்தில் ஓட்டைகள் போட்டு வைத்திருந்தனர். இந்த அரணில் கிழக்கில் ஒன்றும் மேற்கில் இன்னொன்றுமாய்த் திறக்கவும் மூடவும் கூடிய இரண்டு கதவுகளைப் பொருத்தினர். தென்மேற்கு மூலையில் அப்போதைக்குப் பயன்படுகின்ற சிறு குடில்களை அமைத்தனர். இதற்கு மிம்ஸ் அரண் (*Mims Fort*) என்று பெயர்.

இவ்வரணின் தெற்கில் உருளைக் கிழங்குத் தோட்டமும் அங்குமிங்குமாய் அடிமைகள் வாழும் குடில்களும் இருந்தன. வேலிக்கும் தென்சா ஏரிக்கும் நடுவில் உயர்ந்த சவுக்குப் பைன் மரங்கள் நின்றன. வடக்கில் அடர்ந்து பிரம்புகள் வளர்ந்திருந்த சதுப்பு நிலப்பகுதிகள் இருந்தன. கிழக்கில் தடமில்லாச் சதுப்பு வெளிகள். அமெரிக்க எல்லைப்புற வரலாற்றிலேயே மிகவும் எளிதில் தாக்கக்கூடிய புறக்காவல் நிலையாய் மிம்ஸ் அரண் இருந்தது எனலாம்.

மிம்ஸ் அரணில் போர் ஆயத்தம்

இந்தியரின் தாக்குதலை எதிர்த்து நிற்பதற்கு வேண்டிய பணிகளில் மிம்ஸ் அரணிலிருந்த குடியேறியர் ஈடுபட்டனர். இந்த அரணின் பாதுகாப்புப் பொறுப்பை ஏற்பதற்கு மேஜர் டேனியல் பீஸ்லி (*Major Daniel Biesely*) வந்து சேர்ந்தார். இப்போது இவ்வரணுக்குள் படை சாராப் பொதுமக்கள். வெள்ளையர், கலப்பினத்தவர், படையலுவலர், படையில் புதிதாய்ச் சேர்ந்தவர்கள், கறுப்பு அடிமைகள், அழுக்கான ஆடையணிந்த செவிலிப் பெண்டிர் என்று 553 பேர் இருந்தனர். கொடிய வெயில் காலமாதலால், அலபாமவின் அந்தச் சதுப்பு நிலப் பகுதியில் மலேரியா, வயிற்றுப்போக்கு ஆகிய நோய்களின் பலர் வருந்தி வந்தனர்.

அந்தக் கழியரணினுள் இந்நோயாளிகளினால் ஏற்பட்ட நாற்றம் அப்படியே காற்றில் கரையாமல் நிலை கொண்டிருந்தது. அலபாமவின் உள்பகுதியில் கோடைகாலக் காற்று வீசுவதில்லை. சதுப்பு நிலங்களிலிருந்து எழுந்த கந்தக ஆவி அரணுக்குள் பறந்து சென்று, அங்கு நோய்ப்பட்டோரிடமிருந்தும் உணவுப் பொருள்களிலிருந்தும் கிளம்பிய நாற்றத்துடன் கலந்தது. இவ்வாறாய் மிம்ஸ் அரண் எதிரியால் தாக்கப்படுவதற்காகக் காத்துக் கொண்டிருந்தது.

கிரீக்கரின் நிலை

இதனிடையே பென்சக்கோலவிலிருந்த பிரிட்டீசு, ஸ்பானிய ஒற்றர்களிடமிருந்து கிரீக்கரின் படித்த தலைவரான மக்குவீனுக்கு ஆர்வமூட்டும் செய்திகள் வந்தன. ''அமெரிக்கரை எதிர்த்துப் போரிடுங்கள். அவர்களை வெல்வது கடினமாயிருப்பின், உங்கள் பெண்டு பிள்ளைகளைப் பென்சக்கோலவிற்கு அனுப்புங்கள் நாங்கள் அவர்களைப் பத்திரமாய் ஹவானாவிற்கு அனுப்பிவிடுகின்றோம். நீங்களே தோற்று ஓடவேண்டி வருமாயின், அமெரிக்கரை வெல்வது நம்மிருவருக்கும் கடினமாயிருக்கு மாயின், நம்மனைவரையும் ஏற்றிக்கொண்டு இங்கிருந்து செல்வதற்கு எங்களிடம் கப்பல்கள் உள்ளன'' என்றெல்லாம் அவர்கள் கிரீக்கருக்கு அறிவுரை கூறினர். இது குறித்துக் குலக்கூட்டங்களில் சூடு பறக்க விவாதிக்கப்பட்டது.

''செங்கழுகு'' சிந்தனையில் ஆழ்ந்த வண்ணம் இவ்விவாதங்களையெல்லாம் ஊமையாய்க் கேட்டுக் கொண்டிருந்தார். அவரின் உதடுகள் இறுக்கமாய் மூடியிருந்தன. அவர் அங்கு கூடியிருந்த தம் குலத்தவரைக் கலக்கமுற்றுக் கவலை தோய்ந்த கண்களால் பார்த்துக் கொண்டிருந்தார். செங்கழுகின் தந்தை ஜார்ஜியத்தைச் சேர்ந்த வெள்ளையர்;

தாய் கிரீக்கர் குலம்; எனவே அவர் கிரீக்க, ஸ்காத்திய, பிரஞ்சுக் கலப்பினத்தவர். எனினும் அவர் தன்னைக் கிரீக்கனாகவே கருதிக் கொண்டார். அவர் தனது கருநீல முடியில் இரண்டு கழுகு இறகுகளை அணிந்திருந்தார். அவருடன் பிறந்த ஜான் வெதர்ஃபோர்டு வெள்ளையர் வழியைப் பின்பற்றி நடந்தார். அவருக்குக் கிரீக்க மண்மீதோ, உயிர் மூச்சின் இறையான இசக்கிட இம்மிசி (*Isakida Immisi*) மீதோ, மனிதனையும் இயற்கையையும் இனங்காட்டித் தரும் கிரீக்கர் சமயத்தின் மீதோ பற்று இருந்திலது.

கிரீக்கர் இதுவரை நடத்திவந்த சண்டையெல்லாம் உள்நாட்டுப் போராகவே இருந்தது என்பதைச் செங்கழுகு அறிந்திருந்தார். அவரின் ஒன்றுவிட்ட சகோதரரான டேவிடு டைட்டு (*David Tait*) செங்குச்சி நடனக்காரர்; ஒரு சகோதரியும் அவரின் மக்களனைவரும் போராளிகளுடன் சேர்ந்திருந்தனர். அச்சகோதரியின் கணவர் மிம்ஸ் அரணுக்குள் ஓடிப்போய்விட்டார்.

செங்கழுகின் நல்லுரையும், படைத் தலைமையும்

செங்கழுகு கடைசியாய்ச் சேர்ஃபோக்க என்ற ஊர் மன்றத்தில் பேசிய போது மணிச் சுருக்கமாய்க் கூறினார் : ''மக்காச்சோள ஆற்றுக்கால் சண்டைக்காக வெள்ளையரைப் பழிவாங்கவேண்டாம். உள் சண்டை நம்மைத்தான் வலுவிழக்கச்செய்யும்.''

மிம்ஸ் அரணுள் கிரீக்கரின் உறவினர் பலர் இருந்தனர். கிரீக்க வீரர்களுடைய செவ்விந்தியப் பெண்டிரையும் குழந்தைகளையும் போன்று குற்றமற்ற வெள்ளை, கறுப்பு, நிறப் பெண்களும் பிள்ளை குட்டிகளும் மிம்ஸ் அரணுள் இருந்தனர். அதனால் செங்கழுகு சொன்னதை எல்லாரும் கவனமாய்க் கேட்டனர். ஏனெனில் அவர் நேர்மையானவர்; ஆயினும் அவர் பேச்சை மக்கள் கேட்காதவாறு செங்குச்சிக் கூட்டத்தார் செய்தனர். அவர்கள் அவற்றுடன் நில்லாது மிம்ஸ் அரணைத் தாக்கப்போகும் கிரீக்கர் படைக்குத் தலைமை தாங்குமாறு செங்கழுகைக் கேட்டனர். செங்கழுகு போராளி என்ற முறையிலும் பெயர் பெற்றவர். அந்தக் குலத்தில் இத்தலைமையை ஏற்பதற்கு இவரையன்றி வெறு எவரும் இருந்திலர். ஆதலால் அவர் தன் பெருமையைக் கருதிப் படைக்குத் தலைமை ஏற்க இசைந்தார் அவருக்குத் தன் குலத்தின் மீது மாறாப் பற்று இருந்தது.

1811

மிம்ஸ் அரணில்

மிம்ஸ் அரணுக்கு வெளியே வயலில் வேலை செய்வதற்காக இளம் கறுப்பர் இருவர் 1813 ஆகஸ்டு 29 அன்று அனுப்பப்பட்டனர். அவர்கள் அரண் வாசலை விட்டு வெளியேறிய சற்று நேரத்தில் அரணுக்குள் திரும்பிச் சென்று, போர்ச் சாயம் பூசிக்கொண்டிருந்த இருபத்திரண்டு இந்தியரை அரணின் புறத்தே கண்டதாய்க் கூறினர். உடனே படையலுவலர் ஒருவர் அவசரமாய்ச் சிறு குதிரைப்படையொடு, அக் கறுப்பரை அழைத்துக் கொண்டு அந்த இடத்திற்கு விரைந்தார். ஆனால் அங்கு எதிரி இருந்த அறிகுறி எதுவும் இருந்திலது. அதனால் அவர்கள் வெறுப்படைந்து கறுப்பரை இழுத்துக் கொண்டு மாலை மயங்கியதும் அரணுக்குத் திரும்பினர்.

இந்தியரைக் கண்டதாய்ப் பொய் சொன்னதற்காகக் கறுப்பர் இருவரில் ஒருவரைக் கட்டி வைத்துக் குருதி கொட்டும் வரை அடித்தனர். மற்றோர் அடிமையின் உரிமையாளர் தன் அடிமையை அவ்வாறு தண்டிப்பதற்கு இசைந்தாரிலர். அடிக்கப்பட்ட கறுப்பர் அரணைவிட்டு வெளியே போகுமாறு ஆகஸ்டு 30 அன்று கட்டளையிட்டனர். அவரும் அரணைவிட்டு வெளியேறி மாடு மேய்க்கப் போய்விட்டார். அவர் அப்போது அருகிலிருந்த

இந்திய சரித்திரக் களஞ்சியம் | 353

காட்டில் ஏராளமான இந்தியர் அடங்கிய ஒரு கூட்டத்தைப் பார்த்தார். ஆனால் ஏற்கெனவே சாட்டை அடியால் முதுகு வீங்கிப் போயிருந்தது. அதனால் அந்த அடிமை தொலைவிலிருந்த ஒரு குடியேற்றத்திற்கு ஓடிப்போனார் அங்குள்ளவர்கள் தன் பேச்சை நம்புவர் என்று அவர் எண்ணினார்.

போர்ச் சாயம் பூசியிருந்த இந்தியர்

மிம்ஸ் அரணுக்குள் படைவீரர்கள் தரையில் கிடந்தனர். எதையும் பொருள்படுத்தாது சீட்டாடினர்; திறந்து கிடந்த அரண் வாயிலினருகே இளவயதினர் சிலர் நடனமாடினர்; அவர்களினருகில் சுமார் நூறு குழந்தைகள் கூடாரங்களைச் சுற்றிக் கண்ணாமூச்சி விளையாடிக் கொண்டிருந்தனர். கூடாரங்களினுள் நோயாளியர் நோவு பெறாது முனகிக் கொண்டிருந்தனர்.

செங்கழுகும் அவரின் ஆள்களான செங்குச்சியர் ஆயிரவரும் சதுப்பு நிலவெளியில் காத்திருந்தனர். அரண் அவர்களின் கண்ணுக்குத் தெரியாதவாறு பிரம்புச் செடிகள் மறைந்தன. அவர்கள் முகத்தில் கறுப்புச் சாயம் பூசியிருந்தனர். கைகளிலும் கால்களிலும் மஞ்சள் சாயம் இருந்தது; அவர்கள் போர்வழியில் இறங்கிவிட்டதை இந்நிறங்கள் குறித்தன.

அவர்களிடம் மருந்து முடிச்சுகளும் வெல்ல முடியாத வலிமையைத் தரும் செங்குச்சிகளும் இருந்தன. அவர்கள் கைக்கோடாரிகளை ஏந்தியிருந்தனர்; பேண்டன் லெஸ்லி கடையில் வாங்கிய ரைஃபிள்களும் துப்பாக்கிகளும் இருந்தன. நண்பகல் உணவிற்காக அரணுக்குள் கொட்டு முழங்கியது. படையலுவலரும் வீரரும் உண்ணச் சென்றனர். இந்தியர்கள் இப்போது மூச்சடக்கும் நேரம் மட்டுமே காத்திருந்தனர்.

இந்தியர் தாக்குதல்

பிறகு திடீரென்று முன்னோக்கிப் பாய்ந்தனர், அரணின் கதவு திறந்திருந்ததை அப்போதுதான் செங்கழுகு கண்டார். அவர் உடனே பேயறைந்தவர் போலானார். அவரின் வீரர்கள் விரைந்து அரண்வாயிலை நோக்கி முன்னேறினர். மேஜர் பீஸ்லி விரைந்து சென்று கதவை அடைக்க முயன்றார். கதவு அலபாம மண்ணுள் புதைந்து நகரமறுத்தது. செங்குச்சியர் அப்போது பீஸ்லியை ஒரே வெட்டில் வீழ்த்தினர். அவர் கதவிற்குப் பின்னே ஊர்ந்து சென்று, அங்கு துடிதுடித்துச் செத்தார். ஆடுவதற்கென்று விதிக்கப்பட்டிருந்த செங்குச்சியரில் ஐவர் அப்போது மற நடனம் ஆடினர்.

அரணிலிருந்த வீரர் சிலர் துப்பாக்கியை எடுத்து ஐவரையும் சுட்டு வீழ்த்தினர். செங்கழுகு தன் ஆள்கள் நின்ற நிலையில் அப்படியே நிற்குமாறு கூச்சலிட்டார். ''இதோ பாருங்கள், செங்குச்சியர் வெல்லப்பட முடியாதவர்களல்லா'' என்று வீழ்ந்துபட்ட ஐவரையும் காட்டிப் பெருங்குரலில் கத்தினார். ஆனால் முன்னேறிச் சென்ற இந்தியரை எதனாலும் நிறுத்த முடியவில்லை. அவர்கள் படைவீரர், குடியேறியவர், கறுப்பர், பெண்டிர், சிறார் என்ற எல்லாரையும் கொன்றனர். அரணுக்கு அப்பாலிருந்த செங்குச்சியர் கூட்டமாய்க் கூடிக்கொண்டு தம் மந்திரங்களை ஓதினர்.

கொலையும் கொள்ளியும்

இந்தியர் பெரிய கிடங்கிற்கும் குடில்களுக்கும் தீயிட்டனர். அவை காற்றில்

பற்றியெரிந்தன. அதற்கு ஐந்துமணி நேரத்திற்குப் பிறகு அரணிற்குள்ளிருந்த பொருள்களை இந்தியர் கொள்ளையடித்தனர். அவர்கள் அவற்றைத் திரட்டி எடுத்துக் கொண்டு காட்டிற்குள் சென்று, அங்கு இரவைக் கழித்தனர். செங்குச்சியர் நெருப்பின் அருகில் படுத்துறங்கினர். ஆனால் செங்கழுகு இரவெல்லாம் கண்மூடவில்லை.

விடிந்ததும் பனிமூடி நாற்றமடித்துக் கொண்டிருந்தது. மிம்ஸ் அரணுக்குள் செத்துக் கிடந்தவர்களை அடக்கம் செய்யுமாறு செங்கழுகு தன் ஆள்களுக்கு கட்டளையிட்டார். அவர்கள் அமைதியான முறையில் உருளைக் கிழங்குத் தோட்டப் பாத்திகளில் பிணங்களைப் போட்டு மணலாலும் செழித்து வளர்ந்திருந்த உருளைக்கிழக்கு இலைகளாலும் மூடினர். புதைக்க வேண்டிய பிணங்கள் நிரம்ப இருந்ததாலும் சண்டையில் காயம்பட்ட இந்தியர்கள் வலி பொறாது முனகியதாலும் உடனே ஊருக்குத் திரும்பவேண்டுமென்று கிரீக்கு வீரர்கள் கேட்டனர். சிலர் கூழைப் பனைப் படகுகளில் *(Palmeto)* ஏறி அலபாம ஆற்றில் சென்றனர். சிலர் கால்நடையாய் ஊர் திரும்பினர். சிலர் ''மக்காச்சோள ஆற்றுக்கால்'' என்ற இடத்தை அடைந்ததும் இறந்தனர். அஞ்சிக் கிலி கொண்ட நாய்கள் காட்டில் ஊளையிட்டுத் திரிந்தன.

மிம்ஸ் அரணில் குடிப்படையினர் வந்து சேர்ந்து செத்தவர்களைப் புதைத்தனர். இளம் கேப்டன் ஒருவர் ''இது வரைமுறையில்லாப் பாடழிவு'' என்று மனம் நொந்தார். அத்தகைய கொடிய அழிவு வேலைகள் அங்கு நடத்திருந்தன.

ஆன்று ஜேக்சன்

ஜெனரல் ஆன்று ஜேக்சன் *(General Andrew Jackson 1767-1845;* அமெரிக்க அரசியல் தந்திரி, படைத்த தளபதி, வழக்குரைஞர், அமெரிக்க ஒன்றியத்தின் ஆட்சித் தலைவர் *(1828-1836)* ஆனவர். இவர் *1815* ஆம் ஆண்டு நடந்த சண்டையில் நியூ ஆர்லியன்ஸ் பிரிட்டிசாரின் கைக்குப் போகாமல் வெற்றியொடு போரிட்டவர்) தோளில் பட்ட ஒரு காயத்திற்காகத் தனது நாஷ்வில் *(Nashville)* பண்ணையில் செப்டம்பர் 12 அன்று, மிம்ஸ் அரண் அழிக்கப்பட்டதற்குப் பன்னிரண்டு நாளைக்குப் பிறகு இளைப்பாறிக் கொண்ருந்தார்.

மிம்ஸ் அரணில் நடந்த படுகொலைகள் பற்றிய செய்தி வந்தபோது, ஜேக்சன் படுத்துக் கிடந்தார். ''ஆண்டவனே, இம் மக்களைக் காப்பாற்றியாக வேண்டும்'' என்று அவர் அப்போது தனக்குள் சொல்லிக் கொண்டார். அலபாம எல்லையில் வெள்ளையர் கொல்லப்பட்டதற்குப் பழிவாங்குவேன் என்று வெஞ்சினம் கூறினார். அவர் சற்று நேரத்தில் படுக்கையிலிருந்து எழுந்து உட்கார்ந்தார்.

அவர் தன் படையைச் சேர்ந்தவர்களிடம் இவ்வாறு அறிவித்தார் ''உங்கள் ஜெனரலின் உடல் நலமடைந்து தேறிவிட்டது. அவர் நேரில் நின்று தானே படை நடத்துவார்.'' அதற்குச் சிறிது நேரத்திற்குள் அவர் உயர்ந்த குதிரை ஒன்றின் மீது துள்ளி ஏறிச் செங்கழுகையும் செங்குச்சியரையும் எதிர்த்துப் போர் செய்யப் புறப்பட்டு விட்டார்.

ஜேக்சன் படைகள் செய்த அழிவுகள்

அவர் அலபாமவினுள் கடுகி நுழைந்ததும் சோக்கடாவு குலத்தின் தலைவரான புஷ்மதக *(Pushmataha)* அவருடன் சேர்ந்து கொண்டார். (சோக்கடாவு குலத்தினரும் கிரீக்கரும் வழிவழியாய்ப் பகைவராயிருந்து வருகின்றனர்,) ஜேக்சனின் படைகள் பிளாக்கு வாரியர் ஆற்றின் கரைமீதிருந்த கிரீக்கர் குடியிருப்பான பிளாக்கு வாரியர் டவுன் என்ற

ஜேக்சன்

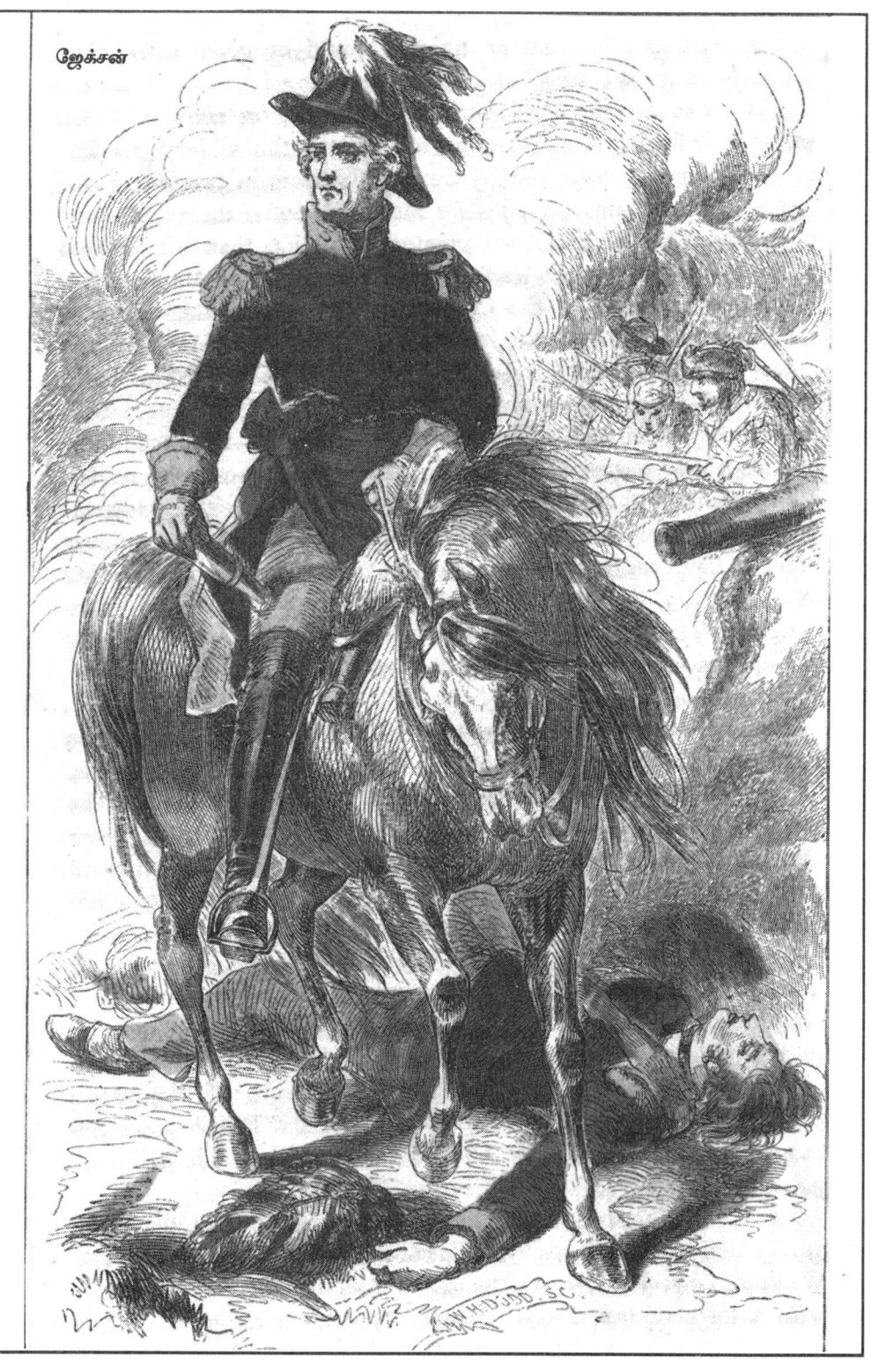

ஊரின் மேல் இறங்கின. அவர்கள் அங்கு சூறையாட முடிந்தவற்றையெல்லாம் அழித்தனர். அந்த ஊரைத் தரைமட்டமாக்கினர். அங்கிருந்த கிரீக்கர் அமெரிக்கப் படைவருமுன்னர் ஊரைவிட்டு ஓடிப்போயினர்.

ஜேக்சன் பின்னர் தெற்கே திரும்பினார். அவர் சென்ற வழியெல்லாம் அரண்களை அமைத்துப் போனார். அவர் நவம்பர் மாதத் தொடக்கத்தில் இன்றைய காட்ஸ்டன் *(Godsden:* வடகிழக்கு அலபாமவில் உள்ளது. ஜேம்ஸ் காட்ஸ்டன் *(James Godsden 1788-1858)* இருப்புப்பாதை அமைப்பாளர், அமெரிக்கத் தூதுவர். இவர் *1853* ஆம் ஆண்டில் மெக்சிக்கத்திடமிருந்து *1,00,00,000* டாலர் கொடுத்து *45,535* சதுர மைல்பரப்பை விலைக்கு வாங்கினார்; அவர் பெயரால் இந்நகரம் காட்ஸ்டன் என்று பெயர் பெற்றது) நகரின் அருகிலுள்ள டென் ஐலண்ஸ் என்ற இடத்தில் தண்டு இறங்கினார்.

குருதி ஓட ஓடக் கொலை

அவர் அங்கிருந்து தன் உதவிப் படைத்தலைவர் ஜான் காஃபியை அனுப்பி, அருகிலிருந்த தல்லுசகட்சீ *(Tallussahatchee)* என்ற ஊரை அழித்து வருமாறு பணித்தார். காஃபியின் ஆள்கள் பொழுது புலர்ந்ததும் கிரீக்கர் வீடுகளின் முன்னால் போய் நின்றனர். அவர்கள் சற்று நேரத்திற்குள் அவ்வூரிலிருந்த போராளியர் அனைவரையும் கொன்றனர். எனினும் அவர்களும் போரிட்ட பின்னரே மடிந்தனர். காஃபியின் படையினர் இவ்வூரிலிருந்த *186* போராளிகளைக் கொன்ற பின்னும் மனம் ஆறவில்லை. அவர்கள் தரையெல்லாம் செங்குருதி தோயும் வரை பெண்களையும் குழந்தைகளையும் வெட்டியும் சுட்டும் கொன்றனர். இந்த ஊர் அடிதியை நாடுவதாயிருந்தால், அங்கு இத்தகைய கொடுந்தாக்குதலை எதிர்த்து நிற்கும் ஏற்பாடு எதுவும் இருந்திலது. ''நாங்கள் அவர்களை நாய்கள் போலச் சுட்டுத்தள்ளினோம்'' என்று டேவிடு கிராக்கட்டு என்றவர் கூறினார்.

இந்த ஊரில் தற்காப்பு ஏற்பாடு எதுவுமில்லாதிருந்ததால் மிம்ஸ் அரணுக்குள் நடந்த படுகொலையைவிட இது கொடூரமானதாயிருந்தது. செங்கழுகு மிம்சைத் தாக்கச் சென்றபோது, அங்கு பாதுகாப்பு ஏற்பாடுகள் இருக்கும் என்று எண்ணித்தான் சென்றார். ஆனால் கிரீக்கரின் இந்த ஊரில் எந்தப் பாதுகாப்பு ஏற்பாடும் இருந்திலது. தல்லுசகட்சீயில் ஒரு போராளியைக் கூட விடாமல் கொன்றனர். காஃபியின் ஆள்கள் அங்கு கிரீக்கர் வீடு ஒன்றுக்குத் தீயிட்டபோது அதனுள் நாற்பத்தைந்து பேர் இருந்தனர். இந்தியரின் கூக்குரலும் அலறலும் ஓலமும் வெள்ளையரின் உள்ளத்தைத் தொடவேயில்லை. வெள்ளையர் மறுநாளும் அந்த ஊரிலிருந்தனர்.

ஜேக்சன் அதற்குச் சில நாளைக்குப் பிறகு தன் படையுடன் தல்லடேக் *(Talladega)* என்ற ஊரினுள் புகுந்தார். ''தல்லுசகட்சீயில் செய்தவற்றை இங்கும் செய்வோம்'' என்று மமதையொடு சொன்னார். ஆனால் அவரது அணி சிதறத் தொடங்கியது. புதிதாய்ப் படையில் சேர்க்கப்பட்டர்கள் இதற்குக் காரணம் என்று பழைய படையினர் கூறினர். அதன் பிறகு புதிய படையினர் கிளர்ச்சி செய்யத் தொடங்கினர். ஜேக்சனின் இடக் கையில் பட்டிருந்த காயம் இன்னும் ஆறவில்லை. ''படையை விட்டு வெளியேறப் பார்க்கும் முதல் ஆளைச் சுட்டுக் தள்ளுவேன்'' என்று துப்பாக்கியைத் தூக்கி அச்சுறுத்தினார். இதனால் கலகக்காரர் கட்டுக்குள்ளடங்கினர்.

கிரீக்கர் திரண்டனர்

கலீபி ஆற்று முகத்திலிருந்த *(Calebee Creek)* தல்லப்பூச *(Tallapoosa River)* ஆற்றின் கிழக்குக் கரைமீதமைந்த ஆர்டுசீ *(Artusee)* என்ற இடத்தில் எட்டுக் கிரீக்க ஊர்களைச்

சேர்ந்த போராளியர் கூடினர். இந்த இடம் செங்குச்சியர்க்குப் புனிதமானது. அது கிரீக்கரின் போர் மன்றங்கள் கூடுவதற்கென்று ஒதுக்கி வைக்கப்பட்ட இடமாகும் மந்திரக் கோல்களும் மந்திர உச்சாடனங்களும் ''ஏரி நடனமும்'' இந்த இடத்தில் தம்மைக் கட்டாயம் காக்கும் என்று கிரீக்கர் நம்பினர்.

ஆனால் ஜேக்சனின் படை பலத்தைப் பெருக்குவதற்காக அச்சமூட்டும் வகையில் உதவிப் படைகள் திரண்டு விட்டன என்ற உண்மையைக் கிரீக்கர் அறியாதிருந்தனர். பெரிதும் சோக்கடாவுகளும் சில கிரீக்குகளுமாய், வெள்ளையருடன் நட்புப் பாராட்டும் நானூறு இந்தியர்கள் ஆபிரகாம் மோர்தேசை என்ற யூத வணிகரின் தலைமையில் வந்து ஜேக்சனின் படையுடன் சேர்ந்தனர்.

கிரீக்கப் போராளியர் எதிரியின் அணியில் மோர்தேசைப் பார்த்ததும் அடையாளங் கண்டு கொண்டனர்; அங்கு கிரீக்கச் சோதரர் பலரையும் பார்த்துவிட்டனர். அவர்கள் ஜேக்சனின் படைவீரரொடு சேர்ந்து ஆர்டுசீ வீடுகளுக்குத் தீவைத்ததையும் அவர்கள் பார்த்திருந்தனர். அப்போது கிரீக்க இந்தியரில் இருநூறு பேர் உயிரோடு தீயில் வெந்தனர். அவர்களின் நானூறுக்கு மேற்பட்ட மரவீடுகளும் புறவீடுகளும் எரிந்து சாம்பலாயின. மிம்ஸ் அரணுக்காகப் பழிவாங்கும் எண்ணத்துடன் நடந்த இந்த இரண்டாவது தாக்குதலில் பெண்களும் குழந்தைகளும் இறந்தனர்.

புனிதமான எகுஞ்சேட்டு,

இச்செய்தி செங்கழுகை எட்டியதும், அவர் தன் போராளியரைக் கிரீக்கருக்கு மிகப் புனிதமான எகுஞ்சேட்டு (*Ecunchate*) என்ற இடத்திற்கு அழைத்துச் சென்றார். இந்த இடத்தில் தம்மை மெய்யாகவே எவரும் வெல்ல முடியாது என்று இந்தியர் நம்பினர். அவர்களிடம் செங்குச்சி இருந்தது; அந்த இடத்தைச் சுற்றி வலுவான கழியரண் இருந்தது; மேலும் அந்த இடம் உயர்ந்த ஒரு குன்றின்மேல் அமைந்தது; அதனால் இங்கு உறுதியாய்க் காப்பாற்றப்படுவோம் என்ற நம்பிக்கை அவர்களுக்கு ஏற்பட்டது.

கிரீக்குகள் மண்ணுடன் கொண்டு இருந்த உறவின் சின்னமாய் எகுஞ்சேட்டு இருந்தது. கிரீக்கு மண்ணில் கிரீக்குகள் எங்கெல்லாம் வேட்டையாடுகின்றனரோ, உழுது பயிரிடுகின்றனரோ, அந்த மண்ணில் ஒவ்வோரங்குலமும் எத்தனை புனிதமானதோ, அத்தனை மண்ணின் புனிதத்திற்கும் சின்னமாய் எகுஞ்சேட்டு இருந்தது.

வெள்ளைப் படைத் தாக்குதல்

ஜேக்சன் தன் படையினருடன் அங்கு புகுந்தார். கிரீக்கர் உடனே ஆற்றுக்கப்பால் சதுப்பு நிலங்களால் சூழப்பெற்ற புகலிடத்திற்குத் தம் பெண்டு பிள்ளைகளைத் துரிதமாய் அப்புறப்படுத்தினர். ஜேக்சனின் குதிரைப்படை இடப்பட்ட கட்டளைகளைப் புரிந்து கொள்ளத் தவறியதாலும் குழப்பத்தில் தாக்கியதாலும் செங்குச்சியரில் பலர் தப்பிவிட முடிந்தது. ஆனால் மிம்ஸ் அரணை அழித்த செங்கழுகே இப்போது போக்கு முட்டிமாட்டிக் கொண்டார் என்று வெள்ளையர் களி கொண்டனர். எனினும் செங்கழுகு தன் பழுப்பு நிறக் குதிரைமீது பாய்ந்தேறி அலபாம ஆற்றின் கரையோரமாய்ப் போய் விரைந்தேகிவிட்டார்.

செங்கழுகு தப்பியோடுதல்

ஜேக்சனின் குதிரைப்படை செங்கழுகைத் துரத்திற்று. செங்கழுகும் குதிரையும் காற்றைக் கிழித்தவாறு பறந்து ஆற்றுக்கு மேலே பதினைந்தடி உயரமான செங்குத்தான

ஒரு மேட்டை அடைந்தனர். அவர் அங்கு கண நேரம் தயங்கினார். பிறகு அவரும் குதிரையும் விரைந்து தாவி மேட்டைத் தாண்டி ஆற்றுக்குள் வீழ்ந்து மறைந்தனர். ஆளும் குதிரையும் நீருக்கு மேலே எழுந்ததை ஜேக்சனின் படைவீரர் கண்டனர்; அக்காட்சியை அவர்களால் நம்பமுடியவில்லை. செங்கழுகு குதிரையின் பிடரி மயிரை ஒரு கையால் பிடித்துக் கொண்டு மறுகையில் ரைபிளை வைத்திருந்தார். புனித மண்ணான எகுஞ்சேட்டு எரிந்து கரிந்து புகையும் பாழிடமானது; ஆனால் செங்கழுகு பிழைத்துக் கொண்டார்.

ஜேக்சன் பிடிபடாமல் தப்பிச் சென்ற செங்கழுகைத் தேடிச் சென்ற வேலையில், அவரின் ஆள்கள் கிரீக்கரின் ஊர்களையெல்லாம் அழித்த வண்ணம் இருந்தனர். இதற்குள் *1814* ஆம் ஆண்டின் குளிர்காலம் வந்துவிட்டது. செங்கழுகு வெள்ளையரிடம் சிக்குவதில்லை என்று உறுதியாயிருந்தார்.

மீண்டும் செங்கழுகின் எழுச்சி

அமெரிக்க ஒன்றியத்திலுள்ள சிவப்பிந்தியர் அனைவரையும் அடிமைப்படுத்துவது என்று உறுதி பூண்ட ஜேக்சன் இந்தியருக்கு எதிராய் இந்தியரைத் தூண்டிவிட்டார். தல்லப்பூச ஆற்றின் குதிரை இலாட வளைவு என்ற இடத்தில் செங்குச்சியரைச் செங்கழுகு திரட்டினார். அங்கு மரத்தடிகளைக் கொண்டு மார்பளவு உயரமான ஓர் அரணை எழுப்பினார். அதைத் தாக்க வருபவர்கள் துப்பாக்கிச் சூட்டிற்கு இலக்காக நேரிடும்.

இந்தக் குதிரை இலாட வளைவிற்கு ஹில்லபி நகரம், ஆக்ஸ்ஃபஸ்கே, ஆக்சோயி, எஃபௌலகட்சி, யூவக்க, ஹிக்கரி கிரவுண், ஃபிஷ்மாண் நகரம் இங்கிருந்தெல்லாம் இந்திய வீரர் வந்து குவிந்தனர். வட ஜார்ஜியத்தையும் கரோலினியத்தையும் சேர்ந்த செரோக்கி *(Cherokee:* வட அமெரிக்க இந்தியக்குலத்தார்; முன்னர் அப்பலேச்சியன் மலைகளிலும் அதைச் சுற்றியும் வாழ்ந்தனர். இப்போது ஆக்ஹோமா மாநிலத்தில் வாழ்கின்றனர். இவர்கள் இரோக்குவாய் என்ற குலத்தைச் சேர்ந்தவராவர். இவர்களை ஐந்தினத்தார் (காயுக, மோகாக்கு, ஒனடை, ஓனோண்டக, செனிக்கவு) என்றும் ஆறினத்தார் (மேற்சொன்ன ஐவருடன் டஸ்கோரர குலத்தாரையும் சேர்த்து) என்றும் அழைப்பதுண்டு) ரெஜிமெண் ஒன்று ஆன்று ஜேக்சனுடன் சேரவிருந்தது.

1811

தடியரணுக்குத் தீ

வெள்ளையர் மீது தமக்கு இருந்த பற்றுறுதியை ஜேக்சன் போற்றுவதால், அவர் தமக்கு வெகுமதியளிப்பார் என்ற நம்பிக்கையில் செரோக்கி இந்தியர் வெள்ளையருடன் சேர்ந்து கொண்டு கிரீக்கருக்கு எதிராய்ப் போரிட்டனர். செரோக்கியர் செங்குச்சியரின் படகுகளைக் கள்ளத்தனமாய்க் கவர்ந்து ஆற்றின் மறுகரைக்குக் கொண்டு போயினர். அங்கு சோக்கடாவுகள், செரோக்கியர், அமெரிக்கர் ஆகியோர் அப்படகுகளில் ஏறிக் கொண்டு ஆற்றைத் தாண்டி அப்பால் சென்று, குதிரை இலாட, வளைவினுள் இருந்த போராளிகளின் நடுவே தீவட்டிகளை எறிந்தனர். இந்தத் தீயில் மரத் தடி அரண் நெருப்புப் பற்றிச் சாம்பலானது. செங்குச்சியரின் திட்டமிட்ட தற்காப்பு ஏற்பாடுகள் எரிந்து கரிந்தன.

இந்தியர்கள் கத்தியால் குத்துப்பட்டனர்; துப்பாக்கிக் குண்டுகளுக்குப் பலியாயினர். அவர்கள் கையில் செங்குச்சியைப் பிடித்தவாறே செத்தனர். அலபாம ஆற்றில் குதித்துத் தப்பியோட முயன்றோரில் பெரும்பாலரை ஜேக்சனின் ஆள்கள் பிடித்து நீரில் முக்கிக் கொன்றனர். கழுத்தை நெறித்துச் சாகச் செய்தனர். பத்துச் செங்குச்சியர் மட்டும் தப்பினர்; அவர்களுள் செங்கழுகும் ஒருவர்.

அவர் கூச ஆறும் தாலப்பூச ஆறும் கூடுமிடத்தில் ஏனைய ஒன்பதின்மருக்கும் மனத்தெம்பூட்டினார். ஆனால் அது பயன் தரவில்லை.

ஜேக்சனிடம் சென்ற செங்கழுகு

ஒரு நாள் மாலை வேளையில் ஜேக்சன் தங்கியிருந்த இடத்திற்கு முன்னால் "ஆயுதமில்லாத, வெளுத்த நிறமுடைய இந்தியர் ஒருவர்" வந்து நின்று "நீங்கள்தான் ஜெனரல் ஜேக்சனா" என்று வினவினார்

"ஆமாம்"

"நான் பில் வெதர்ஃபோர்டு"

ஜேக்சன் அவரை வீட்டிற்குள் அழைத்துச் சென்றார். உள்ளே சென்றதும், செங்கழுகு தன் பகையாளியிடம் சரணடைய வந்தது ஏன் என்பதை ஜேக்சனிடம் விளக்கினார். "என்னால் இனிமேலும் உம்மை எதிர்க்கவியலாது. நான் ஏற்கெனவே உமக்கு மிகுந்த தீங்கை விளைவித்துவிட்டேன். இன்னும் என்னால் உமக்குத் தீங்கு செய்யமுடியும். ஆனால் என் போராளியர் கொல்லப்பட்டுவிட்டனர். நான் இப்போதும் உமது வல்லமைக்குள் அடங்கிவிட்டேன். உம் விருப்பம்போல் என்னை நீர் என்ன வேண்டுமானாலும் செய்யலாம்."

ஜேக்சன் மெதுவாய் "நீர் என் வல்லமைக்குள் இல்லை" என்று சொன்னார். "நான் உமக்கு விலங்கிட்டு என்னிடம் அழைத்துவரச் சொன்னேன். ஆனால் நீர் தானாகவே மனமுவந்து என்னிடம் வந்திருக்கின்றீர். எனது பாசறையைப் பாரும். என் படைக் கலன்களைக் காணும். எனது நோக்கம் என்னவென்பது அப்போது உமக்குத் தெரியும். இனியும் நீர் என்னுடன் களத்தில் மோத நினைப்பீராகில், உம் போராளிகளுக்குத் தலைமை தாங்கும்."

செங்கழுகு "ஆ" என்ற வறட்டுப் புன்னகை பூத்தபடி, "ஒருகாலம் இருந்தது. நான் உமக்கு இதற்கு மறு மொழி சொல்லக்கூடிய காலம் ஒன்று இருந்தது. என்னால் என் போராளியரை வீறுகொண்டு போருக்கு எழச்செய்ய முடியும்; ஆனால் செத்தவர்களை என்னால் எழுப்ப முடியாது. ஜெனரல் ஜேக்சன் அவர்களே! நான் எனக்காக உம்மிடம் வேண்டுவது ஏதுமிலது. ஆனால் தானிய மணி ஒன்று கூட இல்லாமல் காடுகளுக்குள் விரட்டப்பட்ட போராளியரின் பெண்டு பிள்ளைகள் ஊருக்குள் நுழைவதற்கு இசையுமாறு மன்றாடுகின்றேன். அவர்கள் எந்தத் தீங்கும் செய்ததில்லை. வெள்ளை மக்கள் விருப்பம் வேறாயின், இதோ அவர்களுக்கு மாற்றாய் என்னைக் கொன்று விடுங்கள்" என்று சொன்னார்.

ஜேக்சன் எதுவும் பேசாமல் செங்கழுகிற்கு ஒரு குவளை பிராந்தியை ஊற்றித் தந்தார். அந்தப் போராளி அதை அருந்தினார். "கிரீக்கரின் பெண்டிரையும் மக்களையும் காப்பாற்றுங்கள். என் மக்களிடையே எஞ்சியிருக்கின்ற செங்குச்சியரை நான் ஆற்றுகின்றேன்", என்று செங்கழுகு மொழிந்தார். ஜேக்சன் தலையை அசைத்துவிட்டு செங்கழுகிற்குக் கை கொடுத்தார். செங்கழுகு அவரது கையைப் பிடித்தபடி, வெகு நேரம் எதிராளியைப் பார்த்துவிட்டுப் பின்னர் தலைகுனிந்து வணங்கி வெளியேறினார்.

இந்தியரின் தலைவிதி முடிந்தது

அவ்விருவரும் கை குலுக்கியதொடு அமெரிக்க இந்தியரின் தலைவிதி பற்றிய பேச்செல்லாம் முடிந்து போனது. செங்கழுகு போரில் தலைமை ஏற்றது. அமெரிக்கரைச்

சினங்கொள்ளச் செய்துவிட்டது. குடியேறிகளுக்கு இன்னல் தரும் இந்தியர் கையில் அமெரிக்க எல்லைப்புறங்கள் தொல்லைப்புறங்களாகவே இருக்கும் என்பது ஜேக்சனுக்கு உறுதியாய்விட்டது. இந்தியரை இப்போது அவர்கள் வாழும் இடங்களிலிருந்து விரட்டியடிக்க வேண்டும். உலகம் எதிராய்த் திரும்பிவிடும் என்பதால் இந்தியரை முழுமொத்தமாய் ஒழிக்க முடியாது. ஆனால் அவர்களைப் பூண்டோடு வேரோடு பெயர்த்து நாட்டின் ஒதுக்கமான ஒரு மூலையில் கொண்டு போய் வைத்துவிட முடியும்.

இந்திய மக்கள் அனைவரும் படைவீரர் காவலுடன் முழு மொத்தமாய் இடம் பெயர்ந்து செல்லத் தொடங்குவாரேல், அமெரிக்க மக்களுடன் இந்தியர் செய்து கொண்ட உடன்படிக்கைகளில் வழக்கமாய்க் காணப்படும் சொற்றொடர்களின்படி கூறுவதாயின், ''பச்சைப்புல் வளர்கின்ற வரையிலும் நீரோட்டம் நீடிக்கின்ற வரையிலும்'' அந்த இடம் அவர்கள் புதிதாய் அமரப் போகும் இடம் அவர்களுக்கு உரிமையானதாய் விடும்.

அலபாமவிலுள்ள தாலப்பூச ஆற்றின் குதிரை இலாட வளைவில் ஜேக்சன் அன்று இருந்தபோது, அமெரிக்க ஒன்றிய ஆட்சித்தலைவரானதும் இந்தியரனைவரையும் அடியோடு இடம் மாற்றும் கொள்கையைச் *(Indian Removal Policy)* சட்டமாக்கிவிட வேண்டும். என்று தனக்குள் உறுதி எடுத்துக் கொண்டார். இந்தியரை அப்புறப்படுத்தும் சட்டம் *(Indian Removal Act)* 1830 மே மாத நடுவில் அமெரிக்க ஒன்றியப் பேரவை மன்றத்தில் 102 - 97 வாக்குகளில் நிறைவேறியது. ஆன்று ஜேக்சன் மே 28 அன்று அந்தச் சட்டத்தில் கையெழுத்திட்டதும், அது நடைமுறைக்கு வந்துவிட்டது.

இந்தியரை அப்புறப்படுத்தும் சட்டம்

அது மிகவும் எளிமையான சட்டம் எந்த இந்தியனும் தன் முன்னோர் வாழ்ந்த நிலத்தில் இருந்து கொண்டு, அது தனக்குரியது என்பதை உறுதி செய்ய முற்படுவது சட்டப்படி குற்றம்; சட்டப்படி அவர் ஒரு குற்றவாளியாவார். இந்தியர்கள் நாட்டின் மாபெரும் சமவெளிப் பரப்பில் எங்கோ ஓரிடத்தில் மறுகுடியமர்த்தப்படுவர். (*Great Plains:* வட அமெரிக்கத்தின் ராக்கிமலைகளுக்குக் கிழக்கிலுள்ள பரந்த நிலப்பரப்பிற்கு இந்தப் பெயர். கனடாவில் ஓடும் மெக்கன்சிஆற்றின் தாழ் நிலங்களிலிருந்து தெற்கில் ரியோ கிரண்டி ஆற்றின் பெரு வளைவு வரையிலும் இந்தச் சமவெளிப் பரப்பு நீண்டுள்ளது.) மாபெரும் சமவெளிப் பரப்பில் ஏற்கெனவே இந்தியர்கள் வாழ்ந்து வந்தனர் என்பதையோ, அவர்கள் புதிதாய்ச் சென்றேறும் செம்மக்களை வரவேற்க மாட்டார்கள் என்பதையோ அமெரிக்க ஒன்றியம் கவனத்தில் கொள்ளவேயில்லை.

ஆனால் அங்கு புல்வெளிகளும் காடுகளும் பரந்திருந்தன சிவப்பு, அர்க்கான்சஸ், வெர்டிகிரிஸ் ஆறுகளினருகே செழிப்பு நிறைந்திருக்கும் என்றும் ஆன்று அரசு தொல்லைப்படுத்தி இந்திய மக்களைப் பிடித்து அப்பகுதிக்கு அனுப்பப் போகின்றது எனினும் இப்பகுதிகள் நன்கு அறியப்படாத மர்மமாகத்தான் செங்கழுகின் காலத்தில் இருந்தது.

பல்வேறு இந்தியக் குலத்தினர் பன்னெடுங்காலமாய்த் தம் முந்தையர் வாழ்ந்திருந்த ''புனித மண்ணை'' விடுத்துக் ''கண்காணாத'' இந்த இடத்திற்கு அப்புறப்படுத்தப் படவிருக்கின்றனர். அவர்கள் முழு மொத்தமாய் இடம் பெயர்ந்து சென்ற, அந்தக் கண்ணீர்த் தடம், மனிதன் மனிதனுக்குச் செய்து வரும், கொடுமைகளில் மறக்கவொண்ணாத பாதையாக உள்ளது.

இங்கு துக்கபட்சி என்ற கிரீக்கர் ஒருவர் மனம் நொந்து கூறியதை நினைவுபடுத்துகின்றோம்.

''சிவப்பரும் வெள்ளையரும் ஏற்கெனவே கொலைகள் புரிந்துவிட்டனர். நாங்கள் சிவப்பரை நீதியின் முன் கொண்டுபோய் நிறுத்தி விட்டோம். ஆனால் வெள்ளையன் தண்டனையின்றித் தப்பிவிடுகின்றான். நாங்கள் வலுவற்றவர்கள், எங்கள் சொற்களும் சத்தியப் பிரமாணங்களும் பயனாற்றுப் போகின்றன. நாங்களும் நீதியை எதிர்பார்க்கவில்லை; அதை எங்களால் பெறவும் இயலாது. அடிக்கடி கொலைகள் நடக்குமென்று எதிர்பார்க்கலாம். எங்களிடையிலுள்ள வெள்ளை அலுவலர்கள் நாங்கள் வாங்காத கடனுக்காக எங்கள் உடைமைகளை எடுத்துக் கொள்கின்றனர். நாங்கள் விளங்கிக் கொள்வதற்கு வழி வகை எதுவும் இல்லாத சட்டங்களுக்கு ஆள் படுத்தப்படுகின்றோம். நாங்கள் எப்போது சட்டத்திற்குட்பட்ட சரியான செயல்களைச் செய்கின்றோம் என்பது எங்களுக்கு எப்போதும் தெரியப்போவதேயில்லை.''

Jahoda, Gloria The Trail of Tears, London 1975.

Singhal, D.P.India and world Civilization, Volume II London, 1972.

Wright, Ronald Stolen Continents, London, 1992.

1811

வரவாற்றுப் புள்ளிகள்

1. இந்தியத்தில் அடிமைகளை இறக்கத் தடை

உலகு தழுவிய முறையில் ஐரோப்பிய நாடுகள் அனைத்துமே பதினைந்தாம் நூற்றாண்டிலிருந்து பல்வேறு கால கட்டங்களில் தம் வசதிக்கும் வாய்ப்பிற்கும் ஏற்ப, அடிமை வாணிபத்தில் ஈடுபட்டு வந்திருக்கின்றன. ஆனால் வரலாற்று ஏடுகளில் இச்செய்திகள் ஓரஞ்சாரங்களில் மட்டுமே காணப்படுவது வழக்கம்.

அடிமைகள் என்போர் இந்தியத்திலும் இருந்தனர். அவர்களுக்கு அமிஞ்சி, அடிமை, அடியாள், மூப்படியான், படியாள், பண்ணையாள், குடிப் பறையன், கொத்தடிமை என்று பல பெயர்கள் இருந்தன. புலையர், ஒதுக்கப்பட்ட புறச் சாதிகள் ஆகியன நாளாவட்டத்தில் பெருகின. அவர்கள் வடபுலத்தைக் காட்டிலும் தென்னாட்டில் மிகுந்த அவதியுற்றனர் என்று தற்கால எழுத்தாளர் ஒருவர் கூறுகின்றார்.

இழிந்தவை என்ற தொழில்களைப் புரிந்தும் பண்ணையாள்களாய்ப் பயிர்த் தொழில் செய்தும் ஊருக்கு அப்பாலிருந்த சேரிகளில் அவர்கள் காலந்தள்ளினர். இது சாதிமுறை என்ற ஏற்பாட்டின் கீழ் மக்கள் கூட்டம் ஒன்றை வழிவழியாய் அடிமைப் படுத்திய ஓர் ஏற்பாடாகும். இது ஐரோப்பியர் அடிமை முறையிலிருந்து வேறுபட்டது என்பது சொல்லித் தெரியவேண்டுவதில்லை.

கிழக்கிந்தியக் கம்பெனி அரசு இந்தியத்தில் நடந்துவந்த அடிமை வாணிபத்தை ஒழிப்பதில் நத்தை வேகத்தில் தான் சென்றது. பிரிட்டீசு நாடாளுமன்றத்தில் அடிமை வாணிபம் *1807* ஆம் ஆண்டு சட்டப்படி ஒழிக்கப்பட்டபோதிலும் (இ.ச.க.தொகுதி-*11:1807* புள்ளிகள்), இந்தியத்தில் அடிமை வாணிபத்தில் ஈடுபட்டிருந்த செல்வாக்குமிக்க வாணிப

நலன்களிடமிருந்து தன் தொடர்பைத் துண்டித்துக் கொள்வதற்கு அரசு மனமில்லாமலிருந்ததே இதற்குக் காரணமாகும். எனினும் பிரிட்டீசு இந்தியத்தினுள் அடிமைகளைக் கொண்டுவரலாகாது என்று மட்டும் இந்திய அரசு 1811 ஆம் ஆண்டில் சட்டம் நிறைவேற்றியது.

அடிமை வாணிபம் கேரளத்தில் குற்றமானது

திருவிதாங்கூர் என்ற வேணாட்டின் அரசியராய்க் கௌரி இலட்சுமிபாயும் *(1811-1815)* பார்வதிபாயும் *(1815 -1829)* ஆட்சி செய்த காலத்தில் கர்னல் மன்றோ திருவிதாங்கூரில் பிரிட்டீசுப் பேராளராய் *(Resident)* இருந்தார். அவர் வேணாட்டில் பல சீர்திருத்தங்கள் இக்காலத்தில் ஏற்படக் காரணரானார். அவற்றுள் குறிப்பிடத்தக்கது அடிமை வாணிபம் தடை செய்யப்பட்டதாகும்.

அடிமைகளை விற்பதும் வாங்குவதும் குற்றம் என்று கர்னல் மன்றோ 1811 டிசம்பர் 3 அன்று அறிவித்தார்.

தலைவரி, மீன் வலைகள் மீதான வரி ஆகியவற்றையும் அவர் நீக்கினார். கிறித்தவர்கள் கட்டாய அடிமை வேலை செய்யும் முறையை 1816 இல் நீக்கினார்.

எல்லாச் சாதிக்காரர்களும் ஓடு வேய்ந்த வீடுகளைக் கட்டிக் கொள்ளலாம் என்று 1817 இல் இசைவு தந்தார்.

நாடார், ஈழவர் முதலிய சாதிக்காரர்கள் பொன், வெள்ளி நகைகளை அணியலாம் என்றும் இசைவு தரப்பட்டது.

கர்னல் மன்றோ காலத்தில் வேணாட்டில் கிறித்தவம் பரவிற்று. அவர் கிறித்தவர்களுக்குப் பல சலுகைகளை அளித்தார்.

சிவசுப்பிரமணியன் , ஆ.

அடிமை முறையும் தமிழகமும், சென்னை, 1984.

பொன்னு, இரா. வைகுண்ட சாமிகள்

வாழ்வும் வழிகாட்டலும், புது டெல்லி, 1983.

2. மதுரைத் தாசில்தார் பள்ளிவாசல் நபி வழி வந்தவர் கட்டியதா?

முகமது நபிகளின் *(570-632)* நாற்பத்திரண்டாவது வாரிசு என்று கூறப்படும் ஓர் இஸ்லாமியர் மீனாட்சியம்மன் கோயில் மேற்பார்வையாளராயிருந்தார் என்று கூறப்படுகின்றது. அவர் இக்காலத்தில் அரசிடமிருந்து 43 செண்டு நிலம் பெற்று ஒரு பள்ளிவாசலைக் கட்டினார் என்றும் அதுவே தாசில்தார் பள்ளிவாசல் என்று அழைக்கப்படுகின்றது என்றும் கூறுவர்.

3. பிரிட்டீசுச் செய்திகள் -

(அ) பிரிட்டன் ஜாவாவைக் கவர்ந்தது

பிரிட்டிசார் 1810 சூலையிலும் நவம்பரிலும் ரீயூனியன் தீவையும் மோரீசையும் பிரஞ்சுக்காரரிடமிருந்து கைப்பற்றினர். இதனால் பிரஞ்சுக் கூலிக் கப்பற்படையினர்

(Privateer) பிரிட்டிசாரின் வாணிபக் கப்பல்களுக்கு இந்துமாக்கடலில் அளித்துவந்த தொல்லைகள் ஒழிந்தன. *(இ.ச.க.தொகுதி-10)*

அதன்பிறகு, பிரஞ்சுக்காரருடன் மனமின்றி உறவு கொண்டாடி வந்த டச்சுக்காரரையும் ஒடுக்குவதென்று கல்கத்தாவிலிருந்த தலைமை ஆளுநர் ஜில்பட்டு எலியட்டு என்ற மிண்டோ பிரபு *(Gilbert Ellior, 1st Earl of Minto:* பதவிக்காலம் *1807-1813)* முடிவெடுத்து 1811 ஏப்ரலில் ஒரு பெரும்படையை டச்சுக்காரர் வசமிருந்த ஜாவாவை நோக்கி அனுப்பினார். இப்படைக்குச் சர். சாமுவல் ஆஷ்மூடி தலைமை ஏற்றுச் சென்றார்.

ஜாவா *(Java)* மலேயத் தீவக்குறைக்கும் ஆஸ்திரேலியத்திற்கும் இடையில் அமைந்த பெரிய தீவு இதைத் தமிழ் இலக்கியங்கள் சாவகம் என்று கூறும். இத்தீவு 48,504 சதுர மைல் பரப்புடையது. இன்று இந்தோனேசியத்தின் தலைநகரான யாகர்த்த படேவியம் ஜாவாத் தீவின் வட மேற்கில் அமைந்துள்ளது. யாகர்த்த டச்சுக்காரர் ஆட்சிக் காலத்தில் படேவியம் *(Batavia)* என்று பெயர் பெற்றிருந்தது. (நெதர்லந்தின் பண்டை மாவட்டம் ஒன்றுக்குப் படேவியம் என்று பெயர். அது அங்கு ரோன் ஆற்றின் முகத்துவாரத்தில் அமைந்த தீவில் இருந்தது. ஆலந்தின் வழக்கொழிந்த அல்லது இலக்கியப் பெயரும் படேவியம் ஆகும். அமெரிக்க ஒன்றியத்தில் இல்லினாய்சு மாநிலத்தின் வடகிழக்கிலும் படேவியம் என்றோர் ஊர் உள்ளது.)

டச்சுக்காரர் ஜாவா தீவில் பெரும் படையை வைத்திருந்தனர். அப்படையில் பிரஞ்சுக்காரரும் இருந்தனர். ஆனால் ஆங்கிலேயர் படேவியத்தில் இறங்கியதும், அவர்கள் அடிபணிந்தனர். உள்நாட்டிற்குள் பின்வாங்கி, அங்கிருந்து வலுவாய் நின்று போரிடலாம் என்று டச்சுக்காரர் எண்ணினர். எனினும் டச்சுக்காரரின் படை நிலை அமைந்திருந்த வெல்டுவிரிடன் *(Weltuverdan)* ஆகஸ்டில் பிடிபட்டது. பிரிட்டிசார் அம்மாத முடிவிற்குள் ''கர்னீலியஸ் அரண்'' என்று அழைக்கப்பட்ட அரணைத் தாக்கினர் டச்சுக்காரரின் படையில் பிரஞ்சுக்காரர், ஜப்பானியர் என்று 17,000 பேர் இருந்தனர். இப்படை முற்றிலும் அழிக்கப்பட்டது. அல்லது துரத்திச் சென்று சிறைப்பிடிக்கப்பட்டது. டச்சுப் படைத்தலைவரான ஜான்சென்ஸ் *(Janssens)* பிரிட்டிசாரிடம் அடிபணிந்து விட்டார்.

அதையடுத்து ஜாவாவின் ஆட்சி நிர்வாகம் தாமஸ் ஸ்டாம்ஃபோர்டு ரேஃபிள்ஸ் *(1781-1826)* என்ற கிழக்கிந்தியக் கம்பெனி அலுவலரிடம் விடப்பட்டது. எனினும் 1815 ஆம் ஆண்டு ஏற்பட்ட பாரிஸ் உடன்படிக்கைப்படி பிரிட்டிசார் டச்சுக்காரரிடம் ஜாவாவைத் திருப்பித்தர நேர்ந்தது.

இந்தோனேசிய வரலாறு

இந்நிகழ்ச்சித் தொடர்பாய் ஜாவாவையும் இன்று அத்தீவு அடங்கியுள்ள இந்தோனேசியத்தையும் அறிந்து கொள்வது பயன்படும். இன்று நிலவும் இந்தோனேசியக் குடியரசு முன்னர் டச்சுக் கிழக்கிந்தியமாயிருந்த பகுதியினின்று ஒரு தனிநாடாய் 1949 ஆம் ஆண்டு உண்டாக்கப்பட்டது. இந்நாடு நிலநடுக்கோடு நெடுகிலும் மலாய்த் தீவக்குறையிலிருந்து நியூகினி வரையில் சுமார் 4800 கிலோ மீட்டர் நீளத்திற்கு அரை வட்ட வடிவில் வளையும் பரந்த தீவுக் கொத்துகள் அடங்கியதாகும். அதில் ஜாவா, சுமத்திரா, பாலி, போன்ற பெரும்பகுதியான காலிமந்தன் குலவேசி என்ற செலிபஸ், மேலும் மூவாயிரம் தீவுகள் அடங்கும்.

இன்று இந்தோனேசியத்தில் மொத்தத்தில் 300 வகையான இனத்தார் வாழ்கின்றனர். அவர்கள் 250 மொழிகளைப் பேசுகின்றனர். இம்மக்களில் 90 சதத்தினர் முஸ்லிம் சமயத்தவராயிருப்பதால், அச்சமயம் அவர்களை ஒன்றிணைக்கின்றது.

இத்தீவுகள் வளமும் செழிப்பும் மிக்கனவாகும், இவை வெகு தொன்மையான காலத்திலிருந்தே மணக்காரப் பொருள்களுக்குப் பெயர் பெற்றவையாய் விளங்குகின்றன. ஐரோப்பியர் அவற்றின் காரணமாகவே இத்தீவுகளை நாடி வந்தனர். பெரிய தீவான ஜாவாவில், இந்தோனேசிய மக்களில் பாதிப்பேர் வாழ்கின்றனர்.

தொல் வரலாறு

தென்கிழக்காசியப் பெரு நிலத்திலிருந்து சுமார் கி.மு.2500 ஆம் ஆண்டிற்கும் 1000 ஆம் ஆண்டிற்கும் இடையிலான காலத்தில் கற்கால மக்கள் அலையெனச் சென்று இந்தோனேசியத் தீவுகளில் குடியேறினர். இத்தீவில் அமைந்த முடியரசுகள் கி.பி.200 ஆம் ஆண்டு முதல் வணிகருடனும் இந்து சமயத்தவருடனும் பௌத்தப் பிக்குகளுடனும் கொண்ட தொடர்புகளினால் நாகரிகமடைந்தன. இந்து, பௌத்தக் கட்டடங்கள் இன்றும் ஜாவாவில் எஞ்சி நிற்கின்றன. அவற்றுள் போராபுதூர்க் கோயில் தனிச் சிறப்புடையதாகும்.

இங்கு 7 முதல் 13 ஆம் நூற்றாண்டு வரையிலும் கடலோட்டத்தை அடிப்படையாய்க் கொண்ட சீர் விசயப் பேரரசு செழித்திருந்தது. அது பௌத்தப் பண்பாட்டை உடையது; தென் சுமத்திராவில் நிலவியது அதன் ஆட்சியில் மலேயத்தின் ஒரு பகுதியும் மேற்கு ஜாவாவும் இருந்தன.

இதற்குப் பின்னர் தோன்றிய மஜாபகித்து என்ற இந்து முடியரசு 1293 முதல் 1513 வரை இன்றைய இந்தோனேசியத்தின் பெரும்பரப்பை ஆண்டது.

இஸ்லாம் வேரூன்றுதல்

அரபு வணிகர்கள் 13 ஆம் நூற்றாண்டில் இஸ்லாத்தைச் சுமத்திராவிற்கு முதன் முறையாய்க் கொண்டு வந்தனர். இந்தோனேசியமெங்கும் இந்து, பௌத்த சமயங்கள் பெற்றிருந்த மாட்சியையும் செல்வாக்கையும் இஸ்லாம் பதினாறாம் நூற்றாண்டு முடிவதற்குள் பெற்றுவிட்டது. இதில் இன்றும் இந்து சமயம் நின்று நிலவும் பாலீத்தீவு மட்டும் விதிவிலக்காய் உள்ளது. இந்து மஜாபகித்து முடியரசு எண்ணற்ற சிறு சிறு முடியரசுகளாய் வலுவிழந்து சிதறியது. இச்சிற்றரசுகள் பதினாறாம் நூற்றாண்டில் இப்பகுதிக்குள் ஊடுருவி வந்த ஐரோப்பியரை எதிர்த்து நிற்கும் திறனற்றுப் போயின.

ஐரோப்பியர் வருகை

கிழக்கிந்தியத் தீவுகள் (*East Indies*) ஐரோப்பியத்திற்குப் பல நூற்றாண்டுகளாய் மணக்காரச் சரக்குகளை அளித்து வந்தன. அவற்றுள் மணக்காரத் தீவுகள் (*Spice Islands*) என்று பெயர் பெற்ற மொலுக்கஸ் தீவுகள் மிகவும் குறிப்பிடத்தக்கனவாகும் (*Moluccas or Molucca Islands* இவை மலாய்த் தீவுக் கூட்டத்தைச் சேர்ந்த தீவுகளின் கொத்து ஆகும். அவை சூலவேசிக்கும் நியூகினிக்கும் இடையில் உள்ளன. இதன் இந்தோனேசியப் பெயர் மலுக்கு; பழம் பெயர் *Spice Islands*)

ஐரோப்பியர் நெடுங்கடலோடத் தகுந்த மரக்கலங்களைப் பதினாறாம் நூற்றாண்டிலிருந்து கட்டிக் கொள்ளத் தொடங்கினர். அதனால் அவர்கள் கடலோடிகளான

அரபு வணிகர்களைத் தென்னாசியப் பகுதிகளிலிருந்து வெளியே தள்ளிவிட்டு நன்னம்பிக்கை முனைவழியே கிழக்கிந்தியத் தீவுகளுடன் நேரடியாய் வாணிபத் தொடர்பு கொண்டனர். போர்த்துக்கீசர் அங்கு முதலில் போய்ச் சேர்ந்து மலேயத் தீவக்குறையிலிருந்த உயிர் நாடியான மலாக்காத் துறைமுகத்தை 1511 இல் பிடித்துக் கொண்டனர் அவர்களையடுத்து டச்சுக்காரர் அங்கு சென்று மேற்கு ஜாவாவில் நிலை பெற்றனர்.

டச்சு, பிரிட்டீசுக் கிழக்கிந்தியக் கம்பெனிகளிடையில் 1610 தொடங்கி 1623 வரை கடுமையான போட்டி ஏற்பட்டு, அது டச்சு வெற்றியுடன் முடிந்தது. படேவியக்குடியேற்றம் (இன்றைய யாகர்த்தா அல்லது ஜாகர்த்தா) 1619 இல் நிறுவப்பட்டது. போர்த்துக்கீசர் மலாக்காவிலிருந்தும் மொலுக்கசிலிருந்தும் வெளியில் தள்ளப்பட்டனர். டச்சுக் கிழக்கிந்தியக் கம்பெனி பதினேழு, பதினெட்டாம் நூற்றாண்டுகளில் தன் மேலாண்மையை அங்கு வலுப்படுத்திக் கொண்டது. டச்சு அரசு அந் நிறுவனத்தின் நலன்களை 1798 ஆம் ஆண்டு தன் பொறுப்பில் எடுத்துக் கொண்டது. இன்றைய இந்தோனேசியத்தின் பெரும் பகுதி அப்போது டச்சு அரசின் மேலாண்மைக்குள் அடங்கிற்று.

நெப்போலியப் போர்களின் போது (1799-1815) ஜாவா சிறிது காலம் பிரிட்டனின் கையில் இருந்தது. அது 1811 முதல் 1816 வரை ஸ்டாம்ஃபோர்டு ரேஃபிள்சின் ஆட்சிப் பொறுப்பில் இருந்த செய்தி மேலே கூறப்பட்டது.

1811

(ஆ) பிரிட்டீசு அரசின் பணக் கொள்கை பற்றிய அறிக்கை

பிரிட்டீசு அரசின் பொருளியலார் பணத்தின் உள்ளார்ந்த மதிப்பை நிறுவும் பணக் கொள்கை குறித்த பொன் - வெள்ளி இருப்பைப் பற்றிய (*Bullion Report*) ஓர் அறிக்கையை 1811 இல் வெளியிட்டனர்.

வங்கி நோட்டுகள் கொடுக்கல் வாங்கலில் பயனுள்ளனவாயிருக்கலாம். எனினும் வங்கியின் நிலவறைகளில் இருக்கும் நாணயம் புல்லியன் என்ற தங்க - வெள்ளிப் பாளங்கள் ஆகியவற்றுக்கு வங்கி நோட்டுகள் குறிப்பிடத்தக்க ஒரு விகிதத்தில் இருக்க வேண்டும். அரசினால் பணத்தை உண்டாக்க முடியாது; பணம் என்பது செய்யப்பட்ட உழைப்பிற்கு ஓர் அடையாளக் குறி (*token*) ஆகும். அரசு வரி விதிப்பின் வழியாகவோ கடன்களைத் திரட்டியோ மட்டுமே பணத்தைப் பெறலாம். அரசு திரும்பப் பெறமுடியாத (*irredeemable*) காகிதப் பணத்தை வெளியிடுவது என்பது மக்களுடன் செய்து கொண்ட மீறத் தகாத ஒப்பந்தத்தை மீறுவதாகும்; கடன் கொடுத்தவர்களை ஏமாற்றுவதாகும்; விலைவாசிகளைக் கூடச் செய்வதாகும்; அது வாணிபத்தைக் குலைப்பதுமாகும் என்று அவ்வறிக்கையில் கூறப்பட்டிருந்தது.

(இ) இந்தியப் பருத்தியும் பிரிட்டனின் செல்வச் செழிப்பும்

ஐரோப்பிய வல்லரசுகள் பதினைந்தாம் நூற்றாண்டின் கடைசியிலிருந்து இந்தியத்தில் தேடி வந்த மணக்காரப் பொருள்களையெல்லாம், பருத்தி இப்போது வெகுவாய்ப் பின்னுக்குத் தள்ளிவிட்டது. பருத்தியும், பருத்தித் துணிகளும் அவற்றின் தலையாய வாணிபப் பொருள்களாயின. இது பற்றிய செய்திகள் இக்களஞ்சிய வரிசை முழுமையிலும் அவ்வக்காலங்களில் சொல்லப்பட்டு வருகின்றன.

சீன வாணிபம் ஐரோப்பியப் பண்டங்களைப் பெரிதும் வேண்டாத நிலை இருந்தால், அங்கிருந்து தேயிலையையும் பிற பொருள்களையும் வாங்குவதற்குப் பண்ட

மாற்றாய் நேர்வழியில் பருத்தியும் கள்ள வழியில் அபினியும் ஐரோப்பியர்க்குக் கைகொடுத்தன. இவ்விரு பொருள்களையும் இந்தியமே சீன ஏற்றுமதிக்கென்று ஐரோப்பியர்க்கு அளித்து வந்தது.

தொழிற் புரட்சியின் முடுக்கத்தால் பிரிட்டீசு நெசவாலைகளுக்கு ஏற்பட்ட பருத்திப் பசியைத் தணிக்க அமெரிக்கமும் தன் பருத்தியைப் பிரிட்டனுக்கு அனுப்பி வந்தது. ஆனால் அமெரிக்கம் பிரிட்டனின் பிடியிலிருந்து விடுபட்டுத் தன்னாட்சி அமைத்துக் கொண்டதால், அக்குடியேற்றங்களிலிருந்து வந்த பருத்தி பிரிட்டனுக்குக் கிடைக்காமற்போனது.

அமெரிக்கத்திலும் பருத்தி அரைவை, நூற்பு, நெசவிற்கென்று ஆலைகள் ஏற்படலாயின. ஆதலால் இந்தியப் பருத்தியை லங்காசயரின் நூற்பு, நெசவாலைகள் நாடலாயின. எனவே இந்தியம் பிரிட்டனுக்கு அனுப்பியது போக எஞ்சிய பருத்தி சீனத்திற்குச் சென்றது. இந்தியம் மிகையான அளவில் சீனத்திற்குப் பருத்தியனுப்ப வேண்டுமென்று 1811 ஆம் ஆண்டில் கேட்டுக் கொள்ளப்பட்டது. கம்பெனி இந்தியத்தில், குறிப்பாய்ச் சென்னையில் பருத்தி விளைச்சலைப் பெருக்குவதில் முனைந்து நின்றது. இம்முயற்சிகளனைத்தும் பிரிட்டனின் தொழில் வளத்திற்கும் செல்வச் செழிப்பிற்கும் துணையாயமைந்தன.

(ஈ) மூன்றாம் ஜார்ஜ் மன்னர் பித்தரானார்:

வேல்ஸ் இளவரசர் அரச காவலரானார்

பிரிட்டனின் மூன்றாம் ஜார்ஜ்மன்னர் (1738 - 1820) 1720 ஆம் ஆண்டு ஆட்சிக்கு வந்தார். அவர் 1765 முதல் அப்போதைக்கு அப்போது மனநோய்க்கு ஆளானார். அவர் மனநோயினால் வருந்துகின்றார் என்பது 1798 ஆம் ஆண்டின் பிற்பகுதியில் தான் அறியப்பட்டது. அதனால் ஆட்சிப் பொறுப்பை எவரிடம் விடுவது என்ற நெருக்கடி ஏற்பட்டது. பட்டத்திற்கு வரவேண்டிய வேல்ஸ் இளவரசருக்கு அளவற்ற ஆட்சிப்

பொறுப்புகள் தரப்பட வேண்டுமென்று விக்கு கட்சியினர் கோரினர். எனினும் மன்னரின் உடல்நிலை 1798 பிப்ரவரியில் தேறியதால் இந்நெருக்கடி தணிந்தது.

மூன்றாம் ஜார்ஜ் மன்னரின் அன்பிற்குரிய மகள் 1811 இல் இறந்ததும், அவருக்கு நோய் முற்றிவிட்டது. ஆதலால் அவரின் 49 வயது மகனான வேல்ஸ் இளவரசர் நாடாளுமன்றத்தில் நிறைவேறிய அரசகாவல் சட்டப்படி (Regency Bill) அரசர்க்குரிய முழு இறையாண்மையைப் பெற்று 1811 பிப்ரவரியில் அரசப் பொறுப்பாளராவதற்கு வழி செய்யப்பட்டது. அது பின்னர் 1812 ஆம் ஆண்டு உறுதி செய்யப்பட்டது.

(உ) லடைட்டுக் கலவரங்கள்

லடைட்டுக் கலவரங்கள் (Luddite Riots) 1811 இல் தொடங்கி 1818 வரை நீடித்தன. இவை விலங்குத்தனமாய் ஒடுக்கப்பட்டன; இவற்றில் கலந்து கொண்டவர்கள் தூக்கிலிடப்பட்டனர்; நாடு கடத்தப்பட்டனர்.

நெசவுத் தொழிலில் எந்திரங்கள் ஈடுபடுத்தப்பட்டதால், இங்கிலாந்தின் வடக்கில் மிகுந்த இன்னல் விளைந்தது. ஏராளமான மக்கள் வேலையிழந்தனர். பணியில் இருந்தவர்களின் நிலையும் மிக மோசமாயிற்று. திட்டமிட்டு அமைக்கப்பட்டவர்களின் கூட்டம் "ஜெனரல் லடு" அல்லது "அரசர் லடு" (General Ludd of King Ludd) என்ற மெய்யானவரின் அல்லது கற்பனைப் பெயரை வைத்துக்கொண்டு கலவரங்களில் ஈடுபட்டது.

அவர்கள் ரிச்சர்டு ஆர்க்குரைட்டின் (Richard Arkwright 1732-1798; இவர் 1769 ஆம் ஆண்டில் நூற்புச் சட்டம் என்ற நூற்புக் கருவியை உண்டாக்கியவர்.) நெசவாலையை எரித்தனர். "ஸ்பின்னிங்கு ஜென்னி" என்ற பல கதிர்களைக் கொண்ட நூற்புக் கருவியை 1770 இல் உருவாக்கியவர் ஜேம்ஸ் ஹார்கிரீவ்ஸ் (James Hargreaves இ.1778) அவர் உண்டாக்கிய அந்நூற்புக் கருவியையும் உடைத்தனர். (இக்கருவிகள் கண்டுபிடிக்கப்பட்ட செய்திகள் "நெசவுத் தொழிலில் புது யுகம்" என்ற 1733 ஆம் ஆண்டுக் கட்டுரையில் இ.ச.க.தொகுதி-4 விரித்துரைக்கப் பட்டுள்ளன)

வேலையிழந்த நெசவாளர்கள் தமக்கு நேர்ந்த இன்னல்கள்மீது மக்களின் கவனத்தைத் திருப்புவதற்காக நெசவு எந்திரங்களை நொறுக்கினர்; நெசவாலை களுக்குத் தீ வைத்தனர். ஹார்ஸ்ஃபால் (Horsfall) என்ற இடத்திலிருந்த ஒரு முதலாளி வேண்டியதற்கிணங்க கிளர்ச்சிக்கும்பல் ஒன்று 1812 ஆம் ஆண்டு துப்பாக்கியால் சுடப்பட்டது வரையிலும் கிளர்ச்சிக்காரர்கள் மக்களைத் தாக்கவில்லை. இந்த முதலாளி பின்னர் கலகக்காரரால் கொல்லப்பட்டார்.

இக்கலவரங்கள் நாட்டில் பரவியதைத் தொடர்ந்து கொடிய அடக்குமுறை ஏவிவிடப்பட்டது.

கலகக்காரரின் வன்செயல் வேகம் எத்தகையதாயிருந்தது என்பதை விளக்குவதாய்ச் செஸ்டர்ஃபீல்டு மார்க்கட்டு (*Chesterfield Market*) என்ற இடத்தில் கிடந்த ஒரு துண்டுத்தாளில் குறித்திருந்த செய்தி உள்ளது.

''உங்களை நோக்கி ஆறாயிரம் பேர் வரப்போகின்றனர் என்பதை உங்களுக்குத் தெரிவிக்கின்றேன் நாங்கள் நாடாளுமன்றக் கட்டடத்தை வெடிவைத்துத் தகர்க்க போகின்றோம்; மக்களைத் துன்புறுத்துவோர் அனைவரையும் தகர்ப்போம். மக்களால் இதை இனி மேலும் பொறுக்க முடியாது. நாங்கள் விரைவில் புரட்சியைக் கொண்டு வருவோம்; அப்போது பெரிய தலைகளெல்லாம் உருளும்.''

நூற்புச் சட்டங்களை உடைப்போர்மீது அரசு நடத்திய அடக்கு முறையைப் புலவர் பைரன் (1788-1824) போன்ற அறிவாளிகள் நாடாளுமன்றத்தின் பிரபுக்கள் மன்றத்தில் நிகழ்த்திய உரையில் எதிர்த்தனர்.

(ஊ) ''ஏழைக் குழந்தைகளுக்குக் கல்வி வேண்டாம்''

இங்கிலாந்துக் கிறித்தவத் திருச்சபை 1811 ஆம் ஆண்டு நாடு தழுவிய ஒரு கல்வியமைப்பை நிறுவியது. இங்கிலாந்திலும் வேல்சிலும் இத்திருச்சபை நடத்தி வந்த பள்ளிகளில் பத்து இலட்சம் பிள்ளைகள் 1834 ஆம் ஆண்டு கல்வி கற்றனர் என்று கணிக்கப்பட்டுள்ளது.

இங்கிலாந்தில் முதன் முதலில் ஏழைப்பிள்ளைகளுக்கென்று ஒரு பள்ளியைத் திறந்தபோது, அதற்கு வலுவான எதிர்ப்பு எழுந்தது. அதை எதிர்த்தவர்கள் கூறிய சில கருத்துக்கள்:

''ஏழைப் பிள்ளைகள் இத்தனை இளவயதிலேயே (அதாவது இரண்டு முதல் ஆறு வயதிற்குட்பட்ட குழந்தைகள்) இத்தனை அக்கறையுடன் வளர்க்கப்படுபவர்களாயின், அத்தனை கவனம் செலுத்தவியலாத நடுத்தர வகுப்புப் பிள்ளைகளையெல்லாம், அவர்கள் மிஞ்சிப் பெரிய சாதகம் பெற்று விடுவர்; வயதிற்கு மீறிய அறிவை அடைந்து விடுவர்; அவர்கள் பின்னர் உயர் வகுப்புப் பிள்ளைகளை விடச் சிறப்பு எய்துவதைத் தவிர்க்க முடியாது. இது சமுதாயத்தில் மிகவும் ஏறுமாறான நிலையை உண்டாக்கிவிடும்.''

1811

4. பிரஞ்சுக் செய்திகள்

(அ) பிரஞ்சுப் படை ஐபீரியத் தீவக்குறையை விட்டு விரட்டப்படுதல்

ஐபீரியத் தீவக் குறையிலுள்ள ஸ்பெயினையும் போர்ச்சுக்கல்லையும் பிரஞ்சுப் படையினர் 1808 ஆம் ஆண்டு கவர்ந்து கொண்டதையடுத்து, அங்கு பிரஞ்சு பிடியிலிருந்து தப்புவதற்காகத் தன் கோ நகரை 1808 ஆம் ஆண்டு தென்னமெரிக்கத்திலுள்ள பிரேசிலுக்கு மாற்றியது. (இ.ச.க.தொகுதி-11:1808 - கட்டுரை)

போர்ச்சுக்கல்லுக்கும் பிரிட்டனுக்குமிடையே பதினான்காம் நூற்றாண்டு முதலே நட்புறவு நீடித்து வருகின்றது. (இ.ச.க.தொகுதி-11:1808 அதே கட்டுரை) அதனால் பிரிட்டன் போர்ச்சுக்கல்லின் உதவிக்கு இவ்வாண்டு சென்றது. பிரிட்டன் ஜெனரல் கார் பெரிஸ்ஃபோர்டு (*Carr Beresford, 42*) தலைமையில் ஒரு படையை இவ்வாண்டு அனுப்பியது. அப்படை அங்கு ஃபியூரெண்டஸ் தெ ஓனோரோ (*Fucrentes de Onore*) என்ற இடத்தில் 1811 மே 5 அன்றும் அல்புவர (*Albuera*) என்ற இடத்தில் மே 16 அன்றும் நடந்த சண்டைகளில் பிரஞ்சுப் படையைத் தோற்கடித்து. பிரஞ்சுப் படைகளுக்கு மார்சல்

நிக்கலஸ் ஷா தெ சல்ட்டு (*Nicolos Jean Soult 1769-1851*) என்ற புகழ் பெற்ற படைத் தலைவர் தலைமை ஏற்றிருந்தார். பிரஞ்சுப் படை 1811 இளவேனிலில் போர்ச்சுக்கல்லை விட்டு வெளியேற்றப்பட்டது.

(ஆ) பிரான்சில் குழந்தைகள் கொலை

பெற்ற பிள்ளைகளைக் கொல்லும் இரக்கமற்ற பேய்ச் செயல் இந்தியத்தில் மட்டுமன்றி, பிரான்ஸ் போன்ற ஐரோப்பிய நாடுகளிலும் இக்காலத்தில் நடந்து வந்தது என்பது கவனத்திற்கு கொள்ளத் தக்கதாகும். பிரான்சில் இக்கொடுஞ்செயல் நடந்து வந்ததைத் தடுக்கும் பொருட்டு நெப்போலியன் 1811 இல் நடவடிக்கை எடுத்தார். தமக்கு விருப்பமில்லாக் குழந்தைகளைத் தாம் இன்னாரென்பது தெரியாமலும் எவரும் கேள்வி கேட்காமலும், கை விட்டுச் செல்வதற்கு வசதியாய் மறைவான ஏற்பாடுகளையுடைய மருத்துவ மனைகளை அமைத்துக் குழந்தைகளைக் காப்பாற்ற வேண்டுமென்று நெப்போலியன் கட்டளை பிறப்பித்தார்.

ஏனென்றால் இலட்சக் கணக்கான குழந்தைகளை நீரில் முக்கியும் மூச்சுமுட்டச் செய்தும் ஏதோ ஓரிடத்தில் கைவிட்டும் கொல்லப்பட்டும் வந்தன. அதனால் பிரஞ்சுப் படைக்குக் கிடைக்கவேண்டிய ஆள்கள் இல்லாமல் போயினர். அதாவது களத்தில் பலியிடுவதற்கு ஆடுகள் இல்லையென்று போரார்வம் கொண்டிருந்த அரசியல் ஓநாய்கள் அழுதன எனலாம்.

1811

5. எகிப்தில் மாமிலூக்குத் தலைவர்கள் படுகொலை

மாமிலூக்கு என்றால் (*Mameluke or Mamaluke*) முஸ்லிம் நாடுகளில் அடிமை என்று பொருள். மாமிலூக்குகள் முதலில் துருக்க அடிமைகளாயிருந்தனர். அவர்கள் போர்வீர மரபினர். அவர்கள் சுமார் 1250 முதல் 1517 வரை எகிப்தை ஆண்டு வந்தனர். அவர்கள் பத்தொன்பதாம் நூற்றாண்டின் தொடக்கம் வரையிலும் வல்லமை வாய்ந்தவர் களாயிருந்தனர்.

ஆட்டோமான் பேரரசின் (*Ottoman Empire or Turkish Empire* :13 ஆம் நூற்றாண்டின் பிற்பகுதியிலிருந்து முதல் உலகப்போரின் முடிவு வரையிலும் நிலவிய பேரரசு) எகிப்திய அரச காவலரான முகமதலி, இந்நாட்டிலிருந்த மாமிலூக்குத் தலைவர்களைக் கெய்ரோ கோட்டை மாளிகையில் நடக்கவிருக்கும் விருத்திற்கு வருமாறு 1811 மார்ச்சு 6 அன்று அழைத்தார். (முகமதலி: இ.ச.க.தொகுதி-11:1805 -புள்ளிகள்)

மாமிலூக்குகள் தனக்கு எதிராய்ச் சதி செய்தனர் என்று முகமதலி குற்றஞ்சாட்டி, அவர்களைப் படுகொலை செய்துவிட்டார். இக்கொலையிலிருந்து வெகுசில மாமிலூக்குகள் மட்டும் தப்பினர். முகமதலி இதன்பிறகு எதிர்ப்பாரற்ற தலைவராய் எகிப்தில் விளங்கினார்.

6. ஆப்பிரிக்கக் கண்டத்தைக் குறுக்கே நடந்து கடந்தவர்

ஆப்பிரிக்கக் கண்டத்தின் மொத்தப் பரப்பு 30 மில்லியன் சதுர கிலோ மீட்டருக்கும் அதிகமாகும். ஆப்பிரிக்கம் ஆசியத்தையடுத்து உலகின் இரண்டாவது பெரிய கண்டமாகும். நிலநடுக்கோடு இக்கண்டத்தைச் சரிபாதியாய்ப் பிரிக்கின்றது. இத்தனை பெரிய கண்டத்தின் குறுக்கே ஓரிடத்திலிருந்து மற்றோரிடத்தை அடைவது என்ற உறுதியுடன் போர்த்துக்கீசக் கலப்பினத்தவரான இருவர் முயன்றனர். அவர்கள் ஒன்பதாண்டுக்காலம் இக்கண்டத்தின் குறுக்கே நடந்து இந்த ஆண்டு தம் இலக்கை எட்டினார்.

7. உணவு பரிமாறுவதில் புதிய வரிசை முறை

ஐரோப்பியத்தில் ஆடு, மாடு, கோழி, மீன், காய்கறி என்று பலவகையான உணவுகளை ஆக்கி, அவற்றை மொத்தமாய்ப் பெரிய உணவு மேசையில் வைத்துக்கொண்டு உண்பது வழக்கமாயிருந்தது. இரஷியத்திலிருந்து பாரிசற்குத் தூதுவராய் வந்திருந்த அலெக்சாந்தர் போரோசோவிச்சு குராக்கின் *(Aleksander Borosovich Kurakin, 35)* இந்த முறையை இவ்வாண்டு மாற்றினார். ஆக்கப்பட்ட உணவு வகைகளை ஒவ்வொன்றாய் வரிசைப்படி சமையல் உள்ளேயிருந்து மேசைக்குக் கொண்டுவந்து விருந்தாளிகளுக்குப் படைக்கும் புதிய முறையைக் குராக்கின் கொண்டு வந்தார்.

8. விளையாட்டு

பெண்கள் கிரிக்கட்டு முதல் ஆட்டப் போட்டி

பெண்களுக்கிடையே முதன் முதலில் கிரிக்கட்டு ஆட்டப்போட்டி *(Test Match)* 1811 அக்டோபர் 3 அன்று நடந்தது. அப்போது ஹாம்சயர், சர்ரே அணிகள் நியூயிங்டன் *(Newingtan)* என்ற இடத்தில் ஆடின.

9. அறிவியல் செய்திகள்

(அ) அயோடின் தனிப்படுத்தப்பட்டது

பிரஞ்சு வேதியியலாரான பெர்னார்டு கோர்டோயி *(Bernard Courtois,34)* 1811 இல் அயோடினைத் *(iodine)* தனிமைப்படுத்தினார். அவர் எரித்த கடற்பாசியிலிருந்து வந்த நீர்மக் கசிவைக் கரைபொருளைக் கொண்டு பெருக்கச் செய்த பின்னர் பெற்ற பொருள்களை ஆராய்ந்த போது இது நிகழ்ந்தது. அயோடின் மருத்துவத்தில் நுண்ணுயிரிக் கொல்லியாய்ப் பயன்படுவது.

அயோடின் பளபளப்பான கறுஊதா நிறப் படிகம். இதைச் சூடாக்கினால் ஊதா நிற ஆவி வெளிப்படும். நீரில் அரிதாய்க் கரையும். ஆல்ககாலில் நன்கு கரையும். இக்கரைசல் அயோடின் கரையம் *(tincture of iodine)* என்று பெயர் பெறும். வேதிப் பகுப்பிலும் மருத்துவத்திலும் புகைப்படக் கலையிலும் அயோடின் பயன்படுகின்றது. உணவில் அயோடின் ஊட்டம் குறையுமாயின் தொண்டைக் கழலை உண்டாகும்.

இதன் வேதிக்குறி *I*. அணு எண் 53, அணு எடை 126.90 இணைதிறன் 1,3,5 அல்லது 7 ஒப்படர்த்தி 4.93. உருகுநிலை 113.5^{0}செ. கொதிநிலை 184.35^{0}செ.

(ஆ) வளிமூலக்கூறு பற்றிய புனைவுகோள்

அமிடியோ ஆவோகடரோ *(Amedeo Avogadro 1776 -1856)* என்ற இத்தாலிய இயற்பிஎலார் வளிகள் பற்றிய ஆய்வில் மிகவும் குறிப்பிடத்தக்கவர். வளிகள் அனைத்தும் சமமான பரும அளவுகளில் *(Volumes)* ஒரே எண்ணிக்கையையுடைய மூலக்கூறுகள் *(molecules)* அதே வெப்பத்திலும் அழுத்தத்திலும் அடங்கியுள்ளன என்ற ஆவோகடரோ விதிகள் அல்லது புனைவுகோளை அவர் 1811 ஆம் ஆண்டில் வெளியிட்டார். மூலக்கூறு என்பது மிக நுண்ணிய அணுக்கூறு ஆகும்.

1811

10. இலக்கியச் செய்திகள்

(அ) மலையாள விவிலியம்

மலையாளத்தில் திரு விவிலியத்தை அச்சிடுவதற்காக 1810 ஆம் ஆண்டு பம்பாயில் அச்சு வார்ப்படச் சாலையொன்று அமைக்கப்பட்டது. இந்த அச்சகம் சிரியன் கிறித்தவத் திருச்சபையின் வேண்டுகோளுக்கு இணங்க அமைக்கப்பட்டது. இங்கு 1811 இல் மலையாள விவிலியத்தை அச்சிட்டு வெளியிட்டனர்.

(ஆ) முகையதீன் புராணம்

சேக்கு அப்துல் காதிர் என்ற புலவர் இஸ்லாமிய ஆன்மிகத் தலைவரான அப்துல் காதிர் தீலானி பற்றி 1811 இல் இக்காவியத்தைத் தமிழில் பாடினார்.

(இ) இலத்தீன் - சம்ஸ்கிருத - தமிழ் அகராதி

வி.டி.மேன்ஃபிரடு (V.T.Manfred) என்றவர் இவ்வாண்டில் இலத்தீன் சம்ஸ்கிருத - தமிழ் அகராதியைத் தொகுத்தார்.

(ஈ) ஒரிய - ஆங்கில அகராதி

இது ஒரிய மொழியில் அச்சான பழைமையான அகராதியாகும். இதை மோகன பிரசாத் தாகூர் தொகுத்தார்.

1811

(உ) பஞ்சாபியில் விவிலியம்

இவ்வாண்டு பஞ்சாபி மொழியில் மொழிபெயர்க்கப்பட்ட விவிலியப் புது ஏற்பாடு ''பரமேசர் ஓத சுப பசன்'' என்ற பெயரில் மூன்று தொகுதிகளாய் வெளி வந்தது. கடைசித் தொகுதி 1816 இல் வெளியானது. இதுவே பஞ்சாபியில் அச்சேறிய முதல் நூலும் ஆகும்.

11. குருப்பு இரும்புத் தொழிற்சாலை

ஜெர்மனியின் மேற்கே வட ரைன் - வெஸ்டாஃபலியத்தின் எசன் (Essen) நகரைச் சேர்ந்த ஆர்னட்டு குருப்பு (Arndt Krupp) என்றவர் ஐரோப்பியத்தில் கறுங் கொள்ளை நோய் என்ற பிளேக்குப் பரவியிருந்த காலத்தில் ஊருக்கு வெளியே மிகப் பரந்த ஒரு நிலப்பரப்பை வெகு மலிவான விலையில் 1599 ஆம் ஆண்டு வாங்கினார். அவர் கொள்ளை நோயில் தப்பிப் பிழைத்துப் பெரிய குடும்பம் ஒன்றைத் தோற்றுவித்தார். அதுவே உலகப் புகழ் பெற்ற குருப்பு என்ற ஜெர்மன் குடும்பம் ஆகும்.

அக்குடும்பத்தினர் ரூர் ஆற்றுவெளியைச் சுற்றியமைந்த தலையாய நிலக்கரிச் சுரங்கப் பகுதியில் வார்ப்பட்ட எஃகுத் தொழிற்சாலை (Gusstahlfabrik) ஒன்றை 1811 ஆம் ஆண்டு நிறுவினர். அது ''ஆங்கில வார்ப்பட எஃகை ஆக்கவும் அதிலிருந்து பொருள்கள் அனைத்தையும் செய்வதற்கும்'' அமைக்கப்பட்டது.

ஆங்கில எஃகிற்கு இணையான எஃகைச் செய்யும் எஃகுத் தொழில் வல்லுநர்கள் எவரேனும் இருப்பாராகில், அவருக்கு 40,000 பிரங்கு பரிசளிக்கப்படும் என்று பேரரசர் நெப்போலியன் அறிவித்திருந்தார். அதைக் கேட்ட ஃபிரடரிக்கு குருப்பு (Frederick Krupp 1787-1826) நெப்போலியனின் பரிசைப் பெறும் எண்ணத்துடன் தனது காப்பி சர்க்கரை மொத்த வாணிபத்தைக் கைவிட்டார். அவர் தன் வீட்டருகில் நின்ற சிறு கொட்டகையில் 1811 ஆம் ஆண்டு எஃகுத் தொழிலைத் தொடங்கினார்.

பெஞ்சமின் ஹண்ஸ்மன் *(Benjamin Huntsman, 1740* இல் வயது *36)* என்ற ஆங்கிலேயர் வார்ப்பட எஃகைச் *(Crucible steel)* செய்யும் முறையை *1740* ஆம் ஆண்டில் கண்டுபிடித்தார். அதனால் பிரிட்டனின் ஷெஃபீல்டு எஃகு *(Sheffield* என்பது இங்கிலாந்தின் டான் ஆற்றின் கரை மீதுள்ள தொழில் நகரம்) டமாஸ்கஸ் எஃகைப் போல உலகப்புகழ் பெற்றது. டமாஸ்கஸ் எஃகைப் பற்றிக் கிரேக்க மெய்யியலாரான அரிஸ்டாட்டில் *(384-322* கி.மு.) கி.மு.*334* ஆம் ஆண்டு விவரித்திருந்தார். அது பெருஞ்சிறப்பு வாய்ந்த டமாசின் வாள்களைச் செய்வதற்காக இந்தியத்தில் கையாண்ட எஃகுத் தொழில் நுட்பமாகும். (இ.ச.க.*11: 1801* உருக்காலைகள் கட்டுரை) எனினும் இந்நுட்பம் பலகாலமாய் அறியப்படாமலிருந்தது. அதை ஹண்ஸ்மன் *1740* இல் மீண்டும் கண்டுபிடித்தார். அவர் மண்ணாலான ஒரு மூடு அடுப்பினுள் அவர் அதை மூசை *(Crucible)* என்றழைத்தார். காற்றில்லாமல் இரும்பை உருக்கி உயிர்நாடியான எஃகைக் காய்ச்சி எடுத்தார்.

ஃபிரடரிக்கு குருப்பு இவ்வாண்டு எசனில் நிறுவிய இரும்புத் தொழிற்சாலை மிகப்பெரியதாய் வளர்ந்தது. அங்கு படைக்கலன்கள் ஆக்கப்பட்டு, அது உலகப் புகழ்பெற்றது.

12. பிறப்பு

(அ) கோபாலகிருஷ்ண பாரதியார் (1811 -1881)

கோபால கிருஷ்ண பாரதியார் இராமசாமி பாரதிக்கு மகனாய *1811* ஆம் ஆண்டு நரிமணம் என்ற ஊரில் பிறந்தார். இவர் முடிகொண்டானில் இருந்ததால் முடிகொண்டான் பாரதி என்றும் ஆனதாண்டவபுரத்தில் வாழ்ந்ததால் ஆனதாண்டவபுரப் பாரதி என்றும் அறியப்பட்டார். இவர் திருமணம் செய்து கொள்ளாமல், வீடுகளில் இரந்தும் சிவ வழிபாட்டில் ஈடுபட்டும் இசையை வாழ்க்கையாக்கிக் கொண்டும் வாழ்ந்தார். இவர் தமிழிலக்கியம் உள்ளளவும் தமிழிசை இயம்பப்படும் காலம் வரையிலும் நிலைத்திருக்கத் தக்க நந்தனார் சரித்திரத்தைக் கீர்த்தனைகளாய் எழுதியவர்.

(ஆ) இராபட்டு வில்லம் புன்சன் (1811 - 1899)

இராபட்டு வில்லம் புன்சன் *(Robert Wilhelm Bunsen 1811-1899)* பதினான்காம் நூற்றாண்டில் ஹன்சியாட்டிக்கு லீகு என்ற வாணிப அமைப்பில் ஓர் உறுப்பாயிருந்ததும் இங்கிலாந்து மன்னர் இரண்டாம் ஜார்ஜ் *1734* ஆம் ஆண்டில் நிறுவிய ஒரு பல்கலைக் கழகத்தை உடையதுமான கோட்டிஞ்சன் *(Gottingen)* என்ற ஜெர்மன் நகரில் பிறந்த வேதியியலார் ஆவார்.

இவரின் தொடக்க கால ஆராய்ச்சியின் பயனாய் உள்ளியம் அல்லது சவ்வீரம் எனப்படும் ஆர்சனிக்கு *(arsenic)* நஞ்சிற்கு முறிவ மருந்து கண்டுபிடிக்கப்பட்டது. அவர் உள்ளியம் பற்றியும் அதன் சேர்மானங்கள் குறித்தும் தொடர்ந்து ஆய்வு செய்த பின்னர் ஒரு கண்ணை இழந்தார். அது கிட்டத்தட்ட அவரது உயிருக்குத் தீங்கானது. புன்சனின் நிலைத்த புகழுக்கு, அவர் பெயரால் இன்றும் வழங்கும் புன்சன் எரியன் *(Bunsen Burner)* உள்ளது. இவரின் ஆராய்ச்சி பற்றிய செய்திகள் இனி ஆங்காங்கே இடம்பெறும்.

(இ) வில்லியம் மேக்பீஸ் தேக்கரே (1811 - 1863)

இவர் *(William Makepeace Thackeray 1811-1863)* இந்தியத்தில் *1811* ஆம் ஆண்டு

பிறந்தார். நாவலாசிரியர் இவரின் சிறந்த நாவல்கள் Vanity Fair (1848) Pendennis (1850). இவருடைய பெற்றோரும் உறவினரும் கிழக்கிந்தியக் கம்பெனி ஊழியராயிருந்தனர்.

(ஈ) சயாமிய இரட்டையர் (1811-1874)

சாங்கு பங்கர், எங்கு பங்கர் (Chang Bunker and Eng Bunker 1811-1874) என்ற இரட்டையர் நெஞ்சோடு ஒட்டிக் கொண்டு 1811 மே 11 அன்று, இன்று தாய்லந்து என்று வழங்கும் சயாமிய நாட்டின் மக்கலோங்கு (Maklong) என்ற இடத்தில் பிறந்தனர். இவர்கள் தம் 62 ஆம் வயதில் 1874 ஜனவரி 17 அன்று இறந்தனர். அவர்கள் மூன்றுமணி நேர இடைவெளியில் ஒவ்வொருவராய் இறந்தனர்.

(உ) கவி குஞ்சர பாரதி பிறப்பு (1811-1896)

இத்தமிழ்ப் புலவர் 1811 ஆம் ஆண்டு பிறந்தார். இவர் கந்த புராணத்தைக் கீர்த்தனையாய் விருத்தப்பாக்களில் பின்னாளில் பாடியவர். அவை கந்தபுராணக் கீர்த்தனை என்ற பெயரில் 1865 ஆம் ஆண்டு வெளிவந்தன.

1812

அரசியல்

பிரிட்டீசுத் தலைமை அமைச்சர் லிவர்ப்பூல்
நெப்போலியனின் இரஷியப் படையெடுப்பும் தோல்வியும்
லூயிசியானம் அமெரிக்க ஒன்றியத்துடன் இணைதல்
துருக்கர் மக்க, மதீனங்களைக் கவர்தல்

அறிவியல்

வினையூக்கியின் செயல்முறையை விளங்கிக் கொள்ளல்
புதை படிவ ஆய்வு பற்றிய பிரஞ்சு நூல்
பொது நிகழ்தகவு பற்றிய பிரஞ்சு நூல்
வலி மரக்க வைத்து அறுவை
அறுவடை எந்திரம்
நீராவிக் கப்பல் முன்னோடி
அருஞ்செயல்
மூர்கிராஃப்டின் முதல் இமயப் பயணம்
இலக்கியம்
திருக்காரணப் புராணம்
தமிழறியும் மடந்தை கதை
தெலுங்கில் விவிலியம்
எல்லீசின் திருக்குறள் விளக்கம் ஆங்கிலத்தில்

கல்வி

சென்னையில் கல்லூரி, இலக்கியச் சங்கம்

தொழில், வாணிபம், வேளாண்மை

பிரிட்டனில் கோதுமை விலையேற்றம்
பொருளியல், நிதியியல்
கம்பெனி வரவு செலவு ரூபாய்க்கு மாற அறிவிப்பு *(1818 காண்க)*

இராணுவம், போர்

நெப்போலியனின் இரஷியப் படையெடுப்பும் தோல்வியும்

மக்கள்

உடன்கட்டை ஏறுவதை ஒழிக்கக் கம்பெனி முயற்சி
பிரான்சில் துப்பறியும் துறை சுரேட்டு
டெல்லியில் அடிமை வணிகர் பெருக்கம்
சுவீடன் அடிமை வாணிபத்தைக் கைவிடுதல்

வரலாறு

பண்டை வாணிப மையம் பீட்ரா கண்டுபிடிப்பு
அபு சிம்பல் கண்டுபிடிப்பு

பிறப்பு

சார்லஸ் டிக்கன்ஸ் (1870)

இறப்பு

பூரணய்ய (?-1812)

1812

1812

1. கிழக்கிந்தியக் கம்பெனி வரவு - செலவு ரூபாய்க்கு மாற அறிவிப்பு

இந்தியத்தில் பணப் பொருளியல்

தென்கிழக்காசியம், ஆப்பிரிக்கம் ஆகிய பகுதிகளைப் போலன்றி, இந்தியம் முற்காலத்திலேயே பணப் பொருளியலைக் கைக் கொண்டுவிட்டது. முகலாயர் ஆட்சியில் அரசின் வருவாய், அலுவலர் ஊதியங்கள், குறிப்பிடத்தக்க அளவில் அரசிற்குக் கிடைத்த வரி வருவாய், மேலாண்டையர்க்கு அரசு தரவேண்டிய தொகை முதலியன ரொக்கப் பணத்தில் இருந்தன. இந்நாணய முறைக்கு ரூபாய் அடிப்படையாயிருந்தது. எனினும் குவை திரட்டுவதற்கு மொகரா என்ற பொற்காசும் இருந்தது. அதே வேளையில் பொது நிலையான கொடுக்கல் வாங்கலில் செப்புத் தம்பிடிகளும் சோழிகளும் புழங்கின. ஆயினும் இந்தியத்தின் வெள்ளி இருப்புச் சிறிதளவேயாகும். மக்கள் தொகைப் பெருக்கத்திற்கும் பொருளாக்கத் திறனுக்கும் ஏற்பப் பணம் வெளியிடுவதை அதிகமாக்குவதற்காகப் பெரிய அளவில் வெள்ளியை இறக்க வேண்டி வந்தது.

இந்தியத்தில் பணப் புழக்கம் பதினேழாம் நூற்றாண்டில் மும்மடங்கு உயர்ந்துவிட்டதென்று வரலாற்றாசிரியர்கள் சொல்லுகின்றனர். புது உலகிலிருந்து ஏராளமாய்ச் சென்று சேர்ந்த வெள்ளியை வைத்துக் கொண்டிருந்த ஐரோப்பியர் இந்திய வாணிபத்தில் இறங்குவதற்கு அது துணை செய்தது.

சூரத்து, ஊக்ளி போன்ற துறை முகங்களினருகில் குடியேறியிருந்த ஐரோப்பியர் வன்செயலில் ஈடுபட்டும் விடாத் தொல்லைகள் தந்தும் வந்தனரெனினும் ஏராளமான அளவில் தங்கத்தையும் வெள்ளியையும் கொண்டுவந்தனர் என்பதை முகலாய அரசர்களும் அவர்களின் ஆளுநர்களும் உணர்ந்திருந்தனர்.

ஐரோப்பியரிடம் இந்தியருக்கு வேண்டிய பண்டங்கள் இக்காலத்தில் வெகுசிறிதளவே இருந்தன. இந்தியரிடமிருந்து மிகவும் நேர்த்தியான துணிவகைகள், மணக்காரப் பொருள்கள் ஆகியவற்றைக் கொள்முதல் செய்வதற்காக டச்சுக்காரரும் போர்த்துக்கீசரும் பிரிட்டீசாரும் பெரிய அளவில் வெள்ளியைக் கொடுத்து வாங்கினர்.

டச்சுக் கிழக்கிந்தியக் கம்பெனியார் ஜப்பானிலிருந்து செம்பை இறக்கி, முகலாயரின் பெரிய அக்க சாலைகளில் அதை நாணயங்களாய் அச்சிட்டுக் கொண்டனர். (*இந்தியத்தில் டச்சு நாணயங்கள் - 18 நூ. இ.ச.கா. 3: 1726 - கட்டுரை*) அவர்கள் இந்திய வணிக வகுப்பினருடன் (அவர்களில் பெரும்பாலர் இந்துக்கள்) தொடர்பு கொள்வதற்கு இந்நாணயங்கள் மிகவும் உதவின. அந்தந்த இடங்களில் செய்யப்படும் கைவினைப் பொருள்களை ஐரோப்பியருக்கு வாங்கித்தரும் இடைத் தரகராயும் இந்திய வணிக வகுப்பினர் இருந்து வந்தனர்.

இந்தியம் ஐரோப்பிய வெள்ளி - தங்க இறக்குமதியைப் பெரிதும் நம்பி நின்றதால், அது ஐரோப்பியர் இந்நாட்டைச் சுரண்டுவதற்குச் சரியான இலக்காய்விட்டது.

முகலாயரின் ரூபாய்களையும் தெற்கில் புழங்கி வந்த வராகன் என்ற பகோடாக்களையும் அச்சிடுவது என்பது வெறும் பொருளியல் நடவடிக்கை மட்டுமன்று;

அது அரசியலில் ஒருவர் ஏற்கத்தக்க இடத்தைப் பெற்றுள்ளதைக் காட்டும் சின்னமுமாய் இக்காலத்தில் இருந்தது. நாணயம் அச்சிடுவதென்பது தன்னாட்சி யாணையை ஒருவர் நிலை நாட்டுவதுமாகும்.

முகலாயர் பெயரில் கம்பெனி நாணயம்

கிழக்கிந்தியக் கம்பெனி 1857 வரையிலும் முகலாயப் பேரரசரின் பெயரால் நாணயம் அச்சிட்டு வந்தது. (இந்தியத்திலிருந்த மராட்டியர் போன்றோரும் அங்ஙனமே முகலாய அரசரின் பெயரால் நாணயம் வெளியிடுவது இக்காலத்தில் வழக்கமாயிருந்தது.) கம்பெனி தனி மேலாண்மையுடையதன்று, அது வங்கத்தின் வருவாயை நிர்வகிக்கும் மேலாள் (திவானி) என்றுதான் முகலாய அரசரின் உரிமை பெற்றிருந்தது.

பம்பாய் முகலாயர் ஆட்சிப் பகுதிக்குள் அடங்கிய குடியேற்றமாயிராது, பிரிட்டிசாருக்கு உரிமையான நிலம் என்பதை முகலாய அரசரின் ஆணையான ஃபர்மன் விதி செய்ததால், அங்கு பிரிட்டீசு அரசரின் பெயரால் நாணயம் அச்சிடப் பெற்றது.

பதினெட்டாம் நூற்றாண்டில் ஆர்க்காட்டு நவாபின் கீழ் முக்கியமான வாணிபமையங்களான ஆர்க்காடு, சாந்தோம், கோவளம் முதலிய இடங்களில் சுமார் 22 நாணயச் சாலைகள் இருந்தன. அவை தரக் குறைவான பல நாணயங்களை அச்சிட்டு வந்தன.

ஆங்கிலேயருக்குச் சென்னையில் ஜார்ஜ் கோட்டையிலும் கடலூரில் டேவிடு கோட்டையிலும் நாணயச் சாலைகள் இருந்தன. பிரஞ்சுக்காரர் புதுச்சேரியிலும் டச்சுக்காரர் பழவேற்காட்டிலும் நாணயச்சாலைகளை நடத்தி வந்தனர். நாணயச் சாலைகள் இக்கால கட்டத்தில் பல்வேறு வகையான நாணயங்களை அச்சிட்டு வந்தன அவற்றுள் பகோடா என்ற வராகன் தலையானது.

1812

இந்தியத்தில் ஐரோப்பிய நாணயங்கள்

ஐரோப்பிய நாணயங்கள் சுமார் நூறாண்டுகள் வரையிலும் எவ்விதமான மாறுபாடும் இல்லாமல் ஒரே மதிப்பில் புழங்கி வந்தன. எனினும் ஆர்க்காட்டு நவாபின் நாணயச் சாலைகள் 1720 ஆம் ஆண்டு வாக்கில் மாற்றுக் குறைந்த பொற் காசுகளை அச்சிட்டு வெளியிடலாயின.

சென்னையிலிருந்த அக்கசாலை - நாணயச்சாலை - மிகுந்த ஆதாயத்துடன் நடந்து வந்தது. இது நவாபின் அலுவலர்களுக்குப் பொறுக்கவில்லை. அவர்கள் கம்பெனியின் நாணயச் சாலைக்குச் சென்ற பொன்னையும் பொருளையும் தம் பக்கம் திருப்புவதற்காகக் கம்பெனி அடித்துத் தந்ததைவிட அதிகமான காசுகளை அதே அளவுத் தங்கம் அல்லது வெள்ளியில் வராகன்களாய் அல்லது ரூபாய்களாய் அச்சிட்டுத் தந்தனர். (இந்திய நாணயங்களும் கம்பெனியின் நாணயச் சீர்திருத்த முயற்சியும் இ.ச.க.தொகுதி-4:1740 கட்டுரை காண்க) அதனால் வணிகர்கள் தம் பொன்னையும் வெள்ளியையும் நாணயங்களாய் அச்சிடுவதற்கு நவாபின் நாணயச் சாலைகளுக்கே சென்றனர். இதன் விளைவாய் 1720 - 1740 ஆகிய ஆண்டுகளுக்கு இடைப்பட்ட காலத்தில் சோழ மண்டலக் கரையில் நாணயங்களின் தரமும் மதிப்பும் குன்றின.

இத்தகைய சூழ்நிலையில், ஆங்கிலேயர் இந்தியத்தில் நாணயங்களை அச்சிடுவதில் பெற்ற பட்டறிவின் துணை கொண்டு நாணயக் குழப்ப நிலையைப் போக்குவதற்கு எடுத்துக் கொண்ட முயற்சிகள் கீழே சொல்லப்படுகின்றன.

ஆங்கில வணிகர்கள் தம் நாணய முறையைத் தொடர்ந்து நிலைநாட்டிச் செல்லும் உரிமை தமக்கு மிகவும் இன்றியமையாதது என்பதை உணர்ந்தனர். பிரிட்டீசு அரசர் அதற்கிணங்க *1686* ஆம் ஆண்டு கிழக்கிந்தியக் கம்பெனிக்கு அளித்த வாணிப உரிமைப் பட்டயத்தின்படி, கம்பெனி இந்தியத்தில் நாணயங்களை அச்சிடுவதற்கு உரிமை வழங்கியதற்கு முன்னரே, ஆங்கிலேயர் இந்தியத்தில் முகலாயர் ரூபாய் நாணயங்களை அச்சிட்டுப் புழக்கத்தில் விடலாமென்று ஔரங்கசீபு *(1618-1707; ஆ.கா.1658-1707)* அவர்களுக்கு *1692* ஆம் ஆண்டில் இசைவு தந்து விட்டார். ஃபிரான்சிஸ்டே சோழ மண்டலக் கரையில் குடியேற்றம் அமைப்பதற்காகச் சந்திரகிரி நாயக்கரிடமிருந்து *1639* ஆம் ஆண்டு ஓரிடத்தைப் பெற்ற அரசாணையில், சென்னைக் குடியேற்றத்திற்கு நாணயம் அச்சிடும் உரிமையைத் தரும் ஒரு விதியைச் சேர்ந்திருந்தனர்.

தென்னக நாணயமுறை

தென்னகத்தின் பொன், பணம், காசு முதலியவற்றை அடிப்படை உறுப்புகளாய்க் கொண்ட நாணய முறைக்குள் பிரிட்டிசார் தலையிட்டுப் பதிய நாணய முறையைக் கொண்டு வந்ததற்கு முன்னர், நாட்டு நிலை எவ்வாறு உள்ளது என்பதை அறிய மக்களின் நாடியை நன்கு பார்த்துவிட்ட பிறகு, தாம் வெளியிட்ட நாணயங்களில் கம்பெனியின் சின்னத்தை அரிதாகவே பொறித்தனர்; மேலும் தாம் அச்சிட்ட நாணயங்களை வலிந்து புழக்கத்தில் புகுத்தவில்லை.

தென்னிந்தியத்தின் கோலங்கள், குறியீட்டு முறை, எடையளவு இயல் ஆகியவற்றையும் தமிழ், தெலுங்கு, பாரசிகன் போன்ற மொழிகளையும் இந்து, முஸ்லீம் நாணய முறைகளையும் முதலில் கைக்கொண்டனர். சென்னை மாநிலத்திற்காக *1643* முதல் *1835* வரை இரண்டு நூற்றாண்டுகளுக்கு மதிகமான காலத்தில் வெளியான பிரிட்டீசு, இந்திய நாணயங்களிலிருந்து இங்கு தம் குடியேற்ற ஆட்சியைக் கட்டி எழுப்பிய பிரிட்டீசுச் சிற்பிகளின் முன்னோக்கை அறிந்து கொள்ள முடியும் என்பர்.

ஆங்கிலேயர் பகவதி அல்லது பகவத்து (அருளப்பட்டது) என்ற சொல்லின் பொருளை நன்கு புரிந்து கொள்ளாது வழங்கி வந்த வராகன் என்ற பகோடாவும், பண்டை இந்தியத்தில் வழங்கிய கர்ஷபண என்பதன் திரிபான பணம் என்ற நாணயமும் *1629* முதல் ஆர்மேகத்தில் அச்சாயின. (ஆர்மேகம் ஆறுமுகம் என்பதன் திரிபு. இ.ச.க.*3:20-21:61*) பின்னர் மச்சிலிப்பட்டினத்திலிருந்து *1630* முதல் பணம் அச்சிடப்பட்டது. அதன் பிறகு அப்பணியைச் சென்னை ஜார்ஜ் கோட்டை மேற்கொண்டது. அதையடுத்துச் சென்னைக் கோட்டையைக் கட்டுவதற்கு இசைவு தந்த சீரங்க ராயரின் ஒப்புதலுடன் விசய நகர மாதிரியில் ஒரு பக்கம் பொறிப்புள்ள வராகன் *1643* ஆம் ஆண்டு அச்சாயிற்று. இந்த வராகன் கிடைத்தற்கரியது.

சென்னை மாநில நாணய வகை

சென்னையில் *1665* முதல் *1835* வரையிலும் பொன், வெள்ளி, செம்பு நாணயங்கள் அச்சாயின. சென்னையில் வெள்ளி நாணயங்களை அச்சிடுவதற்குக் கம்பெனி இயக்குநர்கள் *1688* இல் உரிமையளித்தனர்.

சென்னை மாநில நாணயங்களை வராகன் முறையிலமைந்தவை என்று வகைப்படுத்தலாம்.இம்முறையில் *20* காசு ஒரு ஃபியூலசிற்குச் *(Fulus)* சமம்; *4* ஃபியூலஸ்=*1* பணம்; *42* பணம் = ஒரு வராகன். ரூபாய் நாணய முறைப்படி அணா, பை என்று

பிரித்தனர். இதன்படி மூன்று பை = 1 பைசா; நான்கு பைசா = 1 அணா; 16 அணா = 1 ரூபாய் ; 14 முதல் 16 ரூபாய் = ஒரு மோசரா. கம்பெனி இந்நாணய முறைகளை மாற்றுவதற்கு முன்னர் அதற்காகும் செலவைக் கணித்தது. அந்தந்தப் பகுதியிலுள்ள உள்நாட்டு ஆட்சியாளரின் நாணயம் மேலோங்கியுள்ள கருவூலங்கள், நாணய முறை மாறுதலை ஏற்பதில்லை என்பதையும் கம்பெனி அறிந்து கொண்டது.

கம்பெனி வெளியிட்ட குறுகிய வடிவுள்ள தடித்த பல்வேறு செப்புக் காசுகளில் (1665 - 1742) எடுத்துக் காட்டத் தக்க மாதிரியான ஒரு நாணயம் உள்ளது. அதில் இதய வடிவான பகுதிக்குள் VEIC என்ற ஆங்கில எழுத்துகளும் இங்கிலாந்திலிருந்து கொண்டு வந்து இந்தியத்தில் இறக்கும் பொதிகளில் இடப்படுவது போன்ற 4 என்ற பொதிக் குறியும் அச்சாகியுள்ளன. கம்பெனி 1803 ஆம் ஆண்டு வெளியிட்ட ஒரு காசு நாணயத்தில் ஒரு சிங்கம் பொறிக்கப்பட்டுள்ளது. இது முதன் முதலில் எந்திரத்தில் அடிக்கப்பட்ட காசாகும்.

பலவகைப்பட்ட காசு அல்லது ஃபியூலஸ் என்ற நாணயங்களை டபு (dub) என்ற வரிசையில் பிரித்தறியலாம். கால் டபு (5 காசு), அரை டபு (10 காசு), 1டபு (20 காசு), 2 டபு (40 காசு) என்று இவ்வரிசையில் 1807 முதல் 1808 வரை காசுகள் அச்சிடப்பட்டன. கம்பெனி 1803 முதல் 1808 வரை அச்சிட்ட காசுகள் V (ஐந்து), X (பத்து), XX (இருபது) ஆகும். செம்பினாலான அரைத் துட்டும் ஒரு துட்டும் 1691 முதல் 1738 வரையிலும் அச்சிடப்பட்டன துட்டு என்பது 4 பை அல்லது சல்லி.

தேதியிடாத வட்டவடிவமான ஃபியூலஸ் நாணய வரிசையில் நாணயத்தின் மதிப்பு முன்புறத்தில் ரோமன் எண்களிலும் பாரசிக எழுத்துகளிலும் மறுபுறத்தில் தமிழ், தெலுங்கு எழுத்துகளிலும் பொறிக்கப்பட்டுள்ளன. சான்றாய் XX காசில் ''பிஸ்த் காஸ் சபர் ஃபியூலஸ் அஸ்தி'' (இந்த இருபது காசு நாலு ஃபியூலஸ் ஆகும்) என்று பாரசிகனிலும் ''இது இருபது காசு'' என்று தமிழிலும் இதே பொருள் தரும் தெலுங்குச் சொற்றொடரும் முறையே நாணயத்தின் முன்னும் பின்னும் அச்சிடப்பட்டுள்ளன. இக்காசுகள் மக்களிடையே பெரிய அளவில் புழங்கின அவற்றுள் பலவகைப்பட்ட காசுகள் இன்று உள்ளன. கம்பெனிக் காசின் முன்புறத்தில் மரபுச் சின்னங்களும் (Coat of Arms) ஆண்டும் ரோமன் எழுத்தில் நாணயத்தின் மதிப்பும் மறுபுறத்தில் பாரசிகச் சொற்களும் பொறித்துள்ளன.

பணம் என்ற நாணய வரிசையில் பணம், இரட்டைப் பணம் அஞ்சு பண ரூபாய் முதலியன வெள்ளியில் அச்சாயின, தேதியிடாமல் தடித்துக் குறுகிய அளவுடைய ஒரு பணம் இரட்டைப் பணம் (1764-1807) முதலிய நாணயங்களில் முன்புறம் திருத்தமில்லாமல் திருமால் (வெங்கடேசுவரன்) உருவும் Cs என்ற எழுத்துகள் ஒன்றையொன்று பின்னியும் இருக்கின்றன. இது பிரிட்டீசு மன்னர் இரண்டாம் சார்லஸ் (1630 - 1685) ஆ.கா.1660 - 1685) மீண்டும் ஆட்சிக்கு வந்ததைக் குறிப்பதாகும். ஏனெனில் இந்நிகழ்ச்சி பிரிட்டீசு

வரலாற்றில் ஒரு யுகத்தைக் குறிப்பதாய்க் கருதப்படுகின்றது. இந்நாணயங்களின் வரிசையில் 1807 முதல் 1808 வரை வெளியானவை அனைத்தும் மக்களிடம் மிகுந்த செல்வாக்கைப் பெற்றிருந்தன. இக்காலத்தில் ஆண்டு குறிக்காத வேறு பத்து வகை நாணயங்களும் வெளியிடப்பட்டன.

சென்னை வராகன்கள்

தொடக்க காலத்துச் சென்னைப் பகோடாக்கள் 1640 - 1680 காலத்தில் வெளியிடப்பட்டனவாகும். வராகன் என்ற பகோடா நாணயங்கள் பொன்னிலும் வெள்ளியிலும் அச்சிடப் பெற்றன. ஆண்டு குறிக்காத கால்வராகன் (ஒன்பது வகைகள்) அரைப் பூவராகன் (எட்டு வகைகள்) கால் வராகன் (ஒன்பது வராகன்), அரைக்கால் பூவராகன் (எட்டு வகைகள்) முதலியன வெள்ளியில் 1807-1808 ஆகிய இரண்டாண்டுகளிலும் அச்சாயின இந்நாணயங்களின் முன்புறத்தில் கோபுரமும் நட்சத்திரங்களும் பின்புறத்தில் திருப்பதி வெங்கடாசலபதியின் செப்பமற்ற உருவமும் அச்சிட்டிருந்தன. சந்திரகிரி அரசர்களின் குல தெய்வமாய்த் திருப்பதி வெங்கடாசலபதி வழிபடப்பட்டார். குலதெய்வமாய்த் திருப்பதி வெங்கடாசலபதி வழிபடப்பட்டார்.

மேலும் 1740 - 1807 ஆகிய ஆண்டுகளுக்கு இடைப்பட்ட காலத்தில் ஒற்றை மூர்த்தி, மும்மூர்த்திகள் உருவம் முன்புறத்தில் பதித்த பொன் வராகன்கள் வெளியாயின. அவற்றின் மறுபுறத்தில் நட்சத்திரங்களும் சிறு மணியுருவங்களும் இருந்தன. கோபுரம் பொறித்த தங்க வராகன்கள் (பகோடாக்கள்) 1808-1815 காலத்தனவாகும். இதே காலத்தில் முன்புறம் இரட்டைக் கோபுரங்களும் பின்புறம் திருமாலும் பொறித்த இரட்டை வராகன்களும் அச்சிடப்பெற்றன. இக்காசுகள் அனைத்தும் ஆண்டு குறிக்காதனவாகும். இடக்காசுகளிலும் தமிழ், தெலுங்கு, பாரசிகச் சொற்களுடன் ஆங்கிலச் சொற்களும் உள.

தென்னகத்தில் முகலாயர் ரூபாய்

முகலாயர் பதினேழாம் நூற்றாண்டில் தான் தென்னகத்தில் ரூபாயை அறிமுகம் செய்தனர். இது பரந்த அளவில் புழக்கத்தில் இல்லை. எனினும் முஸ்லிம்களின் தலையாய மையங்களான ஆர்க்காட்டிலும் பின்னர் திருச்சிராப்பள்ளியிலும் கணிசமான அளவில் ரூபாய் புழக்கத்திற்கு வந்தது. நவாபின் படையினருக்கு ஊதியம் தருவதற்காகத் தான் ரூபாய் பெரிதும் பயன்பட்டது. எனினும் பதினெட்டாம் நூற்றாண்டின் நடுவில் ரூபாய் நாணயம் பொதுப் புழக்கத்தில் இல்லை. முகலாயரின் வெள்ளி ரூபாயைச் சிக்கா ரூபாய் என்றழைத்தனர். சிக்கா என்னும் பாரசிகச் சொல்லுக்கு முத்திரை என்பது பொருளாகும். கம்பெனி தன் ரூபாயை வெளியிட்டது வரையிலும் சிக்கா ரூபாய் புழக்கத்திலிருந்தது.

கம்பெனி ரூபாய் வரிசை

கம்பெனி ரூபாய் வரிசையில் வெளியிட்ட நாணயங்கள் : 1/96 ரூபாய் (இரண்டு வகை);1/48 ரூபாய் பொதிக் குறியுடன் கூடியவை (2 வகை) 2 பை 4 பை (4 வகை); வெள்ளியாலான இரண்டணா, 4 அணா, வீசம் ரூபாய்; 1/8 ரூபாய், 1/4 ரூபாய், 1/2 ரூபாய், தங்கத்தாலான 1/4 மொகாரா (2 வகை); வெள்ளி இரண்டனா; நாலணா நாணயங்கள் 1808 ஆம் ஆண்டு சிறு அளவில்தான் அச்சிடப்பெற்றன. அதனால் அவை அரிய நாணயங்களாயிருக்கின்றன.

இலண்டன் நாணயச் சாலையில் சர் ஐசக்கு நியூட்டன் (*Sir Isaac Newton 1643-1727*) மேற்பார்வையில் காசுகளின் ஓரத்தில் வரிகளும் பிற குறியீடுகளும் அச்சிடுகின்ற ஒரு கருவி உருவாக்கப்பட்டது. அதை இங்கு கொண்டு வந்து ரூபாய் நாணயங்களில் செங்குத்து, சாய்வு, ஓரவெட்டு என்ற வரிகள் அச்சிடப் பெற்றன.

கம்பெனி ரூபாய்க்கு ஆர்க்காட்டு ரூபாய் கடும் போட்டியாயிருந்த்து. பிரஞ்சுக்காரர் ஆர்க்காட்டு ரூபாயைத் தாமே வெளியிடுவதற்குரிய ஆணையைப் பெறுவதற்காக ஆர்க்காட்டு நவாபிற்கு 80,000 ரூபாயையும் விலை மதிப்புடையை பரிசுப் பொருள்களையும் தந்தனர். கம்பெனி முகலாயர் மாதிரி ரூபாயை ஆர்க்காட்டு ரூபாயாய் மாற்றுவதற்காகத் தன்னிடமிருந்து முகலாய ரூபாயில் பெருந் தொகையை நவாபிற்குத் தர நேர்ந்தது. ஆர்க்காட்டு ரூபாயைக் கம்பெனி அச்சிடுவதற்கு 1742 ஆம் ஆண்டு நவாபிடமிருந்து இசைவு கிடைத்தது. ஆர்காட்டு மாதிரியில் எந்திரத்தில் அச்சிட்ட ரூபாய்கள் 1812 முதல் புழக்கத்திற்கு வந்தன.

சென்னை ரூபாய் வகை

ஆதலால் சென்னை ரூபாய் நாணயத்தை இரு வகையாய்ப் பிரிக்கின்றனர். திரிசூலம் பொறித்த ஆர்க்காட்டு ரூபாய்; மலர்ந்தும் கூம்பியும் காணப்படும் குறிகள் பொறித்து சென்னையில் அச்சிட்ட ஆர்க்காட்டு மாதிரி ரூபாய் என்பன அவ்விருவகையாகும். கல்கத்தா அக்க சாலையில் அச்சிட்ட ஆர்க்காட்டு மாதிரி ரூபாயில் ரோசாவும் இளம்பிறைக் குறிகளும் இருந்தன. ரூபாய் நாணயங்கள் இரண்டாம் ஆலம் கீரின் பெயரில் இருந்தன. அவற்றில் ஹிஜிரி 1172 என்ற ஆண்டும் ஆட்சிக்கு வந்த ஆண்டு 6 என்றும் பாரசிக எழுத்துகளில் பொறிக்கப்பட்டிருந்தன.

ஆர்க்காட்டு மாதிரி ரூபாயில் ''சிக்கா முபாரக்கு பாதுஷா காசி முகமது அசீகதீன் ஆலம்கீர்'' என்றும் ஹிஜிரி 1172 என்றும் ''மைமத்து மானஸ் சன்ஹ் ஃபியூலஸ் 6 சர்பு ஆர்க்கத்து'' என்றும் முன்னும் பின்னும் பொறிக்கப்பட்டிருந்தன.

வெள்ளி ரூபாயில் 180 தானிய மணி அளவு வெள்ளி இருக்க வேண்டும் என்று 1818 ஜனவரியில் அறிவிக்கப்பட்டு, அதுவே திட்டம் செய்த நாணயமானது. கணக்குளிலும் பொதுக் கொடுக்கல் வாங்கலிலும் 300 ரூபாய்க்கு 100 வராகன் மாற்று விகிதம் என்று கட்டளையிடப்பட்டது. பின்னர் 1835 ஆம் ஆண்டு சென்னை அக்க சாலைகளில் நாணயம் அடிப்பது நின்றது. அந்த ஆண்டு முதல் எங்கும் ஒரே வகை நாணயங்கள் புழக்கத்திற்கு வந்தன.

நாணயச் சீர்திருத்தம் ஏற்பு

எனவே, நாணயக் கொடுக்கல் வாங்கலில் இருந்து வந்த குழப்பங்களைச் சீர் செய்ய வேண்டுமென்பது குறித்துச் சென்னைக்கு அந்நாள்களில் பணி செய்ய வந்த ஆளுநர்கள் ஆழ்ந்து சிந்தித்து வந்துள்ளனர்.

சென்னையிலுள்ள நாணயமுறை பற்றி ஆராயவும் எங்கெங்கு கட்டாயமோ அங்கெல்லாம் செய்ய வேண்டிய சீர் திருத்தங்கள் குறித்துப் பரிந்துரைக்காவும் சென்னை அரசு 1798 இல் ஒரு நிதிக் குழுவை அமைத்தது. (இ.ச.க.தொகுதி-10:1798 - புள்ளிகள்) அக்குழு தன் ஆய்வறிக்கைகளை 1800 ஆம் ஆண்டு கம்பெனியிடம் அளித்தது. இது சென்னை மாநில நாணய முறை வரலாற்றில் மிக முக்கியமான ஆவணங்களுள் ஒன்றாகும்.

இந்நிதிக் குழுவின் அறிக்கையை இலண்டனிலிருந்து கம்பெனி இயக்குநர் மன்றம் (Court of Directors) ஏற்றுக் கொண்டு வெள்ளியை அடிப்படையாய்க் கொண்ட ரூபாய் நாணயம் வேண்டுமென்று, அதற்கு எடை, தரம் முதலியவற்றை வரை செய்து சென்னை அரசிற்கு அவற்றை அனுப்பியது.

அரசு 1812 ஏப்ரல் 21 அன்று ஓர் அறிவிப்பை வெளியிட்டது. அதன்படி வராகனும் அதன் பகுப்புகளான பணம், காசு முதலிய நாணயங்களும் அச்சிடுவது நிறுத்தப்பட்டது எனினும் இந்நாணயங்கள் தொடர்ந்து புழக்கத்தில் இருந்து வருவதற்கு இசைவு தரப்பட்டது. அவை பொதுக் கருவூலங்களில் முன்னைப் போலவே அதே மதிப்பிலும் விலைகளிலும் வாங்கவும் கொடுக்கவும் படும் என்று அந்த அறிவிப்புக் கூறியது.

ரூபாய்க்கு மாற்றம்

சென்னை அக்க சாலையில் ஆங்கிலத் தரத்திற்குச் சுத்தமாக வெள்ளியாலான ரூபாய், அரை ரூபாய், கால் ரூபாய் நாணயங்கள் அச்சிடப்படலாயின. ரூபாயின் எடை ஆங்கிலத் திராய் எடையில் 180 தானிய மணிக்குச் சமம். அதில் 166 ½ தானிய மணி எடையுள்ள சுத்த வெள்ளியும் 13 ½ தானிய மணிக் கலப்புலோகமும் அடங்கியிருந்தன.

இதன்பிறகு அரசு 1818 ஜனவரி 17 அன்று நாணயம் தொடர்பான மற்றோர் அறிக்கையையும் வெளியிடப்பட்டது.

அந்த அறிவிப்பிற்கு ஏற்பப் பொதுக் கணக்குகள் நட்சத்திரப் பகோடாவிலிருந்து சென்னை ரூபாய்க்கு மாற்றப்பட்டன. 100 நட்சத்திரப் பகோடாவிற்கு மாற்று விகிதம் 350 ரூபாய் என்ற கணக்கில் மாற்றிக் கொள்ளப்பட்டன. அரசின் கொடுக்கல், வாங்கல் அனைத்தும் இனிமேல் ரூபாயில் தான் நடைபெற வேண்டும் என்று முடிவெடுக்கப்பட்டது. அரசு ஊழியர் அனைவரின் சம்பளம், படி முழுமையும் அதே நாணயத்தில் வழங்கப்படலாயின.

Gopakumar, P. Of English foresight, and article in The Hindu, 23.9.1990

Ramachandran, Challa East India Company and South Indian Economy, Madras, 1980.

2. நெப்போலியனின் இரஷியப் படையெடுப்பும் தோல்வியும்

நெப்போலியன் போனப்பாட்டு (1769-1821) 1812 சூன் மாதம் இரஷியப் பெருநிலத்தின் மீது படையெடுத்துச் சென்றார். அவர் 1811 முதலே இரஷியம் மீது படையெடுக்கப் பெரிய அளவில் ஆயத்தமானார். இந்தப் படையெடுப்பிற்குத் தம் படைகளைத் தந்துதவும் உடன்படிக்கையைப் பிரான்சுடன் செய்து கொள்ளுமாறு, அவர் பிரஷியத்தையும் ஆஸ்திரியத்தையும் தூண்டினார். அவர் ஏப்ரல் மாதம் பிரிட்டனுடன் அமைதி உடன்படிக்கை செய்து கொள்ள முன்வந்தார். ஆனால் அவரால் அதில் வெற்றி பெற முடியவில்லை.

இரஷிய மன்னரான சார் முதலாம் அலெக்சாந்தர் (1777-1825: ஆ.கா.1801-1825) துருக்கருடன் நடத்திய போரை முடித்துக் கொண்டு, தன் பரந்த நாட்டின் வட, தென் ஓரங்களைக் கெட்டிக்காரத் தனமாய் வலுப்படுத்தினார். அலெக்சாந்தர் நார்வேக்கு எதிராய் சுவீடனுக்கு உதவுவதாய் வாக்களித்தார். சுவீடன் இளவரசரான பதின்மூன்றாம் சார்லசைத் (ஆ.கா.1809-1818) தன் பக்கம் சேருமாறு இழுத்தார்.

நெப்போலியனின் பெரும் படை

வட ஜெர்மனியிலிருந்து ஐரோப்பியமெங்கும் பரவிக் கிடந்த படை வீட்டுப் பகுதிகளில் நெப்போலியனின் படை திரண்டு நின்றது. அப்படையினர் 1812 சூனில் கிழக்கு ஜெர்மனியில் வந்து குவியிலாயினர். அப்பெரும் படையில் 3,68,000 காலாள் படையினரும், 80,000 குதிரைப் படையினரும், 1,100 பீரங்கிகளும் சேமப் படையினரில் 1,00,000 பேரும் இருந்தனர். இரஷியப் படையெடுப்பிற்காகப் படையை வலுப்படுத்துவதற்கென்று மேலும், 6,00,000 பேர் போர்ப் பணிகளில் ஈடுபடுத்தப்பட்டனர். நெப்போலியன் தன் போர் வாழ்க்கையில் இப்பொழுதுதான் முதன் முறையாய் இத்தனை பெரிய படையைத் திரட்டியிருந்தார். இரஷியப் படையில் சுமார் இரண்டரை இலட்சத்திற்கும் குறைந்த வீரர்களே இருந்தனர்.

நல்ல தொடக்கம்

நெப்போலியனுக்கும் முதலில் எல்லாமே நல்லபடியாய்த்தான் நடந்து வந்தன. கோடைகாலம் வெப்பமாயும் வறண்டும் இருந்தது. கிழக்கு ஜெர்மனியின் மீது மெதுவாய்ச் சென்று கொண்டிருந்த உணவுப் பொருள் தளவாடங்கள் வழங்கும் அணிகள் பெரும்படையை விடச் சற்று முன்னதாகவே சென்று கொண்டிருந்தன. உணவுப் பொருள்கள் ஏராளமான அளவில் இருந்தன. அவை கைக்கெட்டும் தொலைவிலும் கிடைத்துப் படை வீரனின் உடல் நலம் வெகுசீராய் நன்றாகவே இருந்தது.

பிரஞ்சுப்படை 1812 சூன் 24 அன்று போலந்திற்கும் பிரஷியத்திற்கும் எல்லையாயிருந்த நீமன் ஆற்றின் கரையில் தண்டு இறங்கியது. நெப்போலியன் இங்கு தன் மாபெரும் படையைப் புகழொளி மிளிரப் பார்வையிட்டார். அதன் பிறகு படையினர் ஆற்றை நோக்கிச் சென்று, பொறியாளர்கள் அதன் குறுக்கே அமைத்திருந்த குறுகலான

தோணிப்பாலங்களின் மீது நடந்து கடந்தனர். அதற்கு நான்கு நாளைக்கு பிறகு இப்படை, இன்று லிதுவேனியத்தில் (*Lithuania*: பால்டிக்குக் கடலின் கரை மீதுள்ளது) இருக்கும் வில்னா (*Vilnius of Vilnyus* : இதன் இரஷியப் பெயர் *Vila*: போலந்துப் பெயர் *Wilno*. இது லிதுவேனியத்தின் தலைநகரம் இது விடுதலை பெற்ற லிதுவேனியத்தின் தலைநகராய் 1323 முதல் 1795 வரை இருந்தது. இங்குள்ள பல்கலைக் கழகம் இரஷியத்தில் மிகவும் தொன்மையானது. இது 1579 ஆம் ஆண்டு நிறுவப்பட்டது. இங்கு மாணவர்கள் புரட்சி வேலைகளில் ஈடுபட்டனர் என்று அரசு இதை 1832 இல் மூடிவிட்டது. இந்நகரை 1919 முதல் 1939 வரை ஆண்ட போலந்து அரசு இப்பல்கலைக்கழகத்தைத் திறந்தது. இதற்கு முன்னர் பல்கலைகழகத்தில் இரஷியப் படையினர் தங்கியிருந்தனர்) என்ற இரஷியர் வசமிருந்த போலந்து நகரை அடைந்தது. சார் அலெக்சாந்தர் அங்கு ஒரு கிழமைக்கு முன்னர் தங்கியிருந்த அதே அறையில் இப்போது நெப்போலியன் உறங்கினார்.

போலந்தில்

போலந்தில் அழுக்கும் ஊத்தையும் மலிந்திருந்தன. குடியானவர்கள் குளிக்காமல் கொள்ளாமல் முடியெல்லாம் சடைப்பிடித்து ஈரும் பேனுமாயிருந்தனர். அவர்களின் படுமோசமான வீடுகள் மாட்டுத் தொழுவம் போலிருந்தன. அங்கு பூச்சிகள் நிறைந்திருந்தன. இயல்பு மீறிய வெப்பமும் வறட்சியுமாயிருந்த கோடை வெம்மையில் கிணறுகள் எல்லாம் வற்றிப்போயின. அவற்றிலிருந்து தண்ணீர் எடுக்க முடியவில்லை. இறைத்தால் மண்டியும் சேறுமாய் வந்தன. எதிரி பிரஞ்சுக்காரருக்குப் பக்கத்திலேயே எதிரில் இருந்தார். அதனால் உணவு தளவாட வழங்கு அணிகள் சுற்றிக் கொண்டு போர்ப்படைகளின் பக்கமாய் வர நேர்ந்தது.

போலந்தின் செப்பமற்ற சாலைகளில் புழுதி படிந்து மென்மையாயிருந்தது. அல்லது இளவேனிற் காலத்து மழையினால் குண்டுங் குழியுமாய்க் கிடந்தது. சாலைகளில் உணவு வண்டிகள் செல்வதற்கியலாது போனமையால், படைவீரருக்கு உணவு கிடைப்பது அரிதாயிற்று. ஒத்திசைந்த கட்டளைக்கு ஆள்பட்டு இயங்க முடியாத அளவிற்கு கட்டுக்கடங்காத பெரும் படையில் ஆக்கமான கட்டுப்பாடு இருந்திலது. மிகச் சிறந்த படைப் பிரிவுகள் மட்டுமே நெடியதாயும் சீராயும் அணிவகுத்துச் செல்லக் கூடிய உரம் பெற்றிருந்தன. இப்படையணிகள் மட்டும் குலையாத கட்டமைப்புடன் அணிவகுத்து முன்னேறின.

கட்டுத் திட்டமற்ற கும்பல்

ஆனால் படையினரில் பெரும் பகுதியினர் கட்டுத் திட்டமற்ற கும்பல்கள் போல் கண்டமேனிக்குத் திரிந்தனர். கண்டிப்பான கட்டளைகளும் கடுமையான தண்டனைகளும் படைவீரர்க்கு விதிக்கப்பட்ட போதிலும், அணியிலிருந்து விலகிச் சென்ற கும்பல்கள் பசி பொறாது குடிசைகளைக் கொள்ளையிட்டன: கன்று காலிகளைத் திருடினர். வெளித் தோற்றத்திற்கேனும் நேசர்கள் போல் நடந்து கொண்டு குடியானவர்களின் பயிர்களைக் கொள்ளையடித்தனர்.

ஏறத்தாழ இருபதாயிரம் குதிரைகள் வில்னா சென்ற சாலையில் நீரும் தீவனமுமின்றிச் செத்தன. ஒரு பெரிய சண்டையில் களத்தில் மடியக் கூடும் என்று எதிர்பார்க்கின்ற எண்ணிக்கை போல் இது இரண்டு மடங்கு அதிகம் என்பர். பசியினால் ஏற்பட்ட வலுவின்மையொடு, தூய்மை கெட்ட நீரும் சேர்ந்து போர்க்காலத்தில் பொதுவாய்த் தொற்றும் வயிற்றுப் போக்கையும் பிற வயிற்று நோய்களையும் பரவச் செய்தன.

டேன்சிகு *(Gdansk, Danzig)* இது பால்டிக்குக் கரையிலுள்ள போலந்தின் தலைமையான துறைமுகம். இது ஹன்சியாட்டிக்கு லீகில் அங்கம் வகித்தது) கோனிக்ஸ்பர்கு *(Konigsburg*: இது பால்டிக்குக் கரையருகிலுள்ள துறைமுகம்), டோருன் *(Torun, Thom*: வட போலந்தில் விஸ்துல ஆற்றின் கரைமீதுள்ள தொழில் நகரம்: 1320 இல் நிறுவப்பட்டது) ஆகிய இடங்களில் பிரஞ்சு மருத்துவமனைகள் அமைக்கப்பட்டன. எனினும் நோய்வாய்ப்பட்டவர்களின் எண்ணிக்கை மிகுதியாயிருந்ததால், அவற்றால் ஆக்கமாய்ச் செயல்படுவதற்கியலவில்லை.

டைஃபஸ் நோய்

பிரஞ்சுப் படையினர் நீமன் ஆற்றைக் கடந்ததும் புதியதும் அச்சமூட்டுவதுமான ஒரு நோய் தோன்றிப் படைவீரரிடையே பரவியது. அவர்ளுக்குக் கடுமையான காய்ச்சல் கண்டது. உடம்பெங்கும் செம்புள்ளிகள் தோன்றின. முகம் நீலம் பூத்தது. இக்காய்ச்சல் கண்டோரில் பலர் விரைவில் செத்தனர். டைஃபஸ் *(tybhus)* என்ற இந்த இந்நச்சுக் காய்ச்சல் நெப்போலியன் படைவீரரைத் தன் சாப்பிடிக்குள் இழுத்து விட்டது.

டைஃபஸ் என்ற கொடிய நச்சுக் காய்ச்சலும் டைஃபாய்டு *(Typhoid)* என்ற குடற் காய்ச்சலும் வெவ்வேறு நோய்களாகும். டைஃபாய்டு நீரின் வழியே ஒரு பாக்டீரியத்தினால் தொற்றக் கூடியது. டைஃபஸ் காய்ச்சலோ அழுக்கினாலும், ஊத்தையினாலும் உண்டாவது. டைஃபசை உண்டாக்கும் நுண்ணுயிரி *Ricketsiaprowanzela* ஆகும். ஒப்புநோக்குகையில் சற்று பெரியதும் டைஃபாயிடு, சிஃபிலிஸ், உருக்கி நோய் போன்ற நோய்களை உண்டாக்கக் கூடியதுமான பாக்டீரியத்திற்கும் மின்னணு நோக்கி வழியே மட்டும் அடையாளம் காணக் கூடியதும் பெரியம்மை, தட்டம்மை போன்ற தொற்றுகளைத் தோற்றுவிப்பதுமான நுண்ணிய வைரஸ்களுக்கும் இடைப்பட்ட ஒரு நுண்ணுயிரியினால் டைஃபஸ் தொற்றுகின்றது. இந்நுண்ணுயிரைச் சீலைப் பேன் எடுத்துப் பரப்புகின்றது. சீலைப் பேன் விலங்குகளிடத்திலும் கட்டடங்களின் இடுக்குகளிலும் பெரிதும் காணப்படும். அது குளிக்காத உடம்பிலும் அழுக்குத் துணிகளின் கரைகளிலும் காணப்படுவதும் உண்டு. அதனால்தான் டைஃபஸ் சிறைக்காய்ச்சல் என்று பெயர் பெற்றது. இந்தக் காய்ச்சல் கெட்ட வீச்சத்தினால் உண்டாவது என்று மேனாட்டினர் அந்தக்காலத்தில் கருதி வந்தனர்.

1812

டைஃபஸ் காய்ச்சல் தொற்றியவரின் உடலிலிருந்து சீலைப்பேன் அடுத்தவரைக் கடித்ததும் இந்நோய் தொற்றுகின்ற விதம் 1911 ஆம் ஆண்டு முதன் முதலாய் விவரிக்கப்பட்டது. எச் டா ரோஷ் லைமா *(H da Roche Lima)* என்றவர் இந்நோயை உண்டாக்கும் உயிரியை 1916 இல் கண்டுபிடித்தார். ஹோவர்டு டெயிலர் ரிக்கட்ஸ் *(Howard Taylor Ricketts)* ஸ்டானிலஸ் ஜோசஃபு ஃபான் புரோவேசல் *(Stanislas Joseph Von Prowazele)* என்ற ஆஸ்திரியர் இருவரும் இந்நோயைப் பற்றி ஆராய்ந்து கொண்டிருந்த போது இறந்தனர். அதனால் அவ்விருவரின் பெயரையும் சேர்த்து இந்நோயை உண்டாக்கும் உயிரிக்கு ரிக்கட்சியாபுரோவன்சலா என்று பெயரிட்டனர். (டைஃபஸ் இ.ச.க.தொகுதி-7 : *1762* புள்ளி)

போலந்திலும் இரஷியத்திலும் பல ஆண்டுகளாகவே டைஃபஸ் இருந்து வந்தது. இந்நோய் பிரஞ்சுக்காரரை *1812* ஆம் ஆண்டிற்கு முன்னர் தொற்றியதில்லை. அவர்கள் இதற்கு முன்னர் இத்தகைய பெரிய தொற்று நோயை எதிர்ப்பட்டதேயில்லை என்பது உறுதி.

பெரும்புகழ் வாய்ந்த இராணுவ மருத்துவரான பேரன் டி.ஜே.லாரே *(Baron*

D.J.Larrey) வழிகாட்ட மிகச் சிறப்பான முறையில் மருத்துவ, உடல்நல ஏற்பாடுகளைப் பிரஞ்சுக்காரர் செய்திருந்தனர். அவை உலகின் மிகச் சிறந்த மருத்துவ நடவடிக்கைகள் என்ற போதிலும், இத்தனை பரந்த அளவில் வந்து தொற்றிய நச்சுக்காய்ச்சலான டைஃபசின் வேகத்திற்கு ஈடுகொடுக்க முடியாமற் போனது. என்ன காரணத்தினால் இந்நோய் தொற்றுகின்றது என்பது தெரியாததால், தடுப்பு நடவடிக்கைகளும் பயனற்றுப் போயின.

போதிய அளவில் தண்ணீர் இல்லாததாலும் உடுமாற்றுத் துணிகள் இல்லாமையாலும் படைவீரரால் உடம்பைச் சுத்தமாய் வைத்துக் கொள்வதற்கு இயலவில்லை. இரஷியத் தாக்குதல் பற்றியும் போலந்தின் பழிவாங்கும் நடவடிக்கைகள் குறித்தும் படைவீரர்களுக்கு அச்சம் இருந்ததால், அவர்கள் பெருங்கூட்டமாய் ஒன்று சேர்ந்து உறங்கினர். சீலைப் பேன்கள் எங்கும் மேய்ந்தன. அவை துணிகளின் கரைகளில் ஒட்டிக் கொண்டன. படைவீரர்களின் தலைமுடியிலும் ஏறி அவை டைஃபசைப் பரவச் செய்தன.

சூலை மாதத்தின் மூன்றாவது கிழமைகளில் ஆஸ்டிரோவனா *(Ostrovna)* போர்க்களத்தில் எண்ணாயிரத்திற்கு அதிகமானவர்கள் காய்ச்சலினால் செத்தனர் அல்லது போர் செய்ய முடியாத அளவிற்குக் காய்ச்சலினால் வலுவிழந்திருந்தனர். நெப்போலியனின் மையப்படையினில் கிட்டத்தட்ட ஐந்திலொரு பங்கினரை, முதல் மாதம் முடியுமுன்னரே காய்ச்சல் கொண்டு சென்று விட்டது. அப்போது அவரது படை எல்லையிலிருந்து சுமார் 200 கிலோ மீட்டரிலும் மாஸ்கோவிலிருந்து சுமார் 180 கிலோ மீட்டரிலும் இருந்தது.

போருக்கும் நோய்க்கும் பலி

போரினாலும் நோயினாலும் களத்தில் சாவுகள் ஏற்படுமெனினும் இத்தனை பெரிய அளவில் இறப்புகள் இதற்கு முன்னர் ஏற்பட்டிலது. இரஷியரிடம் உயர் படைத் தலைமையோ, முழு மொத்தமான போர்த் தந்திரத்திறனோ இருக்கவில்லை. பார்க்கிளே தெ ஜாலியும் *(Barclay de Jolly)* இளவரசர் பாகரேசியனும் *(Prince Bagratian)* தலைமை ஏற்றிருந்த இரண்டு இரஷியப் படைகளும் தனித் தனியே செயல்பட்டன. எனினும் பார்க்கிளே வில்னாவில் நெப்போலியனிடமிருந்து மிக எளிதாய் நழுவி விட முடிந்தது. பாகரேசியனைப் பிரஞ்சு படையால் கிடுக்கித் தாக்குதலில் மாட்ட முடியாது போனது.

இரஷியப் படைகள் பிரஞ்சுப் படையுடன் பொருதாது நழுவவும், பின் வாங்கவுமாயிருந்தன. இரஷியர் பிரஞ்சுப் படையை எதிர்த்து நிற்கவும் அதனுடன் போர் புரியவும் தயங்கியதால், பிரஞ்சுப் படைத்தலைவர்களிடையே மிகுந்த அச்சம் ஏற்பட்டுவிட்டது. இது மிகுந்த இன்னல் விளைவிக்கக் கூடிய ஒரு சூழ்நிலையில் கொண்டு போய் விட்டுவிடும் என்று அவர்கள் நினைத்தனர். அதனால் அவர்கள் பிரஞ்சுப் படை முன்னேறிச் செல்வதை நிறுத்துமாறு, நெப்போலியனிடம் மன்றாடினர் அவர் படைத்தலைவர்கள் கூறியதைப் பொறுமையாய்க் கேட்டுவிட்டு, 1812 ஆம் ஆண்டுப் படையெடுப்பு முற்றுப் பெற்று விட்டதாய் அறிவிக்க ஒப்பினார். ஆனால் இந்தப் போரில் வெற்றி கண்டாக வேண்டும் என்ற அவசரக் கட்டாயம் காரணமாய் நெப்போலியன் போரை நிறுத்துவது என்ற அம்முடிவை உடனே மாற்றினார். ‘‘கேடு நம்மை மாஸ்கோவை நோக்கித் தள்ளுகிறது. எனவே முடிவு எடுத்தது தான். நாம் பெறப்போகும் வெற்றி, நமது போரின் நியாயத்தை உணர்த்தி நம்மைக் காப்பாற்றி விடும்’’ என்று நெப்போலியன் சொல்லி விட்டார்.

அரைப் பட்டினி, கால் பட்டினி

ஆதலால் நோயுற்றுத் தவித்த பிரஞ்சுப் படை அரைப்பட்டினி, கால் பட்டினியொடு முன்னேறியது. அதற்குச் சுமார் இரண்டு கிழமைகளுக்குப் பிறகு, ஆகஸ்டு 17 அன்று ஸ்மோல்னஸ்கையும் நீப்பர் ஆற்றையும் பிரஞ்சுப் படை நெருங்கியது *(Smolnesk: இரஷியத்தின் மேற்கில் நீப்பர் ஆற்றின் கரையிலுள்ள நகரம். வரலாற்று இடைக்காலத்தில் மிகப் பெரிய வாணிப மையமாமாயிருந்தது இது மாஸ்கோவின் மேற்கே சற்று தெற்கில் 370 கிலோமீட்டரில் உள்ளது. இந்நகரம் பைசாந்தியத்திலிருந்து இன்றைய இஸ்தாம்புல் பால்டிக்குப் பகுதிக்குச் சென்ற வாணிப வழித் தடத்தில் முக்கியமான இடமாய் இருந்தது என்று கி.பி.முதல் நூற்றாண்டுக் குறிப்புகளிலிருந்து அறிகின்றோம். இந்நகரின் பெரும்பகுதி 1812 ஆம் ஆண்டு நடந்த சண்டையின் போது தீயினால் எரிந்தும் அழிந்தும் போனது இரண்டாம் உலகப் போரின் போதும் ஜெர்மன் படையால் அழிந்தது)*

இரஷியப் படைகள் இரண்டும் ஸ்மோல்னஸ்கில் ஒன்று சேர்ந்து கொண்டன. அவை இறுதியாய்க் களத்தில் இறங்கிப் பொருதப் போகின்றன என்பது போல் தோன்றியது. பிடிபடாது நழுவி வரும் எதிரியை அழிப்பது என்று நெப்போலியன் அவரசப்பட்டு அப்படைகளைத் தாக்கி விடவில்லை.

அவர் ஸ்மோல்னஸ்கு மீது முன்புறமாய்த் தாக்குதல் நடத்துமாறு தன் படைக்குக் கட்டளையிட்டு விட்டு, இரஷியப் படை மாஸ்கோவை நோக்கி முன்னேறுவதைத் தடுப்பதற்காக நீப்பர் ஆற்றைக் கடந்து செல்லுமாறு இன்னொரு படையை அனுப்பினார். *(Dinieper : ஸ்மோல்னஸ்கின் வடகிழக்கே வல்டை மலைகளில் தோன்றித் தெற்கில் பாய்ந்து கருங்கடலில் கலக்கும் ஆறாகும். இது ஐரோப்பாயத்தின் மிக நீண்ட மூன்றாவது ஆறு இதன் நீளம் 2286 கிலோ மீட்டர் 1420 மைல் கப்பல் போக்குவரவு நடத்தக் கூடிய பெரிய ஆறு.)*

இரஷியப் படைத் தலைவரான பார்க்கிளே தெ டோலி இந்த ஆபத்தைத் தக்கவேளையில் உணர்ந்து ஸ்மோல்னஸ்கு நகரக் கட்டடங்களுக்குத் தீ வைத்துவிட்டு வேகமாய்ப் பின் வாங்கினார். இரஷியர் மாஸ்கோவை நோக்கிப் பின் வாங்குவதைத் தடுக்கச் சென்ற படைப்பிரிவு, ஆகஸ்டு 19 அன்று ஸ்மோல்னஸ்கின் வடகிழக்கில் சுமார் பதினாறு கிலோமீட்டரிலிருந்த வேலட்டினோ *(Valationo)* என்ற இடத்தில் இரஷியப் படையுடன் மோதிற்று. இந்தச் சண்டையில் 6000 பிரஞ்சுக்காரர் இறந்தனர். எனினும் இரஷியர் பின்வாங்கிச் சென்றதைப் பிரஞ்சுக்காரரால் தடுத்து நிறுத்த முடியவில்லை.

போக்கு முட்டியது

ஸ்மோல்னஸ்கு நகரில் பிரஞ்சுக்காரருக்குப் போக்கு முட்டிப் போய் விட்டது. மாஸ்கோ சுமார் 320 கிலோ மீட்டர் தொலைவில் இருந்தது. நெப்போலியனின் ''கிழக்கத்திக் கனவு'' (கீழையுலகில் வெற்றி வாகை சூட வேண்டுமென்ற இலட்சியம்) நனவாக வேண்டும். அவர் பின்வாங்கினால், அது அவருக்குப் பேரழிவில் முடியும். தோல்வியாய் விடும். அவர் இதில் இரண்டிலொன்றை முடிவு செய்தாக வேண்டும். எனினும் இவ்விரண்டு வழிகளைத் தவிர மூன்றாவது வழி ஒன்றும் நெப்போலியனுக்கு இருந்தது என்பது வரலாற்றாசிரியர் கருத்தாகும். அதாவது, அவர் தன் படையை ஸ்மோல்னஸ்கில் நிறுத்தி இளைப்பாறித் தேறுவது என்பது அந்த மூன்றாவது வழியாகும்.

நெப்போலியன் படையினரின் பொது உடல் நலத்தைப் பேணும் பணிகளின் முக்கியத்துவத்தை அறிந்தும் புரிந்தும் வைத்திருந்தார். அவர் அம்மைத் தடுப்பிற்குப்

பிரிட்டீசு மருத்துவரான எட்வர்டு ஜென்னர் (*Edward Jenner, 1749 - 1823*) கண்டுபிடித்த அம்மை குத்தும் முறை மீது மிகுந்த ஆர்வம் காட்டினார். அவர் தன் மகன் எட்டு வயதுச் சிறுவனாயிருந்த போதே அவனுக்கு அம்மை குத்தச் செய்தார்.

அவரது படையில் புதிதாய்ச் சேர்பவர்களுக்கும் அம்மை குத்தப்பட்டது. ஆனால் சீலைப் பேனுக்கும் டைஃபசிற்கும் தொடர்பு உள்ளது என்பது அதுவரை எவராலும் கண்டறியப் படவில்லை. ஆனால் அழுக்குப் பிடித்த பழக்க வழக்கங்களின் வெட்கக் கேடான அறிகுறிதான் சீலைப்பேன் பற்றுவது என்று பல நூற்றாண்டுகளாகக் கருதப்பட்டு வந்தது. அதனால் டைஃபஸ் பரவுகின்றது என்பது மட்டும் உணரப்படவில்லை.

எனினும் இந்தப் பேனைப் போக்குவது எப்படி என்பதை நெப்போலியனும் அவருடைய மருத்துவ அலுவலர்களும் நன்கறிந்திருந்தனர். ஸ்மோல்னஸ்கு நகரம் நெருப்பினால் பாதி அழிந்தாலும், பொறியாளரைக் கொண்டு குடியிருப்புகளைச் செப்பனிட்டுக் கொள்ள முடியும். ஜெர்மனிக்கும் பிரான்சிற்கும் இடையில் பண்டங்களும் தளவாடங்களும் வருகின்ற வழி திறந்தே இருந்தது. அதைத் தொடர்ந்து திறந்து வைத்திருக்க முடியும்.

நெப்போலியனின் தவறான கணிப்பு

பனிகாலத்து ஓய்வு, நல்லுணவு, போதிய அளவு தண்ணீர், மருத்துவ வசதிகள், நலம் பேணும் கட்டுப்பாடு ஆகியவற்றைக் கொண்டு நொறுங்கிப் போன படையை மீட்டுருவாக்க இயலும் நெப்போலியன் போலந்தில் இங்ஙனம் தன் நிலையை வலுப்படுத்திக் கொண்டு *1813* கோடையில் இரஷியத்தின் மீது பெரிய தாக்குதலை நடத்தியிருக்க முடியும். அவர் இங்ஙனம் காத்திருந்து தாக்கும் தந்திரத்தைக் கையாண்டிருந்தால், போரில் வெற்றி பெற்று மைய, கிழக்கு ஐரோப்பியம் முழுமையிலும் தன் மேலாண்மையை நிலை நாட்டியிருக்க முடியும் என்று நெப்போலியனின் மருத்துவர்களுள் ஒருவரான ஜே.ஆர்.எல்.தெ.கெர்க்கோவ் (*J.R.L.de.Kerckhove*) பின்னாளில் எழுதினார்.

ஆனால், நெப்போலியனின் குணம் ஒருபுறமிருக்க, அவருக்கு இந்த மூன்றாவது வழி அறிவிற்குகந்ததாய்த் தோன்றாது போனமைக்கு இரண்டு காரணங்கள் இருந்தன. ஐபீரியத் தீவக் குறையில் நடந்த சண்டையில் பிரஞ்சுப் படைக்குப் பல இன்னல்கள் விளைந்தன. பிரிட்டீசுப் படைத் தளபதி வெலிங்டன் பிரபு (*Arthur Wellesley 1769 - 1852*) சாலமங்காவில் பிரஞ்சுப் படையைப் பெரிய வெற்றி கொண்டிருந்த போதிலும், தற்போதைக்கு அந்த வெற்றியை முற்றுப் பெறச் செய்யும் வகையில் தொடர்ந்து போரில் ஈடுபடாமல் கயாவோ ரோடரிகோ (*Ciudad Rodrigo*) என்ற இடத்திற்குப் பின்வாங்கி, அங்கு குளிர் காலத்தைக் கழிக்கப் போகின்றார் என்பதை நெப்போலியன் எதிர்பார்க்காமற் போனது முதற் காரணமாகும். மாஸ்கோ வீழ்ந்தால் சார் அலெக்சாந்தர் அடிபணிய வேண்டிய கட்டாயம் வரும் என்று நெப்போலியன் நினைத்தது இரண்டாவது காரணமாகும்.

ஆதலால் அவர் ஸ்மோலனஸ்கை முன்னணித் தளமாய் வைத்துக் கொண்டு, அங்கு சேமப்படைகளைத் திரட்டினார். அங்கு பண்டங்களையும் தளவாடங்களையும் குவித்துக் கொண்டு, மாஸ்கோவைத் தாக்குவதென்று முடிவு செய்தார்.

மாஸ்கோவை நோக்கி

அவர் ஆகஸ்டு 25 அன்று மாஸ்கோவை நோக்கி முன்னேறினார். ஆனால் அவரது மையப் படையணியில் கிட்டத்தட்டப் பாதி வழியிலேயே வீழ்ந்து விட்டது. அவரிடம் இப்போது தாக்குதல் படையாய் 1,60,000 பேர் மட்டும் எஞ்சி நின்றனர். படை முழுமையிலும் டைஃபஸ் காய்ச்சல் அனலாய்க் கொதித்தது. பதினைந்து நாள்களுக்குள், செப்டம்பர் 5 அன்று 1,30,000 பேர் மட்டுமே எஞ்சினார்.

இதனிடையே சார் அலெக்சாந்தர் களம் பல கண்ட இளவரசர் மைக்கேல் குடுசோவை ஆகஸ்டு 30 அன்று இரஷியப் படைகளின் தலைமைத் தளபதியாக்கினார். குடுசோவ் எதிரி என்ற முறையில் நெப்போலியனின் போர்த் தந்திரங்களை அறிந்திருந்ததுடன் வீரருக்கு வீரர் என்ற முறையில் நெப்போலியன் மீது மிகுந்த மதிப்பு வைந்திருந்தார். குடுசோவ் பிரஞ்சுப் படை முன்னேறும் வகையில் சிறிது சிறிதாய்ப் பின் வாங்கினார். இரஷியர் செப்டம்பர் 5 அன்று மாஸ்கோ ஆற்றின் கரையை அடைந்தனர். அந்த இடம் நகரின் கிழக்கே 80 கிலோ மீட்டர் தொலைவில் இருந்தது.

களம் பல கண்ட குடுசோவ்

குடுசோவ் இரஷியத்தின் விரிந்து பரந்த தரிசு நில வெளியையும் பிரஞ்சுக்காரரை அழிப்பதற்காக வந்து கொண்டிருக்கும் கொடிய குளிர்காலத்தையும் கருத்திற் கொண்டு தொடர்ந்து பின்வாங்கியிருக்கலாம். எனினும் பெயருக்காவது மாஸ்கோ நகரைக் காப்பாற்றத் தான் போரிட்டதாய் இருக்க வேண்டுமென்று குடுசோவ் நினைத்தார்.

அவர் தன் கீழிருந்த படை முழுவதையும் இந்தப் போரில் ஈடுபடுத்தி, அதை இடருக்குள்ளாக்க விரும்பவில்லை. அப்போது போரோடீனோ (Borodino : மாஸ்கோவின் மேற்கே சுமார் 110 கிலோ மீட்டர்த் தொலைவிலுள்ள சிற்றூர்) என்ற இடத்தில் இரஷியப் படையினரில் 1,20,000 பேர் இருந்தனர். எனினும் அவர்களில் 10,000 பேர் போர்க்களத்திற்குப் புதிய வீரர்கள்: வேக வேகமாய்க் குடிப்படையினரால் (Militia) பயிற்சியளிக்கப்பட்டவர்கள். அவர்களை எதிர்த்துப் போரில் பழுத்த 1,30,000 பிரஞ்சுப் படையினர் 600 பீரங்கிகளுடன் இருந்தனர்.

இரஷியப் பீரங்கிப்படை எண்ணிக்கையிலும் வலிமையிலும் இதைவிடச் சற்று பெரிதாயிருந்தது. குடுசோவ் மாஸ்கோ ஆற்றின் கரைச் சரிவிற்கு மேலே தன் படையினரை வலுவாய் நிறுத்தி வைத்திருந்தார். அவர்கள் பாரோடீனோவை மையமாய்க் கொண்டு நின்றனர். அவர்கள் அங்கு பீரங்கிகளுக்கு அரண் எழுப்பினர். அவர்கள் போர் மூளட்டுமென்று அங்கு இரண்டு நாள் காத்திருந்தனர்.

அங்கு நடந்த பொருதல் இனி நடக்கவிருக்கும் வாட்டர்லூ போரைச் சற்று ஒத்திருந்தது. அதே காரணங்களும் இதற்குச் சற்று பொருந்துவதாகலாம். நெப்போலியன் வாட்டர்லூ போரின் போது நோய்வாய்ப்பட்டிருந்ததால் போரின் மீது கவனஞ் செலுத்த முடியவில்லை. போரோடீனோவிலும் அவருக்கு அதே நிலை ஏற்பட்டிருந்தது. அவருக்குச் சிறு நீர்ப்பை வீங்கி வலியினால் வருந்தினார். நீர் பிரிவது கடினமாயிருந்தது. கடுமையான தடுமன் பிடித்துக் காய்ச்சலும் அடித்தது. அவர் இங்ஙனம் நோயுற்றிருந்ததால், இரஷியரைத் தாக்குதற்குத் தாமதமாகி இரண்டு நாள் வீணாய்க் கழிந்திருக்கலாம்.

அவர் நோய்ப்பட்டிருந்தாரெனினும், அது எந்த அளவிற்கு இந்தப் போரின் விளைவிற்குப் பொறுப்பாயிருந்தது. அதில் அவர் மெய்யாகவே பங்கெடுத்தாரா என்ற வினாக்களும் எழுகின்றன.

போரோடினோச் சண்டை

இரஷியப் படையின் இடப்பக்கம் திரும்பி அதைத் தாக்க வேண்டுமென்று தன் படைத் தலைவர்களுள் ஒருவரான தேவோன் (*Devont*) கூறிய கருத்தை நெப்போலியன் ஏற்கவில்லை. அகழி வெட்டி நிலைநிற்கும் ஒரு படையை அழிப்பதற்கு அதுதான் அறிவிற்குகந்த வழி. பக்கவாட்டில் அச்சுறுத்தல் வருமாயின், நின்ற நிலையிலிருந்து வெகு எளிதாய்ப் பின்வாங்குவது இரஷியரின் வழக்கம் என்பதை நெப்போலியன் அறிந்திருந்ததால், படைத்தலைவர் கூறிய கருத்து ஏற்கப்படவில்லை என்கின்றனர். அதற்கு எது காரணமாயிருந்த போதிலுஞ்சரி, நன்கு நிலைபெற்றுக் காலூன்றியிருந்த இரஷியப் படையின் நடுப்பகுதியை நோக்கி மிகப்பெரிய குதிரைப் படைத்தாக்குதல் நடந்தது.

அங்கு செப்டம்பர் 7 அன்று பொழுது புலர்ந்ததும் சண்டை தொடங்கியது. பிரஞ்சுக் குதிரைப்படை அடுத்தடுத்துத் தாக்க, இரஷியப்படை மீண்டும் மீண்டும் அணி திரண்டது. அன்று மாலை வரையிலும் இரஷியர் நிலை குலையவில்லை. இரஷியர் மாபெருந் தோல்வி காணப் போகின்றனர் என்ற உச்ச கட்டத்தைச் சண்டை எட்டியபோது, பேரரசக் காவற்படை (*Imperial Guard*) என்ற பெரும்படையைச் சண்டையில் இறக்குமாறு கூறப்பட்ட கருத்தை நெப்போலியன் ஏற்கவில்லை. ‘‘இந்தப் படையை நான் இப்போது களத்தில் இறக்கினால், நாளை எந்தப் படையை வைத்துப் போர் செய்வது’’ என்று நெப்போலியன் மறுத்து விட்டார்.

பொருளற்ற வெற்று வெற்றி

இருதரப்பிலும் ஆள் சேதம் மிகுதியானது. பிரஞ்சுப் படையினரில் சுமார் 30,000 பேரும் இரஷியரில் சுமார் 50,000 பேரும் செத்தனர். இதில் பிரஞ்சுக்காரருக்கு ஏற்பட்ட சேதம் மிகக் கடுமையானது: ஏனெனில் அவர்கள் பகை நாட்டில் இருந்தல்லவா போர் செய்கின்றனர். எனினும் அது இறுதியில் பிரஞ்சுக்காரருக்கு ஒரு வகையில் வெற்றியானது. எனினும் அது பொருளற்ற வெற்று வெற்றியாகும். இரஷியர் களத்திலிருந்து பின் வாங்கினர். அதனால் அவர்கள் இனித் தாராளமாய் இயங்குவதற்கு வழி ஏற்பட்டது. அவர்களுக்கு இனிமேல் போதிய உணவு தளவாடங்களும் ஆதரவுப் படைகளும் கிடைக்கும் என்பது உறுதியானது. குடுசோவ் இந்நிலையை மிகவும் பாராட்டினார் என்பது தெளிவு. அவர் மாஸ்கோவிற்காக ஓர் அடையாளப் போரை ஒப்புக்கு நடத்திவிட்டுச் செம்மையான முறையில் பின்வாங்கினார். நோய், கடுங்குளிர், பட்டினி இவையனைத்தும் குடுசோவ் செய்ய வேண்டிய வேலையை இனிமேல் அவருக்காக ஆக்கமான முறையில் செய்துவிடும்.

குடுசோவ் செப்டம்பர் 13 அன்று போர்க் குழுமத்தைக் கூட்டினார். ‘‘இரஷியத்தின் மீட்சி அதன் இராணுவத்தின் கையில்தான் உள்ளது. ஆதலால் போர் செய்வது என்பதை ஏற்று இராணுவத்தையும் மாஸ்கோவையும் இன்னலுக்குள்ளாக்குவதா? சண்டையிடாது மாஸ்கோவை விட்டுக்கொடுப்பதா?’’ என்று குடுசோவ் போர்க்குழுமத்திடம் கேட்டார். அவரின் வினாவிற்கு விடையிறுப்பவர் எவரும் அங்கே இருந்திலர். ஆதலால் இரஷியப் படை இரயசான் (*Ryazan* நடு இரஷியத்தின் மேற்கிலுள்ள நகரம் வரலாற்று இடைக்காலத்துச் சிற்றரசு ஒன்றின் தலைநகரம். ஓக (*Oka*) ஆற்றின் கரைமீதுள்ளது. மாஸ்கோவின் தென்கிழக்கில் 175 கிலோ மீட்டர்த் தொலைவில் உள்ளது. இந்நகரம் 1095 ஆம் ஆண்டு நிறுவப்பட்டது. தத்தாரியர் அதை 1237 இல் அழித்தனர். அது பதினெட்டாம் நூற்றாண்டின் பிற்பகுதியில் புதுப்பித்துக் கட்டப்பட்டுப் படையினருக்கு வேண்டிய

தானியத்தை அரைக்கும் இடமானது) என்ற நகரை நோக்கித் தென் கிழக்காய் வெளியேறியது.

மாஸ்கோ வீழ்ந்தது

ஆதலால் பிரஞ்சுக்காரர் எதிர்ப்பாரின்றி மாஸ்கோ நகரினுள் நுழைந்தனர் (மாஸ்கோ நகரம் இ.ச.க.தொகுதி-8 : 1776 புள்ளிகள்) அவர்களொடு டைஃபசும் அங்கே புகுந்தது. அங்கு இலட்சம் பேருக்குச் சிறிது குறைவானவர்கள் நுழைந்தனர்: அவர்களில் ஏறத்தாழப் பத்தாயிரம் பேர் செப்டம்பர் 7 முதல் 14 வரையிலான ஒரு கிழமைக்குள் இறந்தனர்.

நெப்போலியனின் பெரும் படையில் மூன்று இலட்சத்திற்கு அதிகமானவர்கள் இருந்தனர். எனினும் மாஸ்கோவை அடைந்தவர்களின் எண்ணிக்கை 90,000 மட்டுமேயாகும். பத்தில் ஏழு பேர் வழியிலேயே வீழ்ந்து பட்டனர். பொன் வேய்ந்து பல வண்ணங்களோடு ஒளிர்ந்த குவிமாடங்கள் நிமிர்ந்து நின்ற மாஸ்கோ நகரினுள், அடிபட்டு நிலைகுலைந்த பிரஞ்சுப்படை செப்டம்பர் 14 அன்று நுழைவதற்கு வந்து நின்றது.

பற்றியெரிந்தது மாஸ்கோ

மாதா கோயில் மணிகள் முழங்கும் நகர மாந்தரில் தலையாயவர் அடங்கிய ஒரு குழுவினர் வந்து தன்னை வரவேற்று நகர வாயிலின் திறவுகோலைத் தன்னிடம் பணிந்து தருவர் என்று நெப்போலியன் காத்திருந்தார். ஆனால் நகரின் வாயிற் கதவுகள் அடைத்தே இருந்தன. போலந்திலிருந்து நெடுந்தொலைவு இழுத்து வந்திருந்த மிகப்பழைய முற்றுகை எந்திரத்தைக் கொண்டு கோட்டைக் கதவை இடித்தனர். கதவைத் தகர்த்துப் படை வீரர் நகரினுள் நுழைந்தனர். தெருக்கள் வெறுமையாய் வெறிச்சோடிக் கிடந்தன. வீடுகளுக்குள் ஆள் அரவமே இல்லை. படையினர் நகரினுள் நழைந்த சிலமணி நேரத்திற்குள் நகரின் பல்வேறு வட்டங்களில் தீப்பிடித்து எரிந்தது.

அங்கு எவ்வாறு தீப்பிடித்தது என்ற உண்மை எக்காலத்திலும் வெளிவரப் போவதில்லை. மாஸ்கோ நகரின் மக்கள் தொகை இப்போது மூன்று இலட்சம் ஆளுநரான ரோஸ்டோப்புச்சின் பிரபு (Rostopchin) சில நாள்களாகவே நகர மக்களை வெளியேற்றிக் கொண்டிருந்தார். நெப்போலியன் நகருக்குள் நுழைந்த பொழுது அங்கு ஐம்பதாயிரத்திற்குக் குறைவானவர்களே இருந்தனர். ரோஸ்டோப்புச்சின் பிரபு சிறையிலடைக்கப் பட்டிருந்தவர்களை வெளியேற்றினார். அவர்கள் பிரஞ்சுக்காரரைக் கொள்ளையடித்தும், அவர்களின் உடைமைகளுக்குத் தீவைத்தும் அழிவு வேலைகளில் ஈடுபடவேண்டும் என்ற நிபந்தனையின் பேரில் விடுதலை செய்யப்பட்டனர் என்று கூறப்படுகின்றது.

ஆளுநர் ரோஸ்டோப்புச்சின் பிரபு தீயணைப்பு வண்டிகளனைத்தையும் நகருக்கு வெளியில் அனுப்பியதைக் கொண்டு பார்க்கும்போது வீடுகளுக்கு வேண்டுமென்றே தீவைத்தனர் என்பது தெரிகின்றது. நகரக் குடிகாரர்களோ, பிரஞ்சுக் குடிகாரர்களோ இந்த வேலையைச் செய்யவில்லை.

வெற்றி களிப்பு

நெப்போலியன் மாஸ்கோவை வென்று விட்டதாய் மட்டுமே மகிழ்ந்தார். இரஷிய சார் அலெக்சாந்தர் அமைதி நாடிச் சந்து செய்து கொள்ள வருவார் என்று நெப்போலியன்

1812

விடாப்பிடியாய்க் கருதினார். ஆனால் அவரது கணிப்புத் தவறானது. பிரஞ்சுக்காரர் மாஸ்கோவைப் பிடித்துவிட்டதால், நாட்டு மக்களிடையே அவர்களுக்கு எதிரான நாட்டுணர்வு வலுத்துவிட்டது. இந்நிலையில் சார் மன்னர் பிரஞ்சுக்காரருடன் சந்து செய்து கொண்டால், அவரின் உயிருக்கே தீங்கு நேருமென்று, அவரின் சகோதரி அலெச்காந்தரைச் செப்டம்பர் 19 அன்று எச்சரித்து விட்டார்.

நெப்போலியன் தன்படைத் தலைவருள் ஒருவரான ஜெனரல் லாரிஸ்டன் (*General Laurostan*) என்றவரை அக்டோபர் 3 அன்று செயிண் பீட்டர்ஸ்பர்கிற்கு அனுப்பி வைத்தார். லாரிஸ்டன் தூது செல்வதைக் குடுசோவ் அறிந்ததும், பிரஞ்சுப் புறக்காவல் படையுடன் நட்பாய் நடந்து கொள்ளுமாறு தன் கோசாக்குச் சுற்றுக் காவல் படையை அடக்கி வைத்தார். நெப்போலியன் மனதில் எங்கும் அமைதி நிலவுகின்றது என்ற தவறான எண்ணத்தை உண்டாக்கி விட்டுத் தனக்குச் சரியான வேளை வரட்டுமென்று குடுசோவ் காத்திருக்காலானார்.

மாஸ்கோவில் கிட்டத்தட்ட முக்கால்வாசிப் பகுதி தீயில் வெந்து போயிற்று. பிரஞ்சுக்காரரிடையே கட்டுப்படுத்த முடியாதவாறு டைஃபஸ் காய்சசல் கனன்றது. நோயுற்றவர்கள் இருப்பதற்கு இடமில்லாது, எரிந்துபோன இடங்களிலும் புறநகரில் அமைத்துக் கொண்ட இடங்களிலும் புகலடைந்தனர். பிரஞ்சுப் படையினரின் மன உறுதி குலைந்தது. அவர்களுக்குப் போதிய உணவு கிடைக்குமென்று கொடுத்த வாக்குறுதி காப்பாற்றப்படாததால், அவர்கள் ஏமாறிப் போயினர். அவர்கள் நகரைக் கொள்ளையடிப்பதிலும் நிலவறைகளிலிருந்த மதுவகைகளைக் குடிப்பதிலும் காலங்கழித்தனர்.

வறண்ட கோடை காலம் இயல்பு மீறிய வெப்பமுள்ள இலையுதிர் காலமாய் மாறியது. இரஷியத்தின் குளிர்காலத் தண்மை மிகைப்படுத்திக் கூறப்படுவதாய் எண்ணி நெப்போலியன் ஏமாந்தார். ஆனால் எஞ்சியுள்ள அவரின் படையைக் காப்பாற்றுவதற்கு இப்போது இரண்டு வழிகளே இருந்தன. ஒன்று, அவர் இந்த வெற்று வெற்றியொடு ஸ்மோல்னஸ்கிற்குத் திரும்ப வேண்டும். செயிண் பீட்டர்ஸ்பர்க்கு செல்லும் வழியில் தனது பிரஷிய நேசப்படைகளுடன் சேர்ந்து கொள்வதற்காகப் பின்வாங்க வேண்டும். செயிண் பீட்டர்ஸ்பர்கைத் தாக்கினால் சார் அலெக்சாந்தர் பணிந்து விடுவார் என்று நெப்போலியன் நினைத்தார்.

1812

இரஷியத் தாக்குதல்

பிரஞ்சுக்காரர் தம் எதிரிப் படையின் முக்கியமான பகுதி எங்கு உள்ளது என்பதை அறியாதிருந்தனர். இரஷியர் கிழக்கில் பின்வாங்கிச் சென்று விட்டதாய் அவர்கள் நினைத்தனர். ஆனால் பிரஞ்சுக்காரரின் உணவு பண்ட தளவாடத் தயாரிப்பின் முக்கிய மையங்களான கலுக (*Kaluga* : நடு இரஷியத்தில் ஒக ஆற்றின் கரைமீதுள்ள நகரம்) துல (*Tula* : நடு இரஷியத்தில் மேற்கிலுள்ள நகரம்) ஆகியவற்றுடன் நெப்போலியன் படைகளுக்கிருந்த தொடர்பைத் துண்டிப்பதற்காக, இரஷியர் அரைவட்ட வடிவமாய்த் தெற்கிலும் மேற்கிலும் வளைந்து சென்றனர். குடுசோவ் அக்டோபர் 18 அன்று மாஸ்கோவின் தெற்கிலுள்ள தருத்தினோ (*Tarutino*) என்ற நகரில் பிரஞ்சுப் படையின் ஒரு பிரிவைத் தாக்கினர். அப்போது 4000 பிரஞ்சுக்காரர் இறந்தனர். இச்சிறு சண்டையில் தனக்குக் கிடைத்த தோல்வியை நெப்போலியன் கண்டதும், தனது அமைதி முயற்சி தோற்றுவிட்டது என்பதை உணர்ந்தார். அவரை இரஷியர் சூழ்ந்து தாக்கும் இன்னல்

இப்போது வந்துவிட்டது. அவரது படை அக்டோபர் 19 அன்று மாஸ்கோவிலிருந்து வெளியேறியது.

பின் வாங்குதல்

பிரஞ்சுப் படை மாஸ்கோவிலிருந்த இந்த ஒரு மாத காலத்தில், அதற்கு ஆதரவாய்ப் பதினையாயிரம் படையினர் அங்கு வந்து சேர்ந்தனர். ஆனால் ஏறத்தாழப் பதினாயிரம் பேர் நோயினாலும் காயத்தினாலும் செத்தனர். அழுக்கடைந்து அரைப்பட்டினியினால் துடித்துக் கொண்டிருந்த சுமார் 9500 பேர் மட்டுமே மாஸ்கோவிலிருந்து அக்டோபர் 19 அன்று வெளியேறினார். நோயுற்றோரும் 600 பீரங்கிகளும் ஏராளமான கொள்ளைப் பொருள்களும் பின்வாங்கிச் சென்ற இப்படையினருக்குப் பெரிய இடையூறுகளாயிருந்தன.

நெப்போலியன் பாழ்பட்டுப் போன ஸ்மோல்னஸ்குச் சாலையைத் தவிர்ப்பதற்குக் கலுசு நகரின் வழியே போய்விட வேண்டும் என்ற எண்ணத்துடன் தெற்கில் திரும்பினார். அவர் அக்டோபர் 24 அன்று மாலோஜரோஸ்லாவட்ஸ் *(Maloja rosalavetz)* என்ற இடத்தில் இரஷியப் படையை எதிர்ப்பட்டார். அங்கு ஒருநாள் நடந்த சண்டை வெற்றி தோல்வியின்றி முடிந்தது. நெப்போலியன் இச்சண்டையில் ஐயாயிரம் பேரை இழந்தார். அவர் மறுநாள் இரஷியப் படையைத் தாக்க மறுத்து விட்டார். குடுசோவும் சண்டையிடாது நெப்போலியனைப் தோல்வியடையச் செய்யும் வாய்ப்பை இழந்தார்.

தெற்கு வழி அடைபட்டுவிட்டது. நெப்போலியன் வடக்கிலும் கிழக்கிலும் திரும்பி ஸ்மோல்னஸ்கு செல்லும் சாலையை அடைவதற்காகப் பேரோடீனோவை நோக்கிப் போனார். இங்கு குளிர் மிகவும் கடுமையாயிற்று. நவம்பர் 15 அன்று பனி பலமாய்ப் பெய்தது. கோசாக்குகள் கொரில்லாக்களின் துணையுடன் பிரஞ்சுப் படையைத் தாக்கலாயினர். குளிர்காலத்தில் போர் செய்வதற்குப் பிரஞ்சுப் படையிடம் எந்த ஏற்பாடும் இருந்திலது. குதிரைகளுக்குப் பனி இலாடம் அடிக்கவில்லை. அதனால்தான் ''குதிரைப்படை நடந்தே'' செல்லுமாறு நவம்பர் 7 அன்று நெப்போலியன் ஆணை பிறப்பித்தார்.

துன்பம் துரத்துதல்

பிரஞ்சுப் படை பின்வாங்கிச் சென்ற வழியெல்லாம் அதற்குப் பல இன்னல்கள் காத்திருந்தன. தனித்தனியாய்ப் பிரிந்து சிறிது சிறிதாய்த் திரும்பிய பிரஞ்சுப்படை ஜெர்மன் எல்லையை அடைந்ததும், நெப்போலியன் நான்கு மாதங்களுக்கு முன்னர் சூன் 4 அன்று பார்வையிட்ட மாபெரும் படையில் இப்போது நாற்பதாயிரத்திற்குக் குறைந்தவர்களே எஞ்சியிருந்தனர். இங்ஙனம் திரும்பியோரில் வெறும் ஆயிரம் பேர் மட்டும்தான் மீண்டும் படைப் பணியில் ஈடுபடுவதற்கு ஏற்றவர்களாயிருந்தனர் என்று சொல்லப்பட்டது. இரஷியத்தையும் இந்தியத்தையும் வெற்றி கொள்வது என்று நெப்போலியன் கொண்டிருந்த ''கிழக்கத்திக் கனவு'' இப்படிப் பொய்யாய் முடிந்துவிட்டது.

நெப்போலியன் இரஷியத்தில் கண்ட இம்மாபெரும் தோல்விக்குப் பலவிதமான அரசியல் - போரியல் விளக்கங்களை வரலாறு காட்டுகின்றது. ஆனால் இவையன்றி எத்தனையோ சிறிய ஆனால் உயிர் நாடியான காரணங்களும் இத்தோல்விக்குக் கற்பிக்கப்படுகின்றன.

உடலில் உப்பின் அளவு மிகவும் குறைந்து போகுமாயின் தசைப்பிடிப்பு, குமட்டல், நோய் எதிர்ப்புத் தன்மை குன்றுதல் ஆகிய பல கோளாறுகள் உண்டாகும்.

நெப்போலியனின் படைவீரர்களும் குதிரைகளும் அல்லற்பட்டு மாண்டதற்கு உப்புப் பற்றாக்குறை பெரிதும் காரணமாயிருந்தது. அதனால் அவர்களால் களைப்பையும் நோய்த் தாக்குதலையும் தாங்கிக் கொள்ள முடியாமற்போனது.

ஏற்கனவே டைஃபஸ் என்ற நச்சுக் காய்ச்சலையும், அது பிரஞ்சுப் படையில் உண்டாக்கிய அழிவையும் விவரித்திருந்தோம்.

இவற்றொடு பிரஞ்சுக்காரர் கற்பனை செய்திராத குளிரும், ஒழியாப் பசியும் சேர்ந்து கொண்டன என்பதையும் கண்டோம்.

இவற்றுக்கெல்லாம் மேலாக நெப்போலியனும் ஒரு காரணமாவார்.

Cart Wright, Frederick F. in collaboration with Michael D.Biddis, Disease and history, London 1972.

1812

1812

வரலாற்றுப் புள்ளிகள்

1. தமிழகச் செய்திகள் சென்னையில் கல்லூரி இலக்கியச் சங்கம்

சென்னையில் *1812* ஆம் ஆண்டு ஆகஸ்டு *18* அன்று சென்னைக் கோட்டைக் கல்லூரி *(The College of Fort St, George)* அமைக்கப்பட்டது. இது *1820* முதல் நன்கு செயல்படத் தொடங்கியது. *1812* ஆம் ஆண்டில் சென்னையில் இலக்கியச் சங்கம் *(Madras Literary Society)* என்ற அமைப்பும் தோன்றியது. அது கல்கத்தாவிலுள்ள வங்க ஆசியவியல் சங்கத்தின் *(Bengal Asiatic Society)* மாதிரியில் அமைக்கப்பெற்றது. (வங்க ஆசியவியல் சங்கம் : இ.ச.க.தொகுதி-*9* : *1784* கட்டுரை) ''ஆசியத்தில் இலக்கிய அறிவையும் ஆராய்ச்சியையும் ஊக்குவிப்பது'' என்ற நோக்கத்துடன் இச்சங்கம் நிறுவப்பட்டது. இச்சங்கத்தின் சார்பில் நூல் நிலையம், அச்சகம், புத்தக விற்பனை நிலையம் என்று மூன்று அமைப்புகள் நடந்தன. இவை அமைவதற்குச் சென்னையில் இக்காலத்தில் மாவட்ட ஆட்சியராயிருந்த ஃபிரான்சிஸ் ஒயிட்டு எல்லிஸ் *(Francis Whyte Eillis, 1778-1819)* கர்னல் காலின் மெக்கன்சி *(Colonel Collin Mackenzie 1783-1821)* ஆகிய இருவரும் முதன்மையானவராவர்.

இச்சங்க நூலகத்தை நுங்கம்பாக்கக் கல்லூரிச் சாலையிலுள்ள சென்னைக் கல்லூரி வளாகத்தில் அமைத்துக் கொள்ளச் சென்னை ஆளுநர் *1819* ஆம் ஆண்டு இசைந்தார். மேலே கூறிய கல்லூரியும் சங்கமும் ஒரே ஆண்டில் தொடங்கப்பட்டனவாகும்.

பிரிட்டீசு ஆட்சிப் பணியில் இருந்தவர்களுக்குச் சட்டத்தையும் இந்திய மொழிகளையும் கற்பிப்பதற்காகச் சென்னைக் கல்லூரியைச் கிழக்கிந்தியக் கம்பெனி நிறுவியது. இக்கல்லூரி இன்று மகளிர் கிறித்தவக் கல்லூரி அமைந்திருப்பதும் பொது கல்வி இயக்குநரகம் இருப்பதுமான வளாகத்தினுள் நடந்து வந்தது. அதன் காரணமாகவே அந்தச் சாலைக்குக் கல்லூரிச் சாலை என்று பெயர் வந்தது.

இங்கு அமைந்த இலக்கியச் சங்க நூலகத்தில் தொடக்கத்தில் இதழ்களும் நூல்களும் உறுப்பினர்களிடையே சுற்றுக்கு விடப்பட்டன. இந்நூலகத்திற்கு வெளியூர்களிலும் பல

உறுப்பினர் இருந்தனர். அவர்களுக்கு உடனுக்குடன் நூல்களையும் இதழ்களையும் அனுப்ப மிகுந்த அக்கறை காட்டப்பட்டது. எனினும் சிறுகச் சிறுக இதில் சிக்கல்கள் எழலாயின.

அந்நூலகத்திற்கு இங்கிலாந்திலிருந்து நூல்களும் இதழ்களும் கப்பலில் வந்தன. அதனால் அவை எப்போது வந்து சேரும் என்பதற்கு உறுதி எதுவும் இருந்திலது. வெளியூர் உறுப்பினர்கள் நூல்கள் கிடைப்பது தாமதமாவது குறித்துக் குறை கூறுவதுமிகவே, புத்தகங்களைச் சுற்றுக்கு விடுவது நிறுத்தப்பட்டது. பின்னர் மீண்டும் புத்தகங்கள் சுற்றுக்கு விடப்பட்டன. இன்றும் நூல்களைச் சுற்றுக்கு விடும் வழக்கம் நீடிக்கின்றது. உறுப்பினர்களின் வீடு தேடிப் புத்தகங்கள் போகும் வழக்கம் இன்றும் (1997) உள்ளது.

இந்நூலகம் இலக்கியச் சங்கத்தின் ஒருங்கிணைந்த ஒரு கூறுதானெனினும், இச்சங்கத்தின் பணி அது ஒன்று மட்டுமன்று. இச்சங்கம் தென்னகத்தில் அறிவு ஈடுபாடுகளுக்கும் கல்வித் தொடர்பான பணிகளுக்கும் பண உதவியும் ஊக்கமும் கொடுத்து வந்தது. அது முக்கியமான கண்டுபிடிப்புகளை வெளிப்படுவதற்கு ஒரு மையமாயும் இருந்தது.

இச்சங்கம் தொடக்க காலத்திலிருந்து மேல்மட்ட இராணுவ, அரசு அலவலர்கள், ஆழ்ந்த இலக்கிய ஈடுபாடுள்ளவர்கள் ஆகியோரை ஈர்த்து வந்திருக்கின்றது. இச்சங்கத்தின் புரவலராய்த் தமிழ் நாட்டு ஆளுநர் இன்றும் இருந்து வருகின்றார். சென்னை உயர் நீதிமன்ற நீதிபதியே எப்போதும் இச்சங்கத்தின் தலைவராயிருந்து வந்தார். எனினும் சமூக அமைப்பு முறையில் ஏற்பட்ட பொதுவான மாற்றம் காரணமாய், இப்போது ஒரு தொழிலதிபர் சங்கத்தின் தலைவராயிருக்கின்றார்.

இராயல் சங்கத்துடன் இணைந்த சென்னை ஆசியவியல் துணைச்சங்கம் 1832 இல் சென்னை இலக்கியச் சங்கத்ததுடன் சேர்ந்து கொண்டது. அதனால் இக்கூட்டமைப்பு ''சென்னை இலக்கியச் சங்கமும் இராயல் சங்கத்துடன் இணைந்த துணைச் சங்கமும்'' என்று பெயர் பெற்றது. இந்த இணைப்பு சங்கத்தின் அறிவியல் சிறப்பை மேன்மைப்படுத்தியது. அதனால் இங்கிலாந்திலுள்ள இராயல் சங்கத்துடனும் கல்கத்தாவின் ஆசியவியல் சங்கத்துடனும் சென்னை இலக்கியச் சங்கத்திற்குத் தொடர்பு ஏற்பட்டது. இந்தியத்திலும் அயல்நாடுகளிலும் ஏற்பட்ட அறிவு வளர்ச்சிகளை அறிந்து கொள்ளும் வாய்ப்பு ஏற்பட்டது.

இலக்கியச் சங்கத்தின் முக்கியத்துவத்திற்கு அரசு அளித்து வந்த ஆதரவுதான் பெரிதும் காரணமாயிருந்தது. ஆங்காங்கே கண்டுபிடிக்கப்பட்ட தொல் பொருள்களனைத்தும் இலக்கியச் சங்கத்திற்கு அனுப்பப்பட வேண்டுமென்று அரசு 1826 ஆம் ஆண்டு ஆணை பிறப்பித்தது. பயனற்றவையிலிருந்து மிக முக்கியமானவை வரையிலும் பல பொருள்களை மெல்ல மெல்ல வந்து சேர்ந்தன. புத்தகங்களும் அரிய பாறைகள் சிலவும் கிடைத்தன.

சென்னைக் கோட்டைக் கல்லூரியில் தலைசிறந்த தமிழ், தெலுங்குப் பண்டிதர் பலர் பணியாற்றினார். அவர்கள் இக்காலத்தில் ஏராளமான நூல்களை எழுதி வெளியிட்டனர். தென்னிந்தியக் கல்வி வளர்ச்சியில், குறுகிய காலம் வாழ்ந்திருந்த இக்கல்லூரியின் பங்கு பணி சிறந்ததாகும்.

இக் கோட்டைக் கல்லூரி 1854 ஆம் ஆண்டில் மூடப்பட்டு விட்டது. அதன் நினைவாய் இன்று நுங்கம்பாக்கத்தில் கல்லூரிச் சாலை என்ற பெயரில் ஒரு சாலை உள்ளது.

1812

2. உடன் கட்டை ஏறுவதை ஒழிக்க வெல்லஸ்லி முயற்சி

இந்தியத்தில் மனித உயிர்கள் கீழ்மையானவையாய் எண்ணப்பட்டன என்று ஐரோப்பியர் சிலர் உணர்ந்தனர் என்பதை ஒப்புக் கொள்வதால், அது நமக்கு வெட்கக்கேடாய் விடாது. இந்து சமயத்தை இழிவு செய்யும் நோக்குடன் ''செராம்பூர்க் கிறித்தவர்கள்'' என்ற திருமுழுக்குத் திருச்சபையின் சமயப் பரப்பியரான வில்லியம் கேரி *(1761-1834)* போன்றோரும், இங்கிலாந்தில் வில்லியம் வில்பர் ஃபோர்ஸ் *(1759-1833)* போன்ற கிறித்தவ சமய ஆர்வலர்களும் இந்தியத்தில் நடந்து வந்த சிசுக் கொலை, சகமனம என்ற சதி போன்ற பழக்கங்களை மிகைப்படுத்திக் கூறுகின்றனர் என்று பத்தொன்பதாவது நூற்றாண்டின் இந்தக் காலகட்டத்தில் இந்தியரில் சிலர் அதற்கு எதிர்ப்புத் தெரிவித்தனர். எனினும் இராசாராம மோகனர் *(1772-1833)* போன்ற இந்திய மறுமலர்ச்சி இயக்க முன்னோடிகள் பண்டைப் பழக்கவழக்கங்களின் பெயரால் சாஸ்திர சம்பந்தமில்லாத முறையில் மானுட உயிர்கள் பறிக்கப்படுவதைக் கண்டித்து வந்தனர்.

வில்லியம் கேரி ஊக்ளி ஆற்றின் கரையிலிருந்து நயா சராய் என்ற சிற்றூரில் ஒரு பெண் இறந்த தன் கணவனுடன் உடன்கட்டை ஏற்றப்பட்ட நிகழ்ச்சியை நேரில் கண்டு 1799 ஏப்ரல் முதல் நாளன்று எழுதிய ஒரு கடிதத்தில் குறிப்பிடுகின்றார்.

''நான் அந்தப் பெண்ணிடம் நீ உயிரை வீணாய் இழக்காதே என்று வலியுறுத்தினேன்; எதற்கும் அஞ்சாதே என்றேன்; தீயில் வேக மறுத்தால் அவளுக்கு எந்தப் பொல்லாங்கும் நேராது என்பதை அவளுக்கு எடுத்துரைத்தேன். ஆனால் அவள் வெகு அமைதியாய்ச் சிதையில் ஏறினாள். அவர் அதன்மேல் ஏறி நின்று கொண்டு தன் கைகளை நீட்டி, ஏதோ பேரமைதி கொண்ட ஓர் ஆன்மா போல் நடமாடினாள் (அவளது நடனம் அவர் சாவைப் பொருள்படுத்தவில்லை என்பதை நமக்குக்; காட்டுவது போல் தோன்றிற்று; அவர் தானே மனமுவந்து சாகின்றாள் என்பதை மெய்ப்பிப்பது போலிருந்தது) அவள் பிணத்தினருகே படுத்து ஒரு கையை அதன் கழுத்திற்குள் கொடுத்து மறுகையை அதன் மார்பில் போட்டுக் கொண்டாள். அப்போது உலர்ந்த இலைகளும் வேறு பொருள்களும் அவர்கள் மேல் நல்ல உயரத்திற்கு அடுக்கப்பட்டன; அதன் பிறகு அதில் நெய்யை ஊற்றினர். பின்னர் அவர்களுக்கு மேலே இரண்டு மூங்கிற் கழிகளை வலுவாய் வைத்துக் கட்டினர். அதன்பிறகு சிதைக்கு எரியூட்டினர். காய்ந்த இலைகளும் தீப்பற்றக் கூடிய பொருளும் சிதையில் குவிக்கப்பட்டிருந்ததால், தீ உடனே அச்சந்தரதத்தக்க விதத்தில் பற்றிக் கொண்டது.

நெருப்பு மூட்டப்பட்ட உடனேயே எல்லாரும் ஒன்றாய்ச் சேர்ந்து ஹரிபோல், ஹரிபோல் என்று பெருங்குரலெடுத்துக் கத்தினர். இந்தக் கூச்சலால் சிதையில் ஏறியவளின் முனகலோ, அலறலோ யாருக்கும் கேட்காது. அவர் மேல்; இரண்டு மூங்கில்கள் அழுத்திப் பிடித்துக் கொண்டிருந்ததால், அவளால் அசையவும் இயலாது. நாங்கள் இதை எடுத்துச் சொல்லி மூங்கில் வைத்துக் கட்டுவதை எதிர்த்தோம். ஆனால் சிதை சரிந்து விழாமல் நிறுத்துவதற்காகவே மூங்கில்கள் கட்டப்பட்டுள்ளன என்று சொல்லி விட்டனர்.''

இந்த வழக்கம் தலைமை ஆளுநரான வெல்லஸ்லியின் மனத்தை வெகுவாய் உறுத்தியது. அவர் உடன்கட்டை ஏறும் வழக்கத்தைக் கம்பெனியின் ஆட்சிப் பகுதிகளில் ஒழிக்கத் திட்டமிட்டார். அவர் இது பற்றிய கருத்துகளை அறிவதற்காகத் தனது திட்டத்தைக் கல்கத்தாவிலிருந்த உச்சநீதிமன்றத்திற்கு *(Supreme Court)* அனுப்பினார். நீதிமன்றம் இதுகுறித்து மிகுந்த எச்சரிக்கையொடும் பட்டும் படாமலும் தன் கருத்தைக்கூறியது. அரசு ''நாட்டு மக்களின் சமயக் கோட்பாடுகளையும் விருப்பு வெறுப்புகளையும் மனத்திற் கொண்டு, இது குறித்துச் செயல்படுவது நல்லது'' என்று உச்சநீதிமன்றம் சொல்லிவிட்டது.

இக்கொடிய வழக்கம், சிறுபான்மையினராய் இருந்தாலும், அரசியலிலும் சமய மேலாண்மையிலும் ஓங்கி நின்ற உயர் வகுப்பினரிடம் மட்டுமே இருந்தது. ஆதலால் அவர்களைத் தீண்டுவதற்கு அரசு மிகவும் தயங்கியது. எனவே அரசு அதை ஒழிப்பதற்கு அரைகுறையான நடவடிக்கைதான் எடுத்தது.

கணவனின் பிணத்துடன் சிதையில் உடன்கட்டை ஏறும் பெண் பதினாறு வயதிற்கு மேற்பட்டவளாயிருந்து தன்னிச்சையாய்த் தீப்பாய வேண்டும்; கர்ப்பிணி உடன் கட்டை ஏறுவதற்கு இசைவு தர முடியாது; ஒருத்தி மனமுவந்து உடன்கட்டை ஏறுவதைக் காவலர் அனுமதிப்பர்; உடன்கட்டை ஏறுபவள், மருந்தூட்டி மயக்கமடையச் செய்யப்பட்டவளாய் அல்லது வலுகட்டாயமாய் தள்ளப்படுபவளாய் இருத்தலாகாது; இவ்வாறு அரசு அலுவலர்களுக்கு *1812* ஆம் ஆண்டு அரசு கட்டளையிட்டது. எனினும் அரசினர் இவ்விதம் இதில் தலையிட்ட போதிலும், துரதிருஷ்டவசமாய் உடன்கட்டை ஏறுவோரின் எண்ணிக்கை குறைந்து விடவில்லை.

கணவன் இறந்ததும் மனைவி தீப்பாயும் வழக்கம் வேதங்களில் விதிக்கப்படவில்லை, மனு அதுபற்றிக் குறிப்பிடவில்லை என்று இவ்வழக்கத்தை ஏற்காத மானுட நேயர்கள் இந்நாட்டில் கருதினர். எனினும் பாரதத்தின் ''நாகரிகமடைந்த'' பகுதிகளெங்கும் இறந்த கணவனுடன் மனைவி தீப்பாயும் வழக்கம் பல நூற்றாண்டுகளாய் இருந்து வந்தது.

வேதகாலத்தில் இப்பழக்கம் இருந்திலது அதன் பிறகு சத்திரியர் போன்ற வகுப்பினரிடையே இவ்வழக்கம் கைக் கொள்ளப்பட்டு வந்திருக்கின்றது. சங்க காலத்திலும் பின்னர் மதுரை, தஞ்சை நாயக்கர்கள், சேதுபதிகள், தஞ்சை மராட்டியர்கள் ஆகியோரிடையிலும் தென்னாட்டில் பதினெட்டாம் நூற்றாண்டு வரையிலும் உடன்கட்டையேறும் வழக்கம் நிலவியது.

நல்லுணர்வுகளைப் புண்படுத்தும் கொடியதான இவ்வழக்கம் கற்றறிந்த நாகரிக ஐரோப்பியரின் உள்ளத்தையும் பல காரணங்களுக்காக வருந்திற்று என்பது மெய்யே. இந்து தேசத்திலும் நாம் முன்னர் கூறியவாறு, அறிவுடையாரிடையில் இவ்வழக்கத்திற்கு எதிர்ப்பு இருந்தது. எனினும் ஐரோப்பியர் தயக்கத்துடன் அதைச் சட்டத்தின் துணை கொண்டு ஒழிக்க முயன்றனர் என்பது குறிப்பிடத்தக்கது.

3. பிரிட்டீசுச் செய்திகள்

(அ) தலைமை அமைச்சர் லிவர்ப்பூல்

பிரிட்டனின் தலைமையமைச்சராயிருந்த ஸ்பென்சர் பெர்சிவலை ஜான் பெல்லிங்கம் என்ற நொடித்துப் போன பேங்கர் *1812* மே *17* அன்று நாடாளுமன்ற மக்களவையின் புறக் கூடத்தில் சுட்டுக்கொன்று விட்டார். லிவர்ப்பூல் பிரபு *1812* ஜூன் *8* அன்று தலைமை அமைச்சரானார்.

இராபட்டு பேங்ஸ் ஜெங்கின்சன் என்ற இரண்டாவது லிவர்ப்பூல் ஏள் *(Robert Banks Jenkinson, 2nd Earl of Liverpool 1770 -1828)* நாட்டுப்புற வேளாண்குடிப் பிரபுவான சார்லஸ் ஜெங்கின்சன் என்ற டோரிக் கட்சிக்காரரின் மகனாய் *1770* ஜூன் *1* அன்று பிறந்தார் சார்லஸ் ஜெங்கின்சன் *1786* ஆம் ஆண்டில் ஹக்ஸ்பரிப் பிரபு ஆனார்.

இராபட்டு ஜெங்கின்சன் சாட்டரவுஸ், ஆக்ஸ்ஃபோர்டின் கிறைஸ்டுச் சர்ச்சு கல்லூரி இங்கெல்லாம் கல்வி கற்று, இக்காலத்து உயர் குடியினரின் வழக்கப்படி பட்டறிவுக் கல்வி

பெறுவதற்காக 1789 ஆம் ஆண்டு ஐரோப்பியம் சென்று, அங்கு பிரான்ஸ், ஜெர்மனி, இத்தாலி முதலிய நாடுகளில் சுற்றி வந்தார். அவர் அப்போது பாரிஸ் நகர மக்கள் பிரஞ்சுப் புரட்சியின் போது பாஸ்டிலிச் சிறையைத் தாக்கி அழித்ததைக் காணும் வாய்ப்பைப் பெற்றார்.

அவர் தன் இளம் நண்பர்களுடன் ஐரோப்பிய நாடுகளைச் சுற்றிப் பார்த்துத் தன் அறிவை விரித்துக் கொண்டிருந்த நேரத்தில், தாயகத்திலிருந்த அவரின் அரசியல் நண்பர்கள் அவரை ஆப்பிள்பை என்ற சிறு தொகுதியிலிருந்து நாடாளுமன்றத்திற்கு உறுப்பினராய்த் தேர்ந்தெடுத்து விட்டனர். அப்போது அவருக்கு வயது 21.

அவர் நாடாளுமன்றத்தில் நிகழ்த்திய முதல் உரையில் அரசை ஆதரித்துப் பேசினார். அரசு கடற்படையின் அளவைப் பெருக்கி விட்டதைக் கண்டித்து, ஓர் உறுப்பினர் ஒரு தீர்மானம் கொண்டு வந்தார். லிவர்ப்பூல் அதன் மீது பேசிய போது, அரசின் கடற்படைக் கொள்கையை ஆதரித்துப் பேசினார். இளைய பிட்டு இந்தப் பேச்சைக் கேட்டு மனம் கவரப்பட்டு விட்டார். இளைய பிட்டு அவரைக் கம்பெனியின் இந்திய ஆட்சிப் பணிகளைக் கண்காணித்து வந்த கட்டுப்பாட்டு வாரியத்தில் (Board Control : இ.ச.க.தொகுதி-10:1793 புள்ளிகள்) ஓர் உறுப்பினராக்கியது மிகவும் குறிப்பிடத்தக்கதாகும். ஜெங்கின்சன் இந்தக் கணத்திலிருந்து, கடைசியாய் அவர் நோய் வாய்ப்பட்டது வரையிலும் பதின்மூன்று மாதங்கள் மட்டும் தான் பதவியில் இல்லாதிருந்தார்.

அவர் மேலும் ஒரு முறை அயலுலகம் சென்று, அங்கு நாடு கடந்து வாழ்ந்திருந்த பிரஞ்சுக்காரரின் தலைவர்களைக் கண்டு பேசினார். அவர் தாயகம் திரும்பியதும் நாடாளுமன்றச் சீர்த்திருத்தத்தை வன்மையாய் எதிர்த்தார் என்பது வியப்பிற்குரியதன்று. இச்சீர்திருத்தங்கள் கொண்டு வரப்படுமாயின், பிரிட்டனில் புரட்சி தோன்றுவதற்கு வழி ஏற்பட்டுவிடும் என்று லிவர்ப்பூல் நினைத்தார். அரசத் துரோகக் குற்றங்களுக்கு எதிராய் எடுத்த நடவடிக்கைகளை லிவர்ப்பூல் ஆதரித்தார்.

பதினாறாம் லூயி பிரஞ்சுப் புரட்சியின் போது 1793 ஆம் ஆண்டு தலை வெட்டிக் கொல்லப்பட்டதும் (இ.ச.ச.தொகுதி-10 :1793 புள்ளிகள்) பிரான்சின் மீது உடனே படையெடுக்க வேண்டும் என்று லிவர்ப்பூல் முழங்கினார்.

அவர் 1794 இல் பிரிஸ்டல் ஏளின் மகளான லூயிசா ஹார்வி பெருமாட்டியை மணந்தார். லிவர்ப்பூலும் அவருடைய தந்தையும், மேற்கிந்திய வாணிபத்தில் அமெரிக்கக் கப்பல்களையும் நுழைய விடுதல் வேண்டும் என்ற பிட்டின் கொள்கையை எதிர்த்தனர். எனினும் அதை எதிர்த்த போது, அரசில் தாம் வகித்த பதவிகளை அவர்கள் துறந்து விடவில்லை. அதற்குப் பரிசாய் அவரின் தந்தை லிவர்ப்பூல் ஏள் ஆக்கப்பட்டார் மகன் ஜெங்கின்சன் மக்களவைத் தலைவரானார். அப்பதவிக்கென்று ஆண்டில் 3000 பவுன் ஊதியம் கிடைத்தது.

இளைய பிட்டு 1801 ஆம் ஆண்டு பதவியிலிருந்து விலகினார். (இ.ச.க.தொகுதி-11:1801 புள்ளிகள்) அப்போது ஆடிங்டன் தலைமை அமைச்சர் பொறுப்பை ஏற்றதும், ஜெங்கின்சன் அயலுறவு அமைச்சரானார். கத்தோலிக்கர் மீதிருந்த சமூகத் தடைகளை நீக்குவதை, ஆடிங்டன் போலவே ஜெங்கின்சனும் எதிர்த்தார்.

வட பிரான்சிலுள்ள அமியன்ஸ் நகரில் பிரான்சுடன் அமைதிப் பேச்சு நடந்த போது (இ.ச.க.11 : 1802 புள்ளிகள்) ஜெங்கின்சன் அயலுறவு அமைச்சராயிருந்தார். அங்கு அமைதி உடன்பாடு ஏற்பட்ட போதிலும் மீண்டும் போர் மூள்வதைத் தவிர்க்க முடியாது என்பதை

ஜெங்கின்சன் விரைவில் உணர்ந்தார். அந்த அமைதி உடன்படிக்கைப்படி பிரிட்டன் மால்டாவை விட்டு வெளியேறுவதை அவர் எதிர்த்தார். (பிரிட்டன் இந்த உடன்படிக்கைப்படி மால்டாவை விட்டு வெளியேறவில்லை.)

அவர் மிகுந்த தயக்கத்துடன் தான் ஹக்ஸ்பரி பிரபுப் பட்டத்தை ஏற்றார். பிரபுக்கள் அவையில் தலைவராகவும் தயக்கம் காட்டினார்.

பிட்டு மீண்டும் பதவிக்கு வந்ததும் (இ.ச.க.தொகுதி-11:1804 புள்ளிகள்) ஜெங்கின்சன் உள்துறை அமைச்சரானார். இது முப்பது வயதில் அவருக்குத் தலையைச் சுற்றச் செய்யும் பெரிய ஏற்றமாகும். ஆனால் உயர் பதவி எப்போதும் அவருக்கு முன்னால் வந்து நின்றது. பிட்டு இறந்ததும் தலைமை அமைச்சர் பதவியை ஏற்குமாறு லிவர்ப்பூல் அழைக்கப்பட்டார். ஆனால் அதை ஏற்று, அமைச்சரவையைத் தன்னால் நடத்திச் செல்ல முடியும் என்ற மனவுறுதி அவருக்கு அப்போது உண்டாகவில்லை.

ஸ்பென்சர் பெர்சிவலின் அமைச்சில் (இ.ச.க. தொகுதி-11: 1809 புள்ளிகள்) ஜெங்கின்சன் இருந்த போது, அவரின் தந்தையார் இறக்கவே, அவர் லிவர்ப்பூல் ஏள் ஆனார். அவர் அப்போது போர் அமைச்சராயும் குடியேற்ற நாடுகள் அமைச்சராயும் இருந்தார். எனவே வெலிங்டன் பிரபு ஐபிரிய தீவக் குறையில் பிரஞ்சுக்காரருக்கு எதிராய்ப் போர் நடத்திக் கொண்டிருந்த நேரத்தில் (1808-1814) பிரிட்டிசுப் படைகளுக்கு லிவர்ப்பூல் பிரபு பொறுப்பாயிருந்தார். அவர் அப்போது வெலிங்டனுக்கு மறுப்பின்றி முழு ஆதரவு தந்து வந்தார்.

தலைமை அமைச்சர் பெர்சிவல் இந்த 1812 ஆம் ஆண்டு சுட்டுக் கொல்லப்பட்டதும் லிவர்ப்பூல் தலைமை அமைச்சரானார். அவர் பல்வேறு கருத்துக்களை கொண்டிருந்த ஜார்ஜ் கேனிங்கு (George Canning 1770 - 1827; இவர் 1827 இல் தலைமை அமைச்சரானார்), வைக்கவுண் கேசில்ரா (Viscount Castlereah: இயற்பெயர் Robert Stewart 1769-1822; பிரிட்டீசு அரசியல்காரர்) போன்றோர் அடங்கியிருந்த அமைச்சரவையை மிகுந்த இணக்கத்துடன் நடத்திச் சென்றார்.

1812

நெப்போலியனுடன் நடந்த நீண்ட அழிபோர் முடிந்ததும், லிவர்ப்பூலின் அரசு அமைதிக் காலத்து ஆட்சிச் சிக்கல்களைச் சமாளிப்பதில் ஈடுபட்டது. மக்களிடையே மிகுந்த மனக் குறைகள், பொருளியல் இறக்கம் போன்றவற்றைத் தெரியக் காட்டிய பல நிகழ்ச்சிகளுள் லடைட்டுக் கலவரம் ஒன்றாகும். உழைப்பைக் குறைக்கின்ற எந்திர சாதனங்கள் வேண்டாம் என்று நெசவாளர்கள் 1811 தொடங்கி 1816 வரை பெருங் கிளர்ச்சிகளில் ஈடுபட்டனர். அவை லடைட்டுக் கலவரங்கள் என்று வரலாற்றில் அறியப்படலாயின. லிவர்ப்பூல் இக்கிளர்ச்சிகளை இரக்கமின்றி ஒடுக்கினார். உழைப்பாளி மக்களின்; இன்னல்களைப் போக்குவதற்கு அரசினால் இதைவிட அதிகமாய் ஒன்றும் செய்ய முடியாது என்பது லிவர்ப்பூலின் கருத்து. அமைச்சர்கள் இதற்கு உதவுவது பற்றி ஏதேனும் முயன்றால், அதனால் நன்மையை விடத் தீமையே விளையுமென்றும் அவர் நினைத்தார்.

அவர் மில்லியன் கணக்கில் பணத்தைச் செலவு செய்து கோயில்களைக் கட்டினார். பருத்தி நெசவாலைகளில் வேலை செய்யும் குழந்தைகளுக்குப் பாதுகாப்புத் தரவேண்டும் என்ற சட்ட முன்வரைவை லிவர்ப்பூல் ஆதரித்தார். வேலைகளை உண்டாக்கித் தரும் திட்டங்களுக்கு அரசு கடனுதவி செய்து அவற்றை வளர்க்க வேண்டுமென்பதையும் அவர் ஆதரித்தார்.

லிவர்ப்பூல் மிகக் கடுமையாய் உழைத்தார். அவரின் மனைவி 1821 ஆம் ஆண்டு இறக்கவே, அதற்கடுத்த ஆண்டில் மேரி செஸ்டரை மணந்தார் உடல்நலம் குன்றி வந்த நிலையிலும், குமுறி எழுகின்ற போக்குடைய அமைச்சரவையை மேலும் ஐந்தாண்டுக் காலம் தன் கட்டுக்குள் வைத்திருந்தார்.

அவருக்கு 1827 பிபிரவரி 17 அன்று கடுமையான மாரடைப்பு ஏற்பட்டது. அதற்கடுத்த ஆண்டு 1828 டிசம்பரில் இறந்தார்.

Thomas, George Malcolm The Prime Minister, From Robert Walpole to Margaret Thatcher, London 1980.

(ஆ) பிரிட்டனில் கோதுமை விலை ஏற்றம்

பிரிட்டனில் ஒரு டன் கோதுமை விலை 30 பவுனாய் 1812 ஆம் ஆண்டில் உயர்ந்து விட்டது. கோதுமை விலை இந்த அளவிற்கு வரலாற்றில் எந்தக் காலமும் ஏறியதில்லை. அடுத்த 160 ஆண்டுக் காலத்தில் கூடக் கோதுமை விலை இந்த அளவிற்கு கூடியதில்லை.

4. பிரான்சில் துப்பறியும் துறை சுரேட்டு அமைப்பு

துப்பறிவாளர் யூஜின் விடுகாக்கு (*Bugene Vidcoq 37*) என்றவர் பிரஞ்சு நாட்டின் துப்பறியும் காவல் துறைப் பிரிவான சுரேட்டு அமைப்பை (*Brigade de la Surete*) 1812 ஆம் ஆண்டு தோற்றுவித்தார். அவரே அப்பிரிவிற்குப் பொறுப்பேற்று நடத்தும்படி செய்யப்பட்டார். அப்பிரிவில் சாதாரண உடையணிந்த பழைய குற்றவாளிகள் பணி செய்தனர். அவர்கள் குற்றவாளிகளின் மறைவான இடங்களுக்குள் வெகு திறமையாய் ஊடுருவினர் முறையான காவற் படையினரைவிட பழைய குற்றவாளிகளான அவர்களுக்கு நல்ல செயல்திறன் இருந்தது.

5. லூயிசியானம் அமெரிக்க ஒன்றியத்துடன் இணைதல்

லூயிசியானம் (*Louisiana*) என்ற பரந்த நிலப் பரப்பு பிரான்சிடமிருந்து 1803 ஆம் ஆண்டு அமெரிக்கத்தினால் விலைக்கு வாங்கப்பட்டது(இ.ச.க.தொகுதி-11:1803 புள்ளிகள்) இது மெக்சிக்க வளைகுடாவிலுள்ள அமெரிக்க ஒன்றியத்தின் தென் மாநிலமாகும். இம்மாநிலம் 1812 இல் அமெரிக்க ஒன்றியத்துடன் இணைந்தது.

இது பெரிதும் தாழ்வான நிலப்பரப்பு இதன் தலைநகரம் பேட்டன் ரூஷ் பரப்பளவு 116,368 சதுர கிலோ மீட்டர் 44,930 சதுர மைல்.

6. பண்டை உலக வாணிப நகரம் பீட்ரா கண்டுபிடிப்பு

இன்று ஜோர்தன் (*Jordan*) என்று பெயர் பெற்றுள்ள நாடு விவிலியக் காலத்தில் பிளவுண்டிருந்தது. ஜோர்தன் ஆற்றுக்கு மேற்கிலிருந்த நிலம் எருசேலம் உள்படப் பாலத்தீனத்தின் பகுதியாயும் கிழக்கிலிருந்த பரப்பில் அம்மோன் எடோம், மோவாபு ஆகிய முடியரசுகளும் அடங்கியிருந்தன. (*Ammon* : பழைய ஏற்பாட்டில் கூறப்பட்டுள்ள நாடோடியரான அம்மோனைட்டுகளின் நாடு அவர்கள் எப்போதும் இசுரேலரின் எதிரியாய் இருந்து வந்தனர். *Edom* : விவிலியத்தில் சொல்லப்பட்டுள்ள ஐசக்கு -ரெபக்காள் ஆகியோரின் மகனான ஈசாவின் வழிவந்தோர் வாழ்ந்த நாடு : இந்த அரசு சாக்கடலுக்கும் அக்குவாப வளைகுடாவிற்கும் நடுவில் இருந்தது. *Moab*: இதுவும் பழைய ஏற்பாட்டில் சொல்லப்பட்டுள்ள பண்டை முடியரசு சாக்கடலின் *Dead Sea* கிழக்கே இருந்தது. இது

இன்று ஜோர்தனின் தென்மேற்குப் பகுதியாய் உள்ளது. இந்நாடு கி.மு.9-6 ஆம் நூற்றாண்டுகளில் செழித்திருந்தது.)

எடோமியர் சுமார் கி.மு.1000 ஆம் ஆண்டு வாக்கில் பீட்ரா (*Petra*) நகரை நிறுவினர். சுமார் கி.மு.500 வாக்கில் நபாத்தியர் (*Nabatean*) அவர்களை அங்கிருந்து விரட்டி விட்டுப் பீட்ரவைத் தம் தலைநகராக்கினர்.

உலகம் அப்போது இன்றைக்கு இருந்ததை விடச் சிறியதாயிருந்தது. அதாவது மனிதன் அன்று உலகின் சிறு பகுதிகளை மட்டுமே அறிந்திருந்தான் மேற்கில் நில நடுக் கடலையொட்டிய பகுதிகளும், கிழக்கில் தென்னாசிய நாடுகளும் பேரிந்தியமும் சீனமும் மட்டுமே அடங்கியதாய் அன்றைய உலகம் (*Known World*) இருந்தது. அரேபியத் தீவக்குறை அன்றைய உலகின் இரு பகுதிகளுக்கும் நடுமையமாய் இருந்தது. எனவே அப்பகுதியின் வாணிபம், ஊடு கடப்பாய் நடந்து வந்தது இயற்கையேயாகும். அதன் வடபகுதியில் பாறை என்ற பொருளைத் தரும் பீட்ரா என்ற நகரம் இருந்தது. அது வணிகத்தில் செழித்தோங்கியிருந்த நபாத்தியன் முடியரசின் வெகு செழிப்பான வாணிப மையம் பண்டைக் கிரேக்கர், ரோமானியர் காலங்களில், நபாத்தியன் முடியரசு பாலத்தீனத்தின் தென்கிழக்கில் பீட்ரா நகரைச் சுற்றிலும் அமைந்திருந்தது. இங்கு வாணிபத்தை வாழ்க்கையாய்க் கொண்ட அரேபியரில் ஒரு கிளையினரான நபாத்தியர் வாழ்ந்திருந்தனர். அவர்கள் பேசிய நபாத்தியன் மொழி வழக்கொழிந்த பண்டை அராமைக்கு ஆகும்.

(*Aramaic* : இது நடுக்கிழக்கில் வழங்கிய பண்டை மொழி இம்மொழி இன்றும் சிரியம், லெபனான் ஆகிய நாடுகளின் சில பகுதிகளில் பேசப்பட்டு வருகின்றது. இது ஆப்பரிக்க ஆசிய மொழிக் குடும்பத்தின் வடமேற்குச் செமித்தியக் கிளைக் குடும்பத்தைச் சேர்ந்த மொழியாகும். இது தொடக்கத்தில் அரம் என்ற நாட்டின் மொழியாயிருந்தது. அரம் என்பது பண்டைச் சிரியத்தைக் குறிக்கும். அராமைக்கு மொழி கி.மு.ஐந்தாம் நூற்றாண்டில் பாரசிகமெங்கும் பரவிய இடையீட்டுப் பொது மொழியாய்ப் பரவியிருந்தது. இம்மொழி விவிலியத்தின் புதிய ஏற்பாட்டுக் காலத்தில் பாலத்தீனத்தில் பொது மொழியாயிருந்தது.)

இன்று பீட்ரா நகரம் இடிபாடடைந்து கிடக்கின்றது. அங்கு பாறை முகங்களில் குடைந்தெடுத்த வீடுகள் மட்டுமே எஞ்சி நிற்கின்றன. அங்கு கி.பி.320 ஆம் ஆண்டு ஏற்பட்ட நிலநடுக்கத்தில் ஏனைய கட்டடங்கள் யாவும் இடிந்து தரைமட்டமாய் விட்டன.

சுவிட்சர்லாந்திய நாடோடியும் கீழையியலாருமான ஜான் லூவிஸ் பர்க்குஹாட்டு (*Reverend John Lewis Burckhardt* 1845-1888)1812 ஆகஸ்டு 22 அன்று இடிபாடுற்றுக் கிடந்த பீட்ராவைக் கண்டுபிடித்தார் இந்நகரம் இருந்ததை விவிலியம் வாயிலாய் உலகம் அறிந்திருந்த போதிலும், அதை இப்போதுதான் ஒருவர் கண்டார். இந்நகரை அடைய மூன்று கிலோமீட்டருக்கும் அதிகமான தொலைவுள்ள மலையிடுக்குகள் வழியே செல்ல வேண்டும். இங்கு மலைகள் சுமார் 100 மீட்டர் உயரம் எழும்பி நிற்கின்றன.

இசுரேலர் எகிப்தில் அடிமைகளாயிருந்து தப்பி வந்த காலத்தில், மோசஸ் (சு.1230-கி.மு) இங்கு ஓரிடத்தில் மலையிலிருந்து நீர்ப்பெருக்கெடுக்கச் செய்தாராம். இந்த இடம் பீட்ரா என்று இங்கு வழங்கும் செவி வழிச் செய்திகள் கூறுகின்றன. இந்நகரைப் பார்க்க அமைந்துள்ள ஒரு குன்றில் மோச்சின் அண்ணனும் எபிரேயரின் முதல் தலைமைக் குருவுமான ஆரோனின் (*Aaron*) கல்லறை உள்ளது.

பீட்ரா அம்மானிலிருந்து தெற்கில் சுமார் 288 கிலோமீட்டரில் உள்ளது.

Verhoevon, F.R.J. Dr.Islam, Its origins and spread in Worlds, London, 1962.

7. மூர்கிராஃப்டின் முதல் இமயப் பயணம்

வில்லியம் மூர்கிராஃப்டு பிரான்சில் பயிற்சி பெற்ற கால்நடை மருத்துவர் அவர் பிரிட்டனில் 1791 ஆம் ஆண்டு அமைத்த முதல் இராயல் கால்நடை மருத்துவக் கல்லூரியில் இணைப் பேராசிரியராய்ப் பணிபுரிந்தவர். அவர் குதிரை இலாடங்களை எந்திரத்தில் செய்யும் தொழிலில் இறங்கிக் கால்நடை மருத்துவத் தொழிலில் ஈட்டிய செல்வத்தையெல்லாம் இழந்தார். இந்நேரம் கிழக்கிந்தியக் கம்பெனி அவருக்கு வேலை தர முன்வந்தது. அவர் 1808 ஆம் ஆண்டு கப்பலேறி இந்தியம் வந்தார். பிகாரிலிருந்த குதிரை இனப் பெருக்கப் பண்ணையை மேற்பார்வை செய்யும் பணி அவருக்குத் தரப்பட்டது. குதிரைப் படை நிலவிய இக்காலத்தில் அது மிகவும் பொறுப்பு வாய்ந்ததும் பேராதாயம் தருவதுமான பதவியாயிருந்தது.

சிறப்பு வாய்ந்த அறிவியலாரான மூர்கிராஃப்டிடமிருந்து கம்பெனி மிகவும் எதிர்பார்த்ததால் இந்த வேலையைக் கொடுத்தது. அவரும் கம்பெனிக்கு ஏமாற்றம் தரவில்லை. அவர் முன்னோடி என்ற முறையில் இந்தியத்தில் ஓட்ஸ் தானியத்தை அறிமுகம் செய்தார். அவர் வந்து சேர்ந்த காலத்தில் அவர் பொறுப்பில் விடப்பட்ட நோய் கொண்ட குதிரையெல்லாம் குணமாயின் இப்போது நோய் பிடித்த குதிரை எதுவுமே இலது. தரமான குதிரைகளைத் தரவேண்டுமென்பது தான் அவருக்குப் பெருங் கவலையாயிருந்தது. அவர் இனப்பெருக்கத்திற்காகப் புதிய சாதிக் குதிரைகளைத் தேடினார். இந்தியத்தில் அத்தகைய பொலி குதிரை எதுவும் கிடைக்கவில்லை.

இங்கிலாந்திலிருந்து பொலி குதிரைகளின் மந்தை ஒன்றைக் கல்கத்தாவிலிருந்து விரைந்தோடும் வேகத்திற்கும் தாங்குந்திறனுக்கும் பெயர் பெற்ற நடு ஆசியத்திற்குப் பொலி குதிரைகளைத் தேடி அவர் செல்ல வேண்டும். ஆங்கிலப் பொலி குதிரைகள் வந்து சேர வழியில்லை. ஆசிய நிலப்படத்தில் மிகப் பெரிய வெற்றிடமாய் அக்காலத்தில் இருந்த வந்த பகுதிக்கு ஆர்வமிக்க கம்பெனி மேற்பார்வையாளர் சென்று அங்கு மறைந்து போய் விடுவதைக் கம்பெனி விரும்பவுமில்லை, எனினும் அவர் அங்கு செய்யக் கூடாது

என்று கண்டிப்பாக கூறப்படவுமில்லை. மூர்கிராஃப்டிற்கு இது போதும் அதற்கேற்றவாறு அவருக்கு ஒரு வாய்ப்புக் கிடைத்தது.

துருக்கோமான் பொலி குதிரைகளைப் பால்கு (*Balkh*), புக்காரா (*Bukhara*) என்ற இடங்களில் விலைக்கு வாங்கலாம் என்பதைச் சாக்காய் வைத்துக் கொண்டு அவர் தன் பயணங்களுக்குத் திட்டமிட்டார். மூர்கிராஃப்டு அறிவியல் ஆர்வத்தோடு வாணிப அரசியல் நோக்கங்களையும் கருத்திற்கொண்டு அனைத்தையும் தழுவியதாய்ப் பயணம் அமைய வேண்டுமென்று எண்ணினார். அவரது புகழ்பெற்ற இரண்டு பயணங்களில் முதற்பயணம் 1812 ஆம் ஆண்டு தொடங்கியது. அவர் ஓர் இந்துச் சாமியார் போல் வேடமிட்டு நடு இமயத்தைக் கடந்து திபேத்தினுள் சென்று விட்டார்; அவர் காசுமிரச் சால்வை செய்யப் பயன்படும் மென்மையான மயிரைத் தரும் ஆடுகளைத் தேடி அங்கு சென்றார்.

அவருடன் ஐதர் யங்கு ஹியர்செ (*Hyder Yound Hearsey*) என்ற ஆங்கிலோ இந்தியரும் சென்றார். அவர் கடுவாலிலுள்ள நிதி கணவாயில் ஏறித் திபேத்தின் நடுவிலுள்ள கார்டோக்கு (*Gartok*) என்ற இடத்தையும் புனிதமான மானசரோவர், சட்லஜ் ஆற்றின் தோற்றுவாயான இரகஸ் தளம் என்ற ஏரிகளை அடைந்தார். இது மாபெரும் சாதனை நில நூலார் சிலர் கருதுகின்றனர்.

மூர் கிராஃப்டு பொலி குதிரைகளைத் தேடிச் சென்ற வழியில் மிக முக்கியமான பல கண்டுபிடிப்புகளைச் செய்தார். அது திபேத்தியவியல் ஆய்வில் முன்னோடிப் பணியென்று கொள்ளப்படுகின்றது. அவர் திபேத்திய மொழியின் எழுத்துகளை விளக்கி வங்க ஆசியவியல் சங்கத்திற்கு 1825 ஆம் ஆண்டு ஓர் ஆய்வுக் கட்டுரையை அனுப்பினார்.

Keay, John When Men and Mountains Meet, London, 1977.

1812

8. அபு சிம்பல் கண்டுபிடிப்பு

மிகவும் நேர்த்தியான பாறைச் செதுக்கு வேலைகளைக் கொண்ட அபு சிம்பல் (*Abu Simbel*) கோயிலையும் ஜான் லூவிஸ் பர்க்குஹாட்டு இதே 1812 இல் கண்டுபிடித்தார். (இவர் பீட்ராவைக் கண்டுபிடித்த செய்தி முன் கட்டுரையில் சொல்லப்பட்டுள்ளது) இந்த இடம் தென் எகிப்தில் உள்ளது. இங்கு இரண்டாம் இராமசஸ் (*Rameses II* : இ.கி.1225 கி.மு.பண்டை எகிப்திய அரசர் ஆட்சிக் காலம் 1292 -25 கி.மு) கட்டிய இருபெருங் கோயில்கள் உள்ளன. அவை சூடான் நாட்டு எல்லையருகில் நைல் ஆற்றின் கரை மீது மணற் கற்களைக் குடைந்து கட்டப்பெற்றன. இக்கோயிலுக்குள் மறுபிறவிக் கடவுளான ஓசிரிசின் (*Osiris*) வடிவில் எகிப்திய மன்னர் இராமசஸ் நின்ற நிலையிலுள்ள நான்கு பெரிய உருவங்கள் கல்லில் செதுக்கப்பட்டுள்ளன. அவை ஒவ்வொன்றும் ஒன்பது மீட்டர் (சுமார் 30 அடி) உயரம் கோயிலின் நுழைவாயிலில் மன்னர் அமர்ந்த நிலையில் நான்கு உருவங்கள் உள அவை ஒவ்வொன்றும் 20 மீட்டர் (சுமார் 66 அடி) உயரம்.

அசுவான் உயரணையினால் நாசர் ஏரியில் நீர்மட்டம் உயர்ந்தது, இக்கோயிலும் உருவங்களும் மூழ்கிவிடாலாகாது என்று, அவற்றைத் துண்டு துண்டாய் அறுத்தெடுத்து மேடான ஓரிடத்தில் மீண்டும் ஒன்று சேர்த்து 1966-1967 ஆம் ஆண்டு நிறுவினர் இது ஐ.நா.மன்ற ஆதரவில் பல நாடுகளின் உதவியுடன் நடந்தது.

1812

9. துருக்கர் மக்க. மதீனங்களைக் கவர்ந்தனர்.

அரேபியத்தின் குலத்தலைவர் முகமது இபின் சவூதியினால் 1763 இல் நிறுவப்பட்ட வதாபி குடியின் மூன்றாவது மன்னரான சவூதி என்றவரின் ஆட்சிக்காலத்தில் (1803-1814) துருக்கர் அரேபியத்தின் மீது படையெடுத்து வந்து மக்கத்தையும், மதீனத்தையும் 1812 ஆம் ஆண்டில் கவர்ந்து கொண்டனர்.

10. அடிமை, அடிமை வாணிபம்

(அ) டெல்லியில் அடிமை வணிகரின் எண்ணிக்கை மிகுதல்

அடிமை முறையையும் அடிமை வாணிபத்தையும் எதிர்த்து உலகில் பல நடவடிக்கைகள் எடுக்கப்பட்டு வரும் இந்தக் காலத்தில் டெல்லியில் அடிமை வணிகரின் எண்ணிக்கை பெருத்துக் கொண்டே செல்வதாய் பிரிட்டீசுப் பேராளரான (*resident* மெட்காஃபு குறிப்பிட்டிருந்தார்.

(ஆ) சுவீடன் அடிமை வாணிபத்தைக் கைவிட்டது

மனிதரை விலைப் பொருளாக்குவது மிகவும் இழிந்த செயல் என்பதை மனிதரெலாம் திடீரென்று உணர்ந்து கொண்டது போல் உலகின் பல நாடுகள் அடிமை வாணிபத்தைக் கைவிடுவதை இக்காலகட்டத்தில் காண்கின்றோம். அத்தகைய நாடுகளின் வரிசையில் வடமேற்கு ஐரோப்பியத்திலுள்ள சிறு நாடான சுவீடன் 1812 இல் சேர்ந்து கொண்டது.

11. இலக்கிய செய்திகள்

(அ) திருக்காரணப் புராணம்

சேக்கு அப்துல் காதிர் *1812* இல் சாகுல் ஹமீதின் வாழ்க்கையைத் திருக்காரணப் புராணம் என்ற பெயரில் காவியமாய்ப் பாடினார்.

(ஆ) தமிழறியும் மடந்தை கதை

தமிழறிவன் என்ற ஒரு புலவர் உரை நடையும், பாடல்களுமாய்த் தமிழறிந்த மடந்தை கதை என்ற நூலை இவ்வாண்டு செய்தார். தமிழறிந்த ஒரு கணவனைத் தேடித் தன் உயிரைப் பலிகொடுத்த சோழ இளவரசி ஒருத்தியின் கதை இது.

(இ) தெலுங்கில் விவிலியம்

பத்தொன்பதாம் நூற்றாண்டின் தொடக்கத்தில் இந்திய மொழிகள் பலவற்றில் விவிலியம் கிரேக்க எபிரேய மூலங்களிலிருந்து மொழி பெயர்த்து வெளியிடப்படுவதைக் காண்கிறோம். இந்த *1812* ஆம் ஆண்டில் மேத்தியூ, லூக்கு, மாற்கு முதலியோர் எழுதிய புதிய ஏற்பாட்டுத் திருச் செய்திகளை ஏ.டி. கிரான்சஸ் *(A.D.Cranzes)* என்றவர் கிரேக்க மொழியிலிருந்து தெலுங்கில் மொழி பெயர்த்துத் தேவுனியோக்க கவர்த்தலு என்ற பெயரில் வெளியிட்டார்.

1812

(ஈ) எல்லீசின் திருக்குறள் மொழிபெயர்ப்பு

எல்லீசுத் துரை எனப்படும் ஃபிரான்சிஸ் ஒயிட்டு எல்லீசு திருக்குறள் அறத்துப் பாலை *"Tirukural as Virtue"* என்ற பெயரில் விளக்க உரையுடன் ஆங்கிலத்தில் மொழிபெயர்த்தார்.

12. அறிவியல் செய்திகள்

(அ) வினையூக்கியின் செயல்முறை விளங்கிக் கொள்ளப்படுதல்

வினையூக்கியின் செயல்முறைகள் *(catalytic processes)* முதல் முறையாய் விளங்கிக் கொள்ளப்பட்டன என்று இரஷிய வேதியியலாரான காட்லியபு சிக்மண் இஞ்சோஃபு *(Gotlieb Sigmund Inchoff)* இவ்வாண்டு கூறினார். நீர்த்த கந்தக அமிலத்தில் கொதிக்க வைக்கும் போது பன்மச் சர்க்கரை *(starch)* சர்க்கரைக் குளுகோசாய் உடைகின்றது என்பதை அவர் காட்டினார்.

(ஆ) விலங்குப் புதை படிவு பற்றிய ஆய்வு நூல்

ஜார்ஜஸ் குவியர் *(Georges Cuvier 1769-1823 :* இ.ச.க.தொகுதி*-10 : 1795* கட்டுரை) தொல்லுயிர்களின் புதைபடிவு ஆய்வு பற்றி எழுதியிருந்த மாபெரும் பிரஞ்சு நூல் *(Reserarches sur Ies Ossemens fossils des Quadrupedes)* 1812 ஆம் ஆண்டு வெளி வந்தது.

(இ) பொது நிகழ்தகவு பற்றிய பிரஞ்சு நூல்

பியரே சைமன் லாப்லேஸ் *(Pierre Simon Laplace1729-1827)* பிரஞ்சுக் கணிதவியலார்; இயற்பியலார்; வானியலாருமாவார், இவர் 1796 ஆம் ஆண்டு ''புகைமங்கள் கொள்கை''

(nebular theory) என்ற விளக்கக் கருத்தை எடுத்துரைத்தார். புகைமங்களிலிருந்து (nebulae) விண்மீண் போன்ற விண் பொருள்கள் தோன்றின என்னும் கொள்கை அதுவாகும் லாப்லேஸ் இந்த 1812 இல் பொது நிகழ்கதவுக் கொள்கையை *(Theory of general Probabilities)* விவரிக்கும் பிரஞ்சு நூலை *(Theorie analytique probabilities)* எழுதி வெளியிட்டார்.

(ஈ) வலி மரக்க வைத்து அறுவை

பிரஞ்சு படை 1812 இல் இரஷியத்திலிருந்து பின் வாங்கி வந்த நேரம் அப்போது நெப்போலியனின் அறுவை மருத்துவரான பேரன் லாரே *(Baron Larrey)* காயம்பட்ட இடங்களில் பனிக்கட்டியை வைத்து உறையச் செய்து அந்த இடம் மரத்துப் போன பின்னர் உறுப்புகளை வெட்டி எடுத்தார்.

(உ) அறுவடை எந்திரம்

ஜான் காமன் *(John Common)* என்றவர் இந்த 1812 ஆம் ஆண்டில் வயலில் பயிர்களை அறுவடை செய்யும் எந்திரம் ஒன்றைச் செய்தார்.

(ஊ) ஐரோப்பிய நீராவிக் கப்பல் போக்குவரவில் முன்னோடி

ஸ்காத்தியப் பொறியாளரான ஹென்றி பெல் (*Henry Bell,45*) ஐரோப்பிய நீராவிக் கப்பல் போக்குவரவில் முன்னோடியாய் விளங்குகின்றார். அவர் இனி வரும் அடுத்த எட்டாண்டுக் காலத்தில் மூன்று குதிரைத் திறனுள்ள ''வால் மீன்'' *(Comet)* என்ற தனது நீராவிக் கப்பலை கிளைடு ஆற்றில் செலுத்தி விடுவார்.

1812

13. பிறப்பு

சார்லஸ் டிக்கன்ஸ் (1812-1870)

சார்லஸ் (ஜான் ஹஃபம்) டிக்கன்ஸ் *(Charles [John Huffom] Dickens, 1812-1870) 1812-1870)* புகழ்பெற்ற ஆங்கில நாவலாசிரியர் அவர் 1812 பிப்ரவரி 7 அன்று லெண்ஃபோட்டு *(Landfort)* என்ற இடத்தில் பிறந்தார்.

14. இறப்பு

பூரணய்ய இறந்தார்.

பூரணய்ய மராட்டிப் பிராமணர். ஐதரலியின் காலத்திலிருந்து மைசூர் அரசில் அமைச்சராயிருந்து வந்தவர். அவர் திப்புசுல்தான் காலத்தில் உயர் முதன்மை பெற்றார். இந்தியத்தின் மையத்திலும் தெற்கிலும் நிலவிய அரசுகளின் வருவாய்த் துறைகளையும், ஆட்சிப் பொறுப்புகளையும் தங்கு தடையின்றி நடத்திச் சென்ற லோகிக் என்ற சமயச் சார்பற்ற பிராமணருள் பூரணய்யவும் ஒருவராவார்.

அவர் திப்பு சுல்தான் அரசில் மீர் அசஃபு கச்சேரி என்ற வருவாய்த் துறைக்கும் மீர் மீரான் கச்சேரி என்ற போர்ப்படைத் துறைக்கும் தலைவராயிருந்தார். மைசூருக்கும் கிழக்கிந்தியக் கம்பெனிக்கும் 1799 ஆம் ஆண்டு நடந்த நான்காம் மைசூர்ப் போர் என்ற இறுதிப் போரில், பிரிட்டிசார் பூரணய்யவை விலைக்கு வாங்கி விட்டனர். அதனால் பிரிட்டிசுப் படை சீரங்கப் பட்டணத்தை நோக்கி வந்தபோது, பூரணய்ய அதைப்

பெயரளவிற்கு மட்டும் எதிர்க்கச் செய்தார். அதனால் திப்பு சுல்தானின் விதி காவிரிக் கரையில் போர்க் களத்தில் முடிந்து போனது.

பூரணய்ய திப்பு சுல்தானைக் காட்டிக் கொடுத்தற்காகப் போர் முடிந்த பின்னர் மீண்டும் மைசூர் அரசின் ஆட்சிப்பணியில் அமர்த்தப்பட்டார் பிரிட்டிசாரின் ஆதரவால் மீண்டும் ஆட்சியைப் பெற்ற மைசூர் உடையார் குடியின் அரசில் பூரணய்யவிற்குத் தலைமை நிதிமைச்சரான திவான் பதவியை ஆங்கிலேயர் தந்தனர். மைசூர் கம்பெனிக்கு அடங்கிய அரசாகுமாறு, அதை மறுசீரமைக்கும் பணியில் பூரணய்ய முழு உதவியாயிருந்தார்.

ஐதரபாது நிசாமிடம் இக்காலத்தில் அமைச்சராயிருந்த இராசா சந்துலால் *(1809-1843)* அங்கு வகித்து வந்தது போன்ற பதவி நிலையில் பூரணய்ய இருந்தார் எனலாம். *(சந்துலாலும் பிரிட்டிசாருக்கு ஆதரவாயிருந்து கொண்டு, அவர்கள் ஐதரபாதைச் சுரண்டுவதற்குத் துணை போனவர் என்பதை இனி வரும் பக்கங்களில் காணலாம்.)*

வெள்ளைக்காரப் போர்ப் படை அலுவலர்கள் கம்பெனிக்கு எதிராய்க் கிளர்வதற்கென்று *1809* இல் நடத்திய ''வெள்ளையர் சதியில்'' கம்பெனிக்கு விசுவாசியான பூரணய்ய சேர மறுத்துச் சென்னை அரசினர்க்கு மேலும் உதவினார். எனவே, பிரிட்டிசார் பூரணய்யவின் ''நேர்மையுணர்வை'' விரும்பியது இயற்கையேயாகும்.

''பூரணய்ய பிரம்மனிலிருந்து வந்தவர். போரில் துணிச்சல் மிக்கவர், புகழொளி சிந்தும், மன்றில் சொலிப்பார்'' என்று நில அளவாய்வுப் பிரிவைச் சேர்ந்த டாக்டர் ஜான் லெயிடன் *(Dr.John Leyden)* புகழ்ந்து பாடினார். பூரணய்ய நல்ல முதுவயதில் *1812* மார்ச்சு *28* அன்று இறந்தார்.

1812

1813

அரசியல்
கிழக்கிந்தியக் கம்பெனியின் வாணிப உரிமம் புதுப்பிக்கப்படுதல்
தலைமை ஆளுநர் ஹேஸ்டிங்க பிரபு

அறிவியல்
உலகின் முதல் விசைத் தறி
தாவரவியலில் புதிய முன்னேற்றங்கள்

கலை இலக்கியம்
அகத்தியப் பாட்டியல் 19 ஆம் நூற்றாண்டு நூல்?
அகத்தியர் வரலாறு
இந்தியம் பற்றிய நூல்
காளிதாசனின் "மேகதூதம்" ஆங்கிலத்தில்

பொருளியல், நிதியியல்
பிரிட்டனில் கினி நாணயம் அச்சிடுவது நிறுத்தம்

பொது
"அங்கிள் சாம்" பெயர் தோற்றம்
கோகினூர் வைரம் இரஞ்சித்து சிங்கு பெறுதல்

வரலாறு
இந்தியம் பற்றிய நூல் வெளியீடு

பிறப்பு
ஐசக்கு பிட்மண் (1813-1897)
(வில்லியம்) ரிச்சர்டு வேகன் (1813-1883)
சுவாதித் திருநாள்   (1813-1874)

இறப்பு
ஜோசஃப்பு லூயி லெகரான் (1736-1813)
தெகும்சி (1768-1813)

1813

1. பேரகத்தியத் திரட்டு பத்தொன்பதாம் நூற்றாண்டு நூல் ?

அகத்தியரைப் போன்று புனைந்துரைத்து நிலை நாட்டப் பெற்ற கருத்துப் படிமம் தமிழ் இலக்கியத்தில் வேறெதுவும் இலது எனலாம். தமிழ் இலக்கியங்களிலும் தொன்மங்களிலும் தென்கிழக்காசிய நாடுகள் சிலவற்றின் மரபுகளிலும் அகத்தியரைப் பற்றிய செய்திகள் மலையென உள்ளன. அகத்தியர் கதை நாவலந்தீவாகிய பரத நாடு முழுமையிலும் பரவி நிலவுகின்றது.

அகத்தியர் தென்னாடு போந்தமை

சிவபெருமான் மலை மகளை இமயத்தில் மணந்த காலத்தில் எல்லாரும் அங்கு கூடினர். அதனால் அப்பொறை மலை சுமை பொறாமல் வடபுலம் தாழ்ந்து தென்புலம் உயர்ந்தது. ஈசன் அப்போது அகத்தியரை அழைத்துத் தெற்கில் சென்று பொதிய மலையில் இருக்குமாறு கூறினார். அகத்தியரும் அங்ஙனமே சந்தனச் சோலை சூழ்ந்த பொதிய மலையில் வந்து அமர்ந்ததும், புவி சமநிலை எய்தியதாய்க் கந்த புராணம் கூறும்.

அகத்தியர் தென் திசைக்கு வந்த வரலாற்றை நச்சினார்கினியர் தொல்காப்பியச் சிறப்புப் பாயிர உரையில் பதினான்காம் நூற்றாண்டுத் தமிழில் இங்ஙனம் கூறுகின்றார்.

அவரும் தென்திசைக்கட் போதுகின்றவர் கங்கை யாருழைச் சென்று காவிரியாரை வாங்கிக் கொண்டு பின்னர் யமத்கினி யாருழைச் சென்று அவர் மகன் திரணதூமாக்கியாரை வாங்கிக் கொண்டு புலத்தியனாருழைச் சென்று அவருடன் பிறந்த குமரியார் உலோப முத்திரையாரை அவர் கொடுப்ப நீருடன் பெற்று பெயர்ந்து துவாராவதி வந்து நிலங்கடந்த நெடுமுடியண்ணல் வழிக்கண் அரசர் பதினெண்மரையும் பதினெண்கோடி வேளிருள்ளிட்டாரையும் அருவாளரையுங் கொண்டு வந்து காடு கெடுத்து நாடாக்கிப் பொதிகையிலிருந்து இராவணனைக் கந்தருவத்தாற் கட்டி, இராக்கதர் தென்னாடடையாமற் செய்து திரணதூமாக்கி யாராகிய தொல்காப்பியனாரை நோக்கி நீர் சென்று குமரியரைக் கொண்டு வருக என்ன, அவரும் எம்பெருமாட்டியை எவ்வகைக் கொண்டு வருவன் என்றார்க்கு முன்னாகப் பின்னாக நாற்கோல் நீளமகல நின்று கொண்டு வருக என்றார்க்கு, அவரும் அங்ஙனங் கொண்டு வருகையில் வையை நீர் கடுகிக் குமரியாரை ஈர்த்துக் கொண்டு போய் வழ, தொல்காப்பியனார் கட்டளை கடந்து ஒரு மூங்கிற் கோலை முறித்து நீட்ட அது பற்றி ஏறினார். அது குற்றமென்று அகத்தியனார், குமரியாரையம் தொல்காப்பியனாரையும் சொர்க்கம் புகாப்பிரெனச் சபித்தார். யாங்கள் ஒரு குற்றமுஞ் செய்யாதிருக்க எங்களைச் சபித்தமையால், எம்பெருமானுஞ் சொர்க்கம் புகாதிருக்கவென அகத்தியனாரையுஞ் சபித்தனர். அதனாலவர் கோபித்தாரதலின், இவன் செய்த நூலை அதங்கோட்டாசிரியரைக் கேளற்க என்று கூறியவர்.''

நச்சினார்க்கினியர் கூற்று

அகத்தியர் பற்றி இன்றைக்கு ஏறத்தாழ அறுநூறு ஆண்டுகளுக்கு முன்னர் தமிழகத்தில் வழங்கி வந்த கதைகள் சிலவற்றை நச்சினார்க்கினியர் தம் தொல்காப்பிய பாயிர உரையில் இங்ஙனம் குறிப்பிட்டுள்ளார். இக்கதையில் சிவமூர்த்தியின் கதை சொல்லப்படவில்லை என்பது குறிப்பிடத்தக்கதாகும்.

திருவிளையாடல் புராணக் கதை

அகத்தியர் ஈசன் கட்டளைப்படி தெற்கே புறப்பட்ட வேளையில் தென்னாடு தமிழ் மொழி வழங்கும் நிலம் என்றும் அங்கு வாழும் மக்கள் அம்மொழியில் வல்லவர் என்றும் அவர்கள் கேட்டனவற்றுக்குத் தான் விடை கூறுதல் வேண்டுமென்றும் ஆதலால், தனக்குத் தமிழ் இலக்கணத்தை அறிவுறுத்த வேண்டும் என்றும் கூறினாராம். சிவனும் அகத்தியர் வேண்டியவாறு அவர்க்குத் தமிழ் இலக்கணத்தைக் கற்பித்தார் என திருவிளையாடற் புராணம் *(12 நூ)* கூறும்.

கம்ப இராமாயணத்தில்

பத்தாம் நூற்றாண்டினரான கம்ப நாட்டாழ்வார் இராமாயணத்தில் அகத்தியப் படலத்துள் சிவபெருமான் அகத்தியர்க்குத் தமிழ் அறிவுறுத்திய செய்தியை இங்ஙனம் பாடுகின்றார்.

வழக்குமறை நாவிலும் உயர்ந்துலக மோதும்
வழக்கினு மதிக்கவியி னும்மரபி னாடி
நிழற்பொலி கணிச்சிமணி நெற்றியுமிழ் ஓங்கண்
தழற்புரை தடர்க்கடவுள் தந்தமிழ் தந்தான்.

சிவஞான முனிவர்

அகத்தியர் குன்றமெறிந்த குமரவேளாகிய முருகனிடத்தும் தமிழ் கற்றார் என்று சிவஞான முனிவர் *(18 நூ.இ.ச. 9 : 1785 கட்டுரை)* தொல்காப்பியப் பாயிர விருத்தியில் குறித்திருக்கின்றார். பழனித் தலபுராணமும் அகத்தியர் முருகனிடம் தமிழ் கற்றதை உரைக்கும்.

வீரசோழியம்

பௌத்த சமயத்தவரான பொன்பற்றிக் காவலன் புத்த மித்திரன் *(11 நூ)* இயற்றிய வீரசோழியம் என்ற தமிழ் இலக்கண நூல் அகத்தியர் அவலோகிதரிடம் தமிழ் கேட்டார் என்று தெரிவிக்கின்றது.

அகத்தியரின் மனடிவி, மக்கள்

அகத்தியரின் மனைவி பெயர் உலோபமுத்திரை, அவர் பிரமணின் காதிலிருந்து வந்தவர் என்று தொன்மங்கள் கூறும் புலத்திய முனிவரின் தங்கை என்று நச்சினார்கினியர் கூறுவார். அவர் விதர்ப்ப நாட்டு அரசனின் தங்கை என்று கந்தபுராணம் கூறும் அவ்வக்க காலங்களில் வாழ்ந்தவர்கள் அகத்தியரையும் அவரின் மனைவியையும் பலவிதமாய்க் கற்பித்தனர் என்பதை இம்முரண்பாடுகள் தெளிவாக்குகின்றன. அகத்தியருக்கும் உலோப முத்திரைக்கும் மெய்யறிவு வாய்ந்த ஒரு மகன் பிறந்தானென்றும் கந்தபுராணம் புகலும்.

அகத்தியர் புரிந்த செயல்கள்

பெருமை வாய்ந்த காவிரியாறு அகத்தியர் தென்னாட்டிற்கு வந்து மேற்குத் தொடர்ச்சி மலையிலுள்ள மலையமாகிய பொதிய மலையில் தங்கியிருந்த காலத்தில், காந்தன் என்ற சோழ மன்னன் வேண்டியதற்கிணங்க இம்முனிவரது அரும்பெரும் முயற்சியினால்

சோணாட்டிற்குக்; கொண்டு வரப்பட்டது. ''அகத்தியர் கங்கடியாருழைச் சென்று காவிரியாரை வாங்கிக் கொண்டு வந்தார்'' என்று நச்சினார்கினியர் இக்கதையைத் தான் குறிப்பிடுகின்றார்.

மதுரைக் கூல வாணிகன் சாத்தனார் (கி.பி.6 நூ) தாம் இயற்றிய மணிமேகலையில் இவ்வரலாற்றைச் சிறிது வேறுபடக் கூறியுள்ளார் எனினும் அகத்தியருக்கும் காவிரிக்கும் இருந்த தொடர்பை அவர் எடுத்துக்காட்டுகின்றார்.

சின்னமனூர்ச் செப்பேடு

அகத்தியர் பிறகு பாண்டி நாடு சென்று பாண்டிய வேந்தர்க்குக் குல குருவானார் என்பது கதை, மூன்றாம் இராச சிம்மப் பாண்டியன் ஆட்சிக் காலத்தில் (கி.பி.10 நூ) வரையப் பெற்ற சின்ன மனூர்ச் செப்பேடுகளின் வடமொழிப் பகுதியில் ''அகஸ்த்ய சிஷ்ய'' என்றும் தமிழ்ப் பகுதியில் ''பொரு வருஞ்சீர் அகத்தியனைப் புரோகிதனாகப் பெற்றது'' என்றும் கூறப்பட்டுள்ளது.

பாண்டிய வேந்தர் ஒருவர் ''திருவாசக குறுமுனிபாற் செந்தமிழ் நூல் தெளிந்தருளினான்'' என்று வீரபாண்டியன் கல்வெட்டு ஒன்றில் பொறிக்கப்பட்டுள்ளது.

அகத்தியரின் மாணவர் பாண்டியன் என்று காளிதாசனின் (கி.பி.6 நூ) இரகுவம்சம் பாடுகின்றது.

அகத்தியர் பாண்டியனிடம் தமிழ் கற்றார் ?

காளிமுத்து புலவர் என்ற பிற்காலத் தமிழ்ப் புலவர் ஒருவர் (இவர் காலம் தெரிந்திலது 18, 19 நுற்றாண்டாயிருக்கலாம்) அகத்தியர் பாண்டியனிடம் தமிழ் கற்றார் என்று பாடி வைத்திருக்கின்றார்.

எண்ணீர்மை நூலுக் ககத்தியனா மிவனென்பதெல்லாம்
வெண்ணீர்மை யன்றி விரகல்லவே வியனுலகில்
பண்ணீர்மை தேறும் பராக்கிரம மாறன் பதங்கமுழஉம்
தண்ணீர் குடித்தல்லவோ கும்பயோகி தமிழ் கற்றதே

அகத்தியர் எண்ணிலடங்கா நூல்களைக் கற்றுக் தந்தவர் என்பதெல்லாம் வெறும் பேச்சு : உண்மையைக் கூறுவதாயின் இவ்வுலகில் பல கலைகளில் தேர்ச்சி பெற்ற பராக்கிரம மாறன் - பாண்டியன் - காலைக் கழுவிய நீரைக் குடித்தன்றோ அகத்தியன் தமிழ் கற்றான் என்பது இப்பாடலின் கருத்து.

இறையனர் அகப்பொருளுரை

இறையனார் அகப்பொருள் உரையில் (சுமார் கி.பி.5 நூ) பாண்டிக் கோவைப் பாடல் ஒன்று மேற்கோள் காட்டப்பட்டுள்ளது. (பாண்டிக் கோவை பாண்டியன் நெடுமாறனைப் பாடுவது) அதில் அசிதன் என்ற பாண்டிய மன்னர் ஒருவர் அகத்தியரிடம் தமிழ் இலக்கணம் கேட்டார் என்று சொல்லப்பட்டுள்ளது.

குறுமுனி எனப்படும் அகத்தியர் தலைச்சங்கப் புலவருள் ஒருவராயிருந்து தமிழ் ஆய்ந்தார் என்றும் இறையனாராகப் பொருளுரை கூறும் பாண்டியர் தம் தலைநகரில் நிறுவி நடத்தி வந்த தமிழ்ச் சங்கத்தில் அகத்தியர் முதற் புலவராயிருந்து தமிழாராய்ந்தார்

என்றும் அவரியற்றிய அகத்தியம் பெரிய இலக்கண நூலாயிருந்தது என்றும் புலவோர் நம்புகின்றனர்.

அகத்தியரின் மாணவர்கள்

ஐம்பெருங் காப்பியங்களுள் ஒன்றாகிய சிலப்பதிகாரத்தின் (கி.பி.2 நூ) உரைப் பாயிரத்தில் ''தேவ இருடியாகிய குறு முனிபாற் பாடங்கேட்ட மாணாக்கர் பன்னிருவருள் சிகண்டி என்னும் அருந்தவ முனி..... செய்த இசை நுணுக்கமும்'' என்று அடியார்க்கு நல்லார் (13 நூ) கூறியுள்ளார். இதிலிருந்து அகத்தியரின் மாணாக்கருள் சிகண்டி ஒருவர் என்பதும் அவர் ''இசை நுணுக்கம்'' என்ற இசைத் தமிழ் இலக்கணம் இயற்றினார் என்பதும் தெரிகின்றன. பிற ஆசிரியர்கள் கூறியுள்ள அகத்தியர் மாணவர் பன்னிருவருள் சிகண்டியின் பெயர் காணப்படவில்லை என்பது கவனத்திற்கு கொள்ளத் தக்கது. அகத்தியரிடம் இயற்றமிழ், இசைத்தமிழ், நாடகத்தமிழ் என்று முத்தமிழுக்கும் வெவ்வேறாய்ப் பன்னிரு மாணவர் இருந்திருக்க வேண்டும் என்று இதற்கு சிலர் விளக்கம் காண முயல்வது பொருந்தாது என்பது தமிழறிஞர் கருத்தாகும்.

அகத்தியரிடம் இயற்றமிழ் நூல் கேட்ட மாணவர் பன்னிருவர் : தொல்காப்பியர் அதங்கோட்டாசான், துராலிங்கர், செம்பூட்சேய், வையாபிகன், வாய்ப்பியன், பணம்பாரனார், கழாரம்பனார், ஆவநயனார், காக்கை பாடினியார், நற்றத்தனார், வாமனனார்.

1813

அகத்தியரின் மாணவர் பன்னிருவர் என்பதும் அவருள் தொல்காப்பியனார் தலைமையானவர் என்பதும் கி.பி.ஒன்பதம் நூற்றாண்டிற்கு மேம்பட்டுக் கிளர்ந்த புறப்பொருள் வெண்பாமாலை, பன்னிரண்டாம் நூற்றாண்டினவாகிய நம்பியகப் பொருள் விளக்கம் தண்டயலங்காரம் முதலான நூல்களால் அறிய வருகின்றன.

மன்னிய சிறப்பின் வானோர் வேண்டத்
தென்மலை யிருந்த சீர்சால் முனிவரன்
தன்பால் தண்டமிழ் தாவின் றுணர்ந்த
துன்னருஞ் சீர்த்தித் தொல்காப் பியன்முதற்
பன்னிரு புலவரும் பாங்குறப் பகர்ந்த பன்னிரு படலமும்

என்பது புறப்பொருள் வெண்பாமாலையின் பாயிரப் பகுதியாகும்.

பூமலி நாவன் மாமலைச் சென்னி
ஈண்டிய இமையோர் வேண்டலற் போந்து
குடங்கையின் விந்த நெடுங்கிரி மிகைதீர்த்
தலைகடல் அடக்கி மலையத் திருந்த
இருந்தவன் தன்பால் இயற்றமிழ் உணர்ந்த
புலவர்பன் னிருவருள் தலைவன்
ஆகிய தொல்காப்பியன்

என்பது நம்பியகப் பொருளின் பாயிரத்தில் வரும் பகுதியாகும்.

வடதிசை யிருந்து தென்திசைக் கேகி
மதிதவழ் குடுமிப் பொதிய மால்வரை
இருந்தவன் தன்பால் அருந்தமி ழுணர்ந்த
தொல்காப் பிய நெறி

என்பது தண்டிலங்காரத்தில் உள்ள தெனப் பெருந்தொகை (கி.பி.7 நூ) காட்டும் பாயிரப் பகுதியாகும்.

யாப்பெருங்கலக் காரிகையின் (11நூ)அவையகடக்கப் பாடலும் ''கானார் மலயத் தருந்தவன் சொன்ன கன்னித் தமிழ்நூல்'' என்று பொதிய மலை மீதிருந்த அகத்தியரைச் சுட்டுகின்றது.

இருபதாம் நூற்றாண்டினரான சுப்பிரமணிய பாரதியாரும் (1882-1921)

ஆதிசிவன் பெற்று விட்டான் - என்னை
ஆரிய மைந்தன் அகத்தியன் என்றோர்
வேதியன் கண்டுமிகிழ்ந்தே - நிறை
மேவும் இலக்கணம் செய்து கொடுத்தான்

என்று பாடத் தூண்டியது எதனாலெனின், அகத்தியரைப் பற்றி பரவிக்கிடந்த செய்திகளேயாம்.

அகத்தியரை மருத்துவம், சோதிடம் முதலிய துறைகளொடும் தொடர்புபடுத்தி அவரிடம் அத்துறைகள் கற்ற மாணவர் பலர் இருந்தனர் என்றும் கூறுவர். அவரைச் சித்தர் கூட்டத்திற்கும் தலைவராக்கியுள்ளனர்.

அகத்தியர் சைவரா ?

1813

இவர் சிவ பெருமானையே முழுமுதற் கடவுளாய்க் கொண்டு வழிபாடு செய்தவர் என்றதற்குத் தமிழ்நாட்டில் பல சான்றுகள் உள்ளன. இவர் திருக்குற்றாலத்தில், திருமால் உருவத்தைச் சிவலிங்கமாக்கி வழிபட்டார் என்றொரு கதையுண்டு. வேதாரணியம் என்ற திருமறைக் காட்டின் அருகில் அகத்தியன் பள்ளி என்றொரு சைவத் தலமுண்டு. திருஞான சம்பந்தர் (7 நூ) இத்தலத்தைப் பாடியுள்ளார். தமிழ்நாட்டில் இன்று அகத்தீச்சுரம், அகத்தியன் பள்ளி என்ற பெயரில் ஊர்கள் உள்ளன.

திருமறைக்காட்டில் சிவநாதரின் திருமணத்தைக் காண வந்த அகத்தியர் தங்கிய இடம் என்பதால் அந்த இடம் அகத்தியன் பள்ளி என்று பெயர் பெற்றதாய்க் கூறுவர். அங்கு அகத்தியரின் உருவம் உள்ளது. பொதியமலையிலும் 'அகத்தியாசிரமம்' என்ற பெயரில் ஒரு கோயிலும் உள்ளது. பல்லவ மன்னராகிய இரண்டாம் இராச சிம்மன் (680 - 700) ஏழாம் நூற்றாண்டின் இறுதியில் எழுப்பிய கைலாச நாதர் கோயிலின் தெற்குத் திருச்சுற்றிலுள்ள அகத்தியர் கோயிலே தமிழ்நாட்டு அகத்தியர் கோயில்களுள் பழைமையானது. இங்ஙனம் அகத்தியரைச் சைவராக்கியும் பெருமை கொண்டனர்.

அகத்தியரும் அகத்தியமும்

அகத்தியர் இயற்றியதாய்க் கூறப்படும் அகத்தியம் என்ற நூல் இன்று இலது. தொல்காப்பியத்திற்கு உரை கண்ட ஆசிரியர் அகத்தியத்தைக் குறிப்பிடுகின்றனர். யாப்பெருங்கல விருத்தியிலும் (11 நூ) மயிலை நாதரின் நன்னூல் உரையிலும் (12நூ) இந்நூல் கூறப்பட்டுள்ளது. அவ்வுரையாசிரியர் எல்லாரும் தம் உரைகளில் அகத்தியச் சூத்திரங்கள் பலவற்றை மேற்கோள் காட்டுகின்றார். புறப்பொருள் பன்னிரு படலப் பாயிரமும் (9 நூ) அகத்தியத்தைக் குறிப்பிடுகின்றது.

தொல்காப்பிய உவம இயல் இறுதிச் சூத்திரத்தின் உரையில் ''அகத்தியனாரால் செய்யப்பட்ட மூன்று தமிழிலும்'' என்று பேராசிரியர் (13 நூ) குறிப்பிட்டிருப்பதால்,

அந்நூல் இயல், இசை, நாடகம் ஆகிய முத்தமிழுக்கும் இலக்கணமாயிருந்தது என்று கொள்வாருளர். சிலப்பதிகார உரைப்பாயிரத்தில் ''நாடகத் தமிழ் நூலாகிய பரதம், அகத்தியம் முதலாயுள்ள தொல் நூல்களும் இருந்தன'' என்று அடியார்க்கு நல்லாரும் உரைத்துள்ளார்.

அகத்தியர் - தேவாரத் திரட்டு, நாலாயிரத் திவ்வியப் பிரபந்தத் திரட்டு

அகத்தியர் தேவாரப் பாடல்கள் சிலவற்றைத் தொகுத்தார் என்றும் அதற்கு அகத்தியர் தேவாரத்திரட்டு என்பது பெயர் என்றும் கூறுவர். பதினோராம் நூற்றாண்டினர் என்றும் *825-918* காலத்தில் வாழ்ந்தவர் என்றும் கூறப்படும் நாத முனிகள் ஆழ்வார்களின் பாடல்களைத் திருக்குடந்தையில் தொகுத்தார். அதுவே நாலாயிரத் திவ்வியப் பிரபந்தம் ஆகும். அவர் முதலில் அகத்தியரின் துணை பெற்று அதைத் தொகுத்தார் என்று வைணவர் கூறுவர்.

கீழ்நாடுகளில் அகத்தியர்

1813

பத்தொன்பதாம் நூற்றாண்டில் கம்போடியம் (காம்போசம்), இந்தோனேசியம் (சாவகம்) முதலிய இடங்களிலுள்ள பெரிய கட்டடங்களெல்லாம் தொல்லியலாரால் ஆராயப்பட்டன. அவை இந்தியத்தின் இந்து, புத்தக் கோயில்களை நினைவூட்டுவன வாயிருந்தன. பத்தொன்பதாம் நூற்றாண்டின் பிற்பகுதி தொடக்கம் கம்போடியம் தாய்லாந்து, லாவோசு, வியத்துநாம், ஜாவா, சுமத்திரா, போர்னியோ முதலிய இடங்களிலும் இந்தியத்திற்கு வெகு தொலைவிலுள்ள இடங்களிலும் சம்ஸ்கிருதக் கல்வெட்டுகள் கண்டுபிடிக்கப்பட்டன. முற்காலத்தில் இந்து, சைவ, வைணவ புத்த சமயங்கள் இந்தோசீனத்திலும் இந்தோசீனத் தீவுகளிலும் வாழ்ந்த மக்களால் பெருமளவில் ஒழுகப்பட்டன என்பதை இக்கல்வெட்டுகளிலிருந்து அறிகின்றோம்.

சிவ வழிபாடும் தமிழர் தொடர்பும்

காம்போசம் எனப்படும் கம்போடியத்தில் (*Combodia:* தென்கிழக்காசியத்திலுள்ள நாடு. இது *1887* இல் பிரஞ்சு இந்தோசீனத்தின் ஒரு பகுதியானது, பின்னர் *1949* இல் விடுதலையடைந்து *1970* இல் குடியரசானது. இதன் சரியான பெயர் கம்பூச்சிய) இந்து சமயத் தொடர்பான வரலாற்று நிகழ்ச்சிகள் சிலவற்றை ஆராய்ந்ததில், அந்நாட்டில் இந்து சமயம் கால்கொண்டதற்கு, தொடக்கத்தில் காணப்பட்டதற்கு மாறாய்த் தமிழர் முயற்சியே பெரிதாயிருந்தது என்பதை அறிய முடிகின்றது. காம்போசம், இந்தோசீனம், ஜாவா என்ற நாடுகளில் அகத்தியரைப் பற்றிய பல செய்திகள் கிடைக்கின்றன. தென்கிழக்காசியத்தில் குறிப்பாய் ஜாவாவில் அகத்தியர் செய்த சமயப் பணி நெடுங்காலமாய்க் கதைகளில் கூறப்பட்டுள்ளது.

ஜாவாவில் சிவன் கோயில்

சஞ்சயன் என்ற அரசர் உலகிற்கு நன்மை உண்டாக வேண்டுமென்று ஜாவாவில் ஒரு குன்றின் உச்சியில் கி.பி.732 ஆம் ஆண்டு ஒரு சிவன் கோயிலைக் கட்டியதாய் அந்நாட்டில் காணப்படும் ஒரு கல்வெட்டிலிருந்து அறிகின்றோம். ஜாவாவில் ஏற்பட்ட சிவ வழிபாடு குஞ்சர குஞ்ச நாட்டிலிருந்து வந்ததென்று அக்கல்வெட்டுக் கூறுகின்றது. குஞ்சர குஞ்சநாடு என்பது பாண்டிய நாடு என்றும் அந்நாட்டிலிருந்து வந்த அகத்தியர்

ஜாவாவில் சிவ வழிபாட்டை உண்டாக்கினார் என்றும் அதன் பிறகு அந்நாட்டரசர்கள் சிவன் கோயில்களை எழுப்பத் தொடங்கினர் என்றும் ஆராய்ச்சியாளர் கூறுவர்.

அகத்தியர் கோயில்

ஜாவாவில் 760 ஆம் ஆண்டு ஆட்சி செய்த ஓர் அரசர் அகத்தியருக்குக் கோயில் எடுத்து, அம்முனிவரின் கல்லுருவை எழுந்தருளச் செய்தார் என்றும் கல்வெட்டுகளால் அறிகின்றோம். ஆதலால் ஜாவாவில் சிவன் கோயில்களும் அகத்தியர் கோயில்களும் எட்டாம் நூற்றாண்டில் சிறப்புற்றிருந்தன, அவற்றை அந்நாட்டு அரசர்கள் பெரிதும் போற்றி வந்தனர் என்ற செய்திகள் கல்வெட்டுகளால் அறியப்படுகின்றன.

அகத்தியரும் காம்போசமும்

காம்போச நாட்டில் 889 ஆம் ஆண்டு பொறித்த ஒரு கல்வெட்டில், அந்நாட்டு மன்னரின் முன்னோர் அகத்தியர் என்னும் ஒருவர் என்றும்: அவர் காம்போச அரசரின் மகள் யசோமதியை மணந்தார் என்றும்: இவ்விருவருக்கும் பிறந்த மகனே நரேந்திர வர்மன் என்ற அரசன் என்றும் கூறப்பட்டுள்ளது.

காம்போச நாட்டைப் பலவகையிலும் சீர்திருத்தி மேல்நிலைக்குக் கொண்டு வந்தவர் அகத்தியர்: அவர் அங்கு இரண்டு சிவன் கோயில்களைக் கட்டுவித்தார்: அவர் தன் மாணாக்கரை அந்நாட்டின் குருவாய் அமர்த்திவிட்டு, அங்கிருந்து நீங்கினார் என்றும் கல்வெட்டுகளில் பொறிக்கப்பட்டுள்ளது.

இந்தோசீனம், மலேயத்தில் சைவம் பரப்பியவர்

அகத்தியர் இந்தோ சீனம், மலேயம் என்ற நாடுகளிலும் சிவ வழிபாட்டை உண்டாக்கிய தொடு, அந்நாடுகள் நாகரிக நிலையடையச் செய்தார் என்றும் சொல்லப்பட்டுள்ளது. அகத்தியர் வடக்கிலிருந்து வந்தவர் : அவர் பாண்டி நாட்டிலிருந்து புறப்பட்டுக் கடலைக் கடந்து கிழக்கே சென்று சாவகம், காம்போசம், இந்தோசீனம், மலேயம் ஆகிய நாடுகளில் தங்கிப் பல சீர்திருத்தங்களைச் செய்து அவற்றை மேன்மையுறச் செய்தார் என்பதை அந்நாடுகளில் கிடைக்கும் கல்வெட்டுச் செய்திகளால் அறிகின்றோம்.

அகத்தியர் கதையும் சம்ஸ்கிருதப் பண்பாடும்

1813

அகத்தியரை இங்ஙனம் இலக்கியம், இலக்கணம், சமயம் கலைகள் ஆகிய துறைகளொடு தொடர்படுத்தி இந்நாட்டிலும் கடல் கடந்த கிழக்கத்தி நாடுகளிலும் வழங்கி வரும் மரபுகளிலிருந்து அகத்தியர் மானுட ஆற்றலுக்கு அப்பாற்பட்டவர் என்ற எண்ணத்தை மேலோங்கச் செய்கின்றது. ''அகத்தியரைப் பற்றிய கதை தமிழகத்தில் முக்கியமான ஒரு நிகழ்ச்சியுடன் பிணைக்கப்பட்டுள்ளது.அதாவது, தமிழர்கள் சம்ஸ்கிருதப் பண்பாட்டின் பெரும்பகுதியைக் கைக்கொண்டதே அதுவாகும். ஆனால் தமிழ் மரபு அகத்தியரைச் சார்ந்தது அன்று.அவருக்குப் புறம்பாகவே அது வளர்ந்துள்ளது''. என்று தமிழாராய்சியளாரான பேராசிரியர் ஃபிலியோசா என்ற பிரஞ்சுக்காரர் ஓர் ஆய்வுரையில் கூறுகின்றார். ''ஆயினும் அது பிராமணச் சம்ஸ்கிருதப் பண்பாட்டின் கூட்டுறவுடன் பரவியது என்பதையும் நாம் காணலாம்,'' என்று தமிழ் சம்ஸ்கிருத மொழிகளின் பிரிக்கவியலாப் பண்பாட்டு உறவையும் ஃபிலியோசா தொட்டுக் காட்டுகின்றார்.

மணிப்பிரவாளம் என்ற நற்கலையழிவு

சுமார் கி.பி.பத்தாம் நூற்றாண்டு வாக்கில் தமிழக வரலாற்றில் ஏற்பட்ட சில போக்குகளின் காரணமாய்ச் சம்ஸ்கிருத ஆர்வம் என்ற பெயரில் நெடுநோக்குச் சிறிதுமற்ற மணிப்பிரவாளம் என்னும் செயற்கையானதும் போலியானதுமான பண்பாட்டு இயக்கம் ஒன்று தோன்றியது. அதை எட்டாம் நூற்றாண்டு தொட்டு இஸ்லாமியப் படையெடுப்பாளர் இந்நாட்டில் நடத்திய நற்கலையழிவிற்கு ஒப்பானது என்று கொள்ளலாம். இந்த எதிர்மறை இயக்கத்தின் தீய விளைவுகளில் கற்றோரிடையே எழுந்த சம்ஸ்கிருத மறுப்பும் ஒன்றாகும். தமிழையும் சம்ஸ்கிருதத்தையும் ஈசனின் இரு கண்கள் என்று கற்பிதம் செய்து கொண்டு தமிழும் சங்கதமே - தெய்வ மொழியே என்று ஏற்றி வைத்த நிலைக்கு, இந்தியம் தழுவிய பண்பாட்டு ஒருமைக்கு மணிப்பிரவாளம் என்ற தீங்கான இயக்கம் ஊறு விளைவித்து விட்டது.

இருபதாம் நூற்றாண்டிலும் மணிப்பிரவாளம்

எனினும் மணிப்பிரவாளம் செய்யுள் மொழியையே பாதித்தது. அது உலக வழக்கு மொழியைப் பாதித்து விடவில்லை. மக்கள் பேச்சு வழக்கில் வழங்கும் சொற்களில் வடமொழிக்கும் திராவிட மொழிக்கும் யாதொரு தொடர்பும் இல்லை என்பது சிந்தனைக்குரியது. எனினும் மணிப்பிரவாள இயக்கம் பத்தொன்பதாம் நூற்றாண்டில் எழுந்த உரைநடைகளில் மேலோங்கி நின்ற நிலை இருபதாம் நூற்றாண்டின் இடைப்பகுதி வரை நீடித்தது. அப்போதும் செய்யுள் மொழியை அவ்வியக்கம் தீண்டவில்லை என்பது

பாரதியாரின் கவிதைகளையும் உரைநடைப் படைப்புகளையும் ஒப்பு நோக்கும்போது தெளிவாகும்.

''வடமொழி தெய்வமொழி என்னும் கருத்தைப் பெருவரவாகக் குறுகிய நோக்குள்ள சம்ஸ்கிருத ஆர்வலர்கள் பரப்பிவந்தனர். அதனைக் கேட்ட தமிழர் தம் மொழியும் தெய்வ மொழியே என்று ஆர்வத்தில் கிளர்ந்து உரைக்கத் தொடங்கினார். அதனால் வடமொழியாளர் கருத்தை வாங்கிக் கொண்டு தம் கருத்தையும் இணைத்து (அகத்தியர்) கதையாக்கினர்'' என்று புலவர் இரா. இளங்குமரன் கூறுகின்றார். அவர் அதற்கு ஆதரவாய்ச் சிவ ஞானமுனிவரின் (இ.1785) பாடல் ஒன்றை எடுத்துரைக்கின்றார்:-

வட மொழியைப் பாணினிக்கு வகுத்தருளி அதற்கிணையாத்
தொடர்புடைய தமிழ்மொழியை உலகெலாம் தொழுதேத்தும்
குடமுனிக்கு வகுத்துரைத்தார் கொல்லேற்றுப் பாகர்

வேறு பல புலவர்களும் இருபதாம் நூற்றாண்டு வரை இக்கருத்தைத் தம் நூல்களில் உலவ விட்டதனால் தமிழொடு தொடர்புடைய அகத்தியர் கதை இலக்கிய உலகில் நிலை பெற்று வரலாறு போலானது.

1813

அகத்தியர் தமிழறிந்தவரா?

அகத்தியர் இயற்றியதாய்க் கூறப்படும் அகத்தியம் என்ற இலக்கண நூலையோ, தொல்காப்பியரின் ஆசான் எனப்படும் அகத்தியரைப் பற்றியோ தொல்காப்பியத்திலும் அதன் பாயிரத்திலும் எக்குறிப்பும் இலது. அவ்வாறே சங்க நூல்களிலும் அதுபற்றிய குறிப்புக் காணப்படவில்லை. வான்மீகி இராமாயணத்தில் அகத்தியர் பற்றிச் சொல்லப்பட்டுள்ளது. ஆகஸ்தம் என்ற சொல்லுக்குத் தெற்கு, தென்னாடு, தென்மொழி என்னும் பொருள்களும் உண்டு. அப்பொருள் அகத்தியர் தொடர்பால் வந்தது என்றும் கூறுவர். வான்மீகி அவ்வாறு அகத்தியரைச் சுட்டும் இடத்தில், அவர் தமிழில் வல்லவர் என்றோ, அதில் அவர் இலக்கணம் செய்தார் என்றோ குறிப்பு எதுவும் இலது. இரா.இராகவய்யங்கார் (1870-1946) தம் இலக்கிய வரலாறு முதற் தொகுதியில் இங்ஙனம் எழுதுவார்: ''இவரை (அகத்தியரை) அமர முனிவன் என்பது முதலாய்க் கூறுவனவெல்லாம் வடநூலில், வேதம், இதிகாசம், புராணங்களிற் கேட்கப்படும் அகத்திய சரிதத்தை நெடுங்காலம் பிந்தியவராகிய இவர்க்கு ஏற்றி வழங்கியனவாய் நினைப்பது பொருந்தும். ஒன்றொடு ஒன்றாய்க் கால வேற்றுமையில் நிகழ்ந்த நிகழ்ச்சிகளை இப்பொதியின் முனிவர்க்கு ஏற்றுதல் சிறிதும் பொருந்தாமை காண்க.''

அவர் மேலும் கூறுவார்; ''முதன் முதல் வட நாட்டிலிருந்து தென்னாடுபுக்க அகத்தியர் வடபால் விந்தியத்தையடுத்தும் தென்பால் மகேந்திரத்தையடுத்தும் வருதல் கூறிய வான்மீகத்தில், அவரைத் தமிழறிவுடையாராய்க் கூறாமை ஈண்டைக்கு நினைக்கத் தக்கதாகும். அநுமனுக்குத் தென்னாட்டுத் தமிழுணர்ச்சியும் வடமொழியுணர்ச்சியும் உடன்பட்டுக் கூறும் வான்மீகி முனிவர், அகத்தியரைச் சிறிதும் தென்மொழியறிந்தவராய்ப் புகலாமை பெரிதும் வியப்பைத் தருவதாகும். அவர் தமிழ் நாட்டரசையும் அவருட் பாண்டியர் தலைநகரையும் கூறுதல் காண்க''.

தொடர்ந்து ''வியாசபாரதம் சபா பருவத்தில் சகாதேவன் மலயத்தை வலஞ்செய்து தாமிர பரணியைக் கடந்து கடற்கரையைச் சேர்ந்து தங்கினான் என விளக்குதல் காண்போம். அந்நூலும் அகத்தியரைத் தமிழறிந்தவராய்க் கூறாமை நோக்கிக் கொள்க'' என்று இராகவய்யங்கார் கூறுவார்.

அகத்தியச் சூத்திரங்கள்

தொடர்நிலைச் செய்யுள் என்னும் காப்பியத்திற்கு இலக்கணம் கூறும் பகுதி பாட்டியல் எனப்படும். இது தொல்காப்பியத்தின் பின் வந்த புது இலக்கண நெறி. தனிநிலைச் செய்யுள் செய்வதற்கான இலக்கணம் கூறுவது செய்யுளியல்; தொல்காப்பியச் செய்யுளியல் முதலிய பகுதிகள் இந்நெறியில் எழுந்த இலக்கணங்களாகும். யாப்பெருங்கலம். யாப்பெருங் கலக்காரிகை (இரண்டும் 11 நூ.) முதலியன இது பற்றிய முழு இலக்கண நூல்கள். சங்க காலத்தின் பின்னும் எட்டு, ஒன்பதாம் நூற்றாண்டுகளிலும் தொடர்நிலைச் செய்யயுள்கள் பலவாய்ப் பெருகின. தொடர்நிலைச் செய்யுள் எனப்படும் காப்பியத்திற்கு இலக்கணம் வரையறுக்கும் முறையில் பாட்டியல் நூல்கள் தோன்றின.

பதினாறாம் நூற்றாண்டில் தோன்றிய பாட்டியல் நூல் ஒன்றுக்குச் சிதம்பரப் பாட்டியல் என்று பெயர். அதை இயற்றிய புலவரின் பெயர் பரஞ்சோதி அகத்தியரும் பாட்டியல் நூல் செய்தார் என்று பரஞ்சோதியார் தம் பாட்டியல் நூலில்,

பாமேவும் தமிழ்ப் பொதியக் குறுமுனிவன் கூறும்
பாட்டியலைச் சுருக்கமதாய்ப் பகர்ந்திடுவேன் யானே

என்று கூறுகின்றார். ஆனால் அகத்தியர் பாட்டியல் இன்று இலது. மிகவும் பழமையான பாட்டியல் நூலான பன்னிரு பாட்டியலில் அகத்தியர் பாட்டியல் என்ற பெயரால் இரண்டு சூத்திரங்கள் காணப்படுகின்றன.

1817 அகத்தியச் சூத்திரங்கள் எத்தகையன என்பது குறித்து மயிலை சீனி வேங்கடசாமி *(1900-1980)* இவ்வாறு கூறுகின்றார்:

''அகத்தியர் பெயரால் அகத்தியம் என்னும் நூலைப் புனைந்தெழுதி வழங்கினர் என்று கருதுவதற்கு இக்காலத்தில் வழங்கும் அகத்தியச் சூத்திரங்கள் இடந்தருகின்றன''. அவர் இதற்கு விளக்கம் தரும் வகையில் ''கன்னித் தென்கரை'' என்ற அகத்தியச் சூத்திரப் பாடலை எடுத்து விளக்குகின்றார்:

கன்னித் தென்கரைக் கடற்பழந் தீபம்
கொல்லம் கூபகஞ் சிங்கள மென்னும்
எல்லையின் புறத்தவும் கன்னடம் வடுகம்
கலிங்கம் தெலுங்கம் கொங்கணம் துளுவம்
குடகம் குன்றகம் என்பன குடபா
லிருபுறச் சையத் துடனுறைபு கூஉந்
தமிழ்திரி நிலங்களும்
முடிநிலை மூவர் இருநில வாட்சியின்
அரசுமேம் பட்ட குறுநிலக் குடுமிகள்
பதின்மரு முடனிருப் பிருவரும் படைத்த
பன்னிரு திசையில் சொன்னய முடையவும்''

நன்னூல் உரையாசிரியரான மயிலைநாதர் (12 நூ.) மேற்கோள் காட்டியுள்ள இந்த அகத்தியச் சூத்திரத்தில் கொங்கணம், துளுவம், குடகம் என்னும் நாடுகள் தமிழ்த் திரிந்த நிலங்கள் என்று சொல்லப்படுகின்றன. இந்நாடுகள் கடைச்சங்க காலத்தில், அதாவது கி.பி. 300 ஆம் ஆண்டிற்கு முன்பு தமிழ் நாடுகளாயும் தமிழ் வழங்கிய இடங்களாயும் இருந்தன என்பதைச் சரித்திர ஆராய்ச்சி வல்லார் அறிவர். இந்நிலங்களில் தமிழ் திரிந்து வேற்று மொழியானது கி.பி.300 ஆம் ஆண்டிற்குப்பிற்பட்ட காலத்திலேயாம். எனவே

இந்நிலங்களைத் தமிழ் திரிந்த நிலங்கள் என்று மேற்குறித்த அகத்தியச் சூத்திரம் கூறுவதால், இச்சூத்திரத்தை எழுதிய அகத்தியர் கடைச் சங்க காலத்திற்குப் பிற்காலத்தில் இருந்த அகத்தியராதல் வேண்டும்; அல்லது அகத்தியர் பெயரால் பிற்காலத்தில் இருந்த ஒருவர் புனைந்துரைத்த சூத்திரமாயிருத்தல் வேண்டும்.

இச்சூத்திரத்தில் பல்லவம் என்னும் நாடு தமிழ் திரிந்த மொழி வழங்கும் நாடு என்று கூறப்படுகின்றது. பல்லவம் என்பது பல்லவ நாடு. அதாவது பல்லவ அரசர் ஆண்ட நாடு. அது தொண்டை நாடு என்றும் அருவா நாடு என்றும் வழங்கப்பட்டது. இச்சூத்திரம் பல்லவ நாட்டைத் தமிழ் திரிந்த நிலமென்று கூறுவது வியப்பளிக்கின்றது. இவற்றையெல்லாம் ஆராயும்போது, இந்த அகத்தியச் சூத்திரம் போலி என்று கருதவேண்டியுள்ளது.

மயிலை சீனி வேங்கடசாமி மேலும் கூறுவார்; "பேராசிரியரும் நச்சினார்க்கினியரும் அகத்தியர் செய்யுளில் ஆனந்தக் குற்றம் என்னும் இலக்கணத்தைக் கூறவில்லை. யாப்பெருங்கல உரையாசிரியர், அகத்தியர் ஆனந்த ஒத்து என்னும் இலக்கணம் செய்துள்ளார் என்று கூறி ஒரு சூத்திரத்தையும் மேற்கோள் காட்டுகின்றார். இது குழப்பத்தை உண்டாக்குகின்றது. இதனால் அகத்தியர் பெயரில் பிற்காலத்தில் சில இலக்கண நூல்கள் இயற்றப்பட்டன என்பது தெளிவாகின்றது''.

பேரகத்தியத் திரட்டு 19 ஆம் நூற்றாண்டினது

வடநாட்டில் அகத்தியர் பலர் இருந்தனர் என்று அறிகின்றோம். அவரைப் பற்றிய கதைகள் தென்னாட்டிலும் பெருவழக்காகி உரையிலும் பாட்டிலும் புகுந்தன; அவ்வகத்தியர் பெயரால் எவரெவரோ நூல்கள் செய்தனர்; அகத்தியத்தின் வழியே நூல் செய்தோம் என்பதைப் புலவர்கள் பெருமையாய்க் கருதிக் கொண்டனர் என்றெல்லாம் கொள்வதற்கு மேற்சொன்ன செய்திகள் வலுவான ஆதாரங்களாய் விளங்குகின்றன. மேலும் "அகத்தியர் பெயரால் வழங்கும் பேரகத்தியத் திரட்டு என்பது பத்தொன்பதாம் நூற்றாண்டில் ஒருவர் இயற்றியது என்றும் நாம் தெளியலாம்'' என்பது தற்கால ஆராய்ச்சியாளர் கருத்தாகும்.

அருணாசலம், மு.தமிழ் இலக்கிய வரலாறு, பதினாறாம் நூற்றாண்டு, இரண்டாம் பாகம், மயிலாடுதுறை 1975.

இளங்குமரன், இரா.டாக்டர் இலக்கண வரலாறு, சென்னை, 1988.

சதாசிவ பண்டாரத்தார், தி.வை. இலக்கியமும் கல்வெட்டுகளும், சென்னை 1977.

பிலியோசா, ழி. டாக்டர் தென்கிழக்காசியாவில் தமிழ் வளர்ச்சி, மொழிபெயர்ப்பு ரா.தேசிகன், செந்தமிழ்ச் செல்வி, அக். 1963.

வேங்கடசாமி, மயிலை சீனி. மறைந்துபோன தமிழ் நூல்கள், சிதம்பரம், (1959; இரண்டாம் பதிப்பு 1967) மூன்றாம் பதிப்பு 1983.

2. கிழக்கிந்தியக் கம்பெனியின் வாணிபப் பட்டயம் புதுப்பித்தல்

நன்னம்பிக்கை முனைக்கு அப்பாலுள்ள நாடுகள் அனைத்திலும் வாணிபம் புரியும் முழுத் தனியுரிமையை இங்கிலாந்து அரசி முதலாம் எலிசபெத்திடம் (1533-1603; ஆ.கா

1558-1603) *1599* டிசம்பர் *31* அன்று உரிமைப்பட்டயம் பெற்றுக் கிழக்கிந்தியக் கம்பெனி இந்தியத்திற்கு வந்து *1813* ஆம் ஆண்டுடன் *214* ஆண்டுகளாய் விட்டன. இந்தத் தனியுரிமை முதலில் *15* ஆண்டுகளுக்குத் தரப்பட்டு, அவ்வப்போது புதுப்பிக்கப்பட்டு வருகின்றது.

சமயப் பணிகளுக்கு இசைவு

இந்த உரிமைப் பட்டயத்தில் இவ்வாண்டு புதியதாய்ப் பல கூறுகள் சேர்க்கப்பட்டன இந்தியக் கிறித்தவத் திருச்சபைக்கு முதன் முறையாய் ஒரு பேராயரை *(bishop)* அமர்த்துவதற்கு இசைவு தரப்பட்டது. பிரிட்டீசுச் சமயப் பரப்பாளர் கிழக்கிந்தியக் கம்பெனியிடம் உரிமம் பெற்று இந்தியத்தில் வந்து பணிபுரிவதற்கு இப்போது வாய்ப்பு உண்டானது. இதற்கு முன்னர் இந்தியத்தில் சமயப் பரப்பாளர் இருந்திலர் என்பது இதன் பொருளன்று. ஆங்கிலச் சமயப்பரப்பாளர் டேனிய, டச்சுக் குடியேற்றங்களின் வழியே சமயம் பரப்பும் பணியைச் செய்து வந்தனர்.

சமயப் பரப்பாளர் தடையின்றி இந்தியத்திற்கு வந்து பணி செய்வதற்காக வில்லியம் வில்பர்போர்ஸ் *(1759-1833)* விடாது போராழ வந்தார். அவரின் முயற்சிக்கு இப்போது பலன் கிடைத்தது. அவர் பெரிய வள்ளல். அடிமை வாணிபத்தை ஒழிக்கும் இயக்கத்தில் முனைந்து உழைத்தவர். வில்பர்போர்ஸ் இந்தியத்தின் சாதிபேதங்களை வன்மையாய்க் கண்டித்து நாடாளுமன்றத்தின் உள்ளும் புறமும் பேசிவந்தவர். அவர் இவ்வாண்டு இந்தியம் பற்றி இங்ஙனம் கூறினார்.

''இந்துக் கடவுளர் காமம், அநீதி, கொடூரம், கொடுமை ஆகியன கொண்ட பேயர் சுருக்கமாய்க் கூறுவதாயின், அவர்களுடைய சமயம் மிகக் கொடியதாகும்?

இந்தியத்தில் கிறித்தவத்தைப் பரப்ப வந்த பாதிரிமார்கள், வில்பர்ஃபோர்சின் அடிமை ஒழிப்பு இயக்கத்துடன் நெருங்கிய தொடர்பு கொண்டிருந்தனர். இந்து சமயத்தின் சாதிப் பாகுபாடுகளிருந்தும், முஸ்லிம் பெண்களுக்கு இடப்படும் முக்காடு போன்றவற்றிலிருந்தும் பாவம், அறியாமை, பொய்ச் சமயம், அழுத்தி நசுக்கும் சமூகப் பழக்கவழக்கங்கள், ஆகியவற்றிலிருந்தும் புறச் சமயியரைக் காப்பாற்றுவதே தம் பணி என்று சமயப் பரப்பியர் கூறி வந்தனர்.

இம்மக்கள் பாகுபாடுகளுக்கும் சமூக அநீதிகளுக்கும் எதிராய் நடத்திவரும் போராட்டத்தில், கிறித்தவ சமயம் விடுதலை வாங்கித் தரக்கூடிய பெரிய சக்தி என்று பாதிரிமார் கருதினர். உடன் கட்டை ஏறும் வழக்கம், பச்சைக் குழந்தைகளைக் கொல்லுதல் ஆகியன பைசா சத்தின் வேலைகள்; அவற்றைக் கிறித்தவ நற்செய்தியின் பெயரால் வேரொடு கல்லி ஏறிய வேண்டுமென்றும் அவர்கள் பணி செய்தனர்.

கம்பெனியின் முழுத் தனியுரிமை ஒழிந்தது

கிழக்கிந்தியக் கம்பெனி *214* ஆண்டுகளுக்கு முன்னர் பிரிட்டீசு அரசியிடம் பெற்றிருந்த முழுத் தனியுரிமை வாணிபக் சலுகை அதன் பிறகு பல்வேறு காலங்களில் எதிர்க்கப்பட்டு வந்தது. முழுத் தனியுரிமை இப்போது புதுப்பிக்கப்பட்ட பட்டயத்திலர் முற்றிலும் நீக்கப்பட்டது. இதனால் தனிப்பட்ட பிரிட்டிசார் இந்தியத்தில் தங்கு தடையின்றி வாணிபம் செய்வதற்கு வழி திறந்து விடப்பட்டது. கம்பெனியும் தனிப்பட்ட வணிகர்களும் இந்தியத்தில் திரட்டும் ஆதாயம் தாயகத்திற்கு வந்து குவியப் போகும் உண்மை இப்போது நன்குணரப்பட்டது. இதனால் பிரிட்டன் இந்தியப் பொருள்

வளத்தைப் பல வழிகளில் அள்ளிச் சென்று செல்வச் செழிப்பில் திளைக்க முடிந்தது. இருப்பினும் இன்னும் சில கட்டுப்பாடுகள் இருந்தன. கிழக்கிந்தியக் கம்பெனியின் பொருளியல் பங்கு *1833* ஆம் ஆண்டு முற்றிலும் நீக்கப்பட்டது வரையிலும் அக்கட்டுப்பாடுகள் நீடித்தன.

கல்விக்குப் பணம்

இவ்வாண்டு கம்பெனியின் உரிமைப்பட்டயத்தை புதுப்பித்த சட்டத்தில், கல்விக்கென்று பணம் ஒதுக்கும் ஒரு துணை விதியைப் புகுத்தியதில் சமயப் பரப்பாளர் வெற்றி கண்டனர். ''படித்த இந்தியர்களை ஊக்குவிப்பதற்காகவும் இந்தியத்தில் பிரிட்டீசுப் பகுதிகளில் வாழும் மக்களிடையே அறிவியல் துறைகளைக் கொண்டு சென்று, அவை பற்றிய அறிவை வளர்ப்பதற்காகவும் ஆண்டுதொறும் இலட்ச ரூபாய்க்குக் குறையாத ஒரு தொகையை ஒதுக்கி, அதைத் தலைமை ஆளுநர் சட்ட சம்மதம் உடையதாக்க வேண்டும்'' என்றும் அந்த விதி கூறிற்று.

இங்ஙனம் ஒதுக்கியது மிகச்சிறிய தொகையாகும். அதை எங்ஙனம் பயன்படுத்துவது என்பதை அறிந்தவரும் இல்லாதிருந்தனர். இது குறித்து இலண்டனிலிருந்து கம்பெனி இயக்குநர்கள் அனுப்பிய கட்டளைகளும் தெளிவில்லாமலிருந்தன. இந்தியத்தில் *1813* முதல் *1823* வரை தலைமை ஆளுநராயிருந்த மோயிரா பிரபு (பின்னர் மார்க்குவிஸ் ஹெஸ்டிங்சு) இது குறித்து என்ன நடவடிக்கை எடுப்பது என்பதை ஆராய்ந்தார்.

பாமர மக்களின் கல்வித் திறத்தைச் சீர்திருத்த வேண்டும் என்று ஹேஸ்டிங்சு கருதினார். ஆனால் இது குறித்து அவர் கூறிய நடைமுறைக் கொவ்வாக் கருத்துகளையெல்லாம் கம்பெனி இயக்குநர்கள் கவனிக்கவேயில்லை. கல்விக்கென்று ஒதுக்கிய பணத்தில் சில இலட்சங்கள் செலவிடப்படாமலே இருந்தன.

1817

அரசு கல்விக் கொள்கை எதையும் வகுக்க முடியாமல் இருக்கின்றது என்று தோன்றிய போதிலும், தனிப்பட்டவர்களும் அமைப்புகளும் பள்ளிகளைத் திறப்பதில் ஆர்வம் காட்டினர். அவர்கள் அரசைப் போலன்றி, ஆங்கில மொழிவழியே மேலைநாட்டுக் கல்வியைக் கற்பிப்பதற்கு விரும்பினர். இவ்வாண்டு புதுப்பிக்கப்பட்ட வாணிபத் தனியுரிமைச் சட்டமும் அதையே நோக்கமாய்க் கொண்டிருந்தது என்றாலும் அரசு அதைத் தெளிவாய்க் கூறவில்லை.

இந்தியர் பலரும் ஐரோப்பியர் பலரும் சேர்ந்து *1847* ஆம் ஆண்டு கல்கத்தாப் பள்ளிப்புத்தகங்கள் சங்கத்தையும் *(Calcutta School Book Society)* இந்துக் கல்லூரியையும் தொடங்கினர். பலர் அவர்களைப் பின்பற்றினர்; ஆங்கிலம் கற்பிக்க மேலும் பல பள்ளிகள் திறக்கப்பட்டன. அவற்றில் சிலவற்றைச் சமயப் பரப்பியரும், வேறு சிலவற்றறை இந்தியரும் அமைத்தனர். இது பற்றிய செய்திகளை இக் காலகட்டம் நெடுகிலும் காணலாம்.

அரசுப் பணியில் சேர்வதற்கு ஆங்கிலக் கல்வி உறுதியாய் உதவுகின்றது என்பதைப் பெரும்பாலான இந்தியர் கண்டனர். சமயப் பரப்பியரும் இந்தியரை மதம் மாற்றுவதற்கு ஆங்கிலத்தைப் பயன்படுத்தலாம் என்று கண்டனர் இவ்வாறாய் ஆங்கிலம் இந்தியத்தில் ஏற்றம்பெறத் தொடங்கியது.

1813

வரலாற்றுப் புள்ளிகள்

1.ஹேஸ்டிங்சு பிரபு தலைமை ஆளுநரானார்

ஃபிரான்ஸ் ராடன் மோயிரா ஏள், மார்க்குவிஸ் ஹேஸ்டிங்சு (*Franz Rawden, Earl of Moira, Marquis of Hastings*) 1813 ஆம் ஆண்டு இந்தியத்தின் தலைமை ஆளுநராய் அக்டோபர் மாதம் பொறுப்பேற்றார். அவர் தலைசிறந்த படைத் தலைவராய் விளங்கினார். அமெரிக்க விடுதலைப் போரின்போது (1775-1781) ராடன் பிரபு என்ற பெயரில் பிரிட்டீசுப் படையின் தலைவராயிருந்தார். பின்னர் மோயிரா ஏள் என்ற உயர்நிலைப் பிரபுவாகி இந்தியத்திற்கு வந்தார். இந்தியத்தில் நடந்த கூர்க்கப் போருக்குப் பின்னர் மார்க்குவிஸ் என்ற மேலுயர் பிரபுவானார்.

அவர் பிண்டாரியரை ஒழிப்பதென்று உறுதி பூண்டார். அவர் இந்தியத்தின் எட்டாவது தலைமை ஆளுநர் பொறுப்பை ஏற்றதிலிருந்து, அக்காலத்தில் பெரிய படையென்று சொல்லத் தக்க மாபெரும் படையைப் பிண்டாரியரை ஒழிப்பதற்கென்று திரட்டினார். மாபெரும் இந்த வங்கப்படை ஹேஸ்டிங்சின் தலைமையில் வடக்கே திரண்டு நின்றது. அப்படையில் கிட்டத்தட்ட 43,000 வீரர் இருந்தனர். தக்காணப் படையில் முறையான பயிற்சி பெற்றவர்களும் அவசரத்தில் திரட்டப்பெற்ற 70,000 பேரும் இருந்தனர். இப்படை தெற்கிலிருந்து கிளம்பி நடு இந்தியம் வழியாய் வடக்கே சென்று பிண்டாரியரைப் பூண்டோடு அழிப்பதென்று ஹேஸ்டிங்சு போர்த்திட்டம் வகுத்திருந்தார்.

பிண்டாரியரை ஒடுக்கத் திரண்ட இப்பெரும் படையைக் கண்ட மராட்டியர், இது கொள்ளையரை ஒழிப்பதற்கென்று மட்டும் திரட்டப்பெற்ற படையன்று என்று நம்பினர். அதனால் எழுந்த மாராட்டியப் போர் 1815 முதல் 1817 வரை நடந்தது. அதன் பிறகு நடு இந்தியம் முழுமையும் பிரிட்டடனின் கைக்கு வந்தது. இவரது காலத்தில்தான் கிழக்கிந்தியக் கம்பெனியின் வாணிப உரிமைப் பட்டயம் இலண்டன் நாடாளுமன்றத்தில் 1813 ஆம் ஆண்டு புதுப்பிக்கப்பட்டது. ஹேஸ்டிங்சின் காலத்தில் நேபாளத்துடன் சண்டை நடந்தது. அச்சண்டைக்குப் பிறகு கூர்க்கர் இந்தியப் படையில் சேர்வதற்கு வழி பிறந்தது.

ஆசியவியல் சங்கத் தலைவர்

ஹேஸ்டிங்சு போர்த் தந்திரியாயும், அரசியலாளராயும் விளங்கி இந்தியத்தின் தலைமை ஆளுநர் என்ற முறையில் சுமக்க இயலாத ஆட்சிப் பொறுப்பையும் தாங்கி வந்தார். அத்துடன் அறிவாளியர் கூடி இந்தியவியலின் பல்வேறு கூறுகளை ஆராய்ந்து இந்தியத்தின் சிறப்பியல்புகளை உலகிற்கு எடுத்துக்காட்டி வந்த வங்க ஆசியவியல் சங்கத்திலும் ஹேஸ்டிங்சு தன்னை ஈடுபடுத்தி வந்தார் என்பது குறிப்பிடத்தக்கது.

அப்போது சம்ஸ்கிருத மொழி ஆய்வில் தன்னேரில்லாத் தனிச் சிறப்புடன் விளங்கிய ஹென்றி தாமஸ் கோல்புரூக்கு (*Henry Thomas Colebroke*) 1765-1837: இ.ச.க.தொகுதி-11:1805 கட்டுரைகள்) வங்க ஆசியவியல் சங்கத்தின் தலைவராயிருந்ததார். அவர் 1815 இல் தாயகம் திரும்பியதும், சங்கத்தின் தலைமைப் பொறுப்பைத் தலைமை ஆளுநரான ஹேஸ்டிங்சு பிரபு ஏற்றுக் கொண்டார். இதற்கு முன்னர் ஒரே தலைமை ஆளுநர்தான் (சர்.ஜான் ஷோர்,

பதவிக் காலம் *1793-1798;* இ.ச.க.தொகுதி-*10: 1793* புள்ளிகள்) இச்சங்கத்தின் தலைவராயிருந்தார். முதல் தலைமை ஆளுநரான வர்ரன் ஹேஸ்டிங்சு (பதவிக்காலம் *1774-1785)* அப் பதவியை ஏற்க மறுத்துவிட்டார். வெல்லஸ்லி பிரபு (ஐந்தாவது தலைமை ஆளுநர், பதவிக்காலம் *1798-1805)* சங்கக் கூட்டங்களில் அடிக்கடி கலந்து கொண்டார். எனினும் அவர் சங்கத்தின் தலைமைப் பதவியை ஏற்கவில்லை.

ஆனால் ஹேஸ்டிங்சு பிரபு வங்க ஆசியவியல் சங்கத்தின் தலைவராய் இருக்க ஒப்பியதுடன் அதன் நடவடிக்கைகளில் முனைந்து கலந்து கொண்டார். அரசின் பல்வேறு அலுவலர்களிடமிருந்து வந்த கடிதங்களைச் சங்கத்திற்கு அனுப்பினார். சங்க அருங்காட்சிய கத்திற்குப் பல பொருள்களைக் கொடை கொடுத்தார்.

ஃபிரேசர் என்றவர் யமுனை, சட்லஜ், கங்கை முதலிய ஆறுகளின் தோற்றுவாய்களைக் காண்பதற்கு மேற்கண்ட பயணங்கள் பற்றி எழுதியிருந்த குறிப்புகளை *1816* ஜூலை 7 அன்று நடந்த சங்கக் கூட்டத்தில் ஹேஸ்டிங்சு அளித்தார். இமயமலையிலிருந்து எடுத்த கனிமங்கள், தாவரங்கள் இவற்றின் மாதிரிகளை அதே ஆண்டு டிசம்பர் 7 அன்று சங்கத்திற்கு அளித்தார். அவர் இங்ஙனம் சங்கத்திற்குப் பல வழிகளில் உதவி வந்தார்.

ஆனால் சங்கத்தின் குறிக்கோள்கள் பற்றிய அவரின் கருத்துகளுக்கு மிகுந்த முக்கியத்துவம் தரப்பட்டது. எனினும் பல்துறை விற்பன்னர் உலவிய ஒரு மன்றத்தின் மீது இவருக்கு ஏன் இத்தனை ஆர்வம் என்ற வினாவும் எழுந்தது. ஏன்? ஹேஸ்டிங்சின் நாள் குறிப்புகள் *1858* ஆம் ஆண்டு வெளிவந்த போது, அது குறித்து எழுதப்பட்ட திறனாய்வுக் கட்டுரையொன்றில் இங்ஙனம் சொல்லப்பட்டிருந்தது.

''ஒரு புத்தகத்தின் மதிப்பு அதை எழுதியவரின் குணநலனைப் பொருத்தே அமையும். மோயிரா ஏள், பின்னர் ஹேஸ்டிங்சின் மார்க்குவிஸ் தன் குறிப்பேடுகளைப் பயனுள்ளதாக்கி விடக்கூடிய மனிதரல்லர்... அவர் தற்பெருமைக்காரர்; மிதமிஞ்சிய தற்பெருமையுடையவர், அவர் தனது தற்பெருமைக்குத் தீனி போடச் சமூக, அரசியல் வழிகளையெல்லாம் கையாண்டார்.''

இந்த விளக்கம், அவர் ஆசியவியல் சங்கத் தலைவராயிருந்ததற்கு ஒருவேளை காரணமாகலாம்.

ஹேஸ்டிங்சின் காலத்தில் சிறந்திருந்த பிரிட்டிசார்

ஹேஸ்டிங்சு பிரபு தலைமை ஆளுநராயிருந்த காலத்தில் மிகச்சிறந்த பிரிட்டானியர் சிலர் இந்தியத்தில் இருந்தனர். அவர்களைப் போன்ற சிறந்த பிரிட்டிசார் எவரும் இதற்கு முன்னர் இந்தியத்திற்கு வந்ததில்லை.

தக்காணம்: எல்ஃபின்ஸ்டன்

இரசபுதனம்: கர்னல் டாடு

சென்னை: சர். தாமஸ் மன்றோ

ஹேஸ்டிங்சு ஆட்சிப் பரப்பை விரிக்க வேண்டுமென்ற நோக்கமுடையவராயிருந்த போதிலும், வெகு முற்போக்கானவராயும் பொறுமை மிக்கவராயுமிருந்தார். ஹேஸ்டிங்சின் காலத்தில் பல சீர்திருத்தங்கள் இந்தியத்தில் கொண்டு வரப்பட்டன. இவர் காலத்தில் கம்பெனி இந்தியத்தில் வாணிப முழுத் தனியுரிமையை இழந்து விட்டாலும், சீனத்துடன் தொடர்ந்து ஏகபோகமாய் வாணிபம் செய்யும் உரிமை அதற்கு நீடித்து அளிக்கப்பட்டது

Kajariwal, O.P. The Asiatic Society of Bengal, OUP 1988.

1813

2. இந்தியம் பற்றிய நூல் வெளியீடு

ஜேம்ஸ் ஃபோர்பஸ் *(James Forbes)* என்ற ஸ்காத்தியர் பதினெட்டாம் நூற்றாண்டின் நடுப்பகுதியில் பிறந்தவர். அவர் அக்கால வழக்கப்படி பதினாறு வயது நிரம்பு முன்னரே கம்பெனியின் ஊழியராய்ப் பம்பாய்க்கு அனுப்பி வைக்கப்பட்டார். அவர் பம்பாயில் இருபதாண்டுக்காலம் வேலை செய்தார். அவர் பதவியிலிருந்து ஓய்வு பெற்றதும் இங்கிலாந்து திரும்பினார். அவர் அப்போது தன்னுடன் கடிதங்கள், குறிப்புகள், ஓவியங்கள், வரைபடங்கள் முதலியவற்றை எடுத்துச் சென்றார். அவற்றை வைத்துக் கீழை நாட்டு நினைவுகள் *(Oriental Memories)* என்ற பெரிய நூலை அவர் எழுதினார். அந்நூல் மிகவும் கனமானது: 1813 ஆம் ஆண்டு வெளியிடப்பட்டது. அவர் அந்நூலில் பம்பாயைப் பற்றிப் பலபடக் கூறியுள்ளார்.

'' பம்பாயிலுள்ள ஆங்கிலலேயர் வீடுகள் கல்கத்தாவிலும், சென்னையிலும் இருந்தவற்றைப் போன்று மிகப் பெரியனவாகவோ, நேர்த்தியானவையாகவோ இராவிடினும், தட்ப வெப்ப நிலையைத் தாங்கிக் கொள்ளக் கூடிய விதத்தில் ஐரோப்பியப் பாணியில் கட்டப் பெற்றிருந்தன,'' அவர் 1780 ஆம் ஆண்டுகளில் பம்பாயில் இருந்த ஆங்கிலேயர் வீடுகளைப்பற்றி இங்ஙனம் எழுதினார். எனினும் பம்பாயில் அக்காலத்தில் கலை, இலக்கியம், அறிவியல் ஆகியவற்றிற்கென்று சங்கங்களோ, அறநிலையங்களோ இருக்கவில்லையென்றும் ஃபோர்பஸ் கூறுகின்றார்.

ஜேம்ஸ் ஃபோர்பசின் இந்நூலிலிருந்து பலர் அடிக்கடி மேற்கோள் எடுத்துக் கூறி வந்தனர். அவர் அந்நூலில் தன்னைக் கம்பெனியில் புதிதாய் வேலைக்குச் சேர்ந்த இளைஞன் என்று கூறிக் கொள்கின்றார். இளைஞராவது, ஒன்றாவது? அது குமரப் பருவம் கழியாத வயது. அவர் சுங்கத் துறை அலுவலகக் கூரை மீது அமர்ந்து கொண்டு ஷேக்ஸ்பியரின் நூலை நிலவொளியில் படிப்பாராம். ஏனெனில் மெழுகு திரிக்கு அத்தனை பஞ்சம்.

அக்காலத்தில் வெப்பமண்டலத்தில் நிலா வெளிச்சம் பிரகாசமாயிருந்தது என்பதும் மெழுகினால் செய்த திரிகள் குறிப்பாய்ப் பம்பாயில் விலை மிகுதி என்பதும் இதனால் தெரிகின்றன. இராச்சாப்பாடு இல்லாமலே பட்டினியுடன் படுத்துறங்கியதாய் ஃபோர்பஸ் கூறுகின்றார். அவருக்குத் தங்கும் வசதியோடு ஆண்டுச் சம்பளம் முப்பது ரூபாய் தரப்பட்டது.

சம்பளம் மிகவும் கட்டை என்பது, கம்பெனி ஊழியர்கள் அடிக்கடி கூறி வந்த மனக் குறையாகும். ஜேம்ஸ் ஃபோர்பஸ் பணியில் சேர்ந்த போது இங்ஙனம் சிற்றூதியம் பெற்றார். எனினும் காலப்போக்கில் வெற்றிகண்ட வணிகரானார். அவர் 1770 ஆம் ஆண்டுகளிலும் 1780 ஆம் ஆண்டுகளிலும் நடந்த வாணிபத்தைப் பற்றி இங்ஙனம் எழுதுகின்றார்.

'' பாரசீக வளைகுடாவிலுள்ள பாஸ்ரா, மஸ்கட்டு, ஓர்மஸ் மற்றும் பல துறைமுகங்களிலிருந்து (பம்பாயின்) வணிகர்களுக்கு முத்து, பட்டு, செக்கச் சிவந்த கம்பள மயிர், பேரீச்சை, உலர்ந்த கனிகள், பன்னீர், அத்தர் இன்னும் பல பொருள்கள் வந்தன. அரேபியம் அவர்களுக்குக் காப்பிக் கொட்டை, தங்கம், மருந்துச் சரக்குகள், தேன் முதலியவற்றை அளித்தது. சீனத்திற்கு ஆண்டுதொறும் பருத்தியையும், பொன், வெள்ளிப் பாளங்களையும் ஏற்றிச் சென்ற கப்பல்கள், அந்நாட்டிலிருந்து திரும்பி வருகையில் தேயிலை, சீனி, பீங்கான் பாண்டங்கள், பட்டுத் துணிகள், மஞ்சள் நிறப் பருத்தித் துணிகள், பயனுள்ளனவான பல்வேறு அலங்காரப் பொருள்கள் முதலியவற்றைப் பம்பாய்க்குக் கொண்டு வந்தன. சாவா, மலாக்கா, சுமத்திரா இன்னும் பல கிழக்கத்தித் தீவுகளிலிருந்தும் அக்கப்பல்கள் மணக்காரப் பொருள்களையும், மீனம்பர், சாராயம், சீனி ஆகியவற்றையும் ஏற்றி வந்தன. மடகாஸ்கர்த் தீவு கொமேரோத் தீவுகள், மொசாம்பக்கு, கிழக்காப்பிரிக்கக் கரையோரத்திலமைந்த பிற துறைமுகங்கள் இங்கெல்லாமிருந்து பெரிதும் யானைத் தந்தம், மருந்துச் சரக்குகள் ஆகியவற்றொடு அடிமைகளும் வந்தனர் இந்தியத்தின் பிற பகுதிகளில் பருத்தி, பட்டு, மஸ்லின் துணி வகைகள், முத்து, வைரக் கற்கள் இன்னும் பல அரிய கற்களும் கிடைத்தன. மேலும் தந்தம், சந்தனம், மிளகு, கருவாப்பட்டை, கேசியப் பட்டை இன்னும் பிற இன்னலப் பொருள்கள் மலிந்திருந்தன.

பம்பாயில் குடியேறி விட்ட ஐரோப்பிய அல்லது நாட்டு வணிகர்கள் அருமையான மரக் கலங்களில் பெருமதிப்பு வாய்ந்த இவ்வாணிபத்தில் ஈடுபட்டிருந்தனர். இவ்வாணிபம் கிழக்கிந்தியக் கம்பெனி வாணிபத்திலிருந்து முற்றிலும் வேறான தனி முறையில் நடந்து வந்தது.

பதினெட்டாம் நூற்றாண்டின் பிற்பாதியில் எத்தனை செழிப்பாய் இந்தியத்தில் ஐரோப்பியர் வாணிபம் நடந்து வந்தது என்பதை அறிந்து கொள்ள இந்நூல் ஓரளவு உதவுகின்றது. இவ்வாணிபம் பிரிட்டீசுப் பேரரசிற்கு மட்டுமன்றித் தனிப்பட்ட பிரிட்டீசாருக்கும் கொள்ளை ஆதாயத்தைக் கொடுத்து வந்தது.

Tyndall, Gillian City of Gold, Biography of Bombay, London, 1982.

3. இரஞ்சித்து சிங்கிற்குக் கோகினூர் வைரம் கிடைத்தது

இரஞ்சித்து சிங்கிற்குக் கோகினூர் வைரம் *1813* இல் எவ்வாறு கிடைத்தது என்பதை ஆஸ்போன் *(W.G.Osbone) 1840* இல் எழுதிய *(The Court, and Camp of Runjeet Singh)* நூலின் இரண்டாம் பதிப்பு *1973* இல் வெளிவந்தபோது குஷ்வந்துசிங்கு அதற்கு எழுதிய முன்னுரையில் குறிப்பிட்டுள்ளார்.

ஆப்கானிய அரசரான ஷா சுஜா காசுமீரக் கோட்டையில் சிறை வைக்கப் பட்டிருந்தார். அப்போது அவரின் மனைவி வஃபபேகம் இரஞ்சித்து சிங்கை அணுகித்தன் கணவனைச் சிறையிலிருந்து மீட்டுத் தந்தால் கோகினூர் வைரத்தைத் தந்துவிடுவதாய் உறுதி கூறினார். இரஞ்சித்து சிங்கு அதற்கு உடன்பட்டுப் பல உயிர்களை இழந்து ஷா சுஜாவை மீட்டுத் தந்தார்.

ஆனால் வஃபபேகம் வாக்களித்தபடி கோகினூர் வைரத்தைத் தரவில்லை. அதனால் இரஞ்சித்து சிங்கு கணவனையும் மனைவியையும் வீட்டுக் காவலில் வைத்து விட்டார். அவர்களுக்குச் சென்ற உணவுப் பொருள்களின் அளவையும் குறைத்தார். அதன்பிறகுதான் அவர்கள் கோகினூர் வைரத்தை இரஞ்சித்து சிங்கிடம் தந்தனர்.

4. காளிதாசனின் ''மேக தூதம்'' ஆங்கிலத்தில்

ஹேமன் ஹோரேஸ் வில்சன் (*Hayman Horace Wilson 1786-1860*) என்ற கீழையியல் விற்பன்னர் கி.பி. ஐந்தாம் நூற்றாண்டினரான காளிதாசனின் மேக சந்தேசம் என்ற சம்ஸ்கிருத நூலை 1813 ஆம் ஆண்டு ஆங்கிலத்தில் மொழி பெயர்த்தார்.

5. பிரிட்டனின் கினி நாணயம் அச்சிடுவது நிறுத்தம்

கினி (*guinea*) என்பது பிரிட்டனில் வழங்கி வந்த தங்கநாணயம். அதன் மதிப்பு 21 சில்லிங்காயிருந்தது. கினி நாணயம் அச்சிடுவது 1813 ஆம்ஆண்டு முதல் நிறுத்தப்பட்டது.

6. உலகின் முதல் விசைத்தறி

வில்லியம் ஹாரக்ஸ் (*William Horrocks*) என்ற ஆங்கிலக் கண்டுபிடிப்பாளர் உலகின் முதல் விசைத்தறியை 1813 ஆம் ஆண்டில் உருப்படுத்தினார்.

7. தாவரவியலில் புதிய முன்னேற்றம்

சுவிட்சர்லாந்தைச் சேர்ந்த அகஸ்டைன் பைரேம் தெ கண்டோல் (*Augustine de Candole 35*) தாவரங்களின் வடிவமைப்பியல் (*morphology*), வகுப்பு தொகுப்பு முறையியல் (*taxonomy*), இயற்கைச் செயற்பாடு தோற்றவியல் ஆகிய துறைகளில், சுவீடனைச் சேர்ந்த தாவரவியலாரான கரோலஸ் லினியஸ் (*Carolus Linneus 1707-1778:* இ.ச.க.தொகுதி- 4: 1737 இரண்டாம் கட்டுரை) 1750 ஆம் ஆண்டு வெளியிட்ட தாவரவியல் நூலில் (*Philosophia Botanica*) விவரித்ததை விட வெகுவான முன்னேற்றத்தைக் கண்டார்.

8. '' அங்கிள் சாம்'' என்ற பெயர்

''அங்கிள் சாம்'' (*Uncle Sam*) என்பது அமெரிக்க ஒன்றியத்தைச் சுட்டும் பட்டப் பெயராகும். இப்பெயர் முதன்முதலில் 1813 ஆம் ஆண்டில் தான் ஆளப்பட்டது. அப்பெயர் *Tory (New York) Post* என்ற இதழின் செப்டம்பர் 7 ஆம் நாள் தலையங்கத்தில் ஆளப்பட்டிருந்தது.

9. பிறப்பு

(அ) ஐசக்கு பிட்மன் (1813 – 1897)

சுருக்கெழுத்து முறையைக் கண்டுபிடித்த ஆங்கிலேயரான ஐசக்கு பிட்மன் (*Isaac*

Pitman) 1813 ஜனவரி 4 அன்று பிறந்தார். அவர் சுருக்கெழுத்து முறையை 1837 ஆம் ஆண்டு உருவாக்கினார்.

(ஆ) (வில்லம்) ரிச்சர்டு வேகன (1813-1883)

(வில்லம்) ரிச்சர்டு வேகன (*Wilhelm Richard Wagner, 1813-1883*) ஜெர்மன் வீரகாவியப் புலவர்; இசை நாடகத்தை உருவாக்கியவர் என்ற தனிச்சிறப்பு இவருக்குண்டு. அவர் நான்கு பெரும் இசை நாடகங்களை (*Opera*) எழுதினார். அவரது *The Ring of The Nibelung* என்ற இசை நாடகம் 1876 இல் அரங்கேறியது. ஏனைய மூன்று இசை நாடகங்களும் வருமாறு: *Tannhauser (1845), Tristan and Isolde (1865), Parsifal (1882)*. இவை நான்கும் நார்சுகள், டியூட்டானியர் எனப்படும் வடவரின் தொன்மங்களையும், பழங்கதைகளையும் தழுவி எழுதப் பெற்ற இசை நாடகங்களாகும். வேகன 1813 ஆம் ஆண்டு ஜெர்மனியில் பிறந்தார்.

(இ) சுவாதித் திருநாள் (1813-1841)

இவர் திருவிதாங்கூர் அரசர். இந்த ஆண்டு பிறந்தார். இவர் பின்னாளில் சம்ஸ்கிருதத்திலும் மலையாளத்திலும் பல கீர்த்தனைகளை இயற்றினார் (இது பற்றிக் கருத்து வேறுபாடு உண்டு) இவர் இசையையும் இசைக் கலைஞர்களையும் புரந்தவர்.

10. இறப்பு

(அ) கணித மேதை லெகரான் (1736-1813)

ஜோசஃப்பு லூயி லெகரான் (*Comte Joseph Louis Legrange, 1736-1813*) பிரஞ்சுக்காரர். அவர் 1736 ஜனவரி 25 அன்று வட மேற்கு இத்தாலியிலுள்ள தூரின் (*Turin*) நகரில் பிறந்தார். அவர் தூரின் கல்லூரியில் பண்டைக் கிரேக்க ரோமானிய இலக்கியங்களைக் கற்றார். அவருடன் பிறந்தவருள் ஒருவர் சட்டத் தொழில் செய்து வரவே, லெகரானும் சட்டம் படிக்கத் திட்டமிட்டார். எனினும் அவர் தற்செயலாய் ஆங்கில வானியலரான எட்மண் ஹேலியின் (*Edmond Halley 1656-1742*; இன்று ஹேலி வால்மீன் என்றழைக்கப்படும் வால்மீன் திரும்பவும் வருமென்பதை வருவதுரைத்தவர்) வாழ்க்கை வரலாற்றைப் படிக்க நேர்ந்ததால், அவருக்குக் கணிதத்தின் மீது ஆர்வம் உண்டானது ஒளியியல் (*Optics*) பார்வையின் இயல்பு, பண்புகள் ஆகியன குறித்து ஆராயும் துறை) சிக்கல்களுக்குத் தீர்வு காண்பதில் பகுப்பாய்வு முறைகளைக் கையாள்வது குறித்து ஹேலியின் வாழ்க்கைக் குறிப்பு நூலில் சொல்லப்பட்டிருந்தது.

லெகரான் விரைவிலேயே தன்னிடமிருந்த திறமைகளைக் கொண்டு கணிதக் கூறுபாடுகள்

லெகரான்

(*mathematical analysis*) பற்றிய ஆய்வில் ஈடுபட்டு, அத்துறையை விரைவில் மேம்படுத்தினார்.

அவரின் தந்தை சார்தீனிய அரசின் (*Sardinia*: நிலநடுக்கடலில் சிசிலிக்கு அடுத்தபடியாய் இரண்டாவது பெரிய தீவு. இதன் பரப்பு 24,089 சதுர கிலோ மீட்டர். ஆஸ்திரியம் சிசிலியைப் பெற்றுக் கொண்டு 1720 ஆம் ஆண்டு சார்தீனியத்தைச் சவாய் என்ற பிரஞ்சுப் பகுதியை ஆண்ட உயர்குடியினருக்குத் தந்துவிட்டது. அது 1861 இல் இத்தாலியுடன் இணைந்தது) கருவூல அலுவலராயிருந்தார். அவர் நிதிச் சூது பேரங்களில் ஈடுபட்டுத் தன் செல்வமனைத்தையும் இழந்தார். ''நான் பணக்காரனாயிருந்தேனேயாகில் கணிதவியலில் என்னால் முனைந்து ஈடுபட்டிருக்க முடியாது'' என்று லெகரான் கூறியதாய்ச் சொல்வர்.

அவர் பத்தொன்பது வயது இளைஞராயிருந்த போது 1755 ஆம் ஆண்டு தூரின் நகரத்துப் பீரங்கிப் பயிற்சிப் பள்ளியில் ஆசிரியராய் அமர்த்தப்பட்டார். அதற்கு இரண்டாண்டுகளுக்குப் பிறகு தூரின் அறிவியல் கழகம் (*Turin Academy of Sciences*) என்ற கல்வி நிறுவனத்தை அமைப்பதற்கு லெகரான் உதவினார்.

ஒலி பரவுதல் (*propagation of Sound*) குறித்தும் பெருமங்கள் (*maxima*), சிறுமங்கள் (*minima*) கோட்பாடு பற்றியும் அவர் இக்காலத்தில் வெளியிட்ட ஆராய்ச்சிக் கட்டுரைகளைப் பொலினிலிருந்த புகழ்பெற்ற கணிதவியலரான லியோனார்டு யூலர் (*Leonhard Euler* 1703-1783: சுவிட்சர்லாந்தியக் கணிதவியலார்: அவர் இக்காலக் கணிதக் கூறுபாடுகள் துறையைத் தோற்றுவித்தவர் என்று போற்றப்படுகின்றார்) வியந்து பாராட்டினார்.

சந்திரனின் அலையாடு தோற்றம் (*Libration of moon*) பற்றி லெகரான் எழுதிய கட்டுரைக்குப் பாரிஸ் அறிவியற் கழகம் 1764இல் பரிசு வழங்கியது. வியாழனின் துணைக் கோள்களின் இயக்கங்கள் பற்றிய அவரது கொள்கைக்காக அவருக்கு 1766 ஆம் ஆண்டிலும் முத்திரள் (*three-body*) கொள்கைக்காக 1772 ஆம் ஆண்டிலும் பாரிஸ் அறிவியற் கழகத்தின் அதே சிறப்பை லெகரான் பெற்றார்.

பெர்லின் அறிவியற் கழகத்திலிருந்து யூலர் விலகிச் சென்றமையால், அவர் இடத்திலமர்ந்து பணி செய்வதற்காக லெகரான் 1776 இல் பெர்லின் சென்றார். ''ஐரோப்பிய மாமன்னரின் அவையில் மாபெரும் கணிதவியலார் இருக்க வேண்டுமென்று விரும்பியதால்'' லெகரான் மா ஃபிரடரிக்கின் (*Frederick the Great* 1712-1786: இ.ச.க.தொகுதி-9: 1786 புள்ளிகள்) அழைப்பிற்கிணங்கப் பெர்லின் சென்றார். அவர் 1787 வரை பெர்லினில் பணி செய்தார். அவர் அக்காலத்தில் முத்திரள் கணக்கு (*three-body problem*), பகா எண் கொள்கை (*Prime number theory*), வேறுபாட்டுச் சமன்பாடுகள் (*differential equation*), நிகழ்தகவு நுண்கணிதம் (*calculus of probability*), அண்டவெளி எந்திரவியல், ஞாயிற்றுக் குடும்பம் என்று பல்வேறுபட்ட துறைகளில் ஆராய்ச்சிக் கட்டுரைகளை எழுதி வெளியிட்டார். அவர் குறிக்கணக்கியலில் (*algebra*) புது யுகம் ஒன்றைத் தோற்றுவித்தார். கலோடுஸ் (*Galods*) என்பார் குழுமக் கொள்கையை (*group theory*) வகுப்பதற்கு அது துணை புரிந்தது.

ஃபிரடரிக்கு 1786 இல் இறந்ததும், பிரஞ்சு மன்னர் பதினாறாம் லூயியின் (1754-1793: ஆகா 1774-1792) அழைப்பை லெகரான் ஏற்றுப் பாரிசிற்குச் சென்றார். அவர் 1813 ஏப்ரல் 20 அன்று இறந்தது வரையிலும், பாரிசில் தான் வாழ்ந்தார். அவர் இங்கிருந்த காலத்தில்

கற்போர்க்கு வேண்டிய நூல்களையும் தன் கணிதக் கொள்கைகளின் சுருக்கம் அடங்கிய ஆய்வுகளையும் எழுதுவதில் ஈடுபட்டார். அவ்வாய்வுகள் பதினெட்டாம் நூற்றாண்டின் இறுதியில் வெளிவந்தன. அவை பத்தொன்பதாம் நூற்றாண்டின் கணிதத் துறையை முன்னோக்கிச் செல்வதற்கு ஆயத்தப்படுத்தின. இத்துறையில் புதிய தொடக்கத்தையும் அவரின் ஆய்வுகள் தோற்றுவித்தன.

லெகரான் பிறர் தன்னைப் பார்த்துப் பின்பற்றத்தக்க முன்னுதாரணங்களை விட்டுச் சென்றிருக்கின்றார். அவர் கணிதத்தின் அனைத்துத் துறைகளிலும் புதிய கணக்குகளையும் புதிய உத்திகளையும் உண்டாக்கிச் சென்றார். அவரின் நூல்கள் பதினான்கு தொகுதிகளாய் வெளியிடப்பட்டன.

லெகரான் வாழ்வதற்கு லூவர் அரண்மனையில் இடம் தரப்பட்டது. (லூவர் அரண்மனை: இ.ச.க.தொகுதி-10: 1793-புள்ளிகள்) அவர் அங்கு வாழ்ந்திருந்த காலத்தில் தனிச்சிறப்பு வாய்ந்த ''எந்திரவியல் பகுப்பாய்வு'' (*Meccanique Analytique*) என்ற நூலை எழுதி *1788* ஆம் ஆண்டு வெளியிட்டார். அவர் தனது நுண்கணித மாறுபாட்டுக் கொள்கையை அடிப்படையாய் வைத்து, நியூட்டன் காலத்திலிருந்து (*1643-1727*) ஒரு நூற்றாண்டாய் எந்திரவியலில் நடந்து வந்த ஆராய்ச்சிகளைத் தெளிவான முறையில் சுருக்கமாய் எழுதியிருந்தார். இந்நூல் பகுப்பாய்விலும் வானியல் எந்திரவியல் என்னுந் துறையிலும் (*Celestial mechanics*) பிற்காலத்தில் எழுந்த அனைத்து நூல்களுக்கும் பாடப் புத்தகமாயிற்று.

பிரஞ்சுப் புரட்சி *1789* இல் தொடங்கிற்று. புதிய அரசு பதின்மான முறையைச் (*metric system*) சீர்திருத்தும் பொறுப்பை லெகரானிடம் விட்டது. பின்னர் அவர் ஆசிரியப் பணி செய்தார் பாரிஸ் நகரில் உலகின் முதல் தொழில்நுட்பக் கல்லூரி (*Ecole Polytechnique* - இ.ச.க.தொகுதி-10 : 1794 - புள்ளிகள்) *1794* ஆம் ஆண்டு தொடங்கப் பெற்றதும், அவரின் நண்பரான ஜி.மோங்கி (*G.Monge*) என்பவருடன் லெகரான் அங்கு பேராசிரியரானார். இவ்விரு கணிதவியலாரும் சேர்ந்திசைந்து அங்கு பணி செய்தனர். அவர்கள் அடுத்த தலைமுறையைச் சேர்ந்த பிரஞ்சுக் கணிதவியலாரிடையே புகழ் பெற்ற கணித ஆசான்களாய்ப் பாரிசில் விளங்கினார்.

லெகரானின் உரைகள் *1794* ஆம் ஆண்டிலும் *1804* ஆம் ஆண்டிலும் இரு தொகுதிகளாய் வெளியிடப்பட்டன. அவை மெய்யான பகுப்பாய்வுச் செயல்பாடுகளை விளக்கும் முதற்பாடநூல்களாயின.

லெகரானைப் பெரிதும் ஆள்கொண்ட கணிதவியலார் யூலர் ஆவார். ஆனால் லெகரான் யூலரைச் சந்தித்ததேயில்லை.

நெப்போலியன் லெகரானைச் சிறப்பித்துச் செனட்டர் ஆக்கினார். பிரபு நிலைக்கு அவரை உயர்த்தினார். ஆனால் லெகரான் அமைதியான, ஆரவாரமில்லாத ஆசானாய், அறிவியலுக்காக மட்டுமே வாழ்ந்தார். லெகரான் *1813* ஆம் ஆண்டு பாரிசில் இறந்தார்.

(ஆ) தெகும்சி (1768-1813)

தெகும்சி என்ற மாவீரர் ஷானீ என்ற அமெரிந்தியக் குலத்தில் பிறந்தார். இம்மக்கள் தென்னசி ஆற்றின் கரை நெடுகிலும் வாழ்ந்திருந்த முது குடியினராவர். (*Tennesse River:* இந்த ஆறு வட கரோலினத்தின் அப்பலேச்சியன் மலையில் தோன்றி, அமெரிக்க ஒன்றியத்தின் கிழக்குப் பகுதியில் ஓடுவதாகும். இந்த ஆற்றின் பெயரால் தென்னசி என்று

வழங்கும் மாநிலத்திலிருந்து தென் கிழக்கிலும் ஓடி, வட அல்பாமவினுள் பாய்ந்து, பின்னர் மேற்கிலும் வடக்கிலும் பிரிந்து படுக்க (*Paducah*) என்ற இடத்தில் ஓகையோ ஆற்றில் கலக்கின்றது. இந்த ஆற்றின் நீளம் 1049 கிலோ மீட்டர்.) தெகும்சி பிறந்த போது இரவில் ஒளி பொருந்திய ஒர விண்மீன் வானில் தோன்றியது. இது இக்குலத்து மக்களால் நன்னிமித்தம் என்று கொண்டாடப்பட்டது. அக்குழந்தை எதிர்காலத்தில் குலத்தலைவனாகி வழிகாட்டும் என்று ஷானீயர் மகிழ்ந்தனர்.

தெகும்சி சிறுவனாயிருந்தபோது வெள்ளை அமெரிக்கருடன் நடந்த போரில் தந்தை உயிர் நீத்தார். வெள்ளையர் அட்லாண்டிக் கரையோரமாய்ப் பதின்மூன்று குடியேற்றங்களில் வாழ்ந்திருந்த நிலை மாறி, இன்று விடுதலை பெற்று வலிமை வாய்ந்த அமெரிக்க ஒன்றிய அரசை அமைத்துவிட்டனர். இதன்பிறகு அவர்கள் தம் வாழ்வெல்லைகளை மேற்கு நோக்கி விரிக்கத் தொடங்கினர். அமெரிந்தியர் பன்னெடுங்காலமாய் வாழ்ந்திருந்த நிலப்பரப்புகளிலிருந்து வெள்ளையரால் விரட்டியடிக்கப்பட்டனர். நிலப்பசி மிகக் கொண்டுவரம்பில்லாமல் நிலங்களை வளைக்கத் தொடங்கினர். (இது குறித்து 1811 ஆம் ஆண்டு முதற்கட்டுகரையில் சொல்லப்பட்டுள்ளது). வெள்ளையர் மண்ணுக்குரிய மக்கள் மீது வல்லாண்மைப் போர் தொடுத்தனர். சூழ்ச்சித் திறமும் ஆயுதபலமும் அரசியர் தந்திரமும் கொண்டிருந்த வெள்ளையரைச் சில குலத்தார் எதிர்த்து மறைந்தனர்: சிலர் வெள்ளையர் ''கொடுத்த தொகையை'' வாங்கிக் கொண்டு அவர்களுடன் உடன்படிக்கை செய்து கொண்டு, அவர்களுக்கென்று வெள்ளையர் ஒதுக்கிய இடங்களுக்கு வெகு தொலைவு சென்று குடியேறினர்.

அமெரிக்கர்களை எதிர்த்து நின்றவர்களுள் ஷானீ குலத்தவர் வீரமும் விவேகமும் மிக்க தலைவரைக் கொண்டிருந்தனர். அவர்கள் தெகும்சியின் தலைமையில் வெள்ளையரை எதிர்த்து நின்றனர். அவர் எழுதவும் படிக்கவும் கற்றவர்: விவிலியம் போன்ற சில நூல்களைப் பயின்றதுடன் தெளிவாய்ச் சிந்திக்கும் திறனும் உடையவர்.

அமெரிக்கரின் மமதையை ஒடுக்க வேண்டுமென்பதற்காக ஷானீயர் ஆங்கிலேயருடன் கூட்டுச் சேர்ந்தனர். ஷானீயர் அமெரிக்கர் களுடன் பொருதி, எதிரியின் பெரும்படையை எதிர்க்க முடியாத நிலை தோன்றிய நேரத்தில் ஆங்கிலேயர் உதவிக்கு வரவில்லை. அதனால் ஷானீயர் களத்தில் கொன்று குவிக்கப்பட்டனர். வெள்ளை நிறத்தவரின் இரண்டகமும், நாணயமின்மையும் தெகும்சியின் உள்ளத்தில் தீராத புண்ணை

உண்டாக்கிவிட்டன. வெள்ளையர் சொன்ன சொல் தவறுபவர்: ஏமாற்றுக்காரர்: மனித சுதந்திரத்தைப் பறிப்போர் என்று தெகும்சி நம்பினார்.

வெள்ளையரின் கொடிய தாக்குதலிலிருந்து தப்புவதற்காகத் தெகும்சியின் தாயும் சகோதரிகளும் உள்படப் பலர் பாதுகாப்பைத் தேடி வடக்கே கனடாவிற்குச் சென்றனர். ஆனால் பிறந்த மண்ணைக் காத்திருக்க வேண்டுமென்று தன் தந்தை கட்டளையிட்டுச் சென்றதால் தெகும்சி ஒகையாவில் தங்கிவிட்டார். மேற்கில் வாழ்ந்த இந்தியக் குலத்தாரை ஒன்று திரட்டி வெள்ளையரை எதிர்க்க முயன்றார்.

ஆளுநர் ஹாரிசன் (*William Henry Harrison, 1773-1841:* இவர் பின்னர் 1841 இல் அமெரிக்கக் குடியரசுத தலைவரானார்). தெகும்சியுடன் அமைதியான முறையில் பேசுவதற்கு முன்வந்தார். ''நீங்கள் பணத்தை வாங்கிக் கொண்டு ஒப்பந்தங்களில் கையெழுத்துவிட்டு நிலங்களை விட்டு வெளியேறுவதில் என்ன வருத்தம்?'' என்று ஹாரிசன் வினவினார்.

''நாங்கள் இங்கு பன்னெடுங்காலமாய், பல தலைமுறைகளாய் வாழ்ந்து வரும் நிலத்தை, மண்ணை, காற்றை, நீரை ஏன் உங்களின் டாலர்களுக்கு விற்க வேண்டும்?... நீங்கள் ஏசு நாதரைக் கொன்றவர்கள். இன்று அவரைக் கும்பிட்டு வணங்குவோரும் நீங்கள் தாம். நீங்கள் இந்த மண்ணில் கால் வைத்த பிறகுதான், இங்கு கொலையும் குருதிப் பெருக்கும் அழிவுகளும் பெருகலாயின'' என்று தெகும்சி மண்ணாசை கொண்டு பேசிய வெள்ளையர் தலைவரான ஹாரிசனிடம் சொல்லிவிட்டார். வெள்ளையர்க்கும் சிவப்பரும் இணக்கம் ஏற்பட வழியில்லாது போனது.

பின்னர் 1813 ஆம் ஆண்டில் அமெரிந்தியரும் வெள்ளையரும் ஒபாஷ் ஆற்றின் கரையருகே நடந்த போரில் இந்திய மக்களின் உரிமைகளுக்காகப் போரிட்டு வந்த கடைசிப் போராளியான தெகும்சி களம்பட்டார். களமெங்கும் வீழந்து கிடந்த இந்திய வீரர்களின் நடுவே, தெகும்சியின் உடலைத் தேடுமாறு ஹாரிசன் செய்தார், அவரின் சகோதரி யாரும் அறியாமல் தெகும்சியின் சடலத்தை எடுத்துச் சென்று, இந்திய மரபுப்படி ஈமச்சடங்குகளைச் செய்தார்.

1814

அரசியல்

ஐரோப்பியத்தில் 22 ஆண்டுப் போர் முடிந்தது
தாமஸ் மன்றோ சென்னை ஆளுநர்
நாட்டரசுகளை உறிஞ்சிய பிரிட்டீசு வட்டிக் கும்பல்

அறிவியல்

நீராவி இரயில் எஞ்சின் இயக்கம்
செய்தித்தாள் "டைம்ஸ்" அச்சிட நீராவி எந்திரம்

சமயம்

சங்கர மடங்களுக்குள் வழக்கு
இந்தியத்தில் ஆங்கிலத் திருச்சபையின் முதல் பேராயர்
ஏசு சபை மீதிருந்த தடை நீக்கம்

இலக்கியம்

தெலுங்கு இலக்கண நூல்
ஒரிய மொழியில் விவிலியம்

கலை

போராபுதூர் கண்டுபிடிப்பு
தொழில், வாணிபம், வேளாண்மை
மசாச்சூசட்சில் பருத்தித் துணி நெசவு

இராணுவம், போர்

ஐரோப்பியத்தில் போர் நின்றது
அமெரிக்க பிரிட்டீசுப் போர் முடிந்தது

மக்கள்

ஆலந்தும் அடிமை வாணிபத்தைக் கைவிட்டது
பிரான்சில் கருக் கலைக்கத் தடை

பொது

அமெரிக்க நாட்டுப் பாடல்
வெள்ளை மாளிகை என்ற பெயர் ஏன்?
அமெரிக்கக் காங்கிரசு நூலகத்தில் தீ

பிறப்பு

பேராயர் ஆர்.கால்டுவல் (1814-1891)

1814

1. போராபுதூர் கண்டுபிடிப்பு

இடிப்பாடடைந்த நிலையிலும் இன்னும் சிறப்பொளி மிளிர விடுபடாப் புதிராய்ப் போராபுதூரின் *(Borobudur)* கோயில் நின்று நிலவுகின்றது. ''கால வரம்பினுள் பிறந்த மாபெருங் கலைஞன் காலத்தையெல்லாம் கடந்து உலக வாழ்க்கைக்கு ஒனியூட்டுகின்றான்'' என்று ஜெர்மன் மெய்யியலாரான நீட்சே *(Frederich Wilhelm Nietzche 1844-1900)* கூறுவார். அதை மெய்ப்பிக்கும் கலைப் படைப்புகளில் போராபுதூர்க் கோயிலும் அடங்கும். இந்தக் கற்கோயில் கலைக்கும் வரலாற்றிற்கும் - மெய்யாகவே கவிதை போல் விளங்கும் மானுட சரிதத்திற்கும் போற்றித் திரு அகவல் பாடுகின்றது.

இந்துப் பண்பாட்டுச் செழுமை

இன்று இந்தோனேசியம் என்று வழங்கும் நாட்டின் தீவுகளில் இந்துப் பண்பாடு பரவிச் செழித்திருந்ததன் நினைவுச் சின்னமாய் விளங்கும் போராபுதூர்க் கோயில் ஜாகர்த்த எனப்படும் யோகயாகர்த்த நகரின் வடக்கே சுமார் 40 கிலோ மீட்டர்த் தொலைவில் உள்ளது. அயோத்திய என்ற இந்தியப் பெயர் திரிந்து யோகய என்றாகிப் பின்னர் யோகயாகர்த்த ஆயிற்று. அது இன்றும் மக்களின் பேச்சு வழக்கில் யோகய என்றே சொல்லப்படுகின்றது. கிறித்தவ அப்தத்தின் ஆயிரமாண்டுக் காலத்தில் யோகய இந்து, பௌளத்தப் பண்பாட்டு மையமாய் இருந்தது.

குபேரன் தொடர்புள்ள கோயில்

இந்நகரினருகில் எண்ணற்ற இந்து, பௌளத்தக் கோயில்கள் நிற்கின்றன. போராபுதூருக்கு மிக அருகில் சண்டி மெண்டுத *(Candi Mendut)* என்ற பௌளத்தக் கோயில் உள்ளது. இது நூறு ஆண்டுகளாய்க் கட்டங்கட்டமாய்க் கட்டப்பட்டது. இதற்கு ஒரு கிலோ மீட்டர்த் தொலைவிற்குள்ளாகவே சண்டி பர்வோன் *(Candi Parvon)* என்று இன்னொரு கோயிலும் உள்ளது. அது செல்வத்திற்கதிபதியும் நரவாகனனுமான குபேரனுடன் தொடர்புடையது. சண்டி என்பது ஓர் அரசர் அல்லது அவர் தேவியரை அடக்கம் செய்த பின் எழுப்பப்படும் பள்ளிப்படைக் கோயிலாகும்.

யோகயாகர்த்தவின் கிழக்கே பதினேழு கிலோ மீட்டர்த் தொலைவில் உள்ள பிரம்பனன் என்ற இடத்தில் சிவன், மாலன், பிரமன் என்ற முக்கடவுளர்க்கும், அவர்தம் வாகனங்களாகிய நந்தி, கருடன், அன்னம் ஆகியவற்றுக்கும் கட்டப்பெற்ற பெரிய கோயில் உள்ளது.

போராபுதூரும் சைலேந்திரரி அரச குடியும்

மைய ஜாவாவில் எட்டாம் நூற்றாண்டில் பௌத்த அரச குடி ஒன்று தோன்றியது. அது கலிங்கத்திலிருந்து வந்த சைவ மன்னரையடுத்துத் திடீரென்று ஆட்சிக்கு வந்தது. அது ''மலையரசன்'' சைலேந்திர என்ற பழைய பேரரசப் பெயரை உயிர்ப்பித்தது. சைலேந்திரர் அரசு நாடெங்கிலும் பௌத்தக் கோயில்களையும் சின்னங்களையும் நிறுவிற்று. அவற்றுள் போராபுதூர்க் கோயில் ஒன்றாகும்.

பிரம்பனில் சைவக் கோயில்கள்

பிரம்பனிலுள்ள கோயில்களை இந்து சமயஞ் சார்ந்த சஞ்சய குடி மன்னர்கள் 856 ஆம் ஆண்டு கட்டுவித்தனர். யோகயாகர்த்தவைச் சுற்றிலும் சண்டி சேவு (*Candi Sewu*), சண்டி கலசன் (*Candi Kalasan*), சண்டி சம்பிசரி (*Candi Sambisari*), சண்டி புளோசான் (*Candi plaosan*), கிரத்தோன் ராது போகோ (*Kraton Ratu Boko*) என்ற பிற கோயில்களும் நினைவுச் சின்னங்களும் உள்ளன.

1814

போராபுதூர் பெரும் புதிர்

போராபுதூர் பல விதங்களில் பெரிய புதிராய் உள்ளது. அது முற்றிலும் கல்லால் கட்டப்பெற்றது. அங்கு மொத்தம் 55,000 கன மீட்டர் கற்களை வைத்துக் கோயில் கட்டியுள்ளனர். அவர்களுக்கு இவ்வளவு பெரிய அளவில் கற்கள் எங்கிருந்து கிடைத்தன? அருகிலுள்ள மலைகளிலிருந்து இவ்வளவு பெரிய கற்களை வெட்டியெடுக்கக் கூடிய கற்கிடங்கு எதுவுமிலது.

போராபுதூரைக்கட்டியது யார்? கன்மலை போன்ற இத்தனை பெரிய கோயிலைக் கட்டுவதற்கு எத்தனை காலம் ஆனது? ''அது எப்போது கட்டப்பட்டது என்பதோ, கட்டிமுடிக்க எத்தனை காலமாயிற்று என்பதோ நமக்குச் சரியாய்ப் புலனாகவில்லை'' என்று ஜர்கன் டி.விக்கட்டு (*Jurgen D.Wickert*) என்றவர் போராபுதூர் பற்றி எழுதிய நூலில் கூறியிருந்தார்.

அக்கோயில் முழுமையும் பௌத்த சமயத்தது என்று நம்பப்படுவதையும் அது சைலேந்திர அரசர்களின் கட்டளைப்படி ஒன்பதாம் நூற்றாண்டின் தொடக்கத்தில் எப்போதோ ஒரு கட்டத்தில் எழுப்பப்பட்டது என்று கருதப்படுவதையும் விக்கட்டு ஆதரிக்கின்றார்.

மைக்கேல் ஸ்மிதிஸ் (*Michael Smithies, Yogyakarta: Cultural heart of Indonesia*) ஷா டுமார்க்கே (*Jacques Dumarcay, The Temples of Java*) போன்ற பிற ஆசிரியர்களும் அவை சுமார் 775-800 வாக்கில் இந்துக் கோயில்களாய்க் கட்டப்படத் தொடங்கி இரண்டாம் கட்டத்தில் பொளத்த வழிபாட்டுத் தலமாயின என்று கருத்துக் கூறுகின்றனர். இக்கோயில் கட்டுமானம் முழுமையும் ஒரு நூற்றாண்டிற்கும் குறைந்த காலத்தில் முற்றுப் பெற்றிருக்கலாம். எனினும் ஜாவாவின்கேடு என்ற சமவெளியில் எழுப்பப் பெற்றுள்ள மாபெரும் நினைவுச் சின்னங்களான போராபுதூர்க் கோயில்களைச் சைலேந்திரர் குடி அரசரான விஷ்ணு எழுப்பியிருக்காலம் என்பது அண்மைக்கால ஆராய்ச்சி முடிவு ஆகும். விஷ்ணு கி.பி. 775 ஆம் ஆண்டில் அரசு கட்டில் ஏறினார்.

இக்கோயில் ஒன்பது அடுக்குகளையுடைய மாடவரிசைகளைக் கொண்டுள்ளது. கோயில் வடிவமைப்பு முற்றிலும் பௌத்தம் சார்ந்தது என்று நம்புகின்ற விக்கட்டைப் போன்றோர் இம் மாட வரிசைகள் மூன்று ஆன்மீக நிலைகளைக் குறிக்கின்றன என்பர்.

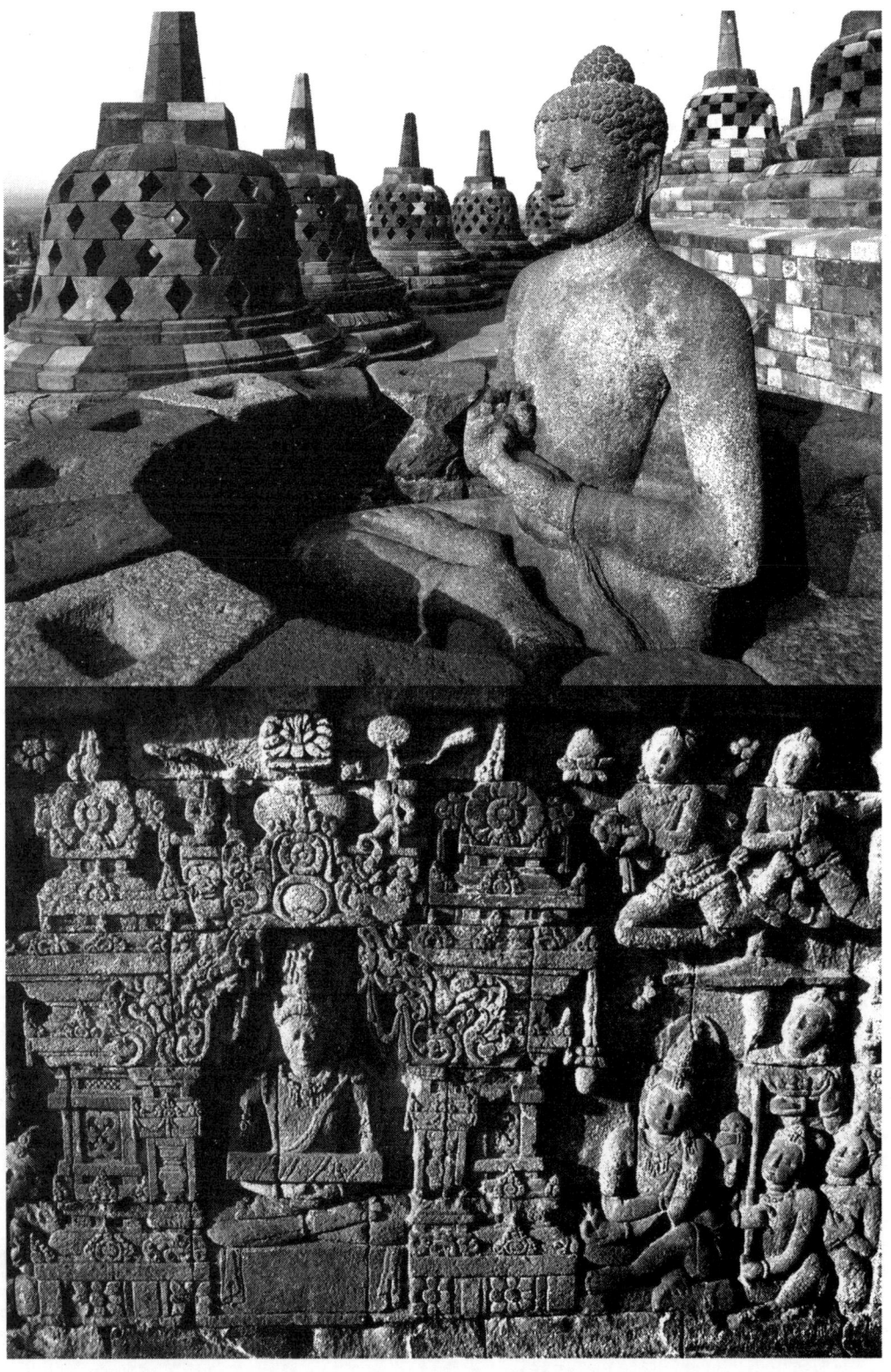

1814

இந்திய சரித்திரக் களஞ்சியம் | 435

காம தாது என்ற அடிமட்டக் கோள மாட வரிசை உலக வாழ்க்கையையும் முடிவில்லா ஆசைச் சுழற்சியையும் துன்பத்தையும் சாவையும் குறிக்கின்றது.

ரூபதாது என்பது இடைமட்ட மாட வரிசையாகும்; அது வாழ்வின் மேல்நிலையையும் அங்கு ஆசை துறக்கப்படுவதையும் காட்டுகின்றது.

அரூபதாது என்பது பேரின்பத்தின் உச்ச நிலையையும் வாழ்க்கையின் முழு நிறைவையும் சுட்டும்.

இருப்பினும் இக்கோயிலின் முதற்கட்டம் இன்றியமையாத இந்துச் சமயத் தன்மையுடையது என்ற கருத்தும் அறிஞரிடையே பெரிதும் ஏற்கப்படுகின்றது என்றே தோன்றுகின்றது. முதல் மட்டத்தில் காணப்படும் புடைப்புச் சிற்பங்கள் மனித உணர்ச்சிகள் முழுமையின் வீச்சையும் காட்டுகின்றன. இச்சிற்பங்களை இங்கு நான்கு இடங்களில் மட்டுமே காண முடிகின்றது. இப்புடைப்புச் சிற்பங்களின் எஞ்சிய பகுதிகளை 12,000 சதுர மீட்டர்ப் பரப்புள்ள ஒரு சுவர் மறைத்து நிற்கின்றது. கோயில் கட்டுமானம் இடிந்து விழக்கூடிய இடர் தோன்றியதால் இச்சுவர் எழுப்பப்பட்டதா? அல்லது கீழ்த்தரமான மனித உணர்ச்சிகளைக் காட்டும் சிற்பங்கள் புத்த பிக்குகளின் கண்களில் படக்கூடாது என்பதற்காக வேண்டுமென்றே எழுப்பப்பட்டதா?

அதையடுத்த நான்கு நுழைமாடங்களும் ரூபதாதைக் குறிக்கின்றன. ஒவ்வொரு மாடத்திலும் பெரிய சுவர்களில் புத்தரின் வாழ்க்கை நிகழ்ச்சிகள் செதுக்கப்பெற்றுள்ளன. கைப்பிடிச் சுவரின் மூலைகளில் சிலைகளும் உள்ளன. முதல் நுழை மாடத்தில் அடி நிலைத் தெய்வ உருவங்களான ''மனுஷி புத்தர்கள்'' காணப்படுகின்றனர். இரண்டாவது, மூன்றாவது நுழைமாடங்களில் மேல் மட்டத் தெய்வங்களான தியானி புத்தர் உள்ளனர்.

பிற இடங்களிலுள்ள வரலாற்றுச் சின்னங்கள் அனைத்திற்கும் நேர்ந்தது போலவே, இக்கோயிலிலும் பல காலமாகவே அழிவு வேலைகள் நடந்து வந்திருக்கின்றன. மூலப் படிவங்களான பல உருவங்கள் மறைந்துவிட்டன.

நான்காவது நுழை மாடத்தில் எதிர்காலம் எவ்வாறு அமையும் என்பது காட்டப்பட்டுள்ளது. இங்குள்ள புடைப்புச் சிற்பங்கள் நாமறிந்த பௌத்தத் தொன்மங்களுடன் தொடர்புடையனவாய் இருக்கவில்லை. அவை எதிர்காலத்தில் தோன்றக் கூடிய புத்தர்களின் கதைகளைக் காட்டுவனவாய் உள்ளன.

நான்காவது நுழை மாடத்தைத் தாண்டியதும் ஒருவகையான மேட்டுப் பகுதி காணப்படுகின்றது. அது ''உருவம் என்ற நிலையிலிருந்து உருவமற்ற நிலையைக் காட்டுவதாய், கற்பனை செய்து காண முடியாததை உணர்த்துவதாய், புலன்களால் உணர்ந்தறிய முடியாததைச் சொல்லாமல் சொல்வதாய் இருக்காலாம்'' என்று விக்கட்டு அதற்கு விளக்கம் தருகின்றார். இம் மேட்டுப் பகுதிக்கு மேலே வட்ட வடிவான இரண்டு மாட வரிசைகள் உள்ளன. அங்கு பின்னல் போன்ற வேலைப்பாடுகளையுடைய 32 தூபிகளும், 24 தூபிகளும் இருக்கின்றன. அவற்றிலுள்ள சாய்சதுர வடிவுடைய திறப்புகளின் வழியே புத்தர் உருவங்களைக் காணலாம். மேலே மூன்றாவது வட்ட மாடவரிசை உள்ளது. அதில் சதுரத் திறப்புகளையுடைய பின்னல் வேலைப்பாடமைந்த 16 தூபிகள் உள்ளன. இக்கட்டுமானம் முழுமையையும் பார்க்க, மிகப்பெரிய தூபி உச்சியில் உள்ளது. அது பெரும் பேரின்ப நிலையான நிர்வாண நிலையைக் குறிக்கின்றது.

இக்கோயில் 1814 ஆம் ஆண்டு மிகவும் இடிப்பாடடைந்த நிலையில் கண்டுபிடிக்கப்பட்டது. அந்நிலையிலும் அது தனித்தன்மை வாய்ந்த சிறப்புடன் நின்றது.

அங்கு தூபியினுள்ளே வெற்றிடம் இருந்தது. அவ்விடத்தில் புத்தரின் உருவம் இருந்ததா? அல்லது அதைக் கட்டுவித்த அரசரின் உருவம் நிறுத்தப்பட்டிருந்ததா? அல்லது அது வெறும் பாழ்வெளியான சூனியத்தைக் காட்டுகின்றதா?

இக்கோயில் பத்தாம் நூற்றாண்டு வாக்கில் கட்டி முடிக்கப் பெற்றிருக்கலாம். அதே காலத்தில் நடு ஜாவாவின் மதரம் பேரரசும் நிலை தாழ்ந்து போயிருக்கலாம். இப்பகுதிகளிலிருந்து மனித நாகரிகம் கிட்டத்தட்ட மறைந்து காடுகள் மண்டியதும் இக்கோயில் காலவெளியினுள் புகுந்து மறைந்து போயிருக்கலாம். அது பத்தொன்பதாம் நூற்றாண்டின் இந்த ஆண்டில்தான் மீண்டும் மனிதனால் கண்டு கொள்ளப்பட்டது. இக்கோயில் இருபதாம் நூற்றாண்டில் அரும்பாடுபட்டுச் செப்பம் செய்யப்பட்டது.

ஐ.நா. மன்றம் 1960 ஆம் ஆண்டுகளிலும் 1970 ஆம் ஆண்டுகளிலும் பேருதவி செய்ததன் பயனாய், ஒவ்வொரு கல்லாய்த் தேடிப்பிடித்து இக்கோவிலை மீட்டு அமைத்தனர். அது அழகும் இன்னிசையும் மனிதக் கைவண்ணமும் கூட்டி மீண்டும் பழைய நிலைக்கு எழுப்பப்பட்டது.

Chandrasekar, K.M.Splenderous mountain of stone, The Hindu, 12.08.1990.

Spencer, George, W.The Politics of Expansion, The Chola Conquest of Sri Lanka and Sri Vijaya, Madras 1983.

2. ஐரோப்பியத்தில் இருபத்திரண்டாண்டுக் காலப் போர் முடிந்தது

தோல்வி மேல் தோல்வி

ஐரோப்பியத்தில் இருபத்திரண்டாண்டுகளாய் நடந்துவந்த போர் 1814 ஆம் ஆண்டு முற்றுப் பெற்றது. அமெரிக்கத்திற்கும் பிரிட்டனுக்கும் 1812 முதல் நடந்து வந்த போரும் இந்த ஆண்டில் முடிந்தது.

நெப்போலியனுக்கு 1814 பிப்ரவரி முதல் தோல்விகள் தொடர்ந்து வருகின்றன. பிரஷிய ஃபீல்டுமார்சலான ஃபான் பிளூ பிளுசர் (*Gerhard Leberecht Von Blucher, 1742 × 1819 :* இவர் 1814 ஆம் ஆண்டு வாட்டலூவில் நெப்போலியனுக்கு எதிராய்ப் பிரஷியப் படைக்குத் தலைமை ஏற்கப் போகின்றார்.) நெப்போலியனைப் பிப்ரவரி முதல் நாளன்று லா ரோதியர் (*La Rothier*) போர்க்களத்தில் தோற்கடித்தார். அவரின் பலபடைப் பிரிவுகள் நெப்போலியனை ஷாம்பௌபெட்டு (*Champaubert*), மாண்மிட்ரயில் (*Montmitrail*), ஷேட் - தியரி (*Chateau Thiery*), வௌசம்ஸ் (*Vauchams*) என்ற இடங்களிலும் தோற்கடித்தன.

நெப்போலியன் பிரஷியப் படையை நாங்கிஸ் (*Nangis*), மான்று (*Montereau*) என்ற இடங்களில் தோற்கடித்தார். பிரஞ்சு எல்லை 1792 ஆம் ஆண்டு இருந்த நிலைக்குத் தள்ளப்படவேண்டும் என்று கூட்டணிப் படையினர் கேட்டதை நெப்போலியன் இப்போது ஏற்கவில்லை.

லியோன் (*Leon*) நகரில் மார்ச்சு 9 முதல் 10 வரை நடந்த சண்டையில் நெப்போலியனுக்குப் பல பின்னடைவுகள் ஏற்பட்டன. ஆர்சிஸ் -சுர்-ஔபி (*Arcis-Sur-aube*) சண்டை மார்ச்சு 20, 21 ஆகிய நாள்களில் நடந்தது. நெப்போலியன் அதிலும் தோற்றார். லா ஃபெரி ஷேம்பனோய் (*La Fere-Champenoise*) என்ற இடத்தில் மார்ச்சு 25 அன்று நடந்த சண்டையிலும் பிரஞ்சுப்படை தோல்வி கண்டது. கூட்டணிப் படையினர்

மார்ச்சு 30 அன்று வட பாரிசின் புற மாவட்டமாகிய மாண்மரீ (Montmatre) என்ற இடத்தைத் தாக்கிப் பிடித்தனர். அதன் பிறகு அவர்கள் வெற்றி வீரர்களாய் மார்ச்சு 31 அன்று பாரிசினுள் நுழைந்தனர்.

பாரிசில் கூட்டணிப் படை

கூட்டணிப் படை பாரிசைப் பிடித்ததும் மார்ச்சு 30-31 இல் டேலிராணைத் தலைவராய்க் கொண்டு இடைக்கால அரசு அமைப்பதற்கு நெப்போலியன் இசைந்தார். அவர் 1814 ஏப்ரல் 6 அன்று ஃபோண்டயின்புளூ அரண்மனையில் நடந்த பேச்சில், ரோம் அரசரான தன் மகனுக்காக ஓர் அரசைப் பெற்றுத்தர முயன்றார். ஆனால் அவரால் இதில் வெற்றி பெறமுடியவில்லை. அதன் பிறகு நிபந்தனையின்றி முடிதுறக்க இசைந்தார். கூட்டணிப் படையினர் அவர்மீது கடும் நிபந்தனைகளை விதிக்கவில்லை.

நெப்போலியனுக்கு நிலநடுக்கடலில் 95 சதுர மைல் பரப்புள்ள எல்பா (Elbha) என்ற தீவு முற்றுரிமையாய்த் தரப்பட்டது. அவருக்குப் பிரஞ்சு அரசு ஆண்டுதோறும் இரண்டு மில்லியன் பிராங்கை ஓய்வூதியாய் அளிக்கவும் ஏற்பாடானது. அவரின் மனைவி மாரி லூசிக்கு பார்மா (Parma), பியசென்சா (Piacenza), குவஷல்ல (Guashalla) என்ற கோமகன் ஆட்சிப் பகுதிகள் (Duchies) கிடைத்தன. அவர்கள் இருவரும் பேரரசப் பட்டங்களை வைத்துக் கொள்ளலாம் என்று இசைவு தரப்பட்டது. நெப்போலியன் மண விலக்குச் செய்த முதல் மனைவி ஜோசஃபீனுக்கு ஆண்டு தோறும் மில்லியன் பிராங்கு தரவும் ஏற்பாடானது.

1814

அரியணையில் பதினெட்டாம் லூயி

புராவன்ஸ் கோமகன் (Comte de Provence) பதினெட்டாம் லூயி என்ற பெயரில் பிரஞ்சு அரியணையில் கூட்டணி நாடுகளால் அமர்த்தப்பட்டார். இவர் பதினாறாம் லூயியின் தம்பி, இவரின் இன்னொரு சகோதரர் பதினேழாம் லூயி என்ற பெயரில் புரட்சிக் காலத்தில் (1793-1795) பட்ட அளவில் பிரஞ்சு மன்னராயிருந்தார். இவர் 1795 ஆம் ஆண்டு சிறையில் இறந்தார். அவர் இறந்தபிறகு அவரின் தம்பியான புராவன்ஸ் கோமகன் பட்ட அளவில் பிரஞ்சு மன்னரானார். அவர் 1815 ஆம் ஆண்டு பதினெட்டாம் லூயி என்ற பெயரில் பிரஞ்சு அரசரானார். இவரும் நூறுநாள் ஆட்சி செய்தபின் நாட்டை விட்டு ஓடவேண்டிய கட்டாயம் ஏற்பட்டது.

பூர்பான் குடியைச் சேர்ந்த இம்மன்னர் பதவிக்கு வந்ததற்கு அரசியல் தந்திரியான டேலிராண் (Charles Maurice Talleyrand-Perigod 1754 - 1838; இ.ச.க.தொகுதி-11 :1804 - கட்டுரை) கருவியாயிருந்தார். பதினெட்டாம் லூயி அவரை அயலுறவு அமைச்சராக்கினார்.

பதினெட்டாம் லூயி அரசுரிமை ஏற்ற பிறகு கூட்டணி நாடுகளுக்கும் பிரான்சிற்கும் இடையில் ஏற்பட்ட முதல் பாரிஸ் உடன்படிக்கை (The First Treaty of Paris) 1814 மே 30 அன்று கையெழுத்தானது. அதன் முக்கியமான சில கட்டுப்பாட்டு விதிகள்:

பிரான்ஸ் 1792 ஆம் ஆண்டு இருந்த எல்லைகளுக்குள் அடங்கிய நிலப் பரப்பை வைத்துக் கொள்ளலாம்.

நெப்போலியனும் பிரஞ்சுப் படையினரும் கொள்ளையடித்த கலைச் செல்வங்களைப் பிரான்ஸ் வைத்துக் கொள்ளலாம்.

பிரான்ஸ் இழந்த குடியேற்றப் பகுதிகளில் மால்டா, டோபகோ, செயிண் லூசியா, மோரீசு ஆகியவற்றைத் தவிர ஏனைய பகுதிகளைத் திரும்பப் பெற்றுக் கொள்ளலாம். சுவிட்சர்லாந்து விடுதலை பெறும். ஆலந்தும் பெல்ஜியமும் ஆரஞ்சு அரச குடியின் கீழ் தன்னாட்சி பெற்ற அரசாய் ஒன்றிணைக்கப்படும்.

அடிமை வாணிபத்தை ஒழிப்பதென்று பிரிட்டனிடம் பிரான்ஸ் வாக்களித்தது.

இவையன்றி மறைவடக்கமான சில விதிகளும் இவ்வுடன்படிக்கையில் இருந்தன.

கூட்டணி நாடுகள் பிரான்சை ஈடுபடுத்தாது வெனிசியப் பகுதி, சார்தினிய முடியரசு, ஜெனோவா ஆகியவற்றை பெற்றுக் கொள்வதென்று ஒப்புக் கொண்டன.

இவ்வாறு, இருபத்திரண்டாண்டுகளாய் ஐரோப்பியத்தில் அமைதியைக் குலைத்து வந்த கொடும் போர், நிலையான அமைதிக்கு வழிவகுக்காமல், வெற்றி பெற்ற நாடுகள் மட்டுமே களிப்புக் கொள்ள முடிந்தது.

பிரிட்டீசு - அமெரிக்கப் போர் முடிவு

பிரிட்டனுக்கும் அமெரிக்க ஒன்றியத்திற்கும் 1812 முதல் நடந்து வந்த போர் 1814 ஆம் ஆண்டில் முடிவடைந்தது. அமெரிக்கர் இதனால் தூண்டுதல் பெற்றுத் தம் நாட்டின் சாலைகளைச் செப்பனிட்டனர், தம் நாட்டரசை வலுப்படுத்தினர். தள்ளாடிக் கொண்டிருந்த தொழில்களுக்கு மிகுந்த ஆதரவு தரப்பட்டது.

1814

வரலாற்றுப் புள்ளிகள்

1. தாமஸ் மன்றோ சென்னை ஆளுநராய் வந்தார்

தாமஸ் மன்றோ (Thomas Monroe 1767-1827) பதினைந்து வயதில் 1780 ஆம் ஆண்டு சென்னைக்குக் கிழக்கிந்தியக் கம்பெனியில் பணிபுரிய வந்தார். (இ.ச.க.தொகுதி-10 : 1804-கட்டுரை) அவர் மைசூர்ப் போர்களில் ஈடுபட்டார். கன்னட மாவட்டத்தில் நிலவுடைமை உரிமைத் தீர்வு அலுவலராய் வேலை செய்தார். பின்னர் ஆந்திரத்தின் இராயல் சீமையில் மாவட்ட ஆட்சித் தலைவராயிருந்து அங்கு பாளையக்காரர்களை ஒடுக்கினார். அவர் அங்கு நில அளவாய்வுகள் நடத்தி நிலவுடைமை உரிமையைத் தீர்வு செய்தார். அவர் இரயத்துவாரி முறையைக் கொண்டு வந்தார்.

மன்றோ தென்னகத்தில் 27 ஆண்டுகள் பணி செய்த பின்னர் தாயகம் திரும்பினார். அவர் இங்கிலாந்தில் ஏழாண்டுகள் ஓய்வு கொண்ட பின்னர், மீண்டும் இவ்வாண்டு தமிழகம் வந்தார். கிழக்கிந்தியக் கம்பெனி இயக்குநர் மன்றம் அவரை இப்போது சென்னை ஆளுநராய் அனுப்பி வைத்தது. அவர் 1814 செப்டம்பர் 16 அன்று சென்னைக்கு வந்து சேர்ந்தார்.

2. நாட்டரசுகளை உறிஞ்சிய பிரிட்டீசுக் கும்பலின் வட்டித் தொழில்

ஐரோப்பியர் ஆர்க்காட்டு நவாபுகளுக்கும் ஐதராபாது நிசாம்களுக்கும் பல போர்களில் உதவி புரிந்த வகையில் அடைந்த ஆதாயங்கள் பலவாகும்.

ஆர்க்காட்டு நவாபு வாலாசா முகமதலி திருச்சிராப்பள்ளிக் கோட்டைக்குள் அடைந்து கொண்டு சந்தா சாகிபின் தாக்குதல் தாள முடியாமல் தவித்த *1749* ஆம் ஆண்டிலிருந்து, பிரிட்டீசாருக்குப் பலவழிகளில் கடன்பட்டார். அவர் அந்நன்றிக் கடனை அடைப்பதற்குத் தென்பாண்டிச் சீமையின் வரிவருவாய் முழுமையையுமே கம்பெனிக்குப் பங்கு வைத்துக் கொடுக்கும்படி நேர்ந்தது. அவர் கம்பெனியிடம் இவ்வகையில் கடன் பட்டிருந்ததோடு, கம்பெனி ஊழியரான பேன்ஃபீல்டு போன்ற வட்டிக்கார அட்டைகளிடமும் பெரிய கடன்காரராகித் தஞ்சைத் தரணியையே அவரிடம் அடைமானம் வைக்கும்படி ஆனது.

பிரிட்டிசார் கர்நாடக நவாபை ஆட்டி வைத்தது போலவே, ஔது நவாபையும் கோலுக்கு ஆடும் குரங்கு போலாக்கினர். ஐதராபாது நிசாமின் நிலையும் இதுவேதான்.

ஆசஃபு ஜா குடியின் இரண்டாம் நிசாம் அலி கான் தனது நாற்பத்தோராண்டுக்கால ஆட்சியில் பிரிட்டிசார் வைத்ததே ஐதராபாதில் சட்டமாயிருந்தது. அங்கு கொடுங்கோலரே நிலவினர். பிரிட்டிசாரின் ஒப்புதலும் இசைவுமின்றி ஐதராபாதில் எதுவும் நடவாது: எதுவும் நிலைக்காது.

நிசாம் அலி கான் *1795* முதல் படுத்த படுக்கையாய்க் கிடந்து அதற்கு ஏழாண்டுகளுக்குப் பிறகு *1803* ஆம் ஆண்டு இறந்ததும், பிரிட்டிசார் எழுத்தறிவற்ற ஒருவரை நிசாமாக்கினர். சிக்கந்தர் ஜா என்ற இந்த மூன்றாவது நிசாம் இருபத்தாறு ஆண்டுகள் ஆட்சி செய்தார். இவர் காலத்தில் பிரிட்டிசார் தந்திரமாய்ச் சில வேளைகளிலும் வெகுமேன்மையாய்ச் சில நேரங்களிலும் மிகவும் பச்சையாய்ச் சில பொழுதும் வலுக்கட்டாயமாய்ச் சில கட்டங்களிலும் ஐதராபாதின் கருவூலத்தைக் கரைத்து வந்தனர்.

அவர்கள் தாம் சொன்னபடியெல்லாம் ஆடுகின்ற பீர் ஆலம் என்றவரை அமைச்சராக்கிக் கொண்டனர். அந்த அமைச்சரும் செயலற்றுப் போகும் வகையில்இராசா சந்து லால் (ப.கா.*1809-1843*) திவானாயிருந்து ஐதராபாது நாட்டில் ஆட்சி நடத்தி வந்தார்.

நிசாமும் அவரின் அரசும் இத்தகைய நிலையில் செலவிற்குப் பணம் இன்றி வட்டிக் கடைக்காரர்களை நம்பி நிற்கும் நிலை வந்தது என்பது ஊரறிந்த செய்தியாகும். வட்டிக்குக் கடன் கொடுக்கும் முதலைகள் தம் வாய்க்குள் எந்த நாட்டரசர் சிக்குவார் என்று வாய்பிளந்து திரிந்தன. இந்தக் காலத்தில் இழிபெயர் பெற்ற பாமர் அண்டு கம்பெனி *(Palmer and Company)* ஊழல் வெடித்தது. இந்நிறுவனத்திற்கு மிகுந்த செல்வாக்குப் பெற்ற வில்லியம் ரம்போல்டு என்றவர் தலைவராயிருந்தார். அவர் தலைமை ஆளுநரின் ''மகள் போன்ற ஒருத்தியை'' மணந்திருந்தார்.

இந்நிறுவனத்தில் ரம்போல்டைத் தவிர ஜெனரல் பாமர் என்றவரின் ஆங்கில இந்திய மனைவிக்குப் பிறந்த மூன்று பாமர்கள், நான்கு ரசல்கள் - அதாவது ஐதராபாதில் இருந்த பிரிட்டீசுப் பேராளர் ரசல், அவரின் தந்தை, அவருடன் பிறந்தவர், அவரின் இன்னொரு உறவினர் ஆக நான்கு ரசல்கள் இந்த வட்டித் தொழில் நிறுவனத்தில் இரண்டரை இலட்ச ரூபாய் முதல் போட்டிருந்த கம்பெனியின் மருத்துவப் பேராளர், ஐதாரபாது பேராளர் அலுவலகத்தைச் சேர்ந்த சோதிபை, ஆங்கிலப் பெருமகன் என்று

மட்டுமே அறியப்பட்டிருந்த லேம்பு ஆகியோரைக் கொண்டு வட்டிக்குப் பணம் கொடுக்கும் பாமர் அண்டு கம்பெனி அமைக்கப்பட்டது.

முற்றிலும் ஆங்கிலேயர் அடங்கிய இந்தக் கும்பலில் பால்சேத்தி தாஸ் என்ற குஜராத்தியர் ஒருவரும் இருந்தார். இவர் கடன் கொடுத்து வாங்குவது, முதல் போடுவது ஆகியன பற்றி ஆங்கிலக் கூட்டத்திற்குக் கற்றுத்தரக்கூடிய அளவிற்கு வட்டித் தொழிலில் கரை கண்டவர்.

இதில் வேடிக்கை என்னவென்றால் பாமர் அண்டு கம்பெனி தொடங்கி மூன்றாண்டுகளாய் நடந்து கொண்டிருக்கையில் அதற்குத் தொழில் தொடங்குவதற்கு இசைவு வேண்டி 1814 ஆம் ஆண்டில் விண்ணப்பித்ததேயாகும். இந்நிறுவனம் 1811 முதல் கள்ளத்தனமாய் நடந்து வந்தது. அது தொடங்கப்பெற்ற மூன்றாண்டுகள் கழித்து இசைவு கேட்ட போதிலும் அதற்கு அட்டியின்றி, மறுப்பின்றிக் கல்கத்தாவிலிருந்து உடனே இசைவு வந்தது.

பிரிட்டிசுக்காரர்கள் இந்திய நாட்டரசர்களுக்குக் கடன் தரலாகாது என்று நாடாளுமன்றம் முன்னர் நிறைவேற்றிய சட்டத்திலிருந்து தனக்கு விதிவிலக்கு வேண்டுமென்று பாமர் நிறுவனம் 1816 ஆம் ஆண்டில் மற்றொரு விண்ணப்பத்தைக் கல்கத்தாவிற்கு அனுப்பியது. இதில் விண்ணப்பத்தின் முதற் படி அல்லது அதன் பெரும்பகுதி தலைமை ஆளுநரின் கைப்பட எழுதித் தரப்பட்டது என்று நம்பப்பட்டது.

இவ்விண்ணப்பம் தலைமை ஆளுநரால் உடனே ஏற்கப்பட்டது. ஆனால் அவர் இதில் தன்னிச்சையாய் நடந்து கொள்ளவியலாது, இந்தியத்தில் நடைபெறும் முக்கியமான நிகழ்ச்சிகளெல்லாம் இலண்டனிலுள்ள கட்டுப்பாட்டு வாரியத்திற்குத் தெரிவிக்கப்பட வேண்டும். பாமர் அண்டு கம்பெனி நிறுவப்பட்டது, அதற்கு அரசு வழங்கிய இசைவுகள் உரிமைகள் விதிவிலக்குகள் முதலியவற்றை இலண்டனுக்குத் தலைமை ஆளுநர் தெரிவித்தாக வேண்டும்.

தலைமை ஆளுநரான மார்க்குவிஸ் ஹேஸ்டிங்சு (பதவிக்காலம் 1813-1823) தக்க முறைப்படி அதைச் செய்தார். இதில் ஒரு மர்மம் அவர் இது குறித்து அனுப்பிய அறிக்கை இலண்டன் போய்ச் சேர்வதற்குப் பதினேழு மாதங்கள் ஆயின. கம்பெனியின் செயல்பாடுகளுக்கு மேற்பார்வை அமைப்பாயிருந்த கட்டுப்பாட்டு வாரியம் இது குறித்து முடிவெடுக்க இருபத்தைந்து மாதங்காளாயின

தலைமை ஆளுநர் பாமர் நிறுவனத்திற்குப் பல்வேறு சலுகைகளை வழங்குவதற்கு ஆட்சிப் பொறுப்புகளைப் பயன்படுத்திய போது, அவை குறித்துச் சரியாய் ஆராயாமற் போய்விட்டார். என்று கட்டுப்பாட்டு வாரியம் கூறிவிட்டது. நெறிமுறைகள் அனைத்தையும் பச்சையாய் மீறி ''அந்நிறுவனத்திற்கு அளித்த உரிமத்தைப் பறிக்குமாறு'' தலைமை ஆளுநரான ஹேஸ்டிங்சுப் பிரபுவிற்கு கட்டளையிடப்பட்டது. வாரியம் இம்முடிவை எடுப்பதற்கு மேலும் ஐந்து மாதங்களாயின். ஆக மொத்தத்தில் இங்ஙனம் 41 மாதங்கள் கிட்டத்தட்ட மூன்றரையாண்டுகள் ஆயின.

பாமர் நிறுவனம் இந்தக் காலத்திற்குள் தலைமை ஆளுநர் அலுவலகத்தில் தனக்கு ஆதரவாய் வீசிய காற்றில் எவ்வளவைத் தூற்றிக் கொள்ள முடியுமோ அவ்வளவையும் பெருக்கி எடுத்துக் கொண்டது. நிசாமே பாமர் நிறுவனத்திடம் மேலும் மேலும் கடன்களை வாங்கி அந்தச் சுமை தாங்க முடியாமல் தள்ளாடித் தடுமாறினார்.

இவையனைத்தும் இருபதாம் நூற்றாண்டு இந்தியத்தில் நடப்பன போல உள்ளன.

இக்காலத்தில் நிசாம் அரசில் சந்துலால் என்ற வடக்கத்தியார் திவான் என்ற தலைமை அமைச்சராயிருந்தார். அவர் வணிகத்திலும் ஆட்சிப் பணியிலும் புகழ்பெற்ற பலர் தோன்றிய கத்திரி என்ற வகுப்பைச் சேர்ந்தவர். (கத்திரி -ஷத்திரியர் என்பது கத்திரி என்று திரிந்தது. கத்திரி பாஞ்சாலத்தைத் தோற்றுவாயாய்க் கொண்ட வணிகச் சாதி. அவர்கள் பாஞ்சாலத்தின் வாணிபம் முழுவதையும் ஏகபோகமாக்கி வந்ததுடன் ஆப்கானித்தானத்தின் பெரும்பகுதியிலும் இவ்வெல்லைகளைத் தாண்டியும் வாணிபம் புரிந்தனர். பாஞ்சாலத்தில் தலையாய பொது ஊழியத்திலும் படித்தவர்கள் ஈடுபடக்கூடிய தொழில்களனைத்திலும் கத்திரியர் இடம் பெற்றிருந்தனர். குருநானக்கும் குருகோவிந்தரும் சோடி (*Sodi*) பேடி (*Bedi*) பிரிவினரும் கத்திரி வகுப்பினரேயாவர். எனவே மராட்டியர் நாட்டில் மராட்டிப் பிராமணர் விளங்கியதைப் போன்று கத்திரி வகுப்பினர் பாஞ்சாலத்தில் மேலோங்கியிருந்தனர். மராட்டிப் பிராமணர் வாணிபத்தில் ஈடுபடுவதில்லை. கத்திரியர் வாணிபத்திலும் இடம் பெற்றிருந்தனர் அவர்கள் மறக்குணம் படைத்தோரல்லரெனினும் வேண்டும் போது வாளையும் எடுக்கும் திறன் படைத்தவர்களாயிருந்தனர்).

இராசா சந்துலால் 1809 முதல் 1843 வரை ஐதராபாதின் ஆட்சிப் பொறுப்பிலும் வாணிபத்திலும் இயக்க மையமாய் இருந்து வந்தார். அவர் மேலும் மேலும் வறுமைப்பட்டு வந்த ஐதராபாது நாட்டரசின் நிதி, அரசியல் சிக்கல்களை அறிந்து கொண்டவராயிருந்தமையால், அடுத்தடுத்து அனுப்பப்பட்ட பிரிட்டீசுப் பேராளர்களுக்குத் தனிமுறை ஆலோசகராகவும் உளவு கூறுபவராயும் விளங்கினார். அதே நேரத்தில் பாமர் அண்டு கம்பெனி போன்ற நிறுவனங்கள் சந்துலால் வழியே ஐதராபாதின் ஏற்றுமதியில் ஏகபோகம் செலுத்துவதற்கு வேண்டிய முக்கியமான சலுகைகளையும் ஒப்பந்தங்களையும் பெற்றன. அவரது ஆதரவை வைத்து இந்நிறுவனங்கள் பெரும்புள்ளிகளுக்குக் கூடுதலான வட்டிக்குக் கடன்களும் வழங்கின. மைசூரில் பூரணய்ய போன்று ஐதராபாதில் சந்துலால் பாலுக்குக் காவலாயும் பூனைக்குத் தோழனாயும் இருந்து வந்தார்.

பாமர் அண்டு கம்பெனி தொழில் செய்யலாகாது என்று காலங் கடந்த பின்னர்தான் கம்பெனி தடை செய்தது. அந்நிறுவனம் 1820 ஆம் ஆண்டுதான் தானாகவே கலைந்தது. அதன் கூட்டாளிகளில் எவரும் தம் பங்குத் தொகையில் சல்லிக் காசைக்கூட இழக்கவில்லை. இதில் பொருள் இழந்தவர் நிசாம் சிக்கந்தர்தான். அவர் பாமர் நிறுவனத்திடம் பட்ட கடனையெல்ல்டம் அடைக்குமாறு அவரிடம் கூறப்பட்டது.

அப்போது தலைமை ஆளுநர் தனக்கேயுரிய அதிகார தோரணையில் நிசாமின் கடன்களைத் தீர்க்க முன்வந்தார். நிசாம் வட சர்க்கார் என்ற மாவட்டங்களிலிருந்து ஆண்டுதோறும் பெற்றுவரும் வருவாயை விட்டுத் தர முன்வந்தால், அவர் பட்ட கடன்களில் நியாயமானவற்றையெல்லாம் பிரிட்டீசு அரசு அடைத்து விடும் என்று அவரிடம் கூறப்பட்டது. அப்போது அம்மாவட்டங்களிலிருந்து நிசாமிற்கு வரவேண்டிய தொகை 1,16,66,660 ரூபாய் இருந்தது. சிக்கந்தர் ஜா இந்தத் தொகையையும் அவரின் அமைச்சர் முனீர் - உல் - முல்கு அவரைப் பின்பற்றித் தனக்கென்று வாங்கிக் கொண்ட மூன்று இலட்ச ரூபாய்க் கடனையும் பிரிட்டீசாருக்குக் கொடுக்க வேண்டி வந்தது.

பிரிட்டீசாரிடம் ஐதராபாது நாவாபுகளான ஆசீஃபு ஜா குடியினர் கொண்ட நட்பிற்காக, அவர்கள் கொடுக்க வேண்டி வந்த விலை மிகப் பெரியது என்பது தெரிகின்றது.

3. சங்கர மடங்களுக்குள் வழக்கு

தஞ்சை மராட்டிய மன்னர் பிரதாப சிங்கனின் ஆட்சிக் காலத்தில் (1739-1763) 1739

ஆம் ஆண்டு குடந்தை டபீர் அக்கிரகாரத்தில் காஞ்சி காமகோடி பீடாதிபதிகளுக்காகச் சங்கர மடம் அமைக்கப்பட்டது. (இ.ச.க.தொகுதி-4: 1739 கட்டுரை) அவருக்குப் பின்வந்த மராட்டிய மன்னர்கள் பல்வேறு காலங்களில் திருமடத்துப் பூசைகளுக்காகவும், பிற பணிகளுக்காகவும் பெருந் தொகைகளையும் பொருள்களையும் கொடுத்து வந்தனர்.

இரண்டாம் சரபோசியின் ஆட்சிக்காலத்தில் (1798-1832) 1801 ஆம் ஆண்டு குடந்தையில் சங்கராச்சாரியருக்குக் கனகாபிசேகம் நடந்தது. அப்போது நான்காவது மகாதேவேந்திர சரசுவதி சுவாமிகள் பீடத்தில் இருந்தார். அவர் 1783 முதல் 1814 வரை பீடத்திற்கு அணி செய்தார் என்று தெரிகின்றது.

இரண்டாம் சிவாஜி (ஆ. கா. 1832-1855: இவர் தஞ்சை மராட்டியர் குடியின் கடைசி அரசர்) 1833, 1842, 1850 ஆகிய ஆண்டுகளில் சங்கர மடத்திற்குச் சென்று சுவாமிகளுக்குக் கனகாபிசேகம் செய்தார். அப்போது குடந்தையில் ஐந்தாவது சந்திரசேகரேந்திர சரசுவதி பீடாதிபதியாயிருந்தார். இவர் காலத்தில் சிருங்கேரிச் சங்கர மடத்திற்கும் திருக்குடந்தைச் சங்கர மடத்திற்குமிடையே திருவானைக்கா அகிலாண்டேசுவரிக்குரிய தடாகங்களை (காதணிகளைச்) செப்பனிட்டு அணிவிக்கும் பணியை எவர் செய்வது என்பது குறித்து ஏற்பட்ட உரிமை வழக்குத் திருச்சிராப்பள்ளியில் நடந்தது.

இவ்வழக்கு ஏழாண்டுகள் நடந்ததென்றும் தீர்ப்பு காஞ்சி மடத்தின் பக்கமே ஆனது என்றும் தெரிகின்றன. இவ்வழக்கிற்கு 5000 ரூபாய் செலவானதென்றும் பாராயணம் படிப்புச் செலவுகள் 2000 ரூபாய் ஆயினவென்றும் தெரிகின்றது.

4. ஆங்கிலத் திருச்சபையின் முதல் பேராயர்

கிழக்கிந்தியக் கம்பெனியின் வாணிப உரிமைப்பட்டயத்தைப் புதுப்பித்த 1813 ஆம் ஆண்டுச் சட்டத்தில் இந்தியத்திற்கென்று ஒரு பேராயர் (Bishop) இருக்கவேண்டுமென்று விதிக்கப்பெற்றிருந்தது. (பிஷப்பு என்பதைக் கத்தோலிக்கர் தமிழில் மேற்றிராசனம் என்பர். எனினும் பேராயர் என்பது இப்போது பெருவழக்காகி வருகின்றது. கிறித்தவத் திருச்சபையின் பரந்த ஒரு பகுதி பேராயரின் சமய வரம்புப் பரப்பாகும்.)

மேற்கூறிய சட்டத்தில் மேலும் இங்ஙனம் கூறப்பட்டிருந்தது: அங்ஙனம் ஒரு பேராயரை அமர்த்துவதாயின், அவருக்குக் கம்பெனி ஊதியம் தரவேண்டும். எனினும் பேராயரை அமர்த்துவது, அவரது கடமைகளை வரையறுப்பது தொடர்புடையன அனைத்தும் அரசின் உரிமை பெற்றுச் செய்யப்படுதல் வேண்டும்.

இங்கிலாந்தின் நடுப்பகுதியில் கேம்பிரிட்ஜ் ஷயரைச் சேர்ந்த ஹண்டிங்டனில் (இது ஆலிவர் கிராம்வல் பிறந்த ஊர்) பேராயராயிருந்த தாமஸ் ஃபேன்ஷா மிடில்டன் என்றவர், இச்சட்டப்படி இந்தியத்திற்குச் செல்லும் பேராயராய்த் தேர்ந்தெடுக்கப்பட்டார். அவருக்கு இப்போது வயது 40; மணமாகிக் குழந்தைகள் இல்லை.

பேராயர் மிடில்டனின் கீழ் பணி புரியும் துணை ஆயர்களாய்ச் (Archdeacons) செயல்படுவதற்கென்று தேர்ந்தெடுத்த மூவரும் ஆக்ஸ்ஃபோர்டு பல்கலைக் கழகத்தில் கற்றுத் தேர்ந்தவர்களாவர்:

கல்கத்தா - மகதலன் கல்லூரியில் பயின்ற லோரிங்கு

பம்பாய் - எக்சட்டர் கல்லூரியில் கற்றுத் தேறிய பர்னஸ்

சென்னை - பாலியோல் கல்லூரியில் கற்ற மௌஸ்லி.

மிடில்டன் 1815 நவம்பர் 25 அன்று கல்கத்தாவை அடைந்தார். மிடில்டனையடுத்து ரெஜினால்டு ஹீபர் 1823 ஆம் ஆண்டு இந்தியத்திற்குப் பேராயராய் வந்தார்.

5. ஏசுசபை மீதிருந்த தடை நீக்கம்

பதினெட்டாம் நூற்றாண்டின் பிற்பாதியில் ஐரோப்பியத்தில் நிலவி வந்த அரசியல், அறிவியல், சமுகவியல் சூழலில் கிறித்தவ சமயத்தின் மீது மிகுந்த பகைமையுணர்ச்சி இருந்து வந்தது. குறிப்பாய், ஏசு சபையினர் மேல் கடும் வெறுப்பு ஏற்பட்டிருந்தது. ஆதலால் பாப்பரசர் பதினைந்தாவது கிளமண் *(ப.கா.1769-1774)* ஏசு சபையைக் கலைத்துவிட்டார். அவர் தனக்குப் பின் வரக்கூடிய எந்தப் பாப்பரசராலும் இத் தடையாணையை மாற்றவே முடியாது என்றும் ஏசு சபை என்றென்றும் எழ முடியாதவாறு தடை செய்யப்பட்டு விட்டது என்றும் மிக உறுதியாய்க் கூறிவிட்டார். *(இ.ச.க.தொகுதி-8 : 1773 - புள்ளிகள்)*

''வரலாற்றில் மிகவும் முரண்பட்ட பல வேடிக்கைகள் நடந்திருக்கின்றன. ஒரு பாப்பரசர் ஏசு சபையை முற்றிலும் ஒழித்து அழித்து விடுவதென்று கங்கணம் கட்டுகின்றார். ஆயினும் ஏசு சபை போலந்து, ஆஸ்திரியம். இரஷியம் முதலிய நாடுகளில் தன்னைத் தற்காத்துக் கொண்டு பாப்பரசரின் தடையிலிருந்து தப்பி வந்தது. அதன் நிலைமை சில வேளைகளில் மிக மோசமாயிருந்ததுண்டு. ஏசு சபையினரால் 1780 ஆம் ஆண்டு வெள்ளை இரஷியத்தில் (பைலோ இரஷியத்தின் மற்றொரு பெயர்) புதிய அச்சன்களுக்குப் பயிற்சியளிப்பதற்காக ஒரு மடத்தைத் திறக்க முடிந்தது.

''அவர்கள் இங்கிலாந்தில் தம்மை ஏசு சபையினர் என்றழைத்துக் கொள்ள முடியவில்லை. இருந்த போதிலும் அவர்கள் தம் உடைமைகளைக் காத்து வைத்துக் கொண்டனர். அவர்களால் புகழ் வாய்ந்த புனித ஓமர் பள்ளியை வேறொரு பள்ளிக்கு (ஸ்டோனி ஹர்ஸ்டு) மாற்றிக் கொடுக்க முடிந்தது'' இங்ஙனம் இந்தியத்தில் கிறித்தவ சமய வரலாறு என்ற தனது நூலின் இரண்டாம் தொகுதியில் ஸ்டீபன் நீல் கூறுகின்றார். ஏசு சபை மிக வலிமை வாய்ந்த சமயச் சங்கமாகும். அது எந்த இக்கட்டாயினும் இன்னலாயினும் அதிலிருந்து மீண்டு பிழைக்கும் திறனுடையது.

பாப்பரசர் கிளமண் மாற்றவே முடியாது என்று 1773 ஆம் ஆண்டு ஏசு சபையைத் தடை செய்த ஆணையை, ஏழாம் பயஸ் *(1740-1823)* என்ற பாப்பரசர் 1814 ஐனவரியில் சிறை மீண்டு மறுபடியும் பதவியேற்றதும், ஆகஸ்டு 7 அன்று பிறப்பித்த திரு ஆணையில் *(Bull)* நீக்கி, ஏசு சபையை மீண்டும் செயல்படுமாறு செய்தார்.

(ஏழாம் பயஸ் நெப்போலியனுடன் மோதிக் கொண்டார். அவர் 1801 ஆம் ஆண்டு நெப்போலியனுடன் திருவுடம்படிக்கை செய்து கொண்டார். இ.ச.க.தொகுதி-11:1801 புள்ளிகள். நெப்போலியன் 1804 ஆம் ஆண்டு பேரரசர் என்று முடிசூட்டிக் கொண்டதை நற்றுய்மையாக்கினார். இ.ச.க.தொகுதி-11 : 1804 - கட்டுரை)

பாப்பரசர் பயஸ் ஏசு சபைக்கு மறுவாழ்வு கொடுத்தது வரையிலும், அந்த அமைப்பு முற்றிலும் மறைந்து போய்விட்டது என்று தான் கருதப்பட்டு வந்தது. ஏனெனில் 1773 தொட்டு 1814 வரையிலும் நாற்பத்தோராண்டுகள் கழிந்துவிட்டன. எனினும் பாப்பரசர் அதன் மீதிருந்த தடையை நீக்கிய நாளிலிருந்து அந்த அமைப்புச் செழித்தோங்கிவிட்டது. அதன் வெகு செழிப்பான சமயப் பரப்பு மையம் இக்காலத்தில் இந்தியமாயிருந்தது.

ஏசு சபைக்கு ஃபிரான்சிஸ் சேவியர் *(1506-1552)* காலத்திலிருந்து வரிசையாய் அருளானந்தர், தத்துவப் போதகசாமி, வீரமாமுனிவர் என்று தலைசிறந்த அச்சன்மார்

இந்தியத்தில் வாழ்ந்து பணி செய்திருக்கின்றார். தமிழின் சிறப்பை உலகெங்கும் எடுத்தோதிய தனி நாயக அடிகளும் ஏசு சபையினரே.

தூத்துக்குடியில் 1923 ஆம் ஆண்டு தூத்துக்குடி மேற்றிராணியர் என்று பட்டம் சூட்டப்பெற்ற தைபர்டியஸ் ரோச்சு ஏசு சபையினர். அவர் இலத்தீனச் சடங்குப்படி நற்றூய்மையாக்கப்பட முதல் இந்தியப் பேராயர் ஆவார்.

6. அமெரிக்கச் செய்திகள்

(அ) மசாச்சூசட்சில் பருத்தித் துணி நெசவு

லோவல்

அமெரிக்க-பிரிட்டீசுப் போருக்கு முன்னர், இங்கிலாந்திலிருந்து அமெரிக்க ஒன்றியத்திற்குப் பருத்தித் துணி சென்றது. போரினால் அது நின்று போனதால் ஏற்பட்ட துணித் தேவையை நிறைவு செய்வதற்கு மசாச்சூசட்சைச் சேர்ந்த பருத்தித் துணி நெசவாலைக்காரர் ஒருவர் ஆயத்தமானார். (Massachusetts: வட கிழக்கிலுள்ள இந்த அமெரிக்க ஒன்றிய மாநிலம் அட்லாண்டிக்குக் கரையிலுள்ளது. இதன் தலைநகரம் பாஸ்டன்) அவர் பெயர் ஃபிரான்சிஸ் கபாட்டு லோவல் (Francis Cabot Lowell). அவர் நெசவாலை நிறுவுவதற்காக 1,00,000 டாலர் திரட்டினார். இந்நிறுவனம் 1812 இல் பேட்ரிக்கு ஜாக்சனால் திறக்கப்பட்டது. அவர் சார்லஸ் ஆற்றிலிருந்து பெற்ற விசையைக் கொண்டு ஆலையை இயக்கினார். நெசவு எந்திரங்களை இயக்குவதற்குப் பண்ணைப் பெண்களை ஈடுபடுத்தினார். அவர்கள் தங்குவதற்கு அறைகள் ஏற்பாடு செய்தார். அங்கு ஓர் அறையில் ஆறு பெண்கள் தங்கினர்.

(ஆ) அமெரிக்க நாட்டுப் பாடல் பிறந்தது

அமெரிக்க நாட்டுப் பாடலை எழுதியவர் பெயர் ஃபிரான்சிஸ் ஸ்காட்டு கீ (Francis Scot Key). அவர் பால்டிமோர் அமெரிக்கன் (Baltimore American) என்ற இதழில் 1814 செப்டம்பரில் ஒரு பாடலை எழுதினார். அப்பாடல் The Star Spangled Banner (விண்மீன் ஒளிவீசும் கொடி) என்று தொடங்கும். அப்பாடலுக்கு ஜான் ஸ்டாஃபோர்டு ஸ்மிது (John Stafford Smith) என்றவர் பண்ணமைத்தார்.

(இ) வெள்ளை மாளிகை என்ற பெயர் ஏன்?

பிரிட்டீசுப் படையினரின் தாக்குதலால் வாசிங்டன் மாளிகை எரிந்து கட்டடங்களில் கரி படிந்திருந்தது. அம்மாளிகை இதற்குப் பதினைந்து ஆண்டுகளுக்கு முன்னர் கட்டப்பட்டது. சுவரில் படிந்த கரியைப் போக்குவதற்காகக் கட்டுமான வல்லுநரான

ஜேம்ஸ் ஹோபன் (James Hobun) சுவரின் மேல் வெள்ளைச் சாயம் பூசச் செய்தார். அதனால் வாசிங்டன் நகரிலுள்ள அக்கட்டடம் வெள்ளை மாளிகை (Whit House) என்று பெயர் பெற்றது. இன்றும் அதே பெயரால் அழைக்கப்படுகின்றது.

(ஈ) அமெரிக்கக் காங்கிரசு நூலகத்தில் தீ

அமெரிக்க - பிரிட்டீசுச் சண்டையின் போது (1812-1814) பிரிட்டீசுப் படை அமெரிக்கக் காங்கிரசின் கட்டடமான கேப்பிட்டோலில் தீ வைத்தது. அதனால் 1800 ஆம் ஆண்டு நிறுவப்பட்ட அமெரிக்கக் காங்கிரசு நூலகத்தில் (American Library of Congress) இ.ச.க. 10 : 1800 - புள்ளிகள்) பெரும் பகுதி அழிந்தது. மதிப்பரிய ஆவணங்களும் பிற ஏடுகளும் மட்டுமே தீயிலிருந்து காப்பாற்றப்பட்டன.

ஆதலால் அமெரிக்க ஒன்றிய ஆட்சித் தலைவரான (President) தாமஸ் ஜெஃபர்சன் (1743-1826: ப.கா : 1801-1809) தன் நூலகத்திலிருந்த சுமார் 6000 புத்தகங்களை அடக்க விலையில் இந்நூலகத்திற்குத் தர முன்வந்தார். அமெரிக்கப் பேரவை மன்றம் (Congress) ஜெஃபர்சனின் நூல்களை வாங்குவதற்கு 23,700 டாலர் பணத்தை அளித்தது. அந்தப் பணத்தைக் கொண்டு வாங்கிய நூல்கள், இன்று உலகப் புகழ் வாய்ந்த அந்நூலகத்தின் கரு மையமாயின.

7. ஆலந்தும் அடிமை வாணிபத்தைக் கைவிட்டது.

அடிமை வாணிபத்தைக் கைவிட்டு மானுட மேன்மையை நெடிதுயர்த்த முன்வந்த நாடுகளின் வரிசையில் நெதர்லந்து எனப்படும் ஆலந்தும் இந்த 1814 இல் சேர்ந்து கொண்டது.

8. பிரான்சில் கருவைக் கலைப்பதற்குத் தடை

பிரான்சில் இவ்வாண்டு இயற்றப்பட்ட புதிய சட்டப்படி கருவைக் கலைப்பது தடை செய்யப்பட்டது. இச்சட்டம் இதன் பிறகு 162 ஆண்டுகள் நடைமுறையிலிருந்தது. ''தாயின் உயிருக்குப் பேராபத்து விளையும் என்ற நிலையில் அவரின் உயிரைக் காக்கக் கருவைக் கலைக்கலாம்'' என்று இச்சட்டத்தில் இசைவு தரப்பட்டிருந்தது.

9) இலக்கியச் செய்திகள்

(அ) கேரியின் தெலுங்கு இலக்கணம்

செராம்பூர்ச் சமயப்பரப்பியான வில்லியம் கேரி (1761-1834) இவ்வாண்டு தெலுங்கு இலக்கணம் எழுதினார். (காம்பல் எழுதிய தெலுங்கு இலக்கணம் பற்றி இனிவரும் பக்கங்களில் காணலாம்)

(ஆ) ஒரிய மொழியில் விவிலியம்

செராம்பூர்ச் சமயப்பரப்பியர் இவ்வாண்டில் விவிலியத்தை ஒரிய மொழியில் வெளியிட்டனர். அது எபிரேயம், கிரேக்கம் இன்னும் ஏனைய மொழிகளிலிருந்து மொழிபெயர்க்கப்பட்டது. அதற்குத் தர்ம புஸ்தக என்று பெயரிட்டனர்.

10. அறிவியல் செய்திகள்

(அ) நீராவி இரயில் எஞ்சின் இயக்கம் வெற்றி

ஜார்ஜ் ஸ்டீஃபன்சன் (*George Stephenso 1781-1842*) என்ற ஆங்கிலேயர் *1814* ஆம் ஆண்டு இடம் பெயர்ந்தியங்கும் முதல் நீராவி இரயில் எஞ்சினை இயக்கி வெற்றி கண்டார். அவர் பயணிகளை ஏற்றிச் செல்வதற்காகப் பின்னர் ஸ்டாக்டன் என்ற இடத்திலிருந்து டார்லிங்டன் என்ற இடம் வரையிலும் முதன் முதலாய் இருப்புப் பாதை போட்டு இரயிலை ஓட்டினார். (இ.ச.க.தொகுதி-*11: 1801* - கட்டுரை).

அவரின் மகனான இராபட்டு ஸ்டீஃபன்சன் (*1803 - 1853*) தந்தையின் வழியில் பெயர் பெற்ற பொறியாளராய் விளங்கினார். அவர் இரயில் பாலங்களையும், பிற வகைப் பாலங்களையும் கட்டியவர்.

(ஆ) நீராவியால் இயங்கும் அச்சுப் பொறி

அச்சுப் பொறிகளை நீராவியினால் இயக்கும் முறை *1814* ஆம் ஆண்டு இங்கிலாந்திற்கு வந்தது. அதன் பயனாய் ''இலண்டன் டைம்ஸ்'' (*London Times*) நாளிதழ் *1814* நவம்பர் *29* அன்று நீராவியால் இயங்கும் அச்சுப் பொறியைக் கொண்டு முதன் முதலில் அச்சானது. இச்சிறப்பைப் பெறும் முதல் நாளிதழ் இதுவேயாகும்.

11. பிறப்பு

ஆர். கால்டுவல் (1814 – 1891)

திராவிட மொழிகளின் ஒப்பிலக்கணத்தை *1856* ஆம் ஆண்டு எழுதிவரும் தமிழ் தனிமொழி என்பதை நிறுவியவருமான பேராயர் ஆர். கால்டுவல் *1814* ஆம் ஆண்டு இங்கிலாந்தில் பிறந்தார். இவர் சமயப் பணி செய்வதற்காக *1838* ஆம் ஆண்டு தமிழகத்திற்கு வந்தார்.

1815

அரசியல்
* நெப்போலியன் வாட்டர்லூவில் தோல்வி
* ஐரோப்பிய நாடுகள் உருவாக வழிவகுத்த வியன்னாப் பேரவை, நெதர்லந்து தோற்றம்
* போலந்து குடியரசானது
* ஜெர்மன் நேசக் கூட்டமைப்பு
* சுவீடனுக்கு நார்வே கிடைத்தது
* சுவிட்சர்லாந்து மீண்டும் நடுநிலை நாடானது
* இத்தாலியில் மீண்டும் பழைய அரச குடி ஆட்சி
* பிரிட்டனின் கடலாதிக்க மேலாண்மை
* பிரிட்டன் நன்னம்பிக்கை முனையைப் பெற்றது

அறிவியல்
* ஓல்பர் வால்மீன்

சமயம்
* பிரம்ம சமாசத் தோற்றம், அமெரிக்க மராட்டி மிசன்

இலக்கியம்
* பஞ்ச தந்திர, இதோபதேசக் கதைகள் மராட்டியில்
* தமிழில் வான்மீகி இராமாயணம்
* மலையாளம் என்ற பெயர், மேலையுலகில் புனை கதைகள்

கல்வி
* பம்பாயில் கல்விச் சங்கம்

தொழில், வாணிபம், மேலாண்மை
* இந்தியத் தொழில் தேய்வு
* இந்துமாக்கடலில் அமெரிக்க வாணிபம்
* பிரிட்டனில் தானிய இறக்குமதிக்குத் தடை
* பிரிட்டனில் வருமான வரி ஒழிப்பு
* இந்தியத்தில் கரும்பு விளைச்சல் மிகுதல்
* இயற்கைச் சீற்றம்
* தம்போரா எரிமலை வெடித்தது 193

மக்கள்
* கூர்க்கர், சுலு மக்கள் எழுச்சி
* ராத்ஸ்சைல்டின் கெட்டிக்காரத்தனம்
* அமெரிக்க மக்கள் தொகை

பொது
* தொலைக்கிழக்கில் கடற்கொள்ளை

பிறப்பு
* பிஸ்மார்க்கு *(1815-1898)*
* திரிசிரபுரம் மீனாட்சி சுந்தரப் பிள்ளை *(1815-1896)*

இறப்பு
* மெஸ்மா *(1734 -1815)*

1815

1. நெப்போலியன் தோல்வி

நிலநடுக்கடலில் வட இத்தாலியின் மேற்கே கார்சிக்கம் என்ற சிறு தீவில் (3367 சதுர மைல் பரப்பு) ஒரு மேட்டுக் குடியில் பிறந்த நெப்போலியன் போனப்பாட்டு *(1769-1821)* பிரஞ்சுப் பேரரசர் *1804-1815)* உலகம் கண்ட மாபெரும் படைத் தலைவர்களான சைரஸ் *(Cyrus, the Great* இ.*529* கி.மு. பாரசிகப் பேரரசை நிறுவியர்), டேரியஸ் *(Darius 1;* மா டேரியஸ்: பட்டப்பெயர் *Hystapis 550-486* கி.மு. பாரசிகப் பேரரசை விரித்தவர்), அலெக்சாந்தர் *(Alexander the great 356 - 323* கி.மு. மாசிடோனிய அரசர்), ஜூலியஸ் சீசர் *(Gaius Julius Caesar, 100-44* கி.மு) செங்கிஸ்கான் *Genghis Khan,* இயற்பெயர் தேமுசின்? *1162 × 1227)* முதலானோரின் வரிசையில் வந்த தனிச் சிறப்பு வாய்ந்த படைத் தலைவர் என்பது வரலாறறிந்த உண்மையாகும். இவர்களில் சிலருக்குப் பொதுவான சில இலட்சியங்கள் இருந்தன: பெரும்பாலோர் கொலைக்கும், கொள்ளிக்கும். கொள்ளைக்கும் போரைக் கருவியாய்க் கொண்டிருந்தனர். நெப்போலியன் அவர்களிலிருந்து முற்றிலும் நேர்மாறானவர் என்பதை வரலாறு காட்டுகின்றது.

''இந்த இளைஞன் கருங்கல்லால் ஆக்கப்பட்டவன்: ஆனால் அவனுக்குள்ளே ஓர் எரிமலை கனன்று கொண்டு இருக்கின்றது'' என்று இளம் லெப்டினண்டான் நெப்போலியனைப் பார்த்து அவரின் உயர் அலுவலர் ஒருவர் கூறினார்.

நெப்போலியன் தென் கிழக்குப் பிரான்சில் ரோன் *(Rhone)* ஆற்றங்கரை மீதுள்ள வேலன்ஸ் *(Valence)* நகரில் சப்-லெப்டினன் என்ற இளநிலை அலுவலராய்ப் படையில் இருந்த போது அந்நகர மாந்தருடன் வால்டயரின் *(1694-1778)* கருத்துகளையும் மாண்டெஸ்குவின் *(1689-1755)* சிந்தனைகளையும் ரூசோவின் *(1712-1778)* கோட்பாடுகளையும் விவாதிப்பதுண்டு. அவர் தங்கியிருந்த விடுதி அறையின் வெளியே பில்லியர்டுப் பந்துகள் பறந்து கொண்டிருக்கும் ஆனால் நெப்போலியன் தன் அறைக்குள்ளிருந்து கொண்டு வரலாற்றையும் கணிதத்தையும் படித்துக் கொண்டிருப்பார். கிரேக்க மெய்பியலரான பிளாட்டோ *(427-337* கி.மு.) ரோமானிய வரலாற்றாசிரியரான புளூடார்க்கு *(46-120* கி.பி) ஆகியோரின் நூல்களை ஆழ்ந்து படிப்பார். பிரஷிய மன்னர் மா ஃபிரடரிக்கு *(1712-1786)* ஆ.கா. *1740-1786)* நடத்திய போர்கள் பற்றிய விவரங்களையும் போர்த் தந்திரங்களையும் ஊன்றிப் படிப்பார். இங்கிலாந்து சுவிட்சர்லாந்து, கிரேக்க நகரக் குடியரசான ஸ்பாட்டா, எகிப்து, துருக்கி முதலிய நாடுகளின் அரசியலமைப்புச் சட்டங்களையும் நெப்போலியன் படிப்பார்.

நெப்போலியன் தான் பிறந்த கார்சிக்கத்தைச் சுற்றி அரண் எழுப்பத் திட்டமிட்டார். அவர் ஒரு தீவைக் கருப்பொருளாய் வைத்துக் கதை எழதவும் முயன்றார். முடியரசின் வல்லாண்மை, மனிதரிடையிலுள்ள ஏற்றத்தாழ்வு, தற்கொலை போன்ற பொருள்களை வைத்துக் கட்டுரைகளும் எழுதினார்.

அவர் ஐரோப்பியத்திலும் எகிப்து உள்பட வட ஆப்பிரிக்கத்திலும் கண்ட களங்களும் அடைந்த வெற்றிகளும் இவையனைத்திற்கும் முத்தாய்ப்பு வைத்தது போல், அவர் ஆங்கிலேயர் கைகளால் அடைந்த தோல்விகளும் அவருக்குப் பின்னால் வந்த அடால்பு இட்லர் *(1889-1945)* போன்றவர்களுக்குப் பாடமாய் அமையாது போனது

வரலாற்றின் பிழையன்று: அவர்கள் வரலாற்றையே மாற்றி விடுவதாய் நினைத்துக் கொண்டு தம் அழிவைத் தாமே தேடிக்கொண்ட பிழையேயாகும்.

நெப்போலியன் (இந்தியத்தின் திப்பு சுல்தானைப் போன்று) ஆங்கிலேயரை நடுங்கிக் கிலி கொள்ளச் செய்த மாவீரர். அதனால் அவரை அழித்தே தீர்வது என்று ஆங்கிலேயர் கங்கணம் கட்டிக்கொண்டு, அவர் அமைத்த பேரரசை 1815 ஆம் ஆண்டு சரித்து விட்டனர்.

நெப்போலியன் செய்த பெரும் பிழை (பின்னாளில் இட்லர் போன்று) இரஷியம் மீது படையெடுத்ததேயாகும். அவர் அந்நாட்டை வெற்றி கொள்வதற்காக அழைத்துச் சென்ற ''பெரும் படை'' சிதறித் தோற்றோடியதை முன்னர் கண்டோம்.

அவர் இறுதியாய்த் தோற்று ஐரோப்பிய அரசியலரங்கிலிருந்து மறைய வேண்டுமென்பதற்காக வாட்டர்லூ என்ற பெல்ஜிய நாட்டுச் சிற்றூர் காத்திருந்தது. நெப்போலியன் 1814 ஆம் ஆண்டு லீப்சிக்கு நகரில் கூட்டணிப் படையிடம் தோற்றதும் எல்பாவிற்கு நாடு கடத்தப்பட்டார்

அவர் எல்பாவிற்குக் கடத்தப்பட்ட பின்னர், பிரான்சில் பூர்பான் குடி மீண்டும் முடியரசை நிறுவிற்று. இது குறித்து மக்களிடையே மனக் கவலை உள்ளது என்பதை எல்பாவிலிருந்த நெப்போலியன் அறிந்தார். ஆதலால் அவர் 1815 மார்ச்சு 12 அன்று 1500 பேருடன் கான் (*Cannes:* தற்காலத்தில் உலகப்பட விழா நடக்கும் இடம் இது பத்தொன்பதாம் நூற்றாண்டில் மீன் பிடிக்கும் இடம் சிற்றுராயிருந்து வளர்ச்சியடைந்தது) என்ற சிற்றூரில் வந்து இறங்கினார். அவர் அங்கிருந்து பாரிசை நோக்கி அணி வகுத்துச் சென்ற போது, அவருடன் ஆயிரக்கணக்கானோரே இருந்தனர். அவர் மார்ச்சு 20 அன்று பாரிசை அடைந்ததும், பதினெட்டாம் லூயி வடமேற்குப் பெல்ஜியத்திலுள்ள கெண்டு

(Ghent) என்ற துறைமுகத்திற்கு ஓடிப்போனார். அவரது 100 நாள் ஆட்சி முடிந்து நெப்போலியனின் ஆட்சி மீண்டும் தொடங்கியது.

இப்போது நெப்போலியனின் படையில் தாமாய் வந்து சேர்ந்த நாட்டுக் காவல் படையினர், மாலுமியர், தரைப் படையினர், சுங்க அலுவலர் என்று 1,20,000 பேர் போருக்கு ஆயத்தமாய்த் திரண்டு நின்றனர். நெப்போலியனை எதிர்த்து நின்ற நாடுகள் இங்கிலாந்தின் தலைமையில் 8,00,000 பேரைத் திரட்டிக் களத்தில் இறக்கியிருந்தன.

நெப்போலியன் 1815 ஜூன் 15 அன்று பாரிசை விட்டு நீங்கிப் போருக்குப் புறப்பட்டார்.

வடமேற்கு ஐரோப்பியத்திலுள்ள பெல்ஜியத்தில் இருந்த கூட்டணி நாடுகளிடம் இரண்டு படைகள் இருந்தன. அவற்றில் ஆங்கில, டச்சு, பெல்ஜியம், ஜெர்மன் படைவீரர் அடங்கியிருந்தனர். அவர்கள் வெலிங்டன் பிரபுவின் (1769-1852: ஆர்தர் வெல்லஸ்லி பட்டம் பெற்று வெலிங்டன் பிரபு ஆனார். அவர் இந்தியத்தில் பிரஞ்சுக்காரருக்கும் மராட்டியர்க்கும் எதிராய் 1808 முதல் 1814 வரை நடந்த போர்களில் களம் பல் கண்டவர். அவர் பின்னர் பிரிட்டனில் 1828 முதல் 1830 வரை தலமையமைச்சருமானார்) தலைமையிலும், பிரஷியப் படைத் தலைவர் புளூசரின் - தலைமையிலும் திரண்டிருந்தனர்.

பிரஞ்சுப் படை ஜூன் 15 அன்று சாபிர் ஆற்றைக் கடந்து சார்லிரோயைப் பிடித்துக் கொண்டது. அது இந்த இடத்தில் பிரிட்டீசுப் படையுடன் பொருதியது. அப்போது நெப்போலியனுக்கு உடல்நலமில்லாததால் நேரம் வீணாய்க் கழிந்தது. அதனால் புளூசர் பிரஷியப் படைகளைக் கொண்டு பிரஞ்சுப் படையை லிக்னி என்ற இடத்தில் தாக்கினார். ஆனால் நெப்போலியன் பிரஷியப்படையை 16 ஆம் தேதி பின் வாங்கச் செய்தார். நெப்போலியன் இப்போரில் கண்ட கடைசி வெற்றி இதுதான் என்று தோன்றுகின்றது.

1815

நெப்போலியன் 17 ஆம் தேதி வடமேற்கில் திரும்பி வெலிங்டனை எதிர்த்தார். புளூசர் பின் வாங்கி ஓடிவிட்டார். அவரால் பிரிட்டிசாரின் உதவிக்கு வரமுடியாது என்று நெப்போலியன் தவறாய் எண்ணிக் கொண்டு வெலிங்டனைத் தாக்கச் சென்றார்.

வாட்டர்லூ

இரண்டு படைகளும் 18 ஆம் தேதி ஞாயிற்றுக்கிழமையன்று பிரசல்ஸ் நகரின் தெற்கிலுள்ள வாட்டர்லூவின் தெற்கே சிறு சண்டையில் ஈடுபட்டன. இரண்டு படைகளின் பலமும் சமமற்ற நிலையில் இருந்தது. நெப்போலியன் இங்கும் காலத்தை வீணாக்கினார். நண்பகல் வரையில் போர் தொடங்கவில்லை. அதனால் இரண்டிலொன்று முடிவாகு முன்னர் புளூசரின் பிரஷியப் படைகள் வெலிங்டனின் உதவிக்கு ஓடிவந்து விட்டன.

புளூசர் வந்து சேர்ந்ததும் மாலை நான்கு மணி வாக்கில் பிரஞ்சுப்படையினர் விரட்டப்படலாயினர். அவர்கள் பின்னிரவு வரையிலும் தொடர்ந்து களத்திலிருந்து விரட்டப்பட்டனர். அப்போது பிரஞ்சுப் பேரரசின் கடைசிப் படையும் அழிக்கப்பட்டு விட்டது.

அறுபதாவது போர்க்களத்தில் தோல்வி

நெப்போலியனுக்கு இது அறுபதாவது போர்க்களம். அவர் சிதறுண்டு ஓடிய தன் படையினரைத் திரட்டி ஒருங்கு கூட்ட முயன்று, அது முடியாமற் போகவே பாரிசிற்குத் திரும்பினார். அவர் முடி துறக்க வேண்டும் என்று விடப்பட்ட வேண்டுகோளை

இனிமேலும் மறுக்க முடியாமற் போனமையால், நெப்போலியன் முடிதுறக்கும் அறிவிப்பில் 1815 ஜூன் 22 அன்று கையெழுத்திட்டார்.

இலக்கியக்காரராகும் எண்ணம்

நேசப் படையினர் அவரைத் துரத்திக் கொண்டு பாரிசை நெருங்கிய வேளையில், அமெரிக்கத்திற்குத் தப்பிச் சென்று இலக்கியத்தைத் தொழிலாய்க் கொள்ளலாம் என்று தெளிவில்லாத நோக்கத்துடன் நெப்போலியன் கடற்கரையை நோக்கிப் போனார்.

ஆனால் அவர் என்ன நினைத்தாரோ திடீரென்று ''போரில் சிறைப் பட்டவராயிராமல் தனிப்பட்ட மனிதராய்'' - ''தானே தன் விருப்பப்படி முழு மனத்துடன்'' அட்மிரல் மைட்லேண் என்ற கப்பற்படைத் தலைவரிடம் பணிந்தார்.

தெமிஸ்டோக்கின்ஸ் என்ற எண்ணம்

நெப்போலியன் தன்னை ஏதன்சின் அரசியல் தந்திரியான தெமிஸ்டோக்கிள்ஸ் (527-460 கி.மு) என்றவருடன் ஒப்பிட்டுப் பிரிட்டனின் ஆட்சிப் பொறுப்பிலிருந்த அரச காவலருக்கு இங்ஙனம் எழுதினார்.

''நான் பிரிட்டிசு மக்களின் விருந்தோம்பல் பண்பிடம் என்னை ஒப்படைக்கின்றேன். நான் உங்கள் நாட்டுச் சட்டங்களின் பாதுகாப்பை நாடுகின்றேன்''

(Themistoles: ஏதன்சின் அரசியல் தந்திரி கிரேக்கர் கி.மு. 480 ஆம் ஆண்டு பாரசிகரைச் சலாமிஸ் என்ற இடத்தில் வெற்றி கொள்ளக் காரணராயிருந்தவர்).

நெப்போலியன் தென்மேற்கு இங்கிலாந்தின் பிளிமத்துத் துறைமுகைத்தில் இருந்தபோது, அவர் எலினா தீவிற்கு (*Saint Helena*) நாடு கடத்தப்படுகின்றார் என்ற தண்டனை விதிக்கப்பட்டதை அறிந்தார். அவருடன் பிரஞ்சு உயரலுவலர் மூவர், ஒரு மருத்துவர், பன்னிரண்டு பணியாளர்கள் முதலானோர் எலினா தீவிற்கு அனுப்பிவைக்கப்பட்டனர். அது தென்கிழக்கு அட்லாண்டிக்கிலுள்ள தன்னந்தனி எரிமலைத் தீவாகும்.

2. ஐரோப்பிய நாடுகள் உருவாக வழிவகுத்த வியன்னாப் பேரவை

வியன்னா காங்கிரஸ் (*Vienna Congress*) என்று வரலாற்றில் அறியப்படும் வியன்னாப் பேரவையில் ஐரோப்பியம் நாட்டின் அடிப்படையில் உருவாவதற்கு

வழிவகுக்கப் பெற்றது. இப்பேரவை ஆஸ்திரியத் தலைநகரான வியன்னாவில் 1814 நவம்பர் முதல் நாளன்று கூடி 1815 ஜூன் 8 வரை நடந்தது.

வியன்னா

இந்நகரம் வடமேற்கு ஆஸ்திரியத்தில் டான்யூபு ஆற்றின் கரை மீதுள்ளது. அது தொடக்கத்தில் கெல்டுகளின் குடியேற்றமாயிருந்து பின்னர் ரோமானியரின் பாசறையானது. அது ஹாப்ஸ்பர்குகளின் (இ.ச.க.தொகுதி-11 : 1806-புள்ளி) தலைநகராய் 1278 முதல் 1918 வரை இருந்தது. புனித ரோமன் பேரரசர் 1558 முதல் 1806 வரை இந்நகரில் வாழ்ந்தார். துருக்கர் 1529, 1683 ஆகிய ஆண்டுகளில் இந்நகரை முற்றுகையிட்டு வெற்றி காணவில்லை. பதினெட்டு, பத்தொன்பதாம் நூற்றாண்டுகளின் அரசியல், பண்பாட்டு மையமாய் வியன்னா விளங்கிற்று. இங்கு 1365 ஆம் ஆண்டு நிறுவப்பட்ட பல்கலைக்கழகம் உள்ளது. இந்நகரம் புகழ்பெற்ற இசைக் கோவையாளர் பலருடன் தொடர்புடையது.

வியன்னாவில் இவ்வாண்டு கூடிய பேரவையில் முடியரசர்களும் முழு அதிகாரம் பெற்ற தூதுவர்களும் கலந்து கொண்டனர். வரலாற்றில் நெப்போலியன் போர்கள் என்றறியப்பட்டுள்ள சண்டைகளில் (1799-1815) நெப்போலியனின் தலைமையிலிருந்த பிரஞ்சுப் படையும் இங்கிலாந்து, பிரஷியம், இரஷியம், ஆஸ்திரியம் ஆகிய நாடுகள் அடங்கிய கூட்டணிப் படையும், தனியாய் அல்லது கூட்டணியாய்ச் சேர்ந்து ஈடுபட்டன. நெப்போலியன் 1815 ஆம் ஆண்டு வாட்டர்லூ போரில் தோற்கடிக்கப்பட்ட பிறகு, அவர் ஒப்புவித்த நிலப்பரப்புகளைத் தீர்வு செய்யவும் நிலை குலைந்து போய் நின்ற ஐரோப்பியக் கண்டத்தை மறுபடியும் சீர்படுத்தவும் இப்பேரவை கூட்டப்பெற்றது.

1815

ஆட்டோமான் பேரரசு

அரசியல் தந்திரிகள், தூதுவர்கள், மனித அட்டைப் பூச்சிகள், துணிச்சலை முதலாய் வைத்து ஆதாயம் தேடுவோர், இளவரசர்கள், போலிகள், குருமார்கள், பேராசிரியர்கள், படைத் தலைவர்கள், அரசியல் வல்லுநர்கள், ஐரோப்பிய அரசுகளின் முகவர்கள் என்று பல தரப்பட்டவர்கள் அடங்கிய பெரிய கும்பல் அப்பேரவையில் கூடியிருந்தது. அதில் ஆட்டோமான் பேரரசு என்ற துருக்கப் பேரரசு மட்டும் கலந்து கொள்ளவில்லை. (Ottomon Empire: ஐரோப்பியம், ஆசியம், ஆப்பிரிக்கம் என்ற பெரிய கண்டங்களில் இப்பேரரசு பரவியிருந்தது. அது பதின்மூன்றாம் நூற்றாண்டின் பிற்பகுதியில் தோன்றி முதல் உலகப் போரின் இறுதிவரை (1918) நிலவிற்று. துருக்கப் பேரரசை நிறுவிய உகமான் அல்லது முதலாம் உதுமானின் (1259-1326) பெயர் திரிந்து ஆட்டோமான் ஆனது).

சூழ்ச்சிகளின் மையம்

இவர்களெல்லாம் வியன்னாவில் கூடிக்கொண்டு ஏதோ ஒரு மனக் குறைக்காகப் பழி வாங்க வந்தது போலவோ, ஆதாயம் பெற வேண்டுமென்றோ, ஓர் உயர்ந்த இலட்சியத்தை அடைய வேண்டுமென்று கூட்டப் பெற்ற இப் பேரவையில் சூழ்ச்சிகள் செய்தனர். பகட்டாய்த் திரிந்தனர், அங்கு கத்தோலிக்க சமய ஆர்வலர் இருந்தனர். தம் ஊதியத்தைப் பெறத் துடித்த பிரஞ்சுப் படைத் தலைவர்களும் அங்கு காணப்பட்டனர்.

மெட்டர்னிச்சு

ஆஸ்திரிய அயலுறவு அமைச்சரான கிளமண்ஸ் மெட்டர்னிச்சு (Klemans Metternich 1773-1859; இ.ச.க.தொகுதி-11: 1806 புள்ளிகள்) இப் பேரவையை நடத்திச் செல்லும் ஆக்க சக்தியாய் விளங்கினார். ஆஸ்திரியம், இரஷியம், பிரஷியம், இங்கிலாந்து ஆகிய நான்கு நாடுகளும் பேரவையில் பெரிய வல்லரசுகளாய் விளங்கின. அவை நான்கும் தகாத முறையில் மேலுரிமை கொண்டாடி, ஐரோப்பியத்தை மறு சீரமைக்கும் பணியில் தலையாய நிலையை வகித்தன. எனினும் தோல்வியடைந்த நாடான பிரான்சின் பேராளராய் இப்பேரவையில் இடம் பெற்றிருந்த டேலிராண் (Charles Maurice Talleyrand-Perigord, 1754-1838) தனது அருந்திறல் மிக்க அரசியல் தந்திரத்தைக் கொண்டு நான்கு வல்லரசுகளின் நோக்கும் நிறைவேறுவதற்குத் தடையாயிருந்தார்.

டேலிராண்

டேலிராண் 1797-1807, 1814-1815 ஆகிய காலங்களில் பிரஞ்சு அயலுறுவு அமைச்சராயிருந்தவர். அவர் நெப்போலியனுக்கு எதிராய் நேச நாடுகளுடன் 1808 ஆம் ஆண்டு மறைவாய்ப் பேசினார். நெப்போலியன் டேலிராணை எப்போதும் நம்பியதில்லை. அவர் 1815 ஆம் ஆண்டு இறுதியாய்ப் போரில் தோற்றதும் டேலிராண் வியன்னா பேரவையில் பிரஞ்சு நாட்டின் பேராளராய்க் கலந்து கொண்டார்.

வியன்னாப் பேரவையில் வல்லரசுகளின் எண்ணம் ஈடேறாமல் செய்த டேலிராண், ஐரோப்பிய வரலாற்றின் இக்கால கட்டத்தில் குறிப்பிடத்தக்க அரசியல் மேதையாய் விளங்கினார். அவர் வெற்றி பெற்ற நேச நாடுகளின் சூழ்ச்சித் திறங்களை முறியடித்த காரணத்தினால் வல்லரசுகள் எதிர்காலத்தில் மிகுந்த எச்சரிக்கையாயிருந்து தோற்ற நாடுகளின் பேராளர்களை அழைத்துப் பேச்சில் கலந்து கொள்ள விடுவதில்லை. முதல் உலகப் போரில் (1914-1918) ஜெர்மனி தோல்வியடைந்த பிறகு நடந்த அமைதிப் பேச்சில் ஜெர்மன் பேராளரை நேச நாடுகள் சேர்க்கவில்லை. இதற்கு டேலிராணின் அரசியல் தந்திர வன்மையே காரணமாயிருந்தது.

சார் முதலாம் அலெக்சாந்தர் "வெற்றி வீரர்"

வியன்னாப் பேரவை உருவாகத் துணை புரிந்த மற்றொருவர் இரஷிய சாரான முதலாம் அலெக்சாந்தர் (1777-1825 : ஆ.கா. 1801-1825): இரஷியத்தில் நெப்போலியன் தோற்கக் காரணமாயிருந்தவர் ஆவார். அவரது புகழ் இந்த 1815 ஆம் ஆண்டில் விண்ணை முட்டியது. அவர் வெற்றி வீரர்க்கெல்லாம் வெற்றிவீரராயும் ஐரோப்பியத்தையே விடுதலை பெறச் செய்தவராயும் மக்களால் ஏற்றிப் புகழப்பட்டார். அவர் இறைவனால் புனிதப்படுத்தப்பட்ட வாளைப் பெற்ற வெற்றி வீரர் என்றும் போற்றப்பட்டார்.

வியன்னாப் பேரவையின் குறைபாடுகள்

இப்பேரவை போலந்து மக்களின் வேண்டுகோளை நிறைவு செய்யத் தவறியது. பெல்ஜிய மக்களைப் புறக்கணித்தது; நார்வே உறவுப் பொருத்தமில்லாதபடி சுவீடனுடன் பிணைக்கப்பட்டது; இத்தாலியில் மீண்டும் பிளவு ஏற்பட வழிவகுத்தது. ஜெர்மனிக்கு நிலையான தீர்வு எதையும் அளிக்கவில்லை; இருப்பினும் அது நிதானத்தைக் கடைப்பிடித்து, அரசியல் மதியூகத்தைக் கைக் கொண்டது.

வியன்னாப் பேரவையில் ஏற்பட்ட உடன்படிக்கைகள் வல்லரசுகளின் கூட்டுப் பொறுப்பில் விடப்பட்டன. வல்லரசுகள் கடந்த சில ஆண்டுகளில் பெற்ற பட்டறிவின் காரணமாய்ப் பண்பாட்டுப் பாதுகாப்பை உண்டாக்கும் ஆர்வமும் ஒருவர்க்கொருவர் பாதிப்பைத் தரக்கூடிய ஓர் அமைப்பை உண்டாக்க வேண்டுமென்ற துடிப்பும் அவற்றிடையே உண்டாயின. அவை ஒன்றிணைந்த ஐரோப்பியம் என்ற செயல் சாத்தியமான வடிவத்தைக் கொடுக்க முயன்றன.

ஐரோப்பியக் கூட்டமைப்பு

ஐரோப்பிய அமைதியைக் காக்க வேண்டும் என்ற நலன்களைக் கருதி, ஐரோப்பியக் கூட்டாட்சியை ஏற்படுத்த வேண்டும் என்ற கருத்துப் புதிதன்று. புரட்சிப் பேச்சுகளில் இக்கருத்து வெகு சாதாரணமாய் அடிபட்டது. இந்த இலட்சியம் நெப்போலியனின் அரசியல் கொள்கைகளிலும் இடம் பெற்றிருந்தது.

''புனித நேய உறவு''

வியன்னாப் பேரவையில் கிறித்தவக் கொள்கைகளை அடிப்படையாய்க் கொண்ட ''புனித நேய உறவு'' *(Holy Alliance)* என்ற கருத்தை இரஷிய அரசரான முதலாம் அலெக்சாந்தர் முன் வைத்தார். இந்த இலட்சியம் அடங்கிய ஆவணத்தில் இரஷியம், பிரஷியம், ஆஸ்திரியம் ஆகிய நாடுகளின் முடிமன்னர்கள் முதலில் கையெழுத்திட்டனர். பாரிசின் அருகிலுள்ள ஷாம் தெ வெர்டஸ் என்ற இடத்தில் கூட்டணிப் படைகளின் மாபெரும் அணி வகுப்பு 1815 செப்டம்பர் 26 அன்று நடந்த போது, ''புனித நேய உறவுக் கொள்கை'' உலகறியச் சாற்றப்பட்டது. இது ஓர் உடன்படிக்கையன்று, உயர்வான ஓர் இலட்சியக் கொள்கையாகும்.

1815

''புனித நேய உறவுத் திட்டம்'' ஐரோப்பிய ஆட்சி முறையில் 1815 ஆம் ஆண்டிற்கும் 1825 ஆம் ஆண்டிற்கும் இடைப்பட்ட காலத்தில் மிகுந்த செல்வாக்குடன் ஒட்டிக் கொண்டிருந்த போதிலும், அத்திட்டத்தின் உள்ளடங்கிய நல்லுணர்வோ, அடிப்படைக் கோட்பாடுகளோ நடைமுறை அரசியலில் கடைப்பிடிக்கப்படவில்லை.

நெப்போலியனின் எழுச்சியினால் ஐரோப்பிய முடியரசுகளிடையே அச்சக் கிளர்ச்சி தோன்றியது. அதன் விளைவாய் அவை ஒன்று சேர்ந்து நெப்போலியனைத் தோற்கச் செய்த பின்னர், தம் நலன்களைக் காத்துக் கொள்ள முயன்ற வேளையில், நெப்போலியனுக்கே தோன்றிய ஐரோப்பிய ஒருமைப்பாட்டுக் கோட்பாட்டுணர்வு, இம்முடியரசுகளுக்கும் ஏற்பட்டது என்பதற்குச் சான்றாய் வியன்னாப் பேரவை விளங்குகின்றது எனலாம்.

கேசில்ராவும் ''மாபெரும் கூட்டணியும்''

வைக்கவுண் கேசில்ரா *(Viscount Castlereah 1792-1822;* இயற்பெயர் *Robert Stewart, Marquis of Londonderry)* 1812 முதல் 1822 வரை பதினோர் ஆண்டுக்காலம் பிரிட்டனின் அயலுறவு அமைச்சராயிருந்தார். அவர் நெப்போலியனுக்கு எதிராய் மாபெரும் கூட்டணியை *(Grand Alliance)* நடத்தினார்.

கேசில்ரா முதலில் 1805 ஆம் ஆண்டும் பின்னர் 1807-1809 ஆம் ஆண்டுகளுக்கு இடைப்பட்ட காலத்திலும் பிரிட்டனின் போர் அமைச்சராயிருந்தார். எனவே 1805 முதல்

1815 வரை நெப்போலியனுடன் நடந்து வந்த போரில் நெருக்கமாய் ஈடுபட்டு வந்தார். அவர் முதலில் 1814 ஆம் ஆண்டு பாரிசிலும் பின்னர் 1815 இல் வியன்னாவிலும் நடந்த அமைதிப் பேரவையிலும் பிரிட்டனின் சார்பில் கலந்து கொண்டார். அவர் ஐரோப்பிய நடப்புகளில் பெற்றிருந்த பட்டறிவினாலும் பிற ஐரோப்பிய நாடுகளின் அரசியல் தந்திரிகளுடன் கொண்டிருந்த நெருக்கமான தொடர்புகளினாலும் தனித்தொதுங்கிய தீவாயிருந்த பிரிட்டீசு மக்களிடையே இருந்து வந்ததை விடப் பரந்த நோக்கு கேசில்ராவிடம் காணப்பட்டது எனலாம். இக்காரணம் பற்றியே அக்காலத்தில் பிரிட்டனில் வாழ்ந்தோரில் பலர், கேசில்ராவின் கொள்கைகள் மீது ஐயப்பாடு கொண்டனர் போலும்.

ஷெல்லி, பைரன் தாக்குதல்

அவர் பன்னாட்டு நடப்புகளில் கை தேர்ந்தவர் என்று போற்றப்படுவது ஒருபுற மிருக்கப் பீட்டர்லூப் படுகொலை நிகழ்ச்சிகளுக்காகவும் அவர் அயர்லாந்தில் கிளர்ச்சி எழுந்த 1798 இல் அயர்லாந்து அமைச்சராயிருந்து எடுத்த கடுமையான நடவடிக்கைகளுக்காகவும் பெரும் புலவர்களான ஷெல்லி, பைரன் போன்றோர் கேசில்ராவைக் கண்டித்திருக்கின்றனர்.

சாவைச் சந்தித்தேன் வழியில்,

கேசில்ரா முகம் போன்ற மூடி அணிந்திருந்தது அது

கடுகடுத்த முகத்தோடிருந்த

இரக்கமற்ற அவர் பின்னே

ஏழு வேட்டை நாய்கள் தொடர்ந்தன.

என்று ஷெல்லி (*Percy Bysshe Shelley 1792-1822*) பாடுகின்றார்.

கல் நெஞ்சர்; கனிந்த முகத்தினர்; கயவர் என்றெல்லாம் பைரன் (*George Gordon 1788-1824*) காய்ந்தார். கேசில்ரா பின்னர் பித்தராகி 1822 ஆம் ஆண்டு தன்னைத் தானே கொன்று கொண்டதும், பைரன் மீண்டும் வசை பாடினார். ''அவர் பிறந்ததற்காக அயர்லாந்து துயருறுவதை நிறுத்துகையில், யான் அவர் இறந்ததற்காக வருந்துவேன்.''

வியன்னாப் பேரவையால் பிரிட்டன் பெற்ற ஆதாயங்கள்

பிரான்சுடன் உடன்படிக்கைகள் செய்வது குறித்து, 1814, 1815 ஆகிய ஆண்டுகளில் ஏற்பாடு நடந்தது. தொழிற் புரட்சிச் செழிப்பு, டிரஃபால்கர், வாட்டர்லூச் சண்டைகளில் கண்ட வெற்றி இவற்றால் பிரிட்டன் ஐரோப்பியத்திலேயே வளமும் வலிமையும் பெற்ற மேலான நாடு என்று உயர்ந்திருந்த காலம் இதுவாகும். பிரிட்டனுக்கு வெளிநாட்டில் பெருஞ் சிறப்புடன் கூடிய மதிப்பும் உள்நாட்டில் எல்லையற்ற தந்நம்பிக்கையும் நிலவிய காலம்.

இரஷியம், பிரஷியம், ஆஸ்திரியம் ஆகியன தத்தமக்கென்று கூடுதலான நிலப்பரப்புகள் வேண்டுமென்று கேட்டபோது, கேசில்ரா அதை விருப்பு வெறுப்பற்ற முறையில் நோக்கினார். அவரால் அவ்வாறு இருக்க முடியும். ஏனெனில் ஐரோப்பியத்தில் பிரான்சுடன் நடந்த நெடும் போரினால் பிரிட்டனுக்கு நன்னம்பிக்கை முனை, இலங்கை, மால்டா, டிரினிடாடு, டோபகோ, செயிண் லூசிய உள்பட மிக முக்கியமான நிலப்பரப்புகள் கிடைத்தன.

இப்பகுதிகளனைத்தும் உலகின் பல்வேறு இடங்களில் சிதறிக் கிடக்கின்றன. பிரிட்டீசுக் கப்பல்கள் உலகைச் சுற்றிவரும் வழியில் மிக வசதியான துறைமுகங்கள் அவ்விடங்களில் இருந்தன. அவை பிரிட்டனுக்கு மூலப் பொருள்களை அளித்து வந்தன. அந்நாடுகளைப் பிரிட்டீசுப் பண்டங்களுக்குச் சந்தைகளாக்கிக் கொள்ளவும் முடியும்.

பிரிட்டீசுத் தலைமை அமைச்சர் லிவர்ப்பூல் பிரபு ஒரு கடிதத்தில் விவரித்திருந்த கொள்கையைக் கேசில்ரா 1815 ஜூலை 15 அன்று வியன்னாப் பேரவையில் கீழ்க்கண்டவாறு விவரித்தார்:-

பிரான்சிடமிருந்து அதன் அண்டை நாடுகளுக்கென்று போதிய எல்லைகளைப் பெறாமல்விட்டு விடுவோமாயின், நாம் எக்காலத்திலும் மன்னிக்கப்படமாட்டோம். பதினான்காம் லூயி (1638-1715; ஆ.கா. 1643 -1715; இவ்வரசர் ஐரோப்பியத்தில் பிரான்சின் உயராண்மையை நிலைநாட்டுவதற்காக 1667 முதல் 1714 வரை கிட்டத்தட்டத் தொடர்ந்து போர் செய்து வந்தார். எனினும் அவரது எண்ணம் இறுதியில் ஈடேறவில்லை. அவரது ஆட்சிக் காலம் பிரஞ்சு இலக்கியத்திற்கும் கலைக்கும் பொற்காலம் என்பர்.) அடைந்த தலையாய வெற்றிகளைப் பிரான்சிடமிருந்து பெற்றுக் கொள்ளும் உரிமையை நாம் இப்போது கோருவது நியாயமாகும் என்பதே இந்நாட்டில் இன்று இருந்துவரும் கருத்தாகும்.

''பிரஞ்சு மக்கள் மிகப்புனிதமான உடன்படிக்கைகளை மீறிப்போர்களைத் தோற்றுவித்ததன் விளைவாய் இப்போது நேச நாடுகளின் கருணைக்குரியவர்களாய் இருக்கின்றனர். இத்தகைய சூழ்நிலையில் நேசநாடுகள் முன்னைப் பீடும் பாதுகாப்பும் பெறுவதற்கு முற்றிலும் உரிமையுடையனவாகின்றன.''

நெப்போலியன் பேரிழப்பொடு மாஸ்கோவிலிருந்து பின்வாங்க நேர்ந்ததால், கேசில்ராவினால் கடைசியாய்ப் பிரான்சிற்கு எதிரான மிகப்பெரிய கூட்டணியை அமைக்க முடிந்தது. இக்கூட்டணியின் வலிமையால்தான் பேரரசர் நெப்போலியன் மெதுவாய்ப் பாரிசிற்குத் திரும்பவும் 1814 ஆம் ஆண்டு முடிதுறக்கவும் நேர்ந்தது என்பது வரலாறு.

பிரிட்டனில் மோசமான உள்நாட்டு நிலை

எனினும் இங்கிலாந்தில் ஏழை மக்களுக்குக் கிடைத்த ஊதியம் இக்காலத்தில் போன்று இதற்கு முன்னர் வேறு எக்காலத்திலும் இவ்வளவு குறைவாயிருந்ததில்லை. வாழ்க்கைச் சூழ்நிலையும் இவ்வளவு மோசமாய்க் காணப்பட்டதில்லை. பெரும் பண்ணையார்களையும் நிலக்கிழார்களையும் காப்பதற்காகக் கொண்டுவரப்பட்ட தானிய இறக்குமதித் தடைச் சட்டத்தினால் ரொட்டி விலை கூடிவிட்டது. மக்களிடமிருந்து எந்த எதிர்ப்பு எழுந்தாலும் அது எவ்வளவு அமைதியானதாயிருந்தாலும் அரசு அதை ஆயுத வலிமை கொண்டு நசுக்கிற்று.

உழைப்பாளிகளின் நடவடிக்கைகள் அனைத்தையும் கட்டுப்படுத்தவும் புதுக் கருத்துகள் பரவுவதைத் தடுக்கப் பத்திரிகைகள் மீது அவை மூச்சுத் திணறும்படி தீர்வைகள் விதிக்கவும் சட்டங்கள் கொண்டுவரப்பட்டன. அதனால் தான் கேசில்ராவுக்குக் கிறுக்குப் பிடித்து அவர் தன்னை 1822ம் ஆண்டு கொன்று கொண்டபோது, அவரது இறுதி ஊர்வலம் வெஸ்டுமினிஸ்டர் கோயிலுக்குச் சென்ற வழியில் மக்கள் மகிழ்ச்சி ஆரவாரம் செய்தனர் என்பது வியப்பூட்டவில்லை. அவர்களின் இவ்வுணர்ச்சி பொய்த்துவிடவில்லை. ஏனெனில் அவர் இறந்ததும், புதிதாய்ப் பொறுப்பேற்றவர்கள் அடக்குமுறையை விடச் சிறந்த வேறு மருந்துகள் உள்ளன என்பதைக் காட்டினர். அவர்களொடு புதியதொரு காலகட்டம் தொடங்குகின்றது.

நாலு கூட்டணி

வியன்னாப் பேரவையில் எடுக்கப்பட்ட முடிவுகளைச் செயல்படுத்துவதற்காகக் கூட்டணி நாடுகள் நான்கும் ''நாலு கூட்டணி'' *(Quadruple Alliance)* ஒன்றை 1815 நவம்பர் 20 அன்று அமைத்துக் கொண்டன. அவை தமக்குக் கிடைக்க வேண்டிய உடைமைகளைப் பெற்றுக்கொள்வதை உறுதி செய்வதற்காக இந்தக் கூட்டணி உண்டாக்கப்பட்டது.

போனப்பாட்டுக் குடியினரை பிரான்சில் தலையெடுக்க விடாமல் செய்வதற்காக இருபதாண்டுக்காலம் ஒரு போர்ப் படையை வைத்திருப்பது என்று அந்நான்கு நாடுகளும் உறுதி செய்தன.

பின்னர் வல்லரசுகளிடையே பிளவுகள் மிகுந்து பிரிட்டன் அணியிலிருந்து தனிப்பட்டுப் போனதால், நாலு கூட்டணியின் கொள்கை பயனற்றுப் போனது. அவை அப்போதைக்கப்போது கூடிப் பேசிக் கொண்டனவெனினும் பிரிட்டன் கூட்டணிக்கு முழு அளவில் தன் படைகளை அனுப்புவதை நிறுத்தியது. தனித்தனி வல்லரசுகள், அல்லது அவற்றின் கூட்டங்கள் தம் நலங்களைப் பெருக்குவதில் ஈடுபட்டதால், இப் பேரவைகள் செயலற்றுப் போயின.

Lane Peter, Success in British History 1760-1914, London, 1981.

McElwee, William, History of England, London, 1970

Ridley, Jasper The History of England, London, 1981.

1815

3. புதிய ஐரோப்பியம் உருவாகின்றது.

(அ) நெதர்லந்து

நெதர்லாந்தில் பெரும்பகுதி மனிதனால் உண்டாக்கப்பட்டது. இங்கு டச்சு மொழி பேசும் டச்சுக்காரர் வாழ்கின்றனர். டச்சுக்காரர் பல நூறு ஆண்டுகளாய்த் ''தாழ் நிலம்'' என்ற நெதர்லந்தின் பரந்த நிலப்பரப்பைக் கடலிலிருந்து மீட்டு விரித்து வருகின்றனர்.

நெதர்லந்து பதினாறாம் நூற்றாண்டில் ஒன்றுபட்ட ஓர் அரசாய் அமைந்தது. அதன் மக்கள் அப்போது கத்தோலிக்க ஸ்பெயினின் அடிமைத் தளையிலிருந்து விடுபட்டு ஒன்றாயினர். அதற்கு அடுத்த நூற்றாண்டில் டச்சு மக்களின் வரலாறு வெகு சிறப்பான ஒரு கட்டத்தை எய்திற்று. அப்போது டச்சுக் கடலோடியரும் புத்திடந்தேடியரும் கடலில் பூமிப் பந்தைச் சுற்றி வந்தனர். அவர்கள் இருபதாம் நூற்றாண்டு வரை நீடித்திருந்த மிகப்பெரிய வாணிபப் பேரரசிற்குக் கடைகாலிட்டனர். டச்சுக்காரர் எத்தனை செழிப்புடன் வாழ்ந்தனர் என்பதை ரெம்பிராண் *(Rembrandt Harmensz Van Rijin 1606-1669)*, வெர்மீர் (முழுப்பெயர் *Jan Van der Meer van Delft 1632-1775)* ஆகிய ஓவியர்களின் படங்களிலிருந்து அறிந்து கொள்ளலாம். அவர்கள் இக்காலத்தில் இந்தியத்தில் செய்து வந்த வாணிபமும் போர்த்துக்கீச வல்லமையை ஒடுக்கியதும் பற்றி இக்களஞ்சிய வரிசையில் அவ்வக்காலங்களில் பல இடங்களில் சொல்லப்பட்டுள்ளன.

தொல் வரலாறு

தற்காலத்து டச்சு மக்களின் முன்னோர் படேவியர் *(Batavians)* ஃபிரிசியன் *(Frisian)* என்ற இரு ஜெர்மானியக் குலத்தவராவார். அவர்கள் ரைன் ஆற்று வடிநிலப் பகுதியில்

1815

இந்திய சரித்திரக் களஞ்சியம் | 459

சுமார் கி.மு.14 ஆம் ஆண்டில் குடியேறினர். ரோமானியர் படேவியரைத் தம்படையில் துணைப்படையினராய்ச் சேர்த்துக் கொண்டனர். ரோமானியர் தம் பேரரசின் எல்லைகளைக் குறிக்கும் வகையில் ரைன் ஆற்றின் தென்கரை நெடுகிலும் வரிசையாய்ப் பல கோட்டைகளைச் சுமார் கி.பி.50 ஆம் ஆண்டு வாக்கில் கட்டிவிட்டனர். ரைன் ஆற்றின் வட கரைக்கப்பால் ஃபிரிசியரின் குடியேற்றங்கள் இருந்தன.

சார்லிமேன் பேரரசில்

காட்டுக் குலத்தார் கி.பி.406 ஆம் ஆண்டில் ரைன் எல்லையைத் தாண்டி நுழைந்து ரோமானியப் பேரரசை வீழ்த்தினர். நெதர்லாந்து அப்போது ஃபிராங்கியருக்கு அடிமைப்பட்டது. (*Franks* : ரைன் ஆற்றின் நடுப்பகுதிக்குக் கிழக்கேயிருந்து ரோமன் பேரரசினுள் கி.பி. நான்காம் நூற்றாண்டில் பரவிய மக்களுக்கு ஃபிராங்குகள் என்று பெயர். அவர்கள் சார்லிமேனின் தலைமையில் பெருவலிமை வாய்ந்த மக்களாயினர்).

நெதர்லந்து காலப்போக்கில் சார்லிமேனின் (சு.768-814) பேரரசினுள் அடங்கிய ஒரு பகுதியானது. சார்லிமேன் இப்பகுதியுடன் நெருங்கிய தொடர்பு வைத்திருந்தார். அவர் இறந்ததும் அவரது பேரரசு சிதறியபோது, நெதர்லந்தின் ஒரு பகுதி கீழ் லொரைன் கோமகன் ஆட்சிப் பரப்பில் (*Durchy of Lower Lorraine*) அடங்கியது. ஏனைய பகுதிகள் நிலக்கிழார்களினால் ஆளப்படும் சிறுசிறு நிலங்களாயின.

பர்கண்டி ஆளுகையில்

பிரான்சைச் சேர்ந்த பர்கண்டிக் கோமகன் 1384 ஆம் ஆண்டில் நெதர்லந்து முழுமையையும் பர்கண்டிக் கட்டுப்பாட்டினுள் கொண்டு வரத் தொடங்கினார். பணம், மணவுறவு, அச்சுறுத்தல், அரசியல் தந்திர நெருக்குதல்கள் ஆகியன வாயிலாய்ப் பர்கண்டி தன் ஆதிக்கப் பரப்பை இங்கு விரித்தது. பர்கண்டிக் கோமகனின் அவை மிகச்சிறந்த பண்பாட்டுப் பொலிவுடையதாயிருந்ததால், பிரஞ்சுக்காரருக்கும், ஜெர்மன்காரருக்கும் நடுவில் மிகப்பெரிய நடுமுடியரசை உருவாக்க அதன் அரசர்கள் கனவு கண்டனர்.

இந்தக் கனவு 1477 இல் கலைந்தது. அப்போது பர்கண்டியின் கடைசிக் கோமகனான தீரர் சார்லஸ் (*Charles, the Bold*) போரில் கொல்லப்பட்டார். அந்நேரத்தில் தாழ் நாடுகளுள் (*Low Countries*) பெல்ஜியமும் அடங்கியிருந்தது. பர்கண்டி குடியினரின் அரசுரிமைச் சதிகளில் பெல்ஜியம் கலந்து கொண்டதால், வலிமையும், அபிலாசைகளும் மிக்க ஹாப்ஸ்பர்க்குக் குடியினரின் ஆட்சியில் தாழ் நாடுகள் வந்துவிட்டன.

பதினாறாம் நூற்றாண்டுத் தொடக்கத்தில் ஐந்தாம் சார்லஸ் (1500-1558; புனித ரோமன் பேரரசர் 1519-1556; பர்கண்டி, நெதர்லந்து மன்னர் 1506-1515; முதலாம் சார்லஸ் என்ற பெயரில் ஸ்பெயின் மன்னர் 1516-1550 ஹாப்ஸ்பர்கு ஆட்சிப் பகுதிகள் அனைத்திற்கும் வாரிசானார். அதனுள் ஆஸ்திரியம், ஸ்பெயின், நெதர்லாந்து ஆகியன அடங்கியிருந்தன. சார்லஸ் 1519 இல் புனித ரோமன் பேரரசராய்த் தேர்ந்தெடுக்கப்பட்டதும், நெதர்லந்து மிகப்பெரிய பேரரசின் ஓர் உறுப்பானது. டச்சுக்காரர் சார்லஸ் ஆட்சியில் இருந்தது வரையிலும் ஸ்பெயினுடன் அவர்கள் கொண்டிருந்த தொடர்புகளின் தீய விளைவுகளிலிருந்து காக்கப்பட்டனர். ஏனெனில் அவர் நெதர்லந்தில் பிறந்து வளர்ந்தவர்; அவர் எப்போதும் பிறந்த மண்ணின் மீது பரிவு மிகக் கொண்டிருந்தார்.

நெதர்லந்து செழிப்பான நாடாயும் வழிவழியாய்ப் பொறையுடையதாயும் இருந்து வந்ததால், அங்கு சீர்திருத்தக் கிறித்தவம் நன்கு பரவியிருந்தது. சார்லஸ் கத்தோலிக்க

சமயத்தில் ஆழ்ந்த பற்றுடையவர். அவர் புதிய சமயம் முரணானது என்று கருதினார். எனினும் சமய முரணியர் தண்ட மன்றத்தின் கொடுமைகளுக்குத் தன் அன்பிற்குரிய நெதர்லந்து நாட்டை உள்படுத்துவதற்கு அவர் ஆயத்தமாயிருக்கவில்லை.

கத்தோலிக்க ஆர்வலரான இரண்டாம் பிலிப்பு (*1527-1598;* ஸ்பானிய மன்னர் *1556 - 1598;* இவர் முதலாம் பிலிப்பு என்ற பெயரில் போர்ச்சுக்கல்லின் மன்னர் *1580 - 1598;* இங்கிலாந்து அரசி முதலாம் மேரியின் (*1554 - 1558*) கணவர்; இங்கிலாந்திற்கு எதிராய் *1588* இல் ஆர்மடா என்ற பெரிய கப்பற்படையை அனுப்பியவர்) சீர்திருத்தக் கிறித்தவத்தைக் கொடுங் கரத்தால் நசுக்க முயன்றார். அதனால் டச்சுக்காரர் *1568* இல் புரட்சி செய்தனர்.

எண்பதாண்டுப் போர்

அதையடுத்து நடந்த சண்டைக்கு எண்பதாண்டுப் போர் என்று பெயர். டச்சுக்காரரின் போராட்டத்திற்கு ஆரஞ்சு இளவரசர் (மௌன வில்லியம்) தலைமை ஏற்றார். வடமாநிலங்கள் ஏழும் சேர்ந்து *1579* ஆம் ஆண்டில் உட்டரக்கு ஒன்றியத்தை (*Union of Utrecht*) அமைத்தன. அதற்கு இரண்டாண்டுகளுக்குப் பிறகு நெதர்லந்து ஒன்றியக் குடியரசு (*Republic of the United Netherlands*) என்று சாற்றிவிட்டனர்.

இருதரப்பினருக்குமிடையே பல்லாண்டுக் காலம் காட்டுத் தனமான சண்டை நீடித்தது. ஸ்பானியர் இப்போரின் முதலாண்டுகளில் ஆல்வா கோமகனின் தலைமையில் தெற்கில் (இது கிட்டத்தட்டத் தற்காலப் பெல்ஜியப் பகுதி எனலாம்) வலுவாய்க் காலூன்றி நின்று, வடக்கை மீண்டும் மீண்டும் தாக்கினார். ஸ்பானிய ஒற்றர் ஒருவர் மௌன வில்லியத்தை *1584* ஆம் ஆண்டு கொலை செய்துவிட்டார். அது டச்சுக்காரருக்கு மிகுந்த இன்னல் நிறைந்த காலமாயிருந்தது. எனினும் வில்லியத்தின் மக்களிருவரும் போராட்டத்தைத் தொடர்ந்தனர். இருதரப்பும் *1609* ஆம் ஆண்டு சந்து செய்து கொண்டன. எனினும் *1648* இல் வெஸ்டாஃபலிய அமைதி உடன்பாட்டிற்குப் பிறகுதான் ஸ்பெயின் டச்சு விடுதலையை ஏற்று ஒப்பியது.

1815

பொற் காலம்

டச்சு வரலாற்றின் பொற்காலம் பதினேழாம் நூற்றாண்டு (*1600 - 1713*) ஆகும். அது பெரும் கிளர்ச்சி வேகத்துடன் ஆற்றலொடும் தனித்தன்மையுடனும் எல்லாத் திக்குகளிலும் பொங்கி நுரைத்தது. அது ஓவிய உலகின் தலைமையைப் பெற்றது. ரெம்பிராண், வெர்மீர், ஹூக்கு, ஹொப்பேமா இனும் பல ஓவியர்கள் செழித்திருந்த காலம், டச்சுக்காரர் அறிவியல், தொழில், கட்டுமானக் கலை, தோட்டக் கலை, கடலோட்டம் இன்னும் பிற எண்ணற்ற துறைகளில் ஐரோப்பிய நாகரிகத்திற்குப் பெரும் பங்களித்தனர்.

பொருளியல், நிதியியல் துறைகளில் டச்சுக்காரர் மேலோங்கியிருந்தனர். ஆம்ஸ்டர்டாமில் *1602* ஆம் ஆண்டு வாக்கிலேயே உலகின் முதல் பங்குச் சந்தை இருந்தது. பேங்கு ஆஃப் ஆம்ஸ்டர்டாம் *1609* இல் நிறுவப்பட்டது. பேங்கு ஆஃப் இங்கிலாந்து *1694* இல் தான் தொடங்கப்பெற்றது. நெதர்லந்தில்தான் அரசுப் பரிசுச் சீட்டுகளும் ஆயத்தீர்வைக் கோட்பாடும் முதன் முறையாய்க் கொண்டு வரப்பட்டன.

டச்சுக்காரர் அதே காலத்தில் ஐரோப்பிய வல்லாண்மையின் உச்சிக்குப் போய்விட்டனர். அவர்களின் கப்பல்களும் கடலோடியரும் பெருகிவந்த வாணிபத்தில்

செழித்திருந்த மற்றொரு நாடான இங்கிலாந்திற்கு இணையாயிருந்தனர். டச்சுக்காரர் வெகு விரைவிலேயே அயலுலகில் வாணிப நிலைகளையும் குடியேற்றங்களையும் நிறுவினர்.

டச்சுக் கிழக்கிந்தியக் கம்பெனி

டச்சுக் கிழக்கிந்தியக் கம்பெனி *1602* ஆம் ஆண்டில் அமைக்கப்பெற்று, மிகச் செழிப்பான வாணிபப் பேரரசு தோன்றியது. அது இரண்டாம் உலகப் போர் வரையிலும் நிலைத்திருந்தது. பின்னால் நியூ யார்க்கு ஆன நியூ ஆம்ஸ்டர்டாம் டச்சுக்காரரால் வட அமெரிக்கத்தில் *1626* ஆம் ஆண்டு நிறுவப்பட்டது. தென்னாப்பிரிக்கத்தில் முதல் டச்சுக் குடியேற்றம் *1652* ஆம் ஆண்டில் நன்னம்பிக்கை முனைப்பகுதியில் அமைந்தது.

பிரிட்டனுடன் வரிசையாய் நடந்த கடற்சண்டையில் *1652* ஆம் ஆண்டு முதல் போரில் நெதர்லந்து ஈடுபட்டது. டச்சுக்காரர் இந்த முதற் போரில் நியூ ஆம்ஸ்டர்டாமை வடஅமெரிக்கத்தில் இழந்தனர். இக்கடற் போர்கள் *1664-1676* ஆண்டுகளுக்கு இடைப்பட்ட காலத்தில் நடந்தன. அப்போது இங்கிலாந்தின் இரண்டாம் சார்லஸ் அரசர் *(1630-1685; ஆ. கா. 1660-1685)* தன் பெற்றோரின் உடன்பிறந்தார் மகனான பிரஞ்சு அரசர் பதினான்காம் லூயியின் டச்சு எதிர்ப்புக் கொள்கைக்கு ஆதரவாய் அவரோடு சேர்ந்து கொண்டு டச்சுக்காரருடன் போர் செய்தார். டச்சு அட்மிரல் தெ ருய்டர் *(de Ruyter) 1667* ஆம் ஆண்டு மெடுவே *(Medway)* என்ற இடத்திலிருந்த ஆங்கிலக் கப்பல் தொகுதியை எரித்து இங்கிலாந்தைத் தலைகுனியச் செய்தார். எனினும் *1688* ஆம் ஆண்டு இங்கிலாந்தில் நடந்த ''மேன்மையான புரட்சியால்'' அரசியல் மாற்றம் ஏற்பட்டது. *(Glorious Revolution 1688 - 1689)*; இது குருதி சிந்தாப் புரட்சி *Bloodless Revolution* என்றும் அழைக்கப்பெறும்) இம்மாறுதல் காரணமாய் நெதர்லந்தின் அரசியல் ஆணையராண *(Stadtholder)* ஆரஞ்சு வில்லியம் நாடு கடத்தப்பட்ட இரண்டாம் வில்லியத்தின் மகளான இரண்டாம் மேரி என்ற தன் மனைவியுடன் கூட்டாய் இங்கிலாந்தின் ஆட்சிப் பொறுப்பை ஏற்றார்.

தாழ்ச்சி

பதினெட்டாம் நூற்றாண்டுத் தொடக்கத்திலிருந்து டச்சு மேலாண்மை தாழ்வுறத்தொடங்கிற்று. நெதர்லந்து தம் பணியின் மீது மட்டும் கவனம் செலுத்தும் பேங்கர்களின் குடியரசானது. பேங்கர்கள் நாட்டின் அதிகாரங்கள் அனைத்தையும் முழுத் தன்னுரிமையாக்கிக் கொண்டனர். பதினெட்டின் இறுதியில் மிகுந்த ஆற்றல் வாய்ந்த இவ்வணிகருக்கு முற்போக்காளர் அடங்கிய ''நாட்டுப்பற்றாளர்'' *(Patriots)* என்ற கூட்டத்தார் அறைகூவல் விடுத்தனர். வணிகர்களின் ஏகபோகமான அரசியல் அதிகாரம் முடிவுற வேண்டும் என்று அவர்கள் கோரினர். பிரஞ்சுப் புரட்சி ஐரோப்பியம் முழுமையும் பரவி விட்டமையால் பிரான்சிற்கும் நெதர்லந்திற்கும் நடந்து வந்த போராட்டம் தீர்க்கப்படவில்லை.

நெப்போலியனும் நெதர்லந்தும்

பிரஞ்சுப் புரட்சிப்படை நெதர்லந்தினுள் நுழைந்ததும் ஐந்தாவது ஆரஞ்சு வில்லியம் இங்கிலாந்திற்கு ஓடிவிட்டார். பிரஞ்சுக்காரர் அப்போது நெதர்லந்திற்குப் படேவியக் குடியரசு *(Batavian Republic)* என்று பெயரிட்டனர். (ரோமானியர் காலத்தில் படேவியர் டச்சுக்காரரின் முன்னோராவர்) நெப்போலியன் இக்குடியரசை 1806 ஆம் ஆண்டு ஆலந்து முடியரசாக்கித் தன் சகோதரரான லூயி போனப்பாட்டை அதற்கு அரசராக்கினார். லூயி

போனப்பாட்டு 1810 ஆம் ஆண்டு அரச பதவியிலிருந்து விலகியதும், இந்நாடு பிரஞ்சுப் பேரரசின் ஓர் உறுப்பானது.

நெப்போலியன் 1815 ஆம் ஆண்டு வீழ்ச்சியடைந்ததும் பெல்ஜியம் அடங்கிய தென் மாநிலங்கள், வடமாநிலங்களுடன் இணைக்கப்பட்டு விடுதலையடைந்தது, ஒரே முடியரசாயின. அதற்கு ஆரஞ்சு குடியைச் சேர்ந்த ஒருவர் அரசரானார். அப்போது அது பிரான்சிற்கு வரக்கூடிய தாக்குதலைத் தாங்கும் இடை நாடாக்கப்பட்டது. (எண்பதாண்டுப் போரிலிருந்து தென் மாநிலங்கள் நெதர்லந்திலிருந்து பிரிக்கப்பட்டு 1815 ஆம் ஆண்டு ஒன்று சேர்க்கப்பட்டன.) நெதர்லந்தும் பெல்ஜியமும் அடங்கிய இந்த ஒன்றியம் 1830 வரைதான் நீடித்தது.

(ஆ) போலந்து முடியரசானது

நாடு ஐரோப்பியத்தில் பால்டிக்கின் கரையிலுள்ள போலந்து நாட்டின் வரலாறு இந்திய சரித்திரக் களஞ்சிய நான்காம் தொகுதியின் 1737 ஆம் ஆண்டுக் கட்டுரையொன்றில் (இந்தியம் வந்த பிற சொல்லப்பட்டிருந்தது பின்னர் ஐரோப்பிய வல்லரசுகள் போலந்தைத் தமக்குள் பங்கிட்டுக் கொண்ட செய்திகள் இக்களஞ்சிய வரிசையில் (இ.ச.க.8 : 1772 - புள்ளிகள்; இ.ச.க. 10 : 1793 - புள்ளிகள்) சொல்லப்பட்டிருக்கின்றன.

போலந்து 1795 ஆம் ஆண்டு வல்லரசுகளால் மீண்டும் கூறு போடப்பட்டது. பின்னர் 1806 முதல் 1815 வரை அங்கு நெப்போலியன் உண்டாக்கிய வார்சாவின் கிராண்டு டச்சி (*Grand Duchy of Warsaw*) என்ற வார்சாக் கோமகன் ஆட்சி நடந்து வந்தது. வியன்னப் பேரவையில் இரஷியத்திற்குள்பட்ட போலந்து முடியரசு உண்டாக்கப்பட்டது. இரஷிய சார் முதலாம் அலெக்சாந்தர் போலந்தின் அரசரானார். (அடுத்து 1830 இல் ஏற்பட்ட கிளர்ச்சிக்குப் பிறகு அம்முடியரசு ஒழிக்கப்பட்டது.) போலந்து 88 ஆண்டுகள் வரையிலும் விடுதலை பெறவில்லை. அது 1918 நவம்பர் 5 அன்று விடுதலை பெற்றது.

(இ) சுவீடனுக்கு நார்வே கிடைத்தது

வடமேற்கு ஐரோப்பியத்திலுள்ள சுவீடனின் வடக்கில் முதன்முதலாய் லாப்புகள் என்ற மக்கள் குடியேறினர். (*Lapp*; லாப்பு மக்கள் பரந்த வடஐரோப்பியப் பகுதியில் வாழ்கின்றனர். அவர்கள் பெரிதும் நார்வே, சுவீடன், பின்லாந்து, இரஷியத்தின் வடமேற்கிலுள்ள கோலத் தீவக்குறை ஆகிய பகுதிகளில் வாழ்கின்றனர். அவர்கள் வாழும் பகுதிக்கு லாப்புலந்து என்றும், ''நள்ளிரவுச் சூரிய நாடு'' என்றும் பெயர்.)

லாப்புகளுக்குப் பிறகு சுவியர் (*Svear*) என்ற மக்கள் ஐரோப்பியப் பெரு நிலத்திலிருந்து பெயர்ந்து வந்து அங்கு குடியேறினர். அம்மக்களின் பெயரால் இந்நாடு இன்று சுவீடன் என்றழைக்கப்படுகின்றது. சுவியர்கள் இங்கு வந்தேறியதுமே, இந்நாட்டின் தெற்கே, சற்று தள்ளிக் குடியமர்ந்திருந்த கோத்தர் (*Gothar*) என்ற மக்களுக்கும் அவர்களுக்குமிடையே நெடுங்காலம் பகைமை நீடித்தது. எனினும் இவ்விரு இனத்தாரும் கி.பி. ஆறாம் நூற்றாண்டில் ஒன்று சேர்ந்து சுவீடிய அரசை அமைத்தனர்.

வைக்கிங்கு

இந்நாட்டினர் பிற ஸ்காண்டிநேவிய (வட ஐரோப்பியத்தில் நார்வே சுவீடன் அடங்கிய பகுதியின்) மக்களுடன் சேர்ந்து, மேற்கு ஐரோப்பியத்தை அஞ்சி நடுங்க வைத்த வைக்கிங்குத் தாக்குதல்களை நடத்தினர். (*Viking* என்ற பெயர் டேனியர், நார்வீஜியர்,

சுவிடியர் ஆகிய மக்களைக் குறிக்கும். இவர்கள் எட்டு முதல் பதினொன்றாம் நூற்றாண்டு வரை வடக்கு, மேற்கு ஐரோப்பியப் பகுதிகளைத்தாக்கி வந்தனர்.) சுவிடியர் ஒன்பதாம் எரிக்கின் காலத்தில், பன்னிரண்டாம் நூற்றாண்டில் கிறித்தவம் தழுவினார்.

இக்காலத்திற்குப் பிற்பட்ட சுவீடனின் வரலாறும் சுவிடியக் கிழக்கிந்தியக் கம்பெனி *1731* ஆம் ஆண்டு தொடங்கப் பெற்ற செய்திகளும் இந்திய சரித்திரக் களஞ்சிய நான்காம் தொகுதியின் *1731* ஆம் ஆண்டுக் கட்டுரையில் கூறப்பட்டுள்ளன.

நெப்போலியனின் புகழ்பெற்ற படைத் தலைவர்களுள் ஒருவரான ஷான் பாப்டிஸ்டு பெர்னாடட்டு (*Jean Baptiste Bernadotte 1764-1844*) சுவிடிய மக்களைப் பெரிதும் கவர்ந்ததால், அவர்கள் அவரை *1810* ஆம் ஆண்டு பட்டத்து இளவரசராய் ஏற்றுக்கொண்டனர்.

சுவீடனின் ரிக்கர்டாகு (*Rikrdag*) என்ற நாடாளுமன்றம் அதே ஆண்டில் புதிய மக்களாட்சி அரசியல் சட்டத்தைக் கைக்கொண்டது. அதுவே இன்றளவும் சுவீடனின் அரசியலமைப்புச் சட்டமாய் நீடித்து வருகின்றது. பெர்னாடட்டின் ஆட்சிக் காலத்தில் தான் சுவிடிய வரலாற்றின் கடைசிப் போர் *1814* ஆம் ஆண்டு நிகழ்ந்தது. அதன் பிறகு இந்நாட்டில் இந்த *182* ஆண்டுகளாய் எந்தப் போரும் நடக்கவில்லை. சுவீடனுடன் சேர்ந்திருப்பதை நார்வே எதிர்த்து அந்த *1814* ஆம் ஆண்டு போர் நடந்தது. சுவீடன் *1814* ஆம் ஆண்டில் ஏற்பட்ட கீல் உடன்படிக்கைப்படி (*Treaty of Kiel*) நார்வேயைப் பெற்றது.

நார்வே *1905* வரையிலும் சுவீடனுடன் சேர்ந்திருந்தது. அவை *1905* ஆம் ஆண்டு அமைதியான முறையில் பிரிந்து கொண்டன. பெர்னாடட்டு *1818* ஆம் ஆண்டில் பதினான்காம் சார்லஸ் என்ற பெயரில் முடி சூட்டிக் கொண்டு *1844* வரை இருபத்தாறாண்டுகள் நார்வே, சுவீடன் இரண்டிற்கும் அரசராயிருந்தார்.

(ஈ) சுவிட்சர்லந்து மீண்டும் நடுநிலை நாடானது

கெல்டிக்குக் குலத்தினர்தாம் சுவிட்சர்லந்தின் முதற் குடியேறியரானர். ஜூலியஸ் சீசரின் (*Julius Ceasar 100-44* கி.மு.) ரோமானியப் படைகள் கெல்டுகளைக் கி.மு. *58* ஆம் ஆண்டில் வென்றனர். ரோமானியப் படைகள் கி.பி.*401* ஆம் ஆண்டு தாயகத்திற்குத் திருப்பியழைக்கப்பட்டது வரையிலும் இந்நாடு ரோமின் கீழ் இருந்தது. அதன்பிறகு கிழக்கிலிருந்து வந்த ஜெர்மானியக் குலத்தார் அந்நாட்டை வென்றனர்.

பிரஞ்சுச் சமயப் பரப்பியர் கி.பி. ஆறாம் நூற்றாண்டில் அவர்களைக் கிறித்தவராக்கினர். சுவிட்சர்லாந்து *768* ஆம் ஆண்டில் சார்லிமேனின் ஆட்சிப் பரப்பினுள் அடங்கியது. அவர் இறந்ததும் இந்நாட்டின் பெரும்பகுதி புனித ரோமன் பேரரசில் ஒரு மாநிலமானது.

நடு ஐரோப்பியத்தின் மேற்கிலமைந்த சுவிட்சர்லந்தில் ஆங்காங்கே வாழ்ந்த மக்களடங்கிய கேண்டன் (*Canton*) என்ற மாநிலங்களுக்குப் புனித ரோமன் பேரரசர்கள் தொடக்கத்தில் மிகுந்த தன்னுரிமை அளித்தனர். எனினும் *12, 13* ஆம் நூற்றாண்டுகளில் ஹாப்ஸ்பர்குகள் (*Hapsburgs* இ.ச.க.தொகுதி-*11 : 1806* - புள்ளிகள்) புனித ரோமன் பேரரசைத் தம் கைக்குள் கொண்டு வந்து விட்டனர். அவர்களின் ஆட்சியில் மட்டுமீறிய கட்டுப்பாடுகள் இருந்தன.

அதனால் யூரி (*Uri*), ஷ்விஸ் (*Schwyz*) அண்டர்வால்டன் (*Unterwaldem*) என்ற மூன்று மாநிலங்களும் *1291* ஆம் ஆண்டு ஒன்று சேர்ந்து ''நிலையான ஆணை'' (*Perpetual Edict*) என்ற ஓர் உடன்படிக்கையைச் செய்துகொண்டு, ஹாப்ஸ்பர்கு ஆட்சிக்கு

முற்றுப்புள்ளி வைப்பதென்று உறுதி பூண்டன. அவற்றுக்கு நிலையுறுதியில்லாத விடுதலை 1315 வாக்கில் கிடைத்து. பின்னர் அவற்றின் போராட்டத்தில் லூசேன் (*Luceme*), சூரிச்சு (*Zurich*) பெர்ன் (*Bern*) என்ற மாநிலங்கள் சேர்ந்து கொண்டன.

அவை ஒரு நூற்றாண்டுக் காலம் ஹாப்ஸ்பர்குகளுடன் போராடிய பின்னர், இறுதியாய்ப் பாஸ்லே உடன்படிக்கைப்படி (*Treaty of Basle*) 1499 இல் அவற்றுக்கு விடுதலை கிடைத்தது. சுவிட்சர்லாந்தியப் படை ஐரோப்பியத்திலேயே சிறந்தது என்று கருதப்பட்டதால், அவர்கள் பல நாடுகளில் கூலிப்படையினராய் அமர்த்தப்பட்டனர்.

சமயச் சழக்குகள்

எனினும் சமயச் சீர்திருத்தங்களால் உண்டான சமயச் சழக்குகள் கருத்துவேறுபாடுகளைத் தோற்றுவித்தன. அதனால் நாடு புதியதாய்ப் பெற்ற விடுதலைக்கு அவை உலை வைத்துவிடும் நிலை ஏற்பட்டது. புராட்டஸ்டண்டுகள், கத்தோலிக்கர் ஆகியோரின் சண்டைகளால், மாநிலங்களுக்கிடையில் அரசியல் வேறுபாடுகள் தோன்றி நிலைமையை மேலும் மோசமாக்கின.

புராட்டஸ்டண்டுத் தலைவர்களுள் முதன்மையான ஜான் கால்வினும் (*John Calvin 1509 - 1564;* பிரஞ்சு இறைமையியலார்) உல்ரிச்சு சுவாங்கிலியும் (*Ulrich Zwingli 1484 - 1531;* சுவிட்சர்லாந்தியச் சீர்திருத்தக் கிறித்தவத் தலைவர்) சுவிட்சர்லாந்தில் வாழ்ந்திருந்தனர். அவர்களும் அவர்களின் ஆதரவாளர்களும் கத்தோலிக்க மாநிலங்களுடன் கடும் பகை கொண்டிருந்தனர். இத்தனை இடுக்கண்களுக்கிடையிலும் இந்நாடு தன் விடுதலையையும் நடுவு நிலைமையையும் காத்து வந்தது.

நூற்றாண்டுப் போரும் வெஸ்டாஃபலிய உடன்படிக்கையும்

ஐரோப்பிய வல்லரசுகள் 1648 ஆம் ஆண்டு செய்து கொண்ட வெஸ்டாஃபலிய உடன்படிக்கைப்படி (*Treaty of Westaphalia* : முப்பதாண்டுப் போர்களுக்குப் பிறகு (1618 - 1648) ஏற்பட்ட அமைதி உடன்படிக்கை) முப்பதாண்டுப் போர் நடு ஐரோப்பியத்தில் நடந்தது. இது முதலில் ஜெர்மன் புராட்டஸ்டண்டுகளுக்கும் கத்தோலிக்கருக்கும் நடந்த சண்டையாய்த் தொடங்கிப் பின்னர் புனித ரோமன் பேரரசையும் ஸ்பெயினையும் எதிர்ப்பதற்காகப் பிரான்ஸ், சுவீடன், டென்மார்க்கு ஆகிய நாடுகளுக்கிடையில் போர் மூண்டுவிட்டது. அதன் முடிவில் இந்த உடன்படிக்கை ஏற்பட்டது, சுவிட்சர்லாந்தின் நூறாண்டுக் காலத் தன்னாட்சியுரிமைக் கோரிக்கை முறைப்படி ஏற்றுக் கொள்ளப்பட்டது.

இந்நாடு மலைகளின் நடுவே ஒதுங்கியிருப்பதாலும் சுவிட்சர்லாந்தியப் போர் வீரர்கள் நாட்டைத் தற்காத்துக் கொள்வதில் உதவியாயிருந்ததாலும், ஆல்ப்ஸ் மலையின் கணவாய்கள் வழியே அமைதியாய் நடந்த வாணிபத்தால் நாடு செழித்தது. அமைதி நிலவிய இக்காலத்தில், ஒரு வகையான வலுவற்ற கூட்டாட்சி முறை உருவானது. எனினும் ஆக்கமான மைய அரசு எதுவும் உண்டாகவில்லை. அங்கு செல்வச் செழிப்பான நகரங்கள் தோன்றின. ஆட்சிப் பொறுப்புகள் வணிகர்களின் கைகளில் வழக்கமாய் இருந்து வந்தன.

பிரஞ்சுப் புரட்சி 1789 ஆம் ஆண்டில் உண்டான பிறகு, பூர்பான்களைப் பிரஞ்சு அரசு கட்டிலில் அமர்த்துவதற்குச் சுவிட்சர்லாந்தியர் மறைமுகமாய் உதவி வந்தனர். அதனால் பிரஞ்சுக்காரர் 1799 இல் சுவிட்சர்லந்தின் மீது படையெடுத்தனர். அவர்கள்

1815

அங்கு பொம்மை அரசு ஒன்றை அமைத்தனர். நெப்போலியன் 1815 இல் தோல்வியடைந்ததும் சுவிட்சர்லாந்து பழைய கூட்டாட்சி முறைக்குத் திரும்பியது. ஐரோப்பிய வல்லரசுகள் இந்நாட்டின் நடுவுநிலையை நிலைநாட்டுவதற்கு வழிவகை செய்தன. அது 22 மாநிலங்களைக் கொண்ட ஒரு கூட்டாட்சியாய் அமைந்தது.

இந்திய - சுவிட்சர்லந்தியத் தொடர்பு

சுவிட்சர்லந்திற்கும் இந்தியத்திற்கும் தொடர்புண்டு. சுவிட்சர்லாந்திய வீரர்கள் ஐரோப்பியமெங்கும் விரும்பப்பட்ட கூலிப்படையினர் என்று மேலே குறிப்பிட்டிருந்தோம். கிழக்கிந்தியக் கம்பெனி திப்பு சுல்தானுக்கு எதிராய் 1799 இல் நடத்திய கடைசி மைசூர்ப் போரில் ஏராளமான சுவிட்சர்லந்திய வீரர்களைப் போரில் ஈடுபடுத்தியது. அப்போது அவர்களில் பலர் சீரங்கப் பட்டணத்தில் இறந்தனர்.

இவ்வீரர்கள் மியூரோன் பிரபு (*Comte de Meuron*) என்றவரால், மேற்குச் சுவிட்சர்லாந்திலுள்ள நியூ சேடல் என்னுமிடத்தில் 1781 ஆம் ஆண்டு திரட்டப்பெற்ற ரெஜிமெண்டைச் சேர்ந்தவர்களாவர். அவர்கள் நன்னம்பிக்கை முனையிலும் பின்னர் இலங்கையிலும் டச்சுக்காரர்களுக்காகப் போர்ப் பணி செய்தனர். ஆங்கிலேயர் இலங்கையைக் கைப்பற்றியதும் சுவிட்சர்லந்திய வீரர்களின் மீது பிரிட்டீசாருக்கு விருப்பம் மிகுந்தது. அதனால் இந்த சுவிட்சர்லந்து ரெஜிமெண்டு சீரங்கப் பட்டண முற்றுகையின்போது கர்னல் ஆர்தர் வெல்லஸ்லியுடன் (பின்னர் வெலிங்டன் பிரபு) சேர்ந்து சீரங்கப் பட்டணத்து முற்றுகையில் ஈடுபட்டது. அப்படையின் வீரத்தை வெல்லஸ்லி மெச்சினார்.

இந்தப் படை இதற்கு முன்னர் கடலூரில் பிரஞ்சுக்காரருடன் சேர்ந்து போர் செய்தபோது அதில் இளைஞரான சார்ஜண் பெர்னாடட்டும் இருந்தார். இவர் பின்னர் நெப்போலியனின் படையில் மிக உயர்ந்த மார்சல் என்ற பதவியைப் பெற்றார். இவரே நார்வேக்கும் சுவீடனுக்கும் அரசரானார் அக்காலத்தில் மாபெரும் ஐரோப்பிய வீரர்கள் இந்தியத்தின் குறுக்கும் நெடுக்கும் அணி வகுத்துச் சென்றனர். அவர்களுள் சுவிட்சர்லந்தியரும் இருந்தனர்.

(உ) இத்தாலியில் மீண்டும் பழைய ஆளுங் குடியினர்

நெப்போலியனின் தோல்விக்குப் பிறகு இத்தாலியின் சார்தினியம், டஸ்கனி, மோடனா, பாப்பரசுகள் ஆகிய பகுதிகளில் பழைய ஆளுங்குடியினர் மீண்டும் ஆட்சியில் அமர்த்தப்பட்டனர். (*Sardinia*: இது நிலநடுக் கடலிலுள்ள இரண்டாவது பெரிய தீவு. இது 1720 ஆம் ஆண்டில் ஆஸ்திரியத்தினால் சவாய்க்கு (*Savoy*) விட்டுத் தரப்பட்டது. அதற்கு மாற்றாய்ச் சிசிலியைப் பெற்றுக் கொண்டு சார்தினிய முடியரசு அமைக்கப்பட்டது. *Tuscany*: இது நடு இத்தாலியப் பகுதி. இங்கு வரலாற்று இடைக்காலத்தில் எண்ணற்ற சிற்றரசுகள் இருந்தன. பதினைந்து, பதினாறாம் நூற்றாண்டுகளில் ஃபிளரான்சின் கீழ் அவை ஒன்றுபடுத்தப்பட்டன. *Modena*: இது வட இத்தாலியில் உள்ளது. இதை எஸ்டி (*Este*) என்ற அரசகுடி 18, 19 ஆம் நூற்றாண்டுகளில் ஆண்டது. *Papal States* நடு இத்தாலியில் கி.பி.756 முதல் பாப்பரசர்களுக்கு உரிமையாயிருந்து மண்ணுலக ஆட்சிப் பரப்பு. இது 1870 ஆம் ஆண்டு இத்தாலியுடன் இணைக்கப்பட்டது.

நேப்பிள்சில் மீண்டும் பூர்பான் குடியினரின் ஆட்சி அமைந்தது. இந்நகரின் முன்னாள் அரசரான ஜோச்சிம் முரா (*Joachim Murat* : 1767-1815; இவர் நெப்போலியப்

போர்களின் போது பிரஞ்சுப் படைத் தலைவராயிருந்தார். அவர் 1808 ஆம் ஆண்டு நெப்போலியனால் நேப்பிள்சின் அரசராக்கப்பட்டார்.) தன்னிடமிருந்த நேப்பிள்சின் அரசுரிமையை மீண்டும் பெறுவதற்காக 1815 செப்டம்பர் 28 அன்று கலபிரியவிற்குக் கப்பலில் சென்றார். (*Calabria* இத்தாலியின் தென்மேற்குப் பகுதி, பெரிதும் மலைப் பாங்கானது. இங்கு அடிக்கடி நிலநடுக்கம் ஏற்படும்) அவர் கடலில் சென்று கொண்டிருந்தபோது வீசய புயலினால், அவரின் ஆறு கப்பல்களில் நான்கு பிரிந்து சென்றுவிட்டன. ஒரு கப்பல் ஓடிவிட்டது. முரா முப்பது பேருடன் பிசோ (*Pizzo*) என்ற இடத்தில் இறங்கினார். அப்போது அவரை உடனே சிறைசெய்து இராணுவ நீதி மன்றத்திற்குக் கொண்டு சென்றனர். அங்கு அவருக்கு மரண தண்டனை விதிக்கப்பட்டது. அவர் அக்டோபர் 13 அன்று துப்பாக்கியால் சுட்டுக் கொல்லப்பட்டார்.

(ஊ) ஜெர்மன் நேசக் கூட்டமைப்பு

புனித ரோமன் பேரரசு 1806 ஆம் ஆண்டு ஒழிக்கப்பட்டது. (இ.ச.க.தொகுதி-11: 1806 புள்ளிகள்) அதன் இடத்தில் ஜெர்மன் நேசக் கூட்டமைப்பு (*German Confederation*) என்ற ஒன்றை 1815 இல் தோற்றுவித்தார்.

1815

4. மலையாளம் என்ற மொழி

மலையாள மொழி பிற திராவிட மொழிகளை விடத் தமிழொடு மிகுந்த தொடர்புடைய (அது கடைசியாய்த் தமிழ் திரிந்த புதிய திராவிட மொழியாகும்.) தமிழகத்தின் ஒரு பகுதியாயிருந்த சேரநாட்டில் வழங்கிய மொழி என்பதால் தொன்மைத் தொடர்பும் வரலாறும் அதற்குக் கற்பிக்கப் படுகின்றன. (மலையாள இலக்கிய வரலாறு பி.கே.பரமேசுவரன் நாயர், சாகித்திய அகாதமி, தில்லி, 1968, பக். 1)

மலையாள மொழிக்கு அப்பெயர் பிற்காலத்தில் ஏற்பட்ட ஒன்றாகவே தெரிகின்றது. மலையாள மொழிக்கு வட மொழியில் இலக்கணம் வகுத்த பதினான்காம் நூற்றாண்டிற்குரிய லீலா திலகம், மலையாள மொழியைக் குறிக்கக் ''கேரள பாஷா'' என்ற சொல்லையும் தமிழ் மொழியைக் குறிக்கச் ''சோழ பாஷா'' என்ற சொல்லையும் தருவதாய்க் குறிப்பர். (*A.Survey of Malayalam Literature, K.M.Geroge, Delhi, 1968,p.4*)

கேரள மொழிதான் இங்கு மொழி என்று குறிப்பிடப்பட்டிருக்கின்றது. ...மணிப் பிரவாளத்தில் சோழ மொழியும் காணப்படுகின்றது. கூந்தல், குழல், கொங்கு முதலிய சொற்கள் காணப்படுகின்றன அல்லவா? அவை தமிழ்ச் சொற்கள் அல்லவா? (லீலா திலகம்) மொழி பெயர்ப்பு (மா. இளைய பெருமாள், தமிழ்ப் புத்தகாலயம், சென்னை, 1971 பக. 2, 10)

மலை நாட்டுத் தமிழ் எனவும், தமிழ் எனவும் கேரள மொழி குறிக்கப் படுகின்றது என்றும் அது பாண்டித் தமிழன்று என்றும் பிறவும் காட்டப்படுகின்றன. (லீலா திலகம் (மொழி பெயர்ப்பு) பக். 6, 7) திராவிடராக இருந்தபடியால் மலை, சோழ, பாண்டிய நாட்டினர் மொழி 'தமிழ்' எனப்பட்டது என்பது இவர் கருத்து. இதன்படி தெலுங்கு, கன்னடம் போன்றன திராவிடம் என்பது இவரால் உட்படுத்தப்படவில்லை என்பது தெரிகின்றது.

மலையாள மொழிக்குத் 'தமிழ்' என்ற பெயர் பொருத்தமுடையது அன்று என்ற எண்ணமேற்பட்ட காலத்தில் அதற்கு மறுபெயர் அளிக்கப்பட்டது என்று உள்ளூர் கருதுகின்றார். (கேரள சாகித்திய சரித்திரம், உள்ளூர் பரமேசுவர அய்யர், கேரளப் பல்கலைக் கழகம், 1974, தொகுதி 1, பக்.38)

மலையாண்ம அல்லது மலையாழ்ம (மலயாய்ம) என்பன அதற்கு அளிக்கப்பட்ட பெயர்கள். இவற்றின் ஈற்று மகரம் பண்புப் பெயர் விகுதியாகும். (மை) மலை நாட்டு மக்களின் முறை என்பது (மலையாண்ம என்பதால் உணர்த்தப்படுகின்றது.

கி.பி. 1815 அளவிலேயே (கொல்லம் 990) இப்பெயர் வழங்கியது பற்றிய அரசுக் குறிப்புக் கிடைக்கின்றது.

கி.பி.1815 ஆம் ஆண்டிற்குரிய திருவிதாங்கூர் கெசட்டில் (கொல்லம் 1030) மலையாழ்ம என்ற பெயரும் உண்டு. (கேரள சாகித்ய சரித்திரம், பக்.38, 39 மேலே காண்க)

மலையாள மொழிக்கு அகராதிகள் உருவாக்கிய பெயிலியும் (1852), குண்டர்ட்டும் (1872) தம் நூற்பெயரில் மலையாளம் என்பதைக் கையாண்ட போதும் மொழிப் பெயரை ''மலையாண்ம'' என்றும் குறித்தனர் என்பதும் உள்ளூரால் இங்கு புலப்படுத்தப் படுகின்றது.

கால்டுவல் ''மலையாளம்'' என்னும் பெயரை நிலைநிறுத்தினார் எனலாம். மலை நாட்டில் ஆட்சி பெற்ற மொழி என்ற நிலையில் இதன் பெயர்ப் பொருத்தம் அவரால் காட்டப்படுகின்றது.

இவ்வாறு மிகப் பிற்காலத்ததெனினும் பத்தாம் நூற்றாண்டளவில் இது தனி மொழியாய் வழங்கத் தொடங்கியது என்பது பொது எண்ணம் இம்மொழி கேரளத்திலும் இலட்சத் தீவுகளிலும் வழங்குகின்றது.

மிகக்குறுகிய கால வரலாற்றையுடைய மலையாள மொழிக்கு, எழுத்துச் சீர்திருத்தம் வேண்டும் என்ற எண்ணம் அறிஞர் சிலரிடையே இப்போது (1996) தோன்றியுள்ளது. எம்மொழியிலும் போலவே மலையாள மொழியினரிடையிலும் இந்த எழுத்துச் சீர்திருத்தக் கருத்து முழு ஆதரவு பெற்றிலது.

1815

வரலாற்றுப் புள்ளிகள்

1. சமயச் செய்திகள்

(அ). பிரம்ம சமாசத் தோற்றுவாய்

இந்திய மறுமலர்ச்சி இயக்கத்தைத் தோற்றுவித்த இராசாராம் மோகனராய் (1772 - 1833; இ . ச. க. 9 : 1784 - கட்டுரை) சமயத் தொடர்பான செய்திகளை ஆராய்வதற்கென்று 1815 ஆம் ஆண்டு கல்கத்தாவில் ஆத்மிய சபை என்ற பெயரில் ஒரு குழுவை உண்டாக்கினார். இதுவே பின்னர் 1828 ஆம் ஆண்டு கல்கத்தாவில் அமைந்த ஒரு கடவுள் வழிபாட்டுச் சங்கம் என்ற பிரம்ம சமாசத்தின் முறையான தொடக்கமாகும்.

(ஆ) பம்பாயில் அமெரிக்க - மராட்டி மிசன்

கிழக்கிந்தியக் கம்பெனியின் வாணிப உரிமம் 1813 ஆம் ஆண்டு

புதுப்பிக்கப்பட்டதையடுத்து, இந்தியத்தில் கிறித்தவ சமயப் பரப்பியர் இணைந்து செயல்படலாயினர். இவ்வாண்டில் அமெரிக்க மராட்டி மிசன் என்ற கிறித்தவ சமயப் பரப்பு அமைப்புப் பம்பாயில் தோன்றியது. அது மராட்டியர்க்குக் கல்வி கற்பிக்கச் சில பள்ளிகளையும் திறந்தது.

2. பம்பாயில் கல்விச் சங்கம்

ஆங்கில இந்தியரும் ஐரோப்பியரும் ஊக்குவித்தமையால், இந்தியத்தில் ஆங்கிலக் கல்வியைப் பரப்புவதற்கென்று பம்பாய்க் கல்விச் சங்கம் *(Bombay Education Society) 1815* இல் அமைக்கப்பட்டது.

3. இந்தியத் தொழில் சீரழிவும் கம்பெனி வாணிப உரிமைப் பட்டயமும்

கிழக்கிந்தியக் கம்பெனியின் வாணிப உரிமப் பட்டயம் 1813 ஆம் ஆண்டு பிரிட்டீசு நாடாளுமன்றத்தில் சட்டப்படி புதுப்பிக்கப்பட்டதும், அது வரையிலும் இருந்து வந்த பல கட்டுப்பாடுகளும் தடைகளும் நீக்கப்பட்டன.

ஆனால் 1815 ஆம் ஆண்டிற்குப் பிறகு இந்தியத் துணி ஏற்றுமதி குறைந்தது. தனிப்பட்ட பிரிட்டீசு வணிகர்களின் வழியே லங்கா சயரிலிருந்து ஆலைத் துணிகள் இந்தியத்தில் வந்து இறங்கலாயின. *(Lancashire :* வடமேற்கு இங்கிலாந்துப் பகுதி தொழிற் புரட்சியின் உந்துதலால் நெசவுத் தொழில் பதினெட்டாம் நூற்றாண்டு முதல் இங்கு செழித்து வளரத் தொடங்கியது.)

இந்தியக் கைத்தறித் துணிகளால் இங்கிலாந்தின் ஆலைத் துணிகளுடன் போட்டியிடுவதற்கு இயலவில்லை. கொல்லன் தெருவில் ஊசி விற்கப்பட்ட கதையே இதுவாகும். ஐரோப்பியர் இந்தியத் துணிகளை ஏராளமாய் எடுத்துச் சென்ற நிலை மாறி, அவர்ளின் துணிகள் இந்தியச் சந்தையில் வந்து குவியத் தொடங்குகின்றன.

பிரிட்டனின் நெசவாலைகள் ஆயிரக்கணக்கான கிலோ மீட்டர்த் தொலைவிற்கு அப்பால் இருந்த போதிலும், இந்தியத்தின் நாட்டுத் துணிகளினால் அவற்றின் போட்டியை எதிர்த்து நிற்பதற்கு முடியவில்லை. இந்தியத்தில் நாட்டுத் தொழில்கள் சீரழிந்து கெடுவதற்கு 1813 ஆம் ஆண்டுச் சட்டம் நல்ல துணை புரிந்தது.

இப்போது இந்தியத்தின் மிகப் பெரிய சந்தையில் தனிப்பட்ட பிரிட்டிசாரின் வாணிபம் பெருகியதால், பிரிட்டனில் மேலும் மேலும் செல்வச் செழிப்பு ஏற்பட வழிபிறந்தது. இதற்குக் கம்பெனிக்கு இருந்துவந்த ஏகபோக வாணிபச் சலுகை 1813 முதல் ஒழிக்கப்பட்டது முக்கியமான காரணமாகும்.

4. பிரிட்டீசுச் செய்திகள்

(அ) பிரிட்டனின் கடலாதிக்க மேலாண்மை

ஆசியப் பகுதிகள் கையகப்படுத்தப்படுதல்

டச்சுக்காரரும் பிரஞ்சுக்காரரும் இந்து மாக்கடலில் தமக்கு உரிமையாயிருந்த பெரும் பரப்பைப் பிரிட்டிசாரிடம் இழந்து விட்ட நிலையில் அவற்றை மீட்பதற்கு எதுவுமே இல்லாத நிலையில் 1815 வாக்கில் முட்டி மோதிக் கொண்டிருந்தனர். பிரிட்டிசார் ஆசியத்தில் தமக்கென்று இந்தியம், இலங்கை, பிரஞ்சுத் தீவு (மோரீசு), மஸ்கரனே தீவுக்

கூட்டத்தில் முக்கியமான பகுதிகளையும் நாடுகளையும் இடங்களையும் பெற்றிருந்தனர். இறுதியில் பரந்த தீவுக்கண்டமான ஆஸ்திரேலியமும் சேர்ந்து அவர்கள் புது உலகம் என்ற அகல் விரிவான நிலப் பரப்பைப் பெற்று விட்டனர்.

அல்புகுவர்க்கின் வழியில்

போர்த்துக்கீசத்தின் ஆளுநராய்ப் பதினாறாம் நூற்றாண்டில் இந்தியத்திலிருந்த அல்ஃபோன்சா அல்புகுவர்க்கு (*Alfonso de Albuquerque 1453 - 1515*; பதவிக்காலம் 1509 - 1515) கையாண்ட பேரரச விரிவு முறைகளுக்கு ஆங்கிலேயர் புது முறுக்கேற்றி, இந்துமாக்கடல் பகுதியில் எக்காலத்திலும் கண்டிராத உயர்முதல் மேலாண்மையைப் பெற்றுவிட்டனர். அவர்கள் அந்த வல்லமையைக் கொண்டு ஆசியத்தைத் தம் மேலாண்மை என்ற நுகத்தடியில் வலுவாய்ப் பூட்டி விட்டனர்.

அல்புகுவர்க்கு

அல்புகுவர்க்கு மாபெரும் கடலோடி, அவருக்குக் கப்பலோட்டம் பற்றிய மெய்யான முன்னோக்கு இருந்தது. போர்த்துக்கீசர் இந்தியத்தை அடையும் நன்னம்பிக்கை முனை வழியைக் கண்டுபிடிப்பதற்குச் சுமார் இரண்டு நூற்றாண்டுகளாயின. எனினும் அவர்கள் இந்து மாக்கடலிலுள்ள வாயில் நிலைகள் அனைத்தையும் பதினைந்தாண்டு களுக்கும் குறைந்த காலத்தில் அடைந்து விட்டனர். அதற்குக் கடினமான எதிர்ப்பு இருந்த போதும் அதை எட்டிவிட்டனர். அல்புகுவர்க்கு இலங்கையிலும் பர்மாவின் பேகு நகரிலும் நாட்டரசர்களுடன் உடன்படிக்கைகள் செய்து கொண்டார். எனினும் அவரின் தலையாய குறி எல்லாம் மிகப் பெரிய பண்டசாலையாயிருந்த மலாக்காவைக் கவர்வதிலேயே இருந்தது.

அவர் மலாக்காவை 1511 இல் பிடித்துவிட்டார். மணக்காரப் பண்டத் தீவுகளான மொலுக்கசைத் தேடிக் கண்டுபிடிக்க ஒரு கப்பல் தொகுதியை அல்புகுவர்க்கு அனுப்பிவிட்டு மேற்கே திரும்பி ஏடனைத் தாக்கினார். அவர் ஏடனில் இருந்தவாறு எகிப்தை வெற்றி கொள்வதற்குப் பெரிய திட்டம் ஒன்றை வைத்திருந்தார். இங்ஙனம் பதினாறாம் நூற்றாண்டில் அகண்ட பேரிந்தியம் முழுவதையும் போர்ச்சுக்கலின் ஆளுகைக்குக் கீழ் கொண்டு வருவதற்காக முயன்று, அதில் ஓரளவு வெற்றியும் பெற்று விட்டதால், அல்புகுவர்க்கை எளிதில் குறைத்து மதிப்பிட்டு விடமுடியாது.

ஆங்கிலேயர் பத்தொன்பதாம் நூற்றாண்டின் முற்பாதியில் இந்தியக் கடலின் கிழக்குப் பகுதியில்தான் பெரும்பாலும் இயங்கி வந்தனர். இந்தியத்தை அடையும் கடல்

வழியொடு, சீனம் செல்லும் கடல் வழித் தடமும் பதினெட்டாம் நூற்றாண்டில் உண்டாயின. சீன வழித்தடத்தைக் காட்டுக்குள் கொண்டு வருவதற்காக மலேயம், இந்தோனேசியம் ஆகிய நாடுகளின் நிலப்பரப்புகளைக் கைப்பற்ற வேண்டிய கட்டாயம் ஆங்கிலேயருக்கு உண்டானது. ஐரோப்பியத்தில் 1815 இல் போர் முடிந்ததும் ஜாவாவையும் மலாக்காவையும் டச்சுக்காரரிடம் பிரிட்டன் திருப்பித் தந்துவிட்டது. அதே வேளையில் அது சிங்கப்பூரில் 1819 ஆம் ஆண்டு வலுவாய்க் காலூன்றிக் கொண்டு மலேயத்தைத் தன் செல்வாக்கினுள் அடங்கச் செய்தது.

டச்சுக்காரர் இதனால் வாட்டமுற்றுக் கலங்கினாரெனினும் இறுதியில் விட்டுக் கொடுத்தனர். பின்னர் 1824 இல் நடந்த ஆங்கில டச்சுப் போரின் முடிவில் மலாக்கா ஆங்கிலேயருக்குக் கிடைத்தது. தென்கிழக்காசியத்தில் இவ்விரு சாரரும் செயல்படும் நிலப்பரப்புகள் அப்போது வரையறை செய்யப்பட்டன.

ஆங்கிலேயர் வங்கக் கடலின் கிழக்கில் தமக்கு நல்ல தளம் வேண்டுமென்று பதினெட்டாம் நூற்றாண்டிலேயே முயன்று வந்தனர். அவர்கள் இது தொடர்பாய் அடுத்தடுத்து மேற்கொண்ட முயற்சிகளின் பலனாய், அவர்களுக்குச் சிங்கப்பூர் கிடைத்தது. அவர்கள் சிரியம், கிளம்பங்கன், பினாங்கு இங்கெல்லாம் தேடித் திரிந்தபின்னர் சிங்கப்பூர் அவர்களுக்குத் தளமானது. அவர்கள் சிங்கப்பூரைத் திடீரென்று எதிர்பாராது தாக்கித் தான் பிடித்தனர். கிழக்கிந்தியக் கம்பெனியின் முகவரான தாமஸ் ஸ்டாம்ஃபோர்டு ரேஃபிள்ஸ் *(Thomas Stamford Raffles 1781-1826)* அப்பணியை நிறைவேற்றினார்.

சிங்கப்பூர் மலாக்காவை விடச் சரியான இடத்தில் அமைந்திருந்தது. (*Malacca* : இது தென்மேற்கு மலேயத்தில் உள்ளது. இன்று மலேசியத்திலுள்ள மாநிலம் இதன் தலைநகரம் மலாக்கா. இப்பட்டினம் இக்காலகட்டத்தில் மிகப்பெரிய வாணிபப் பண்ட சாலையாயிருந்தது) அது சீனம் செல்லும் வழியில் வெகு விரைவிலேயே பெரிய பண்டசாலைத் துறைமுகமாக வளர்ந்து மலாக்கா பெற்றிருந்த மேன்மையைச் சிங்கப்பூர் அடைந்தது.

மலேயத்திற்கும் பர்மாவிற்கும் நுழைவாயிலாயும் சிங்கப்பூர் விளங்கியது. அவையிரண்டும் ஆங்கிலேயரின் கைக்கு வந்து சேரக் கிட்டத்தப்பட்ட ஒரு நூற்றாண்டாயிற்று. இறுதியில் 1885 வாக்கில் பர்மாவை ஆங்கிலேயர் அடைந்தனர். பிரிட்டனின் காப்பாட்சி அங்கு 1914 இல் வலுவாய் நிறுவப்பட்டது.

இந்தியத்தை 1815 வாக்கில் பிரிட்டிசார் முற்றிலும் அடிமைப்படுத்த வில்லையெனினும், பத்தொன்பதாம் நூற்றாண்டின் முற்பாதியில் அந்த இலக்கை எட்டுவதில் வெகுவாய் முன்னேறியிருந்தனர். மராட்டியர் 1819 இல் சரணடைந்தனர். சீக்கியரால் காக்கப்பட்டு வந்த பாஞ்சாலம் 1840-1850 காலத்தில் பிரிட்டிசாரால் வெல்லப்பட்டுவிட்டது.

இலங்கையும் 1818 இல் பிரிட்டனுக்கு அடிமையானது. ஆங்கிலேயர் அங்கு முதலில் கரையோரப் பகுதிகளைத்தான் கவர்ந்திருந்தனர். இலங்கைத் தீவின் நடுவிலிருந்த கண்டி தன்னுரிமை பெற்ற அரசாய்த்தானிருந்தது. இறுதியில் பிரிட்டிசார் இவ்வாண்டு படைகொண்டு சென்று கண்டி அரசரை அரியணையிலிருந்து இறக்கித் தமிழகத்து வேலூருக்குச் சிறைஞராய்க் கொண்டு சென்றனர்.

அல்புகுவர்க்கு பதினாறாம் நூற்றாண்டின் தொடக்கத்தில் நிகழ்த்திய வெற்றி வீச்சைப் பிரிட்டிசார் பத்தொன்பதாம் நூற்றாண்டின் முற்பாதியின் தொடக்கத்தில்,

கிட்டத்தட்ட மூன்று நூற்றாண்டுக்குப் பிறகு பிடித்து ஏறத்தாழ இரண்டு நூற்றாண்டுகள் வரை நீடித்த பேரரசை நிறுவினர்.

Toussaint, Auguste History of the Indian Ocean, translated from the French by guicharnaud, June. English, Edn. London. 1996.

(ஆ) பிரிட்டன் நன்னம்பிக்கை முனையைப் பெற்றது

பிரிட்டன் 1815 ஆம் ஆண்டு நடந்த வியன்னாப் பேரவையில் ஏற்பட்ட உடன்படிக்கையின் ஒரு பகுதியாய் டச்சுக்காரரிடமிருந்து நன்னம்பிக்கை முனையைப் பெற்றது. டச்சு உழவர்கள் பதினேழு, பதினெட்டாம் நூற்றாண்டுகளில் குடியேறிய நன்னம்பிக்கை முனைப் பகுதியில், பிரிட்டீசுக் குடியேறியர் தமது புதிய இல்லங்களை அமைப்பதற்காக இங்கு குடிபெயர வருகின்றனர்.

தென்னாப்பிரிக்கத்தின் கேப்பு தீவக் குறையிலுள்ள புயல் வீசும் இடத்திற்கு நன்னம்பிக்கை முனை என்று பெயர். இது கேப்பு டவுன் நகரின் தெற்கே சுமார் 50 கிலோ மீட்டரில் உள்ளது. போர்த்துக்கீசக் கடலோடியான பார்த்தலோமிய டயஸ் (Bartholomeu Dias 1450 - 1500) இந்த முனையை 1488 ஆம் ஆண்டில் கண்டு அதற்குப் புயல் முனை (Cape of Storms) என்று பெயரிட்டார். எனினும் ''இந்தியத்தைக் கண்டுபிடிப்பதற்கு இம்முனை நம்பிக்கையளித்ததால்'' இதற்கு நன்னம்பிக்கை முனை என்று போர்த்துக்கீச மன்னர் பெயரை மாற்றிவிட்டார்.

பிரிட்டன் நன்னம்பிக்கை முனைப் பகுதியை ஆறு மில்லியன் பவுனுக்கு விலைக்கு வாங்கியது.

(இ) பிரிட்டனில் தானிய இறக்குமதித் தடைச் சட்டம்

நெப்போலியப் போர்கள் முடிந்ததும் உயர்குடிப் பிரபுக்களின் தூண்டுதலால் தானிய இறக்குமதித் தடைச் சட்டங்கள் பிரிட்டீசு நாடாளுமன்றத்தில் 1815 ஆம் ஆண்டு நிறைவேற்றப்பட்டன. தானிய இறக்குமதிக்குத் தடை விதித்துவிட்டு, உள்நாட்டில் தானியங்களின் விலையையும். வேளாண்மை ஆதாயங்கள், வாரக் கூலிகள் ஆகியவற்றையும் அப்படியே உயர்ந்த மட்டத்திலேயே வைத்திருக்க வேண்டும் என்பது இதன் நோக்கமாகும். தானிய விலையில் ஆண்டுக்காண்டு ஏறுகால் இருந்து வந்தது. ஆனால் தானியப் பற்றாக்குறை ஏற்பட்ட காலத்தில் தானியங்களின் விலை வெகுவாய் உயர்ந்து விட்டது.

(ஈ) பிரிட்டனில் வருமான வரி நீக்கம்

பிரிட்டனில் 1815 ஆம் ஆண்டு வருமானவரி வாங்குவதை அரசு கைவிட்டது. இவ்வரி பின்னால் 1842 ஆம் ஆண்டு மீண்டும் அறிவிக்கப்பட்டது. (அறிமுகம்; இ.ச.க.தொகுதி-10: 1799-351)

5. இலக்கியம்

(அ) பஞ்சதந்திர, கீதோபதேசக் கதைகள் மராட்டியில்

திருமுழுக்குத் திருச்சபையின் சமயப்பரப்பியான வில்லியம் கேரி சம்ஸ்கிருதத்திலிருந்து பஞ்சதந்திரக் கதைகளையும் கீதோபதேசக் கதைகளையும் இவ்வாண்டு மராட்டி மொழியில் மொழி பெயர்த்தார்.

(ஆ) தமிழில் வான்மீகி இராமாயணம்

திருச்சிற்றம்பல தேசிகர் என்றவர் 1815-இல் வான்மீகி இராமாயணத்தைச் சமஸ்கிருதத்திலிருந்து தமிழில் மொழிபெயர்த்தார். இத் தமிழ் நூலின் பெயர் ''இராமாயணத்துற்ற காண்டக் கதை.''

(இ) மேலையுலகில் புனை கதை இலக்கியம்

சர். வால்டர் ஸ்காட்டு (*Sir Walter Scott : 1771-1832*) ஸ்காத்லந்திய வரலாற்றாலும் நாட்டார் கதைகளாலும் அகத்தூண்டுதல் பெற்று வீரகதைகளையும் கவிதைகளையும் புனைந்தவர். அவர் இவ்வாண்டில் *Guy Mannering, The Antiquary* என்ற இருபுதினங்களை எழுதினார்.

ஜேகபு லட்விகு காரல் கிரிம் (*Jakob Ludwing Karl Girmm 1785 - 1863*), அவரின் தம்பி வில்லம் காரல் கிரிம் (*Wilhelm Karl Girmm 1786 - 1859*) என்ற ஜெர்மன் மொழியியலாரும் நாட்டார் கதை ஆசிரியர்களும் சேர்ந்து எழுதிய கதைகள் *Kinder-Wand - Haurmashen* (கிரிம் சகோதரர்களின் தேவதைக் கதைகள்) 1812 முதல் 1822 வரை வெளிவந்தன. அவற்றுள் ஒரு தொகுதி 1815 ஆம் ஆண்டு வெளியானது.

அதில் டாம் தம் வரலாறு (*The History of Tom Thumb* = கட்டை விரலளவு டாமின் வரலாறு) லிட்டில் ரெட் ரைடிங்கு ஹூடு (*Little Red Riding-Hood*), புளூபியர்டு (*Bluebeard* - நீலத் தாடி), ஸ்நோ ஒயிட்டு அன் செவன் டுவார்ஃப்ஸ் (*Snow White and Seven Dwarfs* = பனிவெள்ளை அழகியும் ஏழு குள்ளர்களும்), தி ஸ்லீப்பிங்கு பியூட்டி இன் தி உட்ஸ் (*Teh Sleeping Beauty in the Woods* = காட்டில் உறங்கும் அழகி) ஆகிய பல கதைகள் இருந்தன. இக்கதைகள் யாவும் இதற்கு ஆயிரம் ஆண்டுகளுக்கு முற்பட்ட ஒரு சீன நூலில் இருந்தனவாம்.

6. இந்தியத்தில் கரும்பு விளைச்சல் மிகுதல்

தென்னிந்தியத்தில் கரும்பு விளைச்சலைப் பெருக்குவதற்குக் கிழக்கிந்தியக் கம்பெனி பதினெட்டாம் நூற்றாண்டின் இறுதியிலிருந்து மிகவும் முயன்று வருகின்றது. (இ.ச.க.தொகுதி- 10 : 1797 - கட்டுரை)

ஐரோப்பியர் அகலுலக விரிவினால் உலகின் பலபகுதிகளில் கிடைத்த காப்பி, தேயிலை, சர்க்கரை போன்ற இன்சுவைப் பொருள்களைத் துய்த்து மகிழக் கற்றுக் கொண்டனர். அதனால் அவர்கள் அப்பொருள்களைத் தேடிப் பயன் கொள்ளும் வேலையில் முனைந்தனர். அவற்றுள் தென்னிந்தியத்தில் கரும்பு விளைச்சலைப் பெருக்கும் பணியும் ஒன்றாகும்.

இவற்றின் பயனாய் இந்தியத்தில் கரும்பு விளைச்சல் 1815 ஆம் ஆண்டு மிகலாயிற்று. இத்துடன் பருத்தி, அவுரி ஆகியவற்றின் விளைச்சலும் பெருக்கப்பட்டது.

7. அமெரிக்கச் செய்திகள்

(அ) இந்துமாக் கடலில் அமெரிக்க வாணிபம்

நறுக்குத் தெரித்தது போல் விரைந்தோடும் குதிரை அல்லது மரக்கலத்தை ஆங்கிலத்தில் கிளிப்பர் (*clipper*) என்பர். அத்தகைய பாய்மரக் கப்பல்கள் இக்காலத்தில் மிகுந்த அளவில் உலகக் கடல்களில் ஊர்ந்து வந்தன. இந்துமாக்கடலில் பத்தொன்பதாம்

நூற்றாண்டில் பல்வேறு காரணங்களினால் கப்பல் கட்டும் தொழிலில் பெரிய விரிவாக்கம் ஏற்பட்டது. பிரஞ்சுப் புரட்சியின் போது நடந்த போர்களினாலும் நெப்போலியன் காலத்துப்போர்களினாலும் கப்பல்களில் ஏற்றிச் செல்லும் சரக்குகளின் அளவும் எடையும் குறைந்து போனதை ஈடுகட்ட வேண்டிய இன்றியமையாமை; சீனத்துடன் நடந்த வாணிபம் பெருகிவிட்டதால் நாட்டுக் கப்பல்களுக்கு ஏற்பட்ட கூடுதலான தேவையை நிறைவு செய்ய வேண்டிய கட்டாயம்; இந்திய-பர்மியத் துறைமுகங்களில் குறைந்த செலவில் கப்பல்கள் கட்டப்பட்டமை ஆகியன அக்காரணங்களுள் சிலவாகும்.

இது குறித்து இதுவரை செய்யப்பட்ட ஆய்வுகளிலிருந்து, பம்பாய், டாமன், கொச்சி, ஆந்திரத்திலுள்ள கொரிங்கா, கல்கத்தா, சிட்டகாங்கு, பேய்ப்பூர், இரங்கூன், பினாங்கு ஆகிய இந்துமாக்கடல் துறைமுகங்களிலெல்லாம் கப்பல் கட்டும் வேலைகள் வெகுமும்முரமாய் நடந்து வந்தன என்பது தெரிகின்றது. அங்கு பெரிதும் நாட்டுக் கப்பல்கள் மட்டுமே கட்டப் பெற்றன. அவை ஆயிரம் டன்னுக்கு மேல் சரக்கு ஏற்ற முடியாதவை. எனினும் அங்கு *1818* இல் வெள்ளோட்டம் விடப்பட்ட *1700* டன் எடைத்திறனுடைய ''வாரன் ஹேஸ்டிங்சு'' போன்ற சில கப்பல்களும் கட்டப் பெற்றன.

1815

இருப்பினும் இந்துமாக்கடலில் கப்பல் கட்டிய துறைகளினால் கடலோட்டத்திற்கு வேண்டிய கப்பல்களை கட்டித் தரமுடியவில்லை. அட்லாண்டிக்கிலிருந்த துறைகள் தாம் மிகப் பெரிய வணிகக் கப்பல்களை அளித்து வந்தன. அட்லாண்டிக்குக் கரையிலிருந்த இத்துறைகள் ஆங்கிலேயர்க்கும் ஐரோப்பியர்க்கும் மட்டுமே உரியனவன்று; அமெரிக்க ஒன்றியத்தின், குறிப்பாய் மசாச்சூசட்ஸ், மெயின் என்ற மாநிலங்களின் கரையோரப் பகுதிகளிலும் கப்பல் கட்டுந் துறைகள் இருந்தன. அங்கு பல கப்பல்கள் கட்டப்பட்டன.

ஜெஃபர்சன் *(Thoms Jefferson 1743-1826;* அமெரிக்கத்தின் மூன்றாவது ஆட்சித் தலைவர் *1801-1809)1807*ஆம் ஆண்டு விதித்த வாணிபத் தடையினாலும் இங்கிலாந்துடன் *1812-1815* காலத்தில் நடந்த சண்டையினாலும் அமெரிக்கத் துறைமுகங்களுக்கும் இந்துமாக்கடல் துறைமுகங்களுக்கும் இடையில் நடந்து வந்த வாணிபம் மந்தப்பட்டது. அவ்வாணிபம் *1815* ஆம் ஆண்டிற்குப் பிறகு வெகு வேகமாய் முடுக்கம் பெறலாயிற்று. அமெரிக்கக் கப்பல்கள் அடிக்கடி வந்தடைந்த கீழை நாட்டுத் துறைமுகங்களொடு கொச்சின் சீனத்தின் சைகோனையும் சேர்த்துக் கொள்ளலாம்.

(Saigon: இன்றைய வியத்துநாமின் பழைய பெயர் கொச்சின், சீனம், சைகோன் தென்வியத்துநாமில் உள்ளது அப்பட்டினம் *1976* ஆம் ஆண்டிற்குப் பிறகு ஹோச்சிமின் நகரம் என்ற பெயரைப் பெற்றுள்ளது. அது தென் சீனக் கடலில் சைகோன் ஆற்றின் கரை மீதுள்ளது.*)*

அமெரிக்கக் கிளிப்பர்க் கப்பல்கள் இந்தியத்திலும் இந்தோனேசியத்திலும் இருந்த துறைமுகங்களொடு, சீனத்தின் காண்டன், மகாவு துறைமுகங்களுக்கும் சென்றன. அவற்றுள் நன்னம்பிக்கை முனையும் மஸ்கரனே தீவுக் கூட்டமும் அடங்கும். நியூயார்க்கு, பாஸ்டன், சேலம், பால்டிமோர், ஃபில்டெல் ஃபியம் முதலிய அமெரிக்கத் துறைமுகங்களிலிருந்து இந்துமாக்கடலுக்கு அடிக்கடி கப்பல்கள் வந்தன.

அமெரிக்கர் சீனத்துடன் நடத்திய வாணிபத்தில் ஜின்செங்குக் கிழங்கு போதிய ஆதாயம் தராததால், அவர்கள் அக்கிழங்கைச் சுமிர்னாவிலிருந்து கொண்டு சென்றனர். *(Smyrna :* இது ஆசிய மைனரின் மேற்குக் கரையிலுள்ள பண்டை வாணிபப் பட்டினம். இதன் தற்காலப் பெயர் *Izmir)* இங்கிலாந்திற்கு அடுத்தபடியாய்ச் சீனத்திற்கு ஏராளமான கப்பல்களை அனுப்பிய நாடு அமெரிக்கமாகும். சீனத்தின் காண்டன் துறைமுகத்தில்

1833 - 1834 ஆம் ஆண்டில் *101* அமெரிக்கக் கப்பல்களும் *37* ஸ்பானியக் கப்பல்களும் *45* பிற நாட்டுக் கப்பல்களும் இருந்தன என்பதை ஆய்வுகள் காட்டுகின்றன.

அமெரிக்கருக்குக் கிழக்கத்தி வாணிபத்தில் ஏற்பட்ட ஏறுகால், இறங்குகால்களால் அவர்களுக்குப் பெரும் பாதிப்பு எதுவும் ஏற்படவில்லை என்று தோன்றுகின்றது. டாஸ்டன் பட்டினத்தைச் சேர்ந்த ஃபிரடரிக்கு டியூடர் *1833* இல் கல்கத்தாவிற்குப் பனிக்கட்டியை அனுப்பினார். அவர் முதலில் செய்து வந்த இந்த வாணிபத்தில் ஏற்பட்ட *2,50,000* டாலர் இழப்பை ஈடுகட்டும் விதத்தில் *1841* ஆம் ஆண்டுப் பனிக்கட்டி வாணிபம் போதிய ஆதாயம் தந்தது.

அமெரிக்கத்தின் மெட் ஃபோர்டு *(Medford)* மெரிமேக்கு *(Merriemac)* என்ற துறைகளில் இந்திய வாணிபத்திற்கென்று கட்டப்பெற்ற ''இந்தியமேன்'' *(Indiaman :* இந்தியத்துடன் வாணிபம் புரிந்த மிகப்பெரிய சரக்குக் கப்பல்) என்ற கப்பலைக் கட்டியவர்கள், தேம்சின் கரையில் கட்டப்பெற்ற இந்தியமேன் கப்பல்களை மிகவும் தாழ்வாய்க் கருதினர். கிழக்கிந்தியக் கம்பெனி *1833* வாக்கில் வாணிபச் சலுகைகளை இழந்ததும் இந்தியமேன் கப்பல்கள் இந்து மாக்கடலிலிருந்தே மறைந்தன.

(ஆ) அமெரிக்க மக்கள் தொகை 83.5 இலட்சம்

அமெரிக்க ஒன்றியத்தின் மக்கள்தொகை *1815* இல் *83.5* இலட்சமானது. இத்தொகையில் *80* சதத்தினர் நியூயார்க்கிலும் கரையோர மாநிலங்களிலும் வாழ்ந்தனர். ஏனையோரில் பெரும்பான்மையர் ஒகையோ, கெண்டக்கி, டென்னசி ஆகிய மாநிலங்களிலும் வாழ்ந்தனர். மிசிசிப்பி ஆற்றுவெளியில் மக்கள் இங்குமங்குமாய் இருந்தனர்.

அமெரிக்கத்தின் சமூகத் தலைநகரான ஃபிலடெல்ஃபியத்தில் *75,000* பேரும் நியூயார்க்கில் *60,000* பேரும் பால்டிமோரில் சுமார் *30,000* பேரும் பாஸ்டனில் *25,000* பேரும் இருந்தனர்.

8. தொலைக் கிழக்கில் கடற்கொள்ளையும் அடிமை வாணிபமும் தொலைக் கிழக்கு

தொலைக்கிழக்கு *(The Far East)* என்ற நிலவியல் பிரிவு இந்துமாக்கடலின் மேற்கிலிருந்து தொடங்கிப் பசிபிக்கின் கரையிலிருக்கும் கிழக்குச் சைபீரியம் வரை நீள்வது. தாய்லந்து, இந்தோசீனம், சுமத்திரா, மலேயம், போர்னியோ, சாரவா, செலிபஸ், பிலிப்பைன், சீனம், கொரியம் இவற்றையடுத்த எண்ணற்ற தீவுகள் உள்படக் கிழக்காசிய நாடுகளைச் சுட்டும் பொதுப் பெயராய் அது இன்று வழக்கிலுள்ளது.

இப்பகுதி வெகு தொன்மையான காலத்திலிருந்து மேற்கில் இந்தியத்துடனும் குறிப்பாய்த் தமிழகத்துடனும் வடகிழக்கில் சீனப் பெரு நிலத்துடனும் வாணிப, சமய, பண்பாட்டு உறவுகளைக் கொண்டிருந்தது. இப்பகுதியிலிருந்து சுமார் ஆயிரம் ஆண்டுகளுக்கு முன்னர் கிளம்பிய மக்கள் பசிபிக்குக் கடலில் நெடுந்தொலைவு சிறு படகுகளில் துணிந்து சென்று பரந்த கடற்பரப்பிலுள்ள பாலினிசியம் எனப்படும் தீவுத் திரள்களெங்கும் குடியேறினர். அவர்கள் தென்னமெரிக்கம் வரை சென்றனர் என்பது தொல்லியலார் கருத்தாகும்.

பதினாறாம் நூற்றாண்டிற்குப் பிறகு மணக்காரப் பொருள்களை மோப்பம் பிடித்துவந்த போர்த்துக்கீசர், டச்சுக்காரர், பிரஞ்சுக்காரர், ஆங்கிலேயர் என்ற ஐரோப்பியருடன் இப்பகுதி நெடுங்காலமாய்த் தொடர்பு கொண்டிருந்தது. அப்பகுதியில்

பத்தொன்பதாம் நூற்றாண்டில் கடற்கொள்ளையர் மலிந்திருந்தனர். அவர்கள் அடிமை வாணிபத்திலும் ஈடுபட்டனர்.

கடற் கொள்ளையர்

தொலைக் கிழக்குக் கடல்களில் திரிந்த மலேசிய, சீனக் கடற்கொள்ளையர் பத்தொன்பதாம் நூற்றாண்டின் தொடக்க காலத்தில் மிகுந்த உச்ச நிலையில் கொடிகட்டிப் பறந்தனர். அவர்கள் நினைத்ததுமே பத்தாயிரக் கணக்கான ஆள்களையும் பெரியனவும் சிறியனவுமான எண்ணற்ற மரக்கலத் தொகுதிகளையும் ஒரே நாளில் திரட்டிவிடுவர்.

இக் கொள்ளையருள் மலேயத் தீவக்குறையைச் சேர்ந்த மலேயர், இன்று சாரவா *(Sarawa)* எனவே வழங்கும் பகுதியில் ஓடும் சேக்கரங்கு *(Sekrang)*, சரபஸ் *(Sarabas)* ஆற்றுப் பகுதிகளைச் சேர்ந்த தலை வேட்டையரான கடல் தயாக்குகள் *(Sea Dayaks)*, பிலிப்பைனுக்கும் போர்னியோவிற்கும் இடையிலுள்ள சுலு தீவுக் கூட்டத்தினரான துணிச்சல் மிக்க, ஈவு இரக்கமற்ற பாலனினியர் *(Balanini* பாலனினியர் பிறரிடம் சிறைப்படுவதை விடச் செத்து மடிவதையே விரும்பினர்;) பிலிப்பைன் தீவுகளின் தென்மேற்கிலுள்ள மிண்டானோவைச் சேர்ந்த இல்லனன்கள் *(Illanun* மலேயக் கடற்கொள்ளையரிலேயே மக்கள் இல்லனன்களுக்குத்தான் பெரிதும் அஞ்சினர்;) கடைசியாய், மனம் சிறிதும் துணுக்குறாத கொலை பாதகர்களான சீனர் என்ற கொடியோர் அடங்குவர். கடற்கொள்ளையரில் கொடிய குருதி வெறிபிடித்தவர்களில் தொலைக் கிழக்குக் கொள்ளையரைப் போன்றோர் வரலாற்றில் வேறெவரும் இருந்திலர்.

அவர்களிடம் உளவு பார்க்கவும் போக்குக் காட்டிச் சிக்க வைக்கவும் கூடிய சிறு குடைவு படகுகளிலிருந்து, அடிமைகளைக் கொண்டு துடுப்புப் போட்டுச் செலுத்துகின்ற இல்லனன், பாலனினியரின் நீளமான பெராகு *(Perahu)* என்ற பெரிய மரக்கலங்கள், வெகு வேகமாய் இயங்கவல்ல சீனரின் ஜங்கு எனப்படும் கப்பல்கள் வரையிலும் பலவகையான மரக்கலங்கள் இருந்தன. பெரிய படகுகள் அனைத்திலும் சுழன்றியங்கும் பீரங்கிகள் இருந்தன; கருமருந்தைக் கெட்டித்த ''நாறுங் குண்டு'' அல்லது ''நாற்றப் பானை'' என்ற ஒரு வகைக் குண்டுகள் அவர்களிடம் இருந்தன. அவர்கள் ஈட்டி, கிரிஸ் *(Kris)* என்ற குத்துவாள், வாள், மலேய மஸ்கட்டுத் துப்பாக்கி, கோடாரி, குத்தீட்டி, சீனரின் சக்கி முக்கித் துப்பாக்கி, இருபுறமும் கைபிடிகளையுடைய கொடுவாள் என்று பலவகைப் படைக்கலன்களை வைத்திருந்தனர்.

அவர்கள் தொலைக் கிழக்கு கடல்களெங்கும் திரிந்து அங்கு நடமாடிய வாணிபக் கப்பல்களையெல்லாம் இரக்கமின்றிக் கொள்ளையடித்துவிட்டுச் சிறு சிறு தீவுகளிலும் கடலிடுக்குகளிலும் சுரபுன்னை மரங்களின் மறைவிலும் ஒளிந்து கொண்டு தப்பினர். அவர்கள் கப்பல்களிலிருந்து பண்டங்களைக் கொள்ளையடித்ததுடன், அவற்றிலிருந்த ஆள்களையும் சிறைப்பிடித்து அடிமைகளாய் விற்றனர். அவர்களுக்கு இப்பகுதியிலிருந்த சிற்றரசர்களும் பிரபுக்களும் ஆதரவாயிருந்து புகலிடமும் பிற உதவிகளும் தந்தனர்.

பதினாறாம் நூற்றாண்டு தொடங்கிப் பத்தொன்பதாம் நூற்றாண்டு வரையிலுமுள்ள காலத்தில் ஐரோப்பியரின் வாணிபம் உலகக் கடல்களெங்கும் வளர்ந்தோங்கியதைப் போன்று தொலைக்கிழக்கின் சீனக் கடலிலும் செழித்திருந்தது. அதனால் இக்கடல்களில் கடற் கொள்ளையர் புது ஊக்கம் பெறத் தொடங்கிவிட்டனர். (உலகக் கடல்களெங்கும் கலக்கித் திரிந்த கடற்கொள்ளையரையும் தம் நாடுகளின் இசைவு பெற்று எதிரி நாட்டுக் கப்பல்களைக் கொள்ளையடிப்பதற்கு வந்தவர்களையும் *(privateer)* இக்களஞ்சிய வரிசையில் பல இடங்களில் சொல்லி வந்திருக்கின்றோம்.)

கடற்கொள்ளை என்பது இயல்பான வாழ்க்கை போலும் ஏற்றுக் கொள்ளப்பட்ட ஒரு தொழில் போலும் தொலைக்கிழக்கில் ஆனது. ஏனெனில் ஜாவாவிலிருந்த மலேயருக்கும், குறிப்பாய் இளம் பிரபுக்களுக்கும் பணத் தேவை மிகுந்த பெரிய புள்ளிகளுக்கும் கடற்கொள்ளை என்பது மதிப்பும் கௌரவமும் வாய்ந்த தொழிலாய் விட்டது.

கடற்கொள்ளையர் கடலில் கப்பல்களைக் கொள்ளையடித்ததுடன், கரையோரமாயிருந்த சிற்றூர்களையும் ஆற்றங்கரை ஊர்களையும் சூறையாடினர். அவர்கள் அங்கிருந்த மக்களைப் பிடித்து இளவரசர்களுக்கும் தலைவர்களுக்கும் அடிமைகளாய்க் கொடுத்துவிட்டு, அதற்கு மாற்றாய் அவர்களிடமிருந்து படைக்கலன்களையும் வெடிமருந்துகளையும் வாங்கிக் கொண்டனர்.

கடற்கொள்ளையரான இல்லனன்களுக்குப் பிலிப்பைனின் மிண்டானோ அருகிலுள்ள சுலுத் தீவு மிகப்பெரிய அங்காடியாய் இருந்து வந்தது. அங்கு நீர்த்துறைகள் நெடுகிலும் மரக்கால்களை நீரில் ஊன்றி அவற்றின்மேல் கட்டப் பெற்ற மரவீடுகள் இருந்தன. இங்கு கூடிய மாபெரும் சந்தைக்குப் பெரும் பிரபுக்களும் வணிகரும் தென்கிழக்காசிய மெங்கிலுமிருந்து வந்தனர். சுலு இழிபெயர் பெற்ற தீவாய் இருந்தது; அது தொலைக் கிழக்கிலேயே பெரிய அடிமைச் சந்தையாய் விளங்கிற்று.

கிழக்கிந்தியக் கம்பெனி ஊழியரான ஜான் ஹண் (*John Hunt*) சுலு தீவில் 1815 ஆம் ஆண்டு ஆறு மாதம் தங்கியிருந்தார். (*Sulu Archipalago* : இது இன்று பிலிப்பைன்களைச் சேர்ந்த தீவுத்திரள். இதில் 400 தீவுகள் உள்ளன; மேலும் பெயரிடப்படாத் தீவுகள் பலவும் அங்குண்டு. இவை சுலு கடலில் உள்ளன. இங்கு திரிந்த கடற்கொள்ளையருக்கு மோரோ என்று பெயர்) கடற்கொள்ளையர் அனைவரும் திரட்டிவந்த கொள்ளைப் பொருள்களைக் குவிக்கும் இடமாய்ச் சுலுத் தீவு இருந்தது. கொள்ளையர்களை அரவணைத்துக் காப்பாற்றும் இடமாய்ச் சுலுத் தீவு இருந்ததென்று ஹண் கூறியுள்ளார்.

சுலுத்தீவின் மக்கள் கடற்கொள்ளையில் ஈடுபடுவதில்லை. ஆனால் அவர்களை ஆண்டு வந்தவர் கொள்ளைப் பொருளில் 25 சதத்தைப் பெற்றுக் கொண்டு கொள்ளையருக்கு வேண்டிய பொருள்களை அளித்து வந்தார். அங்கு அடிமைகளையும் கொள்ளைப் பொருள்களையும் ஏற்றிக் கொண்டு நாள்தோறும் பெராகுகள் (கப்பல்கள்) வந்த வண்ணம் இருந்தன. ஹண் அங்கிருந்த காலத்தில் விற்பனைக்கென்று சுமார் 1000 அடிமைகள் கொண்டு வரப்பட்டனர் என்று கூறியுள்ளார்.

உலகின் பிற பகுதிகளில் அடிமை முறையும் அடிமை வாணிபமும் ஒழிக்கப்பட்டு வந்த இந்தக் காலத்தில் நாகரிக நாடுகளெல்லாம் இந்த இழி தொழிலைக் கைவிட்டு மனந்திருந்தி வந்த நேரத்தில், தொலைக்கிழக்கில் அடிமை வாணிபம் செழித்திருந்தது.

ஐரோப்பியர், குறிப்பாய்ப் பிரிட்டிசார் தம் வாணிப நலன்களுக்கும் பேரரசப் பெருவிரிவிற்கும் இடையூறாய் வந்து நின்ற பிண்டாரியர், தகியர் ஆகிய கொடியவர்களை இந்தியத்தில் ஒழித்ததைப் போல, தொலைக்கிழக்கில் தங்கு தடையின்றி நடமாடி வாணிபக் கப்பல்களைக் கொள்ளையடித்தும் மக்களைச் சிறைப்பிடித்தும் வந்த மலாய் - சீனக் கடற்கொள்ளையரைப் பூண்டோடு ஒழிக்கும் பணியில் பத்தொன்பதாம் நூற்றாண்டின் இக்காலத்தில் முழு மூச்சாய் ஈடுபட்டனர்.

பிரிட்டனின் இராயல் கடற்படையின் கடற்கொள்ளை ஒழிப்புப் பணி அவ்வளவு எளிதாயிருக்கவில்லை. மலாய்த் தீவக்குறை, போர்னியோ, சீனக் கடற்கரைப் பகுதி,

பிலிப்பைன் இங்கெல்லாம் கடற்கொள்ளையரை ஒழிப்பதற்காகப் பத்தொன்பதாம் நூற்றாண்டின் இரண்டாம் பத்தில் ஆலந்து, ஸ்பெயின், ஆகிய நாடுகள் மேற்கொண்ட முயற்சியில் பிரிட்டனின் இராயல் கடற்படையின் பங்கு பணி பெரிதாயிருந்தது.

எனினும் தொலைக்கிழக்குக் கடல்களிலிருந்து கடற்கொள்ளையரை அவர்களால் முற்றிலும் ஒழிக்க முடியவில்லை. அங்கு அப்போதைக்கப்போது கடற்கொள்ளை நடந்து கொண்டேயிருந்தது. கிழக்குச் சீனத்திலுள்ள ஷாங்காய்ப் பட்டினத்திற்கும் சிங்கப்பூருக்குமிடையே சென்று வந்த கப்பல்கள் 1930 ஆம் ஆண்டு சீனக் கடற்கொள்ளையரின் தாக்குதலுக்கு இலக்காகி வந்தன. மலேசியப் பகுதியில் மிக அண்மைக் காலத்திலும் கடற்கொள்ளை நடந்தது. சான்றாக இன்று சபா என வழங்கும் வடபோர்னியோவின் கிழக்குக் கரையிலுள்ள சம்பூரண (*Samporna*) என்ற நகரியம் 1954 மார்ச்சில் கடற்கொள்ளையரால் தாக்கிக் கொள்ளையடிக்கப்பட்டது. பிலிப்பைனின் ஒரு தீவிலிருந்து வந்த கொள்ளையர் இத்தாக்குதலை நடத்தினர். வட போர்னியோவிலும் மலாக்கா நீரிணையிலும் 1962, 1963 ஆம் ஆண்டுகளில் கடற்கொள்ளையர் தாக்கினர். அங்கு இன்றும் (1997) கடற்கொள்ளை நடந்து வருகின்றது.

Miller, Harry, Pirates of the Far East, London, 1970.

1815

9. உருவில் சிறுத்து வீரத்தில் பெருத்த கூர்க்கர்

கூர்க்கர் எனப்படும் மறக்குடியினர் உலகின் ஒரே இந்து முடியரசான நேபாளத்தில் பெரிதும் வாழ்கின்றனர். அவர்கள் பிராமணர், இரசபுத்திரர் கலப்பில் தோன்றிய குடியினர் என்பர். இம்மக்கள் இமயத்தின் அடிவாரத்தில் வாழ்கின்றனர். கூர்க்கர் தொடக்கத்தில் ஆங்கிலேயரை எதிர்த்துப் பெரு வீரத்துடன் போரிட்டனரெனினும் இறுதியில் 1815 ஆம் ஆண்டு பிரிட்டீசுப் படையில் சேர்ந்துவிட்டனர். அது குறித்த ஓர் ஒப்பந்தம் இந்த ஆண்டு கையெழுத்தானது.

உருவிற் சிறிய கூர்க்கர் அக்காலத்திலிருந்து மனித ஆற்றலை மிஞ்சி நிற்பவர்கள் என்ற தனிச் சிறப்பைப் பல போர்க் களங்களில் பெற்றுவந்துள்ளனர். அவர்கள் தற்காலத்தில் மிகச்சிறந்த காலாள்படை வீரராய் விளங்குகின்றனர்.

கூர்க்கர் 160 செண்டி மீட்டர் - 5 அடி 3 அங்குல உயரம் தானிருப்பர். அவர்கள் அலுக்காமல் சலிக்காமல் நடந்தே முன்னேறும் வீரர்கள். குறி தவறாமல் சுடக் கூடியவர்கள். அஞ்சாமைக்கு இலக்கணமாய் விளங்கும் மறவர்கள்.

நேபாள வரலாறு

நேபாளம் வெகு தொன்மையான காலத்திலிருந்து லிச்சாவியர், மல்லர் ஆகிய குலத்தாரின் வழியே இந்தியத்துடன் தொடர்புகொண்டிருந்தது. இவ்விரு குலத்தாரும் ஆரியர் வருகைக்கு முன்னரே கங்கைவெளியிலும், மலைப்பகுதிகளிலும் வாழ்ந்திருந்தனர். லிச்சாவியர் வைசாலியைத் தலைநகராய்க் கொண்டு ஆண்டனர். புத்தர் நேபாளத்தில் பிறந்தார் என்பதனால் அசோகர் அங்கு புனிதப் பயணம் மேற்கொண்டார். இதன் பிறகு அங்கிருந்த சிற்றரசர்கள் இந்தியத்திற்கு வந்தனர். அவர்கள் குப்தர் குடியினருடன் தனிச்சிறப்பு வாய்ந்த உறவு வைத்திருந்தனர். குப்தர் குடியின் முதல் மன்னர் லிச்சாவி குடி இளவரசியை மணந்திருந்தார்.

அதன் பிறகு, ஒரு காட்டுக் குலத்தார் லிச்சாவி குடியினரை நேபாளத்தில் தோற்கச் செய்தனர். லிச்சாவியரை வென்ற படைத் தலைவரான அசுர வர்மன் (இ. 642) லிச்சாவி

அரசரை வெறும் ஆன்மிகத் தலைவராக்கி விட்டுத் தான் அரசரானார். இராணாக்கள் நேபாளத்தில் இதைத்தான் பிற்காலத்தில் பின்பற்றினர். எனினும் நேபாளம் திபேத்தின் அரசரான நாமரி சுரோன்பஸ்டனின் (*Gnamri Sronbstan*) தாக்குதலை எதிர்த்து நிற்க முடியாமற் போனது. அவர் நேபாளத்தை அடக்கித் திபேத்தின் மேலாண்மைக்குக் கீழே கொண்டு வந்தார். நேபாளம் 879 ஆம் ஆண்டில் தான் விடுதலை பெற்றது.

மிதிலையின் (*Tirhut*) இந்து அரசர்கள் முஸ்லிம்களின் நெருக்குதலைப் பொறாது நேபாளத்திற்குச் சென்று காத்மாண்டு இளவரசர்களின் பாதுகாவலராயிருந்தனர். பழைய மல்லர் குடியின் ஓர் அரசர் 1376 இல் இருந்து பல சிற்றரசுகளை இணைத்துப் பெரிய அரசாக்கினார். முஸ்லிம்களால் இரசபுதனத்திலிருந்து விரட்டப்பட இரசபுத்திரர் வந்து சேர்ந்தது வரையில் அங்கு ஆட்சியுரிமை குறித்து உள்சண்டைகள் நடந்து வந்தன. அவர்கள் 1769 இல் கூர்க்கத்தை வென்று நாட்டை ஒன்றுபடுத்தினர். (இ.ச.க. தொகுதி-7:1769 - கட்டுரை)

கூர்க்கர் வரலாறு

கூர்க்கரின் வரலாறு பதினெட்டாம் நூற்றாண்டிலிருந்துதான் தொடங்குகின்றது. முகலாயர் தம் ஆதிக்க எல்லைகளை விரிப்பதற்காக அப்போதைக்கப்போது இந்தியத்தில் போர் செய்து வந்தனர். அப்போது இரசபுத்திர ஆண்டையரை, இன்று நேபாளம் என்று அறியப்படும் மலைநாடு வரையிலும் துரத்தி விட்டனர். இரச புத்திரர் அங்கு போக்கர, கூர்க்க என்ற இடங்களைச் சுற்றிய பகுதிகளைப் பிடித்துக் கொண்டு, அங்கு வாழ்ந்த குருங்கர், மகர் என்ற மக்களையும் தம் சமூக அமைப்பினுள் இணைத்து, அவ்வினத்தாரைத் திரட்டி ஒரு படையை உண்டாக்கினர்.

அப்படையினர் இரசபுத்திரத் தலைவர்களின் கீழ் நேபாளத்தின் குறுக்கே கிழக்கு நோக்கிப் பாய்ந்து சென்று, காத்மாண்டுப் பள்ளத்தாக்கிலிருந்த மிகச் செழிப்பான நேவார் முடியரசுகளை 1767 ஆம் ஆண்டு வெற்றி கொண்டனர். கூர்க்கர் இவ்வெற்றியைத் தொடர்ந்து 1769 வாக்கில் நேபாளத்தைத் தம் ஆட்சியின் கீழ் கொண்டு வந்தனர். (நேபாளம் 1769 ஆம் ஆண்டு ஒரே நாடாய் உருப்பெற்ற செய்தி இ.ச.க. தொகுதி-7 : 1769 - கட்டுரையில் சொல்லப்பட்டிருக்கின்றது)

இங்ஙனம் பல சிற்றரசுகளைக் கொண்டு ஒரே நாடாய் அமைந்த நேபாள அரசிலிருந்த சிற்றரசர்கள் நாட்டின் மீது பற்றுக் கொள்வதை விடுத்துத் தத்தம் குடியின் மீதே ஆழ்ந்த பற்று வைத்திருந்தனர். ஆதலால் மைய ஆட்சியைப் பிடித்து அரியணை ஏறுவதற்காக அவர்களிடையில் பல போட்டிகளும் சூழ்ச்சிகளும் நடந்து கொண்டேயிருந்தன. அங்கு இந்நிலை நீடித்து வந்ததாலும், ஆங்கிலேயர் நேபாளத்தை வெற்றி கொள்ள உறுதி பூண்டதாலும், ஆங்கிலேயருடன் நடந்த போரில் தாக்குப் பிடிக்க முடியாமற் போகவே கூர்க்கர் இறுதியில் பணிய நேர்ந்தது.

பிரிட்டிசார் பத்தொன்பதாம் நூற்றாண்டின் முதற் கட்டத்தில் நேபாளத்தின் மீது படையெடுக்கத் தொடங்கினர். நேபாளத்திற்கும் பிரிட்டீசு இந்தியத்திற்குமிடையே 1814 தொடங்கி 1816 வரையிலும் சண்டை நடந்தது. இச்சண்டைகளின் போது இருதரப்பினரும் ஒருவர் மீது மற்றவர் பரிவு காட்டும் வகையில் நெடுகிலும் நடந்து கொண்டனர். கூர்க்கர் பிரிட்டிசாரைத் துப்பாக்கியால் ஒடுக்கிக் குக்கிரி என்ற வளைந்த சிறு உடைவாளைக் கொண்டு வெட்டித் தள்ளிய நேரத்தில் கூட, அவர்கள் மீது நாகரிகப் பரிவு காட்டியே வந்தனர்.

ஓரிடத்தில் கொலை பாதகமான சண்டை நடந்து கொண்டிருந்தது. அப்போது ஒரு கூர்க்க வீரர் தன்னைப் பத்திரமாய்ப் பிரிட்டீசு அணிக்குள் நுழைய விடுமாறு சைகை செய்தார். அவரது தாடை துப்பாக்கிக் குண்டினால் உடைந்திருந்தது. அவர் தனக்கு மருத்துவ உதவி வேண்டும் என்று பிரிட்டிசாரிடம் கேட்டார். அதைப் பற்றி ஓர் இணைத் தளபதி இங்ஙனம் எழுதி வைத்திருக்கின்றார்:

''அவருக்குப் பண்டுவம் பார்த்ததும், அவர் குணமடைந்தார். அவரை மருத்துவமனையை விட்டு அனுப்பிய நேரத்தில், மீண்டும் சண்டை செய்வதற்காகத் தன்னைத் தன் அணியிடம் திருப்பியனுப்பும் படி கேட்டுக் கொண்டார். போரின் போது காட்டப்படும் பெருந்தகைமையையும் பிறரை மதிக்கும் பண்பையும் வெளிப்படுத்தும் வகையில் அந்தக் கூர்க்கரின் வேண்டுகோள் இருந்தது. அவர் வீரன் என்ற முறையில் தன் கடமையைச் செலுத்த வேண்டுமென்று எண்ணினார்.''

கூர்க்கர் என்ற பெயர்

கூர்க்க என்ற சிற்றூரின் பெயரால் இம்மக்கள் தம்மைக் கூர்க்கர் என்றழைத்துக் கொள்கின்றனர்.

1815

பிரிட்டிசார் கூர்க்கரை 1815 ஆம் ஆண்டு தோற்கடித்த பிறகு, கூர்க்கர் படையிலிருந்த வீரர்களைத் தம் படையில் சேர்த்துக் கொள்வது பற்றிய ஒரு மரபை உண்டாக்கினார். ஆனால் அதற்கடுத்த மீண்டும் சண்டை மூண்டது.

கூர்க்கர் பிரிட்டிசார் மீது வைத்திருக்கும் மாறாத பற்றை வெளிக்காட்டும் வாய்ப்பு அவர்களுக்குப் பத்தொன்பதாம் நூற்றாண்டின் நடுவில்தான் கிடைத்தது.

அப்போது 1857 இல் நடந்த படைவீரர் புரட்சியின் போது, கோட்டையில் ஏற்பட்ட விரிசலை நோக்கி உயிரையும் மதியாது கூர்க்கர் முன்னேறிப் பாய்ந்தனர். அவர்கள் டெல்லியிலிருந்த புரட்சிக்காரரைச் சிறைப் பிடிக்க உதவினர். இலட்சுமணபுரி என்ற லக்னோவில் பத்தாயிரம் கூர்க்கர் கூடி, இந்தியத் துணைக் கண்டத்தில் பிரிட்டிசாரின் ஆட்சியை நிலை நிறுத்த உதவினார்.

கூர்க்கர் இங்ஙனம் படைவீரர் புரட்சியின்போது மட்டுமின்றி, வசீரித்தானம், ஈராக்கு, கைபர்க் கணவாய் முதலிய இடங்களில் நடந்த சண்டைகளிலும் முதல், இரண்டாம் உலகப் போர்களிலும் இந்தியப் பிரிவினையின் போதும் மலேயம், ஜாவாப் பகுதிகளில் பயங்கரவாதி களை ஒடுக்குவதற்காக எடுத்த நடவடிக்கைகளிலும் மாசு மருவற்ற துணிச்சலுடன் போரிட்டு வந்திருக்கின்றனர்.

கூர்க்கர் மாபெரும் பிறவிப் போர் மறவராய் ஏன் விளங்குகின்றனர் என்பது, ஒருவர் அம்மக்கள் வாழும் நேபாளத்தைச் சுற்றிப் பார்க்கும்போது தெளிவாய்த் தெரியும்.

நேபாளம் ஒருபக்கமாய் சாய்ந்திருக்கும் நாடு. இமய மலையின் கிழக்குப் பக்கத்தில் குறுகிய நீள் சதுர வடிவில் இந்நாடு அமைந்துள்ளது. அதன் வட எல்லை உயர்ந்த மலைப் பகுதிகளை ஒட்டியே செல்கின்றது. இந்த எல்லைப் பகுதிக்கு ''உலகின் கூரை'' என்று பெயர். இங்குதான் உலகில் உயர்ந்த எவரஸ்டு மலை முகடு உள்ளது. அதன் உயரம் 8848 மீட்டர் - 29,028 அடி.

இந்நீள் சதுரப் பரப்பின் அகலம் 160 மீட்டர் - 100 மைல் மட்டுமேயாம். வடக்கே கிறங்கவைக்கும் உயர்ந்த மலைகள் சீன எல்லையொடு அமைந்துள்ளனவெனினும்,

தெற்கில் அது இந்தியத்துடன் கொண்டுள்ள எல்லைப் பகுதியில் மலையின் உயரம் 100 மீட்டர் - 330 அடி மட்டுமேயாகும்.

நேபாளம் உலகின் மிக வறிய நாடுகளுள் ஒன்றாய் உள்ளது. அம்மக்களில் பத்தில் ஒன்பதுபேர் நிலத்தில் பாடுபடும் குடியானவர்களாயும் வேளாண்மைக் கூலிகளாயும் வாய்க்கும் கைக்கும் எட்டாத வாழ்க்கை வாழ்கின்றனர். ஐந்தில் ஒருவருக்கு மட்டுமே எழுதப் படிக்கத் தெரியும். அவர்களுக்கு ஓராண்டில் தலைக்குச் சராசரியாய்க் கிடைக்கும் வருவாய் சுமார் 2,600 ரூபாய் ஆகும். அதாவது ஒரு நாளில் ஏழேகால் ரூபாய் மட்டுமே சம்பாதிக்கின்றனர்.

இந்நாட்டின் அரசியலும் நில அமைப்புமே இக்கொடிய வறுமைக்குக் காரணமாகும். இது நாற்புறமும் மலைகளால் சூழப் பெற்ற மலைநாடு. அங்கு இயற்கை வளங்களோ, பொருளாக்கத் தொழில்களைத் தொடங்கும் வாய்ப்புகளோ சிறிதும் இல்லை. அது வாழ்வதற்கு மிகவும் கடினமான நாடாகும். கூர்க்கர் பிறந்தநாளிலிருந்து கடைசியாய்க் கண்மூடும் நேரம் உயிரொடு போராடும் பயிற்சிக் களமாகவே நேபாளம் இன்னும் இருந்து வருகின்றது.

அங்கு ஒவ்வொரு குன்றும், அது எத்தனை செங்குத்தாயிருந்தாலும், அதை நல்ல முறையில் சரிவு செய்து, அடுக்கு நிலமாக்கி வேளாண்மைக்குப் பயன்படுத்துவதைக் காணலாம். அங்கு நெல், கோதுமை, பார்லி முதலியன விளைகின்றன. சரிவுகள் மேய்ச்சல் நிலங்களாயும் விளங்குகின்றன.

எகிப்தின் பிரமிடுகளை மிஞ்சும் வகையில் பொறியியல் அருஞ்செயல்களும் மனித உழைப்பும் நேபாளத்தில் சிறப்பாய் உள்ளன. மாரிக்காலம் வரும்போதெல்லாம் அடுக்கு வரிசை நிலங்களை மழைநீர் அரித்துச் சென்றுவிடும். அங்கு வாழ்கின்ற மலை மக்கள் இப்படி நேர்கின்ற ஒவ்வொரு முறையும் அடுக்கு நிலங்களை மீண்டும் தம் வெறுங்கையாலே கொத்திப் பண்படுத்தி நிலந் திருத்திப் பயிர் செய்கின்றனர்.

கூர்க்கர் மிகுந்த வலிமை வாய்ந்தவர்களாயிருக்கின்றனர். ''சுமை தூக்கியான மகர் வகுப்பு வீரர் ஒருவர் 110 கிலோ கிராம் எடையுள்ள சுமையைத் தோளில் வைத்துக் கொண்டு எவரெஸ்டுப் பகுதியில் 3600 மீட்டர் உயரம் ஏறியதைக் கண்டதாய் ராபு ஷூல்திர் என்றவர் கூறுகின்றார். அந்தச் சுமை தூக்கிக்கு உடல் வியர்க்கவேயில்லை. ஒரு சுமைதூக்கி நேபாளத்தில் சுமார் 35 கிலோ கிராம் எடையைத் தான் சுமக்கின்றார். மேற் சொன்ன மகர் சுமைதூக்கியோ அதைப்போல் மூன்று மடங்கு எடையுள்ள சுமையைத் தூக்கிச் சென்று, ஒரு கூலிக்காரருக்குக் கிடைக்கும் ஒருநாள் கூலியான 25 ரூபாயைப் போல் மூன்று மடங்காய் 75 ரூபாயைப் பெற்றார்.

கட்டழகுப் பெண்டிர்

மலைப் பெண்டிரும் ஆடவரைப் போல் வலிமை மிக்கவர்களாயிருக்கின்றனர். அவர்களும் ஆண்கள் சுமக்கின்ற அதே கனமான சுமையைத் தூக்குகின்றனர். முதுகை முறிக்கும் கடினமான வேலைகளை அவர்களும் செய்கின்றனர். அப்பெண்களில் பலர் பேரழகியராயிருக்கின்றனர். அவர்களின் கன்ன எலும்புகள் தூக்கலாய் உள்ளன. கண்களில் கவர்ச்சி மின்னுகின்றது. நவநாகரிக உலகின் மேலுயர் தலைநகரங்களான பாரிஸ் அல்லது மிலானில் புதுப்பாணி ஆடைகளை அணிந்து ''பூனை நடை'' எனப்படும் நெடுநடு நடைமீது பூனை உலாவரும் மாடல் அழகியரைப் போன்று கூர்க்கக் குமரியர் காணப்படுகின்றனர்.

களமிறங்கும் வீராங்கனைகள்

இத்தகைய கட்டெழுகுப் பதுமையர் அரிந்த நெல்லைக் கட்டுவதும் நெல், மண்ணெண்ணெய், முதலியவற்றைச் சுமந்து கொண்டு சேறு நிறைந்த வயல்களில் மழைகாலத்தில் நடந்து சென்று வேலை செய்வதும் பொருத்தமற்றனவாய் உள்ளன. இவர்கள் வேளை வரும்போது வீராங்கனைகளாயும் மாறுவதுண்டு.

காலுங்கா என்ற இடத்தில் 1814 ஆம் ஆண்டு நடந்த சண்டையில் கூர்க்கப் பெண்ணொருத்தி முன்னேறிவந்த பிரிட்டீசுப் படைகள் மீது சிறு பாறைகளை வீசியெறிந்தார். அச்சண்டையில் பல பெண்கள் உயிரிழந்தனர்.

கூர்க்கரின் இலட்சியம்

கூர்க்கரின் மைய நாடு என்று ஒன்று இருக்குமாயின், அது போக்கரவின் வடக்கிலுள்ள மலை நாடேயாகும். அங்குள்ள சிற்றூர்களில் வாழும் ஒவ்வோர் இளைஞனும் பிரிட்டீசு அல்லது இந்தியப் படையில் சேரவேண்டுமென்று விரும்புகின்றான். வயதானவர்களோ தாம் இளமையில் கலந்து கொண்ட போர்கள் பற்றிய செய்திகளைச் சிறு பிள்ளைகளிடம் கூறி மகிழ்கின்றனர்.

ஆங்கிலேயர் நடத்திய ஒரே போர்

பிரிட்டிசார் இந்தியத்தில் ஈடுபட்ட போர்களிலெல்லாம், அவர்கள் கூர்க்கருடன் நடத்திய போரே மிகவும் கடினமானது. போரைத் தொழிலாய்க் கொண்ட மறக்குலத்தவரான கூர்க்கர் நேபாளத்திலும் அதன் கிழக்கிலுள்ள குன்றுப் பகுதிகளிலும் தம் செல்வாக்கை விரித்துக் கொண்டு, சமவெளிப் பகுதிகளையும் அச்சுறுத்தி வந்தனர்.

அவர்கள் மலைக் கணவாய்களின் குறுக்கே நிறுவப்பட்ட தடுப்பு அரண்களைத் தம் பாதுகாப்பிற்குப் பெரிதும் நம்பியிருந்தனர். அவர்கள் அவ்வரண்களை மிகுந்த வீரத்துடனும் துணிச்சலுடனும் காத்து நின்றனர். அவ்வரண்களை அவர்களின் கைகளிலிருந்து பறிப்பதற்கு 1814, 1815 ஆம் ஆண்டுகளில் பிரிட்டிசார் பன்முறை முயன்று பலனில்லாமற் போனது. இதுவே பிரிட்டிசார் கூர்க்கருடன் நடத்திய ஒரே போர்.

ஆதலால் பிரிட்டிசார் கூர்க்கருடன் சந்து செய்து கொள்வதென்று முடிவெடுத்தனர். சர் டேவிடு ஆக்டர்லோனி (Sir David Ochterlony) 1816 ஆம் ஆண்டின் தொடக்கத்தில் கூர்க்கரின் தலைநகரான காத்துமாண்டு சென்று அவர்களுடன் சந்து செய்து, ஓர் உடன்படிக்கையில் கையெழுத்திட்டார்.

கூர்க்கர் தாம் பிடித்த பகுதிகளைப் பிரிட்டிசாரிடம் திருப்பித் தருவதற்கு அவ்வுடன்படிக்கைப்படி முன்வந்தனர். தலைநகரில் பிரிட்டீசுப் பேராள் (resident) இருப்பதைக் கூர்க்கர் ஏற்றனர். எனினும் பிரிட்டிசார் கூர்க்கரின் நடப்புகளில் தலையிடலாகாது என்பதில் அவர்கள் உறுதியாயிருந்தனர். அந்த உடன்படிக்கை அதன்பிறகு மிகவும் கண்டிப்பான முறையில் பின்பற்றப்பட்டு வந்தது. நேபாளம் ஆசியத்தில் அவ்வளவாய் அறியப்படாத ஒரு பகுதியாய்த் தனித்து ஒதுங்கிவிட்டது.

கூர்க்கர் பிரிட்டீசுப் படைகளில் உடனே சேரத் தொடங்கினர். அதன்பிறகு அவர்கள் பிரிட்டிசாருக்கு எவ்வாறெல்லாம் துணைநின்றனர் என்பது மேலே சொல்லப்பட்டது.

10. சுலு மக்களின் எழுச்சி

இந்துமாக்கடலின் கரைமீதமைந்த வடகிழக்கு நேட்டாலிலுள்ள தென்னாப்பிரிக்கப் பகுதிக்குச் சுலுலந்து (*Zululand*) என்று பெயர். சுலு மக்கள் உயரமானவர்கள், மற்றக்குலத்தினர். அவர்களின் எண்ணிக்கை 19-ம் நூற்றாண்டிற்கு முன்னர் 1500 ஆகத் தானிருந்தது.

எனும் அவர்கள் அண்டையிலுள்ள பிற மக்களைப் பத்தொன்பதாம் நூற்றாண்டில் வெற்றி கொள்ளப் போகின்றனர். சுலு குலத் தலைவரான சென்சங்கோனவின் (*Senzengakona*) இருபத்தெட்டு வயது மகனான சங்க (*Sanka*) மிகவும் ஆக்கமான அசகாய் (*Assegai*) என்ற காழ்மர ஈட்டியையும் போர்க்கருவியாய்ப் பயன்படத்தக்க ஒரு கேடயத்தையும் உருப்படுத்தினார். புதிய போர் உத்திகளையும் உண்டாக்கினார்.

அவரின் தந்தை அதற்கடுத்த ஆண்டில் இறந்ததும் சங்கவின் பன்னிரண்டாடுக்கால ஆட்சி தொடங்குகின்றது. சங்க இந்தக்காலத்தில் 400 பேராயிருந்த தன் படையின் பலத்தை 40 ஆயிரத்திற்கு மேல் பெருக்கினார். அவரிடம் அடிக்கடிமனம் மாறும்கொடிய குணம் இருந்தது. அதனால் அவர் சுலு மக்களைக்கொடிய முறையில் ஆண்டு வந்தார்.

11. ராத்ஸ்சைல்டின் கெட்டிக்காரத்தனம்

ஐரோப்பியத்தில் பேராற்றல் வாய்ந்த பேங்கர்களாய் ராத்ஸ்சைல்டு (Rothschild) என்ற யூதக் குடும்பத்தினர் இக்காலத்தில் விளங்கினர். வட்டித் தொழிலில் வளர்ந்தோங்கிய இக்குடும்பத்தினருக்குப் பல நாடுகளில் நடந்த தொழில்களில் பங்கு நலன்கள் இருந்தன. ராத்ஸ்சைல்டு குடும்பத்தை அக்காலத்துப் பன்னாட்டு நிறுவனம் (*multi-national*) என்று கொள்ளலாம். இக்குடும்பம் இலண்டனை மையமாய் அமைத்துத் தொழில் செய்துவந்தது.

இக்காலத்தில் இக்குடும்பத் தொழிலை நடத்திவந்த நாதன் மெயர் ராத்ஸ்சைல்டு (*Nathan Meyer Rothshild 1777-1836;* இவர் ஜெர்மனியில் பிறந்து இலண்டனில் வாழ்ந்தவர்) வாணிப நலன்களுக்காகப் பெல்ஜியத்தில் இவ்வாண்டு நடந்து வந்த போர் பற்றிய செய்திகளைப் புறாக்களின் வழியே உடனுக்குடன் பெற்று வந்தார். அப்போது அவர் நெப்போலியன் வாட்டர்லூ போரில் தோற்ற செய்தியை உடனே அறிந்தார். இலண்டனிலிருந்து சுமார் முந்நூறு கிலோ மீட்டரிலிருந்து வாட்டர்லூ களத்தின் முடிவைச் சிலமணி நேரத்திற்குள் ராத்ஸ்சைல்டு அறிந்துவிட்டார்.

அவர் போரினால் மனவாட்டம் அடைந்தவர் போல் பாசாங்கு செய்து கொண்டு பிரிட்டீசு அரசின் மீட்க முடியாத கடனீட்டுப் பத்திரங்களைக் (*Consols:* இப்பத்திரங்களுக்கு 2½ சதவீத ஆண்டு வட்டி) குறைந்த விலைக்கு விற்றுப் பங்குச்சந்தையை மந்தப்படுத்தினார். அவர் அதன் பிறகு தன் முகவர்களை ஏவி, அவற்றை அடிமாட்டு விலைக்கு வாங்கச் செய்தார்.

வெலிங்டன் வாட்டர்லூ களத்தில் வெற்றியடைந்தார் என்ற செய்தி கடைசியாய் வந்ததும் இப்பத்திரங்களின் விலைகள் விண்ணுச்சிக்கு ஏறிவிட்டன. ராத்ஸ்சைல்டு அவற்றை இலண்டன் பங்குச் சந்தையில் கூடுதலான விலைக்கு விற்றுப் பெரும் பொருள் ஈட்டினார்.

ராத்ஸ்சைல்டுதான் பிரிட்டீசு அரசருக்கு வாட்டர்லூ வெற்றிச் செய்தியை முதலில் தெரிவித்தார்.

12. ஓல்பர் வால்மீன்

ஹென்றிக்கு டபிள்யூ. எம். ஓல்பர் (*Henrich W.M.Oibers, 1758 - 1840*) என்ற ஜெர்மன் வானியலார் வால்மீன்கள் பற்றிய தன் கொள்கையை விளக்கி *1811* ஆம் ஆண்டு கூறியிருந்தார். அவர் இந்த *1815* ஆம் ஆண்டில் ஒரு வால்மீனைக் கண்டுபிடித்தார். அது அவர் பெயரால் ஓல்பர் வால் மீன் என்று பெயர் பெற்றது.

13. தம்போரோ எரிமலை வெடித்தது

இந்தோனேசியத்தின் மலைப் பாங்கான ஒரு தீவிற்குச் சம்பவ (*Sumbawa*) என்று பெயர். இது சின்ன சுண்டாத் தீவுகளுள் (*Lesser Sunda Islands*) அடங்கியது. இந்தச் சம்பவத் தீவில் தம்போரோ (*Tamboro*) என்ற எரிமலை உள்ளது. இந்த எரிமலை *1815* இல் வெடித்த போது ஆயிரக்கணக்கானோர் கொல்லப்பட்டனர். அது பேரலைகளையும் சூறாவளிக் காற்றையும் உண்டாக்கவே பெரு முகில்கள் போன்று தூசுகள் திரண்டு சுழன்று உலகெங்கிலும் பருவ நிலையைப் பாதித்தன.

14. பிறப்பு

(அ) திரிசிரபுரம் மீனாட்சி சுந்தரம் பிள்ளை (1815 - 1876)

பத்தொன்பதாம் நூற்றாண்டின் பிற்பாதியில் மடை திறந்த வெள்ளமெனப் பெருக்கெடுத்து வந்த புராண இலக்கியப் படைப்பில் தலையாய இடம் பெற்றிருக்கும் திரிசிரபுரம் மகாவித்துவான் மீனாட்சி சுந்தரம் பிள்ளை (*1815-1876*) *1815* ஆம் ஆண்டு பிறந்தார்.

இவர் அம்பர், ஆற்றூர், உறையூர், கண்ட தேவி, குடந்தை, குறுக்கை, கோயிலூர், சூரை மாநகர் (சூரைக்குடி), தனியூர், திருத்துருத்தி (குத்தாலம்), திருப்பெருந்துறை, திருமயிலை, திருவரக்குளம், நாகைக் காரோணம் (நாகப்பட்டினம்), பட்டீச்சுரம், மண்ணிப் படிக்கரை, மாயூரம், வானொளி புற்றூர், விளத்தொட்டி, வீரவனம் என்னும் இருபது தலங்களுக்கும் புராணம் பாடியதொரு சங்கத (சம்ஸ்கிருத) மொழியிலிருந்த நூலை ஆதாரமாய்க் கொண்டு திருவாரூர் தியாகேசரைப் பாட்டுடைத் தலைவராய் வைத்துத் தியாகராசமாலை என்னும் புராணத்தையும் காசியின் தலவரலாறு கூறும் சங்கத நூலாகிய காசி இரகசியத்தையும் தமிழில் தந்தார். இவர் உ. வே. சாமிநாதய்யரின் ஆசிரியராவர்.

(ஆ) பிஸ்மார்க்கு 1815-1898)

இரும்புத் தலைமையமைச்சர் (*Iron Chancellor*) என்று பிற்காலத்தில் பெயர் பெற்ற இளவரசர் ஆட்டோ (எடுவர்டு லியோப்பால்டு) பிஸ்மார்க்கு (*Prince Otto [Eduvard Leopold] von Bismark 1815 - 1898*) *1815* இல் பிறந்தார். பிஸ்மார்க்கின் தலைமையில் இருந்த பிரஷியம் ஆஸ்திரியத்தையும் பிரான்சையும் தோற்கடித்தது. இவர் ஜெர்மனியை ஒன்றிணைத்தார்.

15. இறப்பு மெஸ்மர் (1734 - 1815)

மயக்கு ஆற்றல் வல்லுநரான ஃபிரான்ஸ் (அ) ஃபிரடரிக்கு ஆண்டன் மெஸ்மர் (*Franz or Frederick Anton Mesmer 1734-1815*) என்ற ஆஸ்திரியர் *1815* ஆம் ஆண்டு இறந்தார். இவர் பற்றிய செய்திகள் இ.ச.க.தொகுதி-*8: 1778* - புள்ளிகள் பகுதியில் காண்க.

1816

அரசியல்
பிரஞ்சுக்காரர் புதுச்சேரியைப் பெறுதல்
பாரில்லியில் ஆங்கிலேயரை எதிர்த்துக் கிளர்ச்சி
இண்டியானம் அமெரிக்க ஒன்றியத்துடன் இணைதல்
பிரேசில் பேரரசு என்று அறிவிப்பு

மருத்துவம்
நெஞ்சுத் துடிப்பறி கருவி கண்டுபிடிப்பு

மெய்யியல்
ஹெகலின் மெய்யியல் கோட்பாடு

கலை, இலக்கியம்
"திராவிட மொழிக் குடும்பம்" என்ற பெயர்
எட்டயபுரமும், முத்துச்சாமி தீட்சிதரும்
இந்தியருக்கு உரிமையான முதல் செய்தி இதழ்
"இரண்டு சல்லிக் குப்பை"
கேரளத்தில் ஆங்கிலக் கல்வி அறிமுகம்
பம்பாயில் அச்சகம்
தெலுங்கு இலக்கண நூல்
கருத்த முத்துப் பிள்ளை (1816-1890)
இராம் மோகனரின் முதல் ஆங்கில நூல்

பொருளியல், நிதியியல்
அமெரிக்கத்தில் முதல் சேமிப்பு வங்கி

வரலாறு
எட்டயபுரம்

போக்குவரவு
ஆங்கிலக் கால்வாயைக் கடந்த முதல் நீராவிக் கப்பல்
சைக்கிள் கண்டுபிடிப்பு

மக்கள்
ஹெகல்
காலின் மெக்கன்சி

பிறப்பு
ராய்டர் (1816- 1889)

இறப்பு
ஷெரிடன் (1751-1816)
மிராண்டா (1750 -1816)

1816

1. ஹெகலின் மெய்யியல் கோட்பாடு

ஜெர்மன் மெய்யியலாரான ஜியோர்ஜ் வில்லம் ஹெகல் (*Georg Wilhelm Friedrich Hegel 1770-1831*) எழுதிய *Wisenscha ft der Logik* சுருக்கமாய் *Logik*)என்ற நூலின் மூன்றாவதும் கடைசியுமான தொகுதி 1816 ஆம் ஆண்டில் வெளிவந்தது. இந்நூல் 1812 இல் தொடங்கி 1816 இல் முற்றுப்பெற்றது.

ஹெகல் ஜெர்மனியின் மேற்கிலுள்ள பேடன் ஊர்டம்பர்க்கு மாநிலத்திலுள்ள ஸ்டட்காட்டு (*Stuttgart*) என்ற நகரில் 1770 ஆம் ஆண்டு பிறந்தார். அவரின் தந்தை ஊர்டம்பர்க்கு மாநில அரசின் நிதித் துறையில் துணை நிலை அலுவரலாயிருந்தார். அடக்கமான அருந்திறன் வாய்ந்த இத்தகைய பொது ஊழியர்களால் தான், வெகு சிறப்பான ஆட்சிப் பணி நடக்கும் நகரங்கள் கொண்ட நாடு என்ற சிறப்பு ஜெர்மனிக்கு ஏற்பட்டது. ஹெகல் பொறுமையும் ஒழுங்கு முறையும் அமைந்த அத்தகைய ஊழியரின் மகனாய் அதே வழியில் வளர்ந்தார்.

இளைஞரான ஹெகல் அலுக்காது சலிக்காது உழைக்கும் மாணவராயுமிருந்தார். அவர் படித்து முடித்த முக்கியமான நூல்களை முற்றிலும் அலசி ஆராய்ந்தார். அவற்றிலிருந்து நீண்ட பகுதிகளைப் படி எடுத்துக் கொண்டார். உண்மையான பண்பாடு என்பது வலுவான தன் முனைப்பின்றித் தொடங்க வேண்டும் என்பது அவரது கருத்தாகும். அதாவது கிரேக்க மெய்யியலாரும் கணித வல்லுநருமான பைத்தக்கோரஸ் (*Pythagoras* 580 - 500 கி.மு. அவர் சமயப் பொது ஊழிய அமைப்பு ஒன்றை நிறுவினார். அது மிகவும் கடுமையான துறவு வாழ்க்கையைப் பின்பற்றியது. அந்த இயக்கம் கணிதத்தை மேம்படுத்துவதிலும், கணிதத்தை இசையிலும் வானியலிலும் பயன்படுத்துவதிலும் மிகுந்த செல்வாக்குச் செலுத்தியது) உருவாக்கிய கல்வி முறையில் ஒரு மாணவன் முதல் ஐந்தாண்டுக் காலம் அமைதி காக்க வேண்டும் என்று இருப்பதைப் போன்று வெகு அடக்கமாயிருத்தல் நன்று என்பதைக் கடைப்பிடித்தார்.

ஹெகல் கிரேக்க இலக்கியங்களைக் கற்றதன் பலனாய் அவருக்கு நேர்த்தி, எளிமை அல்லது தூய்மையுடைய ஆட்டிக்குப் பண்பாட்டின் மேல் ஆர்வம் மிகுந்தது. (நடுக் கிரேக்கத்தின் கிழக்கிலிருந்த மாவட்டத்திற்கு ஆட்டிக்கா -*Attica*- என்று பெயர். அங்கு நிலவிய பண்பாடு ஆட்டிக்கப் பண்பாடாகும்.) அவரிடம் வேறு பல ஆர்வக்கருத்துகளும் இருந்தன. ஆனால் அவையனைத்தும் கிட்டத்தட்ட மறைந்துவிட, ஆட்டிக்க ஆர்வம் மட்டும் நிலைத்து நின்றது. ''கிரேக்கம் என்ற பெயரைக் கூறியதும் கற்றறிந்த பண்பாளர் அது தனது சொந்த நாடு என்பது போல் நினைக்கின்றார். ஐரோப்பியர் ஒழுகி வரும் சமயம் வெகு தொலைவிலிருந்து கீழையுலகிலிருந்து, வந்தது... ஆனால் இப்போது இங்கு இருப்பது அறிவியலும் கலையுமாகும். அவையெல்லாம் வாழ்க்கையை நிறைவுடையன வாக்குகின்றன; வாழ்க்கையை உயர்ந்தி அழகு செய்கின்றன; நாம் அவற்றை மறைமுகமாய் அல்லது நேரடியாய்க் கிரேக்கரிடமிருந்து பெறுகிறோம்'' என்று கிரேக்கப் பண்பாட்டின் மீது தனக்குள்ள பற்றை ஹெகல் இங்ஙனம் வெளிப்படுத்துகின்றார்.

அவர் சிறிது காலம் கிறித்தவத்தைக் கைவிட்டுக் கிரேக்கரின் சமயத்தை நாடினார்; அவர் ''ஏசுவின் வாழ்க்கை'' என்ற நூலை எழுதினார். அதில் மேரி-ஜோசப்பின் மகன்

ஏசுநாதர் என்று சொல்லப்பட்டிருந்தது. ஏசுநாதரின் வாழ்க்கையில் கூறப்படும் அற்புதங்களையும் அதிசயங்களையும் அவர் அந்நூலில் குறிப்பிட வில்லை. அவர் பின்னர் அந்நூலை அழித்துவிட்டார்.

ஹெகல்

இதுகாறும் உள்ள நிலை அவ்வாறே நீடிக்கட்டும் (*status quo*) என்ற கருத்தைக் கூறிவந்த ஹெகல் பின்னாளில் புரட்சியுணர்வுடைய அரசியல்காரராயிருந்தார். அவரும் ஷெல்லிங்கும் (*Friedrich Wilhelm Joseph von Schelling 1775-1854;* ஜெர்மன் மெய்யியலார்) தூபிஞ்சனில் (*Tubingen:* இவ்வூர் நெக்கர் ஆற்றின் கரையிலுள்ளது. இது ஸ்டட்காட்டின் தெற்கே 35 கிலோ மீட்டரில் உள்ளது. இவர்கள் இங்கு பயின்ற பல்கலைக்கழகம் 1477 இல் நிறுவப்பட்டது. ஜோகன்னஸ் கெப்லரும் - *1571-1630*-இல் பல்கலைக் கழகத்தில் பயின்றவர்) குருக்கள் பணிக்கென்று படித்துக் கொண்டிருந்த போது பிரஞ்சுப் புரட்சியை வெகுதீவிரமாய் ஆதரித்துப் பேசினர். அவர்கள் நகரச் சந்தைப் பகுதியில் ''விடுதலை மரத்தை'' விடியற்காலையில் நட்டுவிட்டனர்.

ஹெகல் தூபிஞ்சன் பல்கலைக்கழகத்தில் படித்துத்தேறி *1793* ஆம் ஆண்டு பட்டம் பெற்றார். நற்பண்புகளும் குணநலன்களும் வாய்த்தவர் என்ற சான்றிதழையும் பெற்றார். அவர் இப்போது ஏழ்மை நிலையில் இருந்ததால் பெரினியிலும், ஃபிராங்கட்டிலும் பாடஞ் சொல்லிக் கொடுத்துப் பிழைப்பு நடத்தும்படி ஆயிற்று. அது அவர் ஒரு சிந்தனையாளராய் உருப்பெற்றுக் கொண்டிருந்த காலமாகும். ஐரோப்பியம் அப்போது தன்னை நாட்டினத் தூண்டுதல் காரணமாய்த் துண்டு துண்டுகளாய்த் தனித்தனியே பிய்த்துக் கொண்டிருந்தது. ஹெகல் அப்போது தன் எண்ணங்களை ஒன்று கூட்டி வளர்ச்சியடையத் தொடங்கினார்.

ஹெகலின் தந்தை *1799* ஆம் ஆண்டில் இறந்தார். அவருக்கு அப்போது சுமார் *1500* டாலர் மதிப்புள்ள சொத்துக் கிடைத்தது. அதனால் அவர் தன்னை வசதியானவராய் எண்ணிக் கொண்டு பாடஞ் சொல்லி வந்ததை நிறுத்திவிட்டார். அவர் தன் நண்பர் ஷெல்லிங்கிற்கு எழுதி எந்த ஊரில் தங்கி வாழலாம் என்று கருத்துக் கேட்டார். அந்த ஊரில் எளிமையான உணவும் ஏராளமான புத்தகங்களும் கிடைக்க வேண்டும். வெய்மார் (*Weimar*) கோமகனின் ஆட்சிப்பரப்பினுள் இருந்த பல்கலைக கழக நகரான ஜெனா நல்ல ஊர் என்று எழுதியிருந்தார். (*Jena*) என்ற நகரம் தென்கிழக்கு ஜெர்மனியில் உள்ளது. இங்குள்ள பல்கலைக் கழகம் 1558 இல் நிறுவப்பட்டது. இங்கு 1806 ஆம் ஆண்டு நடந்த சண்டையில் நெப்போலியன் பிரஷியரைத் தோற்கடித்தார்.) ஷெல்லிங்கு அப் பல்கலைக் கழகத்தில் வரலாறு கற்பித்து வந்தார். அப்பல்கலைக் கழகத்தில் ஜெர்மன் மொழியில் தேவதைக் கதைகள் எழுதிப்புகழடைந்த லட்விக்கு டைக்கு (*Ludwig Tieck 1773 - 1853*), நோவாலிஸ் என்ற புனை பெயரில் காதற் காவியப் பாக்கள் புனைந்து வந்த ஃபிரடரிக்கு ஃபான் ஹார்டன்பர்கு (*Friendrick Fon Hardenberg 1772-1801*), ஆகஸ்டு வில்லம் ஃபான் ஷிலீகல் (*August Wilhelm von Schlegal 1767-1845*) ஆகியோர் நடைமுறை உலகுடன்

தொடர்பற்ற புத்தார்வக் கற்பனைக் கருத்துகளைப் பற்றி எங்கும் பேசி வந்தனர். ஃபிச்டி (Johann Gottlieb Fichte 1762-1864; ஜெர்மன் மெய்யியலார்; அவர் ஒழுக்கவியல் கோட்பாட்டை விளக்கியுரைத்தவர்), ஷெல்லிங்கு ஆகியோர் அங்கு தம் மெய்யியல் கோட்பாடுகளை விளக்கிக் கொண்டிருந்தனர். ஹெகல் அத்தகைய சூழலிலிருந்த ஜெனா நகருக்கு 1801 இல் சென்று இப் பல்கலைக் கழகத்தில் 1803 ஆம் ஆண்டில் ஆசிரியரானார்.

நெப்போலியன் 1806 ஆம் ஆண்டில் பிரஷியத்தை வெற்றி கொண்டு, கற்றறிவாளர் நிரம்பிய அச்சிறு நகரைக் குழப்பத்திலும் அச்சத்திலும் ஆழ்த்திய நேரத்தில் ஹெகல் அங்கிருந்தார். பிரஞ்சுப் படை வீரர் ஹெகலின் வீட்டிற்குள் புகுந்து விட்டனர். அவர் எல்லா மெய்யியலாரையும் போன் ஊரைவிட்டு ஓடிப்போனார். அவர் தன்னுடன் முக்கியமான தனது முதல் நூலான (The Phenomenology of Spirit = மெய்ப்பொருளின் தனிச்சிறப்பு) கையெழுத்துப் படிகளையும் கொண்டு சென்றார்.

ஹெகல் சிறிது காலம் வறுமையில் உழன்றார். அவருக்குச் சிறிது பணம் கொடுத்துதவுமாறு கதே (John Wolfgang Goethe 1749 - 132, ஜெர்மன் புலவர்; நாவலாசிரியர்; நாடகாசிரியர்) நெபல் (Knebol) என்ற ஒரு நண்பரிடம் கூறினார். ஹெகல் நெபலுக்கு மிகவும் கசப்பாய் இப்படி எழுதினார். ''நான் இந்த விவிலிய மொழியை இப்போது எனக்கு வழிகாட்டும் நட்சத்திரமாய்க் கொண்டு விட்டேன்: முதலில் உணவையும் உடுப்பையும் தேடிக்கொள்'' இறைவனின் அருள் உன்னை வந்து சேரும்; நான் இதைப் பட்டறிவுகளினால் கற்றுக் கொண்டேன்.''

ஹெகல் சிறிது காலம் பாம்பர்கு என்ற ஊரில் (Bamberg: தற்காலப் படேவியத்தின் வடக்கிலுள்ள நகரம்) ஓர் இதழாசிரியராயிருந்தார். பிறகு 1812 ஆம் ஆண்டு வடபவேரியத்திலிருக்கும் நியூரன்பர்கில் (Nurenberg: ஜெர்மனியின் தென்மேற்கிலுள்ள நகரம். இது பிற்காலத்தில் நாசியரின் அணி வகுப்புகளையும் அவர்கள் போர்க்குற்றவாளிகளாய் விசாரிக்கப்பட்டதையும் கண்ட நகரம்) ஒரு மேனிலைப் பள்ளியில் நிர்வாகப் பணியிலுள்ள இன்ப துன்பங்களை நடுநிலையோடு ஏற்க வேண்டிய கட்டாயம் ஏற்பட்டது. அதனால் அவரின் உள்ளத்தில் கனன்று கொண்டிருந்த இலட்சிய ஆர்வம் மங்கலாயிற்று.

அவர் நியூரன்பர்கு நகரில் 1812-1816 காலத்தில் தனது ''அளவையியல்'' (Logic) நூலின் மூன்று தொகுதிகளை எழுதி முடித்தார். அதன் புரியாத் தன்மைக்காகவே அந்நூல் ஜெர்மன் மக்களின் உள்ளத்தைக் கொள்ளை கொண்டுவிட்டது. அவரை ஹைடல்பர்குப் பல்கலைக் கழகத்தின் மெய்யியல் பீடத்தில் தலைவராயும் ஏற்றி வைத்தது. (Heidelberg: நெக்கர் ஆற்றின் கரையிலுள்ள நகரம். இங்கு 1386 முதல் பல்கலைக் கழகம் இருந்து வருகின்றது.)

ஹெகல் ஹைடல்பர்கில் இருந்த போது 1817 இல் ''மெய்யியல் துறைகள் களஞ்சியம்'' (Encyclopaedia of the Phillosphical Sciencs) என்ற மாபெரும் நூலை எழுதினார். அந்நூலின் சிறப்பைக் கருதி, ஹெகல் 1818 இல் பெர்லின் பல்கலைக் கழகத்திற்கு அனுப்பப்பட்டார். அன்றிலிருந்து தன் இறுதிக் காலம் வரையிலும் கதே இலக்கியத்திலும் பீத்தோவன் இசையிலும் எதிர்ப்பாரின்றி அரசோச்சியது போல் ஹெகல் மெய்யியல் உலகில் தன்னேரில்லாத் தலைவராய் விளங்கினார். கதேயின் பிறந்த நாளுக்கு மறுநாளன்று ஹெகலின் பிறந்த நாள் வந்தது. அதனால் ஜெர்மனிக்கு ஆண்டுதோறும் இரட்டை விடுமுறை கிடைத்தது.

ஹெகலின் மெய்யியல் கோட்பாட்டை ஒரே சொற்றொடரில் கூறுமாறு ஒரு பிரஞ்சுக்காரர் ஒருமுறை அவரிடம் கேட்டார். ஒற்றைக் காலில் நின்று கொண்டிருந்த ஒரு கிறித்தவத் துறவியிடம் கிறித்தவத்தை ஒரே சொற்றொடரில் விளக்கிக் கூறுமாறு கேட்டதற்கு ''உம்மைப் போல் அடுத்தவரையும் நேசிக்க வேண்டும்'' என்று சொல்லிவிட்டார். ஹெகலால் அப்படி மணிச் சுருக்கமாய் விளக்கிக் கூற முடியவில்லை. அவர் பத்துத்தொகுதிகளில் அதை விளக்கினார். அவை எழுதி வெளியிடப்பட்டபோது உலகமுழுவதும் அதைப்பற்றியே பேசியது.

அவருடைய எழுத்துகளில் பெரும்பாலானவை அரிஸ்டாட்டிலினுடையவை போன்று, விரிவுரை ஆற்றுவதற்காக எடுத்துக் கொண்ட குறிப்புகளாக இருக்கின்றன; அல்லது அவரின் விரிவுரைகளைக் கேட்ட அவருடய மாணவர்கள் எடுத்த குறிப்புகளாக உள்ளன. அவரது ''அளவை'' என்ற நூலும் *Phenomenology* உம் மட்டுமே அவர் கைப்பட எழுதியனவாகும். இவையிரண்டும் பொருள் விளங்காதவற்றுள் மிகச் சிறந்தனவாய் உள்ளன; புலனாகாது இருண்டு தெரிகின்றன; எழுத்துப் பணி மிகவும் கருக்கமானது; இந்நூல்கள் மாய மந்திரமான சொற்களைப் பெய்து எழுதப்பட்டன; ''இந்நூல்கள் மெய்யியலுக்கு ஜெர்மன் மொழி பேசக் கற்றுக் கொடுக்கும் ஒரு முயற்சி'' என்று ஹெகல் பெருமையாய்க் கூறினார். அதில் அவர் வெற்றி கண்டுவிட்டார்.

1816

ஹெகலின் ''அளவை'' அறிவாராய்ச்சி *(reasoning methods)* முறைகளைப் பற்றியதன்று; அறிவாராய்ச்சியில் பயன்படுத்துகின்ற கருத்துப் படிவங்களைப் *(concepts)* பற்றியதாகும். மெய்ம்மை *(Being)*, பண்புக்கூறு *(Quality)*, அளவு *(Quantity)*, தொடர்பு *(Relations)* என்பவற்றை ஹெகல் எடுத்துக் கொள்கின்றார். இக்கருத்து ஒவ்வொன்றும் ஒன்றுக்கொன்று தொடர்புள்ளதாகும். அவற்றின்

ஒற்றுமைகளையும் வேற்றுமைகளையும் உய்த்துணர்ந்து கொள்ளலாம். எவ்விதமான தொடர்புமில்லாத ஒரு கருத்து வெறுமையாகும். சூனியமாகும். அதனால் ''சுத்த மெய்ம்மையும் வெறுமையும் ஒன்றோ'' என்ற வினவத் தோன்றியது. முற்றிலும் தொடர்புகளோ பண்புக் கூறுகளோ இல்லாத மெய்ம்மை எதுவும் இலது; அதற்கு எப்பொருளும் இலது. இந்த மெய்ம்மை விளக்கமானது அறிவுத் திறன்மிக்க கருத்துகள் முடிவில்லாமல் எழும்புவதற்குக் காரணமாயிற்று; ஹெகலின் சிந்தனையைப் படித்தறிவதற்கு அது ஒரு தடையாயும், ஈர்க்கும் கவர்ச்சியாயும் அமைகின்றது.

தொடர்புகள் அனைத்திலும் எங்கும் தலையாயதாயிருப்பது மாறுபாடு அல்லது முரண்பாடாகும். சிந்தனை அல்லது பொருள்கள் ஒவ்வொன்றின் இன்றியமையாக் கூறு - உலகிலுள்ள ஒவ்வொரு கருத்தும் ஒவ்வொரு சூழ்நிலையும் அதன் முரண்பாட்டிற்கு இட்டுச் சென்று, பின்னர் உயர்வான ஒரு வடிவத்தில் அல்லது மிகவும் சிக்கலான ஒரு முழுமையுடன் தவிர்க்க முடியாத வகையில் ஒன்றிணைக்கிறது. இது பழைய சிந்தனைதான். இதைக் கிரேக்க மெய்யியலாரும் அறிவியலாருமான எம்பிடோக்கிள்ஸ் *(Empedocles : 490 - 430* கி.மு.) தொட்டுக் காட்டியிருக்கின்றார்; அரிஸ்டாட்டிலின் *(Aristotle : 384-322* கி.மு.) நடுநிலை இன்மை *(Golden mean)* என்ற கருத்தில் பொதிந்துள்ளது. படிமுறை வளர்ச்சியின் இயக்கம் என்பது முரண்பாடுகள் தொடர்ந்து உருவாவதும் அவை ஒன்றிணைந்து இசைந்து சொல்வதுமாகும்.

எண்ணங்கள் மட்டும் இந்த வாதமுறைப் போக்கின்படி உருவாகவும் படிமுறை வளர்ச்சி பெறவும் இல்லை. பொருள்களும் அவ்வாறே செய்கின்றன. ஒவ்வொரு நடவடிக்கையின் தன்மையிலும் ஒரு முரண்பாடு உள்ளது. அதை ஒருமையாய்

இணக்குவித்துத் தீர்வு காணவேண்டும். எனவே நமது இன்றைய சமூக அமைப்பு முறை தன்னைத் தானே அரிக்கக்கூடிய ஒரு முரண்பாட்டை உண்டாக்குகின்றது. பொருளியல் வளர்ச்சியின் குமரப் பருவக் காலத்தில் தந்நல உணர்ச்சியைத் தூண்டி விடவேண்டும்; எடுத்துப் பயன்கொள்ளப்படாத ஆதாரவளங்கள் கூட்டுறவிலமைந்த சரிசம உரிமையையுடைய புது அமைப்பைப் பிந்திய கட்டத்தில் உருவாக்குகின்றது. எதிர்காலம் தற்காலத்து நிதரிசன நிலையையோ, கற்பனைத் திறமுடைய இலட்சியத்தையோ காணப் போவதில்லை; ஆனால் அவையிரண்டும் ஒன்று கூடிய ஓர் உயர்ந்த வாழ்க்கையைப் பெற்றெடுக்கும். அந்த உயர்ந்த நிலையும் உற்பத்தி முரண்பாடாய்ப் பிரியும்; அது இன்னும் உயர்ந்த நிலையை எய்தி அமைப்பு முறை, நுட்பத்திறன், ஒற்றுமை ஆகியவற்றில் மேலான நிலையை அடையும். அப்போது சிந்தனைப் போக்கும் பொருள்களின் போக்கும் ஒன்றாயிருக்கும். அவை ஒவ்வொன்றிலும் ஒருமையிலிருந்து பல்வேறானவாய் முன்னேறிச் சென்று பலவேறு நிலை ஒருமை என்ற நிலையை அடையும். சிந்தனையும் மெய்ம்மையும் ஒரே விதிப்படி செல்லும் அளவையும் மெய்விளக்க இயலும் ஒன்றேயாம்.

வரலாறு பற்றிய மெய்யியல் கருத்துகள்

கடுமுயற்சி வளர்ச்சிக்கு வழிவகுக்கும். உலகத்துப் புயல்களாலும் நெருக்குதல்களாலும் குணப்பண்புகள் உருவாகின்றன. ஒருவன் வலுக்கட்டாயங்கள், பொறுப்புகள், துன்பங்கள் ஆகியவற்றைத் தாண்டித்தான் முழுமையான உச்சத்தை எட்டுகின்றான். நோவிற்குக் கூடப் பகுத்தறிவிற்கொத்த காரணம் உண்டு. அது உயிர்த் துடிப்பின் அறிகுறி: மீண்டும் எழுச்சி பெறுவதற்கு ஒரு தூண்டுதல். உணர்ச்சிப் பெருக்கிற்குக் கூட சிந்தித்துப் பார்ப்பதில் இடமுண்டு. ''இந்த உலகின் மாபெரும் செயல் எதுவாயினும். அது உணர்ச்சிப் பெருக்கின்றி ஆற்றப்படுவதில்லை'' என்று ஹெகல் கூறியுள்ளார். நெப்போலியனின் தானென்னும் அகந்தைமிக்க ஆசைகள் கூட அவரையறியாமல் நாட்டினங்களின் மேம்பாட்டிற்கு உதவின.

வாழ்க்கை மகிழ்ச்சியடைவதற்காக உண்டாக்கப்படவில்லை: அரிய சாதனைகளை நிகழ்த்துவதற்காகவே. உலக வரலாறு மகிழ்ச்சி உலவும் மேடை அன்று: மகிழ்ச்சியான காலம் என்பது அந்த வரலாற்று ஏட்டின் வெற்றுப் பக்கங்களேயாகும். தயக்கமும் மனக்குழப்பமும் உடைய இளமைப் பருவம் அமைதியும் இசைவும் உடைய வயது முதிர்ச்சியை அடைவதைப் போன்று, மெய்யான நிலையிலுள்ள முரண்பாடுகள் அந்தக் காலத்தில் சிக்கு அவிழ்க்கப்படுவதுதான் வரலாறு. வரலாறு என்பது புலன் அறிந்த மெய்ம்மை முரண்பாட்டு ஆய்வாகும். அதில் வாழையடி வாழையாய் வருகின்ற மக்களும் மேடையரும் ''தனிமுதலான இறைவனின்'' கைக்கருவிகளேயாவர். மாமனிதர் என்போர் மருத்துவச்சி போன்று எதிர்காலத்தைப் பெற்றெடுக்க உதவுவோரல்லர்: அவர்கள் உலகிற்குக் கொண்டு வருவதெல்லாம் அந்தந்தக் காலத்து மெய்ப்பொருளையேயாகும். மேதையர் தமக்கு முன்னிருந்தோர் செய்வதைப் போல பழைய கட்டுமானத்தின் மேல் தம் பங்கிற்கு ஒரு கல்லை மட்டும் எடுத்து வைக்கின்றனர்.

வரலாறு பற்றிய இத்தகைய மெய்யியல் கருத்து புரட்சித்தன்மை வாய்ந்த முடிவுகளை எடுப்பதற்கு வழிவகுக்கின்றது. முரண்பாட்டு அளவையாய்வு முறை வாழ்க்கையின் தலையாய கொள்கையையே மாற்றியமைக்கின்றது. இன்றியமையா முன் நிகழ்ச்சி எதுவும் நிலையானதன்று.

ஹெகலின் கடைசிக் காலத்தில் அவரின் மெய்யியல் கோட்பாட்டில் புரட்சித் தன்மை வாய்ந்த கருத்துகளை விடப் பழம்போக்குள்ள எண்ணங்களே பொதிந்திருந்தன. அது,

அவரே கூறியதைப் போன்று மிகுதியான மாறுதல்களால் அவரது காலத்தின் மெய்யியல் அலுத்துச் சோர்ந்து போனது அதற்குக் காரணமாகும்.

ஐரோப்பியத்தில் நாற்பதாண்டுக் காலமாய் நடந்து வந்த போருக்குப் பிறகு ஏற்பட்ட அமைதியை ஹெகல் நாடினார். ஹெகலின் சிந்தனையில் காணப்பட்ட முரண்பாடுகள் அமைதியைப் பெரிதும் வேண்டின. அவருக்கு அடுத்த தலைமுறையினர் ''ஹெகலிய வலம்'', ''ஹெகலிய இடம்'' என்று இரு பிரிவாய்ப் பிரிந்தனர்.

வெயிஸ் *(Weisse)*, இளைஞரான ஃபிச்டி *(Fieste)* ஆகியோர் ஹெகலின் கோட்பாடு அறிவிற்குகந்தது என்றும் இறையருள் கோட்பாட்டை வெளிப்படுத்தும் மெய்யியல் கருத்து என்றும் முழுமையாய்க் கீழ்ப்படிதல் வேண்டுமென்ற அரசியல் கொள்கையை நியாயப்படுத்துகின்றது என்றும் கொண்டனர்.

லடுவிகு ஆந்திரியாஸ் ஃபாயர்பாக் *(Ludwig Andreas Feuerbach: 1804-1872)* ஜெர்மானியர்: உலகாய்த மெய்யியலார்: மனிதனுள் உள்ளத்துள் இருப்பதன் வெளிப்பாடே கடவுள் என்ற கொள்கையுடையவர்). காரல் மார்க்ஸ் *(Karl Marx : 1818-1883)* ஆகியோர் ஹெகலின் இளமைக் காலத்தில் அவரிடம் காணப்பட்ட ஐயுறவு வாதம், மேலான நடுநிலை மதிப்பீடு ஆகியவற்றை எடுத்துக் கொண்டு, அவரின் வரலாற்று மெய்யியல் கோட்பாட்டைத் ''தவிர்க்க முடியாத வகையில் சோஷலிசத்திற்கு'' இட்டுச் செல்லும் வர்க்கப் போராட்டக் கொள்கைகளாய் உருவாக்கிக் கொண்டனர். அவர்கள் சோஷலிச முட்டைகளை ஹெகல் பொறிக்குமாறு செய்தனர்.

ஆனால் மூத்த மெய்யறிவாளரான ஹெகல் புரட்சிக் கொள்கையாளரைக் கனவு காண்போர் என்று தாக்கினார்: அவர் தொடக்க காலத்தில் எழுதிய கட்டுரைகளை மறைத்து வைத்துக் கொண்டார். அவர் பிரஷிய அரசை ஆதரித்து, அதனால் கலவித் துறையில் மேலான பதவிகளைப் பெற்றார். அதனால் அவரின் எதிரிகள் அவரை ''அரசின் மெய்யியலார்'' என்று ஏளனம் செய்தனர். ஹெகலுக்கு இது மிகவும் மகிழ்ச்சியான காலம்.

எனினும் இந்த மகிழ்ச்சிச் சூழல் அவரை வேகமாய் முதுமையடையச் செய்தது. அவர் கதைகளில் வரும் நினைவு தப்பும் மேதைகளைப் போன்று நடந்து கொண்டார். அவர் ஒரு நாள் ஒற்றைக் காலணியுடன் வகுப்பறைக்குள் நுழைந்தார். வந்த வழியில் சேற்றில் புதைந்துவிட்ட மற்றொன்றை அப்படியே அங்கு விட்டு வந்துவிட்டார்.

பெர்லினில் *1831* ஆம் ஆண்டு வாந்திபேதி பரவியது. அதற்கு முதலில் பலியானவர்களுள் ஹெகலும் ஒருவர். அவர் நோய் கண்டதும் ஒரே நாளில் படுக்கையில் தூங்கிக் கொண்டிருந்தபோதே அவரது ஆவி பிரிந்தது.

2. திராவிட மொழிக் குடும்பம் என்ற பெயர்

வங்கத்தைக் களமாய்க்கொண்டு வங்க ஆசியவியல் சங்கத்தின் ஆதரவில் பதினெட்டாம் நூற்றாண்டில் தோன்றிய சமஸ்கிருத அலுவலர்களான ஐரோப்பிய விற்பன்னர்கள், உலகம் யாவும் என்றென்றும் பெருமை கொள்ளத்தக்க சம்ஸ்கிருத மொழியின் அறிவுச் செல்வங்களை, ஞான ஒளியை உலகிற்குக் காட்ட வேண்டுமென்று கொண்ட பேரார்வத்தின் காரணமாய்க் கீழையியலின் பல்வேறு துறைகளில் நடந்த ஆய்வுகள் ஒரே திக்கில் மட்டுமே சென்றன.

அவர்கள் தமக்குச் சுமார் ஒன்றரை நூற்றாண்டிற்கு முன்னரே கிறித்தவ சமயப்பரப்பியரான பல்துறை அறிஞர்கள் தென் பாரதத்தில் தோற்றுவித்த தமிழியல்

ஆய்வுகளைக் கவனத்திற் கொள்ளவில்லை. அவர்களின் மொழியியல் ஆய்வும், இலக்கிய, இலக்கணப் படைப்புகளும் திருக்குறள் போன்ற நூல்களின் மொழி பெயர்ப்பும், பதினெட்டாம் நூற்றாண்டின் சம்ஸ்கிருத ஆர்வப் பெருக்கினால் கிட்டத்தட்ட மறைந்துவிடக் கூடிய நிலை உண்டானது.

அவற்றுக்குப் புத்துணர்ச்சியும் புது வேகமும் பத்தொன்பதாம் நூற்றாண்டின் தொடக்கத்தில் ஐரோப்பிய விற்பன்னர் சிலரால் ஊட்டப் பெற்றது. அவர்களுள் ''குறள் பித்தர்'' என்று கூறத்தக்க ஃபிரான்சிஸ் ஒயிட்டு எல்லீசு முதலிடம் பெறுகின்றார். அவர் தமிழிலும், சம்ஸ்கிருதத்திலும் சிறந்த விற்பன்னராய் விளங்கினார். துரதிருஷ்ட வசமாய் அவரது ஆராய்ச்சிகள் அடங்கிய காகிதங்கள் அறியாமையால் எரிக்கப்படாமலிருந்தால் அவை இந்திய மொழியியலில் விடிவெள்ளியாய் அமைந்திருக்கலாம்.

அவர் *1816* ஆம் ஆண்டு எடுத்துரைத்த ஒரு கருத்து இங்கு நினைவு கூரத்தக்கதாகும். இந்தியத்தின் தென் தீவக் குறையில் வழங்கும் மொழிகளின் குடும்பத்தைக் குறிக்கத் திராவிட மொழிக் குடும்பம் என்ற சொற்றொடரை ஆளலாம் என்று கூறியிருந்தார். இன்று இப்பெயர் வழக்கிலுள்ளது.

திராவிட மொழிகள்

திராவிட மொழிக் குடும்பம் உலகின் நான்காவது பெரிய மொழிக் கூட்டமாகும். அதில் தென்னாசியக் கண்டம் முழுமையிலும் பரவியிருக்கும் இருபத்தைந்து மொழிகள் அடங்கியுள்ளன. அதற்கு நான்கு கிளைகள் உள:

தென் திராவிடம்	- தமிழ், மலையாளம், இருள, இடகு, கோட்ட, தோட, படக, கன்னட, துளு மொழிகள்
தென் மையத் திராவிடம்	- தெலுங்கு, சவர, கோண்டி, கோண்ட, பெங்கோ, மண்ட, கூய், கூவி மொழிகள்
மையத் திராவிடம்	- கோலமி, நைக்கி, பர்ஜி, ஒல்லரி, கடப மொழிகள்
வட திராவிடம்	- கூருக்சு, மால்டோ, பிராகுய் மொழிகள்

கடந்த பதினான்கு ஆண்டுகளில் *(1973 - 1987)* மேலும் பல திராவிட மொழிகள் உள்ளன என்று ஆராய்ச்சி அறிக்கைகள் தோன்றின. இந்த ஆய்வு இன்னும் தொடர்கின்றது. எனினும் போதிய இலக்கணங்கள் இன்றி, அம்மொழிகள் புதியனவா, தனிமொழிகளா அல்லது ஏற்கெனவே அறியப்பட்டிருக்கும் மொழிகளின் கிளை மொழிகளா *(dialects)* என்று தீர்வு செய்ய இயலாது.

இண்டு, ஆவு என்பன தென் மையத்த திராவிட மொழிகள் என்றும்: குருப, எரவ, எருக்குல, கைக்குடி, குறவ, கொரசு, பெல்லாரி, பர்கண்டி முதலியன தென் திராவிடம் என்றும் அறிவிக்கப்பட்டன. சில கிளை மொழிகளான கோண்டு, கூருக்சு ஆகியவற்றை நுணுகி ஆராய்ந்தால் அவை தனி மொழிகள் என்பது வெளிப்படலாம்.

திராவிட மொழிகள் தென்னிந்தியத்தில் செறிந்திருந்தாலும் மராட்டியம், மத்தியப் பிரதேசம், ஒரிசம், மேற்கு வங்கம், பிகார் இங்கெல்லாம் அவை பேசப்படுகின்றன. இந்தியத்திற்கு வெளியே இலங்கை, பாகித்தானம், நேபாளம், மாலைத்தீவுகள் முதலிய

இடங்களிலும் வழங்குகின்றன. பாகித்தானத்தின் பலுச்சித்தானத்து வடக்கில் வழங்கும் பிரகுய் என்ற திராவிட மொழியில் உருது பெரிதும் கலந்து இப்போது திரிகின்றது என்பர்.

திராவிட மொழிகள் தென்னாசியத் துணைக் கண்டத்தின் வேறு மூன்று மொழிக் குடும்பங்களுடன் வழங்கி வருகின்றன. இந்திய ஐரோப்பியக் கிளையான இந்திய ஆரியம், ஆஸ்திரோ ஆசியக் கிளையான முண்டா, சீன திபேத்தியக் கிளை மொழி.

அண்மைக் காலத்தில் வாணிபமும் குடிப்பெயர்ச்சியும் திராவிட மொழிகளை, குறிப்பாய்த் தமிழைத் தென்னாசியத்தையும், தாண்டி மியன்மார், இந்தோனேசியம், மலேசியம், ஃபிஜி, மடகாஸ்கர், மோரீசு, குயானா, மார்டினிக்கு, டிரினிடாடு இங்கெல்லாம் கொண்டு சென்றுள்ளன.

திராவிடப் பல்கலைக் கழகம்

பத்தொன்பதாம் நூற்றாண்டின் ஆறாம் பத்தில் பேராயர் ஆர்.கால்டுவல் *(1814- 1891)* தொடங்கி வைத்த திராவிடவியல் ஆய்வுகள் முனைந்து முன்னேறவில்லையெனினும் கடந்த சுமார் ஒன்றரை நூற்றாண்டுக் காலமாய் அடக்கமாய்ச் செயல்பட்டு வருகின்றது. அது முடுக்கம் பெறும் அறிகுறிகள் இருபதாம் நூற்றாண்டின் இறுதிக் கட்டத்தில் தோன்றியுள்ளன.

கால்டுவல் தமது திராவிட மொழிகளின் ஒப்பிலக்கணத்தில் பன்னிரண்டு மொழிகளை மட்டுமே திராவிட மொழிகள் என்று இனங் காட்டியிருந்தார். அம்மொழிகளில் ஆறு மட்டும் பண்பட்டவை: ஏனைய ஆறும் பண்படாதன என்று அவர் கூறியிருந்தார். எனினும் அவருக்குப் பிறகு திராவிட மொழிக் குடும்பத்தைச் சேர்ந்த எழுபத்திரண்டு மொழிகள் ஆராயத்தக்கன என்று அறிஞரால் கொள்ளப்பட்டுள்ளன.

அமெரிக்கத்திலும் ஜெர்மனியிலும் திராவிட மொழிகள் பற்றி ஆராயத் தனித்துறைகள் செயல்பட்டு வருகின்றன. பல்வேறு நாடுகளைச் சேர்ந்த அறிஞர்கள் திராவிடவியல் ஆய்வில் ஈடுபட்டுள்ளனர். அவர்கள் சிந்தனையைத் தூண்டும் பல ஆராய்ச்சிகளைச் செய்து வருகின்றனர்.

ஆனால் திராவிட நாடுகளிலும் பாரத தேசத்திலும் திராவிட மொழிகள் பற்றிய ஆய்வுகள் குறிப்பிட்டுக் கூறத்தக்க அளவில் நடைபெறவில்லை. ''இந்நான்கு மொழிகளும் சூத்திர மொழிகள் எனவும் பைசாச மொழிகள் எனவும் பழிக்கப்பட்டு வருகின்றன'' என்று தற்கால எழுத்தாளர் ஒருவர் கூறுகின்றார்.

''இந்திய மொழிகள் பற்றிய ஆராய்ச்சியில் திராவிட மொழிகள் பற்றிய ஆராய்ச்சிக்கு முக்கியமான பங்குண்டு. ஆனால், துரதிருஷ்ட வசமாய்த் திராவிட மொழி ஆராய்ச்சி அதற்குரிய இடத்தைப் பெறவில்லை. திராவிட மொழிகள் பற்றி ஆழ்ந்த ஆய்வு செய்யாமல் இந்தியக் கலாசாரத்தையும் நாகரிகத்தையும் நம்மால் சரியாய்ப் புரிந்து கொள்ள முடியாது. இப்படிச் சொல்வதானது ஏதோ தனித்தன்மையை வளர்ப்பதாகாது. இந்தியப் பாரம்பரியம் எப்படி ஒன்றோடொன்று பின்னிப் பிணைந்துள்ளது என்பதை வலியுறுத்தவே இப்படிக் கூறுகின்றேன்'' என்று பல்கலைக் கழக மானியக் குழுமம் அமைத்த ஒரு குழுவின் தலைவராய்ப் பணி செய்த பேராசிரியர் எம்.வி. பைலி கூறியதை அந்த எழுத்தாளர் எடுத்துக் காட்டுகின்றார்.

சில ஆண்டுகளுக்கு முன்னர் பல்கலைக் கழக மானியக் குழுமத்தின் துணைத் தலைவராயிருந்த பேராசிரியர் இராமச்சந்திரவும் தஞ்சைத் தமிழ்ப் பல்கலைக் கழகத் துணை

வேந்தராயிருந்த வி.ஐ.சுப்பிரமணியமும் திராவிடப் பல்கலைக் கழகம் நிறுவ வேண்டியதன் கட்டாயத்தை மைய அரசிடம் வலயுறுத்தியதன் பலனாய் கர்நாடக, ஆந்திர, தமிழக எல்லையிலுள்ள குப்பம் என்ற ஊரில் திராவிடப் பல்கலைக் கழகம் நிறுவும் ஏற்பாடுகள் இப்போது (1996) நடந்து வருகின்றன. அதற்கென்று அங்கு 1090 ஏக்கர் நிலப்பரப்பை ஆந்திரம் அளித்தது. அங்கு பல்கலைக் கழகம் நிறுவும் முயற்சி கடந்த எட்டாண்டுகளாய் நடந்து வருகின்றது.

சாமி ம.வீ.கி. திராவிடப் பல்கலை, ஏன், எதற்கு, எப்படி தினமணி, சூலை 10, 1996.

Raychaudhiri, Tapan and Habib, Irfan The cambridge Economic History of India, Vol.I c. 1500-c. 1750, Cambridge University Press, 1982.

Cemrle, Banard Editor: The World's Major Languages, New York OUP, 1987.

1816

1816

வரலாற்றுப் புள்ளிகள்

1. கல்வி, கலை, இலக்கியச் செய்திகள்

(அ). கேரளத்தில் ஆங்கிலக் கல்வி

கோட்டயத்தில் இருந்த சர்ச்சு மிசனரிப் பள்ளியின் வாயிலாய்க் கேரளத்தில் ஆங்கிலக் கல்வி இவ்வாண்டு அறிமுகமானது.

கிறித்தவ சமயப் பரப்பியான பெஞ்சமின் பெயிலி (*Benjamin Bailey 1805-1871*) இவ்வாண்டு கேரளம் வந்து சேர்ந்தார். அவர் விவிலியத்தை மலையாளத்தில் மொழிபெயர்த்தார். அவர் முதல் மலையாள ஆங்கில அகராதியைத் தொகுத்தார். முதல் மலையாள அச்சகத்தை கோட்டயத்தில் திறந்தார்.

(ஆ) பம்பாயில் அச்சகம்

பம்பாயில் 1817-ஆம் ஆண்டு நிர்ணய சகார என்ற அச்சகம் தொடங்கப் பெற்றது.

(இ) கருத்த முத்துப் பிள்ளை (1816-1890)

கருத்த முத்துப் பிள்ளை என்ற தமிழ்ப் புலவர் இந்த ஆண்டு பிறந்தார். அவர் தமிழில் ஏராளமான பாடல்களைப் பாடினார்.

(ஈ) தெலுங்கு இலக்கண நூல்

ஏ.டி. காம்பல் (*A.D.Campbel : 1760 -1840*) என்ற ஆங்கிலேயர் 1816 ஆம் ஆண்டு தெலுங்கு மொழியிலக்கணம் (*Agrammar of Teloogoo Language*) என்ற நூலை ஆங்கிலத்தில் இவ்வாண்டு எழுதினார். அவர் இந்நூலில் ஃபிரான்சிஸ் ஒயிட்டு எல்லீசு (*1780-1919*) தெலுங்கு மொழி பற்றி ஆங்கிலத்தில் எழுதிய கட்டுரையை இணைத்திருந்தார்.

(உ) இராம மோகனரின் முதல் ஆங்கில நூல்

இராசா இராம மோகனா வேதாந்தச் சுருக்க மொழிபெயர்ப்பு (*Translation of an abridgment to the Vedanda*) என்ற ஆங்கில நூலை இவ்வாண்டு வெளியிட்டார். இது அவர் எழுதிய முதல் ஆங்கில நூலாகும்.

2. எட்டயபுரத்தின் வரலாறு

எட்டயபுரத்து ஆண்டையரின் (சமீந்தார்களின்) தோற்றுவாய் பற்றிக் கூறப்படும் கதைக்கு வரலாற்று ஆதாரம் இருப்பதாய்த் தோன்றவில்லை. எட்டயபுரத்தார் ஆந்திரத்தில் சந்திரகிரி என்னுமிடத்தில் 803 முதல் 1304 வரை பத்துப்பேர் ஆட்சி செய்தனராம். அங்கு இறுதியாய் ஆட்சி செய்த முத்துக்குமார முத்து நாயக்கின் மகனான நல்லம் நாயக்கனுக்கு எட்டப்பன் என்ற சிறப்புப் பெயர் ஏற்பட்டது பற்றி ஒரு கதை சொல்லப்படுகின்றது.

அவர் தன் படைவீரர்களுடன் விசய நகர மன்னரான ஜம்புவைச் சந்திக்கச் சென்றார். அங்கு கோட்டையின் தெற்கு வாயிலில் சோமன் என்ற வீரன் தன் உடன் பிறந்தோரான எட்டு மல்லர்களுடன் காலில் தங்கச் சங்கிலியைக் கட்டிக்கொண்டு காவலிருந்தான். நல்லம நாயக்கன் அவனுடன் போரிட்டு அவனைக் கொன்றுவிட்டு உள்ளே சென்று ஜம்புவைக் கண்டார். சோமனை இழந்து அநாதைகளான அவனுடைய எட்டுத் தம்பிகளுக்கு நல்லம நாயக்கன் புகலிடம் தந்ததால் ''எட்டு அப்பன்'' என்று அழைக்கப்பட்டார் என்பர். இது வரலாற்றுச் சான்று காட்ட முடியாத கதை என்பது தெளிவு.

இப்பாளையத்தின் முன்னோர் கம்பளத்தார் ஆவார். அவர்கள் சந்திரகிரியிலிருந்து பெயர்ந்து வந்து முதலில் மதுரையிலும் பின்னர் தெற்கிலும் சென்று குடியேறினர் என்று சொல்லப்படுகின்றது. கட்டபொம்மனின் முன்னோர் எட்டயபுரத்தில் ஊழியம் செய்தனர். பின்னர் அவர்கள் தமக்கென்று பாஞ்சாலங்குறிச்சியில் பாளையம் அமைத்தனர்.

எட்டயபுரத்தை ஆண்ட கட்டபொம்மனை அடக்குவதற்கு உதவியதற்காக ஆங்கிலேயர் அவருக்குப் பாஞ்சாலங்குறிச்சியையும் அதற்கு உரிமையான 114 சிற்றூர்களையும் 1803 ஆம் ஆண்டு அளித்தனர். மேலும் அவர்களுக்குக் கர்நாடகத் தொட்டிப் பல்லக்கு, தங்கக் கலசம் வைத்த கூடாரம், குதிரைகள், போர் முரசு கொட்டும் கருவிகள் ஆகியவற்றையும் பிரிட்டிசார் தந்தனர்.

எட்டயபுரத்தார் பாஞ்சாலங்குறிச்சிப் பகுதிகளைப் பெற்ற பின்னர், பிற புரட்சியாளரின் நிலங்களையும் விலைக்கு வாங்கித் தம் நிலவுடைமையை விரித்தனர்.

எட்டயபுரம் கோயில்பட்டியிலிருந்து தூத்துக்குடி செல்லும் நெடுஞ்சாலையில் கோயில் பட்டியிலிருந்து 15 கிலோ மீட்டர் தொலைவில் உள்ளது.

எட்டயபுரத்து ஆண்டையார் புலவர்களையும் கலைகளையும் ஆதரித்து வந்தனர். எட்டயபுரத்து ஆண்டையாய் வெங்கடேசுவர எட்டப்ப நாயக்கன் இந்த 1816 ஆம் ஆண்டு பொறுப்பேற்றார். இவர் 1839 வரை இருபத்திரண்டு ஆண்டுகள் பதவியிலிருந்தார். இவர் தமிழ், தெலுங்கு, சம்ஸ்கிருதம் ஆகிய மும்மொழிகளிலும் புலமையுடையவர்.

பதினேழாம் நூற்றாண்டினரான கடிகை முத்துப் புலவர். உமறுப் புலவர் (1642-1703) ஆகியோர் எட்டயபுரத்தினர் என்பர். மேலும் பெத்தண்ண தளவாய், திருநெல்வேலிச் சீமைச் சரித்திரம் எழுதிய குகதாஸ் பிள்ளை, ஆகியோரும் இவ்வூரினரே.

திருவாரூர் இசை மூவருள் ஒருவரான முத்துச்சாமி தீட்சிதர் மேற்சொன்ன வெங்கடேசுவர எட்டப்பரின் காலத்தில் எட்டயபுரத்தில் வந்து தங்கினார். அவர்

எட்டயபுரத்தில் இருந்த காலையில் கழுகுமலை, திருநெல்வேலி, திருச்செந்தூர், கல்லிடைக் குறிச்சி, சபரி மலை முதலிய இடங்களுக்குச் சென்று அங்குள்ள கோயில்களைப் பற்றிக் கீர்த்தனைகள் இயற்றினார். முத்துச்சாமி தீட்சிதர் 1835 ஆம் ஆண்டு எட்டயபுரத்தில் இறந்தார்.

முத்துச்சாமி தீட்சிதரின் தம்பியான பாலுசாமி தீட்சிதர் எட்டயபுரத்தில் அவைப் பாடகராயிருந்தார். முத்துச்சாமி தீட்சிதர் இந்த ஆண்டையின் பெயரில் ''வெங்கடேச எட்டப்ப பூபதி மாச்மபியேகம்'' என்ற கீர்த்தனையை மேகரஞ்சனியில் பாடியள்ளார். பாலுசாமி தீட்சிதரின் பேரனான வீணை சுப்புராம தீட்சிதரும் எட்டயபுரத்தின் ஆதரவைப் பெற்றிருந்தார்.

இருபதாம் நூற்றாண்டின் தொடக்கத்தின் இவ்வூரினரான டி.எஸ்.முருகேசன் பிள்ளை தமிழ் இலக்கியத்தைப் பற்றித் தெலுங்கில் சிறந்த நூல்களை எழுதியுள்ளார். அவர் தமிழ் தெலுங்கு மொழிச் சொற்களைத் தொகுத்தும் நூல் செய்திருக்கின்றார்.

எட்டயபுரத்து ஆண்டையரின் குலதெய்வம் கழுகுமலை முருகன். இந்த இறைவன் மீது கணியரும் தமிழறிஞருமான முத்துச்சாமி பிள்ளை இரட்டை மணிமாலை இயற்றியுள்ளார். இவரின் மகனான கணியர் இ.மு.சுப்பிரமணிய பிள்ளை சென்னை மாகாணத் தமிழ்ச் சங்கத்தின் செயலாளராயிருந்தவர்.

நாவலர் சோம சுந்தரபாரதியும் (1879-1959) மகாகவி சுப்பிரமணிய பாரதியாரும் (1882-1921) எட்டயபுரத்தினராவர்.

இவ்வூர்ச் சொருகுக் கொண்டை கலையழகு நிறைந்ததென்று அயல் நாட்டவரால் பாராட்டப் பெற்றது. அதைப் பற்றிய நாட்டார் பாடல் ஒன்று.

பொட்டு மேலே பொட்டு வச்சு
பொட்டலிலே போற தங்கமே
ஆத்தாடி இந்தக் கொண்டை
ஆரைக் குடி கெடுக்க!

எட்டயபுர ஆண்டையார் தொன்மையாய் அரண்மனை கட்டிக் கொண்ட இடத்திற்கு இளம்புவனம் என்று பெயர். அதனால் அவர்களுக்கு ''இளசை மன்னர்'' என்ற பெயரும் எட்டய புரத்திற்கு இளசை எனற பெயரும் உண்டு.

சதாசிவன், வே.இராசாமணி, மா.இளசை மணியன் எட்டயபுர வரலாறு. எட்டயபுரம், முதற்பதிப்பு, 1976.

சோமாலெ திருநெல்வேலி மாவட்டம்

Maclean, C.D.Glossary of Madras Presidency, Reprint 1992.

3. பிரஞ்சுக்காரர் புதுச்சேரியைப் பெற்றனர்

பிரிட்டிசார் பிரஞ்சுக் காரரிடமிருந்து பிடித்து வைத்திருந்த பிரஞ்சு இந்தியப் பகுதிகளை 1816 ஆம் ஆண்டு அவர்களிடம் திருப்பித் தந்தனர். அவற்றை முறைப்படி பெற்றுக் கொள்வதற்காகப் பிரான்சிலிருந்து ஒரு குழு 1816 செப்டம்பர் 16 அன்று புதுச்சேரியில் வந்து இறங்கியது. அவர்களிடம் புதுச்சேரியும் வங்கத்திலுள்ள சந்திர நகரும் டிசம்பர் 4 அன்று திருப்பித் தரப்பட்டன.

பாண்டிச்சேரியில் புதிய மாற்றங்கள்

பிரான்ஸ் புரட்சிக்குப் பிறகு குடியரசாய் மலர்ந்திருந்த காலத்தில் பிரிட்டிசார் 1793 இல் பாண்டிச்சேரியைக் கவர்ந்தனர். நெப்போலியப் போர்கள் (1799-1815) நடந்து கொண்டிருந்த நேரத்தில் பாண்டிச்சேரி பிரிட்டிசாரின் கையில் தான் இருந்தது. பிரிட்டிசார் இந்தப பிரஞ்சுத்திட்டை 23 ஆண்டுகள் தம் ஆளுகையில் வைத்திருந்தனர்.

பிரான்சுடன் 1816 ஆம் ஆண்டு கையெழுத்தான பாரிஸ் உடன்படிக்கைப்படி (The Treaty of Paris) பிரிட்டிசார் அதற்குத் திருப்பித் தந்த பகுதிகளுள் பாண்டிச்சேரி ஒன்றாகும். இதன்பிறகு தான் பாண்டிச்சேரி தனக்கென்று தனித்தன்மையைப் பெற்றது என்பர்; பிரஞ்சு, இந்தியப் பண்பாடுகள் இரண்டும் இசைந்து கலந்தன. பிரஞ்சுக்காரர் இதன் பிறகு இந்தியருடன் கலந்து பழகினர். பிரிட்டாசரைப் போன்று எட்ட நிற்கவில்லை. பல சீர்திருத்தங்கள் கொண்டு வரப்பட்டன. கல்வி வளர்ச்சி மீது கவனம் செலுத்தப்பட்டது. தொழுநோயர்க்குப் புகலிடம் அமைந்தது. இந்திய வழக்குரைஞர் ஐரோப்பியரோடு நீதி மன்றங்களில் சமதையாய் வழக்காட வழி பிறந்தது. நாட்டுச் சட்டங்கள், மரபுகள் குறித்துக் கவனம் செலுத்துவதற்கென்று ஆலோசனைக்குழு ஒன்று அமைக்கபபட்டது.

4. இந்தியருக்கு உரிமையான முதல் செய்தியிதழ்

இந்தயத்தில் செய்தியிதழ் முதன்முதலில் பிறந்த இடம் கல்கத்தாவாகும். ஜேம்ஸ் அகஸ்டஸ் ஹிக்கி என்ற ஆங்கிலேயர் 1780 ஜனவரி 29 அன்று ''பெங்கால் கெசட்டு'' (Bengal Gazette) என்ற இதழை அங்கு தொடங்கினார். (பதினெட்டாம் நூற்றாண்டு செய்யிதழ்கள் இ.ச.க. தொகுதி-8. 1780 : கட்டுரை) அதன் பிறகு கல்கத்தாவில் சில ஆண்டுகளுக்குள் பல இதழ்கள் தொடங்கப் பெற்றன. இவையனைத்தும் ஆங்கில மொழியில் ஐரொப்பியரால் ஐரோப்பியருக்காக நடத்தப்பட்டன.

எனினும் அரசிற்கும் இப்பத்திரிகைகளுக்கும் தணிக்கை முறை குறித்துப் போராட்டம் நடந்து கொண்டே இருந்தது. ஆதலால் இந்தியர் நடத்தும் இதழ் எதுவும் பதினெட்டாம் நூற்றாண்டில் தலைகாட்டவில்லை.

கங்காதரப் பட்டாச்சரிய என்றவர் 1816 ஆம் ஆண்டில் ''பெங்கால் கெசட்டு'' என்ற பெயரில் ஓர் ஆங்கில இதழை வெளியிட்டார். (Gazette) என்ற ஆங்கிலச் சொல்லுக்குச் செய்தியிதழ் அல்லது அரசிதழ் என்பது பொருளாகும்). இதன் ஆயுள் சிறிது காலமேயெனினும் இதுதான் இந்தியருக்கு உரிமையான நூற்றுக்கணக்கான இதழ்களுக்கு முன்னோடியாகும்.

5.பாரில்லியில் பிரிட்டிசாரை எதிர்த்து வகாபியர் கிளர்ச்சி

பாரில்லி (Bareilly) நடு உத்திரப் பிரதேசத்தின் வடக்கிலுள்ள நகரம். ஆங்கிருந்த மக்கள் 1816 ஏப்ரல் 16 அன்று படைக்கலன் ஏந்திப் பிரிட்டிசாருக்கு எதிராய்க் கிளர்ச்சி செய்தனர். அவர்கள் நகராட்சிக்கு வரி தரமுடியாது என்று போராடினர். பாரில்லி நகர மக்களில் ஆயிரக்கணக்கானோர் முகமது ஆவாஸ் என்ற வகாபித் தலைவரின் (முஃப்தி) தலைமையல் திரண்டு போர்க் கொடி உயர்தினர்.

புரட்சியாளர் ஆங்கிலேயரின் பேச்சுக்கு இணங்கவில்லை அவர்கள் ஏப்ரல் 21 அன்று நீதிபதியின் மகனைக் கொன்றனர். ஆதலால் மேஜர் ரிச்சர்ஸ் கேப்டன் கன்னிங்கம் ஆகியோரின் தலைமையில் பெரிய படையைக் கொண்டு சென்று இக்கிளர்ச்சியை அடக்கினர்.

6. காலின் மெக்கன்சி அளவாய்வுத் துறைத் தலைவர்

கர்னல் காலின் மெக்கன்சி (1754-1821) (இவர் பற்றி இ.ச.க.தொகுதி-9 :1783 கட்டுரை காண்க) 1816 ஆம் ஆண்டு இந்தியத்தின் அளவாய்வுத் துறைத் தலைவரானார். இவர் 1782 ஆம் ஆண்டு ''தம்பி படை'' என்ற மதராஸ் சேப்பர்ஸ் படையில் சேர இந்தியம் வந்தார். இவர் இந்தியவியல் துறைக்கு ஆற்றிய பெரும்பங்கை இக்களஞ்சிய வரிசையின் பல இடங்களில் காணலாம்.

7. பிரேசில் பேரரசு என்று அறிவிப்பு

பிரேசில் நாடு போர்த்துக்கீச அரச காவலரான ஜோவைப் (Joao)பேரரசராய்க் கொண்ட பேரரசு என்று 1816 ஜனவரி 16 அன்று அறிவிக்கப்பட்டது. (நெப்போலியப் படை போர்ச்சுக்கல்லைப் பிடித்துவிட்ட பிறகு, 1808 ஆம் ஆண்டு அந்நாட்டின் தலைநகரம் பிரேசிலுக்க மாற்றப்பட்டது. இச்செய்தி இ.ச.க. தொகுதி-10 :1808 கட்டுரையில் கூறப்பட்டது)

மனநோயாளியாயிருந்த போர்ச்சுக்கல் அரசி முதலாம் மரியாள் (1777-1816) மார்ச்சு 20 அன்று 81 ஆவது வயதில் இறந்தார். அவரது ஆட்சியின் கடைசிப் பதினேழு ஆண்டுகளில், அவருடைய மகன் அரச காவலராயிருந்து ஆட்சி செய்தார். அவர் தனது பத்தாண்டுக் கால ஆட்சியைத் தொடங்குவதற்காகப் பிரேசிலில் இருந்தவாறு ஆறாம் ஜாவோ என்ற பெயரில் அரசப் பொறுப்பை ஏற்றார்.

1816

8. பிரிட்டீசுச் செய்திகள்

''இரண்டு சல்லிக் குப்பை''

கபாட்டு என்றவர் ''பொலிட்டிக்கல் ரிஜிஸ்தர்'' (Political Register) என்ற ஆங்கில இதழை 1816 அக்டோபர் மாதம் இலண்டனில் வெளியிட்டார். இது ''இரண்டு சல்லிக் குப்பை'' என்றழைக்கப்பட்டது. இதன் விலை இரண்டு பென்னி.

9. போக்குவரவு

ஆங்கிலக் கால்வாயைக் கடந்த முதல் நீராவிக் கப்பல்

எலைஸ் (Elise)என்ற 38 டன் எடைத் திறனுள்ள நீராவிக் கப்பல் 1816 மார்ச்சு 17 அன்று பிரிட்டனின் நியூ ஹேவனிலிருந்து கிளம்பி, கொந்தளிப்பான கடலில் பதினேழு மணி நேரம் தத்தளித்துக் கொண்டே லே ஹோவ்ரே (Le Havre) என்ற பிரஞ்சுத் துறைமுகத்தை அடைந்தது. இதுவே ஆங்கிலக் கால்வாயைக் கடந்த முதல் நீராவிக் கப்பலாகும்.

10. அமெரிக்கச் செய்திகள்

(அ) இண்டியானம் அமெரிக்க ஒன்றியத்துடன் இணைதல்

இம்மாநிலம் ''நடு மேற்கு'' என்றழைக்கப்படும் அமெரிக்க ஒன்றிய வடநடுப் பகுதியில் இருக்கின்றது. இம்மாநிலத்தின் வடக்கில் ஏற்ற இறக்கமான சமவெளிகளும் மணற்கற்குன்றுகளும் ஏரிகளும் உள்ளன. தெற்கில் சுண்ணாம்புக்கல் குகைகள் அமைந்துள்ளன.

இதன் தலைநகரம் இண்டியானபப்போலிஸ். இம்மாநிலம் *1816* ஆம் ஆண்டு அமெரிக்க ஒன்றியத்துடன் இணைந்தது. இதன் பரப்பளவு *93.491* சதுர கிலோ மீட்டர் *36.097* சதுர மைல்.

11. நெஞ்சுத் துடிப்பறி கருவி கண்டுபிடிப்பு

நோய் நாடி அறிவதில் மேன்மை வாய்ந்த முதல் தரமான இரண்டு கண்டுபிடிப்புகள் மருத்துவத்திற்கு மாபெரும் தூண்டுதல்களாய் அமைந்தன. அவற்றுள் ஒன்று தட்டிப் பார்த்தல் *(percussion)* என்றும் மற்றொன்று இதய அசைவு கேட்டல் *(auscultation)* என்றும் அழைக்கப்பெற்றன. அவையிரண்டும் ஐரோப்பியத்தில் உருவாயின. ஒன்று வியன்னாவிலும் இன்னொன்று பிரான்சிலும் கண்டுபிடிக்கப்பட்டன.

தட்டிப் பார்த்தல்

தட்டிப் பார்த்தல் என்பது உடலுக்குள், குறிப்பாய் நெஞ்சிற்குள் உள்ள நிலை என்னவென்பதைக் கண்டுபிடிக்கும் ஒரு வழியாகும். உடம்பை விரல் கொண்டு தட்டி, உடலுக்குள்ளிலிருந்து வெளிப்படும் வெவ்வேறு விதமான ஓசைகளை வைத்து நோயை நாடியறிவது இம்முறையாகும். *(குருசாமி முதலியார் இ.ச.க.தொகுதி- 7: 1761 புள்ளி)*

வியன்னாவைச் சேர்ந்த லியோப்போல்டு ஆவன்பிரகர் *(Leopold Auenbrugger)* என்பவர் தட்டிப் பார்க்கும் முறையை உருவாக்கி மருத்துவத் துறைக்கு மேன்மையான பங்கை அளித்தார். அவர் தன் புதிய கண்டுபிடிப்பை *(Inventum Novum)* விளக்கி எழுதி ஒரு நூலை *1761* இல் வெளியிட்டார். அதில் இம்முறையைக் கைக்கொள்ளும் வழிமுறைகள் சொல்லப்பட்டிருந்தன. நோய் நாடியறியும் இந்தப் புதிய முறை கேலிக்கும் ஏளனத்திற்கும் உள்ளானதால், இதை பயன்படுத்துவதற்குச் சுமார் ஐம்பதாண்டுகளாயின. இந்நூல் *1808*

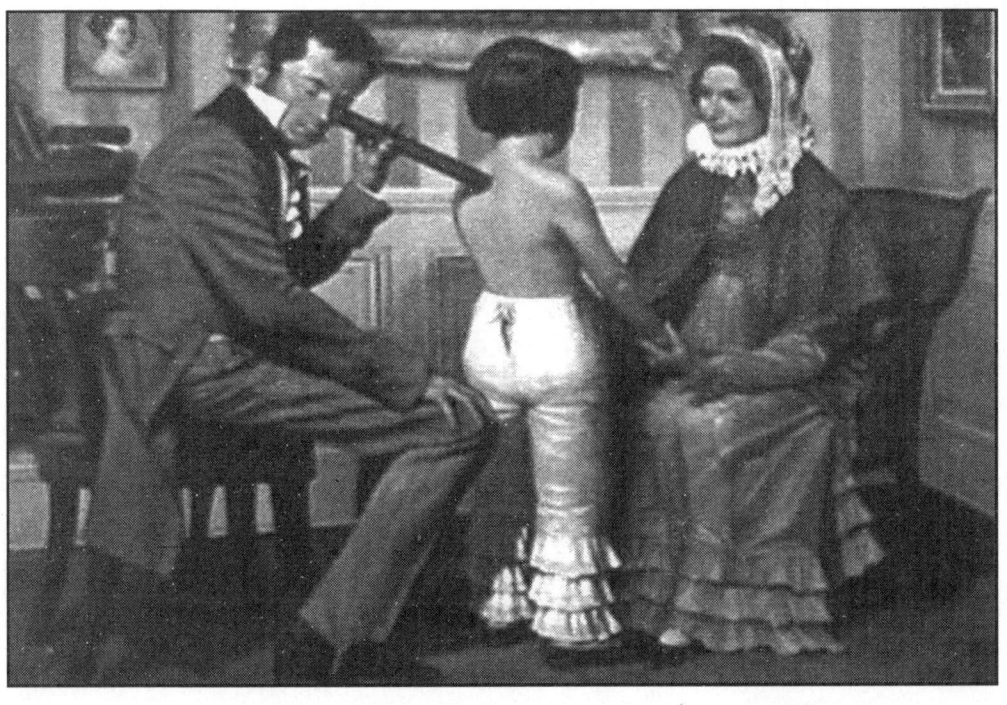

இல் பிரஞ்சில் மொழி பெயர்க்கப்பட்டதும் வெகு விரைவிலேயே தட்டிப் பார்க்கும் முறை ஐரோப்பியமெங்கும் பரவிவிட்டது. நெஞ்சு (அல்லது அடிவயிற்றுச்) சுவரை ஒரு கொட்டுப் போல் பாவித்து, அதைப் பல்வேறு இடங்களில் மெல்லத் தட்டும்போது, தட்டப்படும் இடத்தின் உள்ளே வாயு, திரவம் அல்லது திடப் பொருள் இவற்றில் எது உள்ளது என்பதை உள்ளேயிருந்து வெளிப்படும் ஓசையிலிருந்து அறிந்து கொள்ளலாம் என்ற அடிப்படையில் தட்டிப்பார்த்து நோயறியும் முறை உருவானது.

நெஞ்சுத் துடிப்பைக் கேட்டல்

நெஞ்சு அல்லது உடல் துடிப்பைக் கேட்டல் என்பது உடலுக்குள்ளிருந்து கிளம்பும் ஓசைகளையும், பெரிதும் இதயம், நுரையீரல் இவற்றில் உண்டாகும் ஓசைகளையும் கேட்டறிவதாகும். இத்தகைய ஓசைகளின் உள்பொருளைப் பிரான்சின் பிரிட்டனியைச் சேர்ந்த (*Brittany* : பிரான்சின் வடமேற்குப் பகுதி, ஆங்கிலக் கால்வாய்க்கும் பிஸ்கே வளைகுடாவிற்கும் இடையிலுள்ள தீவக்குறை) தியோஃபில் ரெனி ஹேசிந்து லேயன்னக்கு (*Theophil Rene Haycinth Laennec 1781-1826*) கண்டுபிடித்தார். அவர் ஸ்டெதோஸ்கோப்பு (*Stethoscope* - கிரேக்க மொழியில் *sethos* என்றால் நெஞ்சு என்று பொருள்) என்ற நெஞ்சுத் துடிப்பறி கருவியை *1816* பிப்ரவரி *17* அன்று கண்டுபிடித்தார். அது விறைப்பான தாளால் செய்யப்பட்டிருந்தது.

அவர் இக்கருவியைக் கொண்டு உடல் நலமுள்ளவர்களும், நோயாளியரு மானவர்களின் இதயத்திலும் நுரையீரலிலும் உண்டான ஓசைகளை மிகுந்த கவனத்தோடு கேட்டு முதன் முறையாய் மிகச் சரியான அடிப்படையில் ஆராய்ந்தார். நெஞ்சில் உண்டாகும் நோய்களைக் கண்டறிவதில் பெறப்பட்ட அறிவில் பெரும் பகுதி ஆவன்பிரகரும் லேயன்னக்கும் கண்டுபிடித்த இவ்விரு முறைகளையும் கையாண்டு பெறப்பட்டதாகும்.

நெப்போலியப் போர்கள் நிகழ்ந்தபோது தட்டிப் பார்த்து நோயறியும் முறையை நெப்போலியனின் மருத்துவரான ஷான் நிக்கலஸ் கோர்விசண் (*Jean Nicolas Corvisant*) கையாண்டார். அவர் நெஞ்சு நோய்களில் மிகுந்த கெட்டிக்காரர் இப்போர்களுக்குப் பிறகுதான் பிரிட்டனில் இந்நோயறி முறைகள் கைக்கொள்ளப்பட்டன.

லேயன்னக்கின் நூல் முதலில் *1821* ஆம் ஆண்டு ஜான் ஃபோர்பஸ் என்றவரால் பிரஞ்சிலிருந்து ஆங்கிலத்தில் மொழிபெயர்க்கப்பட்டது. அதற்கு மூன்றாண்டுகளுக்குப் பிறகு (*1824*) ஆவன்பிரகரின் நூல் ஆங்கிலத்தில் மொழிபெயர்க்கப்பட்டு ஆங்கில மருத்துவரால் அம்முறை அறிந்து கொள்ளப்பட்டது.

அயர்லந்தின் புகழ்பெற்ற டப்ளின் நகர மருத்துவக் குழாம் லேயன்னக்கின் நெஞ்சுத் துடிப்பறி முறையைக் கைக்கொள்ளத் தொடங்கிற்று. அக்குழாத்தின் தலைவரான வில்லியம் ஸ்டோக்ஸ் (*William Stokes*) ஸ்டெதோஸ்கோப்பை மருத்துவத் துறையினரின் கவனத்திற்குக் கொண்டுவந்து இதய நோய்கள் பற்றிய பயனுள்ள நூலை எழுதி வெளியிட்டார்.

அமெரிக்கத்தில் பாஸ்டன் மருத்துவர்கள் என்ற இளம் மருத்துவர் கூட்டம். நோயறி குறிகளைக் கண்டறியும் திருந்திய இம்முறைகளைப் பெரிதும் பயன்படுத்தத் தொடங்கிற்று. இக் குழுவினர் பாரிஸ் நகரில் மருத்துவக் கல்வி பெற்றவர்களாவார்.

மருத்துவப் புள்ளி விவரங்கள்

இக்காலத்திற்கு முன்னரும் பிறப்பு, இறப்புப் புள்ளி விவரங்களைத் தொகுக்கும் முறை இருந்ததெனினும் முற்றிலும் மருத்துவப் புள்ளி விவரங்கள் மிகுந்த பயன் தருவன என்பதைப் பியரே சி.ஏ.லூயி *(Pierre C.A.Louis 1787-1872)* என்ற பிரஞ்சுக்காரர் உலகிற்கு முதன் முதலில் காட்டித் தந்தார். அவர் பல்வேறு நோய்களைப் பற்றிய பல ஆவணங்களைத் திரட்டி, அவை ஒவ்வொன்றுக்கும் எவ்வாறு பண்டுவம் பார்க்கப்பட்டது என்ற விவரங்களைத் தொகுத்து, அத்தகைய பண்டுவத்தின் பயன், பயனற்ற தன்மை, நாசந் தரும் விளைவுகள் முதலியன பற்றி ஏற்கத்தக்க சான்றுகளை அளித்தார்.

இக்காலத்தில் ஐரோப்பிய மருத்துவர்களின் பண்டுவ முறை போதிய அளவில் திறன் பெற்றிருக்கவில்லை. எனினும் அது முன்னேற்றப் பாதையை நோக்கிச் சரியான முறையில் செல்லத் தொடங்கிவிட்டது என்பதை மேற்கூறிய புதிய மருத்துவ ஆதரவு முறைகள் தெளிவாய்க் காட்டுகின்றன. அவை நோய் நாடவும் நோயின் முதல் நாடவும் பெருந்துணையாய் வந்து வாய்த்தன.

இந்தியத்தில்

இந்திய மருத்துவ முறையும் வெகு தொன்மை வாய்ந்த உலக மருத்துவ முறைகளுள் ஒன்று தானெனினும் நோயைக் கண்டறிந்து உய்த்துணர்ந்து அறிவியல் அடிப்படையில் பண்டுவம் செய்யும் முறையை மேற்கத்தி மருத்துவத்திடமிருந்து கற்றுக்கொள்ள நேர்ந்தது என்பதை வரலாறு காட்டும்.

Lloyd, E.B.A Hundred years of medicine, First published 1936, Reprint 1938, 2nd Edition 1968, London.

1816

12.சைக்கிள் கண்டுபிடிப்பு

பிரஞ்சு கண்டுபிடிப்பாளரான ஜோசஃபு நைஸ்ஃபோர் நயப்ஸ் *(Joseph Nicephore Nieepce 1765-1833)* இவ்வாண்டு முன்பின்னான இரண்டு சக்கரங்களைக் கொண்ட சைக்கிள் ஒன்றைக் கண்டு பிடித்தார்.

13.பிறப்பு

ராய்ட்டர் (1816-1889)

பேரன் பால் ஜூலியஸ் ஃபான் ராய்ட்டர் *(Baron Paul Julius Von Reuter* - இயற்பெயர் *Israel Beer Josephat 1816-1889) 1816*-ஆம் ஆண்டில் பிற ந்தார். அவர் இன்றும் புகழ் பெற்று விளங்கும் உலகு தழுவிய ராய்ட்டர் என்ற செய்தி நிறுவனத்தை 1821 ஆம் ஆண்டு தொடங்கினார். இவர் ஜெர்மன்காரர்.

14.இறப்பு

(அ) ஷெரிடன் (1751-1816)

ரிச்சர்டு பிரின்ஸ்லே ஷெரிடன் *(Richard Brinslay Sheridan 1751-1816)* அயர்லந்து அளித்த எண்ணற்ற இலக்கியப் படைப்பாளிகளுள் குறிப்பிடத் தக்கவர். சிறந்த முன்னணி நாடகங்களுள் வசைத் துணுக்குகளை நறுக்குத் தெறித்தது போல் உதிர்ப்பவர்; சொறிபொழிவாளர்; இன்பியல் நாடகங்களை எழுதிப் புகழ் பெற்றவர்.

அவர் *The Rivals (1775), School for Scandal (1777), The critic (1779)* என்ற சிறந்த நாவல்களை எழுதியிருக்கிறார்.

ஷெரிடன் தன் காலத்தில் மிகச்சிறந்த நாடாளுமன்ற உரையாளர்: நிதியமைச்சரின் செயலாளராயும் ''அனைத்துத் திறனுடையோர் அமைச்சில்'' கப்பற்படைத் தலைமையின் கருவூலகராயும் உயர்ந்த பதவிகளை வகித்தவர். மிகவும் நகைச்சுவையாயும் திறமையாயும் மறுமொழி கூறக் கூடியவர், பழகுவதற்கு இனியர்.

அவர் நாடாளுமன்ற உறுப்பினர் ஒருவரின் உரையைப் பற்றி ஒரு முறை இப்படிச் சொன்னார்.

''புதியதும் உண்மையும் ஆகிய இரண்டும் அவரது உரையில் ஏராளமாய் இருந்தன. ஆனால் துரதிருஷ்டவசமாய் எது புதியதோ அது உண்மையாயிருக்கவில்லை எது உண்மையோ அது புதிதன்று.''

அவர் 1787 பிப்ரவரி 7 அன்று வாரன் ஹேஸ்டிங்கிற்கு எதிராய் நாடாளுமன்றத்தில் ஆற்றிய உரையில் மிகவும் அரிய வாதத் திறமை பளிச்சிட்டது. எடமண் பர்க்கு அந்த உரையை ''விவாதப் பொருளும் நகைச்சுவையும் கலந்த பெரு வியப்பூட்டும் சொற்றிறமிக்க இத்தகைய உரை இதற்கு முன்னர் நிகழ்த்தப்பட்டதாய்ச் சான்று எதுவும் இலது''. ஏன்றார். அவர் இதுவரை கேட்டது அல்லது படித்தது அனைத்துடனும் ''அதை ஒப்பிட்டு கையில், அவை பகலவன் முன் ஆவியாகும் பனிபோல் ஒன்றுளமில்லாமற் போய்விடுகின்றன''. என்று பாராட்டினார். ''இந்த உரை பண்டைக் காலத்திலும் தற்காலத்திலும் நிகழ்த்தப்பட்ட சொல் நலமிக்க உரைகளையெல்லாம் மிஞ்சிவிட்டது; மனித மனத்தைக் கலக்கவும் கட்டுப்படுத்தவும் கூடிய மேதைமையும் கலைத் திறனும் அதில் உள்ளன'' என்று இளைய பிட்டு ஷெரிடனின் உரையைப் பாராட்டினார்.

1816

ஷெரிடன் இந்த உரையைச் சுமார் ஆறுமணி நேரம் ஆற்றிய பின்னர் சோர்ந்து போய் எட்மண் பர்க்கின் தோளில் சாய்ந்து கொண்டே ''ஆண்டவனே நான் எல்லாவற்றையும் செல்லிவிட்டேன்'' என்றார்.

தமிழில் ஷெரிடன் நாடகம்

ஷெரிடனின் ''பிசாரோ'' என்ற நாடகம் 1930 ஆம் ஆண்டுகளின் பிற்பகுதியில் தமிழாக்கிச் சென்னையில் நடிக்கப் பெற்றது. சிறந்த தமிழாசிரியரும் தமிழ் நாடகத் துறையில் புதிய பரிமாணம் காண முற்பட்டவருமான டி.என்.சேஷாசலம் அந்நாடகத்தைத் தமிழில் மொழிபெயர்த்ததுடன், பிசாரோ பாத்திரம் ஏற்று நடிக்கவும் செய்தார்.

சேஷாசலம் நடத்திய நாடகங்கள் தெருக் கூத்திலிருந்தும் பார்சி நாடகத் தொடர்பிலிருந்தும் பரிணமித்த அக்காலத்து நாடகங்களைப் போலிராமல், சற்று மாறுபட்ட மேல் நோக்கிய போக்கைக் காட்டியதாலோ என்னவோ, அவரது புதிய பாதை விளங்கிக் கொள்ளப்படவில்லை என்றும் தமிழ் நாடக வரலாற்றில் அதனால் அவருக்குரிய இடம் தரப்படவில்லை என்றும் எண்ணுவது பிழையாகாது.

வறுமையில் சாவு

ஷெரிடன் தன் வாழ்க்கையில் கடைசி நாள்களில் கடனாளியாகித் துன்புற்று இறந்தார். தையற் கலையின் தாய்வீடு என்று போற்றப்படும் சவைல் ரோ என்ற இலண்டன் பகுதியிலுள்ள ரீஜண்டுத் தெருவின் 14 ஆம் எண் வீட்டில் ஷெரிடன் வாழ்ந்து வந்தார்.

அப்போது கடன் காரர்கள் அவரைப் படாத பாடுபடுத்தினார். அவர் இந்த வீட்டில் 1816 ஆம் ஆண்டு இறந்தார்.

அவர் இறந்த பின்னரும் கடன்காரர்கள் அவரைச் சும்மா விடவில்லை. ஓர் அமீனா இழவு கேட்க வந்தவர் போல் கேத வீட்டினுள் நுழைந்து கடனைத் தீர்த்தால் தான் பிணத்தை அடக்கம் செய்ய விடுவேன் என்று கடன் கொடுத்தவர்களின் சார்பில் ஈமச் சடங்கைத் தடுக்கப் பார்த்தார்.

(ஆ) ஃபிரான்சிஸ்கோ தெ மிராண்டா (1750-1816)

இந்தியங்கள் *(Indies)* என்று ஸ்பானியர் அழைத்துக்கொண்ட தென்னமெரிக்க நிலப்பரப்புகளில் வல்லாண்மையையும் தன் முனைப்பான ஆதிக்கப் போக்குகளையும் எதிர்த்துப் பதினெட்டாம் நூற்றாண்டிலிருந்து இருநூறு ஆண்டுகளுக்கு மேலாய் எதிர்ப்புகளும் கிளர்ச்சிகளும் புரட்சிகளும் இன்று வரை நடந்து கொண்டிருக்கின்றன. வட அமெரிக்கத்தில் வெள்ளையர் சிவப்பருக்குச் செய்த அல்லது இன்னும் செய்து கொண்டிருக்கின்ற அநீதிகளையும் இனப் பாகுபாடுகளையும் எதிர்த்து நடந்த அல்லது நடந்து வரும் ''ஊமைக் குமுறல்கள்'' இதில் சேரா.

இலத்தீனத்திலிருந்து பிறந்த ஸ்பானியம், போர்த்துக்கிசம் ஆகிய மொழிகள் இங்கு வழங்குவதால் இலத்தீன் அமெரிக்கம் என்றும் அழைக்கப்படும் இந்தியங்களில் எழுந்த கிளர்ச்சிகள் அல்லது புரட்சிகள் இருவகைப்படும் என்று பிரிக்கின்றனர். ஐபீரியத் தீவக் குறையின் ஸ்பானியருக்கும் இந்தியங்களில் குடியேறியோர் வழிவந்த கிரியோல்கள் என்ற ஸ்பானியருக்கும் நடந்த சண்டைகள், கிளர்ச்சிகள் ஆகியன ஒரு வகை. இன்னொன்று இந்தியர் என்று சூடு போட்டு அடிமையரைப் போல அல்லது அடிமையரினும் இழிவாக நடத்தப்பட்ட நாட்டு மக்களுக்கும் ஸ்பானியர் வழிவந்தவர்களுக்கும் நடக்கும் சண்டைகள் ஆகும்.

முதல் வகைப் புரட்சி-கிளர்ச்சி பத்தொன்பதாம் நூற்றாண்டின் தொடக்கத்திலிருந்து வெற்றிபெறத் தொடங்கி இருபதாம் நூற்றாண்டிற்குள் வெற்றி பெற்று விட்டது. இரண்டாம் போராட்டம் இன்னும் ஆங்காங்கே நடந்து வருகின்றது. இதில் குவாதமால நாட்டுப் புரட்சி இப்போது வெற்றி பெற்றுள்ளது. இந்நாட்டில் வாழும் வரலாற்றுப் பெருமை வாய்ந்த மாயரின் வழிவந்த மக்கள் சிறுபான்மையரான ஸ்பானிய வழியினரால் பல காலம் கொடுமைக்கு ஆளான பிறகு 1996 ஜூனில் அமைதி உடன்பாட்டிற்கு வந்துள்ளனர். மாயர்களுக்குக் குவாதமால அரசில் பாகுபாடற்ற இடம் 1996 கடைசிக்குள் கிடைத்துவிடும்.

(குவாதமாலவைச் சேர்ந்த ரிகோபெட்ட மெஞ்சு *(Rigoberta Menchu)* என்ற மாயர் பெண்மணி சிறுபான்மையரான வல்லாளரின் கொடுமைக்கு தன் மக்கள் ஆளானதை விவரித்து எழுதிய நூலுக்கு 1992 ஆம் ஆண்டு நோபல் பரிசு கிடைத்தது. இ.ச.க.தொகுதி-9:1773 புள்ளிகள்)

இங்கு தென்னமெரிக்கப் பெரு நிலத்தில், அதாவது வடஅமெரிக்கத்தின் தென் கோடியிலுள்ள மெக்சிக்கத்திலிருந்து, கரீபியக் கடலிலுள்ள தீவுகள், தென் தொங்கலிலுள்ள தியாராதெல் ஃபியூகோ தீவுத்திரள் ஆகியன வரையிலும், இந்த மாக்கண்டத்தில் நடந்த புரட்சி இயக்கங்களுக்கு ''முன்னோடியான'' ஒருவரின் காலம், வாழ்க்கை பணிகள் முதலியவற்றைக் கூறப்போகின்றோம்.

மிராண்டா

செபாஸ்தியன் ஃபிரான்சிஸ்கோ தெ மிராண்டா ஓய் ரவேலோ (*Sebastian Francisco y Miranda of Ravelo 1750 - 1816*) எங்கு போர் நடந்தாலும் அதில் போய்ச் சிக்கிக் கொள்பவர். அவர் பன்முறை ஸ்பெயினிற்காகவும் அமெரிக்க ஒன்றியத்திற்காகவும் பிரான்சிற்காகவும் களம் இறங்கியிருக்கின்றார். ஸ்பெயினும் பிரான்சும் அவருக்குத் துரோகி என்று பட்டம் சூட்டின. இரஷியப் பேரரசி காதரைன் (*1729-1796* ;ஆ.கா.*1762-1796*) அவரைப் பசப்பி வசப்படுத்தப் பார்த்தார். அட்லாண்டிக்குக் கடலுக்கப்பால் நடப்பவற்றைத் தமக்குத் தெரிவிப்பதற்காகப் பிரிட்டிசார் மிராண்டாவிற்குப் பணம் கொடுத்தனர். அவர் பழிபாவங்களுக்கு அஞ்சாத வெற்றி வேட்டைக்காரர் என்று அவரின் எதிரிகள் அவரைப் பழித்தனர். அவரின் வீரம், நாணயம், நேர்மை, அறிவுத்திறன் ஆகியவற்றுக்காக அவருடைய ஆதரவாளர்கள் அவரைப் போற்றினர். ஆனால் ஒன்று மட்டும், உறுதி; அவர் ஐரோப்பிய, அமெரிக்க நலன்களையும் தன்மக்களின் விடுதலை வேட்கையையும் இணைக்கும் பாலமாயிருந்தார்.

மிராண்டா

அவர் தன் தலைக்கு மேலே நடந்த வல்லாண்மைப் போட்டியில் தான் வெறும் பகடைக் காய்தான் என்ற எண்ணம் அவருக்கு அடிக்கடி தோன்றியிருக்க வேண்டும். எனினும் அவர் தன் இலட்சியத்தில் குறிக்கோளில் எப்போதும் கண்ணாயிருந்தார். அவரால் அகத் தூண்டுதல் பெற்ற சைமன் பொலிவாவுயும் விடுதலை வேண்டி நின்ற இளந்தலை முறையினரும் மிராண்டாவைக் காட்டிக் கொடுத்தனரெனினும் அவர் செத்த பின்னர் வெற்றி கண்டார் என்பது நினையத்தக்கதாகும்.

ஸ்பானிய ஆட்சி மீது இரண்டரை நூற்றாண்டுக் காலமாய் இருந்து வந்த மனக்குறை, கிரியோல்களையும் இந்தியர்களையும் பொறுமையின் உச்சிக்குத் தள்ளியிராது போயிருக்குமாயின், மிராண்டா என்ற இந்தப் பசப்பர், சூழ்ச்சிக்காரர் என்றாலும் ஒதுக்கித் தள்ளிவிட முடியாத போர் மறவரின் புகழ், அவர் ஸ்பானியச் சிறையில் அவமானமான சாவை அடைந்த பின்னரும் நிலைத்திருக்க முடியாது போயிருக்கும். அந்த மனக் குமுறலுக்கும் மிராண்டா வடிகால் அமைத்துத் தந்தார். வருங்காலத் தலைமுறையினர் அதனால்தான் அவருக்குப் பெருமைமிகும் ''முன்னோடி'' (*El Precursor*) என்ற சிறப்புப் பெயரைத் தந்தனர்.

மிராண்டா தன் வாழ்க்கை பற்றி ஏராளமாய் எழுதி வைத்துச் சென்றிருக்கின்றார். நாள் குறிப்புகளையும் கடிதங்களையும் நினைவுக் குறிப்புகளையும் செய்தியிதழ் நறுக்குகளையும் அகன்ற பக்கங்களையுடைய 64 தொகுதிகளை மிராண்டா விட்டுப்

போயிருக்கின்றார். அவை தென் இங்கிலாந்திலுள்ள சைரன்செஸ்டர் (*Cirencester*) என்ற ஊரில் பாதர்ஸ்டுப் பிரவிடம் இருந்து 1922 ஆம் ஆண்டு டபிள்யூ. எஸ். இராபட்சன் என்பவரால் கண்டுபிடிக்கப்பட்டன. அவை வெனிசுலத்தின் நாட்டின் வரலாற்றுக் கழகத்தில் (*Academia Nacional de la Historia*) காத்து வைக்கப்பட்டன. வெனிசுல அரசு அவற்றை அச்சுப்போட்டு வெளியிட்டது.

இராபட்சன் அவற்றை அடிப்படையாய் வைத்துப் பல நூல்கள் எழுதியுள்ளார். அவர் பிரிட்டீசு அயலுறவு அமைச்சரின் ஆவணக் களரியிலிருந்தும் மிராண்டா பற்றி ஏராளமான செய்திகளைத் திரட்டியுள்ளார். உலகெங்கிலுமிருந்த, குறிப்பாய் அமெரிக்க ஒன்றியம், பிரிட்டன், பிரான்ஸ் முதலிய நாடுகளில் இருந்த மிராண்டாவின் நண்பர்களில் மேலானவர்களை நேரில் கண்டும் அவர்கள் தெரிவித்த செய்திகளைத் தன் நூல்களில் இணைத்துள்ளார்.

கரக்காஸ் நகரம்

கரக்காஸ் நகரம் (*Caracas:* வெனிசுலத்தின் வடக்கிலுள்ள தலைநகரம், 1567 ஆம் ஆண்டு நிறுவப்பட்டது. ஆங்கில அட்மிரலான சர் ஃபிரான்சஸ் டிரேக்கு 1595 ஆம் ஆண்டு இந்நகரைச் சூறையாடினார். இந்நகரம் 18ஆம் நூற்றாண்டின் பிற்பகுதியிலும் 19 இன் தொடக்கத்திலும் இந்தியங்களிலேயே விசை வேகமுள்ள மிகச் சிறந்த பண்பாட்டு மையங்களில் ஒன்றாய் விளங்கிற்று. அதன் பண்பாட்டு மேன்மைக்கு இணையாய் லைமாவும் (*Lima*) மெக்சிக்க நாட்டின் தலைநகரான மெக்சிக்க நகரும் இருந்தன.) (இ.ச.க.தொகுதி- 11)

ஸ்பெயின் பொற்காலத்திற்குப் பிறகு சோர்ந்து முடங்கிப் போய்க் கிடந்த ஸ்பானிய மேதைமை புது வடிவுகளுடனும் புதிய சூழ்நிலைகளுடனும் உண்டான தொடர்புகளால் புத்துயிர் பெற்றது கரக்காஸ் நகரிலேயாம். மாபெரும் விடுதலை வீரரான மிராண்டாவும் பொலிவாவும் அவர்களின் அறிவுச் சுடர் வாரிசுகளான ஆந்திரேஸ் பெல்லோ (*Andres Bello 1781-1865;* வெனிசுலக் கவிஞர், மொழியியிலார், கல்வியாளர்) போன்றோரும் கரக்காசினால் வளர்க்கப்பட்டனர். இங்குதான் தளைவிடு இயக்கம் (*Freedom Movement*) கருக்கொண்டது; அதற்கு அமெரிக்கச் சிந்தனை தனித்தன்மை வாய்ந்த வடிவத்தை இங்குதான் கொடுத்தது.

இத்தகைய செழுமை வாய்ந்த நகரில் வசதியான வணிகர் ஒருவரின் மகனாய் மிராண்டா 1750 ஆம் ஆண்டில் பிறந்தார். அவர் தாய்நாடான வெனிசுலத்திலிருந்து கிட்டத்தட்டத் தன் வாழ்நாள் முழுமையிலும் நாடு கடந்து வாழ்ந்தாரெனினும், கரக்காசில் இயங்கி வந்த விடுதலை இயக்கத்தை முன்னோக்கி உந்தித் தள்ளிய இயங்கு சக்தியாய் இருந்தார்.

(*Venezuela* :கிழக்கில் கயானா, கிழக்கிலும், தெற்கிலும் பிரேசில், மேற்கில் கொலம்பியம், வடக்கில் கரீபியக் கடல் ஆகியவற்றை எல்லையாய்க் கொண்ட வடநாடு. ஸ்பானியர் இங்கு பதினாறாம் நூற்றாண்டில் குடியேற்றம் அமைத்தனர். இந்தியங்களில் முதன் முதலில் 1811 ஆம் ஆண்டு விடுதலை சாற்றி 1819 இல் போருக்குப் பின்னர் தன்னாட்சி பெற்ற நாடு. இங்கு மரக்கைபோ ஏரி (*Lake Maracaibo*) உள்ளது. இந்நாட்டின் வடமேற்கில் ஆண்டீஸ் (*Andes*) மலைத் தொடரின் வடகோடி உள்ளது. நடுவில் ஓரினோக்கோ ஆறு வடியும் நிலப்பரப்பு; தெற்கில் கயானா மேட்டுநிலம் உள்ளது.)

கல்வி, போர் வாழ்க்கை

மிராண்டா சாந்த ரோசா பல்கலைக் கழகத்திலும் கரக்காஸ் பல்கலைக் கழகத்திலும் கல்வி கற்ற பின்னர் இருபத்தோராவது வயதில் 1771 இல் ஸ்பெயினிற்குச் சென்றார். அங்கு காலாள்படையில் கேப்டன் பதவியை விலைக்கு வாங்கிச் சேர்ந்தார். அவர் மொராக் கோவிலிலிருந்த ஸ்பானியத் திட்டான மெலில்யாவில் (*Melilla*) படையில் இருந்தார். மொராக்கோச் சுல்தான் சிதி முகமது தனது ஆட்சிப் பகுதியிலிருந்து ஸ்பானியப் படையும் கிறித்தவரனைவரும் வெளியேற வேண்டுமென்று 1774 இல் கூறிவிட்டார். ஸ்பானியர் வெளியேறாததால் சுல்தான் மெலில்யாவை முற்றுகையிட்டுத் தோற்றார்.

மிராண்டா இங்கு நடந்த இப்போரில் விலங்குத்தனமான செயல்களைக் கண்டார். சிதி முகமது தனக்கு வெற்றி கிடைக்கவில்லையென்று சினங்கொண்டு தன் பீரங்கிப்படையினரின் கைகளை வெட்டுமாறு கட்டளையிட்டார். ஒருமுறை மூன்று துப்பாக்கிக் குண்டுகள் மிராண்டாவின் கால்சட்டையைக் கிழித்துச் சென்றன அவர் மயிரிழையில் உயிர் தப்பினார். போர்க்களத்தில் வட ஆப்பிரிக்க முஸ்லிம்களான மூர்கள் எதிரிகளின் கழுத்தை இரக்கமின்றி அறுத்த கொடுமைகளைக் கண்டு மிராண்டா அஞ்சினார். இந்நிகழ்ச்சிகள் மனத்தில் ஆழப் பதிந்துவிட்டமையால், அவர் பிற்காலத்தில் மனஉறுதியில்லாதவராயும் வெனிசுலத்திலிருந்து வெளியே தள்ளப்பட்டபோது கோழைபோல் நடக்கவும் காரணமாயிற்று. அவர் துணிச்சல் மிக்கவர்தான். ஆனால் வெறும் மடத் துணிச்சல் என்று தோன்றுமாயின். அதனால் தனக்கோ தன் தோழர்களுக்கோ இன்னல் நேராத விதத்தில் நடந்து கொள்வார்.

மிராண்டா 1780 இல் ஆங்கிலேயருக்கு எதிராய் ஃபுளோரிடத்தில் போரிட்ட பிறகு அவருக்கு ஸ்பானிய மணிமுடி மீது ஐயப்பாடு எழுந்தது. ஸ்பானிய ஆளுநர் தலைவர் 1782 இல் பகாமாசிற்கு அனுப்பிய படையுடன் மிராண்டா சென்றார். அங்கு வெற்றி பெற்ற ஸ்பானியப் படையுடன் ஹவானா திரும்பியதும் அவமானப்படும்படி மிரண்டா சிறிது காலம் சிறை வைக்கப்பட்டார். ஸ்பானியர் அவரைச் சிறைப்படுத்தியதற்குக் காரணம் இருந்தது; ஏனெனில் மிராண்டா ஸ்பானிய ஆட்சியில் வெறுப்புற்றிருந்த புரட்சியாளருடன் கடிதத் தொடர்புகள் கொண்டிருந்தது கண்டுபிடிக்கப்பட்டது. அவர்கள் கரக்காசில் என்ன நடக்கின்றது என்பதை மிராண்டாவிற்குத் தொடர்ந்து தெரிவித்து வந்தனர்.

பிரிட்டனுக்கும் அமெரிக்க ஒன்றியத்திற்கும் நடந்த போர் 1793 இல் முடிந்ததும் மிரண்டாவை விடுதலை செய்தனர். அவர் நடுநிலையாளர் என்ற முறையில் அமெரிக்கத்தைச் சுற்றிப் பார்ப்பதற்கு இசைவு தரப்பட்டது. மிரண்டா அங்கு வாசிங்டன், அலெக்சாந்தர் ஹாமில்டன் (*Alexander Hamilton 1757-1804*), ஹென்றி நாக்ஸ் (*Henry Knox*), ஜான் குவின்சி ஆடம்ஸ் (*John Quincy Adams, 1767-1848*) அமெரிக்கத்தின் ஆறாவது ஆட்சித்தலைவர் 1825 -1829) போன்ற செல்வாக்கு மிக்க தலைவர்களைச் சந்தித்தார்.

எனினும் மேற்குலகின் தன்னுரிமைக் கொடியைத் தாங்கிச் செல்லும் மேல்நிலைக்கு உயர்ந்துவிட்ட அமெரிக்கத்திடம் உள்ள குறைகளை எடுத்துக்காட்ட மிராண்டா தயங்கவில்லை. திறமை குறைந்தவர்களிடம் சட்டமியற்றும் தகுதியுள்ள மாமன்ற உறுப்பினர் பதவி அங்கு தரப்பட்டிருந்தது; அரசின் ஆய்விற்கு வந்த தீர்மானம் இரண்டு மணி நேர ஆய்விற்குப் பிறகும் அது எதைப் பற்றியது என்பது அவர்களுள் ஒருவருக்கும் தெரியவில்லை.

''மக்களாட்சியின் குறிக்கோள் நல்லொழுக்கமாயிருக்கையில், அதற்கு எந்த இடமும் தரப்படாதது ஏன்? அதற்கு மாறாய் எல்லாப் பெருமையும் அதிகாரமும், இதைப் போன்ற மக்களாட்சிக்குக் கேடாய் இருந்துவரும் சொத்துடைமைக்குத் தரப்பட்டுள்ளன. இன்னொரு முரண்பாடும் இங்கு இருக்கக் கண்டேன். மனித இனம் தனக்கு விருப்பமான முறையிலும் வடிவிலும் முழு முதற்கடவுளை வணங்குவது அதற்குரிய கடமைகளுள் ஒன்றாகும் என்பது ஏற்கப்பட்டுள்ளது. அப்படியிருக்க கிறித்துவ சமயஞ்சாராத ஒருவர் இங்கு பதவி ஏற்பதிலிருந்து தள்ளி வைக்கப்பட்டுள்ளதை குறிப்பிட வேண்டும். இவையாவும் உறுதியாய் வழுக்களாகும்''.

அவர் லண்டனுக்கும் சென்ற வெனிசுல விடுதலை பற்றிய தன் கருத்தை மறைவடக்கமாய்ப் பலரிடம் பேசினார். அவர் ஐரோப்பியத்தில் சுற்றி வந்த காலத்தில் காதரைன், அவருக்குப் பாதுகாப்பு தந்தார். அவர் மீண்டும் லண்டன் திரும்பியதும் ஸ்பெயின் மீது தனக்கிருந்த பற்றைக் கைவிட்டார். அவர் தென்னமெரிக்கத்தில் புரட்சியை தோற்றுவிப்பது பற்றிய ஒரு திட்டத்தைத் தலைமை அமைச்சராயிருந்த இளைய பிட்டிடம் *(William Pitt, Pitt the younger 1759-1806;* தலைமை அமைச்சர் *1783-1801, 1804-1806)* தந்தார். ஆனால் ஆங்கில ஸ்பானியக் கருத்து வேறுபாடுகள் அதன் பிறகு அடங்கிப் போனமையால் பிரிட்டிசார் மிராண்டாவின் திட்டத்தில் ஆர்வம் காட்டவில்லை.

அவர் இங்கிலாந்திலிருந்து சென்றபின் பிரிட்டன் அல்லது அமெரிக்கத்தின் உதவியைப் பெறுவதற்காகச் சூழ்ச்சிகள் செய்தார். கடைசியில் அவருக்கு 1806 ஆம் ஆண்டு படைக்கலன்களுடன் தொண்டர்களும், சிறு கப்பல்களும் நியூயார்க்கில் கிடைத்தன. மிராண்டா அங்கிருந்து ஹெயிட்டி சென்றார். *(Haiti-* இ.ச.க.தொகுதி-*11:1801* புள்ளிகள்*)* அங்கு அவருக்கு இரண்டு சிறு கப்பல்கள் கிடைத்தன. அவையிரண்டும் கடலில் அறுத்துக்கொண்டு போய்விட்டன. அவரும் புரட்சித் தொண்டர் இருநூறு பேரும் சேர்ந்து வடமேற்கு வெனிசுலத்திலுள்ள கோரோ *(Coro)* என்ற நகரை பிடித்தனரெனினும், பின்வாங்க நேர்ந்தது.

அவர் *1808* இன் தொடக்கத்தில் இங்கிலாந்து திரும்பிச் சர் ஆர்தர் வெல்லஸ்லியைச் சந்தித்து வெலிங்டன் பிரபு; *Duke of Wellington 1769-1852;* இ.ச.க. தொகுதி-11) அவரிடம் தன் திட்டங்களைக் கூறி, அவரை அவற்றின் மீது ஆர்வங் கொள்ளத் தூண்டினார். ஆனால் ஸ்பெயின் பிரான்சிற்கு எதிராய்த் திரும்பிப் பிரிட்டனுடன் சேர்ந்து கொண்டதால், இங்கிலாந்து ஸ்பானிய குடியேற்றங்களில் புரட்சியை உண்டாக்கும் கருத்தின் மீது ஆர்வம் காட்டவில்லை.

எனினும் வெனிசுலத்தில் அமைக்கப்பட்டிருந்த செயலாக்கக் குழு *(Junta)* ஆட்சியை 1810 இல் பிடித்துவிட்டது. மிராண்டா அதற்கு ஆறு மாதங் கழித்து இங்கிலாந்திலிருந்து கரக்காசிற்குத் திரும்பினார். அவர் வெனிசுல மாமன்றப் பேரவையின் உறுப்பினர் என்ற முறையில் *1811* ஆம் ஆண்டு நாட்டிற்கு விடுதலை சாற்ற வேண்டும் என்ற கருத்தை ஆதரித்தார்.

பின்னர் *1812* மேயில் பேரழிவை உண்டாக்கிய எரிமலை வெடிப்பையடுத்து மக்களுக்குப் புரட்சி இயக்கத்தின் மீதிருந்த நம்பிக்கை ஆட்டங்கண்டது. அப்போது முடியரசு ஆதரவாளர் மீட்சி பெற்று விட்டனர். அது புரட்சி இயக்கத்திற்கு இடருண்டாக்கியது. மிராண்டா வெனிசுல மக்களின் தலைமைத் தளபதியாக்கப்பட்டார். எனினும் அங்கு நிலைமை வெகு வேகமாய் மோசமடைந்தது. மிராண்டா 1812 ஜூலையில் சேன் மேட்டியோ *(San Mateo)* என்ற இடத்தில் முடியரசுப் படைக்கு விட்டுக் கொடுத்துப்

பணிந்துவிட்டார். மிராண்டா இது குறித்து சைமன் பொலிவா உள்படப் பிற புரட்சித் தலைவர்களிடம் கலந்து பேசாததால், அவர்கள் அவரை முடியரசு ஆதரவாளரிடம் காட்டிக் கொடுத்து விட்டனர்.

மிராண்டா பணிந்தபின் சிறைப்படுத்தப்பட்ட செய்தி அக்டோபர் மாதம் தான் இங்கிலாந்தை அடைந்தது. அப்போது ஸ்பெயின் மிராண்டாவைப் பழிவாங்கி விடாமல் காப்பாற்ற வேண்டுமென்று பிரிட்டனின் அயலுறவு அமைச்சரான கேசில்ரா பிரபுவிடம் *(Lord Castlereah, 1769-1822;* அயலுறவு அமைச்சர் *1812-1822)* வேண்டுகோள் விடப்பட்டது. பிரிட்டன் ஸ்பானிய அமெரிக்கத்தை வாணிபத்திற்குத் திறந்து விடுமாறு ஸ்பெயினை இன்னும் நெருக்கிக் கொண்டிருந்தது. அதற்கு மிராண்டாவின் விதிபற்றி அக்கறை இருந்தது. எனினும், பிரிட்டன் அவரைக் கைவிட்டுவிட்டது. வாணிபத்தைப் பொருத்த வகையில் ஸ்பெயின் பிரிட்டனை எல்லா நாடுகளையும் போன்று நடத்துவதற்கு 1814 ஆம் ஆண்டு ஒப்புக் கொண்டது. ஆனால் பிரிட்டன் இதற்கு மாற்றாய் அமெரிக்க விடுதலைப் போராட்டத்தில் நடுநிலை வகிப்பதாய் வாக்குறுதி தரவேண்டிய கட்டாயம் ஏற்பட்டது.

மிராண்டாவைச் சங்கிலியால் பிணைத்து ஸ்பெயினின் தென்மேற்கிலுள்ள துறைமுகப்பட்டினமான கேடிசிற்கு *(Cadiz) 1813* இல் கொண்டு சென்றனர்; மிராண்டா அங்கிருந்தவாறு இங்கிலாந்திலுள்ள தன் நண்பர்களிடம் முறையிட்டு வந்தார்; சிறையிலிருந்து தப்பவும் திட்டமிட்டார். ஆனால் பிரிட்டன் அவர் எதிர்பார்த்ததைப் போன்று அவருக்கு உதவவில்லை. மிராண்டா வெறுத்து வந்த பிரஞ்சுப் புரட்சி நாளான ஜூலை 14 அன்று 1816 ஆம் ஆண்டு கேடிஸ் சிறையில் மிகவும் வருந்தத்தக்க நிலையில் (டைஃபஸ்) என்ற சிறைக் காய்ச்சலில் இறந்தார்.

மிராண்டா தான் பட்ட அரும்பாட்டின் பலன்களையோ, விடுதலைக்காக நடந்த சண்டைகளில் பிரிட்டிசார் கிரியோல்களுடனும் இந்தியருடனும் தோளோடு தோள் நின்று போரிட்டு இறுதியில் தன் மக்களுக்கு விடுதலை வாங்கித் தந்ததையோ காணாமல் கண் மூடிவிட்டார். வெனிசுலம் 1819 இல் விடுதலை பெற்றது.

Nicholson, Irene The Liberators, London, 1966.

Parry, J.H. The Spanish Seabrne Empire, London, 1966.

1816

1817

அரசியல்
பிண்டாரியர் ஒழிப்பு, மூன்றாம் மராட்டியப் போர் முடிவு
பிரிட்டனிடம் முதலில் இணங்கிப் பணிந்த கோட்டா நாட்டரசு
மேவார் கம்பெனியிடம் இணங்கிப் பணிதல்
செர்பியம் விடுதலை பெற்றது, இரஷியத்தில் இரகசியச் சங்கங்கள்
பிரிட்டனில் பட்டினி அணிவகுப்பு

அறிவியல்
காட்மியம் கண்டுபிடிப்பு, லித்தியம் கண்டுபிடிப்பு
செலினியம் கண்டுபிடிப்பு, சூப்பர் பாஸ்பேட்டு ஆக்கப்பட்டது

மருத்துவம்
இந்தியத்தில் வாந்தி பேதி பரவுதல்

சமயம்
இந்துக் கோயில்களில் பிரிட்டீசார் ஆட்சிப் பொறுப்பு

சட்டம்
பிரிட்டனில் வாய்ப்பூட்டுச் சட்டங்கள்

கல்வி
கல்கத்தாவில் இந்துக் கல்லூரி

கலை, இலக்கியம்
தெலுங்கு, கன்னட மொழி இலக்கணங்கள்
குஜராத்தியில் விவிலியம்
வங்க மொழியில் கதோபநிடதம், ஜேன் ஆஸ்டன்

பொருளியல், நிதியியல்
ரிக்கார்டோவின் பொருளியல் நூல்
பிரிட்டனில் சவரன்கள் வெளியீடு

இராணுவம், போர்
மூன்றாம் மராட்டியப் போர், பிண்டாரியர் ஒழிப்புப் போர்

மக்கள்
கருத்தடைக் கருவிகளுக்கு மால்தஸ் எதிர்ப்பு
அயர்லந்தில் காவலர் படை

பொது
ஜெனரல் பேட்டர் சாலை

பிறப்பு
சர் சையது அகமது கான் (1817-1878)
தேவேந்திரநாத தாகூர் (1817-1905)

இறப்பு:
ஜேன் ஆஸ்டன் (1775 - 1817)

1817

1. பிண்டாரியர் ஒழிந்தனர்

இந்தியத்தில் 1633 முதல் நிலவி வருவதாய்க் கருதப்படும் பிண்டாரியர் என்ற அழிகொள்ளையர் பற்றிய செய்திகள் இந்திய சரித்திரக் களஞ்சியத்தின் பத்தாம் தொகுதியிலுள்ள 1798 ஆம் ஆண்டுக் கட்டுரையில் சொல்லப்பட்டுள்ளன.

தலைமை ஆளுநரான ரிச்சர்டு கோலி வெல்லஸ்லி (1760-1842); ப.கா.1798-1805) நாட்டு மன்னர்களுடன் இணக்க உடன்பாடுகளைச் செய்து, அவர்களைப் பிரிட்டிசாரின் கட்டுக்குள் கொண்டு வந்தார். அம்மன்னர்களின் பாதுகாப்பிற்குப் பிரிட்டிசார் பொறுப்பேற்றுக் கொண்டதால், நாட்டு அரசுகள் தம் படைகளைக் கலைத்தன. அவ்வாறு கலைக்கப்பட்ட படையினர் கூலிப்படையினராயினர்; கொள்ளையராயும் மாறினர்.

இங்ஙனம் அவிழ்த்து விடப்பட்ட நாட்டுப் படை வீரர்கள் பிண்டாரியரின் அணியில் சேரவே, அந்தக் கொள்ளைக் கூட்டம் பெருகிவிட்டது. ஜில்பட்டு எலியட்டு என்ற மிண்டோ பிரபு (Gilbert Elliot, 1st Earl of Minto) 1807 ஆம் ஆண்டு இந்தியத்தின் தலைமை ஆளுநரானார். (இ.ச.க.தொகுதி- 11:1807-புள்ளிகள்) அவர் போர் நடவடிக்கைகளை மிகவும் குறைத்து இந்திய அரசியலில் தலையிடாக் கொள்கையைக் கொண்டதாலும் மராட்டியர் வல்லமை சீரழிந்து போனதாலும் பிண்டாரியர் வெகு விரைவில் வெல்ல முடியாத ஆற்றலுள்ளவர்களாய்விட்டனர். அவர்களின் வளர்ச்சி பிரிட்டிசாரின் பேரரசு விரிவிற்கு அறை கூவல் விடுப்பதாயிற்று.

பிண்டாரியர் தலைவர் கரீம் கான்

பிண்டாரியரின் குறிப்பிடத்தக்க தலைவருள் ஒருவரான கரீம்கான் நாகபுரி, போபால் பகுதிகளைக் கொள்ளையடித்துவிட்டுப் போபால் நவாபு ஹயாத்து முகமது கானின் (ஆ.கா. 1777-1807) ஊழியத்தில் சேர்ந்து அங்கு தங்கி விட்டார். போபால் நவாபு கரீம் கானுக்குப் பூரண்சா, ஜுர்க்கிரா, ஹுருங்காம், உல்ஜமல் பர்கானாக்களைக் கொடுத்தார். பிரிட்டிசாருக்கும் மராட்டியருக்கும் நடந்த முதல் மராட்டியப் போரின் போது (1803-1805; இ.ச.க.தொகுதி-11:1803 கட்டுரை) கரீம் கான் அதைத் தனக்கு நல்லவாய்ப்பாக்கிக் கொண்டு சிந்தியாவின் சில நிலப்பரப்புகளையும் மாளவத்தில் போஷ்வாவிற்கு இருந்த சில ஜாகிர்களையும் கைப்பற்றிக் கொண்டார். கரீம் கான் 1807 வாக்கில் மிகப் பரந்த விளைநிலப் பரப்பின் உரிமையாளராய்விட்டார். அவர் பல கோட்டைகளையும் கைப்பற்றிக் கொண்டார்.

பிண்டாரித் தலைவர் சித்து

குவாலியரின் மராட்டியர் தலைவரான தௌலத்துராவ் சிந்தியா (1794-1827) தன் அன்பிற்குரியவர் என்று கூறிக் கொண்ட மற்றொரு பிண்டாரித் தலைவரான சித்து, குவாலியர் நாட்டையே தாக்கினார். எனினும் சிந்தியாவும் சித்தும் ஓர் உடன்படிக்கை செய்து கொண்டனர். சித்து அதன்படி குவாலியர்ப் பகுதியில் கொள்ளையடிப்பதில்லை என்று உறுதி கூறினார்.

பிண்டாரியர் மராட்டியர்க்குப் பகையாதல்

பிண்டாரியரின் எண்ணிக்கை 1812 வாக்கில் 24,500 ஆக உயர்ந்தது. இது குறித்துப் பல்வேறு கணக்குகள் சொல்லப்படுகின்றன. மராட்டியர் பிண்டாரியர்க்கு ஆதரவாய் இருந்ததால்தான் அவர்களின் மேலாண்மையும் எண்ணிக்கையும் பெருகின. ஆனால் மராட்டியர் 1803 ஆம் ஆண்டிலும் பின்னர் 1805 ஆம் ஆண்டிலும் தோல்வியடைந்த பின்னர், மராட்டியர் தலைவர்களால் இப்புதிய கொள்ளையரைக் கட்டுப்படுத்த முடியவில்லை. அவர்களை ஒடுக்குவதற்கு எந்த வழிவகையும் அவர்களுக்குத் தெரியவில்லை. பிண்டாரியர் மராட்டியர்க்கு இன்னல் விளைவிக்கும் அண்டையராய் விட்டனர். பிண்டாரியர் தம் ஆண்டைகளுக்கு எதிரியாயினர்.

நடு இந்தியத்தில் அழிவு

அழி கொள்ளையரின் அட்டூழியங்கள் மிகுந்ததால், நடு இந்தியம் முழுமையிலுமிருந்த பல்வேறு நாடுகளில் உழவர்களால் வேளாண்மையின் பயனைத் துய்க்க முடியவில்லை. அவர்கள் நிலங்கள் பாழ்பட்டுப் போயின் குடிசைகள் எரிந்து சாம்பலாயின. ஆதலால் உழவர்கள் ஏதேனுமொரு கொள்ளைக் கூட்டத்தில் சேர்வதைத் தவிர அவர்களுக்கு வேறு வழி இல்லாமற் போனது. கொள்ளையரிடம் இழந்தவற்றைக் கொள்ளையடித்தே மீட்டுக் கொள்ளலாமென்று உழவர்கள் பிறரைக் கொள்ளையடிக் கலாயினர். இதன் விளைவாய்ப் பிண்டாரியர் பெருகினர். ''வாழ்க்கையின் ஆதாரவளங்கள் குன்றிப்போன விகிதத்திற்கு ஈடாகப்'' பிண்டாரியர் எண்ணிக்கை பெருத்தது.

இங்ஙனம் நாடு நெடுகிலும் பெரிய கொள்ளைக் கும்பல்கள் நடமாடி வந்தமையால், மனக்குறையுடையோரும் பொல்லாதாரும் கொள்ளைக்காரராகும் ஊக்கத்தைப் பெற்றனர். மக்கள் விரோதக் கும்பல்கள் அனைத்தும் திரண்டுவிட்டன. ஒரு குதிரையும் வாளும் வைத்திருந்த ஊர்சுற்றிகளனைவரும் கொள்ளைக் கூட்டத்தில் சேரலாயினர்.

பிண்டாரியர் கும்பலில் இரண்டு மூன்று ஐரோப்பியர் சேர்ந்திருந்தனர் என்பதும் தெரிய வருகின்றது.

பிண்டாரியர் பெயர் கேட்டதும் மக்கள் ஊரை விட்டு ஓட்டம்

பிண்டாரியர் பெயரைக் கேட்டதுமே மக்கள் தம் வீடு வாசல்களைவிட்டு ஓடினர். தக்காணத்திலிருந்து நர்மதையாற்றைக் கடந்து சென்ற சாலைகள் அனைத்தும் பிண்டாரியர் மீது கொண்ட அச்சத்தினால் 1809 - 1810 காலத்தில் பாதுகாப்பற்றுப் போயின. ஆதலால் பூனா, ஐதராபாது, நாகபுரி ஆகிய இடங்களிலிருந்து கங்கையை நோக்கிச் சென்ற பயணியரனைவரும் சூர்கு ஜா.சம்பல் வழியே சென்றனர். இதையறிந்த தகியர் என்ற இன்னொரு கள்ளர் கூட்டம் அங்கே சென்று பல்லாண்டுக்காலம் நல்ல கொள்ளையடித்தது. பிண்டாரியர் 1814-1816 காலத்தில் நாடெங்கும் பேரழிவு செய்தனர்.

சென்னையில் பிண்டாரியர்

சென்னைக்குப் பிண்டாரியர் வருகின்றனர் என்ற ''வெறும் வதந்தி'' 1816 ஆம் ஆண்டு பரவியது. உடனே மக்கள் திகில் கொண்டு நடுங்கலாயினர். அவர்கள் சென்னைக் கோட்டைக்குள் புகலடைய ஓடினர். வண்ணாரும் புல்வெட்டிகளும் பரங்கிமலைப்

பக்கத்தில் நீண்ட மூங்கிற் கழிகளைக் கையில் ஏந்தியும் கழுதை மேலேறியும் பிண்டாரியர் போல் நடித்ததால் இந்த வதந்தி பரவிற்று. அதைக் கண்ட மக்களும் அரசு ஊழியரும் மூட்டை முடிச்சுகளை எடுத்துக்கொண்டு கோட்டை நோக்கி ஓடினர்.

குண்டூரில் பிண்டாரியர்

பிண்டாரியர் குண்டூரிலும் பிற இடங்களிலும் 1816 ஆம் ஆண்டு செய்த கொடுஞ் செயல்களைக் கேள்வியுற்று அஞ்சியதால் பிண்டாரியர் வருகின்றனர் என்ற செய்தியையறிந்ததுமே பெண்கள் தம் உயிரை மாய்த்துக் கொண்டனர். பிண்டாரியர் பற்றி ஆராய்ந்த கம்பம் குழுவின் (*Combum Commission*) அறிக்கையில் 25 பெண்கள் நீரில் விழுந்து இறந்தனர் என்பதை அறிகின்றோம். அவர்களில் பலர் கைக் குழந்தைகளோடு உயிர் துறந்தனர்.

மகோல் என்ற இடத்தில் பெண்களைக் காக்க வந்த பெற்றோரையும் உடன் பிறந்தாரையும் பிண்டாரியர் அப்பெண்களின் கண் முன்னரே கொன்றனர். இதைக் கண்ட பெண்கள் தம் வீடுகளுக்குத் தாமே தீவைத்து விட்டு அதனுள் பாய்ந்து இறந்தனர். பிண்டாரியர் குண்டூரைக் கொள்ளையடித்துக் கொண்டிருந்த வேளையில், அயின்வேல் என்ற சிற்றூரைச் சேர்ந்த மக்கள் பிண்டாரியரின் சித்திரவதைக்கு ஆளாவதைவிட, அவர்களை எதிர்த்து நின்று மடியலாம் என்று சண்டை செய்தனர். பிண்டாரியர் அவர்களின் எதிர்ப்பை முறியடித்ததும், அவ்வூரைச் சேர்ந்த ஆடவர், பெண்டிர், சிறுவர் அனைவரும் தம் உடைமைகளுக்குத் தீவைத்து விட்டுத் தாமும் அதில் விழுந்து உயிரை மாய்த்தனர்.

1817

தெற்கில் பிண்டாரியர்

சிந்தியா, ஹோல்கர், அமீர்கான் ஆகியோர் இரக்கமின்றிக் கொள்ளையடித்து வந்த இரசபுதன அரசுகளான ஜெயப்பூர், ஜோதிப்பூர், உதயபுரி ஆகியன வேண்டுகோள் விடுத்துப் பிரிட்டீசு அரசிற்குக் கீழ்ப்படிந்துள்ள அரசுகளாய்த் தம்மை ஏற்றுக் கொள்ளவேண்டும் என்று முறையிட்டுள்ளன என்பதைத் தலைமை ஆளுநர் ஹேஸ்டிங்சுப் பிரபு 1815 ஜனவரி 15 அன்று எழுதினார். இதிலிருந்து பிண்டாரியர் எவ்வளவு பரந்த நிலப்பரப்பை இக்காலத்தில் சூறையாடினர் என்பது புலனாகும்.

சுமார் 300 பேரடங்கிய பிண்டாரிக்கும்பல் ஒன்று நாகபுரியைத் தாக்குவதற்காக 1815 பிப்ரவரித் தொடக்கத்தில் புறப்பட்டது. அவர்களை நாகபுரிப் படை வலுவாய் எதிர்த்து நின்றது. அதனால் பிண்டாரியர் கதி கலங்கிப் போய்த் தோஸ்து முகமது தண்டு இறங்கியிருந்த டால்கா என்ற இடத்திற்குப் பின்வாங்கினார்.

பர்ஹன்பூர், பெர்காம்பூர், பிரம்மபுரமு

மழைவிட்டதும் சுமார் ஐயாயிரம் பிண்டாரியர் அங்கிருந்து நர்மதையைக் கடந்து 1815 ஆம் ஆண்டு பெர்காம்பூரை அடைந்தனர். இந்த ஊரைப்பற்றி ஏற்கெனவே ஓரிடத்தில் (இ.ச.க.தொகுதி-3: 1722 கட்டுரை) குறிப்பிட்டிருக்கின்றோம். இந்த ஊரைப் பற்றிப் பிரஞ்சு நாடோடியான டேவர்னியர் (*Jean Baptiste Tavernier, Baron of Aubonne, 1605-1689*) தனது பயண நூலில் (*Travels in India, 1676*)சிறப்பாய் எழுதியுள்ளார்.

''இது மிகவும் இடிபாடடைந்த பெரிய ஊர். இங்குள்ள பெரும்பான்மையான வீடுகள் கூரை வேய்ந்தவை. ஊரின் நடுவே இன்றும் பெரிய கோட்டை உள்ளது. அங்கு

ஆளுநர் தங்கியிருக்கின்றார். இம்மாநிலத்தின் அரசு முக்கியமானதாகையால் முகலாயப் பேரரசரின் மகன் அல்லது சிற்றப்பன், பெரியப்பன் மட்டுமே இதன் ஆட்சிப் பொறுப்பைப் பெறுகின்றனர். இன்று பேரரசராயிருக்கும் ஔரங்கசீபு, தன் தந்தையின் ஆட்சிக் காலத்தில் பல ஆண்டுகள் பிரம்பூரின் (பெர்காம்பூர்) ஆளுநராயிருந்தார். இவ்வூரில் பெரிய அளவில் தொழில் நடக்கின்றது. பிரம்பூரிலும் இம்மாநிலம் முழுமையிலும் மிக மெல்லிய மஸ்லின் துணி நெய்யப்பட்டுப் பாரசிகம், துருக்கி, மாஸ்கோ, போலந்து, அரேபியம், எகிப்து இன்னும் பிற இடங்களுக்கு ஏற்றுமதியாகின்றது.''

முகலாய அரசர் ஷாஜகான் (1592-1666; ஆ.கா. 1628-1666) மனைவியும் ஔரங்கசீபின் (1618-1707; ஆ.கா. 1658-1707) தாயுமான மும்தாஜ் மகால் தக்காணத்திலுள்ள பர்ஹான்பூரில்தான் இறந்தார் என்பது குறிப்பிடத்தக்கது.

பெர்காம்பூர், பர்ஹான்பூர், பிரம்பூர் என்றெல்லாம் பலவாறாய் அழைக்கப்படும் இவ்வூரின் பெயர் பிரம்மபுரமு என்ற தெலுங்குப் பெயரின் திரிபுகளாகும்.

இவ்வூர் பள்ளிகுடாவிலிருந்து தென்கிழக்கில் சுமார் 134 கிலோ மீட்டர்; செட்டர்ப்பூரிலிருந்து மேற்கே தென்மேற்கில் சுமார் 24 கிலோ மீட்டர்; சிக்கக்கோவிலிருந்து வடகிழக்கில் சுமார் 150 கிலோ மீட்டர்; சென்னையிலிருந்து வடகிழக்கில் சுமார் 830 கிலோ மீட்டர்; கடலிலிருந்து மேற்கில் சுமார் 17 கிலோ மீட்டர் வடக்கு நெடுஞ்சாலையில் உள்ளது).

அவர்கள் பெர்காம்பூரிலிருந்து நிகாமின் நாட்டைத் தாக்கக் குறிவைத்தனர். அவர்கள் பெர்காம்பூரிலிருந்து இரண்டு பிரிவாய்ப் பிரிந்தனர். ஒரு பிரிவு பெர்காம்பூரைச் சுற்றியிருந்த பகுதிகளையும் காம்தி, நரசங்கி, மோண்டு என்ற சிற்றூர்களையும் கொள்ளையடித்தது. இந்தக் கும்பல் தபதி ஆற்றைத் தாண்டியதும் நிசாமின் படைகளுடன்மோதியது என்று சொல்லப்படுகின்றது. இத்தாக்குதலால் பிண்டாரியர் நிலைகுலைந்து விடவில்லை.

1817

நிசாம் நாட்டினுள்

இரண்டாவது கும்பல் நர்மதையிலிருந்து பேரார் வழியாய்க் கிளம்பிப் பிதருக்கும் குல்பர்க்காவிற்கும் இடையில் ஊடுருவிக் கிருஷ்ணவேணி ஆற்றை அடைந்தது. பிறகு அது மேற்கில் நகர்ந்து ஐதராபாதிலிருந்து பெல்லாரி செல்லும் சாலைகளைத் தாண்டியது. இக்கூட்டத்தார் பிரிட்டீசுப் பகுதியனருகே தலைகாட்டினர்; மச்சிலிப் பட்டினத்தை நோக்கி முன்னேறி வழியெல்லாம் மக்களைக் கொடுமைப் படுத்தினர்.

சென்னை அரசின் நிலப்பரப்புக் கிருஷ்ணை ஆற்றின் தென் கரையிலிருந்தது. பிண்டாரியர் ஆற்றைக் கடக்க முடியாதவாறு வெள்ளப்பெருக்கு 1815 நவம்பர் 20 அன்று இருந்ததால், அப்பகுதி கொள்ளையரின் தாக்குதலிலிருந்து தப்பியது. கிருஷ்ணை ஆற்றைக் கடக்க முடியாது என்பதைக் கொள்ளையர் அறிந்ததும் கிழக்கிலிருந்து பெல்லாரியையும் சென்னையையும் நோக்கித் திரும்பினர். அவர்கள் மக்கள் நெருக்கமும் செழிப்பும் நிறைந்த கிருஷ்ணையாற்றின் கரை மீதிருந்த ஊர்களைக் கொள்ளையடித்துக் கொண்டே, ஐதராபாத்திற்கும் மச்சிலிப்பட்டினத்திற்கும் நடுவிலிருந்த கம்பெனி ஆட்சிப் பகுதியை அடைந்தனர். அவர்கள் நிசாம் நாட்டின் சில ஊர்களையும் கம்பெனி ஊர்கள் சிலவற்றையும் கொள்ளையடித்த போதிலும், அங்கு ஒவ்வோரிடத்திலிருந்தும் விரட்டியடிக்கப்பட்டனர்.

ஆதலால் அவர்கள் கோதாவரி, வார்தா, வழியாய் ரோமவாரை நோக்கி வடக்கே திரும்பினர். அவர்களுக்கு இக்கொள்ளையில் இதற்கு முன்னர் கிடைத்ததைவிட ஏராளமான பொருள்கள் கிட்டின. ஆதலால் அவற்றில் விலைமதிப்பில்லாத பொருள்களை உச்சயினிக்கு அனுப்பினர். அங்கு அவற்றை வாங்கிக் கொள்ளும் வணிகர் இருந்தனர்.

ஏறத்தாழ 6000 பேரடங்கிய இன்னொரு கும்பல் கோதாவரியையும் ராக்கிஸ்தோனையும் தாண்டித் துல்ஜாப்பூரை நோக்கிச் சென்றது என்று கூறுவர். காதிர் பக்ஷ், டாக்கு ஜமேதார். சாகிபு கான், சித்து (*durrah*: சர்தார் அல்லது ஒரு தலைவனின் கீழ் செயல்படும் கூட்டத்தை இது குறிக்கும்) 6000 பிண்டாரியர் 1815 டிசம்பர் 15 அன்று நர்மதையைக் கடந்து தெற்கில் சென்றனர். அவர்கள் அங்கு மால்காப்பூர் என்ற இடத்தில் தண்டு இறங்கினர். பின்னர் அரைக் கோசம் தொலைவு சென்று மலைகளில் தங்கினர். அன்றிரவு நிசாமிடம் பணி செய்த ஃபிரேசரின் தலைமையில் வந்த பிரிட்டீசுப் படை கொள்ளையர் மீது விழுந்து சுமார் 150 குதிரைகளைப் பிடித்தது. பிண்டாரியர் சிதறி ஓடினர்.

அவர்கள் வழியில் கோதாவரிக்கும் பீமியாவிற்கும் இடைப்பட்ட சிற்றூர்களைக் கொள்ளையடித்துக் கொண்டே நாராயணப் பேட்டையை அடைந்தனர். பின்னர் வார்தாவைத் தாண்டி நாகபுரிப் பகுதிக்குள் நுழைந்து விட்டனர். கொள்ளையர் இவ்வெற்றிகளினால் போதை கொண்டுவிட்டனர். ஆதலால் அவர்கள் 1816 ஆம் ஆண்டின் தொடக்கத்தில் மற்றொரு கொள்ளைக்குத் திட்டமிட்டனர். ஒவ்வொரு துர்ராவையும் சேர்ந்த பிண்டாரியர் இந்தக் கூட்டத்தில் சேரலாயினர். பிப்ரவரி 5 ஆம் தேதிக்குள் சித்துவின் கூட்டத்தைச் சேர்ந்த 8000 பேரும் நாம்தார் கானைச் சேர்ந்த 1000 பேரும் வாசில் முகமதின் ஆயிரம் பேரும் ஆகப் பத்தாயிரம் பேர் திரண்டு விட்டனர். இக்கூட்டம் மீண்டும் நர்மதை ஆற்றைத் தாண்டித் தெற்கையும் தென்கிழக்கையும் நோக்கிப் புறப்பட்டது.

பிண்டாரியர் பெர்காம்பூர் வழியைத் தேர்ந்தெடுத்துச் சென்றனர். அவர்கள் 1816 மார்ச்சு 10 அன்று சென்னை மாநிலத்தைச் சேர்ந்த மச்சிலிப் பட்டினத்தில் தலைகாட்டினர். அவர்கள் அங்கிருந்து தூபக்கு என்ற இடம் சென்று, அதை விடுத்துச் சுமார் 53 கிலோ மீட்டர் சென்று வழியில் 72 சிற்றூர்களைச் சூறையாடினர். ஆயுதமற்ற அப்பாவி மக்களைச் சொல்லொணாத் துன்பத்திற்குள்ளாக்கினர். மறுநாள் மார்ச்சு 13 அன்று சுமார் அறுபது கிலோ மீட்டர்த் தொலைவைக் கடந்து வழியில் 54 சிற்றூர்களை அழித்தனர். கம்பெனி ஆட்சிப் பகுதியில் அமைதியும் செழிப்பும் மிக்கதான குண்டூரைப் பிண்டாரியர் அடைந்தனர்.

குண்டூரில் பிண்டாரியர்

பிண்டாரியர் குண்டூரில் விவரிக்க முடியாக் கொடுமைகளைப் புரிந்துவிட்டுக் கொள்ளையடித்தபின் கையிலகப்பட்டதை வாரிச் சுருட்டிக்கொண்டு இரவோடிரவாய் ஒருவர் கூட மிஞ்சாமல் ஓடி மறைந்தனர். அவர்களனைவரும் மேற்கில் விரைந்து சுமார் 83 கிலோ மீட்டர்த் தொலைவு சென்றனர். அவர்கள் குண்டூரை விட்டுக் கிளம்பியதும் கடப்பை மாவட்டத்தில் ஒரு பகுதி வழியே புகுந்து மார்ச்சு 22 அன்று கிருஷ்ணையாற்றைக் கடந்தனர். (தெலுங்கில் குண்டம் என்பது குளத்தைக் குறிக்கும். தமிழிலும் குண்டு என்ற சொல்லுக்குக் குளம் என்பதே பொருள். இவ்வூரின் வீர மகனான இராமச்சந்திரன் என்றவரின் பெயரால் இதை இராமச்சந்திரபுரம் என்றும் கூறுவர். இது கிருஷ்ணை மாவட்டத்திலுள்ளது. இது விசயவாடாவிலிருந்து தெற்கே தென்மேற்கில் சுமார் 30 கிலோ மீட்டர்; சென்னையிலிருந்து வடக்கே சுமார் 352 கிலோ மீட்டர்.)

ஆற்றைக் கடந்து தம்மைப் பின்தொடர்ந்து வருபவர்களை மயங்கச் செய்வதற்காகச் சிறு சிறு கும்புகளாய்ப் பிரிந்து கிருஷ்ணையாற்றின் வடகரை வழியே மேற்கில் திரும்பி, ஐதராபாத்தின் தெற்கில் சென்று பேஷ்வாவின் நாட்டு எல்லையை அடைந்தனர். அவர்கள் பேஷ்வா நாட்டிற்குப் பெரிய சேதம் எதையும் உண்டாக்கவில்லை. ஏனெனில் அவர்கள் ஏற்கெனவே சுமக்க முடியாத அளவில் கொள்ளைப் பொருள்களைத் தம்முடன் எடுத்துச் சென்றனர். அவர்களுக்கு உணவும் விலங்குகளுக்குத் தீவனமும் மட்டுமே வேண்டியிருந்தன. அவர்கள் பின்னர் வடக்கே திரும்பிப் பல்வேறு பிரிவுகளாய்ப் பல்வேறு பாதைகளில் நர்மதையை நோக்கி விரைந்தனர்.

அவர்கள் இங்ஙனம் தம் இருப்பிடம் திரும்பும் வழியில் டேங்டனின் தலைமையிலிருந்த மைசூர்க் குதிரைப் படை அஜந்தா மலைத் தொடரின் தேவால் மலைச் சாலையில் ஏப்ரல் 12 அன்று தாக்கிப் பிண்டாரியரில் கால்வாசிப் பேரைக் கொன்றது. அப்போது 176 குதிரைகளும் ஓர் ஒட்டகமும் பிடிபட்டன. பிண்டாரியரில் நால்வர் உயிருடன் பிடிபட்டனர்.

கிழக்கு வழியே போன இன்னொரு கும்பல் தங்குதடையின்றித் தன் இருப்பிடம் போய்ச் சேர்ந்தது. அவர்களனைவரும் ஓரே ஆண்டில் திரண்ட செல்வத்துடன் பெருத்த சேதம் எதுவுமின்றி மே 17 ஆம் தேதிக்கு முன்னர் ஊர் திரும்பி விட்டனர்.

பதினோரு நாளில் நடந்த கொடுமைகள்

பிண்டாரியர் 1816 மார்ச்சு 10 இல் கம்பெனிப் பகுதிக்குள் நுழைந்து மார்ச்சு 21 அன்று தம் இருப்பிடம் திரும்பினர். அவர்கள் இந்தப் பன்னிரண்டு நாள்களுக்குள் கடந்து சென்ற தடமெங்கும் கற்பழிப்பு, கொலை, கொள்ளை, கொள்ளி, சித்திரவதை என்ற கொடுமைகள் நிகழ்ந்துவிட்டன. இக்காலகட்டத்தில் 5000 பிண்டாரியர் கொலை வாளை ஏந்திக் கொண்டு கம்பெனியின் மூன்று மாவட்டங்களில் 269 ஊர்களைத் தீயிட்டுக் கொளுத்தினர். 3063 பேர் சித்திரவதை செய்யப்பட்டனர். உடைமைகளை இழந்த குடும்பத்தலைவர்களின் எண்ணிக்கை 10,512; மொத்தத்தில் 339 சிற்றூர்கள் கொள்ளையடிக்கப்பட்டன. 182 பேர் கொடூரமாய்க் கொல்லப்பட்டனர்; 505 பேர் படுகாயமடைந்தனர்.

இழப்பின் மதிப்பு

இம் மூன்று மாவட்டங்களும் சேர்ந்து பிண்டாரியரிடம் இழந்த பொருள்களின் மதிப்பு 818.14.5 நட்சத்திரப் பகோடா (வராகன்) ஆகும். பயிர் பச்சைகள் அழிந்ததனால் உண்டான இழப்பின் மதிப்பு 906.29.24 நட்சத்திரப் பகோடா. இவை அரசிற்கும் ஆண்டையரான சமீந்தார்களுக்கும் ஏற்பட்ட இழப்புகளாகும்.

தனிப்பட்டவர்களின் உடைமைகள் மதிப்பு 2,55,965.0.3 நட்சத்திரப் பகோடா. கொள்ளையடிக்கப்பட்ட பொன், வெள்ளி நகைகள், விலையுயர்ந்த வைரக்கற்கள் ஆகியவற்றின் மதிப்பு மிகவும் அதிகமாகும். பிண்டாரியர் ஒவ்வொருவரும் தம் கைவிரல் அனைத்திலும் மோதிரங்கள் அணிந்திருந்தனர் என்று கூறப்படுகின்றது. அவர்கள் தங்கத்திற்கும் வெள்ளிக்கும் தெலுங்குச் சொல் எதுவென்று தெரிந்து கொண்டு சென்ற இடமெல்லாம் தெலுங்கில் அவற்றையே கேட்டனர். அவர்களால் அரசிற்கு ஏற்பட்ட மொத்த இழப்பின் மதிப்பு 1,25,368.29.19 நட்சத்திரப் பகோடா.

பிண்டாரியர் ஏராளமான துணிகளையும் அள்ளிச் சென்றனர். அவை பொதிகட்டும் துணிகளாயும் படுக்கைகளாயும் மாறின. ஏராளமான துணிகள் தீவட்டி சுற்றுவதற்குப் பயன்பட்டன. இக்கொள்ளை திருமணக் காலத்தில் நடந்ததனால் பொருள்கள், உடைமைகள் இவற்றின் இழப்பு மிகவும் அதிகமாயிருக்க வேண்டும். கொள்ளை போன துணிகளின் மதிப்பு மட்டும் 27,128 நட்சத்திரப் பகோடாவாகும்.

ஏராளமான செப்புப் பித்தளைப் பாத்திரங்கள், கால்நடை, தானியம் ஆகியவற்றையும் பிண்டாரியர் அள்ளிச் சென்றனர். அவர்கள் கொள்ளையடித்துச் சென்ற வீட்டுப் பொருள்களான தட்டுமுட்டுப் பொருள், விறகு, தறிகள், உழுகருவிகள் ஆகியவற்றின் மதிப்பு 15,086.33.30 நட்சத்திரப் பகோடாவாகும்.

பிண்டாரியரை ஒடுக்கப் பிரிட்டிசார் திட்டம்

பிண்டாரியர் குண்டூரையும் கஞ்சத்தையும் தாக்கிக் கொள்ளையடித்த பிறகுதான், அவர்களை ஒடுக்க வேண்டுமென்ற எண்ணம் பிரிட்டிசாருக்கு 1816 இல் ஏற்பட்டது என்று கூறுதற்கியலாது என்பர். (கஞ்சம்: இது தெலுங்கில் கண்ட்சமு என்று வழங்குகின்றது. கஞ்சம் ஒரு காலத்தில் முக்கியமான துறைமுகமாயிருந்தது. எனினும் பெரிய கப்பல் எதுவும் பத்தொன்பதாம் நூற்றாண்டின் பிற்பாதியில் அங்கு சென்றதில்லை. இது 1815 வரையிலும் மாவட்டத் தலைநகராயிருந்தது. அவ்வாண்டில் ஒரு வகைக் காய்ச்சல் அங்கு பரவவே மக்களில் பலர் இறந்து போயினர். ஆதலால் கிழக்கிந்தியக் கம்பெனி அங்கிருந்து இராணுவ நிலைகளைப் பெர்காம்பூருக்கு மாற்றிற்று. ஐரோப்பியர் கஞ்சத்தில் மிகவும் மேன்மையாயிருந்தனர். இந்தக் காலகட்டத்தில் பிண்டாரியர் வந்து இவ்வூரைக் கொள்ளையடித்தனர். இவ்வூர் பெர்காம்பூரிலிருந்து கிழக்கே வடகிழக்கில் சுமார் 30 கிலோ மீட்டர் சென்னையிலிருந்து வடகிழக்கில் சுமார் 898 கிலோ மீட்டர்.)

தலைமை ஆளுநர் நடவடிக்கை

நாகபுரி நாட்டரசின் கம்பெனிப் பேராளராயிருந்த ஜெங்கின்ஸ்தான் பிண்டாரியரை ஒடுக்க வேண்டியதன் இன்றியமையாமையைப் பிரிட்டிசாரின் கவனத்திற்கு முதலில் கொண்டு வந்தார். அவர் அது குறித்துத் தலைமை ஆளுநர் மிண்டோ பிரபிற்கு 1811 டிசம்பர் 30 அன்று எழுதி, மூன்று திட்டங்களைக் கொடுத்தார்.

ஆதலால் பல்வேறு நாட்டரசுகளின் ஆதரவைத் திரட்டிக் கொள்ளைக் கூட்டத்தை ஒழிக்கும் வேலை மெதுவாய் நடந்து வந்தது. தலைமை ஆளுநர் இது குறித்து 1816 கடைசி வாக்கில் கம்பெனியின் இயக்குநர்களுக்கும் தன் ஆட்சி மன்றக் குழுவினருக்கும் எழுதினார். ‘‘நாம் பொது மக்களுக்கு ஆற்ற வேண்டிய கடமையில் பிண்டாரியரை வெகு விரைவில் ஒடுக்குவது குறித்துத் தீவிரமான நடவடிக்கைகளை மேற்கொள்வதில் ஒரு மனதான கருத்துக் கொள்வது மிகவும் இன்றியமையாததாகும்.’’

பிண்டாரியரை இனி அடுத்த பருவகாலம் வரும் வரையில் தாக்குவதற்கில்லை என்று முடிவெடுக்கப்பட்டது. பிரிட்டீசு அரசின் கருத்துகளுக்கு ஆதரவாய் மக்களின் எண்ணமும் உணர்ச்சியும் உருவாகின்ற விதத்தில் நடப்பு நிகழ்ச்சிகள் இருந்துவந்ததும் இம்முடிவிற்கு ஒரு காரணமாகும். பிண்டாரியரைத் தக்கவேளையில் தாக்குவதற்காகப் பிரிட்டீசார் காத்திருந்தனர். தலைமை ஆளுநர் அதற்கேற்ற வகையில் விரிவான திட்டங்களை வகுப்பதற்காக 1817 செப்டம்பர் 13 அன்று கான்பூரை அடைந்தார். சிந்தியாவின் நாட்டு எல்லையருகில் பிரிட்டீசுப் படையினர் 1817 அக்டோபர் 10 அன்று

முன்னேறிய முகாம்களில் சந்திப்பதற்கென்று நாள் குறிக்கப்பட்டது. ஆனால் பருவநிலை மோசமாயிருந்ததால் ஹிஸ்லாட்டி என்றவரின் படையினர் முன்னேறுவதற்கு இயலவில்லை. மேலும் அவர் ஐதராபாத்தில் கடும் நோய்வாய்ப்பட்டுவிட்டார். அதனால் திட்டமிட்டபடி படைகளால் முன்னேற முடியவில்லை.

தக்காணத்திலிருந்து வந்த படைகளால் அக்டோபர் 15 வரை நர்மதையாற்றைக் கடப்பதற்கு முடியவில்லை. எனவே நடுப்பக்க வலப்பக்க டிவிசன்களின் பெரிய படையை ஒன்று கூட்டும் நாளை அக்டோபர் 20 வரை தலைமை ஆளுநர் தள்ளிக் கொண்டே சென்றார். இது பிண்டாரியருக்கு நன்மையாயிற்று. அவர்கள் தம்மைச் சூழவிருக்கம் இன்னலின் அளவு எத்தனை பெரியது என்பதை உணர்ந்து, எடுத்துச் செல்லத்தக்க விலை மதிப்பான பொருள்களுடன் தம் குடும்பத்தினரை வேறு இடத்திற்குப் பத்திரமாய் அனுப்பினார். பிரிட்டிசார் தாக்குமுன்னர் தம் குடியிருப்புப் பகுதிகளை விட்டு நீங்கினர். எனினும் அவர்கள் சிறு சிறு கும்புகளாய்ச் சிதறவோ, பெருங்குழப்பத்தில் தவிக்கவோயில்லை.

ஆதலால் பிரிட்டீசுப் படை தன் ஏற்பாடுகளனைத்தையும் ''மறைவடக்கமாய்ச் செய்தது. நமது படையினரின் பரந்து விரிந்த நிலையையோ நம் சாதனங்களின் முன்னேறிய தன்மையையோ நாட்டு அரசர்கள் எண்ணிப் பார்த்துப் புரிந்து கொள்ள முடியாது என்பதை நான் அந்த இடத்தை (கான்பூரை) அடைந்ததும் கண்டு கொண்டேன்'' என்று ஹேஸ்டிங்சே குறிப்பிட்டார்.

பிண்டாரியரை என்ன செய்வது?

போரில் பிடிபடும் பிண்டாரியரை என்ன செய்வது என்பது குறித்து பிரிட்டீசுப் படையலுவலர்களுக்குக் கட்டளைகள் தரப்பட்டன. பிண்டாரியரை விசாரணைக்கு உள்படுத்திய பிறகு, அவர்களுக்கு மரண தண்டனை விதிக்க வேண்டும் என்று தலைமை ஆளுநரின் கட்டளை கூறியது. தாமாய்ச் சரணடையாது சண்டையில் பிடிபடும் பிண்டாரித் தளபதிகள் அல்லது அவர்களின் படையினருக்குச் சிறைத் தண்டனை தரவேண்டும். பிண்டாரியரின் ஆதரவளாராயிருந்தாலும், அடங்கி நடக்கக் கூடியவர்களுக்கு இது போன்ற தண்டனைகளிலிருந்து விலக்களிக்க வேண்டும். ஆனால் பிண்டாரியரைத் தூண்டிவிடுபவர்களுக்கு மேற்சொன்ன தண்டனை அளிக்க வேண்டும். பிண்டாரியர் விட்டுச் செல்லும் நிலங்களை, அவர்களை ஒடுக்கும் இப்போரில் உதவிய நாட்டரசர்களுக்குப் பகிர்ந்தளிக்க வேண்டும். பிண்டாரியர் கைவிட்டோடிய கோட்டைகளையும், மாவட்டங்களையும், அவர்கள் திரும்பிவந்து மீண்டும் அடைய முயல்வதை தடுப்பதில் அக்கறை கொண்ட அரசுகளுக்கு அவற்றை அளிக்க வேண்டும் என்று தலைமை ஆளுநர் ஒரு திருத்தம் கொண்டு வந்தார்.

புறப்பட்டது மாபெரும் படை

பிண்டாரியரை ஒடுக்கப் புடைபெயர்ந்த மாபெரும் படை அல்லது வங்கப் படை என்ற படையில் மூன்று டிவிசன்களும் ஒரு சேமப்படையும் இருந்தன. தலைமை ஆளுநர் 1817 அக்டோபர் 16 அன்று கான்பூரிலிருந்து புறப்பட்டுச் சென்று செகந்தரா என்ற இடத்தில் வங்கப் படையின் நடு டிவிசனுடன் சேர்ந்து கொண்டு 26 ஆம் தேதியன்று யமுனை ஆற்றைக் கடந்து முன்னேறத் திட்டமிட்டபடி நவம்பர் 6 அன்று காளி சிந்து என்ற இடத்தை அடைந்தார். இடப்பக்க டிவிசன் மேஜர் ஜெனரல் மார்சலின் தலைமையில் இதற்கு

முன்னரே புந்தேல்கண்டில் திரண்டிருந்தது. அது வலப்பக்க டிவிசனான ஹிஸ்லாப்பின் படையுடன் சேர்ந்து கொண்டு பிண்டாரியரைத் தாக்கும் நோக்குடன் முன்னேறியது. மார்சலின் டிவிசன் பிண்டாரியர் ஒளிந்திருந்த இடங்களிலிருந்து அவர்களைக் கிளப்பி அழிக்கும் பணியில் உதவும் என்று எதிர்பார்க்கப்பட்டது.

சர் டேவிடு ஆக்டர்லோனியின் தலைமையில் இருந்த சேமப்படை ரிவாரி என்ற இடத்தில் திரண்டிருந்தது. வங்கப் படையின் தலையாய டிவிசன்களுடன் தற்காப்பிற்கெனவும் எதிர்த்துத் தாக்கும் திறனுடையதாயும் இரு படைப்பிரிவுகள் உண்டாக்கப் பட்டன. அவற்றில் ஒன்று பிரிகேடியர் ஜெனரல் துன் என்றவரின் கீழ் அவுட்டரி என்னுமிடத்தில் பிகாரின் எல்லையருகே நின்றது. மேஜர் ராஃசெப்தின் கீழிருந்த இராம்கடு பட்டாளம் பிகாரை நோக்கி முன்னேறுமாறு பணிக்கப்பட்டிருந்தது. ஹார்டிமேனின் தலைமையிலிருந்த மற்றொரு படைப்பிரிவு மிர்சாப்பூரில் அமைக்கப்பட்டது. நாட்டிலும் அருகிலுள்ள மாவட்டங்களிலும் உள்ள கணவாய்களில் பாதுகாப்பாய் நின்று, பிண்டாரியர் பிரிட்டீசு இந்தியத்தினுள் நுழையாதவாறு தடுப்பதற்காக இப்படைப்பிரிவு ரேவாவை நோக்கி முன்னேறியது.

தக்காணப் படையில் ஐந்து டிவிசன்களும் ஒரு சேமப்படையும் இருந்தன. முதல் டிவிசனுக்கு ஹிஸ்லாப்பு தலைமை ஏற்றிருந்தார். பிரிட்டீசுப் படை இங்ஙனம் பல திக்குகளிலிருந்து இலக்கு நோக்கி முன்னேறிற்று. இப்படையில் இருந்து வீரரின் மொத்த எண்ணிக்கை *1,10,400:*

மாபெரும் படை	*40,000*
தக்காணப் படை	*70,400*
	1,10,400

இப்படைகளுடன் பல்வேறு இந்திய அரசுகள், பிண்டாரியர் ஆகியோரின் படை பலம் பின்வருமாறு :

	குதிரை	காலாள்	பீரங்கி
சிந்தியா	*14,250*	*16,250*	*140*
ஹோல்கர்	*20,000*	*7,940*	*107*
பேஷ்வா	*28,000*	*13,800*	*37*
போன்ஸ்லே (நாகபுரி)	*15,766*	*17,826*	*85*
அமீர் கான்	*12,000*	*10,000*	*200*
நிசாம் (ஐதாபாது)	*25,000*	*20,000*	-
பிண்டாரி	*15,000*	*15,000*	*20*
	1,30,016	*1,00,816*	*589*

களம் நோக்கிப் பிண்டாரியர்

கொள்ளையர் களையெடுப்புச் சண்டை தொடங்கு முன்னர், பிண்டாரியரின் தலையாய துர்ராக்கள் படைப் பிரிவுகள் பில்சாவில் இருந்த கரீஸ்பூரிலிருந்து காளி சிந்தின் பக்கம் வரை சுமார் *128* கிலோ மீட்டர் முதல் *160* கிலோ மீட்டர்த் தொலைவு வரையிலும் பரவியிருந்தன. இப்படையின் இடப்புறத்தில் வாசில் முகமதின் துர்ரா *8000* குதிரை வீரர்களோடும் *5* பீரங்கிகளோடும் நின்றது. கரீம் கான், ஹோல்கர் ஷாகி துர்ராக்களிடம்

8000 குதிரைப் படைவீரரும், காலாள் படையினரும், ஐந்து பீரங்கிகளும் இருந்தன. வசீஸ் முகமதும் மசூர் பக்ஷும் கஞ்சு பத்தாராவிற்கு அருகில் இருந்தனர். சித்து அக்டோபர் 27ஆம் தேதியிலும் 29 ஆம் தேதியிலும் சுமார் 13 அல்லது 14 ஆயிரம் குதிரை, காலாள் படையுடனும் ஏழு பீரங்கிகளுடனும் பார்வதி ஆற்றின் கரையிலிருந்த கோக்கா என்ற ஊரை நோக்கி முன்னேறினார். இங்ஙனம் பிண்டாரியரும் களத்தில் இறங்குவதற்கு ஆயத்தமாயினர்.

பிரிட்டீசுப் படைகள் 1817 நவம்பர் நர்மதையைக் கடந்து முன்னேறின. பிண்டாரியர் சம்பலுக்குள் தப்பி ஓடமுடியாதவாறு எல்லா வழிகளையும் திட்டமிட்டு அடைப்பதற்காக வெவ்வேறு டிவிசன்களும் தெற்கே திரும்பின. பிரிட்டீசுப் படையின் இரண்டாவது டிவிசன் 1817 டிசம்பர் கடைசி வாக்கில் சம்பல் ஆற்றின் கரையிலுள்ள கைந்தா என்ற இடத்தை அடைந்தது.

முதலில் பணிந்த பிண்டாரி

பிண்டாரியர் இப்போது மேவாரை நோக்கிச் சென்ற ஒடுக்கமான பகுதிக்குள் சிக்கிக் கொண்டனர். இப்பகுதியின் வட வழிகளைத் தோங்கின் அடைத்தார். கிழக்கு வழிகளை ஆதம்ஸ் அடைத்தார். தெற்கில் தக்காண, குஜராது டிவிசன்கள் நின்றன. பிண்டாரியர் இங்ஙனம் 1818 பிப்ரவரி, மார்ச்சு வாக்கில் பொறி கலங்கிச் சிதறி ஓடலாயினர். நாம்தார் கான் போபால் பகுதிக்குள் அடங்கிய தேவராஜப்பூரில் 1818 பிப்ரவரி 18 அன்று கர்னல் ஆதம்சிடம் சரணடைந்தார். அவர் முதலில் சரணடைந்த பிண்டாரியர் தலைவராவார். அவர் தன்னை ஐரோப்பியத்திற்கோ. கல்கத்தாவிற்கோ அனுப்பலாகாது என்ற நிபந்தனையுடன் அடிபணிந்தார்.

பிண்டாரியர் சிதறிச் சரணடைதல்

பிப்ரவரி 13 அன்று சரணடைந்த நாம்தார் கானின் கூட்டத்தில் அவருடைய மாமனார் நிசாமுதீன், அவரின் தாய் மாமன்மாரான மோரியா, லால்கான், குழந்தைகள், அடிமைகள், குற்றேவலர் கூட்டத்தினர் ஆகியோர் 87 பேர் இருந்தனர்.

வாசில் முகமதும் சரணடைவதாய்ச் சொல்லிவிட்டுக் குவாலியருக்கு ஓடிப்போனார். அங்கு தௌலத்துராம் அவரைப் பிடித்து மனமின்றித் தலைமை ஆளுநரிடம் ஒப்படைத்தார். கரீம்கான் காட்டுக்குள் ஓடிப் போய்ப் பிச்சைக்காரர் வேடமிட்டுத் திரிந்தார். அவர் பின்னர் எவ்விதமான நிபந்தனையுமின்றி 1818 பிப்ரவரி 15 அன்று மால்கமிடம் சரணடைந்தார். ஹோல்கர் ஷாகி பிண்டாரியர் தலைவரான காதிர் பக்கித்து பிப்ரவரி 29 அன்று மால்கமிடம் அடிபணிந்தார். இராஜன் என்ற பிண்டாரி ஏப்ரலில் சரணடைந்தார். சித்து மட்டுமே பிடிபடாது இருந்து வந்த பிண்டாரித் தலைவராவர். எனினும் அவர் திக்குத் தெரியாமல் போக்கு முட்டிப் போய் இறுதியில் போபால் நவாபின் காலில் போய் விழுந்தார். பிரிட்டீசுப் படையில் 200 குதிரை வீரர்களுக்குத் தலைமை தாங்கும் பதவி தனக்குத் தரப்பட்டால் அடிபணிவதாய்க் கூறினார். ஆனால் போபால் நவாபினால் இது குறித்து வாக்குத் தருவதற்கு முடியவில்லை.

சித்து வேட்டை

ஆதலால் சித்து பாகலி என்ற இடத்திற்கு ஓடினார். அவரை இராபட்ஸ் துரத்திச் சென்றார். அடிபணிந்தால் பிரிட்டிசார் தன்னைக் கடல் கடந்து நாடு கடத்திவிடக் கூடும்

என்றஞ்சி சித்து இவ்வாறு ஓடித் திரிந்தார். அவர் ஆசீர் கோட்டையை நோக்கிப் போய்க் கொண்டிருந்தார்.

பிரிட்டீசு அரச சித்தை மக்கள் விரோதி என்று அறிவித்தது. அவரைப் பிடித்துத் தருவோருக்கு 1000 ரூபாய் பரிசு தரப்படும் என்ற பறை சாற்றப்பட்டது. அவருக்க உதவி செய்பவர்களும் இடம் கொடுப்பவர்களும் தண்டிக்கப்படுவர் என்று அரசு எச்சரித்தது. சித்து ஒரு விலங்கைப் போல் விரட்டி விரட்டி வேட்டையாடப்பட்டார். சித்து காடுகளுக்குள் ஓடிவிட்டார். அவர் பசியினாலும் சோர்வினாலும் வருந்திக் கடைசியில் மகனையும் விட்டுப் பிரிந்து கடும்புலிகள் வாழும் காட்டிற்குள் நுழைந்துவிட்டார்.

அவர் என்னவானார் என்பது சில நாள்களாய்த் தெரியாமல் இருந்தது. ஒருநாள் அவரின் குதிரை மட்டும் காட்டின் ஓரத்தில் சேணம் பூட்டிய கோலத்தில் புல் மேய்ந்து கொண்டிருந்தது. அந்த இடத்தைச் சேர்ந்த ஹோல்கரின் அலுவலர் குதிரையைப் பிடித்துச் சோதித்ததில் சேணப் பைக்குள் 250 ரூபாய் இருந்ததைக் கண்டனர். அதனுள் பல முத்திரை மோதிரங்களும் கிடந்தன. நாகபுரியின் முன்னாள் அரசரான அப்பா சாகிபு சித்துக்கு அளித்த பாதுகாப்பு வாக்குறுதிக் கடிதமும் அதில் இருந்தது. காட்டில் மேலும் தேடியதில் ஒரு புலிக் குகைக்குள் சித்தின் தலை கிடந்தது. சிதைந்து போன அவரின் உடல் அவருடைய மகன் பன்னாவிடம் தரப்பட்டது.

பிண்டாரியர் ஒழிந்தனர்

சித்து செத்ததுடன் பிண்டாரியர் முற்றிலும் ஒழிந்தனர். கொள்ளைக் கும்பலை ஒழித்தல் இதற்கு முழுத் தீர்வாகாது என்று ஹேஸ்டிங்சு பிரபு எப்போதும் கருதி வந்தார். அவர்களைப் பிண்டாரிப் பழக்கவழக்கங்களிலிருந்து மாறச் செய்வதுதான், இந்தக் கொள்ளைக்கும்பலை ஒழிப்பதில் நிலையான தீர்வாய் அமையும் என்று அவர் எண்ணினார். பிண்டாரியருக்கு மாற்று வாழ்க்கை அளிப்பதன் வாயிலாகவே அதை நிறைவேற்ற முடியும். ஆதலால் அவர்களை அடக்கி ஒடுக்கிய பின்னர் நிலையாய் ஓரிடத்தில் அமர்த்தும் திட்டத்தை வகுத்தார். எனினும் இது ஒன்றும் புதிய கருத்து என்று கொள்ள முடியாது. ஐரோப்பியத்தை அலைக் கழித்த கொள்ளையர் கொடுமைக்கு நிலையான தீர்வு காண்பதற்காகச் சுமார் 500 ஆண்டுகளுக்கு முன்னர் இதைப் போன்றதொரு மறுவாழ்வுக் கொள்கை கடைப்பிடிக்கப்பட்டது.

எனவே பிண்டாரியரை அவர்கள் வாழ்ந்த பகுதிகளிலிருந்து பெயர்த்துப் பிரிட்டீசுப் படையினரின் மேற்பார்வையில் இங்குமங்குமாய்ப் பல இடங்களில் சிதறச் செய்தனர். அவர்கள் ‘‘அமைதிக் கலையைக்’’ கற்றுக் கொள்வதற்காக மக்களுடன் கலந்து வாழுமாறும் செய்யப்பட்டனர்.

பிண்டாரியர்க்கு மறுவாழ்வு

பிண்டாரியரை மறு குடியமர்த்துவதற்கு வேண்டிய நிலங்களைத் தாராளமாய்ப் போபால் நவாபு கொடையாய்க் கொடுத்தார். பிண்டாரிப் படைத் தலைவர்களைக் குடியமர்த்துவதற்கு வேண்டிய நிலங்களை வழங்குமாறு கோரக்பூர் மாவட்ட ஆட்சித் தலைவருக்குக் கட்டளையிடப்பட்டது. பல்வேறு படைத் தலைவர்களுக்கு நிலங்களுடன் கால் நடைகளும் வேளாண் கருவிகளும் விதைகளும் வாங்குவதற்குப் பணம் அளிக்கப்பட்டது.

1. பிண்டாரிக் குதிரை வீரர் ஒவ்வொருவருக்கும் 25 பிகா நிலமும் ஐம்பது ரூபாயும்,

2. ஜமேதார், முகல்லதார், தோராதார் ஒவ்வொருவருக்கும் 50 பிகா நிலமும் நூற்றி இருபத்தைந்து ரூபாயும்,

3. ஜமேதார், முகல்லதார், தோராதார் ஒவ்வொருவருக்கும் 70 பிகா நிலமும் நூற்றி இருபத்தைந்து ரூபாயும்,

4. செல்வாக்குப் படைத்த பிண்டாரி வீரர் ஒவ்வொருவருக்கும் முந்நூறு ரூபாய்.

இவையன்றிப் பிண்டாரிக் குதிரை வீரர் ஒவ்வொருவருக்கும் மாதந்தொறும் நான்கு போபால் ரூபாயும் தரப்பட்டது. அவர்களுக்கு பல விதமான படிகளும் உதவித் தொகைகளும் தரப்பட்டன.

மூன்றாம் மராட்டியப் போர்

மூன்றாம் மராட்டியப் போர் 1817,1818 ஆகிய இரண்டாண்டுகள் நடந்தது. பிரிட்டிசார் இக்கால கட்டத்தில் மராட்டியக் கூட்டணியைச் சேர்ந்த அரசர்களைத் தோற்கடித்து இந்தியத்தில் மேலோங்கிய நிலையை எய்தினார்.

பிண்டாரியர்க்கு மறைமுகமாய்ப் புகலிடம் தந்தும் வேறு பல உதவிகள் செய்தும் வந்த மராட்டியர் தலைவர்கள் இப்பொது பிரிட்டிசாருடன் நேரடியாய் மோதுவதற்கு வந்தனர்.

1817

பேஷ்வாவின் எழுச்சி

அவர்களுள் முதலில் வந்தவர் பேஷ்வா இரண்டாம் பாஜிராவ் (ஆ.கா.1796-1818) ஆவார். அவர் பூனாவிலிருந்த பிரிட்டீசுப் பேராளரின் வீட்டிற்குத் தீவைக்கச் செய்தார். பேஷ்வாவின் படை 1817 நவம்பர் 5 அன்று கர்னல் பர் (Burr) என்ற படைத் தலைவரைத் தோற்கடித்தது. பேஷ்வாவிடம் 26,000 பேரடங்கிய படையும் பிரிட்டிசாரிடம் 800 பேரடங்கிய படையும் இருந்தன. கர்னல் பர், கிர்க்கி (Kirkee) என்ற இடத்தில் தோற்கடிக்கப்பட்டார்.

நாகபுரிப் பான்ஸ்லே

பேஷ்வாவையடுத்து நாகபுரிப் பான்ஸ்லே இரண்டாம் மூதோஜியின் (ஆ.கா.1866-1818) 18000 பேரடங்கிய ஒரு படை கேப்டன் ஃபிட்ஸ் தலைமையிலிருந்த 1400 பேர் கொண்ட சிறுபடையைச் சித்தவால்டி என்ற இடத்தில் எதிர்த்தது. இச்சண்டை பதினெட்டு மணி நேரம் நடந்தது. ஆனால் இதில் பான்ஸ்லே தோற்றார். அதனால் அவர் அரச பதவியிலிருந்து இறக்கப்பட்டார். அவருடைய குடியினரின் ஆட்சி 1853 வரை நடந்தது. இரண்டாம் மூதோஜியின் மகனான மூன்றாம் இரகுஜியுடன் நாகரிகப் போன்ஸ்லே குடியினரின் ஆட்சி முடிந்தது.

இந்தூர் ஹோல்கர்

பிரிட்டிசாரை எதிர்க்க மூன்றாவதாய் இந்தூரின் ஹோல்கர் இரண்டாவது மல்ஹர் ராவ் (ஆ.கா.1811-1834) எழுந்தார். அவர் பிரிட்டீசுப் படையினால் மகீத்துப்பூர் என்ற இடத்தில் தோற்கடிக்கப்பட்டார்.

பேஷ்வா மீண்டும் போர் செய்யலாமென்று எழும்பிப் பார்த்தார். அவரின் கடைசிப் படை 1818 பிப்ரவரி 20 அன்று அஷ்பு என்ற இடத்தில் தோற்கடிக்கப்பட்டது. பேஷ்வா போரில் உயிர் பிழைத்துத் தப்பியோடினர். கேப்டன் ஸ்டௌண்டன் 750 இந்தியப் படையினரையும் 24 பிரிட்டீசுப் பீரங்கிகளையும் வைத்துக் கொண்டு 20,000 பேரடங்கிய மராட்டியர் படையைக் கர்காம் என்ற இடத்தில் தோற்கடித்தார்.

மராட்டியருக்கு எதிரான நீண்ட போர் 1818 இன் முற்பாதியுடன் முடிவடைந்தது. பேஷ்வாவின் ஆட்சிப் பரப்புக் கம்பெனியின் ஆட்சிப் பகுதியுடன் இணைக்கப்பட்டது. கடைசிப் பேஷ்வாகிய இரண்டாம் பாஜிராவ் 1819 ஆம் ஆண்டு கான்பூருக்கருகில் இறந்தார். அவர் மகன்மை கொண்ட தந்து பந்திற்குப் பேஷ்வாவின் உடைமைகள் கிடைத்தன. இவரே படைவீரர் புரட்சியின்போது பிரிட்டிசாரை எதிர்த்துப் போரிட்ட நானா சாகிபு ஆவார்.

ஹோல்கருக்கும் சிந்தியாவிற்கும் குறிப்பிட்ட சில பகுதிகள் ஒதுக்கித் தரப்பட்டன. அதே போன்று பரோடாவின் கெயிக்குவாடிற்கும் நிலப்பரப்புகள் தரப்பட்டன. கெயிக்குவாடின் குடிவழியினர் பிரிட்டிசாருடன் பகைமை பாராட்டவில்லை. அவர்கள் பிரிட்டிசாரின் மேல் மாறாப் பற்றுக் கொண்டவர்களாய் இறுதி வரை இருந்தனர். பரோடா நாட்டரசு 8135 சதுர மைல் பரப்புள்ளதாயினும் 21 குண்டு மரியாதை பெற்ற முதன்மையான நாடுகளுள் மூன்றாவதாய் இருந்து வந்தது.

மராட்டியர் தலைவர்களான இம்மூவரும் தமக்குக் கொள்ளையடிக்க நிலப்பரப்பு விரிந்திருப்பதைவிட, ஆட்சி செய்வதற்கென்று போதிய நிலப்பரப்புக் கிடைத்ததைப் பெரிய ஆதாயம் என்று கருதினர் என்பது குறிப்பிடத்தக்கது. அதனால் தான் பரோடாவின் கெயிக்குவாடைப் போன்று ஹோல்கரும் சிந்தியாவும் பிரிட்டிசாரின் மேல் பேரன்பு வைத்தனர். அவர்கள் 1947 இல் நாட்டை விட்டுப் போனது வரையிலும் அவர்கள் மீது மாறாப் பற்று வைத்திருந்தனர்.

அதனால் குவாலியர் மகராசா குண்டு மரியாதை பெற்று வந்த நாடுகளின் வரிசையில் ஆறாவது இடத்தையும் 21 குண்டு மரியாதையையும் பெற்றார். அவரின் ஆட்சிப் பரப்பு 26,382 சதுர மைல் பரப்பாயிருந்தது.

இந்தூரின் ஹோல்கர் இந்த மரியாதை வரிசையில் பத்தாவது இடத்தையும் 19 குண்டு மரியாதையும் பெற்றார். இவரது ஆட்சியின் பரப்பு 9519 சதுர மைலாயிற்று.

பேஷ்வாவின் குடி இரண்டாம் பாஜிராவுடன் முடிந்து போனது.

ஷாஜி பான்ஸ்லேயுடன் (1594-1664) தொடங்கிய மராட்டியர் எழுச்சி சுமார் 1630 ஆம் ஆண்டில் தொடங்கி ஏறத்தாழ 190 ஆண்டுகள் நீடித்து 1818 ஆம் ஆண்டில் மறைந்து போயிற்று. இந்திய வரலாற்றில் வீரத்திற்கும் மேலான சமயப் பற்றிற்கும் சின்ன மென்று விளங்கிய சிவாஜியின் பெயர் தவிர, அவர் முகலாயரின் சமயப் பொறையற்ற செயலுக்கு எதிராய்த் தொடங்கி வைத்த புனிதப் போரைத் தவிர வேறு எதுவும் தற்கால மராட்டியர் வரலாற்றில் என்றென்றும் நினைவில் வைத்துக் கொள்ளும்படி இலது.

1817

வரலாற்றுப் புள்ளிகள்

1. இந்துக் கோயில்களில் பிரிட்டிசார் ஆட்சிப் பொறுப்பு

கிழக்கிந்தியக் கம்பெனி ஆட்சியாளர்கள் இந்திய மக்களின் சமய, பண்பாடு ஆகியவற்றில் தலையிடாமல் இருந்து வந்ததுடன், அவற்றுக்குக் காவலாயும் இருந்து பணி செய்தனர். அவர்கள் சமய அறக்கட்டளைகள், கட்டடங்கள் ஆகியவற்றின் பொறுப்புகளை ஏற்று நடத்தினர். நாட்டின் பல்வேறு இடங்களில் அமைந்த கோயில்களுக்குச் செல்லும் யாத்திரிகரையும் ஒழுங்குபடுத்தினர்.

இவை பற்றிய ஒழுங்கு முறை விதி 1817-ஆம் ஆண்டு வெளியிடப்பட்டது. பிரிட்டிசார் அதையடுத்து ஏராளமான கோயில்களின் நிர்வாகப் பணிகளை ஏற்று அவற்றின் நிதியைக் காக்கும் பொறுப்பையும் ஏற்றனர். கம்பெனி அரசு கோயில்களைச் செவ்வனே பராமரித்து வந்தது.

கம்பெனி அடியார்களிடமிருந்து தண்டிய யாத்திரை வரிகளைக் கொண்டு கோயில்களைப் பழுது பார்த்துச் செப்பனிட்டது. அரசு இத்தகைய திருப்பணிகளில் ஈடுபட்டதால் கம்பெனி ஊழியர் உருவ வழிபாட்டை ஆதரிக்கின்றனர் என்று குறை கூறப்பட்டது.

சென்னையிலிருந்த கம்பெனி அரசு 1833 வாக்கில் ஏறத்தாழ 7500 கோயில்களின் ஆட்சியை நடத்தி, அவற்றின் நிதியை நிர்வகித்து வந்தது. பிரிட்டீசு அலுவலர் கோயிற் பணிகளில் நெருக்கமான தொடர்பு கொண்டிருந்தனர். கோயில்களில் ஏற்பட்ட பழுதுகளைக் கணித்து அவற்றைத் தக்க முறையில் ஒக்கிட்டுச் செப்பம் செய்தனர். விழாக் காலங்களில், சில கோயில்களில் ஆள்களை அமர்த்தித் தேரிழுக்கவும் செய்தனர்.

திருமலை, திருப்பதிக் கோயில்கள் 1801 முதல் 1843 வரை கிழக்கிந்தியக் கம்பெனியின் ஆட்சிப் பொறுப்பில் இருந்தது.

கம்பெனியின் வாணிப உரிமைப் பட்டயம் 1833 இல் புதுப்பிக்கப்பட்டதும் இந்நிலை மாறியது. எனினும், பிரிட்டிசார் கோயில் திருப்பணிகளைப் பலகாலம் தொடர்ந்து செய்து வந்தனர். அவர்கள் அறநிலையங்களுடன் கொண்டிருந்த தொடர்பை 1863 ஆம் ஆண்டில் தான் கைவிட்டனர்.

இந்நாட்டு மன்னர்கள் எச்சமயத்தவராயினும் பேதம் பாராது அனைத்துச் சமயக் கோயிற் பணிகளில் ஈடுபடுவதை மரபாய்க் கொண்டிருந்தமையால், பிரிட்டிசார் இப்பொறுப்புகளிலிருந்து விலகிக் கொண்டதும், அவர்கள் வேண்டுமென்றே தம் ஆட்சிக் கடமையிலிருந்து வழுவி விட்டனர் என்று மக்களால் கருதப்பட்டது.

2. ஜெனரல் பேட்டர் சாலை

ஜெனரல் ஜான் பேட்டர் (General John Patter) சென்னைக் குதிரைப் படையில் மேஜர் ஜெனரலாயிருந்தவர். அவர் லெட்டினண் ஜெனரலாய் உயர்ந்து 1817 ஆம் ஆண்டு இறந்தார்.

பேட்டருக்குச் சென்னையில் ஒரு தோட்டம் உரிமையாயிருந்தது. இக்காலத்தில் சென்னையில் வாழ்ந்த ஆங்கிலேயரில் பெரும்பாலருக்கு நகரின் பல இடங்களில் தோட்டங்கள் இருந்தன. காங்கிரீட்டு காடுகளாய் மாறிவிட்ட சென்னை மாநகரில் அத்தோட்டங்களின் சுவடுகளை இன்றும் காணலாம். சென்னையின் பல பேட்டைகளில் மக்கி தோட்டம், லாங்ஸ் தோட்டம், சல்லிவன் தோட்டம் என்று ஏராளமான தோட்டங்கள் இருந்தன. சென்னை அன்று தோட்டங்களின் நகராகவே இருந்தது.

பேட்டரின் தோட்டம் இன்றைய ஜெனரல் பேட்டர் சாலையின் ஒரு பகுதியாயிருந்தது. இச்சாலை பெயர் மாறிகளின் கவனத்தில் படாமல் இன்னும் அதே பெயரில் வழங்கி வருகின்றது. இந்தச் சாலையின் வடகோடியில் வெலிங்டன் என்றொரு சினிமாக் கொட்டகை அண்மைக் காலம் வரையில் இருந்தது. அது இருந்த இடத்தில் இன்று கடைகளும், அலுவலகங்களும் நிறைந்த கட்டடத் தொகுதியொன்று எழும்பியுள்ளது. இதே சாலையில் தமிழ் நாட்டுக் காங்கிரசிற்கு உரிமையான இடம் முதன் முதலில் வாங்கப்பட்டது. பிற்காலத்தில் இங்கு காங்கிரசுப் பொருள்காட்சியும் நடத்தினர். பின்னர்தான் தேனாம்பேட்டைக்குத் காங்கிரசுப் பொருள்காட்சித் திடல் சென்றது. ஜெனரல் பேட்டர் சாலையில் மேற்சொன்ன இடத்தில் இன்று சத்திய மூர்த்தி பவனம் உள்ளது.

3. கல்கத்தாவில் இந்துக் கல்லூரி

இந்தியரிலும், பிரிட்டிசாரிலும் பலர் சேர்ந்து, *1817* ஆம் ஆண்டில் கல்கத்தாப் பள்ளிப் புத்தகச் சங்கத்தையும் இந்துக் கல்லூரியையும் அமைத்தனர். இதற்கு இராசாராம் மோகன்ராயும் *(1772-1833)* மணிப் பொறி செய்து வந்த டேவிடு ஹேர் *(David Hare)* என்பவரும் முனைந்து செயல்பட்டனர். டேவிடு ஹேரை இந்திய நாட்டுக் கல்வியின் தந்தை என்பர். அவர் தன் மணிப்பொறி விற்பனைக் கூடத்திலும் வெள்ளிப் பொருள் கடையிலும் ஈட்டிய பொருளை இந்துக் கல்லூரி அமைப்பதற்கு ஈந்தார். இக்கல்லூரி *1817* ஜனவரி *20* அன்று திறக்கப்பட்டது.

ஹேர் இந்துக்களுடன் தன்னை மிக நெருக்கமாய் ஒன்றுபடுத்திக் கொண்டிருந்தமையால்தான், அவர் *67* ஆவது அகவையில் *1842* ஆம் ஆண்டு காலமானபோது, அவரை ஐரோப்பியக் கல்லறையில் கிறித்தவ சமய ஈமச் சடங்குடன் நல்லடக்கம் செய்ய முடியாது என்று கூறிவிட்டனர். ஆதலால் அவரை, அவர் உண்டாக்கிய இந்துக் கல்லூரியின் வளாகத்திலேயே அடக்கம் செய்தனர். அவரது அடக்கத்திற்கு வந்திருந்த ஐயாயிரம் வங்காளியரிடம் பணம் திரட்டி, அவருக்கு நினைவுச் சின்னம் எழுப்பினர். அவர் இறந்ததும் அவர் முகத்தை அச்சுப் பதிந்து வைக்க அவரின் ஆர்வலர்கள் முயன்றும் முடியாமற் போனது. (இறந்து போன ஒருவரின் முகத்தை அச்சுப் பதித்து வைப்பதற்கு *death - mask* என்று பெயர்.

ஹேர் பெயரால் கல்கத்தாவில் இன்றும் ஒரு தெரு உள்ளது. அவர் நினைவாய் ஆண்டுதோறும் வட்டார விடுமுறை விடப்படுகின்றது.

கீழை நாடுகளின் கலை, பண்பாடு, நெறி, இலக்கியம் ஆகியன மீது ஆர்வங் கொண்ட அத் துறைகளில் ஈடுபட்ட விற்பன்னரான ஐரோப்பியர் பலர் இக்காலத்தில் இருந்தனர். அவர்கள் நீதிபதிகள், மருத்துவர்கள், படைத் தலைவர்கள், பொது ஆட்சிப் பணியாளர், வணிகர், சமயப் பரப்பியர் என்று பல வகைப்பட்டோராயிருந்தனர்.

கம்பெனி அரசு கல்விக் கொள்கையை வகுக்க முடியாதிரந்த காலத்தில் தனிப்பட்டவர்களும் அமைப்புகளும் கல்வி நிலையங்களை நிறுவுவதில் ஆர்வங் கொண்டன. அவர்கள் இக்கல்விக் கூடங்களில் ஆங்கில மொழி வழியே மேலைக் கல்வியைக் கற்பிக்க வேண்டுமென்று விரும்பினர். கம்பெனியின் வாணிப உரிமைப் பட்டயம் 1813 ஆம் ஆண்டு புதுப்பிக்கப்பட்டதன் உள்நோக்கமும் அதுவேயாகும்.

இந்தியரும் ஐரோப்பியரும் சேர்ந்து இவ்வாண்டு கல்கத்தாவில் இந்துக் கல்லூரி அமைத்ததைப் பின்பற்றிப் பலர் கல்வி நிலையங்களைத் திறந்தனர்.

4. பிரிட்டனிடம் முதலில் பணிந்த இரசபுத்திர நாடு கோட்டா

பிரிட்டனிடம் முதன் முதலில் இணங்கி, அதன் மேலாண்மையை முதன் முதலில் இரசபுதனத்தில் ஏற்றுக் கொண்ட நாடு கோட்டா (*Kota*) ஆகும். இது புண்டி (*Bundi*) என்ற நாட்டரசிலிருந்து பிரித்து உருவாக்கப்பட்ட நாடாகும். அது புண்டி நாட்டரசின் அருகே 25 கிலோ மீட்டர் தொலைவில் தென் கிழக்கில் அமைந்துள்ளது.

கோட்டா சாம்பல் ஆற்றின் கரை மீதுள்ளது. புண்டி ஒரு புறம் ஒதுங்கி மலைகளின் ஓரத்தில் இருக்கின்றது. டெல்லியின் சமவெளிப் பகுதியிலிருந்து நடு இந்தியத்தைக் கடந்து குஜராத்தின் செழிப்பான தாழ்நிலப் பகுதிக்குச் சென்ற முக்கியமான வழித் தடங்களின் சந்திப்பில் கோட்டா நாடு இருந்தது. (கோட்டா டெல்லியிலிருந்து தெற்கில் சுமார் 163 கிலோ மீட்டர் தொலைவிலுள்ளது). ஒரு காலத்தில் பொதி ஏற்றிய ஒட்டகங்களும் போர்ப் படைகளும் இவ்வழியே சென்றிருக்கின்றன. இப்போது அங்கு டெல்லி-பம்பாய் இருப்புப் பாதை செல்கின்றது.

புண்டி மன்னர் தன் அன்பிற்குரிய மகனுக்காக நாட்டின் ஒரு பகுதியைப் பிரித்துக் கொடுத்து அவரை 1579 ஆம் ஆண்டு அரசாக்கினார். அந்நாடு கோட்டா ஆகும். புண்டி அரசர்களுக்கும் ஜெயப்பூர், சித்தூர் (மேவார்) அரசர்களுக்குமிடையே நெடுங்காலமாய் இருந்து வந்த பகைமை கோட்டாவிற்கும் அவற்றுடன் நீடித்தது.

எனினும் முகலாயரும் பின்னர் மராட்டியரும் நடத்திய தாக்குதல்களைப் புண்டி தாங்கி நின்றது போல கோட்டாவினால் செய்து விட முடியவில்லை. ஆதலால் அன்பு காட்டும் மேலாண்டையர் காலத்தில் அந்நாட்டின் ஆட்சிப் பகுதி விரிவதும் அவர்கள் மோசமானவர்களாகும் போது சுருங்குவதும் கோட்டா நாட்டு வரலாறு நெடுகிலும் காணப்படும் உண்மையாகும்.

கோட்டா நாட்டு மன்னர்கள் அரசியல் தந்திரக் கலையில் வல்லவராய்விட்டனர். ஏனெனில், அறிவுக் கூர்மையுடன் நடந்து கொண்டால்தான் நான்கு திக்குகளிலுமிருந்து பாய்ந்து வரக் கூடிய எதிரிகளைத் தாக்க விடாது தடுத்து நிறுத்த முடியும். கோட்டா அரசர்களிடம் இத்தகைய திறமை இருந்ததால் தான் அதன் நிலப்பரப்பு 5684 சதுர மைலாய் இருந்தது. அந்நாடு பிரிந்து வந்த புண்டி நாட்டரசின் பரப்பு 2220 சதுர மைலாகவே இருந்தது.

ஆனால் பதினெட்டாம் நூற்றாண்டின் வட இந்திய வரலாறு குருதிப் பெருக்கும் குழப்பமும் நிறைந்ததாயிற்று. ஆதலால் இத்தகைய நிலைகளிலிருந்து மீண்டு பிழைத்து நிற்பது என்பது மிகக் கடினமாய்விட்டது.

முகலாயரின் அரசுரிமைச் சண்டைகளில் யாரை ஆதரிப்பது சரியாயிருக்கும் என்பதைக் கணிக்கவே முடியவில்லை. அண்மையிலுள்ள பெரிய அரசுகளான ஆம்பரும்

(ஜெய்ப்பூர்), மேவாரும் (உதயபுரி) என்ன நினைக்கின்றன என்பதை ஊகிப்பதும் கடினமாயிற்று. கொள்ளையடிக்க வரும் மராட்டியப் படை எந்த வழியில் வரும் என்பதையும் சொல்ல முடியாத நிலையிருந்தது.

ஔரங்கசீபு முகலாய ஆட்சியைப் பிடிப்பதற்காகத் தன் உடன் பிறந்தாருடன் நடத்திய சண்டைகளில் கோட்டா அரச குடியினர் அனைவருமே கிட்டத்தட்ட அழிந்துவிட்டனர். வெறுக்கத்தக்க ஆம்பர் மன்னர்களின் மேலாண்மைக்குப் பணியாமல் தப்புவதற்கு ஒரே வழி மராட்டியப் படைத் தலைவரின் மேலாண்மையை ஏற்பதுதான் என்பதைக் கோட்டா அரசு 1749 இல் கண்டது.

கோட்டா அரசர்கள் இக்காலம் நெடுகிலும் நகர அரண்மனைகளைக் கட்டிக் கொண்டே சென்றனர். கோட்டா அரசின் மாபெரும் அரசியல் தந்திரியான சாலிம் சிங்கு அரச குடிப் பிறவாத இரசபுத்திரர். அவர் பதினேழாம் நூற்றாண்டில் கத்தியவாடியிலிருந்து பெயர்ந்து கோட்டாவில் வந்து குடியேறிய இரசபுத்திரக் குடும்பத்தில் பிறந்தவர். அக்குடும்பத்தினர் கோட்டா அரசர்களின் தானைத் தலைவர்களாய் வழிவழியாப் பொறுப்பேற்கும் நிலையை அடைந்தனர்.

சாலிம் சங்கு ஒரு பெண்ணுக்காக நாட்டு அரசருடன் போட்டியிடும் அளவிற்கு மிகுந்த செல்வாக்குப் பெற்றிருந்தார். அவர் அக்காரணம் பற்றி நாடு கடத்தப்பட்டார். எனினும் ஆம்பர் நாட்டினுள் மராட்டியப் படைகள் ஊடுருவிய நேரத்தில் கோட்டாவைக் காக்கக் கூடிய ஒரே மனிதராய்ச் சாலிம் சிங்கு இருந்தமையால். அவர் நாட்டிற்கு வருமாறு திரும்பவும் அழைக்கப்பட்டார்.

அவர் வந்து சேர்ந்த சிறிது காலத்தில் நாட்டரசர் இறக்கவே. சிறுவராயிருந்த அரசருக்குச் சாலிம் சிங்கு அரச காவலரானார். இவ்வாறு திடீரென்று உயர்நிலை எய்திய சாலிம் சிங்கு மீது பொறாமை கொண்ட பிரபுக்கள் நடத்திய கொலை முயற்சிகளையும் கிளர்ச்சிகளையும் ஒடுக்குவதில் அவருக்குச் சில ஆண்டுகளாயின. சாலிம் சிங்கைக் கொல்வதற்குப் பதினெட்டு முறை முயன்றனர். அவரை ஒரு முறை அந்தப் புரத்தினுள் தந்திரமாய் அழைத்துச் சென்று ஆயுதமேந்திய பெண்டிரைக் கொண்டு கொல்ல முயன்றனர்.

சாலிம் சிங்கு இவற்றையெல்லாம் தாங்கி நின்று நாட்டின் படைகளை ஒழுங்குக் கட்டுப்பாட்டினுள் கொண்டு வந்தார். வலுவான கோட்டைகளைக் கட்டினார். திறமையும் ஆற்றலும் மிக்கவர்களை மட்டுமே படைத் தலைவர்களாக்கினார். உயர் குடியினர் என்பதற்காக அப்பதவிகளை அவருக்குத் தருவதில்லை. நாட்டு பாதுகாப்பிற்காகப் பெருஞ்செலவாகக் கூடிய படையினை வைத்து ஆதரிப்பதற்காக வரிவிதிப்பதில் ஈடுபட்டார். மக்களிடம் வரி தண்டித் தம் பைகளுக்குள் அதைப் போட்டுக் கொண்டு ஊர்த் தலைவர்களையும் வருவாய்த்துறை அலுவலரையும் பிடித்து அரசிற்கு வரவேண்டிய வருவாயைப் பெருக்கினார்.

அவர் வேளாண்மைக் கருவிகளை வெளியிலிருந்து நாட்டில் இறக்கினார்; தானியச் சேமிப்பிற்கென்று பெரிய குதிர்களை அமைத்தார். தானியம், அபினி இரண்டையும் ஏற்றுவதில் தனியுரிமை வைத்துக் கொண்டார். இவற்றிலிருந்து பேரளவில் வருவாயைப் பெருக்கினார்.

சாலிம் சிங்கு அரசியல் தந்திரத்திலும் திறமை மிக்கவராயிருந்தார். அவர் ஜெய்ப்பூர், மேவார் நாடுகளின் இரசபுத்திரப் படையினர், இந்தூர் அரசரான மராட்டிய ஹோல்கர், பட்டாணியக் கொள்ளையரான அமீர்கான், பிண்டாரியார் கும்பலின் தலைவர்கள் என்று

நாட்டிலிருந்த பெரிய இராணுவச் சக்திகள் அனைவருடனும் அரசியல் தந்திர உறவை ஏற்படுத்தினார். அவரின் கெட்டிக் காரத்தனமான செயல்களினால் எதிரி எவரும் கோட்டாவைத் தாக்க முடியாதவாறு பகைவர் தமக்குள் மோதிக் கொள்ளும்படி செய்துவிடுவார். அவரது கடைசி அரசியல் தந்திர முயற்சி, அவர் இவ்வாண்டில் பிரிட்டிசாருடன் இணக்கம் செய்து கொண்டதேயாகும். இரசபுதனத்து நாட்டரசுகளில் பிரிட்டிசாருடன் முதலில் இணங்கி, அவர்களிடம் பணிந்தது கோட்டா என்றால் அதற்குச் சாலிம் சிங்கே காரணர். அதன் பிறகு கோட்டாவில் அமைதி ஏற்பட்டது.

எனினும் அங்கு அமைதி நிலவியதுமே சாலிம் சிங்கின் செல்வாக்குக் குறைந்துவிட்டது. சௌகான் ராவுகள் குடியைச் சேர்ந்த கோட்டா அரசரான உம்மேது சிங்கு (ஆ.கா 1770-1810) தனது ஆட்சியாண்மையை நிலை நாட்ட அவாவினார். சாலிம் சிங்கு பலவரிகள் விதித்தார் என்று மக்கள் அவரை வெறுத்தனர். கோட்டா தன் திறன்களை வேண்டவில்லை என்பதைச் சாலிம் சிங்கு உணர்ந்ததும் விரும்பத்தகாத முறையில் நடந்து கொள்ளலானார். பத்தொன்பதாம் நூற்றாண்டின் தொடக்கத்தில் பல அரசியல் சூறாவளிகளிலிருந்து வெகு திறமையுடன் தப்பிப் பிழைத்த கோட்டாவில் உள்நாட்டுப் போர் மூண்டுவிட்டது.

பிரிட்டிசார் சாலிம் சிங்கை மன்னருக்கு எதிராய் ஆதரித்தனர். அவர்கள் இறுதியில் தலையிட்டு உள்நாட்டுக் குழப்பத்தை அடக்க வேண்டியதாயிற்று. பிரிட்டிசார் சாலிம் சிங்கிற்கும் அவரின் வழிவந்தவர்களுக்கும் ஒரு சிற்றரசை அமைத்துக் கொடுத்தனர். இந்த ஏற்பாட்டில் கோட்டா அரசருக்கு விருப்பமில்லை. அங்கு 1820 ஆம் ஆண்டுகளில் சச்சரவுகள் எழுந்தன. பிரிட்டிசார் இப்போதும் சாலிம் சிங்கை ஆதரித்தனர்.

அவருக்காகப் பிரித்துத் தரப்பட்ட சிறு நாடு சாலிம் சிங்கிற்கு பிறகு 1894 ஆம் ஆண்டு மீண்டும் கோட்டாவுடன் இணைக்கப்பட்டது. சாலிம் சிங்கிற்குப் பிறகு பதவியேற்றவர்கள் அந்நாட்டில் தவறு செய்ததால், அதைக் கோட்டாவுடன் இணைக்க நேர்ந்தது.

1817

5. மேவாரும் கம்பெனிக்கு அடங்கியது

மேவார் எனப்படும் உதயபுரி நாட்டரசின் வரலாறுகள் முன்னர் கூறப்பட்டிருந்தன. (இ.ச.க.தொகுதி-6:1755 - கட்டுரை) இந்நாட்டரசின் இளவரசி கிருஷ்ண குமாரியின் துன்பக் கதையும் (இ.ச.க.தொகுதி-11: 1804- புள்ளி) பின்னர் இடம் பெற்றது. இரசபுத்திர அரசுகளைப் போன்று சீரழிந்து போயிருந்தது இந்நிலையில் மேவார், பிற இரசபுத்திர வாசுகளைப் போன்று மராட்டியர் படையெடுப்புக்கு மேவார் 1817 முதல் பிரிட்டனின் பாதுகாப்பில் வரும் வகையில் ஓர் ஒப்பந்தம் செய்து கொள்ளப்பட்டது.

இத்துடன் தனது நாட்டின் துன்பங்களெல்லாம் தொலைந்தன என்று மேவாரின் அரசரான இராணா பீம்சிங்கு (ஆ.கா 1778-1828) மன அமைதியுடன் மூச்சுவிட்டார். மேவாருக்கும் கிழக்கிந்தியக் கம்பெனிக்குமிடையே 1817 ஜனவரி 13 அன்று இவ்வுடன்படிக்கை ஏற்பட்டது.

6. பிரிட்டீசுச் செய்திகள்

(அ) ரிக்கார்டோவின் பொருளியல் நூல்

டேவிடு ரிக்கார்டோ (*David Ricardo 1772-1823*) இலண்டனில் பிறந்த அரசியல் -

பொருளியலார். அவர் சிறப்பு வாய்ந்த அந்தக் காலத்துப் பொருளியலாரைப் போன்று தங்கு தடையற்ற வாணிபத்தையும் வாணிபப் போட்டியையும் வலியுறுத்துகின்ற வகையில், புதிய தொழில் வளர்ச்சிக் காலத்திற்குகந்த பொருளியல் கொள்கை ஒன்றை உருவாக்க முயன்றார். இவர் பங்குத் தரகராயிருந்து அத்தொழிலில் நல்ல வெற்றி கண்டவர்.

ரிக்கார்டோ 1810 ஆம் ஆண்டு பணக் கொள்கை பற்றி எழுதிய சிறு வெளியீடு தொடங்கி. இந்த 1817 ஆம் ஆண்டில் எழுதிய ''அரசியல் பொருளியல் கொள்கைகளும் வரிவிதிப்பும்'' (*Principles of Political Economy and Taxation*) என்ற மிகப்பெரிய நூல் வரையிலும் சிறிது காலமே எழுதினார். ஆடம் ஸ்மிது (*Adam Smith*) *1723-1790; இ.ச.க.தொகுதி-3)* 1776 ஆம் ஆண்டில் தனது ''நாடுகளின் செல்வம்'' (*The Wealth of Nations*) என்ற நூலில் முன்வைத்த ''தங்கு தடையற்ற வாணிபம்'' என்ற கொள்கையுடன் இசையும் வகையில், ரிக்கார்டோ ''விலைகளின் ஒப்பியல்'' (*comparitive costs*), ''பயன் மதிப்புப் பற்றிய உழைப்புக் கொள்கை'' (*labour theory of value*) வாடகை பற்றிய கருத்துகள் ஆகியவற்றை இவ்வாண்டு வெளியிட்ட நூலில் எடுத்துரைக்கின்றார். இக்கருத்துகள் அவரின் காலத்தில் முக்கியமான செல்வாக்குச் செலுத்தின. அவரின் ''ஒப்பியல் சாதகம்'' என்ற கொள்கை இன்றும் பன்னாட்டு வாணிபத்திற்குப் பொருந்துவதாய் உள்ளது.

1817

(ஆ) பிரிட்டனில் வாய்ப்பூட்டுச் சட்டங்கள்

பிரிட்டனில் பொதுக் கூட்டங்களை நடக்க விடாமற் செய்யும் நோக்கத்துடன் 1817 ஆம் ஆண்டு இந்நாட்டு நாடாளுமன்றத்தில் வாய்ப்பூட்டுச் சட்டங்கள் (*Gagging Acts*) நிறைவேற்றப்பட்டன.

(இ) பிரிட்டனில் சவரன் வெளியீடு

ஒரு பவுன் ஸ்டெர்லிங்கு மதிப்புள்ள நாணயமாய்ச் சவரன் (*Sovereign*) என்ற பொற்காசு 1817 ஜூலை 5 அன்று முதன் முதலில் பிரிட்டனில் வெளியிடப்பட்டது. பிரிட்டனில் கினி என்ற பொற்காசு வெளியிடுவது 1813 ஆம் ஆண்டு நிறுத்தப்பட்டதை முன்னர் கண்டோம்.

(ஈ) பிரிட்டனில் பட்டினி அணிவகுப்பு

நெசவாலைகள் மலிந்ததால் மாஞ்செஸ்டர் நகரில் வேலையிழந்த கைத்தறி நெசவாளர்கள் ''போர்வையாளர் அணிவகுப்பு'' (*March of the Blanketeers*) என்ற பெயரில் இலண்டனுக்கு ஊர்வலமாய்ச் சென்றனர். இந்தப் பட்டினி அணிவகுப்பில் பலர் சேர்ந்து கொண்டனர். எனினும் அவர்களில் ஒருவர் மட்டுமே இலண்டனை அடைந்தார். இது பிரிட்டனில் நடந்த முதல் அணிவகுப்பாகும்.

(உ) அயர்லந்தில் காவலர் படை

பிரிட்டனின் அயர்லந்துத் துறையமைச்சரான இராபட்டு பீல் (*Robert Peel: 1788-1850; இவர் பின்னர் பிரிட்டனின் கன்சர்வேடிவ் கட்சியின் தலைமை அமைச்சராய் 1834-1835; 1841-1846 காலங்களில் இருந்தார்.)* 1817 ஆம் ஆண்டு அயர்லந்திற்கென்று முறையான காவலர் படையை அமைத்தார். அயர்லந்து இப்போது பிரிட்டன் மீதுள்ள வெறுப்புணர்ச்சியில் குமுறிக் கொண்டிருந்தது. அங்கு கலவரங்கள் தோன்றும் நிலை காணப்பட்டது. அயர்லந்தியர் இந்தக் காவலர் படையை இளக்காரமாய்ப் ''பீலர்'' என்று அழைத்தனர்.

7. செர்பியம் விடுதலை பெற்றது

செர்பியம் (*Serbia*) என்பது யுகோஸ்லாவியத்தின் கிழக்கிலுள்ளது; அல்பேனியம், பல்கேரியம், அங்கேரி ஆகிய நாடுகளை எல்லைகளாய்க் கொண்டது. இன்றைய யுகோஸ்லாவியம் அமைந்துள்ள நிலப்பரப்பு ஒரு காலத்தில் ரோமானியப் பேரரசில் அடங்கியிருந்தது. ரோமானியர் அங்கிருந்து வெளியேறியதும், இங்கு வாழந்த மக்கள் ரோமானிய மரபுகளைக் கடைபிடித்து வந்தனர். அவர்கள் பைசாந்தியப் பேரரசின் (*476-1453 கி.பி.*) ஆளுகைக்குள் அடங்கினர். அதன் சுலோவு மக்கள் (*Slav*: சுலோவேனிய மொழி பேசும் மக்கள்) கி.பி. ஏழாம் நூற்றாண்டில் கிழக்கிலிருந்து படைகொண்டு வந்தனர். அவர்கள் அங்கு வாழ்ந்த மக்களை மலைகளுக்குள் விரட்டிவிட்டனர்.

சுலோவுகளின் செர்பிய அரசு மாசிடோனியத்தையும் கிரேக்கத்தின் இதர பகுதிகளையும் வென்ற பிறகு *14* ஆம் நூற்றாண்டு வாக்கில் தலையோங்கிய பால்கன் பகுதி வல்லரசானது. அதன் மாபெரும் அரசரான ஸ்டீஃபன் துஷான் (*Stephen Dushan*) பைசாந்தியப் பேரரசைத் தாக்குவதற்கு திட்டமிட்டார். ஆனால் அவர் கான்ஸ்டாண்டிநோபில் சென்ற வழியில் *1355* ஆம் ஆண்டு இறந்துவிட்டார். செர்பியம் பின்னர் ஆட்டோமான் துருக்கர் தாக்குதலால் சிதறிப் போயிற்று. துருக்கர் இறுதியாய் *1459* ஆம் ஆண்டு செர்பியத்தை வென்றனர்.

பதினைந்தாம் நூற்றாண்டின் கடைசியிலிருந்து பத்தொன்பதாம் நூற்றாண்டின் நடுப்பகுதி வரையிலும் செர்பியம், குரோட்டு, சுலோவன் என்ற தற்கால யுகோஸ்லோவியப் பகுதிகள் ஆட்டோமான் பேரரசில் அடங்கியிருந்தன.

செர்பியம் *1817* ஆம் ஆண்டு விடுதலை பெற்றது. அது *1817* முதல் *1842* வரையிலும் பின்னர் *1858* முதல் *1903* வரையிலும் ஓபிரினோவிக்கு (*Obrenovic*) என்ற அரச குடியினரால் ஆளப்பட்டு வந்தது. இந்த அரச குடியை மைலோஸ் ஓபிரினோவிக்கு (*Milos Obrenovic*) *1817* ஆம் ஆண்டில் நிறுவினார். அவருக்கு இப்போது வயது *37*. அவர் ஆட்டோமான் பேரரசர்களுக்கு எதிராய் இரண்டாவது கிளர்ச்சியைத் தொடங்கிச் செர்புகளின் இளவரசர் என்று ஏற்று ஒப்பப்பட்டார்.

அதற்குக் கரஜியோர்ஜினிக்கு (*Karageorgenic*) என்ற குடும்பம் மறுப்புத் தெரிவித்தும் பலனில்லாது போனது. இக்குடும்பத்தின் தலைவரான கர ஜார்ஜ் (*Kara George*) ஆஸ்திரியத்தில் நாடு கடந்து வாழ்ந்து விட்டுத் தாயகம் திரும்பியதும் ஓபிரினோவிக்குகள் அவரைக் கொன்றுவிட்டனர். இதிலிருந்து இவ்விரு குடும்பத்தினருக்குமிடையே குருதிப் பகை நெடுங்காலம் நீடித்தது.

8. கருத்தடைக் கருவிகளுக்கு மால்தஸ் எதிர்ப்பு

தாமஸ் இராபட்டு மால்தஸ் (*Thomas Robert Malthus 1766-1834*; இ.ச.க.தொகுதி-*10:1798* -கட்டுரை) *1798* இல் எழுதி வெளியான கட்டுரை (*Essay*) என்ற ஆய்வுரையின் ஐந்தாம் பதிப்பு *1817* இல் வெளிவந்தது. செயற்கைக் கருத்தடைக் கருவிகளைப் பயன்படுத்துவதை மால்தஸ் இந்தப் பதிப்பில் எதிர்த்தார். மக்கள் தொகைப் பெருக்கத்தினால் ஏற்படும் இன்னல் ''கடும் உழைப்பைத் தூண்டுவதற்கும்'' ''மடிமையைக் கைவிடச் செய்வதற்கும்'' இன்றியமையாதனவாகும் என்றும் அவர் அதில் கூறியிருந்தார்.

9. இரஷியத்தில் இரகசியச் சங்கங்கள்

இரஷியத்தில் *1817* ஆம் ஆண்டு இரகசியச் சங்கங்கள் தலையெடுக்கத் தொடங்குகின்றன.

10. இந்தியத்தில் வாந்தி பேதி

இந்தியத்தில் 1817 ஆம் ஆண்டில் காலரா என்ற வாந்தி பேதி பரவியது.

11. அறிவியல் செய்திகள்

(அ) காட்மியம் கண்டுபிடிப்பு

ஜெர்மன் வேதியியலாரான ஃபிரடரிக்கு ஸ்டிரோமெயர் (*Friedrich Strohmeyer, 47*) காட்மியம் (*cadmium*) என்ற புதிய தனிமத்தை 1817 இல் கண்டுபிடித்தார். இது தகரம் போன்ற வெண்ணீல உலோகமாகும். அடித்து நீட்டத்தக்கது; நச்சுத் தன்மை வாய்ந்தது. முலாம் பூச்சு வேலை, கலப்புலோகம் செய்தல் ஆகியவற்றில் பயன்படுகின்றது. அல்லணுக்களை உறிஞ்சக் கூடியதாயிருப்பதால் அணு உலைகளில் கட்டுப்பாட்டுக் கோல்களாய்ப் பயன்படுகின்றது.

இதன் வேதிக்குறி *Cd*; அணு எண் 48; அணு எடை 112.4; இணைதிறன் 2; ஒப்படர்த்தி 8.65; உருகுநிலை 320.9^0 செ; கொதிநிலை 76.5^0 செ; இலத்தீனத்தில் *cadmia* துத்தநாகக் கனிமம் என்று பொருள்படும். இளஞ்சிவப்பு நிறப் பொடியான காலமைனும் (*calamine*) காட்மியமும் துத்தநாகத் தனிமதிலிருந்து கிடைக்கின்றன.

(ஆ) லித்தியம் கண்டுபிடிப்பு

சுவீடனைச் சேர்ந்த ஏ.ஆர்ஃப்வெட்சன் (*A.Arfvedson*) என்ற வேதியியலார் கல்லியம் எனப்படும் லித்தியம் (*Littthium*) என்ற புதிய தனிமத்தை இவ்வாண்டு கண்டுபிடித்தார்.

இது மென்மையான வெள்ளிய காரத் தனிமமாகும். இது நாமறிந்த தினமங்களுள் கனம் குறைந்தது. பொட்டாசியம் குளோரைடு, சோடியம் குளோரைடு சேர்ந்த கரைசலை மின்னாற் பகுத்து இத்தனிமம் பெறப்படுகின்றது. மிகுந்த வினைத்திறமுடையது. உலோகக் கலவைகள் பலவற்றைச் செய்யவும் அணு வெப்ப ஆற்றலை உண்டாக்கவும் பயன்படும்.

இதன் வேதிக்குறி *Li*. அணு எண் 3; அணு எடை 6.944; இணைதிறன் 1; ஒப்படர்த்தி 0.5345; உருகுநிலை 179^0 செ.; கொதிநிலை 137^0 செ.

கல்லைக் குறிக்கும் *Litho* என்ற இலத்தீனச் சொல்லிலிருந்து இதன் பெயர் பிறந்தது. அதனால் இதைத் தமிழில் கல்லியம் என்றனர்.

(இ) செலினியம் கண்டுபிடிப்பு

ஜோன்ஸ் ஜேக்கோபு பெர்சிலியஸ் (*Jons Jakob Berzelies 1779-1848*) என்ற சுவிடிய வேதியியலார் 1817 இல் செலினியம் (*selenium*) என்ற தனிமத்தைக் கண்டுபிடித்தார். இது உலோகமல்லாத தனிமம். இது அணுத் திரிபுள்ள (*allotropic*) பல வடிவங்களில் கிடைக்கின்றது. எரிமலைப் பகுதிகளிலும் சல்ஃபைடு கனிமங்களிலும், குறிப்பாய் நிமிளை எனப்படும் பைரைட்டு என்ற கந்தகக் கல்லிலும் கிடைக்கின்றது. இது நான்கு வேற்றுருக்களில் அகப்படுகின்றது. 1. உருவற்ற செந்நிறத் திரள் 2. உருவமற்ற கறுப்புநிறக் கண்ணாடி போன்ற திரள் 3. கிச்சிலிச் சிவப்பு நிறமான படிகங்கள் 4. சாம்பல் நிறப் படிகங்கள். இது கண்ணாடித் தொழிலில் நிறம் நீக்கியாயும் வினையூக்கியாயும் ஒளி மின்கருவிகளிலும் பயன்படுகின்றது.

இதன் வேதிக்குறி *Se*. அணு எண் 34; அணு எடை 78.96; இணைதிறன் 2.4 அல்லது

6; ஒப்படர்த்தி 4.79; (சாம்பல் நிறம்); உருகுநிலை 217^0 செ.(சாம்பல் நிறம்); கொதிநிலை 684.9^0 செ. (சாம்பல் நிறம்).

கிரேக்க மொழியில் *selene* என்றால் நிலா. அதனால் தமிழில் இது மதியம் என்று பெயர் பெறுகின்றது.

(ஈ) சூப்பர் பாஸ்பேட்டு ஆக்கப்பட்டது

பேப்பர் ஃபாஸ்பேட்டு என்றால் கால்சியம் ஹைடிரஜன் ஃபாஸ்பேட்டும் கால்சியம் சல்ஃபேட்டும் சேர்ந்த கலவை. இது மிகவும் பயனுள்ள செயற்கை உரம். கந்தகக் கால்சியம் ஃபாஸ்பேட்டில் சேர்த்து இதைப் பெறலாம். ஜேம்ஸ் முரே *(James Murray)* என்றவர் 1817 ஆம் ஆண்டில் சூஃபர் ஃபாஸ்பேட்டை ஆக்கினார்.

12. இலக்கியம்

(அ) தெலுங்கு, கன்னட மொழி இலக்கணங்கள்

வில்லியம் பிரவுன் (இ.ச.க.தொகுதி-11) என்ற ஆங்கிலேயர் தெலுங்கு இலக்கண நூலை *(A Grammar of the Gentu Language)* இவ்வாண்டு எழுதினார்.

வில்லியம் கேரி கன்னட இலக்கண நூல் *(A Grammar of the Karnataka Language)* ஒன்றை 1817 இல் எழுதினார். இதுவே கன்னட மொழியில் அச்சான முதல் நூலாகும். இது செராம்பூரில் அச்சானது.

இதையடுத்து ஜான் எம்.கெரல் *(John M.Kerrel)* என்றவர் 1820 ஆம் ஆண்டில் கன்னட இலக்கண நூல் *(Grammar of Karnataka Language)* ஒன்றை எழுதினார். தெலுங்கு இலக்கண நூல்கள் 1814, 1816 ஆகிய இரண்டாண்டுகளில் வெளி வந்த செய்தி முன்னர் கூறப்பட்டது.

1817

(ஆ) வங்க மொழியில் கதோபநிடதம்

இராசாராம மோகனர் இவ்வாண்டு கதோபநிடதம் என்ற சம்ஸ்கிருத நூலை வங்க மொழியில் மொழிபெயர்த்தார். அவர் இக்கால கட்டத்தில் பலதரப்பட்ட நூல்களை எழுதிவந்தார்.

(இ) குஜராத்தியில் விவிலியம்

வில்லியம் ஃபைவி, ஜேம்ஸ் ஸ்கின்னர் *(William Fivy and James Skinner)* என்ற இருவரும் 1817 இல் விவிலியத்தின் சில பகுதிகளைக் குஜராத்தியில் மொழிபெயர்த்தனர்.

செராம்பூர்ச் சமயப் பரப்பியர் 1820 ஆம் ஆண்டில் திருவிவிலியத்தைக் குஜராத்தியில் மொழி பெயர்த்து வெளியிட்டனர்.

13. பிறப்பு

(அ) தேவேந்திரநாத தாகூர் (1817-1905)

பிரம்ம சமாசத் தலைவரும் வங்காளியில் முக்கியமான உரை நடை எழுத்தாளருமான தேவேந்திரநாத தாகூர் 1817 இல் பிறந்தார். இவர் இரவீந்தரநாத தாகூரின் *(1861-1941)* தந்தையாவார்.

(ஆ) சர் சையது அகமதுகான் (1817-1898)

சுற்றறிவாளரும் கல்வியாளரும் சிறந்த உருது எழுத்தாகும். அலிகடு பல்கலைக்கழகத்தை நிறுவியவருமான சர்சையது அகமதுகான் 1817 இல் பிறந்தார். இவர் முஸ்லிம்களிடையே மேற்கத்தியக் கல்வியைப் பரப்பிப் புது விழிப்புணர்ச்சியை உண்டாக்கினார். அவர் தனது கால உருது இலக்கியத்தில் பெரிய தாக்கத்தை உண்டாக்கினார்.

14. இறப்பு

ஜேன் ஆஸ்டன் (*Jane Austen 1775-1817*) இங்கிலாந்தின் சிறப்பு வாய்ந்த முதல் பெண் எழுத்தாளர். இவர் தென் இங்கிலாந்தில் ஆங்கிலக் கால்வாய்க்கரை மீதமைந்த ஹாம்ஷயர் (*Hamplire*) கோட்டத்திலுள்ள ஸடீவடன் (*Stevenon*) என்ற ஊரில் எட்டுக் குழந்தைகளில் ஏழாமவராய்ப் பிறந்தார். இவரின் தந்தையார் உள்ளூர் வட்டகைக் குரு (*Rector*). நாட்டுப் புறக்குடும்ப வாழ்க்கை, பாதிரியார் வீட்டுச் சூழல் ஆகியவற்றை ஜேன் ஆஸ்டன் நன்கறிந்தார். அவரின் நாவல்களிலும் அவை இடம் பெறுகின்றன.

அவரின் நாவல்கள் ''தற்பெருமையும் தப்பெண்ணமும்'' (*Pride and Prejudice 1813*) மிகச் சிறந்தது என்று கொள்ளப்படுகின்றது. அவர் இந்நாவலை 1796 ஆம் ஆண்டு எழுதத் தொடங்கினார். எனினும் அது 1816 வரை அச்சாகி வெளிவரவில்லை.

அவரின் பிற நாவல்கள் ''புலனுணர்வும் உணர்ச்சி வயப்படும் நிலையும்'' (*Sense and Sensibility 1811*); மேன்ஸ்ஃபீல்டு பூங்கா'' (*Mansfield Park, 1814*), ''எம்மா'' (*Emma 1816*)

ஜேன் ஆஸ்டன் 1817 ஆம் ஆண்டு இறந்தார்.

1818

அரசியல்

கண்டிப் போர் - இலங்கை இங்கிலாந்து வசமாதல்
ஜெயப்பூர் பிரிட்டனின் மேலாண்மையை ஏற்றல்
ஜோதிப்பூரும் பிரிட்டனுடன் இணக்க உடன்படிக்கை செய்தல்
துங்கர்ப்பூரும் இணங்கிப் போதல்
இல்லினாய்சு அமெரிக்க ஒன்றியத்தில் இணைதல்
முகுந்த தேவருக்குச் சிறை, அமெரிக்க ஒன்றியத்தின் புதிய கொடி
ஃபுளோரிடம் அமெரிக்கத்திற்குக் கிடைத்தது
ஏக்ஸ்-லா-ஷெப்பல் பேரவை

அறிவியல்:

அணு எடை வரையறை, விண்மீன் பட்டியல், "பச்சையம்" என்ற பெயர்

மருத்துவம்:

குரல்வளைச் சுரப்பி வீக்கத்திற்கு அயோடின்

இலக்கியம், கலை:

முதல் நாட்டு மொழி இதழ்
வில்லியம் கோட்டையில் கீழை இலக்கியச் சேகரம்
ஷேக்ஸ்பியரைக் கத்தரித்த பௌடலர்
ஃபிராங்கன்ஸ்டீன் வெளியீடு, குல்கத்தா நூலகச் சங்கம்
திருமுழுக்குச் சபை அச்சகம், கல்லூரி
வங்க மொழி அகராதி, கற்புடையாள் காவியம்
இராம மோகனரின் நூல்கள், மராட்டியில் ஏசுநாதர் கதை
முதல் வங்காளிச் செய்தி இதழ்

தொழில், வாணிபம், வேளாண்மை

தகரத்தில் அடைத்த உணவுப் பண்டங்கள் விற்பனை

பொருளியியல், நிதியியல்

ரூபாயில் அரசின் கொடுக்கல் - வாங்கல்
இந்தியத்தில் முதல் ஆயுள் காப்பீட்டுக் கழகம்

மக்கள்

வங்கத்தில் உடன்கட்டை ஏறுவோர் மிகுதல்
பீத்தோவன் முழுச் செவிடரானார்

பிறப்பு

செம்மல்வீஸ் *(1818-1865)*
பெண்ணிய இயக்கத்தவர் லூசி ஸ்டோன் *(1818-1893)*
ஜேம்ஸ் பிரஸ்காட்டு ஜோல் *(1818-1889)*

இறப்பு

வாரன்ஹேஸ்டிங்சு *(1732-1818)*

1818

1. ரூபாயில் அரசின் கொடுக்கல் வாங்கல்

கிழக்கிந்தியக் கம்பெனி தென்னிந்தியத்தின் நாணய முறையைச் சீர்த்திருத்தும் முயற்சியில் பதினெட்டாம் நூற்றாண்டிலிருந்து ஈடுபட்டு வருகின்றது. தென்னாட்டில் புழங்கி வந்த பல்வேறு நாணயங்கள் பற்றிய செய்திகள் இக்களஞ்சிய வரிசையின் பல்வேறு தொகுதிகளில் ஆங்காங்கே இடம்பெற்று வருகின்றன. அவற்றைக் கொண்டு தென்னிந்திய நாணயவியல் வரலாற்றை ஓரளவு விளங்கிக் கொள்ள முடியும்.

நாணயச் சீர்திருத்தத்தில் கிழக்கிந்தியக் கம்பெனி மிகுந்த முன்னோக்குடன் செயலாற்றி வந்திருக்கின்றது. இதுபற்றி 1812 ஆம் ஆண்டுக் கட்டுரையில் சொல்லப்பட்டிருந்தது. கம்பெனி அரசு வெள்ளியை அடிப்படையாய் வைத்து ஒருலோக நாணய முறையைக் கைக்கொள்வதற்கென்று முடிவெடுத்து 1812 ஏப்ரல் 21 அன்று விடுத்த அறிவிப்பையடுத்து, வராகன் என்ற பகோடாவுடன் அதன் பகுதிகளான பணம், காசு முதலிய நாணயங்களும் அச்சடிப்பது நிறுத்தப்பட்டது. எனினும் இப்பழைய நாணயங்கள் புழக்கத்தில் இருந்து வருவதற்கு அரசு இசைந்தது. அந்நாணயங்கள் பொதுக் கருவூலகங்கள் அனைத்திலும் அதே மதிப்பில், அதே விலையில் வாங்கவும் கொடுக்கவும் படும் என்று 1812 ஆம் ஆண்டு வெளியான அரசு அறிவிப்பு ஒன்று கூறியது.

அதன் பிறகு இந்த 1818 ஜனவரி 17 அன்று நாணயச் சீர்திருத்தம் தொடர்பாய்ச் சென்னை அரசு மற்றோர் அறிவிப்பைச் செய்தது. அந்த அறிவிப்பிற்கு ஏற்பப் பொதுக் கணக்குகள் நட்சத்திரப் பகோடாவிலிருந்து சென்னை ரூபாய்க்கு இவ்வாண்டு மாற்றப்பட்டன. 100 நட்சத்திரப் பகோடாவிற்கு 350 ரூபாய் மாற்று விகிதம் என்று கணக்குகள் மாற்றிக் கொள்ளப்பட்டன. அரசின் கொடுக்கல வாங்கல் அனைத்தும் இனிமேல் ரூபாயில் நடைபெற வேண்டும் என்று முடிவெடுக்கப்பட்டது. அரசு ஊழியர் அனைவரின் சம்பளமும் படிப் பணமும் அதே நாணயத்தில் இது முதல் வழங்கப்படலாயின.

புதிய வெள்ளி நாணயங்களில் கீழ்க்கண்ட எடையில் வெள்ளியும் கலப்பு லோகமும் இரக்கும் என்று அறிவிக்கப்பட்டது.

ரூபாய் : 165 தானிய மணி எடையில் சுத்த வெள்ளி 15 தானிய மணி கலப்புலோகம். நாணயம் மொத்தம் 180 தானிய மணி எடையுள்ளதாயிருக்கும்.

அரை ரூபாய் 82 ½ தானிய மணி சுத்த வெள்ளி, 7 ½ தானிய மணி கலப்பு லோகம், மொத்த எடை தானிய மணி. கால் ரூபாய் 41 ¼ தானிய மணி சுத்த வெள்ளி, 3 ¾ தானிய மணி கலப்பு லோகம்; மொத்த எடை 45 தானிய மணி.

அரைக்கால் ரூபாய் அல்லது இரட்டை அணா: 22 5/8 தானிய மணி சுத்த வெள்ளி; 1 7/8 தானிய மணி கலப்பு லோகம்;மொத்த எடை 23 ½ தானிய மணி.

அணா:10 5/16 தானிய மணி சுத்த வெள்ளி, 1 7/8 தானிய மணி கலப்புலோகம்; மொத்த எடை 11 1/4 தானிய மணி.

சுத்த செப்புக் காசுகள் ஓரணாவிற்குப் பன்னிரண்டு என்று வெளியிடப்பட்டன.

நாணய முறையில் இம்மாறுதல் ஏற்பட்ட போதிலும் பகோடா, பணம், காசு முதலிய நாணயங்களும் தொடர்ந்து புழக்கத்தில் இருந்தன.

மதிப்புக்குன்றிய நாணயங்களைப் புழக்கத்தில் விடாது பிடித்து வைத்துச் சிறுகச் சிறுக இச்சீர்திருத்தம் ஒன்பதாண்டுக் காலத்தில் நிறைவேற்றப்பட்டது. இவற்றுக்கு மாற்றாய்ப் புதிய நாணயங்கள் அச்சிடப் பெற்றன.

பின்னர் 1823 வாக்கில் ஒரே உலோக அடிப்படையில் ஒரு சீரான நாணய முறை சென்னை மாநிலத்தில் நடைமுறைக்கு வந்தது.

1818

வரலாற்றுப் புள்ளிகள்

1. கண்டிப் போர்: இலங்கை முற்றிலும் ஆங்கிலேயர் வசமாதல்

இலங்கையின் சிங்கள மன்னர் குடி சுமார் கி.மு. 250 முதல் கி.பி. 1598 வரை நிலவியதாய் வரலாற்றுக் குறிப்புகளிலிருந்து அறிகின்றோம். இத்தீவு நாட்டை ஆண்ட தமிழ் மன்னர் குடி ஆட்சி வரலாற்று இடைக் காலத்திலிருந்து போத்த்துக்கீசர் பதினேழாம் நூற்றாண்டில் இலங்கையைக் கைப்பற்றியது வரையில் நிலவியதையும் அறிகின்றோம். யாழ்ப்பாண மன்னர் குடி கி.பி. 1215 முதல் 1615 வரை நான்கு நூற்றாண்டுகள் ஆட்சி செலுத்தி வந்தது. இலங்கையில் பதினாறாம் நூற்றாண்டில் நிலவிய மற்றொரு முடியரசு சிதவாக ஆகும். அது கோட்டை அரசின் ஒரு கிளையானது. அதன் ஆட்சிப் பரப்புப் பதினாறாம் நூற்றாண்டின் இறுதியில் போர்த்துக்கீசரால் வெல்லப்பட்டது.

கண்டி இலங்கையின் மலைநாட்டு நகரம். அதே பெயருள்ள ஓர் அரசகுடி பதினாறாம் நூற்றாண்டின் பிற்பகுதியில் இலங்கையின் ஏனைய பகுதிகள் போர்த்துக்கீசர் வசமான பின்னரும் தனியரசோச்சி வந்தது. பிரிட்டிசார் கண்டி அரசை 1818 ஆம் ஆண்டில் தம் ஆட்சிப் பரப்புடன் இணைத்துக் கொண்டனர்.

பிரிட்டிசார் 1818 ஆம் ஆண்டு கண்டி மன்னர் சிறிவிக்கிரமராச சிங்கவுடன் நடத்திய போரில் வெற்றி பெற்றனர். இத்துடன் இலங்கைத் தீவு முற்றிலும் பிரிட்டிசார் வசமாயிற்று. அவர்கள் கண்டி மன்னரைச் சிறைப்பிடித்து வேலூருக்குச் கொண்டு சென்றனர்.

ஆங்கிலேயருக்கும் டச்சுக்காரருக்கும் ஏற்பட்ட பாரிஸ் உடன்படிக்கைப்படி முன்னவருக்கு இலங்கைக் கரையோரத்திலுள்ள சமவெளிப் பகுதி மட்டும் கிடைத்தது. நாடு முழுமையும் எப்போதும் போல் கண்டி அரசர்களின் தன்னாட்சி நாடாயிருந்து வந்தது. ஆங்கிலேயர் அங்கு தம் மேலாண்மையை நிறுவுவதற்கு எடுத்துக் கொண்ட முதல் முயற்சி பலனளிக்கவில்லை. அதற்குத் திறமையற்ற படைவீரரும் மோசமான படைத்தலைமையும் காரணங்களாயிருந்ததால், பிரிட்டிசார் தலைகுனியத்தக்க தடைகள் இதில் ஏற்பட்டன.

அவர்கள் 1818 ஆம் ஆண்டில் போதிய பலத்துடன் இலங்கைக்குப் படைகொண்டு சென்றனர். பருவநிலை வெப்பமாயிருந்ததாலும் அடர்ந்த காடுகளினூடே செல்ல வேண்டியிருந்ததாலும் பிரிட்டிசாருக்குப் பல இன்னல்கள் ஏற்பட்டன. எனினும் இப்படை கண்டியை அடைந்து, அதன் அரசரை வென்று இலங்கை முழுமையிலும் தன் மேலாண்மையை நிறுவும் வகையில் வெற்றி பெற்றது.

கண்டியின் புனிய அரியணை இங்கிலாந்திற்குக் கொண்டு செல்லப்பட்டது. பின்னர் அது கண்டியினருக்குத் திருப்பித் தரப்பட்டது.

கண்டி

இந்நகரம் முந்தைய சிங்கள மன்னர்களின் தலைநகராயிருந்தது. இது நாட்டின் நடுவிலுள்ள மலைகளிலமைந்த ஒரு செயற்கை ஏரியின் கரை மீதமைந்திருக்கின்றது. இந்த ஏரி 1806 ஆம் ஆண்டு கண்டியின் கடைசி மன்னர் சிறி விக்கிரமராச சிங்கவினால் தோண்டப் பெற்றது. இந்நகரம் 465 மீட்டர் உயரத்தில் நிற்கின்றது. கொழும்பிலிருந்து சுமார் 95 கிலோ மீட்டரில் உள்ளது.

கண்டி உலகின் வெகு புனிதமான பௌத்தத் தலங்களுள் ஒன்றாகும். அது இலங்கையின் நாட்டுணர்ச்சிக்குச் சின்னமென விளங்குகின்றது. இங்குள்ள பதினாறாம் நூற்றாண்டுத் தலதமலிகவ பற்கோயிலில் புத்தரது என்று நம்பப்படும் பல் வைக்கப்பட்டுள்ளது. அந்தப் பல் ஒன்றினுள் ஒன்றாய் வைக்கப்பட்டுள்ள ஏழு பேழைக்குள் உள்ளது. இப்பேழைகளில் மாணிக்கக் கற்கள் பதிக்கப் பெற்றுள்ளன. இக்கோயிலினருகில் இலங்கையின் நாட்டு அருங்காட்சியகம் இருக்கின்றது. இந்த இடம் ஒரு காலத்தில் சிங்கள மன்னர்களின் உவளகமாயிருந்தது. கண்டியிலிருந்து சுமார் ஆறு கிலோ மீட்டர் தொலைவிலுள்ள பெரதீனியாவில் இலங்கையின் பெரிய பல்கலைக் கழகமும், தாவரவியல் பூங்காவும் உள்ளன.

1818

2. இந்தியத்தின் முதல் ஆயுள் காப்பீட்டு நிறுவனம்

உலகில் முதல் ஆயுள் காப்பீட்டு ஒப்பந்தம் *(Policy)* 1583-ம் ஆண்டு இலண்டனில் எடுக்கப்பட்டது என்று அறிகின்றோம். (இ.ச.க.தொகுதி-7:1762 புள்ளி) அமெரிக்கத்தில் முதல் ஆயுள் காப்பீட்டு நிறுவனம் 1794 ஆம் ஆண்டு நிறுவப்பட்டது. (இ.ச.க.தொகுதி-10:1794 புள்ளி) இந்தியத்தில் முதல் ஆயுள் காப்பீட்டு நிறுவனம் 1818 ஆம் ஆண்டு தொடங்கப்பட்டது.

இந்தியத்தில் முதன் முறையாய் 1818 ஆம் ஆண்டு கல்கத்தாவில் ஓரியண்டல் லைஃபு இன்சூரன்சு சொசைட்டி *(Oriental Life Insurance Society)* என்ற நிறுவனம் அமைந்தது. அந்நிறுவனத்தில் இரவீந்திரநாத தாகூரின் பாட்டனாரான துவாரகநாத தாகூர் ஒரு கூட்டாளியாயிருந்தார். இந்நிறுவனம் முதலில் ஐரோப்பியருடன் மட்டும் ஆயுள் காப்பீட்டு ஒப்பந்தங்களைச் செய்து கொண்டது. இதன்பிறகு பிற ஆயுள் காப்பீட்டு நிறுவனங்கள் தோன்றின.

முதலில் அமைந்த இந்நிறுவனங்கள் இந்தியரின் உயிர்களுக்குக் காப்பீட்டு வசதி செய்து தரத் தயங்கின. ஏனெனில் இந்தியரின் வாழ்நாள் அக்காலத்தில் குறைவாயிருந்தது. காப்பீடு செய்து கொண்ட இந்தியர் ஐரோப்பியரை விடக் கூடுதலான காப்பீட்டுக் கட்டணம் *(premium)* செலுத்த நேர்ந்தது.

இந்தியாவில் 1857ஆம் ஆண்டு நடந்த படைவீரர் புரட்சியின் போது இறந்துபோன பிரிட்டிசாரில் பலர் கெட்டிக்காரத்தனமாய்த் தம் உயிர்களுக்குக் காப்பீடு செய்திருந்ததால், அவர்களின் குடும்பத்தார்க்குக் கால் மில்லியன் பவுனிற்குமதிகமான காப்பீட்டுத் தொகை கிடைத்தது. அப்போது இந்தியர்க்கு உயிர்க் காப்பீட்டு வசதியில்லாததால், அக்கிளர்ச்சியில் இறந்தவர்களின் குடும்பம் தவிக்க நேர்ந்தது.

டங்கன் எம்.சிலேட்டர் (Duncan M.Slater) 1874 ஆம் ஆண்டு பம்பாயில் ஓரியண்டல் கவர்மெண்ட் செக்யூரிட்டி லைஃப் இன்சூரன்சு கம்பெனி லிமிட்டடு (Oriental Government Security Life Insurance Company Ltd.,) என்ற நிறுவனத்தைத் தொடங்கினார். இந்நிறுவனம் ஐரோப்பியருக்குப் போலவே இந்தியருக்கும் ஒரே தன்மையான நிபந்தனைகளில் உயிர்க் காப்பீடு அளித்தது. இது ஏனைய இன்சூரன்சு நிறுவனங்களுக்குக் கலக்கத்தையும் அதிர்ச்சியையும் கொடுத்தது.

எலிக்கட்டிப் பிளேக்கு 1895 ஆம் ஆண்டு இந்தியத்தில் பல உயிர்களைப் பலி வாங்கிய போது ஓரியண்டல் நிறுவனம் இந்நோயினால் இறந்தவர்களின் உறவினர்க்குப் பல்லாயிரக்கணக்கான ரூபாயைக் காப்பீடாய் அளித்தது. பத்தொன்பதாம் நூற்றாண்டின் தொடக்கத்தில் இந்தியர் பல உயிர்க்காப்பீட்டுத் திட்டத்தில் சேர்ந்தனர்.

3. வங்கத்தில் உடன்கட்டை ஏறுவோர் மிகுதல்

கணவன் இறந்தவுடன் அவனது சடலத்தைச் சிதையில் வைத்து அவனுடைய மனைவியையும் சேர்த்து எரியூட்டும் வழக்கம் சக கமனம், சதி என்றெல்லாம் பெயர் பெறும் இதைத் தமிழில் உடன்கட்டை ஏறுதல் என்கின்றோம். இவ்வழக்கம் இந்தியம் முழுமையிலும் கிறித்தவ அப்தத்திற்கு முன்பிருந்தே அண்மைக்காலம் வரையில் இருந்து வந்துள்ளது. எனினும் இக்கொடிய வழக்கம் வேத காலத்தில் இருந்திலது என்பது சிந்தனைக்குரியதாகும்.

வங்கத்தில் உடன்கட்டை ஏறும் சதியரின் மனைவியரின் எண்ணிக்கை 1785 இல் 378 இலிருந்து 1818 இல் 839 ஆக உயர்ந்தது. உடன்கட்டை ஏறும் வழக்கம் பற்றிக் கீழ் வங்கத்தின் காவல்துறைக் கண்காணிப்பாளராயிருந்த ஈவர் (Ewer) இங்ஙனம் கூறினார்.

''ஒருத்தி மனம் ஒப்பித் தானே விரும்பிக் கணவனுடன் சிதையில் ஏறினாள் என்பது மிகவும் அரிது என்றெண்ணுவதற்குப் பல காரணங்கள் உள்ளன. ஒரு சில கைம்பெண்டிர் தாம் வலுக்கட்டாயப்படுத்தினால் அல்லது ஆசை மொழி கூறி இணங்கச் செய்தால் மட்டுமே சிதையில் ஏறுவதைப் பற்றிச் சிந்திப்பர். இந்து ஆடவரின் உடல் அல்லது உள்ள வலிமையை மீறக்கூடிய ஆற்றலும் வெகுசில பெண்களுக்கு மட்டுமே இருக்கும்.'' இக்கொடிய வழக்கம் பற்றிக் கம்பெனியின் பொது, இராணுவ அலுவலரிடையே பரவலாய் வெறுப்பு இருந்து வந்தது. அவர்கள் இந்தியத்திலிருந்த கம்பெனி ஆட்சியாளரையும், இலண்டன் ஆட்சியாளர்களையும் நெருக்கி, இப்பழக்கத்தை ஒடுக்குமாறு வலியுறுத்தி வந்தனர்.

பிட்டனிலிருந்த கிறித்தவ சமய அமைப்புகளும் மானுட நல நிறுவனங்களும் இவ்வழக்கத்தை எதிர்த்து வந்தன. ஆனால் இந்திய அரசு இது குறித்து எதுவும் செய்யாமல் சும்மா இருந்து வந்தது.

4. இலக்கியம்

(அ) முதல் நாட்டு மொழி இதழ்

கல்கத்தாவினருகிலுள்ள செராம்பூரில் இயங்கி வந்த திருமுழுக்குத் திருச்சபையைச் சேர்ந்த ஜோசுவா மார்ஷ்மன் வங்க மொழியில் ''சமாச்சார் தர்ப்பன்'' (செய்திக் கண்ணாடி) என்ற திங்களிதழை 1818 மே 22 முதல் வெளியிடலானார். இந்தத் திங்களிதழ் மக்களிடையே மிகுந்த செல்வாக்குப் பெற்றதால், பின்னார் கிழமை இதழாய் வெளிவந்தது.

இவ்விதழில் இந்திய, அயல்நாட்டுச் செய்திகள் இடம் பெற்றன. அது 1829 முதல் அருகருகே அமைந்த பத்திகளில் வங்க, ஆங்கில மொழிகள் இரண்டிலும் அச்சிட்ட இருமொழி இதழாய் வெளியிடப்பட்டது. இவ்விதழ் எத்தனையோ இடுக்கண்களைத் தாண்டி 1825 வரை உயிர் பிழைத்திருந்தது.

(ஆ) வில்லியம் கோட்டையில் கீழை இலக்கியச் சேகரம்

வில்லியம் கோட்டையிலிருந்து கீழை மொழிகளில் நூற்றுக்கணக்கான நூல்கள் வெளியிடப்பெற்றன. இக்கோட்டை 1702 ஆம் ஆண்டு நிறுவப்பட்டதிலிருந்து ஐந்தாண்டுக்காலம் வெளியீட்டுப் பணி நடந்தது. உலகின் மிகப் பெரிய கீழை இலக்கியச் சேகரத்தைக் கொண்ட இடம் என்ற சிறப்பு வெகு விரைவிலேயே வில்லியம் கோட்டைக்குக் கிடைத்தது.

ஸ்பானிய மன்னரான இரண்டாம் ஃபிலிப்பு (1527-1598) ஆகா 1556-1598) 1563-1584 காலத்தில் மாட்ரிடின் வடமேற்கேயுள்ள அஸ்கோரியல் என்ற நடு ஸ்பானிய நகரில் கிறித்துவ மடம், அரண்மனை, கல்லூரி ஆகியவற்றை நிறுவனர். அங்கு கீழை மொழி இலக்கியங்களும் சேகரிக்கப்பட்டிருந்தன. அங்கிருந்த இந்நூல்களின் எண்ணிக்கை 1851 ஆகும். பிரிட்டனின் ஆக்ஸ்ஃபோர்டு பல்கலைக்கழகத்தில் 156 கீழைமொழி நூல்கள் இருந்தன. கான்ஸ்டாண்டிநோபிளில் இருந்த துருக்கச் சுல்தானின் அரண்மனையில் 7,294 நூல்கள் வைக்கப்பட்டிருந்தன. ஆனால் வில்லியம் கோட்டையிலோ அச்சிடப்பட்டனவும் கையெழுத்து ஏடுகளாயும் 11,335 நூல்கள் 1818 ஆம் ஆண்டில் சேர்த்து வைக்கப்பட்டிருந்தன.

1818

கம்பெனி ஊழியர்கள் இந்தியத்தில் எதிர்ப்படக்கூடிய பண்பாட்டுத் தாக்கத்தை எண்ணிப்பார்த்து, அதற்கேற்பப் பாடத்திட்டங்களை வகுக்க வேண்டுமென்று கம்பெனி முடிவு செய்தது. அதற்கிணங்க இங்கிலாந்தின் ஹெடஃபோர்டுசயரில் ஹெயில்பரி என்னுமிடத்தில் அமைந்த கம்பெனி ஊழியர் பயிற்சிக் கல்லூரியில், அது அமைந்த 1806 ஆம் ஆண்டு முதல் கீழைநாட்டு இலக்கியங்கள் மீது வெறியார்வம் தோன்றிவிட்டது. (ஹெயில்பரிக் கல்லூரி, இ.ச.க.11:1806 புள்ளிகள்)

(இ) கல்கத்தா நூலகச் சங்கம்

இச்சங்கம் 1818 இல் நிறுவப்பட்டது. எனினும் இதன் செயற்குழுவில் 1831 வரை எந்த இந்தியரும் சேர்க்கப்படவில்லை.

(ஈ) திருமுழுக்குச் சபையின் அச்சகம், கல்லூரி

செராம்பூரில் வில்லியம் கேரியின் வழிகாட்டுதலில் நடந்து வந்த திருமுழுக்குத் திருச்சபை 1818 ஆம் ஆண்டு கல்கத்தாவில் ஓர் அச்சகத்தை (Baptist Mission Press) நிறுவியது. இதே ஆண்டு செராம்பூரில் கல்லூரியையும் அது அமைத்தது.

(உ) வங்க மொழி அகராதி

இராமச்சத்திர வித்தியா வாசீக என்றவர் 1818 இல் வங்க மொழி அகராதி ஒன்றைத் தொகுத்தார். அதற்கு அபிதான் என்று பெயர்.

(ஊ) கற்புடையாள் காவியம்

குன்னு மூசு லெப்பை காஜியாலிம் என்ற புலவர் ''இரவு சூழ்க்குள் படைப்போர்''

என்ற தமிழ்க்காவியத்தை இயற்றினார். இக்கற்புடையாளின் கதை கூறும் இந்நூல் விருத்தப்பாவால் இயற்றப்பெற்றது.

''படைப்போர்'' என்பது இஸ்லாமியத் தமிழ்ப் புலவர்கள் அளித்த இலக்கிய வகையாகும்.

(எ) இராம மோகனரின் நூல்கள்

இராசாராம மோகனர் பல கடவுள் வழிபாட்டையும் உரு வழிபாட்டையும் எதிர்க்கும் கருத்துகளடங்கிய ''கோசுவாமீர் சாகித்து பிசார்'' என்ற நூலை வங்க மொழியில் எழுதினார்.

அவர் உடன்கட்டை ஏறும் வழக்கத்தைக் கண்டித்து உரையாடல் வடிவில் இன்னொரு நூலையும் வங்க மொழியில் எழுதினார். அதன் பெயர் ''சகமரண பிசயே பிரபர்த்தக்கு ஓ நிபர்த்தக்கு சம்பாடு''

(ஏ) மராட்டியில் ஏசு நாதர் கதை

அமெரிக்கச் சமயப்பரப்பியான கோல்டன் ஹால் என்ற பாதிரியார் ஏசு நாதரின் வாழ்க்கை உள்படப் பல கதைகளை மராட்டியில் எழுதினார். இதற்கு லெங்கராசி பகிலீ போத்தி என்று பெயர்.

(ஐ) முதல் வங்க மொழிச் செய்திதழ்

ஹர சந்திரராய், கங்க கிசோர் பட்டாட்சாரிய என்ற இருவரை ஆசிரியராய்க் நங்கி கொண்டு ''பெங்கால் கெசட்டி'' என்ற முதல் வங்க மொழிச் செய்தியிதழ் 1818 இல் வெளிவந்தது.

(ஒ) ஷேக்ஸ்பியரையும் கத்தரித்தவர்

நூல் தணிக்கை, தடை என்பன ஐரோப்பியத்திற்குப் புதியனவன்று. இந்தப் பணியைத் திருச்சபையே செய்தது. கூடன்பர்கு (*Johann Gutenberg 1398-1468*) 1456 வாக்கில் எழுத்துக் கோத்து அச்சிடும் முறையை உலகிற்கு அளித்ததும் ஏராளமான நூல்கள் அச்சாகி வெளிவந்தன. அங்ஙனம் அச்சாகும் வெளியீடுகளைக் கண்காணித்துக் கட்டுப்படுத்தும் ஆணைகளைத் திருச்சபை அப்போதைக்கப்போது வெளியிட்டு வந்தது.

நூல்களைத் தணிக்கை செய்வதற்காகத் திருச்சபை அவ்வரிசையில் 1527 ஜனவரி அன்று வெனிசியத் திரு ஆணை (*Venetian Eidct*) என்ற ஓர் ஆணையைப் பிறப்பித்தது. சமய எதிர்ப்பையும் அரச எதிர்ப்பையும் ஒடுக்குவதே அந்த ஆணையின் மெய்யான நோக்கமாகும். அது அத்தகைய நூல்கள் மீது கடுமையாய் ஏவப்பட்டது.

ஸ்பெயினில் சமய முரணியர் தண்ட மன்றம் பதினைந்தாம் நூற்றாண்டில் அமைக்கப்பட்டதுமே, அச்சிடுவோரின் உரிமைகள், பதிப்புரிமைகள் ஆகியன பற்றிய தற்காலச் சட்டங்கள் தோன்றுவதற்கு ஒரு வழி திறந்தது. இன்னொரு வழியில் ரோமன் கத்தோலிக்கத் திருச்சபையின் தணிக்கை தோன்றியது. திருச்சபை தணிக்கை செய்து விலக்கிய நூல்களின் பட்டியலை (*Index Liborum Prohibitorum*) வெளியிட்டது.

காம நூல்களும் குறும்புத்தனமான (*facetiac*) நூல்களும் வெளிப்படையாய்ப் பலரறிய வெளிவருவதற்குத் தடை விதிக்கப்பட்டது. உடனே அவை ஒரே ஆண்டிற்குள்

மறைவாய் வெளிவரலாயின. பின்னர் 1530 ஆம் ஆண்டின் தொடக்கத்தில் காம நூல்கள் உரைநடையிலும் பாடல்களாயும் எழுதப் பெற்று வெளியிடுவது வழக்காமாயிற்று.

இத்தகைய சூழ்நிலையில் மிகச் சிறந்த இலக்கியப் படைப்புகளிலும் (ஏன் விவிலியத்தில் கூட) காமச் சுவையும் ஆபாசமும் உள்ளன என்று ''தாயோர்'' சிலருக்குத் தோன்றியது. அவர்கள் 18 ஆம் நூற்றாண்டின் இறுதியிலும் 19ம் நூற்றாண்டின் தொடக்கத்திலும் அத்தகைய நூல்களை எடுத்துக்கொண்டு தன்னிச்சையாய்த் தமக்குத் தோன்றிய வண்ணம் சில அல்லது பல பகுதிகளை வெட்ட அல்லது கத்தரிக்கத் தொடங்கினர். அது தொடர்பான செய்திகள் இக்கட்டுரையில் விவரிக்கப்படுகின்றன.

இலண்டனில் 1780 ஆம் ஆண்டு ''இன்சுவையுடைய கோமாளி அல்லது காம உணர்ச்சியைத் தூண்டுவதன் களைந்த நகைச்சுவையும் வேடிக்கையும்'' *(The delicate Jester or Wit and Humour Divested of Ribaldry)* என்ற சிறு புத்தகம் ஒன்று வெளிவந்தது. அதை எழுதியவர் யார் என்பது அன்றும் இன்றும் அறியக் கூடவில்லை. எனினும் அவர் புதியதோர் இலக்கிய வகையை உண்டாக்கியவர் என்று துணிந்து உரிமை கொண்டாடலாம்.

அவர் அப்புத்தகத்தின் முகப்புப் பக்கத்தில் ''உயர் பண்புள்ளவர்களின் உணர்வுகளுக்கு ஊறு விளைவிக்காத வகையிலும் ஒழுக்கம், கண்ணியம், நற்பழக்கங்கள் ஆகியன பற்றிய நெறிமுறைகளை மீறாமலும் அதே நேரத்தில் நூலின் உள்ளடக்கம் வேகத்திலும் அருந்திறனிலும் எதையும் இழக்காமலும் இதுவரை வெளிவந்துள்ள இவ்வகைப் புத்தகம் இது ஒன்றேயாகும் என்பதை மறுப்பதற்கு இடமின்றி எழுதப்பட்டுள்ளது'' என்று அப்புத்தகத்தின் ஆசிரியர் விரித்துரைத்திருந்தார்.

அவர் இங்ஙனம் உரிமை கொண்டாடியது சரியன்று. ஏனெனில் இதற்கு இரண்டாண்டுகளுக்கு முன்னர் வெளிவந்த நகைச்சுவைப் புத்தகம் ஒன்று இதைப் போலவே அமைந்திருந்தது. அப்போது உயர் பண்புள்ளவர்களுக்காக எழுதப்பெற்ற பதினைந்து, இருபது ஆங்கிலப் புத்தகங்கள் இருந்தன. ஸ்காத்லந்திலும் அத்தகைய புத்தகங்களில் அத்தனை வெளிவந்தன. எனினும் நாம் முதலில் கூறிய ஊர் பேர் தெரியாத ஆசிரியர் ஏற்றுக் கொள்ளத்தக்க விதத்தில் தான் தன்னை இவ்வகை இலக்கியத்தின் முன்னோடி என்று கூறிக்கொண்டார்.

புத்தகங்களை நற்பண்புகளையுடையனவாக்குவதற்காக, வேண்டாத செய்திகளை அவற்றிலிருந்து விலக்குதல் வேண்டும் என்ற கருத்து 1780 இல் புதியதாயும் தெளிவற்ற ஒரு வழக்கமாகவுமே இருந்தது. இந்தப் புதிய வழக்கம் அப்படியே கண்டுங்காணாமல், ஒப்புக் கொள்ளாமல் போய்விடும் என்று தான் அப்போது தோன்றிற்று.

எடுத்துக்காட்டாய், இங்கிலாந்தின் புகழ்பெற்ற ஷேக்ஸ்பியர் நடிகரான டேவிடு காரிக்கின் *(David Garriek 1717-1779* இ.ச.க.தொகுதி-8:1772- புள்ளிகள் 1779-புள்ளிகள்) நெருங்கிய நண்பரும் புகழ்பெற்ற நாடகாசிரியருமான லாரன்சு ஸ்டென்னின் *(Lawrence Sterne 1713-1768* இ.ச.க.தொகுதி-8: 1772-புள்ளிகள் 1779-புள்ளிகள்) நாடகங்களிலிருந்து எடுத்து ''அழகிய சொற்களடங்கிய'' தொகுதியென்று 1782 இல் வெளிவந்தது. அதில் ''தூய்மையான இலக்கிய அன்பர்கள்'' விரும்புவன மட்டும் இடம் பெற்றிருந்தன. இந்நூல் அடுத்த ஐம்பதாண்டுக் காலத்தில் ஒன்பது பதிப்புகள் வெளிவந்தது. அதன் பிறகு புதிய பதிப்பாளர் ஒருவர் அதன் பத்தாவது பதிப்பை வெளியிட்டார். இதற்கு முன்னர் வெளிவந்த அதன் ஒன்பது பதிப்புகளிலும் நற்பண்பாளரின் மனம் புண்படும் என்ற அச்சத்தால் கத்தரிக்கப்பட்டிருந்த ஆபாச வரிகளை முதல் வேலையாய்ப் பத்தாவது பதிப்பில் புதிய பதிப்பாளர் சேர்த்தார்.

இலக்கியத்தில் வேண்டாத பகுதிகளைக் கத்தரிக்கும் வழக்கம் *1805* ஆம் ஆண்டு ஆங்கில மொழியில் தொற்றிக் கொண்டது. இவ்வழக்கம் அடுத்த நூற்றைம்பதாண்டுக்காலம் வெகுசெழிப்பாய் விளங்கி வந்தது. இதுவரை பெயர் எதுவும் பெறாதிருந்து வந்த இந்த இலக்கிய வழக்கிற்குப் புதிதாய் ஒரு பெயரைத் தருவதற்காக டாக்டர் தாமஸ் பௌடலர் *(Dr.Thomas Bowdler 1754: 1825)* என்ற ஆங்கில இலக்கியவாணர் *1818* இல் தோன்றிவிட்டார்.

''ஒரு குடும்பத்தினர் படிக்கமுடியா நெறிகெட்ட சொற்களையும் கருத்துகளையும் நீக்கிவிட்டு, மூல நூலில் உள்ளபடியெ அதில் எதையும் சேர்க்காமல்'' தாமஸ் பௌடலர் என்ற ஆங்கிலப் பதிப்பாசிரியர் ''குடும்ப ஷேக்ஸ்பியர்'' *(Family Shakespeare)* என்ற பத்துத் தொகுதிகளை *1818* இல் வெளியிட்டார். அவையனைத்தும் ஷேக்ஸ்பியரின் நூல்களில் பல சொற்களும் கருத்துகளும் கத்தரித்து எடுத்த பதிப்புகளாகும். இத்தொகுதிகள் ஆறு ஆண்டுகளில் பல பதிப்புகள் வெளிவந்தன. பௌடலர் இத்துடன் நில்லாது எட்வர்டு கிப்பனின் *(Edward Gibbon 1737- 1794;* இ.ச.க.தொகுதி-*8: 1776* புள்ளிகள் இ.ச.க. தொகுதி-*10: 1794* புள்ளிகள்*)* ''ரோமானியப் பேரரசின் தாழ்ச்சியும் வீழ்ச்சியும்'' என்ற நூலிலும் கத்தரி போட்டு வெளியிட்டுவிட்டார்.

பௌடலருக்குப் பிறகு ஏற்கெனவே வெளியான புத்தகத்தின் சில சொற்களையும் பகுதிகளையும் வெட்டித் தள்ளிய புகழ்பெற்றவர் பலர் வந்தனர். அமெரிக்க அகரமுதலி ஆசானான நோவா வெப்ஸ்டர் *(Noah Webster 1758-1843)* அமெரிக்கப் புலவரும் இதழாளருமான வில்லியம் கல்லன் பிரியண் *(William Cullen Bryant 1794-1878)* என்.எம் ரோசட்டி *(N.M.Rosetti)* ஆங்கிலப் புலவர், நாடக, நாவலாசிரியர், திறனாய்வாளர். பிரிட்டனின் அவைப்புலவர் என்று சிறப்புற்றிருந்த ஜான் மேஸ்ஃபீல்டு *(John Masefield 1878-1843)*, ஆங்கிலப் புலவரும் திறனாய்வாளரும் தொகுப்பாசியருமான ஃபிரான்சிஸ் டானா பால்கிரேவ் *(Frances Turner Palgrave 1824-1897)* ஆங்கிலக் கணிதவியலாரும் ஆங்கில நூலாசியருமான லுவிஸ், கோல் (இயற்பெயர் *Charles Ludwidge Dodgson 1832-1898*), உச்ச நீதிமன்ற நீதிபதி புரூவர் *(Brewer)*, ஹாப்ஸ்பாகுப் பேராசிரியர் நீல்சன் *(Neilson)*, ஆக்ஸ்ஃபோர்டைச் சேர்ந்த குவில்லர் கூச்சு *(Sir Authur Quiller-Coach 1813 -1944;* ஆங்கில நூலாசிரியர்*)* என்று பலர் தோன்றினர்.

பின்னர் *1915* வாக்கில் பௌடலியத்திற்கு ஆதரவாயிருந்த வெறும் ஊகக்கருத்துகள் உண்மையன்று என்ற எண்ணம் தோன்றிற்று. அதன்பிறகு ஆங்கில இலக்கியத்தல் பௌடலரியம் மறைந் தொழியாவிடினும் அதன் வேகம் தணிந்து கொண்டு வருகின்றது எனினும் அது முற்றிலும் மறைந்து விடவில்லை.

''பௌடலர் செயர்''

டாக்டர் பௌடலர் இத்துறையில் செய்த வேலைகளால் இலக்கிய வெட்டு வேலையைக் குறிக்கப் ''பௌடலர் செய்'' என்ற வினைப் பெயர் தோன்றிற்று. அவரின் சகோதரியான செல்வி ஹேரியட்டு பௌடலர் *(Harriet Bowdler)* ஷேக்ஸ்பியரைப் ''படிக்கக் கூடிய விதத்தில்'' வெட்டித் திருத்தியதைப் பார்த்துத் தான் இலக்கியச் சுத்திகரிப்பு வேலையில் தாமஸ் பௌடலருக்கு ஊக்கம் பிறந்தது.

எனினும் இலக்கியப் படைப்புகளைத் தம் விருப்பம்போல் வெட்டிச் சிதைத்தவர்களில் இவர்கள் முதலும் கடைசியுமல்லர். இவர்களுக்கு முன்னரே ஆலிவர் கிராம்வல் *(Oliver Cromwell) 1599-1658;* ஆங்கிலப் படைத் தலைவர்; அரசியல் தந்திரி, கடுந்தூய்மைக் கோட்பாட்டாளர் காலத்திலிருந்து ஆங்கில இலக்கியத்தின் புகழ் வாய்ந்த

பலரின் நூல்களைத் தூய்மைப்படுத்துவதாய் எண்ணிக்கொண்டு அவற்றில் பலர் கத்தி வைத்தள்ளனர். அத்தகைய ''சிறப்பு'' வாய்ந்த எழுத்தாளர்கள் வருமாறு:

ஆங்கிலப் புலவரும் அருந்திறனுடன் சொல்லிச் செல்பவரும், நகைச்சுவையும், கூர்ந்த அறிவும் மிளிர்கின்ற நடையில் எழுதுபவருமான கியாஃபரே சாசர் *(Geoffrey Chaucer 1340-1400)*; ஆங்கிலப் புலவரும் நாடகாசிரியருமான வில்லியம் ஷேக்ஸ்பியர் *(William Shakespear 1564-1616)*; ஆங்கில -அயர்லந்திய அங்கத எழுத்தாளரான ஜானதன் ஸ்விஃப்டு *(Johnathan Swift 1667-1745)*; ஆங்கில நாவலாசிரியர், இதழாசிரியருமான டேனியல் டீஃபோ *(Daniel Defoe 1660-1731)*; ஆங்கிலப் புலவரும், நாடகாசியருமான ஜான் டிரைடன் *(John Dryden 1637-1700)*; ஸ்காத்திய உணர்ச்சிப் பாடலாசியரான இராபட்டு பர்ன்ஸ் *(Robert Buns 1759-1796)* என்று அவர்களின் பட்டியல் நீளும்.

கத்தரிப்போர் திரு விவிலியத்தைக் கூட விட்டு வைக்கவில்லை. விக்டோரியா அரசி இறந்த பின்னரும் *(1819-1901; ஆ.கா. 1837-1901)* ஆங்கில இலக்கியத்தில் கத்தரி போடும் வேலை நிற்கவில்லை. இருபதாம் நூற்றாண்டின் இலக்கிய விற்பன்னரில் சிலர் சாசர், ஷேக்ஸ்பியர், மார்க்கு டுவைன் *(Mark Twain 1835-1910*; இது *Samuel Longhorne Clemens* என்ற அமெரிக்க நாவலாசிரியரின் புனைபெயர்) ஆகியோரின் நூல்களை வெட்டிக் குறைத்து வெளியிட்டுள்ளனர்.

ஜாய்சின் நாவலில் மலிந்த பிழைகள் திருத்தம்

இங்கு உலகின் தலைசிறந்த நாவல்களுள் ஒன்று என்று கருதப்படும் யுலிசஸ் பற்றிய செய்தியைக் கூறுவது சிந்தனையைத் தூண்டுவதாய் அமையலாம். அது அயர்லாந்தியச் சிறுகதை எழுத்தாளரும், நாவலாசிரியருமான ஜேம்ஸ் ஜாய்ஸ் 1922 ஆம் ஆண்டு எழுதிய யுலீசஸ் என்ற நாவலைப் பற்றியதாகும். *(James Augustine Aloysius Joyse 1882-1941)*. இவர் நனவோடைச் சிந்தனை என்ற உத்திக்கும் நையாண்டி எழுத்துக்கும் பெயர் பெற்றவர். இவரின் இன்னொரு நாவல் *Finnigan's Wake (1939)* ஆகும். நாம் இங்கு பேசுவது யுலீசஸ் பற்றியதாகும். இலக்கிய உலகில் பெரிய கொந்தளிப்பை உண்டாக்கிய யுலீசஸ் நாவல் 1983 ஆம் ஆண்டு ஜூனில் புதிய பதிப்பாய் வெளியிடப்பட்டது. விற்பன்னர்கள் ஓராண்டுக் காலம் அரிதின் முயன்று வெளியிட்ட இப்பதிப்பில் ஐயாயிரம் பிழைகள் திருத்தப்பட்டன.

ஜெர்மன், அமெரிக்க, ஆங்கில விற்பன்னர்கள் ஒன்று கூடி இந்நாவலின் அச்சிட்ட பக்கம் ஒவ்வொன்றிலும் சராசரியாய் ஏழு பிழைகள் இருக்கக் கண்டனர். இந்நூல் முதன் முதலில் 1922 ஆம் ஆண்டு பாரிசில் வெளியானது. இந்நூல் மிகவும் பகுத்து ஆராயப்பட்ட நாவல் என்ற சிறப்பைப் பெறுகின்றது.

''இதனால் (மேற்கண்டவாறு செய்த பிழைத் திருத்தங்களால்) நாவல் மிகவும் தெளிவாகின்றது. ஜாய்ஸ் எதை எழுதினாரோ அதை மிகத் தெளிவாய்ப் படிக்கின்றோம் என்ற மனஉறுதியைத் தருகின்றது'' என்று இப்பதிப்பின் பிழைகளைத் திருத்திய குழுவைச் சேர்ந்த ஆங்கிலப் பேராசிரியரான வால்டன் லிட்ஸ் *(Walton Litz)* எழுதினார். இவர் அமெரிக்கப் பிரின்ஸ்டன் பல்கலைக் கழகப் பேராசிரியர்.

இப்புதிய பதிப்பு மூன்று தொகுதிகளாய் 1919 பக்கங்களை உடையதாய் அமைந்துள்ளது. இதன் விலை 200 டாலர் ஆகும். (இதன் மதிப்பு 1984 இல் 2000 ரூபாய்) இப்பதிப்பில் திருத்தப்பட்ட பகுதி இடப் பக்கத்திலும் முன்னர் வெளியானவை வலப் பக்கத்திலும் அச்சிடப்பட்டள்ளன.

இது ''நுட்பமாய் ஆய்ந்து செய்த பொதுத் தொகுப்பு'' என்ற துணைத் தலைப்பைப் பெறுகின்றது. இந்நூல் 1983 ஜூன் 16 அன்று வெளியானது. 1904 ஆம் ஆண்டு அந்த நாளில்தான் ஜாய்சின் பாத்திரங்களான ஸ்டீஃபன் டெடலசும் லியோபோல்டு புளூமும் டப்ளின் தெருக்களின் வழியே ஒரு நாள் முழுவதும் திரியத் தொடங்குவதாய்க் கதை அமைந்துள்ளது.

இந்நாவலில் எப்படி எழுத்துப் பிழைகள் புகுந்தன. அதற்குப் பல காரணங்கள் உள்ளன. பார்வை மங்கிக் கொண்டிருந்த நேரத்தில் ஜாய்ஸ் இதைக் கையால் எழுதினார். அதன் பிறகு, ஆசிரியரின் திருத்தங்கள் என்று அச்சுப்பார்வைத் தாளின் ஓரங்களில் 100000 சொற்களை ஜாய்ஸ் சேர்த்தார்.

இந்நூலில் வரும் சில நிகழ்ச்சிகள் காமச் சுவையுடைனவாய் உள்ளன என்று தட்டச்சுக்காரர்கள் அடித்துதர மறுத்துவிட்டனர். ஆசிரியரின் நண்பர்களே அவ்வேலையை மேற்கொண்டனர். அப்போது அவர்கள் தாமே நிறுத்தக் குறிகளையும் பிற குறிகளையும் போட்டனர். ஆசிரியர் பிழைபட்டனவாய் எழுதி இருக்க வேண்டுமென்று கருதிய சொற்களையும் திருத்திவிட்டனர்.

இறுதியில் 2,60,000 சொற்கள் அடங்கிய இந்நாவலை ஆங்கிலத்தில் ஒரு சொல்லைக் கூட அறியாதவர்கள் அச்சுக் கோத்து அச்சிட்டனர். இவையனைத்தும் சேர்ந்து இயல்பு மீறிய தவறான பதிப்பைக் கொண்டு வந்து விட்டன என்பது லிட்சின் கருத்தாகும்.

ஜாய்ஸ் இப்பிழைகள் குறித்து மனம் கலங்கினார் என்றும், புதிய நாவலை உடனே கொண்டு வரவேண்டுமென்று வேகமாய் இருந்ததால் சில பிழைகளை மட்டுமே அவரால் திருத்த முடிந்தது என்றும் ஜாய்ஸின் நூலை ஆழப் படித்தவர்கள் கூறுகின்றனர். ஜாய்ஸ் 1941 இல் இறந்து போனார். அவரால் தனது சிறந்த பதிப்பை மீண்டும் திரும்பப் பார்க்கவே முடியாமற் போயிற்று.

ஜாய்ஸின் இந்நாவலின் பல்வேறு பதிப்புகளை ஒப்பு நோக்கி ஜெர்மன் விள்பன்னர் குழு ஆராய்ந்தது.

இப்புதிய பதிப்பு ஜாய்சின் ஆதரவாளர்களால் வரவேற்கப்பட்டது என்று தான் தோன்றுகின்றது. ஏனெனில் இங்கு கத்தரிப்பு வேலை எதுவும் நடக்கவில்லை. மாறாய் இது ''ஆசிரியரின் உள்ளக்கிடக்கையை ஆய்ந்து தேர்ந்து'' வெளியிடப்பட்டது.

தமிழ் இலக்கிய உலகில்

இந்தியத்தில் தமிழ் இலக்கியத்தைப் பொருத்த வரையில் ஆங்கில இலக்கிய உலகில் செய்யப்பட்டதைப் போன்ற கத்தரிப்பு வேலை இருந்ததில்லை. வேண்டாத நூல்களை மறைத்தும் அழித்தும் வந்த காலம் ஒன்று இருத்தல் கூடும். இடைச் செருகல் என்ற பெயரால் வேண்டாத சொற்களை அல்லது சொற்றொடர்களைக் கத்தரிக்கும் வேலையைச் சிலர் செய்துள்ளனர். இரசிகமணி டி.கே. சிதம்பரநாத முதலியார் (1882-1954) இதைச் செய்ததுண்டு. ஏடு படியெடுப்போரின் தவறுகளால் உண்டான பாடபேதங்களைச் சீர்செய்வது என்பது வேறு; இங்ஙனம் சொற்களையும் சொற்றொடர்களையும் தம் விருப்பம் போல் ஏதோ காரணங்கள் கூறி மாற்ற முயல்வது வேறாகும். ஆனால் கண்ணியம், பண்பு, ஒழுக்கம் என்ற காரணங்களுக்காக அவை செய்யப்படவில்லை.

நற்பண்புள்ளோரின் நெஞ்சில் நஞ்சு கலந்து விடும் என்று பொதுவாய் இந்தியத்தில், குறிப்பாய்த் தமிழகத்தில் எந்த இலக்கியத்திலும் கத்தியோ, கத்தரியோ

வைக்கப்பட்டதில்லை. ஒரு வேளை பௌடலர் உருவாக்கிய கொள்கையின் தாக்கத்தினாலோ என்னவோ ஆளவந்தாரான ஆங்கிலேயர் இந்திய இலக்கியத்தில் ஒழுக்கப் பண்பின் பெயரால் கத்தரி போட்டனர். சர் ரிச்சர்டு பர்டன் (*Sir Richard Burton, 1821-1890*) போன்ற பத்தொன்பதாம் நூற்றாண்டு ஆங்கிலோயரான சம்ஸ்கிருத விற்பன்னர் கூட காமக் கலை இலக்கியமான வாத்சியாயனரின் காமசூத்திரம் (சுமார் கி.பி. 1-4 நூ. இ.ச.க.தொகுதி-*9: 1789*-கட்டுரை) கலியாண மல்லனின் (*1460-1530*) அனங்கரங்க போன்ற சம்ஸ்கிருத நூல்களை ஆங்கிலத்தில் மொழி பெயர்த்து வெளியிட்ட காலையில் பௌடலரியத்தின் தாக்குதலுக்கு அஞ்சி முன்னெச்சரிக்கையுடன் வெளியிடப்பட்டன. இவை மக்கள் விரும்பிப் படிக்கும் இலக்கிய வகையைச் சேர்ந்தனவல்ல என்பதால் அவற்றை வெளியிட்டவர்கள் சட்டப்படி தண்டிக்கப்படுவதிலிருந்து தப்பினர் போலும். இத்தகைய காம இலக்கியங்கள் இந்தியத்தில் பல நூற்றாண்டுகளாய்ச் செழித்திருந்தன.

ஆங்கில ஆட்சியாளரிடம் காணப்பட்ட பௌடலரியச் செல்வாக்கினால்தான் சுப்பிரதீபக் கவிராயரின் (*18* நூ.முற்பகுதி) ''நாக கூளப்ப நாயக்கன் விறலி விடு தூது'' முதலில் தடை செய்யப்பட்டுப் பின்னர் பௌடலரிய வெட்டிற்குப்பின் நறுக்கிய வடிவில் நாட்டு விடுதலைக்குப் பின் வெளிவந்தது. தஞ்சையில் வாழ்ந்த பெண்பாற்புலவரான முத்துப் பழனியின் (*1730-1790*) இராதிகா சந்த்வனமு என்ற தெலுங்கு இலக்கியம் தடை செய்யப்பட்டது (இ.ச.க.தொகுதி-*9:1789* கட்டுரை) இந்நூல் விடுதலைக்குப் பிறகுதான் தடை நீங்கப்பெற்றது. அதிவீர ராம பாண்டியனின் (*1564-1604*) தமையனார் வரகுண பாண்டியர் (*16* நூ) கோகர் அல்லது கொக்கோகர் (*1060-1215*) எழுதிய இரதி இரகசியம் என்ற சம்ஸ்கிருத நூலைக் கொக்கோகம் என்ற பெயரில் மொழி பெயர்த்திருந்தார். அந்நூல் அச்சேறாமல் தடைசெய்யப்பட்டது.

எனினும் ''நற்பண்பாளரின்'' நயமான நெஞ்சிற்கு முள் போன்றவை என்று தமிழிலக்கியங்களில் குறிப்பாய்க் கம்பராமாயணத்தில் (*10* நூ.கி.பி) காணப்படும் சில பாடல்களைச் சி.என் அண்ணாத்துரை (*1909-1969*) ''கம்பரசம்'' ஆக்கித் தந்தார். இராமாயணம் புனிதமான இலக்கியமன்று. சிற்றின்பச் சுவை நிறைந்த காப்பியம் என்ற தம் கொள்கையை நிலை நாட்டுவதற்காக அவர் அங்ஙனம் செய்தாரேயன்றி, அவர் பௌடலராகிவிடவில்லை.

Perrin, Noel Dr.Bowdler's Legacies, A History of Expurgated Books in England and America, London, 1970.

(ஓ) ஃபிராங்கன்ஸ்டீன் வெளியீடு

ஆங்கில நாவலாசிரியரான மேரி உல்ஸ்டன் கிராஃப்டு காடுவின் ஷெல்லி (*Mary Wollstonecroft Godwin Shelley, 1797-1851*) 1818 இல் எழுதிய ஃபிராங்கன்ஸ்டீன் அல்லது தற்காலத்துப் புரமீத்தியஸ் (*Frankenstien of the Modern Prometheus*) என்ற புதினம் மக்களிடையே உடனே மிகுந்த செல்வாக்குப் பெற்றுவிட்டது. இப்போது மேரிக்கு வயது *21*.

பல பிணங்களின் பல்வேறு உறுப்புகளைக் கொண்டு தைத்து இணைத்து உயிருள்ள மனிதனை உண்டாக்க முயலும் ஓர் அறிவியலாரையும் உயிர் பெற்ற அந்தப் பிரேத மனிதனின் துன்பம் நிறைந்த குறுகிய காலத்தையும் பற்றியது இக்கதையாகும்.

இந்நாவலாசிரியை மேரி உல்ஸ்டன்கிராஃப்டு (*1759-1797*) இ.ச.க.தொகுதி-*10:1792*

கட்டுரை) என்ற பெண்ணியக்க முன்னோடிக்கும வில்லியம் காடுவின் *(William Godwin 1759-1797)* இ.ச.க.தொகுதி-10: 1794 புள்ளி) என்ற பொருளியலாருக்கும் மகளாய்ப் பிறந்தவர். இந்த இளைய மேரியின் கணவர் பெர்சி பைஷ் ஷெல்லி *(Percy Bysshe Shelly 1792-1822)* புகழ் பெற்ற ஆங்கிலப் புலவர் இருவரும் காதலித்துத் திருமணம் செய்து கொண்டனர். காடுவின் இப்போது தன் மகளுடன் மருமகன் ஷெல்லியின் ஆதரவில் வாழ்ந்து வந்தார்.

மேரி ஷெல்லியின் ஃபிராங்கன்ஸ்டீன் கதை வெளிவந்த நாற்பதாண்டுக் காலத்தில் குறைந்தது ஆண்டிற்கு இரண்டு பதிப்பேனும் வெளிவந்தது. இப்புதினம் முப்பது மொழிகளில் மொழி பெயர்க்கப்பட்டது. பல மில்லியன் படிகள் விற்பனையாயின.

இப்புதினம் புதுமைப் பித்தனால் *(1906-1945)* நாள்பதாம் ஆண்டுகளில் ''பிரேத மனிதன்'' என்ற பெயரில் தமிழில் மொழி பெயர்க்கப்பட்டதை முன்னர் குறிப்பிடப்பட்டிருந்தோம்.

ஃபிராங்கன்ஸ்டீன் இதுவரை எண்ணற்ற திரைப்படங்களாய் வெளிவந்துள்ளது. அண்மையில் அல் பசீனோ *(Al Pacino)* என்ற ஆலிவுடு நடிகர் நடித்திருந்த ஃபிராங்கன்ஸ்டீன் ஒன்று வந்திருந்தது. இக்கதை பலவகையான அறிவியல் கற்பனைக் கதைகள் தோன்றவும் வழி வகுத்து வருகின்றது. சென்ற ஆண்டில் வெளிவந்த ஸ்பெசீஸ் *(Species)* என்ற ஆலிவுடுப் படம் பிரேத மனிதனின் தாக்கத்தால் பின்னப்பட்ட அறிவியல் கற்பனைக் கதையின் ஒரு கீற்று ஆகும்.

உண்டாக்கியவனையே அடக்க முயலும் ஒன்றைக் குறிக்கும்பொதுப்பெயர்ச் சொல்லாய் ஆங்கில அகர முதலிகளில் ஃபிராங்கன்ஸ்டீன் இடம் பெறுகின்றது. மேரி ஷெல்லியின் ஃபிராங்கன்ஸ்டீன் மெய்யாகவே கருவளப் புதினம் என்பது பொருந்தும்.

5. இரசபுதனத்துச் செய்திகள்

(அ) ஜெயப்பூர் பிரிட்டனின் பாதுகாப்பிற்குள் வருதல்

இராமபிரானின் மகனான குசனின் வழி வந்தோர் என்று கூறிக் கொள்ளும் கச்சவாக இரசபுத்திரரான ஆம்பர் அரசர்களின் ஜெயப்பூர் நாட்டரசு 1818 ஏப்ரல் 2 முதல் பிரிட்டிசு அரசின் பாதுகாப்பபை ஏற்று அதனுள் அடங்கிவிட்டது. முன்னர் மேவார், கோட்டா ஆகிய இராசபுத்திர அரசுகள் பிரிட்டனுக்கு இணங்கி வணங்கிப் போனது பற்றிய செய்திகள் 1817 ஆம் ஆண்டுக் கட்டுரையில் சொல்லப்பட்டிருந்தன. இவ்வாண்டில் ஜெயப்பூரும் இன்னும் பிற நாட்டரசுகளும் பிரிட்டனுக்குள் அடங்கிய செய்திகள் கீழே சொல்லப்படுகின்றன.

ஜெயப்பூர் அரசை ஆம்பர் அல்லது தூதார் என்றும் அழைப்பர். இந்நாட்டரசின் பரப்பு 16,682 சதுரமைல். பிரிட்டிசாரின் வெடிகுண்டு மரியாதை பெற்ற நாடுகிளல் ஜெயப்பூர் பதினோராவது இடத்தைப் பெற்றிருந்தது. இந்நாட்டரசிற்கு 17 குண்டுகள் மரியாதையாய் வெடிக்கப்பட்டன. இக்குடியில் பெயர் பெற்ற அரசர் இரண்டாம் ஜெயசிங்கு ஆவார். அவர் காலத்தில் தான் ஜெயப்பூர் என்ற இளஞ்சிவப்பு நகரம் (இ.ச.க.தொகுதி-3: 1728 கட்டுரை) 1728 ஆம் ஆண்டு கட்டப் பெற்றது. இருபதாம் நூற்றாண்டில் காயத்திரி என்ற ஜெயப்பூர் அரசி இந்திய அரசியலில் சிறிது காலம் சிறப்புற்றிருந்தார்.

(ஆ) ஜோதிப்பூரும் பிரிட்டனின் பிடிக்குள் அடங்குதல்

இரசபுதனத்தின் பண்டை அரசுகளான உதயப்பூர் என்ற மேவார், ஆம்பர் என்ற ஜெயப்பூர் ஆகியவற்றைப் போன்று மார்வார் எனப்படும் ஜோதிப்பூரும் தொன்மையான அரசாகும். அது சுமார் 1382 முதல் நிலவி வருகின்றது. இதை ஆண்ட இரசபுத்திரர் ரத்தோர் அரசர்கள் என்றழைக்கப்பட்டனர்.

முகமது கோரி இந்துத்தானத்தின் மீது முதன்முதலில் 1175-1176 ஆம் ஆண்டில் படைகொண்டு வந்ததற்கு முன்னர் சிறப்புற்றிருந்த நான்கு பெரும் இந்து அரசுகளில் கானோசும் ஒன்றாகும்.

கானோசின் மன்னர்களான ரத்தோடு குடியினர் தம்மை இந்திரனின் முதுகெலும்பிலிருந்து பிறந்தவர்கள் என்று கூறிக்கொண்டனர். அக்குடியின் கடைசி அரசர் ஜெயச்சந்திரன். அவரின் மகளான சம்யுத்தையை டெல்லியின் சௌகான் குடி அரசரான பிருதிவிராஜன் சிறையெடுத்துச் சென்றார்.

ஜெயச்சந்திரன் மீது கோரி முகமது என்ற ஷாபுதீன் படையெடுத்து வந்த பிறகு, கானோசு வரலாற்றிலிருந்து முற்றிலும் மறைந்து போயிற்று. ஜெயச்சந்திரன் முகமது கோரியிடமிருந்து தப்பிச் சென்றபோது ஆற்றில் மூழ்கி இறந்தார். அத்துடன் ரத்தோடு குடியின் பெயரும் வரலாற்றினுள் மூழ்கிப்போனது.

அது நிகழ்ந்த பதினெட்டாண்டுகளுக்குப் பிறகு ஜெயச்சந்திரனின் பேரன்மாராகிய ஜியாஜி, சைத்துராம் என்ற இருவரும் இருநூறு வீரர்களுடன் தம் தாயகத்தை விட்டு நீங்கிப் பெரிய பாலை வெளியை நோக்கி மேற்கே சென்றனர். அவர்கள் இன்று பிக்கனீர் நகரம். அன்று அந்நகரம் எழவில்லை. இருக்கும் இடத்தை அடைந்தனர். அந்த இடத்திற்குச் சுமார் 32 கிலோ மீட்டரில் கொலுமுண்டு என்றோர் இடமிருந்தது. அதன் தலைவர் தன் அண்டை இனத்தாருடன் போர் செய்து கொண்டிருந்தார். ரத்தோடு சகோதரர் இருவரும் கொலுமுண்டுத் தலைவருக்குப் போரில் உதவ முன் வந்ததை அவர் ஏற்றுக் கொண்டார்.

அந்தச் சண்டையில் சைத்துராம் இறந்தார். எனினும் கொலுமுண்டு அரசர் போரில் வெற்றியடைந்தார். ஆதலால் அவர் உயிரோடிருந்த ரத்தோடு சகோதரர் ஜியாஜிக்குத் தன் மகளை மணமுடித்துக் கொடுத்தார்.

ஜியாஜி அங்கிருந்து பயணப்பட்டுப் பல இடங்களில் போர் செய்து கொண்டே சென்று, லூனி ஆற்றின் மணற்குன்றுகளின் நடுவே அமைந்த கோ என்ற நாட்டில் தன் கொடியை நாட்டினார்.

ஜியாஜிக்கு மூன்று ஆண்மக்கள் மூத்தவர் அசுவத்தாமன்: அவர் தன் தந்தைக்குப் பின் ஆட்சிக்கு வந்தார். அவர் தன் இரண்டாவது தம்பியைக் குஜராதின் எல்லையருகே ஓரிடத்தில் அரசராக்கினார். இறைய தம்பியை ஒக மண்டலத்தில் அரசராக்கினார்.

அசுவத்தாமன் எட்டு மக்களை விட்டுச் சென்றார். அவர்களனைவரும் குலத்தலைவராயினர். அசுவர்தாமனுக்குப் பிறகு அவர் மகன் துகர் கோதுரின் அரியணையில் ஏறினார். அவரையடுத்துப் பல அரசர்கள் வந்தனர். அவர்களின் வழிவந்த கோண்டா என்பவர் மாரு அல்லது மார்வாரின் பண்டைத் தலைநகரான மூண்டூரை வென்றார். அதுவே ரத்தோடுகளின் நகராயிற்று. இதுதான் ஜோதிப்பூர் அல்லது மார்வார் நாட்டின் ஆட்சியை அடைந்த கானோசு மன்னர் ஜெயச்சந்திரனின் வழிவந்த ரத்தோடுகளின் வரலாறாகும். ஜோதிப்பூரின் வரலாறு கண்டரால் என்பவருடன் 1382 ஆம் ஆண்டு தொடங்குகின்றது.

இக்குடியைச் சேர்ந்த அரசர் உதயசிங்கு (ஆ.கா *1584-1595*) பதினாறாம் நூற்றாண்டில் முகலாயரின் மேலாண்மையை ஏற்றுக்கொண்டார். மேலும் முகலாய அரசருக்குப் பெண் கொடுத்த முதல் இராசபுத்திர அரசரும் இவரேயாவார். ரத்தோடுகளுக்கும் முகலாயருக்குமிடையே இரத்தப் பிணைப்பை உண்டாக்கிய பெருமை உதயசிங்கையே சேரும். இவர் தன் தங்கை ஜோதிபாயை அக்பருக்கு (*1542-1605*; ஆ.கா *1556-1605*) மணம் செய்து கொடுத்தார்.

ரத்தோடுகள் முகலாயர்களின் உறவினால் பலவிதமான பலன்களைப் பெற்றனர். முகலாயரின் வலிமை பதினெட்டாம் நூற்றாண்டின் தொடக்கத்தில் குன்றியதும், அவர்களின் ஆதரவிலும் அரவணைப்பிலும் வாழ்ந்திருந்த இராசபுத்திர அரசர்கள் தமக்குள் நடந்த உள் சண்டைகளினாலும் மராட்டியர், பண்டாரியர், பட்டாணியர் போன்றோரின் தாக்குதலாலும் சீரழிந்தனர். இந்நிலையில் திகைத்து மயங்கித் தத்தளித்த இராசபுத்திரர்களையெல்லாம் அடித்துச் செல்லக் கூடிய வேகத்தில் ஐரோப்பிய வெள்ளம் பதினெட்டாம் நூற்றாண்டில் ஓடி வந்தது.

முகலாயப் பேரரசைத் தலைகுப்புறச் சாய்த்தவர்களும், இந்தியத்தின் நாற்றிசையிலும் வெற்றிக் கொடி நாட்டியவர்களுமான மராட்டியரையும் ஐரோப்பியப் பெருவெள்ளம் இழுத்துச் சென்றுவிட்டது.

கிழக்கிந்தியக் கம்பெனி இரசபுதனத்து நாட்டரசர்களைக் காத்து நிற்கும் என்ற பெயரால் அவர்களை ஒவ்வொருவராய்த் தன் மேலாண்மைக்குள் இக்காலத்தில் பிணைக்கத் தொடங்கிவிட்டது. இரசபுத்திர அரசு ஒவ்வொன்றும் தன்னம்பிக்கை இழந்து, தன்னைத்தானே காத்துக் கொள்ளவியலாத நிலையில் தத்தளித்துக் கொண்டிருந்தது. ஆதலால் அவை பிரிட்டனுடன் உடன்படிக்கை செய்து கொண்டு அதன் பாதுகாப்பைப் பெறலாயின. அவற்றின் வரிசையில் ஜோதிப்பூரும் *1818* ஜனவரியில் பிரிட்டிசு அரசின் பாதுகாப்புத் தளைக்குள் தன்னைத்தானே விருப்பத்தோடு பிணைத்துக்கொண்டது. முகலாயர் இல்லாத அரசியல் வெற்றிடத்தைப் பிரிட்டிசார் நிரப்பிவிட்டனர்.

ஜோதிப்பூர் அரண்மனை

முகலாயருடன் மணஉறவு கொண்டதால் செழித்த இராசபுத்திர அரசு ஒவ்வொன்றிலும் கற்பனையை மிஞ்சுகின்ற அரண்மனைகளும் கட்டடங்களும் எழும்பின. அவை இன்றும் உள்ளன. இரசபுத்திர அரசர்கள் பதினேழு, பதினெட்டாம் நூற்றாண்டுகளில் தம் கோட்டை நகரங்களுக்குள் மகால் என்ற அரணமனைகளைக் கட்டிக் கொண்டனர்.

பத்தொன்பது, இருபதாம் நூற்றாண்டுகளிலோ அவர்கள் கோட்டைகளை விட்டு வெளியே வந்து, காண்போரைப் பிணிக்கும் பாணிகளில் மிகப்பெரிய அரண்மனைகளைக் கட்டலாயினர். இக்கட்டுமானப் பணிகளில் ஆங்கிலப் பொதுப் பணித்துறைப் பொறியாளரை ஈடுபடுத்தினர். அதன் பிறகு ஆயிரத்துத் தொள்ளாயிரத்து முப்பதுகளிலும், நாற்பதுகளிலும் பிரிட்டீசுப் பேரரசின் புதிய தலைநகரை டெல்லியில் கட்டி எழுப்பிய சர் எட்வின் லுட்ஷென்ஸ் (*Sir Edwin Lutyens, 1869-1944*) ஹெபர்பட்டு பேக்கர் (*Herbert Baker*) ஆகியோரின் கீழ் பணி செய்த பொறியாளரைக் கொண்டு அரண்மனைகளை எழுப்பலாயினர்.

1818

உமைது பவன் - வெள்ளை யானை

அங்ஙனம் எழுப்பப்பட்ட அரண்மனைகளுள் உமைது பவன் என்ற அரண்மனை ஜோதிப்பூரில் குறிப்பிடத்தக்கதாகும். அது ஜோதிப்பூர் அரசர் உமைது சிங்கிற்காகச் *(1918-1947)* சித்தர் குன்றின் மீது கட்டப்பட்டது. அது மிகவும் புதுமையான கிழக்கத்திய ஆட்டெக்கோ பாணியில் கட்டப்பட்டது *(Art-deco* ; கட்டத்தின் உள்புறத்தை அணி செய்யும் ஒருவகைப் பாணி*)*

இந்த அரண்மனையின் கட்டுமான வேலை *1927* ஆம் ஆண்டில் தொடங்கியது. ஆனால் அதைக் கட்டத் தொடங்கிய மன்னர் இறந்த ஓராண்டிற்குப் பிறகு *1948* இல் தான் முற்றுப் பெற்றது. இந்திய நாட்டரசுகளையெல்லாம் இந்தியக் கூட்டரசினுள் இணைக்கும் பணிகள் நடந்து கொண்டிருந்த நேரத்தில் இந்த அரண்மனை முற்றுப் பெற்றது. இந்த உமைது பவன் ஒரு வெள்ளை யானையாக அமைந்தது. அது 1970 ஆம் ஆண்டுகளில் ஆடம்பர ஓட்டலாய் மாற்றப்பட்டது. அரசகுடியினர் வாழ்வதற்கு முதல் மாடியில் மட்டும் ஒரு பகுதியை வைத்துக் கொண்டனர்.

வழிப் பிள்ளையாருக்குக் கடைத் தேங்காய்

கீழே விவரிக்கப் போகும் நிகழ்ச்சியானது, ஜோதிப்பூரில் தலைமை ஆளுநரின் பேராளராய் 1927 முதல் 1932 வரை இருந்த ரெயினால்ஸ் காலத்தில் நடந்தது. அரண்மனையில் மிக அண்மையில் உமைது சிங்கின் கைம்பெண்ணான ஓர் அரசிக்குக் குழந்தை பிறந்தது. அக்குழந்தைக்குப் பால் கொடுக்கும் பெண்ணுக்கு அளிக்க வேண்டிய ஊதியத்தை முடிவு செய்யும் பொறுப்பு ரெயினால்சிடம் வந்தது.

''பால் கொடுப்பதற்கு எவ்வளவு ஊதியம் தர வேண்டும்'' என்று ரெயினால்ஸ் கேட்டார்.

''மாதம் எட்டு ரூபாய்''

''நல்லது. வழக்கம் எதுவோ, அதைக் கொடுத்துத் தானாக வேண்டும். அவ்வளவு தானா?''

''இல்லை துரைகளே! அதே தொகையைப் பால் கொடுப்பவளின் கணவனுக்கும் தர வேண்டும். இருவருக்கும் துணிமணி தரவேண்டும்; அரண்மனையிலிருந்து உணவு அளிக்க வேண்டும்.''

''அப்படியா? இது சிறிது காலத்திற்கு மட்டுமேயாதலால், இதை ஏற்கவேண்டுமென்று நான் நினைக்கின்றேன். இத்தகைய படிச் செலவுகளையெல்லாம் எத்தனை காலம் தரவேண்டும்.''

''ஏழு தலைமுறைக்கும் துரைகளே!''

காலஞ்சென்ற உமைது சிங்கு 400 மனைவியரைக் கைம்பெண்களாக்கிச் சென்றிருந்தார்.

ஜோதிப்பூர் நகரமைப்பு

மார்வாரின் கோநகரான ஜோதிப்பூர் நகரம் அரசர் ஜோதாவின் ஆட்சிக் காலத்தில் (1438-1488) 1459 ஆம் ஆண்டு கட்டப்பெற்றது. அக்பர் குஜராத்தை வெற்றி கொள்வதற்கு ஜோதிப்பூர் அரசர்கள் உதவினர். அதற்காகக் கிடைத்த வெகுமதிகளைக் கொண்டு ரத்தோடு அரசர்கள் ஜோதிப்பூர் நகரை அழகுபடுத்தினர்.

இந்நாட்டின் அரசர் உதயசிங்கு (ஆ.கா 1584-1589) தன் தங்கை ஜோதிபாயை 1580 ஆம் ஆண்டுகளில் அக்பருக்கு மணம் செய்து கொடுத்ததும், இந்த அரச குடியின் செல்வாக்கு உச்சத்தை எட்டியது. அத்துடன் உதயசிங்கு தன் மகளைப் பட்டத்து இளவரசரான நூருதீன் ஜகாங்கீருக்குக் கொடுத்தார். இந்தத் திருமண ஏற்பாடு இரசபுத்திரரின் பெருமைக்கு இழுக்கு என்று பிற இரசபுத்திரக் குடியினரால் கருதப்பட்டது. எனினும் முகலாயருக்குத் தம் பெண்களை மணம் முடித்துத் தருவதற்குப் பெரும்பாலான இரசபுத்திரர் குடிகள் மனமுவந்து வேண்டி முன்வந்தன. இந்த மண உறவு அக்பருக்குத் தான் மிகுந்த சங்கடத்தை உண்டாக்கியது.

ஜோதி பாய்

அக்பரின் மனைவியான ஜோதிபாய் மிகுந்த அரசியல் செல்வாக்குப் பெற்று விளங்கினார். அவர் அக்பரைத் தூண்டி முகலாய ஆட்சிப் பரப்பை விரிக்கச் செய்தார். ஜோதிப்பூர் அரசகுடியினருக்குப் பட்டங்களும் பதவிகளும் பெற்றுத் தந்தார். அக்பர் தன் இந்து மனைவியின் சமய உணர்வுகளை மதித்துப் போக நேர்ந்தது; அவர் கன்றிறைச்சி, பூண்டு, வெங்காயம் முதலியவற்றை உண்பதை நிறுத்தினார். தாடியை மழித்துவிட்டார்.

இச்செய்திகளையெல்லாம் முஸ்லிம் வரலாற்றாசிரியர்கள் குறித்து வைத்துள்ளனர். மேற்சொன்ன மூன்றும் முத்தமிடுவதற்கு மிகுந்த தொல்லை தரும் என்பது கவனிக்கத்தக்கது.

ஜோதிப்பூரின் பரப்பளவு 35,066 சதுர மைலாயிருந்தது. இந்நாட்டரசு பிரிட்டிசாரின் குண்டு மரியாதை பெறுபவற்றின் வரிசையில் பதினான்காவது இடத்தைப் பெற்றிருந்தது. இது 17 குண்டு மரியாதையைப் பெற்றது.

(இ) துங்கர்ப்பூரும் பிரிட்டனுக்கு இணங்குதல்

துங்கர்ப்பூர் என்ற இரசபுத்திர அரசின் வரலாறு பதின்மூன்றாம் நூற்றாண்டிலேயே

தொடங்குகின்றது. இந்நாடும் பெரிய இரசபுத்திர அரசுகளின் அடியொற்றி 1818 ஆம் ஆண்டில் பிரிட்டீசு மேலாண்மையை ஏற்றுக் கொண்டது.

இரசபுத்திரத் தலைவர்களும் குலத்தினரும் இரசபுதனக் குன்றுகளிலும் பாலை வெளிகளிலும் பதின்மூன்றாம் நூற்றாண்டின் தொடக்கத்தில் இன்றும் குடியேறவில்லை. மேவாரின் (பின்னர் உதயப்பூர்) குகில்ல இராணாக்களின் உயர்தலைவர் பாதுகாப்புமிக்க சித்தூர்க் கோட்டையில் வாழ்ந்து வந்தார். எனினும் ஏனைய இரசபுத்திரக் குலத்தினர் மேவார் கோட்டையின் உயர் முதன்மையை மதிக்கத் தயங்கினர்.

மிகுந்த வீராப்புக் கொண்ட வீரர்கள் சித்தூர்க் கோட்டையைக் கைப்பற்றுவதற்காகப் போராடினர். ஆதலால் மேவார் இராணா எப்போதும் போரில் ஈடுபட நேர்ந்தது. மேலும் முஸ்லிம் படையெடுப்பாளர்கள் இரசபுதனத்தில் கப்பத்தையும் அரசியல் மேலாண்மையையும் தேடி அங்கு ஊடுருவலாயினர்.

மேவார் அரசர் கோட்டையை இழந்தார். மேவார் குடியின் உறவினரான மறவரல்லாத ஒரு புலவர் சிந்திற்கும் ஆப்கானித்தானத்திற்கும் சென்று சித்தூரை மீட்பதற்காகப் படை திரட்டினார். அவர் திரும்ப வந்து சித்தூர்க் கோட்டையைக் கைப்பற்றினார். மேவார் சிறிது காலம் சிறப்புடன் விளங்கிற்று. சித்தூரில் அரை நூற்றாண்டிற்குள் ஒன்பது அரசர்களுக்கு முடிசூட்டு விழாக்கள் நடந்தன. அவர்களில் அறுவர் களம்பட்டனர். இக்கால இறுதியில் சித்தூர் மீண்டும் எதிரியினால் கவரப்பட்டது. இடையறாது போர் நடந்து கொண்டிருந்த இக்காலத்தில்தான் மேவாரின் சிறப்பு வாய்ந்த இரசபுத்திரக் குடியிலிருந்து துங்கர்ப்பூர் அரசு தனியாய்ப் பிரிந்தது.

துங்கர்ப்பூர் அரசர்கள் இரசபுதனத்தின் உயர் மேலான குடியொன்றிலிருந்து தோன்றியதால் உரிமை கொண்டாடுகின்றனர். மேவார் அரசரின் மூத்த மகனான ரமந்தசிங்கிற்கு அரசுரிமை கிடைக்காதவாறு அவரின் தாயாதி ஒருவர் பதின்மூன்றாம் நூற்றாண்டின் தொடக்கத்தில் ஏமாற்றிவிட்டார்.

சமந்தசிங்கு சித்தூரை விட்டு வெளியேறி அதனருகிலிருந்த பகர் (*Bagar*) என்ற மலைப்பாங்கான பகுதிக்குள் சென்றார். அந்த இடம் இரசபுதனத்தின் மலைகள், பள்ளத்தாக்குகள், பாலைவெளிகள் இவற்றைக் குஜராத்தின் சமவெளிகளிலிருந்து பிரிக்கின்றது. அதையும் தாண்டிச் சென்று குடியமர்வது மடத்தனமாய விடும். ஏனெனில் குஜராதில் கோட்டைகளோ, ஒளிந்து கொள்ளத்தக்க மலைகளோ இல. எனவே வீரமறவரான அரசர் முஸ்லிம் வீரர்களின் வலிமையைத் தாங்கி நின்று போரிட இயலாது. மேலும் பகர் சமந்தசிங்கு பிறந்த இடமாகும்.

அது கரடுமுரடான நாடு. மேவாரின் பள்ளத்தாக்குக் குகைகளையும் குன்றுகளையும் போன்ற கவர்ச்சி பகரில் இலது. அது ஆறு விதங்களில் நன்கறியப்பட்ட இடமாய் விளங்கியது. நீர், பாறைகள், முள், கெட்ட பேச்சு, கள்ளர்.

பகரின் பெரும்பகுதி பில்லர் எனப்படும் மலை மக்களின் ஆளுமையிலிருந்தது. அவர்கள் ஒதுங்கிக் கிடக்கும் மலைகளில் வாழும் நாகரிக முதிர்ச்சியற்ற மக்கள். பில்லர்கள் தம் பகுதிக்குள் படைகொண்டு வரும் எவராயினும் அவர்களைப் பத்தொன்பதாம் நூற்றாண்டு வரையிலும் கடுமையாய் எதிர்த்து வந்தனர். அத்துடன் பிற இரசபுத்திரக் குலத்தினரும் இம்மலைப்பகுதி மீது உரிமை கொண்டாடினர்.

எனவே சமந்தசிங்கு கடுமையான இப்பகுதியைப் பெறுவதற்குக் கடும்போர் புரிய நேர்ந்தது. சமந்தசிங்கின் வழிவந்தோர் ஒரு நூற்றாண்டுக் காலத்திற்குள் பகர்ப்பகுதி

முழுமையையும் தம் கைக்குள் கொண்டு வந்தனர். அவர்களுள் ஒருவர் எழு நூறடி உயரமும் ஐந்து மைல் குறுக்களவுமுள்ள ஒரு பெரிய பாறையைக் கண்டுபிடித்தார். சித்தூர்க் கோட்டை அமைந்துள்ள குன்றைப் போன்று வலிமை வாய்ந்த தற்காப்புக் குன்றாய் இது விளங்கிற்று. அவர் பெயர் துங்கர்சிங்கு. ஆதலால் அவர் தோற்றுவித்த மாநகரம் துங்கர்ப்பூர் ஆனது.

இரசபுத்திர மரபுப்படி குடும்பப் பகை தலைமுறை தோறும் நீண்டுகொண்டே செல்லும். எனினும் மேவாரும் துங்கர்ப்பூரும் இம்மரபிற்கு மாறான முறையில் குடும்பப் பகையுணர்வு எதுவுமின்றி வாழ்ந்தன என்று தோன்றுகின்றது.

முஸ்லிம் படையெடுப்பின் சீற்றம் முழுவதையும் மேவார் தாங்கிய நேரத்தில், அதன் இள வீரர்களது அணியில் சேர்ந்து கொண்டு துங்கர்ப்பூரும் போரிட்டது. அலாவுதீன் கில்ஜி *(1296-1316)* சித்தூரைத் தாக்கிய பிறகு, அங்கு களத்தில் இறந்துபோன பல்லாயிரக்கணக்கான வீரர்களின் சடலங்களுக்கு இடையில் துங்கர்ப்பூர் இளவரசர்களும் வீரர்களும் மடிந்து கிடந்தனர். பாபர் *(1483-1530;* இந்தியத்தை *1526* இல் வென்றார்) இரசபுத்திரரைத் தோற்கடித்த கணவ என்ற போர்க் களத்தில் துங்காப்பூர் வீரரும் மடிந்து கிடந்தனர். பாபர் இவ்வெற்றிக்குப் பிறகுதான், முகலாயர் குடியின் ஆட்சியை நிலைநாட்டக் கூடிய முதற் கடைகாலை நிறுவினார்.

எனினும் துங்கர்ப்பூர் பிற இரசபுதன அரசுகளைப் போலவே இறுதியில் முகலாய மேலாண்மைக்கு அடிபணிய நேர்ந்தது. துங்கர்ப்பூர் அதன் பிறகு மராட்டியர் படையெடுப்பினால் மிகுந்த இன்னலுற நேர்ந்தது. அது கடைசியில் பிரிட்டிசாருடன் *1818* ஆம் ஆண்டு செய்து கொண்ட உடன்படிக்கைபடி கம்பெனியில் மேலாண்மைக்குள் அடங்கிவிட்டது. அந்நாடு இக்கால கட்டத்திற்குள் ஓரளவு சுருங்கி விட்டது.

பகரின் கிழக்குப் பகுதியைத் தம்பி ஒருவரிடம் துங்கர்ப்பூர் இழந்தது. அவர் அதைப் பன்ஸ்வார என்றொரு நாடாக்கினார். அவர் பிரிந்து சென்ற பின்னரும் துங்கர்ப்பூர் பெரிய நாடாகவே இருந்தது. அதன் பரப்பளவு *1447* சதுரமைல். இந்நாட்டில் ஒரு பெரிய ஏரியினருகில் உதய விலாசம் என்ற அரண்மனை உள்ளது. இந்த அரண்மனையின் சுற்றுக் கட்டில் நான்கு அடுக்குகளைக் கொண்ட பேரழகுமிக்க கோபுரம் நிற்கின்றது. அதன் மேல் மாடியிலுள்ள அறையில் தாஜ்மகாலின் மாதிரியில் பளிங்குக்கல், மணிக்கற்கள் பதிக்கப்பட்டுள்ளன. உதயப்பூரிலிருந்து கை வினைஞர்கள் வந்து இந்த அரண்மனையின் அழகிய வேலைகளைச் செய்தனர். இந்த அரண்மனையின் சுவர்கள் வெளிரிய நீல நிறத்தவை.

இந்நாட்டின் அரசருக்கு மகா ரவால் என்று பெயர். நாட்டரசர்களுக்கு அளித்துவந்த சலுகைகளும், மானியத் தொகைகளும் ஒழிக்கப்பட்ட இன்றைய நிலையிலும் அவர்கள் தம்மை மகா ரவால் என்றுதான் இன்னும் அழைத்துக் கொள்கின்றனர்.

இந்நாடு பிரிட்டிசாராட்சிக் காலத்தில் அரசப் பேராளரான வைசிராய் கூட்டத்தின் அன்பிற்குரியதாய் விளங்கியது. இந்நாட்டரசிற்கு *15* வெடிகுண்டு மரியாதை தரப்பட்டது. இந்தப் பட்டியலில் துங்காப்பூர் முப்பத்து மூன்றாவது இடத்தைப் பெற்றிருந்தது.

6. எக்ஸ்-லா-ஷேப்பல் பேரவை

ஆக்கன் *(Aachan)* என்ற ஜெர்மன் நகரின் பெயர் பிரஞ்சு மொழியில் எக்ஸ் -லா-ஷேப்பல் *(Aix-La-Chapelle)* என்று கூறப்படுகின்றது. இந்நகரம் வட ரைன் வெஸ்டாஃபலியத்தில் ஜெர்மனியில் உள்ளது. இது சார்லிமேன் *(742-814;* ஆ.கா. *768-814*

கி.பி. முதற் புனித ரோமன் பேரரசர்) காலத்தில் அவரது பேரரசின் வட தலைநகராயிருந்தது. வரலாற்றில் இடம் பெற்றுள்ள இந்நகரில் 1818 செப்டம்பர் 27 அன்று கூட்டணி நாடுகள் கூடிப் பேசின. அவை பிரஞ்சு நடப்புகள் பற்றி, குறிப்பாய்த் தம் படைகளை அந்நாட்டிலிருந்து வெளியேற்றுவது பற்றி இப்பேரவையில் பேசின.

இந்தப் பேச்சு நவம்பர் வரை நடந்தது. கூட்டணி நாடுகளின் படைகளை 1818 நவம்பரில் பிரான்சை விட்டு வெளியேறச் செய்வது என்றும், பிரான்சை வல்லரசு நாடுகளின் கூட்டத்தில் சேருமாறு அழைப்பது என்றும் அப்போது ஒப்புக் கொள்ளப்பட்டது. பிரான்ஸ் போர் இழப்பீடுகளை உடனே செலுத்திவிட்டதால் பிரஞ்சுக் கடன்களை இறுதியாய்ச் சரிக்கட்டவும் வல்லரசுகள் முடிவு செய்தன.

பீத்தோவன்

7. பீத்தோவன் முழுச் செவிடரானார்

லடுவிகு வான் பீத்தோவன் (*Ludwig van Beethovan 1770-1827*) மாபெரும் மேற்கத்தி இசைக் கோவையாளர். அவர் ஜெர்மனியின் பான் (*Bonn*) நகரில் பிறந்தார். அவர் இளவயதில் ஆஸ்திரிய இசைக் கோவையாளரான (ஃபிரான்ஸ்) ஜோசஃபு ஹேடனின் (*Franz Joseph Hayden 1732-1809*) இசைக் கோவை முறைகளைப் பயின்றார். எனினும் அவர் அவற்றிலிருந்து மிகுதியாய் எதையும் கற்றுக்கொள்ளவில்லை. அவரின் இசைக் கோவைகள் பலவற்றுள் ஒன்பது சிம்ஃபெனிகள் (*symphony* - இசைக்கோவை) உள்ளன.

பீத்தோவன் தனக்குக் காது செவிடாகின்றது என்பதை 1798 ஆம் ஆண்டே உணர்ந்தார். அது நாளாகவாக வெகு மோசமாகிக் கடைசியில், அவர் செவிப்புலனை 1818 இல் முற்றிலும் இழந்தார். அவர் இந்த இடர்ப்பாட்டின் நடுவே 1800 முதல் 1825 வரை ஏராளமான இசைக் கோவைகளை உருவாக்கினார்.

8. முகுந்த தேவருக்குச் சிறை

குர்த அரசான முகுந்த தேவர் பிரிட்டிசாருக்கு எதிரான கிளர்ச்சியில் ஈடுபட்டதால், அவரைக் கட்டாக்கில் பாராபதிக்கோட்டையில் சிறை வைத்தனர். அவர் 1819 ஆம் ஆண்டு அச்சிறையில் இறந்தார்.

9. அமெரிக்கச் செய்திகள்

(அ) ஃபுளோரிடம் அமெரிக்கத்திற்குக் கிடைத்தது

ஃபுளோரிம் (*Florida*) பற்றி முன்னர் இந்திய சரித்திரக் களஞ்சியத்தின் ஏழாம் தொகுதியில் (*1764-புள்ளிகள்*) சொல்லப்பட்டுள்ளது. அங்கு 1513 ஆம் ஆண்டில்

ஐரோப்பியரின் கண்ணும் காலும் பட்டன. வட அமெரிக்கத்தின் தென்கிழக்கில் சிறு வால்போல் அட்லாண்டிக்குக் கடலுக்குள் துருத்திக் கொண்டிருக்கும் ஃபுளோரிடம் இன்றும் மக்கள் விரும்பிச் செல்லும் சுற்றுலாப் பகுதியாய் விளங்குகின்றது. அங்கு இன்று கென்னடி முனையில் *(Cape Kennedy)* ஏவுகணைத் தளம் உள்ளது; புகழ் பெற்ற பாம் பீச்சு, மயாமி பீச்சு என்ற கடற்கரைகளும் டிஸ்னி உலகமும் அமைந்து சுற்றுலாப் பயணியர் வந்து மொய்க்கும் மாநிலமாய் விளங்குகின்றது.

ஆனால் பதினெட்டாம் நூற்றாண்டில் சுமார் 60 கிலோ மீட்டர்த் தொலைவிற்கு அங்கு ஆரஞ்சுக் காடுகள் மண்டிக் கிடந்தன. இ.ச.க.தொகுதி-7:1764 - புள்ளிகள்) ஆனால் பத்தொன்பதாம் நூற்றாண்டு வரையிலும் இந்த வால் நிலம் மிகக் கொடியதென்று கருதப்பட்டு வந்தது. ''நீ ஃபுளோரிடத்திற்குப் போகின்றாயா? அல்லது நரகத்திற்குச் செல்கின்றாயா? என்று கேட்டால், ஐயா, சாமி நான் நரகத்திற்கே போய்விடுகின்றேன்'' என்று அமெரிக்கப் பேரவை மன்ற உறுப்பினர் ஜான் ரேண்டல்ஃபு *(John Randolph)* இக்கால கட்டத்தில் கூறினார்.

ஃபுளோரிடம் என்றால் மலேரியா; மிகப் பெரிய கிலுக்கு ளவால் பாம்பு திரியுமிடம்; டெங்கு காய்ச்சல் என்றுதான் பொருள் காய்ச்சலின் அறிகுறி எதுவுமே தெரியாமல் திடீரென்று வந்து ஆளைப் பேச்சு மூச்சற்றுப் போகச் செய்துவிடும். அங்கு மாரிக் காலம் கொடியது; அதன்பிறகு உணவுப் பொருள்களில் பூஞ்சை பூத்து அவை கெட்டுப்போகும். அது பாதையில்லாத காடு; பச்சை இலை செழித்த பெருங் காடு. செந்தடங்கள் உடைய சிவப்புக் கற்கள் பகலொளியில் மின்னும். சிறுத்தைகளின் உறுமல்கள் கேட்கும். வழியெல்லாம் கொடிகள் படர்ந்து நடக்க முடியாமல் மண்டிக் கிடக்கும். ஆனால் அமெரிக்கம் என்றால், இத்தகைய கொடிய நிலத்தையும் அதன் மக்களையும் அடக்கி வழிக்குக் கொண்டு வருவது என்றல்லவா பொருள்.

1818

கிட்டத்தட்ட வெப்பமண்டலம் போன்ற இத்தகைய கொடிய மண்ணில் வாழ்வது எப்படி என்பதைச் செமினோல் *(Seminol)* எனப்படும் சிவப்பு இந்தியர்கள் பதினெட்டாம் நூற்றாண்டில் தான் கற்றனர். அவர்கள் அங்கிருந்து விரட்டுவதற்கு இப்போது வெள்ளை மனிதன் வந்து விட்டான்.

ஃபுளோரிடத்தில் வாழ்ந்த செமினோல்கள் பலவகைகளில் தன்னேரில்லாதவர்கள். அவர்கள் தம்மை இன்ன குலம் என்று அடையாளம் காட்டிக் கொள்ளவில்லை. வரலாறுதான் அவர்களைச் செமினோலி என்று அடையாளம் காட்டியது. அவர்கள் பதினெட்டாம் நூற்றாண்டின் இறுதிவாக்கில் ஒரு மக்கள் கூட்டமாய் எழுந்தனர்; அதற்கு வெள்ளையரின் நெருக்குதலே காரணமாகும்.

செரோக்கி இந்நதியர் மேற்கு நோக்கி இடம் பெயர்ந்தபோது கொடுமை தாளாமல் செத்துக் கொண்டிருந்தனர். செமினோல்கள் அப்போது சூரிய வெப்பத்தினால் வெம்மை மிகும் ஆவியை வெளியிட்ட ஃபுளோரிடத்து வெளிகளில் அணி திரண்டு கொண்டிருந்தனர். அவர்கள் வல்ல ரக்கனுடன் நடத்தும் போரில் வெற்றி கண்டுவிடலாம் என்று சூதுவாதில்லாமல் நம்பிக்கொண்டு ஃபுளோரிடத்தின் மேல் படை கொண்டு வந்த அமெரிக்கப் படையை அடுத்தடுத்து வரிசையாய்த் தாக்கினார்.

செமினோல்கள் ஃபுளோரிடத் தீவக்குறையில் பண்டு முதல் வாழ்ந்து வந்த மக்களல்லர் என்பது மெய்யே ஸ்பானிய வெற்றி வீரர்கள் அப்பலேச்சியரை *(Appalachians)* மேற்கு ஃபுளோரிடத்திலும் தம்பா வளைகுடாவில் *(Tamba Bay)*, ஆசில்ல ஆற்றின் *(Aucilla River)* கிழக்கே தைமுகுவஸ் *(Timucuas)* மக்களையும் எவர்கிளேடு *(Everglades)* பகுதியில் போர்க்குணம் படைத்த காலுச *(Calluca)* என்ற மக்களையும் பதினாறாம் நூற்றாண்டில்

கண்டனர். ஸ்பானியர் சரியாய் இரண்டே நூற்றாண்டிற்குள் ஃபுளோரிடத்தின் பழங்குடியினரையெல்லாம் பூண்டோடு ஒழித்து விட்டனர்.

ஃபுளோரிடம் 1763 இல் பிரிட்டிசார் கைக்கு மாறியதும், அங்கு எஞ்சியிருந்த இந்தியர்கள் பின்வாங்கிச் சென்ற ஸ்பானியரொடு வெளியேறிவிட்டனர். செயிண் அக்ஸ்டைனிலிருந்து 83 குடும்பங்களும் தென் ஃபுளோரிடத்திலிருந்து 80 குடும்பங்களும் வட மேற்கிலிருந்த பென்ச்கோலவிலிருந்து கத்தோலிக்கம் தழுவிய யமாசீ (*Yamasee*) அப்பலாச்சியர் ஆகியோரில் 108 குடும்பத்தினரும் அங்ஙனம் வெளியேறினர். இங்கு பண்டு குடியேறியிருந்த 25,000 இந்திய மக்களில் மேற்சொன்ன குடும்பத்தினர் மட்டுமே எஞ்சி நின்றனர். இப்போது அவர்களும் புலம் பெயர்ந்து சென்று விட்டனர்.

பதினெட்டாம் நூற்றாண்டு விடிந்த நேரத்தில் ஃபுளோரிடத்தின் கிழக்குக் கரையில் அங்குமிங்குமாய்ச் சிதறி வாழ்ந்த வெள்ளையரையன்றி வேறு மனிதர் எவரும் அங்கு வாழ்ந்தாரிலர். இந்த வெற்று இடத்தை வீரமிக்கவர்களும் நாகரிக மடைந்தவர்களுமான கிரீக்கு இந்தியர்கள் விரைந்து நிரப்பினர். அவர்கள் செமினோல், நாடு கடந்தவர்கள் -நாடோடியர்-ஃபுளோரிடத்திற்குள் வந்தேறினர். அவர்கள் தமக்கு முன்னர் அப்பலேச்சியரும் தைமுகுவசு மக்களும் வேட்டையாடி வந்த மான்களையும் காட்டுப் பூனைகளையும் இப்போது வேட்டையாடலாயினர். அவர்கள் சிறு நிலங்களில் பீன்சையும் மக்காச்சோளத்தையும் மஞ்சள் மலர் பூத்த ஒருவகை சுரைச் செடிகளையும் பயிர் செய்தனர்.

செரோக்கியரால் விரட்டப்பட்டு ஓடிவந்த கரோலினத்தின் யாமாசியர், நடு ஜார்ஜியத்திலிருந்து வந்திருந்த ஓசோனியர் (*Ocenees*) வளைகுடாவின் பரந்த கரையோரங்களிலிருந்து வந்த அப்பலாச்சிக் கோலாஸ் (*Appalachicolas*), சியட்டாக்கள் (*Chiataus*) முதலியோரும் ஃபுளோரிடத்திற்கு வந்து செமினோல்களுடன் சேர்ந்தனர்.

கடைசியாய்க் கூடிய இரு குலத்தாரும் வட ஃபுளோரிடத்தில் மைக்கசுகி (*Mikasuki*) என்ற நகரை நிறுவினர். அவர்கள் வலிமையும் செழிப்பும் மிக்கோராயினர். ஃபுளோரிடத் தீவக் குறையில், வாழ்ந்த குலத்தார் அனைவரிலும் இவ்விரு மட்டுமே வெல்ல முடியாதவர்களாய் விளங்கினர். அவர்கள் ஹிச்சிட்டி (*Hitchiti*) என்ற கிரீக்கு மொழியின் கிளை மொழியைப் பேசினர்.

தற்காலத்து ஃபுளோரிடத்தின் வட நடுவிலுள்ள அலச்சுவ கோட்டத்தின் (*Alachua County*) பைன்மரக் காடுகளும் புல்வெளிகளும் நிறைந்த இடங்களில் திரிந்து கொண்டிருந்த இந்தியக் கூட்டத்தைக் குறிக்கச் செமினோல் என்ற பெயரை வெள்ளையர் பயன்படுத்தினர். எனினும் இந்தப் பெயர் எங்கும் பரவப் பரவ ஸ்பானிய ஃபுளோரிடத்தில் காணப்பட்ட இந்தியக் கூட்டம் எதுவாயினும் அது செமினோல் என்று வெள்ளையர் கருதத் தொடங்கினர்.

''செங்கழுகு'' முன்னர் ''குதிரை இலாட வளையில்'' தோற்கடிக்கப்பட்டதும் அங்கிருந்து தப்பியோடிய கிரீக்கு இனத்துச் செங்குச்சியரையும் செமினோல் இனம் என்று மொத்தமாய்ச் சேர்த்துச் சொல்லிவிட்டனர். ஆன்று ஜேக்சன் ஸ்பானியரிடமிருந்து ஃபுளோரிடத்தைக் கவர்வதற்காக வழியெல்லாம் கொள்ளையடித்துக் கொண்டு வந்தபோது நடத்திய சண்டை கூடப் பின்பர் செமினோல் போர் (*Seminole War*) என்றுதான் பெயர் பெற்றது.

இந்தப் போர் ஓரளவு முற்றுப் பெற்றதும் நாற்பத்திரண்டாவது கோட்டின் (*parallel*) வடக்கேயுள்ள பசிபிக்குக் கரைப் பகுதிகள் அனைத்தின் மீதும் இருந்த உரிமையை

அமெரிக்கத்திற்கு ஸ்பெயின் விட்டுத் தந்தது. ஃபுளோரிடம் ஸ்பெயினிடமிருந்து பெற்ற உரிமைகளுக்காக அமெரிக்க ஒன்றியம் ஐந்து மில்லியன் டாலரைத் தர முன்வந்தது.

Jahoda, Gloria The Trail of Tears, London, 1975.

(ஆ) இல்லினாய்சு அமெரிக்க ஒன்றியத்துடன் இணைதல்

வடநடு அமெரிக்கத்தில் பெரிதும் புல்வெளிகள் நிறைந்திருந்த இல்லினாய்சு *(Illinois)* 1818 ஆம் ஆண்டில் அமெரிக்க ஒன்றியத்துடன் இணைந்தது. இது மிசிசிப்பி, ஓகையோ ஆறுகளை எல்லையாய்க் கொண்டது. இம்மாநிலத்தின் குறுக்கே இல்லியான்சு, கஸ்கஸ்கிய என்ற இரண்டு ஆறுகள் பாய்கின்றன. இதன் வடகிழக்கே மிச்சிகன் ஏரி உள்ளது.

இங்கு வேளாண்மையே பெரிய தொழில். இதன் தலைநகரம் ஸ்பிரிங்கு ஃபீல்டு. பரப்பளவு 144, 858 சதுர கிலோ மீட்டர் 55,930 சதுரமைல்.

(இ) அமெரிக்க ஒன்றியத்தின் புதிய கொடி

அடுத்தடுத்து அமைந்த பதின்மூன்று வெள்ளைக் கோடுகளும் இட மூலையின் மேலமைந்த நீலச் சதுரத்தினுள் ஒன்றியத்தின் ஒவ்வொரு மாநிலத்திற்கும் ஒரு நட்சத்திரமும் பொறித்த கொடியை அமெரிக்கப் பேரவை மன்றம் நாட்டின் கொடி என்று 1818 ஆம் ஆண்டு ஏற்றுக் கொண்டது.

1818

10. தகரத்திலடைத்த உணவுப் பண்டங்கள் விற்பனை

பிரியன் டோங்கின் *(Bryan Donkin)* என்ற ஆங்கிலேயர் உணவுப் பொருள்களைத் தகரத்தில் அடைப்பதற்காக 1807 ஆம் ஆண்டில் டோங்கின் அன் ஹால் *(Donkin and Hall)* என்ற நிறுவனத்தைத் தொடங்கினார். இவரே முன்னர் ஃபௌரிடுனியர்*(Foudrinier)* என்ற அச்சுப் பொறியைச் செய்திருந்தார். அவருக்கு இரும்புத் தொழிற்சாலையும் இருந்தது. அவர் அமைத்த இந்நிறுவனம் பின்னர் டோங்கின், ஹால் அன் கேம்பிள் *(Donkin, Hall and Gamble)* என்ற பெயருடன் ஒரு தொழிற்சாலையை நிறுவிற்று.

அங்கு சூப்பு, கன்றிறைச்சி, ஆட்டுக்கறி, காய்கறி, புழுக்கல் உணவு *(Stew)*, கேரட்டு, பன்றிக்கறி முதலியவற்றைத் தகரத்தில் அடைப்பதில் இந்நிறுவனம் வெற்றிகண்டது. எனினும் 1830 வரையிலும் தகரத்திலடைத்த உணவுப் பொருள்கள் கடைகளில் விற்பனைக்கு வரவில்லை.

அமெரிக்கத்தில் பீட்டர் டூரண் *(Peter Durant)* என்றவர் உணவுப் பொருள்களைத் தகரத்திலடைக்கும் தொழிலில் இறங்கினார். ஓகையோ மாநிலத்தின் தென் மேற்கிலுள்ள சிஞ்சினாத்தி *(Cincinati)* நகரில் உவர் நீர் *(brine-filled)* நிறைந்த பீப்பாய்களுக்குள் உணவுப் பொருள்களை அடைத்து விற்கத் தொடங்கினர். உணவுப் பொருள் கெடாதிருப்பதற்காக அவற்றைப் பக்குவப்படுத்தித் தகரத்திலடைக்கும் தொழில் பதினெட்டாம் நூற்றாண்டின் பிற்பாதியில் பிரான்சில் தொடங்கிவிட்டது.

11. குரல்வளைச் சுரப்பி வீக்கத்திற்கு அயோடின்

கோயிண்டெட்டு என்றவர் குரல்வளைச் சுரப்பி வீக்கத்திற்கு *(goitre)* அயோடினைப் பயன்படுத்திப் பண்டுவம் செய்தார். அயோடின் *(iodine)* என்பது பளபளப்பான கறுநிற

ஊதாப் படிகம். இதைச் சூடாக்கினால் ஊதா நிற ஆவி வரும். நீரில் அரிதாய்க் கரையும். ஆல்ககாலில் நன்றாய்க் கரையும். இக்கரைசல் அயோடின் கரையன் (*tincture of iodine*) ஆகும். அயோடின் வேதிப் பகுப்பிலும் மருத்துவத்திலும் புகைப்படக் கலையிலும் பயன்படுகிறது.

12. அறிவியல் செய்திகள்

(அ) அணு எடை வெளியீடு

பேரன் ஜோன்ஸ் ஜேக்கூ பெரிசிலியஸ் (1779-1848) என்ற சுவிடீய வேதியலாரை இக்களஞ்சியத்தின் பல இடங்களில் கண்டு வருகின்றோம். அவர் 1818 ஆம் ஆண்டில் 2000 வேதிச் சேர்மானங்களின் அணு எடைகளை வெளியிட்டார். ஒரு தனிமத்தின் ஓர் அணுவின் எடைக்கும் கரிமம் 12 இன் ஓர் அணுவின் பன்னிரண்டில் ஒரு பங்கு எடைக்குமுள்ள சராசரி வீதம் அணு எடை எனப்படுகின்றது.

(ஆ) விண்மீன் பட்டியல்

ஃபிரடரிக்கு வில்லம் பெசல் (*Frederich Wilhelm Bessel* 1784 -1846) என்ற ஜெர்மன் வானியலார், கணிதவியலார் 1818 ஆம் ஆண்டில் வெளியிட்ட ஒரு நூலில் (*Fundementa Astronomiae*) 3,222 விண்மீன்களின் பட்டியல் அடங்கியிருந்தது. அவர் பூமிக்கும் ஒரு விண்மீனுக்கும் உள்ள தொலைவை மிகத் துல்லியமாய் முதன் முதலில் அளந்து 1841 ஆம் ஆண்டில் கூறினார். இயற்பியலில் பயன்படுகின்ற கணிதச் செயல்பாடுகளை நெறிமுறைப்படுத்தினார்.

(இ) பச்சையம் என்ற பெயர்

ஜே.பி. கேவண்டன் (*J.B.Caventon*), பி.ஜே.பெல்லிசியர் (*P.J.Pelletier*) என்ற அறிவியலார் இருவரும் தாவரத்தின் பசுமையான நிறத்திற்குப் பச்சையம் என்று பொருள்படும் *Chlorophyll* என்ற பெயரை இவ்வாண்டில் தந்தனர்.

13.பிறப்பு

(அ) செம்மல்வீஸ் (1818-1865)

அங்கேரிய மருத்துவரான இக்னாஸ் ஃபிலிப்பு செம்மல்வீஸ் (*Ignaz Phillip Semmelweis* 1818-1865) 1818 இல் பிறந்தார். இவர் பேறுகாலத்தின் போது ஏற்படும் தொற்றுகளினால் தாயும் சேயும் இறக்கும் காரணத்தை அறிந்து கூறியவர். மருத்துவர்களின் தூய்மையின்மையால் நோய்கள் தொற்றிக் கொள்வதை இவர் எடுத்துக் கூறினார். செம்மல்வீசின் அருமுயற்சிகளால் மருத்துவமனைச் சாவுகள் குறைந்தன. ஆனால் அவரே அந்தத் தொற்றுக்குப் பலியானார்.

(ஆ) பெண்ணிய இயக்கத்து லூசி ஸ்டோன் (1818-1893)

அமெரிக்கத்தில் பெண்களுக்கு வாக்குரிமை வேண்டும் என்று போரிட்டு வந்த லூசி ஸ்டோன் (*Lucy Stone* 1818-1893) மசாச் சூசட்சு மாநிலத்தின் புரூக்குஃபீல்டில் 1818 ஆகஸ்டு 13 அன்று பிறந்தார். இங்கிலாந்தில் பிறந்த இவரின் கவணர் ஹென்றி பிரவுன் பிளாக்வெலும் (*Henry Brown Blackwell* 1825-1909) பெண்களின் வாக்குரிமைக்காகப்

போராடினார். பிளாக்வெல் அமெரிக்க இதழாசிரியர்; அடிமை ஒழிப்பு இயக்கத்தில் ஈடுபட்டவர்.

(இ) ஜேம்ஸ் பிரஸ்காட்டு ஜோல் (1818-1889)

ஆங்கில இயற்பியலாரான ஜேம்ஸ் பிரஸ்காட்டு ஜோல (*James Prescott Joule, 1818-1889*) *1818* ஆம் ஆண்டு பிறந்தார். இவர் மின்னியலில் ஆராய்ச்சிகள் நிகழ்த்திப் பல விதிகளை வகுத்தவர். வெப்பத்தின் எந்திரவியல் சமன்பாட்டை ஆய்வின் வழியே முதன் முதலில் உறுதி செய்தவர்.

14. இறப்பு

வாரன் ஹேஸ்டிங்சு (1732-1818)

வாரன் ஹேஸ்டிங்சு (*Warren Hastings 1732-1818*) *1774* முதல் *1785* வரை இந்தியத்தின் முதல் தலைமை ஆளுநராயிருந்தவர். அவர் குமரப் பருவத்தில் இந்தியம் வந்து கிழக்கிந்தியக் கம்பெனியில் ஊழியம் செய்து உச்சவுயர் நிலையை எய்தியவருள் ஒருவராவார். இவர் சம்ஸ்கிருத ஆர்வலர். வங்க ஆசியவியல் சங்கம் எழக் காரணராவர். ஊழல் குற்றங்களில் சிக்கினவர். (வாரன் ஹேஸ்டிங்சு ஊழல் பற்றிய செய்திகளை இ.ச.க. தொகுதி-*9 :1786*-புள்ளிகள்; *1782* புள்ளிகள் ஆகியவற்றில் காண்க.) அவர் குற்றமற்றவர் என்று *1795* இல் மாசு நீங்கியவர். அவர் ஓர்ச்சஸ்டர்சயரில் *1818* ஆகஸ்டு *20* அன்று இறந்தார்.

1819

அரசியல்

பிரிட்டனில் அடக்குமுறை பீட்டர்லூப் படுகொலை
சீக்கியப் படை காசுமீரத்தைக் கவர்தல்
பிரிட்டீசுப் பேரரசு விரிவு - ஆங்கிலேயர் பெருமிதம்
ஜாவா டச்சுக்காரரிடம் திரும்பியது, ஆங்கிலேயர் சிங்கப்பூரைப் பெறுதல்
அமெரிக்கம் ஃபுளோரிடத்தை விலைக்கு வாங்குதல்
அலபாம் அமெரிக்க ஒன்றியத்துடன் இணைதல்

அறிவியல்

அணு எடைகள் வரையறை, நைட்டிரஜன் கண்டுபிடிப்பு

மருத்துவம், நோய்

பம்பாயில் வாந்தி பேதி, ஹவாயியர் தொற்று நோய்களால் மடிதல்

சமயம்

கிறித்தவத் தனியொருமைக் கோட்பாடு

மெய்யியல்

சோஃபனேரின் மெய்யியல் கோட்பாடுகள்

சட்டம், நீதியாட்சி

பிரிட்டன்: தொழிற்சாலைச் சட்டம், பிரிட்டன்: ''ஆறு சட்டங்கள்''

கலை

அஜந்தாக் குகைகள் ''கண்டுபிடிப்பு'', சீனத்தின் ''ஆயிரம் புத்தர் குகைகள்''

இலக்கியம்

வங்க மொழியில் கலைக் களஞ்சியம், மராட்டி இலக்கணம்
சம்ஸ்கிருத அகராதி-வில்சன், நாகர்கோயிலில் அச்சம்
சதியை எதிர்த்து இன்னொரு நூல், தெலுங்கில் சிறுகதைகள்

தொழில், வாணிபம், வேளாண்மை

அரிய விதை, தாவரங்கள் பெற அமெரிக்கர் ஆர்வம்

மக்கள்

ஃபிரான்சிஸ் ஒயிட்டு எல்லீசு, ஹோரேஸ் ஹேமன் வில்சன்
ஜேம்ஸ் பிரின்செப்பு

பொது

இலண்டனுக்குக் கிளியோபாத்திரா தூண்
அட்லாண்டிக்கைக் கடந்த முதல் நீராவிக் கப்பல்
உலகின் முதல் காக்கலேட்டுத் தின்பண்டம்

பிறப்பு

வால்ட்டு விட்மன் *(1819-1892)*

இறப்பு

ஃபிரான்சிஸ் ஒயிட்டு எல்லீசு *(1778-1819)*, ஜேம்ஸ் வாட்டு *(1736-1819)*
ஹவாயி அரசர்

1819

1. திராவிடவியல் துறை முன்னோடி எல்லீசு

உலகு தழுவிய ஐரோப்பிய பரவலினால் இம்மாநிலம் பல்வேறு துறைகளில் புதுக்கோலம் புனையத் தொடங்கிற்று என்பது, அப்பரவலின் ஆக்கமான கூறு எனில் அது சரியான கூற்றேயாகும். ஐரோப்பியரின் பரத நாட்டு வருகையால் மானுட குலம் முழுமைக்கும் உரியனவான அதன் நாகரிகம், பண்பாடு, மொழி, இலக்கியம் போன்ற பலதுறைச் செல்வங்கள் துலங்கலாயின என்று கூறுவதும் பிழையாகாது.

இந்தியவியலின் ஒரு கூறான திராவிடவியல் துறையில் முனைந்து ஈடுபட்ட ஐரோப்பியரான சமயஞ் சார்ந்தோரும் பொதுநிலையினருமான முன்னோடியர் ஆற்றிய பணி குறிப்பிட்ட ஒரு நிலம் அல்லது மொழி பற்றிய ஆய்வுகளுடன் ஒடுங்காது பரந்த இந்தியத்துணைக் கண்டம் முழுமையின் நாகரிகத்தையும், கலைகளையும், மொழிகளையும் வரலாறு போன்ற பிற கூறுகளையும் உள்ளடக்கியதாய் அமைந்தது.

கிறித்தவ சமயச் சான்றோர் பதினாறாம் நூற்றாண்டு முதலே தமிழியலில் ஈடுபடலாயினரெனினும் இப்பணியின் வேகம் போகப்போகக் குறையலானது. எனினும் பதினெட்டு, பத்தொன்பதாம் நூற்றாண்டுகளில் சம்ஸ்கிருத இலக்கியங்களில் தோய்ந்த வில்லியம் ஜோன்ஸ், கோல்புரூக்கு, வில்சன் போன்ற ஐரோப்பியரின் ஒப்பற்ற பணிகள் காரணமாய்க் கீழையியல் அல்லது இந்தியவியல் என்பது சம்ஸ்கிருத ஆய்வை மட்டுமே கட்டுவது எனத் தக்க சூழல் உருவானது.

திராவிட மொழிக்குடும்பம்

எனினும் திராவிட மொழிகள் மீது ஐரோப்பிய விற்பன்னரின் ஆர்வமும் கவனமும் பத்தொன்பதாம் நூற்றாண்டிலிருந்து புதுவேகத்துடன் திரும்பத் தொடங்குகின்றன. அத்தகைய முன்னோடிகளில் ஃபிரான்சிஸ் ஒயிட்டு எல்லீசு *(Francia Whyte Ellis 1778-1819)* ஒருவராவர். *(இ.ச.க.தொகுதி-10: 1796 புள்ளி)*

எல்லீசு ஆட்சிப் பணியில் சேர்ந்ததும் தமிழ் முதலிய தென்னிந்திய மொழிகளையும் சம்ஸ்கிருதத்தையும் கற்கத் தொடங்கினார். அவருக்கு இராமச்சந்திரக் கவிராயர் என்ற புலவர் ஆசிரியராயிருந்தார். எல்லீசு தமிழ் நூல்களை அச்சிடப்படாத அந்நாளில் பழைய ஏட்டுச் சுவடிகளிலிருந்து முறையாய்த் தமிழ் கற்றார். இந்திய ஐரோப்பிய மொழிக்குடும்பத்திலிருந்து தமிழ் முதலிய தென்னாட்டு மொழிகள் வேறானவை என்பதையும் அவை திராவிட மொழிக் குடும்பத்தைச் சேர்ந்தன எனவும் முதன்முதலில் உலகிற்கு எல்லீசு அறிவித்தார்.

குறள் ஈடுபாடு

எல்லீசு திருக்குறள் மீது ஆழ்ந்த ஈடுபாடு கொண்டு ''குறள் பித்தர்'' ஆனார் என்பதை நிறுவும் வகையில் தொல்லியலறிஞரான ஐராவதம் மகாதேவன் பல புதிய செய்திகளை அண்மையில் தெரிவித்தார். எல்லீசு திருக்குறளின் அறத்துப் பாலிலிருந்து

பல குறள்களைத் தேர்ந்தெடுத்து ஆங்கிலத்தில் மொழிபெயர்த்துத் தெளிவான உரையுடன் அரிய நூலை எழுதினார். இதுவே திருக்குறளின் முதல் ஆங்கில மொழிபெயர்ப்பாகும். எனினும் அந்நூல் முற்றுப்பெறு முன்னரே எல்லீசு 1819 ஆம் ஆண்டு இறந்துவிட்டார். அவர் இறந்தபின் வெளியான இந்நூலை ரா.பி.சேதுப்பிள்ளை *(1896-1961)* பதிப்பித்துள்ளார். எல்லீசு முந்நூற்றுக்கு மேற்பட்ட பழந்தமிழ் நூல்களிலிருந்து இந்நூலில் மேற்கோள் காட்டியுள்ளார். அது அவரது ஆழ்ந்த புலமையை வெளிப்படுத்துகின்றது. இன்று மறைந்த போன வளையாபதி *(இ.ச.க.தொகுதி-11)* போன்ற நூல்களிலிருந்தும் சங்க நூல்களிலிருந்தும் அவர் மேற்கோள் காட்டியுள்ளார்.

எல்லீசு 1818 ஆம் ஆண்டு சென்னையில் கடும் தண்ணீர்ப் பஞ்சம் ஏற்பட்ட காலத்தில் வெட்டுவித்த 27 கிணறுகளில் ஒன்றான இராயப்பேட்டை பெரிய பாளையத்தம்மன் கோயிலருகிலிருந்த ஒரு கிணற்றின் கைபிடிச் சுவரிலிருந்து ஒரு கல்வெட்டு எடுக்கப்பட்டது. அக்கல்வெட்டில் காணப்படும் நீண்ட பாடலின் ஒரு பகுதி:

......சயங்கொண்ட தொண்டிய சாணுறு நாடெனும்
ஆழியிலிழைத்த வழக்குறு மாமணி
குணகடல் முதலாகக் குடகடலளவு
நெடுநிலந்தாழ நிமிர்ந்திடு சென்னப்
பட்டணத் தெல்லீச னென்பான் யானே
பண்டார காரியப் பாரஞ் சுமைக்கையிற்
புலவர்கள் பெருமான் மயிலையம் பதியான்
தெய்வப் புலமைத் திருவள்ளுவனார்
திருக்குற டன்னிற் றிருவுளம் பற்றிய
''இருபுனலும் வாய்ந்த மலையும் வரபுனலும்
வல்லரணும் நாட்டிற் குறுப்பு''
என்பதன் பொருளை என்னுளாய்ந்து...

எல்லீசு இப்பாடலில் காட்டியுள்ள குறள் நாடு என்ற 74 ஆம் அதிகாரத்தின் எட்டாம் பாடலாகும். அவர் சென்னை நாணயச் சாலைக் கருவூலத்தின் (பண்டார காரியம்) பொறுப்பாளராய்ப் பணி செய்த செய்தி இப்பாடலில் சொல்லப்பட்டுள்ளது. அவர் *1810-1819* காலத்தில் சென்னை ஆட்சியாளராய்ப் *(Collector)* பணி செய்தபோதே பண்டார ஊழியத்தையும் பார்த்து வந்தார். அவர் இப்பணியில் இருந்த காலையில் என்றும் நின்று நிலவும் திருவள்ளுவருக்குத் தங்கத்தால் நினைவுச் சின்னம் ஒன்றை உண்டாக்கிய செய்தியையும் ஐராவதம் அரிதின் முயன்று வெளிப்படுத்தியுள்ளார்.

வள்ளுவர் வராகன்

திருவள்ளுவரின் உருவத்தைக் கம்பெனி வெளியிடும் பெரிய நாணயமான இரட்டை வராகனில் பதிக்க எல்லீசு ஏற்பாடு செய்தார் என்று மகாதேவன் நம்புகின்றார்.

சென்னை நாணயச்சாலையில் அச்சிடப்பெறும் தங்க நாணயங்களின் மாதிரிகள் பெட்டிகளில் வைக்கப்பட்டு, அவை சென்னை அரசின் வழியாய்க் கல்கத்தாவிலிருந்த மைய அரசிற்கும் (தலைமை ஆளுனர்) இலண்டனிலிருந்த கம்பெனி இயக்குநர் முறை மன்றத்திற்கும் அனுப்பியதைக் காட்டும் குறிப்புகள் சென்னை ஆவணக் காப்பகத்தில் உள்ளன. எனினும் அக்கடிதங்களுடன் இணைத்திருந்த நாணயப் பட்டியல்களின் படிகளோ, காசுகளின் வரைபடங்களோ கிடைத்தில. ஆதலால் இவ்வாண்டுகளில் அச்சிட்ட இரட்டை வராகன்களில் வள்ளுவர் உருவம் பொறித்த காசும் ஒன்றுதானா என்பதை அறியக்கூடவில்லை என்று மகாதேவன் கூறுகின்றார். எனினும் இக்காசுகள் இலண்டனிலும் கல்கத்தாவிலுமுள்ள அருங்காட்சியகங்களில் மட்டுமே காணக்கிடைப்பதால், அவை மேற்குறித்தவாறு அவ்விடங்களுக்குப் போய்ச் சேர்ந்திருக்க வேண்டும் என்பது தெளிவு.

1819

புழக்கத்திற்கு வராதது ஏன்?

அச்சிட்ட இப்பொற்காசு ஏன் புழக்கத்திற்கு விடப்படவில்லை? இதற்கு விடை காண்பது எளிதன்று. இக்காசின் மாதிரிகள் அச்சிடும் ஒப்புதலுக்காகக் கல்கத்தாவிலிருந்த தலைமை ஆளுநருக்கும் இலண்டனிலிருந்த கம்பெனி இயக்குநர் மன்றத்திற்கும் போய்ச்சேருமுன்னரே, இனிமேல் வராகன் (பகோடா) அச்சிடுவதில்லை என்று முடிவெடுக்கலாம். (சென்னை அரசு வராகன் வெளியிடுவதை *1812* ஆம் ஆண்டில் நிறுத்தியது.) அல்லது திருவள்ளுவரின் சிறப்பை உணராது தலைமை ஆளுநரும் கம்பெனி இயக்குனர் மன்றமும் இக்காசு வெளியிடும் திட்டத்தைத் தள்ளியிருக்கலாம். ''மேலும் ஆவணங்கள் கிடைத்தால் தான் இப்பிரச்சனைக்குத் தெளிவான விடை கிடைக்கும்'' என்பது ஐராவதம் மகாதேவனின் கருத்தாகும்.

வள்ளுவர் உருவம்

பகோடா எனப்பட்ட வராகனான இப்பொற்காசில் காணப்படும் வள்ளுவரின் உருவத்திற்கும் திருமயிலைத் திருவள்ளுவர் கோயிலில் கிடைத்த *14-15* ஆம் நூற்றாண்டினது என்று கருதப்படும் வள்ளுவரின் சிலைக்கும் தற்காலத் திருவள்ளுவர் உருவகப் படத்திற்கும் இடையில் பல ஒற்றுமைகள் உள. எனினும் குறிப்பிடத்தக்க ஒரு வேறுபாடு தெளிவாய்த் தெரிகின்றது. காசில் உள்ள முனிவரின் உருவம் தலை மழித்தும் முகத்தில் தாடி, மீசையின்றியும் காணப்படுகின்றது. மேலும் அதன் மீது குடையும் உள்ளது. இதை உருவகப்படுத்தியவர்கள் இவர் சமண முனிவர் என்று கருதினர் என்பது தெளிவாய்ப் புலனாகின்றது. திருக்குறளின் ஆசிரியர் சமணர் என்பதை நிறுவுவதற்குப் பல குறள்பாக்கள் வலுவான சான்றுகளாய் உள்ளன என்பதை நினைவிற் கொள்ளவேண்டும் சமண முனிவர்கள் தமிழ் இலக்கண, இலக்கியங்களுக்குப் பெரும் பங்களித்துள்ளனர் என்பதும் குறிப்பிடத்தக்கதாகும்.

எல்லீசின் முடிவு

எல்லீசு இருபதாண்டுக் காலமாய்ச் சம்ஸ்கிருதம் பற்றி ஒரு நூல் எழுதவும் தென்னிந்திய மொழி, இலக்கியம் குறித்து ஆராய்ந்து ஒரு நூலைப் படைக்கவும் ஆழ்ந்த ஆராய்ச்சி செய்து அதற்கு வேண்டிய செய்திகளைத் திரட்டி வந்தார். அனைத்தையும் முற்றிலும் சேகரித்த பின்னரே இந்நூல்களை எழுதுவதென்று உறுதியாய் இருந்தார். அப்பணி கிட்டத்தட்ட முடிந்துவிட்டது. அதற்காக அவர் ஏடுகளைத் தேடித் திரிந்தார். அது தொடர்பாய் அவர் 1819 ஆம் ஆண்டு இராமநாதபுரத்திற்குச் சென்றிருந்தார். அவர் அப்போது தற்செயலாய் நஞ்சை உண்டு 41 ஆவது வயதில் உயிர் நீத்தார்.

தாளாத தமிழ்ப்பணியாற்றிய இத்தமிழ்த் தொண்டரை நினைந்து அவரின் சென்னை நண்பர்கள் இராமநாதபுரத்தில் கிறித்தவக் கோயிலொன்றின் கல்லறைத் தோட்டத்தில் அவர் அடக்கமான இடத்தில் வெண்பளிங்குக் கல்லாலான நினைவுச் சின்னத்தை எழுப்பினர். அவர்கள் அக்கற்களில் தம் ஆழ்ந்த அன்பின் உணர்வுகளைத் தமிழிலும் ஆங்கிலத்திலும் வடித்து வைத்தனர்.

எல்லீசின் தமிழ்ப் பணியுடன் அவர் ஆற்றிய அறச்செயல்களையும் எடுத்துரைக்கும் மெய்ப்புகழைத் தாங்கிய கல்வெட்டும் கல்லறையும் தென்னிந்தியத் திருச்சபையின் கோயில் விரிக்கப்பட்டபோது சிதைவுற்றன. எனினும் நினைவுச் சின்னமான பளிங்குக் கற்கள் இராமநாதபுர அரண்மனையான இராமலிங்க விலாசத்து அருங்காட்சியகத்தில் வைக்கப்பட்டுள்ளன என்று டாக்டர் எஸ்.எம்.கமால் ஒரு கட்டுரையில் கூறியுள்ளார். கல்வெட்டில் காணப்படும் நீண்ட பாடல்-

மிக்க புகழ்மணந்து விரிந்து தழைந்து
திக்க னைத்தும் படர்ந்திடும் இங்கிலீசு
குலப்பூங் கொடிக்கொரு கொழு மலரொப்போன்
கல்வி யறிவிலாக் காரிருள் இரியச்
செல்வச் சங்கச் செழுங்கதிர் விரித்தருள்
எல்லீ சென்னும் இயற்பெய ருடையோன்
இத்தே யத்தி லியன்றா பலசொற்களில்
முத்தமிழ் ஆரிய முதற்பல கசடறக்
கற்றறிந்த வற்றுள் கலைபல வுணர்ந்தோன்
புத்தமிழ்தெனத் தமிழ்பொழி திருவாக்கினன்
மநு முதனூல்களில் வழக்கு நெறியனைத்தும்
இனமுறத் தொகுத்து இங்கீலிசில் விரித்தோன்
திருவள்ளுவப் பெயர்த் தெய்வம் செப்பிய
அருங் குறள் நூலுள் அறப்பாலினுக்குத்
தங்குபல நூல் உதாரணங் கடலைப்பெய
இங்கிலீசு தனில் இணங்க மொழிபெயர்த்தோன்
தொன்மை செய்கற் பொறி சொற்செப்பேடு
நன்னவற்றையு நன்கு ஆராய்ந்து
அவற்றையும் நன்கு மொழிபெயர்த்தோன்
புறைசய் வெற்றடம் புக்கவோர் காலத்தரசு புரி சென்னையில்
ஆங்காங்கு இருபத்துஏழ் கூவல்க ளோடறக்
குளமுந் தொட்டோன் இளையபெருங் குணமுடையோன்
தென்திசை யாத்திரை செய்வழி முகவையில்

சாலிவாகன சகம் ஆயிரத்தெழுநூற்று நாற்பத்து ஒன்றனுக்குக்
கிறிஸ்துவின் ஆயிரத்து எண்ணூற்றுப் பத்தொன்தாம் ஆண்டில்
ஏய மார்ச்சு ஒன்பதினில் சடிதியில் அந்தோ நிலமகள்
அழுது தலைவிரிக்க அறமுதற் கடவுள்
அடிப் பெற்றுறு இளைப்பாறி உவகை உற்றனனே.

உழைப்பெலாம் வீண்

எல்லீசு திரட்டி வைத்திருந்த ஆராய்ச்சிச் செய்திகள் ஏராளம் இருந்தன. அவர் இறந்த பின்னர் அவரின் உடைமைகளை ஏலம் விட்டபோது அவரின் ஆராய்ச்சிச் சேகரங்கள் அனைத்தும் தொலைந்தன அல்லது அழிந்தன. எல்லீசால் எழுதி முடிக்கப் பெற்று ஆராய்ச்சி நூல் அச்சேறியிருக்குமாயின் தமிழியல் ஆய்வில் ஒரு திருப்புமுனையாய் அது அமைந்திருக்கக் கூடும்.

கமால், எஸ்.எம். டாக்டர் தினமணி சுடர் கட்டுரை, *22.8.1992*

மகாதேவன், ஐராவதம் திருவள்ளுவரின் திருமேனி தாங்கிய தங்கக் காசு, தினமணி சுடர் கட்டுரை, *4.3.1995.*

Wilkinson, Theon Two Monsoons, London, 1976.

2. அஜந்தா வரலாற்று ஒளி பெறுதல்

1819

அஜந்தா என்னும் சிற்றூரினருகே அமைந்துள்ளதால் அஜந்தாக் குகைகள் என்று அறியப்பட்டுள்ள குடைவரைக் குகைகள் கி.மு.*150* ஆம் ஆண்டு வாக்கிலேயே உருவாகத் தொடங்கிவிட்டன என்பது தொல்லியலார் கருத்தாகும். இந்திய மக்கள் பெரிதும் பத்தொன்பதாம் நூற்றாண்டு வரையிலும் வரலாற்றுச் சிறப்புடைய பல மனிதர்களையும் இடங்களையும் சிந்தனைகளையும் கலை, இலக்கிய வெளிப்பாடுகளையும் அறியாமல் இருந்து வந்தனர். பத்தொன்பதாம் நூற்றாண்டை இந்திய மறுமலர்ச்சிக் காலகட்டத் தொடக்கம் என்றும் கூறலாம்.

ஐதராபாது அரசின் ஆட்சிப் பரப்பில் இருந்த ஒரு காட்டுப் பகுதிக்குள் பிரிட்டீசுப் படையலுவலர் சிலர் வேட்டைக்குச் சென்றபோது அஜந்தா குகைகள் *1819* ஆம் ஆண்டு தற்செயலாய்க் கண்டுபிடிக்கப்பட்டன.

இந்திய வரலாற்றில் ஏறத்தாழ *275* ஆண்டுகள் மட்டுமே அரசோச்சிய குப்தர்களின் ஆட்சிக்காலம் (சு.*275-550* கி.பி.) பொற்காலம் என்று போற்றப்படுகின்றது. அப்போது கி.பி.ஐந்தாம் நூற்றாண்டளவில் தோன்றிய கலை, இலக்கிய, மெய்யியல், சமய மறுமலர்ச்சியின் பல்வேறு வெளிப்பாடுகளும் அஜந்தாவிலுள்ள குகைளும் அங்கு காணப்படும் சிற்பங்களும் ஓவியங்களும் அடங்கும். ஆயினும் இக்குகைகளைக் குடைந்தெடுக்கும் பணியில் துறவியரான பௌத்த பிக்குகள் இரண்டாயிரம் ஆண்டுகளுக்கு முன்னரே ஈடுபட்டுவிட்டனர் என்று ஒரு வரலாற்றாசிரியர் கூறுகின்றார்.

மனித நாகரிகத்திலிருந்து மிகவும் ஒதுங்கிக் கிடக்கும் இவ்விடம் துறவு வாழ்க்கைக்கு மிகவும் உகந்ததாயிருந்தது. இங்கு அமைந்துள்ள குகைகளின் காலம் சுமார் கி.மு. *150* முதல் கி.பி. *650* வரையில் நீடிப்பது என்று கணிக்கின்றனர்.

பௌத்தத் துறவிகள் கருங்கற்பாறைகளைக் கோடரி போன்ற கருவிகொண்டும் சிற்றுளியாலும் உடைத்தும் செதுக்கியும் அஜந்தாவில் முப்பது குடைவரைகளை

2007.06.15

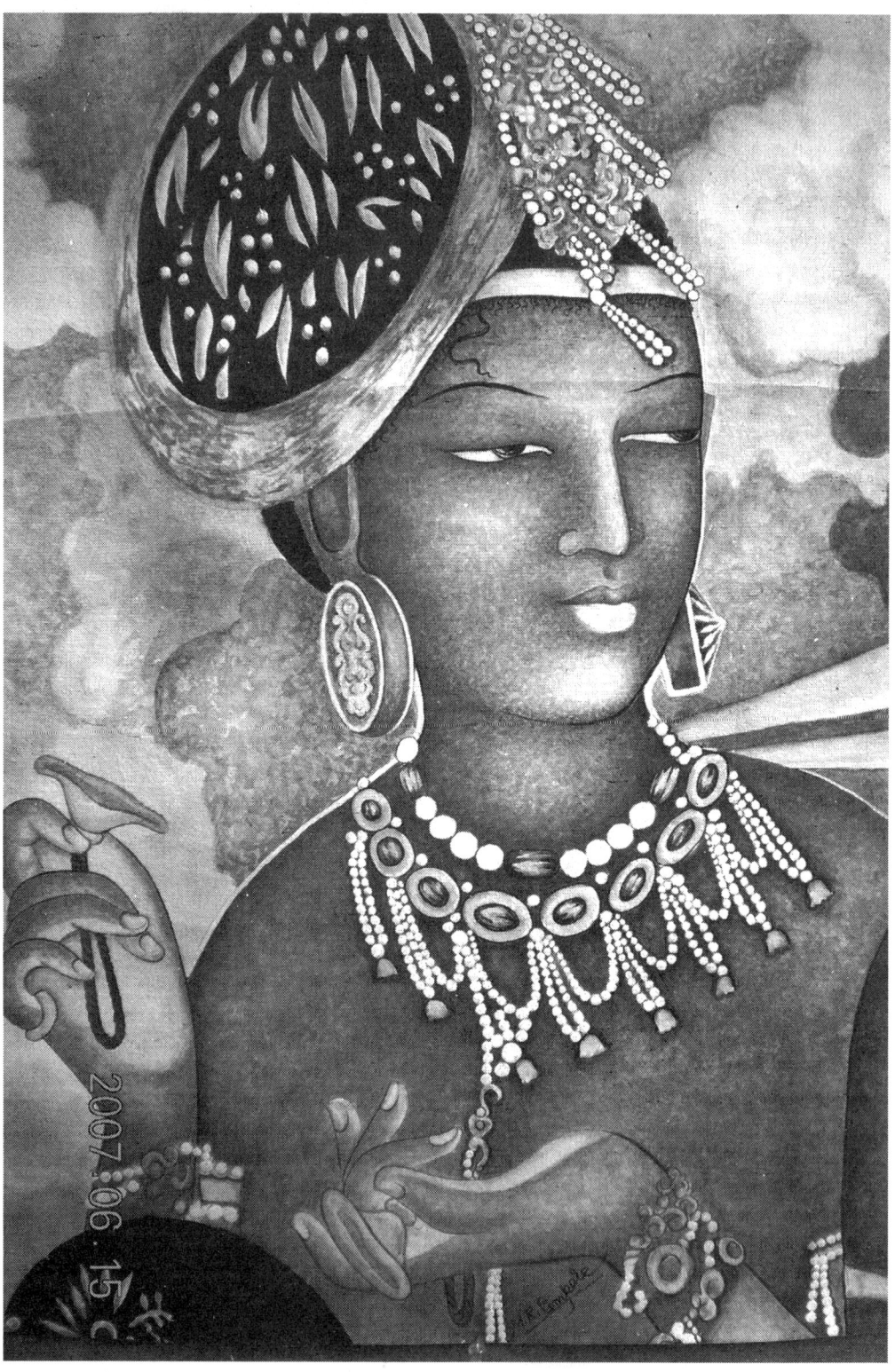

உருப்படுத்தி அவற்றுக்குக் கலைவடிவம் தந்துள்ளனர். இக்குகைகளை வாகடகரும் (ஆ.கா.சு.255 - 510 கி.பி.) தொடக்க காலச் சாளுக்கியரும் (6 - 7 நூ) குடைந்தெடுத்தனர். பல்லவர் சாளுக்கிய அரசை வென்றதும் இப்பணி நின்றது.

இந்தியத்தில் ஆயிரம் புனிதக் குடைவரைகள் உள்ளன. ஆனால் அவற்றில் எதுவும் நடு இந்தியத்தில் அமைந்திருக்கும் அஜந்தாக் குகைகளுக்கு ஈடாக முடியாது.

மனிதர் வாழ்கின்ற இடங்களிலிருந்து ஒதுங்கி அடர்ந்த காடுகளுக்குள்ளிருக்கும் இக்கவின் மலைப்பகுதிக்குப் பௌத்த பிக்குகள் கி.மு.200 - 150 வாக்கில் வந்து சேர்ந்தனர். அவர்கள் அப்போது எவ்வாறு காணப்பட்டனர் என்பதைப் பதினேழாவது குகையிலுள்ள ஓவியங்களிலிருந்து நம்மால் தெரிந்து கொள்ளமுடியும். பிக்குகள் பாறைகளைக் குடைந்து பள்ளி அமைந்ததற்கு முன்னர் மூங்கிலையும் மரத்தையும் வைத்து நிறுவிய குடில்களில் குகைக்கு வெளியே வாழ்ந்தனர் என்பதை அக்குகையிலுள்ள சுவரோவியங்கள் காட்டுகின்றன.

இக்குகைகள் எவ்வாறு குடைந்தெடுக்கப்பட்டன என்பதை முற்றுப் பெறாதிருக்கும் இருபத்தி நான்காவது குகையிலிருந்து கண்டுகொள்ள முடிகின்றது. கருங்கல் பாறைகளில் முன்பகுதியிலிருந்து பின்பகுதி வரை செல்லும் இடங்கள், நேரான மண்டபங்கள் அல்லது சுரங்க வழிகள் முதலியன பாறைகளைக் குடைந்து அமைக்கப்பட்டுள்ளன. இடைச் சுவர்களை நீக்கி மண்டபங்களை ஒன்று சேர்த்தனர். அதன்பிறகு திட்டமிட்டுச் செதுக்கு வேலைகளை நடத்தினர்.

இங்கு பாறைகளைக் குடைந்தெடுத்த இருபத்தொன்பது பௌத்தக் குகைகள் உள. அவற்றுள் சைத்தியங்கள் (வழிப்பாட்டுக் கூடங்கள்), விகாரைகள் (துறவி மடங்கள்) முதலியன இருக்கின்றன. அவை ஒரு சிறுகுன்றின் நெடுகிலும் வளைந்த அரிவாளின் வடிவில் சுமார் 1.2 கிலோ மீட்டர் நீளத்திற்குமதிகமான நுழைமாடங்களாய் நீண்டிருக்கின்றன. இக்குகைகளைச் சுற்றியுள்ள இடங்கள் இயற்கையழகு நிறைந்தவை.

இங்கு இருவகைக் குகைகள் உள. ஐந்து ஹீனாயனக் குகைள் -குகை எண்கள் 8, 9, 10, 12, 13; ஏனையன மகாயனக் குகைகளாகும். (ஹீனாயனம், மகாயனம், தாந்திரிகம் : புத்தர் பரிநிர்வாணமடைந்த பல நூற்றாண்டுகளுக்குப் பிறகு, அவர் கற்பித்த நல்லறம் மூன்று கோட்பாடுகளாய்ப் பிரிந்தது. அதாவது மனிதன் உலகத் துன்பங்களையெல்லாம் கடந்து இறுதி இன்ப நிலையான பரிநிர்வாண மேன்மையை எய்துவதற்குப் பின்பற்ற வேண்டிய மூன்று வழிகளாய்ப் பௌத்தம் பிரிந்தது. ஹீனாயனம் அல்லது ''சிற்றூர்தி'' என்ற கோட்பாடு தென்கிழக்காசியமெங்கிலும் பரவிற்று. பண்டைப் பௌத்தத்தின் கோட்பாடான ஹீனாயனத்தை மியன்மார், லாவோஸ், கம்போடியம், தாய்லந்து, இலங்கை, தென் வியத்துநாம் முதலிய நாடுகளில் வாழும் இலட்சக்கணக்கான மக்கள் பின்பற்றி வருகின்றனர்.

(பெரிய ஊர்தி அல்லது மகாயனம் என்ற கோட்பாடு முதலில் நடு ஆசியத்திலும் பின்னர் சீனம், ஜப்பான், நேபாளம், திபேத்து, மங்கோலியம், புரியாத்து (நடு ஆசியம்), கால்மைக்கு ஆகிய பகுதிகளிலும் பரவியது. அதன் பிறகு மகாயனத்திலிருந்து மூன்றாவது பிரிவாய்ப் பிரிந்தது தந்திர ஊர்தி எனப்படும் தாந்திரிகம் ஆகும். தாந்திரிகத்தைக் கைக்கொண்ட சித்தர்கள் தம்மைப் பின்பற்றியவர்களுக்கு வழிகாட்டினர்)

மகாயனக் குகைத் தொகுதி கி.பி. ஐந்தாம் நூற்றாண்டிலிருந்து குடையப் பெற்று வந்தது. இங்கு விகாரைகளின் அளவு வேறுபடுகின்றது. நான்காவது குகையிலுள்ள

விகாரை பெரியது: எண்பத் தொன்பது சதுர அடிப்பரப்புள்ளது. ஆறாவது குகை இரண்டு மாடி உயரமானது. இக்குகைகளில் குதிரை இலாட வடிவிலான பல கணிகள், இடைக் கூடங்கள், நீர்த் தொட்டிகள், மிக நுணுக்கமாய்ச் செதுக்கிய உருவங்கள், புடைப்புச் சிற்பங்கள் உள்ளன.

முதலாவது, பதினைந்தாவது குகைகளில் பிக்குகள் உறைந்த பள்ளிகள் உள்ளன. அவற்றின் முன்பகுதி மலைப் பள்ளத்தாக்கைப் பார்க்க அமைந்துள்ளது. இங்கு அரிய வேலைப்பாடுகளைக் கொண்ட உருவங்கள் உள: அகன்ற தாழ்வாரம் இருக்கின்றது. பட்டையான விதானத்தைக் கொண்டதும் சுமார் 20 மீட்டர் சதுரமானதுமான மண்டபம் ஒன்று இருக்கின்றது. பிக்குகள் தங்கியிருந்த பள்ளிகள். இம்மண்டபத்தின் எதிரே அமைந்துள்ளன.

சைத்தியங்களான வழிப்பாட்டு மண்டபங்கள் (9. 10, 19, 26, முற்றுப்பெறாத 29 ஆகிய குகைகளில் அமைந்துள்ளவை) பிக்குகள் உறையும் இடங்களை ஒட்டி அமைந்திருக்கின்றன.

உயர்ந்த குகைகளில் பெரியதும் வெகு தொன்மையானதும் பத்தாம் குகையாகும். அது 29 மீட்டர் ஆழம் 11 மீட்டர் உயரமுடையது. இக்குகைகளில் வளைந்த தூண்கள் நிற்கின்றன. இக்குகைகளைப் பக்கப் பாதைகளில் நிற்கின்ற எண்பட்டைத் தூண்கள் பிரிக்கின்றன.

ஓவியங்கள்

அஜந்தாக் குகைகளின் சுவர்களிலுள்ள ஓவியங்கள் உலகின் தொன்மைமிகும் கலை வடிவங்களுள் மிகச் சிறந்தவையெனப் போற்றப்படுகின்றன.

இங்குள்ள சுவர்ச் சித்திரங்களில் வெகுசில மட்டும் சுமார் கி.பி. 150 ஆம் ஆண்டைச் சேர்ந்தவை. ஏனையன அனைத்தும் 600 முதல் 650 வரையிலுள்ள ஐம்பதாண்டுக் காலத்தில்

உருப்பெற்றனவாகும். இப்பணிகள் குப்தர்களின் காலத்தில் நடந்தன. ஓவியத்தைத் தொழிலாய்க் கொண்ட கலைஞர்கள் பிற இடங்களிலிருந்து இங்கு வந்து தம் கைவண்ணத்தைக் காட்டியுள்ளனர்.

இங்குள்ள ஓவிய வேலைப்பாடு கெட்டிச் சாய வண்ண ஓவியமுறையை (*tempera:* இந்த வண்ணம் ஐரோப்பியத்தில் எண்ணெய் வண்ணங்கள் தோன்றிய சுமார் 15 ஆம் நூற்றாண்டிற்கு முன்னர் ஓவியர்களால் பயன்படுத்தப்பட்டது. பொடித்த வண்ணத்துடன் முட்டையின் மஞ்சள் கருவைச் சேர்த்து நீர் விட்டு நெகிழ்த்தியாக்குவர். இந்த வண்ணம் பூசியதுமே காய்ந்து கெட்டியாய்விடும். இது நீரில் கரையாது சில ஓவியர்கள் முழு முட்டையை வண்ணத்துடன் கலந்தனர். ஏடுகளில் ஓவியம் தீட்டுவோர் வெண்கருவை மட்டும் கலந்தனர். இத்தகைய கெட்டிச்சாய வண்ணமுறையை) அஜந்தா ஓவியம் ஒத்திருக்கின்றதேயன்றி, அது சுவர்க்கோல் (*fresco*) ஓவியமன்று.

முதலில் பாறைச் சுவர்கள் ஒரே தளமாக்கப்பட்டிருக்கின்றன. அதன்பிறகு மண், நெல்லுமி, சாணம், பொடித்த பாறை, நார், கோந்து முதலியன கலந்த ஒரு கலவையைச் சுவரில் பூசி, அதன்மேல் சன்னமான சுண்ணாம்புக் கலவையைப் பூசியுள்ளனர். இடத்தை வேலை முடியுமட்டும் ஈரமாய் வைத்துக்கொண்டு அதன்மேல் ஓவியம் வரைந்து முடித்தனர்.

தீவட்டிகள் ஏற்றி அவ்வெளிச்சத்தில் வேலை செய்தால் குகைச்சுவர்களில் கரி படியுமென்று உலோக ஆடிகளைக் கொண்டு வெளியிலிருந்து பகலொளியைக் குகைக்குள் பாய்ச்சச் செய்து. அந்த வெளிச்சத்தில் ஓவியம் தீட்டினர் என்று அறிஞர் விவரிக்கின்றார்.

அஜந்தா ஓவியங்கள் பெரும்பாலான இந்திய ஓவியங்களைப் போன்று அலங்காரமாயிருக்கின்றன. தொன்மையானதும் கோட்டு வடிவினதுமாகிய ஓவியக் கலையின் முதிர்ச்சியை இவை காட்டுவதாய்க் கூறுகின்றனர். ஆடை உரு அமைதி (*draperies*) மரபுப்படி அவை வரையப்பட்டுள்ள வடிவமைப்புகள் நிழல் இல்லாது மட்டமாய் அமைந்துள்ளன. சில இடங்களில் பரந்த நோக்கின்றிக் (*Perspectives*) காட்சிகளில் உருவங்கள் மிகுந்து நிறைந்துள்ளன. முன்னைத் தோற்றத்திற்கு அப்பால் பின்னணியாய் ஒருவாறு உருவத்தைக் காட்டி ஓவியத்திற்கு ஆழம் இருப்பதைக் காட்டும் மாயத் தோற்றம் உண்டாக்கப்பட்டுள்ளது. ''சித்திரங்களிலிருந்து வெளிப்படுகின்ற உணர்ச்சிகள் துடிப்பு மிக்கனவாயிருந்தபோதிலும், கிட்டத்தட்ட மனிதரொடு ஒட்டாத ஏதோ வேறோர் உலகைச் சோந்தனபோல் தோன்றுகின்றன.

ஓவியரின் தூரிகையிலிருந்து புறப்பட்ட நீண்ட ஒரே வீச்சுக் கோடுகளின் நுட்பத்திறன் நேர்த்தியையும் வண்ணங்களைக் கையாண்டதில் தெரிகின்ற முதிர்ச்சியையும் இன்று மங்கிப் போயிருக்கும் சில ஓவியங்களில் காணமுடிகின்றது. அவற்றின் உயிர்த்துடிப்பும் சில காட்சிகளில் தோன்றுகின்ற அதிர்வும் ஓவியக்கலை முற்றிலும் கைவரப் பெற்ற கலை ஆர்வலர்களால் இவை தீட்டப் பெற்றவை என்பதைக் காட்டும். அவற்றில் தரம் மிக்க வேலைப்பாடுகள் மிளிர்கின்றன.

அஜந்தா ஓவியங்களில் பல பொருள்கள் சித்திரிக்கப்பட்டுள்ளன. அவற்றுள் மிகச் சிறந்தவற்றை 1, 2, 16, 18, 19 எண்களுள்ள குகைகளில் பார்க்கலாம். புத்தரின் வாழ்க்கைக் காட்சிகளையும் சாதகக் கதைகளையும் பல ஓவியங்கள் காட்டுவதுடன் வரலாறு, தொன்மம் இவற்றிலிருந்தும் சில காட்சிகள் தீட்டப்பெற்றுள்ளன.

எனினும் இங்கு சமயம் அல்லது பிக்குகள் தொடர்புடையன தலையாய பொருள்களாய் ஓவியங்களில் இடம் பெறவில்லை. ஏனெனில் அரசவைக் கட்சிகள்,

குடும்ப வாழ்க்கைக் காட்சிகள், நாட்டுப்புற வாழ்க்கைக் காட்சிகள் ஆகியவற்றை ஓவியங்களாக்கும் முழுச் சுதந்திரம் ஓவியர்களுக்கு அளிக்கப்பட்டிருந்தது. அதனால் பெரிதும் பௌத்தச் செல்வாக்குள்ள இக்குகைகளில் களியாட்டக் காட்சிகளும் உள்ளன. ஏழாம் நூற்றாண்டில் நிலவிய பழக்கங்களையும் நடையுடை பாவனைகளையும் அசாதாணமான முறையில் ஓவியங்களாய்த் தீட்டியிருப்பதை நாம் இங்கு காணலாம்.

நடன நங்கையர், படகோட்டம், வேட்டையாடுதல், காளைச் சண்டை, இரவலர், யானை, குரங்கு, பறவை, மலர், உவளகத்துப் பெருமாட்டியரின் உறுப்பழகு, படுக்கையறை போன்றவை ஓவியங்களில் பரந்து விரிந்து இடம்பெற்றிருக்கக் காண்கிறோம். மங்கையரின் கூந்தலலங்காரம், நாகரிகப் பாங்குகள், ஆடவரின் முடியலங்காரம், உடைகள் முதலியன தங்கு தடையின்றி வெகு நேர்த்தியாய் உருப்பெற்றுள்ளன. இந்திய ஓவியத்தில் இவற்றுக்கு இணையானவை வெகு சிலவே உள்ளன.

''இங்கு ஏறத்தாழ இருபது விதமான ஓவியப் பாணிகள் காணப்படுகின்றன. சில ஓவியங்கள் கிரேக்க ரோமானிய அமைப்புகளையும் அளவுகளையும் நினைவு படுத்துகின்றன. பிற்காலத்தனவான வேறு சில ஓவியங்கள் ஓரளவிற்குச் சீனப் பாணி போலிருக்கின்றன'' என்று ஜேம்ஸ் ஃபெர்குசன் என்ற கலை வரலாற்றாசிரியர் இனம் பிரித்துக் காட்டுகின்றார்.

இவ்வோவியங்களில் பாரசிகப் போக்குகளும் தெரிகின்றன. பாரசிகத்தொப்பி அணிந்த ஆடவர்கள் பல்வேறு குகைகளில் ஏராளமான ஓவியங்களில் தீட்டப் பெற்றுள்ளனர். ஓர் ஓவியத்தில் பாரசிக உடையணிந்த அலுவலர் காட்டப்படுகின்றார். அது இரண்டாம் குஸ்ரூ கி.பி.625 ஆம் ஆண்டு சாளுக்கிய மன்னரான இரண்டாம் புலிகேசியிடம் *(610-642)* அனுப்பிய பாரசிகத் தூதுக்குழுவைக் காட்டுகின்றது என்று இப்போது நம்பப்படுகின்றது. அது அவ்வாறாயின் இவ்விரு அரசுகளுக்குமிடையே வாணிபமும் பண்பாட்டுத் தொடர்பும் நீண்ட காலமாய்ப் பயனுள்ள முறையில் நீடித்திருந்ததை இது காட்டுகின்றது எனலாம்.

ஓவியர்கள்

அஜந்தா ஓவியங்களைத் தீட்டிய ஓவியர்கள் பல்வேறு பகுதிகளிலிருந்து வந்தவர்கள் என்று தோன்றுகின்றது. தொடக்ககால ஓவியங்களில் பாம்பீ *(Pompeii :* இத்தாலியில் வெசூவியஸ் மலையின் சரிவிலிருந்த ஒரு நகரம் கி.79 ஆம் ஆண்டு அந்த மலை வெடித்ததால் அழிந்தது) பாணியின் தடங்கள் தெரிகின்றன என்று கலை வல்லுநர் சிலர் கருதுகின்றனர். பாரசிக, நடு ஆசியப் பாணிகளும் அஜந்தா ஓவியங்களில் இருப்பதாய் உய்த்துணரப்பட்டுள்ளது. இந்தியத்தினுள், சாதவாகனர், வாகடகர், குப்தர், பல்லவர், சாளுக்கியர் முதலானோரிடையே தொடர்புகள் இருந்ததை நாம் அறிவோம்.

அஜந்தா ஓவியப் பாணி *(School)* தன் பங்கிற்கு நடு ஆசியம், கிழக்காசியம் முழுமையிலும் தன் செல்வாக்கை விரித்துள்ளது. ஏனெனில் நாடோடியரான புத்த பிக்குகள் புத்தரின் போதனைகளைத் தொலைவிலுள்ள நாடுகளில் பரப்புவதற்காக, அஜந்தா பாணியில் கையெழுத்துப் படிகளிலும் ஏட்டுச் சுருணைகளிலும் ஓவியங்களை வரைந்து அவற்றைத் தம்முடன் அங்கெல்லாம் கொண்டு சென்றனர். ஏழாம் நூற்றாண்டைச் சேர்ந்த தாங்கு சீனப் பேரரசர்கள் *(Tang Emperors 618-907)* காலத்து ஓவியங்களில் அஜந்தாச் செல்வாக்குத் தெரிகின்றது. *(பின்வரும் சீனப் புத்தர் குகைகள் காண்க)*

ஜப்பானின் புனித நகரான நாராவிலுள்ள (*Nara* : நடு ஜப்பானில் உள்ளது. ஜப்பானின் முதல் தலைநகராய் 710 - 784 இல் இருந்தது.) ஹோர்யூஜி (*Huryujj*) கோயிலின் புகழ் பெற்ற எட்டாம் நூற்றாண்டுச் சுவரோவியங்களில் அஜந்தாவின் சாயல் தெரிகின்றது. நேபாளத்திலும் திபேத்திலுமுள்ள கோயில் கொடிகளிலும் காணமுடிகின்றது. அக்கொடிகளில் இறைவர், இறைவியர், பூதங்கள், இராக்கதர் முதலானோரின் உருவங்களும் சொர்க்க நரகக் காட்சிகளும் ஓவியங்களாய்த் தீட்டப்பெற்றுள்ளன.

அஜந்தாக் குகைகள் பற்றிய கடைசி வரலாற்றுச் சான்றுகளைச் சீன நாடோடியான உவான் சவாங்கின் (602 சு. 646) குறிப்புகளில் காணலாம். அவர் 640 ஆம் ஆண்டு அங்கு குகைகளைக் கண்டு அவை பற்றிய எழுதியிருக்கின்றார்.

பிக்குகள் எட்டாம் நூற்றாண்டில் இக்குகைகளை விட்டு வெளியேறியிருத்தல் வேண்டும். அஜந்தாக் குகைகள் அதன்பிறகு வரலாற்றிலிருந்து மறைந்துவிட்டன. அவை இருக்கின்றன என்பதை எவரும் அறியாது, ஆயிரமாண்டுகளுக்கு மேலாய் நாகரிக உலகினால் முற்றிலும் மறக்கப்பட்டுவிட்டன. அவை இந்த 1819 ஆம் ஆண்டு தற்செயல் கம்பெனிப் படையலுவலரால் கண்டுபிடிக்கப்பட்டன.

அதற்கு ஓராண்டிற்குப் பிறகு ஓர் ஆங்கில விற்பன்னர் அஜந்தா ஓவியங்களை விவரித்து இராயல் ஆசியவியல் சங்கத்தின் இதழில் (*Transactions*) எழுதினார். அதையடுத்துக் கட்டுமான வரலாற்றாசிரியரான ஜேம்ஸ் ஃபெர்குசன் மிகவும் அருமையான பணியை மேற்கொண்டார்.

அதன்பிறகு அஜந்தாக் குகைகளில் மேல் ஆர்வம் மிகலாயிற்று. அது மெதுவாய்த் தனக்குரிய இடத்தை வரலாற்றிலும் கலையிலும் பெற்றுவிட்டது. இருபதாம் நூற்றாண்டின் தொடக்கத்தில் அஜந்தாவின் சுவரோவியங்கள் தெரியவந்தன. ஆறாம் குகையிலுள்ள ஓவியங்கள் 1935 ஆம் ஆண்டில் தான் கண்டுபிடிக்கப்பட்டன.

இச்சுவரோவியங்களில் பொதுவான நசிவிற்குச் காலப்போக்கும் ஈரம், தூது ஆகியன உண்டாக்கும் அழிவுகளும் வௌவால்கள், பறவைகள், பூச்சிகள் முதலியன ஏற்படுத்திய அழிவு வேலைகளும் நாடோடிகளும் இடம் பெயரும் மக்களும் குகைகளுக்குள் மூட்டிய நெருப்பு முதலியனவும் காரணங்காளியிருந்தன. அவை மேலும் சீரழிந்து விடாமல் தடுப்பதற்கு எடுத்துக் கொண்ட பணிகள் அனைத்தும், இக்குகைள் கண்டுபிடிக்கப்பட்ட காலத்திலிருந்து இன்னலுக்குள்ளாகியிருக்கின்றன.

அஜந்தாவின் தலையாய சுவரோவியங்கள் அனைத்தையும் எண்ணெய் வண்ண ஓவியங்களாய்ப் படி எடுப்பதென்று ஓர் ஆங்கிலேயர் 1844ஆம் ஆண்டு தொடங்கி இருபதாண்டுகளுக்குப் பிறகு தன்னெஞ்சத்திற்குகந்த இப்பணியை நிறைத்தார். அவையனைத்தும் அதற்கு மூன்றாண்டுகளுக்குப் பிறகு இலண்டனில் ''கண்ணாடி மாளிகை'' என்ற அரங்கில் நடந்த பொருள் காட்சியில் தீக்கிரையாயின.

இன்னோர் ஆங்கில ஓவியர் 1872-1885 ஆகிய ஆண்டுகளுக்கு இடைப்பட்ட பதின்மூன்றாண்டுக் காலத்தில் இவ்வோவியங்களைப் படியெடுத்தார். அவர் அரிதின் முயன்று எடுத்த படிகளும் தென் கென்சிங்டன் மியூசியத்தில் நடந்த தீ விபத்தில் அழிந்தன.

பல சுவரோவியங்கள், அவை கண்டுபிடிக்கப்பட்ட காலத்தின் பின் மங்கியும் மறைந்தும் போயின. ஏனையவற்றைத் தொடக்ககால ஆர்வலர்களும் ஆயிரக்கணக்கில் இங்கு வந்த சுற்றுலாக்காரரும் சுவர்களில் எழுதியும் சுரண்டியும் வந்ததாலும் அவை அழிந்தன. இருபதாம் நூற்றாண்டின் தொடக்கத்தில் அங்கு பணி செய்த ஒருவர் ஓவியத்தின்

தலைகளை வெட்டியெடுத்து வருவோரிடம் விற்று வந்தார். அதனால் ஓவியங்கள் சில நாள்களில் உதிர்ந்துவிட்டன.

ஓவியங்களை மங்காமல் காக்க வேண்டும் என்று மேற்கொண்ட நடவடிக்கைகள் முறைப்படி செய்யப்படவில்லை. ஓவியங்களின் மீது மெருகெண்ணெய் *(Varnish)* தடவாததாலும் கற்றுக்குட்டிகளான மீட்பாளர்கள் கையாண்ட தவறான முறைகளாலும் நமது அறியாமையினாலும் அவை மேலும் அழியலாயின.

ஐதராபாது நிசாம் உதுமான் அலிகான் பகதூர் ஜங்கு (ஆ.கா.1911-1948; கடைசி நிசாம்) 1920ஆம் ஆண்டு வத்திக்கனிலிருந்து இத்தாலிய ஓவிய மீட்பு வல்லுநர்களைக் கொண்டுவந்து அஜந்தா ஓவியங்களைத் துப்புரவு செய்யப் பணித்த பிறகுதான், அவை பழைய அழகில் சிறிதளவையாவது பெற்றன.

வட சீனத்தின் ஆயிரம் புத்தர் குகைகள்

அஜந்தாக் குடைவரைகளின் கட்டுரையையொட்டி, இதற்கு ஒரு நூற்றாண்டிற்குப் பிறகு கண்டுபிடிக்கப்பட்ட துன் - குவாங்குப் *(Tun - Huang)* பாலைவனச் சோலையிலுள்ள சியன் ஃபூ துங்கு *(Chien Fu Tung)* என்ற ஆயிரம் புத்தர் குடைவரைகள் பற்றிய செய்திகள் இங்கு கூறப்படுகின்றன. அவற்றுக்கும் இந்தியத்திற்கும் இடையிலுள்ள சமய, கலைத் தொடர்புகள் அதற்குக் காரணமாகும்.

சிசாங்கு கௌயுவான் என்ற திபேத்தியச் சமவெளியிலுள்ள *(Xizng Gaoyuan)* சி.லியன் ஷான் *(Chi-Lian Shan)* மலைத் தொடரின் செங்குத்தான வடபகுதி மலைகளிலிருந்து வெகு வேகமாய்ப் பாய்ந்து வந்த மலையாறுகளால் நெட்டுக்குத்தான பல திரள் சரளைக்கல் பாறைகள் பல காலத்திற்கு முன்னர் அங்கு உண்டாயின. அதற்குப் பிந்திய காலத்தில் மிகவும் சரிவான மலையாறுகளால் அடித்துச் செல்லப்பட்டுக் கிடந்த கற்கள் ஒன்று சேர்ந்து குறுகலான பள்ளத் தாக்குகள் அங்கு அமைந்தன. அப்பாறைகள் ஒன்று சேர்ந்து குடைவரைகள் தோன்டுவதற்கென்றே அமைந்த செங்குத்தான வெள்ளைச் சுண்ணப் பாறைகளாயின.

துன்-குவாங்கு பாலைச் சோலைக்கு அருகிலுள்ள செங்குத்தான இப்பாறை முகங்கள் நெடுகிலும் சுமார் ஒரு கிலோ மீட்டர் நீளத்திற்குக் குகைகள் குடைந்தெடுக்கப்பட்டுள்ளன. இவை ஆசியத்தின் மிகப்பெரிய குடைவரைகளாகும். இக்குகைகள் அல்லது குடைவரைகள், பௌத்த சமயத் துறவியர் உறைந்த பெரிய

மையமானது. இதைப்பற்றி ஏராளமாய் எழுதி வைக்கப்பட்டுள்ளது. எனினும் இக்குடைவரைகளை ஒருவர் நேரில் சென்று கண்டால்தான் அவற்றின் சிறப்பை முற்றிலும் உணர்தல் கூடும். அவை பல்வேறு காரணங்களினால் தனிச்சிறப்பைப் பெறுகின்றன.

துன்- குவாங்கு பாலைவனச் சோலை

துன் - குவாங்கு மிகப்பெரிய பாலைவனச் சோலை. எனினும் அது முன்னைவிட இப்போது சிறியதாய்விட்டது. அங்கு பழங்கள் ஏராளமாய்க் கிடைக்கும். பெரும்பரப்பில் கூலங்களும் அங்கு முன்னர் விளைவிக்கப்பட்டன. அங்கு பருத்தியும் விளைந்தது. இப்பாலைச் சோலை லோப்பு நூர் (*Lop Nor:* இது சீனத்தில் ஒதுங்கிக் கிடக்கும் பெரிய உப்பு ஏரி: அது தரிம் பெண்டி (*Tarim Pendi*) என்ற மாபெரும் வடிநிலப் பகுதியில் உள்ளது. இது சிஞ்சியாங்கு உய்கூர் தன்னாட்சிப் பகுதியின் (*Xinjiang Uigur Autonomous Region*) நடு மையத்திலுள்ள வெறுமையான, பாலைவெளியில் இருக்கின்றது. சீனம் இங்கு அணுகுண்டு வெடிக்கின்றது. சதுப்பு நிலங்களின் ஓரத்தில் உள்ளது. ஹன்அரச குடியின் ஆட்சிக் காலத்தில் (206 கி.மு. 220 கி.பி.) அது துன் - குவாங்கு என்ற பெயரைப் பெற்றது.

அப்போது ஒரு வாணிப மையம் என்ற முறையில் முக்கியமான இடத்தை அது பெற்றிருந்தது. முக்கியமான இரு நெடுஞ்சாலைகள் அங்கு வந்து கூடிய, சீனக் கோநகரான சியான் (*Xian*) நகரிலிருந்து வந்த சாலையும் மங்கோலியங்களிலிருந்து வந்த இன்னொரு சாலையும் இங்கு சந்தித்துக் கொண்டன. இக்குவி முனையிலிருந்து மேலையுலகிற்கு இரண்டு சாலைகள் சென்றன. ஆல்தூன் ஷான் (*Altun Shan:* இது 4000 மீட்டர்களுக்கு மேல் உயரமுள்ள முகடுகளைக் கொண்ட மலை தொடர். இது திபேத்தியச் சமவெளியின் வட விளிம்பிலுள்ளது) குன்லுன் ஷான் (*Kunlun Shan* ; இது 7000 மீட்டர்களுக்கு மேல் உயரமான மலை முகடுகளைக் கொண்ட மலைத் தொடர். இது காரக்கோரம் மலைத் தொடரிலிருந்து கிழக்கு நோக்கி நீளுகின்றது இது திபேத்தியச் சமவெளியின் வட விளிம்பில் உள்ளது) என்ற மலைத் தொடர்களின் அடிவாரம் நெடுகிலும் நீண்டு, திபேத்தியச் சமவெளியின் வடக்கே சென்றது: மற்றொன்று தியன் ஷான் (*Tien Shan:* இது வடமேற்குச் சீனத்திற்கும் கிர்க்கிசியத்திற்கும் எல்லையாய் விளங்கும் மலைத் தொடர். இது சீனத்தின் சிஞ்சியாங்கு உய்கூர் தன்னாட்சிப் பகுதியின் குறுக்கே கிழக்கு நோக்கி நீளுகின்றது. இங்கு 5000 மீட்டருக்கும் அதிகமான உயரமுள்ள முகடுகள் உள. இது இரஷிய சீன எல்லையாகும்.)

மலைத் தொடரின் தெற்கிலுள்ள தக்கிளி மக்கான் பாலை வெளியின் (*Taklimakan:* இது மேற்குச் சீனத்திலுள்ள மிகப்பெரிய பாலைப்பரப்பு. இதன் பரப்பளவு 3,27,000 சதுர கிலோ மீட்டர். இப்பாலைவெளியிலும் அதைச் சுற்றியும் வாழ்கின்ற உய்கூர் என்ற பெரும்பான்மை இன மக்களின் மொழியில் தக்கிளி மக்கான் என்றால் ''போனவர் திரும்பார்'' என்று பொருளாம். இதன் பரப்பில் 85 சதம் இடம்பெயர்ந்து குவியும் மணற்குன்றுகளாய் உள்ளன. அவற்றுள் சில 300 மீட்டர் உயரமிருக்கும்.வடக்கே தாரிம் வடிநிலப் பகுதியின் வழியே சென்றது. மேலையுலகினர் இச்சாலைக்கு அளித்த பெயர் ''மாபெரும் பட்டுச் சாலை'' (*Grand Silk Road*). சீனத்திலிருந்து பட்டுத் துணிகள், வெளியுலகிற்கு இதன் வழியே சென்றதால் இதற்கு இப்பெயரிட்டனர். இவ்விரு சாலைகளும் சுமார் 1600 கிலோ மீட்டருக்கு அப்பால் காஷி (*Kashi or Kashgar:* இது சிஞ்சியாங்கு உய்கூர்த் தன்னாட்சிப் பகுதியிலுள்ள நகரம். சீனத்தின் வடமேற்கிலுள்ள இந்தப் பகுதியில் மங்கோலிய இனத்தைச் சேர்ந்த மக்கள் வாழ்கின்றனர். இவர்கள் அல்டாயிக்கு மொழிக் குடும்பத்தின் துருக்கிக்குக் கிளையைச் சேர்ந்த உய்கூர் என்ற

மொழியைப் பேசுகின்றனர்.) பாலைச் சோலையில் ஒன்று சேர்ந்தன. (பட்டுச் சாலையின் மேல் இருந்த இந்நகரில் இப்போது பாலைச்சோலை இலது. இது இப்போது சிஞ்சியாங்குப் பகுதியின் பொருளியல் மையமாய் உள்ளது.)

பட்டுச் சாலை

இந்தப் பட்டுச் சாலை கிழக்குச் சீனத்தின் லோயோங்கு (*Loyang* : இது வட ஹோனான் மாநிலத்தில் லோ ஆறு மஞ்சள் ஆற்றுடன் கலக்கும் இடத்திலுள்ளது. இந்நகரம் ஐந்து, ஆறாம் நூற்றாண்டுகளில் முக்கியமான பௌத்த மையமாயும் வாணிப நிலையாயும் விளங்கிற்று) நகரிலிருந்து புறப்பட்டு இன்றைய துருக்கியில் நில நடுக்கடலின் கரைமீதுள்ள ஆண்டியோக்கு, தற்காலத்து ஜோர்தானில் இருந்த பண்டை வாணிப நகரான பீட்ரா (*Petra*) வரையிலும் சென்றது. நடு ஆசியத்தின் ஊடே புக்காரா (*Bukhara*: இன்றைய உசுபெக்கித்தானத்தில் ஆப்கானிய எல்லையிலிருந்து சுமார் 440 கிலோ மீட்டரிலுள்ள பண்டைச் சிறப்பு வாய்ந்த நகரம்) சாமர்க்கண்டு (*Samarkand* : இதுவும் உசுபெக்கித்தானத்து நகரமேயாகும். புக்காரா நகரின் கிழக்கே 222 கிலோ மீட்டரில் உள்ள வரலாற்றுத் தொடர்பு மிக்க தொன்மையான நகரம்) ஆகியன வழியே ஐரோப்பியத்தை நோக்கிச் சென்ற இந்தப் பட்டுச் சாலையின் வழியே வாணிபப் பண்டங்களும் மெய்ப்பொருள் கருத்துகளும் சமய பண்பாட்டுக் கோட்பாடுகளும் போகவும் வரவும் இருந்தன.

இச்சாலையின் வடபுறத்திலுள்ள தாரிம் வடிநிலத்தைத் தாண்டிச் சீன நாடோடியான உவான் சவாங்கு (602-664) 635 ஆம் ஆண்டில் இந்நெடுஞ்சாலை வழியாய் இந்தியத்தை அடைந்தார். அது தக்களி மக்கான், கோபி ஆகிய பெரும் பாலைவெளிகளின் விளிம்பைச் சுற்றிக் கொண்டு சென்றது. அவர் 645 ஆம் ஆண்டில் யார்க்கண் (*Yarkand*) கோட்டா (*Kota*) லோப்பு நூர் (*Lop Nor*) துன் குவாங்கு ஆகியன வழியே பழைய பட்டுச் சாலையின் வட வழியில் தாயகம் சென்றடைந்தார். வெனிசிய நாடோடியான மார்க்கோ போலோ (*Marco Polo* : 1254-1324) பட்டுச்சாலை வழியேதான் (1271-1275) சீனம் சென்றார். இந்தப் பழைய பட்டுச்சாலையையொட்டிப் பகுதி சரளைக் கல்போட்ட சாலை இன்றுள்ளது.

ஆயிரம் புத்தர் குகைள்

துன் - குவாங்கு பாலைச் சோலையிலிருந்து ஆயிரம் புத்தர் குகைகள் (*Ch'ien Fu Tung*) சுமார் பதினாறு கிலோ மீட்டரில் உள்ளன. மிகப் பரந்த கோபி பாலைவனத்திற்கும் நான் ஷான் மலைத் தொடருக்குமிடையே நடந்துவரும் பல்லாயிரமாண்டு இயற்கைப் போராட்டத்தின் சுவடுகளை அங்கு செல்லும் வழிநெடுகிலும் காணலாம். மலையடிவாரத்தை வாரிப் புதைத்து விடவேண்டுமென்பதுபோல் கோபி என்ற அரக்கப் பாலைவெளி மணலை வீசியடித்து வருகின்றது. சரளைக் கற்களை உதிர்க்கும் மலைகளைக் காணும்போது, பாலைவெளி அவற்றை வெற்றி கொண்டு விட்டதோ என்று தோன்றுகின்றது.

இந்தியத்திலிருந்து நடு ஆசியத்தை அடைந்து அங்கிருந்து பௌத்த, சம்ஸ்கிருத ஞானச் செல்வங்களும் இன்னபிறவும் சீனத்திற்குச் சென்று சேர்ந்த இந்நெடுஞ்சாலையில் துன் - குவாங்கு உள்ளது. அது மிகப்பெரிய சமய, வாணிப மையமாய் அங்கு விளங்கிற்று. வணிகரும் படைத்தலைவரும் சமய அமைப்புகளும் அரசரும் சிற்றரசரும் வரையாது வழங்கிய வள்ளன்மையால் அங்கு அமைந்த பௌத்தத் துறவியர் மையம் சிறப்புற்றோங்கியது.

திபேத்தியச் செல்வாக்கு

அங்குள்ள ஆயிரம் புத்தர் குகைகளில் எட்டாம் நூற்றாண்டின் நடுவிலிருந்து ஒன்பதாம் நூற்றாண்டுவரை திபேத்தியர் மேலோங்கிய நிலையில் இருந்தனர். திபேத்தியப் பௌத்தம் தனது தாந்திரிகத் தெய்வங்களொடு இக்குகையில் காணும் கலைப் படைப்புகளில் தனி இடம் பெற்று விளங்குகின்றது. இங்கு ஒரு குகையில் தொட்டு வழிபடும் கல்வெட்டு ஒன்றுள்ளது. அதை மோ - கவோ சூயே கல் (*Mo-Kao Chueh Steele*) என்று அழைக்கின்றனர். அதில் ஆறு மொழிகளில் அமைந்த ''ஓம் மணி பத்மே ஹம்'' (ஓ தாமரை மீதமர்ந்த மணியே) என்ற திபேத்திப் பௌத்த மந்திரம் பொறிக்கப்பட்டுள்ளது.

ஓம் மணி பத்மே ஹம்

இம்மந்திர மொழி பௌத்தருக்கு ஆயிரம் பொருள்களை அளிக்கவல்லது. ஜெர்மன் விற்பன்னர் ஒருவர் இம்மந்திரத்தை விளக்கி ஒரு நூல் எழுதியுள்ளார். அது மூன்று ஐரோப்பிய மொழிகளில் மொழிபெயர்க்கப்பட்டுள்ளது. அவர் இந்நூலில் ஓம் மணி பத்மே ஹம் என்ற மந்திரத்திற்கு நானூறு பக்கங்களில் தெளிவுரை கூறியிருக்கின்றார். அக்கல்லில் இம்மந்திரம் கீழ்க்காணும் ஆறு மொழிகளில் பொறிக்கப்பட்டுள்ளது. சம்ஸ்கிருதம், திபேத்தன், சீனம்,ஷி-ஷியா (*His-Hsia* :இது *Tangut* எனவும்படும். அரிய இந்த எழுத்து துன் - குவாங்குப் பகுதி,வடசீனத்திலுள்ள நிங்கு - ஷியா (*Ning-Hsia*) பகுதி ஆகியன உள்படக் கான்சூ மாநிலத்தின் ஒரு பகுதியில் நிலவிய எழுத்தாகும்.) மங்கோலியன், உய்கூர் முதலிய ஆறு மொழிகளாகும்.

1819

இக்கல்வெட்டின்காலம் *1348* ஆம் ஆண்டு. இக்கல்லின் அடியில் கொடை கொடுத்தவர்களின் பெயர்கள் பொறிக்கப்பட்டுள்ளன. அவை சீன எழுத்துகளில் எழுதப்பெற்ற அயல் பெயர்களாய் உள்ளன.

வரலாறு

வடமேற்குச் சீனத்தில் திபேத்திற்கும் உள் மங்கோலியத்திற்கும் இடையில் கான்சூ (*Gansu or Kansu*) என்ற சீன மாநிலம் உள்ளது. அது மலைப்பாங்கானது. பாலைவெளிகளைக் கொண்டது. பாழ்வெளியான இந்த எல்லைப்புறப் பகுதியில் கோபி பலைவனமும், நான் ஷான் மலைத் தொடரும் கூடுகின்ற இடத்திலமைந்த இக்குகைகளின் வரலாறு அஜந்தாக் குகைகளின் வரலாற்றைப் போலவே நெடியது. இரண்டுமே பல அரச குடிகளின் காலத்தில் குடையப் பெற்றனவாகும்.

இங்கு முதற் குகை கி.பி. *366* ஆம் ஆண்டு கொத்தி எடுக்கப்பட்டது. (ஆனால் அஜந்தாவில் கிறித்தவ அப்தத்திற்கு முந்திய இரண்டாம் நூற்றாண்டிலேயே குடைவரை தோண்டும் பணி தொடங்கிவிட்டது) வேவ் (*Wei Dynasties*). சூயி (*Suei*) தாங்கு (*Tang*) ஐந்து அரச குடிகள் (*Five Dynasties*) சங்கு (*Sung*) யுவான் (*Yuan*) சிங்கு (*Ching*) ஆகிய சீன அரசு குடிகளின் ஆட்சிக்காலம் நெடுகிலும் கி.பி.*534* தொட்டு *1911* வரையிலும் *1377* ஆண்டுகளாய் அங்கு குகைகள் குடைந்தெடுக்கப்பட்டன.

காலத்தைப் படம் பிடித்துக் காட்டுவதால் சிறப்பு

இக்குகைகள் வெட்டப்பட்ட காலத்தை அப்படியே படம்பிடித்துக் காட்டுவதே அவற்றின் அரிய சிறப்பாகும். கிறித்தவ அப்தத்தின் முதல் எண்ணூறு ஆண்டுகளில் சீனம்

எத்தகைய மேலான நாகரிக நிலையை அடைந்திருந்தது என்பதை இக்குகைளில் கண்டு தெளியலாம். இங்கு கலை, இலக்கியம், சமயம், சமூக வாழ்க்கை ஆகியன அப்படியே பதிந்து வைக்கப்பட்டுள்ளன. அவற்றை கோபி பாலைவனத்து மணல் பல நூற்றாண்டுகளாய் மூடி மறைத்து வைத்திருந்தது. அவை இருபதாம் நூற்றாண்டில் கண்டுபிடிக்கப்பட்டது வரையிலும் அவற்றைக் காத்தும் வந்தது. இக்குகைகளை அந்நூற்றாண்டின் மாபெரும் தொல்லியல் கண்டுபிடிப்பு என்று கொள்ளலாம்.

பௌத்த சமயத்து உருவங்களும் ஓவியங்களும்

இக்குகைகளிலுள்ள குழைகாரை (*Stucco*) உருவங்களும் சுவரோவியங்களும் பெரிதும் பௌத்தக் கலையை விவரிக்கின்றன. கிரேக்க பௌத்தக் கலை வடிவம் தோற்றுவித்த சிற்ப வளர்ச்சியும் நடு ஆசியப் பௌத்தச் செல்வாக்கும் இங்குள்ள சிற்ப மரபுகளுக்குச் சான்றுகளாய் இலங்குகின்றன. இக்குகைகளில் காணப்படும் சிற்பங்கள் ஓவியங்கள் ஆகியவற்றின் கலைச் சிறப்பை நான்கு வகைகளாய் பிரிக்கின்றனர்.

இரண்டு வேய் அரச குடிகளின் கலையில் முதிர்ச்சியடையாக் கலைப்பாணியின் திருத்தமுறா நிலையை இங்குள்ள குகைகளில் காணமுடிகின்றது.

இங்கு இந்தியக் கலைப் பாணி துலக்கமாய்த் தெரிகின்றது. வண்ணங்கள் மிக நேர்த்தியாயிருக்கின்றன. கோடுகள் எளிமையானவையாயிருந்த போதிலும், அவை கற்பனைத் திறத்தின் பண்புகளை வெளிப்படுத்துகின்றன.

1819

சூயி, தாங்கு அரச குடிகளின் காலத்தில் உருவான குகைகளில் கலையின் மேலான தரங்கள் வெளிப்படுகின்றன. தாங்கு அரச குடியின் ஆட்சிக்காலம் செல்வச் செழிப்பையும் கலைச் சிறப்பின் முதிர்ச்சியையும் காட்டுகின்றது. இக்காலத்தில் குடைவரைகளைத் தோண்டும் பணி மிகவும் சுறுசுறுப்பாய் நடந்தது. கண்ணைப் பறிக்கும் வண்ணங்களும் மிகவும் இயற்கையான குழை காரைச் சிற்பங்களும் தாங்கு அரச குடியின் காலத்தில் மிகவும் மேலான நிலையை எய்தியிருந்தன என்பதைக் குகைகளில் காணமுடிகின்றது. இந்தக் காலத்தில் அழகும் உணர்ச்சிகளும் வெளிப்படுத்திய கலை நயம் மீண்டும் பிற்காலத்தில் தோன்றவில்லை.

அதையடுத்துத் தோன்றிய ஐம் முடியரசுகளின் காலத்திலும் சங்கு, யுவான் அரச குடிகளின் காலத்திலும் வண்ணங்கள் மந்தமாயும் எளிமையாயும் இருந்தன. கற்பனைத் திறன் மங்கியிருந்தது. சிற்பங்களில் அதே வடிவம் திரும்பவும் காணப்பட்டது. இக்காலத்தில் கலைத்திறன் குன்றிவிட்டது என்பதை இவை காட்டுகின்றன.

குகைளின் அமைப்பு

வறண்ட ஒரு பாலைப் பாழ் வெளியின் மேற்கில் நேர் செங்குத்தாய் அமைந்த பாறைத் தொகுதிகளில் குகைகள் குடையப்பட்டிருக்கின்றன. நான் ஷான் மலைத்தொடரின் மேற்குத் தொங்கலிலிருந்து இறங்கி வரும் சிறு மலையாறு ஒன்று, இடம் பெயர்ந்து வரும் மணல்களினால் உண்டான மிகப்பெரிய மணற்குன்றுகளின் வழியே பாய்ந்தோடி வருகின்றது. இம்மலையாறு சீன மொழியில் யென் சுவான் (*Yen Chuan*) அல்லது கல்லாறு என்று பெயர் பெற்றுள்ளது. அது குடை வரைகளின் முன்பகுதிக்கு நீர் பாய்ச்சுகின்றது. அந்த ஆற்றினால் அங்கு பாலைவெளியைக் குளிர்ச்சிப்படுத்தும் சோலைவெளி தோன்றிவிட்டது. இங்கு நெட்டிலிங்க மர வகைகள்

(poplars) நிறைந்துள்ளன. இங்கு குகைகளைக் காத்து வருபவர்களுக்கு வேண்டிய பழங்களையும், தானியங்களையும் விளைவிக்கப் போதிய நீர்ப் பாய்ச்சல் இந்த ஆற்றிலிருந்து கிடைக்கின்றது.

இங்குள்ள செங்குத்தான பாறை முகத்தில் சுமார் முக்கால் கிலோ மீட்டர் நீளத்திற்குச் சிறியனவும் பெரியனவுமாய்க் குடைந்தெடுத்த ஆயிரம் குகைகள் வரை உள்ளன. தேனடை போன்ற இக்குடைவரைகள் சீரற்ற தளங்களில் செங்குத்தான பாறைமுகங்கள் நெடுகிலும் மூன்று அடுக்களில் குடையப்பட்டுள்ளன. இங்குள்ள 425 குகைகளில் மட்டுமே இடம் பெயர்க்கவியலாச் சுவரோவியங்களும் உருவங்களும் அமைந்திருக்கின்றன. இக்குகைகளில் மொத்தம் சுமார் 24 கிலோ மீட்டர் நீளத்திற்குச் சுவரோவியங்களும் இரண்டாயிரத்திற்கு மதிகமான குழை காரை உருவங்களும் அமைந்திருக்கின்றன. அவை மேற்கூறிய சீன அரசர்களின் காலத்துக் கலைகளையும் பண்பாட்டையும் காட்டி நிற்கின்றன.

கண்டமேனிக்கு அமைத்த குடைவரைகள்

இக்குடைவரைகள் ஒரு திட்டம் வகுத்துக் குடையப்பெறாததாலும் பல்வேறு காலங்களில் உருப்பெற்றதாலும் கண்டமேனிக்கு அமைந்துள்ளன. இவற்றை நுணுகி ஆராய்ந்ததில், அவை பாறை முகத்தின் நடுப்பகுதியிலிருந்து குடையப்படலாயின என்றும் அவை முதலில் தெற்கு நோக்கியும் பின்னர் வடக்கேயும் பிறகு மேல் நோக்கியும் விரியலாயின என்பனவும் தெளிவாயின.

இக்குகைகள் குடையப்பெற்ற காலமும் அவற்றைக் குடைவித்த அரச குடிகளும் குகைகளின் எண்ணிக்கையும் கீமே தரப்படுகின்றன.

1819

வேவ் அரச குடிகள்	(குடையப் பெற்ற காலம் 534-556)	20	குகைகள்
சூயி அரச குடி	(குடையப் பெற்ற காலம் 581-617)	88	குகைகள்
தாங்கு அரச குடி	(குடையப் பெற்ற காலம் 618-936)	117	குகைகள்
ஐம் முடியரசுகள்	(குடையப் பெற்ற காலம் 907-959)	29	குகைகள்
சங்கு அரச குடி	(குடையப் பெற்ற காலம் 960-1276)	102	குகைகள்
யுவான் அரச குடி	(குடையப் பெற்ற காலம் 1277-1367)	7	குகைகள்
சிங்கு அரச குடி	(குடையப் பெற்ற காலம் 1640-1911)	2	குகைகள்
மொத்தம்		425	குகைகள்

முற்றிலும் பௌத்தத் தொடர்பு

பௌத்த மரபுகளை ஆழமாய் அறிந்திருப்பவர்களால் தான் இக்குகைகளில் காணும் அனைத்துக் கட்டடங்களின் கதையையும் தொடர்புபடுத்திப் பார்ப்பதற்கு இயலும். இல்லையேல் சியன்ஃபூ துங்கிலுள்ள சுவரோவியங்களிலும் குழை காரை உருவங்களிலும் அமைந்திருக்கும் கலைச் சிறப்புகளையும் அருமைகளையும் ஒருவரால் உணர்தல் இயலாது.

பாலைவெளி தந்த பாதுகாப்பு

இங்கு வெப்பமிகு பாலைவெளித் தட்ப வெப்ப நிலை இருப்பதாலும் வறட்சி நிலவுவதாலும் குகைகளுக்குள்ளிருக்கும் கலை படைப்புகள் கி.பி.353 ஆண்டிலிருந்து,

அதாவது அவை உருப்படத் தொடங்கிய காலத்திலிருந்து அப்படியே மெருகு குலையாமல் புத்தம் புதியனவாய் இருக்கின்றன. முன்னொரு காலத்தில், இரண்டு முதல் ஒன்பதாம் நூற்றாண்டு வரையிலும் இந்த இடம் சிறப்புமிக்க பௌத்த மையமாய் மட்டும் நிலவவில்லை. அது நடு ஆசியத்தின் வழியே ஐரோப்பியம் சென்ற நெடுஞ்சாலையில் இருந்ததால், வணிகர் வழக்கமாய்க் கூடும் இடமாயும் விளங்கிற்று.

குடைவரைகளுக்குள் நூலகமும் பன்மொழி நூல்களும்

இக்குடைவரைகளுக்குள்ளிருந்த நூலகத்தில் இருபதாயிரத்திற்குமதிகமான புத்தகங்களும் ஏடுகளும் கிடைத்தன. அவற்றில் பெரும்பகுதி இலண்டனிலும் பாரிசிலும் உள்ள நூலகங்களில் வைக்கப்பட்டுள்ளன: சிறிதளவு பெய்ஜிங்கில் இருக்கின்றது. அவை பல துறைகளைச் சேர்ந்த நூல்களும் கையெழுத்து ஏடுகளுமாகும். பௌத்த சமய நூல்கள், தாவோய நூல்கள் (*Taoist Works*: நேர்மையுள்ள எளிமையான வாழ்கை: இயற்கை நிகழ்வுகளின் போக்கில் குறுக்கிடாமல் வாழ்தல் என்ற கோட்பாட்டைக் கூறும் லோட்சேயின்-*Laotze: 640 - 531* கி.மு. மெய்யியல் கருத்துகளைக் கூறும் நூல்கள்) கன்ஃபூசிய நூல்கள் (*Confucian Works* : குடும்பப் பற்று, முன்னோர் பற்று, அமைதி, நீதி, தன்னைப்போல் பிறரையும் மதித்தல் போன்ற அறநெறி வாழ்க்கையைக் கற்பித்த கன்ஃபூசியசின் - (*Confucius 551 -479* கி.மு. நூல்கள்), நாவல்கள், பாடல்கள், மருத்துவ நூல்கள் முதலியன அங்கு கிடைத்தன. அவை சம்ஸ்கிருதம், சீனம் இன்னும் பல மொழிகளில் எழுதப் பெற்றிருந்தன. அவற்றில் செறிந்த அச்சுருவான துருக்கிய ரூனிக்கு உள்படப் பலமொழிகளில் எழுதப்பெற்ற சில நூல்களைச் சீன விற்பன்னரால் படித்தறிய முடியவில்லை.

பௌத்த - கிரேக்கக் கலை

சாக்கிய முனியான கௌதம புத்தர் (563-483 கி.மு.) வட கிழக்கு இந்தியத்தில் அறச் சகடத்தைச் சுழலவிட்டுக் கொண்டிருந்த கி.மு. ஆறாம் நூற்றாண்டில் பெருமானின் உருவத்தைக் காட்டுகின்ற அல்லது அவருடைய போதனைகளின் பல்வேறு கூறுகளை வெளிப்படுத்துகின்ற கலைப் படைப்பு எதுவும் இருந்திலது. மா அலெக்சாந்தர் (356-323 கி.மு) கி.மு. 326 ஆம் ஆண்டு இந்தியத்தில் காலடி எடுத்து வைத்த பிறகு பௌத்தத்தின் புண்ணிய பூமியில் புதிய கலை வடிவம் ஒன்றுக்குக் கால்கோளிடப்பட்டது. பெருமானின் வாழ்க்கையைச் சித்திரிக்கும் சிற்பமும் ஓவியமும் வட இந்தியத்திலிருந்த சிறந்த கலைமரபுகளுடன் கிரேக்கக் கலை நயமாய்க் கலந்து பௌத்த கிரேக்கக் கலை வடிவம் பிறந்தது. இந்தக் கலைச் சேர்க்கை புத்தர் பிறந்த இடத்தைச் சுற்றிச் செழித்திருந்தது.

இந்தியத்தில் அசோகர் தோற்றுவித்த குடைவரை வரலாறு

அசோகப் பேரரசர் (273-232 கி.மு.) கிறித்தவ அப்தத்தின் முன் மூன்றாவது நூற்றாண்டில், இன்றைக்கு ஏறத்தாழ இரண்டாயிரத்து இருநூறு ஆண்டுகளுக்கு முன்னர் குடைவரை வரலாற்றைத் தோற்றுவித்து விட்டார். (இ.ச.க.தொகுதி-8 : 1772 - கட்டுரை) அவர் ஆசீவகர்க்காக அப்போது குடைவரைகளைக் குடைந்தார். இந்தியத்தின் குடைவரை வரலாறு அசோகருடன் தொடங்குகின்றது.

சீனத்தில் பௌத்தம்

பௌத்தம் சீனத்தைச் சுமார் கி.பி. 150 ஆம் ஆண்டு அடைந்தது. இதற்கு முன்பிருந்தே சீன-இந்திய வாணிபத் தொடர்புகள் பன்னெடுங்காலமாய் இருந்து வந்தனவெனினும், பௌத்தம் அங்கு நிலைபெறத் தொடங்கியதும் இரு நாடுகளுக்குமிடையே சமய, கலை பண்பாட்டுப் பரிமாற்றங்கள் வலுப்பெறலாயின. சீனத்திலிருந்து சி-தவோ - அன் என்ற முதல் பயணி கி.பி. நாலாம் நூற்றாண்டின் தொடக்கத்தில் இந்தியத்திற்கு வந்தார். அதன் பிறகு வரிசையாய்ப் பௌத்த நாடோடியர் சீனத்திலிருந்து பாரதம் வரலாயினர்.

சீனப் பயணியர்

சி - தவோ - அன்னையடுத்து ஃபாகியான் நாலாம் நூற்றாண்டின் இறுதியிலும் ஹவேய் - சங்கு, சங்குயுன் என்னுமிருவர் 5-6 ஆம் நூற்றாண்டுகளிலும் உவான் சவாங்கும் ஐட்சிங்கும் ஏழாம் நூற்றாண்டிலும் கீனி என்பவர் பத்தாம் நூற்றாண்டிலும் வந்தனர். இவர்களில் உவான் சவாங்கு அஜந்தாக் குகைகளை நேரில் கண்டு சென்றார். இவர்கள் இந்தியத்திலிருந்து பௌத்த சமய நூல்களையும் பிற கலைப் பொருள்களையும் தாயகத்திற்குக் கொண்டு சென்றனர்.

புத்தர் பெருமானின் தேரவாதக் கோட்பாட்டின் மேல் சீனச் செல்வாக்குப் படிந்து, அது மகாயனக் கோட்பாடாய் மாறியது. அதைப்போலவே இந்தியத்திலிருந்து சீனத்தை அடைந்த கிரேக்கச் செல்வாக்குப் பெற்ற பௌத்தக் கலைவடிவத்தை, உலகின் நடுநாயகமாய் அமைந்த, முடியரசு என்ற சீனர் நம்புகின்ற சீனத்தின் கலை ஆட்கொண்டு விட்டதைத் துன் குவாங்கு பாலைச் சோலையில் காண்கின்றோம்.

Black, John Travel, A Twentieth Century Experience, Susses, 1992.

3. சோஃபனேரின் மெய்யியல் கோட்பாடுகள்

''உளத்திடமும் கருத்துருவும் ஆய உலகு'' *(The World as Will and Ideas-Die Welt abs wille und Voestellung)* என்ற மெய்யியில் நூலைத் தன் முப்பது வயதில் ஆர்தர் சோஃபனர் *(Arthur Schopenhauer 1788-1860)* எழுதி முடித்தார். அது 1819 ஆம் ஆண்டு வெளிவந்தது. அது சோர்வு வாதக் கருத்தை *(pessimism)* எடுத்துரைக்கின்றது.

சோர்வு வாதம்

வில் டூரண் *(Will Durant 1895 -1981)* தமது ''மெய்யியல் கதை'' *(The Story of Philosophy)* என்ற நூலில் ஒரு வினாவை எழுப்பிக் கொண்டு சோஃபனேரின் வரலாற்றைச் சொல்லத் தொடங்குகின்றார்.

ஐரோப்பியமெங்கும் பத்தொன்பதாம் நூற்றாண்டின் முதற்பாதிக் காலகட்டத்தில் சோர்வு வாதக் குரலே ஒலித்தது அதை எதிரொலிப்பதைப் போல அங்கு சோர்வு வாதப் புலவர் பலர் இருந்தனர். இங்கிலாந்தின் பெரும்புலவரான பைரன் *(George Gordon Byron 1788 - 1824)* பிரான்சின் ஆல்ஃபிரடு தெ மைசோ *(Alfred de Musset 1810-1817;* நாடகாசிரியர்; புத்தார்வக் கற்பனைப் புலவர்) இத்தாலியின் சக்கோமோ லியோப்பார்டி *(Giacomo Leopardi 1798 - 1837)*, ஜெர்மன் புலவரான வெஹன்றிக்கு ஹெயின் *(Henrich Haine 1797 - 1856)*, இரஷியத்தின் புஷ்கின் *(Aleksander Sergeyevich Pushkin 1799 - 1837)*, அந்நாட்டு மிகைல் யூரியவிச்சு லெர்மண்டோஃபு *(Mikhail Yurievich Lermentov 1814 - 1841)* இவ்வாறு அக்காலத்துச் சோர்வு வாதப் புலவர்களை அடுக்கிக் கொண்டே போகலாம்.

மேலும் ஆஸ்திரியத்தின் ஃபிரான்ஸ் (பீட்டர்) ஷுபட்டு *(Franz (Peter) Sehubert 1797-1828)*, ஜெர்மனியின் இராபட்டு அலெக்சாந்தர் ஷுமன் *(Robert Alexander Sehumann 1810-1856)*, போலந்தியரான ஃபிரடரிக்கு ஃபிரான்சுவா சோப்பின் *(Frederich Francois Chopin 1810-1849)*, லடுவிகு வான் பீத்தோவன் *(Ludwig van Beethoven 1770-1827)* என்று பல சோர்வுவாத இசைக் கோவையாளரையும் இந்தக் காலகட்டம் மேலே ஏற்றி மகிழ்ந்தது. எனினும் இவர்கள் அனைவருக்கும் மேலாய் ஆழ்ந்த சோர்வு வாத மெய்யியலாரான சோஃபனேரை ஏன் இந்தக் காலம் உலகிற்குத் தந்தது என்பது டூரணின் வினாவாகும்.

கடுந் துன்பங்களெல்லாம் சேர்ந்த தொகை நூலான ''உளத்திடமும் கருத்துருவும் ஆய உலகம்'' வெளிவந்த நேரத்தில் உலகம் எப்படி இருந்தது? அது ஜெர்மனியில் புனிதக் கூட்டணி *(Holy Alliance)* உருவான காலம். வாட்டர்லூ சண்டை முடிந்து போன நேரம்; பிரஞ்சிப் புரட்சி செத்து மடிந்த வெளை; ''புரட்சி மகன்'' நெப்போலியன். வெகு தொலைவிலுள்ள ஒரு பாறைத் தீவில் மெல்லமெல்லச் செத்துக் கொண்டிருந்த காலம்; கடைசியில் உளத்திடம் தோற்றது; கருத்திருண்ட சாவு மட்டுமெ போர்கள் அனைத்திலும் வெற்றி கண்டது. பூர்பான்கள் மீண்டும் பிரஞ்சு அரியணையில் அமர்த்தப்பட்டனர். நிலப்பிரபுக்களான ஆண்டையர் தம் நிலங்களின் மேல் உரிமை கொண்டாடுவதற்காக நாடு திரும்பினர்; மாபெரும் ஒரு கால கட்டம் முற்றுப்பெற்றது.

''கிட்டத்தட்ட முடிந்து போய்விட்ட இந்த உலகத்தில் நான் இளையவனாய் இப்போது இல்லை என்பதற்காக இறைவனுக்கு நன்றி கூறுகின்றேன்'' என்று இந்தக் காலத்தைப் பற்றிக் கதே கூறினார்.

ஐரோப்பியம் வெற்று மரம் போல் வீழ்ந்து கிடந்தது. வலிமை மிக்கோரில் பல இலட்சம் பேர் மடிந்து போயினர்; பல இலட்சம் ஏக்கர் நிலப்பரப்புப் பாழ்பட்டோ, பண்படுத்தப்படாமலோ கிடந்தது. ஐரோப்பியக் கண்டம் எங்கிலும் அடிமட்டத்திலிருந்து வாழ்க்கையைத் தொடங்கிப் போரினால் விழுங்கப்பட்ட பொருளியலின் கூடுதல் வளத்தை வேதனையோடும் மெல்லவும் நல்வழியில் செலுத்த வேண்டி வந்தது. சோஃபனேர் 1804 ஆம் ஆண்டு பிரான்ஸ். ஆஸ்திரியம் ஆகிய நாடுகளின் வழியே பயணம் சென்றபோது சிற்றூர்கள் சீர்கெட்டுக்கிடந்த கோலத்தையும் எங்கும் ஊத்தை மலிந்திருந்ததையும் உழவர்களின் கொடிய வறுமையையும் நகரங்களில் நிலவிய துன்பத்தையும் அமைதியின்மையையும் கண்டு அதிர்ந்து போனார்.

நெப்போலியப் படையினரும் அவரை எதிர்த்துச் சண்டையிட்ட படையினரும் சென்ற இடங்களிலெல்லாம் ஒவ்வொரு நாட்டின்மீதும் அழிவுத் தழும்புகளை உண்டாக்கிச் சென்றிருந்தனர். இந்தப் போரில் பெருமைமிக்க வெற்றி கண்ட பிரிட்டனில் கோதுமை விலை வீழந்ததால் உழவர்கள் பாழ்பட்டுப் போயினர்; தொழிற்சாலைகளில் பணி செய்தவர்கள் முழு வளர்ச்சியற்றதும் கட்டுத்திட்டமற்றதுமான தொழிற்சாலை முறையின் பயங்கரங்கள் அனைத்தையும் அனுபவித்துக் கொண்டிருந்தனர். படைகளிலிருந்தவர்கள் விட்டிற்கு அனுப்பப்பட்டதால் வேலையில்லாத் திண்டாட்டம் மிகுந்தது. வாழ்க்கை இதற்கு முன்னர் எந்தக் காலத்திலும் இத்தனை பொருளற்றதாய், இழிந்த நிலையில் இருந்ததேயில்லை.

ஆம் பிரஞ்சுப் புரட்சி செத்துத்தான் போயிற்று அதனுடன் ஐரோப்பிய ஆன்மத்தின் உயர்த் துடிப்பும் நின்றுவிட்டது போல் தோன்றிற்று. புதிய சொர்க்கமென்ற விளங்கிய இலட்சிய உலகான உட்டோப்பியம் *(Utopia)* ஒளி மங்கிப்போனது: அத்தகைய கற்பனையான இலட்சிய உலகை உண்டாக்க முடியுமா? அது இளைஞர்களின் கண்களுக்கு மட்டுமே மங்கலாய்த் தெரிந்தது.

இளைஞர்கள் மட்டுமே எதிர்காலத்தை எண்ணி வாழமுடியும்; முதியோரால் கடந்த காலத்தை நினைத்துத்தான் காலந்தள்ள முடியும். மனிதரில் பெரும்பாலர் நிகழ்காலத்தில் உழலவேண்டிய கட்டாயம் ஏற்பட்டது. ஆனால் அந் நிகழ்காலமோ நாசமடைந்து கிடந்தது. புரட்சிக்காக எத்தனை ஆயிரம் வீரர்களம் அதில் நம்பிக்கை கொண்டோரும் போராடினர்?

ஆனால் ''புரட்சிக்குப் பிள்ளையாய்'' வந்தவர் (நெப்போலியன்) திசைமாறி ''அதற்கு மைத்துனரானதும், அம்மனிதனுக்காகப் பீத்தோவன் படைத்திருந்த மாவீர இசைக் கோவையைச் (*Heroic Symphony*) சுக்கு நூறாய்க் கிழித்தெறிந்தது வரையிலும் ஐரோப்பியமெங்கிலுமிருந்த இளைஞரின் உள்ளங்கள் இளம் பிரஞ்சுக் குடியரசின் பால் தம் சிந்தையைச் செலுத்தினவே! அதன் நம்பிக்கை வெளிச்சத்தில் அவர்கள் வாழந்திருந்தனரே! அதன்பிறகும் எத்தனை பேர் மாபெரும் நம்பிக்கையுடன் போராடினர்! அதை இறுதி வரையிலும் எப்படி நம்பி வந்தனர்!

இப்போது அவற்றுக்கெல்லாம் முடிவு வந்துவிட்டது. வாட்டர்லூ; செயின் ஹெலினா; வியன்னா பேரவை; தலை குப்புறச் சாய்ந்து கிடந்த பிரஞ்சு அரியணை மீது, இவற்றாலெல்லாம் எந்தப் படிப்பினையும் பெறாத, எதையும் மறந்து விடாத ஒரு புர்வான் ஏறியமர்ந்து விட்டார். மனித வரலாறு இதற்கு முன்னர் எக்காலத்திலும் கண்டிராத அத்தனை நம்பிக்கை கொண்டிருந்ததும் முயற்சி மேற்கொண்டதுமான ஒரு தலைமுறையின் வாழ்க்கைக் காவியம் இப்படித்தான் வெகு நேர்த்தியாய் முடிவடைந்தது. கண்ணீரால் உவராகிப் போன இந்தத் துன்பியல் நாடகம் எத்தகைய இன்பியலாகிப் போனது!

வால்டயர் விதைத்த புயலை அறுத்த வந்தவர் சோஃபனோ்

இலட்சியங்கள் குலைந்து போய்த் துன்பங்கள் மலிந்த இந்நாள்களில் வாழ்ந்த ஏழை மக்களில் பெரும்பாலருக்குச் சமய நம்பிக்கை ஆறுதல் தந்தது. ஆனால் மேட்டுக் குடியினரில் ஏராளமானவர்களுக்கு அந்நம்பிக்கை அற்றுப்போனது. விரிந்து பரந்த வாழ்க்கையின் இறுதித் தீர்ப்பும் அழகும் விகாரமான இந்நோக்காடுகளைக் கரைந்து மறையச் செய்யும் என்ற நம்பிக்கை அவர்களக்கு உண்டாகவில்லை. மானுடர் 1818 ஆம் ஆண்டில் கண்ட இரங்குதற்குரிய இந்த உலகக் கொளை அறிவுத் திறனும் இன்னருளம் உடைய இறைவன் தன் கையில் வைத்துக் கொண்டிருக்கின்றான் என்பதை நம்புவது மெய்யாகவே கடினமாயிருந்தது. சைத்தானுக்கு வெற்றி கிடைத்துவிட்டது. அதனிடம் தம் ஆன்மத்தை விற்றுவிட்டவர் ஒவ்வொருவரும் வருந்தித் துன்புற்றனர். வால்டயர் புயலை விதைத்தார்; சோப்ஃபனேர் அதை அறுவடை செய்ய வந்தார்.

வாழ்கை வரலாறு

சோப்ஃபனேர் 1788 பிப்ரவரி 22 அன்று போலந்துத் துறைமுகப்பட்டினமான டேன்சிகில் (*Danzing*) பிறந்தார். (இப்பட்டினம் ஹன்சியாட்டிக்கு லீகில் இருந்தது.) அவரின் தந்தை அருந்திறன் வாய்ந்த வணிகர், தனிமனிதப் பண்புள்ளவர். எளிதில் சினங்கொள்பவர். விடுதலை வேட்கை மிக்கவர். ஆர்தருக்கு ஐந்து வயதானபோது அவர் குடும்பத்தை டான்சிகிலிருந்து ஹம்பர்கிற்குக் கொண்டு சென்றார். ஏனெனில் டான்சிகு 1793 ஆம் ஆண்டு போலந்துடன் சேர்ந்து தன்னுரிமை பெற்றுவிட்டது. ஆதலால் இளம் சோஃபனேர் தந்தையின் வாணிப நடவடிக்கைகள், நிதி வரவு, செலவுகள் ஆகியவற்றுக்கிடையே வாழ்ந்தார். அவரின் தந்தை மகனை வாணிபத்தில் இறக்கிவிடப்

பார்த்தார். ஆனால் சோஃபனேர் விரைவிலேயே வாணிபத்தைக் கைவிட்டார். அவரின் தந்தை 1805 இல் இறந்தார். அது தற்கொலையாயிருக்கலாம். தந்தையைப் பெற்ற பாட்டி பித்தராகி இறந்தார்.

1819

தாயும் மகனும்

''பண்பு அல்லது மனத் திடம் தந்தையிடமிருந்து மகனுக்குச் செல்கின்றது. அறிவுத் திட்டம் தாயிடமிருந்து வருகின்றது'' என்று சோஃபினேர் கூறுவார். அவரின் தாயார் அறிவுக் கூர்மை மிக்கவர். அப்பெண்மணி தன்காலத்தில் மிகுந்த செல்வாக்குப் பெற்ற நாவலாசிரியையாயிருந்தார். நல்ல மனப்பாங்கும் சினங்கொள்ளும் குணமும், அவரிடமிருந்தன. அவர் சாதாரணமான கணவருடன் மகிழ்ச்சியின்றி வாழ்ந்தார். கணவர் இறந்ததும் அவர் கட்டுத்தளையற்ற காதல் வாழ்வு வாழலானார். அதற்கு வசதியாய் அவர் ஜெர்மனியின் தென்கிழக்கிலுள்ள வைமார் நகரில் குடியேறினார். (Weimar: இது 18 ஆம் நூற்றாண்டு ஜெர்மனியின் பண்பாட்டு மையமாயிருந்தது. அங்கு கதேயும், சில்லரும் வாழ்ந்தனர். இசைக் கோவையாளரான பாக்கு 18ஆம் நூற்றாண்டிலும் லிஸ்டு 19 ஆம் நூற்றாண்டிலும் இங்கு வாழ்ந்தனர். இங்கு 1919 ஆம் ஆண்டு ஜெர்மன் தேசியப் பேரவை கூடி அரசியல் சட்டத்தை வகுத்தது. அங்கு அவ்வாண்டு அமைந்த குடியரசு இட்லர் (1889-1945) 1934 - ஆம் ஆண்டு பதவிக்கு வந்தது வரையிலும் நீடித்திருந்தது. அது வரலாற்றில் வைமார் குடியரசு என்றே பெயர் பெற்றுள்ளது.)

தாய் மறுமணம் செய்து கொண்ட போது ஹெம்லட்டு (Hamlet) இருந்த மனநிலையில் சோஃபனேரும் இருந்தார். அவருக்கும் தாயாருக்கும் நடந்த சண்டைகளினால், பெண்களைப் பற்றிய அரைகுறை உண்மைகளில் பெரும்பகுதியைச் சோஃபனேர் தெரிந்து கொண்டார். அவரது மெய்யியல் சிந்தனை அதனடிப்படையில் தான் அமைந்தது. சோஃபனேரின் தாயார் மகனுக்கு எழுதிய ஒரு கடிதத்திலிருந்து அவர்களின் நடப்புகள் எவ்வாறு இருந்தன என்பது தெரிகின்றது. ''நீ பொறுக்கமுடியாத பெருஞ்சுமை; உன்னோடு வாழ்வது கடினம்; உன்னிடமுள்ள நற்குணங்களனைத்தும் உனது அகந்தையால் மறைக்கப்பட்டுவிடுகின்றன. பிறரிடம் ஓட்டைகளைக் கண்டுபிடிக்கும் மனப் பாங்கை உன்னால் கட்டுப்படுத்த முடியாதிருப்பதால், நீ உலகிற்குப் பயனற்றவனாய் விடுகின்றாய்.'' அதனால் அவர்கள் பிரிந்து வாழ்வதென்ற முடிவெடுத்தனர். மகன் தாய் அளிக்கும் விருந்துகளுக்கு மட்டும் வந்து ஏனைய விருந்தாளியர் போல் கலந்து கொண்டார்; ஒருவரையொருவர் வெறுக்கும் உறவினர் போல் இராது, முன்பின் தெரியாத அயலார் போன்று ஒருவரிடம் மற்றவர் பண்போடு நடந்து கொள்ளும் நிலை இருந்தது.

திருமதி சோஃபனேர் அளிக்கும் விருந்துகளுக்குக் கதே தன் காமக்கிழத்தியொடு வருவதற்கு இசைந்தால், கவிஞருக்கு அவரை மிகவும் பிடிக்கும் அப்போது சோஃபனேர் பெரும்புகழ் பெறுவார் என்று கதே அந்தத் தாயிடம் கூறிவிட்டார். ஆனால் ஒரே குடும்பத்தில் இரண்டு மேதைகள் இருப்பதை அப்பெண்மணி கேள்விப்பட்டதில்லை. இது குறித்துத் தாய்க்கும் மகனுக்கும் பேச்சு முற்றவே, தாய் மகனை மாடிப் படியிலிருந்து கீழே தள்ளிவிட்டார். அதனால் நமது மெய்யியலறிஞர் கசப்புற்று, எதிர்காலத்தவர் தன் தாயை வைத்துத்தான் தன்னை எடைபோடுவர் என்று மனம் நொந்தார். அவர் அதன்பிறகு உடனே வைமாரை விட்டுப் பொய்விட்டார். அன்றிலிருந்து அவர் தன் தாயாரை மீண்டும் பார்க்கவேயில்லை. சோப்ஃனேரின் தாயார் மகனுக்குப் பிறகு இருபத்தினான்கு ஆண்டுகள் உயிர் வாழ்ந்தார்.

சோப்ஃபனேர் தாயன்பை அறியாதவர். அதைவிட மோசம் என்னவெனில் தன் தாயால் அவர் வெறுக்கப்பட்டவர். ஆதலால் அவர் இவ்வுலகின் மீது மையல்கொள்ள எந்தக் காரணமும் இருந்திலது.

மனக் கசப்பும் மானுட வெறுப்பும்

சோப்ஃபனேர் இதனிடையே உயர்நிலைப் பள்ளியிலும் பல்கலைக் கழகத்திலும் படித்துத் தேறினார். அவர் பாடத் திட்டத்தையும் தாண்டிப் பல நூல்களைக் கற்றார். அவருக்குத் காதலிலும் வீழ்ச்சிதான். அவர் உலகொடு உறவாடினார். அதனால் ஏற்பட்ட பட்டறிவினால் அவரது குணப் பண்பும் மெய்யியல் கருத்துகளும் பாதிக்கப்பட்டன. அவர் மனவாட்ட மிக்கவரானார். நன்மையில் நம்பிக்கையற்றவரானார். அவர் எதனையும் எவரையும் ஐயுற்றார். அவரை அச்சங்களும் தீய கற்பனைகளும் பிடித்து வாட்டின. அவர் தன் வீட்டுப் புகைக் கூண்டைப் பூட்டித் திறவு கோலை மடியில் வைத்துக் கொண்டார். முகம் மழிக்க நாவிதரிடம் கழுத்தை நீட்டுவதில்லை. திருடனுக்கு அஞ்சிப் படுக்கையில் கைத்துப்பாக்கியொடு உறங்கினார். அவரால் ஓசைகளைக் கேட்க முடியவில்லை. உலகம் தனது மாபெரும் மேன்மையை உணரவில்லை என்ற மனக்கசப்பு அவருக்கு இருந்தது. அவருக்கு வெற்றியும் புகழும் கிடைக்காததால், அவர் தன்னுள் திரும்பித் தன் ஆன்மத்தையே அரித்துக் கொண்டிருந்தார்.

அவருக்கு தாயில்லை; மனைவியில்லை; பிள்ளையுமில்லை குடும்பம் இல்லை; எந்த நாடும் இல்லை அவர் ஒரு நண்பர் கூட இல்லாமல் தன்னந்தனியாய் வாழ்ந்தார். ஒருமைக்கும் இன்மைக்கும் நடுவில் இருப்பது முடிவற்ற ஒரு நிலை.

மாபெரும் நூல் உருவானது

சோஃபனேர் பின்னர் முனைவர் பட்டத்திற்காக மெய்யியல் ஆய்வில் ஈடுபட்டார். அப்பணி முடிந்ததும் அவர் தன் நேரம். ஆற்றல் முழுமையும் ஈடுபடுத்தித் தனது மாபெரும் ''உளத்திடமும் கருத்துருவும் ஆய உலகு'' என்ற மெய்யியல் நூலை எழுதினார். அவர் அதன் கையெழுத்துப்படியை நூல் வெளியீட்டாளருக்கு அனுப்பினார். இதில் பழைய கருத்துகளுக்குப் புது வடிவு தரப்படவில்லை. ''மிகத்தெளிவாய் விளங்கக் கூடியதாயும் மணிச் செறிவுடையதாயும் அழகு மிக்கதாயும்'' விளங்குகின்ற தனி முதலான சிந்தனை. முரண்பாடின்றி மிகவும் அருமையாய் அந்நூலில் கூறப்பட்டிருந்தது. ''வேறு நூறு புத்தகங்களுக்கு முதல் நூலாயும் அவை தோற்றுவதற்குக் காரணமாயும் இனிமேல் விளங்கப் போகும் நூல் இது'' என்று சோஃபனேர் தனது நூலைப்பற்றி எழுதியிருந்தார். இவையனைத்தும் மட்டுமீறிய தற்புகழ்ச்சியன்று; முற்றிலும் உண்மையாகும்.

பழைய தாளாய் எடைக்குப் போதல்

எனினும் இப்புத்தகத்தின் மீது பெருங் கவனம் செலுத்துவாரில்லாது போயினர் உலகம் தனது வறுமையையும் அலுத்த சோர்வையும் பற்றிப் படித்துப் பார்க்க முடியாத அளவிற்கு ஏழையாயும் சோர்ந்தும் கிடந்தது. இந்நூல் வெளியான பதினான்கு ஆண்டுகளுக்குப் பிறகு, முதற்பதிப்பின் பெரும் பகுதி எடைக்குப் பழைய தாளாய் விற்கப்பட்டுவிட்டது என்று சோஃபனேரிடம் தெரிவிக்கப்பட்டது.

மெய்யியல் துறையில் ஏற்பட்ட முன்னேற்றங்கள் அனைத்தும் கல்விக் கூடங்களின் நான்கு சுவர்களுக்கு அப்பால்தான் உண்டாயின என்ற சோஃபனேரின் கூற்றுக்கு ஆதரவாய்

விளங்குவது போல் பல்கலைக் கழகங்கள் அவரையும் அவரின் நூல்களையும் புறக்கணித்தன. சோஃபனேர் பிற ஜெர்மன் விற்பன்னர்களைப் போலிராததால், அதைப்போல் வேறு எதுவும் அவர்களை (ஜெர்மன் விற்பன்னரை) அத்தனை சினங்கொள்ளச் செய்யவில்லை என்று நீட்சே (*Frederich Wilhelm Nietzche 1844 × 1900;* ஜெர்மன் மெய்யியலார்; புலவர்; திறனாய்வாளர்) சோஃபனேரின் தனித்தன்மையை எடுத்துக்காட்டினார்.

பொறுத்தார்க்குப் பொன்றுந் துணையும் புகழ்

எனினும் சோஃபனேர் பொறுமையாய் இருக்கக் கற்றுக்கொண்டார். எத்தனை கால தாமதமானாலும் ஏற்றுப் போற்றப்படுவோம் என்ற நம்பிக்கை அவருக்கு இருந்தது. கடைசியில் அவர் ஏற்றுக் கொள்ளப்பட்டார். நடைமுறை வாழ்க்கைக்கு ஒவ்வாத பகட்டானதும் விளங்காததுமான மொழியியல், மெய்யியல் கருத்துகளைக் கூறாமல், மெய்யான வாழ்க்கையின் இயற்காட்சியைத் தெளிவாய் விளங்கும்படி எடுத்துக் கூறும் மெய்யியலார் சோஃபனேர் என்று நடுத்திர வகுப்பினரான வழக்குரைஞர், மருத்துவர், வணிகர் போன்றோர் கருதி அவரது நூலை நாடினார்.

ஆயிரத்து எண்ணூற்றி நாற்பத்தெட்டாம் ஆண்டின் இலட்சியங்களிலும் முயற்சிகளிலும் எண்ணங் குலைந்து போயிருந்த ஐரோப்பியம், 1815 ஆம் ஆண்டின் மனமுறிவை எடுத்து இயம்பிய சோஃபனேரின் மெய்யியல் கருத்தைப் பாராட்டுகின்ற அளவிற்கு அவர் பக்கம் திரும்பியது.

இறைமையியல் மீது அறிவியலின் தாக்குதல்; வறுமையையும் போரையும் பொதுவுடமைக் கருத்துக் கொண்டு குற்றஞ்சாட்டுதல்; வலியுறுத்துதல் ஆகிய கூறுகள் இந்நூலின்கண் இருந்தால், சோஃபனேர் இறுதியில் புகழடைந்தார்.

அவருக்கு முதுமை வருமுன்னர் இந்தப் பெருமை வந்து சேர்ந்தது. அவர் தன்னைப் பற்றி வெளிவந்த கட்டுரைகள் அனைத்தையும் பேரார்வத்துடன் படித்தார். தன்னைப் பற்றிக் கூறப்பட்ட கருத்துகள் அடங்கிய எந்தச் செய்தியானாலும் அதைத் தனக்கு அனுப்பி வைக்குமாறும் அதற்கு ஆகும் அஞ்சற் செலவைத்தான் ஏற்றுக்கொள்வதாயும் நண்பர்களுக்கு எழுதினார்.

நன்மையே விளையும்

தோல்வி மனப்பான்மையில் ஊறிப்போயிருந்த இம்மனிதர் முதுமையில் அனைத்திலும் நன்மை காணத் தொடங்கிவிட்டார். அவர் உண்டு களித்த பின்னர் ஆர்வத்துடன் புல்லாங்குழல் ஊதினார்; இளமைத் துடிப்பைத் தன்னிடமிருந்து போக்கிவிட்ட காலத்திற்கு அவர் நன்றி கூறினார். அவரைக் காண உலகெங்கிலுமிருந்து மக்கள் வந்தனர். அவரது பிறந்தநாள் 1858 இல் வந்தபோது எல்லாத் தரப்பினரும் உலகெங்கிலுமிருந்து அவருக்கு வாழ்த்துகளை அனுப்பினார்.

அவரது முடிவு மெதுவாய்த்தான் வந்தது. அவர் நல்ல உடல் நலத்துடன் தன்னந்தனியாய்க் காலையுணவு கொள்வதற்காக 1860 செப்டம்பர் 21 அன்று மேசைமுன் அமர்ந்தார். அதற்கு ஒருமணி நேரங்கழித்துப் பார்த்தபோது, அவர் அப்படியே மேசைமுன் உட்கார்ந்திருந்தார்; ஆவி பிரிந்துவிட்டது.

Durant, Will The Story of Philosophy, 1926.

4. பிரிட்டனில் அடக்குமுறை பீட்டர்லூப் படுகொலை

பிரிட்டன் உலகளாவிய பேரரசாய் எழுந்து உயர்ந்து கொண்டிருந்த இந்நேரத்தில். அந்நாட்டில் அமைதியின்மை நிலவிற்று. மக்களின் எதிர்ப்புகளை ஒடுக்குவதென்று, அரசு அடுக்கடுக்காய்ப் பல சட்டங்களைக் கொண்டு வந்தது. கடந்த 1815 ஆம் ஆண்டையடுத்து வந்த இன்னல் நிறைந்த காலத்தில், மக்கள் உணவிற்காகவும் வருவாய்க்காகவும் நிலப்பிரப்புகளின் பரந்த நிலப்பரப்பில் திரிந்த முயல்களைப் பிடித்து உண்ண வேண்டிய கட்டாயம் வந்தது.

ஆனால் அரசு பெரு நிலக்கிழார்களின் நன்மைக்கென்று 1816 ஆம் ஆண்டில் வேட்டைச் சட்டத்தைக் கொண்டு வந்து இறுக்கியது. வலையொடு காணப்படும் ஒருவர் கள்ளத்தனமாய் வேட்டையாடினாலுஞ்சரி, சும்மாயிருந்தாலுஞ்சரி, அவருக்கு வேட்டைச் சட்டப்படி எழாண்டுச் சிறைத் தண்டனை கிடைக்கும்.

அரச காவலரின் *(Regent)* கோச்சு வண்டி 1817 ஆம் ஆண்டு தாக்கப்பட்டதைத் தொடர்ந்து, அரசு ஆள்கொணர் சட்டத்தை நிறுத்தி வைத்தது. ஏனெனில் அப்போதுதான் ஐயத்திற்கிடமானவர்களை விசாரணையின்றிச் சிறையில் அடைக்கமுடியும்.

1819

ஆறு சட்டங்கள்

ஆட்சிச் சீர்திருத்த இயக்கத்தினரை நசுக்குவதற்காகப் பிரிட்டீசு அரசு 1819 இல் ''ஆறு சட்டங்கள்'' என்ற சட்டத்தைக் கொணர்ந்தது:

அ. ஆயுதங்கள் வைத்திருப்பதைத் தடைசெய்யும் சட்டம்.

ஆ. தனி ஆள்கள் இராணுவப் பயிற்சி அளிப்பதைத் தடைசெய்யும் சட்டம்.

இ. அரசியல் கூட்டங்கள் எங்கு நடக்கின்றனவோ, அவற்றில் அப்பகுதியில் அந்தக்கட்சி உறுப்பினர் மட்டும் நாற்புறமும் அடைத்த ஓரிடத்தினுள் கூடவேண்டும் என்ற சட்டம்.

ஈ. ஆட்சிக்கு எதிரான கருத்துகள் உள்ளனவா என்பதைத் தேடுவதற்குக் குற்ற நடுவர்களுக்கு *(magistrates)* உரிமை தரும் சட்டம்.

உ. (புரட்சித் தனமான தீவிரக் கொள்கையினர் தண்டிக்கப்படுவர் என்ற எண்ணத்தில்)இதற்கு முன்னர் நீதிபதியும் குற்றநடுவர்களும் ஆராய்ந்த வழக்குகளைக் குற்றநடுவர்களே ஆராய்வதற்கு இசைவு தரும் சட்டம்.

ஊ. (இதழாளரும் சமூக சீர்திருத்தக்காரருமான வில்லியம் கபாட்டு (1763-1835)-1802 ஆம் ஆண்டு தொடங்கிய ''பொலிட்டிக்கல் ரிஜிஸ்தர்'' [Political Register] போன்ற) இதழ்களை மக்கள் வாங்க முடியாத அளவிற்கு விளையுயர்ந்தனவாக்க வேண்டும் என்ற நோக்கத்துடன், சுற்றறிக்கைகள், செய்தியிதழ்கள் போன்ற வெளியீடுகள் மீது கூடுதலான முத்திரைக் கட்டணம் வாங்குவதற்கு வகை செய்யும் சட்டம்

தீவிர வாதம்

பிரிட்டன் அமெரிக்கக் குடியேற்றங்களை இழந்துவிட்ட பிறகு பிரிட்டீசு மக்கள் 1780 ஆம் ஆண்டு வாக்கிலிருந்து அரசியல் நடப்புகள் மீது மிகுந்த அக்கறை செலுத்தி

வருகின்றனர். பிரிட்டனில் தீவிரப் போக்குடையோர் (*radicals*) கட்சி எதுவுமில்லையெனினும். ஜான் வில்கஸ் (*John Wilkes 1727 × 1797*; இ.ச.க. தொகுதி-7 :1763 புள்ளிகள்) போன்ற அரசியல் முனைப்புமிக்கோர் இருந்து வருகின்றனர். (முற்போக்கான தீவிரப் போக்கினரைக் குறிக்கும் *radical* என்ற ஆங்கிலச் சொல் வேர் என்னும் பொருள்தரும் *radix* என்ற இலத்தீனச் சொல்லிலிருந்து வந்தது. இது வழக்கில் முற்போக்கு முனைப்புள்ள தீவிரவாதம் என்ற பொருளில் வழங்குகின்றது. இச்சொல்லுக்கு மூலதத்துவம், அடிப்படைக் கூறு என்னும் பொருள்களும் உண்டு. இச்சொல் இன்று அரசியல் வழக்கில் அரிதாகவே புழங்குகின்றது.)

பிரிட்டனில் ஆட்சிச் சீர்திருத்தம் வேண்டியவர்கள் எவராயினும், வில்கசிலிருந்து ஹென்றி ஹன் வரையிலும் தீவிரப் போக்கினர். *radical* என்றே இக்காலத்தில் அழைக்கப்பட்டனர்.

ஹென்றி ஹண்

சமுதாய, பொருளியல் சீர்த்திருத்தங்களையும் பின்னும் பிற சீரமைப்புகளையும் அடைய வேண்டுமாயின அதற்கு நாடாளுமன்றச் சீர்திருத்தம் இன்றியமையாதது என்ற நம்பியோரில் ஹென்றி ஹண் (*Henry Hunt 1773-1835*) என்றவரும் ஒருவர். அவருக்கு நாவலர் (*Orator*) என்ற பட்டப் பெயரும் உண்டு. நிலக்கிழார்களான ஆண்டையர் மேலாண்மை செலுத்தும் நாடாளுமன்றத்திலிருந்து ஆக்கமான எதையும் எதிர்பார்க்க இயலாது; மாறாய்ச் சீர்திருந்திய, மிகுந்த மக்களாட்சித் தன்மை வாய்ந்த ஒரு நாடாளுமன்றத்திலிடமிருந்து இவையனைத்தையும் எதிர்பார்க்க முடியும் என்று ஹண் கூறிவந்தார்.

தொழிற் சங்க எழுச்சி

புரட்சி இயக்கம் தோன்றி வருகின்றது என்பதன் அறிகுறியாய்த் தொழிற் சங்க இயக்கம் எழுகின்றது என்று பிரிட்டீசு அரசு வாதிட்டது. ஆதலால் மக்கள் தொழிற் சங்கங்களை அமைப்பது அல்லது அத் தொழிற்சங்களில் சேர்வது சட்டத்திற்குப் புறம்பானது என்று 1799 ஆம் ஆண்டிலும் பின்னர் 1800 ஆம் ஆண்டிலும் ஒன்று சேர்தல் பற்றிய சட்டம் (*Combination Act*) என்ற சட்டத்தை நிறைவெற்றியிருந்தது.

ஒரு காலத்தில் குறுங்கால சட்டை தைத்து வந்தவரும் 1815 வாக்கில் இலண்டனில் சாரிங்கு கிராஸ் பகுதியில் தையற்கடை உரிமையாளர் ஆனவருமான ஃபிரான்சிஸ் பிளேஸ் ஆட்சிச் சீர்த்திருத்த இயக்கத்தில் முனைந்து ஈடுபட்டு ஒன்று சேர்தல் பற்றிய சட்டத்தை ஒழிக்க வேண்டுமென்று போராடி வந்தார். அவர் நாடாளுமன்றச் சீர்திருத்தக் கிளர்ச்சிக்கும் தலைவராயிருந்தார். அவரது தையற்கடையில் ஹியூம், ரோபக்கு, பர்டெட்டு, ஹாப்ஹௌஸ், ஆட்வுடு போன்ற முற்போக்காளனைவரையும் சந்திக்க முடியும். இங்கு வருவோரில் காபட்டு மிகவும் நன்கறியப்பட்ட தீவிரப் போக்கினராவர்.

செயிண் பீட்டர் வெளியில் கூட்டம்

இத்தகைய அரசியல் சூழ்நிலை நிலவிய இக் காலத்தில், வடமேற்கு இங்கிலாந்திலுள்ள மாஞ்செஸ்டர் நகரின் செயிண் பீட்டர் வெளியில் எண்பதாயிரம் பேரடங்கிய பெருங்கூட்டம் திரண்டிருந்தது. (*Manchester*: இது ரோமானியர் காலத்தில் மஞ்சூனியம் [*Mancunium*] என்றழைக்கப்பட்ட கோட்டையூராயிருந்தது. பிரிட்டனில்

பருத்தி நூற்பு, நெசவுத் தொழில் 18 ஆம் நூற்றாண்டில் எந்திரங்களால் இயங்கத் தொடங்கிய காலத்திலிருந்து இது மா பிரிட்டனின் பெருநகரங்களுள் ஒன்றானது. அதனால் நாட்டுப்புறப் பகுதியாயிருந்து வந்த இந்த இடம் போல்டன், பரி, ரோஷ்டேல், ஓல்டாம், பிளாக்குபர்ன் என்று ஆங்காங்கே அமைந்த பல நகரங்களாய் உருவெடுத்தது. இவையனைத்தையும் விட மாஞ்செஸ்டர் நகரம் மேலான நிலையிலிருந்தது.)

செயிண் பீட்டர் வெளியில் 1819 ஆகஸ்டு 16 அன்று பெரிய படுகொலை நடக்கப் போகின்றது. அந்த மைதானத்தை நோக்கிப் புறப்படவிருந்த அணிவகுப்பைப் பற்றி சாமுவல் பிராம்ஃபோர்டு (Samuel Bramford 1788-1872) 1841 ஆம் ஆண்டு வெளியான ''ஒரு முற்போக்காளரின் வாழ்க்கை யோட்டங்களில்'' (Passage in the Life of a Radical) என்ற நூலிலிருந்து இங்குமங்குமாய்ப் பொறுக்கியெடுத்த பகுதி அக்காட்சியைக் கண்முன் கொண்டுவந்து நிறுத்துகின்றது:

''அந்த 1819 ஆகஸ்டு 16 திங்கள் கிழமையன்று காலை எட்டுமணிக்கு மிடில்டன் (Middleton) நகரம் முழுவதுமே விழித்தெழுந்து விட்டது எனலாம்... முதலில் மகிழ்ச்சி நிறைந்தவர்களும் பாங்கான தோற்றமுடையவர்களுமான இளைஞரில் பன்னிருவரைத் தேர்தெடுத்து, அவர்களை அறுவர் அறுவரான இரண்டு அணிகளில் நிறுத்தினர். ஒவ்வோர் அணிக்கும் நல்லிணக்கம், அமைதி ஆகியவற்றைக் குறிக்கும் லாரல் மரக்கிளை (Laurel= புன்னை வகை மரம்) தரப்பட்டது அவர்களையடுத்து மாவட்டங்களைச் சேர்ந்தவர்கள் ஐவரடங்கிய அணியினராய் வந்தனர். பிறகு அருமையான பேண்டு இசைக் குழு வந்தது... ராஷ்டேல் (Rochdale) நகரத்து ஆள்களைக் கொண்ட எங்கள் அணிகள் முழுமையிலும் ஆறாயிரம் பேர் இருக்கலாம். எங்கள் அணிக்கு முன்னால் நூறு அல்லது இருநூறு பெண்கள்; அவர்களில் பெரும்பாலர் இளம் மனைவியர், நம்மவரும் அவர்களுடன் இருந்தார். எங்களின் அழகான இளம் பெண்களில் சுமார் நூற்றுவர் எங்களோடு இருந்தவர்களின் உள்ளங்களைக் கவர்ந்தவர்கள், அவர்கள் இசைக்கேற்ப நடனமாடினர் அல்லது மக்கள் நாவில் நடமாடிய பாடல்களைப் பாடிச் சென்றனர்.

''நாங்கள் நியூட்டனை (Neuton = ஊர்) அடைந்ததும் நல்லாடை புனைந்திருந்த ஏழையரான அயர்லந்து நெசவாளர் எங்களை இருகை நீட்டி வரவேற்றனர் ...நாங்கள் St.Patrick's Day in the Morning என்ற பாடலைப் பேண்டில் இசைத்து அவர்களுக்கு நன்றி கூறினோம்... நாங்கள் விரைந்தேகிப் பீட்டர் தெருவினுள் நுழைந்தோம். உடனே பலத்த ஆரவாரத்துடன் விரைந்து எங்களுக்கு வழிவிட்ட மிகப்பெரிய கூட்டம் அங்கு நிறைந்திருந்தது. நாங்கள் மக்கள் வெள்ளத்துடன் கலந்துவிட்டோம்.

''செயிண் பீட்டர்ஸ் மைதானம் என்ற மாஞ்செஸ்டர் நகரத்திடலில் அரசியல் சீர்த்திருத்தக் கூட்டத்திற்காகக் கூடியிருந்த 80,000 பேருக்கு முன்னால், அந்த 1819 ஆகஸ்டு 16 அன்று ஹென்றி ஹண் பேச எழுந்ததும், உள்ளூர்க் குற்றநடுவர்கள் குறுநிலக் கிழார்களின் குதிரைப் படையை அனுப்பி அவரைச் சிறை செய்யுமாறு பணித்தனர். கூட்டத்தினர் கொண்டு வந்திருந்த ''புரட்சிக்'' கொடிகளையும், குதிரைப்படையினர் பறிக்க முயன்றனர். கூட்டம் கலைந்து சிதறியது. குதிரைப் படையினர் அதன் நடுவே வாளை வீசிக் கொண்டு செல்லுமாறு ஏவப்பட்டனர். அப்போது 11 பேர் கொல்லப்பட்டனர். பெண்கள், குழந்தைகள் உள்பட 400 காயமடைந்தனர். இது ஒரு படுகொலையேயாகும். ஹண்ணுக்கு இரண்டாண்டுச் சிறைத்தண்டனை விதிக்கப்பட்டது. இப்படு கொலைக்குக் காரணமான உள்துறையமைச்சர் வைக்கவுண் சிடுமௌத்து (Vicount Sidmouth) உள்ளூர்க் குற்ற நடுவர்களைப் பாராட்டிக் கடிதம் எழுதியிருந்தார்.''

ஷெல்லியின் கண்டனப் பாடல்

வாட்டர்லூ வெற்றிக் களிப்பில் *(1815)* மிதந்திருந்த பிரிட்டனில் மாஞ்செஸ்டரின் பீட்டர் திடலில் நடந்த இப்படுகொலையை நினைவுபடுத்தும் வகையில், இதற்குப் பீட்டர் லூ படுகொலை என்று பெயர் சூட்டிவிட்டனர். வரலாற்றில் இப்பெயர் நிலைத்துவிட்டது.

ஆங்கிலப் பெரும்புலவரான ஷெல்லி, பீட்டர்லூ கலவரங்கள் முடிந்ததும், இத்தாலியிலிருந்து அதைக் கண்டித்து ஒருபாடல் எழுதினார். மனித இனத்திற்கு நன்னம்பிக்கையும் விடுதலையும் உண்டு என்பதை ஒரு பெண்ணின் குரல் எடுத்தியம்புவது போல் அப்பாடல் அமைந்திருந்தது. மனித இனத்தில் பாதிப்பேர் பொதுக் குரலெடுத்துக் கண்டிக்காதபோது, பெண்தான் சமுகத்தில் ஆக்கமான மாறுதல்களைக் கொண்டு வரக்கூடிய மெய்யான ஊற்றுக்கண் என்று ஷெல்லி நம்பினார்.

பீட்டர்லூ படுகொலைகளுக்குப் பிறகு, நாம் மேற்கூறிய ஆறு சட்டங்கள் கொண்டு வந்து நாடாளுமன்றத்தில் நிறைவேற்றப்பட்டன. அச்சட்டம் அரசியல் கிளர்ச்சிகளைக் கட்டுப்படுத்தும் நோக்கத்துடன் மேலும் இறுக்கியது.

McElwce, William History of England, London, 1970.

Ridley, Jasper The History of England, London, 1981.

Lane, Peter Success in British History, 1760-1914, London, 1978.

1819

வரலாற்றுப் புள்ளிகள்

1. இந்தியவியல் முன்னோடியர்

(அ) ஹோரேஸ் ஹேமன் வில்சன்

ஹென்றி தாமஸ் கோல்புரூக்கு *(Henry Thomas Colebroke, 1765-1837;* இ.ச.க.தொகுதி*-11: 1805* கட்டுரை*)* இந்தியத்தை விட்டுத் தாயகமான இங்கிலாந்து திரும்பியதும், ஹோரேஸ் ஹேமன் வில்சன் *(Horace Hayman Wilson 1786-1860)* இந்தியத்தில் தலையாய கீழையியல் விற்பன்னராய் விளங்கினார்.

வில்சன் இலண்டனில் *1786* இல் பிறந்தார். அங்குள்ள புனித தாமஸ் மருத்துவமனையில் அவர் மருத்துவம் கற்றதும், *1802* ஆம் ஆண்டு கிழக்கிந்தியக் கம்பெனியில் துணை மருத்துவராய்ப் பணிக்குச் சேர்ந்தார். அவர் இந்தியத்திற்குப் பாய்மரக் கப்பலில் வந்தபோது, அந்த ஆறுமாத காலப் பயணத்தில் அவருடன் வந்த ஓர் இந்தியப் பயணியிடம் இந்துத்தானி கற்றுக்கொண்டார்.

டாக்டர் ஜான் லெயிடன்

வில்சன் *1809* ஆம் ஆண்டு கல்கத்தாவை அடைந்ததும் அங்கிருந்த நாணயச் சாலையில் பணி செய்த புகழ் வாய்ந்த கீழையியல் விற்பன்னரான டாக்டர் ஜான்

லெயிடனிடம் உதவியாளராகும் வாய்ப்புக் கிடைத்தது. டாக்டர் லெயிடன் அந்தக் காலத்தில் இருந்த மாபெரும் கீழையியல் விற்பன்னருள் ஒருவராய் விளங்கினார். அவர் எட்டாண்டுக் காலம் முயன்று எழுதத் தொடங்கிய ''பாபர் பற்றிய விளக்கக் குறிப்புகள்'' என்ற நூலை, அவருக்குப் பின் வில்லியம் எர்ஸ்கின் தொடர்ந்து முற்றுப் பெறச் செய்தார்.

ஐரோப்பியத்திற்காகப் பல அறிஞர்கள் பல நூற்றாண்டுகள் முயன்று ஆற்றிய பணிகளின் அளவிற்கு, டாக்டர் லெயிடன் ஒருவரே ஆசியத்திற்காக ஒரு தலைமுறைக்குள் செய்து முடித்தார் என்பர். அவர் வில்லியம் ஜோன்ஸ் பெற்றதைப் போன்ற சிறப்பைத் தன்னால் பெறமுடியும் என்று கூறினாரெனின் அதற்குச் சரியான காரணம் உள்ளது. ஏனெனில் லெயிடன் இந்திய -பாரசிக, இந்திய - சீன, தக்காண மொழிகளில் செய்திருக்கும் ஆராய்ச்சிப் பணிகள் அத்தனை சிறப்பு வாய்ந்தனவாகும்.

வில்சன் தன் சிற்றப்பனுடன் இங்கிலாந்தில் அரசு நாணயச் சாலைக்குச் சென்றிருந்தபோது, அங்கு வேதிப் பகுப்பாய்வு, கனிமங்கள் அடங்கிய பொருள்கள், நோட்டம் பார்க்கும் (*assaying*) முறை முதலியன பற்றி ஏற்கெனவே அறிந்திருந்தார். கல்கத்தாவில் லெயிடன் அளித்த அகத்தூண்டுதலாலும் வில்லியம் ஜோன்ஸ் காட்டிய முன்னுதாரணங்கள், அவரது வாழ்க்கை வரலாறு ஆகியவற்றினால் உண்டான ஆர்வத்தினாலும், வில்சன் கீழையியல் ஆய்வில், குறிப்பாய்ச் சம்ஸ்கிருத மொழிமீது ஆர்வங் கொண்டார்.

1819

மேக சந்தேசம் மொழிபெயர்ப்பு

வில்சன் காளிதாசனின் (கி.பி. 5. நூ.) மேக சந்தேசத்தை ஆங்கிலத்தில் மொழிபெயர்த்தார். இதுதான் அவர் முதலில் செய்த அரும்பணியாகும். அந்நூல் 1813 ஆம் அண்டு வெளிவந்தது. அது உடனே பெரிதும் விரும்பி வரவேற்கப்பட்டது. சாகுந்தலம் ஏற்கெனவே வில்லியம் ஜோன்சினால் ஆங்கிலத்தில் (1792) மொழிபெயர்க்கப்பட்டு விட்டமையால், காளிதாசனின் பெயர் மேலையுலகில் நன்கறியப்பட்டிருந்தது. அதன் காரணமாய் வில்சனுக்கு இந்தியப் பண்பாட்டின் மீது ஏற்பட்ட காதலை மேகதூத மொழிபெயர்ப்பு வெளிப்படுத்தியது.

சம்ஸ்கிருத - ஆங்கில அகராதி

வில்சன்மேகதூத மொழிபெயர்ப்பை முடித்துவிட்டுச் சம்ஸ்கிருத ஆங்கில அகராதியைத் தொகுக்கும் பணியில் ஈடுபட்டார். இப்பணியைக் கீழையியல் விற்பன்னர் அனைவரும் பாராட்டினார். அவர் கிழக்கிந்தியக் கம்பெனி இயக்குநர் மன்றத்தின் வேண்டுகோளுக்கிணங்க அந்த அகராதியைத் தொகுத்தார். கம்பெனி அவருக்கு அதற்கென்று 1816 ஜூன் 22 அன்று 3750 ரூபாயை முன் பணமாய்த் தந்தது. இப்பணி 1819 ஆம் ஆண்டு முற்றுப்பெற்றது.

அது மிகப்பெரிய நான்கு மடிப்பு (*quarto*) அளவில் ஆயிரத்திற்கு மேற்பட்ட பக்கங்களைக் கொண்டிருந்தது. அதில் சம்ஸ்கிருத மொழியின்அடிப்படைக் கூறுகள் அனைத்தும் முப்பதாயிரம் நாற்பாயிரம் அடிச் சொற்களும் அடிச் சொற்களின் வளர்ச்சியும் இலக்கண மாறுபாடுகளின் தன்மையும் விரிந்த முறையில் தரப்பட்டிருந்தன. இந்நூல் முழுமையற்றதாயிருந்தாலும், ஐரோப்பியக் கண்டத்தில் சம்ஸ்கிருத இலக்கியம் விரிந்த முறையில் பயிலப்படுவதற்குப் பெரிதும் பயன்பட்டுள்ளது என்று வில்சனே தன் அகராதியின் பயனைப் பற்றி கணித்தார்.

ஆ. ஜேம்ஸ் பிரின்செப்பு இந்தியம் வந்தார்

ஜான் பிரின்செப்பின் ஏழாவது மகனாய் ஜேம்ஸ் பிரின்செப்பு (*James Princep, 1799-1840*) *1799* ஆகஸ்டில் பிறந்தார். ஜான் பிரின்செப்பு பெருஞ் செல்வ முடையவராயிருந்ததுடன், குவின்ஸ்பரோ தொகுதியிலிருந்து நாடாளுமன்றத்திற்கு தேர்ந்தெடுக்கப்பட்ட உறுப்பினராயுமிருந்தார்.

ஜேம்ஸ் பிரின்செப்பு சிறுவயதிலிருந்தே மிகுந்த கைநுட்பத் திறனுடைய வராயிருந்தார். அவரின் அண்ணன் டாபி பிரின்செப்பு கிழக்கிந்தியக் கம்பெனி ஆட்சிப் பணியில் சிறந்து விளங்கினார். ஜேம்ஸ் சிறுவராயிருந்த காலத்தில் ஆறங்குல நீளத்தில் ஒரு கோச்சு வண்டியைச் செய்து, அதில் வில்கள், திறக்கவும் மூடவும் கூடிய கதவுகள், சன்னல் கதவுகள், விளக்குகள், வேண்டும்போது இறக்கவும் மடிக்கவும் வல்ல படிக்கட்டுகள் ஆகியவற்றைப் பொருத்தியிருந்தார். இதிலிருந்து அவரது கைநுட்பத் திறனை விளங்கிக் கொள்ளலாம்.

பிரின்செப்பிடம் இத்தகைய வடிவமைப்பு நுட்பத் திறன் இருந்ததால், அவர் கட்டுமானத் தொழிலை மெற்கொள்ள வேண்டும் என்று தோன்றியது. எனினும் எந்திரவியல் வரைபடங்களை நுணுகியும் தொடர்ந்தும் அவர் ஆராய்ந்து வந்தமையால், அவரின் கண்களுக்கு ஊறு விளைந்தது. அதனால் அவர் கட்டுமானத் தொழிலைக் கைவிட நேர்ந்தது. ஆயினும் அவருக்குக் கண்பார்வை இறுதியாய் முற்றிலும் திரும்பியது.

1819

ஆதலால் ஜேம்ஸ் இலண்டனிலுள்ள கை (*Guy Hospital:* இ.ச.க.தொகுதி-*3:1721*-கட்டுரை) மருத்துவ மனையில், வேதியியல் விரிவுரைகளைக் கேட்டுக் கற்பதற்கு அவரின் தந்தை ஏற்பாடுகள் செய்தார். அதன் பிறகு இலண்டன் அரசு நாணயச் சாலையில் மாற்றுரை ஊழியரானார். அவர் இத்தொழிலில் திறமை பெற்றதற்காக அளிக்கப்பட்ட சான்றிதழைப் பெற்றதும் கல்கத்தா நாணயச் சாலை மாற்றுரைத் தலைவரின் துணை அலுவலராய் அமர்த்தப்பட்டார்.

ஜேம்ஸ் பிரின்செப்பு *1819* ஆம் ஆண்டு கல்கத்தாவை அடைந்தார். அப்போது அங்கு மாற்றுரைத் தலைமை அலுவலராய்ப் புகழ்பெற்ற இந்தியவியல் விற்பன்னரான எச்.எச். வில்சன் (முந்திய கட்டுரை) இருந்தார். டாக்டர் வில்சன் பிரின்செப்பின் நெஞ்சத்தில் கீழையியல் ஆய்வுகளின் மீது ஆர்வத்தை உண்டாக்கினார். பிரின்செப்பு கல்கத்தா நாணயச் சாலையில் சேர்ந்ததும், வரணாசியிலிருந்த நாணயச் சாலையைப் புதுப்பித்துப் புது வடிவில் அமைக்கும் சிறப்புப் பணியை மேற்கொள்வதற்காக, டாக்டர் வில்சன் அங்கு சென்றுவிட்டார். வில்சன் வாரணாசியில் ஓராண்டுக் காலம் இருந்து விட்டுக் கல்கத்தா திரும்பினார். அதன்பிறகு பிரின்செப்பு வாரணாசி நாணயச் சாலையின் மாற்றுரைத் தலைவரானார்.

வாரணாசியின் பிரின்செப்பு

பிரின்செப்பு வாரணாசியை அடைந்ததும் தன் கட்டுமானத் திறமையைக் காட்டத் தொடங்கினார். வாரணாசிச் சாலையின் உருவரையில் ஒரு தவறு இருந்த போதிலும் கட்டுமான வேலை தொடங்கிவிட்டது. பிரின்செப்பு உடனே மாற்று உருவரை ஒன்று எழுதித் திட்டவரையைத் திருத்தினார். முதல் உருவரைப்படி அமையும் கட்டடத்திற்கு ஆகுமென்று கணித்திருந்த செலவு தொகைக்குள்ளேயே கட்டட வேலையை முடிக்கச் செய்தார்.

அவரது திறன் பிற துறைகளிலும் வெளியிடப்பட்டது. வாரணாசியில் மக்கள் நெருக்கடி மிகுந்த பகுதிகளில் ஏழுமாடக் கட்டடங்கள் இருந்த இடங்களின் வழியே ஓடிக் கங்கையை அடையும் மூடு சாக்கடைப் பணி நிறைவேறவும் பிரின்செப்புப் பொறுப்பாயிருந்தார்.

அவர் வாரணாசி நகரின் முதல் நிலப்படத்தை வரைந்தார். அவரே அப்பட்டணத்தின் மக்கள் தொகைக்கணக்கையும் எடுத்தார். அதைப் பின்னர் வங்க ஆசியவியல் சங்கத்தில் வெளியிட்டார் அவருக்கு வேதியியல், இயற்பியல் ஆகியதுறைகளைக் கற்பதற்கும் நேரமிருந்தது. அவர் வெப்பத்தை அளக்கும் புதிய முறை ஒன்றை உருவாக்கினார். அது பற்றிய செய்தி இலண்டன் இராயல் சங்க இதழில் வெளியிடப்பட்டது. அவர் உலோகங்களின் மதிப்பை நோட்டம் பார்த்து உரைப்பதற்காக, ஒரு தானிய மணியில் மூவாயிரத்தில் ஒரு பங்கை நிறுக்கக் கூடிய துல்லியமான ஒரு தராசை உண்டாக்கினார்.

வாரணாசி நாணயச் சாலை 1830 ஆம் ஆண்டு மூடப்பட்டதும் பிரின்செப்பு கல்கத்தா திரும்பி, அங்கு வில்சனின் கீழ் நாணயச் சாலைத் துணைத் தலைவரானார். வில்சன் இளைஞரான பிரின்செப்பின் திறமையைக் கண்டுணர்ந்து அவருக்கு இந்தியவியல் ஆராய்ச்சியில் ஆர்வத்தை உண்டாக்கினார். அவரைக் கல்கத்தாவின் வங்க ஆசியவியல் சங்கத்திற்கு அறிமுகம் செய்துவைத்தார். அச்சங்கத்தின் கூட்டம் 1830 மே 5 அன்று கூடிய போது, பிரின்செப்பின் பெயரை வில்சன் முன்மொழிய, ஜூலை 7 அன்று பிரின்செப்பு அச்சங்கத்தின் உறுப்பினராய் ஏற்றுக் கொள்ளப்பட்டார். இந்த அமைப்பு இந்தியவியல் ஆய்வில் முன்னோடியாய் விளங்கியது; ஆதலால் இத்துறையில் மேலோங்கிய ஒருவரால் தான் இதில் இடம் பெறமுடியும்.

பிரின்செப்பு ஆசியவியல் சங்கத்திற்காகச் செய்த முதற்பணி, அவரது கட்டுமானத் திறமை சார்ந்ததாகும். ஆசியவியல் சங்கத்தின் கீழ்த் தளத்தைப் புதிப்பிப்பது என்று சங்கம் 1832 ஜனவரி 4 அன்று முடிவெடுத்து, அது பற்றிய அறிக்கையைப் பிரின்செப்பு அளிக்குமாறு சங்கத்தால் கேட்டுக் கொள்ளப்பட்டார்.

வில்சன் 1832 இல் ஆக்ஸ்போர்டு பல்கலைக் கழகத்தின் சம்ஸ்கிருதத் துறைத் தலைமைப் பதவியை ஏற்பதற்காகத் தாயகம் திரும்பியதும் பிரின்செப்பு வங்க ஆசியவியல் சங்கத்திற்கு வில்சனையடுத்துச் செயலாளரானார். பிரின்செப்பு இதுவரை கட்டுமானக் கலை, வேதியியல், புள்ளியியல் ஆகிய துறைகளின் வழியே அறிவியலில் முனைந்து பணியாற்றிவிட்டு, இப்போது வரலாற்றின் பக்கம் திரும்பினார்.

வரலாற்று ஆய்வு

பிரின்செப்பு இந்தியத்தின் கடந்த காலத்தைப் பற்றி அறிவியல் வேட்கையொடு ஆராயலானார். இந்தியவியல் ஆய்வானது பிரின் செப்பின் காலம் வரையிலும், இந்தியத்தின் கடந்த காலத்தை அறிவதற்கு அகச் சான்றுகளான இலக்கியங்களையே பெரிதும் நம்பியிருந்தது. அத்துறையில் நாணயவியல், தொல்லியல் ஆய்வு போன்றன குறித்து வெகுசில கட்டுரைகள் மட்டுமே ஆசியவியல் சங்கத்தில் படிக்கப்பட்டன.

பிரின்செப்பு ஆசியவியல் சங்கச் செயலாளரானதும் இந்நிலை முற்றிலும் மாறியது. இப்போது நாணயங்கள், கல்வெட்டுகள், தொல்பொருள் ஆய்வு நடக்கும் இடங்கள் முதலியன தொல்லியல் ஆய்வாளரின் ஆர்வத்தை ஈர்க்கவே, அவர்கள் அறிவியல் உணர்வு மிகக் கொண்டு ஆராய்ச்சியில் ஈடுபட்டனர்.

இதனால் ஏற்பட்ட பலன்கள் மிகவும் குறிப்பிடத் தக்கனவாகும் ஆறாண்டுகளுக்குள் *(1883 -1838)* பண்டை இந்தியத்தின் பல அரச குடிகள் வெளிச்சத்தைக் கண்டன. இதற்கு முன்னவரும் பின்னரும் இக்கால அளவிற்குள் பண்டை இந்திய வரலாறு இதைப் போன்று இத்தனை பெரிய அளவில் கண்டறிந்து கட்டியெழுப்பப்படவில்லை.

Kajariwal, O.P.The Asiatic Society of Bengal and the Discovery of India's Past, Delhi OUP, 1889.

2. இலக்கியம்

(அ) வங்க மொழியில் கலைச் களஞ்சியம்

வில்லியம் கேரியின் மகனான ஃபிலிக்ஸ் கேரி *(Felix Carey)* வங்க மொழியில் ஒரு கலைக் களஞ்சியத்தை இவ்வாண்டு தொகுத்தார்.

(ஆ) மராட்டி இலக்கணம்

''மராட்டி வியாகரண'' என்ற முதல் மராட்டி இலக்கண நூல் சகராம் நாராயண வாசு என்றவரால் இவ்வாண்டு எழுதப் பெற்றது. இந்நூல் அச்சேறவேயில்லை. அதன் கையெழுத்துப்பிரதியும் இப்போது கிடைத்திலது. இது மராட்டியில் எழுதப் படவில்லையென்றும் போர்த்துக்கீச மொழியில் எழுதப் பெற்றது என்றும் கூறுவர்.

(இ) சம்ஸ்கிருத அகராதி

இவ்வாண்டு சாந்த தேவ என்றவர் ''சப்த கல்பதரு'' என்ற சம்ஸ்கிருத அகராதியை ஏழு தொகுதிகளாய்த் தொகுத்தார். இதன் ஏழாம் தொகுதி *1851* இல் வெளி வந்தது. பிற்சேர்க்கை ஒன்று *1858*-இல் வெளியானது. *(வில்சனின் சம்ஸ்கிருத அகராதி பக்கம் 308 காண்க)*

(ஈ) சதியை எதிர்த்து இன்னொரு நூல்

இராம மோகனர் *1818* இல் எழுதியிருத சதி எதிர்ப்பு நூலையடுத்து இரண்டாவதாய் உரையாடல் வடிவில் *1819*-இல் மற்றொரு நூல் எழுதினார். அதன் பெயர் ''சகமரண பிசயி பிரபர்த்திக்கு திவிதிய சம்பாடு.''

(உ) தெலுங்கில் சிறுகதைகள்

இரவி பாபு குருமூர்த்தி *(1770-1837)* தெலுங்கில் எழுதிய சிறுகதைகள் *1818*-இல் வெளிவந்தன. ஒரு தெலுங்கு எழுத்தாளரின் நூல் முதன்முதலில் அச்சானது இதுவாக இருக்கலாம். இந்நூல் *1828, 1829, 1850, 1858* ஆகிய ஆண்டுகளுள் நான்கு பதிப்புகள் வெளிவந்தது. இத்தொகுதிக்கு விக்கிரமார்க்குனி கதாலு என்று பெயர்.

(ஊ) நாகர் கோயிலில் அச்சகம்

சர்ச்சு மிசனரிச் சங்கமும் (Church Missionary Society, CSM) இலண்டன் மிசனரிச் *சங்கமும் (London Missionary Society, LMS)* கூட்டாய்ச் சேர்ந்து சமயம் பரப்புவதற்காகத் தென்திருவிதாங்கூர், திருநெல்வேலித் துண்டு வெளியீட்டுச் சங்கத்தை அமைத்தன. இவற்றிற்கு *1817* இல் திருநெல்வேலியிலும் நாகர் கோயிலிலும் கிளைகள் ஏற்பட்டன.

இச்சங்கத்தின் சமய விளம்பரத் துண்டு வெளியீடுகளை அச்சிடுவதற்காக நாகர் கோயிலில் 1819 ஆம் ஆண்டில் எல்எம்எஸ் பிரஸ் என்ற அச்சகம் அமைக்கப்பட்டது.

சர்ச்சு மிசனரிச் சங்கம் 1914 ஆம் ஆண்டு பாளையங்கோட்டையில் ''பாளையங்கோட்டை அச்சகம்'' என்ற ஒன்றை அமைத்தது.

3. சீக்கியப் படை காசுமீரத்தைக் கைப்பற்றுதல்

காசுமீரம் 1339 ஆம் ஆண்டு வரை இந்து நாடாகவே இருந்தது. அந்நாட்டைக் கார்க்கோடர் (596- 857), உத்பலர் (857-1338) என்ற இந்து அரச மரபினர் ஆண்டு வந்தனர். அங்கு பத்தாம் நூற்றாண்டிலிருந்து பதினான்காம் நூற்றாண்டு வரை ஓரளவு அமைதியிருந்து வந்தது. பின்னர் சம்சுதீன் ஷா மிர்சா சுவாபு என்ற தத்தாரியச் சுல்தான் மரபிலிருந்து முஸ்லிம் ஆட்சி தொடங்குகின்றது. சுவாபு மரபையடுத்துச் சக்கு சுல்தான்கள் என்ற மரபினர் 1561 ஆம் ஆண்டு ஆட்சிக்கு வந்தனர்.

முகலாய அரசர் அக்பர் (1542-1605: ஆ. கா. 1561-1605) சக்கு சுல்தான்களிடமிருந்து 1587 இல் காசுமீரத்தைக் கவர்ந்து கொண்டார். அக்பர் யாகூபு (1586-1587) என்ற சக்கு சுல்தானைத் தன் டெல்லிப் பிரபுக்களில் ஒருவராக்கிப் பேராரில் அவருக்கு ஒரு சாகீரைக் கொடுத்துவிட்டார்.

நாதிர் ஷா (1688-1747) 1739 ஆம் ஆண்டு டெல்லியைப் பிடித்த பிறகு, காசுமீரம் அவர் கைக்குப் போனது. அவர் அதைக் காபூலுடன் இணைத்துக் கொண்டார். காசுமீரத்தில் காபூலின் ஆளுநராயிருந்த முகமது ஆசீம் கான் 1809 ஆம் ஆண்டு அதைப் பிடித்துக் கொண்டு தன்னாட்சியுள்ள தனியரசாக்கினார். அதற்குப் பத்தாண்டுகளுக்குப் பிறகு 1819 ஆம் ஆண்டு காசுமீரம் இரஞ்சித்து சிங்கின் (1780-1839) கைக்குச் சென்றுவிட்டது. சீக்கியப் படை காசுமீர நாட்டை 1819 ஆம் ஆண்டு பிடித்துவிட்டது.

(காசுமீரத்தையும் ஜம்புவையும் பற்றி இ.ச.க.தொகுதி- 5 : 1746 -கட்டுரையிலும் இ.ச.க.தொகுதி- 6 : 1756 கட்டுரையிலும் சொல்லப்பட்டுள்ளது)

4. பிரிட்டீசுச் செய்திகள்

(அ) பண்டசாலையாய்த் தொடங்கிப் பேரரசாய் விரிந்து . . .

ஜார்ஜ் கேனிங்கு (George Canning 1770 -1827) என்ற டோரிக் கட்சிக்காரர் (இவர் 1822-1827 காலத்தில் பிரிட்டனின் அயலுறவு அமைச்சராயும் 1827இல் தலைமை அமைச்சராயும் இருந்தவர்; இந்தியத்தில் 1856-1858 காலத்தில் தலைமை ஆளுநராயிருந்த கேனிங்கு பிரபின் தந்தை) 1819 மார்ச்சு மாதம் நாடாளுமன்றத்தில், பிரிட்டனின் வெகு மேலான போர்த்திறமையைப் பாராட்டி, இந்திய இராணுவத்திற்கு நன்றி கூறும் ஒரு தீர்மானத்தைக் கொண்டு வந்து, இங்ஙணம் உரையாற்றினார்.

''அனுமதிக்கப்பட்ட வரம்புகளுக்குள் வாணிபம் செய்வதற்கென்று கடற்கரையோரமாய் நாம் அமைத்துக் கொண்டிருந்த சிறப்பேதுமிலாத பண்டசாலை இருந்த இடம் மட்டுமே நமது உடைமையாயிருந்த அந்தக் காலத்தைப் பின்னோக்கிப் பார்க்கையில்:- பண்டசாலையானது இன்று பெரும் பேரரசாய்ப் பெருத்து நிற்கும் காலத்துடன் அந்தக் காலத்தை ஒப்பிடுகையில்; அன்று அதன் பரப்பு மூன்றிலொரு பங்காக, அங்கு வாழ்ந்த மக்கள் சுமார் ஐந்தில் மூன்று பங்காய் இருந்ததுடன் ஒப்பிடுகையில், அவ்வாறு விரிந்து பரந்த நிலப்பரப்பு இன்று பிரிட்டீசு அரசின் ஆட்சிக்குள் பட்டிருப்பதை

ஒப்பு நோக்குகையில்; மேலும் நான்கில் ஒரு பங்கு நிலப்பரப்பும் ஐந்திலொரு பங்கு மக்களும் ஆங்கில மேலாண்மைக்குத் திறை செலுத்துகின்றனர் அல்லது அதனுடன் நெருக்கமான உறவு கொண்டுள்ள அரசர்கள் கையில் இருப்பதை ஒப்பிடுகையில்...'' இப்படி கேனிங்கு வியப்பு மேல் வியப்பிலாழ்ந்து பிரிட்டீசு இராணுவத்தினால் விளைந்த மேன்மையை அடுக்கிக் கொண்டே சென்றார்.

(ஆ) ஆங்கிலேயர் சிங்கப்பூரைப் பெற்றனர்

ஆங்கிலேயர் 1810 ஜூலையிலும் நவம்பரிலும்இந்துமாக்கடலில் பிரஞ்சுக்காரர் வசமிருந்த தளங்களான மோரீசு, ரீயூனியன் ஆகிய தீவுகளைக் கைப்பற்றிக் கொண்டனர். (இ.ச.க.தொகுதி-11: 1810 - புள்ளி) அதன் பிறகு கிழக்கே ஜாவாவிலிருந்த டச்சுக்காரர் மீது படையெடுத்து அத்தீவை 1811 இல் கவர்ந்தனர். எனினும் 1815 ஆம் ஆண்டு கையெழுத்தான பாரிஸ் உடன்படிக்கைப்படி கிழக்கிந்தியக் கம்பெனி ஜாவாவை டச்சுக்காரரிடம் 1819 ஆம் ஆண்டில் திருப்பிக் கொடுத்துவிட்டனர்.

பிரிட்டிசார் ஜாவாவைப் பிடித்ததும் அதன் ஆட்சிப் பொறுப்பைக் கிழக்கிந்தியக் கம்பெனியின் ஊழியரான சர்.தாமஸ் ரேஃபிள்ஸ் ஏற்றிருந்தார். பிரிட்டிசார் இவ்வாண்டு அங்கிருந்து நீங்கியதும் டச்சுக்காரர் ரெஃபிள்சின் ஆட்சி முறைகளைப் பின்பற்றினார். பிரிட்டிசாருக்கு இந்த ஆண்டு சிங்கப்பூர் என்ற சிறு தீவு கிடைத்தது. ஜோகூர் (*Johore*: தென்மலாய்த் தீவக் குறையிலுள்ளது) சுல்தான் சிங்கப்பூரை 1819 ஆம் ஆண்டு பிரிட்டிசாருக்குக் குத்தகைக்குக் கொடுத்துவிட்டார். அதற்கு எழாண்டுகளுக்குப் பிறகு நீரிணைக் குடியேற்றங்கள் (*Straits Sttlements*) என்ற பெயரில் சிங்கப்பூர் புதிய குடியேற்ற ஆட்சிப் பகுதியானது.

1819

சிங்க + புர=சிங்கப்பூரானது. சுமார் 620 சதுர கிலோ மீட்டர் பரப்புள்ள இத்தீவு 13ஆம் நூற்றாண்டில் சுமத்திராவின் வாணிபப் பேரரசில் அடங்கியிருந்தது. ஜாவானியர் அதை 1376 இல் அழித்தனர். கிழக்கிந்தியக் கம்பெனியின் ஆட்சிப் பணியாளரான ரேஃபிள்ஸ் 1819 இல் இங்கு வந்து இறங்கியபோது சிங்கப்பூரில் காடு மண்டிக் கிடந்தது. அவர் காடழித்து ஊராக்கினார். இத்தீவு முன்னர் துமசெக்கு (*Tumasek*) என்று பெயர் பெற்றிருந்தது.

சிங்கப்பூரில் இயற்கை வளம் எதுவுமிலது. அங்கு சிறிதளவு தான் உணவுப் பொருள் விளைகின்றது. அதற்கு வேண்டிய தண்ணீரை மலேசியம் அளிக்கின்றது. அதன் வெற்றிக்கு இட அமைப்பும் மக்களுமே காரணம். தென் கிழக்காசியம் வழியே இந்தியத்தையும் பசிபிக்குக் கடலையும் இணைக்கும் குறுகலான நீர் வழிகளில் முக்கியமான இடத்தில் சிங்கப்பூர் உள்ளது. இங்கு இயற்கையானதும் ஆழம் மிகுந்ததுமான துறைமுகம் உள்ளது. சிங்கப்பூர் இருபதாம் நூற்றாண்டில் மேலோங்கிய நிலையை அடையப்போகின்றது.

சர் தாமஸ் ரேஃபிள்ஸ்

ரேஃபிள்ஸ் கரீபியன் கடலில் மேற்கிந்தியத் தீவுகளிலுள்ள ஜமைக்கத் தீவின் கரைக்கப்பால் கடலில் நின்ற ஒரு கப்பலில் 1781 ஆம் ஆண்டு பிறந்தார். அவர் 14 ஆவது வயதில் கிழக்கிந்தியக் கம்பெனிக்கு எழுத்தர் பணி செய்ய வந்தார்.

கிழக்கிந்தியக் கம்பெனி அவரை மலேயத் தீவக்குறையிலுள்ள பினாங்கிற்கு அனுப்பியது. (*Penang* பினாங்கு ஒரு தீவும் பெருநிலத்திலுள்ள துறைமுகமும் அடங்கியதாகும். இது இன்று மலேசியத்தின் ஒரு மாநிலமாயிருக்கின்றது) அவர்முதலில்

ஜாவாவிலும் (1811-1816), பின்னர் சுமத்திராவிலும் (1817-1823) லெப்டினண் ஜெனரலாய்ப் பணி செய்தார்.

டச்சுக்காரர் கிழக்கிந்திய வாணிபத்தில் தனி முதன்மை பெற்று ஏகபோகமாய் விளங்கியதைத் தடுப்பதற்காகப் பிரிட்டிசார் சிங்கப்பூரை ஜோகூர்ச் சுல்தானிடமிருந்து குத்தகைக்கு வாங்கினார். சிங்கப்பூரை மேம்படுத்தியதில் ரேஃபிள்சிற்குப் பெரும் பங்குண்டு.

1820 களில் சிங்கப்பூர்

ரேஃபிள்ஸ் சிங்கப்பூரைச் சுங்கமற்ற துறைமுகம் என்று அறிவித்தார். அங்கு 1819 ஜூனுக்குள் மக்கள் தொகை ஐயாயிரத்தைத் தாண்டிவிட்டது. அதற்கு ஓராண்டிற்குப் பிறகு இந்த எண்ணிக்கை இரட்டித்தது. சிங்கப்பூர்த் துறைமுகத்தை ஆங்கில வணிகக் கப்பல்களும் சீன, மலாய் மரக்கலங்களும் மொய்த்தன. சீனரின் ஜங்கு (*Junk*) என்ற மரக்கலங்களில் சிவப்பு, வெள்ளை, பச்சை, வண்ணங்கள் தீட்டியிருந்தன. அவை தடம் ''பார்த்து'', முன்செல்ல ''உதவுவதற்காக'' அவற்றின் முன்புறம் கண்கள் - வரையப் பெற்றிருந்தது. (சீன ஜங்குகள் பாய்மரக் கப்பல்களாகும். அவற்றின் முன்புறம் மிகவும் உயரமாயிருக்கும்; தட்டையான அடிப்பாகம்; சதுரமான பாய்கள்).

1819

அவை வடகிழக்குப் பருவக் காற்றொடு தேயிலை, பட்டு, சீனி, கருங்காலி ஆகியவற்றை ஏற்றிக்கொண்டு சிங்கப்பூரை அடையும். தென்கிழக்குப் பருவக்காற்று வந்து சீனத்திற்குத் தள்ளிக் கொண்டு போகும் வரை அவை சிங்கப்பூரில் காத்திருந்துவிட்டு ஆங்கிலப் பருத்தி, கம்பளத் துணிகள், கைவினைப் பொருள்கள், தகரம் முதலியவற்றை ஏற்றிக் கொண்டு தயாகம் திரும்பும்.

எல்லா வகையானவையும் அளவினவுமான மலேய மரக்கலங்கள் நூற்றுக் கணக்கில் சிங்கப்பூர்த் துறைமுகத்திற்கு வந்து கடலில் ததிங்கிணத்தோம் போடும். அவை பரந்த மலேயப் பகுதிகளின் எல்லா இடங்களிலிலுமிருந்து பருத்தித் துணிகளையும் பண்டங்களையும் மாற்றிக் கொள்வதற்காக மிளகையும் பிற மணக்காரப் பொருள்களையும் ஏற்றிக்கொண்டு வரும். அவற்றள் விரைந்தேக வல்ல சுமார் 120 அடி நீளமான சம்பன் - புச்சட்டு (*sampan-puchat*) என்ற கப்பல் வகையும் இருக்கும். இக்கலத்தை வலிப்பதற்கு ஐம்பது அல்லது எண்பது துடுப்புகள் இருக்கும். இந்தக் கப்பல் வகை சிங்கப்பூரின் தெற்கிலுள்ள டச்சுப் பகுதிகளுக்குள் பொருள்களைக் கடத்திச் செல்வதற்கு மட்டுமே பயன்பட்டன.

எனினும் நான்கு பாய்மரங்களை யுடைய ஆங்கில வணிகக் கப்பல்களும் - பின்னர் போர்க்கப்பல்களும் - மலேயரையும் சீனரையும் கற்பனையில் ஆழ்த்தின.

சிங்கப்பூர்ப் பட்டினம் வெகு வேகமாய் வளர்ந்தது. இங்கு ஓடிய ஆறு தீவை இரண்டாய்ப் பிரித்தது. சிங்கப்பூர் நிறுவப்பட்ட இரண்டாண்டுகளுக்குப் பிறகு நகரின் மேற்குப் பகுதி, அதன் அங்காடிகளிலும் கிட்டங்களிலும் இருந்து வெளிப்பட்ட மணக்காரப் பொருள்களின் மணம் கமழ்ந்த வாணிப மையமாயிற்று.

இந்தத் தீவுப்பட்டினத்தில் ஆங்கிலேயர், டச்சுக்காரர், மலேயர், சீனர், அராபியர், இந்தியர், அர்மீனியர், கொச்சின் - சீனர், சயாமியர், பூகியர் (*Bugi*) சுமத்திரர், ஜாவாக்காரர் என்று பல்வேறு நாட்டினரான வணிகர் வந்து குழுமினர்.

நகரின் கிழக்குப் பகுதி அமைதி தவழும் பசுமையான இடமாயிருந்தது. அங்கு கடற்கரையையொட்டிய அழகான நடைவீதியும் இனிய பூங்காக்களுக்குள் ஆங்கிலப் பங்களாக்களும் நின்றன. நகரின் பசுமையான வெளியில் ஆங்கிலேயர் பருத்திச் சட்டையும் கால்சட்டையும் அணிந்து கிரிக்கட்டு ஆடினர். சிங்கப்பூர் நிலநடுக் கோட்டிலிருந்து சுமார் 130 கிலோ மீட்டர்த் தொலைவில் இருந்ததால் வெப்பநிலை எண்பது டிகிரியாய் இருந்தது. அங்கு ஒரு சர்ச்சும் கட்டப்பட்டிருந்தது. நடைவீதியிலிருந்து சிறு தொலைவில் ஒரு குன்றின் மேல் அரசு அலுவலகம் (*Government House*) இருந்தது. அங்கு கிழக்கிந்தியக் கம்பெனியைச் சேர்ந்த ஆட்சிப் பணி ஊழியர் பணி செய்தனர்.

Miller, Harry Pirates of the Far East, London, 1990.

(இ) இலண்டனுக்குக் கிளியோபாத்திரா தூண்

''கிளியோபாத்திரா ஊசி'' (*Cleopatra Needle*) என்று ஆங்கிலத்தில் அழைக்கப்படும் நான்முகக் கூர் நுனித் தூண்களில் இரண்டு. சுமார் கி.மு.1500 ஆம் ஆண்டு எகிப்தின் ஹிலியோப்பபோலிஸ் என்ற நகரில் நிறுவப்பட்டன. (*Heliopolis*: நைல் வடி நிலப்பகுதியில் இருந்த பண்டை எகிப்திய நகரம். இந்நகரம் சூரிய வழிப்பாட்டு மையமாய் விளங்கிற்று என்பதை அதன் பெயர் உணர்த்தும். ஆனால் இதன் பண்டை எகிப்தியப் பெயர் ஆன் ஆகும்; பண்டைக் கிரேக்கப் பெயர் பால்பெக்கு)

இத்தூண்களில் ஒன்றை எகிப்தின் அரசரான முகமது அலி (*Mehmet Ali 1769-1843*; இ.ச.க.தொகுதி-11: 1805-புள்ளி) இங்கிலாந்திற்கு அளித்தார். அந்தக் கூர் நுனித் தூண் பிரிட்டனுக்கு 1878 ஆம் ஆண்டு வந்து சேர்ந்தது. அங்கு இலண்டனில் தேம்ஸ் ஆற்றங்கரையில் நிறுவப்பட்டது. இத்தூண்களில் இன்னொன்று நியூயார்க்கின் மையப் பூங்காவில் (*Central Park*) 1880 ஆம் ஆண்டு நிறுவப்பட்டது.

5. அமெரிக்கச் செய்திகள்

(அ) தனியொருமைக் கோட்பாட்டுக் குழாம் தோற்றம்

திருத்தந்தை, திருமைந்தன், திருஆவி என்ற கிறித்தவ மும்மையின் புனிதத்தை மறுத்து, இறைவனின் தனியொருமையைக் கோட்பாடாய்க் கொண்ட (*Unitarianism*) குழாம்அமெரிக்கத்தின் பாஸ்டன் நகரில் இவ்வாண்டு அமைக்கப்பட்டது. இந்நகரைச் சேர்ந்த ''திருக்கோயில் உரிமையாட்சி

முறையை'' ஒழுகிவரும் பாதிரியாரான வில்லியம் எல்லரி ஷேனிங்கு (*William Ellery Channing*) இந்த அமைப்பை 1819 ஆம் ஆண்டு தோற்றுவித்தார்.

(ஆ) அயல் நாடுகளிலிருந்து அரிய விதைகள் பெற ஆர்வம்

அயல்நாடுகளில் அமெரிக்கத்தின் தூதுவர்களாயிருப்பவர்கள், அங்குள்ள அரிய விதைகளையும் செடிகளையும் தாயகத்திற்கு அனுப்பி வைக்குமாறு ஒன்றிய அரசினால் கேட்டுக்கொள்ளப்பட்டனர்.

(இ) அமெரிக்கம் புளோரிடத்தை விலைக்கு வாங்குதல்

''பகலொளி மாநிலம்'' என்றழைக்கப்படும் ஃபுளோரிட மாநிலத்தை ஸ்பானியர் 1819 பிப்ரவரி 22 அன்று அமெரிக்க ஒன்றியத்திற்கு விட்டுக்கொடுத்தனர்.

(ஈ) அலபாம அமெரிக்க ஒன்றியத்துடன் இணைதல்

அமெரிக்க ஒன்றியத்தின் தெற்கே மெக்சிக்க வளைகுடாவில் அமைந்த அலபாம 1819 ஆம் ஆண்டு அமெரிக்க ஒன்றியத்துடன் இணைந்தது. இதன் மேற்கிலுள்ள தாழ்நிலப்பரப்பில் தோம்பி கபீ, பிளாக்கு வாரியார், அலபாம என்ற ஆறுகள் பாய்கின்றன. டென்னசிப் பள்ளத்தாக்கு, கம்பர்லந்துச் சமவெளி ஆகியவற்றின் சில பகுதிகள் வடக்கில் உள்ளன. இங்கு பருத்தி விளைகின்றது. வெண்பளிங்கு கிடைக்கின்றது.

இதன் தலைநகரம் மாண்கமரி: பரப்பளவு 131,333 சதுர கிலோமீட்டர் - 50,708 சதுர மைல். அலபாம பற்றி இத்தொகுதியின் தொடக்கத்தில் 1811 கட்டுரையில் சொல்லப்பட்டுள்ளது.

1819

(உ) அட்லாண்டிக்கைக் கடந்த முதல் நீராவிக் கப்பல்

நெடுங்கடலைக் கடப்பதற்கு நீண்ட காலமாய் மனிதனுக்கு உதவி வந்த பாய்மரக் கப்பல் போக்குவரவு மறையுங் காலம் பத்தொன்பதாம் நூற்றாண்டின் தொடக்கத்தில் தோன்றிவிட்டது. உலகின் இரண்டாவது பெரிய கடல் அட்லாண்டிக்காகும். இதன் வடக்கில் வட துருவமும் தெற்கில் தென் துருவமும் வடக்கில் வட தென்னமெரிக்கங்களும் கிழக்கில் ஐரோப்பியமும் ஆப்பிரிக்கமும் எல்லைகளாய் உள்ளன.

இக்கடலின் மிகு ஆழம் 9220 மீட்டர் - 130246 அடி : பரப்பளவு 81,585,000 சதுர கிலோமீட்டர் (31,500,000 சதுரமைல்)

இப்பெருங்கடலை 350 டன் எடைத்திறனுள்ள சவானா (*Savannah*) என்ற அமெரிக்க நீராவிக் கப்பல் முதன்முதலாய் 1819 ஆம் ஆண்டு கடந்து சென்றது. அது அமெரிக்கத்தின் தென்கிழக்கு மாநிலமான ஜார்ஜியத் துறைமுகத்திலிருந்து மே 18 அன்று கிளம்பி, சூன் 30 அன்று வடமேற்கு இங்கிலாந்திலுள்ள லிவர்ப்பூல் துறைமுகத்தை அடைந்தது.

ஃபீனிக்ஸ் (*Phoenix*) என்ற நீராவிக் கப்பலை 1809 ஆம் ஆண்டு செலுத்திய மோசஸ் பிரவுன் (*Moses Brown*) சவானாவையும் செலுத்தினார். இக்கப்பலில் அமைந்த பாய்மரங்களுக்குப் பக்க துணையாய்ப் பக்கச் சக்கரங்களை இயக்கக்கூடிய குறைந்த அழுத்த நீராவிப் பொறி அமைக்கப்பட்டிருந்தது. இக்கப்பல் 80 மணி நேரம் மட்டுமே நீராவியின் விசையால் கடலூர்ந்தது. அதில் 32 தனியறைகள் இருந்தனவெனினும், கப்பலுக்குத் தீங்கு

நேரக்கூடும் என்று அஞ்சியதால், அதில் ஏறிச் செல்லப் பயணியர் அஞ்சினர். அதனால் சவானா கப்பல் வெறுங்கப்பலாய் அட்லாண்டிக்கைக் கடந்தது.

6. உலகின் முதல் சாக்கலேட்டுத் தின்பண்டம்

ஃபிரான்சுவா லூயி கைலர் (Francois Louis Cailler 23) என்ற சுவிட்சர்லந்தியர், 1819 ஆம் ஆண்டில் வீவி (Vevey) என்ற இடத்தில் எந்திர உதவியைக் கொண்டு உலகின் முதல் சாக்கலேட்டுத் தின்பண்டத்தைக் கட்டிகளாய்ச் செய்து விற்பனைக்குக் கொண்டு வந்தார். அவர் இத்தின்பண்டங்களைச் (Fondants) செய்யும் ஒரு நிறுவனத்தையும் அமைத்தார். எனினும் அவர் முதலில் செய்த இந்தச் சாக்கலேட்டு இனிப்பான தின்பண்டமன்று.

7. பம்பாயில் வாந்திபேதி

பம்பாயில் இவ்வாண்டு வாந்திபேதி (காலரா) பரவியது. இக்கொள்ளை நோய் இதன் பிறகு ஓராண்டுக் காலம் பரவியிருந்தது.

8. தொற்று நோயால் ஹவாயியர் எண்ணிக்கை குறைதல்

கேப்டன் குக்கு (Captain James Cook, 1728-1779) 1779ஆம் ஆண்டு வந்திறங்கிய நாள்களிலிருந்து ஐரோப்பியரும் அமெரிக்கரும் இத்தீவுக் கூட்டத்திற்குக் கொண்டுவந்து சேர்த்த நோய்களினால் ஹவாயியரின் எண்ணிக்கை 1,50,000 ஆகக் குறைந்தது. இம்மக்கள் இதற்கு முன்னர் இத்தகைய நோய் நொடிகள் இல்லாமல் வாழ்ந்திருந்தனர்.

9. அறிவியல் செய்திகள்

(அ) அணு எடைகள் வரையறை

வேதியியலாரும் இயற்பியலாருமான பியரே லூயி துலோங்கு (Pierre Louis Dulong, 34) என்ற பிரஞ்சுக்காரர் இதற்கு எட்டாண்டுகளுக்கு முன்னர் நைட்டிரஜன் குளோரைடைக் கண்டுபிடித்தார். அவர் அணு ஒப்பு எடையும் எந்தத் தனிமமாயினும் அதன் வெப்ப எண்ணும் (specific heat) கூடிய தொகை மாறாதது என்ற விதியை இவ்வாண்டு உருவாக்கினார். இதலால் அணு எடைகளை வரையறை செய்வதற்கு வழி பிறந்தது.

(ஆ) நைட்டிரஜன் கண்டுபிடிப்பு

நைட்டிரஜனைத் தமிழில் வெடியம் என்கின்றோம். இது மணமும் நிறமும் இல்லாத வளித் தனிமம் காற்றில் 78 பங்கு நைட்டிரஜன் உள்ளது. இது பல சேர்மானங்களினால் உண்டாகின்றது. புரதங்களிலும் நியூக்குலிக்கு அமிலங்களிலும் இன்றியமையாக் கூட்டுப் பொருளாய் நைட்டிரஜன் உள்ளது. இதைக் கொண்டு அம்மோனியமும் வேதிப் பொருள்களும் செய்கின்றனர்.

இதன் வேதிக்குறி N. அணு எண் 7. அணு எடை 14.0067. ஒப்படர்த்தி 3 அல்லது 5. உருகுநிலை 209.86^0 செ. கொதிநிலை 195.8^0 செ.

வளிநிலையிலான இத்தனிமத்தை ஸ்காத்திய அறிவியலாரான டேனியர் ரூதர்ஃபோர்டு (Daniel Rutherford 1749-1819) 1819 இல் கண்டுபிடித்தார்.

10. பிறப்பு

வால்ட்டு விட்மன் (1819 – 1892)

அமெரிக்கப் பெரும்புலவர் வால்ட்(டர்) விட்மன் (Walt(er) Whitman 1819-1892) 1819 ஆம் ஆண்டு பிறந்தார். அவர் தன் வாழ்க்கையில் எழுதிய கவிதைகளனைத்தையும் திரட்டிப் ''புல்லின் இதழ்கள்'' (Leaves of Grass) என்ற பெயரில் 1855 ஆம் ஆண்டு வெளியிட்டனர்.

11. இறப்பு

அ) ஃபிரான்ஸ் ஒயிட்டு எல்லீசு (1778 – 1819)

ஃபிரான்சிஸ் ஒயிட்டு எல்லீசு (Francis Whyte Ellis 1778-1819) இவ்வாண்டு இராமநாதபுரத்தில் இறந்தார். இவரைப் பற்றிய விரிந்த கட்டுரை 261 ஆம் பக்கத்தில் உள்ளது.

(ஆ) ஜேம்ஸ் வாட்டு (1736 – 1819)

ஸ்காத்தியப் பொறியாளரும் கண்டுபிடிப்பாளருமான ஜேம்ஸ் வாட்டு (James Watt 1736-1819) இவ்வாண்டு இறந்தார். இவர் நீராவிப் பொறியியலில் அடிப்படையான சீர்திருத்தங்களைச் செய்தவர். நீராவிப் பொறிகளைத் தொழிற்சாலைகளில் பரவலாய்ப் பயன்படுத்தச் செய்தவர். அவர் 1819 ஆம் ஆண்டு ஆகஸ்டு 19 அன்று பர்மிங்காமில் இறந்தார்.

(இ) ஹவாயி அரசர்

ஹவாயி (Hawaii) என்பது வட பசிபிக்குக் கடலிலுள்ள 122 தீவுகள் அடங்கிய திரளைக் குறிக்கும். கேப்டன் குக்கு பசிப்பிக்கிலும் அட்லாண்டிக்கிலும் பல தீவுகளைக் கண்டுபிடித்தார். அவர் வட பசிப்பிக்கில் கண்டுபிடித்த தீவுக் கூட்டத்திற்குச் சேண்டுவிச்சுத் தீவுகள் (Sandwich Islands) என்று பெயரிட்டார். அவை பின்னர் ஹவாயித் தீவுகள் என்று பெயர் பெற்றன. (கேப்டன் குக்கு 1779 பிப்ரவரி 14 ஆம் தேதி விடியற்காலையில் கீலக்கேக்குவ வளைகுடாவில் ஹவாயி மக்களால் கொலை செய்யப்பட்டார்.)

ஹவாயி அரசர் காமஹமிஹ இருபத்திநான்காண்டுக் கால ஆட்சிக்குப் பிறகு 1819 ஆம் ஆண்டு 82 ஆவது வயதில் இறந்தார். அவர் சேண்டுவிச்சுத் தீவு முடியரசை ஒன்று கூட்டி வலுப்படுத்தினார். அவரையடுத்து அவரின் 22 வயது மகன் ஆட்சிக்கு வந்தார். அவர் ஹவாயிக்கு வந்த முதற் சமயப் பரப்பியரை 1819 ஆம் ஆண்டு வரவேற்றார். அவர் ஹவாயியின் டேபு (taboo) என்ற பண்டைத் தடைக் கட்டுப்பாட்டுமுறையையும் சமயத்தையும் தன் ஐந்தாண்டுக்கால ஆட்சியில் ஒழித்தார். இவரது பெயர் இரண்டாம் காமஹமிஹ.

தென்கிழக்காசியத்திலிருந்து சென்ற பாலினீசியக்கடலோடியர் சுமார் 1000 -1500 ஆண்டுகளுக்கு முன்னர் ஹவாயியில் குடியேறினார். இம்மக்கள் பதினெட்டாம் நூற்றாண்டில் ஐரோப்பியர் தொடர்பு ஏற்பட்ட பின்னரும் பத்தொன்பதாம் நூற்றாண்டு முழுமையிலும் தன்னாட்சி செய்து வந்தனர். பின்னர் ஹவாயி மக்களின் வேண்டுகோளுக்கிணங்க இத்தீவுத் திரள் அமெரிக்க ஒன்றியத்துடன் 1898 இல் இணைந்தது. அடுத்து 1959 ஆண்டு அதன் ஐம்பதாவது மாநிலமானது.

அரசியல்

ஸ்பெயினின் அரசியல் வரலாறு, தென்னமெரிக்கப் புரட்சி விடுதலை
இராமநாதபுரத்தின் புதிய ஆண்டை, நான்காம் ஜார்ஜ் அரியணை ஏறுதல்
மெயின் அமெரிக்க ஒன்றியத்தில் இணைவு
பிரிட்டனில் அமைச்சர்களைக் கொல்லச் சதி
போர்ச்சுகல்லில் புரட்சி

அறிவியல்

பிரிட்டனில் இராயல் வானியல் சங்கம்
எர்ஸ்டடு, ஆம்பியர் மின்னாய்வுகள்
முதல் அமீனோ காடி தனிப்படுத்தப்படுதல்

மருத்துவம், நோய்

குனைன் சல்ஃபேட்டுக் கண்டுபிடிப்பு
சினத்திலும் பிலிப்பைன்களிலும் வாந்திபேதி
சமயம் -சமய முரணியர் தண்டனை மன்றம் ஒழிப்பு

கல்வி

கேரளத்தில் கல்வி நிலை 19 நு, கல்கத்தாவில் பிஷப்பு கல்லூரி

கலை, இலக்கியம்

சரகவதி மகால் நூல் நிலையம், சென்னையில் பாடநூல் சங்கம்
நேபாளி இலக்கண நூல், பம்பாயிலும் பாடநூல் சங்கம்
திருநெல்வேலியில் சமய நூல் வெளியீட்டுச் சங்கம்
சி.பி.பிரவுனின் தெலுங்குக் கடிதங்கள், சூரத்தில் முதல் அச்சகம்,
கன்னடத்தில் விவிலியம், ரிப்பு வேன் விங்கிள் கதை
மைலோஸ் வீனஸ் உருவம் கண்டுபிடிப்பு

வரலாறு

ஜேம்ஸ் மில்லின் ''பிரிட்டீசு இந்திய வரலாறு''

மக்கள்

தென்னாப்பிரிக்கத்தில் பிரிட்டிசார் குடியேற்றம்
அமெரிக்கத்திற்கு மாபெரும் குடியேற்ற அலை
அமெரிக்க மக்கள் தொகை 96 இலட்சம்
அமெரிக்கத்தில் ஏக்கர் விலை 1.25 டாலர்

பொது

பிரிட்டனில் கலப்படக்காரர் ஏற்றம்

பிறப்பு

ஃபிரடரிக்கு எங்கல்ஸ் *(1820-1895)*
ஃபிளாரன்சு நைட்டிங்கேல் *(1820-1910)*
ஈசுவரச் சந்திர வித்தியாசாகர் *(1820-1891)*

இறப்பு

மூன்றாம் ஜார்ஜ் *(1738-1820)*

1820

1. பொய்யில் தோன்றிப் பொய்யாய் மறையும் ஸ்பானியப் பேரரசு

அடிமைப்பட்ட ஸ்பெயின்

''அமெரிக்கத்தில் ஸ்பெயின் அடைந்த மேலாண்மையானது வரலாற்றுப் பதிவாளர்களுக்கு (*chroniclers*) உயிர்த் துடிப்புள்ள சுவையான செய்திகளைத் தந்தது; வரலாற்றாசிரியர்களுக்கோ மலைக்க வைக்கும் புதிர்களை அளித்தது'' என்று தற்கால வரலாற்றாசிரியர் ஒருவர், அடிமைப்பட்டு விடுபட்ட ஸ்பெயின் கடல் கடந்து பேரரசை அமைத்தது பற்றிய தனது நூலைத தொடங்குகின்றார். அது ஐரோப்பியத்தார் கடல் கடந்து முதன் முறையாய் அமைத்த பெரும் பேரரசாகும். அப்பேரரசு செல்வச் செழிப்பு நிறைந்ததாய் மிகுந்த வலிமையொடு நெடுங்காலம் நிலைத்திருந்தது; இப்பேரரசு ஏனைய ஐரோப்பிய நாடுகள் ஸ்பெயின் மீது பொறாமை, அச்சம், வெறுப்பு முதலியன கொள்ளவும் காரணமானது.

ஊர் பேர் தெரியாத துணிச்சல்காரர்கள் கடல் கடந்து பரந்த நிலப்பரப்பைத் தேடிக் கிட்டத்தட்ட இரண்டு தலைமுறைகளுக்குள் ஸ்பெயினிற்காகக் கண்டுபிடித்துத் தந்தனர். அவர்கள் மிகப்பெரிய மலைத் தொடர்களைத் தாண்டிச் சென்றனர். மக்கள் தொகை மிகுந்தனவும் மிக முதிர்ந்த முறையில் நன்கு அமைந்திருந்தனவுமான முடியரசுகளை வென்றனர். இப்பேரரசு தற்செயலாய் அமைந்ததென்று தோன்றிய போதிலும் நிலைத்து நிற்க வல்லதாய் விளங்கிற்று. ஸ்பெயினையும் அது தோன்றுவித்த பெரும் பேரரசையும் பற்றிய இக்கதை மனித குல வரலாற்றிலேயே பெரிதும் ஈர்த்துக் கவரவல்லதாகும்.

கொலம்பசின் தவறு நிலை நிறுத்தப்படுதல்

கொலம்பஸ் தன் முதற் பயணத்தின்போது சீனப் பேரரசான கானுக்கு ஸ்பானிய அரசரும் அரசியும் எழுதிய ஒரு கடிதத்தை எடுத்துச் சென்றார். அவர் அறியாக் கண்டங்களைக் கண்டுபிடித்துப் புது நாடுகளை உண்டாக்க வேண்டும் என்ற கனவுகளுடன் கப்பலேறினார். ஆனால் அவர் கண்ட புது உலகம் பண்டைச் சீனமன்று. சீனப் பேரரசருக்குக் கொண்டு சென்ற முடங்கல் அவரை அடையாததே கொலம்பசின் தோல்விக்குச் சான்றாய் இருந்தது. ஆனால் அவர் கீழையுலகைக் கண்டுபிடித்து விட்டதாய் வீணாய்ச் சொல்லிக் கொண்டேயிருந்தார்.

கொலம்பசின் தவறை, அவர் கண்ட புது உலகம் என்ற பொய்யான எண்ணத்தை நினைவுபடுத்தும் வகையில், ஸ்பானியர் தென்னமெரிக்கத்தில் பற்றிக் கவர்ந்து கொண்ட பெரு நிலப்பரப்பை ''இந்தியங்கள்'' (*Indies*) என்றழைத்தனர். இந்த ஸ்பெயினும் ஒரு காலத்தில் அயலவரால் பற்றிக் கவர்ந்து அடிமைப்படுத்தப்பட்டதாகும். அது வெல்லப்பட்டதையும் அங்கு சுமார் முந்நூறாண்டுக் காலம் அயலாட்சி நடந்து வந்ததையும் பின்புலமாய் வைத்து நோக்கினால் தான், ஸ்பானியர் ''இந்தியங்களை' வென்று அங்கு பேரரசை நிறுவிய கதையை நன்கு விளங்கிக் கொள்ள முடியும்.

அரபு, பெர்பர் படையெடுப்புகள்

வட ஆப்பிரிக்கத்தின் மொராக்கோவிலிருந்து (*Morocco:* வடமேற்கு ஆப்பிரிக்கத்தில் அட்லாண்டிக்குக் கரையிலமைந்த முடியரசு, அரபுகள் இங்கு சுமார் 683 இல் இஸ்லாத்தைப் பரப்பினர். மொராக்கோவில் வட ஆப்பிரிக்க முஸ்லிமகளான பெர்பர்களின் ஆட்சி 11-13 நூற்றாண்டுகளில் உச்சநிலையில் இருந்தது.) அரபு, பெர்பர் படையினர் விசிக்கோத்துகள் வாழ்ந்திருந்த ஸ்பெயினுள் கி.பி.711 முதல் நுழைந்து வந்தனர். ஸ்பெயினையும் மொராக்கோவையும் சுமார் 30 கிலோ மீட்டர் அகலமுள்ள ஜிப்ரால்டர் நீரிணை பிரிக்கின்றது. அவர்கள் இச்சிறு தொலைவை வெகு எளிதாய்க் கடந்து ஸ்பெயினை அடைந்தனர். அவர்கள் சிறு எண்ணிக்கையில் வந்தனரெனினும் ஸ்பெயினை ஆண்டு வந்த ஜெர்மானியக் குலத்தினரான விசிக்கோத்துகளை முழு வெற்றி கொண்டுவிட்டனர். அவர்கள் எஞ்சியிருந்த விசிக்கோத்துகளை அடுத்த பத்தாண்டுக்காலத்திற்குள் ஐபீரியத் தீவக்குறையின் வடகோடியிலுள்ள காண்டபிரியன் (*Contabrian Mountains* : வட ஸ்பெயினின் கரையோரமாய் அமைந்த மலைத் தொடர்) மலைகளுக்குள் விரட்டிவிட்டனர். மூர்கள் (முஸ்லிம்கள்) பிரன்னீஸ் (*Pyrenees* : பிரான்சிற்கும் ஸ்பெயினிற்கும் நடுவிலுள்ள மலைத்தொடர் . அது மேற்குப் பிரான்சிற்கும் வட ஸ்பெயினிற்கும் இடைப்பட்ட பிஸ்கே வளைகுடாவிலிருந்து கிழக்கிலுள்ள நில நடுக்கடல் வரையில் நீண்டது) மலைகளைக் கடந்து ஃபிராங்கிய கால் (*Gaul*) மக்கள் வாழ்ந்திருந்த பகுதி வரையிலும் ஊடுருவி விட்டனர்.

ஸ்பானிய உமாயதுகள்

இத் தொடக்க காலத்தில் வட ஆப்பிரிக்கத்திலிருந்து அனுப்பப்பெற்ற முஸ்லிம் ஆளுநர்கள் வரிசையாய்க் கி.பி.755 வரை ஸ்பெயினை ஆண்டு வந்தனர். பின்னர் ''அழையாது நுழைபவர்'' (அத்-தாக்கில்) என்ற பெயரைப் பெற்ற முதலாம் அப்தர் ரகுமானும் அப்பாசிகள் புரட்சியின் போது நடந்த படு கொலைகளிலிருந்து தப்பி வந்த உமாயதுகள் சிலரில் ஒருவரும் ஸ்பெயினிற்கு வந்து, அங்கு கி.பி.756 ஆம் ஆண்டு உமயாது எமிரோட்டுகளின் ஆட்சியை நிறுவினர்.

டோலிடோ

மைய அரசின் கட்டுப்பாட்டையும் வலுவான ஆட்சியையும் எதிர்க்கின்ற வகையில் அமைந்த நிலப் பரப்பையுடைய இந்தத் தீவக்குறையில், உமாயதுகளின் ஆட்சி நிறுவப்பட்டதை அருஞ்செயல் என்று மெய்யாகவே கூறலாம். நடு ஸ்பெயினின் தைக் (*Tagus*) ஆற்றின் கரை மீதமைந்த டோலிடோ (*Toledo* : விசிக்கோத்துகளின் தலைநகராயும் பின்னர் 1087 முதல் 1560 வரை கேஸ்டிலி அரசின் கோநகராயும் இருந்தது. இந்நகரம் கி.பி. முதல் நூற்றாண்டு முதல் எஃகிற்கும் வாள்களுக்கும் பெயர் பெற்ற இடமாயிருந்து வந்தது.) முஸ்லிம்களின் வசமாயிற்று. இது அவர்களின் வடகோடி ஆட்சிப் பகுதியானது. இத்தீவக் குறையின் தென்பகுதி எட்டாம் நூற்றாண்டிலிருந்து பதின் மூன்றாம் நூற்றாண்டு வரை பெரும்பாலும் முஸ்லிம்கள் வாழும் நிலமாயிருந்து வந்தது.

கலப்பு நாகரிகம்

முஸ்லிம் ஆட்சியில் ஸ்பெயின் பல சிற்றரசர்களால் ஆளப்பட்டது. அவர்களின் கீழ் கிறித்தவ, யூத முஸ்லிம் மக்கள் அருகருகில் வாழ்ந்தனர். எனினும் அவர்களுக்கு

ஒருவர் மீதொருவர் அன்போ, பாசமோ, மதிப்போ இருந்ததில்லை. அவர்கள் ஒருவர் மற்றவரின் வாழ்க்கை முறையைப் பழகிப் போய்விட்டனர். ஸ்பானியா பலர் இஸ்லாந் தழுவினர். அங்கு கலப்பு மணங்கள் நடந்து குருதிக் கலப்பும் ஏற்பட்டது. அங்கு விரைவிலேயே ரோமானிய, அராபிய, ஸ்பானிக் கூறுகளுடன் கூடிய செழுமையும் பல வகைகளும் உடைய பல திறக் கூட்டான ஒரு நாகரிகம் முகிழ்த்தது.

ஸ்பானிய மொழி சொற் செறிவுமிக்கது. அவர்களது மொழியின் சொற்றொகுதிகளிலும், பெண்களைத் தனிப்படுத்தி வைத்தல் கட்டுமானம், வணிக நெறிமுறைகள் போன்ற சமூகப் பழக்க வழக்கங்களிலும், நீர்ப் பாய்ச்சல். நீரேற்றுதல் போன்ற வேளாண் பணிகளில் பயன்படும் கருவிகள் அனைத்திலும், படகுகள், கப்பல்கள் முதலியவற்றை வடிவமைக்கும் முறைகளிலும், குதிரைச் சேணங்கள், கடிவாளங்கள் ஆகியவற்றிலும் அரபு-பெர்பர் செல்வாக்குள் பரவியிருந்தன.

ஸ்பெயினிலிருந்த முஸ்லிம் நகரங்கள் சிறப்பான பல பொருள்களை ஆக்கித் தருவதில் ஐரோப்பியம், அண்மைக் கிழக்கு ஆகிய பகுதிகள் நெடுகிலும் பல நூற்றாண்டுகளாய்ப் பெயர் பெற்றிருந்தன.

டோலிடோ -படைக்கலன்கள், கவசங்கள், எஃகுப் பொருள்கள் ஆகியவற்றைச் செய்தது.

கார்டோபம்-(*Cardoba :* தென் ஸ்பெயினில் குவடல்குயுவிர் (*Guadalquivir*) ஆற்றின் கரைமீதமைந்த நகரம்) தோல் பொருள்களைச் செய்தது.

அல்மேரிய -(*Almaria :* தென் ஸ்பெயினின் துறைமுகப்பட்டினம்) பட்டுத் துணிகளை நெய்தது இங்குள்ள இன்னொரு துறைமுகம் மலக (*Malaga*), கிழக்கு ஸ்பெயின் துறைமுகமான வேலன்சிய (*Valencia*) ஆகியன மண்பாண்டங்களை வனைந்தெடுத்தன.

கிரேக்க ரோமானிய அறிவுச் செல்வம் கிடைத்தல்

ஏதென்சிலிருந்த பிளாட்டோவின் (*427-347* கி.மு.) அகாடமி இறுதியாய்க் கி.பி. *529* ஆம் ஆண்டு மூடப்பட்டது (*Academy:* அகாடமியா என்பது ஏதென்சின் அருகில் ஓடும் செஃபிசஸ் (*Cephissus*) என்ற ஆற்றின் கரை மீதிருந்த ஒலிவ மரத்தோப்பாகும். இது ஒரு காலத்தில் அகாடமஸ் என்ற வீரனுக்கு உரிமையானதாயிருந்தது. கிரேக்கத் தொன்மத்தில் வரும் வீரனான தீசஸ் குழந்தை ஹெலனை எங்கு ஒளித்து வைத்திருந்தான் என்பதைக் கண்டு சொன்னவன் அகாடமஸ் ஆவான் என்பது தொன்மக் கதையாகும்.

ஏதன்சின் படைத் தலைவரும் பாரசிகரைக் கி.மு.*490* இல் மரத்தான் என்ற இடத்தில் தோற்கடித்த வருமான மில்ன-யாபுசின் (*540-489* கி.மு.) மகன் பெயர் சைமோன். இவரும் ஏதன்ஸ் நகரத்துப் படைத் தலைவர்; தந்தையைப் போல் பாரசிகரைச் சுமார் கி.மு.*466* இல் தோற்கடித்தார். அவர் மேற்சொன்ன ஒலிவ மரத் தோப்பை ஏதன்சு நகரத்திற்கு வழங்கினார். இங்கு பிளாட்டோவும் அவருக்குப் பின் வந்தவர்களும் மெய்ப் பொருளைக் கற்பித்தனர். தொன்ம நாயகன் அகாடமசின் பெயரால் அது அகாடமி என்று அழைக்கப்படலாயிற்று. இத்தனை நெடிய வரலாற்றையுடைய அகாடமி கி.பி ஆறாம் நூற்றாண்டில் கலைந்ததும் அங்கு எஞ்சியிருந்த கிரேக்க விற்பன்னரில் பலர் பாரசிகத்தில் புகலமைந்தனர். அவர்கள் தம்முடன் கிரேக்க ஏடுகளையும் கொண்டு சென்றனர். அதையடுத்து வந்த ஆண்டுகளில் கிரேக்கச் சிந்தனை பாரசிகச் சிந்தனையுடன் கலந்துவிட்டது.

முகமதியர் பாரசிகத்தை 631ல் வெற்றி கொண்டதும், அங்கு சிறைப் பிடிக்கப்பட்ட பாரசிகரிடமிருந்து கிரேக்க அறிவியல் பற்றி அறிந்தனர். அன்று அரபு உலகின் பொது மொழியாயிருந்த அரபியில் கிரேக்க நூல்கள் மொழி பெயர்க்கப்பட்டன. இம்மொழி பெயர்ப்புகள் கிரேக்க அறிவியல் உண்மைகளையும் அவற்றின் உயர் துடிப்பையும் ஏந்திச் சென்றன. அரபுப் படைகள் எகிப்து, சிரியம், மெசபடோமியம், அர்மீனியம், பாரசிகம், ஸ்பெயின், ஆப்கானித்தானம், பலுச்சித்தானம், துருக்கி, இங்கெல்லாம் பாய்ந்து சென்று வெற்றி கண்டன. அரபுப் பேரரசு விரிந்து வலிமை பெற்றுவந்த போது கிரேக்க மருத்துவ அறிவியல் அறிவு அரபு விற்பன்னர்களுக்கு மேலும் மேலும் கிடைக்க வேண்டுமென்பதற்காக மொழி பெயர்ப்புப் பணிகள் மேற்கொள்ளப்பட்டன. ஒன்பது பத்தாம் நூற்றாண்டுகள் ''அரபு மருத்துவத்தின் பொற்காலம்'' என்று சுட்டப்பட்டன. அரபு மொழி பரவியதால் அறிவியல் துறையில் குறிப்பாய் மருத்துவத்தில் நலம் பயக்கும் விளைவுகள் தோன்றின.

அதனால் அறிவியல் எழுத்துப் பணி அனைத்திலும் குறிப்பாய்க் கிரேக்க கலைச் சொற்களை மொழிப் பெயர்ப்பதிலும் அவற்றைப் பயன்படுத்துவதிலும் மதிப்பரியதாய் அரபு மொழி விளங்கிற்று அரசு மொழி சுருங்கச் சொல்லி விளங்க வைக்கும் தன்மையதாய் இருந்ததால் இப்பணி சிறக்க நடந்தது. கிரேக்க ஞானப்பெருக்கை அரபுப் பெட்டகம் பொதிந்து வைத்துக் கொண்டிருந்த இந்த வேளையில் பாதி மறக்கப்பட்டுப்போன கிரேக்க ரோமானிய அறிவுச் செழுமை மீது பெருமை கொண்டு, அதை நம்பி நின்ற நாகரிக முதிர்ச்சி குன்றிய முரட்டுத் தனமான ஐரோப்பியத்திற்கு ஸ்பெயினின் அண்டலேசியத்தில் (*Andalusia* : தென் ஸ்பெயினிலுள்ள நிலப்பரப்பு வடக்கில் சியரா மொரேன மலை; தென்மேற்கில் சியரா நெவாடா மலை ஆகியவற்றுக்குமிடைய குவாடல்குயிவிர் ஆறு பாயும் செழிப்பான நிலங்களைக் கொண்ட மையப் பகுதிக்கு அண்டலேசியம் என்று பெயர். இது மூர் நாகரிகத்தின் மையமாய் விளங்கியது. நிலநடுக்கடல், அட்லாண்டிக்குக் கடல் இரண்டும் இதன் கரைகளைத் தொடுகின்றன. இதன் பரப்பு சுமார் 87,200 சதுர கிலோ மீட்டர்) நிலவிய முஸ்லிம் அரசு கிரேக்க, ரோமானிய அறிவுச் செல்வங்களை மீட்பதில் பெரும் பங்காற்றியது. கிரேக்க அறிவியலும் கற்றறிவும் பெரிதும் அரபி மொழி பெயர்ப்புகளின் வழியே வரலாற்று இடைக்கால ஐரோப்பியத்தை அடைந்ததற்கு அண்டலேசியமே வடிகாலாய் அமைந்தது.

விசிக்கோத்து அரசர்களின் வழிவந்தவர்கள் என்று பறைசாற்றிக் கொண்ட வட ஸ்பெயினின் சிற்றரசர்கள், மூர்கள் அயலார் என்பதற்காகவும் அவர்கள் புறச்சமயத்தவர்கள் என்பதற்காகவும் முஸ்லிம் நாகரிகத்தைத் தாக்கினர். அந்நாகரிகத்தின் நூலறிவையும் நுட்ப நயத்தையும் செல்வச் செழிப்பையும் கண்டு அவர்கள் பொறாமை கொண்டனர்.

கார்டோபக் காலிஃபத்தின் ஏற்றம்

மூன்றாம் அப்தர் ரகுமானால் (ஆ.கா 912 -961) பத்தாம் நூற்றாண்டில் நிறவப்பெற்ற கார்டோபக் காலிஃபம் (*Caliphate*) அண்மைக் கிழக்கிலிருந்த பெரும் பேரரசுகளுக் கெல்லாம் அறை கூவல் விடுக்குமளவிற்கு வளர்ந்திருந்தது. (*Cardoba* : குவாடல்குயிவிர் ஆற்றின் கரையில் இருந்தது. இங்கு 711 ஆம் ஆண்டு முதல் 1236 வரை முஸ்லிம்களின் ஆட்சி சிறப்புற்றிருந்தது. கார்டோப் நகரம் தென் ஸ்பெயினில் உள்ளது.) அந்த அரசு ஆட்சியாண்மையில் மட்டுமன்றி, அரசியலிலும் ஆன்மிகத்திலும் பிற முஸ்லிம் அரசுகளையும், ஏன் பெரும்பாலான கிறித்துவ அரசுகள் அனைத்தையும் விட வெகு

1820

மேன்மையான நிலையில் இருந்தது. அது வடமேற்கு ஆப்பிரிக்கத்தின் மகரபுப் பகுதியையும் (*Maghreb* : மொராக்கோ, அல்ஜீரியம், டுனீசியம் ஆகிய நாடுகளடங்கிய பகுதி) காத்து வந்தது. அதன் ஆன்மிக, அரசியல் தலைவரான காலிஃபா இரண்டிலும் புனிதமானவராய்க் கருதப்பட்டார். அவரைச் சுற்றிப் பல சம்பிரதாயங்களும் சடங்குகளும் நடந்தன. அவரை எவரும் எளிதில் நெருங்கிவிட முடியாதவாறு ஆள், அம்புகளால் அவர் சூழப்பட்டிருந்தார்.

ஸ்பானிய, ரோமானிய மக்களில் பெரும்பாலர் முஸ்லிம்களாய் மாறினரெனினும் கணிசமான எண்ணிக்கையினர் கிறித்தவர்களாகவே இருந்தனர். அவர்கள் எக்காலத்தும் விடுதலை வாழ்க்கை நடத்திவந்த கிறித்தவ நாடுகளிடமிருந்து அற முறையான, சமய ஆதரவை எப்போதும் நாடி நின்றனர்.

முஸ்லிம் குறுநில மன்னர்கள்

குறிப்பாய், விசிக்கோத்துகளின் பண்டைத் தலைநகரும் ஸ்பெயினின் சமய குருமார்களின் மையமுமான டோலிடோவில் முஸ்லிம் ஆட்சிக்கு எதிரான புரட்சிச் சக்திகள் எப்போதும் இருந்து வந்தன. அந்தந்தப் பகுதிகளில் முஸ்லிம் குறுநில மன்னர் இருந்தனர். அவர்கள் போர் வலிமை மிக்கவர்களாய் விளங்கியமையால், தம் மிச்சைப்படி தனியுமையுடன் அவர்களால் செயல்பட முடிந்தது. அவர்கள் கார்டோபக் காலிஃபத்திற்குக் கட்டுப்படாதவர்களாகவே இருந்தனர்.

இந்நிலை வடமேற்கிலுள்ள எபரோ பள்ளத்தாக்கிலும் (*Ebro* : ஸ்பெயினின் இரண்டாவது பெரிய ஆறு பாயும் பகுதி; இது காண்டபிரியன் மலைகளில் தோன்றித் தென் கிழக்காய்ப் பாய்ந்து நிலநடுக் கடலில் போய்ச் சேர்கின்றது) பிற்காலத்தில் அரகோன், கட்டலோனியம் என்றழைக்கப்பட்ட பகுதிகளிலும் முஸ்லிம் குறுநில மன்னர்களின் கை ஓங்கியிருந்தது. (*Aragon* : வடகிழக்கு ஸ்பெயினிலுள்ள நிலப்பரப்பு இது பதினோராம் நூற்றாண்டு முதல் 1419 வரை தன்னுரிமை பெற்ற முடியரசாயிருந்தது. அந்த ஆண்டில் அது கேஸ்டிலியுடன் இணைக்கப்பட்டுத் தற்கால ஸ்பெயின் உருவானது *Catalonia:* இதுவும் வடகிழக்கு ஸ்பெயின் உள்ளது.)

முஸ்லிம் சிற்றரசுகளின் புரட்சி

இரண்டு முஸ்லிம் சிற்றரசுகள் பத்தாம் நூற்றாண்டின் கடைசியில் மைய அரசிற்கு எதிராய்ப் புரட்சி செய்தன. வடமேற்கு ஸ்பெயினிலுள்ள படாஹொஸ் (*Badajoz*) என்ற நகரும் அதைச் சுற்றியுள்ள பகுதிகளும் அச்சிற்றரசுகளுள் ஒன்றாகும், மற்றொன்று கிரான்டா (*Granada*) மலைகளில் இருந்த சிற்றரசாகும் (*Granada* : இது தென் ஸ்பெயினின் அண்டலேசியத்தில் இருந்த முடியரசாகும். இது 13-ஆம் நூற்றாண்டில் உண்டாக்கப்பட்டது.) இங்கு இபின் ஹஃப்துன் இக்கிளர்ச்சிக்குத் தலைமை தாங்கினர்.

கார்டோபக் காலிஃபம் வலுக் குன்றிய நிலையில் இருந்த போதிலும் வடக்கிலுருந்த கிறித்தவச் சிற்றரசுகள் தனியுரிமையுடன் இயங்கி வந்த போதிலும் கார்டோப நகரைத் தலைநகராகக் கொண்டு முஸ்லிம்கள் அதைச் சிறந்த வாணிப, தொழில் மையமாக்கினர். அரபுப் பண்பாட்டிற்கும் கலைக்கும் அதைச் சிறந்த நிலையமாக்கினர்; அது கெய்ரோவிற்கும் பாக்தாதிற்கும் அடுத்தபடியான சிறப்பைப் பெற்றிருந்தது.

கார்டோபக் காலிஃபம் - பைசாந்தியத்தை மிஞ்சுமா?

கார்டோபக் காலிஃபம் பத்தாம் நூற்றாண்டில் ''வெற்றி வீரர்'' (அன்-நாசிர்) என்றழைக்கப்பட்ட மூன்றாம் அப்தர் ரகுமான் என்ற மாமன்னரின் ஆட்சியைக் கண்டது. அவர் ஐம்பதாண்டுக் காலம் (912 -961) ஆட்சி புரிந்தார். அவர் முடியரசின் வேளாண்மைமைப் புதிய உச்சத்திற்குக் கொண்டு சென்றார். அரசவைச் சடங்குகளும் சம்பிரதாயங்களும் பெரிய அளவில் நடந்தன கார்டோபம் புகழ் பெற்ற கீழைக் கிறித்தவப் பேரரசான பைசாந்தியத்தை (*Buzantium*) மனத்தில் வைத்துக் கொண்டு அதை மிஞ்ச வேண்டுமென்ற எண்ணத்தில் அவ்வாறு செய்யப்பட்டிருக்கலாம் என்பர்.

ஆப்பிரிக்கத்திலிருந்து பெர்பர்களைப் புதிதாய்க் கொண்டு வந்தும் கிறித்தவப் பகுதிகளெங்குமிருந்து திரட்டிய அடிமைகளை வைத்தும் காலிஃபத்தின் படை பலம் பெருக்கப்பட்டது. இப்படையைக் கொண்டு வடக்கிலிருந்த கிறித்தவர் அடக்கப்பட்டனர்.

பத்தாம் நூற்றாண்டின் இறுதியில் காலிஃபத்தின் மெய்யான ஆட்சியாண்மை ''வெற்றி வீரர் (அல்மன்சூர்)என்றழைக்கப்பட்ட முதலமைச்சரான (ஹாஜிடி) இபின் அபி அமீரின் கைக்குச் சென்றுவிட்டது. அவர்தான் பார்சலோனாவைக் கைப்பற்றினார். (*Barcelona* : ஸ்பெயினின் வடகிழக்கே நிலநடுக் கடலிலுள்ள தலைமையான் துறைமுகம். இதன் பண்டைப் பெயர் *Barcino*) காலிசியத்தின் (*Galicia*: நடு ஐரோப்பியதின் கிழக்கிலுள்ள நிலப்பரப்பு. கார்ப்பேத்தியன் மலைகளின் வடபாலில் உள்ளது. காலிசியம் இப்போது போலந்தில் இருக்கின்றது.) சாந்தியாகோ தெ கம்போஸ்டெல்ல (*Santiago de Compostella*) என்ற இடத்தின் புனித ஜேம்ஸ் மாதா கோயிலையும் அவர் கொள்ளையடித்தார்.

1820

இங்குள்ள கதிட்ரல் 11-13 ஆம் நூற்றாண்டுகளில் கட்டப் பெற்றது. இங்கு புனித ஜேம்ஸ் என்ற திருத்தூதரின் கல்லறை உள்ளது. இந்நகரம் அப்புனிதரின் பெயரால், சாந்தியாகோ என்றழைக்கப்படுகின்றது. இது வரலாற்று இடைக்காலத்தில் எருசேலத்திற்கு அடுததபடியான புனிதத் தலமாயிருந்தது அல்மன்சூர் இங்குள்ள கோயிலில் தான் நற்கலையழிவு செய்தார்.

அண்டலேசியம் சிதறுதல்

அல் மன்சூர் இறந்ததும் கார்டோபக் காலிஃபம் சிதறத் தொடங்கிற்று ஆங்காங்கே இருந்த ஆளுநர்கள் - முகலாயப் பேரரசு பதினெட்டாம் நூற்றாண்டின் தொடக்கத்தில் இந்தியத்தில் கட்டவிழத்தொடங்கியதும் நடந்ததைப் போன்று-தமக்கென்று தனியரசுகளை அமைத்துக் கொண்டனர். அண்டலேசியம் இருபது-முப்பது சிற்றரசுகளாய் (*taifas*) உடைந்தது. தைஃபாவின் குறுநிலத் தலைவர்கள், அரபுகள், பெர்பர், இஸ்லாந் தழுவிய ஸ்பானியர் என்று பலவகையினராயிருந்தனர். அவர்கள் தமக்குள்ளும் அடிக்கடி சண்டை செய்து கொண்டனர்.

வலிமை குன்றுதல்

காலம் செல்லச் செல்ல செவைலில் (*Seville* : தென்மேற்கு ஸ்பெயினில் குவாடல்குயிவிர் கரை மீதமைந்த துறைமுகப் பட்டினம் தென் ஸ்பெயினில் வண்டால், விசிக்கோத்து ஆகியோரின் தலைநகராய் 5-8 நூற்றுாண்டு இருந்தது 16, 17 ஆம் நூற்றாண்டுகளில் ஸ்பானியக் குடியேற்ற அடிமை வாணிப மையமாயிருந்தது.) இருந்த அரசுச் சிற்றரசும் கிரானடாவிலிருந்த (*Granda*) பெர்பர் சிற்றரசும் போன்ற வலிமை வாய்ந்த

அரசுகள் வலுக்குன்றிய அண்டைக் குறுநிலங்களை விழுங்கின அரசியலில் நிலையுறுதி இல்லாதிருந்த போதும். அண்டலேசியத்தில் தன்னாட்சி புரிந்துவந்த நகர அரசுகளில் முஸ்லிம் பண்பாடு தொடர்ந்து செழித்தது. வலிமை வாய்ந்த தைஃபாக்கள் காலிஃபத்தின் தனிச் சிறப்புகளான நகரங்களின் நாகரிக வாழ்க்கையையும் மேலுயர் நிலை எய்தியிருந்த கைவினைத் தொழில்களையும் திருத்திய நீர்ப்பாய்ச்சலாலும் கட்டாய உழைப்பினாலும் செழிப்பாய் நடந்து வந்த வேளாண்மையையும் உயர்ந்த முறையில் அமைக்கப்பட்டிருந்த சர்வாதிகார ஆட்சியையும் கட்டுக்குலையாமல் காத்து வந்தன. எனினும் இத்தைஃபாக்களில் அப்தல் ரகுமானிடமோ, அல்மன்சூரிடமோ இருந்த வலிமை மிக்க போர்ப்படை எதுவும் இருந்திலது. ஆதலால் வடக்கிலிருந்த கிறித்தவரோ, மொராக்கோவிலிருந்த பெர்பரோ படைகொண்டு வந்தால் அவர்களை எதிர்த்து நிற்கமுடியாதனவாய் முஸ்லிம் சிற்றரசுகள் இருந்தன.

ஆப்பிரிக்கத்திலிருந்து உதவி

அவர்கள் தமக்கு வடக்கிலிருந்த கிறித்தவ அரசர்களைப் போன்று எங்கெங்கு முடிந்ததோ, அங்கெல்லாமிருந்த பிற குறுநில மன்னர்களுடன் கூட்டுச் சேர்ந்து கொண்டனர். இந்தக் கூட்டுச் சமய வேறுபாடு கருதாது கிறித்தவ அரசர்களுடனும் ஏற்பட்டது. முஸ்லிம் சிற்றரசருள் சிலர் கிறித்தவ அரசர்களின் ஆதரவைப் பெற அல்லது அவர்கள் தம்மைத் தாக்காது இருப்பதற்காக அவர்களுக்குக் கையூட்டாய்ப் பணம் கொடுத்தனர். முஸ்லிம் அரசர்கள் தாங்க முடியாதவாறு பெருந்தொகைகள் அவர்களிடமிருந்து கேட்கப்பட்டன. அதனால் அவர்கள் வட ஆப்பிரிக்கத்திலிருந்து முஸ்லிம் மதத்தலைவர்களை அழைக்க வேண்டி வந்தது.

பெர்பர் தலைவர்களிடம் சமய ஒருமை இருந்ததைத் தவிர, அவர்கள் வேறு எல்லா வகையிலும், கிறித்தவ மன்னர்களைப் போன்று முஸ்லிம் சிற்றரசர்களுக்கு அயலவரேயாவர். ஆனால் அண்டலேசியத்திற்கு முன்னர் பதினோராம் நூற்றாண்டின் கடைசியிலும் பன்னிரண்டாம் நூற்றாண்டிலும் இன்னல்கள் வந்துற்றபோது, ஆப்பிரிக்கத்திலிருந்து உதவிக்கு வந்த இத்தகைய படையெடுப்பாளர் தாம் அதை இரு முறை காப்பாற்றினர்.

வட ஸ்பெயினிலிருந்த கிறித்தவ முடியரசுகளில் வெகு தொன்மை வாய்ந்தது லியோன் ஆகும். (*Leon* : இது வடமேற்கு ஸ்பெயினிலுள்ளது) அந்த அரசு பதினோராம் நூற்றாண்டில் ஆப்பிரிக்கத்திலிருந்து வந்த போர் மறவர்களை வன்மையாய் எதிர்த்து நின்றது. எனினும் பத்தாம் நூற்றாண்டில் தனக்கெனத் தனியரசை முதன் முதலில் நிறுவிக் கொண்ட கேஸ்டிலி அரசு குடியினர், மூன்றாம் ஃபெர்டினாந்தின் ஆட்சிக் காலத்தில், **1230** ஆம் ஆண்டில் லியோனை ஒன்றுபட்ட முடியரசின் கீழ் இரண்டாம் நிலை அரசாய் இணைத்துக் கொண்டனர். (*Castille or Castilla* : தற்கால ஸ்பெயினின் பெரும் பகுதியை உள்ளடக்கியிருந்த முடியரசு; இது முதலில் லியோன் அரசின் ஒரு பகுதியாய்த் தான் இருந்தது.)

கேஸ்டிலி எழுச்சி

கேஸ்டிலி முதலில் எழுச்சியடைந்த காலத்தில் எல்லைப் புற முடியரசாய் இருந்தது. அதன் சாரம் குறைந்த நிலம், வறண்ட தட்ப வெப்பநிலை, பழுப்பு நிறமான கரடு முரடான பாறைகள் ஆங்காங்கே எழுந்து நிற்கும் நிலப்பரப்பு, இவையனைத்தின்

காரணமாய் இம்மண்ணின் மக்கள் இடம் பெயர்ந்து இயங்கிக்கொண்டேயிருந்தனர். அவர்களுக்கு அபிலாசைகள் மிகுதி, அவற்றை நிறைவேற்றுவதற்காகச் சமய உணர்ச்சி கொண்டு நிலப்பசி மிகுந்தவர்களாய் ஆட்சிப் பரப்பை விரித்து கொண்டே சென்றனர்.

வட ஸ்பெயினின் பர்கோ (*Burgos*) அருகிலுள்ள பழைய கேஸ்டிலியைத் தவிர-அது வெகு காலத்திற்கு முன்னரே அமைந்த வேளாண்மைக் குடியேற்றமாகும். கேஸ்டிலியின் பொருளியல் பெரிதும் கன்று காலிகளை வைத்து நடத்தும் மேய்ச்சல் வாழ்க்கையை ஒட்டியே நடந்தது. இங்ஙனம் ஸ்பெயினில் மேய்ச்சலைத் தொழிலாய்ப் பெரிதும் கொண்ட நாடு கேஸ்டிலி மட்டுமேயாகும். ஏராளமான ஆட்டு, பன்றி மந்தைகளையும் அரை குறையாய்ப் பழக்கப்பட்ட கன்று காலிகளையும் மேய்த்து வாழ்வதை அடிப்படையாய்க் கொண்ட பொருளியில் அங்கு அமைந்திருந்தது.

இத்தகைய பொருளியல் அமைப்புக் காரணமாய் அம்மக்களின் அரசியல் இடம் விட்டு இடம் பெயர்வதாய் அமைந்து விட்டது அடிக்கடி சண்டைகளும் நடந்தன. அவர்களின் கன்று காலிகள் பெரும் நிலப்பரப்பில் மேய்ந்தன. ஆதலால் நிலத்தொடு கட்டுண்டு வேளாண்மை செய்து வந்த உழவர் பொருளியல் ஏற்றத் தாழ்வுகளுக்கு உள்பட்டன. உழவர்கள் கேஸ்டிலி சமுத்தில் தாழ்வாய் மதிக்கப்பட்டனர்.

கேஸ்டிலியர் தவிர்க்க முடியாத வகையில் வெகு விரைவிலேயே ஸ்பானிய எல்லைகளைத் தாண்டி நிலப்பரப்புகளை வென்ற பின்னர் அயலுலகில் இனிக் கவரப்போகின்ற நிலப்பரப்பில் கையாளப் போகின்ற ஏகாதிபத்தியப் போக்குகளை உள்நாட்டிலேயே பழகலாயினர்.

1820

உமாயது காலிஃபம் சிதைவு

பதினோராம் நூற்றாண்டுத் தொடக்கத்தில் உமாயது காலிஃபம் வலிமை குன்றிச் சிதையத் தொடங்கிற்று. அது 1002 ஆம் ஆண்டிற்குப் பிறகு குறுநிலங்களாய்ச் சிதறியதும் மூர்களின் வலிமை தளர்ந்தது.

கேஸ்டிலி வலிமையும் நிலைமைக்குத் தக்கபடி மாறிக்கொள்ளும் திறனும் எதிரியைத் தாக்கிக் கவர்ந்து கொள்ளும் ஆற்றலும் உடைய முடியரசாய் உருக்கொண்டது. அதன் வீரப் பெருந்தகையர் தெற்கிலிருந்த வளஞ்செறிந்த சிற்றரசுகளைத் தமக்கு இரையாய் வந்தவை என்றெண்ணிக் கொண்டனர். ஆறாம் அல்ஃபோன்சோவிடம் 1086 ஆம் ஆண்டில் டோலிடோ பணிந்தது. இது கேஸ்டிலியின் ஆட்சிப் பரப்பு விரிவில் குறிப்பிடத் தக்க திருப்பு முனையாகும். கேஸ்டிலியர் தம் எதிர்கால வெற்றிகளின் வரம்புகளை விரிப்பதில் ஐபீரியத் தீவக்குறையில் மட்டுமன்றி, வட ஆப்பரிக்கத்திலும் பிற கிறித்தவ அரசுகளுடன் கூடிப் பேசி உடன்படிக்கைகளைச் செய்து கொள்ளும் நிலையைப் பன்னிரண்டாம் நூற்றாண்டிற்குள் அடைந்து விட்டனர்.

டோலிடோ வீழ்ந்ததும் போரலை எழுவதும் விழுவதுமாயிருந்தது. எனினும் கேஸ்டிலி தன் கோட்டைகளையும் குதிரைப் படையையும் வைத்துக் கொண்டு ஆப்பிரிக்கத்திலிருந்து தாக்க வந்த அலமோராவிடுகளையும் அல்மோகடுகளையும் வெற்றிகரமாய் எதிர்த்து நின்றனர். (*Almoravids* : இவர்கள் வெற்றியார்வமிக்க வட ஆப்பிரிக்கப் பெர்பர்; இஸ்லாத்தின் மேல் பெரும் பற்றுடையோர் அவர்கள் வட ஆப்பிரிக்கத்தில் ஒரு பேரரசை நிறுவினர்; அப்பேரரசு பதினொராம் நூற்றாண்டில் ஸ்பெயினின் பெரும் பரப்பிலும் விரிந்தது. *Almohad* : இம்மக்களும் தென் மொராக்கோவில் தோன்றிய பெர்பரேயாவர். இவர்கள் ஸ்பெயினையும் மகரபு முழுமையையும் ஆண்டனர்.

சுமார் 1147 முதல் 1213 ஆம் ஆண்டிற்குப் பிறகும் சீரழிந்து போன அல்மோராவிடுகளுக்கு எதிராய் எழுந்தனர்.)

கேஸ்டிலியின் வீறு கொண்ட எழுச்சி

கேஸ்டிலியர் பதின்மூன்றாம் நூற்றாண்டில் வீறுகொண்டெழுந்து தம் ஆட்சிப் பரப்பை ஸ்பெயினில் தென்கரை வரை விரித்தனர். மார்சியத்தை 1243 ஆம் ஆண்டில் பிடித்தனர். *(Marcia :* ஸ்பெயினின் தென் கிழக்கில் நில நடுக்கடலில் இருந்த முடியரசு மூர்கள் இதை எட்டாம் நூற்றாண்டில் கைப்பற்றி 11, 12 ஆம் நூற்றாண்டுகளில் தன்னாட்சி உரிமையுடைய முஸ்லிம் அரசை அங்கு அமைத்தனர்.)

ஏற்கெனவே வேலன்சியத்தைத் தனதாக்கிக் கொண்ட அரகோன் அரசர், கேஸ்டிலி புதியதாய்க் கவர்ந்த இந்நாட்டைத் தனக்கென வைத்துக் கொள்வதைக் கேஸ்டிலி ஏற்றுக் கொண்டது. *(Valencia :* கிழக்கு ஸ்பெயினிலுள்ள பகுதி. முஸ்லிம்கள் இதை 1021-1238 காலத்தில் ஆண்டனர். இதன் தலைநகரான வேலன்சியம் துறைமுகப் பட்டினமுமாகும். இது இன்று ஸ்பெயினின் மூன்றாவது பெரியது நகரம்.)

கிரானடா வெற்றி

கிரானடாவை ஆண்டுவந்த இபின்-அல்-அஹமர் கையூட்டுத் தந்து சுருங்கிப்போன தன்னாட்சியுரிமையை நிலைக்க வைத்தார். அதனால் கிரானாடா இருநூறு ஆண்டுகளுக்கு மேலாய் ஸ்பெயினில் இருந்து வந்த ஒரே முஸ்லிம் சிற்றரசாய் (தைஃபா) நிலவ முடிந்தது. அது செவைலைப் பணிய வைப்பதற்குக் கேஸ்டிலிக்கு உதவுவதாய் வாக்களித்தது. செவைல் மூன்றாம் பெர்னாண்டோவிடம் 1248 இல் பணிந்தது. இதன் முக்கியத்துவம் மிகப் பெரிதாகும். இது வாணிபத்திற்கும் புத்திடத் தேட்டத்திற்கும் அட்லாண்டிக்குக் கடலில் ஒரு வாயிலாய் அமைந்தது.

எல் சிடு வழிவந்த கேஸ்டிலியர்

மறக்குணம் மிக்கதும் வலிமை வாய்ந்ததும் பொருளியலிலும் சமுகவியலிலும் ஸ்பெயினிலேயே மிகவும் பின்தங்கியிருந்ததுமான கேஸ்டிலிக்குச் செவைல் நாடு கிடைத்துவிட்டது. மாவீரரான எல் சிடுவழி வந்த கேஸ்டிலிரின் கைகளில் புதிய படைக்கலன்கள் வந்து குவிந்தன. *(E1 Cid :* இயற்பெயர் *Rodrigo Diaz de Vivar* 1043 × 1099; ஸ்பெயினில் மூர்களுக்கு எதிராய் நடந்த போரில் மாவீரராய் விளங்கியவர். சிடி *(sidhi)* என்ற அரபுச் சொல்லுக்குப் பிரபு என்று பொருள். அச்சொல்லிலிருந்து சிடு என்ற பெயர் வந்தது. இவரைச் சுற்றிப் பல கதைகளும் பாடல்களும் பின்னப்பட்டுள்ளன. அக்கட்டுக் கதைகளைப் பாப்பரசர் ஊக்குவித்தார். ஸ்பெயினை மூர்களிடமிருந்து மீட்க வேண்டும் என்பதற்கு, எல் சிடு மிகவும் சரியான வீரப் பெருந்ததை, நயநாகரிகர், மென்மையானவர், வெற்றி கொண்டோரிடம் பெருந்தன்மையுடன் நடப்பவர் என்றெல்லாம் பாப்பரசர் அவரை வாழ்த்தியருளினார். தீயவர்களும் வக்கிரமானவர்களும் இழிந்தவர்களுமான மூர்களை அழிக்க வந்தவர் எல்சிடு ஏன்று குறிப்பிடப்பட்டார்.

(ஆனால் இவையெல்லாம் உண்மையானது. எல் சிடு நேரத்தவறாது இறைவனைத் தொழுது வழிப்பட்டிருக்கலாம். ஆனால் ஏனைய நடத்தைகளில் அவர் ஒரு காட்டுமிராண்டி; பெண்களை இரக்கமின்றிக் கற்பழித்தவர்; கொள்ளையர். அரபுகள் கொடுஞ்செயல் புரிவதற்குக் கற்றுத் தந்தவர். இபின் பசாம் *(Ibn Bassam)* என்ற அரபு

ஆசிரியர் எல் சிடைக் ''காலிசிய நாய்... சிறைஞரைச் சங்கிலியால் பிணைத்து விற்பவர்; மக்களை வருத்தும் சூட்டுக்கோல்... அவர் ஸ்பெயினில் கொள்ளையடிக்காத நாட்டுப் புறம் ஒன்று கூட இலது'', என்று எழுதியுள்ளார். எல் சிடு பகலில் உறங்கி, இரவில் விழித்து அரபுகள் அஞ்சி நடுங்கும்படி கொடுஞ்செயல்கள் புரிந்தார். அவருக்குக் கொள்ளையடிப்பது மட்டுமே வாழ்க்கையில் அனைத்துமாயிருந்தது. டோலிடோ மீது நடந்த மாபெரும் முற்றுகையில் எல் சிடுதான் வெற்றி கண்டார் என்பது அவரைப் பற்றி வழங்கும் கதைகளில் ஒன்றாகும். உண்மையில் அவர் அப்போது வேறு எங்கோ இருந்தார். எல் சிடு கேஸ்டிலியர் என்பது வரலாறு.)

அரபுகளை வெற்றி கொண்ட பின் ஸ்பெயின்

ஐபீரிய முடியரசுகள் அண்டலேசியத்தை (முஸ்லிம் அரசுகளை) வெற்றி கொண்ட பின்னர் அவற்றின் விதிகள் வெவ்வேறாயின. நெடுங்காலமாய் ஸ்பெயினின் முன்னேற்றத்தில் சேர்க்கப்படாமலிருந்து வந்த நாவா ஏற்கெனவே பிரான்சின் பக்கம் திரும்பிவிட்டது. (*Navarre* : இது தென்கிழக்கு ஐரோப்பியத்தில் பாஸ்கு மக்களால் ஒன்பதாம் நூற்றாண்டில் நிறுவப்பட்ட முடியரசு)

கேட்டலோனியம் ஜெனோவாவைப் பின் பற்றி நிலநடுக்கடல் பகுதியெங்கும் வணிகர் குடியேற்றங்களை அமைத்தது. (*Catalonia* : வடகிழக்கு ஸ்பெயின் பகுதி. இது வழிவழியாய்ப் பிரிவினை மனப்போக்குடையதாய் இருந்து வருவது.) அரகோன் அரசர்கள் நிலநடுக்கடல் தீவுகளைக் கவர்வதிலும் தென் இத்தாலியை வெல்வதிலும் ஈடுப்படடனர். கேஸ்டிலிக்கு அடங்கியிருந்த லியோன் முடியரசு தன் அரசியல் தனித் தன்மையை இழக்கலாயிற்று.

ஜிப்ரால்டரும் தரிஃபாவும் கிறித்தவர் கைக்கு வந்தது. வரையிலும் போர்ச்சுக்கல் கேஸ்டிலியுடன் சேர்ந்து கொண்டிருந்தது. (*Gibraltar* : இது ஸ்பெயினிலுள்ள நிலமுனை. இங்குள்ள குன்று சுண்ணாம்புக் கல்லினாலானது. இதை மூர்கள் 711 ஆம் ஆண்டு கைப்பற்றினர்.) இங்ஙனம் நிலநடுக்கடலும அட்லாண்டிக்கும் ஒன்று கூடுமிடத்தில், இவ்விரண்டிற்குமிடையே அச்சமின்றிக் கடலோடுவதற்கு வழி பிறந்தது.

அதனால் லிஸ்பனிலிருந்து (*Lisbon* : போர்த்துக்கீசத் தலைநகரம்) போர்த்துக்கீசர் கடல் வாணிபத்திற்காகவும் புத்திடங்களைக் கண்டுபிடிப்பதற்காகவும் வழி திறந்தது. கேஸ்டிலி, மொராக்கோ என்ற இரண்டு திருகு கற்களுக்கிடையே மாட்டிக் கொண்டிருந்த கிரனாடா சூழ்ச்சித் திறத்தாலும் வேளைக் கேற்றபடி அணி சேர்ந்தும் மிக இக்கட்டனா நிலையில் காலந்தள்ளி வந்தது. கேஸ்டிலி முதிர்ச்சியற்ற சமூக, பொருளியல் அமைப்புகளை வைத்துக்கொண்டும் போர் முனைப்புடனும் குடியேற்றங்களை அமைப்பதிலும் அயல் நிலங்களை வெற்றி கொள்வதிலும் ஈடுபட்டது.

ஐரோப்பிய நாகரிகம் இனிமேல் கற்றறிவிற்கும் அகத்தூண்டுதலுக்கும் அரபு உலகை நம்பியிருக்க வேண்டியதில்லை என்ற அளவிற்குப் பதினைந்தாம் நூற்றாண்டில் பல்துறை வளர்ச்சி ஏற்பட்டுவிட்டது. வாரிசுரிமைச் சண்டடைகளுக்குப் பிறகும் முதலாம் இசபெல்லா (*Isabella I, 1451- 1504*; கேஸ்டிலி அரசி *1474 - 1504*) அரசு கட்டிலேறிய பிறகும் வெளிப்படையாய்க் கடைப்பிடிக்கப்பட்டு வந்த மூர் பழக்க வழக்கங்களும் நடையுடை பாவனைகளும் ஒரேடியாய் மாறின அரசியார் தமது வலுவான சமய நம்பிக்கை காரணமாய் மட்டுமின்றி, முஸ்லிம்கள் ஸ்பெனியினில் மீண்டும் ஒரு புனிதப் போர் தொடங்குவதைத் தடுக்க வேண்டுமென்பதற்காகவும் துணிவு கொண்டார்.

ஸ்பெயினில் மீண்டும் கிறித்தவ ஆட்சி

ஆட்டோமன் துருக்கர் *1453* இல் பைசாந்தியப் பேரரசை அவித்து விட்டனர். அவர்கள் நிலநடுக்கடலின் கிழக்குப் பகுதிகளை வென்று ஒன்றிணைப்பதில் ஈடுபட்டனர். அவர்கள் பால்கன் பகுதியிலிருந்து கிறித்தவ அரசுகளை ஏற்கெனவே அச்சுறுத்திக் கொண்டிருந்தனர். சுல்தான் இரண்டாம் முகமது *1480* இல் இத்தாலி மீது படையெடுத்துவிட்டார். அவர் இறந்ததனால் அந்தப் படையெடுப்பு நின்றது. இந்நிலையில் கிரானடா ஐந்தாம் படையாய் ஸ்பெயினிற்குள் இருப்பதை இசபெல்லா விரும்பவில்லை.

கிரானடா முஸ்லிம் அரசர்கள் ஸ்பெயினில் நடந்த வாரிசுரிமைப் போரினால் துணிச்சல் பெற்றுத் திறை செலுத்துவதை நிறுத்திவிட்டனர். அதனால் இசபெல்லா கிரானடா மீது படையெடுக்க ஆயத்தமானார். போர்த்துக்கீசர் 1415 இல் மொராக்கோவின். தியூட்டாவைப் (*Ceuta*) பிடித்துக் கொண்டதைப் போன்று, இயன்றால் வட ஆப்பிரிக்கம் சென்று போர் செய்யவும் அரசி உறுதி பூண்டார்.

மூர் முடியரசான கிரானாடவை வெற்றி கொள்வதற்காக ஊர் ஊராய்ப் பிடிக்கும் போர் *1482* இல் தொடங்கிற்று. அதன் தலைநகரான கிரானடா 1492 இல் விழுந்தது. ஸ்பெயின் பல நூற்றாண்டுகளுக்குப் பிறகு இப்போது முற்றிலும் கிறித்தவ அரசர்களின் ஆட்சிக்கு வந்தது.

ஸ்பெயினிற்கு இரட்டைச் சிறப்பு

(இந்த ஆண்டு ஸ்பெயினைப் பொருத்தவரையில் மற்றொரு சிறப்பும் உண்டு. கேஸ்டிலி அரசரான ஃபெர்டினாந்தும் அரசி இசபெல்லவும் கீழையுலகிற்கு வழிகாண வேண்டுமென்ற ஆர்வத்தில் கிறிஸ்தபர் கொலம்பசை *(1446-1506) 1492* ஆம் ஆண்டில் அனுப்பினர். மார்க்கோ போலோ *(1254-1324)* காலத்தில சீனத்தை ஆண்டிருந்த மங்கோலியரான யுவான் குடியின் ஆட்சி *(1260-1368)* இன்னும் நடந்து வருகின்றது என்ற எண்ணத்தில், இக்குடியினரின் ஆட்சி முடிந்து அங்கு மிங்கு அரச குடி *(1368-1644)* அரசாள்கின்றது என்பதை அறியாமல், சீன அரசரான கானுக்கு என்று ஒரு கடிதம் எழுதிக் கொலம்பசிடம் கொடுத்தனுப்பினர். கொலம்பசும் இக்கடிதம் பெருஞ்செல்வத்தையும் புகழையும தருமென்ற நம்பிக்கையுடன் கலமூர்ந்தார். ஆனால் (சாகும் வரை நம்பிக் கொண்டிந்ததைப் போல்) அவர் கீழையுலகை எட்டவில்லை. மாறாய்ப் பின்னர் ''புது உலகம்'' என்றறியப்பட்ட பெருநிலத்தின் கரையடுத்த ஒரு தீவில்தான் அவர் இறங்கினார். எனினும் ஸ்பெயின் ஒரு தலைமுறைக்குள் பெரும் பேரரசை அங்கு அமைப்பதற்குக் கொலம்பஸ் இதே *1492* இல் வழி திறந்துவிட்டார்.

இசபெல்லா கிரனடாவைப் பிடித்தபிறகு மிகுந்த முனைப்புடன் மத மாற்றக் கொள்கையைச் செயலாக்கினார். முதலில் போதித்தும் நயந்தும் நடந்து வந்த இந்த வேலை பலன் தராததால், அரசி கடுமையான நடவடிக்கைகள் எடுத்தார்.

யூதர்கள் நாட்டை விட்டு வெளியேற்றப்பட்டனர். கிரானடாவின் மூர்கள் வலுக்கட்டாயமாய்க் கிறித்தவராக்கப்பட்டனர்.

ஸ்பெயினிற்கு இஸ்லாத்தின் மீதிருந்த அச்சம் கிரானடா வெற்றியுடன் தீர்ந்து விடவில்லை; வட ஆப்பிரிக்கத்தின் மீது படையெடுப்பதொடு ஸ்பெயின் அடங்கிவிடவில்லை. துருக்கரின் முன்னேற்றத்தைத் தடுத்து நிறுத்துவதற்காக மெலில்யா *1492* இல் கைப்பற்றப்பட்டது. (*Melilla* : மொராக்கோவில் நிலநடுக் கடலிலுள்ள திட்டு. இது ஃபினீசியரால் (கி.மு.*1200-1000*) உண்டாக்கப்பட்ட பட்டினம்.)

கிரானடாவிற்கு எதிராய் நடந்த போரினால் ஸ்பானிய அரசுகளின் ஆர்வமும் வேணவாவும் முடுக்கம் பெற்றன. கிரானடாவை வென்ற பின்னரும் அவை மனநிறைவு கொள்ளவில்லை. கிரானடாவின் வீழ்ச்சிக்குப் பிறகு மேற்கு அட்லாண்டிக்கில் தீவுகள் கண்டுபிடிக்கப்பட்டன.

இதற்கு ஓராண்டு கழித்துக் கொலம்பஸ் *1493* மார்ச்சு *15* அன்று பாலோஸ் துறைமுகத்தில் புதிய உலகம் கண்ட செய்தியுடன் வந்து இறங்கியதும், ஸ்பானிய முடியரசுகள் அடக்கி வைத்துக் கொண்டிருந்தவற்றுக்கெல்லாம் வடிகால் வாய்த்தது. தான் கண்டுபிடித்த தீவுகளிலிருந்து சீனத்திற்குத் தாவிவிடலாம் என்றும் கொலம்பஸ் அறிவித்திருந்தார்.

உலகைக் கூறு போடுதல்

ஸ்பானியர் இதற்கு ஒரு தலைமுறைக்குள் துணிச்சல் மிகக் கொண்டு புதிய மாநிலங்களைக் கண்டு, வென்று பேரரசாண்மையை விரிக்கும் பேரவாக் கொள்ளத் தொடங்கிவிட்டனர். அவர்களுக்குக் கடல் தாண்டிய அயலுலகில் அதற்கான வாய்ப்புகள் அமைந்தன. போர்த்துக்கீசப் பேரரசாண்மை வேறு பிற நோக்கங்களொடு அரபுகளையும் துருக்கரையும் தாக்குவதற்குக் கொல்லை வழியை மேற்காப்பிரிக்கத்தில் தேடிக்கொண்டிருந்தது. ஐபீரியத் தீவக்குறையின் இவ்விரு நாடுகளும் உலகையே வளைத்துத் தம் ஆதிக்கப் பைக்குள் அடைத்துக் கொள்ளும் நிலையை எய்தின. இவ்விரு நாடுகளுக்கும் மோதல்களும் சச்சரவுகளும் நேராதிருக்கும் வகையில் ஸ்பானியப் போர்ஜியாவான பாப்பரசர் ஆறாம் அலெக்சாந்தர் *(1431-1530: ஆ.கா. 1492-1503)* உலகில் புதிதாய்க் கண்டுபிடிக்கும் நாடுகளையும் சேர்த்து ஸ்பெயினிற்கும் போர்ச்சுகல்லிற்கும் *1494* ஆம் ஆண்டு ஏற்பட்ட டார்டிசில்லாஸ் *(Treaty Tordisillas)* உடன்படிக்கைப்படி உலகை இரு கூறுகளாகப் பங்கு போட்டுக் கொடுத்துவிட்டார். அதனால் போர்ச்சுக்கலுக்குப் பிரேசிலில் ஒரு பகுதி அமெரிக்கத்தில் கிடைத்தது.

ஸ்பெயினின் பங்கிற்குப் பிரேசில் நீங்கலாய்ப் பெரும்பரப்புக் கிடைத்தது. எட்டாம் நூற்றாண்டிலிருந்து கிட்டத்தட்ட எண்ணூறாண்டுகள் அயலாட்சியிலிருந்த பின்னர் போராடி வெற்றி பெற்ற ஸ்பெயின், ஏறத்தாழ முந்நூறு ஆண்டுகளுக்குமேல் புதிய உலகின் இந்தியங்களை அல்லது இலத்தீன் அமெரிக்கத்தை அல்லது தென்னமெரிக்கத்தைத் தளையிட்டு வைத்திருந்த கதையையடுத்து அப்பெருநிலத்தின் மக்கள் விடுதலை வேண்டி நடத்திய போராட்டக் கதை இனி வருகின்றது.

இந்தியங்களில் விடுதலைக் கிளர்ச்சி வரலாறு

உவமை கூறவியலாத இனப் பாகுபாட்டினால் உண்டான மனக்குறையொடு, கட்டுத் தளையற்ற வாணிகமும் தங்கு தடையற்ற அறிவுக் கருத்துரையாடல்களும் சேர்ந்தும், பதினேழாம் நூற்றாண்டு முதலே தென்னமெரிக்கத்தில் கிளர்ச்சியை உண்டாக்கி வந்தன. அவையிரண்டுமே விடுதலை வேட்கையைத் தூண்டியதற்குத் தலையாய குறிக்கோள்களாயிருந்தன. மெக்சிக்க வளைகுடாப் பகுதியில் வாழ்ந்து வந்த அடிமைகளும் விடுதலை பெற்ற அடிமைகளான நீகிரோவர்களும் *1609* ஆம் ஆண்டில் ''அரசர் நாள்'' என்ற ஒரு நாளில் கிளர்ச்சி செய்தனர். அதைத் தென்னமெரிக்க விடுதலை இயக்கத்தின் கரு எனலாம். அவர்கள் ஸ்பானியர் அனைவரையும் கொன்று தாமாய் ஒரு முடியரசை அமைக்கத் திட்டமிட்டனர். ஸ்பானிய அரசப் பேராளர் *(Viceroy)* ஒரு படையை அனுப்பி

ஓரிசபா மலைகளிலும் (*Mount Orizaba*) காடுகளிலும் ஒளிந்திருந்த கிளர்ச்சிக்காரர்களை வளைத்துப் பிடிக்கச் செய்தார்.

''அமெரிக்க அரசர்''

மீண்டும் மெக்சிக்கத்தில் இதற்குப் பதினைந்தாண்டுகளுக்குப் பிறகு இன்னொரு கிளர்ச்சி எழுந்தது. இதில் நீகிரோவர் ஈடுபடவில்லை. மாறாய்க் கிரியோல்கள் (*Creoles*) என்ற தென்னமெரிக்க ஸ்பானியர் இப்போது கிளர்ந்தனர். அவர்களின் கிளர்ச்சி *1643* வரை சிறுகச் சிறுக வேகமடைந்தது. அப்போது அயர்லந்தைச் சேர்ந்த அருஞ்செயல் முனைப்புடைய வீரரான லேம்பட்டு (*Lambert*) என்றவர் எழுந்தார். அவர் தன்னை ஸ்பானிய மன்னர் மூன்றாம் ஃபிலிப்பிற்குப் (*1598-1621*) பிறந்த மகன் என்றும் அதனால் நான்காம் ஃபிலிப்பின் (*1621-1665*) மாற்றந்தாய் மகன் என்றும் உரிமை கொண்டாடினார். அவர் தன்னை ''அமெரிக்க அரசர்'', ''மெக்சிக்கப் பேரரசர்'' என்று எண்ணிக் கொண்டார். தொடக்க காலத்துப் புரட்சிக்காரர்கள் வெகு தீவிரமானவர்களாயிருந்த போதிலும் முடியரசாட்சியையும் அரசப் பேராளர் ஆட்சியையும் அமைக்கப் போவதாய்க் கூறுவது வழக்கமாயிருந்தது.

ஸ்பானிய இந்தியக் கலப்பினத்தவரில் ஒருவர் *1711* ஆம் ஆண்டில் தன்னை வெனிசுல அரசர் என்று பறை சாற்றினார். ஓர் ஆஸ்திரிய இளவரசரின் கீழ் மெக்சிக்கத்திற்கு விடுதலை பெறுவது என்று *1730* இல் ஓர் இயக்கம் நடந்தது. மக்களாட்சி என்ற கருத்து அந்தக் காலத்தில் பிறக்கவில்லை.

லேம்பட்டு பணத்திற்குத் திண்டாடி வந்த ஓர் ஆசிரியர். அவர் தம் மாணவர் தயவில் வாழ்ந்து வந்தார். அவர் தனது அரசுரிமைக் கோரிக்கை மெய்யானது என்று தோன்றச் செய்வற்காகப் போலி ஆவணங்களை ஆக்கிவைத்துக் கொண்டார். அவர் வரிகளை ஒழிப்பதற்கு விரும்பவில்லை. ஸ்பெயினைத் தவிர அனைத்து நாடுகளுடனும் தடையற்ற வாணிபம் செய்ய அவாவினார். அடிமை முறையை ஒழிப்பது, நாட்டு மக்கள் ஸ்பானிய நுகத் தடியை முறிப்பது ஆகியன அவரின் இலட்சியங்களாயிருந்தன. லேம்பட்டு எண்ணிப் பாராமல் தன் திட்டத்தைப் போர்ப் படை அலுவலர் ஒருவரிடம் சொல்லிவிட்டார். அந்த அலுவலர் லேம்பட்டைக் காட்டிக் கொடுத்துவிட்டார். இந்த அரைக் சிறுக்கர் எளிதில் மெக்சிக்க மன்னராய் விடலாமென்று நம்பினார். (மெக்சிக்கம் இ.ச.க *11:1810*) அவர் பிரஞ்சு, இங்கிலாந்து அரசர்களிடமும் பாப்பரசரிடமும் உதவி கோரிக் கடிதங்கள் எழுதினார். அவரை உயிரோடு எரிக்கும்படி தண்டனை விதிக்கப்பட்டது. ஆனால் அவர் அதற்கு முன்னர் தன்னுயிரைத் தானே மாய்த்துக் கொண்டார்.

வெள்ளம் வந்து மக்காச் சோளப் பயிர்கள் அழிந்ததனால், மெக்சிக்க நகரில் *1698* ஆம் ஆண்டு கிளர்ச்சி நடந்து. அப்போது புது ஸ்பெயின் என்ற அரசப் பேராளர் ஆட்சிப் பகுதியில் மெக்சிக்கம் இருந்தது. (இந்தப் பேராளர் ஆட்சிப் பகுதியில் மெக்சிக்கம், பனாமாவிற்கு வடக்கிலிருந்த நடு அமெரிக்கம், ஸ்பானிய மேற்கிந்தியத் தீவுகள், தென்மேற்கு அமெரிக்க ஒன்றியம், பிலிப்பைன் தீவுகள் ஆகியன அடங்கியிருந்தன. ஸ்பெயின் ஆட்சி வசதிக்காகத் தென்னமெரிக்கத்தைப் பல நிலங்களாய்ப் பிரித்துப் பல்வேறு அரசப் பேராளரின் பொறுப்பில் விட்டிருந்தது)

''அரசப் பேராளரும் அவரைக் காத்து நிற்கும் அனைவரும் சாகட்டும்'' 'நமது மக்காச் சோளத்தை உண்ணும் ஸ்பானியர் சாகட்டும்'' என்று மக்கள் கூச்சலிட்டனர். பின்னர் ஹிடால்கோ பாதிரியார் *1810* ஆம் ஆண்டு திரட்டிய கும்பல்களின் கூக்குரலுக்கு இவை தொடக்கமாயிருந்தன.(ஹிடால்கோ பாதிரியார் கிளர்ச்சி இ.ச.க.தொகுதி-*11 : 1810* -கட்டுரை)

வடமேற்கிலிருந்த மெக்சிகத்தில் மட்டும் கிளர்ச்சி நடக்கவில்லை. மேற்கிலுள்ள மேலப் பெருவிலிருந்த கோச்சபம்ப என்ற இடத்தில் ஸ்பானிய - அமெரிந்தியக் கலப்பினத்தவரான மெஸ்டிசோ (*Mestizo*) என்போரில் இரண்டாயிரம் பேர் திரண்டு, தலை வரியை எதிர்த்து 1730 ஆம் அண்டு படைக்கலன்களை ஏந்திக் கிளர்ச்சி செய்தனர். (*Cochabamba* : இந்நகரம் இன்று பெருவின் அண்டை நாடான பொலிவியத்தில் உள்ளது. பதினாறு முதல் 19-ஆம் நூற்றாண்டு வரையிலும் பெருவை ஆட்சி செய்த அரசப் பேராளர் பொறுப்பில் இருந்தது. ஸ்பானியத் துணிச்சல் வீரரான செபாஸ்தியன் பார்ப தெ படிய்ய - *Sebastian Barba de Padilla* - 1574 ஆம் ஆண்டு இந்நகரை நிறுவினார்.ஸ்பானியர் அப்போது தம்மைத் தற்காத்துக் கொள்வதற்காக (ஐரோப்பியத்தில் பிறந்த ஸ்பானியரல்லாத) கிரியோல்கள் மட்டுமே நீதிபதிகளாய் அமரலாம் என்று சட்டம் செய்தனர்.

வெனிசுலத்தில் கிளர்ச்சி

கரக்காசில் இருந்த கம்பேனியா குயிப்புஸ்கோவன (*Compania Guipuzcoana*) என்ற நிறுவனம் வாணிபத்தில் ஏகபோகம் பெற்றிருந்ததை எதிர்த்து நியூ கிரானடா அரசப் பேராளர் ஆட்சிப் பகுதியில் இருந்த வெனிசுலத்தை சேர்ந்த கிரியோல்கள் 1749 ஆம் அண்டு படைக்கலன் தாங்கிக் கிளர்ச்சி செய்தனர்.(*Venezuela* : இன்று தென்னமெரிக்கத்தின் வடக்கில் கரீபியக் கடலின் கரை மீதுள்ள குடியரசு) இந்நிறுவனம் கரையோரங்களில் கடத்தல்காரர்கள் இறங்கா வண்ணம் காத்து வெனிசுலப் பொருளியலை வளப்படுத்தும் பணியில் ஈடுபட்டது. எனினும் அது தவறான செயல்களில் ஈடுபட்டதால் 1788 இல் கலைக்கப்பட்டது.

ஸ்பானியக் கிறித்தவத் துறவிக்கும் இந்தியப் பெண்ணிற்கும் பிறந்தவர் என்று கூறப்பட்ட ஜோஸ் கேபிரியல் கொண்டர்கேன்குயி (*Jose Condorcanqui*) நடத்திய கிளர்ச்சிதான் ஆட்சியாளரை மிகவும் அச்சுறுத்தியது. அவர் குஸ்கோ நகரின் புகழ்பெற்ற சேன் போர்ஜா (*San Borja*) என்ற கல்லூரி யில் பயின்றவர்.(*Cuzco or Cusco* : 19 ஆம் நூற்றாண்டில் குஸ்கோ மாநிலம் என்ற ஆட்சிப் பிரிவில் இருந்தது. அது பெருவின் அரசப் பேராளர் ஆட்சிப் பகுதிக்குள் அடங்கியது. இன்று பெருநாட்டின் தென் நடுப்பகுதியில் உள்ள நகரம் முன்னாளில் இங்கர் பேரரசின் கோநகராயிருந்தது. இது பற்றி இ.ச.க.9 :1781 கட்டுரையில் முன்னர் கூறப்பட்டது. இங்கு இங்கர் நாகரிக இடிபாடுகள் பரந்து கிடக்கின்றன. தென் ஆண்டீஸ் மலையில் கடல் மட்டத்திற்கு மேல் 3500 மீட்டர் உயரத்தில் குஸ்கோ நகரம் நிற்கின்றது.)

''பேறு பெற்றவர்''

ஜோஸ் உயரமானவர் ; கட்டுடல் வாய்ந்தவர்; பண்புள்ள பழக்க வழக்கங்களை உடையவர்; துணிச்சலும் மிக்கவர். இத்தனை சிறப்புகளிருந்த போதிலும் கட்டுக்கடங்காச் சீற்றம் கொள்ளக் கூடியவர். அவர் கண்மூடித்தனமாய் ஸ்பானியர் அனைவரையும் வெறுத்தார். அதனால் அவர் தென்னமெரிக்கத்தில் பிறந்த ஸ்பானியரான கிரியோல்களாயினும் ஸ்பெயினிலிருந்து வந்து குடியேறிய ஸ்பானியராயினும் ஒன்றென்று கொண்டு இருசாரரையும் பகைத்துக் கொண்டார்.

அவர் குவிச்சுவ (*Quechua*) மொழியில் ''பேறு பெற்றவர்'' என்று பொருள்தரும் துபக்கு அமரு (*Tupac Amaru*) என்ற பெயரை வைத்துக் கொண்டார். இப்பெயர் கொண்ட ஓர் இங்கர் ஸ்பானிய ஆட்சியை எதிர்த்தார் என்பதற்காக 1579 ஆம் ஆண்டு ஸ்பானியர்

அவரது தலையை வெட்டிக் கொன்றனர். இங்கர் அரச குடியின் வழிவந்தோருக்காக ஸ்பானிய மன்னர் இரண்டாம் பிலிப்பு (*1527-1598 ஆ.கா 1556-1598* : இவர் போர்ச்சுக்கல்லின் மன்னராயும் *1580-1598* காலத்தில் இருந்தார்) அளித்த ஒரோப்பிச மார்க்குவிஸ் (*Oropesa Marquis*) என்ற பட்டத்தையும் ஜோஸ் சூட்டிக் கொண்டார்.

அவர் படைக்கலன்கள் போதிய அளவில் இன்றியும் முறையான பயிற்சி இல்லாமலும் இருந்த *6000* குவிச்சுவ இந்தியர்கள் அடங்கிய ஒரு படையைத் திரட்டி *1780* இல் தென் பெரு, மேலப் பெரு (பொலிவியம்), அர்ச்சண்டினம் ஆகியவற்றைப் பிடித்து கொண்டார். (*Quechua or Kechua* : இங்கர் உள்பட ஆண்டீஸ் மலையில் வாழும் இந்திய மக்களின் பெயர்; அவர்களின் மொழியும் இப்பெயர் பெறும்) அவருடைய படையிலிருந்த இம்மக்களின் உடலுறமேறிய மலைவாழ்வோராவர். அவர்கள் பசி தெரியாமலிருப் பதற்காகக் கோக்க இலைகளை மென்று அலுப்புத் தெரியாமல் செயலாற்றுவர். (*Coca:* இது *Erythroxylon* அல்லது *E.truxiuense*என்ற இருவகையான புதர்ச் செடிகளிலிருந்து பெறப்படும் இலையாகும். இச்செடிகள் ஆண்டீஸ் மலைகளில் வளர்வன. இவற்றில் கொக்கைன் என்ற போதை மருந்துள்ளது. ஆண்டீஸ் மலையில் வாழும் மக்கள் மனக்கிளர்ச்சியைத் தூண்டுவதற்கான இச்செடிகளின் இலைகளை வாயில் போட்டு மெல்லுவர்.)

இத்தகைய படையினருடன் ஜோஸ் குஸ்கோவின் கோட்டை வாயிலில் போய் நின்றார். அவரின் பெற்றோருடன் பிறந்த டீகோ (*Diego*) அதன் அண்டைப் பகுதிகளைப் பிடித்துக் கொண்டார். ஜோஸ் வெற்றி காணக்கூடிய கட்டத்தை அடைந்த இந்நேரத்தில் எப்படியிருந்தார் என்பதை அந்தக் காலத்துச் செய்தியிதழ் ஒன்று இங்ஙனம் விவரித்துள்ளது; அவர் நீல நிறத்தில் பொற்சரிகை வைத்துப் பின்னப்பட்ட கால்சட்டையும் மேற்சட்டையும் செந்நிறமான ஒண்பட்டு அங்கியும் மும்முனையுள்ள தொப்பியும் அணிந்திருந்தார். அவரது கழுத்தில் தொங்கிய தங்கச் சங்கிலியில் இங்கரின் சின்னம்மான சூரியன் பொறித்திருந்தது.

ஜோஸ் மிகுந்த துணிச்சலுடன் நின்ற போதிலும், ஸ்பானியக் குதிரைப் படையை அவரால் எதிர்த்து நிற்க முடியவில்லை. அவரது புரட்சி ஆறுமாதத்திற்குள், அதாவது *1781* ஆம் ஆண்டின் இறுதிக்குள் ஒடுக்கப்பட்டது. அவரின் மனைவி மக்கள், நெருங்கிய ஆதரவாளர்கள் அனைவரும் அவரது கண்முன்னாலேயே கொல்லப்பட்டனர். ஜோசின் நாக்கை வெட்டினர். காட்டுக் குதிரைகளில் அவரின் கால்களையும் கைகளையும் கட்டி, அவற்றை ஓடவிட்டு உடலைக் கண்டதுண்டமாய்க் கழித்தனர் (இ.ச.க *9 : 1781* கட்டுரை)

இக்கிளர்ச்சி நடந்துகொண்டிருந்தபோது இன்றைய பெருநாட்டின் தலைநகரான லைமாவில் (*Lima*) அரசியல் முக்கியத்துவம் வாய்ந்த ஒரு நிகழ்ச்சி நடந்தது. லைமாவிற்கு இதற்கு முந்திய ஆண்டில் வந்திருந்த அரசப் பேராளரான அகஸ்டின் ஜௌரிகுயியை (*Augastin Jauregui*) வரவேற்பதற்காக, அறிவாளியான ஜோஸ் பக்குஃபஜனோ (*Jose Baqufjano*) என்றவர் தேர்ந்தெடுக்கப்பட்டார். ஆனால் அவர் ஸ்பானியரைத் தாக்குவதற்கு நல்ல வாய்ப்பாய் அந்நிகழ்ச்சியைப் பயன்படுத்திக் கொள்வார் என்று அவரைத் தேர்ந்தெடுத்தவர்கள் எதிர்பார்க்கவில்லை. அவர் அரசப் பேராளருக்கு அளித்த வரவேற்புரையில் ஸ்பானியர் இந்நாட்டு இந்தியர்க்குப் பட்டினியையும் சாவையும் தவிர வேறு எதையும் கொண்டு வரவில்லையென்று பலர் முன்னிலையில் குற்றஞ்சாட்டினார். தனி மனித உயிர்கள் மதிக்கப்படாவிடில் அரசியல் கட்டமைப்புச் சீர்குலைந்து போகுமென்றும் அவர் எச்சரித்தார். ஆட்சியாளர் அவர் கூறியதைக் கேட்டுக் கடுஞ்சினம் கொண்டனர்.

அறிவாளியர் புரட்சி

அவர்கள் பக்குஃபஜனோ ஆற்றிய உரை அனைத்தையும் திரட்டி அழித்தனர். பக்குஃபஜனோ, சான் மார்கோஸ் பல்கலைக்கழகத்தின் முகவர் (*Rector*) பதவியைப் பெறவொட்டாமற் செய்தனர்.

அறிவாளியான இந்தப் புரட்சிக்காரர் தன் கருத்துகளைத் தனக்குள் வைத்துக் கொள்வதே நல்லது என்பதை உணர்ந்தார். எனினும் அவர் மெசானிக்குச் சங்கக் (*Masonic Lodges :* இது 1711 ஆம் ஆண்டு இலண்டனில் அமைக்கப்பட்டு உலகெங்கிலும் பரவியுள்ள ஓர் இரகசியச் சங்கம்.இச்சங்கத்தின் முழுப்பெயர் *Free and accepted Masons*. இச்சங்க உறுப்பினர்கள் சகோதரத்துவம் காக்கவும் ஒருவருக்குகொருவர் உதவவும் உறுதிமொழி எடுத்துக் கொள்வர். இராஜாஜி இச்சங்கத்தில் உறுப்பினராயிருந்தார்.) கூட்டங்களில் தன் கருத்தைப் பேசி வந்தார்.

அவர் ஹிப்போலிட்டோ உனானு (*Hipolito Unanue*) போன்ற பிற அறிவொளியரையும் தன் கருத்துகளால் கவர்ந்தார். உனானு மெர்க்குரியோ புவானோ (*Mercurio Peuano*) என்ற அறிவியல் சார்புள்ள இதழில் எழுதி வந்தார். இவர் பெருவில் முதல் மருத்துவக் கல்லூரியை அமைத்தவர். பின்னர் கருவூல அமைச்சரானவர். இத்தகைய அறிவாளியர் முற்போக்கு இயக்கம் வளரக் காரணராயினர். இந்த இயக்கம் ஒருபுறம் வளர்ந்து வந்த நேரத்தில் ஸ்பானிய அமெரிக்கமெங்கும் விடுதலைக் கிளர்ச்சிகள் எழுந்தன.

பக்குஃபஜோனோ, உனானு ஆகியோரும் அவரைப் போன்ற அறிவாளியரும் ஐரோப்பிய ஆட்சி மீது இந்தியர் வெறுப்புக்கொள்ளுமாறு செய்து விடுவர் என்று ஆட்சியாளர் மனமார நம்பினார். இங்கர் பேரரசு நிலவிய காலத்தில் இருந்த மோசமான நிலை இப்போது இலது. உணவு ஏராளமாய் இன்று உள்ளது. போர்கள் அடிக்கடி நிகழ்வதில்லை. நெசவு செய்வதற்குச் சிறந்த கம்பளி மயிர் கிடைக்கின்றது. இவ்வளவெல்லாமிருந்தும், குவிச்சுவ மக்கள் வெள்ளையர் ஆதிக்கத்திலிருந்து விடுபட்டு மீண்டும் இங்கர் அரசை நிறுவ வேண்டுமென்றும் (ஸ்பானியர் கருத்துப்படி) நாகரிக முதிர்ச்சியற்ற பழைய வாழ்க்கைக்குத் திரும்பவேண்டுமென்றும் அவாவினார்.

இந்தியரின் நிலை

ஸ்பானிய வெற்றி வீரர்கள் அமெரிக்கத்தில் காலடி வைத்த நொடியிலிருந்து இந்தியர்கள் நிலை மூன்று நூற்றாண்டுகளாய்ப் பெரிதும் இரங்கத்தக்கதாகவே இருந்து வருகின்றது.

அமெரிக்கங்களைக் கவர்வதற்காக அனுப்பிவைக்கப்பட்ட ''வெற்றி வீரர்கள்'' சமயத்தொடு தொடர்புடைய பல பணிகளைச் செய்ய வேண்டியிருந்தது. அவையெல்லாம் அவர்களின் மனச் சான்றை உறுத்திவிடாமல் இருப்பதற்காக இடப்பட்ட வேலைகளேயாம். எடுத்துக்காட்டாய், வெற்றி வீரர் ஒவ்வொருவரும் புறச்சமயியரான நாட்டு மக்களைத் தாக்குமுன்னர்,அவர்களுக்கு ஓர் அறிக்கையைப் படித்துக் காட்டவேண்டும். அந்த அறிக்கையில் கிறித்தவ சமய வரலாறும் அச்சமயம் பற்றிய சுருக்கமான செய்திகளும் ஸ்பானிய நோக்கில் இருக்கும்.

தீய நோக்குடன் தனக்குச் சாதகமானதை மட்டும் சொல்லிவிட்டு மற்றதை மறைக்கும் அந்த அறிக்கையைக் கேட்டு, நாட்டு மக்கள் ரோமிலுள்ள பாப்பரசருக்கும் கேஸ்டிலியிலுள்ள ஸ்பானிய அரசருக்கும் அடிபணிந்து நடக்க வேண்டும் என்பதை

உணர்த்துவதற்காக அந்த அறிக்கை படிக்கப்பட்டது. அப்படி அவர்கள் கீழ்ப்படியாவிடில் அவர்கள் மீது வன்செயல்கள் அவிழ்த்து விடப்படும். அந்த அறிக்கை இந்திய மொழிகளில் மொழிபெயர்த்துக் கூறப்படுவதுமில்லை. அதில் சொல்லப்பட்டுள்ளது என்னவென்பதைப் புரிந்து கொள்வதும் அது பற்றி முடிவெடுப்பதும் கடினம். அப்படி அவர்கள் முடிவெடுத்தாலும் அனைத்துலகிற்கும் ஒரே இறைவன் என்று சொல்லப்பட்ட கருத்தை அவர்கள் ஏற்றுக்கொண்டாலும் அந்தக் கடவுள் முற்றிலும் ஸ்பானியர் பக்கமே இருக்கின்றார் என்ற உள் கருத்தை ஒப்புக்கொள்வர் என்று எதிர்பார்க்கமுடியாது.

இத்தகைய கேலிக்கூத்துகள் ஒருபுறம் நடந்து கொண்டிருந்தாலும் இந்தியர்களை நடுநிலையான முறையில் நடத்துவது தொடர்பான சட்டங்கள் தொடக்கக் காலத்தில் வகுக்கப்பட்டன. இந்தியர்கள் எதிர்காலத்தில் எப்போதாவது தன்னாட்சி செய்யும் தகுதியுடையவர்கள் என்பதை மெய்ப்பித்துக் காட்டுவராகில் அவர்களுக்கு அந்த உரிமையைத் தர வேண்டும் என்றெல்லாம் அச்சட்டங்களில் சொல்லப்பட்டிருந்தது.

கிறித்தவச் சிற்றரரசர்கள் தம் சமயத்தைப் பரப்புவதற்காகப் புறச் சமயியர் மீது போர்தொடுக்கலாம். ஆனால் செல்வத்தை அள்ளிக் குவிப்பதற்காக அவர்களைத் தாக்கலாகாது என்று, ''ஸ்பானிய அரசர் இந்தியர்களை ஆள்வது பற்றிய சட்டம்'' என்ற ஓர் ஆய்வில் மத்தியாஸ் தெ பாஸ் *(Matias de Paz)* என்றவர் எழுதினார்.

இந்தியர்கள் ''மெய்யான மனிதர்கள்'' அவர்களுக்குக் கிறித்தவ சமயத்தை ஏற்றுக் கொள்ளும் பக்குவம் இருப்பதுடன், அதில் விருப்பமும் கொண்டுள்ளனர் என்று மூன்றாம் பால் என்ற பாப்பரசர் *(1468-1549 ஆ.கா.1534-1549)* 1537 ஆம் ஆண்டு ரோமில் அறிவித்தார். எனவே அவர்களுக்குப் போதனை செய்யும் 'நல்ல, புனிதமான வாழ்க்கை' வழியாயும் அவர்களைச் சமய மாற்றம் செய்தல் வேண்டும் என்றும் பாப்பரசர் சொன்னார்.

இந்தியர்களின் இன்னல்களைக் குறித்து மனம் நொந்து அவர்களுக்காகப் பெரிதும் உழைத்தவர்களுள் பார்த்தலோமி தெ லாஸ் கசஸ் *(Bartoleme de las Casas)* என்ற ஃபிரான்சிஸ்கன் சபை அச்சனான மனித நேயர் முதன்மையானவராவர். அரசு இந்தியர் தொடர்பான கொள்கைகளை வகுப்பதில் பதினாறாம் நூற்றாண்டில் அவர் தலையாய பங்கு வகித்தார். ஸ்பானியர் இந்தியரிடம் இரக்கமின்றி நடந்து கொண்டதைக் கசஸ் மிகவும் கடுமையாய்க் குறை கூறியதால், முதலாம் கார்லோஸ் அரசர் *(1517×1556:இவர் ஐந்தாம் சார்லஸ் என்ற புனித ரோமன் பேரரசராயும் இருந்தார்.)* புதிய சட்டங்களைக் கொணர்ந்தார்.

முதலாம் கார்லோஸ் ''புதிய சட்டங்கள்''

இந்த அரசர் இந்தியர்க்கு இழைக்கப்பட்ட தீமைகளைப் போக்குவதற்குப் பல ஆணைகளைப் பிறப்பித்தார். கசஸ் அச்சன் இந்தியர்களின் வருந்தத்தக்க தலைவிதியை அரசரின் உள்ளத்தில் பதிய வைக்கவேண்டுமென்பதற்காகப் பல நூல்களையும் துண்டு வெளியீடுகளையும் எழுதினார். அவர் இந்தியரின் நன்மையைக் கருதி எழுதிய இந்நூல்கள் ஸ்பானியிரின் எதிரிகளால் மிகவும் விரும்பி வரவேற்கப்பட்டன.

லாஸ் கசசும் பிற கிறித்தவ அச்சன்மாறும் விடாது மேற்கொண்ட முயற்சிகளின் பலனாய் முதலாம் கார்லோஸ் புகழ் வாய்ந்த ''புதிய சட்டங்கள்'' *(New Laws)* என்ற சட்டங்களைப் பிறப்பித்தார். இச்சட்டம் இந்தியர்களை நன்முறையில் ஆளவும் பரிவோடு நடத்தவும் ஆதரவோடு காத்து வரவும் இயற்றப்பட்டது. அமெரிந்தியர்களின் நலன்களைப் பேணுவதற்காக ஸ்பெயினில் அமைக்கப்பட்ட ''இந்தியங்கள் மன்றம்'' *(Council for Indias)* என்ற இந்தியத் துறையும் ஸ்பானிய அமெரிக்கங்களிலிருந்த உயர்நீதி மன்றமும் *(Audiencia)*

இந்தியர்களையும் அவர்களின் நலன்களையும் காப்பதற்காகவே அமைக்கப்பட்டன. இந்தியர்கள் சுதந்திரமான மக்கள்; அவர்களின் விருப்பமின்றி அவர்களை எந்தப் பணியிலும் ஈடுபடுத்தலாகாது. எந்தப் பெயரிலும் அவர்களை அடிமைகளாக்கக் கூடாது என்று அச்சட்டம் விதித்தது.

இந்தியர்களிடம் காப்புப் பணம் வாங்கிக் கொண்டு அவர்களைக் காப்பாற்ற வேண்டும் என்பதற்காக அளிக்கப்பட்ட என்கோமியண்டா (*Encomienda*) என்ற சுரண்டல் அதிகாரம் நீக்கப்பட்டது என்றும் அச்சட்டம் கூறியதும் ஒவ்வோர் இந்தியனும் கூலி பெறாது கட்டாய உழைப்பைத் தரவேண்டும் என்றிருந்த கொடுமையும் ஒழிக்கப்பட்டது.

நடைமுறைப்படுத்த முடியாத சட்டம்

எனினும் இப்புதிய சட்டத்திற்கு உடனே எதிர்ப்பு எழுந்தது. அரசினால் அந்த எதிர்ப்பைத் சமாளிக்க முடியவில்லை. அச்சட்டங்களை எங்கும் நடைமுறைப் படுத்துவதற்கு இயலவில்லை. புதிய ஸ்பெயினில் (இன்றைய மெக்சிக்கப் பகுதியில்) உள்நாட்டுப் போர் மூளக்கூடிய ஆபத்து உண்டானது. அதன் அரசப் பேராளர் இந்த இடர் நிறைந்த சூழலை மன்னர்க்கு அறிவித்து விட்டு அவரிடமிருந்து ஆணை வருவதற்குக் காத்திராமல் புதிய சட்டங்களை நடைமுறைப்படுத்தாமல் நிறுத்தி வைத்தார்.

பெருவில் சரியான முன்னெச்சரிக்கையின்றி இச்சட்டங்களைக் கொண்டு வந்ததால் அங்கு ஆட்சியே சீர் குலைந்தது. பெரு சிறிதுகாலம் முடியரசினின்று அறுத்துக் கொண்டு தன்னாட்சி செலுத்தியது. பிற மாநிலங்களிலும் அப்போதைக்கப்போது எதிர்ப்புகள் கிளம்பின. அதனால் கார்லோஸ் மன்னர் 1545 ஆம் ஆண்டு இந்தியரை அடிமைப் படுத்தலாகாது, அவர்களைத் தனிப்பட்ட முறையில் ஊழியம் செய்வதில் ஈடுபடுத்தக்கூடாது என்ற இரண்டு விதிகளை மட்டும் வைத்துக் கொண்டு புதிய சட்டத்தைத் திரும்பப் பெற்றுக் கொண்டார். அனைத்துமே பழையபடி நீடித்து வந்தன. இந்தியரின் துயரம் தீர்ந்தபாடில்லை.

இந்தியர்கள் அயல் ஆண்டையருக்காகக் கட்டாயமாய் வேலை செய்வதை வெறுத்தனர். அவர்கள் பொதுப்பணிகளில் ''முறை'' வைத்து வேலை செய்யவேண்டுமென்ற ''மித்தா'' (*mita*) என்ற ஓர் ஏற்பாட்டின் கீழ் சுரங்கங்களில் கட்டாயமாய் வேலை செய்யவேண்டும்; அங்கு உழவுத் தொழிலாளருக்குக் கிடைக்கும் கூலியில் பாதி தான் அவர்களுக்குக் கிடைத்தது. அதனால் அவர்கள் தம் முதலாளிகளிடம் என்றென்றும் கடன் பட்டவர்களாகவே இருந்தனர். இந்தியரில் சிலர் மாநிலங்களில் இருந்த ஆளுநர்களிடம் போங்கோ (*pongo*) என்ற குற்றேவலராயினர். இந்தக் கட்டாய வேலைக்காக அவர்களுக்கு உணவும் உடுதுணியும் கிடைத்தன.

சுரண்டலும் கொடுமைகளும்

கோரிகிடோர் (*Corregidor*) என்ற ஆளுநர்கள் இந்திய மக்களைத் தாம் பெற்ற பிள்ளைகளைப் போல் பேணுவதற்காக அவர்களுக்கு என்கோமியெண்டோ அல்லது ரிப்பார்டிமெண்டோ (*encomiendo or repartimento*) என்ற அதிகாரத்தின் கீழ் பெரிய நிலப்பரப்புகள் தரப்பட்டிருந்தன. கோரிகிடோர்கள் பதினெட்டு முதல் இருபத்தைந்து வயதான இந்தியர் ஒவ்வொருவரிடமுமிருந்து அன்பளிப்பாய் எட்டு டாலரை வாங்கி ஸ்பானிய அரசருக்குச் செலுத்தினர். இந்த இனத்தில் மட்டும் அரசிற்கு ஏராளமான வருவாய் கிடைத்தது. இவ்வாறு இந்தியர்கள் எல்லா வழிகளிலும் ஆலையிலிட்ட எள்ளைப் போல் கசக்கிப் பிழியப்பட்டனர்.

நெப்போலியப் போர்களில் பங்கேற்றுவிட்டு 1817 இல் தென்னமெரிக்கத்திற்கு வந்திருந்த ஆங்கிலேயரான ஜெனரல் வில்லியம் மில்லர் இக்காலத்தில் இங்கு இருந்து வந்த நிலைமையை விவரித்துள்ளார். சாகின்ற தறுவாயிலிருக்கும் கோவேறு கழுதைகளும் பழுதுபட்ட பொருள்களும் பயனற்ற பிற பொருள்களும் நல்ல பொருள்கள் விற்கின்ற விலையை விடக் கூடுதலான விலையில் இந்தியர்களுக்கு வலுக்கட்டாயமாய் விற்கப்பட்டன. தாடியில்லாதவர்களுக்குக் கத்தியும் வெறுங்கால்களில் நடந்த இந்தியர்களுக்கு பட்டுக்காலுறைகளும் ஒண்பட்டுத் துணிகளும் பிற பகட்டுப் பொருள்களும் தலையில் கட்டப்பட்டன. இந்தியர்கள் இத்தனை கொடுமைகளுக்கும் சுரண்டல்களுக்கும் ஆளானதை ஸ்பெயினிலிருந்த முடியரசு அறியாதிருந்தது.

இந்தியர் சில வகைப் பயிர்களை விளைவிக்கலாகாது. தம் பயனுக்குத் தாமே ஆடை நெய்து கொள்ளவேண்டும். அறிவியல் கற்கலாகாது. இலத்தீன இலக்கணம், பண்டை மெய்யியல், இறைமையியல், பொதுச்சட்டம், திருச்சபைச் சட்டதிட்டங்கள் ஆகியவற்றை மட்டுமே கற்க வேண்டும்.

ஃபிரான்சிஸ்கன், ஏசு சபைகள்

தென்னமெரிக்கத்தின் பல்வேறு பகுதிகளில் மாதிரிக் குடியேற்றங்களை அமைக்க முயன்று வந்த ஃபிரான்சிஸ்கன், ஏசு சபையினரின் வல்லமையைக் கண்டு ஸ்பெயின் பன்னெடுங்காலமாய் அஞ்சி வந்ததற்குக் காரணம் இருந்தது. கேப்புசீன் சபைத் தொண்டர்கள் கட்டுக்கடங்காதிருந்த அருக்கானிய இந்தியர்களை இணக்குவித்துப் படியச் செய்துவிட்டனர். (Araucania என்பது நடுச்சிலியிலுள்ள ஒரு பகுதி. இங்கு அருக்கானிய இந்தியர் வாழ்கின்றனர். இம்மக்களுக்கு அருக்கானியர் என்று பெயர். அவர்கள் பேசும் மொழி அருக்கானியன். சிலியிலும் மேற்கு அர்ச்சண்டினத்திலும் பேசப்படும் இம்மொழிக்கு எம் மொழியுடனும் உறவு இலது)

கேப்புசீன் சபையினர் ஓரினோகோ ஆற்று வெளியிலும் (Orinoco: இது தென் வெனிசுலத்தில் தோன்றிக் கொலம்பியத்திற்கும் வெனிசுலத்திற்கும் எல்லையாய் வடக்கில் ஓடி, பின்னர் கிழக்கே பாய்ந்து அட்லாண்டிக்குள் கலக்கும் ஆறு. இது தென்னமெரிக்கத்தின் வட பகுதியிலுள்ள ஆறாகும். இதன் நீளம் சுமார் 2575 கிலோ மீட்டர். கடலில் கலக்கும் இதன் வடிநிலப் பகுதி பெரும் பரப்புடையது.) அவர்கள் புதிய கிரானடாவிலும் பணி செய்தனர். லா பிளாட்டா பகுதியில் (La Plata: இன்றைய அர்ச்சண்டினத்தின் கிழக்கிலுள்ள பகுதி லா பிளாட்டா ஆறு வடியும் நிலப்பரப்பு) இன்றைய உருகுவே, பராகுவே, அர்ச்சண்டினம் ஆகியன வரை நீண்டு பரந்திருந்த பெரும் பரப்பில் அரசிற்குள் ஓர் அரசு என்ற மாதிரியில் ஏசு சபையினர் ஆட்சி செய்தனர். அங்கு கிட்டத்தட்ட நூறாயிரம் இந்தியர் இருந்தனர். சமய அமைப்புகள் அரசின் நடப்புகளில் தலையிடுவதற்கு ஒப்பான செயல் இதுவென்று அரசு கருதிற்று.

மக்களாட்சிக்கு ஏசு சபை ஆதரவு

ஸ்பெயின் ஏசு சபையினரைத் தன் அமெரிக்கக் குடியேற்றங்களிலிருந்து 1766-1767 காலத்தில் வெளியேற்றியது. ஸ்பெயின் போர்ச்சுக்கல் அமெரிக்கங்கள் இங்கெல்லாமிருந்து ஒன்றன்பின் ஒன்றாய் ஒவ்வொரு நாடாய் ஏசு சபையை வெளியேறச் செய்ததும், ஏதிலியராய்ப் போன அச்சபையின் வலுவான ஒரு கூட்டத்தார் ஸ்பானிய முடியரசிற்கு விரோதமான கருத்துகளைக் கூறலாயினர். கடும் பிற்போக்கானது என்று கருதப்பட்ட

ரோமன் கத்தோலிக்கத் திருச்சபைக்குள்ளிருந்த செல்வாக்கு மிக்க ஏசு சபையினரில் சிலர், அமெரிக்கங்களில் ஒரு வகையான மக்களாட்சி மொத்தத்தில் எங்கும் ஏற்படுவதை ஆதரிக்கக்கூடிய சூழ்நிலை உண்டாகியது.(ஏசு சபை: இ.ச.க.தொகுதி-8 1773 - புள்ளிகள், இ.ச.க.தொகுதி-12)

அமெரிக்கத்தில் தொண்டு செய்த குருமார் எப்போதும் இதே கருத்தையே கூறி வந்துள்ளனர். இந்தச் சமய மெய்யில் கூட்டத்திற்கு மறுபுறத்தில் இயங்கி வந்த மேசன்கள் எனப்படும் மறைவியக்கத்தினர், அப்போதும் ஸ்பெயினிற்கு எதிராய் வேலை செய்து வந்தனர். இவர்கள் ஸ்பானிய அமெரிக்கம் விடுலை பெறப் பாடுபட்டு வந்தனர். ஆனால் இவர்கள் சீர்திருத்தப் பெற்ற முடியாட்சி வேண்டும் என்று கோரினர். புதிய உலகில் இதைப் போன்ற முரண்பட்ட நிலை இருந்து வந்தது. பழைய உலகில் ஸ்பானியப் பேரரசு இந்நேரம் தன் கனத்தைத் தானே தாங்க இயலாதவாறு பதினெட்டாம் நூற்றாண்டில் சரிந்து கொண்டிருந்தது.

கடல் வழியிலும் சட்ட வழியிலும் வெகு தொலைவிலிருந்த தன் குடியேற்றங்களுடன் தொடர்புகளை வைத்துக் கொள்வது ஸ்பெயினிற்கு மிகவும் கடினமாகி வந்தது. இந்தியங்களிலிருந்து தங்கம் அங்கு வந்து குவிந்தது. அதனால் தங்கம் ஸ்பெயினிற்குக் கலப்படமில்லாத சொக்கமான வரப்பிரசாதமாயிராமல், ஸ்பெயினின் நாணயமுறைக்கும் பிற ஐரோப்பிய நாடுகளின் நாணய முறைகளுக்குமிடையே ஒரு வகையான பொருத்தமின்மை தோன்றிவிட்டது.

1820

வாரிசுரிமைச் சச்சரவு

இதனால் அந்நாடுகள் புதிய அணியில் திரண்டன. வழிவழியாய் இருந்து வந்த ஒட்டுறவுகளில் மாறுதல் ஏற்பட்டது. ஸ்பானியப் பேரரசர் இரண்டாம் சார்லசிற்குப் பிறகு *(1665-1700)* யார் பட்டமேற்பது என்பது குறித்துப் பதினேழாம் நூற்றாண்டின் கடைசிக் கட்டத்தில் சூழ்ச்சிகள் எழுந்தன. சார்லசின் நீண்ட ஆட்சிக் காலத்தில், பிரஞ்சு மன்னர் பதினான்காம் லூயி *(1638-1715: ஆ.கா.1643-1715)* ஸ்பெயினை அடிக்கடி தாக்கித் துன்பம் தந்து வந்தார். சார்லசின் இரண்டு மனைவியர்க்கும் பிள்ளையில்லை. அவரின் இரண்டாவது மனைவி புனித ரோமன் பேரரசர் தேர்வாளரான *(elector)* பேலட்டைன் *(Paletine)* இளவரசரின் மகள் மரியான *(Mariana of Neuburg)* ஆவார். சார்லஸ் இரண்டாவது திருமணம் செய்து கொண்டது பிரஞ்சுக்காரருக்குக் கடுஞ்சீற்றத்தை உண்டாக்கவே, அவர்கள் படை கொண்டுவந்து பார்சலோனாவை 1697 இல் பிடித்துக் கொண்டனர்.

இந்தப் போரின் முடிவில் ரைஸ்விக்கு உடன்படிக்கை *(Treaty of Ryswick 1697)* ஏற்பட்டதும் ஸ்பானிய அரியணைமீது பலர் உரிமை கொண்டாடினர். ஸ்பானிய மன்னர் நான்காம் பிலிப்பின் *(1621-1665)* கொள்ளுப் பேரனான பவேரியச் சிற்றரசர் ஜோசஃபு ஃபெர்டினாந்து ஒரு பக்கம் அதற்குப் போட்டியிட்டார். அவரைப் பிரிட்டிசாரும் டச்சுக்காரரும் ஆதரித்தனர். ஆஸ்திரியத்தின் தலைமை இளவரசரான சார்லஸ் இன்னொரு பக்கம் உரிமை கொண்டாடினார். பதினான்காம் லூயியின் பேரனான ஃபிலிப்பும் *(Philip of Aragon)* ஸ்பானிய மணிமுடியைப் பெற அவாவினர்.

சார்லஸ் *1698* நவம்பரில் எழுதி வைத்த உயிலில் இளவரசர் ஜோசஃபு ஃபெர்டினாந்தைத் தனது வாரிசாய் வரித்திருந்தார். இந்த இளவரசர் இதற்கு அடுத்த ஆண்டில் இறந்து போகவே, ஆஸ்திரிய, பிரஞ்சு இளவரசர்களுக்குள் அரசுரிமைப் போட்டி ஏற்பட்டது. ஆதலால் ஸ்பானிய அரசரை இணங்கச் செய்து அஞ்சூ கோமகன்

(Duke of Anjou) பெயரை அடுத்த வாரிசு என்று அறிவிக்கச் செய்தனர். சார்லஸ் 1700 நவம்பர் முதல் நாளன்று இறந்ததும், அஞ்சூ கோமகன் ஐந்தாம் ஃபிலிப்பு *(1700-1746)* என்ற பெயரில் ஸ்பானிய அரசரானார். அதனால் பிரஞ்சு போர்பான் அரச குடியின் கைக்குள் ஸ்பெயின் வலுவாய் வந்துவிட்டது.

பிரிட்டனும் பேரரசர் ஜோசஃபும் ஒரே நேரத்தில் பிரான்சின் மீது போர் தொடுத்தனர். ஐரோப்பியத்தில் பதினோராண்டுக் காலம் அமைதியற்றுப் போனது. பேரரசர் ஜோசஃபு *1711* இல் இறந்ததும் அவரின் தம்பியான தலைமை இளவரசர் சார்லஸ் பட்டத்திற்கு வந்தார். இவர் ஸ்பானிய அரசுரிமைச் சச்சரவில் முன்னர் அரியணை கிடைக்காமற் போனவர் ஸ்பெயினும் ஆஸ்திரியமும் ஒன்று சேர்வதை உலகின் மிகப் பெரிய கடலோடி நாடுகளான பிரிட்டனும் ஆலந்தும் எக்காரணங் கொண்டும் ஏற்கனவே முடியாது. அதனால் ஐந்தாம் ஃபிலிப்பு பிரஞ்சு அரசுரிமையைக் கைவிட்டால், அவரை ஆதரிப்பதாய் அவ்விரு நாடுகளும் கூறின. இரண்டு முடியரசுகளும் ஒன்று சேர்வதைத் தடுக்க வேண்டுமென்பது அவற்றின் கருத்தாகும். இந்த உடன்பாடு *1713* ஏப்ரல் *11* அன்று கையெழுத்தான உட்டரக்கு உடன்படிக்கையில் சேர்க்கப்பட்டு ஸ்பானிய அரசுரிமைப் போருக்கு முற்றுப் புள்ளி வைக்கப்பட்டது. அன்றிலிருந்து ஸ்பெயினின் ஐரோப்பிய மேலாண்மை சுருங்கிப் போய்விட்டது. அதனுள் இப்போது கேஸ்டிலியும் அரகோனும் மட்டும் அடங்கியிருந்தன.

பதினெட்டின் தொடக்கமான இந்தக் காலத்திலிருந்து ஸ்பானிய அமெரிக்கத்தின் பணக்காரக் கிரியோல்கள் மீது பிரஞ்சுச் செல்வாக்கு வலுவாய் ஏறிக்கொண்டது. மேட்டுக் குடியையும் புதிய பணக்காரச் சுரங்க முதலாளியர் குடும்பங்களையும் சேர்ந்தவர்கள் பிரான்சில் கல்வி கற்கச் சென்றனர். அவர்கள் பதினெட்டாம் நூற்றாண்டின் முற்போக்குச் சிந்தனையாளர்களான வால்டயர், மாண்டெஸ்கு, ரூசோ போன்றோரின் புரட்சிக் கருத்துகளை நெஞ்சில் ஏற்றிக் கொண்டு தாயகம் திரும்பினர்.

ஸ்பெயினுக்குப் பிரிட்டனின் அச்சுறுத்தல்

மூன்றாம் சார்லஸ் *(1759-1788)* அரசருக்குக் குடியேற்றங்கள் பற்றி வழிகாட்டிய நல்ல ஆலோசகர்கள் இருந்தனர். மெக்சிக்கத்தில் அரசப் பேராளராயிருந்த கௌண் ரெவிய்யகிகிடோ *(Count Revillagigedo)* போன்ற கூர்த்த மதிபடைத்த பலர் அரசருக்கு இதில் துணை நின்றனர். நாட்டிற்கு வெளியே பிரிட்டீசு வணிகர்கள் ஸ்பெயினின் அயலுலகப் பொருளியலை அச்சுறுத்தி வந்தனர். அவர்கள் வலிமை மிக்கவர்களாய் விட்டதால் நாட்டிற்கு வெளியிலும், ஸ்பானியர்க்கு இடர் காத்திருந்தது. பிரிட்டிசாருடன் நடந்த ஜெங்கின்ஸ் காதுச் சண்டையின்போது *(1739-1741)* இ.ச.க. தொகுதி-*4: 1739* - கட்டுரை) வலிமை வாய்ந்த கப்பல் தொகுதி ஒன்றை ஸ்பெயின் திரட்டிற்று. ஆனால் பிரிட்டன் ஹவானாவையும் (கியூபம்) மணிலாவையும் (பிலிப்பைன் தீவுகள்) கைப்பற்றியதை இந்தக் கடற்படையினால் தடுக்க முடியவில்லை. பிரிட்டன் பின்னர் ஏற்பட்ட பாரிஸ் உடன் படிக்கைப்படி இவ்விரு பகுதிகளையும் ஸ்பெயினிற்கு விட்டுத்தந்துவிட்டு ஃபுளோரிடத்தையும் மைனோர்க்கத் தீவுகளையும் *(Minorca Islands)* ஸ்பெயினிடமிருந்து பெற்றது.

ஜெங்கின்ஸ் காதுச் சண்டையின் போது அட்மிரல் வெர்னான் கரீபியனிலும் மெக்சிக்க வளைகுடாவிலிருந்தும் கமாண்டர் ஆன்சன் பசிபிக்கிலிருந்தும்; ஸ்பானியக் குடியேற்றங்களைக் கிடுக்கித் தாக்குதலில் சிக்க வைப்பதற்குக் கடற் போரை

வகுத்திருந்தனர். அவ்விருவரும் பனாமாவில் வந்து ஒன்று சேர்ந்து, தம்மிடமிருந்து படைக்கல உதவிகளைப் பெற்றிருந்த இந்தியரின் உதவியுடன் வட அமெரிக்கத்தைத் தென்னமெரிக்கத்திலிருந்து தனிப்படுத்தி ஸ்பானியப் பேரரசை அழித்து விடலாமென்று தந்திரம் செய்தனர். அயலுலகில் ஸ்பெயினின் உடைமைகள் அப்படியே கட்டுக் குலையாமல் இருந்த போதிலும், அதன் துறைமுகங்களைப் பிரிட்டீசு வாணிபத்திற்குத் திறந்துவிடலாம் என்று அவர்கள் எதிர்பார்த்தனர்.

ஜெங்கின்ஸ் காதுச் சண்டை என்பது பழங்காலத்துக் கொள்ளையர்கள் நடத்திய தாக்குதல்களுக்கும் அமெரிக்கத்தில் ஸ்பானிய வல்லாண்மையைத் தலைகுப்புறத் தள்ளுவதற்காக மேற்கொண்ட விரிந்து பரந்த முயற்சிகளுக்கும் இடைப்பட்ட ஒருவிதமான தாக்குதல் என்கின்றனர். அமெரிக்கம் விடுதலை பெறுவது குறித்துப் பிரிட்டனுக்கு இருந்த இரட்டை மனப் போக்கை ஜெங்கின்ஸ் காதுச் சண்டை தெளிவாக்குகின்றது. அது ஒரு புறத்தில் சிறிதும் வெட்கமற்ற கூலிப்படை போலவும் இன்னொரு புறத்தில் கோமளித்தனமான இலட்சிய வேகத்துடனும் நடந்து கொண்டது.

பிரிட்டனிடம் அமெரிக்கப் புரட்சியாளர் உதவி கோருதல்

மெக்சிக்கப் புரட்சியாளர் பிரிட்டீசுத் தலைமை அமைச்சர் இராபட்டு வால்போலை *(1676-1745 ப.கா 1721-1742 இ.ச.க.தொகுதி-3 1721-கட்டுரை) 1742* வாக்கில் அணுகி, ஆஸ்திரிய இளவரசர் ஒருவரைக் கொண்டு விடுதலை பெற்ற முடியரசு அமெரிக்கத்தில் அமைப்பதற்குத் தமக்கு உதவி தருமாறு கேட்டனர். இந்த உதவிக்கு மாற்றாய்ப் பிரிட்டனுக்கு மெக்சிக்க வாணிபத்தில் தனியுரிமை கிடைக்குமென்று சொல்லப்பட்டது. வால்போல் இந்த வேண்டுகோளை மிகுந்த அக்கறையுடன் கேட்டார். ஆனால் அவர் இதில் செயல்படு முன்னர் அவரது பதவிக்காலம் *1742* இல் முடிந்து விட்டது. அடுத்த வந்த தலைமை அமைச்சரான நியூகேசில் பிரபு *(1693-1768 ப.கா 1754-1756; 1757-1762; இ.ச.க.தொகுதி-6:1754- கட்டுரை)* இத்திட்டத்தை மறு ஆய்வு செய்த பின்னர் எதுவும் நடவாமற் போனது.

ஸ்பானிய அரசர் மூன்றாம் சார்லஸ் தனது அரசகுடியின் பிரஞ்சுக் கிளையை நம்பித்தான் நிற்க வேண்டும் என்பதை உணரவேண்டிய கட்டாயம் ஏற்பட்டதும் 1766 ஆம் ஆண்டு ''குடும்ப உடன்படிக்கை'' ஒன்றில் கையெழுத்திட்டுக் பூர்பான்களைப் பிரிட்டனுக்கு எதிராய்ச் செயல்படுத்துவதற்காக அணி சேர்ந்தார். ஆதலால் பிரிட்டிசாரான வட அமெரிக்கக் குடியேற்றகாரர்களுக்கு ஆதரவு தருவது அறிவிற்குப் பொருத்தமானது என்று சார்லஸ் எண்ணினார். பிரிட்டீசுப் பேரரசிலிருந்து பிரிந்த புதிய இங்கிலாந்து வட அமெரிக்கக் குடியேற்றங்கள், புதிய ஸ்பெயினுக்கு தென்னமெரிக்கக் குடியேற்றங்களுக்கு ஆபத்தான முன்னுதாரணமாய் விடும் என்று அராண்ட பிரபு *(Count of Aranda)* எச்சரித்ததையும் சார்லஸ் கேட்கவில்லை. அதனால் ஸ்பெயினும் பிரான்சும் பிரிட்டனுக்கு எதிராய் அமெரிக்கக் குடியேற்றங்களுடன் அணிதிரண்டு நின்றனர்.

ஆங்கில-சாக்சானியரான வட அமெரிக்கரிடமிருந்து புதிய ஸ்பெயினைக் காக்க வேண்டுமென்பதற்காகப் பிரான்ஸ் லூயிசியானத்தை ஸ்பெயினிற்கு விட்டுத்தர முன்வந்து. இதை அரசியல் தந்திரிகள் கூடிச் செய்த பைசாசச் சூழ்ச்சி என்கின்றனர். அதாவது மிசிசிப்பி ஆறு பாயும் வடிநிலப்பகுதி உள்பட வட அமெரிக்கத்தின் செழிப்புமிக்க நிலப்பரப்பை அழித்துப் பாலை நிலமாக்கி, மெக்சிக்கத்திற்கும் தம் தலையாய எதிரி என்று அவர்கள் கருதிக் கொண்டிருந்த பிரிட்டிசாரின் நலப் பகுதிக்குமிடையே எவருக்கும்

பயனற்ற ஓர் இடை நிலைப்பரப்பை உண்டாக்க வேண்டுமென்று அவர்கள் பேய்த்தனமாய் நினைத்தனர்.

அமெரிக்கத்தின் ஆங்கிலக் குடியேறிகள் மீது தப்பான எண்ணமின்றி, அவர்களை அறிவிற்குகந்த முறையில் நடத்த வேண்டுமென்று பெஞ்சமின் ஃபிராங்களின் *(1706-1790)* பிரிட்டீசு நாடாளுமன்றத்திற்கு வேண்டுகோள் விடுத்துக் கொண்டிருந்த நேரத்தில், கிரியோல்களுக்கு எதிராய்ப் பாகுபாடு பாராட்டப்படுவதை எதிர்த்து ஸ்பெயினின் தலைநகரான மாட்ரிடிலிருந்து மெக்சிக்கர்கள் தம் மனக்குறையை அரசிடம் வெளியிட்டுக் கொண்டிருந்தனர்.

ஸ்பானிய ஆட்சியாளரின் நெஞ்சில் தம் மனக்குறையைப் பதியவைக்க முடியாது என்றெண்ணிய மெக்சிக்கர்கள், பிரஞ்சுப் புரட்சிக்காரரின் ஆதரவைத் தேடி எல்லை தாண்டிப் பிரான்சிற்குள் சென்றனர். அவர்கள் பிரான்சில் டி.குவிய்யர் *(D.Quiller)* என்றவரை அதற்காக அணுகினர். அவரிடம் மெக்சிக்கர் ஒரு திட்டத்தைக் கூறினார். குவிய்யர் அத்திட்டத்தை வெற்றிபெறச் செய்தால், அவரைப் பிரபுவாக்கிப் பெரிய ஆட்சிப் பகுதி அவருக்குத் தரப்படும். அவர் கிழக்கு மெக்சிக்கத்திலுள்ள வீராக்கிரஸ் மாநிலத்தின் ஆளுநராய் வழிவழியாய் இருக்கும் உரிமையும் அவருக்குக் கிடைக்கும் என்று மெக்சிக்கர் அவரிடம் வாக்களித்தனர்.

இலண்டனிலிருந்து ஸ்பானியர் மெக்சிக்கரின் இந்த திட்டத்தை அறிந்தனர். பிரிட்டனில் அயலுறவு அமைச்சராயிருந்த ஷெல்பனையடுத்து வேமத்துப் பிரபு அப்பதவியை ஏற்றதும் அத்திட்டத்தை ஆதரிக்காது பின்வாங்கி, இந்தச் சூழ்ச்சித் திட்டம் வெற்றி பெற்றிருக்குமாயின் பிரிட்டனுக்கு மிகுந்த சாதகங்கள் கிடைத்திருக்குமென்பர்.

ஸ்பெயினின் அரியணையில் நான்காம் சார்லஸ் *(1788-1808) 1788* ஆம் ஆண்டு ஏறினார். அவர் பிரான்சிற்கு எதிராய்ப் பிரிட்டனுடன் அணி சேர்ந்த போது நுண்ணறிவுடன் செயல்படவில்லை. அதனால் அவர் சாந்ததோமிங்கோவை இழந்தார். *(Santo Domingo :* இது இன்றைய டொமினிக்கன் குடியரசில் உள்ளது. அதன் தலைநகராயும் முக்கியமான துறைமுகமாயும் உள்ளது. இந்நகரைக் கொலம்பசின் தம்பியான பார்த்தலோமியூ 1496 இல் நிறுவினார். இது அமெரிக்கங்களில் ஐரோப்பியக் குடியேறியர் தொடர்ந்து வாழ்ந்துவரும் வெகுதொன்மையான பட்டினம். இப்போது இங்கு இரண்டு பல்கலைக் கழகங்கள் உள்ளன. கொலம்பசின் எச்சங்கள் ஸ்பெயினிலுள்ள செவைல் கதீட்ரலுக்குள் எடுத்துச் செல்லப்பட்டதற்கு முன்னர் இங்குள்ள ஒரு கதீட்ரலின் கல்லறைத் தோட்டத்தில் அடக்கமாயிருந்தன. இப்பட்டினம் கரீபியக் கடலின் கரைமீதுள்ளது*)*.

ஸ்பெயின், பிரான்ஸ் ஆகிய நாடுகளின் கூட்டுப் படைகள் *1805* ஆம் ஆண்டு பிரிட்டனிடம் கடற்போரில் தோல்வியடைந்ததும், ஸ்பெயின் மீண்டும் பிரிட்டனுடன் சேர்ந்து கொண்டது. நெப்போலியன் ஸ்பெயினை வலியத் தாக்கியதும் பிரான்சுடன் இருந்த நட்பு முறிந்து இந்நேரம் ஸ்பானிய அமெரிக்கத்தில் ஸ்பெயினிற்கு எதிராய் வெளிப்படையான கிளர்ச்சிகள் தோன்றிவிட்டன.

வல்லரசுகளின் இத்தகைய தனி நலச் சூழ்ச்சிகளும் ஸ்பானியக் குடியேற்றங்களில் இருந்து வந்த நியாயமான மனக்குறைகளும் இறுதியாய் ஒன்று சேர்ந்து கடல் தாண்டி விரிந்த ஸ்பானியப் பேரரசு சிதறுவதை எதனாலும் தடுக்க முடியாதவாறு மிகப் பெரிய வெடியாய் உருக்கொண்டுவிட்டன. பதினெட்டாம் நூற்றாண்டின் இறுதியிலேயே இத்தகைய புரட்சிச் சூழல் உருவாய்விட்டது.

புரட்சிக் குமுறல்

வல்லரசுகளான பிரிட்டனும் பிரான்சும் இந்தியங்களைத் தாக்கி அவற்றுக்கு ஊறுவிளைவிக்கக் கூடிய நிலையில் நின்றன. இவையிரண்டும் பதினெட்டாம் நூற்றாண்டில் ஸ்பெயினை விடக் கடலில் வல்லமை பொருந்தியனவாயிருந்தன. இங்கிலாந்து கடற்படை வலிமையிலும் வாணிப முடுக்கிலும் மிகுந்த முனைப்பும் ஆபத்தும் மிகுந்ததாயிற்று. எனினும் இவ்விரு நாடுகளும் எப்போதும் ஒன்றையொன்று பகைத்துக் கொண்டிருந்தன. அதனால் இங்கிலாந்து இந்தியங்களைத் தாக்க வருகையில் ஸ்பெயின் நேராய் அல்லது மறைமுகமாய்ப் பிரான்சின் ஆதரவை நாடி நிற்க முடிந்தது. எனினும் இந்த ஏற்பாடு எப்போதும் ஸ்பெயினிற்கும் வசதியாய்க் கைகூடி வந்ததில்லை. அதனால் ஸ்பெயின் பல வேளைகளில் நாசந் தரும் தோல்விகளை அடைய நேர்ந்தது.

பிரஞ்சுப் புரட்சி பதினெட்டாம் நூற்றாண்டின் இறுதியில் வெடித்தபோது, ஸ்பானியப் பேரரசு பெரிதும் கட்டுக்குலையாமலிருந்த போதிலும, ஸ்பெயினால் தமக்குப் போதிய பாதுகாப்புத் தரமுடியாத நிலை உள்ளது என்பது அறிவுக் கூர்மையுள்ள கிரியோல்களுக்குத் தெளிவாயிற்று. அதைப் போலவே வாணிபத்திலும் ஸ்பெயினின் நிலை இருந்தது. ஏழாண்டுப் போருக்கும் *(1756-1763)* பிரஞ்சுப் புரட்சிக்கும் *(1789)* இடைப்பட்ட காலத்தில் ஸ்பானிய ஏற்றுமதியாளர்கள் இந்தியர்களின் வாணிபத்தில் பெரும் பங்கை மீட்டுக் கொண்டனர். எனினும் ஆங்கிலப் பண்டங்கள் ஸ்பானியச் சரக்குகளை விட மிக மலிவான விலையில் கிடைத்தன. ஸ்பானிய அரசு பல கட்டுப்பாடுகளை விதித்து அயல் வணிகர்கள் இந்தியங்களுக்குள் கால் வைக்க விடாது தடுத்து நிறுத்தியதால்தான் ஸ்பானியப் பண்டங்களை அம்மக்கள் நம்பி நிற்க நேர்ந்தது. அதனால் கிரியோல்களின் நலன்களைக் கருதி அயல் வணிகர்களை நுழைய விடும்படி நேர்ந்தது.

ஸ்பெயினிலிருந்து இந்தியங்களில் குடியேறியோரின் வழிவந்தவர்களான கிரியோல்கள் ஸ்பெயின் நாட்டிலிருந்து இங்கு பணிக்காக வந்து சேர்ந்த (ஐபீரியத்) தீவக்குறை ஸ்பானியர் எனப்பட்ட மக்களை வெறுத்தனர். அவர்கள் கிரியோல்களுக்கு அயலவராய்த்தானிருந்தனர். கிரியோல்களைத் தீவக்குறை ஸ்பானியர் தாழ்ந்தோராய்க் கருதினர். வட அமெரிக்கரும் பிரஞ்சுக்காரரும் பேரரசரையும் பேரரசாட்சியையும் ஏற்பதில்லை. எனினும் கிரியோல்களுக்குக் கடலுக்கு அப்பாலிருந்த தம் அரசர் மீது பற்று இருந்தது. எனினும் நாட்டில் நடப்பன குறித்து இந்தியரும் இந்திய ஸ்பானியக் கலப்பினத்தவரான மெஸ்டிசோ *(mestizo)* என்பாரும் கொண்டிருந்த உணர்ச்சிகளைக் கிரியோல்கள் கணக்கில் எடுத்துக்கொள்வதில்லை.

பிரான்சின் நெருக்குதலாலும் ஆங்கிலேயர் எப்போதும் போலக் கடலோட்டத்தில் காட்டுகின்ற அகந்தையினாலும் அவர்கள் இந்தியர் மீது கொண்டுள்ள நோக்கம் பற்றிய ஐயுறவினாலும் பிரஞ்சுப் புரட்சிமீதும் அங்கு நடந்த அரசக் கொலை குறித்தும் பிரான்ஸ்மீது ஸ்பெயினிற்கு வெறுப்பு ஏற்பட்டிருந்தது. எனினும் ஸ்பெயின் பிரான்சுடன் 1796 ஆம் ஆண்டு ஓர் உடன்படிக்கை செய்து அதனுடன் அணி சேர்ந்துவிட்டது.

அதனால் கடலில் வல்லமை மிக்க இங்கிலாந்து ஸ்பெயினின் மீது கடுமையான நடவடிக்கை எடுத்தது. எனவே *1796* முதல் *1814* வரை இந்தியங்களிலிருந்து ஸ்பெயின் பெரிய அளவில் துண்டிக்கப்பட்டு விட்டது. இந்தியங்களில் நடந்துவந்த அரசப் பேராளர் ஆட்சிகள், அங்கு குமுறிக் கொண்டிருந்த சூழ்நிலையைத் தம்மால் இயன்ற வரையில் நன்றாய்ச் சமாளித்துச் சென்றன. தாயக அரசினால் ஸ்பானியக் குடியேற்றங்களான

இந்தியங்களுக்கு வேண்டிய பொருள்களை அனுப்பவோ, அவற்றைக் காக்கவோ, ஆக்கமான முறையின் அடக்கி வைக்கவோ இயலாது போயிற்று.

ஆங்கிலேயர் 1797 இல் டிரினிடாடைப் பிடித்துக் கொண்டனர். (*Trinidad* : வெனிசுலக் கடற்கரைக் கப்பால் வடகிழக்கிலுள்ள தீவு, ஸ்பானியர் இங்கு 17 ஆம் நூற்றாண்டில் குடியேறினர். ஸ்பெயின் டிரினிடாடை 1802 ஆம் ஆண்டு பிரிட்டனுக்கு விட்டுக்கொடுத்தது. இது இன்று விடுதலை பெற்ற டிரினிடாடு. டோபகா குடியரசில் அடங்கியுள்ளது.) தென்னமெரிக்கப் பெரு நிலங்களில் கிளர்ச்சிக்கு ஆதரவளிக்கும் வாய்ப்புகளை ஆராயுமாறு டிரினிடாடிலிருந்த பிரிட்டீசு ஆளுநர் கேட்டுக் கொள்ளப்பட்டார்.

இந்தியங்களில் பிரிட்டன் தலையிட வேண்டுகோள்

செபாஸ்தியன் ஃபிரான்சிஸ்கோ தெ மிராண்டா ஒய் ரேவலோ (*Sebastian Francisco de Miranda de Ravelo, 1750-1816*) என்ற புரட்சித் தலைவர் பிரிட்டன், இந்தியங்களில் தலையிட வேண்டும் என்று வற்புறுத்தி வந்தார். அமெரிக்கத்தில் ஸ்பெயினை எதிர்த்து நிற்கக் கூடிய வலிமை மிக்க சக்தி பிரிட்டன் என்று மிராண்டோ மிகச் சரியாய்க் கணித்தார். இந்நேரத்தில் ஆங்கிலக் கப்பல் தொகுதிகள் ஆங்கிலக் கால்வாயிலிருந்து ஜிப்ரால்டர் வரையிலும் ஐரோப்பியத்தின் அட்லாண்டிக்குக் கடல் துறைமுகங்களை முற்றுகையிட்டுத் தடுத்திருந்ததால் ஸ்பானியக் கப்பல்களால் கடலோட முடியவில்லை.

ஆதலால் ஸ்பெயின் தன் குடியேற்றங்களுக்குப் பொருள்கள் தங்கு தடையின்றிக் கிடைப்பதற்காக இந்தியங்களின் துறைமுகங்களுக்குள் அயல் நாடுகளின் கப்பல்கள் நுழையலாகாது என்று விதித்த தடையை 1797 ஆம் ஆண்டு நீக்கியது. அதனால் வட அமெரிக்கத்திலிருந்து ஏற்றுமதியாளர் பயனடைந்தனர்.

ஸ்பெயின் பிறப்பித்த இந்த 1797 ஆம் ஆண்டு ஆணையுடன் அது இந்தியங்களில் கடைபிடித்து வந்த வணிகக் கட்டுப்பாடுகள் அனைத்தும் எடுபட்டன. அங்கு அனைத்து நாடுகளின் கப்பல்களும் சென்றன. இந்தியர்கள் வெளிப்படையாய் விடுதலை கோருவதற்கு

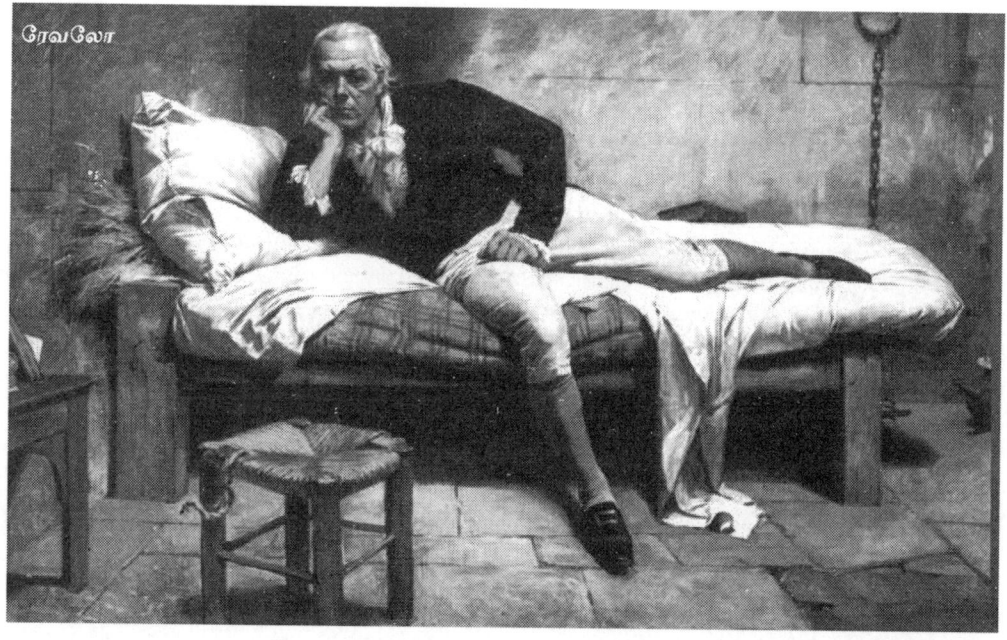

ரேவலோ

அதுவே வழி திறந்து தந்தது. நெல்சன் டிரஃபால்கர் கடற்போரில் 1805 ஆம் ஆண்டு வெற்றி பெற்றதும், ஸ்பெயின் பிரான்சுடன் கொண்டிருந்த உறவைத் துண்டித்துக் கொண்டது. எனினும் அதனால் மீண்டும் அட்லாண்டிக்கில் தன் வலிமையை நிலைநாட்ட முடியாமற் போனது. அதனால் இந்தியங்களுடன் அதற்கிருந்துவந்த தொடர்பு மேலும் வலுவிழந்தது. இங்கிலாந்து டிரினிடாடைக் கவர்ந்ததிலிருந்து அமெரிக்கங்களில் ஸ்பெயினிற்கு எதிராய் நடந்து வந்த கிளர்ச்சிகள் 1806 ஆம் ஆண்டு வரை வலுக்கலாயின.

போப்பாம் என்ற பிரிட்டீசுக் கப்பற்படைத் தலைவர் தகுந்த கட்டளை எதையும் மேலிடத்திலிருந்து பெறாமல் போனஸ் அயர்ஸ் மீது 1806 ஆம் ஆண்டு படையெடுத்துவிட்டார். (Buenos Aires : இன்று அர்ச்சண்டினத்தின் தலைநகரம் இ.ச.க.தொகுதி-9 :1790 -புள்ளிகள்) போனஸ் அயர்சில் தலையிடுவதை அப்பட்டினத்து மக்கள் வரவேற்பர் என்று இலண்டனில் நாடு கடந்து வாழ்ந்த தென்னமெரிக்கரில் சிலர் சொன்னதைப் போப்பாம் நம்பிவிட்டார். அங்கு ஸ்பானியரும் கிரியோல்களும் பிளவுபட்டிருந்தனர். எனினும் அந்நகரைச் சேர்ந்த பெரிய மனிதர்கள் ஒன்று சேர்ந்து நகரவைக் கூட்டத்தைக் கூட்டினர். அவர்கள் நகரின் ஆட்சிப் பொறுப்பைத் தாமே ஏற்றனர். உடனே நகர மக்கள் படையைத் திரட்டிப் போப்பாமை விரட்டியடித்தனர். போனஸ் அயர்ஸ் மக்கள் தம் பட்டினத்தின் மேல் அயலார் படையெடுப்பதை வெறுத்தனர். இத்துறைமுகம் அன்றிலிருந்து இன்றுவரை அனைத்து நாடுகளின் கப்பல்களுக்கும், சிறிதுகால இடைவெளிதவிர, மற்றெல்லாக் காலங்களிலும் திறந்தே உள்ளது.

1820

பிரிட்டீசு உதவி பெற மிராண்டா முயற்சி

மிராண்டா 1806 ஆம் ஆண்டு வெனிசுலத்தில் இறங்க முயன்று தோற்ற பின்னர், இலண்டன் சென்றார். வெல்லஸ்லியைப் படையுடன் புதிய ஸ்பெயினிற்கு அனுப்புமாறு அவர் பிரிட்டனை வேண்டினார். மெக்சிக்கம் விடுதலை பெற்று அதற்காக நன்றி செலுத்தும் வகையில் பிரிட்டன் நெப்போலியனுடன் போர் செய்வதற்கு வேண்டிய வெள்ளியைத் தரும் என்று எதிர்பார்க்கப்பட்டது. இவ்வாறு நேர்ந்து விடக்கூடிய நிலை எதிர்பாராத வகையில் தோன்றியது. நெப்பொலியன் 1808 ஆம் ஆண்டு ஸ்பெயின் மீது படையெடுத்து நான்காம் சார்லசை முடிதுறக்குமாறு செய்துவிட்டுத் தன் சகோதரர் ஜோசஃபு போனப்பாட்டை ஸ்பானிய அரசராக்கிவிட்டார்.

பிரஞ்சுப்படை நாட்டில் வந்து உட்கார்ந்துவிட்டதை ஸ்பெயினின் உயர் குடியினரும் முதுநிலை அலுவலரும் ஏற்றுக் கொண்டனர். ஆனால் நாட்டின் பெருமைக்கு இழுக்கு வந்துவிட்டது என்று ஸ்பெயின் எங்கணும் மக்கள் கருதினர். அவர்கள் பிரஞ்சுக்காரருக்குஎதிராய் நெடிய கொடும் போரைத் தொடங்கிவிட்டனர். ஸ்பானியர் நாட்டில் நெருக்கடி தோன்றும்போது பெரியவர்கள் அடங்கிய பல்கூட்டான ஜண்டா (Junta) என்ற செயலாட்சிக் குழுக்களை ஆங்காங்கே அமைத்துக் கொள்வது மரபாயிருந்து வந்தது. பிரஞ்சுக்காரர் சொல்கேட்டு நாடு கடந்துவிட்ட அரசர் ஃபெர்டினாந்தின் சார்பில் அரச காவல் மன்றம் (Conucil of Regency) அமைக்கப்பட்டது. மைய அல்லது நாடு தழுவிய செயலாக்கக் குழு ஒன்றையும் மிகுந்த இடர்ப்பாடுகளுக்கிடையில் உண்டாக்கினார். ஸ்பெயினில் பெரும்பகுதி பிரஞ்சுக்காரர் கையில் இருந்ததால், தென்மேற்கு ஸ்பெயினிலுள்ள கேடிஸ் துறைமுகப் பட்டினத்தில் செயலாக்கக் குழுவின் தலைமையகம் அமைக்கப்பட்டது. (Cadiz : ஸ்பெயினின் தென்மேற்கே குறுகலான ஒரு தீவக் குறையிலுள்ள துறைமுகம்)

பிரிட்டீசு அரசு நெப்போலியனின் படைகளை ஸ்பெயினில் முடக்கி வைக்கவும் கடலில் தொடர்ந்து தன் மேலாண்மையைச் செலுத்தவும் ஸ்பெயினிற்கு உதவி புரிய இந்நேரத்தில் முன்வந்தது. அதற்கு விலையாய் இந்தியங்களுடன் வாணிபம் செய்யும் உரிமையை பிரிட்டன் ஸ்பெயினிடம் கேட்டது. அதனால் வெல்லஸ்லி இந்தியங்கள் மீது படையெடுக்கும் திட்டம் கைவிடப்பட்டது. வெல்லஸ்லி பிரஞ்சுக்காரருடன் போர் செய்ய ஸ்பெயினிற்குப் புறப்பட்டுப் போனார். மிராண்டா வெனிசுலத்தின் மீது தானே படையெடுக்கட்டும் என்று கைவிடப்பட்டார்.

ஆட்சிப் பிரிவுகள்

இந்தியங்களில் ஒவ்வொன்றையும் 1808-1802 ஆகிய ஆண்டுகளுக்கு இடைப்பட்ட காலத்தில் ஏதேனும் ஒரு வகையான புரட்சி இயக்கம் ஆட்டுவித்துக்கொண்டிருந்தது. அரசப் பேராளர் ஆட்சிப் பகுதிகளில் (*Viceroyalties*) முழு விடுதலை வேண்டும் என்ற ஆர்வம் மிகுந்திருந்தது. (ஸ்பானிய அமெரிக்கத்தில் இக்காலத்தில் நியூ ஸ்பெயின் அரசப் பேராளர் ஆட்சிப் பகுதி; நியூ கிரானடா அரசப் பேராளர் ஆட்சிப் பகுதி; பெரு அரசப் பேராளர் ஆட்சிப் பகுதி; பிரேசில் அரசப் பேராளர் ஆட்சிப் பகுதி; லா பிளாட்டா அரசப் பேராளர் ஆட்சிப் பகுதி என்று ஐந்து பெரும் ஆட்சிப் பிரிவுகளும் அவற்றுள் உயர்நீதிமன்ற வரம்புப் பிரிவு (*Audiencia*) தலைமை ஆட்சியர் வட்டாரம் (*Captaincy General*) என்ற உள் பிரிவுகளும் இருந்தன.) எனினும் புரட்சிக்காரர்களிடையே பிளவுகளும் ஒருவரோடொருவர் போராடும் நிலையும் இருந்தன.

இந்தியங்களில் அரசப் பேராளர் ஆட்சிப் பகுதி ஒவ்வொன்றும் தனி முடியரசு போல் இருந்து வந்தது. தலைமை ஆட்சியர் வட்டாரம் ஒவ்வொன்றும் ஸ்பானிய மணிமுடியுடன் நேரடியான தொடர்பு கொண்டு செயல்பட்டது. மாநில அரசுகளான அரசப் பேராளர் ஆட்சிப் பகுதிகளுக்கிடையில் சரியான தொடர்பு இருந்ததில்லை. அவை ஒன்றன்மீதொன்று கடும் பொறாமை கொண்டிருந்தன. மூன்றாம் சார்லஸ் கொண்டு வந்த சீர்திருத்தங்களினால் மாநில எல்லைகள் சீரமைக்கப்பட்டன. அவை இயற்கையான எல்லைகளுக்கு இயைப அமைக்கப்பட்டன. அதனால் மாநிலங்கள் பெரிதும் தனிப்பட்டுத் தனித்தன்மை வாய்ந்தனவாயின. அவற்றை ஒருங்கிணைத்துச் செயல்படுத்தும் ஆட்சி அமைப்பு எதுவும் இல்லாததால், மைய அரசு சரிந்து விழுகையில், மாநில அரசுகள் தத்தம் பகுதிகளில் எழக்கூடிய சிக்கல்களை ஆக்கமான முறையில் கலந்து பேசி அல்லது தாமே தீர்த்துக்கொள்ளக் கூடிய கட்டாயத்தில் விடப்பட்டன. அவை இத்தகைய நெருக்கடி நிலைகளில் தாமே வழிகாண வேண்டிய இக்கட்டுகள் ஏற்பட்டன. அதனால் அவை இச்சிக்கல்களைத் தீர்ப்பது குறித்து எடுத்த முடிவுகள் ஒரே சீராயிராமல் வெவ்வேறானவையாயிருந்தது இயற்கையாகும். மேலும் ஒருவரோடொருவர் ஒத்துப் போகமுடியாத பல்வேறு நலன்களை உடையவர்களும் மாநிலங்களுக்குள் இருந்தன. இவ்வரசுகளின் ஆட்சிப் பணிகளில் இருந்த அலுவலர்கள் தீவக்குறை ஸ்பானியராயிருந்தமையால், அவர்கள் தம்மால் ஆளப்பட்ட கிரியோல்களிடமிருந்து மேலும் மேலும் தனிப்படலாயினர்.

ஆங்காங்கேயிருந்த தனிப்பட்ட பற்றுகளின் வேகத்தினால் உந்தப்பட்ட பெரும்புள்ளிகள் அந்தந்த வட்டாரங்களில் மேலோங்கியிருந்தனர். இந்நிலைமை மேய்ச்சல் வெளிகளாயிருந்த வட்டாரங்களில் மெய்யாகவே நிலவிற்று. வடமெக்சிக்கம், வெனிசுலம், ரியோ தெ லா பிளாட்டா என்பன அத்தகைய வட்டாரங்களில் குறிப்பிடத் தக்கனவாகும். ஒருவர் இங்குள்ள மக்களைத் திரட்டி மிக எளிதாய் ஒரு குதிரைப் படையை அமைத்துத்

தனிப்பட்ட முறையில் வைத்துக்கொள்ளமுடியும். இத்தகைய பகுதிகளில்தான் முழு விடுதலை என்ற கருத்துகள் முதலில் பரவியிருந்தன. பெரும்பாலராயிருந்த அப்பாவி மக்களான இந்தியர்கள் பெரிய நிலக்கிழார்களின் கீழ் இப்பகுதிகளில் அடங்கிக் கிடந்தனர்.

ஹிடால்கோ பாதிரியார் (இ.ச.க.தொகுதி-11:1810 -கட்டுரை) 1810 ஆம் ஆண்டு தொடங்கிய இயக்கம் பெரிதும் நிலப் பசியினாலும் வறுமை மீது கொண்ட வெறுப்பினாலும் கட்டாய வேலை முறைக்கு எழுந்த எதிர்ப்பினாலும் தான் தோன்றியது. அரசியல் விடுதலை மீது கொண்ட ஆவலினால் அந்தக் கிளர்ச்சி தோன்றவில்லை. அப்போது ஹிடால்கோவை ஆதரித்துக் கிளர்ச்சியில் ஈடுபட்ட இந்தியர்கள் உடைமைகளுக்கும் பொது ஒழுங்கு முறைகளுக்கும் தீங்கு பயக்கக் கூடிய நிலையை உண்டாக்கினர். அப்போது மேல் வகுப்பினரான கிரியோல்கள் இக்கிளர்ச்சியில் கலந்து கொள்ளாமல் ஒதுங்கி நின்றனர் அல்லது அரசப் பேராளருக்கு ஆதரவாய் நின்றனர். அவர்கள் இதற்கு முப்பதாண்டுகளுக்கு முன்னர் துபக்கு அமரு நடத்திய கிளர்ச்சியின் போது ஒதுங்கியிருந்தது போலவே இப்போதும் இருந்துவிட்டனர்.

ஹிடால்கோ 1811 ஆம் ஆண்டு கொலைத் தண்டனைக்கு ஆளானார். அவரையடுத்துப் புரட்சித் தலைமையை ஏற்ற மோரிலோஸ் (*Morelos*) ஒரு கொரில்லாப் படையை 1815 வரை அக்கப்புல்கோவில் வைத்திருந்தார். அவரையும் சிறைப்படுத்தி 1815 ஆம் ஆண்டு சுட்டுக் கொன்றனர். (*Acapulco* : தென்மேற்கு மெக்சிக்கத்திலுள்ள துறைமுகம்; சுற்றுலாப் பயணியர் பொழுது போக்குமிடம்)

ஆங்காங்கே துண்டு துண்டாய் அந்தந்தப் பகுதிகளின் தனித் தன்மைகளுடன் அமைந்த புரட்சி அரசுகள் ஒன்றன்மீதொன்று பொறாமைகொண்டு நின்றன. அவற்றுக்குப் பொதுவான ஆதரவும் இருந்திலது. இத்தகைய கந்தறு கோலமான சூழ்நிலையில் பல பகுதிகள் தாம் விடுதலை பெற்றதாய்ச் சாற்றின.

1820

விடுதலை அறிவிப்புகள்

வெனிசுலத்தின் வடக்கிலுள்ள கரக்காசைச் சேர்ந்த படையினர் அமைத்த செயலாக்கக் குழு (*junta*) வெனிசுலம் விடுதலை பெற்றதென்று 1811 இல் அறிவித்தது. அது நெப்போலியனால் ஸ்பெயினில் உண்டாக்கப்பட்ட அரச காவல் ஆட்சியை ஏற்க மறுத்துவிட்டது. புதிய ஸ்பெயினிலுள்ள பிற குடியேற்றங்களும் தம்முடன் சேர வேண்டுமென்று இப்புரட்சிக் குழுவினர் வேண்டுகோள் விடுத்தனர்.

நியூ கிரானடாவைச் சேர்ந்த புரட்சிக்காரர்களுக்கு ஆங்கிலேயரின் ஆதரவைப் பெறுவதற்காக இங்கிலாந்து சென்ற மிராண்டா வெனிசுலத்திற்குத் திரும்பிப் புரட்சிக்குத் தலைமை ஏற்றார். கரக்காசில் பொதுமன்றப் பேரவை ஒன்று கூடி, வெனிசுலம் விடுதலை பெற்றுவிட்டது என்று 1811 ஜூலை 7 அன்று அறிவித்தது. மிராண்டாவிற்குப் புரட்சிப் படைகளின் தலைமை தரப்பட்டது.

இலண்டனுக்கு அனுப்பப்பட்டிருந்த இன்னொரு புரட்சித் தலைவரான சைமன் பொலிவா தூதுக்குழுவினருடன் நாடு திரும்பினார். அவர் மிராண்டாவின் இளநிலைப் படைத்தலைவர்களுள் ஒருவரானார். (*Simon Bolivar* : 1783-1830;இவர் ஸ்பானியரை வெனிசுலம், கொலம்பியம், ஈக்குவாடர், பெரு முதலிய பகுதிகளிலிருந்து விரட்டியவர். இவரது வாழ்க்கை வரலாறு இனிவரும் தொகுதியில் இடம்பெறும்)

பராகுவ

தென்னமெரிக்கத்தின் உள் பகுதியிலுள்ள பராகுவ 1811 ஆம் ஆண்டு ஆகஸ்டு 14 அன்று ஸ்பானிய ஆட்சியிலிருந்து விடுதலை பெற்றதாய் அறிவித்தது. (Paraguay: இது இன்று வடக்கிலும் கிழக்கிலும் பிரேசிலாலும் தெற்கில் அர்ச்சண்டினத்தாலும் மேற்கில் பொலிவியத்தினாலும் நாற்புறமும் நிலத்தால் சூழப்பட்ட குடியரசாயிருக்கின்றது. இங்கு ஸ்பானியர் 1537 முதல் குடியேற்றம் அமைத்தனர்)

உருகுவே

பண்டா ஓரியண்டல் (Banda Oriental) என்று முன்னர் வழங்கிய உருகுவேயின் கொரில்லாத் தலைவரான ஜோஸ் ஹெர்வாசியோ ஆர்டிகஸ் (Jose Gervasio Artigas, 1764-1850), வெகு தீவிரமாய்ச் செயல்பட்ட பின்னர் பண்டா ஓரியண்டலில் ஸ்பானியக் கட்டுப்பாடு ஒழிந்தது. (Uruguay : தென்னமெரிக்கத்தின் தென்கிழக்கிலுள்ள ஸ்பானியர் இங்கு 1624 இல் குடியேறத் தொடங்கினர். அவர்களையடுத்துப் போர்த்துக்கீசர் இங்கு 1680 இல் குடியேறினர். இப்பகுதி மக்கள் ஸ்பானிய ஆட்சிக்கு எதிராய்க் கிளர்ந்தனர். போர்ச்சுகல் இதைப் பிரேசிலுடன் சேர்த்துக் கொண்டது. பின்னர் உருகுவே 1825 இல் முழு விடுதலை பெற்றது)

சிலி

சிலியின் சாண்டியாகோ நகரிலிருந்த பழம்போக்குடைய செயலாக்கக் குழுவைச் (junta) சிலியின் புரட்சிக்காரரான ஜோஸ் மிகுவல் கரோரா தோற்கடித்தார். (Chille: இது இன்று பசிபிக்குக் கரையிலமைந்த குடியரசாகும். இதன் மொத்த நீளம் சுமார் 4090 கிலோ மீட்டர். அகலம் 177 கிலோ மீட்டர் மட்டுமேயாகும். இந்நாடு ஸ்பெயினிடமிருந்து 1818 இல் விடுதலை பெற்றது. Santiago: இது இன்று சிலியின் தலைநகரம் ஆண்டீஸ் மலையின் அடிவாரத்தில் உள்ளது)

காட்டஜினம்

வடமேற்குக் கொலம்பியத்திலுள்ள கரீபியக் கடல் துறைமுகமான காட்டஜினம் (Cartagena) நியூ கிரானாடாவின் அரசப் பேராளர் ஆட்சிப் பகுதியிலிருந்தது. அது விடுதலை பெற்றது என்று 1811 நவம்பர் 11 அன்று அறிவிக்கப்பட்டது. (காட்டஜினத்தில் முன்னர் சமய முரணியர் தண்டனை -மன்றம் இருந்தது. பதினாறாம் நூற்றாண்டில் இங்கு அடிமை வாணிபமும் நடந்தது)

மெக்சிக்கம்

மெக்சிக்கத்தின் மாமன்றப் பேரவை (Mexican Congress) 1813 செப்டம்பர் 14 அன்று தென் மெக்சிக்கத்திலுள்ள சில்பன்சிங்கோ (Chilpancingo) நகரில் கூடி நாடு ஸ்பெயினிடமிருந்து விடுதலை பெற்று விட்டதாய் நவம்பர் 16 அன்று அறிவித்தது. அப்பேரவை ஹோ மரியா மோரட்டோஸ் (Jose Maria Moretos) என்றவரை ஆட்சித் தலைவராக்கிற்று.

ஸ்பெயினில் புதிய மன்னர்

இதனிடையே வெலிங்டனின் படை ஆறாம் ஃபெர்டினாந்தை 1814 ஆம் ஆண்டு

ஸ்பானிய அரியணையில் அமர்த்திற்று. அதனால் இந்தியங்களில் பணி செய்வதற்காகப் போரில் நன்கு தேர்ச்சி பெற்ற படையினரில் பெரும்பாலரை ஸ்பானிய அரசினால் பெறமுடிந்தது. குடியேற்றப் பகுதிகளில் ரியோ தெ லா பிளாட்டா பகுதி தவிர வேறு எல்லா இடங்களிலும் 1808 ஆம் ஆண்டு இருந்த ஆட்சியதிகாரத்தை 1816 வாக்கில் மீண்டும் கொண்டுவர அரசினால் முடிந்தது. (Rio de la Plata: தென்னமெரிக்கத்தின் தென் கிழக்குக் கரையில் அர்ச்சண்டினத்திற்கும் உருகுவேக்கும் இடையிலுள்ள ஆற்று வடிநிலப்பகுதி; இங்கு உருகுவே, பரானா என்ற ஆறுகள் வந்து வடிகின்றன. இதை லா பிளாட்டா என்றும் கூறுவர்.) ஸ்பெயின் இப்போது ஐரோப்பியத்தின் பிற முடியரசுகளிடம் கேட்டிருந்த உதவியைப் பெற்றிருக்குமாயின், லா பிளாட்டாவிலும் தன் மேலாட்சியை அதனால் நிறுவியிருக்க முடியும்.

ஸ்பானியப் படை வந்து இறங்கியது

ஜெனரல் மோயியோ (Moillo) தலைமையில் போர்வீரர் அடங்கிய ஸ்பானியப் படை 1814 ஆம் ஆண்டு ஸ்பெயினிலிருந்து வந்து இறங்கிற்று பொலிவா 1815 இல் ஜமைக்கத்திற்கு ஓடிப்போனார். மிராண்டா 1816 ஆம் ஆண்டு ஸ்பெயினில் சிறையில் இறந்தார். ஸ்பெயினிலிருந்து படை வந்த பிறகு தென்னமெரிக்கத்தின் வடபகுதி முழுவதும் 1816 இல் ஸ்பெயினிடம் பணிந்தது. கிளர்ச்சித் தலைவரில் பலர் சுட்டுக் கொல்லப்பட்டனர். ஸ்பானிய அரசப் பேராளர் ஒருவர் பொகாட்டாவில் அமர்த்தப்பட்டார். (Bogota: இது இன்று கொலம்பியத்தின் தலைநகரம்; கிழக்கு ஆண்டீசின் மையச் சமவெளியில் உள்ளது; இங்கு சிபச்சா என்ற இந்திய மக்களின் நாகரிக மையம் இருந்தது; ஸ்பானியர் 1538 இல் இதை ஒரு நகராய் உருவாக்கினர்)

இந்தியங்களில் வெவ்வேறான இரு வேறு கால கட்டங்களில் விடுதலைப் போர்கள் நடந்தன. அதாவது 1808 முதல் 1814 வரையிலும் 1816 முதல் 1825 வரையிலும் அவை அமைந்தன. இக்கால கட்டம் ஒவ்வொன்றின் போதும் ஸ்பெயினில் வன்மையான கொந்தளிப்புகள் ஏற்பட்டன. அதன் விளைவாய்ப் போர்ப்படை, சமயத் திருச்சபை, நாடு கடந்த பொது ஊழியங்கள் முதலியன நிலை குலைந்து மன உறுதி குன்றலாயிற்று. முதலாவது 1808 -1814 கால கட்டத்தின் கதை ஸ்பானியப் பேரரசு சிதைந்ததைக் காட்டுவது. அடுத்து 1814-1816 காலத்தில் மிகுந்த வன்மை கொண்டு ஒழுங்குக் கட்டுப்பாடும் மைய ஆட்சியும் பெரிய அளவில் மீண்டும் நிலைநாட்டப்பெற்ற கதையாகும்.

அரசப் பேராளர்களின் ஆட்சி வெல்ல முடியாததாயும் ஆயுத வலிமை மிக்கதாயும் 1816 இல் மீண்டும் ஆக்கப்பட்டுவிட்டது. இறுதியாய் 1816-1825 காலகட்டத்தின் கதை திட்டமிட்டுப் பெற்ற வெற்றியாயும் உள்நாட்டு போராயும் விளங்குகின்றது. இதில் பொலிவாவும் சேன் மார்டினும் (San Martin) அவர்களைப் பின்பற்றிய குதிரை வீரர்களும் வெற்றி வீரர்களாய் வெளிப்படுகின்றனர்.

பொலிவாவின் புரட்சி இலட்சியம்

விடுதலை வேண்டுகின்ற அமெரிக்கரின் வேணவாக்களும் ஸ்பானியப் பேரரசின் சினங்கொண்ட போக்குகளும் அதன் வழிவழி மரபுகளும் இயைந்து செல்ல முடியாது என்பதைக் கற்றறிந்த கிரியோல் புரட்சியாளர் பொலிவா பலகாலத்திற்கு முன்னரே உணர்ந்திருந்தார். ஸ்பெயினில் எத்தகைய அரசு நடந்து வந்தாலுஞ் சரி, அதன் பேரரச மரபுகளும் அமெரிக்கம் பற்றிய அதன் அறியாமையும் அமெரிக்கத்தின் மீது

அம்மக்களுக்குப் பரிவில்லாமையும் எப்போதும் மாறாமல் அப்படியே இருந்து வரும் என்றே அவருக்குத் தோன்றியது. அவர் எப்போதும் கொண்டிருந்த இந்த நம்பிக்கையை உறுதிப்படுத்துவதாய் *1814-1816* நிகழ்ச்சிகள் இருந்தன.

பொலிவா புரட்சிக்கு அறிவு சார்ந்த ஓர் இலட்சியக் கருவை ஆக்கித் தந்திருந்தார். அதற்கு முன்னர் அது புரட்சியாய் இருந்ததில்லை. அவருக்கு உண்டான விடுதலை வேட்கையானது, தனிப்பட்ட முறையில் அவர் தாழ்த்தப்பட்டதால் உண்டான சினத்தால் பொங்கி எழவில்லை; விடுதலையையும் பகுத்தறிவையும் பற்றி வருவதுரைத்த பிரஞ்சுத் தீர்க்க தரிசிகளைப் படித்ததனாலும் ரோமானியக் குடியரசில் இடம் பெற்றிருந்த உயர் குடியினரின் நற்பண்புகள் மீது கொண்ட வியப்பினாலும்தான் அவர் விடுதலை விரும்பியானார். அவர் குடியரசுக் கொள்கை விளக்கச் சித்தாந்தியாயும் நாட்டுப் பற்றுடையவராயும் ஓர் அமெரிக்கப் புரட்சியாளராயும் இருந்தார்.

பொலிவா மேற்கிந்தியத் தீவுகளில் நாடு கடந்து வாழ்ந்த பின்னர் *1816* ஆம் ஆண்டில் வெனிசுலம் திரும்பினார். அவர் ஹெயிட்டியின் சர்வாதிகாரியான பீட்டியோனின் *(Petion)* உதவியுடன் போர்கருவிகள் ஏந்திய படை வீரரையும் ஏராளமான படைக்கலன்களையும் வெடிமருந்துகளையும் அங்கு திரட்டியிருந்தார். கரீபியக் கடலிலிருந்து நெதர்லந்து ஆண்டைல்ஸ் தீவுத் திரளின் கியூரசோ *(Curacao)* என்ற பெரிய தீவில் இருந்த டச்சுக்காரர்கள் காற்று வேறு திசையில் வீசுகின்றது என்பதைக் கண்டு கொண்டதும் பொலிவா நாடு திரும்புவதற்கு வேண்டிய கப்பல்களைக் கொடுத்தனர்.

பொலிவா முன்னர் அரச ஆதரவாளரின் கோட்டையாயிருந்த அங்கோஸ்துர *(Angostura)* என்ற ஆற்றுத் துறைமுகத்தைப் பிடித்தார். இது அவருக்குக் கிடைத்த முக்கியமான முதல் வெற்றியாகும். அவர் அங்கு தளம் அமைத்துக்கொண்டு, கிழக்கு வெனிசுலத்திலிருந்த கொரில்லாக்களின் பல்வேறு கூட்டங்களைத் திரட்டி, ஜெனரல் மோரியோவின் முறையான போர்ப்படைக்கு அறைகூவல் விடுத்தார். பொலிவா திரட்டிய இந்தப் படையினருக்கு ஆங்கில-அமெரிக்கப் போர்வீரர்கள் பயிற்சியளித்து, அதை வலுப்படுத்தினர். இந்தப் படையில் மூவாயிரம் பேருக்குக் குறைந்தவர்களே இருந்தனர்.

இப்படை மோயியோவின் படையை *1818* ஆம் ஆண்டு பக்கவாட்டில் தாக்கியது; அது ஆண்டீசு மலையின் கிழக்குப் பக்கமாய் மிகக் கடினமான வழியில் ஏறிச் சென்று போயசா *(Boyaca)* என்ற இடத்தைப் பிடித்தது. அங்கிருந்த அரசப் பேராளர் காட்டஜீனத்திற்குப் பின் வாங்கினார். பொலிவா நியூ கிரானடாவின் வெற்றி வீரராய்ப் பொகோட்டா நகரினுள் நுழைந்தார்.

அமெரிக்கங்களில் விடுதலைப் போர் ஏதோ ஒரு வடிவில் இன்றும் தொடர்கின்றது.

Nicholson, Irene The Liberators, A Study of IndependenceMovement in Spanish America, London 1969.

Parry, J.H.The Spanish Seaborne Empire, London, 1966.

Worcester, Donald E.and Schaffer, Wendell. The Growth and Culture of Latin America OUP London 1971.

1820

வரலாற்றுப் புள்ளிகள்

1. இராமநாதபுரத்தின் புதிய ஆண்டை

சேதுநாடு, பெரிய மறவர் நாடு என்ற சிறப்புகளைப் பெற்றிருந்த இராமநாதபுரம் இப்போது சமீன் என்ற நிலையில் தாழ்ந்து இருந்தது. அதன் புதிய ஆண்டையாய் (சமீந்தாராய்) விசயரகுநாத சேதுபதி என்றவர் 1820 ஆம் ஆண்டு பதவி ஏற்றார். இவருக்கு முன்னர் அண்ணாசாமி சேதுபதி ஆண்டையாயிருந்தார். விசயரகுநாத சேதுபதி 1829 வரை ஆண்டையாயிருந்தார். அவரையடுத்து 1829 இல் வீராயி நாச்சியார் புதிய ஆண்டையாயினார். (இராமநாதபுரம் அரசச் சிறப்பை இழத்தல்: இ.ச.க.தொகுதி-11)

2.கல்வி

(அ) பத்தொன்பதாம் நூற்றாண்டில் கேரளத்தில் கல்வி

கேரளத்தில் திருவிதாங்கூர், கொச்சி, கோழிக்கோட்டு அரசர்களின் ஆதரவில் 1800 வாக்கில், அதற்கு முன்னரே குழந்தைகள் கல்வி தொடங்கிவிட்டது. இங்கு தொடக்கக் கல்வி முறை குறிப்பிடத் தக்கதாயிருந்தது. அதில் மும்மொழித் திட்டம் அடங்கியது. சம்ஸ்கிருதம், தமிழ், மலையாளம் ஆகிய மும்மொழிகள் ''நாட்டுப் பள்ளிக் கூடங்களில்'' கற்பிக்கப்பட்டன. இவற்றில் சம்ஸ்கிருதமே மேலோங்கியிருந்தது. இராமாயண, பாரத, பாகவதக் கதைகள் பிள்ளைகளுக்குக் கற்பிக்கப்பட்டன.

பாடப் புத்தகங்களைத் தொகுத்தற்கென்று 1867 இல் ஒரு குழு அமைக்கப்பட்டது. அப்போது தற்காலப் போக்குப்படி கல்வி கற்பிக்க வேண்டிய நிலை வந்தது.

(ஆ) கல்கத்தாவில் பிஷப்பு கல்லூரி

கல்கத்தாவில் 1820 ஆம் ஆண்டு அமைக்கப்பெற்ற பிஷப்பு கல்லூரியில் (Bishop's College) கிறித்தவரல்லாதார் சேர்க்கப்படுவதில்லை. சமயப் பரப்பாளரை உருவாக்கி, அவர்களை மக்களிடத்தில் அனுப்பிச் சமயத்தைப் பரப்புவது, கிறித்தவரல்லாதாரைத் தம் சமயத்தில் சேர்ப்பது ஆகியன இக்கல்லூரியின் நோக்கங்களாகும். அக்கல்லூரி தொடங்கிய பின் அதன் 25 ஆண்டுக்கால வரலாற்றில் அங்கு ஒரு நேரத்தில் பதினேழு மாணவர்களுக்கு மேல் எக்காலத்திலும் இருந்ததில்லை.

இந்தியத்திலிருந்த அரசுப் பள்ளிகளில் கிறித்தவ சமயக் கல்வியைப் புகுத்த வேண்டுமென்று அரசு நெருக்கப்பட்டபோதிலும், சமயத்துறையில் தலையிடுவதில்லை என்ற கொள்கையை அரசு 1854 வரை மாற்றிக் கொள்ளவில்லை.

கிறித்தவர்களைக் கண்டு, அவர்களை முன்மாதிரியாய் வைத்து மக்கள் கிறித்தவம் தழுவுவர் என்று தாமஸ் பேபிங்டன் மெக்காலே (1800-1859) எதிர்பார்த்தது அப்போது நடவாததால், அரசு தன் சமயச் சார்பற்ற கொள்கையை 1854 ஆம் ஆண்டில் கைவிட்டு, அரசுப் பள்ளிகளில் சமயக் கல்வியைப் புகுத்தியது. இதற்கு ஏற்பட்ட எதிர்ப்புகளைப் பின்னர் காணலாம்.

(இ) ஜேம்ஸ் மில்லின் இந்திய வரலாற்று நூல்

ஸ்காத்திய மெய்யியலாரும் வரலாற்றாசிரியருமான ஜேம்ஸ் மில் *(James Mill 1773-1836)* ''பிரிட்டீசு இந்திய வரலாறு'' *(History of British India)* என்று நூலை **1806** ஆம் ஆண்டு எழுதத் தொடங்கினார். அவர் அந்நூலைப் பதினான்கு ஆண்டுகளுக்குப் பின் *1820* ஆம் ஆண்டில் எழுதி நிறைத்தார். அந்த வரலாற்று நூல் கிழக்கிந்தியக் கம்பெனி இயக்குநர்களைப் பெரிதும் கவர்ந்தது. ஆதலால் அவர்கள் மில்லைக் கம்பெனியின் இலண்டன் அலுவலகத்தில் உயர் பதவியில் அமர்த்தினர்.

ஜேம்ஸ் மில்லின் ''அரசியல் பொருளியல் மூலக்கூறுகள்'' *(Elements of Polittical Economy)* என்ற புகழ்வாய்ந்த நூல் பொருளியலின் முதல் பாடநூல்களுள் ஒன்றாயிருந்தது. இவர் புகழ்மிக்க ஜான் ஸ்டூவட்டு மில்லின் *(John Stuart Mill 1806-1873)* தந்தையாவார். ஸ்டூவட்டு மில்லும் தந்தைபோல் கிழக்கிந்தியக் கம்பெனியின் உயர்பதவியில் இருந்தவர்.

3. இலக்கியம்

(அ) சரசுவதி மகால் நூல் நிலையம் அமைப்பு

சரசுவதி மகால் நூல் நிலையம் இவ்வாண்டிற்கு முன்னரே தொடங்கப்பட்டுவிட்டது என்பர். எனினும் தஞ்சை அரசரான இரண்டாம் சரபோசி *(1798-1832)* *1820* ஆம் ஆண்டு வாரணாசியிலிருந்து 20,000 நூல்களைக் கொணர்ந்து இன்றைய நிலைக்கு இந்நூல் நிலையத்தை உயர்த்தினார் என்பதை ஆவணங்கள் காட்டுகின்றன.

(ஆ) சென்னையில் பாட நூல் சங்கம்

சென்னை ஆளுநரான சர் தாமஸ் மன்றோ *1820* ஆம் ஆண்டில் நாட்டு மொழிகளில் பாட நூல்களை அளிப்பதற்காக ''உபயுக்த கிரந்த கரண தேச பாதா சபா'' *(The Madras Text Book and Venacular Society)* என்ற பாடநூல், நாட்டுமொழிச் சங்கத்தை அமைத்தார். இந்தச் சங்கத்திற்கு *1848* இல் சின்ன சூரி தலைவராய் இருந்தார்.

(இ) நேபாளி இலக்கண நூல்

ஜே.ஏ.ஆய்டன் என்றவர் எழுதிய நேபாளி மொழி இலக்கணம் *(Grammar of Nepali Language)* *1817* ஆம் ஆண்டு வில்லியம் கோட்டைக் கல்லூரி வெளியிட்டது. இதில் மூன்று ''முன்ஷி'' கதைகள் சேர்க்கப்பட்டிருந்தன. இவையே நேபாளியில் அச்சான முதல் கதைகள் என்பர்.

(ஈ) பம்பாயிலும் பாடநூல் சங்கம்

பம்பாய் ஆளுநர் மாண்ஸ்டூவட்டு எஃபிஹன்ஸ்டனின் நேரடி முயற்சியில் *1820* ஆம் ஆண்டு பம்பாயில் நாட்டுப்பள்ளி, பள்ளிப் பாடப் புத்தகக் குழு *(The Native School and School Book Committee)* ஒன்றைப் பம்பாய்க் கல்விச் சங்கம் அமைத்தது.

(உ) திருநெல்வேலியில் சமயக் கட்டுரைச் சங்கம்

திருநெல்வேலியில் சமயக் கட்டுரைச் சங்கம் ஒன்று இவ்வாண்டு அமைக்கப்பட்டது. அச்சங்கம் கிறித்தவ சமயக் கட்டுரைகளை வெளியிட்டு வந்தது.

(ஊ)சி.பி.பிரவுனின் தெலுங்குக் கடிதங்கள்

தெலுங்கு மொழிக்குப் பெருந் தொண்டு புரிந்த சார்லஸ் ஃபிலிப்பு பிரவுன் (*Charles philip Brown 1798-1884*) தெலுங்கு மொழியில் எழுதிய கடிதங்களைப் பத்துத் தொகுதிகளாய்த் தொகுத்தனர். இதற்குத் தெலுங்கு நூலுக்கு ஜபுலபுஸ்தகமு என்று பெயர். இத் தொகுதிகள் 1820, 1830 ஆண்டுகளுக்கிடைப்பட்ட காலத்தில் வெளிவந்தன. தெலுங்கு மொழி வழங்கும் பகுதி மக்களின் வாழ்க்கை எவ்வாறு இருந்தது என்பதைக் காட்டும் செய்திச் சுரங்கமாய் இந்நூல் தொகுதியுள்ளது.

(எ) சூரத்தில் முதல் அச்சகம்

வில்லியம் ஃபைவி, ஜேம்ஸ் ஸ்கின்னர் என்ற சமயப் பரப்பியர் இருவரும் 1820 ஆம் ஆண்டு சூரத்தில் சமயப்பரப்பியர் அச்சகம் (Mission Press) ஒன்றை அமைத்தனர்.

(ஏ) கன்னடத்தில் விவிலியம்

ஜே.ஹெண்ஸ் (*J.Heands*) கன்னடத்தில் மொழி பெயர்த்த திருவிவிலியப் புதிய ஏற்பாடு 1820 இல் வெளி வந்தது. இதுவே விவிலியத்தின் முதல் கன்னட மொழி பெயர்ப்பு. இதை இந்திய சுவிஷேசச் சங்கம் வெளியிட்டது.

4. பிரிட்டீசுச் செய்திகள்

(அ) நான்காம் ஜார்ஜ் அரியணை ஏறினார்

பிரிட்டனின் மூன்றாம் ஜார்ஜ் மன்னர் (1738-1820; ஆ.கா. 1760-1820) 81 ஆவது வயதில் 1820 ஜனவரி 29 அன்று விண்சர் கேசில் என்ற கோட்டை அரண்மனையில் இறந்தார். இவர் மனநோயினால் வருந்தினார். இவர் நெடுங்காலம் வாழ்ந்து நீண்ட ஆட்சி செய்த பிரிட்டீசு அரசர். இவர் 59 ஆண்டுகள் அரசிருந்தார். இவர் நோயுற்றிருந்த போது அரச காவலராயிருந்த இவரின் மகன் வேல்ஸ் இளவரசர் தந்தைக்குப் பிறகு இவ்வாண்டு நான்காம் ஜார்ஜ் (1762-1830; ஆ.கா. 1820 -1830) என்ற பெயரில் அரியணை ஏறினார்.

(ஆ) பிரிட்டனில் கலப்படக்காரர்

ஆங்கில வேதியியல் பேராசிரியரான ஃபிரடரிக்கு ஆக்கும் (*Frederick Accum*) இவ்வாண்டு ''உணவுக் கலப்படமும் சமையல் நஞ்சும்'' (*Adulteration of Food and Cullinary Poison*) என்ற சிறு நூலை எழுதினார். அது தந்நலத் தோட்டக்காரர்களுக்கு மிகுந்த சினமூட்டிவிட்டது. அதனால் தன்மீது வழக்குத் தொடரப்படும் என்று ஆக்கும் அஞ்சிப் பெர்லினிற்கு ஓடிப்போனார். அவர் சர்ரே கல்விக் கழகத்தில் (*Surrey Institute*) பேராசிரியராயிருந்தார்.

மிளகில் தவறாமல் கடுகு, உமி, பட்டாணி மா, ஒருவகைச் செடியின் (junipar) விதைகள், மளிகைக் கடைக் குப்பைகள் முதலியன கலக்கப்பட்டன. மிளகு இக்காலத்தில் பிரிட்டனிலும் ஐரோப்பிய நாடுகளிலும் விலை மதிப்பு மிக்க பொருளாயிருந்தது.

உலர்ந்துபோன சிலவகை இலைகளில் நச்சுத் தன்மையுள்ள தாமிரத் துருவைக் கொண்டு (*Verdigiris*) சாயம் ஏற்றிச் சீனத் தேயிலை என்று விற்றனர். ஊறுகாய்கள் பச்சை நிறமாயிருப்பதற்காக, அவற்றில் செம்புச் சத்தைத் சேர்த்தனர். இவ்வாறு ஆக்கும் தன் நூலில் எழுதியிருந்தார். (இ.ச.க.தொகுதி-8: 1771 - புள்ளிகள்)

(இ) பிரிட்டனில் அமைச்சர்களைக் கொல்லச் சதி

பிரிட்டீசு அமைச்சர்களைக் கொல்வதற்காக நடந்த சதியை இவ்வாண்டு பிப்ரவரி 23 அன்று கண்டுபிடித்தனர். இதற்குக் கேட்டோ தெருச் சதி (Cato Street Conspiracy) என்று பெயர். இச்சதியில் ஈடுபட்ட ஐவர் தூக்கிலிடப்பட்டனர்.

(ஈ) தென்னாப்பிரிக்கத்தில் பிரிட்டிசார் குடியேற்றம்

டச்சுக்காரரின் மேலாண்மை ஓங்கியிருந்த தென்னாப்பிரிக்கத்தில், பிரிட்டிசார் இவ்வாண்டு பெரிய அளவில் முதன்முதலாய்க் குடியேறலாயினர். அவர்கள் 1820 ஏப்ரல் 10 அன்று எலிசபெத்துத் துறைமுகத்தில் வந்து இறங்கினர். பிரிட்டீசு அரசு நியூ ஆல்பனியைச் சேர்ந்த 4000 பேரைப் பின்னாளில் கிரகாம்ஸ்டௌன் என்று பெயர் பெறவிருக்கும் இடத்தில் குடியமர்த்தியது.

(Grahamstown: இந்நகரம் கேப் மாநிலத்தின் கிழக்கிலுள்ளது. இது ஒரு படைநிலையாய் 1812 ஆம் ஆண்டு நிறுவப்பட்டது. இந்த இடத்தில் பிரிட்டிசார் இவ்வாண்டு குடியமர்த்தப்பட்டனர். இந்த இடம் கால்நடை மேய்ப்பவர்களான கோசா (Xhosa) என்ற மக்களால் அடிக்கடி தாக்கப்பட்டு வந்தது. இன்று இங்கு பல சர்ச்சுகளும் சர்ச்சுப் பள்ளிகளும் உள்ளன. அதனால் இந்நகருக்குப் புனிதர் நகரம் (City of Saints) என்று பட்டப்பெயர் வைத்து அழைக்கின்றனர். இந்நகரம் தென்னாப்பிரிக்கத்தின் தென்மேற்குத் துறைமுகமான ஈஸ்டு இலண்டனிலிருந்து சுமார் 135 கிலோ மீட்டரில் உள்ளது).

இக்குடியேற்றப் பகுதி 1825 வரை ஓர் ஆளுநரின் ஆட்சிப் பொறுப்பில் இருந்தது.

5. அறிவியல்

(அ) பிரிட்டனில் வானியல் சங்கம் அமைப்பு

பிரிட்டனில் 1820 ஆம் ஆண்டு இராயல் வானியல் சங்கம் அமைக்கப்பட்டது.

(ஆ) எர்ஸ்டு, ஆம்பியர் மின்சார ஆய்வுகள்

ஹன்ஸ் கிறிஸ்தியன் எர்ஸ்டடு (Hans Christian Oersted 1771-1851) என்று டேனிய இயற்பியலார், ஒரு கம்பியின் வழியே செல்லும் மின்சாரம் திசையறி கருவியின் காந்த ஊசியில் உண்டாக்கும் விளைவுகளைக் கண்டுபிடித்தார். (இ.ச.க.தொகுதி-11:1802 புள்ளிகள்)

பிரஞ்சு இயற்பியலார் ஆந்திரே மாரி ஆம்பியர் (Andra Marie Ampere 1775-1836) தன் மின்காந்தக் கொள்கை பற்றி மிக விரிவாய் எடுத்துரைத்தார். இவர் பெயரால் மின்னோட்ட அலகு ஆம்பியர் என்றும் மின்னேற்றத்தின் செயல்முறை அலகு ஆம்பியர் மணி (ampere hour) என்றும் அழைக்கப்படுகின்றது. மின்காந்த விதியும் இவர் பெயரால் ஆம்பியர் விதி (Ampere rule) என்று வழங்குகின்றது.

(இ) முதல் அமீனோ காடி தனிப்படுத்தப்பட்டது

பிரஞ்சு வேதியியலாரான எம்.எச்.பிரக்கோனோட்டு (M.H.Braconnot) இழுதியன் அல்லது ஊன்பசையிலிருந்து (gelatine) முதன்முதலாய்க் கிளைசின் (glycine) என்ற அமீனோ காடியைத் தனிப்படுத்தினார். (அமீனோ காடி- amino acid-என்பது

இன்றியமையாக் கரிமச் சேர்மம் - *Organic compound*) கிளைசின் என்பது இனிப்புள்ள வெண்ணிறப் படிகம். கிளைசின் பெரும்பாலான புரதங்களில் கிடைக்கின்றது. இதன் வேதி வாய்ப்பாடு: $CH_2\ NH_2\ COOH$. கிளைக்கோ என்ற ஒட்டுச் சொல்லுக்குச் சர்க்கரை என்று பொருள்)

அவர் அதன் பிறகு தசைத் திசுவிலிருந்து லூசின் (*Leucine*) என்ற அமீனோ காடியைத் தனிப்படுத்தத் தொடங்கினார். இது பல புரதங்களிலிருந்து கிடைக்கின்ற வெண்ணிறப் படிகம். இது மனிதனுக்கு மிகவும் இன்றியமையாதது.

உயிருள்ள திசுக்கள் அனைத்திற்கும் அடிப்படைப் பொருளான புரதத்தை அமீனோ காடிகள் பல வழிகளில் ஒன்று சேர்த்து உண்டாக்குகின்றன என்பது பின்னர் கண்டறியப்பட்டது. அமீனோ காடிகள் தாம் புரதங்கள் எனப்படும் பொருள்களின் அடிப்படைக் கூறுகளாகும். புரதங்கள் அனைத்துயிர்களிலும் மிக முக்கியமான பகுதிகளாய் உள்ளன. புரதம் என்று பொருள்படும் *Protein* என்ற ஆங்கிலச் சொல் தலையாய, முதன்மையான என்ற பொருளைத் தரும் *Proteios* என்ற கிரேக்கச் சொல்லிலிருந்து பிறந்தது. நம் உடம்பிலுள்ள திடப் பொருள்களில் பாதி பல்வேறு புரதங்களால் ஆனது. இப்புரதங்கள் அனைத்தும் அமீனோ காடிகளின் பல்வேறு சேர்மானங்களினால் கட்டியமைக்கப்பட்டனவாகும். திசுக்கள் அனைத்திற்கும் அடிப்படைப் பொருளான அமீனோ காடிகள் பல வழிகளில் ஒன்று சேர்ந்து உண்டாகின்றன என்பது பின்னர் கண்டுபிடிக்கப்பட்டது.

6. மருத்துவம், நோய்

(அ) குனைன் சல்ஃபேட்டுக் கண்டுபிடிப்பு

மலேரியாக் காய்ச்சலுக்கு மருந்தாகக் கூடிய குனைன் சல்ஃபேட்டு (*quinine sulphate*) *1820* ஆம் ஆண்டு கண்டுபிடிக்கப்பட்டது. இது ரூபியாசியா (*Rubiaceae*) என்ற தாவரக் குடும்பத்தைச் சேர்ந்த சிங்கோனா என்ற தென்னமெரிக்க மரத்தின் பட்டையிலிருந்து எடுக்கப்படுவதாகும்.

காப்பி, மஞ்சிட்டி (*Madder*) ஆகிய சிங்கோனா மரவகையைச் சேர்ந்தனவாகும். சிங்கோனா பட்டையிலிருந்து குனைனும் பிற மருந்துகளும் எடுக்கப்படுகின்றன. பெருநாட்டில் ஸ்பானிய அரசுப் பேராளராயிருந்த (*vicereine*) சிங்கோன் சீமாட்டி (*1576 × 1639*) பெயரால் இம்மரம் சிங்கோனா என்ற பெயரைப் பெற்றது.

(ஆ) சீனத்திலும் பிலிப்பைனிலும் வாந்திபேதி

காலரா (*Cholera*) என்பது குடலில் உண்டாகும் ஒரு தொற்றினால் ஏற்படும் கடுமையான வயிற்றுப் போக்கையும் வயிற்றுப் பிடிப்பையும் உண்டாக்கும் தொற்று நோயாகும். இதைத் தமிழில் வாந்திபேதி என்கிறோம். இந்நோய் பத்தொன்பதாம் நூற்றாண்டின் இக்கால கட்டத்தில் உலகெங்கும் பரவிவருகின்றது. அது *1819* ஆம் ஆண்டு இன்றைய இந்தோனேசியத்தின் சுமத்திராத் தீவில் தலைகாட்டியது. இந்த *1820* ஆம் ஆண்டு சீனத்திலும் பிலிப்பைன் தீவுகளிலும் பரவிவிட்டது.

7. சமய முரணியர் தண்டனை மன்றம் ஒழிப்பு

கிறித்தவ சமயத்திலிருந்து முரண்பட்டவர்கள் என்போரைக் கண்டுபிடித்துத்

தண்டிப்பதற்கென்று ஐரோப்பிய நாடுகளில் 1232 ஆம் ஆண்டு உண்டாக்கப்பட்ட சமய முரணியர் தண்டனை மன்றம் இறுதியில் 1820 ஆம் ஆண்டு ஒழிக்கப்பட்டது. ஐரோப்பியத்தில் மட்டுமன்றி ஸ்பானியரும் போர்த்துக்கீசரும் கடல்தாண்டி நிறுவிய குடியேற்றங்களிலும் இத்தகைய தண்டனை மன்றங்கள் இருந்தன. கோவாவில் கூட இத்தகைய ஒரு மன்றம் இருந்தது.

இது சமயத்தின் பெயரால் நடந்த கொடிய செயலாகும். இந்தத் தண்ட மன்றம் கிட்டத்தட்ட அறுநூறு ஆண்டுகளில் ஆயிரக் கணக்கானவர்களைத் தீயிலிட்டு உயிருடன் கொளுத்தியிருக்கின்றது. (இ.ச.க.தொகுதி-11:1802 × புள்ளிகள்)

8. போர்ச்சுக்கல்லில் புரட்சி:

போர்த்துக்கீச மன்னர் ஆறாம் ஜோவோ (*Joao VI*) பிரேசிலில் வாழ்ந்திருக்க, நாட்டில் பிரிட்டீசு ஆதரவுடன் அரச காவலாட்சி நடந்து வந்தது. மக்களுக்கு இந்த ஆட்சியின் மீது மனக்குமுறல் உண்டானது. அதனால் போர்ச்சுக்கல்லின் வடக்கே துவோரோ (*Douro Rivier*) ஆற்றின் கரைமீதுள்ள ஒப்பட்டோ நகரில் கிளர்ச்சி வெடித்தது. (*Oporto*: இது இன்று லிஸ்பனிற்கு அடுத்தபடியாய்ப் போர்ச்சுக்கல்லின் இரண்டாவது பெரிய நகரம். இது லிஸ்பனிலிருந்து வடக்கே சுமார் 270 கிலோ மீட்டரில் ஆற்றங்கரை மீதுள்ளது. இங்கு வரலாற்றுச் சிறப்புடைய கட்டடங்களும் சர்ச்சுகளும் உள்ளன.)

புரட்சியாளர் நாட்டிற்கு அரசியலமைப்புச் சட்டம் வேண்டுமென்று கோரினர்.

9. அமெரிக்கச் செய்திகள்

(அ) மெயின் மாநிலம் அமெரிக்க ஒன்றியத்துடன் இணைதல்

வடகிழக்கு அட்லாண்டிக்குக் கரையிலுள்ள மெயின் மாநிலம் 1820 ஆம் ஆண்டு அமெரிக்க ஒன்றியத்துடன் இணைந்தது. இது பெரிதும் மலைப்பாங்கான நிலப்பரப்பையுடையது. பல ஏரிகளையும் காடுகளையும் ஆறுகளையும் உடையது. இதன் தலைநகரம் அகஸ்டா, பரப்பளவு 80,082 சதுர கிலோ மீட்டர் - 30,920 சதுர மைல்.

(ஆ) அமெரிக்கத்தில் ஏக்கர் நிலம் விலை 1.25 டாலர்

அமெரிக்கப் பேரவை மன்றத்தில் (*Congress*) 1820 ஏப்ரல் 24 அன்று ஒரு சட்டம் நிறைவேறியது. அமெரிக்க உழவர்கள் ஓர் ஏக்கர் விலை 1.25 டாலர் என்ற கணக்கில் ரொக்கப் பணம் கொடுத்து 80 ஏக்கர் நிலத்தை விலைக்கு வாங்கிக் கொள்வதை இச்சட்டம் ஊக்குவித்தது. ஒருவர் ஒரு பெரிய பண்ணையை நூறு டாலர் விலைக்கு வாங்குவதற்கு இதனால் வழி ஏற்பட்டது. அவர் இதற்கு மேல் வேறு பணம் எதுவும் செலுத்தவேண்டியதில்லை. ஆயிரக்கணக்கான உழவர்கள் வெறும் எண்பது டாலர் மட்டுமே கொடுத்துப் பொது நிலங்களில் பெரும்பரப்பை அரசிடமிருந்து வாங்கிவிட்டனர். இதனால் முன்னர் முழுப்பணமும் பெருந்தொகையில் செலுத்திய உழவர்கள் சினம் கொண்டனர்.

(இ) ரிப்பு வேன் விங்கிள்

வாசிங்டன் இர்விங்கு (*Washington Irvin, 1783 -1859*) அமெரிக்கத்தின் குறிப்பிடத்தக்க கட்டுரையாளர், சிறுகதை எழுத்தாளர். அவர் எழுதிய கதைகளின் தொகுதியான ''கியாஃபரே கிரேயனின் நினைவோட்டக் குறிப்பேடு'' (*The Sketch Book Geoffrey Crayan*)

1820 ஆம் ஆண்டு வெளிவந்தது. இத்தொகுதியில் தன்னைச் சுற்றி நிகழும் எதையும் அறியாமல் இருபதாண்டுகள் உறங்கிப்போய் விழித்த ரிப்பு வேன் விங்கிள் கதை அடங்கியுள்ளது.

(ஈ) அமெரிக்கத்தை நோக்கி மாபெரும் குடியேற்ற அலை

ஐரோப்பியத்திலிருந்து ''புத்துலகம்'' என்று புகலப்பட்ட அமெரிக்கத்தை நோக்கிப் பேரலையென ஏராளமான குடியேறிகள் கடல் கடந்து இவ்வாண்டு சென்றனர். அயர்லாந்திலிருந்து அடுத்த இருபதாண்டுக் காலத்தில் ஆண்டிற்குச் சராசரியாய் 35,000 பேர் சென்று அமெரிக்கத்தில் குடியேறினர்.

(உ) அமெரிக்க மக்கள் தொகை 96 இலட்சம்

அமெரிக்க ஒன்றியத்தின் மக்கள் தொகை 1820 இல் 96 இலட்சத்தைத் தொட்டது. அவர்களில் 80 சதத்தினர் வேளாண்மைத் தொழிலில் நல்ல ஆதாயத்துடன் ஈடுபட்டிருந்தனர். அல்லிகேனி மலைத் தொடருக்கு (*Allegheny Mountains* : பென்சில்வேனியம், மேரிலந்து, வர்ஜீனியம், மேற்கு வர்ஜீனியம் ஆகிய மாநிலங்களிலுள்ள மலைத்தொடர். இது அப்பலேச்சியின் மலைத்தொடரில் ஒரு பகுதியாகும். *Appalachian. Mountain:* வட அமெரிக்கத்தின் கிழக்கிலுள்ள மலைத்தொடர். இது கனடாவின் குவீபக்கிலிருந்து அலபாமாவின் நடுப்பகுதிவரை நீள்வது) மேற்கில் 25-30 இலட்சம் பேர் இக்காலத்தில் வாழ்ந்தனர். இந்த எண்ணிக்கை 1801 இல் பத்து இலட்சமாயிருந்தது. பிட்ஸ்பர்கு நகரின் மக்கள் தொகை 7248; நியூயார்க்கு சுமார் 1,24,000; ஃபில்டெல்ஃபியம் நாட்டின் பெரிய நகரானது.

1820

10. மைலோஸ் வீனஸ் உருவம் அகப்பட்டது

அழகுப் பெண் தெய்வத்தைக் கிரேக்கர் அஃபுரோடைட்டு (*Aphrodite*) என்றனர்; இவள் அழகிற்கும் காதலுக்கும் தெய்வம்; சீயஸ் என்ற தலைமைத் தெய்வத்தின் மகள்; ரோமானியத் தொன்மத்தில் இவளுக்கு வீனஸ் (*Venus*) என்று பெயர். இவளுக்குச் சைத்திரிய (*Cytherea*) என்ற பெயரும் உண்டு. சைத்திரிய என்பது ஒரு கிரேக்கத் தீவு. கிரேக்கத்தின் தென்தீவக் குறையான பெலப்பனீசின் தென்கிழக்குக் கரைக்கப்பால் இத்தீவு உள்ளது. இத்தீவு பண்டைக் காலத்தில் அஃபுரோடைட்டை வழிபடும் தலமாயிருந்தது.

தென்மேற்கு ஏஜியன் கடலிலுள்ள மைலோஸ் (*milos*) என்ற சிறு தீவில் யார்கோஸ் (*Yargos*) என்ற உழவர் 1820 ஆம் ஆண்டில் வீனசின் உருவம் ஒன்றைக் கண்டுபிடித்தார். அவர் ஒரு பாறையைப் புரட்டியதும் தரைக்கடியில் ஒரு நிலவறை தெரிந்தது. அதனுள் கைகளிரண்டும் இல்லாத வீனசின் அழகிய உருவம் கிடைத்தது. இது கி.பி.இரண்டாம் நூற்றாண்டைச் சேர்ந்தது.

மைலோஸ் என்ற இச்சிலைக்கு மைலோஸ் வீனஸ் (*Venus de Milos*) என்றும் மைலோஸ் அஃபுரோடைட்டு என்றும் பெயர்.

11. பிறப்பு

(அ) பிரடரிக்கு எங்கல்ஸ் (1820-1895)

ஜெர்மன் சோஷலிஸ்டுத் தலைவரும் அரசியல் மெய்யியலாருமான ஃபிரடரிக்கு எங்கல்ஸ் (*Frederich Engels 1820-1895*) 1820 ஆம் ஆண்டு ஜெர்மனியில் பிறந்தார். இவர்

1849 முதல் இங்கிலாந்தில் வாழ்ந்தார். அவர் காரல்மார்க்சுடன் *(1818-1883)* சேர்ந்து பொதுவுடைமையைக் கொள்கை விளக்க அறிக்கையை *(Communist manifesto) 1848* ஆம் ஆண்டு எழுதினார். இவர் ''இங்கிலாந்தில் உழைக்கும் வகுப்பினரின் நிலை'' *(1844)*, ''குடும்பத்தின் தோற்றுவாய்'' *(The Origin of the Family 1884)* போன்ற நூல்களையும் எழுதியுள்ளார்.

(ஆ) ஃபுளாரன்ஸ் நைட்டிங்கேல் (1820 – 1910)

விளக்கேந்திய பெருமாட்டி'' *(Lady With the Lamp)* என்று சிறப்பெய்திய ஆங்கிலச் செவிலியான ஃபுளாரன்ஸ் நைட்டிங்கேல் *(Florence Nightingale 1820-1910) 1820* ஆம் ஆண்டு இங்கிலாந்தில் பிறந்தார். இவர் கிரிமியப் போரின்போது *(1853-1856)* காயம்பட்ட போர் வீரர்களுக்கு ஆற்றிய தொண்டுகளுக்காகப் பெரும் புகழ் பெற்றார். இவரால் செவிலியர் பணி மேன்மையடைந்தது.

(இ) ஈசுவரச் சந்திர வித்தியாசாகர்

வங்கத்தின் சீர்திருத்தக்காரரான ஈசுவரச் சந்திர வித்தியாசாகர் *1820* ஆம் ஆண்டு பிறந்தார். இவர் சம்ஸ்கிருதத் கல்வியை வளர்க்க உதவினார். பலதார மணத்தை வெறுத்தார். வங்க மொழியில் பாட நூல்களை எழுதினார்.

13. இறப்பு

மூன்றாம் ஜார்ஜ் (1738 – 1820)

மூன்றாம் ஜார்ஜ் அரசர் பிரிட்டனில் நீண்ட காலம் அரசராய் இருந்தாலும், அவர் மனநோயாளியானதால், அவரின் மகனே அரச காவலராயிருந்து ஆட்சியை நடத்தினார். மூன்றாம் ஜார்ஜ் *1820* இல் காலமானார்.

பதினொன்றாம் தொகுதியின் கருவி நூல்கள்

Selective Bibliography

801

அருணாசலம், மு. தமிழ் இலக்கிய வரலாறு, ஒன்பதாம் நூற்றாண்டு, முதல் பாகம், மாயூரம், *1975 (2)*

சேதுப் பிள்ளை, ரா.பி. ஆற்றங்கரையினிலே, சென்னை, மூன்றாம் பதிப்பு *1983 (1)*

சோமலெ திருநெல்வேலி மாவட்டம் *(1)*

வேங்கடசாமி, மயிலை சீனி மறைந்து போன தமிழ் நூல்கள், மூன்றாம் பதிப்பு, சிதம்பரம் *1989 (2)*

Caldwell, R.A. History of Tinnevelly, Reprint, Madras 1989 (1)

Rajayyan, K. Dr. History of Madurai, Madurai (1)

வேலுச்சாமி, க. ''தமிழர் நாகரிகத்தில் இரும்பின் பங்கு'' கட்டுடிர் தமிழ்நாட்டு வரலாற்றுக் களஞ்சியம், சென்னை, *1979 (3)*

Mc Neil, William, H. A World History 1979 (3)

Bajaj, J.K. and Mukundan, T.M. Reminiscenses of a "Smelting past" article in The Hindu 14.10.1990 (3)

"Unarvelling the Kodumanal Mystery,article in the Hindu 22-10-1989 (3)

Young, Peter. The Machinery of War, London 1973 (3)

புள்ளிகள்

Ramaseshan, N. Temple and Legends of Andhra Pradesh, Bombay. 1962 *(1- இ)*

கைலாசநாதக் குருக்கள், கா. டாக்டர் வடமொழி இலக்கிய வரலாறு, சென்னை- *1987 (4)*

Bhatacharya, M.N. "Historical Works in Bengali" article in Histriography in Indian Languages, New Delhi, 1972 (5)

Thomas, George Malcolm The Prime Ministers-From Robert Walpole to Margaret Thatcher, London, 1980 (6)

Lane, Peter The Industrial Revolution, The Birth of the Modern Age,

London, 1978 *(6 - இ)*

1802

Keller, Weiner The Bible as History, Translated from German by William Neil, 1980 (1)

புள்ளிகள்

Sardesai, Govind Sakharam New History of the Marathas, Vol III Bombay 1986 *(2-அ)*

Drewery, Mary William Carey, London 1978 (2 – ஆ)

Lane, Peter Success in British History 1760-1914, London 1978 (3)

McElwee, William, History of England, London, 1960 (5 –அ)

Ridley, Jasper The History of England, 1987 (5-அ)

1803

அப்துற் றஹீம், இஸ்லாமியக் கலைக் களஞ்சியம், மூன்றாந் தொகுதி, சென்னை, 1979 (1)

Khan, Muhammed Zafulla The Quran, Revised Edition 1981 (1)

Varma, K. Ghalib, The man, The time, Delhi, 1989 (1)

Verhoevin, F.R.J. Dr. Islam, Its Origion and Spread in the World, London, 1962

Zakariya, Rafiq Muhammed and the Quran (1)

Mason, Philip The Men who Ruled India, Abridged Edition, Calcutta, 1992 (3)

Sardesai, Govind Sakharam op. cit (3)

Nightingale, Pamela Trade and Empire in Western India 1784 – 1806 (2)

Sagan, Carl Cosmos, New York, 1980 (5-இ)

1804

Mason, Philip op. cit (1)

Sardesai, Govind Sakharam op. cit (2)

Kepelbey, C.D.M. A History of Modern Times from 1789, V Revised Edition London, 1973 (3)

Mc Manners, John, Lectures on European History 1789-1914 (3)

Wood, Anthony Europe, 1815-1945, London, Nineth Edition 1974 (3)

1805

Kajarival, O.P. The Asiatic Society of Bengal, OUP 1988 (1)

The Asiatic Society of Bengal, 1988 (2)

Watson, Francis A Concise History of India, London, 1984 (2)

1806

Immanuel, Hsu C.Y. The Rise of Modern China OUP 1983 (1)

புள்ளிகள்

Lane, Peter op. cit (4- அ)

Mason, Philip op. cit (3-ஆ)

Thomson, George Malcolm op. cit (3-அ)

1807

Toy, Sidney The Strongholds of India, London, 1957 (1)

அருணாசலம், மு. Op.cit (2)

கார்த்திகேயன், ஆ. தமிழ், பிராமி, சம்ஸ்கிருதம், தமிழ்மணி 4.1.92 (2)

சர்மா, சி. ஆர். டாக்டர். தெலுங்கு இலக்கியம் ஒரு கண்ணோட்டம், சென்னை, 1987 (2)

ஜகந்நாத இராஜா காதா சப்த சதி, இராசபாளையம், 1982 (2)

Rao, Venkatesa, N Tamilian Poets and Patrons of Telugu Literature (2)

புள்ளிகள்

Thomson, George Malcolm op. cit *(4 – அ)*

1808

சிங்காரவேல் முதலியார், ஆ. அபிதான சிந்தாமணி சென்னை, மறுபதிப்பு *1986 (1)*

Furber, Holden Rival Empires of Trade in the Orient, 1600-1800, Delhi, 1996 (2)

Ayling, S. E. Nineteenth Century Gallery, London, 1970 (2) (3)

புள்ளிகள்

Kajarival, O.P. op. cit (1)

Ramachandran, C. East India Company and South Indian Economy, Madras (2)

1809

Drewery, Mary op.cit (2)

புள்ளிகள்

Woodcock, George Kerala, A Portrait of Malabar Coast, London 1967 (1)

Thomsoon, George Molcolm, op. cit (1)

1810

Samuel, John The Dateless Muse, Madras 1988 (1)

White, Jon Monchip Cortez and the Downfall of the Aztec Empire, London 1971 (2)

Wright, Ronald Stolen Continets, London 1992 (2)

சொல்லடைவு

ஹன்ஸ்சியாட்டிக்கு லீக்	579	தமிழ்ப் பணி	562
மானுட வெறுப்பு	581	தண்ணீர் பஞ்சம்	560
ஆறு சட்டங்கள்	583	தென்னிந்திய மொழி	559
தொழிற்சங்க எழுச்சி	584	விண்மீன் பட்டியல்	556
நியூட்டன்	585	செங்கழுகு	554
காளிதாசன்	587	முழுச் செவிடர்	552
மொழிபெயர்ப்பு	587	மேவார் அரசர்	550
ஆங்கில அகராதி	587	வெள்ளை யானை	548
நாணயச் சாலை	589	பண்டைய அரசுகள்	546
பண்ட சாலை	591	நாவலாசிரியர்	544
சிங்கப்பூர்	593	இலக்கியப் படைப்பு	541
நீராவிக் கப்பல்	595	பிழைகள் மலிந்த நாவல்	542
தென் கிழக்காசியா	597	நாட்டு மொழி இதழ்	537
கொலம்பசின் தவறு	599	ஆயுள் காப்பீட்டு நிறுவனம்	536
அறிவுச் செல்வம்	601	கொடுக்கல் வாங்கல்	534
சிற்றரசு	603	கல்வியாளர்	532
வட ஸ்பெயின்	605	கண்டுபிடிப்புகள்	530
இரட்டைச் சிறப்பு	609	வாய்ப்பூட்டுச் சட்டங்கள்	528
அமெரிக்க அரசர்	611	இந்துக் கல்லூரி	524
பேறு பெற்றவர்	612	பேஷ்வா குடி	522
புதிய சட்டங்கள்	615	பிண்டாரியர்	520
ஏசு சபை ஆதரவு	617	கொள்ளையர்	518
வாரிசுரிமைச் சச்சரவு	618	தலைமை ஆளுநர்	516
பிரிட்டன் தலையீடு	623	குண்டூர்	514
ஆட்சிப் பிரிவுகள்	625	நிசாம் நாடு	513
புரட்சி லட்சியம்	628	இரயில் எஞ்சின்	447
சரசுவதி மகால்	631	ஐரோப்பியம்	449
இலக்கண நூல்	631	பிரான்சு	450
கன்னடத்தில் விவிலியம்	632	வியன்னாப் பேரவை	452
போர்ச்சுக்கல்லில் புரட்சி	635	சூழ்ச்சிகளின் மையம்	453
மூன்றாம் ஜார்ஜ்	637	புனித நேய உறவு	455
நெப்போலியப் படையினர்	578	பைரன்	456
சீனப் பயணியர்	577	மோசமான உள்நாட்டு நிலை	457
சாக்கிய முனி	576	புதிய ஐரோப்பியம்	458
ஓவியங்கள்	574	சார்லிமேன்	460
பட்டுச் சாலை	572	பொற்காலம்	461
வட சீனம்	570	முடியரசு	463
ஓவியப் பாணி	568	நடுநிலை நாடு	464
சுவர்ச் சித்திரங்கள்	566	நூறாண்டுப் போர்	465
பெரிய ஊர்தி	565	ஆளுங் குடியினர்	466

மலையாளம்	467	கிழக்கு பிரேசில்	264
கடலாதிக்க மேலான்மை	469	கரும்புத் தோட்டம்	263
மலாக்கா	470	கங்க சாகரம்	258
பர்மா	471	மகாத்மா காந்தி	250
கரும்பு விளைச்சல்	473	மேற்கு இந்தியம்	246
கடற்கொள்ளை	475	குரு கோவிந்தர்	244
அடிமை வாணிபம்	475	அச்சகம்	240
மிதிலை	479	எட்டு மணி நேரப் புரட்சி	232
கட்டழகு	481	பொது ஆட்சிப் பணி	222
கெட்டிக்காரத்தனம்	483	அரசு வங்கி	216
பல்கலைக் கழகம்	487	எழுத்தர் வேலை	208
மெய்யியல் கோட்பாடு	489	உருளைக்கிழங்கு	204
திராவிட மொழிக் குடும்பம்	491	பள்ளி ஆசிரியர்	192
எட்டையபுரம்	495	இளவரசியும் துன்பக்கதையும்	188
வகாபியர் கிளர்ச்சி	497	பிரஞ்சுப் புரட்சி	182
சைக்கிள்	501	மன்றோ நடவடிக்கை	176
புரட்சி - கிளர்ச்சி	503	ஆந்திரப் பாளையக்காரர்	170
கயானா	505	வட இந்தியச் செய்திகள்	164
வெனிசுலம்	507	துரோகி	160
காங்கிரசு நூலகம்	466	அகமது நகர்	154
மேக தூதம்	426	நேர்மை, நாணயம்	150
இந்தியம்	424	குரானின் பெயர்கள்	146
அகத்தியர்	418	பங்குச் சந்தை	138
மக்க, மதீனம்	404	கண்டுபிடிப்பு	128
இமையப் பயணம்	402	மக்கள் தொகை	122
உடன் கட்டை ஏறுதல்	396	சம்ஸ்கிருதம்	116
இரஷிய தாக்குதல்	392	தேவ நாகரி	114
அகராதிகள்	372	அகோபில மடம்	112
வெள்ளைப் படை தாக்குதல்	358	கோயிலின் தொன்மை	110
அறிகுறிகளும் சகுனங்களும்	309	குன்றம்	108
ஆட்சி தாழ்ச்சி	304	உச்சநீதிமன்றம்	106
மத மாற்ற வேகம் குறைதல்	300	புரட்சி என்ற இன்னல்	104
எட்கர் ஆலன் போ	294	முதல் பார வண்டி	100
விசுவநாதர் கோயில்	288	எண்ணக்கரு	98
மதக் கலவரங்கள்	286	செங்கம்	88
ஆளுநர் அழைப்பு	284	ஊதுலை	82
சமயப் பரப்புச் சபை	280	சமய வாதம்	78
திருவிவிலியம்	278	வாலாசா	79
வேலுத்தம்பி	276	மதுரையில் புரட்சியாளர்	56
தேவி	274	கடையநல்லூர்	48
ஆர்க்காட்டு மாவட்டம்	272	மெக்காலே	44
நூலகம், அருங்காட்சியகம்	270	ஊமைத்துரை	42
தென்னமெரிக்க அரசியல் விழிப்பு	266	பாளையங்கோட்டை	39